Chuyện VĂN của Tửu

NHIỀU TÁC GIẢ

Chuyện VĂN của Tửu

Biên soạn
VŨ XUÂN TỬU

NHÀ XUẤT BẢN
NHÂN ẢNH
2020

VŨ XUÂN TỬU- MỘT CÂY BÚT TIÊN PHONG TRONG THỜI KÌ ĐỔI MỚI

Nhà văn, Phó giáo sư, Tiến sĩ Trần Mạnh Tiến
Chủ nhiệm bộ môn Lí luận Văn học, Khoa Ngữ văn, ĐHSP Hà Nội
Ủy viên Hội đồng Lí luận, Phê bình Văn học Nghệ thuật TW

Sinh ra trên mảnh đất cố đô Hoa Lư Ninh Bình, ở tuổi nhi đồng Vũ Xuân Tửu đã theo gia đình lên Tuyên Quang, đi xây dựng kinh tế mới vào năm 1963. Lớn lên ở xã Hùng Đức, huyện Hàm Yên, gia đình anh cách thị xã Tuyên Quang hơn hai mươi cây số về phía Bắc. Trong chiến tranh, thời đó, học xong cấp II, ai có gan mới nghĩ đến việc đi học cấp III, trường huyện cách nhà ba mươi cây số đi bộ. Mặc dù sống trong một gia đình nông dân có chín anh em, phải vừa làm vừa học, nhưng Vũ Xuân Tửu đã theo học hết phổ thông, rồi trúng tuyển vào Trường Công an Trung ương, sau đổi tên Đại học An ninh, nay là Học viện An ninh nhân dân; ra trường về Tuyên công tác. Từ một Chuẩn úy trở thành sĩ quan mang hàm Trung tá, rồi nghỉ hưu. Nhưng mấy ai biết được, một người chỉ làm công việc an ninh, Vũ Xuân Tửu còn âm thầm nuôi dưỡng một sự nghiệp văn chương. Bề ngoài Vũ Xuân Tửu là một người đàn ông bình dị, ôn hòa, ưa làm nhiều hơn nói, không khua danh đánh tiếng, cứ lặng lẽ sống, đọc và viết, nhưng rồi mọi ước mơ đều trở thành hiện thực.

Vũ Xuân Tửu, có vóc người tầm thước, phong thái điềm tĩnh, với cặp mắt một mí, nhãn mục sáng sâu, vẻ mặt hiền hậu, tính cách khiêm nhường, thỉnh thoảng thích trào lộng nhẹ nhàng, hóm hỉnh, một con người mang cốt cách văn chương nhiều hơn binh nghiệp. Vũ Xuân Tửu có khiếu văn chương từ thuở còn ở trường tiểu học. Với Nguyễn Quốc Trí học cấp III cùng lớp, cả hai đều có thiên hướng văn chương, qua những bài báo tường lớp 8B ngày ấy đã được bè bạn quan tâm. Nhưng giờ, Trí là nhà báo, Tửu là nhà văn. Có lẽ, chẳng ai biết trước Vũ Xuân Tửu là một cây bút về tiểu thuyết, truyện ngắn, một người làm thơ, rồi tham bác cả tản văn và kịch, đó là chưa kể những bài kí đăng rải rác trên báo chí địa phương. Con đường văn chương và binh nghiệp của Vũ Xuân Tửu đã đồng hành từ những năm tám mươi của thế kỉ qua, cho đến đầu thế kỉ này, sự nghiệp văn chương ngày càng phát lộ.

*

Tốt nghiệp Đại học An ninh, trở về quê hương miền núi, vào thời điểm Tuyên Quang và Hà Giang sáp nhập làm một tỉnh, Vũ Xuân Tửu về làm việc tại Phòng Bảo vệ Văn hóa thuộc Ty Công an Hà Tuyên, cũng là thời kì chiến tranh biên giới nổ ra ác liệt, anh cũng thường xuyên tới các vùng sâu vùng xa làm nhiệm vụ. Tửu có bản tính mê văn chương, nên tới đâu có nguồn tài liệu gì cũng đều lọt vào chiếc "túi tham" không đáy của anh. Từ những bài thơ, bài kí của Vũ Xuân Tửu trên các tờ văn nghệ địa phương năm 1980 trở đi như một sự thử sức, dần dà bạn đọc chú ý hơn tới một cây bút làm thơ tinh tế. Với vẻ ngoài lặng lẽ, cù mì, nhưng Tửu là một kẻ "tham lam" tích cóp mọi thứ, từ các sách văn nghệ cho đến sách kinh điển, các loại sách nghiên cứu, lí luận phê bình, lịch sử, địa chí, triết học... Tửu đều ngốn hết. Mấy ai đã dành thời giờ đọc trọn bộ Mác, Ăng-ghen, Lê-nin Toàn tập và Triết học cổ điển Đức, thế mà Vũ Xuân Tửu đã hoàn thành việc đó khá lâu rồi, cho thấy khát vọng âm thầm của một người đã dấn thân vào cuộc hành trình gian khó quyết xây đắp cho mình một sự nghiệp văn chương, để rồi trở thành một cây bút tiên phong trong thời kì đổi mới. Sau tập truyện ngắn *Tầm phào* (1998), các tiểu thuyết và tập truyện ngắn khác của Vũ Xuân Tửu liên tục chào đời, độc giả đã nhận ra chân dung một cây bút mới. Là người giảng dạy và nghiên cứu văn học, dõi theo cuộc hành trình văn chương của Vũ Xuân Tửu, tôi cảm thấy rất vui mừng mỗi khi nhận được những tác phẩm mới của anh ra đời trên mảnh đất Tuyên Quang. Cho đến nay Vũ Xuân Tửu đã có tới mười ba cuốn tiểu thuyết; trong đó, tám cuốn đã in, như: *Nửa tỉnh nửa quê* (2002), *Chúa Bầu* (2006), *Hình bóng đàn bà* (2006), *Chuyện trong làng ngoài xã* (2007), *Cõi mê* (2011), *Cửa Đá* (2011), *Người rừng* (2013), *Đinh Tiên Hoàng* (2018); về trường ca có các tập *Chuyện anh thuyền chài Trần Văn Sông* (2008), *Pây Nà Hang* (2013), *Tiếng hát Khau Vai* (2014), *Dòng suối ca* (2014); các tập thơ: *Miếng trầu xanh* (1998), *Bầu trời của những con gà* (2013); các tập truyện thiếu nhi: *Đám cháy trên cánh rừng đầu nguồn* (2000), *Rừng sáo* (2002); các tập truyện ngắn: *Tầm phào* (1998), *Yếm thắm* (2003); *Bí mật cuốn gia phả* (2005), *Con chim lửa* (2006), *Chuyện ở bản Piát* (2007), *Mồ hôi của đá* (2007), *Lên cổng trời* (2013), *Hoa cải ngồng* (2013)... Ngoài ra anh còn có các bài kí và thơ đăng rải rác trên báo chí và tuyển tập. Hiện anh đang chuẩn bị cho in tập tản văn *Tiếng chuông chiều mưa* và các vở kịch *Đền Hạ*, *Bí mật cuốn gia phả*, *Tượng đài*... Sáng tác của Vũ Xuân Tửu ngày càng nhiều bạn đọc quan tâm, đã có nhiều luận văn Thạc sĩ và khóa luận tốt nghiệp Đại học viết về sáng tác của anh. Qua hàng ngàn trang viết cho thấy, một cây bút vừa có những tố chất văn chương thiên bẩm, vừa có vốn tri thức và thực tiễn dồi dào cùng khát vọng vươn xa, Vũ Xuân Tửu là đã tự đào tạo mình thành một nhà văn, mang trong mình cái "nghiệp chướng" văn chương thực thụ đã tạo nên một chỗ đứng riêng trong thời kì đổi mới. Những thành quả có được như ngày hôm nay cho thấy người cầm bút đã trải một quá trình *nếm mật nằm gai* trên hành trình nghệ thuật. Dường như sự bù đắp cho khoảng riêng tư trống trải là các thành phẩm nghệ thuật mới ra đời.

Một điều dễ nhận ra, trong thế giới nhà văn đương đại Vũ Xuân Tửu là người rất chỉn chu với nghiệp văn chương. Anh quan niệm văn chương là thứ *cao quí*, *sang trọng* với *linh thiêng*, nên biết dâng hiến sức mình cho cái đẹp và cái thiện qua từng trang viết. Tửu là người dày công làm tư liệu và cẩn trọng về chất liệu, ngôn từ trước khi hạ bút, chăm tra cứu sử sách và thực hành điền dã như một nhà nghiên cứu văn học. Ghi chép, tập hợp và kê cứu tư liệu đã thành thói quen của người cầm bút. Viết về *Chúa Bầu*, Tửu đi điền dã đo đạc, thống kê các cổ vật lịch sử ở Tuyên Quang và Tây Bắc; viết về *Đinh Tiên Hoàng*, anh lần theo dấu vết của các xứ quân và hành trình của Đinh Bộ Lĩnh, mỗi dấu vết, hiện tượng trong quá khứ đều "phải dò cho đến ngọn nguồn lạch sông", sản phẩm hư cấu nghệ thuật của Vũ Xuân Tửu đều trên nền hiện thực.

Trên trường đua văn học hôm nay càng ngày càng trở nên khắc nghiệt, để tạo nên chỗ đứng của một nhà văn trên văn đàn, đâu chỉ là số đầu sách hay số trang, mà điều còn hay mất về tên tuổi một nhà văn là phẩm chất văn chương. Người viết có tìm thấy những khoảng trống trong lòng bạn đọc hay không? Vũ Xuân Tửu là người dám dấn thân vào cái *nghiệp chướng* văn chương, lại có nguồn vốn dồi dào, biết đánh thức tiềm năng và khát vọng trong mình để trở thành hiện thực. Ai đã từng sống thác trên con đường văn nghiệp mới thấu hiểu hành trình gian nan của người cầm bút.

Trong các thành phẩm văn chương của Vũ Xuân Tửu, tiểu thuyết là loại hình nghệ thuật tiêu tốn nhiều trí tuệ và công sức. Người ta có thể tìm thấy các nguồn vốn của anh trong tiểu thuyết về cuộc sống, lịch sử, địa lí, văn hóa, phong tục tập quán, tín ngưỡng, đạo đức, tâm lí, ngôn ngữ và mĩ học. Không có một khả năng quan sát, một trái tim mẫn cảm, một tình yêu sâu sắc và niềm đam mê sáng tạo cùng chất liệu hiện thực sinh động ở trong mình thì không thể có một chân dung nghệ sĩ. Sáng tác của Vũ Xuân Tửu rất đa dạng và phong phú, với nhiều mảng hiện thực khác nhau như nông thôn, thành thị, miền xuôi, miền núi, cõi thực và cõi mộng, các danh nhân văn hóa và lịch sử, hiện tại và quá khứ; mỗi cuốn sách mở ra một thế giới về môi trường sống và số phận con người bằng nhiều góc nhìn mới mẻ cùng với các mô hình kết cấu linh hoạt về cốt truyện, nhân vật, tình tiết, ngôn ngữ, giọng điệu, không gian, thời gian... Dường như ý thức của người viết không muốn lặp lại những dấu vết của các văn nhân thi sĩ tiền bối mà chọn cho mình những lối đi riêng.

Với cách nhìn cuộc sống bằng nhiều hướng khác nhau, có tiểu thuyết của Vũ Xuân Tửu nghiêng về hiện thực; có tiểu thuyết nghiêng về lãng mạn, kì ảo; có tiểu thuyết đan xen giữa hiện thực và kì ảo. Có những yếu tố trong tác phẩm của anh tiếp cận với các khuynh hướng văn học hiện đại phương Tây, như: *siêu thực, nữ quyền, hiện thực huyền ảo, phân tâm học, sinh thái học, hậu hiện đại* nối với cảm quan văn học truyền thống. Vũ Xuân Tửu đã tạo nên nhiều bức tranh vừa *lạ* lại vừa *quen* trong tiểu thuyết, bởi người viết đã đề cập đến nhiều điều mới lạ, bất ngờ và thú vị trong cuộc sống hằng ngày và quá khứ. Các cuốn sách *Người rừng, Cõi mê, Hình bóng đàn bà, Cửa Đá* có cả cái hiện tồn và những điều huyền bí chỉ có trong thần thoại và truyền thuyết được đan cài lồng ghép với nhau thuận chiều trong mạch kể.

Hình bóng đàn bà là câu chuyện tình kì ảo giữa một chàng kĩ sư với một cô gái đẹp trong tranh, họ yêu nhau, thành vợ chồng rồi lại phải chia tay vì khác biệt về lối sống, gợi ra những cảm nhận mới về giá trị của *cái thực* ở đời, được thể hiện bằng bút pháp linh hoạt, tự nhiên, sinh động.

Người rừng là câu chuyện giả thần thoại- cổ tích kể về một thế giới hỗn mang giữa con người với thần thánh và muông thú sống bên nhau, với nhiều hiện trạng nhân sinh, như sinh con đẻ cái, cướp bóc, chiến tranh, lập vương quốc, quan hệ thiên đình và hạ giới, các sắc tộc khác nhau, nơi diễn ra cuộc đấu tranh sinh tồn có sinh có diệt, giữa người với người, người và vật, gợi lên cảnh hoang sơ thần thoại trong các truyền tích dân gian có những điểm tương đồng với các tiểu thuyết *hiện thực huyền ảo* của châu Mĩ La tinh.

Câu chuyện *Cõi mê*, kể về thiên tình sử của đôi trai gái yêu nhau say đắm nhưng không may người thiếu nữ bị nước cuốn trôi, tuy bị lìa nhau, nhưng đôi lứa vẫn yêu nhau trong cảnh âm dương cách biệt. Đưa cái siêu thực hòa vào hiện thực, đồng hiện quá khứ và hiện tại, người viết đã tạo nên bức tranh sinh động giữa cuộc sống thực và thế giới tâm linh của con người, những điều mà các nhà văn giai đoạn trước còn né tránh. Bằng ngôn từ giản dị, tự nhiên, giàu chất dân gian, pha màu huyền thoại, nhà văn đã gợi lên những cảm thức mới lạ, mở ra những trường liên tưởng mới và kênh tiếp nhận mới cho bạn đọc.

Cửa Đá là một câu chuyện huyền sử gồm các phiên bản cuộc sống hợp thành từ quá khứ đến hiện tại, từ kí ức cội nguồn cho đến thời hiện đại. Mỗi chương trong truyện như một thước phim, có lối tiếp cận riêng về hiện thực, gần với đặc điểm của một số khuynh hướng nghệ thuật phương Tây hiện đại, có sự đan lồng giữa huyền sử và thực tại qua lối kết cấu *phân mảnh hiện thực* và *gián cách thời gian*, giữa các chương phần, cho thấy con người ở đâu cũng là sản phẩm của hoàn cảnh, nhưng cần hiểu rõ về mình. Truyện có ba phần về huyền sử, hai phần về thực tại, gợi lên thế giới thực - ảo, cảm giác vừa gần lại vừa xa, cái thực và cái siêu thực đưa đến cách tiếp nhận mới lạ cho người đọc. Điều đáng lưu ý hơn là tác phẩm đã đề cập tới quan hệ giữa con người với môi trường sinh thái, một vấn đề thời sự trên thế giới hiện nay. Một cuốn sách khi có kết cấu khác với các mô hình truyền thống tất sẽ nảy sinh nhiều ý kiến khác nhau. Điều đó đã diễn ra trong văn học Nga khi nước Nga tách rời khỏi liên bang Xô Viết thành quốc gia độc lập vào thập niên cuối thế kỉ XX. Chúng ta có thể tìm hiểu thêm ý kiến về tiếp nhận của nhà lí luận Nga V.V. Prozorov trong công trình *Lịch sử phê bình văn học Nga* (2002), đã chỉ rõ: "Phê bình văn học ngày nay là một "cuốn sách mở" (V.Kaverin). Nó không chỉ mở để đọc và thảo luận, mà còn cho các phiên bản khác nhau của nó được tiếp diễn. Chính nó là nhân tố hứa hẹn những bước ngoặt mới trong đời sống văn học. Theo dõi, chỉnh sửa và giải thích những gì đang xảy ra với các nhà triết học."(1). Như vậy, có thể xem các cuốn sách *Hình bóng đàn bà*, *Người rừng*, *Cõi mê* và *Cửa Đá* là những tác phẩm có những yếu tố mang tính đột phá trong sáng tác của nhà văn, đã góp phần tạo nên đặc điểm riêng, trên trường đua tiểu thuyết thời kì đổi mới.

Đồng hành với các tiểu thuyết huyền ảo, Vũ Xuân Tửu còn cho ra đời các tiểu thuyết về tâm lí xã hội như *Nửa tỉnh nửa quê*, *Chuyện trong làng ngoài xã*, đây là những bức tranh về từng mảng hiện thực khác nhau.

Nửa tỉnh nửa quê, kể về hai kĩ sư cùng một phòng nghiên cứu với hai tính

---

(1) V.V. Prozorov (2002). *Lịch sử phê bình văn học Nga*, chủ biên. Bộ Giáo dục Liên bang Nga duyệt làm Giáo trình cho sinh viên đại học, chuyên ngành "Ngữ văn" theo hướng triết học. Trường Đại học Mát-xcơ-va. (Bản dịch của Trần Mạnh Tiến)

cách trái ngược nhau, một kẻ bất tài cơ hội với một người trung thực giàu năng lực rồi mâu thuẫn nẩy sinh, nhưng nhờ có những bậc chân tài, lãnh đạo sáng suốt, người có tài năng đã được trở về đúng vị trí của mình. Một bức bức tranh điển hình về quan hệ sản xuất mới sau thời bao cấp bước vào đổi mới tư duy, truyện kết cấu có hậu, được viết bằng lối văn dung dị dễ đồng cảm với bạn đọc.

Chuyện trong làng ngoài xã là một tiểu thuyết mang tính kí sự, hồi ức về một làng quê với nhiều biến cố từ trước cách mạng Tháng Tám đến khi đất nước hoàn toàn thống nhất; nào là nạn đói 1945, đến cuộc kháng chiến chống Pháp gian nan, tới thời kì Cải cách ruộng đất, với nhịp sống vui buồn của nhân dân và những số phận riêng hiện lên sống động. Qua những chuyển động của làng quê nhưng lại có sức gợi lên những bước thăng trầm của đất nước.

Cùng với các thể tài trên, Vũ Xuân Tửu còn thể hiện dụng công qua các tiểu thuyết lịch sử như *Chúa Bầu, Đinh Tiên Hoàng*. Đây là hai cuốn tiểu thuyết về hai nhân vật lịch sử, hai triều đại cách nhau năm trăm năm có lẻ, tình cờ cũng là hai quê hương của người cầm bút. Một ông vua họ Đinh (Ninh Bình) và một vị Chúa họ Vũ (Tuyên Quang) đều là "đồng hương" của nhà văn. Phải chăng hồn thiêng xứ sở và anh linh tiền bối đã chắp bút cho anh hoàn thành hai thiên tiểu thuyết độc đáo này? Hiện anh đang trên đường hoàn thành cuốn tiểu thuyết lịch sử thứ ba *Võ Nguyên Giáp*, chúng ta sẽ thấy rõ hơn công phu và nhiệt huyết của một người cầm bút khi viết về các danh nhân trong lịch sử. Sáng tác của Vũ Xuân Tửu đi liền với quan niệm nghệ thuật. Trong bản tham luận nhan đề *Với tiểu thuyết lịch sử,* tại *Hội thảo Đổi mơi tư duy tiểu thuyết lần 2* của Hội Nhà văn, ở Hà Nội, ngày 28.2.2018, anh viết: "Với tiểu thuyết lịch sử, không phải mọi sự thật đều được viết ra, và cũng không phải mọi điều viết ra đều là sự thật. Tuy nhiên, dù ngòi bút có thăng hoa đến mức nào đi nữa, thì cũng không được viết sai lệch bản chất lịch sử. Sự thật lịch sử không chỉ nằm trong sách giáo khoa mà tồn tại khách quan trong xã hội, có khi ẩn hiện đâu đó, khiến người cầm bút phải tìm tòi, suy ngẫm." Như vậy, trong tiểu thuyết lịch sử nhà văn hư cấu nghệ thuật phải trên nền lịch sử, đó là quan niệm phù hợp với chiều hướng tiếp nhận mới hiện nay, khác với một vài cây viết về danh nhân lịch sử nhưng sáng tác lại đi ra ngoài biên giới của văn chương.

Chúa Bầu là nhân vật lịch sử thời Lê - Mạc ở Tuyên Quang, đã từng được nhà văn Lan Khai đề cập tới trong tiểu thuyết *Ai lên phố Cát* (1937), bằng cảm hứng bi hùng, nhưng đến *Chúa Bầu* của Vũ Xuân Tửu lại được khám phá ở tầng sâu lịch sử. Cho hay, đề tài lịch sử luôn mở rộng, cùng là nhân vật lịch sử mỗi nhà văn đều có cách nhìn riêng thú vị. *Chúa Bầu* của Vũ Xuân Tửu kể về về hai anh em Vũ Văn Uyên và Vũ Công Mật quê Hải Dương, cha mẹ mất sớm nhưng có ý chí luyện rèn văn võ, làm việc nghĩa lừng danh rồi lên vùng Tuyên Quang dựng nghiệp, ra sức xây thành đắp lũy, giúp dân sống hạnh phúc. Họ là những thủ lĩnh có tầm nhìn chiến lược biết chọn đất, kén người, dụng binh hợp với *thiên thời địa lợi nhân hòa*, được dân trong vùng tôn làm Chúa Bầu. Khi Uyên mất, Mật lên thay. Mật là con người đa tình đa cảm, biết trọng người tài đức và mưu lược đã làm cho sự nghiệp của mình khá bền lâu. Để hoàn thành cuốn tiểu thuyết này, nhà văn đã khá dụng công như anh kể: “Khi viết *Chúa Bầu*, tôi đã phải sang vùng Tây Bắc và về quê hương bản quán của nhân vật chính, ở làng Ba Đông (Hạ Trang và Thượng Trang) thuộc huyện Gia Lộc, tỉnh Hải Dương.” Qua bốn trăm năm mươi trang sách, với hai phần và sáu chương cho thấy, từ việc nghiền ngẫm lịch sử đến khảo sát các huyền thoại và di sản văn hóa dân gian địa phương, người viết đã làm sống dậy không gian lịch sử sống động vùng Tuyên Quang gần bốn trăm năm trước bằng nghệ thuật.

Đinh Tiên Hoàng là một nhân vật lịch sử lớn của thời kì đầu kỉ nguyên độc lập được nhà văn chọn làm trung tâm cho tiểu thuyết của mình. Cũng như viết *Chúa Bầu*, Vũ Xuân Tửu đã công phu lặn lội khắp nơi để thu thập tài liệu như anh thuật: “Viết *Đinh Tiên Hoàng*, phải đi nghiên cứu bốn mươi địa điểm, liên quan cả mười ba sứ quân từ Phú Thọ tới Thanh Hóa”. *Đinh Tiên Hoàng* kể về sự xuất hiện một thiên tài lịch sử có tính cách độc đáo ngay từ thời niên thiếu, lớn lên trong bối cảnh rối ren của lịch sử, với tài năng thao lược đã thu phục nhân tâm, vị tướng tài họ Đinh đã đi từ thắng lợi này đến thắng lợi khác, lên làm vua trước những gian nan, tài trị nước đã đem lại nền thái bình cho Tổ quốc. Qua năm phần, bốn mươi hai chương, cho thấy bước trưởng thành của một tài danh đất Việt vượt qua bao thử thách trở thành vị anh hùng dân tộc trong lịch sử, và điều lớn lao nhất là đem lại thống nhất, độc lập tự do cho đất nước mở ra một thời đại mới. Người anh hùng dân tộc Đinh Bộ Lĩnh kết tinh trong mình truyền thống văn hóa và trí tuệ dân tộc đã làm nên lịch sử và chính lịch sử đã tạo nên Đinh Tiên Hoàng cho Đại Cồ Việt. Bằng các tư liệu lịch sử hệ thống và tư duy nghệ thuật sinh động, nhà văn đã xây dựng chân dung một con người trí dũng trong một dân tộc vĩ đại, xây dựng một quốc gia có nền móng cho các triều đại sau này. Với sự am tường về lịch sử cùng khả năng hư cấu linh hoạt, nhà văn đã làm cho các tư liệu lịch sử có da thịt, mang sức sống của tinh thần Đại Cồ Việt. Vừa tôn trọng lịch sử vừa trung thành với mục tiêu nghệ thuật đã làm nên những thành quả mới cho một nhà văn. Từ quan niệm nghệ thuật đến sáng tác Vũ Xuân Tửu đã mở ra một hành trình mới về tư duy tiểu thuyết.

Truyện ngắn là thể tài đánh dấu những thành quả mới trên hành trình đổi mới văn học, với hàng chục tập truyện ngắn liên tiếp ra đời ở nhiều phạm vi hiện thực và các chủ đề phong phú từ miền núi tới miền xuôi, từ nông thôn tới thị thành, đất liền và sông nước và thế giới trẻ thơ. Mỗi câu chuyện của Vũ Xuân Tửu như một “mảnh vỡ” khác nhau của cuộc sống, ngoài một số tác phẩm về tuyên truyền còn lại hầu hết các truyện ngắn của anh đều hướng vào nghệ thuật bằng nhiều lối kết cấu linh hoạt, mới mẻ. Các nhân vật trong truyện ngắn của Vũ Xuân Tửu có cuộc đời và số phận riêng, tiêu biểu như: *Người sông nước, Dòng chảy, Tiếng kèn lá trên đỉnh Mã Pì Lèng, Ông lão bán điếu, Tầm phào, Chữ kí, Chớp bể mưa nguồn, Cầu vồng trên núi Pù Tiên, Yếm thắm, Trăng sáng đồi chè, Nợ văn chương, Thanh kiếm cà là gỉ, Thợ cắt tóc truyền đời, Thợ khâu giày, Người đàn bà trên ti vi, Suối Miền Xía, Chuyện ở bản Piat, Cỏng Hò, Chuyện tình người đẹp Thành Tuyên, Bí mật cuốn gia phả, Pho tượng gỗ mít, Tiếng chuông đêm...* Mỗi nhân vật được khắc họa từ ngoại hình đến tâm lí, tính cách, ngôn ngữ, hành động gắn với môi trường sống, nghề nghiệp và cảnh ngộ riêng. Con người trong truyện ngắn của Vũ Xuân Tửu thể hiện rõ vùng miền, sắc tộc không lẫn với con người ở miền quê khác và trong truyện ngắn của các nhà văn khác. Đề tài mỗi câu chuyện là những mảnh hiện thực gần gũi bên mình hoặc đây đó mà mình biết đến có khả năng khơi gợi những câu hỏi về cuộc sống. Người viết có khả năng quan sát, liên tưởng, lựa chọn những con người trong mỗi hoàn cảnh và đưa vào tác phẩm cho nhân vật một cuộc sống riêng tư. Sự linh hoạt trong sáng tạo của nhà văn còn thể hiện ở các điểm nhìn và ngôi kể, luôn khéo thể hiện mình là người trong cuộc, cả tên người tên đất, những cử chỉ hành vi, nghề nghiệp chân thực sinh động dễ thu hút bạn đọc; dùng ngôn ngữ kể và tả đan xen linh hoạt bám sát môi trường phong tục, đặc biệt những câu chuyện về miền núi mang đậm màu sắc tộc đã tạo cho Vũ Xuân Tửu có một chỗ đứng riêng trong nền văn học các dân tộc thiểu số Việt Nam.

Cùng nhịp bước với tiểu thuyết và truyện ngắn, Vũ Xuân Tửu còn cho ra đời các bản *trường ca* gắn với miền rừng. Đó là một thể loại đan xen giữa tự sự với trữ tình, nhưng dường như các bản trường ca của Vũ Xuân Tửu không lệ thuộc vào phong trào sáng tác mà xuất phát từ hiện thực anh đã sống. Nơi miền quê phía Bắc vốn tàng ẩn nhiều huyền thoại dân gian khi bắt gặp một tâm hồn đa cảm đã tạo nên những bài ca về xứ sở lâm tuyền.

Chuyện anh thuyền chài Trần Văn Sông là bức tranh hiện thực về cuộc sống của đôi vợ chồng sống bằng nghề chài lưới thời xa vắng, thuộc vùng đồng bằng Bắc Bộ, trải qua bao gian lao vất vả hiểm nguy trước thiên tai và giặc cướp, để lập nên làng nước. Những bi kịch và ước mơ của những người dân lương thiện được thể hiện bằng những hình ảnh với lời ca. Hình ảnh thiên nhiên vừa kì thú vừa khắc nghiệt, xen vào cuộc mưu sinh của người dân chài lưới là nếp sống sinh động hàng bao đời trong nhiều trang viết, với nhiều thể thơ khác nhau tạo nên các bức tranh hiện thực và tâm trạng về kiếp sống nổi nênh trên mảnh đất sơn kì thủy tú.

Trường ca *Pây Nà Hang* (Đi Na Hang) như một bản kí sự bằng thơ, về thiên nhiên tươi đẹp và các truyền tích dân gian phong phú của người dân xứ sở áo chàm từ ngàn xưa đến ngày nay. Tác phẩm gồm hai phần, mỗi phần năm khúc, viết về các huyền thoại với tình yêu, quá trình vận động của cuộc sống và con người Na Hang bước vào thời đại mới, giữa cái văn minh hiện đại hòa trộn với truyền tích dân gian tạo nên bản sắc riêng của xứ sở lâm tuyền. Giữa hiện tại và quá khứ sống động trong nhau, vừa hoang sơ kì bí vừa gần gũi:

“Kéo mây ra để bước vào nhà
Leo dốc ngược mà sao vẫn rét”.

Trở về với Cao nguyên đá phía Bắc, *Tiếng hát Khau Vai* là bản tình ca bắt nguồn từ truyền thuyết dân gian về bi kịch giữa đôi trai gái, yêu nhau nhưng không thành chồng vợ. Sau mỗi năm có một ngày hăm bảy tháng ba lại cùng trở về chợ phiên gặp lại nhau. Từ đó, chợ Phong Lưu thành nơi ước hẹn cho tất cả những ai lỡ mối tình đầu. Bằng cảm hứng tình yêu pha màu huyền thoại, nhà thơ đã viết lên bản trường ca in đậm màu sắc phong tục của con người với thiên nhiên vùng cao nguyên đá. Xung quanh truyền tích dân gian là hiện thực phong phú của các dân tộc vùng cao từ nơi ăn chốn ở, nếp sống lao động sản xuất, chợ phiên, sinh hoạt dân gian, nếp sống dòng họ, cảnh sắc muôn màu muôn vẻ mang tính hoang sơ, tàng ẩn bao điều kì bí trong thiên nhiên và quá khứ, giữa cỏ cây hoa lá chim muông với tình người muôn thuở. Tất cả tạo nên bản hợp âm hòa sắc của một miền cổ tích:

"Bàn tay nói với bàn tay tháng ngày thương nhớ
Ánh mắt nói với ánh mắt nỗi buồn ai tỏ chăng ai"...

Tiếng hát Khau Vai như khắc sâu thêm dấu ấn bi kịch tình yêu của loài người, đã trở nên một thuần phong mĩ tục của vùng cao nguyên đá.

Dòng suối du ca là bản tình ca trào dâng về tình yêu con người và thiên nhiên tươi đẹp. Cảm hứng bao trùm trong thơ anh là sức sống mạnh mẽ của thiên nhiên muôn thuở đồng hành với tình yêu mãnh liệt của con người được biểu đạt bằng nhiều hình tượng thơ ca:

"Hoa đào nở sắc hồng tươi trên má
Sao long lanh trên mắt nắng xuân về".

Trong thiên nhiên có tình người và trong con người có thiên nhiên. Cùng mối giao hòa muôn thuở đó là những làn điệu dân ca của đồng bào các dân tộc thiểu số mang các giai điệu tâm hồn tươi đẹp chan hòa với âm thanh của thiên nhiên xứ sở lâm tuyền. Trường ca của Vũ Xuân Tửu là những phiên bản trữ tình pha màu huyền thoại hài hòa chất hiện thực và lãng mạn được viết lên từ môi trường sống phong phú bằng cái tôi trữ tình nhiều sắc điệu. Với chất liệu dân gian dồi dào và cảm quan thẩm mĩ mới, nhà thơ đã tạo nên những bức tranh có dòng chảy âm thanh và màu sắc thiên nhiên hòa với tình yêu trên xứ sở lâm tuyền. Các truyền tích dân gian, các phong tục tập quán, các loài cỏ cây hoa lá chim muông đều lọt vào con mắt nhà thơ rồi trở thành những bức tranh nghệ thuật tình ca. Cùng với trường ca, Vũ Xuân Tửu còn cho ra mắt tập thơ *Bầu trời của những con gà*, là những hình ảnh tản mạn trong đời sống về con người, con đường, các sinh vật, các sinh hoạt đời thường ở các không gian khác nhau, đôi khi kèm theo những cảm nhận suy tư. Mỗi bài thơ như một mảnh hiện thực và tâm trạng người làm thơ, khác với lối biểu đạt của thơ truyền thống, có bài thơ được tạo nên từ lối giao thoa thơ ca và hội họa trong các bài *Gió xanh*, *Sắc màu*, hay lối cấu hình trong bài *Ngã ba đường*... với nhiều trang viết đang trên hành trình thử nghiệm, cách tân thơ.

Mới đây Vũ Xuân Tửu lại bắt tay vào tản văn và kịch bản. Kịch bản một thể loại cần nhiều tới xung đột, nhưng trong các truyện ngắn và tiểu thuyết Vũ Xuân Tửu lại có các tiềm năng đó để có thể chuyển thể thành các vở diễn giàu kịch tính, riêng tản văn lại là những mảnh kí ức khác nhau đi dọc cuộc đời. Các thể loại sáng tác của Vũ Xuân Tửu như có sự bổ trợ lẫn nhau trên hành trình sáng tạo, bởi quan niệm nghệ thuật của anh là thống nhất, khác chăng chỉ là các *kênh* biểu đạt các chủ đề trong cuộc sống mà thôi. Xung đột kịch của Vũ Xuân Tửu không phải là những vấn đề to tát mà là những mâu thuẫn trong đời sống hằng ngày giữa tình thương và lẽ phải, giữa bóng tối và ánh sáng, giữa cái phi lí với cái thường tình, giữa cái đẹp và cái xấu, cái tiến bộ và lạc hậu... nay thể hiện trong các vở *Đền Hạ, Bí mật cuốn gia phả, Tượng đài*. Kết thúc mỗi mâu thuẫn lại mở ra một quan hệ mới về xã hội hoặc gia đình.

Vũ Xuân Tửu có tập tản văn *Tiếng chuông chiều mưa* với bốn mươi lăm tác phẩm, viết về năm vùng quê và các địa danh mà anh từng đến. Tập sách ghi lại những kí ức mang dấu ấn rõ nét trong cuộc đời đã đi qua từ Ninh Bình đến Tuyên Quang và thủ đô Hà Nội, các vùng xa xôi trong Nam ngoài Bắc từ tuổi trẻ cho đến lúc trưởng thành, đặc biệt là các danh lam thắng cảnh và đời sống phong tục miền rừng bằng lời văn bình dị như các mẩu chuyện sinh hoạt hằng ngày.

*

Sự chuyển động của nền văn học Việt Nam thời kì đổi mới, được thể hiện qua các thành quả sáng tác của các nhà văn ở mọi miền đất nước. Đây là cuộc chạy đua về nghệ thuật để tạo nên chỗ đứng riêng của người cầm bút. Vũ Xuân Tửu là cây bút có nhiều thành phẩm nghệ thuật mới từ tiểu thuyết đến truyện ngắn với trường ca và các thể loại khác ở các phương diện nội dung phản ánh và hình thức biểu đạt phong phú. Nhà văn vừa kế thừa tinh hoa truyền thống vừa tiếp thu linh hoạt các yếu tố nghệ thuật phương Tây hiện đại để làm mới văn chương đã tạo nên những bức tranh nghệ thuật mới mẻ, hướng tới nhu cầu tiếp nhận đa chiều trong nền văn hóa mở. Vũ Xuân Tửu là một trong những cây bút luôn gắng tìm các mô hình mới mẻ cho tiểu thuyết; cách xây dựng truyện ngắn linh hoạt; thế giới nhân vật đa dạng mang bản sắc vùng miền; sự đan xen các yếu tố lãng mạn, kì ảo, hiện thực, siêu thực, dân gian và hiện đại tạo nên tính đa thanh phức điệu trong sáng tác; thể hiện mối quan hệ về một thế giới cộng sinh giữa thiên nhiên với con người; sử dụng ngôn từ linh hoạt; trong tác phẩm trữ tình có sắc màu tự sự, trong tự sự có yếu tố trữ tình ở các trường ca và bút kí, cho thấy một cây bút biết dấn thân vì nghệ thuật. Là một nhà văn có ý thức sâu sắc về ngôn ngữ, Vũ Xuân Tửu đã triệt để sử dụng các tiềm năng tiếng Việt cũng như kho từ vựng lịch sử, ngôn ngữ địa phương một cách linh hoạt theo từng thể tài trong tác phẩm. Sáng tác của Vũ Xuân Tửu đã tạo cho anh các chỗ đứng khác nhau trên trường nghệ thuật về tiểu thuyết, truyện ngắn, trường ca.

Song không phải mọi sáng tác của anh đều là toàn mĩ. Đó đây, còn những mô hình kết cấu lạ chưa quen với cảm quan thẩm mĩ truyền thống, hay một số tình huống xung đột trong truyện kể còn có thể đẩy lên mức cao hơn để gây những chấn động mạnh mẽ hơn trong bạn đọc...

Sự tiếp nhận các sản phẩm văn chương mang tinh thần đổi mới sẽ có những điểm khác nhau trong độc giả, âu cũng là lẽ tất nhiên trong nền văn hóa mở, nhưng ở hình thức nghệ thuật nào chăng nữa cái tâm và cái tài của nhà văn Vũ Xuân Tửu vẫn luôn bắt nguồn từ cái đẹp. Trên đà đổi mới và giao lưu hội nhập quốc tế, bạn đọc đang đặt nhiều hi vọng vào những thành quả mới của anh.

Hà Nội, cuối Thu năm Mậu Tuất

TMT

Phần thứ nhất
NHẬN XÉT VỀ VĂN CHƯƠNG VŨ XUÂN TỬU

(Xếp theo thứ tự thời gian in trên sách, báo, tạp chí và phát trên đài phát thanh)

Nhận xét chung

CÓ MỘT NGƯỜI HỌ VŨ

Ngày Vũ Xuân Tửu viết *Cái sự bến Gián Khẩu*, Nhà thơ Mai Liễu bảo: "Thế mới biết, thằng Tửu nó chịu đọc kinh người". Vũ Xuân Tửu là thế, cứ cắm cúi đọc, cặm cụi ghi chép để rồi cứ sòn sòn "đẻ" ra hết tập này, tập nọ: thơ, trường ca, truyện ngắn, tiểu thuyết... Hỏi có khi "lão" cũng chẳng nhớ hết tập nào đã in, tập nào chưa. Kể cũng lạ.

Năm 1998, Vũ Xuân Tửu xuất bản cùng lúc hai tập sách: *Tầm phào* (truyện ngắn) và *Miếng trầu xanh* (tập thơ). Trong bản thảo, tôi thấy "lão" rút cái trích ngang như thế này:

- Họ tên: Vũ Xuân Tửu
- Năm sinh: 1955
- Quê quán: Ninh Bình
- Công tác tại: Công an tỉnh Tuyên Quang
- Tác phẩm đã in: chưa có tập nào.

Chính cái sự "Chưa có tập nào" ấy, khiến tôi hay tìm đến với Vũ Xuân Tửu bằng "cái xe cup giá bảy triệu, máy nổ to, khói ra đều", y chang lời văn của "lão" trong truyện *Gia đình*, rất ngộ.

Nhà họ Vũ cặp đường cái, rất dễ quấy. Có lẽ người hay quấy "lão" nhất là tôi. Tôi hay đi chơi khuya, qua nhà cứ thấy phòng "lão" còn sáng đèn là gõ cửa. "Lão" lụt cụt đi xuống. Thường câu đầu tiên "lão" hỏi tôi là: "Dạo này đương viết gì?". Còn câu thứ hai là: "Đi uống bia nhề". Cái sự uống bia thì cũng chả giống ai, bởi mỗi người chỉ "chơi" chừng vài vại, nhưng thời gian cứ giãn như cao su. Tôi và Vũ Xuân Tửu, lúc ở quán Gốc Bàng, khi ở vườn Kiến trúc sư, Nhà thơ Thái Thành Vân, vừa nhâm nhi, và kháo nhau rằng đọc được cái này hay, cái kia dở, tiếp là tán đến thơ tay này, tay nọ. Mà thơ Vũ Xuân Tửu cũng rất ngộ, đại thể như:

"Từ ngày em có cái kim
Anh thường bứt cúc đi tìm người khâu".

Hay là:

"Tay mình cạo râu mình
Buồn cười chảy nước mắt"

Có câu tôi thực sự choáng, như:

"Anh về ôm mối tình si
Hộc lên ba tiếng rồi đi lên lầu".

Nhưng có những bài càng đọc càng thấm, như: *Vịnh Hạ Long, Người đàn bà vẽ*... Cho dù vậy, tôi vẫn thích văn "lão", có vẻ "lão" cũng thích văn "lão" hơn thơ, bằng cớ là gần đây "lão' đầu tư nhiều thời gian cho hai cuốn tiểu thuyết *Nửa tỉnh nửa quê* và *Chuyện trong làng ngoài xã*, mỗi cuốn cỡ vài trăm trang. Có điều tôi chưa đọc, trừ mấy chương trích trên báo Tân Trào.

Vũ Xuân Tửu chơi thân với Nhà văn Đinh Công Diệp. Có lúc rảnh, tôi thấy hai "lão" ngất ngưởng trên chiếc Suzuki "lưỡn phưỡn" đi chơi thăm bầu bạn. Có hôm hai "lão" tít một mạch từ sáng sớm đến tận chập tối. Đận đầu năm 2001, cũng trên "con Su" ấy, hai "lão" còn làm một chuyến du nhàn qua Hà Giang, Yên Bái, Lao Cai, lên tận Sa Pa. Trong "Bản kế hoạch" của chuyến đi, tôi đọc được một dòng ghi: "Lo xe + chỗ ăn nghỉ: Vũ Xuân Tửu. Lo chỗ chơi: Đinh Công Diệp". Cũng có lí bởi Đinh nhà văn là người ham chơi, ham lai rai trò chuyện, bia rượu. Vũ Xuân Tửu tính cẩn thận và chu đáo từ cái cách "bấm giờ" cho đến việc lo quà cáp cho người thân, bầu bạn.. Có vẻ mỗi người một tính mà lại thân. Vũ Xuân Tửu cũng ham vui, ham tiết canh vịt, cả cái món đuôi lợn luộc nữa. Có hôm tôi và "lão" ra chợ, "lão" lụt cụt đi qua dãy hàng thịt, gặp con mẹ nào cũng hỏi độc một câu: Có đuôi không?". Tôi cứ phải bấm bụng, chả dám cười, sợ mấy mẹ hàng thịt... phật ý. Tôi đồ rằng, Vũ Xuân Tửu cũng coi tôi như một người bạn, cho dù tôi chỉ cao hơn đứa con gái lớn của "lão" chừng vài phân. Bằng cớ là lắm lúc vui chuyện, sướng mồm tôi cứ xưng "mình" ngọt thỉu, nghe vô cùng láo toét, nhưng "thế nó mới vui"!

Vũ Xuân Tửu hay viết bằng vi tính, cho dù cái màn hình hơi bị "già", nên trang viết cứ méo mó hình cái chum. Một lần Đinh nhà văn xui: "Cậu nên viết tay, thế nó mới sướng. Bởi con chữ nó có hồn". Thế là cả gần nghìn trang *Chuyện trong làng ngoài xã*, Vũ Xuân Tửu viết bằng bút bi, nể thật!

Đấy, từ lúc "chưa có tập nào", đến giờ hỏi Vũ Xuân Tửu cũng chả nhớ hết mình có bao nhiêu tập sách. Hẳn nhiên, đấy phải là sự tích cóp từ việc lụt cụt đi, cắm cúi ghi, cặm cụi đọc... trong suốt bao nhiêu năm trời, cái ấy có lẽ chỉ mình Vũ Xuân Tửu mới biết rõ được. Còn tôi, tôi chỉ biết đến năm 2001 vừa rồi, Vũ Xuân Tửu gặt hái khá nhiều thành công. Này nhé: là đại biểu duy nhất của tỉnh Tuyên Quang dự Hội nghị Những người viết văn trẻ, lần thứ VI, do Hội Nhà văn Việt Nam tổ chức, tham gia Trại sáng tác của Hội Văn học Nghệ thuật các Dân tộc thiểu số Việt Nam, thêm hai truyện ngắn in trên báo Văn nghệ, 17 Trần Quốc Toản. Riêng *Cánh chân sào* xuất hiện trên năm tờ báo, tạp chí... Thế mới kinh!

Tôi cứ hình dung Vũ Xuân Tửu như thể một họa sĩ và con người ấy đang dựng lên một bức tranh có ý nghĩa nhất trong cuộc đời một nhà văn. Đó là "chân dung văn chương của chính mình".

Công Sáng **(*Nhà thơ* Đinh Công Thủy)**

(Báo Tân Trào, số 151 năm thứ 20 (6-2002)

NGƯỜI NGHỆ SĨ CỦA CÁI ĐẸP

(Toquoc: Cái tên Vũ Xuân Tửu, có lẽ, không còn xa lạ trong giới văn chương nữa. Mà hơn thế, anh là một tấm gương về sự tỉ mẩn trong cách thu và lưu giữ thông tin)

Đọc truyện của anh, ta được chiêm ngưỡng cái đẹp trong đời thường, cái kì diệu trong cuộc sống hằng ngày. Anh đúng là một người nghệ sĩ của cái đẹp.

Vũ Xuân Tửu, một Trung tá Công an yêu văn chương, sinh năm 1955, là cây bút đã đoạt giải cao nhất trong Cuộc thi truyện ngắn của Tạp chí Văn nghệ quân đội, 2005-2006. Và mười bốn đầu sách vừa thơ, vừa truyện ngắn, truyện dài, tiểu thuyết đã được ra mắt trong mười năm: *Miếng trầu xanh, Rừng sáo, Nửa tình nửa quê, Yếm thắm, Con chim lửa, Hình bóng đàn bà, Chuyện ở bản Piát*… Cũng vì "kỉ luật như công an" nên bên cạnh gia tài sáng tác khá đầy đặn, ngay từ những ngày đầu năm 2007, Vũ Xuân Tửu đã lên kế hoạch xuất bản đến năm 2010, phải hoàn thành ba tiểu thuyết và một tập truyện ngắn.

Nhà văn Ma Văn Kháng từng viết: "Truyện của anh hồn nhiên, bản năng và tốn nguyên liệu". Vâng, chính cái "nguyên liệu" ấy đã tạo nên tính chân thực và thuyết phục cho truyện của anh, khiến bao người đọc thích thú. Để có được kho nguyên liệu ấy, anh đã rất kỹ lưỡng và tỉ mẩn trong việc thu thập và lưu giữ tư liệu sau các chuyến công tác suốt ba mươi năm qua. Anh tỉ mẩn đến nỗi, trong người lúc nào cũng có cái la bàn, cái thước dây để đến đâu cũng đo đo đạc đạc như một chuyên gia bản đồ vậy. Nhưng khi anh tả thì không dùng những đơn vị khô khốc đó, mà thường sử dụng cách so sánh ví von, hóm hỉnh. Ví dụ như tả một tên lính Nhật chỉ cao bằng cái bánh xe bò, khẩu súng trường thì ngắn bằng cái đuôi khỉ.

Không chỉ thế, anh còn bỏ nhiều ngày trời để đi, xem và nghiên cứu thật kỹ từng đồ dùng vật dụng của người dân tộc, để hiểu rõ nó, mô tả nó một cách chính xác đến từng chi tiết.

Vũ Xuân Tửu là một tay kĩ tính. Các tư lệu thu thập được, anh đều phân loại cẩn thận. Anh có hẳn một tủ sách bốn mươi ô, phân loại rõ ràng: văn học trong nước, văn học nước ngoài, lí luận, pháp luật… Anh nói, sách pháp luật cũng rất cần cho các trang viết. Theo anh, nhiều hoạt động trong xã hội bắt nguồn từ luật lệ, vì thế, nên phải thông hiểu luật lệ. Chẳng hạn, để miêu tả một anh thầy cãi ngày xưa đi đấu lí với bọn Nhật, anh đã phải tìm hiểu *Bộ luật hình sự Nhật Bản* (năm 1941). Những thông tin chính xác mà anh đưa ra đã tạo nên tính thuyết phục cho câu chuyện. (…).

Tỉ mẩn trong lưu giữ thông tin, Vũ Xuân Tửu còn rất cẩn thận trong việc viết bản thảo. Anh nói, đã dùng máy tính từ rất lâu rồi, tương đối sớm ở tỉnh Tuyên Quang, nhưng bao giờ cũng viết bản thảo bằng tay. Có những tác phẩm anh viết tới bảy, tám lần bản thảo. Các con anh thương bố, muốn đánh máy hộ, nhưng anh nhất định không, mà giành tự mình làm việc đó.

Anh tâm sự, hoàn cảnh gia đình ảnh hưởng nhiều đến việc sáng tác của anh. Anh là con cả trong một gia đình nông dân có chín anh em. Bố anh là một người thợ mộc rất chăm chỉ và khéo tay. Mẹ anh, người có ảnh hưởng lớn đến anh là một người rất hiền. Bà là người đọc đầu tiên các tác phẩm mới xuất bản của anh.

Vũ Xuân Tửu có một thói quen chọn giấy trắng, bút tốt mới viết. Không biết anh có phải là một người mê tín hay không, nhưng trước mỗi khi sáng tác, anh đều chọn ngày tốt, tắm rửa sạch sẽ trước khi đặt bút. Anh bảo: "Mỗi tác phẩm là một chuyến đi". Viết xong một tác phẩm, anh đều mang lên bàn thờ thắp hương và khi tác phẩm được xuất bản, anh thường làm lễ tạ.

Tính đến nay, Vũ Xuân Tửu đã tham gia sáng tác được mười năm năm, bắt đầu từ Trại sáng tác Lạng Sơn. Ban đầu, anh chỉ viết cho mình đọc vậy thôi, chẳng dám nói ra với ai. Hiện giờ, anh đang theo học tại Trung tâm bồi dưỡng viết văn Nguyễn Du (khoá I). Nhưng từ trước, anh chỉ học qua các trại sáng tác văn học. Từ Trại viết văn ở Đại Lải, tháng 3/2005, văn của anh bắt đầu có sự chuyển biến về chất, một chiều kích mới, một sự thăng hoa trong ngòi bút.

Vũ Xuân Tửu đến với độc giả một cách từ tốn, không ồn ào. Mỗi nhân vật trong truyện của Vũ Xuân Tửu đều toát lên một nét nhân văn sâu sắc, đậm vị đắng đót nhân sinh của các tình sử. Truyện của anh gần với đời thường mà mang trong mình thông điệp về chân, thiện, mĩ.

Truyện của anh có cách nhập đề đơn giản, ngắn gọn. Trong truyện *Tiếng kèn lá trên đỉnh Mã Pì Lèng*, anh mở đầu là: "Tôi lên Mã Pì Lèng dạy học". Trong truyện *Người sông nước*, anh nhập đề là: "Nhà tôi ở bên sông".

Tâm sự về cách viết, anh cho biết, không chủ tâm tạo những gì gay cấn quá, nên dung dị như cuộc sống, nhưng phải viết đa tầng, nhiều nghĩa. Truyện *Cỏng Hò* của anh là một ví dụ cho phương châm ấy. Truyện viết về một anh bộ đội về làng, bị vợ phản bội, nhưng anh quên nỗi đau để cùng dân làng xây dựng cuộc sống mới. Truyện này, Vũ Xuân Tửu lấy bối cảnh mình đang hoà nhập thế giới, bỏ qua cái đau đớn, thù hận mà hợp tác với Mỹ. Đó là tầng ý nghĩa sâu xa trong *Cỏng Hò*.

Truyện của anh có nhiều chi tiết mới, đắt và gợi. Người đọc có thể vừa đọc, vừa dừng lại nhâm nhi, ngẫm ngợi, thú vị từng khổ văn ngắn. Ví dụ, như hình ảnh người chồng ra suối mài dao trong *Cỏng Hò*. Hay trong *Chuyện ở bản Piát*, hình ảnh tấm bằng Tổ quốc ghi công không đóng khung treo, mà lại dán lên cột cái. Mỗi trang viết của Vũ Xuân Tửu đều có chi tiết rất đắt.

Vũ Xuân Tửu còn thể hiện đặc biệt tinh tế sự cảm ứng giữa con người với trời đất. Chiều sâu của triết học phương Đông (thiên-địa-nhân), tạo ra sức thuyết phục cho truyện của anh.

Phải thừa nhận là Vũ Xuân Tửu rất hiểu văn hoá dân gian nói chung và văn học dân gian nói riêng. Chính vì thế mà truyện của anh có một dấu ấn dân gian rõ nét. Anh biết đan xen vào tình tiết câu chuyện những câu ví, câu hò, vè, ca dao làm cho nó có sức lay động mạnh hơn, lung linh hơn (trong *Người sông nước*). Rồi cách diễn tả thời gian của tác giả trong *Bí mật cuốn gia phả* rất đặc biệt. Anh không cần dùng ngày, giờ, tháng, năm... mà chỉ cần mô tả bằng các loại giấy, màu mực. Cách "tả" mà không "chỉ" ấy, có tác dụng dẫn dụ người đọc.

Một điều đặc biệt ở Vũ Xuân Tửu là cái giọng văn. Mà cái giọng quan trọng lắm. Thơ thì đã đành, truyện ngắn và tiểu thuyết cũng vậy, cái giọng quan trọng hơn cái cốt truyện. Ở Vũ Xuân Tửu giọng tả, giọng kể, giọng nghĩ của anh rất đặc biệt. Một cái giọng rất dân dã, dí dỏm, hồn nhiên, cộng với cách vào truyện tự nhiên đến nỗi khiến tò mò đã làm nên bản sắc Vũ Xuân Tửu. Chính cái giọng ấy làm ta luôn có thể nhận diện được Vũ Xuân Tửu trong đám đông.

Về chủ đề, anh không sa vào đi tìm những ý tưởng lớn lao, mà đi trên con đường cũ bằng cách đi mới. Cũng là cuộc tình thời chiến, nhưng không sáo mòn, cũng những bi kịch và cách giải quyết cổ điển nhưng không cũ. Anh đi sâu khai thác tâm trạng nhân vật bằng cái nhìn nhân văn của một người khách quan, đứng ngoài.

Vũ Xuân Tửu có cách viết đôn hậu, không khoa trương bút pháp, không xảo thuật trong cách bố cục và ngôn ngữ, không hư cấu một cách lộ liễu. Truyện của anh cứ hư hư thực thực, người đọc cứ bị dẫn dắt một cách thôi miên vào những câu chuyện đời thường ấy. Mỗi truyện của anh đưa ta đến một vùng, miền khác nhau và đều đậm đặc thanh sắc và khẩu ngữ của những vùng, miền ấy.

Có người nói, truyện của anh ít nhân vật phản diện để đẩy tình tiết lên kịch tính. Nhưng Vũ Xuân Tửu có cái tạng văn riêng của mình. Anh là người nghệ sĩ của cái đẹp. Anh không có ngòi bút phân tích, mổ xẻ cái ác, cái độc, cái khắc nghiệt, cái ghê gớm, cái đen tối trong cuộc đời này. Tạng của anh là tạng viết về cái đẹp. Anh sinh ra là để viết về cái đẹp. Cái đẹp ở đây không hề dễ dãi. Đó là cái kì lạ trong đời sống bình thường. Đó là cái đẹp của nỗi buồn, của sự mất mát, thiệt thòi. Một nỗi buồn thăm thẳm.

Vũ Xuân Tửu thận trọng trong ngôn từ, dẫu trải nhưng không lê thê, dẫu gọn mà không thiếu ý. Anh rất hiểu những gì mình viết.

Hiện tại, Vũ Xuân Tửu đang giữ được cái nguyện chất tinh khôi. Hi vọng anh sẽ có sức đề kháng tốt, bảo toàn được giọng văn lấp lánh của mình.

Đức Đan

(Báo điện tử Tổ Quốc, ngày 23/7/2007)

ĐỊA CHÍ TUYÊN QUANG: VŨ XUÂN TỬU

Vũ Xuân Tửu đến với văn chương ban đầu là những bài thơ nhưng rồi cái men say, cái khiếu thiên bẩm cộng vốn văn hóa được nhào nặn từ nhà trường và đời sống đó dẫn anh vào làng tiểu thuyết. Có thể thấy, Vũ Xuân Tửu đã tự đào tạo mình thành nhà văn và là một cây bút mang "nghiệp chướng" văn chương thực sự. Có được những tập tiểu thuyết và truyện ngắn trên tay bạn, chắc hẳn cây bút này không chỉ nhờ thiên phú, mà anh đó học rất nhiều, đọc rất nhiều nghĩ rất nhiều, đi khắp nơi khắp chốn, vùng cao, vùng thấp, nông thôn, thành phố, gặp đủ loại người thu vào cái "túi tham" của mình đủ thứ: tài liệu lịch sử, truyện cổ dân gian, ca dao, tục ngữ, đình chùa miếu mạo, luật làng lệ xóm, trò chơi, tiếng hát mọi chốn thôn cùng xóm vắng v.v... trong khi đó lại phải làm một công việc chính là sĩ quan công an. Hành nghề văn chương có được chỗ đứng như Vũ Xuân Tửu là hạng hiếm.

Truyện ngắn Vũ Xuân Tửu, gần gũi với những phiên bản tiểu thuyết của anh, mỗi truyện là một mảnh đời, số phận mỗi vùng quê, ẩn chứa những tâm tư (*Dòng chảy, Trên khúc sông Tam Cờ, Người sông nước, Tiếng kèn lá trên đỉnh Mã Pì Lèng...*); có khi là những chuyện thường ngày (*Ông lão bán điếu, Thanh kiếm cà là gỉ, Tầm phào, Chữ kí...*); những cuộc tình đam mê, pha màu huyền thoại (*Dòng chảy, Cầu vồng trên núi Nàng Tiên, Chóp bể mưa nguồn...*); những dấu tích dân gian (*Pho tượng gỗ mít...*); cái ngang trái của nghiệp văn (*Nợ văn chương, Gia đình...*)...Nhưng ấn tượng hơn là những trang viết về những điều huyền ảo ngay trong cuộc sống thực, (*Người sông nước, Cầu vồng trên núi NàngTiên...*). Truyện ngắn của anh giàu chất trữ tình; giọng văn hóm hỉnh, cái nhìn tinh tế. Dùng yếu tố huyền ảo, để khắc sâu sức sống mãnh liệt của tình người. Bên những "lát cắt" của cuộc sống như *Ông lão bán điếu, Thế gian cũng lắm anh hùng, Tầm phào...* nhiều truyện ngắn được thiết kết công phu, gần với tư duy tiểu thuyết, như: *Người sông nước, Bí mật cuốn gia phả*. Trong nhịp sống hối hả hôm nay, những câu chuyện của Vũ Xuân Tửu sẽ giúp bạn đọc thức tỉnh hơn...

Vũ Xuân Tửu đồng thời còn cho ra đời hàng loạt tiểu thuyết.

Người rừng là loại tiểu thuyết giả thần thoại- cổ tích, kể về làng Cây Da có đôi vợ chồng tiều phu. Vợ có nhan sắc nên bị các thần nhòm ngó, một hôm họ mang con vào rừng đốn củi, người chồng bị thần Mây Mưa làm lũ cuốn trôi, đứa con được bầy khỉ nuôi, vợ người tiều phu bị khỉ độc cưỡng bức... Rồi những cuộc tình ở rừng, chuyện sinh con đẻ cái, nạn giặc cướp và chiến tranh, việc thành lập vương quốc người rừng; những can thiệp của thiên đình vào hạ giới, cuộc sống người, vật diễn ra... Với dạng tiểu thuyết ngắn (sort novel), chứa chuyện thần, chuyện người, chuyện ta chuyện Tây xen kẽ, các quan hệ có sinh có diệt, nhưng kết lại là sức sống mãnh liệt, tình cảm sâu sắc của loài người và ước mơ về một thế giới công bằng tốt đẹp.

Nửa tỉnh nửa quê là tiểu thuyết tâm lí của Vũ Xuân Tửu xoay quanh chuyện hai kĩ sư Nông và Vạng trong một phòng nghiên cứu thủy lợi. Nông đó có một tình yêu trong sáng với Tầm, nhưng không thành chồng vợ. Rồi Nông lấy Lan, Tầm cũng đi lấy chồng. Cuộc sống của họ khá hạnh phúc, Lan và Tầm biết nhau và tôn trọng nhau. Nông là kĩ sư giỏi, đam mê khoa học, Vạng là kẻ bất tài, hay soi mói, tìm đủ cách hại Nông, danh dự, gia đình anh rơi vào cảnh lung lay. May thay, có một vị lãnh đạo cao cấp hiểu thực tài của Nông, tìm đến Nông, mời anh làm Phó tổng giám đốc công trình thủy điện... Câu chuyện gợi lên những suy tư về nghịch cảnh giữa tài năng và trở lực trong cuộc sống.

Tiểu thuyết *Cõi mê* cho hay thế giới huyền ảo trong cái thực. Hai mạch truyện xen nhau: sưu tầm bản sắc văn hóa dân gian và chuyện tình. Truyện kể về chuyến đi sưu tầm văn hóa dân gian người Sán Dìu dưới chân núi Tam Đảo của Huyền và Đồng. Qua những cuộc đối thoại và bước chân của hai nhân vật này, người đọc có dịp tìm hiểu thêm văn hóa tâm linh. Đó là ngôi chùa trên cái hang ở làng Thiện, nơi trai gái vẫn thường "tình tứ"; là nhà thờ Vật Lẩm; những điệu hát soọng cô; những giai thoại về hồn ma trên núi cao huyền bí... Đồng và Huyền yêu nhau nồng nàn, một lần Đồng đi vắng, Huyền ra bờ sông Lô bị chết đuối. Đồng phải sống trong mộng mị, ở đâu, làm gì cũng thấy bóng người yêu. Chuyện tình của họ nằm giữa cái thực và cái mê, đan xen vào đó là những dấu tích lịch sử, những mặt trái của cuộc sống hiện tại. Cõi mê mang màu sắc văn hóa tâm linh, nhưng cũng đậm tính phồn thực. Tác phẩm gợi cho người đọc chiêm nghiệm về những ẩn khuất bên trong con người, chiều sâu về cuộc sống.

Tiểu thuyết *Chuyện trong làng ngoài xã* là lịch sử của làng Đáy từ thời đuổi Nhật đánh Tây, chống Mỹ cho đến sau thống nhất đất nước. Nơi chứa bao điều từ nhỏ đến lớn với bao sự kiện, bao con người, bao thế hệ, chuyện đời, chuyện văn, bút tích lịch sử cứ xen lẫn nhau, thành từng chặng trước 1945, kháng chiến, hoà bình, xây dựng chủ nghĩa xã hội và chống Mỹ, sau thống nhất đất nước. Mở đầu là chuyện về nạn đói 1945, rồi kháng chiến chống Pháp, những trận càn khốc liệt; thời kỳ cải cách ruộng đất. Những đứa trẻ trong làng lớn lên mỗi người một số một phận...Chuyện hợp tác xã hình thành, chiến tranh diễn ra và kết thúc, hoà bình trở về nhưng cuộc sống lại nẩy sinh bao câu hỏi mới. Tác phẩm kết thúc bằng một đêm chèo giữa làng quê. *Chuyện trong làng ngoài xã* nằm trung gian giữa kí sự và tiểu thuyết, cái hay của câu chuyện ngoài lời thuật còn là những bức tranh hiện thực rất rồi dào. Truyện một làng mà thấy được những vết thương trong quá khứ lịch sử và sự vận động đi lên của đất nước.

Chúa Bầu là cuốn tiểu thuyết Vũ Xuân Tửu lấy sự kiện lịch sử thời Lê - Mạc ở Tuyên Quang để sáng tạo. Truyện kể rằng có hai anh em Vũ Văn Uyên, Vũ Công Mật vùng Hải Dương, cha mẹ sớm qua đời. Hai anh em chăm tập rèn văn võ, làm việc nghĩa rồi lên vùng Tuyên Quang dựng nghiệp. Đó là quá trình tập hợp lực lượng, rèn vũ khí, chọn Gò Bầu xây thành đắp luỹ, giúp dân sống no ấm, phát triển văn hóa. Họ Vũ nhờ có nhãn quan chiến lược trong việc chọn đất, kén người, dụng binh hợp với thiên văn địa lí; trải nhiều gian nan thử thách rồi có một cơ đồ riêng. Họ thi hành nhân chính được dân tôn làm Chúa Bầu. Vũ Văn Uyên mất, Vũ Công Mật kế nghiệp, được vua Lê phong Gia Quốc Công, có hai nhân tài Văn Tiên sinh và Lê Như giúp đường văn võ. Vũ Văn Mật là con người tài đức và có chí lớn có sức thu phục nhân tâm, đó tạo nên một vị thế vững mạnh trong vùng, nhưng Chúa Bầu cũng là một con người đa cảm. Khi có một tổ ấm nhưng lòng vẫn không nguôi mối tình đầu, Mật biết yêu và kính trọng những phụ nữ có nhân tâm, tài sắc và chí hướng. Tác phẩm lưu ấn tượng còn ở những chất liệu văn hóa dân gian, khả năng hư cấu nghệ thuật khéo, trần thuật linh hoạt, làm sống dậy bức tranh văn hóa phong tục và lịch sử trong quá khứ ở một miền quê phía bắc Tổ Quốc.

Hình bóng đàn bà là câu chuyện huyền thoại tâm lí, hoà trộn thực ảo, kể về một chàng trai đó yêu và chung sống với một người đàn bà nguyên là chân dung trong một bức tranh lụa đó "biến hóa" trở về đời thực. Về đời thực, người đàn bà đó đã sống bằng tất cả dục tính của mình, mặc dù chàng đã hi sinh hết vì tình, nhưng rồi thất vọng nhận ra chân tướng người đàn bà và nhận ra bản ngã của chính mình, cuối cùng chàng để người đàn bà trở về nguyên mẫu trong tranh. Với các yếu tố thực ảo, người viết tạo hình thức một chuyện tình kì bí qua trần thuật những diễn biến bên trong nhân vật chính; các chi tiết trong truyện là những ẩn ngữ chứa quan niệm về chân, thiện, mĩ, dưới một phương thức biểu hiện riêng gần với một số dạng tự sự phương Tây hiện đại. Điều căn bản toát lên từ tác phẩm: Không thể lẫn cuộc đời và nghệ thuật.

Những tác phẩm văn chương của Vũ Xuân Tửu ra đời trong thời kì chuyển mình mạnh mẽ của nền văn xuôi tự sự, bằng việc chọn lựa những phạm vi hiện thực sinh động và những phương thức biểu hiện linh hoạt, đặc biệt là bút pháp huyền ảo; tác phẩm của anh đã đem đến cho bạn đọc cái nhìn mới về cuộc sống và nghệ thuật.

(Trích: Địa chí Tuyên Quang,
Nxb Chính trị Quốc gia-Sự thật, Hà Nội, 2014)

VŨ XUÂN TỬU - CUỘC ĐỜI VÀ CẢM QUAN NHÂN THẾ

Tóm tắt:

Vũ Xuân Tửu là một trong những tên tuổi nổi bật hàng đầu của văn học Tuyên Quang, thời kỳ đổi mới. Với một sức viết bền và khỏe, ông đã cho ra đời một số lượng khá lớn các tác phẩm văn học, mà dư âm của nó có sức lan toả không chỉ đối với các bạn đọc ở địa phương Tuyên Quang, mà còn với khá đông bạn đọc trong cả nước. Bài viết khái quát đôi nét về cuộc đời, sự nghiệp sáng tác và bước đầu đưa ra một số ý kiến đán giá về quan niệm nghệ thuật và cảm quan nhân thế của nhà văn.

1. Cuộc đời và văn nghiệp:

Nhà văn Vũ Xuân Tửu sinh ngày 26 tháng 02 năm 1955, tại Ninh Giang, Hoa Lư, Ninh Bình. Tuy nhiên, từ năm 8 tuổi Vũ Xuân Tửu đã theo gia đình lên khai hoang phát triển kinh tế, tại xã Hùng Đức, Huyện Hàm Yên, tỉnh Tuyên Quang. Chính vì vậy, miền quê Hoa Lư chỉ còn đọng lại trong ký ức tuổi thơ nhà văn, như một miền quê thanh bình và yên tĩnh. Ngọn nguồn cảm hứng sáng tạo và nuôi dưỡng tâm hôn nhà văn là quê hương thứ hai, xã Hùng Đức, huyện Hàm Yên, Tuyên Quang và người mẹ giàu vốn văn hóa dân gian của anh.

Là con cả trong một gia đình nông dân "đặc sệt" có chín người con, Vũ Xuân Tửu từng chứng kiến bố mẹ anh phải làm đủ các nghề (làm ruộng, đóng cối, thợ mộc) để kiếm sống. Từ năm 1963 đến năm 1974, tại miền đất khai hoang Hàm Yên, vừa tham gia giúp đỡ cha mẹ việc đồng áng, chăm các em, nấu cơm, chăn trâu cắt cỏ... Vũ Xuân Tửu vừa học hết bậc học phổ thông. Với tư chất thông minh và chăm chỉ học hành, năm 1974 sau khi tốt nghiệp phổ thông, Vũ Xuân Tửu đã thi đỗ vào trường Đại học An ninh nhân dân (nay là Học viện An ninh nhân dân), và tốt nghiệp tại đây năm 1979, trở về công tác tại Công an tỉnh Tuyên Quang.

Trong quá trình công tác tại Công an Tỉnh, nhà văn Vũ Xuân Tửu đã tham gia giữ các chức vụ như Phó Văn phòng Công an Tỉnh, Trưởng phòng Công tác chính trị Công an Tỉnh. Đến năm 2010 Vũ Xuân Tửu có quyết định về hưu. Hiện tại nhà văn Vũ Xuân Tửu sống tại số nhà 537, đường Quang Trung, phường Phan Thiết, thành phố Tuyên Quang, tỉnh Tuyên Quang.

Với ba mươi năm công tác trong ngành Công an, tham gia nhiều bộ phận, công tác tại nhiều địa bàn, tiếp xúc và tìm hiểu nhiều đối tượng khác nhau, Vũ Xuân Tửu đã nắm vững phong tục, tập quán, tâm tính của nhiều hạng người trong xã hội, ông có thể hiểu được những suy nghĩ đơn giản, nhưng mang đầy tính cố hữu của những người nông dân, có thể cảm nhận được sâu sắc những tính toán, căn cơ trong cuộc sống thường thường bậc trung của lớp cán bộ công chức, rồi cuộc sống của tầng lớp trí thức, quan chức, doanh nghiệp, đến văn nghệ sĩ, giáo viên... Tất cả đã trở thành vốn sống, vốn tư liệu đầy đặn cho những sáng tác của ông sau này.

Về đời tư, nhà văn Vũ Xuân Tửu có vẻ như không được như ý với cuộc hôn nhân của mình. Và đây là một trong những nguyên nhân không nhỏ ảnh hưởng tới thế giới quan của nhà văn. Năm 1984 ông kết hôn với một nữ diễn viên của đoàn nghệ thuật tỉnh. Sau bảy chung sống, có với nhau hai mặt con, nhà văn đã quyết định ly hôn vợ khi đứa con lớn mới sáu tuổi và đứa con nhỏ chưa đầy một tuổi. Cuộc sống trống trải với cảnh gà trống nuôi con đã trở thành dấu ấn nhọc nhằn trong ngòi bút của nhà văn sau này.

Nhà văn Vũ Xuân Tửu tham gia Hội Văn học Nghệ thuật tỉnh Tuyên Quang từ năm 1998. Sau nhiều đóng góp lớn và đặc biệt là sau khi được nhận giải thưởng Tạp chí Văn Nghệ quân đội, năm 2006 ông được kết nạp và làm Hội viên của Hội Nhà văn Việt Nam. Năm 2011 kết nạp vào Hội viên Hội Nghệ thuật các dân tộc thiểu số Việt Nam. Ủy viên Ban Chấp hành Hội Văn học Nghệ thuật Tuyên Quang. Chi hội trưởng Chi hội Văn học thuộc Hội Văn học Nghệ thật Tuyên Quang.

2. Sự nghiệp sáng tác:

Như trên đã nói, trong số các tác giả văn học Tuyên Quang thời kỳ đổi mới, Vũ Xuân Tửu là người có sức viết khỏe và viết khá đều tay. Chỉ trong vòng hơn mười năm sáng tác (kể từ tập truyện ngắn đầu tay được xuất bản năm 1998 đến nay) ông đã cho ra đời hơn một trăm tác phẩm với đủ các thể loại: thơ, trường ca, tiểu thuyết, truyện ngắn.

Có được điều này, theo nhà văn, từ năm 1974, khi còn là sinh viên của Học viện An Ninh nhân dân, ông đã mầy mò đọc sách và ghi chép tư liệu trong thư viện, Đến năm 1980, Vũ Xuân Tửu mới chính đến với nghiệp viết bằng bút ký *Đường xuyên cao nguyên* đăng trên Văn Nghệ Tuyên Quang. Mặc dù chưa thành công, nhưng một vài độc giả đã kịp thời nhận ra giọng văn tự nhiên, sống động, súc tích của cây viết trẻ trong tác phẩm đầu tay này, và những lời động viên của đồng nghiệp giống như một động lực để nhà văn đi đến một quyết định táo bạo, bên cạnh công việc đấu tranh phòng chống tội phạm, chàng sĩ quan công an quyết tâm đầu tư tâm huyết thêm một nghề tay trái: nghề viết văn. Và từ 1980 nhà văn Vũ Xuân Tửu bắt đầu tiếp xúc với đời sống văn nghệ và bắt đầu tập tành sáng tác. Những sáng tác đầu tay của Vũ Xuân Tửu ban đầu hầu hết là những bài thơ. Tuy nhiên, vào khoảng 1984 khi đã quen tay, ông chủ yếu viết văn xuôi. Những tác phẩm văn xuôi đầu tiên Vũ Xuân Tửu giữ lại cho riêng mình. Còn thơ với đặc trưng trữ tình, bay bổng lãng mạn không hợp lắm với tư duy khúc triết, chất tự sự và cái năng khiếu thiên bẩm về cách kể, lối kể và tạo dựng chi tiết truyện của Vũ Xuân Tửu, cho nên chỉ sau một thời gian ngắn, ông đã gần như bỏ hẳn để chuyên hẳn sang viết văn xuôi.

Năm 1998 được xem như bước ngoặt quan trọng trong cuộc đời sáng tác của Vũ Xuân Tửu. Là một người không được đào tạo bài bản để viết văn, bằng niềm đam mê, bằng khả năng thiên phú, trong thời gian tới hàng chục năm đầu sáng tác, nhà văn hoàn toàn viết theo khả năng, vốn sống và kinh nghiệm ít ỏi học được từ các nhà văn đi trước. Năm 1998 sau khi lần đầu tiên được dự trại sáng tác văn học của tuần báo Văn Nghệ, tổ chức tại Lạng Sơn, Vũ Xuân Tửu thấy mình khác hẳn. Ông tâm sự: "Từ năm 1998, tôi mới thực sự xác định cụ thể con đường đi và bắt đầu sự nghiệp sáng tác văn học của mình theo đúng nghĩa của nghề viết". Sau khi được tiếp xúc, trao đổi, học hỏi thêm nhiều kinh nghiệm quí báu từ các đàn anh đi trước như Hữu Thỉnh, Nguyễn Khắc Trường, Vũ Xuân Tửu cảm thấy mình lớn lên rất nhiều. Cái lối văn thật thà gặp gì viết nấy, nghĩ gì nói nấy trong những truyện ngắn đầu tay, mà sau này ông tập hợp in trong *Tầm phào* trở nên xa lạ. Đặc biệt, sau khi được nhà văn Nguyễn Khắc Trường (tác giả của tiểu thuyết *Mảnh đất lắm người nhiều ma*) động viên: "Tao chưa khen thằng nào... nhưng với mày, mày nhất định sẽ trở thành Nhà văn" (Nguyễn Quỳnh Trang - Báo Thể thao và Văn hóa), Vũ Xuân Tửu thấy tự tin hơn hẳn. Đúng là "được lời như cởi tấm lòng", ngòi bút của ông bắt đầu thăng hoa. Ông viết chắc chắn và bản lĩnh hơn. Cảm giác thăm dò, rụt rè nhường chỗ cho sự mạnh dạn, sắc sảo. Thay vì luôn dằn vặt bởi những câu hỏi: "Văn mình có ra gì không nhỉ? Tác phẩm của mình liệu có công chúng không? Mình có thể theo đuổi sự nghiệp văn chương không? Lúc này ông có thể mạnh dạn trao cả cuộc đời mình cho sự nghiệp văn chương, mà không thấy một chút do dự nào nữa. Khi được hỏi về điều này, chính nhà văn Vũ Xuân Tửu cũng bật thốt lên: "Năm 1998 là năm đáng nhớ nhất, là bước ngoặt trong sự nghiệp sáng tác của mình". Năm 1998 cũng là năm đầu tiên nhà văn tự tin xuất bản "Tầm phào" - tác phẩm đầu tay của ông, để rồi những năm tiếp sau đó con đường sáng tác của ông mở rộng thênh thang, với nhiều tác phẩm được tặng thưởng được bạn đọc cả nước biết đến.

Trong khoảng mười năm từ 1998 đến 2008 Vũ Xuân Tửu đã sáng tác và cho xuất bản hàng trăm tác phẩm. Các tác phẩm chính đã xuất bản bao gồm: *Tầm phào*, (tập truyện, Nxb Văn hoá dân tộc, Hà Nội, 1998); *Miếng trầu xanh* (tập thơ, Nxb Văn hoá dân tộc, Hà Nội, 1998; *Cảnh giác với tệ nạn xã hội* (Nxb Văn hoá dân tộc, Hà Nội, 1999); *Đám cháy trên cánh rừng đầu nguồn* (Tập truyện thiếu nhi, Nxb Kim Đồng, Hà Nội, 2000); *Rừng sáo* (tập truyện thiếu nhi, Nxb Kim Đồng, Hà Hội, 2002); *Nửa tỉnh nửa quê* (tiểu thuyết, Nxb Văn hoá dân tộc, Hà Nội, 2002); "Yếm thắm" (tập truyện, Nxb Văn nghệ, tp. Hồ Chí Minh, 2003); *Bí mật cuốn gia phả* (tập truyện ngắn, Nxb Văn nghệ, tp. Hồ Chí Minh, 2005); *Con chim lửa* (tập truyện ngắn chọn lọc, Nxb Thanh niên, Hà Nội, 2006); *Chúa Bầu* (tiểu thuyết, Nxb Quân đội nhân dân, Hà Nội, 2006); *Hình bóng đàn bà* (tiểu thuyết cực ngắn, Nxb Văn nghệ, tp. Hồ Chí Minh, 2006); *Mồ hồi của đá* (tập truyện, Nxb Hội Nhà văn, Hà Nội, 2007); *Chuyện ở bản Piát* (tập truyện, Nxb Văn nghệ, tp. Hồ Chí Minh, 2007); *Chuyện trong làng ngoài xã* (tiểu thuyết, Nxb Thanh niên, Hà Nội, 2007); *Chuyện anh thuyền chài Trần Văn Sông* (trường ca, Nxb Văn học, Hà Nội, 2008)... Ngoài ra, còn một số tác phẩm được tuyển chọn in chung trong 20 tập sách khác.

3. Quan niệm nghệ thuật và cảm quan nhân thế:

3.1. Quan niệm văn chương:

Vũ Xuân Tửu tuyên bố rất giản dị - Ngòi bút phải hướng về dân và viết văn phải có văn. Trong đời thực ông là người sống ngay thẳng, bộc trực. Trong cuộc sống cũng như sáng tác văn học, ông không ngần ngại đưa ra những quan điểm của mình. Mặc dù đôi khi nhận thức và cách đánh giá của ông đối với các vấn đề tiêu cực trong xã hội có phần cực đoan, nhưng trong những tác phẩm chính, bao giờ Vũ Xuân Tửu cũng vượt qua được cái ranh giới mong manh giữa tiêu cực và tích cực để có được tiếng nói đồng cảm với bạn đọc. Ở Vũ Xuân Tửu có một cái gì đó giống như Nguyễn Tuân trong cách ứng xử với nghề viết văn, quan niệm về nghệ thuật văn chương và phản ánh hiện thực. Chỉ có điểm khác là do sống trong xã hội thực dân nửa phong kiến, nhà văn Nguyễn Tuân thường phải phóng to hoặc đào sâu, bới kĩ (chữ dùng của Hà Văn Đức) cái tôi bản ngã của mình như một phương tiện, một vũ khí lợi hại để chống trả và đối lập với xã hội kim tiền ô trọc, thì trong xã hội công bằng dân chủ, văn minh ngày nay. Để lên án những biểu hiện trái chiều, những tiêu cực đây đó còn lẩn khuất trong lòng xã hội, nhà văn Vũ Xuân Tửu lại hướng ngòi bút thật sâu (đôi khi đến mức tàn nhẫn) vào thế giới nội tâm của nhân vật để nhân vật tự chiêm nghiệm, soi ngắm lại bản thân mà thay đổi cho phù hợp với luân thường đạo lí.

Vũ Xuân Tửu không chỉ tự hào về nghề viết của mình mà còn đẩy lên thành niềm đam mê, thậm chí tới mức tôn thờ nghề viết: "Tôi coi văn chương là chuyện sang trọng và thiêng liêng. Trước khi viết, tôi thường tắm gội sạch sẽ, chọn giấy trắng, bút tốt. Sau khi tác phẩm được xuất bản, thường làm lễ tạ, đận túng bấn thì bày hoa quả, lúc có tí tiền thì biện đĩa xôi, thủ lợn, cốt sao thể hiện lòng thành của mình. Mỗi khi bạn đọc khen thì mừng, nhưng không mụ mị, bạn đọc chê thì buồn, nhưng không chán nản và tôi luôn tự sửa chữa rút kinh nghiệm. Bởi không qua trường lớp dạy viết văn, lại ở xa thủ đô, chỉ học qua các trại sáng tác văn học, nên phải chuyên cần và nỗ lực tự làm mới mình. Tôi thường viết ngoài giờ hành chính và ngày nghỉ cuối tuần, nên khi có cảm xúc dạt dào cũng đành kìm nén, nhưng lại cố lúc cầm bút, rồi mới gọi cảm xúc về. Dù ít, dù nhiều, ngày nào tôi cũng đọc và viết. Tôi làm việc nghiêm túc, không cầu may, nhưng vận may lại đến. Tôi được hưởng lộc về văn chương, được nhiều người giúp đỡ, nhưng sáng tác thì chưa được bao nhiêu". [1 - tr 5]

Chúng ta ghi nhận nhà văn Vũ Xuân Tửu không chỉ bởi những sáng tác của ông mà cả với những quan niệm của nhà văn về cuộc đời và văn chương: "Tôi thấy cuộc đời thật đáng yêu và luôn luôn rộng mở phía trước với ngòi bút của tôi. Thật đấy! Bạn nào chưa viết văn hãy thử viết văn! Văn chương, chữ nghĩa sẽ giúp ta xóa đi bao nhiêu muộn phiền...".

Nhà văn còn bộc bạch: "Còn nhỏ tôi rất yêu văn và học giỏi môn văn. Nhưng học xong phổ thông tôi lại đi học trường Công an Trung ương. Ra trường tôi được điều lên Mèo Vạc (Hà Tuyên lúc đó) công tác. Hình như cái máu văn chương nó đã chảy trong người của tôi. Tôi luôn quan sát và ghi chép. Vùng biên giới gian khổ và anh dũng đã để lại cho tôi nhiều ấn tượng. Bút ký đầu tiên của tôi gửi cho tạp chí Văn nghệ Hà Tuyên mang tên *Đường xuyên cao nguyên* và được in. Đó là vào năm 1980. Từ đó cái duyên văn nghệ cứ bén dần. Năm 1998 tôi được kết nạp là hội viên Hội Văn học Nghệ thuật Tuyên Quang. Có thể nói Tạp chí Văn nghệ Hà Tuyên, này là Báo Tân Trào, Hội Văn học Nghệ thuật Tuyên Quang đã nâng đỡ cho tôi rất nhiều, để hôm nay tôi trở thành nhà văn Việt Nam và có nhiều niềm vui như hôm nay.

Trong sáng tác văn học không phải người cầm bút nào cũng đưa được ra những quan niệm về văn chương, về nghề viết, về định hướng sáng tác của mình, Vũ Xuân Tửu là một trong số ít các nhà văn Tuyên Quang làm được điều đó. Khi còn công tác tại ngành công an nhân dân, anh đã xác định quan niệm rõ ràng: "Tôi vẫn sống bằng tiền lương của một chiến sĩ công an, nên theo văn chương nhưng không bao giờ để ảnh hưởng đến công việc... Với tôi văn chương là tình cảm, là tâm huyết, là sở thích... tôi dành hết thời gian rảnh rỗi, hì hục, mày mò, dò dẫm với chữ nghĩa".

Được hỏi: "Người ta cho rằng văn học cần dựa vào thực tế, ông có nghĩ rằng sẽ là không thực tế khi những câu chuyện tưởng tượng của ông lại kết thúc có hậu?". Nhà Vũ Xuân Tửu đã mạnh mẽ khẳng định: "Tôi đề cao văn học mang tính nhân văn. Tôi thích những kết thúc có hậu trong các tác phẩm của nhà văn. Chủ nghĩa nhân đạo tạo nên sự phát triển của xã hội loài người khác các loài động vật. Người viết có thể sáng tạo đến đỉnh điểm, nhưng vẫn phải đề cao vai trò của chủ nghĩa nhân văn".

Trong một lần khác, chính Vũ Xuân Tửu cũng tâm sự: "Tâm hồn văn học của tôi lớn lên từ lời ru của mẹ và những câu chuyện cổ tích*: Tống Trân Cúc Hoa, Tấm Cám, Thạch Sanh...* mà mẹ kể cho tôi nghe".

Trong khi văn chương chỉ là một nghề tay trái và bản thân Vũ Xuân Tửu chưa thể sống bằng nghề tay trái này, nhưng những quan niệm, quan điểm của ông về nghề văn thì hết sức đáng trân trọng. Những thành công sau này ông có được chắc chắn nhờ ở tâm huyết, nhiệt huyết luôn tràn trề như thế.

3.2. Vài nét về nhân sinh quan của nhà văn:

Hệ thống thế giới quan của một nhà văn thông thường bao gồm toàn bộ tư tưởng, tình cảm, cùng các trạng thái tâm lí của nhà văn. Mỗi nhà văn có tư tưởng, tình cảm và trạng thái tâm lí gắn với hoàn cảnh riêng cho nên hình thành một thế giới quan riêng.

Về Vũ Xuân Tửu, để nói cho hết và để bạn đọc có thể thoải mái khi tiếp nhận và đánh giá những thành công và hạn chế trong sáng tác nghệ thuật của nhà văn, có lẽ vẫn nên làm rõ thêm một vài nét về thế giới quan của ông. Không phải không có lí do khi chúng tôi đi đến nhận xét: "đôi khi nhận thức và cách đánh giá của ông đối với các vấn đề tiêu cực trong xã hội có phần cực đoan" hoặc "Vũ Xuân Tửu khá chông chênh trong cái nhìn đối với phụ nữ. Có vẻ như anh không mấy tin lắm vào phẩm chất của họ"

Nếu xét kĩ, thế giới quan của nhà văn Vũ Xuân Tửu cơ bản được xây dựng trên nền tảng tư tưởng nhân văn và tinh thần nhân đạo xuất phát từ cội nguồn văn hóa dân gian truyền thống. Ông xuất thân trong một gia đình nông dân thuần phác, được nâng niu, nuôi dưỡng và tắm gội bởi dòng sữa ngọt ngào của những câu chuyện cổ tích chan chứa yêu thương mà một người mẹ có tấm lòng đôn hậu đã truyền cho. Tuy nhiên sau khi xây dựng gia đình, cuộc sống riêng với ông có vẻ như khá nhọc nhằn và không mấy hạnh phúc. Hoàn cảnh có phần đặc biệt, sau khi li hôn với vợ và sống cảnh gà trống nuôi con, ít nhiều đã tạo nên tâm trạng phẫn uất của nhà văn. Từ một người hiền lành đôn hậu, ông dần trở thành người khắt khe và có cái nhìn góc cạnh đối với cuộc sống, đặc biệt là đối với phụ nữ. Thêm vào đó là nghề công an với sự tiếp xúc thường xuyên với những đối tượng phạm pháp, lăng kính của Vũ Xuân Tửu ngày càng trở nên nặng nề hơn.

Một người với hoàn cảnh sống và công tác như thế rất dễ rơi vào tiêu cực, hay cực đoan chủ nghĩa. Rất may do thế giới quan của nhà văn Vũ Xuân Tửu cơ bản được xây dựng trên nền tảng tư tưởng nhân văn và tinh thần nhân đạo xuất phát từ cội nguồn văn hóa dân gian truyền thống, cho nên sáng tác của ông cơ bản là tích cực. Vũ Xuân Tửu không chán ghét, cũng không căm thù cuộc sống mà trái lại luôn trân trọng cuộc sống, yêu và nâng đỡ nó. Cho nên thế giới quan nhà văn cơ bản không rơi vào tiêu cực vì chính quan niệm nhân văn của ông: "Trong cuộc đời không ai được tất cả. Tôi thành đạt con đường văn chương, nhưng lại thiếu hụt trong cuộc sống gia đình. Vợ chồng tôi chia tay nhau cách đây hơn chục năm. Hơn chục năm ấy tôi vừa phải hoàn thành công việc ở cơ quan, vừa phải nuôi mẹ già và hai con nhỏ. Nhìn chung ở cơ quan, tôi đều hoàn thành tốt nhất công việc của mình, còn ở gia đình tôi làm tròn trách nhiệm của người con đối với mẹ già, của người bố với các con, Các con tôi giờ đã khôn lớn, đang học chuyên nghiệp. Mẹ tôi mạnh khỏe. Đó chính là nguồn sống của tôi, nguồn động viên lao động sáng tạo của tôi." [2]. Cho nên có thể thấy, thế giới quan nhà văn Vũ Xuân Tửu tuy đôi khi khiến người ta cảm thấy có phần đa đoan, phức tạp, nhưng thực chất vẫn là một thế giới quan tích cực, tỉnh táo.

*Tiến sĩ **Trần Lệ Thanh***

(Tạp chí Khoa học và Công nghệ của Sở KH CN Tuyên Quang, số 2/2016)

TÀI LIỆU THAM KHẢO:

1. Vũ Xuân Tửu (2007), Chuyện ở bản Piát, Nxb Văn Nghệ tp. HCM

2. Vũ Xuân Tửu (2007), Gặp được nhà văn đạt giải cao, Báo Tân Trào, số Tết, tháng 2 - 2007

NHÀ VĂN VŨ XUÂN TỬU: BIỆN MÂM XÔI, THỦ LỢN LÀM LỄ TẠ... VĂN

ANTĐ.VN - Nếu ví tác phẩm chính là đứa con tinh thần của nhà văn thì phải có cả một quá trình "thai nghén"mới cho ra đời được. Và giai đoạn bắt tay vào viết một tác phẩm đã được dày công chuẩn bị về tư liệu, cảm hứng thì thời gian đó chính là lúc nhà văn "ở cữ". Mỗi người một vẻ, không ai giống ai, kể cả về nỗi cực nhọc hay niềm hạnh phúc khi trông thấy "đứa con" của mình chào đời và được bạn đọc đón nhận.

Báo An ninh Thủ đô giới thiệu ba tác giả: Nhà thơ Trần Dần, Nhà văn Vũ Xuân Tửu và Khuất Quang Thụy.

Nhà văn Vũ Xuân Tửu bén duyên văn chương bắt đầu từ một bút kí đăng trên Tạp chí Văn nghệ Tuyên Quang, từ năm 1980. Sau bài bút kí đó, bên cạnh công việc đấu tranh phòng chống tội phạm, Vũ Xuân Tửu dành không ít tâm sức cho văn chương. Khi xong việc cơ quan, xong chuyện nhà, anh ngồi vào bàn viết là quên hết mọi nỗi buồn. Bản thảo gửi đi, lại hồi hộp khi truyện mình được đăng báo, sách mình sắp in... như nỗi hồi hộp trong những lần được hẹn hò với người tình đầu tiên.

Vũ Xuân Tửu từng tâm sự với bạn văn: "Tôi coi văn chương là chuyện sang trọng và thiêng liêng. Dù ít, dù nhiều, ngày nào tôi cũng đọc và viết. Tôi làm việc nghiêm túc, không cầu may, nhưng vận may hay đến. Tôi được hưởng lộc về văn chương, được nhiều người giúp đỡ, nhưng sáng tác thì chưa được bao nhiêu, nghĩ cũng thấy ngường ngượng, vui vui".

Anh còn tiết lộ một bí mật nhuốm màu sắc tâm linh, đó là khi ngồi viết, bao giờ anh cũng dùng những viên đạn đá nhặt được trên thành nhà Bầu (một khu thành cổ đã từ lâu bị bỏ thành hoang phế ở tỉnh Tuyên Quang), để chặn bản thảo. Những viên đạn cổ như tiếp thêm cho anh nguồn cảm hứng dồi dào để tiếp tục nối dài những trang viết không chỉ dành cho một thế hệ độc giả nào đó... Những viên đạn đã găm bóng hình vào từng trang viết tiểu thuyết *Chúa Bầu* nổi tiếng của anh.

Nhà văn thành thật chia sẻ: "Trước khi viết, tôi thường tắm, gội sạch sẽ, chọn giấy trắng, bút tốt. Sau khi tác phẩm được xuất bản, thường làm lễ tạ, đận túng bấn thì bày hoa quả, lúc có tí tiền thì biện đĩa xôi, thủ lợn, cốt sao thể hiện lòng thành của mình".

Bài: Chuyện nhà văn... "ở cữ"
Báo An ninh Thủ đô (ANTH.VN)
25/07/2017. PV

PHÔNG VĂN HÓA VÀ ĐÍCH ĐẾN

Nhà văn Vũ Xuân Tửu đề cao việc trau dồi tri thức trải nghiệm đời sống, để có một phông văn hóa cần thiết khi viết văn. Có như vậy mới chuyển tải tư tưởng của tác phẩm đến người đọc một cách hiệu quả nhất: "...Tôi xác định hai điều: Một là, Ngòi bút luôn hướng về dân; hai là, Viết văn phải có văn. Có người bảo nếu suy ra là có đủ cả tính tư tưởng và nghệ thuật rồi... Tác phẩm văn chương có khi chỉ đề cập đến chuyện của một bản làng mà có tầm vóc quốc gia, thế giới, viết về một con người mà có sức khái quát cả cộng đồng và nhân loại. Nên nói chuyện tính tư tưởng trong tác phẩm văn học không phải chuyện đao to búa lớn, nhưng dù là gì cũng nhất thiết phải chuyển tải tinh thần văn hóa nhân văn sâu sắc".

Nhà văn Vũ Xuân Tửu cũng đã xác định được đích của một tác phẩm văn chương hay: "Khi cầm bút nhà văn đã xác định và quá trình sáng tác cũng là quá trình tâm sự cùng bạn đọc. Nếu nhà văn không xác định được bạn đọc thì tác phẩm sẽ rất bâng quơ, như thể ném hòn đá vào nơi vô định chẳng biết đi đâu, để làm gì".

Lâm Lâm
Hội thảo Tác phẩm hay, đích đến và giải pháp
Tuần báo Văn nghệ, 11/9/2018

1.1. NHẬN XÉT VỀ TRUYỆN NGẮN

LỜI NHÀ XUẤT BẢN THANH NIÊN VỀ TẬP TRUYỆN NGẮN CHỌN LỌC "CON CHIM LỬA"

(Vũ Xuân Tửu, Con chim lửa, tập truyện ngắn chọn lọc, Nhà xuất bản Thanh niên, Hà Nội, 2006).

Có thể nói, đây là một tập truyện ngắn hấp dẫn. Cả mười bốn truyện đều hấp dẫn. Một tập truyện ngắn có tính văn học thực sự.

Một trong những dấu hiệu đặc trưng của tác phẩm văn học đích thực, mang tính nghệ thuật, đó là, dù không mang lượng thông tin lớn và mới, nhưng vẫn làm mê hoặc người đọc, khiến họ phải lặng đi suy nghĩ về cuộc đời, với những qui luật rất cũ của nó, nhưng là một suy nghĩ đầy xúc cảm với những hình dung sống động, chân thực, hoá thân, nhập hồn vào câu chuyện, bối cảnh nhân vật, cùng hồi hộp, đau đớn, lo buồn, vui sướng cùng với nhân vật, hít thở một làn gió sớm trên đồng nội, cùng ngây ngất trước một chiếc yếm thắm khoác hờ trên bờ vai tròn gợi cảm, cùng họ chung niềm say mê đến điên cuồng trong chuyện tình yêu sông nước..., cùng... và cùng... tất cả.

Cái gì làm nên trong người đọc niềm đam mê ấy? Và cái gì trong tác phẩm đã làm nên sức cuốn hút ấy? Phải chăng đó là văn, phải chăng đó là giá trị thẩm mĩ của một tác phẩm văn học.

Và theo tôi, giá trị thẩm mĩ cũng đã bao chứa giá trị giáo dục rồi. Người ta có thể nhận thức chân lí một cách vô cảm. Nhưng khi nhận thức chân lí một cách xúc cảm thì chân lí ấy đã hoá thân thành nghệ thuật. Ngoài văn học và các loại hình nghệ thuật khác, không một hình thái ý thức nào khác (chính trị, tôn giáo, đạo đức, giáo dục...), có thể làm nổi.

Vũ Xuân Tửu cuốn hút chúng ta bằng văn của anh: từ giọng kể, cách kể, lời kể, ngôn ngữ, hình ảnh, kết cấu. Văn một trăm phần trăm. Nó tràn trề cảm xúc. Nó khoáng đạt bay bổng. Nó dí dỏm, ngộ nghĩnh. Nó sôi nổi và trầm tư. Nó lắng vào lòng người một dư âm khó mà quên được.

Con chim lửa của Vũ Xuân Tửu, hi vọng sẽ thắp lửa trong tim mỗi người.

Biên tập viên ***Lê Hùng***
(Nhà xuất bản Thanh niên, Hà Nội, tháng 5/2005)

SỨC ÁM ẢNH CỦA TRUYỆN NGẮN BÍ MẬT CUỐN GIA PHẢ

Một câu chuyện bất ngờ, hi hữu đến mức khó tin. Bất ngờ từ cách đặt vấn đề, từ lời khẩn cầu xin người qua đường của anh thợ nề tên Hộ, nổi tiếng vâm váp, khoẻ mạnh. Kế đến là một màn kịch lớp lang kĩ càng, chuốc rượu cho vợ đến mức say mèm, rồi mời một anh bộ đội đang trên đường trả phép. Liên tiếp những tình huống đến ngạt thở, thật như bịa, thực như mơ, trong khoảng thời gian từ chiều tối đến nửa đêm. Những bí ẩn của một gia đình, với những éo le, trớ trêu của số phận, dần được hé mở. Từng phút, từng giây, người đọc cảm nhận được những giằng xé đau đớn, cả đến những giọt nước mắt nuốt vào trong. Hộ là người đàn ông nổi tiếng chỉn chu, lo toan, vun vén...

Bí mật cuốn gia phả thực chất là một loạt ẩn số về những số phận cuộc đời, bề ngoài ngỡ tưởng bình lặng, xuôi chèo mát mái. Con tính đơn giản của anh chàng Hộ, kiếm một đứa con cho hạnh phúc tràn đầy, không ai ngờ, lại trở thành một phép trừ nghiệt ngã, chồng mất vợ, vợ mất chồng, khi cả hai vẫn hiện hữu bên nhau. Có con, lẽ ra vợ chồng càng phải mặn nồng hơn, ai ngờ lại mất chồng trong nhà thế này? Hạnh phúc dường như không có chỗ cho những toan tính đếm đong, những kế hoạch mưu tính không xuất phát từ những sự đồng cảm, thuận hoà, từ xẻ chia vui buồn của hai con người trong một mái nhà.

Cái kết khá xúc động, với cảnh hợp tan, thuận lẽ đời. Cô Nụ năm xưa tìm được người cha của cu Thuận. Ông Chiến thương binh bất ngờ chuyển cả gia đình vào Nam. Cách ứng xử nhân hậu, độ lượng, vị tha của những con người từng nếm trải khổ đau, từ ở một sự cộng hưởng cần thiết, để giảm bớt tối đa những bất hạnh, đang manh nha tiềm ẩn, đe doạ những người trẻ tuổi.

Văn phong hoạt, khả năng phân tích tâm lí nhân vật sắc xảo, đặc biệt là sự hấp dẫn của cốt truyện, đã làm nên sức ám ảnh của truyện ngắn *Bí mật cuốn gia phả*.

(Đài tiếng nói Việt Nam, 9/2005)

TÌNH NGƯỜI PIÁT

Tiếng tính tẩu thánh thót, tiếng hát loàn du dương, tiếng cối nước "ụp òa", tiếng súng săn xé gió kêu ngoao ngoao như tiếng ma kêu... Tất cả những âm thanh ấy cất lên từ một bản người Tày, nghe gần gụi, hoang sơ mà ấm áp. Ấm áp bởi tình người, trai gái yêu thương nhau nhiệt cuồng mà kín đáo. Những con người sẵn sàng kết tồng với nhau để cùng "sống tết, chết giỗ"... Câu chuyện là một chuỗi kí ức đẹp và buồn. Chiến tranh khúc xạ qua một bản vùng cao nên chỉ còn kết tủa những hình ảnh ở những hình ảnh ám ảnh nhất: một khẩu súng săn treo cạnh cây đàn tính bên bàn thờ, tấm bằng "Tổ quốc ghi công" dán vào cột chủ ngôi nhà sàn, cạnh vây đuôi của con cá chép lớn, những dòng thống kê chi tiết quân tư trang đơn sơ của liệt sĩ Khấu, tiếng cọn nước kêu ken két giữa đêm thanh như tiếng khoan nòng súng... Thời gian cứ trôi, mọi thứ tưởng đã lùi xa rồi mà vẫn thấy hiển hiện đâu đây qua cảnh vật và con người Piát.

Văn của Vũ Xuân Tửu nhẹ nhàng nhưng thấm sâu. Giữa thành phố ồn ào ngột ngạt, đọc truyện ngắn *Chuyện ở bản Piát*, bỗng thấy lòng lắng lại.

Nguyễn Vinh
(Tạp chí Văn nghệ quân đội số 641, tháng 3-2006)

PHÁT LỘ TRUYỆN NGẮN

Vũ Xuân Tửu đã in bốn truyện ngắn dự thi: Thợ cắt tóc truyền đời, *Chuyện ở bản Piát*, *Người sông nước* và *Bí mật cuốn gia phả*. (...). Nhà phê bình Phạm Xuân Nguyên chọn *Bí mật cuốn gia phả* vào "TOP 10". Riêng tôi, vẫn giữ nguyên ý kiến ban đầu *Chuyện ở bản Piát* cả trong "TOP 10" và "TOP 5". Qua việc này mới ngộ ra rằng, đọc văn cũng thật là khác nhau, tuỳ theo tạng thẩm văn. Mô-típ "chuyện tình tay ba" trong *Chuyện ở bản Piát* có thể nói là không mới, nhưng cũng từ truyện này, vấn đề "Viết như thế nào quan trọng hơn là viết về cái gì", quả là chí lí. Chuyện được kể từ ngôi thứ nhất (nhân vật xưng "Tôi") liên quan đến hai thanh niên người Tày: chàng Khấu (có nghĩa là Lúa) và cô gái Phái (có nghĩa là Bông). Cả hai chàng trai đều đem lòng yêu cô gái và kết cục truyền thống sẽ là một người phải ra đi vì thất tình, vì cô độc. Trong câu chuyện này, Khấu ra đi nhưng là vào bộ đội, chiến đấu tận bên chiến trường C (tức Lào). Câu chuyện tưởng chừng như chỉ xoay quanh hai nhân vật thành vợ thành chồng (Tôi và Phái) - họ đã "ăn cùng mâm gỗ, ngủ cùng chiếu cọ" với nhau. Nhưng người thứ ba là Khấu- dù đã hy sinh- nhưng dường như vẫn bên họ, sống cùng với họ. Cuộc sống ở bản Piát giờ đã khác trước: "Bây giờ, cái bản dốc thoải của tôi đã khác xưa. Ngoài cánh đồng không còn cái cối giã gạo nước kiểu con bìm bịp nữa. Nhà tôi đã mua máy xay xát về nghiền ngô, xát gạo cho cả bản. Rừng cọ không còn tấu nhạc mưa, nên mỗi nhà cũng chỉ đẻ một đến hai con. Cọ đã bị phá đi để trồng keo, theo dự án xây dựng nhà máy giấy". Cuộc sống xã hội là vậy, nhưng trong ngôi nhà của hai vợ chồng trẻ (Tôi và Phái) thì mọi nề nếp vẫn không mấy thay đổi: "Trong nhà tôi, cây đàn tính tẩu cùng treo cạnh khẩu súng tự tạo, trên vách cạnh bàn thờ. Giữa thân cây cột cái, trên đuôi cá có dán thêm tấm bằng Tổ quốc ghi công của liệt sĩ Khấu. Tôi hỏi Phái, tại sao không lồng khung cho trang trọng? Phái bảo, làm thế cho chắc. Ông chủ thì tựa vào cột chủ". Thật lòng thì Phái thương Khấu, vì "anh ấy thương em, anh ấy đã ngỏ lời khi khi hợp tác làm cọn nước này. Nhưng bố bầm em sợ nhà anh ấy hay chết non". Vậy là đời Phái có duyên phận rõ ràng- duyên thì gắn với Khấu (yêu thương chàng), còn phận thì sống với "Tôi". Đó là số phận.

Chuyện ở bản Piát được viết với độ căng của dây cung đã kéo lên và mũi tên phải lao đi tới đích. Một cái kết thật tự nhiên, nhưng thật bùi ngùi, chứa đựng một nỗi buồn đẹp, có tác dụng "tẩy rửa tâm hồn" con người.

Đọc cả bốn truyện ngắn của Vũ Xuân Tửu, tôi có cái tâm trạng của kẻ đứng trước bốn cô gái đẹp, nhưng cuối cùng chọn *Chuyện ở bản Piát* vì người đẹp này chiến thắng ở phần ứng xử thông minh, phát lộ các "tầm văn hoá" của người đẹp. Ai đó dễ quên quá khứ, khi đọc truyện này, có thể phải nghĩ lại, vì không có hiện tại nào cắt đứt được với quá khứ cả.

Bùi Việt Thắng

(Tạp chí Văn nghệ quân đội, số 647, tháng 6/2006)

VỀ TRUYỆN NGẮN BÍ MẬT CUỐN GIA PHẢ CỦA VŨ XUÂN TỬU

Tập truyện ngắn *Bí mật cuốn gia phả* của Vũ Xuân Tửu ra mắt công chúng với vẻ khá khiêm cả về dung lượng, khuôn khổ lẫn phần trình bày với một trăm ba mươi chín trang, khổ mười ba-mười chín (13 x 19cm), tập hợp mười một truyện ngắn được Vũ Xuân Tửu viết chọn vẹn trong một năm, từ tháng 5 năm 2004 đến tháng 5 năm 2005. Tất nhiên, nói khiêm tốn là khiêm tốn cho một tập truyện chứ không phải cho một tác giả. Vì một tác giả không chuyên như Vũ Xuân Tửu, lại bận bịu biết bao công việc của ngành an ninh, mà một năm đã cho ra đời tới hơn một chục tác phẩm (dẫu là truyện ngắn), thì cũng không thể nói là không có sức viết.

Khi cầm tập truyện trong tay, nhìn thấy tiêu đề "Bí mật cuốn gia phả", tôi đã nghĩ ngay đến tác giả với nghề công an của anh và mường tượng đó chắc phải là những câu chuyện li kì, liên quan đến công việc phá án của ngành an ninh. Để thoả chí tò mò, tôi đã tìm ngay đến câu chuyện *Bí mật cuốn gia phả*, vì chắc không phải ngẫu nhiên tác giả lại chọn cái tiêu đề này, làm tên cho cả tập truyện.

Có vẻ như tôi đã không nhầm. Nội dung của truyện ngắn này đúng là mang dáng dấp của một vụ án thật. Chỉ có điều, ngẫm kĩ lại, thì hình như vấn đề tác giả đặt ra ở đây, không phải là một vụ án, mà là một vụ không thành án. Một cái "tội to tày trời" tưởng sẽ phải chịu những hình phạt nặng trước pháp luật, hóa ra lại có thể tự "dàn xếp" với nhau. Những người trong cuộc dù là kẻ "gây án" hay "kẻ bị hại", lạ thay đều không hề nghĩ đến việc đưa nhau ra toà xét xử. Tất nhiên, cái toà án duy nhất mà họ buộc phải đối diện và không thể trốn chạy là toà án lương tâm.

Tôi thích hướng khai thác này. Bởi cuộc sống vốn không phải chỉ là những gì hiện ra nơi bề mặt của nó. Luật pháp dẫu nghiêm minh tới mấy thì đời sống muôn hình vạn trạng khó tránh khỏi còn có chỗ tối, chỗ sáng. Con người rất sợ bị tù tội, dù không thích những cay đắng, dằn vặt mình, bởi nếu cứ liên tục phải đối mặt với toà án lương tâm thì thật buồn biết bao, nhưng cũng không ai muốn những góc khuất của cuộc đời mình bị phát hiện. Cho nên, xét về nội dung mà nói, câu chuyện mang dấu ấn nghề nghiệp tưởng như khá phổ biến này, lại mở ra một hướng khai thác mới, một cách giải quyết vấn đề thật sự nhạy cảm và ít nhiều mang dấu ấn của cách nhìn hiện đại, lối nghĩ hiện đại. Nó ám ảnh và bất ngờ, không phải chỉ bởi được soi chiếu bằng quan niệm mới, hệ quy chiếu mới, mà còn vì đã hướng vào chiều sâu những vấn đề đang được đặt ra, nhằm xây dựng những quan niệm đạo đức, quan niệm nhân sinh và nhân cách của con người trong giai đoạn hiện nay.

Nếu cho rằng, truyện ngắn là một thể tài dễ bộc lộ cái chất của người viết, thì Vũ Xuân Tửu đã phần nào làm được điều này, trong truyện ngắn *Bí mật cuốn gia phả* của mình. Thành công và cũng là đặc sắc lớn nhất của truyện ngắn này, có lẽ thể hiện ở hướng trần thuật có chiều sâu và khả năng khai thác tâm lí của tác giả. Mới đọc, có cảm giác như câu chuyện được sắp xếp theo một lô-gíc mang đầy tính chủ quan. Mở đầu là một hành vi có động cơ để thực hiện ý muốn chủ quan của nhân vật, để rồi kết thúc là hậu quả của động cơ ấy. Nhưng đọc kĩ tác phẩm thì lại thấy dưới mạch ngầm văn bản, lộ ra một lô-gíc khác, không theo sự sắp xếp chủ quan, mà theo diễn biến khách quan với nhiều lớp lang, tầng bậc của đời sống tâm lí, tình cảm.

Nhân vật Hộ trong tác phẩm, vì mắc bệnh vô sinh đã nung nấu cái ý định "cho vợ thả cỏ" để kiếm một đứa con. Người anh ta chọn là một anh bộ đội gặp ở bến xe, trong ngày trả phép. Sau những lời nài xin cảm động và thật lòng, cuối cùng cái việc động trời ấy cũng được thực hiện, trong sự tính toán sắp đặt của anh chồng, sự thoả thuận của anh bộ đội và cả sự chấp thuận không chính thức của chị vợ. Kết quả, một cậu con trai ra đời trong niềm vui dở khóc dở cười của ông bố hờ và niềm lo âu hồi hộp "nhìn chằm chặp vào bàn tay trái của nó thấy có đúng năm ngón" của mẹ nó. Thời gian tưởng đã có thể bôi xóa được những nét mập mờ trong tờ gia phả về đứa con nối nghiệp. Nào ngờ, khi lớn lên, cậu con trai (tên Thuận) đã gặp một người thương binh tên Chiến - một người có thể đổi cả tính mạng mình cho sự an toàn của nó. Nhưng rồi, cũng chính người thương binh ấy, đã phải quyết định chuyển nhà vào Nam, khi nghe tin thằng bé có ý định với con gái mình...

Câu chuyện kết thúc ở đó, nhưng gấp cuốn sách lại, tôi vẫn thấy từng trang, từng trang hiện lên thật ám ảnh. Không biết nên buồn, nên giận hay nên thương cho số phận của những nhân vật trong tác phẩm. Họ đều bị đặt chung trong một tình huống, xoay quanh một sự kiện, một cảnh ngộ khó xử như nhau, nhưng mỗi nhân vật lại có một suy nghĩ riêng, một nỗi khổ tâm riêng và cả một lối ứng xử cũng rất riêng nữa.

Trong hàng loạt câu hỏi được đặt ra, câu hỏi lớn nhất cứ bám chặt lấy suy nghĩ của tôi là, không biết tác giả Vũ Xuân Tửu viết tác phẩm này bằng cảm hứng nào: phê phán, lên án hay cảm thông bênh vực. Nhân vật Hộ đáng thương hay đáng giận? Hành vi "cho vợ thả cỏ" của anh ta nên hiểu là thể hiện bản chất ích kỉ, độc đoán của một người đàn ông, hay nên hiểu là sự hi sinh tình cảm riêng để đạt được hạnh phúc chung. Sự "hợp tác" của chị vợ trong hành vi giả vờ say "mắt khép hờ" nên hiểu là trả thù chồng cho bõ tức hay nên hiểu là sự chông chênh về nhân phẩm. Cả cái hành vi "hấp tấp" của anh bộ đội, khi "lần đầu tiên trong đời mình nhìn thấy đàn bà khoả thân dưới ánh đèn ngủ", trong cái đêm thực hiện thoả thuận với người chồng, cũng nên hiểu là hành vi trách nhiệm hay hành vi bản năng của đàn ông... Tất cả đều có thể lí giải, những cũng đều khó có thể nói cho hết được. Phê phán nhân vật Hộ là ích kỉ, độc đoán? Hình như không thể, vì tác giả đã rào kín chuyện này bằng cái màn chuốc rượu cho vợ thật say của anh ta, với mong muốn chân thành "làm như thế để cô ấy vẫn tưởng con tôi, không hay cái sự bè tôi mà gỗ chú nó, để khỏi áy náy về sau". Mặt khác, sau khi vợ sinh xong, mặc dù anh ta như người hóa ngộ, nhưng "Hộ vẫn chăm ra chợ, mua chân giò về ninh để Nụ có nhiều sữa cho con bú"... Còn phê phán anh bộ đội ư? Cũng có vẻ không ổn, vì anh ta đâu có chủ động trong chuyện này, thậm chí đã viện đủ lí do để từ chối: "Nhưng một người bình thường cũng không cho phép mình vi phạm phẩm chất đạo đức như thế, huống hồ tôi lại là quân nhân...". Rồi cô vợ nữa, mặc dù không la lối, phản ứng như cái cách mà bất kì người phụ nữ nào sẽ làm, nhưng cô cũng có lí của mình.

Ai bảo Hộ khinh cô, coi cô "như vật đẻ thuê". Vả, cô cũng muốn chiều ý chồng, kiếm đứa con để khỏi phạm vào tội "thất xuất"... Vậy cho nên, đánh giá hành vi của họ thế nào cho đúng có lẽ quan trọng là ở quan điểm, cách nhìn của từng người. Theo tôi, đây chính là chỗ để cái tài của tác giả được bộc lộ. Để anh có thể vượt lên trên sự thử thách của ngòi bút. Vì nếu non tay một chút, anh sẽ rơi vào chỗ tự nhiên thái quá, dễ cho người đọc có cảm giác anh hơi lạm dụng trong miêu tả để làm tăng tính hấp dẫn. Còn dẫn dắt, sắp xếp tròn trịa quá, sẽ khó tránh khỏi khiên cưỡng và khiến người đọc có cảm giác tác giả can thiệp quá sâu vào cốt truyện.

Cho nên có thể nói, điều đáng ghi nhận đầu tiên đối với Vũ Xuân Tửu, với *Bí mật cuốn giả phả* trước hết là sự phát hiện mới về nội dung. Điểm nhìn chính của anh trong truyện ngắn này là mối quan hệ trong gia đình và sự biến động của nó trước tác động của hoàn cảnh. Nhìn bề ngoài tưởng như gia đình bao giờ cũng là cái nôi của hạnh phúc, thế giới của sự bình yên, nhưng có ai ngờ, đi sâu vào những tầng vỉa ngầm của nó thì lại thấy nó chứa đầy sóng gió, nơi phát sinh và chứa chất bao điều bất hạnh. Tư tưởng độc đoán, ích kỉ, những toan tính cá nhân, bất chấp nguyên tắc, luật lệ đạo đức xã hội đã đem đến nguy cơ làm cho mối quan hệ gia đình bị phá vỡ, những giá trị tình cảm, đạo đức bị đảo lộn.

Tất nhiên, viết về sự biến đổi của gia đình, suy cho đến cùng cũng là viết về sự vận động và biến đổi của số phận mỗi cá nhân. Một gia đình chỉ thật sự hạnh phúc nếu mỗi thành viên trong gia đình hạnh phúc. Ngược lại, đôi khi chỉ vì hành động sai lầm của một thành viên mà cuộc sống của cả gia đình không còn được như ý nữa. Soi vào tác phẩm, chúng ta thấy, gia đình nhân vật Hộ vốn đang sống khá bình ổn. Chỉ vì một tính toán sai lầm của anh chồng mà cuộc sống chung bị đẩy vào tình trạng khốn đốn, giả dối. Mỗi nhân vật theo cách riêng của mình cố gắng dung hoà cuộc sống, cố gắng chơi tiếp cuộc chơi mà họ đã bày ra, bằng cách đeo cho mình chiếc mặt nạ không mấy phù hợp với chính bản tính và con người họ. Cho nên sức hấp dẫn của truyện ngắn *Bí mật cuốn gia phả* của Vũ Xuân Tửu, vì thế không phải chỉ ở chỗ đã khám phá được một điểm nhìn mới, mà chủ yếu ở chỗ đã thành công trong việc xây dựng những hình tượng nhân vật độc đáo. Hướng ngòi bút vào thế giới bên trong của con người, bằng nghệ thuật vừa phân tích vừa miêu tả tâm lí, Vũ Xuân Tửu đã đem đến một cái nhìn sắc sảo và khá góc cạnh của anh về số phận con người và đời sống nội tâm của họ.

Mặc dù trong tác phẩm, tác giả đã tỏ ra khá dụng công trong việc bài binh bố trận, sắp xếp nhiều tình tiết, nhiều sự kiện với những lớp lang hấp dẫn, bất ngờ, nhưng người đọc vẫn nhận thấy rất rõ những sự kiện, những tình tiết này tự nó không thúc đẩy sự vận động của cốt truyện và sự phát triển của tính cách nhân vật mà chỉ như chất "xúc tác" tác động đến thế giới tâm hồn nhân vật. Nghĩa là, điều quan trọng nhất mà tác giả muốn bàn không phải là bản thân những sự kiện, những tình tiết ấy, mà là thái độ, cách ứng xử của các nhân vật trước các sự kiện này.

Nếu bóc tách ra, chúng ta sẽ thấy trong *Bí mật cuốn gia phả* có hai mảng hình ảnh rất rõ rệt: mảng thứ nhất là con người với những hành vi đời thường, có vẻ không có gì đặc biệt; mảng thứ hai là con người trong đời sống nội tâm với những dằn vặt, đau đớn từ bên trong. Nhân vật Hộ về xuất thân thuộc loại "không giàu, nhưng cũng vào hàng danh giá". Về tính cách, anh ta là một người cẩn thận, hơi kĩ tính và có phần căn cơ. Anh ta có ý chí, có tính tự lập cao và có quyết tâm... nghĩa là có đủ phẩm chất để làm một ông bố biết lo cho tương lai xa của gia đình. Nhưng ngặt một nỗi, anh ta lại không có khả năng sinh con, vì biến chứng của bệnh quai bị. Để thực hiện cho được cái ham muốn được làm bố, cái ham muốn được hãnh diện với đời và hoàn thành trách nhiệm với dòng họ, Hộ đã phải nghiến răng chịu đựng cái giây phút cho vợ "thả cỏ". Nhìn bề ngoài của Hộ, tưởng như không có chuyện gì xảy ra, nhưng trong nội tâm thì đau tê tái. Rõ là tự nguyện đứng ngoài canh cho vợ "thả cỏ", nhưng bên trong thì như có "búa tạ giáng vào đầu"; giục người ta uống chén rượu bổ, trong khi mình "nhấp một ngụm" mà tưởng như "uống chén rượu đoạn hồn giành cho kẻ lĩnh án tử hình, trước giờ ra pháp trường"; chủ động "bật đèn ngủ" cho vợ, vậy mà đến lúc "lập cập đi ra, va phải cái cột, đau nổ đom đóm mắt"; đặc biệt, qua nhiều cố gắng tính toán, đến khi vợ đẻ được một đứa con trai như ý thì "lại đâm ra lầm lì như chì đổ lỗ"...

Tôi đặc biệt thích những dòng, những trang phân tích nội tâm này của tác giả. Mặc dù, đôi chỗ anh tỏ ra hơi tàn nhẫn. Nhưng cách miêu tả của anh đã khiến người đọc tin và tin một cách chân thành rằng, anh đang đi thấu vào tâm can nhân vật. Tất nhiên, trong một góc cảm nhận nào đó, tôi vẫn cho rằng ngòi bút Vũ Xuân Tửu hơi nặng tay. Đặc biệt là đối với nhân vật phụ nữ. Nụ tuy bị đẩy vào thế đã rồi, phải buông xuôi theo sắp đặt vô lí của người chồng, để rồi cả đời cứ phải giật mình thon thót, mỗi khi nghĩ đến mùi "mồ hôi dầu" và một "bàn tay sáu ngón". Nhưng dù cho cô có viện lý do gì để giải thích, thì cái hành vi "khép mắt hờ" giả vờ say của cô, cũng khó tránh khỏi bị đánh giá về phẩm chất. Tôi có cảm giác như Vũ Xuân Tửu khá chông chênh trong cái nhìn đối với phụ nữ. Có vẻ như anh không mấy tin lắm vào phẩm chất của họ. Riêng đối với nhân vật Nụ, tôi thấy tác giả hơi mạnh tay. Giá như nhà văn có cái nhìn đôn hậu hơn, có điểm dừng hợp lí hơn và khai thác nhẹ nhàng hơn, thì hình tượng nhân vật này sẽ đẹp và ý nghĩa hơn nhiều.

Tóm lại, mặc dù còn một vài điểm cần trao đổi; song, đọc *Bí mật cuốn gia phả* của Vũ Xuân Tửu, tôi như bắt gặp tiếng nói của một con người mà tấm lòng không mấy khi được thanh thản. Những âu lo về số phận, về nhân cách, về đạo đức của con người trong xã hội hôm nay, hình như luôn là niềm trăn trở thường trực trong lòng tác giả.

Tiến sĩ ***Trần Lệ Thanh***
(Báo Tân Trào, số 202, tháng 7/2006).

CHUYỆN KHÔNG CHỈ CỦA BẢN PIÁT

Sở dĩ tôi nói vậy, khi đọc truyện ngắn *Chuyện ở bản Piát* của Vũ Xuân Tửu, (VNQĐ số 620, năm 2005), là bởi chuyện không chỉ của một bản. Các nhà văn bao giờ cũng muốn gửi gắm những vấn đề lớn lao qua những câu chuyện cụ thể. Chuyện của một nhà văn có khi lại là chuyện của cả nước, chuyện của một bản có khi lại là chuyện thế giới. Nghe có vẻ to tát nhưng đúng là nhà văn nào cũng mong muốn vậy. Tôi không biết khi tác giả truyện ngắn này viết, anh có ấp ủ điều đó hay đơn thuần chỉ muốn chuyển tải những câu chuyện quanh mình, còn cảm nhận thế nào là tùy bạn đọc. Với tôi, ít nhiều Vũ Xuân Tửu đã viết được những chuyện không chỉ của một bản. Cái bản người Tày: "nhà nào cũng đông con và con gái thì đa tình", sao xa xôi mà gần gụi với mọi người đến thế.

Chuỗi kí ức về chiến tranh đi qua bản được dựng lại, đẹp và buồn. Khó có thể ngờ những con người không nỡ giết cả những con thú phá nương, lại sẵn sàng cầm súng chiến đấu và hi sinh khi cần. Chiến tranh đã lùi xa, mức độ khốc liệt và bi thương giảm thiểu nơi đây, nhưng vẫn muôn đời đọng lại ở những hình ảnh ám ảnh nhất: khẩu súng treo cạnh cây đàn tính bên bàn thờ, những dòng thống kê chi tiết quân tư trang của liệt sĩ khẩu... Bỏ ngỏ những khoảng trống, tác giả dành cho bạn đọc những liên tưởng...

Và đó không chỉ là chuyện của bản Piát.

Hoàng Thế Vinh (Đỗ Tiến Thụy)
(Tạp chí Văn nghệ quân đội, số 657, tháng 11-2006).

TRUYỆN NGẮN DỰ THI VĂN NGHỆ QUÂN ĐỘI, VIẾT VỀ NGƯỜI LÍNH, VIẾT CHO NGƯỜI LÍNH

(Trích tổng thuật cuộc trao đổi "Truyện ngắn dự thi Văn nghệ quân đội, 2005 - 2006".

Nhà văn Khuất Quang Thụy: Cuộc thi truyện ngắn Văn nghệ quân đội (2005 - 2006), những nửa chặng đầu tiên, vào tháng 1/2006, Ban Tổ chức đã tiến hành sơ kết, trao tặng phẩm cho năm tác giả, trong đó có: *Chuyện ở bản Piát* và *Người sông nước* của Vũ Xuân Tửu - Hội Văn nghệ Tuyên Quang. (...).

Nhà Lí luận phê bình Bùi Việt Thắng: Nhưng trong thời bình, viết về chiến tranh lại xuất phát từ yêu cầu đạo đức "ôn cố tri tân". Viết về hôm qua là vì hôm nay. *Chuyện ở bản Piát* của Vũ Xuân Tửu là một truyện ngắn hay. Giữa người sống trở về và người "mãi mãi tuổi hai mươi" có mối dây liên hệ bền chặt. Một kết thúc rất hay. Người vợ lấy chồng rồi mà còn khắc dấu người tình trong nhà thì rất lạ và rất nhân văn.

Nhà Lí luận phê bình Phạm Xuân Nguyên: Tôi rất mừng ở cuộc thi này, tôi mới đọc tác giả này, viết như thế là chắc tay, không giả mà rất thật, và viết hay. Mừng cho tác giả và mừng cho tạp chí.

Nhà văn Chu Lai: Chiến tranh trong tác phẩm dự thi chỉ là cái cớ, là chất xúc tác cho số phận nhân vật nổi lên. Ví dụ *Chuyện ở bản Piát* của Vũ Xuân Tửu. Truyện không mới, nhưng cách dẫn chuyện là rất mới, cách sử dụng chi tiết trực tiếp luôn như chạm khắc phù điêu rõ nét, kể chuyện có duyên. Khi báo tử: Quần đùi 2 cái. May ô 1 cái; vậy quần dài đâu? Người lính chúng tôi đi đánh nhau, đằng nào cũng chết, quần áo dài để lại cho đồng đội rồi. Chi tiết rất cảm động. Truyện ngắn này "thắng" ở chi tiết.

Hình thức biểu hiện cũng có cái mới. Ví dụ như toàn chấm phá, chạm trổ, không diễn tả dài dòng, tiết tấu nhanh, ngôn ngữ hiện đại như *Chuyện ở bản Piát* của Vũ Xuân Tửu.

Nhà văn Ma Văn Kháng: Trong truyện ngắn, chất giọng kể rất quan trọng. *Thợ cắt tóc truyền đời* của Vũ Xuân Tửu (nói như anh Phạm Xuân Nguyên là: viết hồn nhiên, bản năng), nói về cái nghề nhỏ mọn, bình thường mà ích dụng, mà cao quý. Sức hấp dẫn truyện ở chi tiết đặc sắc và ở giọng kể, cách kể. Câu chuyện được kể lại giống như một diễn ca, một lối kể chất phác mà không thô kệch, thật thà mà duyên dáng, hóm hỉnh, thấp thoáng ánh cười yêu mến.

Nhà văn Nguyễn Quang Thiều: Tính huyền bí, ma quái của chủ nghĩa Bồ Tùng Linh phảng phất trong (...) *Người sông nước* của Vũ Xuân Tửu. Tất nhiên, tác giả không sa vào kỳ dị. Tôi chú ý đến *Người sông nước*, tôi thấy đây là một tác phẩm hay, văn đẹp, có đoạn lộng lẫy. Tôi đọc văn chương trẻ có tốc độ cao trong thời hiện đại, chuẩn xác, đẹp.

Nhà văn Lê Minh Khuê: *Chuyện ở bản Piát* của Vũ Xuân Tửu có chi tiết hay. Ví dụ như chi tiết báo tử đem hiện vật của liệt sĩ về nhà. Chi tiết đau quá; ám ảnh, cảm động quá.

*Nhà văn **Sương Nguyệt Minh** (tổng thuật)*
(Tạp chí Văn nghệ quân đội, số 659, tháng 12/2006)

TỪ ĐỜI SỐNG HIỆN THỰC, TRUYỀN THỐNG VÀ TÌM TÒI SÁNG TẠO VƯƠN TỚI CÁI CHÂN, THIỆN, MỸ

(Trích Báo cáo tổng kết cuộc thi truyện ngắn Tạp chí Văn nghệ quân đội , năm 2005 - 2006, do nhà văn Khuất Quang Thụy - Phó tổng biên tập trình bày, ngày 18/01/2007, tại Hà Nội).

Tổng số có 2.123 truyện ngắn của 1.106 tác giả trong cả nước, gửi đến dự thi.

Có một số tác phẩm gây được ấn tượng với người đọc, như: *Chuyện ở bản*

Piát, Cỏng Hò của Vũ Xuân Tửu. Có thể nói, những truyện ngắn viết về chiến tranh của nhà văn Vũ Xuân Tửu là các tác phẩm thật hay. *Chuyện ở bản Piát* như một bản xô-nát buồn trong sáng về tình yêu, về số phận con người trong chiến tranh của những con người bình thường, giản dị, thanh khiết. Mô-típ truyện không mới: hai chàng trai thấp thỏm yêu một người con gái ở cái bản Piát xa vắng, heo hút, yên tĩnh. Bỗng chốc bị xới tung lên tất cả. Một người bị từ chối và ra trận, hi sinh. Một người được tình yêu đền đáp lại, đầy đủ, hạnh phúc, nhưng lòng không yên ổn. Cái tình nghĩa không vơi, không mất đi mà vẫn sâu nặng. Vũ Xuân Tửu ca ngợi con người, tôn vinh con người nơi sơn cước mù sương. *Cỏng Hò* cũng là một truyện ngắn hay viết về những mất mát của người lính; mất mát không phải một phần cơ thể nơi chiến địa mà là mất mát, tổn thương tinh thần, tình cảm ghê gớm nơi hậu phương. Mô-típ truyện cũng không mới, nhưng cái hay, cái thật mà *Cỏng Hò* thuyết phục người đọc chính là sự ứng xử của người lính trở về với vợ- kẻ bạc tình. Chúng tôi cho rằng, Vũ Xuân Tửu không chủ tâm xoáy sâu khai thác những mất mát hi sinh trong chiến tranh và ông đặt số phận thua thiệt người lính vào các hoàn cảnh khác nhau bằng cái nhìn nhân văn. Vũ Xuân Tửu có những chi tiết thật hay, ví dụ: khiêng cáng tử sĩ; biên bản bàn giao di vật liệt sĩ; khi biết vợ ngoại tình, người cựu binh mài dao bên suối, vv...

Vũ Xuân Tửu còn truyện ngắn liên hoàn *Người sông nước* rất hay, nhưng rất tiếc phần một - *Cánh chân sào* đã in ở một tờ báo trước đó, nên đành phải đứng ngoài giải. Truyện ngắn Vũ Xuân Tửu hay ở giọng kể rất riêng, có duyên. Ông khách quan đứng ngoài, không cướp lời làm cái loa thay nhân vật. Văn hay đạt đến độ hàm súc, cô đọng và có những đoạn lung linh. Trong 5 truyện ngắn dự thi, còn có *Bí mật cuốn gia phả, Thợ cắt tóc truyền đời* cũng khá hay; và nói lên sự phong phú, đa dạng của tác giả. (...)

(Tạp chí Văn nghệ quân đội, số 662, tháng 1/2007)

ĐỌC TRUYỆN NGẮN ĐƯỢC GIẢI NHẤT CỦA NHÀ VĂN VŨ XUÂN TỬU

(Lời bình của nhà văn Ma Văn Kháng - Chủ tịch Hội đồng văn xuôi Hội Nhà văn Việt Nam, Uỷ viên Ban chung khảo cuộc thi truyện ngắn Tạp chí Văn nghệ quân đội, năm 2005-2006).

Vũ Xuân Tửu có đến năm truyện ngắn dự thi đã in trên Tạp chí Văn nghệ quân đội. Truyện nào cũng có ý vị riêng, tôi cũng thích. Tiếc cái *Người sông nước* do phạm qui tí chút, không được vào chung khảo. Nói như thế để thấy cây bút này đang đà sung sức, đã hình thành bản sắc riêng. Và chọn hai cái *Chuyện ở bản Piát, Bí mật cuốn gia phả và Cỏng Hò* để trao giải nhất là tinh tuyển, là đích đáng!

Một truyện ngắn hay cần nhiều yêu cầu phải đạt được lắm. Nhưng với tôi, ở truyện ngắn của Vũ Xuân Tửu, điều đắc ý trước hết là thuộc về giọng kể, hơi vănmột trong những bí kíp được trời cho của tác giả văn xuôi, truyện ngắn. Trẻ trung, hóm hỉnh, hồn nhiên mà không hời hợt, mà đẹp cao sang, mà tinh tế và giàu sức gợi. Đó là cái giọng vàng vô cùng thích hợp với câu chuyện, đối tượng nhà văn định miêu tả.

Truyện ngắn của Vũ Xuân Tửu có đường nét thanh nhã, có cốt truyện đơn tuyến, không có hình thức li kì rắc rối mà đọc vẫn cuốn hút, bồi hồi, ấy là vì ngoài cái bí kíp là giọng kể, hơi văn nói trên, anh còn có được một phép lạ nữa là tài sử dụng, tạo lập được những chi tiết thật đặc sắc, đáng giá. Truyện của Vũ Xuân Tửu hay ở từng chi tiết, có thể vừa đọc vừa dừng lại nhâm nhi, ngẫm ngợi thú vị từng khổ văn ngắn.

Khấu trong truyện *Chuyện ở bản Piát* là đội trưởng sản xuất, đi bộ đội hi sinh. Người ở đơn vị đem tư trang của liệt sĩ về trả. Biên bản ghi: "Áo may-ô cũ: 2 cái. Quần đùi: 3 cái… ". Hỏi: Không có quần áo dài à? Mới biết Khấu ở chiến trường gian khổ, ác liệt, chiến sĩ trước khi ra trận, quần áo mới để lại cho đồng đội, mình chỉ mặc quần áo cũ và cầm súng ra đi.

Đọc đến đây, bỗng ứ nghẹn, bỗng muốn khóc oà. Đọc đến đây chợt nhớ tới *Dáng đứng Việt Nam* của Lê Anh Xuân:

"Không một tấm hình, không một dòng địa chỉ
Anh chẳng để lại chi trước lúc lên đường
Chỉ để lại dáng đứng Việt Nam tạc vào thế kỉ…".

Khấu cũng vậy, Khấu tạc vào lòng ta bóng hình một con người thật giản dị và lớn lao.

Chi tiết này là chi tiết mấu chốt, là điểm nhấn, là chỗ rướn của truyện. Không có nó, không có truyện hay. Gay go là ở chỗ đó. Mỗi truyện ngắn, khắc nghiệt thay, lại chỉ được phép có một điểm nhấn, một chỗ rướn mà thôi.

Điều này cũng thấy ở truyện ngắn *Cỏng Hò*. Vần đi bộ đội về, vợ đã có con ngoài giá thú. Đau quá! Bức bối quá. Vần đem hết dao to, dao nhỏ trong nhà ra suối mài. Mài! Mài! Mài mải miết đến mức chỉ còn nghe tiếng khoèn khoẹt và mùi đá khét cháy. Mài đến độ con dao nhọn muốn xông lên đâm ngực con thú, đến độ ngửi thấy mùi máu tanh tanh phảng phất đâu đây.

Đau này, thù này không thể không giải toả! Đau này, thù này không quân tử phục thù tam niên, thì cũng tiểu nhân phục thù tại tiền! Đau này, thù này phải bùng nổ. Và đã bùng nổ, nhưng là bùng nổ của lương tâm. Lương tri thức tỉnh. Đoạn đặc tả này là điểm nhấn, điểm rơi của trọng lực, thật vô cùng đặc sắc.

Mừng thành công của nhà văn Vũ Xuân Tửu, mừng truyện ngắn Việt Nam có thêm những truyện ngắn hay.

(Tạp chí Văn nghệ quân đội, số 662, tháng 1/2007).

SỨC VƯƠN LÊN CỦA CÁC CÂY BÚT TRONG LỰC LƯỢNG CÔNG AN

Tại Cuộc thi truyện ngắn 2005-2006 của Tạp chí Văn nghệ quân đội, ba trong số năm cây bút thuộc lực lượng công an tham gia đã có tác phẩm lọt vào vòng chung khảo. Các nhà văn của Tạp chí Văn nghệ quân đội đùa rằng: Cuộc thi lần này, các cây bút công an "đổ bộ" sang Nhà số 4. Giải nhất thuộc về một nhà văn công an: Trung tá Vũ Xuân Tửu. Điều này cho thấy sự phát triển mạnh mẽ và không ngừng của các nhà văn trong lực lượng vũ trang những năm gần đây.

Theo đánh giá của Nhà văn Sương Nguyệt Minh, Uỷ viên Hội đồng chung khảo cuộc thi thì nhìn chung, các tác phẩm đã bỏ qua được lối viết thô giản, kể lể dông dài, để đi được đến với sự phức tạp, phong phú và đầy sinh động. Đề tài mà các tác giả lựa chọn rất rộng. Mỗi cây bút khám phá một ngõ ngách và soi vào những góc khuất sáng của đời sống hiện thực bằng những cách nhìn riêng và sự lý giải cũng rất riêng.

Nhà văn Vũ Xuân Tửu có tới năm truyện ngắn dự thi, có chùm ba truyện ngắn được giải: *Chuyện ở bản Piát, Bí mật cuốn gia phả, Cỏng Hò.* Nhưng theo nhà văn Sương Nguyệt Minh, có một truyện hay hơn cả là *Người sông nước*, là một truyện ngắn liên hoàn, không dự giải. "Dù chỉ với ba truyện trên, tác giả Vũ Xuân Tửu đã xứng đáng đứng đầu cuộc thi, nhưng nếu có thêm *Người sông nước* thì sẽ là chùm truyện tuyệt đỉnh" - Nhà văn Sương Nguyệt Minh tấm tắc.

Đề tài ở ba truyện ngắn được giải của Vũ Xuân Tửu không mới, nhưng nét đặc biệt ở đây là cách thể hiện và giọng kể hết sức mới mẻ, có duyên trong lời văn cô đọng, dày đặc chi tiết, mà chi tiết nào cũng đều cảm động. (...). Mỗi chi tiết Vũ Xuân Tửu mang đến cho người đọc đều để lại dấu ấn, lạnh lùng mà cũng ám ảnh, mà ấm nóng, cảm động cũng đầy ám ảnh. Vũ Xuân Tửu đã được đánh giá là một trong những tác giả nam viết văn xuôi có nghề, từng trải nỗi đau đời và giàu cảm xúc trong từng con chữ.

Dạ Miên

(Website Bộ Công an, 11/01/2007).

CHỈ CÓ CẢM XÚC THẬT HAY GIẢ, KHÔNG CÓ ĐỀ TÀI MỚI HAY CŨ

(Nhà văn Khuất Quang Thuỵ, trả lời phỏng vấn của Báo Tuổi trẻ...)

Mười bốn truyện ngắn đoạt giải của Tạp chí Văn nghệ quân đội đã cho thấy một thực tế giản dị: dù cuộc sống phát triển đến đâu, dù văn học có nhu cầu cách tân thế nào, điều đầu tiên và cốt lõi để văn học đến được với công chúng là nó phải tạo được xúc cảm nơi người đọc.

Trao đổi với Tuổi trẻ trước những băn khoăn của người yêu mến Văn nghệ quân đội về sự "lạc hậu" của truyện ngắn "bộ đội" trong cuộc sống hiện đại, nhà văn Khuất Quang Thuỵ - Phó tổng biên tập Tạp chí Văn nghệ quân đội, người đã mười lăm năm nay thường trực theo dõi các cuộc thi truyện ngắn của tạp chí, nói:

Ban đầu, chúng tôi cũng không khỏi có chút lo lắng. Cuộc sống phát triển quá nhanh và chân dung văn học không thể mãi là những người người lính của thời bom đạn. Nhưng làm thế nào để có những tác phẩm viết về chiến tranh, về người lính mà công chúng trẻ hôm nay chấp nhận được thì hoàn toàn trông chờ ở các tác giả dự thi.

Và càng đọc các tác phẩm gửi về thì càng mừng. Với hơn hai nghìn truyện ngắn trong hai năm, người ta thật sự có nhiều quyền lựa chọn. Chúng tôi đã chọn được giải nhất xứng đáng: anh Vũ Xuân Tửu, năm mươi hai tuổi, Trung tá Công an; ba giải nhì đều là các tác giả trẻ: Thu Trân, Lê Hoài Lương, Niê Thanh Mai. Cuộc thi nào cũng có giải thưởng, nhưng không phải cuộc thi nào cũng tạo ra các cây bút thật sự, và ở cuộc thi này, chúng tôi rất vui mừng khẳng định là Vũ Xuân Tửu (giải nhất), Niê Thanh Mai, Di Li (giải ba), Đặng Minh Sáng (giải tư)... là những cây bút vạm vỡ trong tương lai gần.

Rất nhiều người bày tỏ lo lắng hộ chúng tôi là văn chương kiểu Văn nghệ quân đội hình như đang bị lỗi thời, lạc hậu nhưng với các truyện ngắn được giải và cả những truyện không được giải, có thể thấy thực tế không như vậy. (...).

Ở thế mạnh truyền thống của Văn nghệ quân đội - lối viết hiện thực, giản dị, chủ yếu là kể và tả, thì hầu hết các tác giả đoạt giải đều gây được cho độc giả điều quan trọng nhất: sự xúc động. Chùm truyện của Vũ Xuân Tửu là vậy. Câu chuyện của anh lôi cuốn, chi tiết ngồn ngộn và chân thật, bi kịch cũng như cách giải quyết đều cổ điển nhưng không cũ kĩ, những chuyện tình thời chiến tranh và nỗi đau hậu chiến đều đã gặp ở đâu đó trong cuộc sống, phim ảnh, nhưng anh xử lí không hề sáo mòn. (...).

Có lẽ tôi không khách quan khi nói quá nhiều về những cái được của những truyện ngắn ấy. Nhưng tôi cũng như nhiều thành viên Ban Giám khảo khác: chị Lê Minh Khuê, anh Ma Văn Kháng, anh Chu Lai... thật sự xúc động và bị thuyết phục, và điều đó thì không phải dễ gặp trong bất kì cuộc thi nào, tác phẩm nào.

VĂN HỌC TUYÊN QUANG, MỘT NĂM THU HOẠCH

(...) Vũ Xuân Tửu là nhà văn đầu tiên của tỉnh đoạt giải cao, trong một cuộc thi văn học tầm cỡ quốc gia. Sau một thời gian miệt mài làm việc, năm 2006 tin vui liên tục đến với nhà văn Vũ Xuân Tửu: đầu năm, vào Hội Nhà văn Việt Nam, giữa năm, Nhà xuất bản Quân đội nhân dân đã in và phát hành cuốn tiểu thuyết *Chúa Bầu*. Ấy là chưa kể còn vài tập bản thảo khác đã được các nhà xuất bản đặt hàng và sẽ cho ra mắt bạn đọc trong nay mai. Khi những ngày cuối cùng của năm 2006 đang khép lại, thì tại hội nghị tổng kết cuộc thi truyện ngắn (2005-2006) do Tạp chí

Văn nghệ quân đội tổ chức, chùm truyện ngắn: *Chuyện ở bản Piát, Bí mật cuốn gia phả, Cỏng Hò* của nhà văn Vũ Xuân Tửu đã giành giải nhất. Đây thực sự là một sự kiện văn học nổi bật của Tuyên Quang, trong năm 2006. Xin chúc mừng nhà văn Vũ Xuân Tửu, về sự thành công ngoạn mục này!

Lâu nay, những người quan tâm đến sự nghiệp văn học Tuyên Quang, kể cả những nhà phê bình văn học, các nhà văn, nhà thơ vẫn không khỏi băn khoăn về tiềm năng, diện mạo của văn học Tuyên Quang. Sự băn khoăn này chí ít được giải toả bằng sự bứt phá của các nhà văn trong năm 2006...

Vũ Tuấn

(Tạp chí Văn hoá Tuyên Quang, số Xuân Đinh Hợi).

ĂN QUẢ NHỚ KẺ TRỒNG CÂY

(Cảm tưởng của tác giả khi nhận giải nhất, cuộc thi truyện ngắn Tạp chí Văn nghệ quân đội, 2005 - 2006)

Năm 1983, tôi có một cuốn sổ tay Tạp chí Văn nghệ Quân đội, bìa ni-lon, trong đó có ghi: "Tạp chí sáng tác văn học và nghệ thuật của Quân đội nhân dân Việt Nam, ra hằng tháng. Tạp chí phục vụ những nhiệm vụ chính trị chủ yếu của quân đội, là người bạn, người đồng chí thân yêu của cán bộ chiến sĩ; đồng thời, là người bạn tình cảm của đông đảo thanh niên và bạn đọc trong cả nước. Tạp chí là nơi tập hợp lực lượng sáng tác văn nghệ của toàn quân, là mảnh đất để phát hiện và vun đắp những mầm non, thử thách, rèn luyện những tài năng; đồng thời, cũng là một trong những trung tâm góp phần xây dựng và phát triển nên văn học, nghệ thuật xã hội chủ nghĩa trên cả nước. Tạp chí được phát hành rộng rãi trong quân đội và trong cả nước, và cũng phát hành ở cả một số nước trên thế giới...".

Cuốn sổ tay Tạp chí Văn nghệ quân đội mà tôi có được một cách ngẫu nhiên. Tôi đọc tôn chỉ, mục đích của tạp chí cũng vô tình. Thế mà rồi ngấm vào mình lúc nào không hay. Nhờ cuốn sổ này, tôi đã ghi chép được nhiều tư liệu về những ngày tháng trên biên giới phía Bắc. Đến năm 2005, tôi được đăng truyện ngắn đầu tiên trên Tạp chí Văn nghệ quân đội, rồi được đi dự Trại sáng tác về chủ đề Lực lượng vũ trang và Chiến tranh cách mạng, do Tạp chí và Chi hội Nhà văn quân đội tổ chức, tại Nhà sáng tác Đại Lải, và liên tiếp tôi có năm truyện ngắn dự thi được in trên tạp chí: *Thợ cắt tóc truyền đời, Người sông nước, Chuyện ở bản Piát, Bí mật cuốn gia phả* và *Cỏng Hò*.

Ăn quả nhớ kẻ trồng cây, khi được tin giải thưởng, tôi đã đến cám ơn gia đình liệt sĩ Sư đoàn 316, từng cung cấp tư liệu về di vật liệt sĩ cho tôi viết *Chuyện ở bản Piát*. Anh bộ đội khi sống thì chiến đấu vì Tổ quốc, hi sinh rồi mà còn để lộc cho văn chương. Việc đến được với Tạp chí Văn nghệ Quân đội, có một ý nghĩa to lớn cho quãng đời cầm bút, tôi đã được nhập vào sông văn chương đất Việt. Bây giờ, lại được giải thưởng lớn đến nhường này, xúc động xiết bao! Ngẫm câu chuyện bó đũa chọn cột cờ, nghĩ về giải thưởng văn chương sang trọng này, tôi cảm thấy tự hào và sợ hãi. Làm người viết văn, tôi cảm thấy cánh tay cầm bút thật nặng nề!

Vũ Xuân Tửu

(Tạp chí Văn nghệ quân đội, số 663- 664, tháng 2/2007).

VŨ XUÂN TỬU - NGƯỜI "ĐÃI VÀNG" Ở BẢN PIÁT

Gặp nhà văn Ma Văn Kháng, hỏi chuyện làm giám khảo cuộc thi truyện ngắn trên tạp chí Văn nghệ Quân đội, ông cứ tấm tắc về một nhà văn mới (không phải nhà văn trẻ vì đã "hơn năm chục cái lá vàng rơi").

Ông bảo: Làm cái anh viết truyện ngắn mà kiếm được một chi tiết đắt kể cũng là thành công, là có khả năng nhặt những hạt vàng trong cuộc sống. Ấy vậy mà cái anh Vũ Xuân Tửu - nhà văn mang sắc phục công an ở xứ Tuyên lại nhặt được khá nhiều vàng...

Người nghệ sỹ cặm cụi đi nhặt vàng

Trong bộ ba truyện ngắn của Vũ Xuân Tửu đạt giải nhất cuộc thi của Tạp chí Văn nghệ Quân đội, *Chuyện ở bản Piát* được bạn đọc chú ý hơn cả, một phần vì nó được đăng trong số tổng kết cuộc thi, nhưng thực chất là truyện ngắn này chứa trong nó nhiều "hạt vàng"- những chi tiết rất đắt mà tác giả đã dụng công.

Chuyện ở bản Piát là chuyện kể về số phận người lính trong chiến tranh, dẫu mô-tuýp chuyện đơn giản, giọng kể nhẹ nhàng thủ thỉ, nhưng nó không đơn thuần là bài ca lãng mạn về chiến tranh. Đó là sự mất mát, là sự hi sinh gian khổ, là sự khắc nghiệt của chiến tranh với người lính.

Vũ Xuân Tửu đã cho người đọc thấy một bộ mặt khác của chiến tranh khi tả đoạn đồng đội của Khẩu đem quân tư trang của anh về trả cho gia đình: "Biên bản ghi: áo may ô cũ: 2 cái, quần đùi: 3 cái (2 cũ, 1 mới), khăn mặt cũ:1 cái, giày vải cũ loại II: 1 đôi, ba lô cũ loại II: 1 cái (tổng cộng 5 thứ)... Hỏi: Không có quần áo dài à? Thì mới biết, chiến sĩ trước khi ra trận quân phục mới để lại hậu cứ cho đồng đội. Còn mình chỉ mặc quân phục cũ và cầm súng ra đi".

Ngoài chi tiết liệt kê quân tư trang của liệt sĩ Khẩu đã nêu, tác giả còn làm người đọc rưng rưng khi kể Khẩu dù to khỏe nhưng luôn xung phong xin khiêng phía sau cáng chở tử sĩ. Vì: "Tử sĩ để lâu ngày, đã rữa ra, lúc khiêng lên dốc... dốc ngược, thì nước vàng chảy theo đòn khiêng xuống vai, cứ phải lấy lá mà quệt đi, cho khỏi thấm vào áo".

Gặp Vũ Xuân Tửu ở Quảng Bá khi đang tham dự Khóa 1, Trung tâm bồi dưỡng viết văn Nguyễn Du, hỏi làm thế nào anh "nhặt" được nhiều "hạt vàng" đem vào truyện của mình thế. Nhà văn ngoại ngũ tuần thật thà: "Nhờ mấy chục năm ghi chép tích cóp, đến khi vào trại sáng tác thì cứ lôi ra dùng thôi, chẳng biết có đắt giá hay không"…

Đấy, tất cả bí kíp thành công của anh chỉ vậy, cứ sống, cứ đi, cứ ghi chép rồi khắc "có vàng". Ngay như cái chi tiết quân tư trang của liệt sĩ Khấu mà độc giả, rồi không ít nhà phê bình khen tấm tắc cũng là do: "Một hôm tôi theo bè bạn đi chơi, vào nhà một anh hỏi thăm tình hình gia đình mới thấy một bản di vật của liệt sĩ gửi về, mình đọc rất xúc động. Tại sao một người ra chiến trận lại hi sinh cao cả như thế? Nó ngấm vào mình, về sau đi vào trại sáng tác của Tạp chí Văn nghệ quân đội ở Đại Lải năm 2005, viết về đề tài Lực lượng vũ trang và Chiến tranh cách mạng, tự nhiên nghĩ đến chi tiết đó, mới ngồi vào viết".

Hay như chi tiết Vũ Xuân Tửu kể Khấu xung phong khiêng phía sau cáng chở tử sĩ cũng nhờ "nghe ông chú từng chiến đấu bên Lào nói chuyện khiêng tử sĩ ở mặt trận, tử thi để lâu nên chảy nước vàng xuống người khiêng cáng đi sau"…

Cái cặm cụi, cần cù tích cóp của Vũ Xuân Tửu còn thể hiện ở những quan sát tinh tế đời sống hằng ngày. Câu nói của cô Phái: "Ông chủ phải tựa vào cột chủ" chân chất mà sâu nặng như bản tính của người dân miền núi. Đó chính là kết quả của cái "vốn" phong phú về cuộc sống, về văn hóa của các dân tộc thiểu số vùng núi phía Bắc, mà anh đó chịu khó tích cóp, sau mấy chục năm lăn lộn khắp một dải biên cương, từ Hà Giang đến Lào Cai, Cao Bằng.

Không chỉ ở tác phẩm *Chuyện ở bản Piát*, trong truyện *Cỏng Hò* và *Bí mật cuốn gia phả*, Vũ Xuân Tửu cũng ghi dấu bằng những chi tiết ấn tượng, đọc mà nhớ. Ví dụ ở *Cỏng Hò*, anh miêu tả người lính tên Vần, rời chiến trường về nhà thì vợ đã có con với người khác. Đau quá, ức quá, Vần mới mang dao ra bờ suối mài cho xả hết đau đớn, bức bối trong lòng. Chi tiết anh Vần mài dao được Vũ Xuân Tửu chau chuốt khá kĩ lưỡng và thuyết phục người đọc, bằng lối miêu tả rất gợi: "Trưa đến chiều, Vần mài dao nhọn đi săn, dao ba thái rau, dao tư chặt cây, dao năm phát cỏ và dao thái chuối dài như thanh mã tấu. Gió không thổi, nên tán lá cơi, lá xổ bên suối thôi không xào xạc. Suối vẫn chảy mà thôi không róc rách. Chỉ có tiếng mài dao khoèn khoẹt và mùi khen khét của đá cháy và lưỡi dao bị chà xát nóng lên,… Đống bột đá mài nhão nhoẹt, lấp lánh những hạt thép, đã to như đống cứt nghé. Người ta ngửi thấy mùi máu tanh tanh, thoang thoảng đâu đó…".

Đường văn muộn màng

Tháng 1/2007, khi Tạp chí Văn nghệ quân đội công bố kết quả cuộc thi truyện ngắn (năm 2005-2006) thì cái tên Vũ Xuân Tửu còn khá lạ lẫm với bạn đọc cả nước.

Vũ Xuân Tửu xuất hiện lặng lẽ trên văn đàn bắt đầu từ những năm chín mươi của thế kỷ trước, với một số truyện ngắn, bút kí đăng trên Tạp chí Văn nghệ Công an nhân dân, Tạp chí Văn nghệ Tuyên Quang. Song, chính bộ ba truyện ngắn: *Chuyện ở bản Piát, Cỏng Hò, Bí mật cuốn gia phả* được Ban giám khảo cuộc thi truyện ngắn của Tạp chí Văn nghệ Quân đội, gồm những nhà văn tên tuổi như Nguyễn Bảo, Khuất Quang Thụy, Chu Lai, Ma Văn Kháng... trao giải Nhất là bước ngoặt quan trọng đối với cuộc đời cầm bút của Vũ Xuân Tửu.

Có thể nói, đó là kết tinh đời văn khá dài của Vũ Xuân Tửu, nó như sự bứt phá thần tốc. Đọc ba truyện này, so sánh với các tác phẩm trước đó của anh (được trích đăng trong tập truyện ngắn *Mồ hôi của đá*), ta có cảm giác đó là hai giọng văn khác hẳn. Phần nhiều tác phẩm trước khi Vũ Xuân Tửu "nổi tiếng" có vẻ giống như những ghi chép dọc đường của anh nhà văn tỉnh lẻ. Mà có lẽ thế thật, bởi chính anh Tửu cũng giãi bày rằng, mình "tập viết văn" trong nhiều năm. Mỗi ngày viết mấy trang, bản thảo viết đi viết lại mấy lần... Lần nào cũng viết tay, không đánh máy, dẫu máy tính thì đã sắm từ lâu lắm rồi, từ cái thời nó là đồ dựng xa xỉ của những viên chức ở tỉnh miền núi Tuyên Quang.

Chẳng biết có phải vì nghiệp văn hơi muộn không, mà nhà văn chẳng còn trẻ nữa quyết định tấn công sang mảnh đất của tiểu thuyết. Như anh nói là: Nếu truyện ngắn là khẩu súng lục thì tiểu thuyết là khẩu thần công của văn chương. Và cũng vì, có nhiều chi tiết không dùng hết ở thể loại truyện ngắn nên phải chuyển sang tiểu thuyết...

Khởi đầu cuộc "xâm lấn" này là tiểu thuyết cực ngắn *Hình bóng đàn bà*. Năm 2008 là sự ra đời của tiểu thuyết *Chuyện trong làng ngoài xã*. Và một số tác phẩm dự định.

Biết quyết định của Vũ Xuân Tửu, sao cứ thầy bồn chồn. Chả biết có bao nhiêu hạt vàng cuộc sống sẽ được dồn nén trong những tác phẩm dài của anh sau này. Lại cứ nhớ tiếng tính tẩu của cô Phái ở bản Piát...

Hà Thành
(Báo Gia đình.net.vn, ngày 15/01/2008).

TRUYỆN NGẮN VŨ XUÂN TỬU

Đọc truyện ngắn Vũ Xuân Tửu, người ta dễ liên tưởng đến những tiểu thuyết của ông. Dường như mỗi truyện ngắn là một phần rất nhỏ của tiểu thuyết được cắt ra rồi chưng cất, xoáy sâu vào nỗi ám ảnh nào đó về cuộc đời. Đề tài mà truyện ngắn Vũ Xuân Tửu hướng tới cũng mang âm hưởng của những tiểu thuyết. Vẫn là cuộc sống vừa thơ mộng vừa nghiệt ngã ở những vùng núi cao bên dòng sông Lô (*Dòng chảy, Trên khúc sông Tam cờ, Người sông nước, Tiếng kèn lá trên Mã Pì Lèng*...); vẫn là những chuyện rất bình thường của cuộc đời mà chứa đầy triết lí thâm trầm (*Ông lão bán điếu, Thanh kiếm cà là gỉ, Tầm phào, Chữ kí*...); vẫn là những cuộc tình đầy đam mê pha màu huyền thoại về sự ngang trái (*Dòng chảy, Cầu vồng trên núi Nàng Tiên, Chớp bể mưa nguồn*...); Vẫn là những dấu tích dân gian đầy tâm linh trong cuộc sống đời thường của con người (*Pho tượng gỗ mít*...);

vẫn là cái ngang trái của người theo nghiệp văn (*Nợ văn chương, Gia đình*...). Những tác phẩm đó nhắc nhở người đọc về những thứ mà có thể ngày thường ta lãng quên trong cuộc sống vội vã, nhắc nhở ta nhớ đến sự tồn tại thầm lặng mà mãnh liệt của những thứ bé nhỏ như chuyện về nghề bán điếu, nhắc nhở về sự tồn tại của những thứ *Tầm phào*, nhắc nhở ta lưu tâm để ghi nhận khoảnh khắc tuyệt diệu của cuộc sống như đêm trăng sông Lô, chuyện tình trên rẻo cao; nhắc nhở ta chiêm nghiệm về lẽ sống ở đời... Nhưng ấn tượng hơn cả trong tiểu thuyết cũng như trong truyện ngắn của ông là những trang viết về đời sống tâm linh của con người, về những điều huyền ảo ngay trong cuộc sống vốn được coi là trần trụi, về tình yêu bất kể khi người ta còn sống hay đã chết (*Người sông nước, Cầu vồng trên núi Nàng tiên*...). Truyện ngắn của Vũ Xuân Tửu thường được trần thuật từ nhân vật xưng tôi, khiến tác phẩm mang đậm chất trữ tình và tính tự truyện; giọng văn hóm hỉnh, thể hiện cái nhìn tinh tế, khiến người đọc ngỡ ngàng phát hiện ra những điều thú vị ngay trong cuộc sống thường nhật. Đặc biệt sáng tác của ông mang đậm màu sắc kì ảo gợi nhắc về những vùng rừng núi mang những điều huyền bí thẳm sâu. Điều thú vị là sự huyền ảo nằm ngay trong cuộc sống đời thường, bắt mạch vào truyền thống văn hóa dân gian. Nhưng trên hết, dùng yếu tố huyền ảo, tác giả muốn khắc sâu sức sống mãnh liệt của tình người, tình đời. Bên cạnh những truyện rất ngắn ghi lại lát cắt của cuộc sống như: *Ông lão bán điếu, Thế gian cũng lắm anh hùng, Tầm phào*... Vũ Xuân Tửu còn có những truyện ngắn được thiết kết công phu, có bố cục, lớp lang rõ ràng, phảng phất tư duy tiểu thuyết, như: *Người sông nước, Bí mật cuốn gia phả*....

Trong cuộc sống hiện đại, con người bị cuốn đi, lao về phía trước một cách vội vã, không dám dừng lại để nghiền ngẫm về ý nghĩa cuộc sống vì sợ rằng người khác sẽ vượt lên, còn mình bị tụt hậu. Những khoảnh khắc về đời sống trong truyện ngắn và cả tiểu thuyết Vũ Xuân Tửu sẽ giúp chúng ta nhớ về bản thể của mình, suy tư về những thứ đang tồn tại xung quanh. (...)

Đỗ Văn Hiểu
(Giảng viên, Khoa Ngữ văn, Đại học Sư phạm Hà Nội
Nguồn: vanhocnghethuat.byethost31.com,10/8/2009).

TRUYỆN NGẮN, THẾ MẠNH CỦA CÁC CÂY VIẾT VĂN TUYÊN QUANG

TQĐT - Mỗi người viết văn thường có thế mạnh ở một thể loại nhất định. Tuyên Quang có đội ngũ viết văn khá đông, nhiệt huyết và đầy trách nhiệm trong sáng tác. Trong đó, thể loại truyện ngắn đã được nhiều cây bút Tuyên Quang thể hiện tương đối thành công và đã được khẳng định trên văn đàn nước nhà. Đó là đánh giá của nhà văn Sương Nguyệt Minh, tại lớp tập huấn viết truyện ngắn do Hội Văn học - Nghệ thuật tỉnh tổ chức mới đây cho các hội viên văn xuôi.

Theo Nhà văn Sương Nguyệt Minh, qua các thời kì, Tuyên Quang đều có những nhà văn gặt hái được nhiều thành tựu với thể loại truyện ngắn. Trong mấy năm vừa qua, đội ngũ sáng tác của Tuyên Quang đã dày hơn, xuất hiện một số cây bút trẻ triển vọng ở thể loại truyện ngắn. Nhà văn Sương Nguyệt Minh cho rằng, ở thế hệ nhà văn sau Phù Ninh, Đinh Công Diệp, Trịnh Thanh Phong, có Vũ Xuân Tửu là người thể hiện thành công nhất với thể loại truyện ngắn. Điển hình là truyện ngắn *Chuyện ở bản Piat* đã đoạt giải nhất Cuộc thi truyện ngắn Tạp chí Văn nghệ quân đội năm 2005-2006. Cái riêng của Vũ Xuân Tửu là khả năng tạo dựng một giọng điệu mới lạ trong truyện ngắn. Sự hồn nhiên, chân chất và bàng bạc chất thơ là cái rất riêng trong giọng điệu truyện ngắn của anh. Vũ Xuân Tửu viết truyện ngắn thành công (...), ở chỗ viết rất khách quan, đứng ngoài cuộc đời nhân vật để viết, không phát ngôn thay cho nhân vật. Đó là giọng điệu xuyên suốt của Vũ Xuân Tửu trong các truyện ngắn của anh.

Thành Công
(Tuyên Quang Online, thứ bảy, 26/11/2011)

MỘT TRUYỆN NGẮN THÚ VỊ

Vũ Xuân Tửu - Người phức hợp, khó có thể nói anh già hay trẻ, ngây thơ hay đại bợm... Chỉ có thể chắc, anh thiện.

Dại miệng (Chuyến xe lên vùng cao) là một truyện ngắn thú vị, với cái kết đột ngột hình sự hóa rất có duyên.

Vũ Xuân Tửu có tài phác họa nhân vật rất nhanh và ấn tượng.

L.A.H (Lê Anh Hoài)
(Báo Tiền phong Chủ nhật, 8/5/2011)

VỊ THẾ CỦA TRUYỆN NGẮN TUYÊN QUANG

TQĐT - Không chỉ đều đặn xuất hiện trên các số Báo Tân Trào, truyện ngắn của các tác giả Tuyên Quang được đăng tải khá nhiều trên Báo Văn nghệ, Tạp chí Văn nghệ quân đội. Nhiều tác phẩm được độc giả cả nước đón nhận nhiệt tình, phần nào khẳng định được tên tuổi của các cây bút truyện ngắn trên văn đàn nước nhà.

Phân hội Văn học, Hội Văn học - Nghệ thuật tỉnh có năm mươi mốt hội viên, trong đó có khoảng hơn hai mươi người viết văn xuôi. Có thể kể đến những cây bút viết truyện ngắn có nghề như: Đinh Công Diệp, Phù Ninh, Trịnh Thanh Phong, Vũ Xuân Tửu, Nguyễn Đình Lãm...

Chúng ta có thể dễ dàng nhận thấy Tuyên Quang có đội ngũ viết văn khá hùng hậu, không những làm nòng cốt ở địa phương, là đội quân chủ lực trên Báo Tân Trào mà còn vươn ra văn đàn cả nước. Đánh giá về truyện ngắn xứ Tuyên, nhà văn Tùng Điển, Phó Chủ tịch Ủy ban toàn quốc Liên hiệp các Hội Văn học - Nghệ thuật Việt Nam từng nhận xét, văn xuôi cũng như truyện ngắn Tuyên Quang nổi trội trong khu vực các tỉnh miền núi phía Bắc.

Vũ Xuân Tửu là một trong những nhà văn gặt hái được nhiều thành công trong mảng văn học hiện thực. Truyện ngắn của Vũ Xuân Tửu có đường nét thanh nhã, ngôn từ trau chuốt. Qua các tập truyện ngắn của ông như *Tầm phào, Yếm thắm, Bí mật cuốn gia phả, Con chim lửa*... người đọc nhận rõ hình ảnh của cuộc sống đời thường với đầy đủ góc cạnh của nó. Trong đó, *Chuyện ở bản Piát* đoạt giải nhất Văn nghệ quân đội năm 2006. Chuyện xoay quanh số phận người lính trong chiến tranh, tuy mô típ chuyện đơn giản, giọng kể nhẹ nhàng thủ thỉ, nhưng nó không đơn thuần là bài ca lãng mạn về chiến tranh. Đó là sự mất mát, là sự hi sinh gian khó, là sự khắc nghiệt của chiến tranh với người lính. Không chỉ ở tác phẩm *Chuyện ở bản Piát*, trong truyện *Cỏng hò và Bí mật cuốn gia phả*, Vũ Xuân Tửu cũng ghi dấu bằng những chi tiết ấn tượng, ngôn từ trau chuốt khá kĩ lưỡng và thuyết phục người đọc, bằng lối miêu tả rất gợi.

Giang Lam

(Báo Tuyên Quang điện tử, thứ bảy, 7/9/2013)

BÌNH TRUYỆN NGẮN KEO TAI TƯỢNG

Có người viết truyện ngắn như vệt cắt mỏng rạch ngang đời sống. Có người viết truyện ngắn hàm ý, tựa một bài học luân lí... *Keo tai tượng* của Vũ Xuân Tửu kể câu chuyện về thân phận một con người, thông qua số phận một loài cây: keo tai tượng. Truyện sẽ như bài báo chống tiêu cực nếu như tác giả dựng lại đời sống mà không có văn. Lại cái kết buồn, xa xót, song thiên truyện vẫn đứng lại trong bạn đọc. Sự trăn trở của tác giả ở từng câu dung dị, nhưng gây được sang chấn cảm xúc. Tấm lòng nhà văn với con người, bênh vực cái tử tế, tinh thần dám hi sinh, lòng dũng cảm chịu trận trong đời sống cần đổi mới quyết liệt, dù hôm nay có thể thua thiệt, thậm chí đau khổ, mất mát...

Truyện ngắn Vũ Xuân Tửu không xách mé, không đay nghiến, nhẩn nha... mà cái khôn lỏi, cái ác, cái nhố nhăng vẫn bị vạch mặt...

Nhà văn ***Nguyễn Văn Thọ***

(Nhân Dân hằng tháng, 21/1/2013)

NHẬN XÉT TRUYỆN NGẮN BÍ MẬT CUỐN GIA PHẢ

Thưa các bạn, xung quanh vật làm tin là chiếc đồng hồ Slava mạ vàng đã cũ, cuộc đời các nhân vật gắn bó với nhau đầy duyên và nợ. Người nghe bị lôi cuốn vào tình huống, một người đàn ông chủ động sắp đặt cho vợ ăn nằm với người khác, để có con. Và ta càng bị lôi cuốn hơn nữa, bởi lối phân tích tâm lí vô cùng tinh tế và đặc sắc của người viết. Tiếng nói như mếu của Hộ, khi mời anh bộ đội vào phòng ngủ. Thần kinh của Hộ như bị búa tạ đập vào đầu, khi dỏng tai lên nghe từng tiếng động nhỏ từng trong phòng. Cảm giác khi bế đứa con không phải của mình, như bê chồng gạch nặng mà có đàn kiến lửa bò ra... Tất cả những chi tiết đó, làm cho tâm trí người nghe cũng râm ran lên cùng nỗi đau trong lòng người đàn ông không may trời bắt tội vô sinh. Đau lắm chứ, nhưng không thể không làm và làm rồi thì không thể không xót xa tủi hận. Nỗi đau đó với Hộ không chỉ ngày một ngày hai, mà nó chiếm lĩnh toàn bộ tâm trí anh, để rồi từ sau cái đêm định mệnh ấy, Hộ không thể tìm lại cảm giác muốn gần gũi người vợ yêu thương hiền thục, dẫu rằng trong lòng Hộ biết, Nụ không hề có lỗi. Và nữa, hình ảnh giàn gấc Hộ trồng quanh nhà, với những quả lúc lỉu ngoài vườn và trên gác bếp, nói với ta thật nhiều điều.

Có thể nói, nhà văn Vũ Xuân Tửu đã rất thành công trong việc khắc họa tâm lí nhân vật đàn ông, với tất cả những đặc trưng cơ bản nhất về giới. Mà có lẽ là đàn ông, anh phần nào có được lợi thế. Câu chuyện thấm đẫm cảm giác nhân văn ấm áp, qua cách hành xử của các nhân vật, làm cho cảm thức đó bật ra từ nỗi đau xa xót, nhức buốt của các nhân vật mà ông trời đã run rủi cho họ gặp nhau. Cái im lặng trong sự biết của cả ba con người, góp phần tạo nên một đứa trẻ làm ta cảm động, vì thái độ hành xử đầy nhân văn của họ. Không ai muốn làm tổn thương ai, cũng chỉ bởi trong tận đáy lòng mỗi con người, họ đều muốn gánh chịu sự thiệt thòi thay cho tất cả. Không yêu thương, không vì nhau, không thể có sự im lặng cao thượng ấy. Ngay cả cuộc hành hương vào Nam lúc cuối đời của gia đình ông Chiến cũng lại là một cuộc ra đi im lặng, cần thiết và đầy ý nghĩa. Có lẽ, chính cảm thức nhân văn đó, đã tạo nên sức hấp dẫn đầy ám ảnh của truyện ngắn.

(Đài tiếng nói Việt Nam,
Chương trình Đọc truyện đêm khuya, 7/6/2016)

BỐN CÂY BÚT TRUYỆN NGẮN MIỀN SÔNG CHẢY

"Sinh ở đâu mà ai cũng anh hùng
Tất cả trả lời sinh bên một dòng sông"
(Bế Kiến Quốc).

Lần đầu tiên tôi đến với Hà Giang, đến với Chi Hội Nhà văn Sông Chảy (gồm các nhà văn sinh sống và sáng tác trên địa bàn bốn tỉnh miền núi Lào Cai, Yên Bái, Tuyên Quang và Hà Giang).

Có người thì đã gặp và quen biết như Pờ Sảo Mìn, Ngọc Bái, Vũ Xuân Tửu, Đoàn Hữu Nam, Nguyễn Trần Bé, Tống Ngọc Hân; có người thì "văn kiến kỳ thanh bất kiến kỳ hình" như Trịnh Thanh Phong, Chu Thị Minh Huệ và nhiều người khác. Tôi chỉ mong "Hữu duyên thiên lí năng tương ngộ". Trong phạm vi đọc của mình, tôi nghiêng quan tâm đến văn xuôi, đặc biệt truyện ngắn. Trong bài viết nhỏ này tôi chỉ muốn nói đến bốn cây bút truyện ngắn của Chi hội Nhà văn Sông Chảy: Vũ Xuân Tửu, Nguyễn Trần Bé, Tống Ngọc Hân và Chu Thị Minh Huệ. Mặc dầu có người trong số họ viết tiểu thuyết, thậm chí viết khỏe như Vũ Xuân Tửu, nhưng rốt cục nếu cần chọn tác phẩm để thi thố, để trích dẫn, để minh họa, để lập luận, để gọi ra ""đặc sản" của một vùng văn học thì vẫn chỉ có thể tuyển chọn truyện ngắn mà thôi. Xin được thưa trước với quý vị là, trong nghề văn đôi khi cái ngẫu hứng chi phối chúng ta rất mạnh. Vì thế mà đọc ai, viết gì cũng có khi cũng rất ngẫu nhiên, thậm chí tùy thuộc vào việc có hay không có sách trong tay. Nói như cổ nhân là đôi khi "lực bất tòng tâm". Tôi chỉ viết những gì tôi đọc được của nhà văn, dẫu còn ít, nhưng là trực tiếp. Không gì bằng trực quan sinh động. Đó là nguyên tắc phê bình văn chương của tôi.

Nhà văn Vũ Xuân Tửu là cây bút đa năng, viết thơ, trường ca, kí, truyện ngắn, tiểu thuyết. Nhưng riêng với tôi, thì trước sau Vũ Xuân Tửu là cây bút truyện ngắn có duyên. Đến nay anh đã sở hữu 6 tập truyện ngắn, nhưng có lẽ ấn tượng nhất với độc giả là tập *Chuyện ở bản Piát* (Nxb Văn nghệ, tp. HCM, 2007). Một cuốn sách mỏng thôi, chỉ in có năm truyện ngắn tham dự và đoạt Giải Nhất Cuộc thi truyện ngắn (2005-2006) của Tạp chí Văn nghệ quân đội. Truyện ngắn Vũ Xuân Tửu thường không hướng đến những "khoảnh khắc", những "lát cắt" đời sống như cách hiểu thông thường về thể loại "nhỏ" này. Nhà văn thường cô đặc, dồn nén chất liệu vào trong một khuôn khổ chữ có hạn. Nhưng sức nổ rất lớn. Truyện ngắn của Vũ Xuân Tửu không dài, ít khi vượt ngưỡng hai mươi trang, nhưng có cái "mầm mống" của tiểu thuyết (trái lại, tiểu thuyết thường rất ngắn, thậm chí "siêu ngắn" như *Hình bóng đàn bà* chỉ có tám chục trang khổ nhỏ, 11x18cm). Tôi chỉ xin dẫn một ví dụ: truyện *Người sông nước*. Truyện này ông "nghiền ngẫm" trong vòng bốn năm trời (2001-2005). Hơn một nghìn ngày cho ra đời một truyện ngắn vỏn vẹn vài chục trang. Cho nên một nhà văn tài danh thế giới đã nói một ý rất hay: Tôi không có đủ thời gian để viết truyện ngắn. Vừa rồi tôi biết có một kỷ lục viết tiểu thuyết thuộc về Đỗ Bích Thúy, hoàn thành *Chúa đất* (2015), dài hơn hai trăm trang

trang chỉ trong vòng có...mười lăm ngày. Mở đầu truyện ngắn *Người sông nước* là một câu văn ngắn chỉ có năm chữ "Nhà tôi ở bên sông". Người kể chuyện kể ở ngôi thứ nhất (xưng "tôi") hứa hẹn nhiều điều bất ngờ. Kể chuyện thời niên thiếu chỉ có mười hai dòng. Rồi chuyển "gam" rất nhanh "Lớn lên tôi đi làm chân sào". Rồi cứ thế thời gian tuyến tính được "đi tắt đón đầu". Câu chuyện diễn tiến nhanh "Ba năm sau. Tôi và cánh chân sào âm thầm sang cát cho bà chủ". Thời gian của câu chuyện tựa như bóng câu qua cửa sổ "Thấm thoắt thế mà...". Vùng sơn cước không hiện lên trong truyện ngắn Vũ Xuân Tửu với những hoa thơm cỏ lạ, với những câu chuyện đường rừng lãng đãng, với vẻ đẹp hoang dã của những "cô em xóm núi", với thiên nhiên nguyên thủy trong lành...Tất cả hiện lên trong dáng vẻ trần trụi, sắc cạnh, thô ráp. Nhưng lại rất giàu chất thơ. Tôi gọi đó là "chất thơ của văn xuôi". Văn Vũ Xuân Tửu là một lối văn có nhịp điệu khẩn trương nhưng không vội vàng, mạnh mẽ nhưng không bạo liệt, trầm lắng nhưng không cô tịch, nên phù hợp với kiểu độc giả thích sống nhanh, nhưng đồng thời cũng hợp với những ai thích sống chậm. Vũ Xuân Tửu có ý thức chăm chút câu văn. Đọc truyện ngắn và tiểu thuyết, độc giả thường chú ý đến "chuyện", đã đành. Nhưng độc giả vẫn quan tâm đặc biệt đến "văn", vẫn rất thích sự ngời sáng lên, lấp lánh hơn của câu chữ. Đó mới chính là cái nhã thú văn chương đích thực, lâu bền. Nhà văn Sương Nguyệt Minh khi đọc *Người sông nước* đã khen: "Tràn đầy lãng mạn, câu chuyện tình nhuốm màu huyền ảo, văn đẹp đến độ lung linh". Nhà văn Khuất Quang Thụy thì nhấn mạnh: "Văn hay đạt đến độ hàm súc".

Gần đây tôi thấy nhà văn Vũ Xuân Tửu hay viết tản văn, thời luận văn chương. Tôi đã đọc được một số tiểu thuyết của nhà văn tặng. Nhưng trong tôi cứ thắc thỏm một điều, nay muốn chia sẻ với nhà văn mà tôi quan tâm theo dõi nhiều năm nay: "Hãy cứ viết truyện ngắn, tại sao không?!".

Bùi Việt Thắng
Vanvn.net (Hội Nhà văn Việt Nam)
15/7/2016 8:53 am

I. 2. NHẬN XÉT TIỂU THUYẾT

NHẬN XÉT VỀ TIỂU THUYẾT CHÚA BẦU

Tôi đọc được khoảng một trăm trang bản thảo, và do tác phẩm - theo như anh nói - mới viết được một phần ba, nên muốn có một nhận xét đúng mức phải đợi khi hoàn thành.

Song, qua một trăm trang bản thảo đã đọc, tôi thấy anh quả có tài - lối viết linh hoạt, phong phú ngôn từ, sự việc được ghi nhận sắc xảo, đôi chỗ hóm hỉnh một cách ý vị và cách trình bày đan xen kim, cổ; cách dẫn chuyện mới mẻ. Riêng sưu tầm tư liệu, cho thấy công phu của một tinh thần trách nhiệm cao. (...).

Nhà văn ***Vũ Hạnh***
Trại sáng tác Văn học của Hội Văn học-Nghệ thuật Đắc Lắc,
tại Nhà sáng tác Đà Lạt, ngày 10/7/2003.

TIỂU THUYẾT HÌNH BÓNG ĐÀN BÀ

Ngắn thật, mỗi chương sách, ngắn thì vài dòng, dài thì ba trang, thường thì một-hai trang, mà sách lại in khổ nhỏ, cả thảy ba mươi tư chương.

Từng chương được đánh theo vần chữ cái và câu đầu tiên bắt đầu bằng chữ cái đó. Thí dụ, chương A: "Ai đã chẻ mớ rau muống này nhỉ?", chương Â: "Âm ti bắt đầu từ huyệt mả", chương J: "J cơ màu đỏ, hai nhép màu đen, em chọn cây bài nào?". Lại lạ nữa, bắt đầu từ chương A, lần lượt Â... đến Z, nhưng chương cuối lại là Á: "Ánh nắng xiên khoai, rọi vào gáy, khiến Mộc cảm thấy nhồn nhột".

Có lẽ, đấy chỉ là những thủ pháp bên ngoài, làm khác đi một chút để gây tò mò, chú ý cho người đọc. Nhưng cái chính là thủ pháp nghệ thuật mà tác giả dùng để viết cuốn tiểu thuyết này mới đáng nói. Chính đó là cái giúp tác giả gói gém được chỉ trong một tập sách mỏng cả một nội dung tiểu thuyết đầy đặn, nhiều chiều và gây được hứng thú cho người đọc. Cô gái trong tranh bước ra sống đời vợ chồng với chàng trai ngoài đời, tác giả đã khéo dựng được cả một đời sống từ xưa đến nay, với những số phận và cảnh ngộ con người. Văn viết kiệm chữ, có sử dụng những yếu tố huyền ảo và những hình tượng mang tính biểu tượng để truyền tải nghĩa cuả chuyện. Đọc sách này, người đọc phải tưởng tượng nhiều, phải tự huy động mình để lấp đầy những khoảng trống, khoảng lặng do tác giả dụng tâm để lại. Nhờ thế, một cuốn sách mỏng vẫn có thể đọc đi đọc lại, mỗi lần đọc lại thêm một lần hiểu. Thành công đó là ở cách viết của Vũ Xuân Tửu.

Tác phẩm này ra mắt trước khi Vũ Xuân Tửu được nhận Giải nhất Cuộc thi truyện ngắn tạp chí Văn nghệ quân đội (2005-2006). Đọc nó, thấy tác giả còn có thể có những truyện hay nữa.

Thạch Linh (Phạm Xuân Nguyên)
(Báo Thể thao & Văn hoá, thứ sáu, 27/4/2007).

TIỂU THUYẾT ĐƯƠNG ĐẠI- TIẾNG GỌI CỦA TRÒ CHƠI

Tiểu thuyết *Hình bóng đàn bà* cũng có lối xây dựng cốt truyện như những mảnh ghép. Đặc biệt hơn, các miếng ghép mà Vũ Xuân Tửu tạo ra có màu và không màu, hiện hữu mà hư vô, tuồng như sờ thấy, hiện thực đến nghiệt ngã lại tan biến ảo ảnh. Như trò ú tim, thoắt hiện, thoắt ẩn, người chủ trò dẫn dắt người tham dự từ miền hư ảo mà khám phá thực tại, từ thực tại lại phiêu du trong cõi mơ. Chín trăm chín mươi chín nốt ruồi trên thân thể Lụa là hiện thân của cõi phàm trần đầy ham hố, dục vọng; nỗi xót xa, ân hận và oán thán của Mộc là cái giá của sự ích kỉ, lòng ghen ghét và cả sự bất lực của người phải mang giữ một giá trị tinh thần quá lớn giữa rất nhiều cám dỗ. Ghép nối giữa hiện thực và ảo huyền, rời rã trong một cốt truyện không tuyến tính, người đọc đã có những hình dung khá sinh động về cõi người, cõi lòng.

Cốt truyện phân rã tạo cảm giác về một dòng hiện thực xáo trộn, nhiều màu sắc, hình ảnh lẫn lộn. Trò chơi kết cấu này là ấn tượng của nhà văn về một thế giới rạn vỡ và phi lí, cũng là sự thức nhận về tính hữu hạn của văn chương. Đập vỡ các mảng văn bản trần thuật thành những mảnh vụn rời rạc, xô lệch, không theo một trật tự nhân quả nào, trò chơi kết cấu đưa người đọc vào trạng thái phân lập về ý thức, bị kích thích để tìm ra mối dây liên hệ giữa các mảnh vỡ trong tác phẩm.

Hoàng Thị Huệ
(Tạp chí Văn hóa Nghệ thuật, số 356, tháng 2-2014)

LỜI GIỚI THIỆU TIỂU THUYẾT CHUYỆN TRONG LÀNG NGOÀI XÃ

Chỉ với một tập truyện ngắn *Con chim lửa*, lần đầu tiên in tại Nhà xuất bản Thanh niên, Vũ Xuân Tửu đó trở thành một cộng tác viên quen thuộc. Tuy trước đó đã ra nhiều tập truyện, song Vũ Xuân Tửu chưa thật sự quen biết với bạn đọc (có lẽ do sự khép kín, không ồn ào, giống như vùng đất cổ trầm mặc - Tuyên Quang, nơi anh đang sống và làm việc vậy). Nhưng gần đây, anh lại tỏ ra là cây bút xuất sắc, đầy tiềm năng.

Xuất sắc, bởi ai đó đọc anh thì khó mà quên được cái giọng kể hồn nhiên, bình dị đến dín dó, nhưng lại mang đến cho ta một cái nhìn nhân ái về cuộc sống, về con người, mang đến cho ta cảm xúc tan chảy mượt mà, lâng lâng, bởi chất văn chương lãng đãng như mây, như khói (*Người sông nước, Rừng sáo…*) và cũng bởi anh đã nhận nhiều giải thưởng văn chương với những truyện ngắn được in trên các báo, tạp chí trung ương và địa phương. Và, vừa mới đây thôi, trong lễ kỉ niệm 50 năm ngày ra số tạp chí đầu tiên, lễ tổng kết và trao giải thưởng cuộc thi truyện ngắn Văn nghệ quân đội (2005 - 2006), anh, một sĩ quan công an, lại đứng đầu giải, với chùm ba truyện ngắn: *Chuyện ở bản Piát, Cỏng Hò* và *Bí mật cuốn gia phả.*

Tiềm năng, bởi "… cũng còn lâu lắm mới làm bạn đọc chán, nên anh được quyền hăng hái viết, viết đến khi nào cạn kiệt cảm xúc với đời thì thôi. Mà anh bảo rằng, mình chẳng bao giờ cạn nguồn cảm xúc với cuộc sống đáng yêu này". (Nhận xét của nhà văn Ma Văn Kháng). Như để khẳng định điều đó, năm 2006, anh đã có hai tiểu thuyết dày dặn (*Chuyện trong làng ngoài xã, Cõi mê),* gửi đến Nhà xuất bản Thanh niên. Cả hai tác phẩm đều đang trong quá trình hoàn thiện để ra mắt bạn đọc. Và, chắc chắn, chúng tôi sẽ còn nhận được nhiều tác phẩm nữa từ anh, trong thời gian gần đây.

Chuyện trong làng ngoài xã, thoạt nghe, bạn đó có thể hình dung ra, đó là những chuyện xảy ra như cơm bữa trong sinh hoạt làng quê Việt Nam: chuyện cãi vã xóm giềng, con gà, con lợn, chuyện vợ chồng, con cái, hay lớn hơn chút nữa là chuyện tranh chấp giữa các dòng họ, đất đai, nhà cửa, vv… Sự suy đoán đó, có lẽ, do cái tên quá bình dị đến nhẹ tênh của tác phẩm. Nhưng thật bất ngờ, cái tên nhẹ tênh ấy lại chở một vấn đề lớn lao. Đó là sự chuyển biến tư tưởng, tình cảm, nhận thức của người dân, cũng như sự thay đổi trong sách lược trên các phương diện của Đảng, Nhà nước, trong suốt quá trình vận động cách mạng, có lúc bĩ cực, có lúc thái lai của dân tộc Việt Nam, mà cái phông là làng Đáy, làng La, những làng quê nghèo khó của nông dân đồng bằng Bắc Bộ, những năm đầu của cuộc cách mạng dân tộc, từ tự phát lên tự giác; trong quá trình kháng chiến chống Pháp; cuộc cách mạng cải cách ruộng đất; xây dựng chủ nghĩa xã hội ở miền Bắc; rồi kháng chiến chống Mỹ, cho đến cải cách kinh tế, mở cửa hội nhập, xóa bỏ hận thù, làm bạn với tất cả các nước trên thế giới… Vì vậy, *Chuyện trong làng ngoài xã* không còn là chuyện của làng xã nữa, mà nó là chuyện của đất nước, của dân tộc và trên phương diện nào đó, nó còn là của thế giới nữa…

Một thời gian quá dài, một không gian quá rộng, một vấn đề quá lớn, nhưng với cách thể hiện nhuần nhuyễn nghệ thuật đồng hiện, quá khứ, hiện tại và tương lai (nhân vật tôi là thế hệ thứ ba, từ khi còn đang là hư vô đã kể về thế hệ thứ nhất, thứ hai như đang được chứng kiến tất cả mọi biến cố diễn ra trong cuộc sống thực tại vậy), Vũ Xuân Tửu đã khiến tác phẩm của mình như những thước phim quay chậm, dẫn dắt người đọc trên những chặng đường phát triển của dân tộc một cách tự nhiên, sinh động. Và, với cách thể hiện này *Chuyện trong làng ngoài xã* được coi như một cuốn tiểu thuyết về lịch sử thời hiện đại hấp dẫn, đầy ắp sự kiện.

Lại cũng với giọng kể tự nhiên, say sưa, cách sử dụng ngôn từ đơn giản, mang tính dân gian, nhưng gợi cảm, giàu ý nghĩa, đầy màu sắc lấp lánh (cách đặt tên nhân vật, từ dùng để miêu tả sự nghèo đói, khổ cực, phân tích những suy nghĩ, hành động thể hiện sự ấu trĩ, ngớ ngẩn...), kết hợp với cách chọn chi tiết đắt giá, giàu tầng lớp, đầy tính kịch, cách diễn đạt hóm hỉnh đến độ hài hước, nhiều lúc như đùa (mang súng thần công trong đền thờ ra diệt bốt địch, đến cách đấu tố thời cải cách ruộng đất, cách dựng chòi, đánh kẻng khi báo động máy bay Mỹ, hay cách trẻ con học viết chữ, người lớn học bình dân, cách vận động bà con xoá hận thù với Mỹ của Trạch...), khiến bạn đọc cười khoái trí, song lại cũng có thể suy tư đến chảy nước mắt, trước những số phận, trước những ấu trĩ, ngỡ ngẩn đến hồn nhiên của một thời. Ta bắt gặp thái độ (một cách kín đáo), vừa như ca ngợi, vừa như phê phán của tác giả. Và, có lẽ vì vậy mà Vũ Xuân Tửu đó thành công trong cách giải quyết những vấn đề tưởng như quá cũ, khô khan và quá khó mà tác phẩm đặt ra.

Có thể trên đây chỉ là những nhận xét mang tính chủ quan, song tôi vẫn muốn được giới thiệu cùng bạn đọc một tác phẩm mới - *Chuyện trong làng ngoài xã* của một tác giả đầy triển vọng - Vũ Xuân Tửu.

Rất mong nhận được sự đồng cảm từ phía bạn đọc.

Biên tập viên ***Khánh Vân***
(Nhà xuất bản Thanh niên, Hà Nội, tháng 1/2007).

VŨ XUÂN TỬU - VIẾT VĂN BẰNG... "TAY TRÁI"

(Thể thao&Văn hóa Online) - Mặc dù làm chính trong ngành công an, sống ở Tuyên Quang nhưng với cái nghề "tay trái" là viết văn, cái tên Vũ Xuân Tửu đã được độc giả văn chương bắt đầu nhớ tới với ba truyện ngắn đoạt Giải Nhất, Cuộc thi truyện ngắn tạp chí Văn nghệ quân đội , rồi tiếp đó là qua các tập truyện: *Yếm thắm, Con chim lửa, Chuyện ở bản Piát* với một giọng văn "hồn nhiên và tốn nguyên liệu" (chữ của nhà văn Ma Văn Kháng).

Mới đây, Vũ Xuân Tửu lại khiến nhiều độc giả giật mình khi đọc cuốn tiểu thuyết *Chuyện trong làng ngoài xã* ngồn ngộn nhân vật và chi tiết của anh. Tiểu thuyết viết về đề tài nông thôn Việt Nam, xoay quanh cuộc sống của nhân dân làng Đáy, làng La nửa cuối thế kỷ XX của vùng đồng bằng và thượng du Bắc Bộ.

Tác giả còn tiết lộ nhiều chi tiết "hậu trường" thú vị: "Cuốn sách có sáu mươi tư nhân vật (trong đó chí có mười sáu nhân vật chính). Để tránh nhầm lẫn, tôi đã lập lý lịch của các nhân vật chính, sau đó thống kê theo hàng dọc cuộc đời các nhân vật và hàng ngang các thời điểm xảy ra để tạo thành khối thống nhất. Khi xây dựng các nhân vật, tôi đều có so sánh với nhân tướng học, thanh tướng học cho chuẩn xác về phép ứng xử và phù hợp tâm lý".

Xem ra, người chiến sĩ công an viết văn bằng... "tay trái" cũng có nhiều "miếng võ"!

(Báo Thể thao Văn hoá
- 07/07/2008)

NHẬN XÉT VỀ TIỂU THUYẾT HƯ ẢO

Trong số các nhà văn đi tiên phong thời kì đổi mới, nhà văn Vũ Xuân Tửu là cây bút đã bắt kịp xu hướng, đưa vào tiểu thuyết yếu tố kì ảo với số lượng tác phẩm phong phú, được dư luận chú ý. Một số tác phẩm tiêu biểu như: *Hình bóng đàn bà, Cõi mê, Cửa Đá*... Vũ Xuân Tửu sử dụng thành công những yếu tố kì ảo trong tác phẩm của mình, nhằm tạo ra một thế giới nghệ thuật riêng. Yếu tố kì ảo trong tác phẩm của ông mang dấu ấn dân gian đậm nét. Ông gửi gắm vào tác phẩm của mình những thông điệp về chân, thiện, mỹ, về giá trị con người trong một thời đại mà nhiều giá trị đang biến đổi.

Giang Lam
Báo Tuyên Quang, số 4813, thứ bảy, 1/12/2012
Bài: Văn học Tuyên Quang nhìn từ tiểu thuyết, trang 6+7.

CỬA ĐÁ LÀ GÌ?

(Cảm nhận tiểu thuyết Cửa Đá, Nxb Hội Nhà văn, 2012)

Khi cầm cuốn sách trên tay, đọc tên sách, tên tác giả, tên nhà xuất bản, suy đoán cuốn sách viết gì. "Cửa Đá", một cái tên lạ hoắc, lì lợm, chắc nịch, cao to như trái núi, có phải thế không? Người đời tò mò, tìm cái nút bí hiểm, ấn ngón tay vào đó, cánh cửa im lìm từ từ mở, một thế giới kì lạ hiện ra. Từ ngàn xưa, ngày nay và ngàn sau, con người đều bất lực trước tấm cửa đá ấy, không sao tìm ra cái nút kì diệu để chỉ việc ấn ngón tay vào, cho hiện ra những điều mình đang tìm kiếm, có phải vậy không? Tôi đã bắt hình dong như thế, trước khi mở sách ra đọc. Trang đầu, Lời tác giả, viết: "Mười sáu chương và lời chót trong cuốn tiểu thuyết này, đều đặt đề từ, được khai thác qua *Đại Việt sử ký toàn thư*, với mục đích làm cho tác phẩm có nhiều lớp lang, phong phú hơn, mà không cần phải lí giải dài dòng, tựa hồ như cái cánh gà, tạo không gian sân khấu vậy". Chả có chút gợi mở nào liên quan đến tên sách *Cửa Đá* cả.

Mười sáu chương chia thành năm phần, mỗi phần một cái tên.

Phần một: Bọc trứng rồng ngũ sắc, gồm hai chương;

Phần hai: Viên tướng đội mũ sắt nhọn, gồm hai chương;

Phần ba: Hợp tác xã là nhà, gồm bốn chương;

Phần bốn: Chuyên viên Thủy Văn Mộc, gồm năm chương;

Phần Năm: Bầy rồng lại tái hiện, gồm ba chương.

Các chương không đánh số thứ tự từ một đến mười sáu, mà theo thứ tự từng phần, cứ như mỗi chương là một tiểu thuyết cực ngắn vậy. Mở đầu là "Bọc trứng rồng ngũ sắc", một huyền thoại đã đi vào thế giới tâm linh của người Việt Nam, để luôn tự hào là con Rồng cháu Tiên. Phần cuối: "Bầy rồng lại tái hiện", thời đại này lại xuất hiện bầy rồng. Vậy chỉ là huyền thoại thôi sao!

Một người bạn, vào loại mọt sách đến gặp tôi, nói:

- Đọc xong cuốn sách này, tôi cứ thấy mênh mang, hư hư thực thực...

- Cái hay của tiểu thuyết là ở chỗ đó, - tôi nói, - chủ đề, cách viết đều rất mới lạ. Ông quen đọc sách theo lối truyền thống, có kết cấu rõ ràng theo trình tự, có tuyến nhân vật chính, phụ, diễn biến theo thời gian, không gian của sự việc... Do vậy, nên đọc *Cửa Đá* thấy lạ là phải.

Suy cho cùng, trong cõi người ta, cái gì là thật, cái gì là giả đây? Tất cả nháo nhào như trong cõi hỗn mang vậy. Hiện thực trong văn chương, với hiện thực ngoài đời không bao giờ đồng nhất. Cái gọi là hiện thực trong văn chương đã được hình tượng hóa, nghệ thuật hóa theo cảm nhận của nhà văn. Nhà văn miêu tả cuộc sống con người, cảnh vật để nói đến ý tưởng, cảm nhận sâu xa hơn; người ta thường gọi là mạch ngầm văn bản. Thưởng thức một tác phẩm văn học chính là tìm ra cái mạch ngầm ấy, không dễ đâu!

Tiểu thuyết *Cửa Đá* là cảm nhận của nhà văn theo suốt chiều dài đằng đẵng của lịch sử, từ thuở bình minh của muôn loài; trong đó, con người là nhân vật chính. Ngay chính cõi đang sống đây, chúng ta đã không hiểu hết những gì đang diễn ra, nói gì đến cái thuở hoang sơ sâu thẳm của con người. Cảm nhận cái thời xa mờ, theo cách ăn ốc nói mò thôi, là thật ư? Làm gì có cái thật trong huyền thoại, một thế giới theo tưởng tượng của con người. Nhà văn cảm nhận những huyền thoại ấy theo cõi tâm linh, bằng cách riêng của mình, không độc đáo sao!

Đã có bao nhiêu người ăn ốc nói mò, về quá trình hình thành trái đất và muôn loài. Nhà văn thì nói ngắn gọn thế này: "Quả đất hao hao gióng củ khoai tây, móm méo. Có một điểm đánh dấu đỏ, chú tên: "Thoạt kì thủy"... Khu vực đắc địa ấy, phía trên, hai quả đồi chon von và ở giữa là thung lũng, đột ngột lồi lên một cái hang, có vách núi dựng thành vại, phía dưới có khe nước trong mát. Tất cả chỉ có thế. Người đời giải thích, hai quả đồi chính là bầu vú của người mẹ vĩ đại. Thung lũng nứt nẻ, chính là cái bụng bị rạn của người mẹ sau lần mang thai. Cái hang lồi trên núi mang tên nôm là Rốn. Vách núi hiện lên Cửa Đá huyền bí. Nguồn nước trào ra từ khe đá, là nơi bà mẹ nhận phần dương khí của đất trời, rồi sinh ra đàn đàn lũ lũ rặt những người là người. Khe nước đó là khởi nguồn của suối Mẹ Tiên".

"Một ngày đẹp trời, bầy rồng ngũ sắc bay qua vùng đất linh thiêng này, thấy cảnh thanh bình, cây cối tốt tươi, nước mát trong lành, bèn rủ nhau sà xuống. Đầu tiên là Hắc Long, rồi đến Bạch Long, Hoàng Long, Xích Long, cuối cùng là Xích Giả Long. Bầy rồng uống nước suối Mẹ Tiên, nhả ngọc ngũ sắc vào khe đá ấy. Sau chín tháng mười ngày, khe nước đùn ra năm bọc trứng ngũ sắc, mỗi bọc năm mươi quả. Một tiếng nổ lớn, đất đai vỡ ra thành năm mảnh lớn, trôi dạt trên đại dương. Mỗi mảng lục địa mang theo một bọc trứng, rồi nở thành người mang theo màu da của từng con rồng: đen, trắng, vàng, đỏ, nâu. Trên vách hang Thạch Đỗ, có cái

Cửa Đá hình tròn, nom như mặt trăng, to đến mức con tàu vũ trụ có thể bay vào được, và tự ngàn đời không biết sau Cửa Đá là gì. Cửa Đá huyền bí, vĩ đại, không biết do ai tạo lập, từ đời nào, để làm gì? "Cứ trăm năm, bầy rồng ngũ sắc lại bay về Cửa Đá một lần, báo hiệu sự biến động dữ dội của trời đất".

Theo cảm nhận của nhà văn, muôn loài, trong đó có con người, đều chung một nguồn cội, do bà mẹ trái đất "móm méo như củ khoai tây" sinh ra. Con người và muôn loài đã chứa biết bao huyền thoại, có phải vậy mà thế giới này luôn ẩn chứa những điều khó hiểu và đầy bí hiểm nữa. Ví như ngay từ buổi còn ăn lông ở lỗ, trưởng bản chết, đám trẻ con nhìn cái xác cháy dở, thèm thuồng, nuốt nước dãi, hỏi: "Không được ăn à?". Thằng Lừ khỏe mạnh: "Nó ăn không biết no, làm không biết mệt. Bọn con gái bản mê nó nhất. Một đêm nó có thể phủ tất cả con gái bản Hang và trại Suối. Cô nào có chửa đều muốn đẻ con giống nó". Hoang dã đến độ. Đội quân của "Viên tướng đội mũ sắt nhọn" đến đánh bản Hang, cuộc chém giết ghê người. Bắt được đàn ông, viên tướng đội mũ sắt nhọn hét lên: cung hình (thiến)! "Tức thì bọn lính quỳ xuống, nhất loạt vung lẹm hóp, thiến dái đàn ông... Viên tướng hả hê cười, ra lệnh cho quân lính nhặt cà, ngâm vào bình rượu. Còn đàn bà, "những cô bụng mang dạ chửa, bọn lính đạp cho phọt thai ra. Những cô vú nở, bụng thon, bọn lính vật ngửa ra sân, đồng loạt hiếp".

Ngay từ thuở hồng hoang, con người đã đã hung dữ đến vậy sao? Cùng một nguồn cội, mà lòng người chất chứa bao nhiêu thù hận, chà đạp tàn bạo lên đồng loại, để thỏa cái chất cầm thú trong mình. Kẻ mạnh đàn áp kẻ yếu, cá lớn nuốt cá bé đã là bản tính của con người.

*

Cửa Đá, viết theo dòng chảy của suối Mẫu Tuyền, dòng chảy thời gian. Tác giả chọn từng chặng để viết, từ quá khứ đến hiện tại, màu văn đượm chất huyền thoại, thực đấy, giả đấy, khó nắm bắt là phải. Đang ở đoạn gươm khua giáo gãy, "quân chết như ngả rạ một lượt. Bọn Thổ lệnh cho quân sĩ sẻo dái tù binh, mỗi tên một hòn, rồi cho vào chum làm mắm, bắt khiêng về nước". Rồi nhà văn bắt ngay sang phần ba: Hợp tác xã là nhà, sang cái thời của những con người mông muội đi lên chủ nghĩa xã hội. Thế mà ông Tố Hữu, từng viết:

"Dân có ruộng dập dìu hợp tác
Lúa mượt đồng ấm áp làng quê
Chiêm mùa cờ đỏ ven đê
Sớm khuya tiếng trống đi về trong thôn".

Một bức tranh làng quê thật đẹp, một câu chuyện thần thoại trong thời đại mới. Những con người sau trận "Táo đổ chôn mâm", rồi "Trí, phú, địa, hào đào tận gốc, trốc tận rễ", khiến bao người thác oan... Những người không một ngày cắp sách đến trường, chưa viết nổi cái tên mình, mới viết được từ số không đến số chín, mà lên làm chủ tịch xã. Ông bí thư đảng ủy xã nói: "Trước đây, tôi đi học kinh tế học một tuần", về giảng với dân làng: "Nền kinh tế xã hội chủ nghĩa là một nền kinh tế có kế hoạch hóa cao độ.

- Giời ạ, lí luận kiểu ấy, chỉ đẻ ra thói quan liêu thôi.

Môn đập bàn quát:

- Đồng chí chống đối phải không? Dân quân đâu? Gô cổ lại cho tôi".

Mới chỉ có một mớ lí thuyết, chưa được kiểm nghiệm đã bắt tay vào xây dựng một thiên đường hạnh phúc. Công việc đầu tiên của ban chủ nhiệm hợp tác xã phải làm là: "Viết khẩu hiệu rõ to, mỗi nét chữ phải to bằng thân người, để ở xa hàng chục cây số cũng nhìn thấy: "Hợp tác xã là nhà, xã viên là chủ", lồ lộ trên Cửa Đá, nhưng không ăn. Viết bằng vôi không bám, viết bằng bột màu pha nước cơm cũng tuột đi. Cuối cùng, tính lấy chét đục vào cũng không sầy vẩy". Tạo hóa đã không chấp nhận việc làm hão huyền của con người. Đền Lừ vốn là chốn linh thiêng thờ người có công đức với bản, biến thành kho chứa phân.

Những ai từng sống thời đó, mới hiểu cách viết của nhà văn rất chân thực. Cái gọi là "Hợp tác xã là nhà, xã viên là chủ", chỉ là khẩu hiệu thôi, cho nó ra vẻ xã hội chủ nghĩa. Khác chăng, ngày trước, mình cày, cuốc trên mảnh đất riêng của mình, nay mảnh đất ấy là của hợp tác xã, chỉ có điều, nồi cơm ngày càng vơi dần. Lão Hượm nói với con là Ngần:

- Thày mới đi đo đọ sổ điểm về. Ban quản trị cân đối thu, chi, mỗi công được ba lạng thóc. Nhà ta được hai gánh, có nhà chỉ được ba thúng.

- Lại kém năm ngoái, năm ngoái kém năm kia. Củ mài ăn xuống.

Ngôi nhà chung ấy chỉ tồn tại trên danh nghĩa, chả mấy ai quan tâm. Lão Hượm thấy Ngần tiếc con gà nhép bị diều hâu bắt, nói với con gái:

- Một con gà nhép thì tiếc, một cơ đồ thì dửng dưng.

- Tuy là gà nhép nhưng là của mình, còn cơ đồ là của thiên hạ.

Sống chung trong một ngôi nhà, mà không ai quan tâm đến ai, thì làm sao thành ngôi nhà chung được. Chủ nghĩa xã hội là thứ viển vông, cũng như cải khẩu hiệu kia vậy.

Một cách viết chân thực, về một thời đại dài tới nửa thế kỉ, từ lúc gióng trống khua chiêng , bắt người nông dân đưa ruộng đất, trâu bò, nông cụ vào mái nhà hợp tác xã, đến khi nó cáo chung, người ta mới ngộ ra, không thể đem thứ học thuyết mới có trên sách vở, chỉ tồn tại trong trí tưởng tượng của con người, dùng sức mạnh tàn bạo của chính quyền áp đặt vào cuộc sống, để biến nó thành hiện thực…

Làm sao, chỉ bằng hô khẩu hiệu, mệnh lệnh, bằng lời nói giáo điều là có ngay một xã hội công bằng, dân chủ và có ngay một đồng lúa bội thu? Người ta chẳng từng mơ hợp tác xã xây "cái sân gạch" rộng bát ngát, để phơi những "vụ lúa chiêm" bội thu. Lúa nhiều đến mức, gà không thèm ăn, bới lúa tìm sâu.

"Muốn có chủ nghĩa xã hội, phải có con người xã hội chủ nghĩa". Những con người chân lấm tay bùn, chỉ biết bới đất lật cỏ kiếm sống, thì biết gì về chủ nghĩa xã hội mà xây dựng với dựng xây! Nhà văn viết những mẩu chuyện gần gũi, chân thực, đan chen trong thế giới cuộc sống của người lao động, ở ngôi nhà hợp tác xã.

Người ta định kẻ khẩu hiệu thật to trên Cửa Đá. Cây sồi thần không cất lên tiếng hát. Chủ nhiệm Môn phá đền Lừ, khi ngồi dưới gốc cây sồi bị cành cộc rơi trúng đầu, tóe máu. Con gà trống dùng hòn- sỏi- tình- yêu để mồi chài gà mái. Chim diều hâu bắt gà con, bố con Ngàn nói chuyện với nhau. Vợ Môn lén đến Cửa Đá, đền Lừ làm lễ. Môn phục thiện. Ngàn đau đẻ, sinh con. Câu cá trộm ao hợp tác. Trai gái đùa bỡn trong đêm chiếu phim. Thín, Lừ thành quỷ ma, thánh thần mà vẫn quấn quít lấy nhau. Chuyện đẵn cây sồi thần. Hợp tác xã cũng chỉ như toán thợ góp gạo thổi cơm chung. Dân bản bàn nhau về chuyện tiến lên nông trang tập thể. Pháo đài cấp huyện. Tinh thần quốc tế vô sản. Cái áo ba-đờ-xuy (badesi). Liên Xô đổ quân vào Tiệp Khắc. Trên đưa đoàn về điều tra chuyện nghe đài địch. Trang ăn phải ếch thần, hóa điên, khác nào nhiễm chất độc màu da cam. Biện lễ xin suối Mẹ Tiên, bến Sồi, thánh Lừ giải hạn. vv... Một lớp người với cuộc sống, cách nghĩ quanh quẩn, tù túng, cạn hiểu như thế đang là chủ nhân đích thực để xây dựng chủ nghĩa xã hội. Người ta đang rất tự hào: bỏ qua giai đoạn phát triển tư bản chủ nghĩa, tiến thẳng lên chủ nghĩa xã hội. Một quyết tâm sắt đá! Giọng bí thư Môn sang sảng:

- Lưu ý, đảng bộ đã quyết rồi, trên chỉ đạo xuống là phải làm, chứ không được bàn dùn, không ai được đi trái chủ trương, chính sách.

- Tuyên bố như thế cần gì phải bàn. Nên nhớ, dân không phải là vật thí nghiệm đâu nhá. Đừng có bầy ra kiểu này, trò nọ, rồi khi thất bại lại phủi tay, để dân è cổ gánh chịu hậu quả.

- Phản đối sao? Dân quân đâu? Gô cổ lại cho tôi".

Như thế là dân chủ, là văn minh, là hợp tác xã là nhà xã viên là chủ sao? Bao nhiêu là hoang đường trong cuộc sống đời thường. Người ta quay về với Cửa Đá, suối Mẹ Tiên, đền Lừ, gốc sồi thần để xin phù trợ là phải, không còn biết đặt niềm tin vào đâu nữa. Nền tảng để làm nên xã hội là nhân dân, "dân vi bản", nhưng lại ngăn cấm cả quyền ăn nói, quyền tranh cãi, bắt tất cả phải tuân theo khuôn phép là dân chủ, tự do sao?

Nhà văn khi chiêm nghiệm, phản ánh hiện thực cuộc sống vào tác phẩm văn học đều có thủ pháp nghệ thuật riêng, rung cảm riêng, hướng tới người đọc bằng những điều mà nhà văn muốn bầy tỏ. Tiểu thuyết *Cửa Đá* của nhà văn Vũ Xuân Tửu, dường như không có nhân vật nào là chính cả. Có chăng, chuyên viên Thủy Văn Mộc là trọn vẹn hơn cả. Một người có nguồn gốc chân đất mắt toét, mà được ăn học tử tế ngành triết học, chăm chỉ chịu khó hơn kẻ khác, học theo lối vẹt, ghi chép lại lời thầy cho thuộc. Thủy Văn Mộc vùi đầu vào đọc sách. "Mộc cứ lầm lũi đọc cho kì hết năm mươi tập Lê-nin toàn tập, rồi chuyển sang sách của Xta-lin". Thu gom vào trong đầu bao nhiêu là học thuyết, trở thành chuyên viên uốn ba tấc lưỡi, với ngòi bút kiếm ăn. Về làng, gặp lão Côn bán thịt chó, tiếp chuyện với lão, Thủy Văn Mộc mới ngộ ra, những gì mình thu nhập được cũng chỉ là mớ lí thuyết suông. Nhớ lời bàn của lão Côn, Mộc giật mình, một tay chủ quán ở xó chợ mà tinh thông đến vậy!

Mộc được "các cụ" giao cho viết bài về kinh tế thị trường. Mộc cãi lại:

- Nhưng bọn em học trong trường, các thầy giảng, thị trường là của bọn tư bản lũng đoạn. Kinh điển của chủ nghĩa Mác - Lê-nin đã nêu, buôn bán nhỏ hằng ngày, hàng giờ đẻ ra chủ nghĩa tư bản.

Trưởng ban thở dài, phẩy tay nói: “Thế nhé”. Mộc hiểu cái phẩy tay là gì rồi. Người ta nói: “Giai cấp công nhân là người đào mồ chôn chủ nghĩa tư bản”. Ai chôn ai đã rõ như ban ngày.

Mộc đã thấm, mọi thứ học thuyết, bất biết đúng hay sai, suy cho cùng nó là thứ công cụ trong tay giai cấp thống trị, dùng để mê hoặc dân, sao cho mình có phần lợi nhất. Không thể tranh cãi khi những người như Mộc “chỉ là cái lưỡi của bề trên”. Chiêu độc nhất là dối lừa, áp đặt, mệnh lệnh. Chủ nghĩa xã hội là thiên đường, không thể và chẳng bao giờ trở thành hiện thực. Người ta vẫn không chịu buông tha, lại còn nói, định hướng xã hội chủ nghĩa. Cái hướng đó là gì, lại còn hướng đến chỗ không thể có nữa sao?

Phía dưới Cửa Đá là dòng suối Mẹ Tiên, nơi khởi thủy để sinh ra muôn loài; trong đó, có loài người. Xem ra, tất cả những đứa con của bà mẹ trái đất đều bất hiếu, chúng dùng đủ mọi thủ đoạn, mánh khóe, dối lừa, tàn bạo, nhẫn tâm, độc ác để thỏa mãn tham vọng khôn cùng của mình. Chúng chia nhau từng vùng lãnh thổ, phân thành nhiều quốc gia, hoạch định biên giới, tranh nhau cả vùng nước mênh mông ngoài biển khơi, nói chuyện với nhau bằng sức mạnh bom đạn và sự hủy diệt. Con người với con người chỉ là lang sói. Miệng nở nụ cười, nhưng trong bụng chứa một bồ dao găm. Ngay Cửa Đá, bàn tay của tạo hóa đã xếp đặt cũng bị đốt, đập, đục và còn dùng cả bộc phá hòng mở cửa. Lợi dụng Cửa Đá, suối Mẹ Tiên, đền thánh Lừ, để làm chốn di tích lịch sử- cách mạng- văn hóa- sinh thái để hái ra tiền.

Người ta tìm gì phía sau Cửa Đá ấy? Phải chăng là tìm kho báu vô cùng tận? Biết đâu phía sau Cửa Đá là thế giới đại đồng, con người và muôn loài sống với nhau không có cuồng vọng, không có hằn thù, tất cả là bạn? Một thế giới tràn ngập ánh sáng, lúc nào cũng rộn tiếng chim ca, muôn vàn bông hoa đua nở? “Cứ một trăm năm bầy rồng ngũ sắc lại về Cửa Đá một lần, và thường báo hiệu sự biến động dữ dội của trời đất”. Lại đến một trăm năm, lần này, bầy rồng báo hiệu: suối Mẹ Tiên cạn kiệt, đồi Hai Đụn phồng to, hang Rốn rộng huếch, Cửa Đá rung rinh, đền Lừ lắc lư, và hàng sư đoàn người tháo chạy toán loạn như gà nhép gặp diều hâu. Nơi khởi thủy sinh ra không còn nữa, con người trôi về đâu đây?

*

Người viết bài này, xin nói lời cuối cùng:

- Hãy làm đứa con hiếu thảo của mẹ trái đất. Nếu không làm được, thì cũng đừng gây khó dễ cho những đứa con đã sống như thế!

Tháng 1/ 2013

Trần Huy Vân

Website Trannhuong.com, 11/1/2013

CỬA ĐÁ ĐÃ ĐƯỢC VIẾT NHƯ THẾ NÀO?

(Một vài suy nghĩ nhân đọc tiểu thuyết Cửa Đá của Vũ Xuân Tửu, Nxb Hội Nhà văn, 2011 và Website Vanvn.net, 2012)

Đã có nhiều bài viết về hai tiểu thuyết gần đây của nhà văn Vũ Xuân Tửu (*Cửa Đá* và *Cõi mê*). Gần đây nhất có bài *Cửa Đá là gì?* của nhà văn Trần Huy Vân, đăng trên trang mạng Trannhuong.com. Một bài viết khá tỉ mỉ, phân tích sâu sắc theo quan điểm mĩ học hiện thực xã hội chủ nghĩa. Tác giả đi sâu vào nội dung, kết cấu, bố cục của truyện theo lối truyền thống, với đôi chút băn khoăn về dụng ý của nhà văn?

Bài viết này, chỉ nên coi như một vài ý kiến góp thêm vào. Người viết không muốn nhắc lại những vấn đề người khác đã quan tâm, mổ xẻ. Như vậy là lặp lại, nhàm và không cần thiết. Phải nói ngay, *Cửa Đá* là một cuốn sách khó đọc đối với một số người, nhất là độc giả thông thường; người chưa quen với những đổi mới, cách tân trong văn học gần đây; người còn xa lạ với lí thuyết "hậu hiện đại", "hiện tượng học", hoặc còn lăn tăn rằng, "văn chương hậu hiện đại ở Việt Nam" liệu đã có, đã hình thành hay không? Nó đã gây một cú sốc, băn khoăn cho không ít độc giả.

Đã có một nhà văn tương đối nổi tiếng, nói cảm nhận của mình: "Có lẽ thằng này điên, đọc nó, tao không hiểu nó viết cái gì nữa. Đang chuyện nọ xọ sang chuyện kia, nhảy cóc lung tung, đứt gãy và rời rạc. So với *Chúa Bầu, Chuyện trong làng ngoài xã* (tái bản *Chuyện làng*), cuốn này hỏng". Một nhà văn đã từng ẵm mấy cái giải còn nói thế, mà chưa rõ "hỏng" như thế nào? Nhưng nói *Cửa Đá* là tiểu thuyết khó đọc là chuyện không ngoa. Một số người khác lại quá nhấn mạnh "yếu tố huyền ảo" trong những tác phẩm gần đây của Vũ Xuân Tửu. Điều này tất nhiên là đúng, không sai, nhưng không là tất cả. Yếu tố huyền ảo hay ám dụ, phúng dụ chỉ là cách thể hiện của nhà văn theo lối hậu hiện đại, một chuyện không còn phải bàn cãi trong văn học đương đại.

Vũ Xuân Tửu đã có một số tác phẩm viết theo "hiện thực xã hội chủ nghĩa" thành công. Anh từng đạt giải thưởng cao, cho những tác phẩm của mình. Vũ Xuân Tửu cẩn thận đến từng câu chữ, ý tứ, thận trọng từng chi tiết. Trên bàn viết của anh, luôn có các cuốn từ điển. Không thể nói nhà văn viết hồ đồ, vội vã, hoặc thiếu sót về mặt này mặt khác được. Chưa có nhà văn nào tỉ mỉ hơn Vũ Xuân Tửu. Khi anh viết *Chúa Bầu*, còn mang theo cả thước, cả máy ảnh đi theo, chụp ảnh đo đạc từng viên gạch xây thành. Xin lưu ý là những viên gạch ấy đã chìm xuống lòng sông Lô, hay dưới lớp đất bồi ven sông. Viết *Cõi mê* tác giả còn thuê thuyền đi trên hồ Thác Bà, rồi trèo lên núi Cao Biền, tìm dấu vết thời Nhà Bầu- Vũ Văn Mật. Chu đáo và cẩn trọng với từng chi tiết như vậy, rất ít người viết làm được.

Sẽ có người nói, đúng mãi cũng có thể đến lúc sai, tài mãi phải đến lúc dở! Cũng có thể như thế với một số người tự cao tự đại, thỏa mãn với thành công của mình, sinh ra kiêu ngạo. Với Vũ Xuân Tửu, một nhà văn "dấn thân" cho cái hay, cái đẹp, cho tìm tòi, sáng tạo chưa và chắc chắn không xảy ra điều đó! Anh viết là do nhu cầu đổi mới chính mình phù hợp với xu thế chung của thời đại, với tâm thế và trách nhiệm của nhà văn đối với cuộc sống đang diễn ra bao điều khó nói hiện nay. Nói anh là nhà văn "dấn thân" là việc hiển nhiên. Đã có không ít lời bàn ra tán vào, thậm chí xì xào thế này thế khác về dụng ý sáng tác của nhà văn. Có người mang cả những qui phạm cũ kĩ, lỗi thời để áp vào khi đọc tác phẩm gần đây của Vũ Xuân Tửu. Rất may là trong xu hướng đổi mới và cởi mở hiện nay, những ác ý ấy không còn đất, không còn tác dụng nữa. Nó chỉ là lời ong tiếng ve, mập mờ, lấp lửng chỗ bàn trà, quán nước. Không còn khả năng "kích hoạt" biện pháp chính quyền, như đã từng xảy ra vài chục năm trước. Khi mà người ta nhầm vai trò và công việc nhà văn với người làm công tác tuyên truyền.

*

Thời thế nào thì văn chương nấy. Nhà văn bất kì thời đại nào cũng không thể né tránh bổn phận nhập thế của mình. Trước một thế giới đầy rẫy nguy cơ do khủng hoảng, lạm phát, đổ vỡ niềm tin, tha hóa và xuống cấp về đạo đức và nhiều vấn nạn như hiện nay, nhà văn buộc phải có cái nhìn khác, cách cảm, cách nghĩ và cách viết khác. Nếu như anh không muốn quay lưng lại với độc giả của mình. Người đọc ngày nay, nhất là tầng lớp trẻ không còn ấu trĩ, non kém như xưa. Người ta không dễ dàng chấp nhận những những tác phẩm hời hợt, nông cạn, xa rời những gay cấn của thời đại mình. Chưa bao giờ yêu cầu dấn thân của người viết lại gay gắt như lúc này.

Anh ta chỉ có hai cách lựa chọn: một là, cứ đi theo lối mòn cũ, đã có sẵn những tấm biển chỉ đường với những qui phạm cũ không còn hợp thời, và véo von những bài ca đi cùng năm tháng. Đây là lối thoát an toàn, không phải lo lắng gì. Cho dù nó không mang đến kết quả đáng kể nào trong lòng người đọc. Xa chút nữa là không đáp ứng được tinh thần và mong muốn thời đại; hai là, chọn con đường mới bắt đầu khai mở, còn gồ ghề, còn lắm ý kiến bàn cãi và đáng chú ý nhất là còn nhiều thách thức, thậm chí nguy hiểm. Nó chưa có chuẩn mực hay bất cứ khuôn mẫu nào.

Éo le thay, điều đó lại luôn luôn là tính đặc thù, đặc biệt của văn chương. Văn chương không có khám phá, sáng tạo chỉ là những bản sao mờ của cuộc sống. Tệ hơn nữa nó tạo cho người ta thói quen cù lần, xa rời thực tế. Thậm chí ru ngủ đánh lừa người ta, chối bỏ thái độ cư xử cần thiết cho số phận mình, số phận dân tộc.

Khi mà "Những câu chuyện cuộc đời", những "Đại trần thuật", "Đại tự sự" không còn đáng tin cậy, những đổ vỡ khủng hoảng lòng tin, về những giá trị cần có câu hỏi và câu trả lời. Những huyền thoại một thời xem ra kém thuyết phục, văn chương cần có "câu chuyện của mình". Từ những suy nghĩ như vậy, ta sẽ không ngạc nhiên, không khó hiểu khi đọc *Cửa Đá*.

Tiểu thuyết không có tuyến nhân vật "ta", "địch" rạch ròi. Không theo trình tự lớp lang, không "khắc họa tính cách nhân vật" theo lối thường. Chỉ có nỗi ám ảnh tâm trí, nỗi hoài nghi khắc khoải về thời thế. Nó giải thiêng huyền thoại lịch sử dân tộc mình. Là người Việt Nam, bình tâm một chút, hẳn không ai lại muốn lịch sử dân tộc mình chỉ là huyền thoại. Nói trắng ra là nó rất mơ hồ mung lung. Chỉ đáp ứng nhu cầu tình cảm theo lối ngây thơ hồn nhiên. Lịch sử phải là lịch sử có tính khoa học chính xác. Năm đó, ngày tháng đó, xảy ra chuyện gì? Người ta sống ra sao? Ăn mặc thế nào? Độ tin cậy và chính xác là bao nhiêu? Không thể nói mơ mơ đại khái "Chuyện con rồng cháu tiên" thế được. Và nguyên nhân thất sử của cả một giai đoạn dài của đất nước là vì đâu? *Cửa Đá* bằng lối viết phúng dụ, pha chút hài hước, châm biếm mang đến cho ta câu hỏi này. Nếu không để ý đến ý tứ này của nhà văn, người ta sẽ nghĩ tác giả viết ngồ ngộ, nôm na quá. Làm sao mẹ trái đất vĩ đại lại hao hao giống củ khoai tây móm méo được? Những câu chuyện của ếch nhái, sâu bọ nói lên điều gì? Và *Cửa Đá* là cái cửa gì vậy? Phải chăng đó là những hạn chế thời đại, hạn chế của cõi nhân sinh, đặt ra câu hỏi đằng sau nó có gì? Có cách nào để qua không, hay lại lẩn quẩn trở về chỗ "Thoạt kì thủy" ban đầu, với hình ảnh hàng bầy rồng tái xuất hiện hàng trăm năm sau?

Câu chuyện của ngài chuyên viên Mộc, ông ta đọc không biết bao nhiêu là sách theo lối chủ quan, phiến diện tưởng mình cái gì cũng biết hết rồi, mà kiến giải cuộc đời, trả lời những câu hỏi cụ thể lại không sâu sắc bằng anh chủ quán chuyên nghề mổ chó! Điều này nghe phi lí, nhưng lại có thật!

Rất nhiều câu hỏi về thời thế, về nhân sinh quan đặt ra trong tác phẩm này. Tôi chỉ lưu ý tâm thế của nhà văn, lựa chọn khám phá và quyết tâm dấn thân của tác giả.

Cái mới bao giờ cũng phải đối mặt với sự thách thức của nghi kị, ghen tức thậm chí cả với sự thờ ơ của một số người.

Tôi nghĩ, Vũ xuân Tửu trước khi bắt tay vào viết *Cửa Đá*, anh đã chuẩn bị tâm thế này.

Rất may, mọi chuyện xảy ra suôn sẻ. Tác phẩm của anh đã được công chúng chấp nhận và ủng hộ. Thành công của nó đến đâu hẳn mọi người đã biết.

Tôi rất tâm đắc với chi tiết trong một tác phẩm khác của anh: "Đến đây, đoạn đường sắt có hai thanh ray, một trái một phải kết thúc. Người ta phải đi trên những bánh xe tròn bơm hơi, tự chọn lối cho riêng mình."

Nói "Cửa Đá" có phải theo khuynh hướng "Hậu hiện đại" hay không, còn là câu chuyện dài. Mong sao tác giả thành công trong lựa chọn dấn thân của anh!

Xóm Cây Vông, ngày đầu năm 2013
Hồng Giang
(Website tranhuong.com, 17/1/2013)

TIỂU THUYẾT CUA-RƠ CỦA VŨ XUÂN TỬU

VanVN.Net – Nhà văn Vũ Xuân Tửu vừa ra mắt bạn đọc cuốn tiểu thuyết mới nhất: *Cua - rơ*. Cuốn sách rất nhỏ xinh (khổ 11x18cm) với chưa đầy một trăm trang in đã gây một hứng thú đặc biệt cho người đọc khi theo dõi từng tình tiết được chọn lựa, sắp đặt rất tinh tế, qua một lối dẫn chuyện hóm hỉnh, thông minh, thậm chí có phần tinh quái...

VanVN.Net xin trân trọng giới thiệu trọn vẹn tiểu thuyết này để bạn đọc cùng thưởng thức.

VanVN.net (Hội Nhà văn Việt Nam)
15-10-2013 08:44:03 AM

NGƯỜI RỪNG

Người rừng là loại tiểu thuyết giả thần thoại- cổ tích, kể về làng Cây Da có đôi vợ chồng tiều phu. Vợ có nhan sắc nên bị các thần nhòm ngó, một hôm họ mang con vào rừng đốn củi, người chồng bị thần Mây Mưa làm lũ cuốn trôi, đứa con được bầy khỉ nuôi, vợ người tiều phu bị khỉ độc cưỡng bức... Rồi những cuộc tình ở rừng, chuyện sinh con đẻ cái, nạn giặc cướp và chiến tranh, việc thành lập vương quốc người rừng; những can thiệp của thiên đình vào hạ giới, cuộc sống người, vật diễn ra... Với dạng tiểu thuyết ngắn (sort novel), chứa chuyện thần, chuyện người, chuyện ta, chuyện Tây xen kẽ, các quan hệ có sinh, có diệt, nhưng kết lại là sức sống mãnh liệt, tình cảm sâu sắc của loài người và ước mơ về một thế giới công bằng tốt đẹp".

Nhà văn, Phó giáo sư, Tiến sĩ ***Trần Mạnh Tiến***
(Bìa 4, tiểu thuyết của Vũ Xuân Tửu,
Nhà xuất bản Hội Nhà văn, Hà Nội, 2013)

"NÓI ĐƯỢC ĐIỀU GÌ ĐÓ CHO THỜI NAY..."

(Thay lời giới thiệu)

Đó là một phần câu kết, viết trong "Lời nói đầu" của tác giả cuốn tiểu thuyết lịch sử, mà các bạn đang cầm trên tay, có tựa sách là tên gọi của nhân vật chính: Đinh Tiên Hoàng.

Vũ Xuân Tửu, sinh năm 1955. Một nhà văn từng là cán bộ công an tỉnh Tuyên

Quang, cầm bút viết văn khi đã ngoại bốn mươi (1998), thành danh với giải thưởng chùm ba truyện ngắn của Tạp chí Văn nghệ quân đội, khi sống được nửa tuổi một trăm (2005) và cuốn sách này ra mắt bạn đọc, thì tuổi tròn một hội. Trong bản thảo cuối cùng mà tôi được đọc, để viết lời giới thiệu này, có ghi chú mấy số liệu "bản thảo lần thứ 9 = 144.540 chữ"

Vũ Xuân Tửu từng giãi bày: "Tôi coi văn chương là chuyện sang trọng và thiêng liêng. Trước khi viết tôi thường tắm gội sạch sẽ, chọn giấy trắng, bút tốt. Sau khi tác phẩm được xuất bản, thường làm lễ tạ... Ngồi viết hay sử dụng máy tính cũng sắp xếp sao cho mặt hướng về phương Nam..". Nhà văn từng viết như vậy, và còn nói thêm rằng, biết mình không được đào tạo bài bản về nghề viết văn, nên lấy sự cần cù, nghiêm túc và năng học hỏi để bù lại...

Với Vũ Xuân Tửu, đây cũng không phải là sáng tác đầu tiên về thể loại tiểu thuyết lịch sử, vì trước đó, anh đã từng cho ra mắt tác phẩm "Chúa Bầu" (2006), viết về hai nhân vật họ Vũ đã phò Vua Lê, ở vùng Tây Bắc, thế kỷ XVI... Nhưng ngòi bút của nhà văn trước sau đều cẩn trọng, tuân thủ cái điều được viết, ngay trong lời mở đầu của sách, khi nhắc đến lời của một nhà văn nước ngoài - Milan Kundera, rằng: "Nhà tiểu thuyết không phải là nhà sử học, không phải là nhà tiên tri, anh ta là người thám hiểm cuộc sống...".

Cũng vì thế, trong "Lời nói đầu" của cuốn tiểu thuyết lịch sử thứ hai này, tác giả đã dành giấy mực điểm lại tất cả những tri thức cơ bản, cả trong chính sử và dã sử, liên quan đến Đinh Tiên Hoàng và cái thời đại đã "cách đây ngàn năm có lẻ", để xác tín cái quan niệm: "Tiểu thuyết lịch sử là văn học, hư cấu trên cơ sở chính sử, nên đấy là mảnh đất màu mỡ cho ngòi bút tung tẩy".

Và quả thật, ngòi bút của Vũ Xuân Tửu đã "tung tẩy" trên những trang giấy, để dựng lại cả một diễn trường lịch sử vô cùng phong phú và phức tạp của một thời kỳ mà dân tộc ta, vừa thoát ra khỏi hơn ngàn năm đô hộ, là quận huyện của phương Bắc, được ấn định bởi công lao của Ngô Vương Quyền, người đã xác lập nền tự chủ của dân tộc Việt Nam, bằng chiến công hiển hách trên Sông Bạch Đằng, năm 938.

Chống giặc ngoại xâm hay giải phóng nhân dân khỏi ách đô hộ của ngoại bang, để giành nền độc lập-tự chủ, trong lịch sử dân tộc Việt Nam là một ý chí sắt đá, đã nhiều lần được được thể hiện mỗi khi đất nước bị xâm lăng, hay đô hộ với những tên tuổi của các vị anh hùng dân tộc, như: Hai Bà Trưng, Ngô Quyền, Trần Hưng Đạo, Lê Lợi, Quang Trung... cho đến các danh nhân thời hiện đại.

Nhưng gìn giữ nền thống nhất quốc gia, chống lại mọi khuynh hướng hay thế lực phân chia, cát cứ cũng là một nguyên lí sống còn, gắn với sự tồn vong dân tộc. Đinh Tiên Hoàng, một trong những sứ quân mang danh xưng "Vạn Thắng Vương" của thời dựng nước; cũng là "Đại Thắng Minh Hoàng đế" khi gắn với thắng lợi của công cuộc thống nhất lực lượng quốc gia, chấm dứt tình trạng "loạn sứ quân", ở thế kỉ thứ X; để thiết lập một triều đại phong kiến trung ương tập quyền đầu tiên của một quốc gia tự chủ, có quốc hiệu là "Đại Cồ Việt", có niên hiệu là "Thái bình", có thiết chế triều đình, pháp luật, tài chính và quân đội... được ghi trong chính sử.

Triều đại ấy, đã nối tiếp ý chí và gìn giữ nền tự chủ với phương Bắc của Triều Ngô, nên được đời sau tôn vinh là Đinh Tiên Hoàng Đế và tôn mảnh đất Hoa Lư-Ninh Bình là kinh đô của hai triều đại Đinh và Tiền Lê có công dựng nước. Đó cũng chính là bối cảnh của nội dung phản ánh trong cuốn tiểu thuyết lịch sử này. Chọn để viết về đề tài này, hẳn cũng là cách thể hiện niềm tự hào thầm kín của một nhà văn được sinh ra "nơi ngã ba sông dưới chân núi Non Nước", mà ngày nay đã nằm trong một không gian Di sản Thiên nhiên và Văn hóa Tràng An, vừa được thế giới công nhận.

Trong *Đinh Tiên Hoàng*, sự vận động của lịch sử với những nhân vật và sự kiện có thực, qua ngòi bút "tung tẩy" của văn chương, trở nên sinh động, khiến người đọc không chỉ tiếp nhận những tri thức lịch sử, thường bao giờ cũng nghèo nàn hơn đời sống thực, mà sự hư cấu của nhà văn, lại chính là nguồn bổ sung vô tận, cho trí tưởng tượng của người đọc. Chính văn chương cũng góp phần làm cho những giá trị lịch sử trở nên sâu sắc hơn, nhờ vào những khám phá của nhà văn, khi tự coi viết tiểu thuyết lịch sử là một hành trình thám hiểm cuộc sống, không chỉ của quá khứ mà chính là hiện tại.

Vì thế, khi khép lại cuốn tiểu thuyết lịch sử này, thay vì nhắc lại cho đủ câu chữ của đoạn kết, mà Vũ Xuân Tửu đã viết trong Lời nói đầu của mình rằng, với tác giả "để cố gắng nói được điều gì đó với thời nay, thì may lắm thay"; cũng xin được nói lên suy nghĩ của một người được tác giả cho đọc trước tác phẩm này, cái cảm nhận được may mắn đọc những điều mà cuốn sách này đã nói được. Xin được chia sẻ cái cảm nhận ấy, với các bạn đọc.

Cuối Xuân, 2015

Dương Trung Quốc

Phó Chủ tịch, kiêm Tổng thư ký Hội Khoa học Lịch sử Việt Nam,
Tổng Biên tập tạp chí Xưa & Nay.

(Bài in trong tiểu thuyết Đinh Tiên Hoàng, Nhà xuất bản Công an nhân dân, 2018 và báo Văn nghệ, số 37, ngày 15/9/2018)

1.3. NHẬN XÉT THƠ

BÀI THƠ VỊNH HẠ LONG

Bắt đầu hai khổ thơ ngắn là sự miêu tả Vịnh Hạ Long với sự so sánh kiệm lời mà chính xác: "Đảo núi nào cũng giống cánh buồm", "Đảo núi nào cũng giống tảng đá". Từ sự so sánh ấy dẫn đến những liên tưởng bất ngờ, thú vị, độc đáo: "Muốn bay lên mà không bay được", "Muốn chìm xuống mà không chìm được".

Nếu là buồm thì bay lên, lướt đi trong gió. Nếu là đá thì chìm xuống đáy biển. Chính cái sự chung chiêng ấy của đảo núi, giữa bốn bề sóng gió đã chắp cánh cho cảm xúc thơ, cho sáng tạo nghệ thuật đi sâu vào tâm hồn con người. Phải chăng cuộc đời mỗi con người cũng có chút gì đó của đảo núi kia, lúc muốn bay lên, lúc muốn chìm xuống... Mơ ước, khát vọng ở đâu và ở ai cũng có, nhưng có phải bao giờ cũng trở thành hiện thực cả đâu? Cái dở dang "nửa chừng xuân", cái bấp bênh muôn thuở vẫn có trong cuộc đời. Chính điều đó làm cho cuộc đời càng thêm sinh động, đa sắc và hấp dẫn. Vẻ đẹp cuộc đời một phần cũng là ở chỗ đó. Nếu cuộc đời mọi thứ đều rõ ràng, không còn điều gì dang dở, vương vít nữa thì sẽ tẻ nhạt biết bao. Ví như các đảo núi kia, nếu một ngày nào đó hoá thành cánh buồm, thành tảng đá cả thì còn đâu Vịnh Hạ Long say đắm lòng người? Cuộc sống vẫn còn tồn tại có sự thành, sự dở, có niềm vui và nỗi buồn; cũng như các đảo đá ấy, có sóng biển vỗ, có sóng biển ru và có cả nước biển mặn. Muôn đời vẫn thế.

Nhà thơ ***Mai Liễu***
Báo Tân Trào, số tháng 4+5/1997

Vịnh Hạ Long

Vịnh Hạ Long
Đảo núi nào cũng giống cánh buồm
Muốn bay lên mà không bay được.

Vịnh Hạ Long
Đảo núi nào cũng giống tảng đá
Muốn chìm xuống mà không chìm được.

Bởi thế,
Sóng biển vỗ về và gió biển ru
Cũng bởi thế
Nước biển ngàn năm vẫn mặn mà.

BÀI THƠ NGƯỜI ĐÀN BÀ VẼ

Mở đầu bài thơ là cảnh bến Bình Ca sau trận lũ "bờ cây lối cỏ tơi bời… tất cả đều thấm đẫm bùn đất". Cũng cần nói thêm rằng, đây là một khúc sông Lô nổi tiếng hùng tráng và tươi đẹp mà nhà thơ Tố Hữu đã nhắc đến với niềm cảm kích, tự hào:

"Nắng chói sông Lô hò ô tiếng hát
Chuyến phà dào dạt bến nước Bình Ca".

(Ta đi tới)

Khi con đường Nông Tiến - Chợ Xoan - Sơn Dương "mở lối đàng hoàng" thì bến Bình Ca chỉ còn lại trong kí ức của những người đã từng có dịp qua lại nơi đây. Đó cũng là lẽ tự nhiên của sự phát triển. Tác giả không làm thơ hoài cổ. Bến Bình Ca chỉ là cái cớ, để tác giả gửi gắm tâm sự của mình.

Toàn bài thơ như là sự miêu tả cảnh bến sông sau trận lụt, với rất nhiều cảnh: từ tiền cảnh, trung cảnh đến hậu cảnh; từ cận cảnh đến viễn cảnh… trong đó có một cảnh trung tâm là người đàn bà đứng vẽ. Người hoạ sĩ vẽ gì trên bến sông quê sau trận lũ? Có lẽ chị nhìn thấy những mái lều chợ đậu trên ruộng khoai, mớ cá dân chài quẫy đành đạch trọng chậu nhôm, người nông dân đong gạo, vừa đong vừa ca cẩm mùa màng; rồi tập vở học trò lấm bùn người mẹ kẹp nách mang về cho con, mấy cô thôn nữ che nón ăn bún trong chợ…

Những câu thơ không cố tình làm duyên làm dáng về chữ nghĩa, mà cuộc sống của một làng nhỏ bên sông lại hiện ra đầy ắp trên trang thơ với bao lam lũ, lo toan, chịu đựng và tự tin. Đó là những cảnh sinh hoạt đồng quê gần gũi, thân thiết, mộc mạc, nguyên sơ nhưng thấm đẫm tình đời. Tôi tò mò muốn sờ tay lên trang viết của tác giả - hình như có cả những hạt phù sa lấp lánh sau những chữ kia - để được cảm nhận bằng da thịt cái cuộc sống bền bỉ, thẫm đẫm bùn đất ấy… Bởi tôi không tin ở con chữ, cũng như tác giả chưa hẳn đã tin vào cái "nhướng mắt nhìn" vẻ chăm chú, say mê của người hoạ sĩ. "Có lẽ chị nhìn thấy… ". Nhưng người hoạ sĩ đã không nhìn thấy cái gần gũi, thân thiết nhất là cuộc đời đang hiển hiện trên bến sông kia, mặc dù vì nó mà chị tìm kiếm.

"… Trên bức vẽ
Tôi chỉ thấy những lều chợ xập xè
Và bờ tre hoe hoe
Trên bến sông nước ngập tràn trề".

Cuộc sống ngổn ngang, bề bộn, nhức nhối, sống động ấy đã không hiện ra trên bức tranh. Cái còn lại trên bức tranh chỉ là những hình ảnh nhạt nhẽo, tĩnh lặng, phù phiếm và nông cạn. Tác phẩm như vậy hỏi tìm đâu ra sự sống, khi chính hiện thực đã bị hoạ sĩ tỉa tót, đẽo gọt đến biến dạng?

Đó là nét độc đáo, bất ngờ của thơ Vũ Xuân Tửu.

Nhà thơ ***Mai Liễu***
(viết tại Hà Nội, 8/1998, đăng Báo Tân Trào, 6/1999)

Người đàn bà vẽ

Sông Lô sau mùa lũ
Bến Bình Ca như bị trận bom xưa
Bến phà bê-tông sụt lở
Bờ cây, lối cỏ tơi bờ
Từ viên sỏi ở mép nước, đến búp cỏ ở trên đồng
Tất cả đều thấm đẫm bùn đất
Những người dân chài đang chí chát đóng lại thuyền
Những chiếc bè vó chỏng gọng
Trẻ con nhảy choi choi
Khói đốt cỏ nghi ngút.

Trên bờ sông có một người đàn bà
Đang lặng lẽ đứng vẽ
Chị nhướng mắt nhìn thấy sau rặng tre
Thấp thoáng lều chợ
Những mái lều như những cánh bướm
Xập xè đỗ xuống ruộng khoai.

Có lẽ chị nhìn thấy
Mớ cá dân chài
Quẫy đành đạch trong chậu nhôm.

Có lẽ chị nhìn thấy
Thúng gạo và người nông dân đang nhặt sạn
Vừa đong vừa ca cẩm mùa màng.

Có lẽ chị nhìn thấy
Tập vở học trò lấm lem bùn đất
Người mẹ kẹp nách mang về cho con
Và phía cuối chợ
Mấy cô thôn nữ tùm hụp nón ăn bún...

Nhưng trên bức vẽ
Tôi chỉ nhìn thấy những lều chợp xè
Và bờ tre hoe hoe
Trên bến sông nước ngập tràn trề.

NHỮNG CẢM NHẬN QUA BÀI THƠ GẶP NÀNG TÔ THỊ NGỠ NGƯỜI LÀNG TA

Chiến tranh đã lùi xa chúng ta khá lâu, nhưng những đau thương mất mát mà chiến tranh gây ra giống như ngọn lửa vẫn âm ỉ cháy cho tới tận hôm nay. Và cuộc sống thời kì hậu chiến tranh là mảnh đất phì nhiêu, màu mỡ để các nhà văn, nhà thơ đặt bút khai thác. Nếu như trước kia, khi viết về chiến tranh, các nhà văn, nhà thơ thường viết về những chiến trường, mặt trận nơi có tiếng súng, có bom đạn, có hi sinh hay hướng ngòi bút tới hình tượng những người chiến sĩ trẻ tuổi sẵn sàng bỏ lại sau lưng gia đình, quê hương, để khoác ba-lô, súng ống ra tiền tuyến; mà ít ai chú ý tới cuộc sống ở hậu phương, cuộc sống của những người mẹ, người vợ, có con, có chồng đi chinh chiến nơi biên ải, ít ai hiểu được nỗi nhớ mong khắc khoải, sự chờ đợi mòn mỏi theo thời gian, theo năm tháng mà con, mà chồng của họ vẫn chưa về.

Vũ Xuân Tửu, một nhà thơ hiện đại đã nhìn về một câu chuyện của quá khứ, với một cảm xúc mới, ông đã viết bài thơ *Gặp nàng Tô Thị, ngỡ người làng ta.*

Ngay đề từ, ta thấy nhà thơ đã có sự liên tưởng từ quá khứ tới tương lai. Nàng Tô Thị có chồng ra trận, nàng ở nhà nuôi con, chờ chồng bằng tấm lòng thuỷ chung son sắt. Tô Thị bế con ngóng chồng đến nỗi hoá thành tượng đá. Đó chính là câu chuyện của quá khứ. Vậy mà khi tác giả liên tưởng tri âm gặp nàng Tô Thị, mà tác giả cứ ngỡ là người làng ta. Điều đó chứng tỏ không chỉ có nàng Tô Thị, mà trên quê hương đất nước Việt Nam có biết bao nhiêu người phụ nữ khác, họ cũng có chung một hoàn cảnh, họ có chồng, có con ra mặt trận mà không hẹn ngày trở về. Có lẽ, đó là tình trạng chung trong hoàn cảnh lúc bấy giờ.

Không phải ngẫu nhiên mà Vũ Xuân Tửu lại lấy hai câu thơ của Léc-man-tốp để làm đề từ cho bài thơ:

"Miếu thờ dù đổ vẫn thiêng
Tượng thờ dù đổ vẫn nguyên tượng thờ".

Bản thân hai câu thơ trên đã thể hiện khá rõ tư tưởng, tình cảm của tác giả. Với nhà thơ, không có gì là bất tử trước thời gian. Thời gian có thể làm phai mờ, nhạt nhoà tất cả. Duy chỉ có những con người anh hùng, những con người sống cho dân tộc, sống cho Tổ quốc là họ sẽ sống mãi với non sông đất nước, cho dù miếu thờ họ, tượng thờ họ có bị thời gian huỷ hoại, tàn phá.

Bài thơ đã thể hiện khá rõ phẩm chất của người phụ nữ Việt Nam, mà cụ thể và tiêu biểu là nàng Tô Thị. Đồng thời, thể hiện cảm xúc của nhà thơ của nhà thơ, đó chính là tấm lòng đồng cảm sâu sắc, sự biết ơn chân thành.

Khổ thơ đầu của bài thơ, chính là hoàn cảnh gặp gỡ và cuộc trò chuyện giữa nhà thơ và nàng Tô Thị. Bằng trí tưởng tượng phong phú, nhà thơ đã như cho chính độc giả được chứng kiến cuộc gặp gỡ ấy. Với tác giả, đây chính là cuộc gặp gỡ đã định trước: "Tôi đến Lạng Sơn gặp nàng Tô Thị" và cuộc trò chuyện giữa tác giả và nàng Tô thị giống như một cuộc khám phá nội tâm của nhà thơ với người phụ nữ này.

"Tôi hỏi, khi nào nàng trở lại?
Nàng cười và lặng ngóng trời xa".

Tô Thị "cười", nhưng không phải là một nụ cười tươi tắn, mà là cái cười mang đậm một nỗi buồn và dáng vẻ lặng ngóng trời xa. Ta tưởng như nàng đang nhìn về một khoảng không bao la vô tận, mà chưa tìm được một tia sáng nào cả và với nàng, dù có tia sáng ấy đi chăng nữa thì cũng rất mong manh, cũng giống như sự chờ đợi mòn mỏi của nàng bấy lâu nay đối với chồng. Cho dù nàng không hề bi quan hay tuyệt vọng, mà nàng vẫn hi vọng một ngày kia, chồng nàng sẽ trở về.

"Tôi bảo, cho cháu về quê nội
Nàng cười, thôi để cháu đợi cha.
Tôi bảo, hay gửi thư, gửi ảnh
Nàng cười và bảo chẳng cần đâu
Chờ khi anh ấy xong nhiệm vụ
Sẽ trở về thăm lại thôn quê".

Với nàng lúc này, thời gian vừa giống như một liều thuốc quí, để cho nàng chờ đợi và hi vọng, nhưng cũng vừa là cái đánh cắp tuổi trẻ và nhan sắc của nàng, nó gặm nhấm tâm hồn nàng bằng những lo toan của cuộc sống thường nhật, bằng những ý nghĩ mông lung, xáo trộn tâm trí nàng. Nhưng có lẽ, điều làm cho nàng nghĩ nhiều nhất, đó là không biết bao giờ thì chồng nàng sẽ quay trở về với nàng.

Trong các tác phẩm văn học thời xưa cũng có rất nhiều nhà văn, nhà thơ viết về tâm sự của những người vợ khi có chồng ra trận, như *Chinh phụ ngâm* của Đặng Trần Côn. Thấu hiểu được những tình cảm của nàng Tô Thị, Vũ Xuân Tửu đã có một sự đồng cảm sâu sắc, điều này được thể hiện trong khổ thứ hai:

"Tôi đã đi: "Nhắn tìm đồng đội"
Mà đến nay chưa thấy hồi âm".

Cho nên nhà thơ đã:

"Tôi rủ cả làng lên thăm chị
Chị bồng con ra đón lệ nhạt nhoà".

Lúc này, nàng Tô Thị không còn cười, dù là cái cười buồn, cái cười gượng, cũng không còn lặng ngóng trời xa như trước, mà nàng lệ nhạt nhoà. Đó chính là nỗi đau, nỗi khổ của nàng, không kìm nén được nữa, khi nàng biết chồng sẽ vĩnh viễn không quay trở về. Trước tình cảnh ấy, không ai chứng kiến mà không xúc động, không đau đớn và nhà thơ, một tâm hồn nhạy cảm, từ nàng Tô Thị đã nghĩ tới biết bao người phụ nữ khác trên quê hương đất nước, cũng nuôi con, cũng chờ chồng cho tới hết cả cuộc đời, họ không hề được hưởng những giây phút của hạnh phúc riêng tư, họ chỉ biết có "chờ đợi" mà thôi.

"Đâu đâu cũng gặp nàng Tô Thị
Bồng con bế cái vọng nước non".

Đặc biệt, hai câu thơ cuối của bài thơ là sự kết thúc cuối cùng về hình ảnh người phụ nữ chờ chồng:

"Bỗng một hôm nàng hoá thành tượng đá
Người làng tôi xa ngái thắp hương thờ".

Dù biết chồng mình sẽ không trở về, nhưng nàng vẫn chờ, chờ cho tới khi thân thể nàng hoá thành tượng đá. Điều đó, một lần nữa khẳng định phẩm chất thuỷ chung son sắt của những người phụ nữ, những con người đã đóng góp một phần không nhỏ vào những thắng lợi của dân tộc, để hôm nay, những nhà thơ như Vũ Xuân Tửu, những thế hệ trẻ như chúng tôi, được viết về họ như một niềm kiêu hãnh, một niềm tự hào về những gì mà dân tộc mình có.

Đặng Thị Hải Yến
Báo Tân Trào, số 197 (2/2006).

DƯ VỊ NGẬM NGÙI

TT - Vũ Xuân Tửu sinh năm 1955, quê Ninh Bình, khoác áo công an làm việc ở Tuyên Quang và nay nghỉ hưu ở đó. Anh viết văn khá sớm nhưng chỉ thật sự thành tên từ giải nhất cuộc thi truyện ngắn (2005-2006) của Tạp chí Văn nghệ quân đội. Đến nay anh đã có hơn chục tập sách văn xuôi và một tập trường ca xuất bản. Về thơ, anh còn nhiều bản thảo đang chờ in.

Thơ Vũ Xuân Tửu đầy hơi thở của sự kiện và tâm trạng cuộc sống hiện tại được tác giả viết bằng một giọng điệu và triết lí dân gian để lại nhiều dư vị hài hước, ngậm ngùi cho người đọc.

Phạm Xuân Nguyên
Tuổi trẻ/ Chủ nhật, 23/06/2013 04:07.
(Kèm theo 3 bài thơ: Võng đỏ, Bầu trời của những con gà,
Cuộc tranh luận giữa thầy tu, ông kính lúp, bà lão nuôi gà và nhà thơ

Bầu trời của những con gà

Những con gà bay lên bầu trời
Đỉnh của chúng cao bằng ngọn ớt
Mào đỏ rực lên dáng đi đĩnh đạc
Trời rỗng như cái lồng thôi mà.

Gà dù bay cũng không thể thành chim
Việc của chúng kiếm ăn trên mặt đất
Đôi khi hứng chí bay

Hoặc là bị xua đuổi.

Cũng như chim đôi khi sà xuống đất
Tò mò xem đất có lún như mây
Và khi bị súng săn hạ gục
Máu loang ra đỏ sắc chiều tà.

Những chú gà con leo lên lưng mẹ
Nhảy như bay
Và đùa nhau
Sấp ngửa.

Cuộc tranh luận giữa thầy tu, ông kính lúp, bà lão nuôi gà và nhà thơ

Thầy tu rủ rỉ Chúa sinh muôn loài.
Ông kính lúp dạy vượn sinh ra người.
Bà lão nuôi gà hóa nhà hùng biện
Gà đẻ ra trứng, trứng nở ra gà
Có gà trống thì trứng không thiếu sống
Nhưng mái gà không được chạy quá nhanh.
Nhà thơ bảo tất thảy đều đồng hiện.

Và

Thế giới hiện ra theo ý nhà thơ
Như chúng ta đang được thấy bây giờ.

NỤ CƯỜI TINH QUÁI

Vũ Xuân Tửu là người luôn tìm kiếm sự thay đổi trong bút pháp, và quan trọng hơn, trong tư duy nghệ thuật. Mỗi tiểu thuyết, tập thơ của anh đều có một dấu ấn cá nhân độc đáo, một hình thức và nội dung khác thường.

Gần đây, Vũ Xuân Tửu làm thơ với cái nhìn suy tư pha lẫn hài hước. Trong thơ anh có những phát hiện bất ngờ về cuộc sống đương đại, lẫn một nụ cười tinh quái.

L.A.H
(Lê Anh Hoài)
số 300, ngày 27/10/2013, trang 9, Báo Tiền phong Chủ nhật
(kèm theo chân dung và 4 bài thơ: Hoàn cảnh,
Cây đàn, cái cuốc, khẩu súng và cô gái, Gió xanh, Đường nhựa.)

Hoàn cảnh

Đi ngược chiều ngọn gió
Thấy cái quạt góc nhà
Đi ngược chiều chói lóa
Thấy màn hình ti-vi
Đi ngược chiều bài ca
Thấy cái loa công cộng
Đi ngược chiều sự sống
Thấy cái bao condom.

Ngược xuôi và xuôi ngược
Loanh quanh ở xó nhà
Ngoài kia là vũ trụ
Bao la là bao la.

Cây đàn, cái cuốc, khẩu súng và cô gái

Này bạn ơi
Nếu tôi tặng cây đàn
Bạn có tấu lên khúc nhạc không?

Này bạn ơi
Nếu tôi cho cái cuốc
Bạn có xới lên mùa vàng không?

Này bạn ơi
Nếu tôi trao khẩu súng
Bạn có canh chừng biên cương không?

Và bạn ơi
Cái cuốc, khẩu súng tôi có thể ấn vào tay bạn được
Còn cây đàn và cô gái thì không
Bạn phải tự đốt lửa trái tim mà tìm lấy?

Đường nhựa

những đôi giày mang hình bàn là
ủi trên mặt đường
nhựa át-phan cháy
đen dải băng
quàng ngang phố thị

những đôi giày vẫn đi
về.

THƠ GIAO THOA VỚI ÂM NHẠC, HỘI HỌA

Vũ Xuân Tửu là một trong những cây bút nhiệt thành cách tân thơ. Anh luôn tìm các tứ thơ mới lạ, kể cả cấu hình ngôn ngữ mới trong tập thơ *Bầu trời của những con gà*, (2013), tiêu biểu là các bài: *Chuông tim, Sắc màu, Đường nhựa, Gió xanh, Ngã ba đường.* Bài thơ *Sắc màu*:

"Cánh đồng cỏ đỏ mào gà tươi thắm
chú bò xanh gặm cỏ đẫm sương chiều
nàng ngồi đó bên bờ sông vắng
tóc buông xòa đen nhánh dòng sông.

Tiếng sáo trúc cất lên trầm bổng
bò ngưng gặm cỏ hát vang lừng
nàng gà gật ngắm bò trìu mến
sáo sôi lên sóng nhạc tươi hồng.

Đàn chim trắng liệng trên đồng lấp lóa
ríu ran ca giai điệu màu chàm
sông ngơ ngác chảy ngược lên gọi suối
suối tưng bừng xô sóng nước da cam".

Bằng trí tưởng tượng sinh động, nhà thơ đã phác họa một bức tranh sinh động chan hòa âm thanh và màu sắc tràn đầy sức sống bằng ngôn ngữ tạo hình và gợi cảm theo một trường thẩm mĩ riêng. Các hình ảnh trong thơ đa thanh sắc, qua bút pháp liên tưởng bằng so sánh và nhân hóa đã tạo nên một không gian thẩm mĩ động. Đưa nghệ thuật tạo hình và biểu cảm vào trong thơ và đưa thơ nhạc hòa đồng vào hội họa cũng là một hướng cách tân. Hay bài thơ *Ngã ba đường* lại là một cấu hình mới lạ, bằng kí tự để diễn tả chiều hướng hành trình, con đường cần tới đích tự do:

"Ô kìa
ngã

ba
đường

bàn chân phân vân
bước sang phải liệu đã về lẽ phải
bước sang trái hẳn đã là sai trái
hoặc quay về có khi lại tiến lên
mắt cá nhắm nghiền
mặc kệ những bàn chân.

Ngã ba
hàng quán mọc lên

lữ khách nghỉ chân
chủ quán chỉ ngả ấy, nẻo nọ
quanh ca quanh co.
đôi

Đường 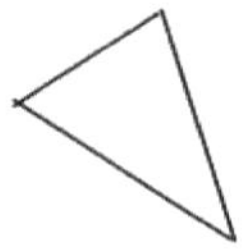

ngả
dỡ bỏ mũi tên".

Pgs. Ts Trần Mạnh Tiến
Thơ Việt trên hành trình đổi mới-
Những vấn đề sáng tác và lí luận, trang 445-446,
Nxb Hội Nhà văn, Hà Nội, 2019.

1.4. NHẬN XÉT TRƯỜNG CA

VÀI CẢM NHẬN KHI ĐỌC TRƯỜNG CA PHÙ SA XANH CỦA VŨ XUÂN TỬU

Đọc một mạch, hết một ngàn không trăm tám mươi sáu câu thơ của tám chương, gấp bản thảo *Phù sa xanh*, trường ca của Vũ Xuân Tửu lại. Tôi bỗng thấy lòng mình bâng khuâng trống trải. Một cảm xúc trào dâng lẫn lộn, có gì đó liêu trai vừa huyền hoặc, vừa xót xa, chua chát, uất ức.

*

Hồn vía của *Phù sa xanh* bày tỏ tinh thần trách nhiệm của một công dân yêu nước chân chính. Anh đề cập những vấn đề cả từ lịch sử đến hiện tại đầy đau đớn và bức xúc. Con sông Lô còn đây, mảnh đất Tuyên Quang còn đây. Máu thịt nước non đi vào thơ anh. Dẫu ai chưa một lần đặt chân đến vẫn hình dung ra được, cái hừng hực của sông Lô mùa lũ và nét dịu dàng của sông Lô như con gái.

"Mùa thu
Sông Lô hiền như cô thôn nữ
Dín dó bơi lặng lẽ sóng dồi".

Và,

"Mùa hè bốc máu đàn bà nổi loạn
Mặt sóng đỏ hăm, quật ngã đôi bờ
Phá nát tất những gì vướng lối
Nhấn chìm đi cả lá và hoa".

Thật rùng mình nghe thơ anh tâm sự về trận lũ năm 1971:

"Ông già, trẻ con ngồi trên nóc nhà trôi trên sông kêu cứu rạc rài
Chùm người bám lúc lỉu trên cây tuyệt vọng nhìn theo...
Những người chết đuối trên sông nhiều như cá dưới nước, như lá trên rừng..."

Tôi đã có lần lên Tuyên Quang. Có cái gì cổ kính hoang sơ còn xót lại. Những bức tường thành rêu phong từ đời Nhà Mạc, xen lẫn những nhà hàng và nhà ống đan xen. Phố phường có gì êm đềm hơn thành phố dưới xuôi nơi tôi đang sống. Anh nhắc lại cả một thời u mê mông muội. Người ta đập phá đền thờ và đồ tế lễ may mà cái khánh bằng đồng không có vàng (đồng đen) nên đã được trả lại vị trí cũ bằng hai móc sắt phi sáu (ø6) treo tẽn tò bên điện và "Cất tiếng ngân thảng thốt dòng Lô". Có gì đó thật đắng cay chua xót khi niềm tin vào cõi trần bị xói mòn dối lừa. Tìm đến chốn tâm linh để tự an ủi nhau:

"Chuyện khổ đau là số phận ấy mà...
Người trần thờ phụng cái người ta ngưỡng vọng
Dẫu bị dối lừa thì có cũng hơn không".

Vũ Xuân Tửu đã định nghĩa về niềm tin như thế đó. Đám đông hiền lành mênh mông như cỏ. Tìm trong cái không có để mà tin, mà sống mà di dưỡng tinh thần. Nếu như, tương truyền rằng, Lý Thường Kiệt chống giặc Tống trên sông Như Nguyệt đọc câu thơ thần, khẳng định chủ quyền lãnh thổ và ý chí quật cường của một dân tộc. Thì nay một anh nhà thơ tỉnh lẻ, một con dân đất Việt khẳng định:

"Ta là người Việt Nam
Quen điệp khúc trong nhà mình nhất
Xây dựng thiên đường bằng cuốc bằng dao
Bảo mình nhỏ, mình hèn là xúc phạm".

Nếu chỉ dừng ở đây thôi thì Vũ Xuân Tửu đã sa đà vào tụng ca và tự hào hão. Nhưng anh đã đề cập đến vấn đề đầy nhức nhối: "Mốc quốc gia số Hai trăm sáu mươi mốt (năm hai ngàn lẻ một) thay mốc giới Pháp-Thanh". Và đến đây người đọc sẽ không khỏi đặt ra câu hỏi cái mốc giới 2001 ấy vị trí thế nào? Rồi một chút bi hài: "Khẩu hiệu đỏ, mười sáu chữ vàng đòng đưa nói về sự ổn định lâu dài (chứ không vĩnh viễn)" . Cặp từ đòng đưa anh dùng thật đắc địa. Có gì đó như lật lọng, lươn lẹo, giả trá, xảo quyệt và tráo trở. Bốn chữ trong ngoặc đơn (chứ không vĩnh viễn) của anh, tôi lại nghĩ đó là vĩnh cửu. Thực ra bao nhiêu nhà khoa học đã đi tìm, chế tạo động cơ vĩnh cửu nhưng đều thất bại, vì không thể có động cơ vĩnh cửu. Vậy thì có gì là vĩnh viễn. Bốn chữ trong ngoặc ấy Vũ Xuân Tửu đã khẳng định và anh biết cũng như mọi người đều biết. Khi xem phim các Hoàng đế Trung Hoa trước đám quần thần đều được nghe lời xung tụng: Hoàng đế vạn tuế, vạn vạn tuế. Chỉ có cây Vạn Tuế (cũng là do người đời đặt tên cho oai thôi. Chứ cũng chưa thấy cây nào sống vạn năm). Để tránh cái chữ của thời phong kiến người ta lại hò nhau nhái ra chữ "Muôn năm". Làm gì có muôn năm, làm gì có vĩnh viễn. Đến như Liên bang Xô Viết thành trì XHCN còn sụp đổ. Quốc kì đã thay, đồng chí Tổng Bí thư giờ là Tổng thống... Sự sụp đổ ấy chẳng qua là vì trái quy luật tự nhiên, trái qui nhật nhân sinh và đạo lí làm người. Thế thì lấy đâu ra vĩnh viễn. Anh và tôi cùng mọi người đều biết rằng, chẳng có gì là vĩnh viễn. Nói cho vui, nếu như đi theo con đường của các Vua Hùng đã chọn thì Merceđét, quần bò, ti vi, tủ lạnh và nồi cơm điện sẽ bán cho ai. Chả lẽ ta lại nấu cơm bằng nồi đất, đóng khố, cưỡi ngựa đi đám cưới à! Vậy thì làm gì có vĩnh viễn, có muôn năm.

Vũ Xuân Tửu vẽ ra một chút bi hài, cái khát vọng giàu sang cái hơn người kiểu trọc phú quê mùa "Dân chúng nhọc nhằn, nên ai cũng thích làm quan cho sướng" có chút gì đó mỉa mai và cay đắng. Ngày xưa Vua là thiên tử (con giời) quan là phụ mẫu của dân, là cha mẹ của dân. Phải coi dân như con đẻ của mình. Phải lo cho dân, chăm cho dân sao cho đúng với nhân cách là phụ mẫu, để con cái đói thì bậc phụ mẫu phải thấy nhục, phải biết xấu hổ. Còn ngày nay, quan là cán bộ, là đầy tớ của dân, là công bộc của dân, khổ trước dân, sướng sau dân. Vậy mà Vũ Xuân Tửu lại bảo "Dân chúng nhọc nhằn, ai cũng thích làm quan cho sướng". Lối viết u mặc cười ra nước mắt. Sông Lô chảy dài suốt dọc trường ca của Vũ Xuân Tửu. Sông Lô như là nhân chứng sống:

"Chiến tranh tàn phá biên thuỳ
Khối bộc phá nổ tung cây cầu đá...
Mùi thuốc súng ám vào từng hạt phù sa...
Sông Lô đỏ, sông Hồng cũng đỏ
Sông Lô đau, đất nước cũng đau".

Đêm vui mấy cũng tàn, chiến tranh mãi rồi cũng kết thúc. Thật chua chát. Hai đất nước cùng tôn thờ một chủ nghĩa. Từng có kẻ thù chung, lại tàn sát nhau hơn kẻ thù. Để rồi:

"Một mai ca khúc khải hoàn
Sao đỏ, sao vàng không bắn nhau nữa".

Anh khái quát vấn đề bằng hình ảnh hai ông sao thật chua chát. Như nhà thơ Nguyễn Duy đã có câu thơ: "Thắng hay thua chỉ người chết là bại".

Phù sa xanh đề cập vấn đề mà các nhà chính trị thường né tránh. Nhớ ngày nào hội nhập vào ASEAN. Các cơ quan truyền thông ra rả: Hội nhập nhưng không hoà tan, nâng cao cảnh giác kẻo địch phá hoại ta nhiều mặt, cảnh giác diễn biến hoà bình, cảnh giác với các thế lực thù địch vv.. và vv… Thậm chí còn kiêng kị và gọi những đồng tiền Mỹ là "đô-la rúp", hoặc "ngoại tệ mạnh" của Việt kiều gửi về hoặc mang về nước đầu tư. Vũ Xuân Tửu đã khẳng định:

"Chúng ta đều là con dân đất Việt
Hãy hoá phù sa xanh, phù sa đỏ nuôi đất mẹ hiền
Thế giới phẳng dần, nhưng Tổ quốc vẫn mãi là Tổ quốc
Thập loại thành phần nên một khối nhân dân".

Nhớ lại năm 1954, miền Bắc được giải phóng, nhà nào cũng treo hoặc dán vào nơi trang trọng nhất khẩu hiệu: "Tổ Quốc trên hết". Bây giờ khẩu hiệu ấy ở đâu, còn ai treo, ai dán? Thế giới phẳng của Tô-mát phrít-man, xôn xao dư luận toàn cầu bao nhiêu năm, giờ mới được thẽ thọt xuất bản. Các nhà chính trị luôn mồm nhắc đến cảnh giác cao độ với ngoại xâm, nhưng nội xâm còn tàn bạo, độc ác, trung cổ hơn chúng ta tưởng nhiều. Họ cướp đất, cướp nhà, cướp ruộng làm sân gôn, khách sạn. Bồi thường với giá bọt bèo. Nông dân một đám đông đáng thương lại với đôi bàn tay trắng, cảnh báo một nguy cơ khi mà:

"Nhấm thuyết giáo nước ngoài thì hầm hứ rình nhau
Đất nước bao lần tan hoang chinh chiến
Và sẽ có ngày lại khói lửa binh đao
Sông Lô thương đau thắm dòng máu đỏ
Khăn tang trắng bờ như thể hoa lau
Tay ta viết, tim ta đau định mệnh
Miền núi trung du thành bãi chiến trường
Lại cái cảnh nồi da xáo thịt
Xao xác bên sông kẻ khóc người cười".

Vũ Xuân Tửu phải đau đớn, quằn quại với những câu thơ đẫm nước mắt cứ như từ tim óc vọt ra. Một thứ thay tên đổi họ, đánh tráo niềm tin "Vô sản toàn thế giới liên hiệp lại" ư? Đánh đổ tư bản để cán bộ trở thành "Tư bản đỏ". Rồi anh day dứt, khát vọng và như mê mị ước mơ: "Sao không phải là trí thức toàn thế giới liên hiệp lại, để cùng nhau kiến tạo văn minh". Nhưng đau đớn thay khi nghĩ về Nguyễn Trãi và bao hào kiệt:

"Có nhớ Tả tướng Trần Nguyên Hãn
Oan khiên đổ xuống khúc sông sâu
Nhân tài hào kiệt đời nào cũng vậy
Đều bị gian thần mưu ma chước quỷ triệt tiêu".

Và, thời nay thì sao? Hỏi có bao nhiêu người như ông Kim Ngọc... Vũ Xuân Tửu gói gọn khổ thơ này như đinh đóng cột: "Thì ra thời nào cũng vậy, vắng minh quân là luỵ đến nhân tài". Vũ Xuân Tửu đã sòng phẳng vạch ra thứ á phiện chết người được du nhập vào nước ta như hàng hoá:

"Cái đạo phương Tây lại truyền theo sông đến tận Hà Giang, Tuyên Quang, Phú Thọ

Và chủ nghĩa Mác-Lênin cũng từ phương Tây du nhập vào thị thành, bản vắng xóm cùng".

Rồi anh khẳng định "Những thứ văn minh đều từ phương Tây đến cả" và anh làm phép so sánh bằng hai câu thơ đối lập nhau gợi cho ta một ông linh mục và một ông bí thư chi bộ:

"Nhà thờ Công giáo linh mục giảng đạo Kitô
Hội trường cơ quan bí thư chi bộ trình bày nghị quyết...
Người ta tính chuyện làm ăn, ai cũng có nhà lầu, xe hơi, ti vi, lò vi sóng, điện thoại di động, vi tính, Internet nối mạng toàn cầu
Mình cứ quẩn quanh rao giảng những không được làm, khiến ai ải ài ai cũng thành tín đồ khổ hạnh"

Cái điệp từ ai ải ài ai nó lê thê mủn bục đau đớn uất hận đến uất ức vì:

"Thánh giá và áo choàng đen bao trùm thế giới
Búa liềm và cờ đỏ tràn lên khắp thế gian…
Đức tin và lí tưởng đối đầu
Tôn giáo là thuốc phiện xoa dịu nỗi đau nên trường tồn cùng nhân loại
Cộng sản là đấu tranh giai cấp, chuyên chính vô sản rực rỡ một trăm năm".

Để rồi nỗi đau lớn nhất, thất vọng ghê gớm nhất là khi nhân dân. Đám đông dâng máu nhận về mình: "Nhân dân không còn gì để mất, đứng lên giành quyền chủ nhân ông, nhưng rồi thất vọng". Anh như quan toà hỏi tội phạm nhân, khi nghĩ về nhà văn Lan Khai, người "viết văn kiếm gạo" thuở ấy đã ra đi không bao giờ trở lại. Câu thơ tự nhiên như lời kể chuyện:

"Rồi một hôm trên tư giấy về
Bảo ông đi việc công và không về nữa".

"Trên" ấy là ai? Chắc hẳn bạn đọc cũng rõ, thà như thế còn hơn là Trần Dần, Phùng Quán, Hữu Loan, Hoàng Cầm, Phùng Gia Lộc, Phù Thăng, Xuân Khánh, Lê Bầu, Bùi Ngọc Tấn trên năm mươi năm đã sống như là chết. Vũ Xuân Tửu đã vạch ra cái dối trá, đau khổ vì:

"Những trói buộc vô hình không nhìn được…
Chuyện nói cười theo "Kỉ luật phát ngôn"…
Tất cả phải giống nhau từng lời ăn tiếng nói
Khúc hát câu cười, lam làm, ăn ở…
Nhà nước độc quyền tư tưởng
Như thời xưa bao cấp nguồn hàng
Chỉ nghĩ một kiểu, chỉ đi một đường".

Và anh cũng cho thấy sự dốt nát đến thê thảm (không phải thời Thực dân để lại đâu nhé), khi mà:

"Nhà máy phải đưa vào trong lòng thị xã để mọi người chiêm ngưỡng các công trình toả khói tới tương lai…
Bây giờ thế kỷ mai mươi mốt rồi mà vẫn rinh nhà máy xi-măng vào thị xã".

Rồi anh kết luận: "Sự duy ý chí đã làm cho thành trì xã hội chủ nghĩa sụp đổ tan tành, mà chúng ta vẫn cứ phát huy".

Vì: "Nếu ai cả gan vạch ra sự bất hợp lí đến hồi vô lí thì bị qui là chống Đảng, ngang tàng".

Thật kinh hoàng, trường ca *Phù sa xanh* như sông Lô cuộn chảy. Như ruột gan của Vũ Xuân Tửu bộc bạch:

"Cờ Tổ quốc dẫu phải in trên quần đùi cũng được
Nhưng mỗi tiếng nói người dân phải đặt lên bàn".

Nghe thật đanh thép, xuyên suốt trường ca là nỗi đau đáu, đầy tinh thần trách nhiệm của một công dân khảng khái, thẳng thắn. Ngỡ như anh đang là quan toà phán xét, lại như con chiên kêu cứu đức Chúa Trời. Lại như một đảng viên đang đọc bản phê bình và tự phê bình trước tập thể đông người đứng đầu là bí thư chi bộ. Rồi anh lại quặn thắt như con rồng đá ở đền thờ Lê Văn Thịnh tự cắn vào thịt mình.

Những vấn đề Vũ Xuân Tửu bộc bạch không kể hết. Người viết chỉ điểm xuyến một vài câu thơ cho bài viết này. Và với những nhà thơ đích thực chờ mong:

"Em dâng tặng tình yêu cho anh làm thơ để cứu loài người
Nên nhà thơ nào cũng khao khát tình yêu
Và cô gái nào yêu thi nhân cũng là hiến dâng cho đời vậy".

Cho nên dù:

"Bao nhiêu nhà báo, luật gia bị bắt
Bao nhiêu nhà thờ bị cắt đất dựng công viên
Bao nhiêu nhà khoa học bị bó tay phải nghiên cứu công trình minh hoạ
Nhưng không thể kêu đất, vì đất đang quy hoạch
Không thể kêu trời, vì trời của quốc doanh"

Nên anh:

"Chỉ có thể cầu khẩn dòng sông phù hộ".

May đấy là sông Lô nơi anh ở. Chứ như sông Thị Vải thì lời khẩn cầu của anh cũng bị chôn vùi trong nước thối bùn đen vì con sông đã bị đầu độc.

Lời khẩn cầu của anh cũng chả tới được công chúa Phương Dung.

*

Cảm ơn anh đã cho tôi một món ăn toàn rau ngải đắng. Nuốt xong rồi vị ngọt thấm vào tim. Chợt nhớ mấy câu thơ trong bài *Nơi Gừ* của nhà thơ Việt Phương, viết từ năm 1970, trong tập *Cửa Mở*:

"Anh chưa đến hai mươi đã thấy mình già lắm
Sống thường trực của anh là lợm giọng
Chán chường muốn mửa cuộc đời ra
Mửa cả tiếng chim, mửa cả màu hoa
Anh đã thấy những gì quá nhiều lần nhìn thấy
Cả những con người cũng lập đi lập lại đến trở thành thiu chảy
Tất cả những gì y như miếng thịt đã ôi"...

Để rồi trong tập *Cửa mở* sau những đau đớn vật vã nhà thơ tìm cho mình một tình yêu. Bằng cái tít của bài thơ và cũng làm câu kết "Cuộc đời yêu như vợ của ta ơi".

Mong Vũ Xuân Tửu có nhiều đứa con tinh thần ra đời hay hơn nữa.

Nhà Sáng tác Tam Đảo, ngày 8/11/2009
Nhà thơ ***Phạm Xuân Trường***
website trannhuong.com

PÂY NÀ HANG: KHÚC TRƯỜNG CA ĐẬM CHẤT SỬ THI

TQĐT - Nhà văn Vũ Xuân Tửu (hội viên Hội văn học Nghệ thuật Tuyên Quang, hội viên Hội Nhà văn Việt Nam) được độc giả biết đến với những tác phẩm ấn tượng, như: Tiểu thuyết *Hình bóng đàn bà, Chuyện trong làng ngoài xã, Chúa Bầu;* truyện ngắn *Chuyện ở bản Piát*, *Yếm thắm*... Vũ Xuân Tửu tiếp tục ghi dấu ấn ở mảng thi ca. *Pây Nà Hang* (Nxb Hội Nhà văn, 2013) là trường ca đậm chất sử thi kể về cuộc sống của người miền núi từ thủa khai thiên lập địa nơi vùng tiên cảnh Nà Hang.

Vũ Xuân Tửu cho biết, *Pây Nà Hang* được viết sau quãng thời gian chung sống với đồng bào dân tộc ở Nà Hang. Cùng ăn, cùng ở với bà con và ông cất công tìm hiểu hàng nghìn câu lượn, cọi. Có khi ông mở Đài phát thanh của tỉnh cả buổi để nghe tiếng Tày, tuy chỉ hiểu lõm bõm thôi nhưng để cho cái âm hưởng, giai điệu ngôn ngữ Tày thấm vào lòng. Sau bốn năm trời, tác giả mới hoàn thiện tác phẩm độc đáo này. Trường ca có một nghìn hai trăm câu, được chia làm hai phần: Phần một: *Xứ Phặc Phiền* và phần hai có tựa đề: *Hồ sừng hươu.*

Mở đầu tác phẩm là những câu thơ kể về mối tình giữa chàng trai tên là Đỏ và cô gái tên là Nhình. Đỏ là cậu bé mồ côi nghèo khổ ngược ngàn tìm về miền đất hứa, rồi kiệt sức ngã bên đường và được bố mẹ Nhình cứu giúp. Đỏ đem lòng yêu Nhình. Tình yêu đẹp như sức mạnh để anh quyết chí ra đi tìm hoa Phặc Phiền làm thuốc trường sinh bất lão trả ơn bản làng. Trên đường đi, gặp biết bao khó khăn, một mình anh vượt qua mọi gian nan. Cuối cùng, Đỏ tìm ra miền tiên cảnh với biết bao điều thú vị, nên thơ. Anh nhận ra:

"Chốn này là động tiên
Chốn này là Phặc Phiền".

Và cuộc thiên di trên đôi cánh phượng hoàng bắt đầu, già trẻ gái trai rời mảnh đất "chôn nhau cắt rốn" đến với miền tiên cảnh. Đám cưới giữa Nhình và Đỏ được tổ chức trên Vườn Trời với khung cảnh thật lãng mạn:

"Chàng rể cưỡi ngựa vàng yên bạc
Cô dâu cưỡi ngựa bạch yên vàng
Phượng hoàng đậu chín mươi chín ngọn núi
Chim đầu đàn nghiêng cánh đón dâu".

Cuộc sống nơi mảnh đất mới bắt đầu, những người nông dân cần cù không quen chơi nên tự kiếm việc để làm, tăng gia sản xuất, phát triển kinh tế. Những điệu hát then, lượn, cọi ngân nga đêm ngày.

Phần hai của trường ca khắc họa cuộc sống người dân bản nơi vùng đất mới. Những địa danh mới lần lượt xuất hiện: Thượng Lâm, Cổ Yểng, Nà Tông, sông Gâm… Qua bao năm tháng, đời sống bà con dần đổi thay, hiện đại hóa với cây cầu bê-tông xi-măng (beton ciment) cốt thép, tiếng mìn phá mở đường cho xe ô-tô đưa mọi người cùng "Pây Nà Hang". Trong những đoạn cuối cùng trường ca đề cập đến cuộc sống của người dân khi có Dự án thủy điện. Đó là sự biến đổi của khung cảnh thiên nhiên mây, núi, sông, nước... Bên cạnh sự phát triển kinh tế thì Nà Hang nay đã hình thành nhiều địa điểm du lịch:

"Mộng Phặc Phiền
Du ca tiên cảnh
Hồ xanh, núi xanh, giấc mơ xanh".

Nhờ chủ trương đúng đắn của Đảng, Nhà nước mà cuộc sống con người ngày một đổi thay, tươi đẹp hơn. Hòa chung niềm vui ấy lòng người rạo rực vui sống nơi miền tiên cảnh. Vậy là giấc mơ xứ Phặc Phiền đã thành hiện thực:

"Trẻ con lên rừng hái nấm hương
Người lớn xuống hồ đi đánh cá
Bùa thật thà yểm vào của cải
Nên quanh năm không mất trộm bao giờ
Sóng ti-vi rung rinh như bơi...".

Tác phẩm gây ấn tượng bằng những câu thơ giản dị phù hợp với cách cảm cách nghĩ của đồng bào dân tộc. Bên cạnh đó xuất hiện những câu thơ tình lãng mạn khiến độc giả đắm chìm, suy tư:

"Má hồng lên như mặt trời buổi sớm
Nụ cười ngây ngất như thuốc phiện chất lòng anh
Ngực áo dài đen phập phà phập phồng...".

Trường ca còn gắn với nhiều câu tục ngữ, sự tích của người Tày như sự tích hoa Phặc Phiền, núi Cọc Vài, chàng Tài Ngào... thể hiện được nét văn hóa riêng biệt của người Nà Hang.

Bài, ảnh: ***Giang Lam***
Báo Tuyên Quang, Thứ bẩy, ngày 5/10/2013, 9:16

TRƯỜNG CA: DÒNG SUỐI DU CA CỦA VŨ XUÂN TỬU

Vanvn.net (Hội Nhà văn Việt Nam)
04-01-2015 07:57:18 AM

VanVN.Net - Nhà văn Vũ Xuân Tửu không phải là người được sinh ra trên mảnh đất Tuyên Quang, nhưng cuộc sống và những sáng tác của ông dường như chưa bao giờ tách rời xứ sở được mệnh danh là "miền gái đẹp" này. Những trang viết được bắt nguồn từ huyền thoại, từ truyền thuyết, từ những ảo mờ tưởng tượng và những bí ẩn tâm linh luôn mang đến cho bạn đọc ấn tượng đặc biệt mỗi lần đọc một tác phẩm mới của Vũ Xuân Tửu. Trường ca *Dòng suối du ca* chính là một trong những tác phẩm như thế...

Phần thứ hai

NGHIÊN CỨU TÁC PHẨM VŨ XUÂN TỬU

2.1. KHÓA LUẬN VÀ CHUYỆN ĐỀ KHOA HỌC

2.1.1. YẾU TỐ KÌ ẢO TRONG TIỂU THUYẾT HÌNH BÓNG ĐÀN BÀ CỦA VŨ XUÂN TỬU

Lê Thị Trang
Văn D-K56, khoa Ngữ văn, Đại học Sư phạm Hà Nội;
Khóa luận tốt nghiệp 2010, đạt 9,9/10 điểm.
Người hướng dẫn khoa học: Phó Giáo sư, Tiến sĩ Trần Mạnh Tiến.

CHƯƠNG 1: KHÁI LƯỢC VỀ YẾU TỐ KÌ ẢO TRONG VĂN HỌC VÀ NHỮNG THÀNH TỰU CỦA VŨ XUÂN TỬU

1. Về khái niệm "Cái kì ảo" trong văn học

Thuật ngữ *kì ảo* còn được gọi với những tên khác nhau: kinh dị, quái dị, ma quái, huyền ảo... và những tên gọi ấy chưa bao quát hết kiểu dạng văn học đặc biệt này. Ngô Tự Lập trong bài giới thiệu *Tuyển tập truyện kì ảo thế giới"* (Nxb Văn học, Hà Nội, 1999) cho rằng, thuật ngữ trên gần gũi với khái niệm "fantasicque". "Fantasicque" có nguồn gốc từ "fantasi", chỉ những tác phẩm mang tính phóng túng, không tuân theo qui luật. Các nhà lãng mạn chủ nghĩa đã mở rộng nghĩa của cụm từ này là "ảo, kì ảo, tưởng tượng". Bên cạnh đó còn có các thuật ngữ "cái huyễn tưởng", "cái truyền kì" để hiểu thuật ngữ này. Nhìn chung, các nhà nghiên cứu thống nhất cách dịch "cái kì ảo" cho thuật ngữ "fanta sicque" và đi liền với nó là khái niệm "văn học kì ảo".

Theo Lê Nguyên Long, cái kì ảo trong tiếng Anh là Fantastic (có nguồn gốc tiếng Hi Lạp: Fantastikos- nghĩa "*tạo ra những hình ảnh thuộc về tinh thần*") [37; 42].

Theo các *Từ điển giải nghĩa của Pháp, Từ điển thuật ngữ văn học của Rumani, Từ điển Pháp-Việt*: "Cái kì ảo là sản phẩm của trí tưởng tượng, được tạo ra nhờ khả năng suy tưởng, ở đó cái siêu nhiên chiếm ưu thế. Đó là cái không mang tính chân thực, chỉ tuân theo qui luật của tưởng tượng. Đó là cái kì quặc, dị thường, hư ảo, quái dị, siêu nhiên, kinh khủng, huyễn hoặc" [6; 15].

Tzvetan Todorov trong cuốn *Dẫn luận văn học kì ảo* cho rằng: "Cái kì ảo là do dự (L'he'sitation) của người nào đó vốn chỉ quen thuộc với những luật lệ tự nhiên đã bị đặt vào hoàn cảnh đối mặt với một hiện tượng mà bề ngoài có vẻ siêu nhiên" [6; 21].

Roger Caillois (chuyên gia nghiên cứu về cái kì ảo cho rằng: "Mọi cái kì ảo đều là một sự vi phạm trật tự quen thuộc, một sự đảo lộn của cái không thể tiếp nhận được trong lòng những qui luật bất biến của đời thường” [6; 16]. Theo ông, cái siêu nhiên, cái không thể xảy ra chưa phải là cái kì ảo mà nó phải có tác dụng hiệu ứng hoang mang cho những người đối diện với nó mới tạo thành cái kì ảo.

Lê Nguyên Cẩn khi nghiên cứu về cái kì ảo trong tác phẩm Ban-zắc cũng quan niệm: “Cái kì ảo trong phạm trù tư duy nghệ thuật, nó được tạo ra nhờ trí tưởng tượng và được thể hiện bằng các yếu tố siêu nhiên, khác lạ, phi thường, độc đáo... Nó có mặt trong vắn học dân gian, văn học viết qua các thời đại. nó tồn tại trên trục thực-ảo, và tồn tại độc lập, không hòa tan trong các dạng thức khác của trí tưởng tượng” [7; 16]. Yếu tố kì ảo được các nhà văn sử dụng để nhận thức, phản ánh hiện thực nhằm chiếm lĩnh đời sống khách quan phức tạp và thế giới thần linh bí ẩn của con người.

Lê Huy Bắc trong bài viết *Cái kì ảo và văn học huyễn ảo* có đưa ra ý kiến: “Về bản chất, yếu tố kì ảo thực ra là sự phát triển vượt ngưỡng của tư duy lãng mạn và tư duy hiện thực để sang vùng siêu thực hoang tưởng” [4; 35]. Bên cạnh đó, tác giả bài viết chú ý đến hiệu quả tác động của cái kì ảo: “Với nguyên tắc người kể luôn cố thuyết phục người đọc rằng, câu chuyện mình kể là có thật và cái kì ảo luôn tồn tại với mục đích gây hoang mang, sợ hãi cho người đọc” [4; 40]. Phùng Văn Tửu cũng đưa ra quan niệm của mình về cái kì ảo trong bài viết *Những hướng đổi mới của văn học kì ảo thế kỉ XX*: “Tính chất của văn học kì ảo là sự xuất hiện đột ngột của cái siêu nhiên trong thế giới tự nhiên, gây cảm xúc mạnh” [62; 48].

Như vậy, các tác giả nghiên cứu về văn học kì ảo đã dưa ra những đặc điểm chung của yếu tố kì ảo. Có thể thấy, cái kì ảo là sản phẩm tinh thần của con người, được tạo ra từ trí tưởng tượng. Nó có sự pha lẫn giữa ảo-thực; hợp lí-vô lí; tất nhiên-ngẫu nhiên nhằm tạo nên những phản ứng trong nhận thức mà tư duy con người chưa thể giải thích hết được. Nó tạo ta tâm thế hoang mang, băn khoăn, lo âu, bất an cho người đối diện.

Cái kì ảo được sử dụng để khám phá cái thực tại ở bề sâu, trong tính khái quát rộng lớn. Nó thể hiện khát vọng khám phá những bí ẩn của thế giới, nơi mà nhận thức lí tính với những giới hạn của nó không thể đạt tới. Yếu tố kì ảo được các nhà văn sử dụng để nói lên nỗi bất bình, sự hoài nghi... của con người trước thực tại. “Các nhà kì ảo muốn khẳng định ngoài sự thật, con người có thể nắm bắt, cắt nghĩa thì còn có một sự thật khác dẫu không thể cắt nghĩa, nhận thức được vẫn tồn tại” [3; 44]. Sau *Trăm năm cô đơn* của G. G. Mác-két, rất nhiều tác phẩm sử dụng yếu tố kì ảo: tiểu thuyết của Ban-dắc, E. A. Poe, Káp-ka... Các tác giả này khai thác hiện thực khác nhau và sử dụng yếu tố kì ảo tạo ra thế giới hiện thực khác cho người đọc cảm nhận và chiêm nghiệm. Nó đồng thời chế ngự nỗi lo âu trong con người trước xã hội biến động.

2. Yếu tố kì ảo trong văn học

2.1. Yếu tố kì ảo trong văn học thế giới

Trong văn học, yếu tố kì ảo xuất hiện khá sớm, phổ biến trong các nền văn học phương Đông và phương Tây, từ cổ chí kim. Văn học sử dụng yếu tố kì ảo như một phương tiện nghệ thuật, nhằm phản ánh hiện thực theo một cách riêng. Nó phản ánh nhận thức còn còn ‘ngây thơ”, niềm tin lí tưởng của con người về cuộc sống. Các yếu tố kì ảo trong tác phẩm này mang chức năng giải thích các hiện tượng mà tư duy nguyên thủy không giải thích được, hoặc để truyền giảng tư tưởng đạo đức nào đó. Đến thời trung đại, phương Tây có dòng truyện cổ tích thần kì dân gian lấy mô-típ thần kì của văn học dân gian. Ở phương Đông, tiêu biểu là Trung Quốc có tiểu thuyết quái dị, chí dị, tiểu thuyết truyền kì sử dụng đậm đặc yếu tố kì ảo. Văn học cận đại-hiện đại có A. H. E. Hoffman. Thời hiện đại, truyện kì ảo nổi bật với F. Kafka. Hiện nay, yếu tố kì ảo vẫn được các nhà văn trên thế giới sử dụng rộng rãi. Khi tư duy con người phát triển hơn, các yếu tố kì ảo được các nhà văn thể hiện trong tác phẩm không chỉ nhằm lí giải các hiện tượng siêu nhiên mà còn thể hiện cách khám phá chiều sâu hiện thực con người. Các nhà văn tạo ra những câu chuyện kì ảo, tạo ra tư duy phong phú trong lòng người đọc.

Dù cái kì ảo xuất hiện trong văn học khá sớm, nhưng theo Lê Huy Bắc: “Văn học kì ảo hiểu theo đúng nghĩa của thuật ngữ Fantastic literature hoặc Literature of fantasy, xét một cách nghiêm ngặt, thì chỉ ra đời và tồn tại từ nửa cuối thế kỉ XVIII đến hết thế kỉ XIX mà thôi” [4; 34]. Tiểu thuyết kì ảo theo Nguyễn Văn Tùng [60; 12-15], xuất phát từ chủ nghĩa hiện thực huyền ảo hay còn gọi là chủ nghĩa hiện thực thần kì, chủ nghĩa hiện thực kì ảo (realismo ma’gico/ magical reacal realism). Đây là khuynh hướng sáng tác tiểu thuyết văn học của Mỹ Latinh, khởi đầu từ sau đại chiến thế giới lần thứ hai. Khi ấy, nhiều quốc gia châu Mỹ Latinh đang đấu tranh với các thế lực phản động, nhằm giành lại độc lập và chủ quyền. Châu Mỹ Latinh lúc đó có sự pha trộn của nhiều chủng tộc da trắng, da đen, da đỏ, da lai; của nhiều chế độ xã hội từ tư bản phong kiến, nô lệ, nguyên thủy... Bối cảnh xã hội đó nảy sinh nhiều mâu thuẫn gay gắt: văn minh và dã man, cao thượng và thấp hèn, bi và hài, dân chủ và chuyên chế, độc lập và phụ thuộc... Có lẽ đó là lí do cơ bản khiến các nhà tiểu thuyết Mỹ Latinh tìm đến một hình thức nghệ thuật tiểu thuyết phản ánh hiện thực qua những câu chuyện mang nhiều chi tiết hoang đường kì ảo. Họ cho rằng, hiện thực không chỉ là những gì người ta có thể nhìn thấy mà còn là thế giới tâm linh, những tín ngưỡng tôn giáo, huyền thoại và truyền thuyết. Chủ nghĩa hiện thực huyền ảo một mặt nối tiếp truyền thống văn hóa của người Anh-điêng, mặt khác tiếp thu những cách tân trong tiểu thuyết hiện đại thế giới. Các tác phẩm của chủ nghĩa hiện thực huyền ảo đã phản ánh sâu sắc nhiều mặt trong đời sống tinh thần của người châu Mỹ latinh, cho thấy những biến động lịch sử đã tác động đến thế giới tâm linh con người như thế nào. Họ phản ánh hiện thực trong một hình thức chứa nhiều yếu tố huyền thoại. Trên phương diện kết cấu, phá vỡ trật tự tự nhiên của chủ quan và khách quan, làm cho không gian, thời gian bề bộn, đan xen thần thoại và hiện thực, người và quỉ, phần lớn dùng thủ pháp nghệ thuật tượng trưng, ám thị, so sánh, thay thế... trong trạng thái mung lung, huyền ảo. Vào những năm 50 của thế kỉ XX, chủ nghĩa hiện thực huyền ảo đã trở thành một hiện tượng văn học được giới nghiên cứu phê bình văn học trên thế giới đặc biệt quan tâm. Từ những năm 50 đến những năm 80 chủ nghĩa hiện thực huyền ảo đã phát triển cực thịnh. Các tên tuổi nhà văn và tác phẩm lớn liên tục xuất hiện. Một số cây bút của chủ nghĩa hiện thực huyền ảo đã đạt giải Nobel văn học, như: Axturiax và Mác-két. Không dừng ở biên giới châu Mỹ Latinh, vào những năm 70, chủ nghĩa hiện thực huyền ảo đã đặt chân đến một số quốc gia ở các châu lục khác và trở thành một phong trào văn học có tính quốc tế.

Như vậy, cái kì ảo được sử dụng để khám phá cái thực tại chỗ ở bề sâu, trong tính khái quát rộng lớn. Nó thể hiện những khát vọng khám phá những bí ẩn của thế giới- nơi mà nhận thức lí tính còn có những giới hạn nhất định. Yếu tố kì ảo được các nhà văn sử dụng để nói lên nỗi bất bình, sự hoài nghi... của con người trước thực tại. "Các nhà kì ảo muốn khẳng định ngoài sự thật con người có thể nắm bắt, cắt nghĩa thì còn có một sự thật khác dẫu không thể cắt nghĩa, nhận thức được vẫn tồn tại" [4; 44]. Sau *Trăm năm cô đơn* của G. G. Mác-két, rất nhiều tác phẩm sử dụng yếu tố kì ảo, như tiểu thuyết của Ban-dắc, E. A. Poe, Kaps-ka... Các tác giả này khai thác hiện thực khác nhau và sử dụng yếu tố kì ảo nhằm mang lại một thế giới hiện thực khác cho người đọc. Nó đồng thời chế ngự nỗi lo âu trong con người trước xã hội nhiều biến động.

2.2. Yếu tố kì ảo trong văn học Việt Nam

Trong nền văn học dân gian đã xuất hiện những yếu tố kì ảo phản ánh thế giới quan chất phác của con người xưa qua thần thoại, cổ tích. Đến thời kì văn học trung đại, các yếu tố hoang đường kì ảo tiếp tục được phát huy qua các tác phẩm, như: *Thánh Tông di cảo, Truyền kì mạn lục* (Nguyễn Dữ), *Thiên Nam vân lục liệt truyện* (Nguyễn Hàng)... Yếu tố kì ảo vừa thực hiện chức năng nghệ thuật, vừa nhằm mục tiêu giáo huấn. Đến thời kì hiện đại, nó được sử dụng vào đổi mới văn học. Trong thời kì đổi mới, văn học Việt Nam còn tiếp thu những thành tựu của văn học thế giới. Giai đoạn 1930-1945, có một số tác phẩm kì ảo, như: *Trại Bồ Tùng Linh (Thế Lữ), Bóng người trong sương mù* (Nhất Linh), *Chiều sương* (Bùi Hiển), *Khoa thi cuối cùng, Trên đỉnh non Tản* (Nguyễn Tuân), *Truyện đường rừng* (Lan Khai)... Đặc diểm của những tác phẩm này là sự kết hợp giữa thể loại truyền kì trong văn học trung đại và giao lưu với văn hóa phương Tây. Sau năm 1945, các yếu tố kì ảo xuất hiện ít hơn, chỉ thấy trong Chùa Đàn của Nguyễn Tuân nguồn mạch *yêu ngôn* mà thôi. Sau năm 1975, yếu tố kì ảo mới xuất hiện trở lại trong văn học và ngày càng đậm nét hơn. Yếu tố kì ảo có mặt trong sáng tác của nhiều cây bút tiêu biểu của văn xuôi thời kì đổi mới. Nó không còn là yếu tố tự phát trong văn học dân gian, cũng như ý nghĩa giáo huấn trong văn học trung đại. Nó là sản phẩm của ý thức sáng tạo, đổi mới văn học. Trong văn xuôi Việt Nam từ sau 1975 đến nay, hiện thực huyền ảo đã để lại dấu ấn trong nhiều tác phẩm. Mở đầu ta có thể thấy yếu tố kì ảo xuất hiện trong *Phiên chợ Giát* của Nguyễn Minh Châu. Tiếp theo là hàng loạt cây bút trẻ đã sử dụng yếu tố kì ảo trong tác phẩm của mình, có thể kể tên các tác giả và tác phẩm, như: *Thiên sứ* của Phạm Thị Hoài, *Tướng về hưu, Chảy đi sông ơi, Con gái thủy thần, Những ngọn gió Hua-tát* (Nguyễn Huy Thiệp), Hồ Anh Thái là nhà văn sử dụng khá nhuần nhuyễn yếu tố kì ảo. Đọc các tác phẩm của ông, như: ... điều thấy nhiều yếu tố kì ảo cho thấy sự phát triển nở rộ của văn

Người và xe chạy dưới trăng, Người đàn bà trên đảo, Trong sương hồng hiện ra, Tiếng thở dài qua rừng kim tước, Tự sự 265 ngày, Cõi người rung chuông tận thế học thời đại mới.

3. Vũ Xuân Tửu và tác phẩm kì ảo

Vũ Xuân Tửu sinh năm 1955, tại Ninh Bình, trú quán tại Tuyên Quang, theo học Đại học An ninh (nay là Học viện An ninh nhân dân) và trưởng thành ở Tuyên Quang. Là một sĩ quan công an có niềm đam mê văn học, ông đã "tự đào tạo mình thành một nhà văn", đồng thời là một cây bút đoạt giải cao trong Cuộc thi truyện ngắn của Tạp chí Văn nghệ quân đội, 2005-2006. Trong khoảng mười năm, ông đã có mười bốn đầu sách vừa thơ, vừa truyện ngắn, truyện dài, tiểu thuyết; tiêu biểu: *Miếng trầu xanh, Rừng sáo, Nửa tỉnh nửa quê, Yếm thắm, Người rừng, Cõi mê, Hình bóng đàn bà, Chuyện ở bản Piát*... Ở mảng tự sự truyện của ông hình thành từ những điều đơn giản, nhưng lại chứa đựng chiều sâu cuộc sống. Truyện của ông viết về những mảnh đời, số phận của con người ở những vùng quê khác nhau. Trong những câu chuyện đó, ta thấy được tâm tư của người dân vùng quê xa xôi (*Dòng chảy, Người sông nước, Tiếng kèn lá trên đỉnh Mã Pì Lèng*...); những câu chuyện đời thường (*Tầm phào, Chữ kí*...); những cuộc tình mang màu huyền ảo (*Chớp bể mưa nguồn, Cầu vồng trên núi Nàng Tiên*...). Nhà văn sử dụng những yếu tố kì ảo đan xen với các yếu tố dân gian tạo nên sức hấp dẫn của tác phẩm, như: *Người rừng, Cõi mê, Người sông nước*... khiến chúng phảng phất *tính huyền bí*. Nhà văn Ma Văn Kháng nhận xét trong *Tạp chí Văn nghệ quân đội*, số 659, tháng 12/2006: "Chất hấp dẫn truyện ở chi tiết đặc sắc và ở giọng kể, cách kể". Đức Đan trong bài viết trên Báo điện tử Tổ Quốc, ngày 23/7/2007, có nhận xét: "Vũ Xuân Tửu có cách viết đôn hậu, không khoa trương bút pháp, không xảo thuật trong cách bố cục và ngôn ngữ, không hư cấu một cách lộ liễu. Truyện của anh cứ hư hư thực thực, người đọc bị hấp dẫn một cách thôi miên vào những câu chuyện đời thường ấy (...). Tạng của anh là tạng viết về cái đẹp. Anh sinh ra là để viết về cái đẹp. Cái đẹp ở đây không hề dễ dãi. Đó là cái kì lạ trong đời sống bình thường. Đó là cái đẹp của nỗi buồn, sự mát mát, thiệt thòi. Một nỗi buồn thăm thẳm". Các tác phẩm của ông tạo ra những yếu tố kì ảo ngay trong đời thường. Có thể thấy nhà văn Vũ Xuân Tửu viết nhiều về đời sống tâm linh của con người, về những điều kì bí nơi rừng núi hoang vu. Sử dụng yếu tố kì ảo trong tác phẩm, nhà văn "muốn khắc sâu sức sống mãnh liệt của tình người, tình đời" [23].

3.1. Đời sống tâm linh bí ẩn của con người và quan niệm "vạn vật hữu linh"

Đọc tác phẩm của Vũ Xuân Tửu, chúng ta hiểu thêm cuộc sống vùng cao. Đó là một cuộc sống vừa thơ mộng với lời ca tiếng hát, vừa nghiệt ngã, huyền bí nơi rừng núi hoang sơ, những bí ẩn trong đời sống tâm linh con người (*Pho tượng gỗ mít*), đưa ra những triết lí cuộc sống thâm trầm, sâu lắng. Những câu truyện của ông tạo ám ảnh người đọc không bằng những pha gay cấn, mà bằng những tình tiết.

Đỗ Văn Hiểu, trong bài viết *Truyện ngắn Vũ Xuân Tửu* đăng trên trang website www.vanhocnghethuat.byethost31.com, có đưa ra nhận xét: "Nhưng ấn tượng hơn cả trong tiểu thuyết cũng như trong truyện ngắn của ông là những trang viết về đời sống tâm linh của con người, về những huyền ảo ngay trong cuộc sống vốn được coi là trần trui, về tình yêu bất kể khi người ta còn sống hay đã chết" [23]. Đời sống tâm linh của con người được thể hiện một cách chân thật qua tiểu thuyết *Cõi mê*: hình ảnh ngôi chùa làng Thiện, nhà thờ Vật Lẩm, giai thoại hồn ma trên núi, hình ảnh những hòn đá... Tiểu thuyết này đã cho ta thấy những chiều sâu trong tâm hồn con người: một thế giới tâm hồn đầy bí ẩn, hai người yêu nhau tâm hồn giao cảm với nhau dù âm dương cách biệt.

Bên cạnh hình ảnh đó là quan niệm vạn vật hữu linh, mang đến cho người đọc tiên cảm, dự báo. Lời của Ba Khơ về số phận của Huyền và Đồng, về việc hai người không hợp cung đã trở thành hiện thực, gây cảm giác hoang mang hư ảo. Trên đời có số phận hay chỉ là sự trùng hợp ngẫu nhiên? Con người có kiếp sau hay chỉ là tự huyền hoặc mình? Cuối tiểu thuyết, nhân vật không còn xác định được mình đang sống trong cõi thực hay cõi mê?

3.2. Qui luật nhân quả và tình người, tình đời trong cuộc sống

Đọc tác phẩm của Vũ Xuân Tửu, người đọc có thể nhận ra quan niệm về luật nhân quả nhà văn gửi vào tác phẩm, qua việc sử dụng yếu tố kì ảo. Trong tiểu thuyết *Hình bóng đàn bà*, Lụa là cô gái bước ra từ trong tranh, bị cuốn vào vòng xoáy ăn chơi hưởng lạc. Cô cam đoan về sự thủy chung của mình với Mộc, thề rằng nếu mình phản bội, sẽ mọc nốt ruồi trên cơ thể. Lời thề đó tựa như lời nguyền ứng vào cô. Sau chín trăm chín mươi chín cuộc tình, cô mọc lên chín trăm chín mươi chín nốt ruồi trên khắp cơ thể. Lụa phải chịu trách nhiệm về lối sống của mình. Người viết cho thấy sự biến dạng cơ thể cùng với sự biến dạng nhân cách, lối sống. Sử dụng yếu tố kì ảo gắn với qui luật nhân quả, nhằm cảnh báo cái ác ngày càng lên ngôi trong xã hội, đó cũng là nỗi niềm của một nhà văn, một chiến sĩ công an trước thực trạng xã hội. Nhà văn để cô gái trở lại bức tranh nhằm tạo một môi trường vô trùng để bảo tồn cái đẹp mong manh. Mộc- đại diện của tình người, của lối sống cao đẹp- đã tìm mọi cách đưa cô trở về bức tranh, vì anh hiểu rằng, cô không thể sống trong xã hội kim tiền mà vẫn giữ mình trong sạch được. Mộc đầy trách nhiệm: "Không có lời nguyền thì ta vẫn đưa nàng trở lại bức tranh cơ mà. Ta đã được giáo dục tinh thần trách nhiệm rất cao. Ta không nỡ để nàng lại cuộc đời trần tục này lâu hơn được nữa. Dù có mang tiếng là một kẻ điên rồ, thì ta vẫn cứ cưu mang nàng" [63; 54].

Đi vào mạch ngôn từ cho thấy, Vũ Xuân Tửu có giọng dí dỏm mà dân dã, xen lẫn những câu hò, vè mang đậm âm hưởng dân gian. Bên cạnh đó, những câu chuyện cứ hư hư thực thực, tạo ám ảnh trong lòng người đọc. Vũ Xuân Tửu có rất nhiều truyện, chủ đề rất đa dạng, nhưng bao giờ nhà văn cũng đề cao tính nhân văn trong tác phẩm. Trả lời phỏng vấn trên Báo Việt Nam New, ngày 1/4/2007, do phóng viên Vũ Thu Hương thực hiện, ông nói: "Tôi đề cao văn học mang tính nhân văn. Chủ nghĩa nhân đạo tạo nên sự phát triển xã hội loài người và làm cho loài người khác loài vật. Người viết có thể sáng tạo đến đỉnh điểm, nhưng vẫn phải đề cao vai trò của chủ nghĩa nhân văn. Đó là một yếu tố của triết học phương Đông trong tác phẩm của tôi". Những tác phẩm của Vũ Xuân Tửu mang đến cho người đọc cái nhìn về hiện thực cuộc sống, về những cái cao cả ẩn chứa bên trong cái nhỏ nhặt của đời sống hằng ngày, về thế giới tâm linh huyền bí của con người và tạo vật. Mức độ sử dụng yếu tố kì ảo trong từng tác phẩm đậm nhạt khác nhau, nhưng nhìn chung nó đều mang đậm yếu tố dân gian, tạo nên cái riêng trong bút pháp của Vũ Xuân Tửu. "Đặc biệt sáng tác của ông mang đậm màu sắc kì ảo, gợi nhắc về những vùng rừng núi mang những điều huyền bí thẳm sâu. Điều thú vị là sự huyền ảo nằm ngay trong cuộc sống đời thường, bắt mạch vào truyền thống văn hóa dân gian. Nhưng trên hết, dùng yếu tố huyền ảo, tác giả muốn khắc sâu sức sống mãnh liệt của tình người, tình đời" [2]. Những câu chuyện của nhà văn hấp dẫn ta, bởi vẻ giản dị mà ẩn giấu những thông điệp thẩm mĩ mang tính thời đại.

3.3. Yếu tố kì ảo với cảm hứng giải thiêng

Tiểu thuyết *Người rừng* của Vũ Xuân Tửu kể về đôi vợ chồng tiều phu sống ở làng Cây Da, vợ xinh đẹp bị các thần nhòm ngó, gây họa. Gia đình tan vỡ, người vợ bị bức hại, sinh ra đàn con nửa người nửa khỉ. Yếu tố kì ảo vừa đả kích, châm biếm những thói xấu, vừa nói lên ước mơ cuộc sống tốt đẹp hơn. Trong tiểu thuyết, thế giới người và thần chung sống với nhau, vừa giúp đỡ nhau, vừa tranh giành, ghen ghét nhau. Ngọc Nữ lập nước tự trị gọi là *Vương quốc Cây Da*. Có quyền lực trong tay, Ngọc Nữ lại trị dân hà khắc, gây oán hận. Một nửa làng và mấy đứa con bỏ vào rừng sâu, sửa sang thành cũ, cát cứ một vùng, gọi là *Cộng hòa Thành Cổ*. Vùng này lại thả lỏng cho dân tự tung tực tác, nên bệnh dịch hoành hoành, không sao dập được. Qua đó, có thể thấy quan niệm của nhà văn về một xã hội tốt đẹp, không có sự hà khắc, nhưng phải có luật lệ cho mọi người. Yếu tố kì ảo trong câu chuyện mang lại vẻ huyền bí, hoang đường, đồng thời thể hiện cái nhìn sinh động cuả nhà văn về hiện thực. Cái ảo trong cuốn tiểu thuyết này tồn tại đan xen và khó phân định với cái thực. Đôi khi nhà văn dùng cái kì ảo để giải thích một sự kiện nào đó trong cổ tích, nhưng thường mang tính trào lộng. Chi tiết thần Cây Da bị Ngọc Hoàng mắng, vì tội nhìn trộm vợ chồng tên tiều phu, xấu hổ chính là một sự tích: "Thần Cây Da dập đầu khấn lạy, mặt cắm xuống đất như thể rễ da. Bọn thị vệ phải xúm vào, nhổ mãi mới đứng lên được. Từ đấy, cây da nào cũng buông rễ để chống rung" [64]. Cái kì ảo được sử dụng kết hợp với cái trào lộng, nhằm giải thiêng thần tượng, vì thế hình ảnh các vị thần vốn được thờ trong tín ngưỡng dân gian, nhưng trong tác phẩm của Vũ Xuân Tửu lại là những kẻ tầm thường. Chi tiết vợ chồng Gái gặp nạn trong núi, các thần chỉ đường cho người đến cứu Gái được bình luận: "Mười phần nghi hoặc, Thổ Công phi thẳng vào núi, thấy đập ngay vào mắt là cảnh con Khỉ Đột đang hấp hổm trên mông vợ gã tiều phu. Tức thì, Thổ Công kêu tới thần Núi. Thần Núi liền chỉ đường cho bọn sơn tràng đến ứng cứu, chứ mang tiếng là thần, nhưng có làm được gì đâu, chỉ tay năm ngón cả thôi mà" [64]. Câu chuyện này mang khuynh hướng trào lộng, giải thiêng đậm nét. Cái kì ảo hiện ra giữa đời thường như một điều tất nhiên, lẫn với cái bình thường.

Tiểu kết

Cái kì ảo là những điều phóng túng, không tuân theo logic tự nhiên được các nhà văn sử dụng, nhằm khám phá thế giới bí ẩn trong hiện thực khách quan và trong tâm hồn con người. Đó là một khuynh hướng đổi mới văn học, từ việc đổi mới cách nhìn hiện thực. Vũ Xuân Tửu là một cây bút nhạy bén trong việc làm mới văn chương. Ông sử dụng những yếu tố kì ảo trong tác phẩm của mình, nhằm tạo ra một thế giới nghệ thuật riêng. Yếu tố kì ảo trong tác phẩm của ông mang dấu ấn dân gian đậm nét, với ngòi bút hóm hỉnh mà sâu sắc. Ông gửi gắm vào tác phẩm của mình những thông điệp về chân, thiện, mĩ, về giá trị con người trong một thời đại mà mọi giá trị đều đang biến đổi.

CHƯƠNG 2: CÁI KÌ ẢO TRONG TIỂU THUYẾT HÌNH BÓNG ĐÀN BÀ

1. Nhân vật kì ảo

1.1. Cô gái đến từ bức tranh

1.1.1. Sự xuất hiện

Trong tiểu thuyết, Lụa từ trong tranh bước ra cuộc sống thực. Điều này tưởng chừng chỉ có trong cổ tích, trong mơ hay trong chí tưởng tượng hoang đường của một ai đó. Thế nhưng nhà văn để người đọc chấp nhận điều đó, một cách tự nhiên như điều đó không có gì khó tin cả. Mộc khi thấy nhà mình có cơm canh sẵn mà không có ai, chàng bất giác ngước mắt lên bức tranh. Mộc tin vào điều mình linh cảm đó, tin vào con cua mai xanh và chàng đã lập kế để gặp người đẹp trong tranh và giữ nàng ở lại bên mình. Vũ Xuân Tửu đã để cho nhân vật của mình có một nguồn gốc thật đặc biệt, nhưng điều đó không gây ngạc nhiên hay nghi ngờ nơi người đọc, mà nhằm tạo cho nhân vật một lớp sương huyền ảo, để từ đó nhà văn đưa ra những triết lí về cuộc sống một cách gián tiếp, không mang tính truyên truyền nhưng đi vào lòng người.

Lụa bước ra từ tranh, sống đời sống vợ chồng với Mộc. Lụa trở thành một cô gái bình thường. Kiểu nhân vật đội lốt xuất hiện nhiều trong các câu chuyện cổ tích, và thường trải qua quá trình “lột xác” để trở thành người. Một đặc điểm nữa của người mang lốt trong các truyện cổ tích, người mang lốt thường là công chúa, hoàng tử do phạm phải sai lầm nào đó, hoặc bị ghen ghét hãm hại. Lụa trong *Hình bóng đàn bà* mang lốt là bức tranh. Cô đã bước ra khỏi lốt đó để rồi gặp gỡ và kết duyên với người ngoài đời. Nhưng không giống như truyện cổ tích, Lụa có một số phận khác. Vũ Xuân Tửu không dụng công viết nên một câu chuyện cổ tích thời hiện đại, mà mang đến một thông điệp mới cho người đọc hiện đại. Ban đầu, Lụa cũng giống như cố Tấm bước ra từ quả thị, xinh đẹp hiền lành. Nhưng cuộc sống ngoài tranh đã mang đến cho cô nhiều thay đổi.

1.1.2. Cuộc sống ngoài tranh

Trong tranh, Lụa là một cô thôn nữ xinh đẹp. Khi bước ra ngoài đời, cô vẫn mang được vẻ đẹp từ bức tranh, được máu và xương sườn của Mộc làm cho xinh đẹp, hồng hào. Lẽ ra kết thúc có hậu như chuyện cổ tích thì câu chuyện sẽ dừng lại khi hai người trở thành vợ chồng, sống hạnh phúc bên nhau. Nhưng, như đã nói ở trên, đây không phải một câu chuyện cổ tích, và nhà văn không kể lại hành trình kẻ mang lốt trở lại làm người, mà câu chuyện viết tiếp hành trình khi cô gái bước ra khỏi lốt, sống cuộc sống vợ chồng với chàng trai. Mọi thứ đã thay đổi.

Ngay trong đêm tân hôn, Mộc cảm thấy "chưa vui đã đứt dây đàn" [63; 8] khi đến với đàn bà. Càng ngày, chàng càng bận bịu với công việc. Lụa không thể chỉ lo lắng cho chồng. Nàng giết thời gian bằng việc hát Karaoke. Thế nhưng, nàng còn muốn có những lời ngợi ca, có khán giả khi hát, có những cốc nước để giải khát khi hát nhiều, những điều này nàng không tìm được ở nhà Mộc. Và nàng tìm đến nhà hàng. Nơi đây cho nàng niềm vui, cho nàng những lời ca tụng, cho nàng kinh nghiệm tình trường và cho nàng tiền. Nhưng sau khi lấy đi của nàng sự ngây thơ trong trắng, lấy đi vẻ đẹp của nàng, chỉ còn lại 999 cuộc tình cùng 999 nốt ruồi là dấu tích của những cuộc chơi đó. Nhân vật đội lốt khi thoát xác sẽ không thể giống trong vỏ bọc, mà phải đối diện với hiện thực phức tạp của cuộc sống, họ có giữ được vẻ đẹp xưa? Đó là câu hỏi nhà văn đưa ra khi xây dựng kiểu nhân vật đội lốt bước ra sống giữa xã hội kim tiền.

Vì lối sống hưởng lạc trong xã hội kim tiền, Lụa phải trả giá. Nàng không còn sự trong sạch cả tâm hồn và thể xác, mọi thứ đã thay đổi. Sự biến dạng đã xảy ra với Lụa. Nàng xinh đẹp nhưng khi đi ngoại tình thì mọc lên những nốt ruồi trên cơ thể, chín trăm chín mươi chín người tình là chín trăm chín mươi chín nốt ruồi. Nguyên nhân những nốt ruồi này là do Lụa đã thề, nếu ngoại tình sẽ mọc nốt ruồi. Lời thề đó đã linh ứng, và Lụa đã hứng chịu lời thề; "Ruồi đã ngửi thấy mùi xú uế thoát ra ngay từ trong sự sống. Nó mang thông điệp về sự tan rữa của xác chết" [63; 58]. Sự biến dạng của nhân vật là lời cảnh báo về sự biến dạng nhân cách, lối sống, về sự trả giá cho những sai lầm. Có vẻ như sự biến dạng của nhân vật có điểm tương đồng với bức tranh, vì cô người mẫu đã mọc lên những nốt mụn đen khắp cơ thể, khi bức tranh được vẽ xong và mọi người ngắm nhìn cô với vẻ thèm muốn. Quá khứ và hiện tại như có sự đồng hiện, khó phân định. Những nốt mụn đen trên cơ thể cô người mẫu xưa, nay là những nốt ruồi của Lụa.

1.1.3. Sự trở về bức tranh như một định mệnh

Lụa trở về tranh trước hết do lời nguyền viết bằng máu ngựa: "Đưa đi phải trả về. Trái lời ắt chuốc họa" [63; 53]. Lời nguyền ấy đóng khung cô trong bức tranh. Nó xuất phát từ khi bức tranh hoàn thành. Cô gái trong bức tranh có ma lực cuốn hút mạnh mẽ, khiến ngay cả con ngựa cũng phải động lòng và chịu cái chết chính vì lẽ đó. Mọi người nhìn cô gái trong bức tranh với vẻ thèm thuồng. Vẻ khêu gợi của cô chính là cái hồn của bức tranh mà ai nhìn cũng cảm nhận thấy. Cái đẹp ấy không mang lại cho người tiếp nhận sự thanh lọc, sự cao cả mà khơi gợi những dục vọng tầm thường, cái đẹp của sự hủy diệt, mang trong mình mầm mống cái xấu. Vì vậy, nó mang lại cho người tiếp nhận nhiều hệ lụy. Lời nguyền mà ông cụ ghi trên bức tranh muốn kìm hãm cái đẹp đó không gây họa cho người sở hữu nó.

Sự trở về của Lụa cũng là qui luật tất yếu, nó phản lại kết thúc của các câu chuyện cổ tích. Không có chuyện người mang lốt lột xác và sống hạnh phúc. Xã hội hiện đại không có chỗ cho kết thúc có hậu trong những câu chuyện cổ tích đứng vững, bởi hoàn cảnh hiện đại không bảo tồn, lưu giữ và phát huy được cái đẹp. Muốn tồn tại, cái đẹp phải tự tìm cách làm khác mình. Điều này được nhiều nhà văn phản ánh trong tác phẩm. Hoài trong *Thiên sứ* xủa Phạm Thị Hoài muốn là chính mình nên phải tự biến dạng, thu mình và không chịu lớn, để rồi khi cô thoát khỏi vỏ bọc của một con vịt xấu xí thì cô không còn giữ được vẻ đẹp đó nữa. Chàng hoàng tử cô mong chờ đã không còn nhận ra cô. Lụa ban đầu là một cô gái thôn quê xinh đẹp, hiền lành, biết chăm lo bữa ăn cho Mộc với những món ăn giản dị của thôn quê. Không bao lâu sau khi rời vỏ bọc, cô đã trở thành người khác, hòa nhập cùng những thú ăn chơi của cuộc sống kim tiền, sống với lời ca, tiếng hát, sống cùng những lời hoa mĩ của khách. Cô không còn giữ được vẻ đẹp ngày nào, không còn là cô gái ngây thơ, trong sáng nữa. Mọi thứ đã thay đổi.

Sự trở về của Lụa cho thấy xã hội kim tiền không phải là nơi bảo tồn cái đẹp. Sự sa đọa của Lụa khiến cô không còn giữ được vẻ đẹp ngày nào. Cô buộc phải trở về trước khi vượt quá giới hạn 999. Khác với nhân vật trong cổ tích, nhân vật trong một số truyện hiện đại trở về sống trong lốt cũ. Nhân vật trong truyện cổ bước ra khỏi lốt sẽ sống hạnh phúc, có kết thúc tốt đẹp. Nếu có sự hóa thân, biến dạng, các nhân vật cổ tích nhằm lí giải một hiện tượng nào đó. Ngay cả những truyện hiện đại có sử dụng yếu tố kì ảo, ngoài việc gửi gắm những vấn đề xã hội, xây dựng nhân vật kiểu biến hóa, các nhà văn nhằm giải thích hiện tượng nào đó. Truyện *Thi nhân* của Hồ Anh Thái kể về gã mục đồng sau một đêm trở thành nhà thơ nổi tiếng, thành Kalidasa (kẻ nô lệ của Kali). Võ Thị Hảo trong truyện ngắn *Tim vỡ* kể về loài hoa nhỏ, màu hồng mang hình trái tim tan vỡ. Truyện *Hồn trinh nữ* kể về sự tích hoa xấu hổ theo cách kiến giải riêng. Câu chuyện nhằm giải thích sự ra đời của một loài hoa. Nhưng trong *Hình bóng đàn bà*, nhà văn xây dựng nhân vật kiểu nhân vật đội lốt, biến dạng không nhằm giải thích mà chỉ đưa ra những vấn đề trong cuộc sống. Lụa, nhân vật đội lốt bước ra từ bức tranh đã không còn cái đẹp như trong tranh mà bị bụi đời làm vẩn đục. Sự biến dạng của nàng và những đồng nghiệp thể hiến sự trả giá trong cuộc đời.

1.2. Hình bóng của quá khứ.

Ta đọc được trong *Hình bóng đàn bà* mối liên hệ quá khứ-hiện tại, một mối liên hệ mật thiết. Những hình ảnh hiện tại đều có ấn tượng của quá khứ, mang linh hồn của quá khứ. Những sự việc của hiện tại diễn ra luôn gợi nhắc đến những sự việc của quá khứ với mối quan hệ nhân-quả. Con người thời hiện đại sống cuộc sống thay đổi rất nhiều so với trước, nhưng hoàn toàn không tách rời quá khứ của mình. Ta thấy dấu ấn của quá khứ hiện lên trong tác phẩm qua mối quan hệ giữa Mộc và ông nội Mộc mà sợi dây liên kết chính là bức tranh.

Hình ảnh ông nội Mộc hiện ra mờ nhạt, không phải một nhân vật chính mà nhà văn muốn khắc họa. Tuy vậy, ông nội là người tác động đến sự ra đời của bức tranh, cũng là người ghi lời nguyền lên bức tranh. Lối sống của ông cụ thể hiện sự thanh cao của tầng lớp trí thức xưa, gợi nhắc tới thời mà dấu ấn của nó chỉ còn "vang bóng". Ông cụ yêu cái đẹp theo một cách riêng, không ở sự hưởng thụ. Vì vậy ông cụ thuê người vẽ tranh thôn nữ mới đi mò của bắt ốc về, đang rửa ráy chân tay cạnh chum nước. Họa sĩ đã hỏi ông: "Đàn ông năm thê bảy thiếp mới đáng anh hùng, dại gì lại chơi tranh vẽ. Hình nhân chỉ ngắm chứ có chơi được đâu?" [63; 15]. Ông cụ thì cho rằng, "biết ngắm nhìn, còn hay gấp chán vạn lần cái sự chơi" [63; 16]. Quan niệm về cái đẹp và sự cảm thụ cái đẹp của ông nội Mộc hoàn toàn trái ngược với việc chiếm hữu cái đẹp. Cụ muốn nhìn ngắm cô gái đẹp, trong sáng, thể hiện cho vẻ đẹp của thôn quê. Muốn cho hình nhân sống động, người họa sĩ vẽ bức tranh đó yêu cầu "cho đóng cỗ quan tài, rồi đổ gạo vào, để dưới bức tranh" [63; 16]. Đó là cách thổi linh hồn cho bức tranh, khiến hình nhân sống động như thật. Cũng chính việc làm ấy khiến bức tranh người thiếu nữ mang một linh hồn thật sự, có đời sống riêng.

Yêu cái đẹp, ông cụ không chấp nhận những cái tầm thường, trần tục. Vì vậy, khi chứng kiến cảnh con ngựa "cất tiếng hí man dại" và xổ ra một đoạn ruột bẩn thỉu dưới bụng khi nhìn thấy bức tranh, cụ đã cầm "cái đinh thổi lửa" treo trên tường, kết thúc cuộc đời con ngựa. Sau đó, cụ cầm bút lông, chấm vào dòng máu ngựa, viết lên xung quanh bức tranh lời nguyền: "Đưa đi phải trả về. Trái lời ắt chuốc họa" [63; 53]. Ông cụ đã dự đoán được những mầm họa mà bức tranh gây nên với người tiếp nhận. Có thể thấy ông nội Mộc là người nhạy cảm, có những tiên cảm về tương lai. Cụ hiểu giá trị của cái đẹp, một khi nó mang lại cho con người sự ngưỡng mộ, chiêm nghiệm thì nó là cái đẹp có giá trị; nhưng khi nó mang đến cho con người những cảm xúc thấp hèn, những ham muốn tầm thường thì nó là mầm họa. Trong lời nguyền ông cụ viết trên bức tranh, có thể thấy ông cụ đã tiên cảm việc người đẹp trong bức tranh sẽ thoát ra ngoài. Trong xã hội mà mọi giá trị đều đảo lộn, cái xấu cái ác lên ngôi, xã hội của bất công và không có trọng tài thì mọi giá trị đều quay ngược. Sự loạn luân một cách "vô tình" của Mộc đưa ra cho người đọc sự cảnh tỉnh khi con người sống mà không nhận thức được hết những việc mình làm. Cái thật và ảo ở đây không còn có ranh giới rõ ràng mà bị hòa trộn vào nhau, gây nên sự hư ảo một cách trọn vẹn.

Xây dựng những nhân vật kì ảo, ngoài qui luật nhân-quả tất yếu về sự trả giá mà nhà văn đưa ra để cảnh tỉnh con người trước sự xâm lấn của cái ác, cái phi nhân tính trong xã hội, nhà văn đồng thời đưa ra lời đối thoại với độc giả. Lụa bước ra từ trong tranh, nàng chỉ là hình bóng mà thôi. Vậy mà có lúc Mộc phân vân, liệu mình có phải là thây ma? Phải chăng chỉ có Lụa là người? Những nhận định trái chiều thốt ra từ chính nhân vật trong truyện, khiến người đọc không khỏi suy tư về hai từ "hình bóng". Lụa là hình bóng, khi nàng trở về bức tranh thì có vô số những hình bóng đàn bà kết bằng bèo tấm. Mộc, những người hàng xóm và đồng nghiệp của chàng là con người thật, sống giữa cuộc đời. Thế nhưng, có lúc chính Mộc sống mờ nhạt như một chiếc bóng, bản thân chàng cũng không hiểu mình là gì giữa cuộc đời. Nếu trong *Thiên sứ*, Phạm Thị Hoài xây dựng nên hình tượng những "người không mặt" thì trong cuốn tiểu thuyết này, Vũ Xuân Tửu xây dựng hình tượng “người không tai”, tạo nên cho nền văn học hiện đại hình ảnh đám đông độc đáo, con người bị sơ đồ hóa, tập thể hóa, qui vào những mẫu số chung vô thưởng vô phạt. Cuộc sống của Mộc chỉ giống như chiếc bóng. Ngược lại, Lụa sống hết mình cho bản năng, hưởng thụ những thú vui ở đời. Giữa Mộc và Lụa, đâu là hình bóng giữa cuộc đời? Đưa ra những hình tượng nhân vật mang tính đối thoại, nhà văn muốn gửi vào đó câu hỏi mà thời đại quan tâm: Cách sống trong xã hội hiện đại. Đó là vấn đề chung mà văn học hiện đại hướng tới. Sẽ không có câu trả lời cuối cùng và duy nhất cho vấn đề trên. Trong xã hội mà mọi giá trị đảo lộn, niềm tin của con người bị lung lay, sức mạnh tuyệt đối của lí trí bị nghi ngờ thì có muôn vàn lí thuyết đưa ra cho vấn đề lối sống. Đề cao giá trị tinh thần, đề cao cội nguồn văn hóa của quá khứ nhưng mối liên hệ giữa quá khứ và hiện tại như thế nào thì hợp lí? Hoài cổ không có nghĩa là bảo thủ, trì trệ. Hội nhập không có nghĩa là tha hóa. Lối sống hết mình của Lụa đã được các nhà hiện sinh đưa ra như một giải pháp trong thời đại “Chúa chết”, con người chỉ còn sống vì cảm giác, cho cảm giác, trong đó cảm giác tình dục là cái dễ cảm nhận nhất và được con người hướng tới nhiều nhất. Mối liên hệ giữa cái mới và cái cũ qua đó được nhà văn gián tiếp đưa ra với người đọc, để chúng ta cùng suy nghĩ và tìm câu trả lời cho câu hỏi của thời đại.

1.3. Quỉ thần xuất hiện giữa đời thường

Quỉ thần, ma quỉ là những lực lượng siêu nhiên, không tồn tại trong đời sống. Trong *Từ điển biểu tượng văn hóa thế giới* có đưa ra ý nghĩa biểu trưng của quỉ thần [8; 755-756]: những sinh linh thần thánh, hoặc có một quyền lực nào đó, giống như những vị thần. Theo một tuyến kiến giải khác, quỉ thần là những vong hồn người chết, là thần hộ mệnh hoặc đáng sợ, trung gian của các thần bất tử và thần đang sống nhưng rồi sẽ chết. Quỉ thần còn cho phép con người vi phạm những nguyên tắc của lí trí, nhân danh một thứ ánh sáng siêu việt không chỉ thuộc về tri thức mà còn thuộc về số mệnh.

Trong tiểu thuyết, quỉ thần xuất hiện làm phép biến máu xương của Mộc vào cho Lụa và ngược lại, giúp Lụa trả lại cho Mộc máu xương. Tuy không xuất hiện trực tiếp và không được nhắc đến nhiều, nhưng nhân vật quỉ thần tạo bước ngoặt cho cốt truyện. Dường như quỉ thần luôn tồn tại quanh con người, nhưng chỉ có Lụa biết được điều đó mà thôi. Quỉ thần xuất hiện là điều khó tin trong thời khoa học kĩ thuật phát triển, nhưng thấy Lụa khấn vái, Mộc vẫn “run như cầy sấy” [63; 21]. Trong tiểu thuyết này, ta bắt gặp quỉ thần khi Lụa bắt đầu sống với Mộc và khi cô quay trở lại bức tranh. Hình ảnh quỉ thần trong các câu truyện cổ rất nhiều, nhưng trong các câu truyện ngày nay, khi tư duy khoa học lên ngôi thì ít ai tin vào chuyện quỉ thần nữa. Có nhiều chi tiết trong chuyện mà nhân vật quỉ thần, nhân vật từ thế giới siêu nhiên dường như đang tồn tại. Từ việc dòng máu ngựa chảy ngược, bức tranh với lời nguyền, đến chuyện Lụa bước ra khỏi bức tranh, những cái tai của mọi người bị mất rồi tìm thấy, ngày Lụa trở lại bức tranh là ngày dông bão nổi lên... Tất cả những việc đó bàn tay con người bình thường không thể thực hiện được.

Việc quỉ thần xuất hiện trong tác phẩm khiến câu chuyện thêm phần huyền bí. Cũng thông qua đó, nhà văn bộc lộ tư tưởng của mình một cách gián tiếp, thể hiện một hiện thực khác mà nhà văn xây dựng nên, khác thế giới hiện thực mà ta vẫn cảm nhận. Có những việc tưởng chừng xảy ra ngẫu nhiên, có những điều mà đến tận ngày nay khoa học vẫn không giải thích hết. Và điều đó chỉ được kiến giải trong văn học theo một cách riêng. Vũ Xuân Tửu để nhân vật quỉ thần, tức một thế lực siêu nhiên phán xét hành vi nhân vật, trừng phạt nhân vật. Lụa có lời thề với Mộc rằng, nếu mình phản bội sẽ mọc nốt ruồi trên cơ thể, là những lời thề đã linh ứng. Cô không thoát được những lời thề do mình đưa ra. Có thể thấy quan niệm của nhà văn về sự trả giá, tự chịu trách nhiệm với những hành động; đồng thời quan niệm của nhà văn về một thế lực siêu nhiên luôn giám sát con người trên bước đường đời, về số mệnh tất yếu của con người. Vũ Xuân Tửu cho ta thấy một lực lượng siêu nhiên, thần bí tồn tại bên cạnh cuộc đời chúng ta.

2. Những nhân vật kì lạ

Trong cuốn tiểu thuyết, với quan niệm "vạn vật hữu linh", Vũ Xuân Tửu xây dựng nên một thế giới kì lạ, vừa bình thường, vừa dị thường. Thế giới ấy tạo cho câu chuyện vẻ kì bí, đầy bất ngờ, thể hiện cảm quan của con người hiện đại về cái siêu nhiên: vừa tin, vừa không tin, vừa sợ, vừa không sợ. Nếu tư duy con người thời nguyên thủy chưa phát triển, họ mặc nhiên coi siêu nhiên là tất nhiên, tồn tại khách quan với thế giới tự nhiên. Thái độ của họ với cái siêu nhiên phục tùng. Con người hiện đại với sự phát triển của tư duy duy lí nên phủ nhận hoàn toàn thế giới siêu nhiên, không hề lo sợ thế giới ấy. Cảm quan của con người từ khoảng thế kỉ XX mang tính lưỡng nguyên: vừa tin vào thế giới tự nhiên, vừa tin vào cái siêu nhiên, nên họ vừa tự tin với thành tựu khoa học kĩ thuật, vừa lo sợ những điều huyền bí mà con người với thành tựu khoa học cũng không thể lí giải được. Trong *Hình bóng đàn bà*, ta thấy sự xâm lấn của cái siêu nhiên vào đời sống tự nhiên, thể hiện sinh động ở thế giới nhân vật của nhà văn.

2.1. Bức tranh

Bức tranh trong câu chuyện mang một vẻ huyền bí và thần kì. Nó ra đời do ông nội Mộc có sở thích ngắm người đẹp. Ông cụ đã thuê thợ vẽ về, vẽ cô gái quê trong trắng- "một người thôn nữ mới đi mò cua, bắt ốc trở về, đang rửa ráy chân tay cạnh chum nước" [63; 15]. Trong quá trình vẽ bức tranh đó, người họa sĩ đã để bức tranh với quan tài gạo. Đến khi vẽ xong bức tranh, người con gái trong tranh như bừng tỉnh. Cô đã mặc quần thâm xắn cao, áo cánh hở cúc bấm, nhưng nom lồ lộ như tắm truồng. Và từ đó, như có tiên đoán về tai họa do bức tranh gây ra, hình ảnh cô quá sống động khiến "mọi người xung quanh nuốt nước bọt" [63; 47]. Cô gái trong tranh có ma lực cuốn hút, khiến mọi người nhìn bức tranh mà cảm giác thật như nhìn một vật hiện hữu. Con ngựa đang ăn ngô trong bị cói treo ở mõm, khi nhìn thấy bức tranh, bỗng hí lên man dại, "cái "của nợ" của nó xổ ra lòng thòng dưới bụng, như một đoạn ruột bẩn thỉu" [63; 47]. Điều đó làm ông cụ tức giận và cầm "cái đinh thổi lửa" treo trên tường, bắn chết con ngựa. Sau đó, ông cụ cầm bút lông, chấm vào máu ngựa đực, viết lên xung quanh bức tranh: "Đưa di phải trả về, trái lời ắt sinh họa". Ráo mực, họa sĩ lòng khung, treo bức tranh lên tường, ngay trên quan tài đựng gạo. Đó chính là lời nguyền mà bức tranh mang theo. Lời nguyền đó đã ứng vào Mộc khi chàng sở hữu bức tranh từ ông nội mình.

Có thể thấy bức tranh là đầu mối mọi vấn đề trong câu chuyện. Từ bức tranh, Lụa bước ra làm khuấy động cuộc sống bình yên của Mộc. Chính Lụa cũng bị cuốn hút vào cuộc sống, mất đi vẻ đẹp trong tranh. Bức tranh giống như nghiệp chướng từ đời trước truyền lại cho Mộc, chàng phải chịu những rắc rối từ bức tranh. Xuyên suốt cuốn tiểu thuyết, bức tranh chính là đầu mối của mọi vấn đề. Khi những ngọn rau muống bò lên khung tranh, Mộc linh cảm sắp có sự lạ, điều nghiệt ngã sẽ xảy ra. Bức tranh đó đang gọi nàng trở về. Khung tranh chính là bức tường ngăn cách hai thế giới: thực và ảo. Mộc sống trong thế giới thực, Lụa là của thế giới ảo. Qua khung tranh ấy, những tín hiệu từ thế giới ảo được truyền dẫn. Có thể thấy, những sự vật như bèo tấm, rau muống khi nhuốm máu ngựa đực đã mang theo linh hồn, hòa vào cuộc sống của hai thế giới. Chúng cảm nhận được những tín hiệu lạ từ bức tranh, cảm nhận được sự thay đổi của Lụa và có phản ứng với những thay đổi ấy.

Số phận các nhân vật trong câu chuyện liên hệ mật thiết với nhau, mà sợi dây kết nối chính là bức tranh. Xoay quanh trục chính bức tranh đó, ta thấy cuộc sống của hai thế hệ: Mộc trong hiện tại và ông nội Mộc trong quá khứ. Trong quá khứ, bức tranh ra đời theo yêu cầu của ông nội Mộc, nhằm thỏa mãn thú chơi của người phong lưu. Nhưng sau khi bức tranh ra đời, bí mật về cô người mẫu bị lật tẩy thì bức tranh bị bỏ rơi, vứt vào góc một căn phòng bỏ hoang và không ai muốn sở hữu nó. Đến đời Mộc, bức tranh đó được chàng treo lên, và cũng chính từ đó chàng gặp những sự kiện lạ trong cuộc đời mình. Bức tranh mang lại cho chàng hạnh phúc lúc ban đầu: chàng đi làm về có cơm ăn, được sống cùng người đẹp. Nhưng không bao lâu sau đó, bức tranh, mà cụ thể là người trong bức tranh đã mang lại cho chàng không ít rắc rối. Chàng bán đi mảnh đất hương hỏa của gia đình mình để giúp Lụa lấy lại sự trong sạch về thân thể, để có thể trở lại bức tranh. Cô người mẫu khi xưa bị tim la, giờ đây nàng bước ra từ trong tranh lại mọc lên những nốt ruồi trên khắp cơ thể mình. Dường như có một mối dây liên hệ giữa quá khứ và hiện tại, thế giới những nhân vật trong quá khứ đang được sống lại dưới những hình thức khác nhau. Cuối cùng, mọi thứ đều không có sự thay đổi rõ ràng, người đẹp vẫn trở về trong tranh, Mộc sống cuộc sống của mình đơn giản giữa những xô bồ, bon chen của cuộc sống.

2.2. Con cua, rau muống, bèo

2.2.1. Con cua

Con cua mai xanh trong truyện là một nhân vật chính. Nó giống như hàn thử biểu "báo cho chàng mọi động tĩnh, liên quan đến điều gì đó, rất mơ hồ" [63; 9]. Khi Lụa ở nhà đang thổi cơm thì con cua cũng sùi bọt. Và con cua báo hiệu cho Lụa biết những hành động của Mộc để nàng tránh mặt chàng. Vì vậy, Mộc phải dùng kế "Giấu trời qua biển" mới bắt gặp Lụa đang nấu cơm cho chàng và giữ Lụa ở lại bên mình. Có thể thấy, con cua là phân thân của Lụa, phản ánh hình ảnh nàng, đồng thời báo cho Mộc ngăn nàng làm những điều sai trái. Nó bắt đầu xuất hiện khi chàng nằm mơ thấy Lụa. Lúc đó nó "cắp một sợi rau muống chẻ râu rồng, dâng lên" [63; 7]. Mộc nhận thấy rằng "cái mai cua xanh có hình mặt người, hao hao như thể Lụa trong tranh" [63; 9]. Sự thay đổi của Lụa đồng thời kéo theo sự thay đổi của con cua. Khi Lụa đã từng trải thì "con cua mai xanh đã thay càng to sang bên phải. Vẻ mặt người đàn bà trên mai cua đã già thêm mấy tuổi và cũng không còn vẻ ngờ nghệch nữa, mà đã tỏ ra dạn dĩ, phong sương. Cái yếm của nó đã có vẻ bễ bãi [63; 22]. Con cua báo cho Mộc những hành động của Lụa, dẫn chàng đến nhà hàng nơi Lụa hát. Hình ảnh lúc này đã khác: "Con cua mai xanh cố thu lại cái yếm đã có chiều bễ bãi, gương lồi hai con mắt ra để nhìn anh, đầy vẻ cầu khẩn. Khuôn mặt rắn đanh của nó có vẻ méo mó một cách đáng thương. Nó giơ đôi càng lên như van lạy, như mách bảo anh một điều gì hệ trọng" [63; 23]. Nó đưa Mộc đến nhà hàng Karaoke, "cái càng nhỏ của nó gại gại vào cửa kính khung nhôm. Mặt kính đã dán giấy xanh bên trong, nhưng ai đó đã khéo léo khoét ra một lỗ bằng cái yếm cua" [63; 24]. Khi Lụa đã có 999 nốt ruồi trên cơ thể và đi thay da, Mộc không còn thấy con cua nữa. Ngày Lụa thay da trở về, Mộc thấy "xác cua mai xanh mới lột, bên cạnh có cục phân chim. Hình mặt người trên mai cua đã từng lung linh sống động như mặt người đẹp, nay tàn tạ nom như những đường nứt trên vách núi [63; 68].. Nó đã đổi càng, đã lột và biến mất. Nhưng hình ảnh và dấu vết cua mai xanh anh vẫn thấy trong tờ giấy anh tìm được. Trên tờ giấy hoen ố "có dính cái càng của con cua xanh vẫn còn tươi" [63; 79]. Dường như tất cả những gì liên quan đến Lụa đều có liên quan đến con cua mai xanh. Nó mang theo thông điệp của loài vật cho thế giới loài người. Nó đã chứng kiến sự cám dỗ của tiền bạc, lối sống ăn chơi thác loạn của Lụa. Rồi nó cũng theo Lụa trở về thế giới ảo, thế giới mà mọi giá trị sẽ vĩnh viễn đóng khung một chỗ.

Hình ảnh con cua xuất hiện xuyên suốt tác phẩm cùng với Mộc và Lụa. Từ khi chàng linh cảm thấy sự xuất hiện của người khác, thì con cua bắt đầu xuất hiện trong cuộc sống của chàng. Nó thường bám theo chàng, chỉ dẫn cho chàng, nhưng cũng có lúc nó hoàn toàn biến mất khỏi cuộc sống của chàng, chỉ còn lại dấu vết của những cái càng in trên mặt đất. Con cua, theo quan niệm của một số nền văn hóa, chính là sự hóa thân của những sinh lực siêu tại, thường có nguồn gốc âm ti, nhưng đôi khi cũng từ thiên giới. Sự bí ẩn của con cua khi xuất hiện, khi biến mất và cả những dấu ấn nó để lại tạo nên sự tò mò, nghi ngờ cho người đọc. Nó chính là một phần của Lụa, của thế giới siêu nhiên đang ngày càng xâm lấn thế giới tự nhiên của con người.

2.2.2. Rau muống, ao bèo

Cũng như con của mai xanh, rau muống và ao bèo dường như có mối liên hệ thầm kín với Lụa. Từ bè rau muống và ao bèo khi xưa bị máu ngựa đực phun vào, nay dường như mang theo duyên nợ với bức tranh. Ban đầu, Vũ Xuân Tửu đặt tên cho tác phẩm của mình là "Rau muống chẻ râu rồng" có lẽ cũng vì mối liên hệ giữa bè rau muống với nhân vật. Mở đầu tác phẩm, hình ảnh rau muống đã gây ấn tượng đặc biệt: "Mớ rau muống chẻ, quăn như râu rồng. Có những sợi dính lưng vào nhau, nom như hình chữ "x". Những chiếc lá già bị ngắt, nằm trên hè như một đống mũi mác bé xíu, màu xanh. Mấy cuộng chưa chẻ, còn ứ nhựa" [63; 5]. Và chính những ngọn rau muống bò vào nhà, quấn quanh khung tranh như điềm báo trời gọi Lụa về. Mộc cảm nhận được "ao bèo cũng lạ, hình như cũng giống cua mai xanh và rau muống, có mối liên hệ thầm kín nào đó với nàng. Khi nàng đi hát nhà hàng nhiều, thì bèo tấm lụi tàn. Khi nàng bất lực nằm khan, thì bèo tấm dày đặc như gạch cua, hiếp cả bè rau muống" [63; 32-33]. Như vậy, con cua mai xanh cùng với rau muống và bèo tấm đã tạo nên một thế giới thiên nhiên mang vẻ huyền bí, chứa đựng những thông điệp mà con người cần khám phá. Nó tàn lụi khi con người hành động sai trái, chỉ tươi tốt khi con người biết dừng lại đúng lúc. Rau muống có sức sống dai dẳng, "những sợi rau muống đã chẻ mọc lên thành những mầm rau muống tươi non ở chân vách, kẽ ngạch" [63; 37]. Khi quyết định bán nhà, thấy cảnh những người hàng xóm của anh và người mua đất đang tranh thủ làm quen, lấy lòng nhau, "Mộc chợt thấy, xung quanh cầu ao, những sợi rễ rau muống mới nhu nhú như da vịt bị vặt lông vũ rồi, mà vẫn mọc lông măng. Có dễ, rau muống đã ăn xuống tận âm ti rồi?" [63; 41]. Rau muống như cũng có tâm tư, khi Mộc bán mảnh đất hương hỏa "những bè rau muống rối bời, không biết sẽ trôi về đâu" [63; 62]. Đêm Lụa chuẩn bị trở lại tranh, giông bão nổi lên ầm ù, "ao rau muống cũng bị cuốn lên, như thể ông trời dùng chiếc gầu sòng cực lớn, hất tung cả nước, máu, rau, bùn, cua, cá, ốc, ếch... Bè rau muống bay loạn như mớ tóc mụ đàn bà bị chồng đuổi đánh. Những cánh bèo tấm bay mù trời và bám vào tường nhà, tán lá, mui xe... nom như hoa gấm" [63; 67].

Sự xâm lấn của cái siêu nhiên trong thế giới tự nhiên tạo cho người đọc tâm thế bước vào thế giới kì lạ, khác thường. Các nhân vật trong đó đều có nguồn gốc đặc biệt. Con cua xuất hiện một cách bất ngờ, thoát khỏi họa chày giáng của Mộc, để rồi nó theo Mộc và mang lại cho chàng những dự đoán, linh cảm. Con cua xuất hiện cùng lúc với Lụa, giống như bước ra từ một thế giới ảo. Bên cạnh đó, cả một thế giới những vật xung quanh Mộc đều rất lạ, như bè rau muống, ao bèo, bờ rào... đều có liên quan với bức tranh như mối liên hệ tiền kiếp. Tất cả đều có mặt trong sự ra đời của bức tranh, đều chịu ảnh hưởng nào đó; con ngựa sau khi bị giết phun máu lên bè rau muống, bèo tấm, và rồi như thể tạo cho chúng một sinh lực mới để tái sinh, tồn tại từ thế hệ ông cho đến thế hệ Mộc. Chúng vừa mang đến cho Mộc những điều khác lạ, vừa mang đến sự thay đổi trong cuộc đời, lối sống của chàng. Những nhân vật trên tạo cho tiểu thuyết một thế giới thiên nhiên kì vĩ, bí ẩn, tạo nên sự rợn ngợp. Dường như thiên nhiên cũng chứa đựng trong nó linh hồn, sự sống riêng. Ranh giới giữa cái siêu nhiên và cái tự nhiên bị nhòe, không còn phân biệt sự vật là thật hay ảo. Mỗi sự vật mang đến một thông điệp riêng. Chúng được coi như những vật truyền dẫn thông điệp của thế giới siêu nhiên đến với thế giới tự nhiên. Những sự vật ấy cho con người cảm giác về sự tồn tại của một thế lực bí ẩn, siêu nhiên đang chi phối đến cuộc sống con người.

3. Những sự kiện kì lạ

Trong tiểu thuyết, ta thường gặp những sự kiện kì ảo, bất ngờ và dường như không có thật. Đó là sự kiện Lụa bước ra từ bức tranh và sống với Mộc; sự kiện ra đời của bức tranh; sự kiện Lụa trở lại tranh; sự kiện Lụa trả nghĩa cho Mộc. Những sự kiện ấy nhuốm màu huyền ảo của cổ tích, tạo bước ngoặt cho câu chuyện. Có những sự kiện tưởng chừng xảy ra ngẫu nhiên nhưng nhuốm màu sắc kì ảo.

3.1. Sự xâm lấn của thế giới siêu nhiên vào thế giới tự nhiên

Cái siêu nhiên không còn là thế giới xa lạ với con người nữa, mà giờ đây, nó xuất hiện giữa đời thường. Con người chấp nhận cái siêu nhiên với trạng thái vừa nghi ngờ, vừa mặc nhiên chấp nhận trong sự sùng bái. Chính sự xâm lấn của cái siêu nhiên giữa đời thường đã gây ra không ít những sự kiện lạ.

Sự ra đời của bức tranh là một sự kiện lạ. Sau khi bức tranh được hoàn thành, người mẫu ngã gục, mọc đầy mụn đầu đen. Con ngựa đực ăn ngô chợt "cất tiếng hí man dại" [63; 47], rồi cái "của nợ" của nó "xổ ra lòng thòng dưới bụng" [63; 47]. Ông cụ dùng súng bắn chết con ngựa, khiến "máu ngựa phun đỏ cả bờ giậu cúc tần và bắn cả lên dây tơ hồng lòng thòng như tơ tằm phơi trên giàn. Có một dòng máu ngựa vượt bờ ao, chảy xuống bè rau muống. Mọi người nhìn theo như bị thôi miên. Lần đầu tiên trong đời, các cụ thấy máu chảy ngược" [63; 47-48]. Hình ảnh dòng máu ngựa chảy ngược trong sự ra đời của bức tranh, như một tiên báo về những điều kì lạ xung quanh bức tranh. Máu là biểu tượng của sự sống, là phương tiện truyền dẫn sự sống. Đôi khi, máu được coi là bản nguyên của sự sinh thành. Trong huyền thoại, máu đã sinh ra cây cối và cả kim loại. Máu còn ứng với nhiệt, nhiệt của sự sống, nhiệt của thân thể trong thế đối lập với ánh sáng, ứng với hơi thở và tinh thần [8; 566-567]. Theo quan điểm ấy, máu là bản nguyên của thân xác và là phương tiện truyền dẫn những đam mê. Nó còn được coi là vật dẫn linh hồn. Dòng máu ngựa đực đã chảy khi bức tranh vừa hoàn thành, và bức tranh ấy được ông cụ dùng máu ngựa ghi dòng chữ, coi như lời nguyền vào bức tranh. Cũng dòng máu ngựa chảy đã vương vào bè rau muống, ao bèo, khiến những vật ấy trở nên kì lạ, có số phận gắn kết với bức tranh, với người con gái trong tranh.

Sự gặp gỡ giữa Mộc và Lụa là một sự kiện kì lạ, như sự tái diễn của những câu chuyện cổ tích. Mộc gặp Lụa khi cô bước ra từ trong bức tranh để nấu cơm. Chàng đã linh cảm thấy sự xuất hiện bàn tay một người phụ nữ và tìm mọi cách để gặp mặt. Những sự gặp gỡ kì lạ như trời xe duyên ấy không mang lại hạnh phúc cho Mộc như chàng muốn, mà nó là một nghiệp chướng, bởi Lụa không phải là một cô gái bình thường.

3.2. Sự linh ứng của lời nguyền, giấc mơ

Đã có những sự biến đổi kì lạ xảy ra với Lụa và những người hàng xóm, đồng nghiệp của Mộc. Lụa khi đi hát thì trên có thể mọc lên những nốt ruồi đen. Những người đồng nghiệp và hàng xóm của chàng mất đi đôi tai, rồi lấy lại và lắp vào cơ thể. Những sự biến dạng trên, khiến nhân vật trở nên kì dị. Đồng thời, đó cũng là sự trả giá cho những gì con người lựa chọn sai lầm. Lời thề của Lụa đã linh ứng, các thần đã chứng nhận lời thề chung thủy của Lụa, để lời thề ấy không chỉ là những lời nói suông.

Người xưa quan niệm giấc mơ có thể gắn kết hai thế giới con người và tâm linh, nó có ý nghĩa tiên báo điềm cát-hung, họa-phúc. Khi con người chìm sâu vào giấc ngủ thường đi kèm với những giấc mộng, hình ảnh thế giới chiêm bao hiện ra như nhìn thấy bằng mắt thực. Do vậy, chữ "mộng" cổ được viết tượng trưng bằng hình ảnh một người nằm ngủ, dùng hai tay chỉ vào mắt, chỉ những hình ảnh thấy được trong mắt. Mộng chỉ có thể có được khi con người ngủ. Trong thế giới chiêm bao, có thể xảy ra mọi cái kì ảo mà trong hiện thực không thể có được. Mộng mang sắc thái thần bí và chứa đựng niềm tin tôn giáo. Nó đồng thời là điềm báo cho con người.

Mộc nằm ngủ, mơ một giấc mơ kì lạ. Cơm canh được nấu sẵn. Trong vô thức, chàng bất giác nhìn lên bức tranh treo trên tường và nghĩ, biết đâu đó là người đã nấu cơm cho mình ăn. Rồi chàng thiếp đi trên võng, mơ thấy Lụa là một người bình thường đưa võng cho chàng ngủ. Giấc mơ đó đã trở thành hiện thực. Có thể coi đó là điềm báo mà Mộc nhận được trong giấc mơ. Cuối tiểu thuyết, chi tiết Mộc tìm được tờ giấy hôn thú mang trên Tranh Thị Lụa ứng với điều Lụa đã nói với Mộc trong mơ: "Vả lại, cái tên ấy đã được biên vào giấy..." [63; 12]. Ranh giới giữa mơ và thực dường như được xóa nhòa. Giấc mơ mà Mộc trải qua đã linh ứng trong hiện thực.

Ngày Lụa trở lại bức tranh, "Trên những bức tường đen, hiện ra vô số hình bóng đàn bà kết bằng bèo tấm, đủ các tư thế nằm, ngồi, đứng, đi, nhảy, bay lượn... Nom như bức phù điêu kì dị về thế giới của phái đẹp, thế giới của lời ca và nước mắt" [63; 67]. Và chàng mơ thấy Lụa trở về.

"Có đêm, Mộc ngủ, quên không buông màn. Nửa đêm về sáng, cảm thấy có cái gì ấm nóng, ngọt ngào trên môi. Chàng giật mình thức dậy, chợt thấy một cái lưỡi đỏ hỏn bay lên và tiếng cười khanh khách vọng lại.

Có sáng, dậy muộn, chàng nằm nghiêng cho đỡ đau tim, chợt cảm thấy có cái gì ấm mềm trong lòng bàn tay, nhìn ra, thấy đôi bầu vú trắng hồng bay lên và tiếng cười khanh khách vọng lại.

Có chiều, đi làm về muộn, cởi quần áo dài, dang tay chân nằm khểnh trên giường thiếp đi. Chợt cảm thấy có gì ngọ nguậy trong đũng quần đùi, vội nhỏm dậy xem binh tình ra sao, thấy con bướm bay ra và tiếng cười khanh khách vọng lại" [63; 75-76].

Ở đây, cái gì là thực? Tiếng cười khanh khách của Lụa hay cảm giác của Mộc? Rõ ràng, Mộc cảm thấy điều gì đó rất thật, nhưng chúng chỉ xuất hiện khi chàng chìm vào giấc ngủ mà thôi. Đây có thể được coi là những giấc mộng kì dị của Mộc. Tiếng cười của nàng là hiện thân của nàng, vì Lụa rất hay cười, cái cười vốn ngây thơ, trong sáng. Có thể thấy nhà văn diễn tả những cảm giác mơ hồ đó tồn tại thực sự quanh mình. Cái mong manh mơ hồ ấy ám ảnh các nhân vật, đưa các nhân vật vào trạng thái hư thực không rõ ràng, tất cả toát lên từ ngôn ngữ mà nhà văn sử dụng. Mơ thấy hình bóng đàn bà, có thể thấy trong tâm hồn Mộc, hình bóng Lạu vẫn còn là những ám ảnh không nguôi.

Tiểu kết

Tiểu thuyết *Hình bóng đàn bà* nhuốm màu sắc hư ảo, cái siêu nhiên xâm lấn vào thế giới tự nhiên, mang lại cho câu chuyện bí ẩn, hoang đường giữa đời thực. Bằng yếu tố kì ảo xen giữa yếu tố thực, ta thấy được cuộc sống hiện đại với những ngẫu nhiên, bất ngờ, cả những bất ổn mà con người gặp phải. Con người phải đối mặt với cái phi lí, hoang đường một cách hiển nhiên, trong cuộc đụng độ đó, có cả sự trả giá cho những sai lầm, những đam mê.

CHƯƠNG 3: NGHỆ THUẬT TỔ CHỨC YẾU TỐ KÌ ẢO TRONG TÁC PHẨM

1. Những biểu tượng kì ảo

Biểu tượng ngôn ngữ nghệ thuật với chiều sâu ý nghĩa biểu tượng của nó được xem như là sự mã hóa những thông điệp thẩm mĩ riêng của tác phẩm. Vì vậy, biểu tượng mang lại cho chỉnh thể nghệ thuật chiều sâu của giá trị ý nghĩa và những thông điệp thẩm mĩ riêng. Thông qua biểu tượng, có thể từ bình diện ngôn từ (cấu trúc nổi) tới hệ thống hình tượng (cấu trúc trung gian) và các lớp nội dung (cấu trúc chìm) của tác phẩm. Có thể thấy biểu tượng giữ vai trò khá cơ bản trong toàn bộ cấu trúc tác phẩm như Jung đã khẳng định: "Tác phẩm hiện ra trước mắt chúng ta là hình tượng được chế tác hiểu theo nghĩa rộng nhất của từ này. Hình tượng có thể phân tích được chừng nào chúng ta có khả năng nhân biết biểu tượng trong nó. Ngược lại, khi ta không đủ sức khám phá ý nghĩa biểu tượng của nó, vậy là ta thừa nhận rằng, ít nhất đối với chúng ý nghĩa của tác phẩm chỉ là cái nói ra một cách rõ rệt, hay nói cách khác, nó đối với ta chỉ là cái vẻ thế" [8; 27].

Trong tiểu thuyết *Hình bóng đàn bà*, để tạo ra tính đa nghĩa cho ngôn ngữ, nhà văn đã sử dụng các biểu tượng. Nhờ các biiểu tượng mà ý nghĩa của truyện được nhà văn mã hóa trong những ngôn từ đơn giản.

1.1. Con số 9 ma quái

Những con số "luôn luôn dùng để tạo nên những nghĩa bí truyền... là chỗ dựa của mộng mơ, của huyễn tưởng, của sự siêu hình, chất liệu của vật chất, là sợi dây dò tương lai vô định, hoặc chí ít cũng biểu thị nguyện vọng tiên báo, những con số có một bản chất thi ca" [8; 208].. Theo tư duy Kinh Dịch, mỗi con số đều là một "mã văn hóa" độc đáo. Có thể coi 3, 9 là những con số quan trọng nhất, những con số còn lại là bội số của chúng, như: 72, 81, 108...

1.1.1. Số 9 - ý niệm về cái chết và sự tái sinh

Theo Kinh Dịch, con số 9 là cực đỉnh của dương số (Thái Dương), nó là con số cuối cùng cao nhất trong dãy số nguyên, "cùng một lúc báo hiệu sự kết thúc và sự bắt đầu lại, tức là chuyển sang một bình diện mới" [8; 181]. Như vậy, số 9 vừa hàm chứa ý niệm về cái chết (cửu tuyền), vừa mang ý niệm về sự tái sinh, một sự nảy mầm từ bên dưới giống như cách viết của bản thân con số đó.

Jean Chevalier trong cuốn *Từ điển biểu tượng văn hóa thế giới* có nhắc đến giá trị biểu trưng của con số 9 [8; 179-180]. Trong các áng văn được gán cho Home`re, con số 9 có một giá trị nghi lễ. Nữ thần De'me'tẻ đi khắp thế gian trong chín ngày để tìm con gái mình là Perse'phone; Leto đau đẻ chín ngày chín đêm; chín nữ thần nghệ thuật sinh ra từ Zeus qua chín đêm yêu đương. Số 9 dường như là đơn vị đo lường cho những cuộc thai nghén, những cuộc tìm kiếm có hiệu quả và tượng trưng cho việc hoàn thành các nỗ lực; kết thúc một công việc sáng tạo.

Trong cuốn tiểu thuyết, nhà văn sử dụng con số 9 mang giá trị biểu trưng cao. Khi Lụa bước ra khỏi tranh, sống cuộc sống bình thường thì nàng cũng có chín vía. Khi nàng đi ngoại tình thì trên cơ thể mọc ra những nốt ruồi, đến chín trăm chín mươi chín nốt ruồi với chín trăm chín mươi chín cuộc ngoại tình. Con số 9 được lặp lại nhiều lần biểu trưng cho cái vô tận, vô số. Số 9 báo hiệu sự kết thúc và sự bắt đầu lại, tức là sự chuyển đổi sang bình diện mới. Như vậy, số 9 mang *ý niệm về sự tái sinh và nảy mầm, ý niệm về sự chết*. Nó mở đầu giai đoạn của các biến thái, biểu đạt sự kết thúc một chu trình. Lụa đã trải qua quá trình sống ở cuộc đời thực, và nàng phải trở về tranh sau 999 cuộc ngoại tình. Nó kết thúc giai đoạn sống sa đọa của nàng trên trần thế.

1.1.2. Số 9 - biểu tượng của tính liên kết vũ trụ và sự cứu giải

Số 9 biểu thị cho cái vô số trở về cái đơn giản nhất và nói rộng hơn, là biểu tượng của *tính liên kết vũ trụ và sự cứu giải*. 9 là một trong các số của thiên quyển. Và đối xứng, nó cũng là số của các vòng địa ngục. Đó cũng là nguyên do của chín mắt tre trong Đạo giáo, chín khắc trên cây bạch dương-vũ trụ ở Xiabia. Đó cũng là nguyên do chín bậc dẫn đến ngai vàng của hoàng đế Trung Hoa, là chín cửa ngăn cách ngai vua với ngoại giới, bởi vì vũ trụ vi mô ở đây mô phỏng hình ảnh trời, Lụa mang về chín va li tiền để trả nợ cho Mộc. Chàng đã bán mảnh đất hương hỏa để có tiền cho nàng đi thay da thì nàng cũng dùng chín va li tiền đi hát được để trả nợ. Chín trăm chín mươi chín là giới hạn cuối cùng, để rồi Lụa trở về sống lại trong bức tranh, vĩnh viễn không trở lại trần thế. Trước đêm trở về, nàng xin chàng ba giọt máu, rồi trở về trả ơn chàng bằng những giấc mộng ái ân. Ba giấc mộng đó là điều cuối cùng mang đến dấu ấn Lụa trên cõi đời.

Số 9 gắn với nhân vật Lụa. Nàng đã có những ngày tháng ăn chơi thác loạn ở cõi đời, để rồi không vượt qua giới hạn, nàng trở về bức tranh khi có chín trăm chín mươi chín người tình. Nó cho thấy vòng quay số phận của con người. Số 9 lúc này mang ý niệm về cái chết, nó là ngưỡng cửa ngăn cản Lụa vượt qua, kéo nàng trở lại bức tranh- nơi nàng từ đó xuất hiện. Nó đồng thời vừa kết thúc quá trình Lụa ở cõi nhân gian để mở ra một quá trình mới, một cuộc đời mới cho Mộc và Lụa, cứu nàng ra khỏi cuộc đời lầm lạc, gió bụi nơi cõi người, đưa nàng vào cõi tranh yên tĩnh, vô trùng. Con số 9 chính là giới hạn ngăn cách Lụa và cuộc đời. Chín va li tiền Lụa mang về thể hiện được nhân cách của Lụa. Nàng đi hát, điều đó mang lại cho nàng niềm vui và cả khách của nàng niềm vui. Nhưng Lụa cũng không biết dùng số tiền đó làm gì, chỉ ngắm cho vui mà thôi. Khi Mộc dùng cả mảnh đất hương hỏa của cha ông để lại đổi lấy tiền cho nàng đi thay da, nàng đồng thời đã bừng tỉnh khỏi giấc mơ hư ảo. Nàng dùng số tiền mình đi hát được để giúp Mộc đổi lại mảnh đất hương hỏa, vì nàng hiểu rằng, ngoài Mộc ra, không ai có thể sống trên mảnh đất ấy.

1.2. Những nấm mộ

1.2.2. Dự cảm điều bất hạnh

Những nấm mộ không trực tiếp xuất hiện trong tiểu thuyết. Ta thấy hình dáng những nấm mộ xuất hiện và mang một dự cảm về những điều bất hạnh. Trong tiểu thuyết, Vũ Xuân Tửu viết: "Âm ti bắt đầu từ huyệt mả. Mộc rất sợ mỗi khi nhìn thấy cửa mả. Bữa nay, bỗng dưng lại có cảm giác ấy, khi Mộc rón rén bước lên hè, tránh những cái lỗ hình phễu, như những miệng núi lửa nhỏ xíu" [63; 11].Những cảm giác ấy xuất hiện không bao lâu thì Mộc gặp Lụa bước ra từ trong tranh, và điều đặc biệt là bức tranh ấy treo gần chiếc quan tài. Hình ảnh quan tài-nấm mộ thường đi liền với nhau, thể hiện cho sự chết chóc. Nó xui khiến ta cảm giác rùng rợn, lo âu. Trong tiểu thuyết này, hình ảnh mộ huyệt mang lại cho nhân vật trong truyện những điều bất hạnh. Mộc nằm trong quan tài để chờ đợi sự xuất hiện của Lụa, và đã gặp được nàng, khi nàng chuẩn bị bữa ăn cho Mộc. Nấm mộ được sử dụng với những biến thể ngôn ngữ khác nhau, như: "huyệt mả", "cái lỗ hình phễu", "miệng núi lửa", "cửa mả"... Nó là cánh cửa đưa con người đến với thế giới của cõi chết, nên sự xuất hiện của nấm mộ như dự báo của những điều bất hạnh sắp xảy ra.

1.2.2. Dấu hiệu của cái chết

Trong văn hóa thế giới, theo cuốn từ điển văn hóa thế giới [8; 596-597], mộ tượng trưng cho ngọn núi. Nó khẳng định tính vĩnh cửu của sự sống qua các dạng biến thái của nó. Người Ai Cập để tâm chuẩn bị cho ngôi nhà vĩnh viễn của mình hơn là sắp xếp nơi mình đang sống. Theo nhiều truyền thống khác nhau, phổ biến là ở châu Phi, mộ dùng để giữ lại hồn người chết bằng một dấu hiệu vật chất, cho các vong hồn khỏi đi lang thang quấy rối người sống.

G. G. Jung gắn mồ mả với mẫu gốc nữ tính, coi là tất cả những gì bao bọc, ôm ấp. Đó là nơi an toàn, nơi ra đời, sinh trưởng, nơi êm đềm; là nơi thể xác biến thái thành tinh thần, hoặc nơi chuẩn bị để tái sinh, nhưng cũng là vực thẳm nơi con người chìm đắm trong những vùng tối tăm nhất thời và không thể tránh khỏi.

Khi Lụa sắp trở lại bức tranh, Mộc lại nhìn thấy hình dáng những nấm mộ: "Đến lúc này, Mộc mới bồi hồi. Chàng nhìn thấy cửa mả mở ra một lối nhỏ, chỉ đủ cho một người bước xuống âm ti" [63; 60]. Sự xuất hiện hay ra đi của Lụa đều là từ bức tranh, nhưng dường như nó gắn bó với những nấm mộ, với một thế giới vô hình mà đen tối. Bước qua cửa mả là bước sang một thế giới khác, thế giới của bóng đêm, của những linh hồn, của cõi chết. Thế giới ấy là nơi Lụa bước ra và phải trở về. Chính hình ảnh huyệt mả mà gắn với nhân vật Lụa đã đưa đến hình dung về Lụa, về những cuộc vui chơi của nàng nơi cuộc đời.

Khi Lụa đi thay da, Mộc bán nhà rồi, chàng nhìn thấy "ngoài vườn, trong những hố móng, đám rễ rau muống mọc nghều ngào như tơ hồng trong mộ kết" [63; 56]. Chàng chợt giật mình, hóa ra bao tháng ngày qua chàng sống trên đám mộ kết mà không hay biết gì. Lối sống của Mộc hoàn toàn đối lập với mọi người: chàng giản dị, giữ lại những thói quen của ông bà, đồ dùng trong nhà đều là những đồ cổ. Lối sống ấy cũng đồng thời tách chàng ra khỏi đời sống hiện đại. Những người mua nhà sau khi sống thử đã không thể hòa nhập lối sống đó. Họ than vãn: "Sống cảnh thế này, tôi xin lạy cả nón. Thế mà anh cũng sống được, lại còn nghiên cứu khoa học nữa thì thật là bái phục. Ăn ở thế này, nói vô phép, khác nào đã hóa ra ma" [63; 57]. Mộc giữ một lối sống giản dị, nhưng với mọi người, chàng như một hình nhân không có gì nổi bật. Sự hoài cổ của Mộc cuối cùng đã kết thúc bằng những đồng tiền chàng phải bán mảnh đất hương hỏa để có nó, để Lụa có thể trở lại xinh đẹp và trở về bức tranh. Hình ảnh những nấm mộ vừa mang lại cảm giác bất an, lo lắng cho nhân vật, vừa là tiên báo cho sự xuất hiện, sự ra đi của Lụa. Nó cũng là một phần của thiên nhiên huyền bí mà ta thấy trong tác phẩm.

1.3. Những đôi tai

1.3.1. Biểu tượng tai trong văn hóa thế giới

Theo Jean Chevalier [8; 843-844], giá trị biểu trưng lớn nhất của tai nằm trong huyền thoại về Vaishvaanara: *tai tượng trưng cho trí tuệ vũ trụ*. Ở Trung Hoa, nó là *dấu hiệu liên minh và bất tử*. Nhưng ở châu Phi, tai bao giờ cũng *tượng trưng cho thú tính*. Bộ tộc Dogon và bộ tộc Bambara ở Mali coi tai là *biểu tượng của tính dục kép*: vành tai là dương vật và ống tai là âm đạo. Ý nghĩa biểu trưng tính dục còn thấy trong lịch sử thời kì đầu của Kitô. Xâu tai thành *hình thức cam kết và chiếm hữu rất cổ xưa.* Tai là biểu tượng cho *sự truyền đạt thụ động* chứ không phát đi một cách chủ động. Theo truyền thuyết Hi lạp về vua Midas, tai to cũng là biểu tượng cho sự ngu ngốc.

1.3.2. Biểu tượng tai trong *Hình bóng đàn bà*

Trong tiểu thuyết "Hình bóng đàn bà", nhà văn không ít lần nhắc đến những cái tai. Chúng xuất hiện trong tác phẩm gắn với những điều kì dị, khác thường. Từ những biểu trưng của "tai" trong nền văn hóa thế giới, đi vào tác phẩm của Vũ Xuân Tửu, ta thấy hình ảnh này cũng mang giá trị biểu trưng cao. Mộc nhìn thấy những chiếc tai khi chàng bán nhà. Đó là cảnh tượng lạ kì đã được nhà văn đời thường hóa: "Nhìn, rồi nhắm mắt lại mà thảng thốt, hóa ra là những cái tai người. Nhìn tận mắt, lại nhận ra, kia là những cái tai bẹp của hàng xóm. Kia là những cái tai dỏng của đám cơ quan" [63; 56]. Cái kì ảo, vô lí tồn tại giữa đời thường một cách hiển nhiên, và Mộc chấp nhận điều kì lạ đó rất nhanh, cũng giống như chàng đã chấp nhận sự xuất hiện của Lụa giữa cuộc đời. Chàng nhận thấy nhưng người hàng xóm, những người đồng nghiệp của chàng đều mất tai, ngay cả Lụa, người con gái đẹp bước ra từ trong tranh cũng không có tai. Đó là những người kì dị mang tính Grotest. Trong văn học hiện đại, con người dần dần mất mát rất nhiều. Con người không tên, sống như những kí hiệu mô hình hóa đã từng xuất hiện trong tác phẩm của Káp-ka. Đến Phạm Thị Hoài, ta bắt gặp hình ảnh người không mặt. Con người mất dần đi bản ngã, bị qui vào những mẫu số chung vô thưởng vô phạt. Vũ Xuân Tửu cho nhân vật của mình mất tai, một bộ phận cơ thể quan trọng để nghe. Do đó, những người này không có khả năng lắng nghe, cũng có nghĩa là không có khả năng chia sẻ. Đôi tai giúp con người thu nhận thông tin, nó cũng đồng thời giúp ta nghe ngóng tin tức. Những người hàng xóm, những người đồng nghiệp ở cơ quan đã sử dụng đôi tai không chỉ với chức năng nghe ngóng của bộ phận thính giác, mà những đôi tai ấy tạo nên "tai vách mạch rừng" xung quanh Mộc. Chàng chứng kiến những người hàng xóm không tai: "Có tiếng mở cửa sổ trên các tầng nhà. Mộc ngước nhìn lên, những người hàng phố không tai đang ngó nghiêng và nhìn Mộc trân trân như những chú rô-bốt kì dị" [63; 61]. Những người không tai hiện lên vừa nghịch dị, vừa đáng thương. Tất cả tạo thành thế giới những kẻ bất thường, kể cả Lụa. Lụa không tai có thể do họa sĩ vẽ tranh. Những người hàng xóm, những người đồng nghiệp của Mộc cũng mất đi những đôi tai của mình, và Mộc tìm lại chúng trong đống rác để gửi lại cho họ. Đó là những chi tiết hoang đường giữa cuộc sống. Những người không tai hiện ra một cách đáng thương, mất đi sự tự tin, giống như những hình nhân giữa cuộc đời.

Như vậy, những biểu tượng trong tiểu thuyết đa dạng và chúng tạo cho tác phẩm một tầng nghĩa ngầm. Các biểu tượng này liên kết với nhau một cách chặt chẽ tạo thành hệ biểu tượng, khiến cho tác phẩm không dừng lại ở việc thể hiện một nội dung, mang một ý nghĩa xã hội nhất định. Đi sâu tìm hiểu ý nghĩa biểu tượng của tiểu thuyết, cũng đồng thời chúng ta sẽ thấy được những thông điệp thẩm mĩ nhà văn gửi vào từng biểu tượng. Những biểu tượng này là sự mã hóa thông tin của nhà văn, khiến tiểu thuyết có dung lượng cực ngắn nhưng truyền tải thông tin được nội dung tư tưởng lớn.. Qua đó, nhà văn xây dựng một thế giới hoang đường giữa cuộc đời thực, đi vào khám phá những bí ẩn của cuộc sống và tâm hồn con người.

2. Thời gian, không gian

2.1. Thời gian song chiếu, đồng hiện

Nhà lí luận Trần Đình Sử cho rằng, thời gian nghệ thuật "là thời gian ta có thể thể nghiệm được trong tác phẩm nghệ thuật với độ dài của nó, với nhịp độ nhanh hay chậm, với chiều thời gian là hiện tại, quá khứ hay tương lai. Thời gian nghệ thuật là hình tượng nghệ thuật nhằm làm cho con người thưởng thức cảm nhận được: hoặc hồi hộp chờ đợi, hoặc thanh thản vô tư, hoặc chìm đắm vào quá khứ" [51; 62].

Các câu chuyện cổ tích, truyền thuyết có yếu tố kì ảo thường sử dụng thời gian quá khứ khi kể chuyện theo lối "ngày xửa ngày xưa". Một số tác phẩm hiện đại cũng sử dụng lối viết này. Nó tạo cho tác phẩm bầu không khí thiêng liêng để thể hiện những điều kì ảo trong cuộc sống, bớt đi vẻ hoang đường của câu chuyện. Trong tiểu thuyết *Hình bóng đàn bà*, Vũ Xuân Tửu kể một câu chuyện của hiện tại lồng với câu chuyện của quá khứ. Cái kì ảo đã diễn ra ở hiện tại, và bản thân nó có mối liên hệ với quá khứ. Sự đan xen giữa hiện tại và quá khứ tạo cơ sở cho sự kì ảo đi xuyên qua thời gian. Bức tranh mà Mộc có ngày hôm nay là nguồn gốc từ đời ông nội Mọc. Ở thời điểm quá khứ ấy, khi bức tranh ra đời có rất nhiều điều kì lạ xảy ra: máu con ngựa chảy ngược, phun vào ao bèo và bè rau muống. Đến khi Mộc có bức tranh, cô gái từ tranh sống cùng Mộc thì những vật dính máu ngựa đều mang một linh hồn, và tất cả đều có sợi dây liên hệ thầm kín với Lụa-cô gái trong bức tranh năm xưa. Dường như thời gian quá khứ và hiện tại được liên kết chặt chẽ với nhau bởi chính bức tranh. Cô gái bị đóng khung trong bức tranh qua năm tháng, giờ đây được thoát xác, trở lại cuộc sống bình thường. Cô dễ dàng hòa nhập với cuộc sống hiện đại, Mộc thì xa lạ với cuộc sống đó. Những sự kiện của quá khứ và hiện tại có sự đối chiếu với nhau, thể hiện mới liên hệ giữa quá khứ và hiện tại.

Như vậy, thời gian trong câu chuyện là kiểu thời gian được đối chiếu giữa hai thế hệ, giữa quá khứ và hiện tại. Mối liên hệ chính của hai thế hệ là bức tranh. Có thể thấy, thời gian đóng khung trong bức tranh đó và linh hồn cô gái trong tranh bị lời nguyền, đến đời Mộc thì thoát ra ngoài bức tranh, trở thành một cô gái xinh đẹp giữa cuộc đời. Giống như các câu chuyện cổ tích, khi người đẹp gặp nạn thì dòng thời gian đóng băng chờ lời nguyền được hóa giải, Lụa đến với Mộc để thoát khỏi khung bức tranh. Nhừng chi tiết trong thời điểm hiện tại và quá khứ cùng xảy ra khiến câu chuyện của hai thế hệ như trùng vào nhau. Mộc và Lụa gặp nhau, cô là một cô gái đẹp bước ra từ tranh. Thời điểm cô người mẫu trong quá khứ mọc lên những nốt mụn đen khắp cơ thể cũng là thời điểm trong hiện tại, Lụa mọc kín cơ thể những nốt ruồi. Ông nội Mộc viết lời nguyền cho bức tranh, rồi Mộc vô tình thấy lời nguyền ấy. Cuối cùng, cô gái trở lại bức tranh, hoặc có sự xui khiến của thế lực siêu nhiên, chàng đã tìm thấy tờ giấy giá thú của ông nội. Nó tạo thành một vòng khép kín.

2.2. Không gian trùng phức

Dáng vẻ cổ tích của câu chuyện được tăng lên rõ rệt khi nó xảy ra ở một nơi vừa cổ xưa, vừa hiện đại. Mộc treo bức tranh trong nhà mình, khi đi làm về thì thấy sự bất ổn, khác lạ. Cuối cùng, cô gái trong tranh bước ra, nấu cho chàng những bữa cơm đạm bạc mà chàng vốn quen thuộc. Mộc sống trên mảnh đất hương hỏa của tổ tiên, một nơi còn lưu giữ nhiều dấu ấn của truyền thống. Đồ dùng Mộc sử dụng cũng mang nhiều nét hoài cổ: "Rổ, rá cũng bằng tre, nứa nức mây, chứ không dùng rổ, rá bằng nhựa xanh, nhựa đỏ. Thậm chí, trên thổ đất hương hỏa, vẫn còn ngôi nhà tranh vách đất. Mặc dù xung quanh, hàng phố đã xây nhà hai, ba tầng từ mấy chục năm rồi. Nhà người ta đã xây bể bê-tông trên sân thượng chán chê, nay chuyển sang dùng thùng i-nốc sáng choang của các hãng Toàn Mỹ, Sơn Hà... thì nhà Mộc vẫn dùng chum sành đựng nước và múc bằng gáo dừa. Nhà người ta lát gạch men, đi dép nhựa, dép nhung rất chi là quí phái, thì nhà Mộc vẫn nền đất nện, bảo là, cho thông âm dương và lê guốc mộc, để cho đời sống có vẻ như gần với cỏ cây" [63; 35]. Chính nơi ấy, Lụa bước ra khỏi bức tranh và đến với Mộc. nàng nấu canh riêu cua, món ăn dân dã cho chàng. Cũng trên mảnh đất ấy, quá khứ là sự ra đời của bức tranh với những sự kiện kì lạ, hiện tại là sự xuất hiện của cô gái trong tranh với bao phiền lụy mà Mộc phải hứng chịu. Trong không gian ấy, ta cũng thấy ao bèo, cũng thấy những bè rau muống. Từ khi bức tranh hoàn thành và những dòng máu ngựa phun vào những sự vật đó thì mối dây liên hệ đã được kết nối giữa quá khứ và hiện tại.

Việc tổ chức không gian, thời gian trong truyện dẫn tới cốt truyện với những sự kiện trùng phức giữa quá khứ với hiện tại, qui luật nhân-quả trong cuộc sống.

3. Ngôn ngữ, giọng điệu

3.1. Ngôn ngữ

Ngôn ngữ kể chuyện trong tác phẩm có tác dụng trong việc truyền đạt thông tin thẩm mĩ. Trong tiểu thuyết *Hình bóng đàn bà*, nhà văn sử dụng linh hoạt ngôn ngữ, tạo cho tác phẩm sự đa dạng giọng điệu. Ngôn ngữ ấy chịu sự câu thúc của các yếu tố kì ảo, nhà văn không chỉ sử dụng các yếu tố ngôn ngữ thông thường mà có nhiều đặc điểm riêng biệt của ngôn ngữ văn chương kì ảo.

3.1.1. Ngôn ngữ đa cảm giác, giàu chất biểu cảm

Ngôn ngữ đa cảm giác mang lại cho người đọc những cảm giác khác nhau. Về lí thuyết, cảm giác được chia làm ba cấp độ: *cảm giác hướng trước* (chỉ chú ý đến đường nét, màu sắc của đối tượng), *cảm giác theo sau* (nắm bắt được hình thức chung của đối tượng), *cảm giác di nhập* (đạt đến cảm quan thẩm mĩ). Cảm giác trong tiểu thuyết của Vũ Xuân Tửu trải qua ba cấp độ này, nó đạt tới mức có thể chuyển hóa và tổng hợp mọi giác quan, tạo nên những xung động nghệ thuật trong lòng người đọc.

Lời văn trong *Hình bóng đàn bà* mang lại cho người đọc cảm giác về sự kì ảo, bí ẩn. Nhà văn sử dụng các từ ngữ thiên về miêu tả với các từ ngữ diễn tả tâm trạng, cảm giác:

"Chàng bán tin bán nghi, đưa tay rờ thử, thì tịnh không cảm giác được gì, chỉ cảm nhận chất lụa, mềm mượt như da thịt con gái.

Mệt. Đói. Khát. Và buồn" [63; 6].

Cảm giác bất an, lo sợ, mơ hồ được diễn tả nhiều nhất trong tác phẩm, ta thường bắt gặp những từ ngữ diễn tả trạng thái bất an của nhân vật "Mộc cảm thấy không bình thường" khi Lụa vừa bước ra khỏi tranh cứ ra ngoài luôn xoành xoạch mà không hiểu nàng đi đâu, làm gì và tại sao? Cảm giác lo sợ của Mộc khi Lụa xin chàng máu và xương sườn, rồi lấy gạo và muối rắc khắp nhà, trắng như xóa như tuyết "Mộc nhấp ngụm rượu, người run như cầy sấy" [63; 21].

Khi Mộc nhìn thấy những ngọn rau muống bò vào nhà, quấn quanh khung tranh như mớ dây tơ hồng thì chàng "linh cảm thấy một điều nghiệt ngã, đang gọi nàng về rồi" [63; 32]. Trong tiểu thuyết, rất nhiều lần nhà văn nhắc đến linh cảm của nhân vật, và dường như những linh cảm này là điềm báo trước vậy. Khi Lụa đã trở lại trong tranh, chàng thường linh cảm thấy sự xuất hiện của nàng.

Yếu tố kì ảo đã được nhà văn sử dụng như một thủ pháp nghệ thuật. Ngôn ngữ trong tác phẩm đôi khi vừa ảo, vừa thực. Cái ảo và cái thực đã được hòa trộn nhuần nhuyễn, không phân biệt. Bùi Thanh Truyền trong bài viết của mình đã nhận định: "Dường như bầu sinh quyển thâm u, rợn ngợp, đầy huyễn hoặc của hiện thực (với những không gian thiêng, cõi siêu nhiên như một dấu hỏi chưa có lời đáp, thế giới thẳm sâu bất định của lòng người...) đã thâm nhập vào làm cho khía cạnh hình tượng của nó cũng trở nên kì bí, lung linh sắc màu. Trông mặt đặt tên được tâm trạng lo âu của con người hôm nay cũng là một tình cảm khẳng định của văn học đổi mới, và ngôn ngữ kì ảo có khả năng nói điều mà ngôn ngữ nghệ thuật bình thường không dễ gì nói được" [58; 52].

Ngay nhan đề của tác phẩm đã tạo cho người đọc ấn tượng về những cái kì lạ. Tại sao lại là *Hình bóng đàn bà*? Ta nhớ rằng, ban đầu, tác giả đặt tên cho tác phẩm là *Rau muống chẻ râu rồng*, sau đó mới đổi tên cho tác phẩm là *Hình bóng đàn bà*. Điều này có dụng ý riêng của tác giả. Nhưng nó trước hết có hiệu quả thẩm mĩ, gây được ấn tượng về cảm giác cho người đọc. Trong tác phẩm có chi tiết khi Lụa trở về trong tranh, những hình bóng của nàng vương vấn khắp nhà: "Trên những bức tường đen, hiện ra vô số hình bóng đàn bà kết bằng bèo tấm, đủ cả tư thế nằm, ngồi, đứng, đi, nhảy, bay lượn... Nom như bức phù điêu kì dị về thế giới của phái đẹp, thế giới của lời ca và nước mắt" [63; 67]. Lụa là thật hay chỉ là hình bóng mà thôi? Và Mộc đã đánh đổi cả lối sống, đánh đổi mảnh đất hương hỏa để giữ lại một hình bóng đàn bà.

Ta còn bắt gặp những từ ngữ chỉ tính chất bất thường của sự vật: *bỗng, bỗng dưng, bất giác, chợt*... Những ngôn ngữ mang tính chất bí ẩn, đầy ma lực: *âm ti, ma quái, cửa mả, lời nguyền, ma lực, quỉ thần, thôi miên*... Những từ ngữ chỉ cảm giác bất an, lo âu, sợ hãi bản năng của con người: *run như cầy sấy, bán tín bán nghi, giật mình, sợ, giật nảy mình, rú lên, hai mắt trợn ngược, trắng dã như mắt ma*. Điều này cho thấy, ngôn ngữ chịu sự câu thúc của những ám gợi, tiên cảm, rợn ngợp trước một thế giới vô hình, bí ẩn. Nó diễn tả tâm trạng phấp phỏng lo âu của con người hiện đại. Con người dường như đang sống trong một thế giới mong manh, đầy bất ổn nên họ luôn hoang mang lo lắng, và tìm đến sự an ủi trong tôn giáo, mong muốn được che chở bởi thế lực siêu nhiên. Ngôn ngữ thể hiện tư duy của con người, đó là lí do trong ngôn ngữ tác phẩm cũng như nhiều tác phẩm hiện đại, mang đầy những cảm giác bất an, lo sợ.

3.1.2. Ngôn ngữ đa nghĩa, giàu hình ảnh

Trong tác phẩm, ta thấy những ngôn ngữ diễn tả những không gian phi thực: *trời, tranh, âm ti, kiếp trước*. Ngôn ngữ trong tác phẩm mang tính đa nghĩa do vận dụng mô típ trong truyện cổ-mô típ người mang lốt-cô gái trong tranh bước ra sống đời sống vợ chồng với chàng trai ngoài đời. Màu sắc tượng trưng, siêu thực song hành với tính luận đề mang lại sức hút cho truyện. Màu sắc siêu thực trong câu chuyện thể hiện qua việc miêu tả sự linh ứng của lời nguyền trong tranh. Một thế giới huyền ảo được thể hiện, thế giới của những điều phi lí: chàng trai cho cô gái máu và xương sườn của mình để cô gái trở thành một con người bình thường; cô gái mỗi lần ngoại tình lại mọc lên một nốt ruồi, cuối cùng là 999 nốt ruồi; cô gái thay da và trở lại bức tranh. Những điều tưởng như rất phi lí nhưng đang hiện hữu trong cuộc đời. Ngay sự ra đời của bức tranh cũng gợi cho ta cảm giác về sự phi lí: cô gái trong bức tranh rất giống với người ngoài đời; khi vẽ bức tranh, lời nguyền viết bằng máu ngựa. Lời nguyền ấy về sau linh ứng. Bức tranh như một bí mật mà ai khám phá ra bí mật ấy, người đó sẽ chịu lời nguyền. Bí mật nào cũng phải trả giá. Mộc khám phá ra bí mật của bức tranh, đồng thời hứng trọn lời nguyền đó. Chàng nhận được màu nhiệm từ bức tranh, nhưng cũng phải chịu tai họa từ bức tranh đó, để rồi cuộc sống của chàng cũng đã thay đổi rất nhiều.

Ngôn ngữ kì ảo trong tác phẩm đưa nhà văn tìm đến và miêu tả thiên nhiên. Ta gặp hình ảnh thiên nhiên rất nhiều trong tiểu thuyết, và chúng là một phương tiện để nhà văn thể hiện cái kì ảo. Thiên đường dường như cũng có linh hồn của nó, mang những dự báo về một thế giới huyền bí. Đó là hình ảnh bè rau muống, ngay từ đầu tác phẩm dã xuất hiện: “Có những sợi dính lưng vào nhau, nom như hình chữ “x”. Những chiếc lá già bị ngắt, nằm trên hè, như một đống mũi mác bé xíu màu xanh” [63; 7]. Hình ảnh về bè rau muống đi suốt tác phẩm, và nó cùng với Lụa như có một mối giao cảm ngầm. Khi Lụa đi chơi nhà hàng, “những ngọn rau muống bò vào nhà, quấn quanh khung tranh như mớ tơ hồng” [63; 32]. Những ngọn rau muống đã chẻ thành sợi vẫn “mọc lên thành những mầm rau muống tươi non ở chân vách, kẽ ngạch. Chúng bò lên, đầy cả võng đay, khung tranh và bám vào lòng đất như rễ si, ngó sen. Lụa thì tấp tểnh xuất ngoại để thay da” [63; 37]. Bè rau muống đó, từ thời ông nội Mộc, máu ngựa đực đã chảy xuống. Từ đó, dường như nó cũng có linh hồn. Đêm Lụa trả lại máu xương cho Mộc để trở lại tranh, mây mưa vần vũ kéo đến. Bè rau muống bị hất tung lên, “bè rau muống bay loạn xạ như mớ tóc rối của mụ đàn bà bị chồng đuổi đánh” [63; 67]. Ngoài bè rau muống, ta còn thấy ao bèo cũng có mối liên hệ mật thiết nào đó, số phận ao bèo và bè rau muống có gì đó rất giống nhau. Khi Lụa đi hát nhà hàng thì bèo tấm lụi tàn. Khi nàng bất lực nằm khan, “bèo tấm dày đặc như gạch cua, hiếp cả bè rau muống”. Thiên nhiên, con người có mối giao cảm nào đó, đồng thời thiên nhiên cũng mang sự huyền bí khó lí giải, giống như mối tiên cảm nào đó. Khi Lụa trở lại trong tranh, thiên nhiên có nhiều vẻ khác lạ. “Cây sung bị đốn gục bên bờ ao. Béo tấm dập dềnh bám quanh sần sùi da cóc. Mộc định bụng sẽ tặng cho Nhà hát Múa rối nước, để họ làm con rối (...). Những bè rau muống rối bời, không biết sẽ trôi dạt về đâu.

Những chú cào cào ngơ ngác bay đi bay lại trên những lá rau muống hình mũi mác. Gió quẩn, thổi từ đông sang tây, rồi lại từ tây sang đông. Mộc vô cảm, không để ý gió gì, chỉ cần mát" [63;62]. Ngày Lụa đi là một ngày trời đất có nhiều thay đổi nhất. "Đêm ấy, trời quang mây tạnh. Bỗng dưng mây mưa kéo về vần vũ đầy trời. Những vì sao sợ hãi trốn biệt tích. Dông gió nổi lên ầm ầm ù ù. Những mái tôn và phi-bro xi-măng chống nóng trên sân thượng, bị gió hất tung, bay liệng trên trời như những chiếc máy bay vỉ ruồi" [63; 66-67]. Nhà văn đã nhân hóa thiên nhiên, cho nó một linh hồn của con người, dự báo cho sự sự chia lìa ở con người. Cách miêu tả thiên nhiên như vậy đã đem lại cho nó một vẻ huyền bí, đầy hoang sơ và rợn ngợp.

3.2. Giọng điệu

3.2.1. Giọng trào phúng mang âm hưởng dân gian

Trong cuốn tiểu thuyết, ta gặp nhiều câu ca dao, thành ngữ mang sắc thái châm biếm. Giọng trào phúng được nhà văn sử dụng kết hợp với việc dùng các yếu tố dân gian khiến yếu tố kì ảo trong tiểu thuyết không chỉ mang lại cảm giác hoang mang, lo âu cho người đọc mà còn mang lại cảm quan chế giễu, thể hiện thái độ gây hấn của nhà văn. Những chi tiết hoang đường trong tác phẩm được sử dụng ngôn ngữ dân gian khiến nó đời thường hóa. Trong giấc mơ của Mộc, Lụa hiện ra xinh đẹp và thật đời thường với ngôn ngữ dân gian: "Mô Phật! Nam, nữ thụ thụ bất thân. Em xin đưa võng. Đố ai nằm võng không đưa?"[63; 6]. Miêu tả cảnh Mộc và Lụa gặp nhau, nhà văn sử dụng ngôn ngữ đời thường pha giọng giễu nhại khiến hình tượng Lụa khác hẳn các cô gái đội lốt trong truyện cổ. Nếu truyện cổ miêu tả vẻ đẹp lung linh của các cô gái khi bước trong lốt ra, gây sững sờ người đối diện, thì Vũ Xuân Tửu miêu tả Lụa với vẻ đẹp đời thường, mang vẻ dị thường: "Một lát, Lụa khẽ khàng lách cửa bước vào, tự nhiên như chốn không người. Trong tranh Lụa đã đẹp, ngoài trần thế, Lụa càng đẹp bội phần. Lụa đi theo luồng ánh sáng chiếu hắt từ sân, nên nom như thể thoát y. Khi Lụa thò tay toan xúc gạo, thì Mộc tóm lấy. Lụa giật nảy mình, rú lên, hai mắt trợn ngược, trắng dã như mắt ma. Mộc bàng hoàng, chui ra khỏi quan tài. Gạo rơi từ áo, quần lả tả như tuyết, trắng cả gian nhà" [63; 12]. Ngoài tính từ "càng đẹp bội phần" mang tính ước lệ của văn học dân gian khi miêu tả vẻ đẹp con người, nhà văn sử dụng những từ ngữ khiến vẻ đẹp của Lụa giảm đi rõ rệt: "rú lên, hai mắt trợn ngược, trắng dã như mắt ma". Ngôn ngữ mang giọng giễu nhại thể hiện với nhân vật Lụa khi trong giấc mơ của Mộc, Lụa nói: "Mô Phật!", khi gặp Mộc ngoài đời, nàng thốt lên: "A men!". Những từ ngữ tưởng như đơn giản, chỉ là những lời thốt vô nghĩa, nhưng gây ấn tượng ban đầu về nhân vật. từ ngữ diễn đạt hành động nhân vật không phải những từ ngữ chọn lọc, thể hiện sự đoan trang, thùy mị của nhân vật, mà là những từ ngữ rất đời thường: Lụa "ra ngoài luôn xoành xoạch" trong buổi đầu gặp Mộc, trong đêm đầu tiên ở với Mộc, nàng "sụt sịt như ăn ốc mút", "khóc tu tu như bị đánh đòn", "khoái chí cười khanh khách" [63; 19]. Ngay từ đầu tác phẩm, Vũ Xuân Tửu xây dựng Lụa với hình ảnh mọt cô gái đẹp nhưng ngôn ngữ, hành động rất suồng sã.

3.2.2. Giọng triết lí

Trong tiểu thuyết, ta bắt gặp nhiều đoạn nhà văn sử dụng những câu nói đầy triết lí. Những câu nói đó được sử dụng để nói lên những cảm nhận của tác giả về cuộc đời, về con người. Chương E là một câu triết lí:

"- E ngại ư?

- Sao lại không? Khi mà đi với bụt mặc áo giấy, còn đi với ma lại mặc áo cà sa!" [63; 28].

Trong câu nói trên, nhà văn đã đổi lại câu tục ngữ dân gian để nói lên sự thích ứng đúng lúc, đúng chỗ: "Đi với bụt mặc áo cà sa, đi với ma mặc áo giấy". Trong tiểu thuyết này, câu triết lí ấy đã được đảo ngược, tạo ra một triết lí phù hợp với hiện thực hơn. Triết lí về đồng tiền, nhà văn viết: "Đồng tiền có thể làm hoen ố con người, nhưng cũng có khả năng đánh bóng mạ kền cho con người" [63; 36]. Lụa trong tiểu thuyết đã triết lí: "Không có đồng tiền nào thơm tho hay bẩn thỉu cả đâu. Chỉ là sự đánh đổi bằng máu xương hay mồ hôi, nước mắt hay nụ cười mà thôi... Không ai vô tích sự cả đâu, cũng như không có ai hoàn toàn thánh thiện. Người muốn tốt đẹp thì che đậy cái xấu xa. Có người lại cởi bỏ mọi sự giả dối để sống trần trụi kiếp người" [63; 59-60]. Những triết lí này thể hiện cái nhìn sâu sắc của nhà văn về con người, những cảm nhận cá nhân mang tính nhân loại sâu sắc. Giọng văn khi nhà văn triết lí thường thâm trầm, sâu sắc, nhiều ẩn ý. Giá trị của đồng tiền chưa có thời đại nào phủ nhận nó, nhưng không phải ai cũng hiểu và coi trọng đúng giá trị của đồng tiền. Xã hội trong *Hình bóng đàn bà* là xã hội của sự phát triển, của sự thay đổi. Nhưng Mộc hoàn toàn xa lạ với thế giới ấy, và anh rơi vào sự cô đơn. Cô đơn vì không có ai giống mình. Cô đơn vì mãi giữ lối sống cổ, chỉ một số vật dụng cần thiết cho công việc là anh dùng đồ hiện đại mà thôi. Đối lập với Mộc là Lụa, những người hàng xóm và đồng nghiệp của anh. Họ bắt nhịp quá nhanh với lối sống hiện đại. Họ hiểu giá trị của đồng tiền, và họ đua tranh nhau vì đồng tiền. Trong khi đó Mộc thờ ơ với mọi thứ, sống an phận thủ thường. Lối sống của Mộc không thể đem lại một xã hội phát triển năng động, hòa nhịp với thế giới khi anh không hề tranh đấu, kể cả khi bị cướp bản quyền trí tuệ của bản thân. Nhưng nếu sống bon chen, coi trọng đồng tiền quá mức thì không còn giữ được giá trị tinh thần nữa. Vũ Xuân Tửu để nhân vật đưa ra những triết lí, qua đó thể hiện những trăn trở, suy tư của nhà văn trước sự thay đổi của xã hội.

Trong tiểu thuyết, ta gặp nhiều đoạn văn khiến người đọc phải suy tư nhiều về cuộc sống, về cái tốt và cái xấu: "Hỏi, rau muống đã chẻ thành sợi, quăn như râu rồng, thì cách mấy cũng không ghép lại thành cuộng rau tròn như ngón tay út được nữa. người đàn bà đã có 999 cuộc ngoại tình, thì làm sao trở lại trinh tiết? Nhưng Mộc lại không hay biết rằng, có những sợi rau muống chẻ đã mọc lên thành mầm rau muống tươi non ở chân vách, kẽ ngạch. Chúng bò lên đầy cả võng đay, khung tranh và bám vào lòng đất như rễ si, ngó sen. Lụa thì tấp tểnh xuất ngoại để thay da" [63; 37]. Những ngang trái, những thay đổi trong giá trị cuộc sống được nhà văn nói đến bằng giọng văn đầy chua xót. Con người phải tự phân thân để sống, để thích ứng với những thay đổi. Điều đó cho thấy sự đảo ngược những giá trị cuộc sống. Không có chân lí nào tồn tại vĩnh viến trong cuộc đời kim tiền. Con người muốn tồn tại được trong cuộc sống đó cần tự vươn lên, đấu tranh, nhiều khi sống không thật với chính bản thân mình, mất dần bản ngã. Trong thế giới kim tiền, không thể chỉ nhìn vào bề ngoài để xác định giá trị của mọi vật. Đôi khi những thứ rất có ý nghĩa với người này lại vô nghĩa với người khác, vì vậy mọi giá trị đều mang tính tương đối mà thôi.

Cái Đẹp, theo quan niệm của Vũ Xuân Tửu, không hề vĩnh cửu. Nó mỏng manh và không có khả năng tự bảo vệ. Xã hội kim tiền không bảo đảm cho cái Đẹp. Lụa đã trách Mộc: "Anh cứ để tôi sống ở trong tranh, thì tôi vẫn là Tiên là Phật. Anh nằng nặc lôi tôi ra ngoài trần gian cát bụi, rồi bỏ mặc, thờ ơ, lạnh lùng. Anh là kẻ khốn nạn, đồ hèn" [63; 26]. Trước sự cám dỗ của xã hội, cái Đẹp trở nên sa đọa, tầm thường. Môi trường xã hội có sức tàn phá ghê gớm những giá trị tinh thần của con người, mọi thứ đều bị vật chát hóa. Nỗi lo âu trước sự thay đổi giá trị trong cuộc sống đã được Vũ Xuân Tửu thể hiện qua những trang văn của mình.

4. Vấn đề hiện thực trong tác phẩm

Nông thôn hiện ra trong tác phẩm của Vũ Xuân Tửu không còn là một vùng quê bình yên, thanh thản, nơi tâm hồn con người thanh thản mà tại đây, con người vẫn phải chịu đựng những tổn thương về tâm hồn. Cuộc đấu tranh giữa cái cũ và cái mới đang âm thầm diễn ra, và cái mới được chào đón nhiệt thành, cái cũ bị phủ định sạch trơn. Mộc đại diện cho cái cũ trong xã hội, và anh trở thành kẻ xa lạ giữa mọi người. Lụa hoàn toàn ngược lại với anh. Cô vừa bước ra khỏi tranh, sống giữa môi trường đô thị đã nhanh chóng tiếp thu và hưởng thụ văn minh của nó. Việc Mộc bán đi phần đất hương hỏa để có tiền thay da cho Lụa phản ánh chân thật cuộc sống thời hiện đại. Người nông dân ở nông thôn ngày nay phần lớn bán đất để có tiền nhập vào cuộc sống đô thị. Một khi nông dân không có đất, họ sẽ là gì khi vấn đề việc làm ở đô thị ngày càng trở nên bức xúc hơn? Những điều trên là hiện thực cuộc sống của rất nhiều cùng nông thôn đã được nhà văn vũ Xuân Tửu phản ánh trong tác phẩm của mình. Đó cũng là những thông điệp của nhà văn trước hiện thực đô thị hóa nông thôn ngày nay. Trong tác phẩm, ta còn thấy quan hệ phức tạp giữa Mộc- Lụa và ông nội chàng. Lụa trong tờ giấy giá thú chính là vợ lẽ của ông nội Mộc, và khi từ bức tranh bước ra, cô là người tình của Mộc, sống đời sống vợ chồng với chàng. Quan hệ này trở nên phức tạp, loạn luân, dù trong vô thức của Mộc. Ngay những trang đầu của truyện, khi Mộc gọi tên Lụa, cô đã có ý nói "cái tên ấy đã được biên vào giấy..." [63; 12]. Cuối tiểu thuyết, người đọc giải đáp được câu nói mà Lụa bỏ lửng đó, khi Mộc tìm được tờ giấy giá thú mà con chim cắp trên chái nhà.

Hiện thực đời sống được nhà văn "kì ảo hóa". Những sự kiện, sự vật kì ảo tồn tại đan xen với cái bình thường. Cái kì ảo được mặc nhiên chấp nhận. Những cái kì ảo đã chen vào cuộc sống bình thường, là một phần tất nhiên của cuộc sống bình thường.

Như vậy, Vũ Xuân Tửu đã xây dựng được một thế giới đầy kì bí với xâm lấn của cái siêu nhiên trong thế giới tự nhiên. Bằng việc sử dụng hệ thống ngôn ngữ đa nghĩa, giàu hình ảnh, giàu chất biểu cảm, nhà văn đã cho tay thấy một thế giới với những cái kì bí, rợn ngợp, thể hiện nỗi lo âu, bất an của con người trước cuộc sống còn nhiều điều bí ẩn. Qua đó, ta đồng thời thấy được cuộc sống hiện đại với những ngẫu nhiên, bất ngờ, cả những bất ổn mà con người gặp phải. Sự xâm lấn của cái siêu nhiên vào đời sống thực của con người, cho thấy trạng thái bất ổn, hoang mang của con người hiện đại. Cũng qua đó, nhà văn thể hiện một hiện thực đời sống với nhiều đổi thay, sự pha trộn giữa cái cũ và cái mới. Con người phải đối mặt với những cái phi lí, hoang đường một cách hiển nhiên, trong cuộc đụng độ đó, có cả sự trả giá cho những sai lầm, những đam mê. Việc sử dụng yếu tố kì ảo trong tác phẩm chi phối tới việc xây dựng nghệ thuật của tác phẩm. Tiểu thuyết của Vũ Xuân Tửu có sự giao hòa giữa quá khứ, hiện tại, tương lai, sự giao hòa của văn hóa. Những sự kiện có sự trùng phức tạo nên cái lạ và mới với người tiếp nhận. ngôn ngữ trong tiểu thuyết đa dạng, nhiều giọng điệu, mang đậm chất trí tuệ.

Lụa hiện ra qua những giấc mơ để trả nghĩa cho Mộc, trả lại chàng bằng cách mà nàng cho là hợp lí: qua giấc mộng nhục dục. Những cảm giác mà Mộc có được trong giấc mơ không mất đi mà chàng còn cảm nhận thấy cả khi đã tỉnh, thoát ra khỏi giấc mộng đó. Giấc mơ nào cũng cói tiếng cười khanh khách vọng lại, vừa thực vừa ảo, âm vang và ám ảnh.

Những giấc mơ của Mộc về Lụa trước khi chàng gặp Lụa và sau khi Lụa đã trở về bức tranh. Sự nhiệm màu của những giấc mơ mang đến cho con người những nghi ngờ, hoang mang. Lúc đầu Mộc mơ gặp người đẹp trong tranh với niềm hạnh phúc: “Nàng lỏn lẻn bên cánh võng. Chàng thiêm thiếp với nụ cười ăm ắp trên môi” [63; 16]. Trong giấc mơ đó, Lụa là cô gái ngoan hiền, Mộc cảm thấy hạnh phúc bên người đẹp hiền dịu, nhu mì. Thế nhưng chàng đã chứng kiến sự thay đổi của Lụa, chứng kiến sự sa đọa trong lối sống, “Mộc sợ nàng, sợ cả hình bóng của nàng” [63; 76]. Những giấc mơ của Mộc về Lụa trở thành niềm ám ảnh của chàng, thể hiện những giằng xé trong tâm hồn chàng.

Tiểu kết

Với việc xây dựng những biểu tượng phong phú; ngôn ngữ đa cảm giác, giàu hình ảnh; giọng điệu đa dạng; không gian, thời gian được tổ chức linh hoạt, Vũ Xuân Tửu dựng nên một thế giới vừa ảo, vừa thực trong tác phẩm. Nhà văn gửi gắm những thông điệp của mình trong một cuốn tiểu thuyết cực ngắn, nhưng lại mang ý nghĩa nhân sinh và nghệ thuật mới mở ra hướng đi cho một chặng đường dài.

KẾT LUẬN

1. Sử dụng cái kì ảo trong tác phẩm là một khuynh hướng đổi mới trong văn học, mở rộng hiện thực trong tác phẩm đang được các nhà văn đề cao. Tiểu thuyết *Hình bóng đàn bà* của Vũ Xuân Tửu trở nên sống động bởi yếu tố kì ảo. Cái kì ảo trong trang viết của ông xuất phát từ hiện thực, nhưng đậm đà yếu tố dân gian. Nhờ tinh thần sáng tạo, sự suy tư tìm tòi của người cầm bút đã thể hiện được sự

giao thoa giữa cái tự nhiên và cái siêu nhiên, hòa trộn giữa mộng và thực, tạo nên một thế giới nghệ thuật vừa gần gũi, vừa xa lạ với độc giả.

2. Bằng việc xây dựng nên những nhân vật vừa ảo, vừa thật giữa cuộc đời trong *Hình bóng đàn bà*, gợi lên hình bóng của những con người trong quá khứ, thế lực siêu nhiên - Vũ Xuân Tửu đưa ra quan niệm của mình về hiện thực. Mối liên hệ giữa quá khứ và hiện tại theo quan hệ nhân quả, có liên quan mật thiết với nhau. Giữa cuộc đời thực đôi khi có cả cái ảo, và con người trong xã hội phải phân thân để sống. Nhà văn đồng thời đưa ra những thông điệp về lối sống của con người trong xã hội kim tiền. Con người rất có thể sẽ trở thành những cái bóng, nếu không biết chọn cho mình một lối đi. Nhà văn đưa ra mệnh đề mang tính đối thoại với người đọc về lối sống. Sống hoài cổ, nhu nhược để giữ hòa khí hay sống hết mình theo bản năng? Đâu là lối sống đúng trong xã hội và vì sao cái xấu, cái ác lên ngôi? Sự trăn trở của nhà văn trước thực trạng xã hội đang đổi thay nhiều giá trị, con người đang băn khoăn đi tìm lối.

Vũ Xuân Tửu đã cho thấy sự xâm lấn của cái siêu nhiên vào thế giới tự nhiên. Qua việc xây dựng những sự vật, sự kiện lại diễn ra lẫn với những cái bình thường của cuộc sống, qua cảm quan của người hiện đại, khi tư duy lí trí không còn độc tôn, con người đi đến sự hoài nghi. Thể hiện những cái siêu nhiên trong thế giới tự nhiên, Vũ Xuân Tửu đưa ra cái nhìn vạn vật hữu linh, mang lại linh hồn cho mọi vật. bên cạnh đó, nhà văn thể hiện quan niệm của mình về sự quả báo trong cuộc đời, cảnh tỉnh con người trước cái ác, cái xấu đang ngày càng xâm lấn vào cuộc sống.

Xây dựng nên những giấc mơ kì ảo giữa đời thường, Vũ Xuân Tửu cho thấy đời sống tâm linh phức tạp. Sự linh ứng của những giấc mơ là hiện tượng ngày nay khoa học vẫn đang khám phá. Những giấc mơ trong tiểu thuyết khiến cho câu chuyện thêm phần hư ảo, tạo chiều sâu tư duy cho người đọc. Giữa những giấc mơ hư ảo ấy, con người đang đi tìm cho mình một lối sống phù hợp, tự đưa mình ra khỏi những ảo ảnh của cuộc đời.

3. Việc tổ chức tác phẩm có nhiều mới mẻ, cuốn tiểu thuyết đã gây chú ý ngay từ hình thức của nó. Mặc dù rất ngắn gọn, nhưng cuốn tiểu thuyết hàm chứa nội dung tư tưởng phong phú, do nhà văn đã xây dựng được trong tác phẩm một hệ biểu tượng cùng thế giới kì ảo, bằng cách tổ chức không gian, thời gian, sử dụng linh hoạt ngôn từ, giọng điệu.

Tình yêu và trách nhiệm Mộc dành cho Lụa có phải là sự cứu cánh cứu chuộc thân phận, làm cuộc đời hai người đáng sống, cuộc sống có ý nghĩa hơn hay nó chỉ mang lại những hệ lụy cho cả hai người? Trong xã hội kim tiền, tình yêu và thân phận con người trở thành một vấn nạn. Con người cần chọn cho mình một lối sống phù hợp để không tự đánh mất mình, để vượt thoát sự tầm thường, thoát ra khỏi sự tha hóa, cám dỗ của đồng tiền. Đó là những thông điệp mà Vũ Xuân Tửu gửi gắm trong tác phẩm của mình, thể hiện trách nhiệm trước thực trạng xã hội đang xuất hiện nhiều cái phi nhân tính, không đảm bảo cho cái đẹp, cái thiện phát triển. Đó cũng là nỗi niềm sâu thẳm của một cây bút với cuộc sống con người.

LTT

2.1.2. YẾU TỐ PHI THIÊNG (GIẢI THIÊNG) TRONG TIỂU THUYẾT NGƯỜI RỪNG

Chuyên đề: Chủ nghĩa Hậu hiện đại và Văn học Việt Nam
Trường Đại học Sư phạm Thành phố Hồ Chí Minh
Giáo viên hướng dẫn: PGS. TS. Bùi Thanh Truyền
Học viên thực hiện: ***Phạm Văn Bình****,*

Dấu ấn Hậu hiện đại trong văn học Việt Nam:

Khái niệm Hậu hiện đại:

Chủ nghĩa Hậu hiện đại là một xu hướng trong nền văn học đương đại được đặc trưng bởi sự chối bỏ sự thật khách quan và siêu tự sự. Chủ nghĩa hậu hiện đại nhấn mạnh vai trò của ngôn ngữ, những quan hệ quyền lực, động cơ thúc đẩy; đặc biệt nó tấn công việc sử dụng những sự phân loại rõ ràng như nam với nữ, bình thường với đồng tính, trắng với đen, đế quốc với thực dân. Chủ nghĩa hậu hiện đại đã ảnh hưởng tới nhiều lĩnh vực văn hóa, bao gồm cả phê bình văn học, xã hội học, ngôn ngữ học, kiến trúc, hội họa,...

Tư tưởng Hậu hiện đại là sự giải thoát có chủ ý từ những cách tiếp cận của Chủ nghĩa hiện đại đã thống trị trước đó. Thuật ngữ "Hậu hiện đại" bắt nguồn từ sự phê phán tư tưởng khoa học về tính khách quan và tiến bộ gắn liền với sự khai sáng của Chủ nghĩa hiện đại.

Dấu ấn Hậu hiện đại trong văn học Việt Nam

Không nằm ngoài khuynh hướng phát triển của văn học thế giới, văn học Việt Nam hôm nay đã tiếp thu những nét hiện đại trong phương pháp sáng tác, kĩ thuật trần thuật,... đặc biệt là ảnh hưởng rất sâu sắc tâm thức hậu hiện đại.

Ở bài viết này, chúng tôi chỉ liệt kê những yếu tố mang dấu ấn Hậu hiện đại, nó đã được rất nhiều nhà nghiên cứu khẳng định và đã được xác lập bằng những phân tích thuyết phục. Những yếu tố đó có thể kể đến như liên văn bản, phi đại tự sự, phi trung tâm, giễu nhại, đối thoại, phi thiêng,...mỗi yếu tố thể hiện trong tác phẩm văn học một cách khác nhau và mang một vai trò nhất định trong tác phẩm đó.

Tiểu thuyết *Người rừng* của Vũ Xuân Tửu

Tóm tắt: Làng Cây Da có đôi vợ chồng tiều phu. Cô vợ tên là Gái, có chút nhan sắc, nên bị các thần nhòm ngó, đến cả chú Cuội cũng mê, bởi thế mà sinh hoạ. Anh chồng tên là Mạc, hiền lành, chất phác (về sau được Ngọc Hoàng thương tình phong cho làm thần Thật Thà). Một hôm, họ mang con nhỏ tên là Mậm vào rừng đốn củi. Không may, người chồng bị thần Mây Mưa làm lũ suối cuốn trôi, đứa con bị lạc vào bầy khỉ, vợ bị khỉ độc hành hạ.

Thế rồi, Gái sinh ra một đứa con gái lai khỉ, đặt tên là Gái Con. Bị dân làng xa lánh, bà ngoại phải nuôi dưỡng, nhưng oái oăm, bà lại biến thành gà. Bà ngoại mất, Gái Con hiếu thảo đã làm lều canh mộ. Khi bốc mộ, thấy toàn xương gà, bèn bỏ vào lọ, giấu kín.

Cu Mậm được một con khỉ cái nuôi dưỡng như người mẹ chăm con. Mậm lớn lên, trở thành người rừng, nhưng không nguôi nỗi nhớ loài người. Khi trưởng thành, cùng bầy đàn đi kiếm ăn, vô tình đã gặp Gái Con. Nhưng hai anh em không nhận ra nhau và yêu nhau. Kết quả, Gái Con sinh đôi, đặt tên con trai là Kim Đồng, con gái là Ngọc Nữ.

Giặc xâm lăng tràn sang bờ cõi, Gái Con bị đồn trưởng chiếm đoạt làm người tình. Thấy Kim Đồng thông minh, đồn trưởng đã trả nghĩa người tình bằng cách cho Kim Đồng du học. Thiên Lôi phải lòng Ngọc Nữ. Ngọc Nữ sinh ra năm đứa con, đặt tên theo con vật cho dễ nuôi, là Gà, Vịt, Ngan, Ngỗng, Le Le. Nhưng chúng cũng có tên chữ là theo ngũ hành là Kim, Mộc, Thuỷ, Hoả, Thổ. Cả năm đứa đều khôi ngô, nhưng mông lại tấy đỏ như khỉ, mang họ Thânk. Thiên Lôi ngỡ là con mình, nên xuống hạ giới chăm nom.

Mậm nhớ người tình, toan trốn, bị bọn khỉ phát hiện, bắt phải theo đàn di chuyển sang vùng núi khác. Mẹ khỉ ngầm báo cho biết, khi đến nơi ở mới, khỉ đầu đàn sẽ giết Mậm. Nhưng Mậm không nỡ bỏ mẹ nuôi mà trốn đi. Khỉ mẹ nhận biết điều đó đã nhảy xuống suối tự tử.

Mậm trở về với đồng loại, được Ngọc Hoàng ngầm giúp xây luỹ, dựng thành. Khi thấy Gái Con đã bị đồn trưởng chiếm đoạt, người rừng đã trả thù bằng cách bắt trộm bọn lính trong đồn. Chúng đã bố trí mai phục, bắn chết Mậm và ném xác vào rừng. Chỗ ấy, đùn lên thành đống mối, dân làng khấn thấy linh thiêng, lập miếu thờ.

Thời kì biến động, có một người bị bọn lính xử bắn ở gốc da, hòng khủng bố tinh thần, nhưng lại gây mầm phản loạn trong dân chúng. Nhiều đời đồn trưởng thay nhau đóng đồn Cây Da, mang theo nhiều loại phương tiện đi lại khác nhau, nào xe đạp, xe máy, mô-tô ba bánh... Kim Đồng cũng gửi về làng những thứ như vậy. Thế là hai bên gầm ghè nhau. Ngọc Nữ lập kế chiếm đồn. Được trời báo điềm lành, bèn mở lọ xương gà, thấy có bộ long bào dành cho Ngọc Nữ, nhân đà lập nước tự trị, gọi là Vương quốc Cây Da. Có quyền hành trong tay, Ngọc Nữ lại trị dân hà khắc, gây oán hận. Một nửa làng và mấy đứa con bỏ vào rừng, sửa sang thành cũ, cát cứ một vùng, gọi là Cộng hoà Thành Cổ. Vùng này lại thả lỏng cho dân mặc sức tự tung tự tác, nên bệnh dịch hoành hoành, không sao dập được.

Ngọc Hoàng và các thần cảnh báo, nhưng hai nước kia không thuận theo, nên bị giáng hoạ, làm mưa như đổ cây nước, xoá sạch.

Khi Ngọc Hoàng nhìn xuống hạ giới, thấy còn xót lại bầy khỉ và một đứa bé trai. Ngọc Hoàng cảm kích, bèn cho nước rút, lại ngầm sai chị Hằng tìm người tác hợp cho.

Một cuộc sống mới giữa người và vật lại bắt đầu trên thế gian.

Cây gia hệ (4 đời nhân vật)

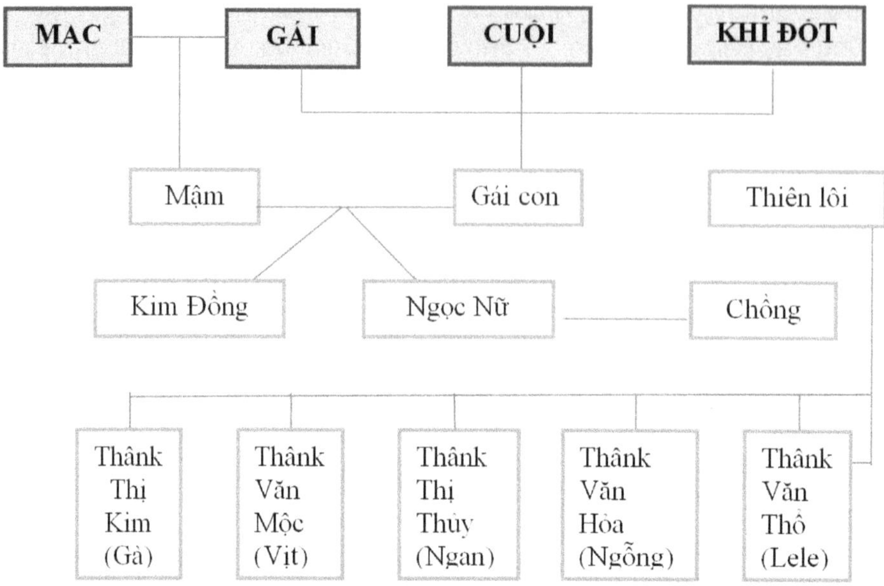

Yếu tố phi thiêng trong tiểu thuyết *Người rừng* của Vũ Xuân Tửu

Trước khi phân tích yếu tố phi thiêng trong tiểu thuyết Người rừng của Vũ Xuân Tửu, chúng ta phải làm rõ khái niệm "phi thiêng" trong dấu ấn hậu hiện đại, từ đó có cái hiểu cặn kẽ hơn, tiếp nhận những phân tích thuận lợi hơn.

Khái niệm phi thiêng

"Phi thiêng" còn gọi là "giải thiêng" là sự xóa bỏ tính chất thiêng liêng của một đối tượng nào đó, là làm cho hình tượng nào đó mất đi tính chất huyền thoại, sự trang nghiêm; làm mất đi giá trị, tư cách thần tượng, tính kiểu mẫu của đối tượng, khiến cho người ta không còn nể sợ, ngưỡng mộ, sùng bái, tin tưởng "đi theo" đối tượng đó nữa. Phi thiêng đi liền với hạ bệ, phi thiêng bằng cách hạ bệ, lật đổ địa vị văn hóa xã hội, lịch sử của hình tượng, đối tượng nào đó, khiến cho nó bật ra khỏi niềm tin, tâm thức của người khác.

Phi thiêng trong tiểu thuyết *Người rừng* của Vũ Xuân Tửu

Có thể nói với tiểu thuyết Người rừng, Vũ Xuân Tửu đã cho người đọc nhận thức lại, đối thoại lại với tâm thức xa xưa về thế giới thần linh, thế giới mà con người hằng mơ ước đạt đến và tâm niệm sau khi giã từ trần gian sẽ được về ở thế giới này. Theo niềm tin tôn giáo, thế giới trên trời là nơi bình yên nhất, không còn sự tranh đua, mưu toan, ích kỉ, làm hại lẫn nhau,... chính vì thế mà hàng loạt quan niệm của Đông - Tây về chốn "Bồng Lai tiên cảnh" này. Theo đạo phật, đây là cõi niết bàn, là nơi dành cho Đức Phật và tất cả phật tử sống đạo đức, lương thiện nơi cõi trần. Với Thiên Chúa Giáo, nơi này được gọi là Thiên đàng, là nơi ngự trị của Chúa và các Thánh, các Thiên thần và con chiên ngoan đạo sống theo thánh ý của

Thiên Chúa. Với tâm thức dân gian Việt Nam, thế giới Thần tiên là thế giới mà con người hằng mơ ước đến, hằng trông cậy sự ban ơn cứu giúp, tâm thức "Ông Trời có mắt" hay "Ông trời có đức hiếu sinh" là xuất phát từ quan niệm này.

Ở cõi thiên đường này, dân gian luôn tin tưởng vào tấm lòng "Bồ Tát", luôn ban ơn phúc, nâng đỡ con người,... nên gần nhất trong văn học dân gian, những cô Tiên, ông Bụt,... luôn đại diện thần linh để giúp đỡ con người. Những nhân thần tiên như Ngọc Hoàng, Thiên Lôi, Hằng Nga, Cuội, Thổ Công, Thần cây đa (có vùng gọi là Thần cây da),... đều là những Đấng linh thiêng luôn vì con người, thưởng phạt công bằng. Luật nhân quả trong tâm thức dân gian cũng bắt nguồn từ niềm tin này.

Thế nhưng, với tiểu thuyết *Người rừng*, Vũ Xuân Tửu đã miêu tả một thế giới thần linh hoàn toàn xa lạ, trái ngược hẳn với tâm thức của người dân Việt Nam. Một thế giới mà đầy rẫy những mưu mô, ích kỉ, làm hại nhau của các thần trên trời, những Đấng sinh ra vì con người.

Có thể lấy điển hình là hình ảnh Thần cây đa, trong dân gian vẫn có câu: "Thần cây đa, ma cây gạo, cú cáo bồ đề", nên những cây này được thờ phụng và đem trồng ở các ngôi đình, miếu, chùa,... vì được xem là nơi ở của các Ngài. Hằng tháng, người dân vẫn hay đem lễ ra cúng để cầu xin phù hộ, giúp đỡ cho họ. Nhưng vợ chồng Mạc và Gái sống ở làng Cây Đa lại không được Thần độ trì, ngược lại thần còn là nguyên nhân, là thủ phạm đẩy gia đình của anh Mạc đến cảnh tan đàn xẻ nghé, tan nát cửa nhà và hàng loạt bất hạnh của cuộc đời.

Thần cây Da luôn rình rập xem trộm chị Gái tắm, xem trộm cuộc ái ân của vợ chồng Mạc với tất cả sự thèm khát, ước ao thấp hèn. Một buổi chiều hai vợ chồng Mạc đang tắm cho nhau và có cuộc ái ân ngay gốc sân, Thần cây Da xem một cách say sưa.

"Nói đoạn, thị dạn dĩ cởi áo cánh, lột váy vắt trên bờ dậu và giội nước ào ào, ra cái vẻ thỏa thê lắm. Chú Cuội vội kéo đám mây che mặt, lủng bủng: gớm thật!.... kìa, thần Cây Da cũng đang cưỡi trên cành da như phi ngựa"

Khi vợ chồng Mạc được ban cho hũ vàng, Thần cây Da đã suy nghĩ là "bọn này bạc" không bết điều và không cúng để cảm tạ Thần, mặc dù ơn này không do Thần cây Da ban cho. Chính vì vậy mà Thần đã đi tâu với Thần mưa gió và thông đồng làm hại Mạc bằng cách đổ mưa xuống cho nước cuốn trôi.

"Thần Cây Da bị bẽ mặt trên thiên đình, lại thấy nhà Mạc vớ được hũ vàng mà không lễ tạ công thần trông nom bấy lâu thì tức lắm, bèn báo cho Thiên Lôi trả thù thay. Nhưng Thiên Lôi từ chối, Thần Cây Da lại cầu thần Mây Mưa. Thần Mây Mưa lí sự:

"Tôi chả làm cái điều thất đức. Can cớ gì mà dìm chết người ta?"

Cùng là hàng thần mà chả giữ thể diện cho nhau, lại còn lên mặt bênh thứ dân thì được ăn vàng ăn bạc chắc, loạn đến nơi rồi. Từ rày, ông đừng vác mặt đến trú ở chốn tôi nữa nhá.

Thần Mây Mưa nghe vậy thì đâm hoảng, sợ sau này xuống hạ giới không có chỗ nương náu, bèn tặc lưỡi: "Nhưng chỉ bận này nữa thôi nhé...".

Phút chốc, nước đã ngập bờ. Cu Mậm hoảng sợ, chạy ra bờ suối kêu gào thảm thiết…. Mạc sợ hãi vội bơi sang đón con, thì một luồng nước tràn về như thác đổ, cuốn phăng đi.”

Mạc chết đi trở thành oan hồn không chốn dung thân. Một lần khác, khi Gái bị khỉ hiếp và uống phải nước miếng của thằng Cuội, Gái mang thai lạ làng xóm gọi là chửa trâu vì mãi không chịu đẻ. Đến khi đẻ thì phải vật vã và bất ngờ cho cả làng là đứa bé sinh ra nửa người nửa khỉ. Thần cây Da quắp ở thân cây quan sát rất say sưa những cảnh chị trần truồng, quằn quại,… đến khi đứa trẻ chào đời, Thần cũng giật mình rớt bịch xuống đất, may có Thổ công giúp kịp thời, nếu không là “mất mặt”.

“Váy áo cô rách tả tơi, thân thể lồ lộ như thể cởi truồng. Cái chỗ để cho con bú thì thây lẩy như hai quả bưởi. Cái chỗ để đẻ con cũng mưng mửng như đít trâu cái…. Bỗng cô kêu thét lên một tiếng, rung chuyển cả cây da,….một đứa bé nom như con khỉ lao vọt ra giữa nhà. Tất cả chết lặng. Gái nhìn con, hốt hoảng mà ngất lịm đi…. Chợt có tiếng gì rơi đánh bộp một cái ngoài gốc da. Nhưng mọi người ngoái ra, lại tịnh không thấy gì. Kể ra, người trần mắt thịt không thấy gì cũng phải. Đó chính là thần Cây Da, khi đang ngồi chồm hổm trên cành da, rình xem cảnh đẻ đái của người trần, lại thấy hài nhi là dòng giống thần Núi, thì thất kinh, ngã lộn cổ xuống đất. May mà Thổ Công kịp cứu, chứ không may để người trần nhìn thấy thì có mà đeo mo vào mặt”

Đến đây, có thể nhìn rõ trọn vẹn bộ mặt của vị “thần phụ mẫu” của người dân mà lâu nay con người vẫn tâm niệm một niềm tin tưởng tuyệt đối.

Và còn nhiều nữa những vị thần mà người đời tôn thờ, họ đều là những “sinh vật” nhếch nhác, bẩn tính, tầm thường hóa. Dưới ngòi bút Vũ Xuân Tửu, thế giới thần đã không còn linh thiêng, không còn đáng để người dân tin cậy. Một sự đổ vỡ thần tượng, sự đối thoại lại về Thần trong tâm thức dân gian.

Vai trò của yếu tố phi thiêng trong tiểu thuyết *Người rừng*

Với nghệ thuật phi thiêng, Vũ Xuân Tửu đã mượn thế giới Thần để nói đến một thế giới khác - thế giới loài người với biết bao dâu bể. Con người luôn phải sống ngột ngạt với những hoàn cảnh không biết kêu vào đâu.

Phi thiêng lúc này đóng vai trò đối thoại lại, nhận thức lại sự hoàn kết của tri thức hệ của một thời. Nó tạo một lối đi cho nhà văn thổ lộ ý đồ nghệ thuật, cái tâm nơi ngòi bút.

Nghệ thuật phi thiêng trong tác phẩm:

Để phi thiêng các nhân vật Thần trên trời trong tiểu thuyết *Người rừng*, Vũ Xuân Tửu đã vận dụng một loạt các thủ pháp nghệ thuật như: dùng ngôn ngữ thông tục, dùng kiểu trần thuật lộn trái, xây dựng nhân vật với ngôn ngữ và hành động tầm thường hóa, đặc biệt thủ pháp “đánh bài ngửa” được tác giả vận dụng rất thành công, khéo léo trong xây dựng nhân vật.

Hàng loạt câu nói, cách nói của các vị Thần toát ra thể hiện bản chất thấp hèn, xấu xa và là "kẻ thù" chứ không phải là đấng cứu độ loài người. Có thể lấy Hằng Nga với những lời nói và hành động của nàng, ta sẽ thấy mức độ "xuất thần" của một nét đẹp thần thánh trong tâm thức nhân loại. Khi bắt gặp Cuội đang nhìn vợ chồng Mạc với Gái lột đồ tắm chung dưới hạ giới thì Hằng nga: "Chị Hằng khúc khích cười: "Rồi vợ chú cũng chẳng kém đâu". Hay khi Cuội nhìn thấy cảnh Thiên lôi đánh tanh bành nhà Mạc và Gái dưới hạ giới, Cuội hốt hoảng gọi:

"- Chị Hằng à, chị Hằng ơi!

Chị Hằng tất tả chạy ra, thấy Cuội lật đật chỉ xuống làng Cây Da.

- À, tưởng gì…

- Chị biết à? Thế ông Nam Tào đã gạch sổ đâu, mà bắt cả nhà người ta tội chết?

- Chú bằng tâm hẵng. Vợ, con chú tiều phu vẫn sống đấy chứ. Chỉ có chú ta là xấu số thôi.

- Tầm sét nhầm à?

- Đâu có, thần Mây Mưa làm đấy chứ. Nhưng mà, đâu vào đấy cả rồi, trần gian còn có câu "lấm rửa, lệch kê". Chẳng nhẽ, nhà giời lại cứ nẻ nhau ra mà xử à? Chuyện thiên đình, chú còn lạ gì?"

Cuội vò đầu, bứt tai kêu trời. Chị Hằng tủm tỉm: "Sao bảo, chú phải lòng con mẹ tiều phu!". "Tôi sẽ tâu Ngọc Hoàng". "Chớ dại, vua ở xa, quan nha ở gần, chú sốt sắng quá, có khi mẹ con mụ tiều phu chết chẳng toàn thây. Mà phận chú, thương người rồi khó đến thân. Các thần không ưa là dưa có dòi đấy".

Trần thuật lộn trái có thể xem là lối trần thuật rất điển hình của dấu ấn hậu hiện đại, với cách trần thuật này, các nhân vật lột rõ cả nhân hình và nhân tính, không còn được che đậy hay giữ lại một hình hài thẩm mĩ mà hoàn toàn trần tục hóa. Chính vì vậy các nhân vật trong Người rừng dù là Ngọc Hoàng hay Thiên Lôi đi nữa thì lối sống, cách nghĩ, cuộc đời bị tác giả phơi trần ra. Những thủ đoạn, hành động xấu xa, bao che đều được tác giả chỉ rõ tận nơi, không câu nệ. Ví như nhân vật Thổ Công: Khi quan tòa dưới âm phủ xử tội Gái vì tội thông dâm với khỉ đột. Khi quan tòa hỏi thì các vị thần bao che, đổ lỗi cho nhau và cùng nhau chối tội:

"Thần Cây Da có biết không?

- Bẩm, thần chỉ biết việc quanh quẩn gốc da mà thôi. Đúng là khỉ đột có vào nhà thị Gái. Nhưng chuyện trong nhà xảy ra thế nào, thì lại thuộc lãnh địa của Thổ Công.

- Thổ Công?

- Bẩm, đúng là có chuyện như thế, nhưng do khỉ đột mò tới nhà thị Gái, chứ không phải chuyện ngược đời như cọc đi tìm trâu đâu.

- Thị Gái vào rừng với khỉ đột, ngài cũng không hay chăng?

- Bẩm, đấy là khu vực cai quản của thần Núi rồi.

- Thần Núi?

- Bẩm, việc này mãi sau bọn tiểu sơn thần mới báo lên. Ngày trước, thấy thị

Gái gặp phận bạc, thần đã cho hổ cảm lợn về nuôi dưỡng, không ngờ lại có cái con khỉ đột kia gây hoạ.

- Ngài không cai quản được nó sao?

- Bẩm, khỉ đột là giống bỏ bầy đàn, đi lang thang một mình. Luật nhà trời chỉ cho phép thần cai quản loài vật theo bầy đàn mà thôi.

Quan toà thở dài. Bọn ma nữ lại ồn ào cả lên: "Đồng đổ cho tướng, tướng đổ cho đồng". "Chuyện giường chiếu nhà người ta, thế mà cũng mang ra luận tội được"..."

Hay đoạn:

"Việc dân làng Cây Da lập miếu thờ người rừng, đã được các bậc trưởng lão bẩm báo Thổ Công y cho, nhưng lại sơ xuất không bẩm thần Núi một câu. Thần Núi cho rằng, từ Ngọc Hoàng tới dân đen đều tỏ ý coi thường mình, lấy làm tức lắm, liền sai các tiểu sơn thần đóng hết các mạch nước lại. Thế là đất đai lại cằn khô, cỏ cây héo úa. Dân làng cầu miếu người rừng mấy buổi mà không linh nghiệm.

Lại nói, chuyện dân làng Cây Da cầu người rừng được trận mưa lớn, chẳng qua là Thần Mây Mưa ái ngại, vì trước kia nông nổi, nghe lời xúi bẩy mà gây tai hoạ cho tay tiều phu, nên mới rón tay làm phúc vậy thôi. Chứ một trận mưa, bất quá cũng chỉ làm mát lòng người, ướt cây cỏ mà thôi.

Từ trên thiên đình, Ngọc Hoàng thấy hạ giới đỏ ối cả một vùng, bèn cho triệu các thần lại hỏi. Chị Hằng tọc mạch mọi chuyện, mới tâu nguyên do như thế, như thế. Ngọc Hoàng bèn ban bổng lộc cho thần Núi, lại sai Thổ Công báo cho bô lão làng Cây Da tôn thờ thần Núi, kẻo về âm phủ cả lũ. Từ đấy, các mạch ngầm đều mở toang hoác, nước tuôn trào, cây cối xanh tươi, mùa màng bội thu, dân chúng no đủ."

Thủ pháp "đánh bài ngửa" được vận dụng trong tác phẩm thể hiện một sự dũng cảm, một thể nghiệm đầy mạo hiểm. Sự đối lập giữa thế giới thần linh và thế giới loài vật qua tâm điểm là con người vô cùng hậu hiện đại. Trong *Người rừng*, nếu Thần linh là thủ phạm gây ra cho bao tang thương, chia lìa mà loài người gánh chịu thì loài vật lại rất nhân hậu, rất "thần linh", con hổ vì thương hoàn cảnh vợ của Mạc bị góa bụa, nên hàng đêm vẫn âm thầm bảo vệ căn nhà chị, không cho khỉ đột làm hại. Đặc biệt hằng tháng lại còn bắt thú rừng đem cho chị Gái để ổn định đời sống. Con khỉ cái trong rừng thì yêu thương, nuôi nấng cu Mậm, con của vợ chồng Mạc khi bị lạc vào rừng (lạc do thần Mưa làm hại)... Ngược lại, Thần cây Da thừa biết hoàn cảnh của gia đình Mạc, trong đó có phần lỗi của ông nhưng ông hoàn toàn vô tâm, thậm chí là chối bỏ trách nhiệm đó. Rõ ràng ở đây, Vũ Xuân Tửu đã hạ bệ một thần tượng của dân gian đó là thế giới tiên cảnh với những Bụt, Ngọc Hoàng, Thiên Lôi,... đặc biệt là Thần cây Da, Thổ Công, là những thần trực tiếp chăm lo cho người dân, luôn được hưởng bổng lộc từ dân. Một sự tráo trở trong thế đối lập của loài vật và thần thánh này.

Sự nhạy cảm của yếu tố phi thiêng trong văn học hôm nay:

Có thể nói ngay rằng, yếu tố phi thiêng là yếu tố còn rất mới mẻ trong văn học Việt Nam hôm nay. Chúng tôi cho rằng cần phải có một cái nhìn thật thận trọng với yếu tố này, bởi vì nó như "con dao hai lưỡi", tác giả khi vận dụng nó như "làm xiếc trên dây", nếu không khéo léo thì vấn đề sẽ chệch sang một phương hướng khác, không dễ dàng kiểm soát được.

Phi thiêng hóa nếu lạm dụng một cách tùy tiện, đặc biệt là với những cây bút trẻ, với những vốn sống còn nghèo nàn, nhận thức về văn hóa dân tộc còn non nớt, chưa thấu hiểu hết nét đẹp bản sắc dân tộc Việt và quan trọng nhất là chưa ý thức được hết "sự lợi hại của văn chương" trong đời sống văn hóa xã hội mà dễ dãi để ngòi bút đi quá giới hạn thì thật là đáng tiếc. Vì thế, chúng tôi cho rằng cần phải cân nhắc kĩ khi sáng tác và tiếp nhận một tác phẩm văn học mang yếu tố phi thiêng, và phải có một bản lĩnh văn hóa nhất định khi nhìn nhận những hình tượng bị phi thiêng hóa.

Hơn lúc nào hết, người đọc hiện nay cần thông thái, biết lựa chọn cái gì đáng đọc, không nên mất thì giờ vào các câu chuyện bịa đặt, hoặc hoang mang trước những cách viết "lộn trái, nói ngược", cần tỉnh táo để không bị lợi dụng cổ vũ cho sự giải thiêng, có thái độ lên án nghiêm khắc những cây bút có động cơ không lành mạnh, thiếu nhân văn.

Người viết chân chính bao giờ cũng hướng đến giá trị chân, thiện, mĩ. Một tác phẩm lớn, có giá trị phổ quát phải là nơi quy tụ những tâm hồn, đáp ứng nhu cầu mở rộng biên độ mĩ học, phụng sự nhân dân, vì lợi ích quốc gia, dân tộc.

Tp. HCM. Tháng 4 năm 2017

PVB

2.1.3. NHÂN VẬT TRONG TRUYỆN NGẮN VŨ XUÂN TỬU

Hội thảo Khoa học Khoa Ngữ văn ĐHSP Hà Nội, tháng 5/2017
Cao Thị Hương*- Cao học Lí luận K25, Khoa Ngữ văn, Đại học Sư phạm Hà Nội*
Người hướng dẫn khoa học: Phó Giáo sư, Tiến sĩ Trần Mạnh Tiến.

1. Đặt vấn đề:

Đọc tác phẩm của Vũ Xuân Tửu, bạn đọc được chiêm ngưỡng cái đẹp trong đời thường, cái kì diệu của cuộc sống hằng ngày, ông là "một người nghệ sĩ của cái đẹp". Vũ Xuân Tửu sinh năm 1955 là một sĩ quan công an nhưng niềm đam mê văn chương sớm đến với ông nên ông đã "tự đào tạo mình thành một nhà văn" và đạt giải cao nhất trong cuộc thi truyện ngắn của Tạp chí Văn nghệ Quân đội, 2005 - 2006. Nhà văn từng chia sẻ về nghiệp viết của mình rằng: "Mỗi buổi tối, tôi thường viết ba đến bốn giờ, ngày nghỉ cuối tuần cũng thường viết từ mười đến mười hai giờ. Viết truyện là mang tâm sự của mình đến với bạn đọc, về một khoảnh khắc cuộc sống, một nét tính cách nhân vật. Tôi hầu hạ bạn đọc, còn từ điển thì phục vụ tôi. Lúc nào trên giá sách, cạnh bàn viết cũng có khoảng mười loại từ điển để sẵn sàng tra cứu, nhất là lúc sửa chữa tác phẩm. Tôi luôn cẩn trọng với từng câu và từng con chữ với tất cả tấm lòng và ý thức trách nhiệm của mình... Tôi thấy ý nghĩ hay nhất thường nảy ra lúc đi đường, lúc ban đêm thức giấc và lúc đọc sách. Như thể có sự gợi ý, xui bảo vậy. Nhưng không bao giờ dừng xe để ghi, không bao giờ vùng dậy để ghi, cũng không bao giờ dừng đọc để ghi, mà chỉ lúc nào thư thái, cái gì còn đọng lại thì mới ghi chép để bổ sung chi tiết hay hình thành ý tưởng mới" [3;4]. Cái nghiệp văn nó tự vận vào thân ông như thế đấy! Vũ Xuân Tửu sớm yêu văn chương từ khi ngồi trên ghế nhà trường, nhưng thành tựu của ông bắt đầu xuất hiện gần hai mươi năm, bắt đầu từ Trại sáng tác ở Lạng Sơn. Ông viết nhiều truyện ngắn, mang hơi thở và nhịp sống của con người hiện đại, nhanh nhưng không gấp, ngắn nhưng sâu lắng, gần gũi nhưng nhiều chiêm nghiệm. Truyện ngắn của ông đã góp phần tích cực vào công cuộc đổi mới văn học đầu thế kỉ XXI, thúc đẩy quá trình đa dạng hóa thể loại, phát huy cái nhìn mới của văn học với cuộc sống và đáp ứng nhu cầu tiếp nhận đa chiều của bạn đọc. Nhân vật trong truyện ngắn của Vũ Xuân Tửu đa dạng, sống động nhiều màu sắc nhưng thâm trầm, tỉ mỉ, tinh tế. Mỗi nhân vật trong truyện của Vũ Xuân Tửu đượm vị cay đắng cuộc đời, chứa đựng nhiều giá trị chân, thiện, mĩ. Tác giả đi sâu khai thác tâm trạng nhân vật bằng cái nhìn khách quan, với một lối viết riêng, nhẹ nhàng sâu lắng ánh lên một cái nhìn từ cuộc sống bình dị, tinh khôi lấp lánh.

2. Đặc điểm nhân vật trong truyện ngắn Vũ Xuân Tửu

Tô Hoài cho rằng "Nhân vật là nơi duy nhất tập trung hết thảy, giải quyết hết thảy trong một sáng tác". Theo Lê Bá Hán "Nhân vật còn thể hiện quan niệm nghệ thuật và lí tưởng thẩm mĩ của nhà văn về con người. Vì thế, nhân vật luôn gắn chặt với chủ đề của tác phẩm" [237; 12]. Như vậy, dù ở góc nhìn nào nhân vật luôn là linh hồn trong tác phẩm. Đọc truyện ngắn của Vũ Xuân Tửu, bạn đọc thường bắt gặp hình ảnh cuộc sống sinh hoạt người dân quê điềm đạm chất phát, người dân miền núi thuần hậu, mộc mạc đậm đà tình nghĩa. Phải chăng, do gắn bó với cái nôi văn hóa Việt Bắc và văn hóa đồng bằng nên trang viết của ông đậm đà, da diết về những con người từ vùng cao đến miền xuôi.

Nhân vật được nhà văn khắc họa với nhiều mảnh đời, số phận ở nhiều vùng quê khác nhau như thành thị, nông thôn, rẻo cao, miền biển. Qua những câu chuyện đó, ta thấy được tâm tư người dân vùng quê xa xôi (*Người sông nước, Dòng chảy, Tiếng kèn lá trên đỉnh Mã Pì Lèng*...); những câu chuyện đời thường (*Ông lão bán điếu, Tầm Phào, Keo tai tượng, Chữ kí*...); những cuộc tình mang màu sắc huyền ảo, vượt mọi giới hạn (*Chớp bể mưa nguồn, Dòng chảy, Người sông nước, Cầu vồng trên núi Pù Tiên*...); hay chuyện tình người con gái như nàng Kiều thời xưa (*Chuyện tình người đẹp thành Tuyên, Yếm thắm, Trăng sáng đồi chè*...). Các hình tượng ấy được nhà văn xây dựng từ sự khắc khoải đau đáu về con người, về cuộc sống lao động và giá trị nhân văn. Cuộc đời từng trải đã đưa lại cho nhà văn vốn sống không hề nhỏ, một cái nhìn sâu sắc chân thực trong văn chương, một cách viết gây ám ảnh, không màu mè, tô vẽ. Với ông, "Nhà văn không phải là thày thuốc, nhà văn là nỗi đau"; "Khi lòng ta vui thì truyện vui, khi lòng ta buồn thì truyện buồn, khi trong ta ăm ắp tâm sự thì bạn đọc cũng cảm thấy day dứt trong lòng"... Do vậy, những sáng tác của ông tạo nên cốt cách riêng của người cầm bút, nhà văn luôn có ý thức gắn mình với số phận của nhân dân và đất nước.

2.1. Về ngoại hình nhân vật:

Nhân vật trong truyện ngắn Vũ Xuân Tửu chủ yếu là những người phụ nữ, những chàng trai, cô gái. Họ là những con người trải thăng trầm cuộc sống, khi còn trẻ tới khi về già, hay cũng có khi chỉ một thời điểm, một giai đoạn cuộc đời. Nhân vật của nhà văn xuất hiện nhiều ở các truyện ngắn là nhân vật "tôi". Tôi có khi là nhân vật chính, khi là nhân vật phụ, nhưng tôi lại ít được miêu tả bề ngoài. Thay vào đó, đối tượng được miêu tả là nhân vật mà tôi muốn kể đến, muốn khắc họa làm trung tâm truyện. Tác giả tự bạch về nhân vật tôi rằng: "Trong nhiều truyện nhân vật chính là Tôi, hoặc Tôi là người dẫn chuyện. Đại từ nhân xưng ngôi thứ nhất, nhưng lại không phải là tự truyện. Có lúc tôi đã cố gắng thay bằng tên gọi các nhân vật khác, nhưng viết cảm thấy nó không thật lòng, không chắc tay. Nên đành cứ để là Tôi, định bụng, khi viết xong thì điền một cái tên nào đó vào, nhưng rốt cục không làm được cái trò "hồn Trương Ba, da hàng thịt".[3;4]. Như vậy, tính trung thực là một quan niệm trong sáng tạo của người cầm bút.

Khi miêu tả nhân vật, tác giả dùng những câu chữ ngắn gọn. Trong Ông lão bán điếu, Vũ Xuân Tửu viết: "Ông lão cỡ lục tuần, thân hình vạm vỡ, nhưng cái miệng nhỏ thó như đồng xu"; hay tả ông bà chủ thuyền trong *Người sông nước* thì: "Ông chủ thuyền gầy quắt xà lai. Người ta bảo, ông khôn ngoan lọc lõi quá nên gầy quắt lại"; "Bà chủ thuyền lúc nào cũng phây phây, tính lại xởi lởi"; "Nhìn tấm lưng nõn nà, dải yếm thắm lơi lơi" [11;5]. Người sông nước gồm ba truyện ngắn: *Cánh chân sào, Yếm thắm và Con chim lửa*, dung lượng ngắn gồm ba tuyến nhân vật: ông chủ thuyền, bà chủ thuyền và đội chân sào. Xuyên suốt mạch truyện là tình cảm của một anh chân sào với bà chủ thuyền chài. Bà chủ thuyền chài được đặc tả qua vài câu chữ như: "Bà chủ thuyền đỏ mặt, lườm chồng một cái; lúc nào cũng phây phây, tính lại xởi lởi; tấm lưng nõn nà, dải yếm thắm lơi lơi; mùi bồ kết thơm thơm, khuôn mặt tròn như trăng rằm toả sáng rời rợi, trên má có vết sẹo nhỏ như vảy cá"... Nhân vật chính là người đàn bà xuyên suốt ba truyện mà tác giả chỉ dành có bấy nhiêu từ đặc tả. Phải chăng, đó là bút pháp riêng của nhà văn, lời ít nhưng sắc nét và ấn tượng, câu từ phải có khả năng tạo hình và gợi cảm. Ông kiệm lời, không văn hoa dài dòng, ưa súc tích lắng sâu, tạo cho bạn đọc một tâm lí khoan thai, từ tốn, hoặc những ai ưa ngắn gọn nhanh lẹ đều có thể dễ dàng thưởng thức. Tính hàm súc là ưu thế của những nhà văn biết lắng nghe tâm lí của người đọc.

2.2. Tính cách và nội tâm nhân vật:

Hình tượng người phụ nữ hiện lên chân thực, sống động dưới ngòi bút của nhà văn như *Trăng sáng đồi chè và Chuyện tình người đẹp Thành Tuyên*. Trong *Trăng sáng đồi chè*, Thảo là nhân vật trung tâm. Thảo, người con gái dịu dàng, đảm đang, đôn hậu. Cô có mối tình thoảng qua với anh lái xe, nhưng lại nên phận với Phúc, chàng trai cùng sống ở vùng chè. Chớ trêu thay, cô lỡ bén duyên với anh lái xe một lần để mang nỗi đau về sau, khi chàng lái xe biến mất đã để lại Thảo với cái bụng to dần. Dù biết vậy mà Phúc vẫn yêu, một lễ cưới của nàng với Phúc cùng cậu con trai kháu khỉnh diễn ra. Truyện từ đầu đến cuối được trần thuật nhẹ nhàng theo diễn biến tâm lí của người phụ nữ với nỗi niềm đau đớn trầm lắng bị kẻ phàm phu phụ bạc, những day dứt về sự hàm ơn, bao dung của người đàn ông khác. Truyện về cái góc khuất của người phụ nữ chịu thiệt thòi cam chịu: "Thảo lại lặng lẽ vơ những cành chè khô, đánh đống vào chái bếp để làm củi. Những lời ong tiếng ve đầu nương cuối xóm đều lọt vào tai cô. Nhưng cô chỉ biết nuốt nước mắt vào lòng. Khi Phúc chầm vặp thì mình lại lửng lơ... Bây giờ, chả còn mặt mũi nào mà nhìn người ta nữa. Thế mà Phúc vẫn coi như không hay biết gì, khi trở về vẫn đến thăm. Chẳng thà Phúc khinh bỉ, thậm chí chửi mắng lại nhẹ người..." [19;3]. Đoạn văn mô tả tâm trạng phức tạp trong Thảo khi cô bị kẻ phàm phu phụ bạc. Dù vậy, Thảo vẫn nhận được sự che chở trong vòng tay của Phúc, người có tình yêu đích thực. Không mất nhiều lời văn để mô tả tâm hồn Phúc, mà qua tình cảnh cuộc sống lứa đôi tự nói lên tính cách của một chàng trai nhân hậu bằng lượng từ hàm súc.

Chuyện tình người đẹp Thành Tuyên, kể về Sương, người con gái đẹp nhất vùng được mệnh danh là Người đẹp Thành Tuyên, có mối tình sâu nặng với Đình – một nghệ sĩ tài tử. Số phận éo le, chàng nghệ sĩ nghèo không lấy được người yêu, để rồi Người đẹp Thành Tuyên bị ép gả, trao tay qua nhiều người đàn ông khác. Sắc đẹp long đong. Kết thúc, chuyện tình với Đình thì dang dở, tương lai thì mù mịt. Nhà văn mô tả hình ảnh bao tải trôi sông như gợi lên một số phận tăm tối bi thảm, mù mờ từ truyền kiếp: "Lòng dạ rối bời, nàng không biết đi đâu về đâu. Bước chân vô định đưa nàng đi dọc bờ sông, lại đến ghềnh Miếu Đồng Tiền. Nhìn dòng nước lô xô, nàng như nghe thấy bài thơ của chàng, đang vang lên từ ghềnh đá... Kìa, có cái gì lập lờ nổi trôi dưới chân ghềnh, nom như bao tải. Nàng sợ hãi, ôm mặt kêu rú lên, rồi ngã vật xuống đầu ghềnh" [48;9]. Nhà văn khéo tạo ra những hình ảnh trực cảm để gợi lên cảm giác trong sâu thẳm của lòng người tạo nên những ấn tượng sâu sắc về số phận con người.

2.3. Nghề nghiệp, hoạt động xã hội của nhân vật:

Truyện ngắn Vũ Xuân Tửu vừa gắn với môi trường văn hóa miền núi vừa có cả những câu chuyện viết về con người, cuộc sống ở nông thôn, thành thị miền xuôi. Kiểu nhân vật trong *Ông lão bán điếu*, chỉ đô hai trang sách mà làm nổi lên chân dung một người sống bằng nghề bán điếu thuốc lào ở đất Hà thành, cho thấy phần nào sự mưu sinh vất vả của người lao động nơi đô thị. Với *Nợ văn chương, Gia đình, Tầm phào* nội dung kể về cuộc sống người miền xuôi, đô thị. Họ vươn tới những nghề nghiệp tri thức cao sang như viết văn, viết báo... nghề gì cũng có sự vất vả khó nhọc riêng, mang nếp sống nếp nghĩ riêng. Bưởng là nhân vật xuyên suốt năm truyện: *Tầm phào- Gia đình- Nợ văn chương - Chữ kí - Thanh kiếm cà là gỉ*. Các câu chuyện không phải những vấn đề gì quá lớn lao, to tát cái nổi lên trong đó là những phiên bản của cuộc sống tưởng "tầm phào"nhưng mang ý nghĩa nhân sinh. Bưởng hiện lên trong từng câu chuyện với những nét tính cách nhanh nhẹn, hoạt bát, năng động. Nhân vật tôi đánh giá Bưởng là bỏ đi, không theo nghiệp tri thức mà hành nghề buôn bán, ăn nói thì thô lỗ cục cằn. Nhưng khác với tôi, Bưởng đã tạo nên những giá trị thiết thực giúp đỡ người thân vượt qua hoạn nạn, có khi sự nhạy bén quá ấy anh phải chịu nhiều thua thiệt.

Thợ cắt tóc truyền đời, Thợ khâu giày, Người đàn bà trên ti vi là những câu chuyện khắc họa nhân vật gắn với nghề nghiệp. Nghề nào cũng có những giá trị đáng tôn vinh và những điều vất vả, đôi khi ngang trái mà người ngoài không dễ thấy. Nghề cắt tóc, khâu giày vẫn có những niềm vui hằng ngày. Nghề truyền hình, biên tập nhìn lúc nào cũng thấy lung linh, lộng lẫy nhưng sau nó là cả một sự thật gian nan, khắc nghiệt về cuộc sống.

Các truyện ngắn của Vũ Xuân Tửu đã để lại những ấn tượng sâu cho bạn đọc, nhưng đáng chú ý là những trang viết về cuộc sống vùng cao với bao nếp sống, sinh hoạt, tình yêu thương con người thể hiện những cách nhìn mới mẻ về cuộc sống: *Tiếng kèn lá trên đỉnh Mã Pì Lèng, Cầu vồng trên núi Nàng Tiên, Suối Miền Xía, Chuyện ở bản Piat, Cỏng Hò*... Nổi lên trên hết là sự thẫm đẫm tình người, những tâm tư tình cảm trong từng nhân vật của nhà văn. Các truyện nắn viết về miền xuôi lại là những"lát cắt" sinh động trong đời sống để bạn đọc khó quên.

2.4. Ngôn ngữ và giọng điệu nhân vật:

Một trong những ưu thế sáng tác của Vũ Xuân Tửu là sự am hiểu ngôn ngữ vùng miền. Nhà văn Vũ Xuân Tửu đã vận dụng linh hoạt ngôn ngữ địa phương trong sáng tác. Trong nhiều truyện ngắn của ông, mỗi nhân vật đều có kiểu phát ngôn riêng thể hiện tính cách riêng. Trong *Tiếng kèn lá trên đỉnh Mã Pì Lèng*, Mỷ và nhân vật tôi hay dùng những điệu khèn lời hát để tỏ tình:

"Em ơi
Tình yêu đôi ta đẹp thế này
Đã nói nhiều nhưng đôi ta chưa tỏ
Vẫn còn điều bí ẩn ở thắt lưng em..." [6;4].

Trong *Suối Miền Xía*, những từ ngữ rất đặc trưng như: "quay làm", "hồn lúa", "pụi công", "hợp tíu"; hay *Chuyện ở bản Piat* với: "À lúi", "đi làm thôi lố", "thìn khấu, dậu phái"... là những ngôn từ dân tộc thiểu số thể hiện những nét văn hóa vùng cao rất rõ nét. Giọng điệu nhân vật từng truyện ngắn mang nhiều sắc thái khác nhau, góp phần xây dựng tính cách hoàn chỉnh cho nhân vật. Trong *Suối Miền Xía*, những đoạn hội thoại giữa một anh chiếu phim với cô gái Mùi Say ở bản Miền Xía thật đằm thắm: "Mùi Say cười xoà dụi đầu vào nách tôi như một con mèo. Tôi vuốt món tóc mai rủ sau vành tai của Mùi Say mà bảo: Anh sẽ tìm ngựa hồng thật đẹp, cho em cưỡi về thăm nhà anh. Hứ, em thích ngựa màu xanh lá cây... Mùi Say vuốt ve cánh tay rắn chắc chuyên quay của tôi và khẽ cất tiếng hát:

"Đói lòng phải gánh lúc xa
Lấy chồng dù có đường xa quản gì
Mỏi chân ta cưỡi ngựa đi
Gặp sông vạt áo ta thì bắc qua." [7;3].

Có khi là đoạn mô tả những khẩu ngữ hồn nhiên hài hước của ông bà trưởng bản Mí Tủa trong *Tiếng kèn lá trên đỉnh Mã Pì Lèng*: "Bà Mí Tủa vừa tước lanh, vừa cười cười, nói chen vào: Mình biết ăn cái lá, hết đẻ thôi. Tôi cười trừ, tán tếu. Ông bà trưởng bản đặt tên cho con giỏi đấy. Mỷ là cô tiên nhá, mà cũng đẹp như tiên. Páo là con rồng nhá, mà cũng giỏi như rồng. Trưởng bản cười hơ hớ. Không biết bao giờ con Mỷ mới lấy chồng, thằng Páo mới lấy vợ, đẻ con, để tao được gọi là ông Dúng Tủa, Vản Tủa, cứ để mọi người phải gọi là Mí Tủa mãi thôi" [4;7]. Xem hết đoạn văn mà lời nhân vật như còn đọng lại. Mỗi lời nói của nhân vật thể hiện bản sắc địa phương, sự ấm áp tình người mang dấu ấn phong tục ở mảnh đất vùng cao.

Vận dụng ngôn ngữ, giọng điệu linh hoạt để miêu tả nhân vật ở vùng cao, đồng bằng hay miền biển là đặc điểm của cây bút Vũ Xuân Tửu. Từ giọng hóm hỉnh lạc quan, đến đằm thắm đậm đà tình yêu, hay chiêm nghiệm triết lí hoặc tình tự nhẹ nhàng sâu lắng đến buồn thương tiếc nuối gợi nên nhiều sắc điệu tâm hồn con người trong cuộc sống. Nhà văn Ma Văn Kháng nhận xét truyện ngắn của Vũ Xuân Tửu rằng: "Làm cái anh viết truyện ngắn mà kiếm được một chi tiết đắt kể cũng là thành công, là có khả năng nhặt những hạt vàng trong cuộc sống. Ấy vậy mà cái anh Vũ Xuân Tửu - Nhà văn mang sắc phục công an ở xứ Tuyên lại nhặt được khá nhiều vàng..." [1;10]. Quả là những ý kiến khách quan của một nhà văn từng trải với một cây bút mang tinh thần đổi mới biết khám phá những gì cần thiết cho nghệ thuật và bạn đọc. Với nghệ thuật truyện ngắn, chi tiết là nhân tố quyết định thành công trong xây dựng nhân vật của nhà văn và làm nên sức hấp dẫn cho bạn đọc.

2.5 Các mối quan hệ của nhân vật:

Vũ Xuân Tửu có cái nhìn nữ quyền linh hoạt trong sáng tạo qua các truyện ngắn như: *Chuyện tình người đẹp Thành Tuyên, Tiếng kèn lá trên đỉnh Mã Pì Lèng, Bí mật cuốn gia phả.* Sương, nhân vật chính của *Chuyện tình người đẹp Thành Tuyên* có nhan sắc lay động đất trời, nhưng "hồng nhan bạc mệnh", người tình biến mất, còn mình thì ra ngẩn vào ngơ bên bờ ghềnh trước mắt là hình ảnh bao tải trôi sông thấp thoáng. Truyện *Bí mật cuốn gia phả* với sự thất bại trong hôn nhân, Nụ người phụ nữ xinh đẹp dịu hiền mất chồng ngay trong nhà mình. *Tiếng kèn lá trên đỉnh Mã Pì Lèng* là sự tan vỡ tình yêu của Mỷ khi sống, để rồi khi chết đi họ mới được ở bên nhau. Sự mâu thuẫn giữa cái đẹp của con người với hoàn cảnh éo le thời nào cũng có là một thực tế khách quan. Đó là cái nhìn hiện thực của nhà văn rõ nét qua nhiều tác phẩm. Những đau khổ và hạnh phúc con người đều nảy sinh từ cuộc sống. Cái đẹp trong cuộc sống luôn phải đối mặt với tai ương. Đó là cách nhìn, sự cảm thông chia sẻ với thân phận người phụ nữ của nhà văn gửi gắm vào trang viết. Con người là tổng hòa của các mối quan hệ xã hội và thiên nhiên. Trong văn học, mọi mối quan hệ xã hội, tự nhiên đều thông qua hình tượng con người. Nó giúp nhà văn thể hiện sự gần gũi đời sống với văn chương. Thiên nhiên không cần đến con người nhưng con người rất cần thiên nhiên, không có thiên nhiên thì con người không thể tồn tại. Qua cái nhìn có sắc màu sinh thái của nhà văn, chúng ta có thể thấy những tác phẩm như *Keo tai tượng, Tiếng chuông đêm, Thành hoàng làng Vực Vại...* mới thấy được con người luôn gắn bó với môi trường sống, đó là cảm quan hiện thực mới mẻ của nhà văn.

Keo tai tượng kể về công cuộc cải cách giao đất giao rừng cho dân làm kinh tế mới. Thân phận cây keo như con người vất vả long đong. Từ rừng tự nhiên, con người phá đi, trồng lại phá rồi lại trồng, chuyển từ cây này sang cây khác vì lợi nhuận mà không quan tâm đến sự tồn tại của môi trường sống ngàn đời nay. Truyện phê phán tầm nhìn ngắn ngủi trong cách ứng xử của con người với thiên thiên nhiên. Câu chuyện ánh lên cái nhìn xa đau đáu về thiên nhiên như một tiếng kêu cứu: con người hãy bảo về thiên nhiên, ta chỉ là một phần của thế giới ấy mà thôi, đừng cho ta là trung tâm của sự sống trong thế giới này. *Tiếng chuông đêm, Thành hoàng làng Vực Vại*", những câu chuyện cho thấy sự đáp trả của thiên nhiên với cách ứng xử của con người. Mọi thứ đều có nhân có quả theo qui luật sinh tồn muôn thủa.

Con người với tâm linh ẩn hiện trong những truyện ngắn như *Pho tượng gỗ mít, Tiếng chuông đêm, Người sông nước* của nhà văn... Người sông nước kể về mối tình của bà chủ thuyền vận tải với anh chân sào, một chuyện tình nhuốm màu huyền thoại, một tình yêu không khoảng cách. Với *Pho tượng gỗ mít* và *Tiếng chuông đêm* ẩn hiện sự huyền bí kì lạ mang màu sắc tâm linh. Bưởng chặt cây gỗ truyền đời thì bị đâm thủng bụng, khi pho tượng bằng gỗ mít ấy được đẽo xong thì đã trụ lại gốc đa của làng, không thể rời đi. Chiếc chuông trong *Tiếng chuông đêm* lúc ẩn lúc hiện, khi hiện thì cuộc sống dân làng yên ổn, khi mất tích thì làng lại trở nên náo loạn. Cho hay, con người phải biết tôn trọng những lẽ sống linh thiêng, hiểu sự linh thiêng của cuộc sống chúng ta mới có phần hạnh phúc.

Quan hệ con người với truyền thống văn hóa là một nét đặc sắc nổi lên trong truyện ngắn của Vũ Xuân Tửu. Nói đến đời sống tinh thần miền núi phía Bắc, chúng ta không thể không nhắc đến lời ca tiếng kèn, tiếng sáo với những âm hưởng riêng của văn háo vùng cao. Trong *Cổng Hò* diễn tả điệu hát giao duyên: "Hát không cần sách, sách ở trong bụng rồi. Cứ thế thay nhau, kẻ đối người đáp, say sưa như uống rượu ngon gặp được bạn tình" [31;5]. Tiếng kèn lá của Mỷ và thầy giáo trong *Tiếng kèn lá trên đỉnh Mã Pì Lèng* là tiếng gọi của tình yêu, của hẹn ước: "Mỷ biết anh còn thương Mỷ nhiều, yêu Mỷ nhiều mà" [64;4]. Tình yêu và cảm xúc tươi đẹp của con người miền núi được đặt trong không gian văn hóa thẩm mĩ của đồng bào qua cảm quan nghệ thuật của nhà văn, tạo nên sức hút cho bạn đọc.

Viết về vùng cao, Vũ Xuân Tửu quan tâm đến những nét tâm lí phác thực của con người. Dường như con người sống gắn bó, yêu thương nhau nhiều hơn là thù hận. Đó là điểm sáng trong cách nhìn hiện thực trong truyện ngắn của ông. Vần trong *Cổng Hò* là một người lính, sau khi đi bộ đội về thì vợ đã có con với người khác, nhưng nhờ tình yêu sâu đậm mà Vần vẫn yêu thương, vị tha với vợ con và trở thành Cổng Hò (Ông Hò) được mọi người yêu mến quí trọng.

Ở Bí mật cuốn gia phả cho thấy cách ứng xử vị tha của những con người từng trải gian khổ. Anh bộ đội lặng lẽ chuyển cả gia đình vào Nam sống khi biết được sự thật về con trai mà con gái mình đem lòng yêu thương với cách ứng xử thông minh, tình nghĩa. Vợ của Chiến, một người phụ nữ nghĩa tình, khi biết chồng ngoại tình cũng đã có lúc "cơm chẳng lành, canh chẳng ngọt", nhưng chính nàng là người khuyên chồng cắt bỏ ngón tay thứ sáu để giữ gìn gia đình cho cả hai bên, và nàng là người khuyên chồng chuyển về ở gần nhà Hộ. Hộ là người đau khổ nhất khi chọn cách để vợ "tự do" ngoại tình, chính điều ấy làm chàng lạnh nhạt với vợ con, nhưng chàng vẫn săn sóc gia đình chu đáo có nghĩa tình, cho thấy tình người bao giờ cũng cao hơn những bi kịch của cuộc sống. Sau mỗi tình huống éo le trong truyện là một cánh cửa mở tìm về ánh sáng nhân văn. Đó là cái nhìn của một nhà văn giàu lòng nhân ái, khi nhận rõ hiện thực muôn màu muôn vẻ của cuộc đời này.

Kết luận

Truyện ngắn của Vũ Xuân Tửu, để lại sự trầm lắng sâu xa trong bạn đọc về số phận con người. Hình tượng các nhân vật sống động, chân thực, lung linh, nhập hồn vào người đọc. Bạn đọc được cuốn theo nhân vật cùng những buồn vui, say mê trước cái đẹp và cái thiện... Đó là những ánh sáng lung linh lóe lên trong sự xô bồ của vô vàn sáng tác hiện nay. Tài hoa của người cầm bút ánh lên từ những điều gần gũi, giản dị nhất trong cuộc sống của chúng ta. Là một cây bút trưởng thành trong thời kì đổi mới, sự sáng tạo của Vũ Xuân Tửu về cách kể, ngôn từ, hình tượng nhân vật đã đem lại một sắc thái riêng. Truyện không đi sâu vào những vấn đề tư tưởng lớn lao mà lại thể hiện được cái lớn lao trên con đường quen thuộc. Với cách viết lặng lẽ, không khoa trương, không bận tâm về xảo thuật trong bố cục và ngôn ngữ, không cường điệu tô màu mà cuốn hút. Những điều hư hư thực thực từ những câu chuyện đời thường xuất hiện tự nhiên để thôi miên người đọc. Người đọc, chiêm nghiệm lắng sâu những câu truyện từ tình người sâu thẳm bao la trong cõi nhân sinh. Để kết bài viết này, chúng tôi xin dẫn ra một nhận xét của nhà văn Lí luận phê bình Bùi Việt Thắng, về Vũ Xuân Tửu: "Văn Vũ Xuân Tửu là một lối văn có nhịp điệu khẩn trương nhưng không vội vàng, mạnh mẽ nhưng không bạo liệt, trầm lắng nhưng không cô tịch nên phù hợp với kiểu độc giả thích sống nhanh, nhưng đồng thời cũng hợp với những ai thích sống chậm. Vũ Xuân Tửu có ý thức chăm chút câu văn. Đọc truyện ngắn và tiểu thuyết, độc giả thường chú ý đến "chuyện", đã đành. Nhưng độc giả vẫn quan tâm đặc biệt đến "văn", vẫn rất thích sự ngời sáng lên, lấp lánh hơn của câu chữ. Đó mới chính là cái nhã thú văn chương đích thực, lâu bền [1;11].

CTH

2.1.4. ĐẶC ĐIỂM TIỂU THUYẾT CHUYỆN TRONG LÀNG NGOÀI XÃ (CHUYỆN LÀNG) CỦA VŨ XUÂN TỬU

*Khóa luận Tốt nghiệp của **Phạm Thị Lê Hương,***
Khóa 1, Văn Truyền thông, Đại học Tân Trào (Tuyên Quang), năm 2018.
Người hướng dẫn khoa học: Thạc sĩ Bùi Thị Mai Anh.

CHƯƠNG 1: TỔNG QUAN VỀ VẤN ĐỀ NGHIÊN CỨU

1. Tổng quan tình hình nghiên cứu về nhà văn Vũ Xuân Tửu

Vũ Xuân Tửu là một trong những nhà văn nổi bật hàng đầu của văn học Tuyên Quang, thời kì đổi mới. Ông có sức viết khỏe, phong phú nhiều thể loại. Chỉ trong vòng hơn hai mươi năm sáng tác (kể từ tập truyện ngắn đầu tay được xuất bản năm 1998 đến nay) ông đã cho ra đời hơn một trăm tác phẩm với đủ các thể loại: thơ, trường ca, tiểu thuyết, truyện ngắn. Ông là người đã xuất bản tám cuốn tiểu thuyết với sự hình thành phong cách rõ nét. Đây là một tác giả văn (có thể nói đã thành công trong sự nghiệp sáng tác) có một vị trí quan trọng đối với văn học nghệ thuật của tỉnh Tuyên Quang. Ông đã theo sát đời sống xã hội, có mặt khắp mọi nơi làm văn về đề tài vùng đồng bằng Bắc Bộ và con người miền núi.

1.1. Các đánh giá chung về nhà văn Vũ Xuân Tửu

Vũ Xuân Tửu đến với văn chương ban đầu là những bài thơ nhưng rồi cái men say, cái khiếu thiên bẩm cộng vốn văn hóa được nhào nặn từ nhà trường và đời sống đó dẫn anh vào làng tiểu thuyết. Có thể thấy, Vũ Xuân Tửu đã tự đào tạo mình thành nhà văn và là một cây bút mang "nghiệp chướng" văn chương thực sự. Có được những tập tiểu thuyết và truyện ngắn trên tay bạn, chắc hẳn cây bút này không chỉ nhờ thiên phú, mà anh đã học rất nhiều, đọc rất nhiều, nghĩ rất nhiều, đi khắp nơi khắp chốn, vùng cao, vùng thấp, nông thôn, thành phố, gặp đủ loại người thu vào cái "túi tham" của mình đủ thứ: tài liệu lịch sử, truyện cổ dân gian, ca dao, tục ngữ, đình chùa miếu mạo, luật làng lệ xóm, trò chơi, tiếng hát mọi chốn thôn cùng xóm vắng... trong khi đó lại phải làm một công việc chính là sĩ quan công an. Hành nghề văn chương có được chỗ đứng như Vũ Xuân Tửu là hạng hiếm.

Nhà văn Ma Văn Kháng nhận xét về văn của Vũ Xuân Tửu như sau :"... cũng còn lâu lắm mới làm bạn đọc chán, nên anh được quyền hăng hái viết, viết đến khi nào cạn kiệt cảm xúc với cuộc sống đáng yêu này".[31]

Trong bài *Vũ Xuân Tửu - Cuộc đời và cảm quan nhân thế*, Tiến sĩ Trần Thị Lệ Thanh có viết: "... Trong sáng tác văn học không phải người cầm bút nào cũng đưa được ra những quan niệm về văn chương, về nghề viết, về định hướng sáng tác của mình, Vũ Xuân Tửu là một trong số ít các nhà văn Tuyên Quang làm được điều đó". [4]

Trong cuộc hội thảo về sáng tác của nhà văn Vũ Xuân Tửu (7/2007), tác giả Bạch Dương viết: "... Anh là cây bút nổi tiếng với lối tả gọn, gợi, xuất phát từ sự kĩ lưỡng, tỉ mỉ trong cách thu thập tư liệu sau các chuyến đi công tác".[5]

Trong luận văn Thạc sĩ của Lê Hoài Thương (Đại học Sư phạm Thái Nguyên) với đề tài *Đặc điểm truyện ngắn của Vũ Xuân Tửu* có đánh giá: "Vũ Xuân Tửu viết đều đặn, đa dạng về thể loại và khá thành công cả ở văn xuôi và thơ". [6]

Trong bài *Văn học Tuyên Quang nhìn từ tiểu thuyết* trên Báo Tuyên Quang của Giang Lam (Số 4813, 01/12/2012) đã nhận xét: "Vũ Xuân Tửu sử dụng thành công những yếu tố kì ảo trong tác phẩm của mình, nhằm tạo ra một thế giới nghệ thuật riêng. Yếu tố kì ảo trong tác phẩm của ông mang dấu ấn dân gian đậm nét. Ông gửi gắm vào tác phẩm của mình những thông điệp về chân, thiện, mỹ, về giá trị con người trong một thời đại mà nhiều giá trị đang biến đổi".[9]

Nhà nghiên cứu, phê bình văn học Bùi Việt Thắng đã có những nhận xét rất xác đáng về Vũ Xuân Tửu: "Văn Vũ Xuân Tửu là một lối văn có nhịp điệu khẩn trương, nhưng không vội vàng, mạnh mẽ nhưng không bạo liệt, trầm lắng, nhưng không cô tịch, nên phù hợp với kiểu độc giả thích sống nhanh, nhưng đồng thời cũng hợp với những ai thích sống chậm. Vũ Xuân Tửu có ý thức chăm chút câu văn. Đọc truyện ngắn và tiểu thuyết, độc giả thường chú ý đến "chuyện", đã đành. Nhưng độc giả vẫn quan tâm đặc biệt đến "văn", vẫn rất thích sự ngời sáng lên, lấp lánh hơn của câu chữ.".[10]

1.2. Các đánh giá về từng thể loại sáng tác của Vũ Xuân Tửu

1.2.1. Về thể loại truyện ngắn

Vũ Xuân Tửu đến với độc giả một cách từ tốn, không ồn ào. Mỗi nhân vật trong truyện ngắn của Vũ Xuân Tửu đều toát lên một nét nhân văn sâu sắc, đậm vị đắng đót nhân sinh của các tình sử. Truyện của ông gần với đời thường mà mang trong mình thông điệp về chân, thiện, mĩ.

Năm 2007, trên Báo điện tử Tổ Quốc, tác giả Đức Đan đã đánh giá về truyện ngắn Vũ Xuân Tửu trong bài viết Người nghệ sĩ của cái đẹp: "Một cái giọng rất dân dã, dí dỏm, hồn nhiên, cộng với cách vào truyện tự nhiên đến nỗi khiến tò mò đã làm nên bản sắc Vũ Xuân Tửu".[18]

Năm 2009, nhà nghiên cứu Đỗ Văn Hiểu đã có những nhận xét khá chi tiết cụ thể trên góc độ thi pháp, nhằm cắt nghĩa lí giải sự thành công của Vũ Xuân Tửu ở thể tài truyện ngắn. Ông cho rằng: "Đọc truyện ngắn Vũ Xuân Tửu, người ta dễ liên tưởng đến những tiểu thuyết được cắt ra rồi chưng cất, xoáy sâu vào nỗi ám ảnh nào đó về cuộc đời." [19]

Khi bình luận về các truyện ngắn kì ảo, một dạng thức rất phổ biến trong sáng tác của Vũ Xuân Tửu, nhà nghiên cứu, phê bình văn học Nguyễn Thị Châu cho rằng: "Vũ Xuân Tửu ngoài việc đổi mới về quan niệm nghệ thuật, về các phương diện đề tài, chủ đề, cảm hứng, còn sáng tạo ra thế giới nghệ thuật riêng, trong từng câu chuyện, bằng các phương thức nghệ thuật độc đáo, như sáng tạo cốt truyện, nghệ thuật miêu tả, cách sử dụng thời gian và không gian linh hoạt, sử dụng hệ thống ngôn từ sắc thái tạo hình, biểu cảm cao với giọng điệu hồn nhiên, đôn hậu, hóm hỉnh… tạo nên những nét vẽ khác nhau trong từng câu chuyện".[20]

Trên báo Tuyên Quang Online, thứ 7, ngày 26/11/2011, tác giả Thành Công đã nhận xét về cái riêng của Vũ Xuân Tửu: "Sự hồn nhiên, chân chất và bàng bạc chất thơ là cái rất riêng trong giọng điệu truyện ngắn của anh". [21]

Nhà văn Nguyễn Văn Thọ đã nhận định: "Truyện ngắn Vũ Xuân Tửu không xách mé, không đay nghiến, nhẩn nha… mà cái khôn lỏi, cái ác, cái nhố nhăng vẫn bị vạch mặt…".[22]

Theo Địa chí Tuyên Quang: Vũ Xuân Tửu, truyện ngắn Vũ Xuân Tửu, gần gũi với những phiên bản tiểu thuyết của anh, mỗi truyện là một mảnh đời, số phận mỗi vùng quê, ẩn chứa những tâm tư (*Dòng chảy, Trên khúc sông Tam Cờ, Người sông nước, Tiếng kèn lá trên đỉnh Mã Pì Lèng*…); có khi là những chuyện ngày thường (*Ông lão bán điếu, Thanh kiếm cà là gỉ, Tầm phào, Chữ kí*…); những cuộc tình đam mê, pha màu huyền thoại (*Dòng chảy, Cầu vồng trên núi Nàng Tiên, Chớp bể mưa nguồn*…); những dấu tích dân gian (*Pho tượng gỗ mít*…); cái ngang trái của nghiệp văn (*Nợ văn chương, Gia đình*…)… Nhưng ấn tượng hơn là những trang viết về những điều huyền ảo ngay trong cuộc sống thực, (*Người sông nước, Cầu vồng trên núi Nàng Tiên*…). Truyện ngắn của anh giàu chất trữ tình; giọng văn hóm hỉnh, cái nhìn tinh tế. Dùng yếu tố huyền ảo, để khắc sâu sức sống mãnh liệt của tình người. Bên những "lát cắt" của cuộc sống như *Ông lão bán điếu, Thế gian cũng lắm anh hùng, Tầm phào*… nhiều truyện ngắn được thiết kế công phu, gần với tư duy tiểu thuyết, như: *Người sông nước, Bí mật cuốn gia phả*. Trong nhịp sống hối hả hôm nay, những câu chuyện của Vũ Xuân Tửu sẽ giúp bạn đọc thức tỉnh hơn…[29]

Vũ Xuân Tửu đến với độc giả một cách từ tốn, không ồn ào với lối viết linh hoạt, phong phú ngôn từ, sự việc được ghi nhận sắc sảo, đôi chỗ hóm hỉnh một cách ý vị và cách trình bày đan xen kim, cổ; cách dẫn chuyện mới mẻ.

Là một nhà văn tiêu biểu, có sức viết khỏe, chất lượng tác phẩm tốt, phong phú các thể loại nên Vũ Xuân Tửu cũng là một trong những cây bút được nhiều nhà nghiên cứu quan tâm. Trong đó phải kể đến một số bài báo, công trình nghiên cứu về ông như: *Nhân vật trong truyện ngắn Vũ Xuân Tửu* - Cao Thị Hương (Web:trannhuong.com) đã nhận xét: "Đọc tác phẩm của Vũ Xuân Tửu, bạn đọc được chiêm ngưỡng cái đẹp trong đời thường, cái kì diệu của cuộc sống hằng ngày, ông là "một người nghệ sĩ của cái đẹp".[1]

Trong bài viết *Vị thế của truyện ngắn Tuyên Quang*, (trang thông tin điện tử Chiêm Hóa ngày 10/09/2013) tác giả báo Tuyên Quang đã viết "…Vũ Xuân Tửu là một trong những nhà văn gặt hái được nhiều thành công trong mảng văn học hiện thực. Truyện ngắn của Vũ Xuân Tửu có đường nét thanh nhã, ngôn từ trau chuốt". [2]

Trong cuốn sách chuyên khảo Văn học Tuyên Quang thời kì đổi mới (1986 - 2006)- Tác phẩm và dư luận do Tiến sĩ Trần Thị Lệ Thanh chủ biên có bài viết "Đọc truyện ngắn được giải nhất của nhà văn Vũ Xuân Tửu" của nhà văn Ma Văn Kháng đã có những cảm nhận sâu sắc: "(…) điều đắc ý trước hết là thuộc về giọng kể, hơi văn- một trong những bí kíp trời cho"; "Truyện ngắn của Vũ Xuân Tửu có đường nét thanh nhã, có cốt truyện đơn tuyến, không có hình thức li kì rắc rối mà đọc vẫn cuốn hút, bồi hồi, ấy là vì ngoài cái bí kíp là giọng kể, hơi văn nói trên, anh còn có được một phép lạ nữa là tài sử dụng, tạo lập được những chi tiết đặc sắc, đáng giá.". [7]

Nhìn chung, các nhà văn, nhà nghiên cứu, phê bình nói trên đều đã đánh giá rất khách quan về những nét đặc trưng trong truyện ngắn của Vũ Xuân Tửu, đồng thời khẳng định ông là một nhà văn có tài trong thể loại truyện ngắn.

1.2.2. Về thể loại tiểu thuyết

Trong hai mươi năm, Vũ Xuân Tửu đồng thời cho ra đời hàng loạt tiểu thuyết: *Người rừng, Nửa tỉnh nửa quê, Cõi mê, Chuyện trong làng ngoài xã, Chúa Bầu, Hình bóng đàn bà*…Những tác phẩm văn chương của Vũ Xuân Tửu ra đời trong thời kỳ chuyển mình mạnh mẽ của nền văn xuôi tự sự, bằng việc chọn lựa những phạm vi hiện thực sinh động và những phương thức biểu hiện linh hoạt, đặc biệt là bút pháp huyền ảo; tác phẩm của anh đã đem đến cho bạn đọc cái nhìn mới về cuộc sống và nghệ thuật.

Trong báo Nhà văn thành phố Hồ Chí Minh, khi đánh giá về tiểu thuyết ngắn *Người rừng* của Vũ Xuân Tửu, Nhà văn, Phó giáo sư, Tiến sĩ Trần Mạnh Tiến nhận định "Người rừng là loại tiểu thuyết giả thần thoại - cổ tích…" [3]

Trong bài viết *Vũ Xuân Tửu - viết văn bằng…"tay trái"* của tác giả Hương Thy trên Báo Thể thao và Văn hóa ngày 07/07/2008, Vũ Xuân Tửu được đánh giá là người có nhiều "miếng võ", khiến nhiều độc giả giật mình khi đọc cuốn tiểu thuyết *Chuyện trong làng ngoài xã* "ngồn ngộn nhân vật và chi tiết". [8]

Biên tập viên Khánh Vân đã giới thiệu tiểu thuyết *Chuyện trong làng ngoài xã*: "Một thời gian quá dài, một không gian quá rộng, một vấn đề quá lớn, nhưng với cách thể hiện nhuần nhuyễn thời gian đồng hiện: quá khứ, hiện tại và tương lai. Và, với cách thể hiện này *Chuyện trong làng ngoài xã* được coi như một cuốn tiểu thuyết về lịch sử thời hiện đại hấp dẫn, đầy ắp sự kiện. Lại cũng với giọng kể tự nhiên, say sưa, cách sử dụng ngôn từ đơn giản mang tính dân gian, nhưng gợi cảm, giàu ý nghĩa, đầy màu sắc lấp lánh kết hợp với cách chọn chi tiết đắt giá, giàu tầng lớp, đầy tính kịch, cách diễn đạt hóm hỉnh đến độ hài hước, nhiều lúc như đùa khiến bạn đọc cười khoái trí, song lại cũng có thể suy tư đến chảy nước mắt, trước những số phận, trước những ấu trĩ, ngớ ngẩn đến hồn nhiên của một thời. Ta bắt gặp thái độ vừa như ca ngợi, vừa như phê phán của tác giả. Và có lẽ vì vậy mà Vũ Xuân Tửu đã thành công trong cách giải quyết những vấn đề tưởng như quá cũ, khô khan và quá khó mà tác phẩm đặt ra".[11]

1.2.3. Về thể loại thơ và trường ca

1.2.3.1. Thơ

Nhà thơ Mai Liễu đã có những nhận xét về bài thơ *Vịnh Hạ Long* của Vũ

Xuân Tửu như sau: "Nếu là buồm thì bay lên, lướt đi trong gió. Nếu là đá thì chìm xuống đáy biển. Chính cái sự chung chiêng ấy của đảo núi, giữa bốn bề sóng gió đã chắp cánh cho cảm xúc thơ, cho sáng tạo nghệ thuật đi sâu vào tâm hồn con người". [23]

Còn với bài thơ *Người đàn bà vẽ* của Vũ Xuân tửu, nhà thơ Mai Liễu đã nhận xét: "Cái còn lại trên bức tranh chỉ là những hình ảnh nhạt nhẽo, tĩnh lặng, phù phiếm và nông cạn. Tác phẩm như vậy hỏi tìm đâu ra sự sống, khi chính hiện thực đã bị hoạ sĩ tỉa tót, đẽo gọt đến biến dạng? Đó là nét độc đáo, bất ngờ của thơ Vũ Xuân Tửu."[25]

Trên Báo Tuổi trẻ, tác giả Phạm Xuân Nguyên đã đánh giá về thơ Vũ Xuân Tửu: "Thơ Vũ Xuân Tửu đầy hơi thở của sự kiện và tâm trạng cuộc sống hiện tại được tác giả viết bằng một giọng điệu và triết lí dân gian để lại nhiều dư vị hài hước, ngậm ngùi cho người đọc."[24]

1.2.3.2. Trường ca

Tác giả Giang Lam đã có những đánh giá về trường ca của Vũ Xuân Tửu qua bài viết *Pây Nà Hang: Khúc trường ca đậm chất sử thi*: "Tác phẩm gây ấn tượng bằng những câu thơ giản dị phù hợp với cách cảm cách nghĩ của đồng bào dân tộc. Bên cạnh đó xuất hiện những câu thơ tình lãng mạn khiến độc giả đắm chìm, suy tư".[26]

Trên trang web Vanvn.net đã có những đánh giá về trường ca *Dòng suối du ca*: "Những trang viết được bắt nguồn từ huyền thoại, từ truyền thuyết, từ những ảo mờ tưởng tượng và những bí ẩn tâm linh luôn mang đến cho bạn đọc ấn tượng đặc biệt mỗi lần đọc một tác phẩm mới của Vũ Xuân Tửu".[27]

Tại nhà sáng tác Tam Đảo, nhà thơ Phạm Xuân Trường đã thốt lên cảm nhận khi đọc xong trường ca *Phù sa xanh* của Vũ Xuân Tửu: "Tôi bỗng thấy lòng mình bâng khuâng trống trải. Một cảm xúc trào dâng lẫn lộn, có gì đó "Liêu Trai" vừa huyền hoặc, vừa xót xa, chua chát, uất ức".[28]

Như vậy, có thể thấy, các nhà văn, nhà nghiên cứu, phê bình, nhà báo nói trên đều đã đánh giá rất khách quan về những thành công của nhà văn Vũ Xuân Tửu trong các thể loại văn học mà ông đã sáng tác, nhất là truyện ngắn của ông. Hầu hết các ý kiến đều khẳng định ông là một nhà văn có tài trong thể loại truyện ngắn và tiểu thuyết. Tuy nhiên, những ý kiến đánh giá ở trên hầu như chưa đi sâu vào cuốn tiểu thuyết *Chuyện trong làng ngoài xã* của Vũ Xuân Tửu. Chỉ có một vài ý kiến có tính chất chấm phá về cuốn tiểu thuyết mới này của ông. Đó cũng chính là những định hướng quan trọng cho chúng tôi trong quá trình nghiên cứu đề tài Đặc điểm tiểu thuyết *Chuyện trong làng ngoài xã* của Vũ Xuân Tửu".

2. Tổng quan về thể loại tiểu thuyết

2.1. Tiểu thuyết là gì?

Theo Wikipedia: "Tiểu thuyết là một thể loại văn xuôi có hư cấu, thông qua nhân vật, hoàn cảnh, sự việc để phản ánh bức tranh xã hội rộng lớn và những vấn đề của cuộc sống con người, biểu hiện tính chất tường thuật, tính chất kể chuyện bằng ngôn ngữ văn xuôi theo những chủ đề xác định."

Trong một cách hiểu khác, nhận định của Belinski: "Tiểu thuyết là sử thi của đời tư" đã chỉ ra khái quát nhất về một dạng thức tự sự, trong đó sự trần thuật tập trung vào số phận của một cá nhân trong quá trình hình thành và phát triển của nó. Sự trần thuật ở đây được khai triển trong không gian và thời gian nghệ thuật đến mức đủ để truyền đạt cơ cấu của nhân cách.[12; 184]

Trong văn học phương Đông, danh từ tiểu thuyết xuất hiện khá sớm nhằm phân biệt với hai thể loại cơ bản khác là đại thuyết và trung thuyết. Đại thuyết là kinh sách của các thánh nhân viết như *Kinh Thư, Kinh Thi* . Đó là loại sách mang nặng tính triết học, gần như chân lí, kiểu khuôn vàng thước ngọc và rất khó đọc. Trung thuyết do các hiền sư, sử gia thực hiện như *Sử kí* của Tư Mã Thiên. Còn tiểu thuyết, vốn chỉ những chuyện vụn vặt, đời thường. Những chuyện ấy cùng với cổ tích, ngụ ngôn là những mầm mống của tiểu thuyết phương Đông. *Thuỷ Hử* và *Hồng Lâu Mộng* là một trong những số đó. Theo quan niệm trước đây, đặc biệt là quan niệm của Trung Quốc và Nhật Bản, tiểu thuyết bao gồm có hai loại chính là tiểu thuyết đoản thiên hay truyện ngắn, thậm chí là "vi hình tiểu thuyết" (truyện cực ngắn, truyện siêu ngắn) hay "truyện trong lòng bàn tay") và tiểu thuyết trường thiên (truyện dài). Tuy nhiên hiện nay, ở Việt Nam, khi nói đến tiểu thuyết, độc giả thường hiểu đó là tác phẩm truyện dài. Ở một số ngôn ngữ phương Tây, từ tiểu thuyết có nguồn gốc từ tiếng Latinh, mang nghĩa chuyện mới (novel). Song song với tiến trình này, văn học hiện đại thế giới cũng cho thấy những nguyên lí của tiểu thuyết chi phối hầu hết các tác phẩm tự sự khác nên sự phân biệt bản chất thể loại ở các truyện cụ thể trở nên ngày càng khó khăn. Lịch sử phát triển tiểu thuyết đã để lại cho nền văn học thế giới những thành tựu rực rỡ: từ những kiệt tác tiểu thuyết chương hồi Trung Hoa đến những tác phẩm đồ sộ của tiểu thuyết hiện thực phê phán phương Tây, từ dòng chảy của tiểu thuyết sử thi hoành tráng trong văn học Nga thế kỷ bạc đến những nguồn mạch văn chương hiện thực huyền ảo Mỹ-Latinh, sự trỗi dậy và vượt thoát truyền thống của những nền văn học châu Á v.v... Những mô hình ấy đã tạo dựng nên diện mạo đặc biệt phong phú của tiểu thuyết trong suốt thời kì đã qua tính từ khi hình thành thể loại.

Ở Việt Nam, tiểu thuyết xuất hiện khá muộn, tuy những sáng tác văn xuôi cổ như *Việt điện u linh, Lĩnh Nam chích quái, Thánh Tông di thảo, Truyền kì mạn lục, Truyền kì tân phả* thế kỷ XIV-XVI đã đặt những nền móng sơ khai cho tư duy thể loại, thông qua tiến trình từ sự ghi chép các yếu tố truyền thuyết, thần thoại, cổ tích đến giai đoạn phản ánh những chuyện đời thường. Thế kỷ XVIII cho thấy sự nở rộ thể loại tự sự với các tác phẩm như *Thượng kinh kí sự* (kí) của Lê Hữu Trác, *Vũ trung tùy bút* (tùy bút) của Phạm Đình Hổ và đặc biệt là *Hoàng Lê nhất thống chí*, tác phẩm xuất hiện với tầm vóc tiểu thuyết, là pho tiểu thuyết lịch sử đầu tiên của Việt Nam có giá trị văn học đặc sắc. Hoàng Lê nhất thống chí tái hiện một cách sống động bức tranh xã hội rộng lớn thời vua Lê, chúa Trịnh thông qua kết cấu chương hồi tương tự tiểu thuyết thời Minh-Thanh, tại Trung Hoa. Yếu tố đời tư và mạch tự sự trong các truyện Nôm khuyết danh và hữu danh đương thời như *Hoa tiên, Nhị độ mai, Phạm Công Cúc Hoa, Phạm Tải Ngọc Hoa* và *Truyện Kiều* cũng ít nhiều góp phần thúc đẩy sự phát triển của thể loại. Tuy nhiên, phải đến những năm 30 của thế kỷ XX văn học Việt Nam mới xuất hiện tiểu thuyết với đầy đủ tính chất của thể loại hiện đại. Cùng phong trào Thơ Mới, tiểu thuyết hiện đại Việt Nam 1930-1945, có những bước tiến vượt bậc và thành tựu lớn với hai khuynh hướng sáng tác: những cây bút nổi tiếng của Tự Lực văn đoàn, những người đã thúc đẩy sự hình thành thể loại như Nhất Linh, Khái Hưng, Thạch Lam; và những nhà văn hiện thực phê phán như Ngô Tất Tố, Nam Cao, Vũ Trọng Phụng, Nguyễn Công Hoan, Nguyên Hồng. Trong hai cuộc chiến tranh vệ quốc (chống Pháp và chống Mỹ), đội ngũ các nhà tiểu thuyết Việt Nam đã ngày càng đông đảo (Nguyễn Huy Tưởng, Tô Hoài, Nguyễn Đình Thi, Nguyễn Khải, Nguyễn Minh Châu, Nguyên Ngọc). Ít nhiều tiểu thuyết Việt Nam có thành tựu tiệm cận với thể loại tiểu thuyết - sử thi vốn mang đề tài hoành tráng và dung lượng đồ sộ, mà một trong số đó là *Vỡ bờ* của Nguyễn Đình Thi. Sau 1986, lịch sử tiểu thuyết Việt Nam sang trang mới với những sáng tác: *Mùa lá rụng trong vườn* của Ma Văn Kháng, *Thời xa vắng* của Lê Lựu, *Nỗi buồn chiến tranh* của *Bảo* Ninh, có nội dung sâu sắc hơn về thân phận con người và hình thức có dấu hiệu manh nha hệ hình văn chương hậu hiện đại.

Trong khóa luận này, chúng tôi sử dụng khái niệm tiểu thuyết của giáo trình *Lí luận văn học*, bởi vì đây là tài liệu chính thống được giảng dạy trong các trường cao đẳng, đại học trong cả nước. Tiểu thuyết đã được coi là "hình thái chủ yếu của nghệ thuật ngôn từ". Là một hình thức tự sự cỡ lớn, tiểu thuyết có những khả năng riêng trong việc tái hiện với một qui mô lớn những bức tranh hiện thực đời sống, trong đó chứa đựng nhiều vấn đề sâu sắc của đời sống xã hội, của số phận con người, của lịch sử, của đạo đức, của phong tục…Nghĩa là tiểu thuyết có năng lực phản ánh hiện thực một cách bao quát và sinh động theo hướng tiếp cận trên cả bề rộng lẫn chiều sâu của nó.

2.2. Những đặc điểm cơ bản của tiểu thuyết

2.2.1. Đề tài và chủ đề của tiểu thuyết

2.2.1.1. Đề tài

Theo *Giáo trình Lí luận văn học*, tập 2, do Trần Đình Sử chủ biên, đề tài là: "Một khái niệm về loại hình"của hiện tượng đời sống được miêu tả. Có bao nhiêu loại hiện tượng đời sống, có bấy nhiêu đề tài. Việc nhận thức đề tài phải chỉ ra bản chất xã hội của hiện tượng. [13; 194]

Khái niệm về loại của đề tài không chỉ bắt nguồn từ bản chất văn học của tính cách mà còn gắn liền với hiện tượng lịch sử xã hội nên nó cũng in đậm dấu ấn của một thời đại, một giới nào đó. Chẳng hạn, văn học Việt Nam những năm 1945- 1975, nổi lên hàng loạt những đề tài về người nông dân, người công dân, về chiến sĩ cách mạng…

Đề tài tác phẩm văn học chẳng những gắn với hiện thực khách quan mà còn do lập trường tư tưởng và vốn sống của nhà văn quyết định. Ta có thể nhìn thấy điều này trong khi các nhà văn được sống và làm việc ở miền Bắc thời kì xây dựng xã hội chủ nghĩa thì lấy đề tài về cuộc sống mới, con người mới như *Đoàn thuyền đánh cá* của Huy Cận, trong khi các cây bút theo đoàn chiến sĩ "Nam tiến" hay đã sống và chiến đấu trên chiến trường miền Nam thì lại viết nhiều đề tài về cuộc kháng chiến của nhân dân miền Nam như *Bài thơ tiểu đội xe không kính*, *Trường Sơn Đông Trường Sơn Tây* của Phạm Tiến Duật.

Người ta có thể xác định đề tài trên hai phương diện là bên ngoài và bên trong. Nói đến phương diện bên ngoài của đề tài tức là ta nói đến mối liên hệ thuần túy đến phạm vi hiện thực mà tác phẩm thể hiện. Và các hiện tượng đời sống được phản ánh còn có thể có mối liên kết mà ta gọi là mối quan hệ bên trong của chúng. Chính vì thế ta có thể xác định đề tài văn học theo giới hạn bên trong của phạm vi hiện thực được tác phẩm phản ánh. Việc xem xét phương diện bên trong của đề tài giúp ta tránh được sự đồng nhất đề tài với đối tượng phản ánh và thấy được tính chất của phạm vi được phản ánh.

2.2.1.1.2. Chủ đề

Wikipedia định nghĩa về chủ đề như sau: "Chủ đề (tiếng Anh: theme; tiếng Pháp: sujet) là vấn đề cơ bản, vấn đề trung tâm được tác giả nêu lên, đặt ra qua nội dung cụ thể của tác phẩm văn học."

Chủ đề bao giờ cũng được hình thành và được thể hiện trên cơ sở đề tài. Tuy nhiên trong thực tế văn học lại tồn tại một tình trạng phổ biến là: nhiều tác phẩm cùng hướng về một đề tài nhưng chủ đề của chúng lại khác nhau (chẳng hạn *Theo chân Bác* của Tố Hữu với *Người đi tìm hình của nước* của Chế Lan Viên hay *Tắt đèn* của Ngô Tất Tố với *Bước đường cùng* của Nguyễn Công Hoan, *Chí Phèo* của Nam Cao).

Chủ đề tác phẩm nói lên chiều sâu tư tưởng, khả năng nắm bắt nhạy bén của nhà văn đối với những vấn đề của cuộc sống. Vì vậy, từ những đề tài cụ thể, rất bình thường, tác giả có thể nêu lên những chủ đề mang ý nghĩa khái quát to lớn, sâu sắc. Cùng với tư tưởng, chủ đề tạo ra tầm vóc của tác phẩm.

Ở những tác phẩm văn học có nội dung cụ thể rộng lớn, cốt truyện phức tạp phân thành nhiều tuyến, khối lượng nhân vật phong phú, người ta thường phân biệt chủ để chính và các chủ đề phụ, vì ở đây nhà văn có thể đặt ra hàng loạt vấn đề (chẳng hạn, *Những người khốn khổ* của Vích-to Huy-gô, *Chiến tranh và hòa bình* của L. Tôn-xtôi, *Truyện Kiều* của Nguyễn Du, *Vỡ bờ* của Nguyễn Đình Thi,…). Trong trường hợp này, chủ đề chính được xem là vấn đề bao quát nhất, chủ yếu nhất, còn chủ đề phụ là những vấn đề có ý nghĩa nhỏ hơn, thứ yếu hơn và có liên quan chặt chẽ với chủ đề chính. Sự phân biệt thiếu chính xác chủ đề chính và các chủ đề phụ sẽ dẫn đến sự nhìn nhận, đánh giá tác phẩm sai lệch,...

Cũng do mối quan hệ khăng khít của chủ đề và tư tưởng mà có khi người ta hiểu chủ đề là tư tưởng chủ đạo của tác phẩm.

Trong nghiên cứu văn học hiện đại, chủ đề còn được xem là phạm vi quan tâm chủ quan của nhà văn đối với thế giới, là hằng số tâm lí của nhà văn, gắn với quan niệm thế giới của tác giả.

Như vậy, có thể hiểu cơ bản, chủ đề là những vấn đề được nhà văn tập trung soi rọi, nêu lên trong tác phẩm mà nhà văn cho là quan trọng nhất.

Chủ đề của tác phẩm văn học gắn liền với hiện thực khách quan và ý đồ sáng tác chủ quan của tác giả. M.Gorki đã rất có lí khi đưa ra nhận định: "Chủ đề là cái tư tưởng nảy sinh trong kinh nghiệm của tác giả, do cuộc sống gợi lên, làm tổ trong kho ấn tượng của anh ta, nhưng chưa định hình và thể hiện thành hình tượng". Chủ đề đóng vai trò rất lớn trong việc làm cho tác phẩm trở nên quan trọng và có ảnh hưởng sâu rộng.

Đề tài và chủ đề là khái niệm chủ yếu thể hiện mặt khách quan của nội dung tác phẩm văn học. Bất kì tác phẩm văn học nào cũng đều có hơi thở của hiện thực cuộc sống. Khi đọc tác phẩm văn học của bất kì một nhà văn chân chính nào, chúng ta đều có thể hình dung ra được những con người, những cảnh vật, những tâm tư tình cảm cụ thể, tràn đầy sức sống mà tác giả miêu tả trong tác phẩm. Đó là những phạm vi miêu tả trực tiếp của tác phẩm văn học. Tính chất của nó vô cùng đa dạng. Có khi nó đề cập đến chuyện con người, chuyện con vật, cây cối đến cả những đồ vật vô tri hay chuyện thần tiên, ma quỉ, quá khứ ngàn năm trước, hiện tại và tương lai… Nhưng mục đích của văn học không phải chỉ là miêu tả lại những hiện tượng cá biệt trong đời sống và trong trí tưởng tượng của con người, mà xa hơn thế từ một phạm vi hiện thực đời sống có ý nghĩa sâu rộng rồi.

Trong mối quan hệ giữa đề tài và chủ đề thì đề tài đóng vai trò là nền tảng để phát triển chủ đề. Chủ đề được hình thành trên cơ sở của đề tài, là phương diện chính yếu của đề tài. Những đề tài quan trọng sẽ góp phần tạo nên những chủ đề lớn. Chủ đề hình thành trên cơ sở đề tài, nhưng đề tài không quyết định hoàn toàn chủ đề. Cùng một đề tài nhưng tác giả có thể chọn nhiều chủ đề. Nghĩa là, chủ đề không phải là cái gì tồn tại độc lập bên ngoài đề tài mà nó luôn xuất phát từ những gợi ý của hiện thực cuộc sống, tức là câu đề tài. Như vậy, chủ đề là vấn đề chính yếu được nhà văn nêu lên trên cơ sở đề tài. Nếu đề tài để giải đáp cho câu hỏi: "Tác phẩm viết về phạm vi hiện thực nào?" thì chủ đề trả lời cho câu hỏi "Vấn đề cơ bản nào được đặt ra trong phạm vi hiện thực đó?". Nếu ví chủ đề của tác phẩm văn học là cành lá xum xuê đa màu sắc thì đề tài của tác phẩm văn học chính là một trong những gốc rễ bám chặt vào hiện tượng đời sống khách quan đang diễn ra hằng ngày xung quanh con người.

2. 3. Cảm hứng nghệ thuật trong tiểu thuyết

2. 3.1. Cảm hứng lịch sử dân tộc

2.3.1.1. Khái niệm cảm hứng lịch sử dân tộc

Tác phẩm văn học là kết quả của quá trình nhận thức, khám phá và tái tạo thế giới của người nghệ sĩ. Thông qua tác phẩm, nhà văn thể hiện cách nhìn nhận, đánh giá, quan niệm về thế giới. Nói cách khác, nhà văn gửi gắm tư tưởng của mình qua sáng tác. Tư tưởng là một trong những thước đo đánh giá tầm vóc của nhà văn. Tư tưởng được hình thành, phát triển trong những tình cảm mạnh mẽ, lôi cuốn.

Cảm hứng chính là niềm say mê, nhiệt thành của người sáng tác. Cảm hứng sáng tác là động lực, là nguyên do khởi hứng cho tác giả đặt bút và thường đến bất chợt, đặc biệt trong sáng tác thơ ca. Có thể hiểu sơ lược cảm hứng lịch sử dân tộc là cảm hứng sáng tác xuất phát từ cảm quan về hiện thực lịch sử, trong đó nhà văn lấy lịch sử làm đề tài, chất liệu để tạo ra thế giới hình tượng, xác lập cho mình một điểm nhìn vào quá khứ, tạo ra giọng điệu tác phẩm phù hợp với điểm thời gian mà nó tái hiện.

2.3.1.2. Những biểu hiện của cảm hứng lịch sử dân tộc

Cảm hứng lịch sử dân tộc là một trong hai cảm hứng chủ đạo, là mạch nguồn xuyên suốt trong các tiểu thuyết. Nó là một vấn đề có tính nhân loại, lịch sử sâu rộng. Những nhà văn lớn trên thế giới đều có những tác phẩm bất hủ, thể hiện niềm trăn trở của mình với vận mệnh dân tộc. Đó là Lep Tônxtôi, A. Tônxtôi đau đáu một con đường đi cho nước Đại Nga. Đó là Lỗ Tấn day dứt về một hướng đi cho Trung Hoa rộng lớn. Tác phẩm lớn, có chiều sâu phải là tác phẩm đi vào nguồn mạch dân tộc, động chạm tới những vấn đề lớn của thời đại. Cho hay, đây cũng là những biểu hiện của những trí tuệ lớn, tư tưởng lớn. Trong tiểu thuyết, cảm hứng lịch sử dân tộc tồn tại xuyên suốt như một mạch lai láng, ào ạt. Dường như với một dân tộc luôn đứng trước những nguy cơ ngoại bang và chiến tranh xâm lược thì vấn đề Tổ quốc, đất nước, dân tộc luôn là mối quan tâm hàng đầu của mỗi con người. Trong tiểu thuyết, cảm hứng lịch sử dân tộc biểu hiện qua đề tài, chủ đề, cốt truyện, hình tượng nhân vật và đời sống văn hóa- xã hội trong thời kì đó.

2.3.1.3. Cảm hứng thế sự, đời tư

2.3.1.3.1. Khái niệm cảm hứng thế sự, đời tư

Cảm hứng thế sự, đời tư là cảm hứng về cuộc sống đời thường, về con người của thực tại. Những tác phẩm mang cảm hứng thế sự thường hướng đến sinh hoạt hằng ngày của con người, chú ý khẳng định giá trị thẩm mĩ của cái đời thường, khám phá mọi phức tạp, éo le và cả những xung đột đời thường trên hành trình đi tìm sự sống và hạnh phúc của con người.

Xưa nay, trong sáng tạo văn chương, cuộc sống, sự thật luôn là cội nguồn của mọi cảm hứng. Nó tạo ra chất "men" của tình cảm nhà văn trong sáng tác. Nếu không có sự thật về nỗi đau của số phận con người trong cuộc sống, thì không có tình thương xuất phát từ những nỗi đau đó để ta hướng tới lẽ phải, tới chân lí cuộc sống.

2.3.1.3.2. Những biểu hiện của cảm hứng thế sự, đời tư

Nói đến cảm hứng thế sự là nói đến cảm hứng về cuộc sống đời thường, về thế thái nhân tình, về con người của thực tại. Những tác phẩm mang cảm hứng thế sự chú ý khẳng định giá trị thẩm mĩ của cái đời thường, khám phá mọi phức tạp, éo le và cả cái cao quí trên hành trình đi tìm sự sống và hạnh phúc của con người. Bên cạnh việc phản ánh những vấn đề có tính thời sự đầy nhức nhối, tiểu thuyết cũng đồng thời phản ánh niềm tin vào cuộc sống. Trong tiểu thuyết, ta cũng thấy xuất hiện giọng điệu lạc quan, tin tưởng vào cuộc đời, tin tưởng vào tương lai đất nước. Cảm hứng thế sự đời tư chi phối chặt chẽ đến hệ thống hình tượng trong tiểu thuyết. nhìn nhận dưới góc độ nhận thức, nó trở thành một "phép thử" để qua đó, con người có cơ hội để kiểm chứng lại giá trị, ý nghĩa đời mình. Biểu hiện của cảm hứng thế sự đời tư cụ thể trong ngôn ngữ (đời thường suồng sã, trong sáng, giản dị), hình ảnh (dân gian), giọng điệu. Nghệ thuật trần thuật của tác giả cũng trở nên đa dạng và linh hoạt. Có thể nói, cảm hứng thế sự là một mạch cảm hứng quan trọng, chi phối đến nhiều phương diện nghệ thuật của tiểu thuyết. Nó bộc lộ niềm trăn trở thường trực của nhà văn trong việc xác lập những giá trị tinh thần mới, vừa thiết thực và gần gũi với đời sống hôm nay nhưng vẫn phải đáp ứng được những chuẩn mực nhân văn muôn thuở. Một trong những vấn đề đang được xã hội quan tâm hiện nay đó là bảo tồn, gìn giữ những giá trị văn hóa dân tộc. Giao lưu, hội nhập quốc tế càng mở rộng thì nguy cơ đánh mất bản sắc dân tộc càng lớn. Với cảm hứng chủ đạo là cảm hứng thế sự, tiểu thuyết đã mở rộng phạm vi phản ánh hiện thực đời sống, tính dân chủ trong thơ được đề cao, qua đó cũng thể hiện trách nhiệm công dân của nhà thơ trước những vấn đề có tính thời sự.

2.4. Nghệ thuật xây dựng cốt truyện trong tiểu thuyết

2.4.1. Cốt truyện là gì?

Tác phẩm nghệ thuật là sản phẩm tinh thần, là kết quả của quá trình lao động nghệ thuật sáng tạo của người nghệ sĩ. Nếu nhắc đến thơ, bạn đọc chủ yếu nhấn mạnh đến yếu tố cảm xúc trữ tình, thì khi nói đến các tác phẩm tự sự, chúng ta lại nhắc tới một thành phần có vai trò cực kì quan trọng, đó là cốt truyện. Cốt truyện là "cái khung" để đỡ cho toàn bộ tòa nhà nghệ thuật ngôn từ đứng vững. Cho đến nay nhiều nhà nghiên cứu phê bình văn học vẫn khẳng định: Cốt truyện có vai trò quan trọng, qua cốt truyện nhà văn thể hiện những xung đột đời sống, mối quan hệ qua lại giữa các tính cách trong một hoàn cảnh xã hội nhất định, từ đó bộc lộ chủ đề và tư tưởng tác phẩm.

Khái niệm cốt truyện được rất nhiều nhà nghiên cứu, phê bình văn học quan tâm. Qua tìm hiểu một số sách lí luận văn học, từ điển... Chúng tôi xin đưa ra một số khái niệm về cốt truyện như sau:

Trong *Giáo trình Lí luận văn học,* tập II, nhóm tác giả biên soạn đã đưa ra khái niệm về cốt truyện: "Cốt truyện là chuỗi các sự kiện được tạo dựng trong tác phẩm tự sự và kịch" [14; 56]. Có thể nói cốt truyện là nòng cốt, là "xương sống" của truyện, tồn tại với hai tính chất cơ bản: Một là tính liên tục hạn hữu trong trật tự thời gian, sự kiện này được đặt sau sự kiện trước và cứ thế đến kết thúc. Hai là các sự kiện trong chuỗi có mối quan hệ nhân quả và bộc lộ ý nghĩa.

Trong *Từ điển thuật ngữ văn học*, Lê Bá Hán cũng cho rằng "cốt truyện là hệ thống các sự kiện cụ thể được tổ chức theo yêu cầu tư tưởng và nghệ thuật nhất định, tạo thành một bộ phận cơ bản và quan trọng nhất trong hình thức động của tác phẩm văn học". [15; 88]

Trong cuốn *150 thuật ngữ văn học,* thuật ngữ cốt truyện được hiểu là "Sự phát triển hành động, tiến trình các sự việc, các biến cố trong tác phẩm tự sự và kịch, đôi khi cả trong tác phẩm trữ tình". [16; 13]

Cốt truyện thực hiện nhiều chức năng quan trọng trong tác phẩm như gắn kết các sự kiện thành một chuỗi và tạo thành lịch sử của mỗi nhân vật, bộc lộ xung đột của con người, tạo ra một ý nghĩa về mặt nhân sinh, tạo hấp dẫn cho tác phẩm. Trong các cốt truyện thường vạch ra rất rõ ràng các giai đoạn của hành động và mối xung đột làm cơ sở cho nó. Đó là những thành phần của cốt truyện. Bất cứ truyện lớn, nhỏ, cốt truyện nói chung bao gồm các thành phần chính: trình bày, thắt nút, phát triển, đỉnh điểm (cao trào), kết thúc. Các nhà lí luận văn học cổ điển chỉ rất rõ điều này.

Về kết cấu của cốt truyện, ngoài các mối liên hệ bên ngoài, có tính chất thời gian và nhân quả, giữa các sự kiện được miêu tả còn có mối liên hệ bên trong, mang ý nghĩa và cảm xúc. Về cơ bản các liên hệ này tạo thành phạm vi kết cấu của cốt truyện. Có những loại kết cấu phổ biến là lối kết cấu bằng trình tự liên tiếp trước sau của các sự kiện ở những tác phẩm có giá trị, khiến người đọc luôn thấy sự mới mẻ qua từng chi tiết với đoạn kết là trụ cột của cốt truyện; Lối kết cấu quan trọng là sự đảo lộn thời gian các sự kiện nhằm chuyển sự chú ý của bạn đọc từ sự kiện vào nội tình nhân vật. Để khám phá con đường khó khăn phức tạp trong việc hình thành tính cách con người, các nhà văn dùng kiểu lắp ghép quá khứ với hiện tại của các nhân vật, cộng với hành động luân chuyển từ thời gian này đến thời gian khác. Lối kết cấu hồi cổ như thể trong các tiểu thuyết và kịch thường sử dụng để ngắt quãng tuyến hành động chính. Qua đó bộc lộ đầy đủ hơn các mối liên hệ kế thừa của các thời đại và thế hệ.

Về phương diện kết cấu và quy mô nội dung, nhìn chung có thể chia cốt truyện thành hai loại: cốt truyện đơn tuyến và cốt truyện đa tuyến. Trong cốt truyện đơn tuyến, hệ thống sự kiện được tác giả kể lại gọn gàng và thường là đơn giản về số lượng, tập trung thể hiện quá trình phát triển tính cách của một vài nhân vật chính, có khi chỉ là một giai đoạn trong cuộc đời nhân vật chính. Vì vậy cốt truyện đơn tuyến thường có dung lượng nhỏ hoặc vừa. Cốt truyện đơn tuyến thường tồn tại trong các truyện ngắn, truyện vừa hoặc phần lớn các kịch bản văn học.

Cốt truyện đa tuyến là cốt truyện trình bày một hệ thống sự kiện phức tạp, nhằm tái hiện nhiều bình diện của đời sống ở một thời kì lịch sử, tái hiện những con đường diễn biến phức tạp của nhiều nhân vật, do đó có một dung lượng lớn. Hệ thống sự kiện trong cốt truyện đa tuyến được chia thành nhiều dòng, nhiều tuyến gắn liền với số phận các nhân vật chính của tác phẩm.

Cơ sở chung của mọi cốt truyện, xét đến cùng, là những xung đột xã hội được khúc xạ qua các xung đột nhân cách. Nhưng sẽ sai lầm nếu đồng nhất xung đột xã hội với cốt truyện tác phẩm văn học. Xung đột xã hội là cơ sở khách quan, là đối tượng nhận thức, phản ánh, trong khi đó cốt truyện lại là sản phẩm sáng tạo độc đáo của chủ quan nhà văn.

Dù đa dạng, mọi cốt truyện đều trải qua một tiến trình vận động có hình thành, phát triển và kết thúc. Tuy nhiên, không phải bất cứ cốt truyện nào cũng bao hàm đầy đủ các thành phần như vậy. Vì vậy, cần tránh thái độ máy móc khi phân tích thành phần của cốt truyện. Vấn đề không phải là xác định một cách hình thức mỗi thành phần mà là thâm nhập sâu sắc vào nội dung cụ thể của tác phẩm, khảo sát các chặng dường phát triển có ý nghĩa quyết định đối với số phận nhân vật, đặc biệt là các nhân vật chính, có như thế, việc phân tích các thành phần của cốt truyện mới đem lại hiệu quả thiết thực cho nghiên cứu khoa học và cảm thụ nghệ thuật.

2.4.2. Một vài đặc điểm của cốt truyện

Cốt truyện có ba đặc điểm chính: tính lịch sử - cụ thể, tính kịch và tính hoàn chỉnh.

2.4.2.1. Tính lịch sử - cụ thể

Tính lịch sử - cụ thể của cốt truyện được biểu hiện thông qua tính chân thật của sự kiện lịch sử - xã hội làm điểm tựa cho sự phát triển của cốt truyện, đó thường là những sự kiện có ý nghĩa tiêu biểu cho sự vận động của lịch sử ở một thời điểm cụ thể nhất định.

2.4.2.2. Tính kịch

Cùng với tính lịch sử cụ thể, cốt truyện còn có tính kịch. Đặc điểm này được tạo thành từ những xung đột của hiện thực, đó là xung đột các lực lượng xã hội, giữa cá nhân này với cá nhân khác về quan điểm tư tưởng, về quyền lợi kinh tế, về tâm lý tính cách... Những xung đột được phản ánh trong tác phẩm được nhà văn lựa chọn theo quy luật sáng tạo của văn học, để phát triển gay gắt, không thể điều hòa được và tự nó làm bùng nổ một cuộc đấu tranh gay gắt, quyết liệt. Những xung đột như vậy gọi là xung đột có kịch tính.

Tính hoàn chỉnh của văn học được tạo nên do yêu cầu văn học phải phản ánh sự vận động của cuộc sống một cách hợp logic. Nói cụ thể hơn, cốt truyện, với tư cách là một hệ thống sự kiện phải được tổ chức một cách chặt chẽ, tránh tình trạng phân tán, rời rạc.

Các bước diễn biến của cốt truyện cũng giống như quá trình vận động của một xung đột, nghĩa là có mở đầu, thắt nút, phát triển và vươn tới cao điểm, rồi đi vào giải quyết cụ thể và kết thúc. Tuy nhiên, do quy luật sáng tạo văn học và nhất là do yêu cầu thể hiện chủ đề- tư tưởng tác phẩm, không nhất thiết bất cứ cốt truyện nào cũng cần có đầy đủ các bước diễn biến và theo trật tự nhất định.

2.5. Nghệ thuật xây dựng nhân vật trong tiểu thuyết

2.5.1. Nhân vật văn học là gì?

Đối tượng chung của văn học là cuộc đời nhưng trong đó con người luôn giữ vị trí trung tâm. Những sự kiện kinh tế, chính trị, xã hội, những bức tranh thiên nhiên, những lời bình luận...đều góp phần tạo nên sự phong phú, đa dạng cho tác phẩm nhưng cái quyết định chất lượng tác phẩm văn học chính là việc xây dựng nhân vật. Đọc một tác phẩm, cái đọng lại sâu sắc nhất trong tâm hồn người đọc thường là số phận, tình cảm, cảm xúc, suy tư của những con người được nhà văn thể hiện. Mỗi nhà văn khác nhau lại có cái nhìn khác về con người. Con người khi đi vào tác phẩm đã không còn nguyên trạng thái mà được thể hiện theo yêu cầu thẩm mĩ của nhà văn. Tuy vậy, con người trong các tác phẩm văn học cũng không kém phần sinh động.

Trong cuốn *Từ điển văn học* (bộ mới) định nghĩa nhân vật văn học: "Thuật ngữ chỉ hình tượng nghệ thuật về con người, một trong những dấu hiệu về sự tồn tại toàn vẹn của con người trong thế giới nghệ thuật ngôn từ. Bên cạnh con người, nhân vật văn học có khi là con vật, các loại cây, các sinh thể hoang đường được gắn những đặc điểm giống con người".[17; 12540]

Nhân vật văn học là phương thức nghệ thuật nhằm khai thác những nét thuộc tính của con người. Tác phẩm văn học không thể thiếu nhân vật, vì đó là hình thức cơ bản để qua đó văn học miêu tả thế giới một cách hình tượng. Nhân vật văn học là một trong những khái niệm trung tâm để xem xét sáng tác của một nhà văn, một khuynh hướng, một trường phái hoặc một dòng phong cách.

Như vậy có thể nói rằng, nhân vật là phương tiện quan trọng để nhà văn phản ánh hiện thực. Nhà văn phản ánh, cắt nghĩa hiện thực cuộc sống thông qua việc miêu tả nhân vật hướng tới xây dựng hình tượng, cũng vì lẽ đó mà phản ánh hiện thực là một chức năng quan trọng của nhân vật văn học.

Nhân vật văn học còn thể hiện quan niệm nghệ thuật và lí tưởng thẩm mĩ của nhà văn về con người. Vì thế, nhân vật luôn gắn chặt với chủ đề của tác phẩm. Nhân vật văn học được miêu tả qua các biến cố, xung đột, mâu thuẫn và mọi chi tiết các loại. Đó là mâu thuẫn nội tâm của nhân vật, mâu thuân giữa nhân vật này với nhân vật kia, giữa tuyến nhân vật này với tuyến nhân vật khác. Cho nên nhân vật luôn luôn gắn liền với cốt truyện. Nhờ được miêu tả qua xung đột, mâu thuẫn, nên khác với hình tượng hội họa và điêu khắc, nhân vật văn học là một chỉnh thể vận động, có tính cách được bộc lộ dần trong không gian, thời gian, mang tính chất quá trình. Văn học phản ánh hiện thực thông qua việc xây dựng nên các nhân vật, các tính cách xã hội, bởi tính cách xã hội là kết tinh các mối quan hệ trong đời sống. Điều đặc biệt nữa ở nhân vật là, mỗi nhân vật có một tính cách điển hình, mỗi tính cách lại là kết tinh của một môi trường, nên nhân vật còn có đặc điểm nữa là nhân vật như cầu nối dẫn dắt người đọc vào thế giới nghệ thuật và cuộc sống hiện tại.

Khi xây dựng nhân vật, nhà văn có mục đích gắn liền nó với những vấn đề mà nhà văn muốn đề cập đến trong tác phẩm. Vì vậy, tìm hiểu nhân vật trong tác phẩm, bên cạnh việc xác định những nét tính cách của nó, cần nhận ra những vấn đề của hiện thực và quan niệm của nhà văn mà nhân vật muốn thể hiện. Chẳng hạn, khi nhắc đến một nhân vật, nhất là các nhân vật chính, người ta thường nghĩ đến các vấn đề gắn liền với nhân vật đó. Gắn liền với Kiều là thân phận của người phụ nữ có tài sắc trong xã hội cũ. Gắn liền với Kim Trọng là vấn đề tình yêu và ước mơ vươn tới hạnh phúc. Gắn liền với Từ Hải là vấn đề đấu tranh để thực hiện khát vọng tự do, công lí...Trong *Chí Phèo* của Nam Cao, nhân vật Chí Phèo thể hiện quá trình lưu manh hóa của một bộ phận nông dân trong xã hội thực dân nửa phong kiên. Đằng sau nhiều nhân vật trong truyện cổ tích là vấn đề đấu tranh giữa thiện và ác, tốt và xấu, giàu và nghèo, những ước mơ tốt đẹp của con người...

Do nhân vật có chức năng khái quát những tính cách, hiện thực cuộc sống và thể hiện quan niệm của nhà văn về cuộc đời cho nên trong quá trình mô tả nhân vật, nhà văn có quyền lựa chọn những chi tiết, yếu tố mà họ cho là cần thiết bộc lộ được quan niệm của mình về con người và cuộc sống. Chính vì vậy, không nên đồng nhất nhân vật văn học với con người trong cuộc đời. Khi phân tích, nghiên cứu nhân vật, việc đối chiếu, so sánh có thể cần thiết để hiểu rõ thêm về nhân vật, nhất là những nhân vật có nguyên mẫu ngoài cuộc đời (Anh hùng Núp trong *Đất nước đứng lên*; Chị Sứ trong *Hòn Đất*...) nhưng cũng cần luôn luôn nhớ rằng nhân vật văn học là một sáng tạo nghệ thuật độc đáo gắn liền với ý đồ tư tưởng của nhà văn trong việc nêu lên những vấn đề của hiện thực cuộc sống. Betông Brecht cho rằng: "Các nhân vật của tác phẩm nghệ thuật không phải giản đơn là những bản dập của những con người sống mà là những hình tượng được khắc họa phù hợp với ý đồ tư tưởng của tác giả".

Nhân vật văn học là một hiện tượng hết sức đa dạng. Những nhân vật được xây dựng thành công từ xưa đến nay bao giờ cũng là những sáng tạo độc đáo, không lặp lại. Bởi vậy, nhân vật văn học dù có ở hình dạng nào đi nữa cũng chỉ là một đơn vị nghệ thuật mang tính ước lệ, không bị đồng nhất với con người thật, ngay cả khi tác giả xây dựng nhân vật với những nét rất gần với nguyên mẫu có thật. Nhân vật văn học chính là một phương tiện để tác giả truyền đạt tư tưởng của mình qua chủ đề của tác phẩm.

Tóm lại, nhân vật là phương tiện khái quát hiện thực quan trọng của văn học. Thông qua nhân vật ta thấy được hiện thực cuộc sống, những suy nghĩ, ước ao, kì vọng của con người, thấy được những điều ý nghĩa, thấy được những cảm xúc tươi đẹp cũng như tư tưởng, tình cảm của nhà văn.

2.5.2. Các kiểu nhân vật trong tiểu thuyết

Văn học không thể thiếu nhân vật, bởi đó chính là phương tiện cơ bản để nhà văn khái quát hiện thực một cách hình tượng. Nhà văn sáng tạo nhân vật để thể hiện nhận thức của mình về một cá nhân nào đó, một loại người, một vấn đề nào đó của hiện thực. Vì thế, nhân vật chính là người dẫn dắt người đọc vào một thế giới riêng của đời sống trong một thời kì lịch sử nhất định. Nhân vật trong tác phẩm văn học là một hiện tượng hết sức đa dạng. Những nhân vật được xây dựng thành công từ xưa đến nay bao giờ cũng là những sáng tạo độc đáo, không lặp lại. Thế giới nhân vật đa dạng nên có thể phân loại nhân vật ở nhiều góc độ khác nhau.

Để xây dựng thành công một nhân vật văn học, nhà văn phải có khả năng đồng cảm, phát hiện những đặc điểm bền vững ở nhân vật. Điều này đòi hỏi nhà văn phải hiểu đời và hiểu người. Nhưng có một điều không kém phần quan trọng là nhà văn phải miêu tả, khắc họa nhân vật ấy sao cho có sức thuyết phục mạnh mẽ đối với người đọc. Hiểu được tầm quan trọng của nghệ thuật xây dựng nhân vật nên trong tác phẩm của mình, nhà văn đã xây dựng hệ thống nhân vật rất đa dạng với nhiều kiểu loại nhân vật khác nhau.

Nhân vật là con đẻ tinh thần của nhà văn, nó phải có đầy đủ mọi yếu tố để làm nên cuộc đời một con người trong thế giới nghệ thuật của tác phẩm văn học. Và do đó, nghệ thuật xây dựng nhân vật là một trong những yếu tố thể hiện tài năng của cây bút Vũ Xuân Tửu. Khả năng của cây bút tự sự Vũ Xuân Tửu thể hiện rất rõ qua cách nhà văn tạo dựng hệ thống nhân vật của mình thiên về miêu tả ngoại hình, hành động và ngôn ngữ. Thế giới nhân vật do nhà văn sáng tạo ra thật phong phú. Trong lịch sử văn học đã có biết bao nhiêu nhân vật với những đường nét, diện mạo, tính cách khác nhau. Chỉ riêng *Chuyện trong làng ngoài xã* thôi, Vũ Xuân Tửu đã sáng tạo hơn sáu mươi tư nhân vật. Có bao nhiêu nhân vật có bấy nhiêu dáng vẻ, bấy nhiêu cuộc đời, bởi lẽ mỗi nhân vật là một sáng tạo độc đáo của nhà văn.

Xét từ góc độ nội dung tư tưởng hay phẩm chất nhân vật: có nhân vật chính diện, nhân vật phản diện; Xét từ góc độ thể loại: Có thể phân thành các nhân vật: nhân vật trữ tình, nhân vật tự sự và nhân vật kịch; Xét từ góc độ chất lượng miêu tả: Có thể phân thành các loại: nhân vật, tính cách, điển hình; Xét từ góc độ kết cấu - cốt truyện: nhân vật chính, nhân vật trung tâm và nhân vật phụ.

Lựa chọn nhân vật nào làm nhân vật chính có ý nghĩa rất quan trọng. Mỗi nhà văn, mỗi thời đại đều có nhân vật chính của mình. Nhân vật thể hiện tư tưởng của nhà văn và thời đại. Tìm hiểu nhân vật chính của nhà văn giúp người đọc hiểu được tư tưởng, khát vọng và suy tư của họ trước cuộc đời.

2.5.3. Giọng điệu trần thuật và ngôn ngữ nghệ thuật trong tiểu thuyết

2.5.3.1. Giọng điệu trần thuật

Thực tế cho thấy, giọng điệu là một thành tố không thể thiếu được trong việc xây dựng và triển khai tư tưởng, xúc cảm của nhà văn. Giọng điệu là thái độ, tình cảm, lập trường tư tưởng, đạo đức của nhà văn đối với hiện tượng được miêu tả thể hiện trong lời văn quy định cách xưng hô, gọi tên, dùng từ, sắc điệu, tình cảm, cách cảm thụ xa gần, thân sơ, thành kính hay suồng sã, ngợi ca hay châm biếm. Giọng điệu là một hiện tượng nghệ thuật mang tính cá nhân cao độ, gắn với phong cách nhà văn, một phương diện cơ bản tạo nên hình thức nghệ thuật của tác phẩm. Trong nghệ thuật kể chuyện, giọng điệu cũng là một yếu tố cơ bản. Phản ánh quan điểm, thị hiếu thẩm mĩ của người sáng tạo, giọng điệu có vai trò quan trọng trong việc thể hiện cá tính sáng tạo của tác giả. Giọng điệu được thiết lập từ mối quan hệ giữa người kể với người nghe từ thế giới sự kiện được miêu tả và tạo thành giọng điệu trần thuật.

Không nên lẫn lộn giọng điệu với ngữ điệu là phương tiện biểu hiện của lời nói, thể hiện qua cách lên giọng, xuống giọng, nhấn mạnh, nhịp điệu, chỗ ngừng. Giọng điệu là một phạm trù thẩm mĩ của tác phẩm văn học. Nó đòi hỏi người trần thuật phải có khẩu khí, có giọng điệu. Giọng điệu trong tác phẩm gắn với cái giọng "trời phú" của mỗi tác giả, nhưng mang nội dung khái quát nghệ thuật, phù hợp với đối tượng thể hiện. Giọng điệu trong tác phẩm có giá trị thường đa dạng, có nhiều sắc thái trên cơ sở một giọng điệu cơ bản chủ đạo, chứ không đơn điệu. Giọng điệu phản ánh lập trường xã hội, thái độ tình cảm và thị hiếu thẩm mĩ của tác giả có vai trò rất lớn trong việc tạo nên phong cách nhà văn và tác dụng truyền cảm cho người đọc. Thiếu một giọng văn nhất định, nhà văn chưa thể viết ra được tác phẩm, mặc dù đã có đủ tài liệu và sắp xếp trong hệ thống nhân vật.

Nhìn chung, giọng điệu chủ yếu được bộc lộ qua những đặc điểm chính:

Một là, do thể hiện trực tiếp, trực diện quan niệm, thái độ lập trường của nhà văn mà giọng điệu mang tính chủ quan.

Hai là, nếu văn xuôi có ý thức khám phá đời sống ở tầng đáy của nó, phân tích một cách minh bạch, kĩ lưỡng các hiện tượng thì lại là những mảng tâm trạng điển hình, những nhát cắt của dòng cảm xúc mãnh liệt cho nên giọng điệu tác phẩm thường trùng khít, tương hợp với ý đồ tác giả.

Ba là, mặc dù là phạm trù thuộc về nội dung nhưng giọng điệu bao giờ cũng chi phối đến các phương diện hình thức, được bộc lộ qua những tín hiệu có tính hình thức. Trong thực tiễn nghệ thuật, giọng điệu không hiện ra chắp vá, rời rạc mà được toát ra từ những mao mạch nhỏ bé, li ti của tác phẩm. Việc biểu hiện nó còn nhờ cậy vào cách xây dựng nhịp điệu và khả năng điều phối các kỹ thuật sử dụng hình ảnh, dùng từ… tạo thành mối quan hệ bên trong, góp phần làm nên sự thống nhất cơ bản của tác phẩm.

Giọng điệu chính là một trong những "chìa khóa" quan trọng để giải mã bức thông điệp thẩm mĩ của nhà văn. Nó là một yếu tố nghệ thuật nhưng lại mang tính nội dung rất rõ. Do đó, trong quá trình đọc hiểu tác phẩm không thể không nghiên cứu giọng điệu, không thể không chú ý khai thác hiệu quả thẩm mĩ mà giọng điệu đem lại cho độc giả. Việc tạo ra giọng điệu nghệ thuật riêng là nỗ lực không ngừng của mỗi nhà văn.

Giọng điệu trần thuật là một giọng điệu rất trải đời, vừa tự nhiên, dân dã vừa trìu nặng suy tư, vừa giàu chất khái quát, triết lí, vừa đậm tính đa thanh. Sự tự nhiên, dân dã tạo nên phong vị hài hước rất có duyên trong giọng kể của nhân vật "tôi", tính cách đa thanh thể hiện trong lời kể: nhiều giọng (tự sự xen lẫn hoài nghi, tự sự xen lẫn tự hào). Giọng điệu trần thuật đã làm cho tiểu thuyết đặc sắc, đặc chất tự sự rất đời thường mà hiện đại.

2.5.3.2. Ngôn ngữ nghệ thuật

Nhân vật văn học là con người được nhà văn miêu tả trong tác phẩm bằng phương tiện văn học. Những con người này có thể được miêu tả kĩ hay sơ lược, sinh động hay không rõ nét, xuất hiện một hay nhiều lần, thường xuyên hay từng lúc, giữ vai trò quan trọng nhiều, ít hoặc không ảnh hưởng nhiều lắm đối với tác phẩm. Nhân vật văn học không giống với các nhân vật thuộc các loại hình nghệ thuật khác. Ở đây, nhân vật văn học được thể hiện bằng chất liệu riêng là ngôn từ. Vì vậy, nhân vật văn học đòi hỏi người đọc phải vận dụng trí tưởng tượng, liên tưởng để dựng lại một con người hoàn chỉnh trong tất cả các mối quan hệ của nó. Ngôn ngữ nhân vật là lời nói của nhân vật trong các tác phẩm thuộc các loại hình tự sự và kịch. Ngôn ngữ nhân vật là một trong các phương tiện quan trọng được nhà văn sử dụng nhằm thể hiện cuộc sống và cá tính nhân vật. Trong các tác phẩm tự sự, nhà văn còn thường trực tiếp miêu tả phong cách ngôn ngữ của nhân vật.

Dù tồn tại dưới dạng nào hoặc được thể hiện bằng cách nào, ngôn ngữ nhân vật bao giờ cũng phải đảm bảo sự kết hợp sinh động giữa cá thể và tính khái quát, nghĩa là một mặt, mỗi nhân vật có một ngôn ngữ mang đặc điểm riêng, có "lời ăn tiếng nói" riêng, mặt khác, ngôn ngữ ấy lại phản ánh được đặc điểm ngôn ngữ của một tầng lớp người nhất định gần gũi về nghề nghiệp, tâm lí, giai cấp, trình độ văn hóa…

Tiểu kết chương 1

Cùng với quá trình vận động, phát triển, hiện đại hóa của văn học Việt Nam, văn xuôi Việt Nam cũng có sự vận động, phát triển và hiện đại hóa dần. Tiếp tục những thành tựu và kinh nghiệm đã có trong những giai đoạn trước, khoảng mười năm sau ngày thống nhất đất nước, đội ngũ sáng tác văn xuôi miền núi ngày càng đông đảo, và hoạt động nghệ thuật của họ tạo nên sự phát triển mới, đồng bộ và phong phú của bộ phận văn học này trong dòng vận động chung của đời sống và văn học dân tộc. Đội ngũ nhà văn viết về đề tài miền núi và đồng bằng giai đoạn này ngày càng phát triển mạnh mẽ. Là một nhà văn làm việc, sinh sống và gắn bó cả cuộc đời với mảnh đất Tuyên Quang, Vũ Xuân Tửu là một trong số không nhiều những nhà văn của lực lượng vũ trang tâm huyết và có nhiều thành công với mảng đề tài về cuộc sống của con người vùng đồng bằng Bắc Bộ và miền núi phía Bắc. Trong cuộc sống cũng như trong sáng tác văn học, ông không ngần ngại đưa ra những quan điểm của mình và sự nghiêm túc trong nghề. Chính vì điều này, Vũ Xuân Tửu đã trình làng nhiều tác phẩm có giá trị, nổi bật trong đó là tiểu thuyết. Tiếp cận tác phẩm, người đọc sẽ không bao giờ quên giọng văn của ông với một phong cách, cá tính riêng không thể trộn lẫn.

CHƯƠNG 2: MỘT VÀI ĐẶC ĐIỂM VỀ TIỂU THUYẾT CHUYỆN TRONG LÀNG NGOÀI XÃ CỦA NHÀ VĂN VŨ XUÂN TỬU

1. Nhà văn vũ Xuân Tửu- Cuộc đời và sự nghiệp

Vũ Xuân Tửu là một trong những tên tuổi nổi bật hàng đầu của văn học Tuyên Quang thời kỳ đổi mới. Với một sức viết bền và khỏe, ông đã cho ra đời một số lượng khá lớn các tác phẩm văn học, mà dư âm của nó có sức lan tỏa không chỉ đối với các bạn đọc ở địa phương Tuyên Quang, mà còn với khá đông bạn đọc trong cả nước.

1.1. Cuộc đời

Nhà văn Vũ Xuân Tửu sinh ngày 26 tháng 02 năm 1955, tại xóm Ninh Tân, xã Ninh Giang, huyện Hoa Lư, tỉnh Ninh Bình. Tuy nhiên, từ năm tám tuổi Vũ Xuân Tửu đã theo gia đình lên khai hoang phát triển kinh tế, tại xã Hùng Đức, huyện Hàm Yên, tỉnh Tuyên Quang. Chính vì vậy, miền quê Hoa Lư chỉ còn đọng lại trong kí ức tuổi thơ của nhà văn, như một miền quê thanh bình và yên tĩnh. Ngọn nguồn cảm hứng sáng tạo và nuôi dưỡng tâm hồn nhà văn là quê hương thứ hai, xã Hùng Đức, huyện Hàm Yên, tỉnh Tuyên Quang và người mẹ giàu vốn văn hóa dân gian của anh.

Vũ Xuân Tửu sinh ra trong một gia đình nông dân có chín người con, anh là con trai cả trong gia đình, từng chứng kiến bố mẹ phải làm đủ các nghề (làm ruộng, đóng cối, thợ mộc) để kiếm sống. Từ năm 1963 đến năm 1974, tại miền đất khai hoang Hàm Yên, vừa tham gia giúp đỡ cha mẹ việc đồng áng, chăm các em, nấu cơm, chăn trâu cắt cỏ... Vũ Xuân Tửu vừa học hết bậc học phổ thông. Với tư chất thông minh và chăm chỉ học hành, năm 1974 sau khi tốt nghiệp phổ thông, Vũ Xuân Tửu đã thi đỗ vào trường Đại học An ninh nhân dân (nay là Học viện An ninh nhân dân) và tốt nghiệp tại đây năm 1979, trở về công tác tại Công an Tỉnh Tuyên Quang.

Trong quá trình công tác tại Công an Tỉnh, nhà văn Vũ Xuân Tửu đã tham gia giữ các chức vụ như Phó Văn phòng Công an tỉnh, Trưởng phòng Công tác chính trị Công an tỉnh. Đến năm 2010 Vũ Xuân Tửu có quyết định về hưu. Hiện tại nhà văn Vũ Xuân Tửu sống tại số nhà 537, đường Quang Trung, phường Phan Thiết, thành phố Tuyên Quang, tỉnh Tuyên Quang. Với ba mươi năm công tác trong nghành Công an, tham gia nhiều bộ phận, công tác tại nhiều địa bàn, tiếp xúc và tìm hiểu nhiều đối tượng khác nhau, Vũ Xuân Tửu đã nắm vững phong tục, tập quán, tâm tính của nhiều hạng người trong xã hội, ông có thể thấu hiểu được những suy nghĩ đơn giản, nhưng mang đầy tính cố hữu của những người nông dân, có thể cảm nhận được sâu sắc những tính toán, căn cơ trong cuộc sống thường thường bậc trung của lớp cán bộ công chức, rồi cuộc sống của tầng lớp trí thức, quan chức, doanh nghiệp, đến văn nghệ sĩ, giáo viên... Tất cả đã trở thành vốn sống, vốn tư liệu đầy đặn cho những sáng tác của ông sau này.

Về đời tư, nhà văn Vũ Xuân Tửu có vẻ như không được như ý với cuộc hôn nhân của mình. Và đây là một trong những nguyên nhân không nhỏ ảnh hưởng tới thế giới quan của nhà văn. Năm 1984, ông kết hôn với một nữ diễn viên của Đoàn Nghệ thuật tỉnh. Sau bảy năm chung sống, có với nhau hai mặt con, nhà văn đã quyết định li hôn vợ, khi đứa con lớn mới sáu tuổi và đứa con nhỏ chưa đầy một tuổi. Cuộc sống trống trải với cảnh gà trống nuôi con đã trở thành dấu ấn nhọc nhằn trong ngòi bút của nhà văn sau này.

Nhà văn Vũ Xuân Tửu tham gia Hội Văn học Nghệ thuật tỉnh Tuyên Quang từ năm 1998. Sau nhiều năm đóng góp lớn và đặc biệt là nhận được giải thưởng Tạp chí Văn nghệ quân đội, năm 2006 ông được kết nạp vào Hội viên Hội Nghệ thuật các dân tộc thiểu số Việt Nam. Ủy viên Ban chấp hành Hội Văn học Nghệ thuật Tuyên Quang. Chi hội trưởng Chi hội Văn học thuộc Hội Văn học Nghệ thuật Tuyên Quang. Năm 2007, Vũ Xuân Tửu tham gia lớp Bồi dưỡng viết văn Nguyễn Du, khóa 1, do Hội Nhà Văn Việt Nam tổ chức.

1.2. Sự nghiệp sáng tác

Trong số các tác giả văn học Tuyên Quang thời kỳ đổi mới, Vũ Xuân Tửu là người có sức viết khỏe và viết khá đều tay. Chỉ trong vòng hơn hai mươi năm sáng tác (kể từ tập truyện ngắn đầu tay được xuất bản năm 1998 đến nay) ông đã cho ra đời hơn một trăm tác phẩm với đủ các thể loại: truyện ngắn, tiểu thuyết, thơ, trường ca.

Để có được điều này, theo nhà văn, từ năm 1974, khi còn là sinh viên của Học viện An ninh nhân dân, ông đã mầy mò đọc sách và ghi chép tư liệu trong thư viện. Đến năm 1980, Vũ Xuân Tửu mới chính thức đến với nghiệp viết bằng bút ký *Đường xuyên cao nguyên* đăng trên Văn nghệ Hà Tuyên. Mặc dù chưa thành công, nhưng một vài độc giả đã kịp thời nhận ra giọng văn tự nhiên, sống động, súc tích của cây viết trẻ trong tác phẩm đầu tay này, và những lời động viên của đồng nghiệp giống như một động lực để nhà văn đi đến một quyết định táo bạo, bên cạnh công việc đấu tranh phòng chống tội phạm, chàng sĩ quan công an quyết tâm đầu tư tâm huyết thêm một nghề tay trái: nghề viết văn. Và từ năm 1980, nhà văn Vũ Xuân Tửu bắt đầu tiếp xúc với đời sống văn nghệ và bắt đầu tập tành sáng tác. Những sáng tác đầu tay của Vũ Xuân Tửu ban đầu hầu hết là những bài thơ. Tuy nhiên, vào khoảng 1984 khi đã quen tay, ông chủ yếu viết văn xuôi. Những tác phẩm văn xuôi đầu tiên Vũ Xuân Tửu giữ lại cho riêng mình. Còn thơ với đặc trưng trữ tình, bay bổng lãng mạn không hợp lắm với tư duy khúc triết, chất tự sự và cái năng khiếu thiên bẩm về cách kể, lối kể và tạo dựng chi tiết truyện của Vũ Xuân Tửu, cho nên chỉ sau một thời gian ngắn, ông đã gần như bỏ hẳn để chuyển sang viết văn xuôi.

Năm 1998 được xem như bước ngoặt quan trọng trong cuộc đời sáng tác của Vũ Xuân Tửu. Là một người không được đào tạo bài bản để viết văn, bằng niềm đam mê, bằng khả năng thiên phú, trong thời gian tới hàng chục năm đầu sáng tác, nhà văn hoàn toàn viết theo khả năng, vốn sống và kinh nghiệm ít ỏi học được từ các nhà văn đi trước. Năm 1998 sau khi lần đầu tiên được dự trại sáng tác văn học của tuần báo Văn nghệ, tổ chức tại Lạng Sơn, Vũ Xuân Tửu thấy mình khác hẳn. Ông tâm sự: "Từ năm 1998, tôi mới thực sự xác định cụ thể con đường đi và bắt đầu sự nghiệp sáng tác văn học của mình theo đúng nghĩa của nghề viết". Sau khi được tiếp xúc, trao đổi, học hỏi thêm nhiều kinh nghiệm quý báu từ các đàn anh đi trước như Hữu Thỉnh, Nguyễn Khắc Trường, Vũ Xuân Tửu cảm thấy mình lớn lên rất nhiều. Đặc biệt, sau khi được nhà văn Nguyễn Khắc Trường (Tác giả của tiểu thuyết *Mảnh đất lắm người nhiều ma*) động viên: "Tao chưa khen thằng nào…nhưng với mày, mày nhất định sẽ trở thành nhà văn" (Nguyễn Quỳnh Trang - Báo Thể thao và Văn hóa), Vũ Xuân Tửu thấy tự tin hơn hẳn. Ông viết chắc chắn và bản lĩnh hơn. Cảm giác thăm dò, rụt rè nhường chỗ cho sự mạnh dạn, sắc sảo. Thay vì luôn dằn vặt bởi những câu hỏi: Văn mình có ra gì không nhỉ? Tác phẩm của mình liệu có công chúng không? Mình có thể theo đuổi sự nghiệp văn chương không? Lúc này ông có thể mạnh dạn trao cả cuộc đời mình cho sự nghiệp văn chương, mà không thấy một chút do dự nào nữa. Khi được hỏi về điều này, chính nhà văn Vũ Xuân Tửu cũng bật thốt lên: "Năm 1998 là năm đáng nhớ nhất, là bước ngoặt trong sự nghiệp sáng tác của mình". Năm 1998 cũng là năm đầu tiên nhà văn tự tin xuất bản *Tầm phào*- tác phẩm đầu tay của ông, để rồi những năm tiếp sau đó con đường sáng tác của ông mở rộng thênh thang, với nhiều tác phẩm được tặng thưởng được bạn đọc cả nước biết đến.

Vũ Xuân Tửu có thể sáng tác được ở tất cả các thể loại, nhưng thể loại thành công nhất là văn xuôi, trong đó có tiểu thuyết. Năm 2006, Vũ Xuân Tửu là một trong những tâm điểm chú ý của dư luận: đoạt giải nhất Cuộc thi truyện ngắn của Tạp chí Văn nghệ quân đội (2005- 2006); đồng thời, tiểu thuyết *Hình bóng đàn bà* (Nxb Văn nghệ thành phố Hồ Chí Minh, 2006) cũng gây sự chú ý trong văn giới. Bằng việc chọn lựa những phạm vi hiện thực sinh động và những phương thức biểu hiện linh hoạt, đặc biệt là bút pháp huyền ảo; tác phẩm của anh đã đem đến cho bạn đọc cái nhìn mới về cuộc sống và nghệ thuật.

Truyện ngắn:

- *Tầm phào*, tập truyện, Nxb Văn hóa dân tộc, Hà Nội, 1998;
- *Yếm thắm*, tập truyện, Nxb Văn nghệ, thành phố Hồ Chí Minh, 2003;
- *Bí mật cuốn gia phả*, tập truyện, Nxb Văn nghệ, tp. Hồ Chí Minh, 2005;
- *Con chim lửa*, tập truyện ngắn chọn lọc, Nxb Thanh niên, Hà Nội, 2006;
- *Mồ hôi của đá*, tập truyện, Nxb Hội Nhà văn, Hà Nội, 2007;
- *Chuyện ở bản Piát*, tập truyện, Nxb Văn nghệ, thành phố Hồ Chí Minh, 2007;
- *Lên cổng trời*, tập truyện, Nxb Thanh niên, Hà Nội, 2013;
- *Hoa cải ngồng*, tập truyện, Nxb Quân đội nhân dân, Hà Nội, 2013;
- *Chuyện tình người đẹp thành Tuyên*, tập truyện, Nxb Dân trí, Hà Nội, 2015;

Thơ:

Vũ Xuân Tửu có hai tập thơ đã xuất bản là *Miếng trầu xanh*, tập thơ, Nhà xuất bản Văn hóa dân tộc, Hà Nội, 1998 và *Bầu trời của những con gà*, tập thơ, Nxb Hội Nhà văn, Hà Nội, 2013.

Trường ca:

Vũ Xuân Tửu đã cho xuất bản bốn trường ca và một tiểu trường ca, tính đến tháng 10/ 2016 như sau:

- *Khúc hát người khai hoang*, Tiểu trường ca, in trong tập thơ *Miếng trầu xanh*, Nxb Văn hóa dân tộc, Hà Nội, 1998;
- *Chuyện anh thuyền chài Trần Văn Sông*, Nxb Văn học, Hà Nội, 2008;
- *Pây Nà Hang*, Nxb Hội Nhà văn, Hà Nội, 2013;
- *Tiếng hát Khau Vai*, Nxb Hội Nhà văn, Hà Nội, 2014;
- *Dòng suối du ca*, Nxb Hội Nhà văn, Hà Nội, 2014; Đăng trên Website Vanvn.vn (Hội Nhà văn Việt Nam), 2015; Website Vanhaiphong (Hội Nhà văn Hải Phòng), 2015.

Tiểu thuyết:

- *Người rừng* là loại tiểu thuyết giả thần thoại - cổ tích, kể về làng Cây Da có đôi vợ chồng tiều phu. Với dạng tiểu thuyết ngắn chứa chuyện thần, chuyện người, chuyện ta chuyện Tây xen kẽ, các quan hệ có sinh có diệt, nhưng kết lại là sức sống mãnh liệt, tình cảm sâu sắc của loài người và ước mơ về một thế giới công bằng tốt đẹp. Cuốn tiểu thuyết này được Nxb Hội Nhà văn, Hà Nội phát hành năm 2013; được đăng trên Website Vanvn.net, 2014; Website Nhavantphcm.com.vn, 2015.

- *Nửa tỉnh nửa quê* là tiểu thuyết tâm lí của Vũ Xuân Tửu được Nxb Văn hóa dân tộc, Hà Nội phát hành năm 2002; Nhà xuất bản Thanh niên tái bản năm 2016, là xoay quanh chuyện hai kĩ sư Nông và Vạng trong một phòng nghiên cứu thủy lợi. Câu chuyện gợi lên những suy tư về nghịch cảnh giữa tài năng và trở lực trong cuộc sống.

- *Cõi mê* cho hay thế giới huyền ảo trong cái thực. Hai mạch truyện xen nhau: sưu tầm bản sắc văn hóa dân gian và chuyện tình. Truyện kể về chuyến đi sưu tầm văn hóa dân gian người Sán Dìu dưới chân núi Tam Đảo của Huyền và Đồng. Cõi mê mang màu sắc văn hóa tâm linh, nhưng cũng đậm tính phồn thực. Tác phẩm gợi cho người đọc chiêm nghiệm về những ẩn khuất bên trong con người, chiều sâu về cuộc sống.

- *Chúa Bầu* là cuốn tiểu thuyết Vũ Xuân Tửu lấy sự kiện lịch sử thời Lê - Mạc ở Tuyên Quang. Tác phẩm lưu ấn tượng ở những chất liệu văn hóa dân gian, khả năng hư cấu nghệ thuật khéo, trần thuật linh hoạt, làm sống dậy bức tranh văn hóa phong tục và lịch sử trong quá khứ ở một miền quê phía Bắc Tổ Quốc. Tiểu thuyết Chúa Bầu của Vũ Xuân tửu được Nxb Quân đội nhân dân, Hà Nội, phát hành năm 2006.

- *Hình bóng đàn bà* là cuốn tiểu thuyết được Nxb Văn nghệ, tp. Hồ Chí Minh phát hành năm 2006. Với các yếu tố thực ảo, người viết tạo hình thức một chuyện tình kì bí qua trần thuật những diễn biến bên trong nhân vật chính; các chi tiết trong truyện là những ẩn ngữ chứa quan niệm về chân, thiện, mĩ, dưới một phương thức biểu hiện riêng gần với một số dạng tự sự phương Tây hiện đại. Điều căn bản toát lên từ tác phẩm: Không thể lẫn cuộc đời và nghệ thuật.

- *Chuyện trong làng ngoài xã* được Nxb Thanh niên, Hà Nội, phát hành năm 2007; Nxb Thanh niên tái bản đổi tên *Chuyện làng* năm 2011; Đài phát thanh truyền hình Quảng Ninh đã giới thiệu tiểu thuyết *Chuyện trong làng ngoài xã* trong chương trình phát thanh địa phương, nhằm giới thiệu tác giả Vũ Xuân Tửu và tác phẩm của ông trước công chúng. Cuốn tiểu thuyết nói về lịch sử của làng Đáy từ thời đuổi Nhật đánh Tây, chống Mỹ cho đến sau thống nhất đất nước. Nơi chứa bao điều từ nhỏ đến lớn với bao sự kiện, bao con người, bao thế hệ, chuyện đời, chuyện văn, bút tích lịch sử cứ xen lẫn nhau, thành từng chặng trước 1945, kháng chiến, hoà bình, xây dựng chủ nghĩa xã hội và chống Mĩ, sau thống nhất đất nước.

Những tác phẩm văn chương của Vũ Xuân Tửu ra đời trong thời kì chuyển mình mạnh mẽ của nền văn xuôi tự sự, bằng việc chọn lựa những phạm vi hiện thực sinh động và những phương thức biểu hiện linh hoạt, đặc biệt là bút pháp huyền ảo; tác phẩm của anh đã đem đến cho bạn đọc "cái nhìn mới về cuộc sống và nghệ thuật". [29]

Ngoài ra, ông còn xuất bản hai cuốn tiểu thuyết: *Cửa Đá*, do Nxb Hội Nhà văn, Hà Nội, xuất bản năm 2011; đăng trên Website NewVietArt (Việt Văn mới/ NVA) - Pháp năm 2015 và *Cua-rơ* do Nxb Hội Nhà văn, Hà Nội, phát hành năm 2013; đăng trên Website Vanvn.net, 2014.

2. Đặc điểm nội dung và nghệ thuật tiểu thuyết *Chuyện trong làng ngoài xã*

2.1. Giới thiệu vài nét về tiểu thuyết *Chuyện trong làng ngoài xã*

Mặc dù công tác trong ngành công an, sống ở Tuyên Quang nhưng với cái nghề "tay trái" là viết văn, cái tên Vũ Xuân Tửu đã được độc giả văn chương nhớ tới với ba truyện ngắn đoạt giải Nhất, Cuộc thi truyện ngắn Tạp chí Văn nghệ quân đội, rồi tiếp đó là qua các tập truyện: *Yếm thắm, Con chim lửa, Chuyện ở bản Piát* với một giọng văn "hồn nhiên, bản năng và tốn nguyên liệu" (nhà văn Ma Văn Kháng). Mới đây, Vũ Xuân Tửu khiến nhiều độc giả giật mình khi đọc cuốn tiểu thuyết *Chuyện trong làng ngoài xã* với ngồn ngộn nhân vật và chi tiết. Tiểu thuyết viết về đề tài nông thôn Việt Nam, xoay quanh cuộc sống của nhân dân làng Đáy, làng La nửa cuối thế kỷ XX của vùng đồng bằng và thượng du Bắc Bộ. [8]

Chuyện trong làng ngoài xã, thoạt nghe, bạn đọc có thể hình dung ra, đó là những chuyện xảy ra như cơm bữa trong sinh hoạt làng quê Việt Nam: chuyện cãi vã xóm giềng, con gà, con lợn, chuyện vợ chồng, con cái, hay lớn hơn chút nữa là chuyện tranh chấp giữa các dòng họ, đất đai, nhà cửa… Sự suy đoán đó, có lẽ, do cái tên quá bình dị đến nhẹ tênh của tác phẩm. Nhưng thật bất ngờ, cái tên nhẹ tênh ấy lại chở một vấn đề lớn lao. Đó là sự chuyển biến tư tưởng, tình cảm, nhận thức của người dân, cũng như sự thay đổi trong sách lược trên các phương diện của Đảng, Nhà nước, trong suốt quá trình vận động cách mạng, có lúc bĩ cực, có lúc thái lai của dân tộc Việt Nam, mà cái phông là làng Đáy, làng La, những làng quê nghèo khó của nông dân đồng bằng Bắc Bộ, những năm đầu của cuộc cách mạng dân tộc, từ tự phát lên tự giác; trong quá trình kháng chiến chống Pháp; cuộc cách mạng cải cách ruộng đất; xây dựng chủ nghĩa xã hội ở miền Bắc; rồi kháng chiến chống Mỹ, cho đến cải cách kinh tế, mở cửa hội nhập, xóa bỏ hận thù, làm bạn với tất cả các nước trên thế giới... Vì vậy, *Chuyện trong làng ngoài xã* không còn là chuyện của làng xã nữa, mà nó là chuyện của đất nước, của dân tộc và trên phương diện nào đó, nó còn là của thế giới nữa...

Một thời gian quá dài, một không gian quá rộng, một vấn đề quá lớn, những với cách thể hiện nhuần nhuyễn nghệ thuật đồng hiện, quá khứ, hiện tại và tương lai (nhân vật tôi là thế hệ thứ ba, từ khi còn đang là hư vô đã kể về thế hệ thứ nhất, thứ hai như đang được chứng kiến tất cả mọi biến cố diễn ra trong cuộc sống thực tại vậy), Vũ Xuân Tửu đã khiến tác phẩm của mình như những thước phim quay chậm, dẫn dắt người đọc trên những chặng đường phát triển của dân tộc một cách tự nhiên, sinh động. Và với cách thể hiện này *Chuyện trong làng ngoài xã* được coi như là một cuốn tiểu thuyết về lịch sử thời hiện đại hấp dẫn, đầy sắp sự kiện.

Lại cũng với giọng kể tự nhiên, say sưa, cách sử dụng ngôn từ đơn giản, mang tính dân gian, nhưng gợi cảm, giàu ý nghĩa, đầy màu sắc lấp lánh (cách đặt tên nhân vật, từ dùng để miêu tả sự nghèo đói, khổ cực, phân tích những suy nghĩ, hành động thể hiện sự ấu trĩ, ngớ ngẩn...), kết hợp với cách chọn chi tiết đắt giá, giàu tầng lớp, đầy tính kịch, cách diễn đạt hóm hỉnh đến độ hài hước, nhiều lúc như đùa (mang súng thần công trong đền thờ ra diệt bốt địch, đến cách đấu tố thời cải cách ruộng đất, cách dựng chòi, đánh kẻng khi báo động máy bay Mỹ, hay cách trẻ con học viết chữ, người lớn học bình dân, cách vận động bà con xóa hận thù với Mỹ của Trạch...), khiến bạn đọc cười khoái trí, song lại cũng có thể suy tư đến chảy nước mắt, trước những số phận, trước những ấu trĩ, ngớ ngẩn đến hồn nhiên của một thời. Ta bắt gặp thái độ (một cách kín đáo),vừa như ca ngợi, vừa như phê phán của tác giả. Và, có lẽ vì vậy mà Vũ Xuân Tửu đã thành công trong cách giải quyết những vấn đề tưởng như quá cũ, khô khan và quá khó mà tác phẩm đặt ra.[11]

2.2. Đặc điểm nội dung tiểu thuyết *Chuyện trong làng ngoài xã* của Vũ Xuân Tửu

2.2.1. Hoàn cảnh sáng tác

Tiểu thuyết *Chuyện trong làng ngoài xã* của Vũ Xuân Tửu được viết từ tháng 10 năm 2001 đến tháng 9 năm 2005, tại thị xã Tuyên Quang (nay là thành phố Tuyên Quang). Tác giả đã bám sát, lịch sử hóa quá trình kháng chiến chống Pháp ở đồng bằng Bắc Bộ và kháng chiến chống Mỹ ở miền núi phía Bắc. Chủ đề chính là con người trải qua các cuộc chiến chống ngoại xâm và thanh trừng nội bộ với tư tưởng giải phóng con người và tư tưởng đề cao tự do. Tiểu thuyết được phát hành tại Nhà xuất bản Thanh niên, Hà Nội, năm 2007. Năm 2011 tái bản, đổi tên thành *Chuyện làng*.

2.2.2. Tóm tắt tiểu thuyết

Tiểu thuyết *Chuyện trong làng ngoài xã* là lịch sử của làng Đáy từ thời đuổi Nhật, đánh Tây, chống Mĩ cho đến sau thống nhất đất nước. Bối cảnh truyện từ năm 1945 ở các địa điểm khác nhau: Ninh Bình, Thanh Hóa, Tuyên Quang và Hà Nội. Mở đầu là chuyện về nạn đói 1945, rồi kháng chiến chống Pháp, những trận càn khốc liệt; thời kì cải cách ruộng đất. Những đứa trẻ trong làng lớn lên mỗi người một số một phận…Chuyện hợp tác xã hình thành, chiến tranh diễn ra và kết thúc, hoà bình trở về nhưng cuộc sống lại nảy sinh bao câu hỏi mới. Tác phẩm kết thúc bằng một đêm chèo giữa làng quê.

Tiểu thuyết gồm mười tám chương với sáu mươi tư nhân vật (trong đó có mười sáu nhân vật chính). Sau đây là tóm tắt nội dung tiểu thuyết theo chương.

Chương 1: Chủ điểm là nạn đói kém do phát xít Nhật gây ra ở các làng quê vùng đồng bằng Bắc Bộ với ba bối cảnh: làng Đáy ven sông; dân ngụ cư và nạn đói. Nhân vật "tôi" trần thuật cuộc hội thoại của các nhân vật trên nền xã hội cảnh chết đói (ăn xin, chôn cất) trong thời điểm tháng 9 năm 1945.

Chương 2: Nhân dân làng Đáy chống Pháp - Nhật những năm 1950- 1953, nổi bật là nhân vật "ông tôi" và bác Nhân tham gia Việt Minh với cảnh đào hầm bí mật, tuần đêm. Sự ra đi của bà Phác và ông Cượng.

Chương 3: "Thày tôi" theo bác Nhân lên hoạt động trên chiến khu Quỳnh Lâm. "Ông tôi" và ông Phác được nhà chùa giúp sức đã khiêng được khẩu thần công xuống thuyền. Bác Nhân chỉ đạo đội du kích La- Đáy tham gia cùng Tiểu đoàn Một. Trung đoàn Bốn mươi tám đánh bốt Hoàn Đan, diệt thù chung.

Chương 4: Câu chuyện cô Bản có chửa và đẻ non. Đội cải cách về làng, chị Chuột được chọn làm chuỗi. Làng Đáy thực hiện cải cách ruộng đất, đánh đổ địa chủ và chia ruộng. Chị Chuột mất tích và lịch sử của đền thờ ở ngã ba sông Cái với tên chữ là Tiên Ngư Tự.

Chương 5: Cuộc đối thoại giữa thằng Thiện với nhân vật "ông tôi" trên thuyền. Bức tranh đoàn thuyền làng Đáy và xứ Thanh cập bến ngổn ngang hàng hóa, râm ran tiếng nói cười. Chiến dịch Đồng bằng bị tổn thất lớn, vận tải thương binh về hậu phương, đại đoàn họp rút kinh nghiệm trong hang núi chùa Linh Từ Quốc Mẫu.

Chương 6: Câu chuyện bên Tảng đá ông voi với sự ra đời của nhân vật "tôi" trên sông. Cảnh phiên chợ làng Đáy ồn ào, tấp nập trên bến sông. Trong nhà Lí Hàn, anh giáo Thiện treo cổ trên xà nhà tự tử, vì xin đi thoát li không được vì dính "thành phần".

Chương 7: Vấn đề đổi công và hợp tác xã. "Thày tôi" đi Công trường Đại thủy nông Bắc-Hưng-Hải trở về làm đội trưởng sản xuất Trại Chuối. Không khí hồ hởi, nhân dân hoan hô rầm rầm chào đón bác Nhân về thăm Hợp tác xã Tân Tiến (tên gọi trước kia là Làng Đáy). Sự xuất hiện của nhân vật Cúc (thường gọi là Cua) và Trạch- bán lạc rang.

Chương 8: Cảnh Thủ tướng và bác Nhân đón dân khai hoang dưới gốc đa cổ thụ (Dân chuyển cư từ đồng xuôi lên thượng du). Đợt gió mùa đông-bắc đột ngột tràn về và cuộc sống của xóm Cao Lan bên đông và xóm Quần Trắng bên tây.

Chương 9: Thượng du và đồng bằng Bắc Bộ chống không quân Mỹ. Trạch nhận lệnh của chủ nhiệm hợp tác xã về nhiệm vụ canh máy bay đến. Nhân vật Trạch xin đi bộ đội.

Chương 10: Mọi người rạng rỡ, hân hoan trong ngày Giải phóng Sài Gòn và không khí ngoài đường phố. Trạch từ chiến trường trở về, đám cưới Văn Trạch-Thúy Mừng diễn ra.

Chương 11: Bác Nhân và cuộc sống trong doanh trại bộ đội. Nhân dân ba làng La- Đáy và làng Khai Hoang thương tiếc đưa tiễn đám ma ông Phác.

Chương 12: Trận địa ngổn ngang qua nhiều trận đánh giành giật điểm cao Lò Vôi. Các Trung đội tiếp tục thực hiện nhiệm vụ trực chiến, canh gác mỗi đêm. Cuộc sống người cán bộ bao cấp thiếu thốn, đói nghèo, vô cùng khó khăn.

Chương 13: Chiến tranh biên giới diễn ra. Trạch làm chủ nhiệm hợp tác xã Khai Hoang. Nhân vật "tôi" nhận công tác tại tòa báo tỉnh và câu chuyện theo những chuyến đi viết tin bài.

Chương 14: Trạch chỉ đạo họp thôn chuẩn bị tham gia mở đường khai mỏ sắt trên núi Mụ. Tổng Giám đốc Pôn Thiêm phát biểu khởi công xây dựng nhà máy luyện gang trên núi Mụ. Nhân vật "tôi" tòng quân tiếp bước "thày tôi". Phượng lấy Ma-chim-cò, sau đó gặp gỡ nhân vật "tôi" và cuộc nói chuyện.

Chương 15: Cửa khẩu biên giới mở cửa hội nhập, hàng hóa vận chuyển nhịp nhàng. Nhân vật "tôi", hội viên hội văn học nghệ thuật tỉnh và sau đó là trợ lý cho tổ trưởng văn xuôi. Cuộc sum họp giữa gia đình "tôi" và gia đình bác Nhân. Ma-chim-cò bắt quả tang Phượng ngoại tình.

Chương 16: Nhân vật "tôi" và cuộc gặp gỡ, nói chuyện với Phượng (người tình), Thục Ly và Cúc về tình yêu, cuộc sống và thơ.

Chương 17: Cuộc sống quan chức xã hội chủ nghĩa. Xung quanh về câu chuyện huyện giao trồng một chục héc-ta cây đào lộn hột. Cúc - nữ tiến sĩ khoa học (ngày xưa gọi là Cua) được tháp tùng về làng.

Chương 18: Động lực sáng tạo và phát triển. Nhân vật "tôi" tham gia triển lãm nghệ thuật; tham dự diễn tập chống "Diễn biến hòa bình" tại xã vùng xa, được cán bộ văn hóa xã thông báo thơ của "tôi" đã được đăng trên báo. Tác phẩm kết thúc bằng một đêm chèo giữa làng quê.

2.2.3. Đề tài và chủ đề tiểu thuyết *Chuyện trong làng ngoài xã* của Vũ Xuân Tửu

2.2.3.1. Đề tài

Vũ Xuân Tửu đến với văn chương ban đầu là những bài thơ nhưng rồi cái men say, cái khiếu thiên bẩm cộng với vốn văn hóa được nhào nặn từ nhà trường và đời sống đó dẫn anh vào làng tiểu thuyết. Cũng như các nhà văn của quê hương Tuyên Quang, những trang viết của Vũ Xuân Tửu dù là thơ hay truyện ngắn và đến tiểu thuyết cũng thế, nhà văn đều chọn miền núi hay cuộc sống của đồng bào dân tộc nơi quê hương làm đề tài và chủ đề cho những tác phẩm của mình. Với sự thành công ở thể loại tiểu thuyết, Vũ Xuân Tửu đã khẳng định được cá tính sáng tạo và bút pháp nghệ thuật của mình. Nhà văn không chọn chủ đề ngợi ca mà chú trọng tái hiện bức tranh hiện thực miền núi những năm đầu của cuộc cách mạng dân tộc, từ tự phát lên tự giác; trong quá trình kháng chiến chống Pháp; cuộc cách mạng cải cách ruộng đất; xây dựng chủ nghĩa xã hội ở miền Bắc; rồi kháng chiến chống Mỹ, cho đến cải cách kinh tế, mở cửa hội nhập, xóa bỏ hận thù, làm bạn với tất cả các nước trên thế giới… Chính vì vậy, chất tiểu thuyết cũng như tinh thần nhân văn, nhân bản càng trở nên đậm nét trong các sáng tác của Vũ Xuân Tửu.

Cũng viết về đề tài miền núi nhưng nếu như ở tiểu thuyết của Trịnh Thanh Phong, ta thấy xuất hiện bức tranh làng quê nông thôn với những con người chân chất, hồn hậu nhưng ẩn sâu trong họ là những tâm hồn trong sáng, luôn khát khao cuộc sống bình yên và hạnh phúc; ở tiểu thuyết của Lan Khai ông thường huyễn hoặc người đọc bằng những bức tranh thiên nhiên đầy những ấn tượng hình sắc và âm thanh, bố cục tròn trặn và viết khá công phu. Đến với Vũ Xuân Tửu, ta lại thấy một mảng đề tài cụ thể hơn và có sự đổi mới. Người đọc có dịp nhận rõ hình ảnh của cuộc sống bình thường với đầy đủ góc cạnh của nó. Những mẩu chuyện cuộc sống được ông nhặt nhạnh vào tác phẩm, ẩn đằng sau tầng lớp chữ nghĩa ấy, là sự trăn trở của một ngòi bút đầy trách nhiệm. Tác phẩm của ông tìm cảm hứng ở quá khứ dân tộc, xoay quanh vấn đề cụ thể là đời sống đói nghèo, cơ cực của đồng bào dân tộc những năm tháng thực dân Pháp đô hộ, bằng cách đi sâu vào các khía cạnh vừa nằm trong phạm vi lịch sử dân tộc, vừa trong phạm vi thế sự - đời tư của con người.

Ở *Chuyện trong làng ngoài xã* là lịch sử của làng Đáy từ thời đuổi Nhật đánh Tây, chống Mỹ cho đến sau thống nhất đất nước, nơi chứa bao điều từ nhỏ đến lớn với bao sự kiện, bao con người, bao thế hệ, chuyện đời, chuyện văn, bút tích lịch sử cứ xen lẫn nhau, thành từng chặng trước 1945, kháng chiến, hoà bình, xây dựng chủ nghĩa xã hội và chống Mĩ, sau thống nhất đất nước. Mở đầu là chuyện về nạn đói 1945, rồi kháng chiến chống Pháp, những trận càn khốc liệt; thời kì cải cách ruộng đất. Những đứa trẻ trong làng lớn lên mỗi người một số một phận… Chuyện hợp tác xã hình thành, chiến tranh diễn ra và kết thúc, hoà bình trở về nhưng cuộc sống lại nẩy sinh bao câu hỏi mới.

Đọc tiểu thuyết của Vũ Xuân Tửu, bạn đọc thường bắt gặp hình ảnh cuộc sống sinh hoạt người dân quê điềm đạm chất phát, người dân miền núi thuần hậu, mộc mạc đậm đà tình nghĩa. Phải chăng, do gắn bó với cái nôi văn hóa Việt Bắc và văn hóa đồng bằng nên trang viết của ông đậm đà, da diết về những con người từ vùng cao đến miền xuôi. Nhân vật được nhà văn khắc họa với nhiều mảnh đời, số phận khác nhau. Các hình tượng ấy được nhà văn xây dựng từ sự khắc khoải đau đáu về con người, về cuộc sống lao động và giá trị nhân văn. Cuộc đời từng trải đã đưa lại cho nhà văn vốn sống không hề nhỏ, một cái nhìn sâu sắc chân thực trong văn chương, một cách viết gây ám ảnh, không màu mè, tô vẽ. Với ông, "Nhà văn không phải là thày thuốc, nhà văn là nỗi đau".[1] Do vậy, những sáng tác của ông tạo nên cốt cách riêng của người cầm bút, nhà văn luôn có ý thức gắn mình với số phận của nhân dân và đất nước.

Ở trong những trang viết của Vũ Xuân Tửu, với cách thể hiện nhuần nhuyễn nghệ thuật đồng hiện, quá khứ, hiện tại và tương lai (nhân vật tôi là thế hệ thứ ba, từ khi còn đang là hư vô đã kể về thế hệ thứ nhất, thứ hai như đang được chứng kiến tất cả mọi biến cố diễn ra trong cuộc sống thực tại vậy), Vũ Xuân Tửu đã khiến tác phẩm của mình như những thước phim quay chậm, dẫn dắt người đọc trên những chặng đường phát triển của dân tộc một cách tự nhiên, sinh động. Vũ Xuân Tửu đã chọn một đề tài không mới, nhưng nhà văn lại biết cách tân trong cách kể chuyện và xây dựng cốt truyện. Qua hình ảnh những nhân vật như: ông Phác, bà Phác, bác Nhân, ông Ruộng, lão Hàn, thằng Tây, chị Cờng, ông Cượng, anh Chuột, chị Chuột, ông Khẫng, thằng Thiêm,... tác phẩm đã phản ánh trung thực, cụ thể đời sống ở làng quê nghèo khó của nông dân đồng bằng Bắc bộ... Nếu như đặt tác phẩm của Vũ Xuân Tửu bên cạnh các tác phẩm của Trịnh Thanh Phong hay Lan Khai, có thể thấy rõ sự vận động hết sức mãnh liệt của nhà văn. Vẫn là đề tài con người, cuộc sống người dân làng quê Việt Nam, nhưng Vũ Xuân Tửu đã đưa vào trang viết của mình nhiều nhân vật để tạo kịch tính cho truyện. Chính vì vậy, đề tài trong tiểu thuyết của Vũ Xuân Tửu dù không mới nhưng khi đọc tác phẩm của nhà văn, người đọc vẫn tìm được một cách khai thác, khám phá mới.

2.2.3.2. Chủ đề

Chuyện trong làng ngoài xã là tác phẩm thuộc thể loại tiểu thuyết tự sự, cái hay của câu chuyện ngoài lời thuật còn là những bức tranh hiện thực rất dồi dào. Truyện một làng mà thấy được những vết thương trong quá khứ lịch sử và sự vận động đi lên của đất nước, đó chính là cái khéo léo của Vũ Xuân Tửu. Bởi vậy, người đọc khi đọc tiểu thuyết *Chuyện trong làng ngoài xã* thấy ngay được một chủ đề riêng khá mới nhưng không hề xa lạ. Và truyện trở nên sinh động, hấp dẫn hơn bao giờ hết chính bởi những yếu tố độc đáo ấy. Tác phẩm đã ghi dấu ấn khó quên trong lòng độc giả về đời sống xã hội của làng quê Việt Nam trong một giai đoạn lịch sử nhất định.

Có thể cho rằng, đề tài và chủ đề trong tiểu thuyết của Vũ Xuân Tửu đã có sự nối tiếp truyền thống văn hóa và văn học dân tộc. Cái hay, cái độc đáo trong đề tài tiểu thuyết *Chuyện trong làng ngoài xã* là tài năng khai thác về văn hóa, đời sống, những chuyện xảy ra như cơm bữa trong sinh hoạt làng quê Việt Nam nhưng ở một góc nhìn nó là một vấn đề lớn lao, là sự phản ánh trung thực, thẳng thắn không trùng lặp với các nhà văn khác dù cùng đề tài, cùng chủ đề. Và từng bước, tiểu thuyết của ông có sự tiến tới khuynh hướng hiện đại khi chủ đề trong các trang viết ngày càng được mở rộng, từ bối cảnh cho tới hệ thống nhân vật và cốt truyện.

Vũ Xuân Tửu đã lựa chọn chủ đề con người trải qua các cuộc chiến chống ngoại xâm và thanh trừng nội bộ. Chủ đề tưởng chừng dễ viết nhưng nếu không phải là người trong cuộc, am hiểu tỉ mỉ, cặn kẽ về thời cuộc thì sẽ rất khó khăn. Khi đọc tiểu thuyết, người đọc có cảm giác thân thuộc, dễ hiểu bởi ngôn từ trong sáng, giản dị nhưng không hề xa lạ. Và truyện trở nên sinh động, hấp dẫn hơn bao giờ hết bởi những yếu tố độc đáo ấy. Lấy bối cảnh chính là dân ngụ cư làng Đáy ven sông với nạn đói; mặt trận, thượng du đồng bằng Bắc Bộ trong và sau kháng chiến, những con người với những hoàn cảnh khác nhau cùng gặp gỡ, hoạt động cách mạng và nảy sinh những mối quan hệ. Chủ đề trong tiểu thuyết *Chuyện trong làng ngoài xã* của Vũ Xuân Tửu dù không mới nhưng khi đọc tác phẩm của nhà văn, người đọc vẫn tìm được một cách khai thác, khám phá mới.

2.2.4. Cảm hứng nghệ thuật trong tiểu thuyết *Chuyện trong làng ngoài xã*

2.2.4.1. Cảm hứng lịch sử dân tộc

Cảm hứng dân tộc là một trong hai cảm hứng chủ đạo, là mạch nguồn xuyên suốt trong các tác phẩm của Vũ Xuân Tửu.

Tiểu thuyết *Chuyện trong làng ngoài xã*, bối cảnh xã hội được tác giả nhắc đến chính là không gian đời sống của người dân làng quê Việt Nam những năm kháng chiến chống Pháp rồi kháng chiến chống Mỹ. *Chuyện trong làng ngoài xã* bắt đầu từ những ngày tháng cơ cực, đói kém năm 1945: "Dòng sông chảy qua làng Đáy vốn trong xanh và đầy ăm ắp, thế mà vào năm đói cũng gầy đi, teo tóp lại như bầu vú cạn sữa (...) Hông nồi cơm không phải rửa bằng búi rác cũng sạch, chả còn hột cơm nào còn sót lại [30; 3] (...) Bà tôi nhìn chằm chằm vào miếng cơm cháy, nuốt nước bọt đánh ực một cái, rồi bỏ vào túi áo cánh" [30; 7] (...) Đói ngấu, thày tôi vặt lá dâm bụt ăn, nuốt không trôi, nôn ọe cả ra [30; 9]"; rồi đến kháng chiến chống Pháp, những trận càn khốc liệt; Những đứa trẻ trong làng lớn lên mỗi người một số một phận; thời kì cải cách ruộng đất với mô hình hợp tác xã nông thôn gắn liền với tiếng kẻng, mõ cho đến cải cách kinh tế, mở cửa hội nhập, xóa bỏ hận thù, hòa bình trở về với hình ảnh "Cửa khẩu biên giới mở ngay trên tuyến đường mà chiếc xe tăng ngày nào bị nhử vào ổ phục kích. Hàng hóa vận chuyển qua lại hai bên chủ yếu là hoa quả, cá tôm và đồ điện tử gia dụng...". Vũ Xuân Tửu, với những cảm xúc của mình đã đưa những cảm hứng lịch sử ấy vào trang văn của mình, đưa người đọc về một thời kháng chiến chống Pháp, chống Mỹ qua hình ảnh các nhân vật và chi tiết. Từ đó, người đọc dễ hiểu hơn về lịch sử một thời của nhân dân Việt Nam.

Các sáng tác của Vũ Xuân Tửu luôn thấm đẫm tinh thần dân tộc ở trong từng câu chữ, từng ý tứ. Tác giả đã lấy cảm hứng từ chính đời sống xã hội. Chuyện một làng mà thấy được những vết thương trong quá khứ lịch sử và sự vận động đi lên của đất nước. Trong tiểu thuyết *Chuyện trong làng ngoài xã*, bối cảnh được tác giả nhắc đến chính là đời sống của con người đồng bằng Bắc Bộ và miền núi phía Bắc những năm kháng chiến chống Pháp, chống Mỹ đầy gian khổ và khó khăn. Trong tiểu thuyết, đan xen những câu chuyện tưởng như riêng tư về cuộc đời, số phận của mỗi nhân vật, đó chính là cuộc đấu tranh giữa những nhân vật chính như: ông tôi, thày tôi, Trạch, bác Nhân... chống lại sự áp bức, bóc lột, đấu tranh cho nhân dân trên tư tưởng và tinh thần giải phóng con người, đề cao tự do. Tác giả đã xây dựng hình ảnh bác Nhân, bộ đội, du kích giúp người đọc có thể thấy được một cách cụ thể, chính xác về các vấn đề lịch sử có thật, đã từng xảy ra trong các làng, xã ở miền quê Việt Nam. Họ là những con người chất phác, giản dị khao khát đứng dậy đấu tranh để đòi tự do, độc lập. Tất cả những hiện thực của đời sống xã hội một thời trong lịch sử được ông tái dựng lại hết sức tự nhiên, đó là nghệ thuật trần thuật rất tài tình của nhà văn. Đọc những trang văn của Vũ Xuân Tửu, có cảm giác như chúng ta đang sống lại trong không khí có thực của một thời kỳ đầy những áp bức và khó khăn.

2.2.4.2. Cảm hứng thế sự, đời tư

Xưa nay, trong sáng tạo văn chương, cuộc sống, sự thật luôn là cội nguồn của mọi cảm hứng. Nó tạo ra chất "men" của tình cảm nhà văn trong sáng tác. Nếu không có sự thật về nỗi đau của số phận con người trong cuộc sống, thì không có tình thương xuất phát từ những nỗi đau đó để ta hướng tới lẽ phải, tới chân lí cuộc sống. Có lẽ nhà văn Vũ Xuân Tửu đã rất ý thức được điều đó nên trong tiểu thuyết của ông, cảm hứng thế sự, đời tư được thể hiện rất rõ nét. Từ những tập truyện ngắn *như Ông lão bán điếu, Tầm phào* cho tới sau này là tiểu thuyết *Chuyện trong làng ngoài xã*, cảm hứng ấy như sợi chỉ đỏ xuyên suốt trong mạch nguồn tác phẩm và phản ánh phong cách nghệ thuật của nhà văn.

Tiểu thuyết *Chuyện trong làng ngoài xã* của Vũ Xuân Tửu thể hiện sự chuyển biến tư tưởng, tình cảm, nhận thức của người dân, cũng như sự thay đổi trong sách lược trên các phương diện của Đảng, Nhà nước, trong suốt quá trình vận động cách mạng, có lúc bĩ cực, có lúc thái lai của dân tộc Việt Nam. Ở khía cạnh nào đó, đây chính là một cuộc hành trình của những người con dân tộc thật thà, chất phác, đôn hậu, tình nghĩa. Về phương diện này, có thể coi tác phẩm như là cuốn biên niên bằng hình tượng nghệ thuật về đời sống và con người. Đến với tác phẩm của Vũ Xuân Tửu, nhiều khi ta có cảm giác như đang ngồi đối diện với nhà văn, nghe nhà văn thủ thỉ kể lại câu chuyện về cuộc đời và con người vùng đồng bằng Bắc Bộ và miền núi phía Bắc vậy.

Lấy ví dụ từ nhân vật bác Nhân trong tiểu thuyết *Chuyện trong làng ngoài xã* của Vũ Xuân Tửu. Bác Nhân là người bên làng La, từng là học trò trường tỉnh, nay đang chạy chân kí ga. Trong chương một của tiểu thuyết, hình ảnh bác Nhân hiện lên đầu tiên: "Bác Nhân nháy mắt cười tinh quái, chép miệng một cái, lè lưỡi liếm mũi, khước từ: Thôi, tớ phải đi đằng này có tý việc. Trên làng chắc là đói lắm. Có dễ đến nửa làng giạ xuống tỉnh kiếm ăn".[30;5]

Rồi tiếp là việc bác Nhân chạy vội vã đến cổng biệt thự nhà thày cãi kể lại sự tình để sao cho bọn Nhật tha cho "ông tôi" càng nhanh càng tốt. Bác Nhân tỏ ra sốt sắng nhưng nhanh nhẹn: "Hay là thày bày cho cháu mấy điều luật. Cháu sẽ nhờ anh thông ngôn cùng giúp cho". [30;10]. " Thưa thày, dài quá, cháu không nhớ được. Phiền thày cho xin mảnh giấy với cái bút để cháu biên vào ạ"...

Trong kháng chiến, Bác Nhân tham gia hoạt động Việt Minh rất nhiệt tình, sau này bác trở thành trung tướng. Khi hoạt động cách mạng cùng các đơn vị trên rừng núi gió rét, đói và mệt mỏi nhưng bác Nhân không hề tỏ ra mệt mỏi mà còn khích lệ cả đoàn quân bộ đội bằng nhịp bài hát *Du kích ca*. Bác Nhân là một trong những nhân vật điển hình trong tiểu thuyết *Chuyện trong làng ngoài xã*.

Xuyên suốt tác phẩm, cảm hứng lịch sử dân tộc với cảm hứng thế sự đời tư đan xen, lồng ghép vào nhau, bổ sung cho nhau. Sự hòa quyện hai cảm hứng đó, giúp người đọc thấy rõ được hiện thực xã hội và đời sống của con người vùng đồng bằng Bắc Bộ và miền núi phía Bắc thời kỳ lịch sử đó. Nhà văn đã lựa chọn bối cảnh cuộc sống con người những năm tháng trước ngày giải phóng miền Nam để làm cốt truyện. Có thể khẳng định: viết về cuộc sống thường ngày, hằng ngày, về những con người nhỏ bé vô danh tưởng như vô nghĩa trong cái đám đông chen chúc, hỗn độn ở vùng đồng bằng Bắc Bộ và miền núi phía Bắc trong những ngày tháng trong và sau chiến tranh, là cả một sự đổi mới mạnh mẽ của ngòi bút Vũ Xuân Tửu. Nhìn sâu vào trong cốt truyện của tiểu thuyết *Chuyện trong làng ngoài xã*, ta đều thấy là những chuyện đời thường, vặt vãnh không có gì đặc biệt. Chuyện đời trong sáng tác của Vũ Xuân Tửu không có nhiều cách biệt với chuyện đời có thật ngổn ngang ngoài xã hội thực. Kể những chuyện vặt vãnh thường ngày, nhà văn muốn làm nổi bật sự lạc điệu, trật khớp đang diễn ra ở các ngóc nghách mỗi nhà, mỗi con người như gợi dậy ở người đọc ấn tượng về sự bất ổn, về những tâm tư, góc khuất trong quan hệ đời sống của con người. Những trang văn của Vũ Xuân Tửu, từ việc khắc họa chân dung, đời sống của các nhân vật, mỗi con người mỗi số phận riêng như cuộc sống chẳng bao giờ hết sự ngẫu nhiên và chẳng ngẫu nhiên nào giống hệt ngẫu nhiên nào.

Vũ Xuân Tửu đã lựa chọn đề tài và chủ đề về đời sống làng quê Việt Nam, nhưng nét riêng trong tiểu thuyết Vũ Xuân Tửu là sự tập trung đi sâu vào số phận riêng của cá nhân con người được đặt trong các mối quan hệ ràng buộc thông qua những sự kiện cuộc đời nhân vật để phản ánh văn hóa, đời sống xã hội. Đi sâu phân tích tiểu thuyết của nhà văn, ta thấy cảm hứng lịch sử dân tộc khi độc lập lúc lại đan xen hòa quyện với cảm hứng lịch sử dân tộc khi độc lập lúc lại đan xen hòa quyện với cảm hứng thế sự đời tư. Sự đan xen này phản ánh sự biến đổi về tư tưởng, có đổi mới trong cách khám phá, phản ánh đời sống xã hội, đặc biệt là những mảng hiện thực ít được phản ánh như đời sống sinh hoạt, hoạt động cách mạng thời kỳ kháng chiến. Vũ Xuân Tửu đã khẳng định được vị trí của mình cũng như các tác phẩm của mình trong văn học địa phương tỉnh Tuyên Quang. Sự thành công từ tiểu thuyết của Vũ Xuân Tửu đã đóng góp vào sự giàu đẹp của văn học địa phương nói riêng và sự phong phú, đa dạng của văn học các dân tộc thiểu số hiện đại nói chung.

2.3. Đặc điểm nghệ thuật trong tiểu thuyết *Chuyện trong làng ngoài xã*

2.3.1. Nghệ thuật xây dựng cốt truyện trong tiểu thuyết *Chuyện trong làng ngoài xã*

Mỗi nhà văn đều có cách xây dựng cốt truyện riêng, đó là cách để họ tạo ra dấu ấn của riêng mình, Vũ Xuân Tửu cũng vậy. Ông xây dựng cho tác phẩm của mình một cốt truyện riêng mang đậm dấu ấn cá nhân. Đọc tiểu thuyết *Chuyện trong làng ngoài xã* của Vũ Xuân Tửu ta thấy xuất hiện cốt truyện hiện thực - đời thường.

Như đã nói ở trên, truyện của Vũ Xuân Tửu luôn có sức hấp dẫn người đọc bởi do ông xây dựng cốt truyện gần gũi với cuộc sống hằng ngày. Đọc tiểu thuyết của ông ta có thể bắt gặp những câu chuyện quá đỗi bình thường của những con người bình thường trong cuộc sống bình thường. Những câu chuyện tưởng chừng như quá gần gũi đó, qua sự sáng tạo của nhà văn lại có thể hiện lên những tâm tư, trăn trở của chính chúng ta trong cuộc sống hằng ngày với cái ăn, cái mặc, với những điều nhỏ nhặt trong làng ngoài xã, với những suy tư trong tình yêu hay chuyển biến trong nhận thức của người dân trên các phương diện trong suốt quá trình vận động cách mạng cho đến thời cải cách kinh tế, mở cửa hội nhập. Có thể thấy rằng, cốt truyện này không có gì xa lạ với người đọc, nhưng qua sự sáng tạo của Vũ Xuân Tửu câu chuyện trở nên vừa quen vừa lạ, cuốn hút vô cùng. Những nhịp sống thường ngày được tái hiện chân thực. Là những hình ảnh lao động cày cuốc của nông dân, chuyện ở làng ở xã, rồi đến những chuyện cãi vã xóm giềng, con gà, con lợn, chuyện vợ chồng, con cái, hay lớn hơn chút nữa là chuyện tranh chấp giữa các dòng họ, đất đai, nhà cửa,...hay những câu chuyện tình yêu đẹp của người nào đó...Tất cả những hình ảnh ấy đều vô cùng quen thuộc với chúng ta. Nhưng điểm hấp dẫn ở cốt truyện này là thông qua những câu chuyện, những hình ảnh bình thường đó là một vấn đề lớn lao. Đó là sự chuyển biến tư tưởng, tình cảm, nhận thức của người dân, cũng như sự thay đổi trong sách lược trên các phương diện của Đảng, Nhà nước, trong suốt quá trình vận động cách mạng; trong quá trình kháng chiến chống Pháp rồi kháng chiến chống Mỹ, cho đến cải cách kinh tế, mở cửa hội nhập ...

Vũ Xuân Tửu xuất sắc ở cái giọng kể hồn nhiên, bình dị đến dín dó, nhưng lại mang đến cho ta một cái nhìn nhân ái về cuộc sống, về con người, mang đến cho ta cảm xúc tan chảy mượt mà, lâng lâng, bởi chất văn chương lãng đãng như mây, như khói. Ông cũng tiềm năng, bởi "... cũng còn lâu lắm mới làm bạn đọc chán, nên anh được quyền hăng hỏi viết, viết đến khi nào cạn kiệt cảm xúc với đời thì thôi. Mà anh bảo rằng, mình chẳng bao giờ cạn nguồn cảm xúc với cuộc sống đáng yêu này" (Nhận xét của nhà văn Ma Văn Kháng).

Từ xưa đến nay, có rất nhiều nhà văn lớn đã khai thác những tinh hoa từ văn học dân gian để đưa vào tác phẩm của mình. Những sáng tạo đó làm cho tác phẩm của các nhà văn tạo được sự gần gũi vừa mang đến tác phẩm chất nghệ thuật mới. Học tập những điều trên, nhà văn Vũ Xuân Tửu đã sáng tạo ra tác phẩm có cốt truyện từ kho tàng văn học dân gian, cụ thể tác giả đã vận dụng những thành ngữ, tục ngữ, ca dao, dân ca để chuyển hóa nội dung tư tưởng của các dân tộc Kinh, Tày, Dao vào trong tác phẩm của mình.

Nhìn chung, cốt truyện trong tác phẩm của Vũ Xuân Tửu rất gần gũi với đời thường. Cốt truyện đã đặc tả được rất nhiều khía cạnh trong đời sống, từ cái chung đến những cái thầm kín nhất. Chính điều này khiến cho người đọc luôn cảm thấy gần gũi. Đọc chuyện như thấy mình và những người xung quanh mình trong đó. Đó cũng là thành công của nhà văn trong quá trình sáng tác nghệ thuật. Việc Vũ Xuân Tửu sử dụng cốt truyện với chất liệu văn học dân gian đã tạo nên cái hay cho tác phẩm của ông. Đó chính là sáng tạo độc đáo của nhà văn.

Cốt truyện không được cấu tạo theo mạch thẳng mà chia theo từng chương, mỗi chương kể một câu chuyện, tưởng như các câu chuyện không có gì liên quan đến nhau, nhưng thực chất, mỗi câu chuyện lại chứa đựng một phần của câu chuyện lớn mà người đọc phải ngẫm ngợi, xâu chuỗi chúng lại với nhau mới thấy được. Tiểu thuyết *Chuyện trong làng ngoài xã* viết về đề tài lịch sử với những nhân vật và sự kiện có thật trong lịch sử, tái hiện lại cuộc sống, con người và không khí thời đại. Nhà văn không chỉ tưởng tượng mà còn đưa sự kiện của quá khứ trở về thời hiện tại của nó, cho người đọc sống lại. Với những thế mạnh của mình, tiểu thuyết theo chương đã cung cấp cho người đọc những bức tranh sinh động về các sự kiện, diễn biến của lịch sử qua các thời kì, giúp người đọc có thể tiếp cận với lịch sử bằng nhiều phương diện, sống động hơn, đa chiều hơn.

2.3.2. Nghệ thuật xây dựng nhân vật trong tiểu thuyết *Chuyện trong làng ngoài xã*

Trong *Giáo trình Lí luận văn học,* tập II, Trần Đình Sử (chủ biên) có nhắc đến khái niệm về nhân vật văn học: "Nhân vật văn học là hình tượng các cá thể con người (hoặc các con vật, cây cỏ, sinh thể hoang đường được gán cho những đặc điểm giống với con người) trong tác phẩm văn học- cái đã được nhận thức, tái tạo, thể hiện bởi nhà văn bằng các phương tiện riêng của nghệ thuật ngôn từ".[14; 96]

Tìm hiểu nhân vật chính của nhà văn giúp người đọc hiểu được tư tưởng, khát vọng và suy tư của họ trước cuộc đời. Nhân vật chính là xuyên suốt, có tầm quan trọng hàng đầu trong tác phẩm. Tính cách tổng hợp tất cả các cách thức mà nhân vật phản ứng hoặc tương tác với những nhân vật khác. Tính cách của nhân vật chính không chỉ là đặc điểm về tinh thần (suy nghĩ, nội tâm, cảm xúc...) mà còn là đặc điểm về vật chất (hành động, lời nói, cử chỉ). Tính cách của nhân vật được thể hiện trong mối quan hệ của nhân vật đó với tập thể, cá nhân xung quanh. Hay nói rộng hơn là những thực thể tồn tại quanh họ. Để xây dựng nên tính cách của một nhân vật có thể thông qua hai yếu tố hệ thống thái độ của nhân vật và hệ thống cử chỉ, hành vi, lời nói của nhân vật (gọi tắt là hành động). Tính cách nhân vật chính được khắc họa với một chiều sâu bên trong, nó như một điểm quy tụ mà từ đó có thể giải thích được mọi biểu hiện muôn màu, muôn vẻ sinh động bên ngoài của nhân vật. Từ hai yếu tố thái độ và hành động, có thể chia ra ba cách xây dựng tính cách nhân vật: Cách dùng lời kể: miêu tả tính cách một cách nhẹ nhàng, giúp người đọc có cái nhìn bao quát về nhân vật. Cách dùng cảm xúc: đưa người đọc tiếp cận tình cảm của nhân vật đó từ đó tạo ấn tượng manh về cảm xúc và tính cách nhân vật. Cách dùng hành động: thông qua hành động của nhân vật để bạn đọc tự đánh giá, nhận xét. Nhân vật chính có vai trò rất quan trọng trong các câu chuyện. Bởi nó thể hiện nội dung, tư tưởng, chủ đề, những phương thức của tác giả thông qua những sự việc, phân đoạn trong các câu chuyện. Ngôn ngữ của nhân vật chính cũng được tác giả tập trung chú ý thể hiện một cách rõ ràng, mạch lạc và trong sáng giúp người đọc dễ hiểu nhất.

Trong *Chuyện trong làng ngoài xã*, đầu tiên ta có thể bắt gặp nhân vật ông Phác hiện lên đầu tiểu thuyết với cảnh chết đói của làng Đáy: "Ông Phác đi qua, thấy vậy nẫu ruột, bảo: Làng còn chưa đủ người chết hẩu, lại còn kèn đám?". [30; 3]

Ông Phác - nhân vật chính được tác giả nhắc đi nhắc lại từ đầu đến cuối tiểu thuyết. Ông Phác hiện lên trong tác phẩm là người lớn tuổi thật thà, chất phác, giản dị mà đầy kinh nghiệm đã chứng kiến cảnh làng Đáy từ khi đói kém "người chết như ngả rạ" cho đến khi hoạt động cách mạng trong kháng chiến chống Pháp, chống Mỹ cùng bác Nhân...

Trong hệ thống kết cấu - cốt truyện của tác phẩm, ngoài nhân vật giữ vai trò chính, còn có nhân vật giữ vai trò phụ nhưng không kém phần quan trọng. Nhân vật phụ là nhân vật giữ vị trí thứ yếu so với nhân vật chính trong diễn biến của cốt truyện, trong quá trình triển khai đề tài, thể hiện tư tưởng và chủ đề của tác phẩm. Nhìn chung, nhân vật phụ thường gắn liền với những tình tiết, sự kiện, tư tưởng có tính chất phụ trợ, bổ sung nhưng không thể thiếu. Trong nhiều trường hợp, nhân vật phụ lại hàm chứa những tư tưởng quan trọng của tác phẩm. Đúng như G.N. Pospelow nhận xét đó là "nhân vật giữ chức năng "dây cót" cho bộ máy cốt truyện vận động". Chẳng hạn, "anh du kích" là một nhân vật phụ trong *Chuyện trong làng ngoài xã*. Nhưng không có nhân vật này thì sẽ không có các sự kiện về sau. Đồng thời, nhân vật phụ còn là bộ phận không thể thiếu, được nhà văn miêu tả nhằm tạo nên một bức tranh đời sống hoàn chỉnh, độc đáo và sinh động cho tác phẩm. Nhân vật phụ có mặt ở nhiều phân cảnh khác nhau trong câu chuyện, những nhân vật này có ảnh hưởng trực tiếp tới nhân vật chính, không chỉ khi còn trực tiếp xuất hiện ở cốt truyện mà ngay cả khi họ biến mất (du học, chết…). Tính cách nhân vật phụ thể hiện qua thái độ hoặc hành động. Nhân vật phụ thường có một tính cách duy nhất xuyên suốt quá trình hiện diện trong câu chuyện, chủ yếu nhân vật phụ xuất hiện để làm nền hoặc phụ họa cho những nhân vật chính. Ngôn ngữ nhân vật phụ thông qua lời nói hoặc hành động có thể hạn chế nhưng đây cũng là tiền đề quan trọng giúp nhân vật chính thể hiện tốt hơn vai trò của mình trong câu chuyện.

Trong tác phẩm có nhiều nhân vật chính thì nhân vật chính quan trọng nhất, có ý nghĩa xuyên suốt tác phẩm được gọi là nhân vật trung tâm. Các vấn đề trung tâm thường được tập trung và bộc lộ ở nhân vật trung tâm này. Nhân vật "tôi" có tầm quan trọng đối với tiểu thuyết *Chuyện trong làng ngoài xã*. "Tôi" sinh năm 1955 (Tuổi Mùi), là con một, được sinh ra ở ngã ba sông dưới núi Non Nước. "Tôi" nhiều tài lẻ: biết vẽ, làm thơ, làm báo, làm văn. Năm 1974, là sinh viên trường Đại học Tổng hợp; Năm 1979, đi bộ đội ở Bộ Quốc phòng, tham gia chiến tranh biên giới, sau đó làm Đại đội trưởng; Năm 1985, ra quân đi làm báo, viết văn. Tính cách nhân vật "tôi" vừa điềm đạm, thông minh nhưng không dứt khoát vì có nhiều người tình. Nhân vật "tôi" vừa là một nhân vật trong tác phẩm vừa thay lời của tác giả, kể câu chuyện *Chuyện trong làng ngoài xã* theo các chương. Mở đầu cuốn tiểu thuyết xưng "Thày tôi kể", sau đó từ chương thứ chín, nhân vật xưng "tôi". Nhân vật "tôi" kể lại câu chuyện của chính cuộc đời mình thông qua cuốn tiểu thuyết đầy ắp sự kiện lịch sử. Nhân vật "tôi" thay tác giả tái diễn cuộc sống con người vùng đồng bằng Bắc Bộ và miền núi phía Bắc qua các thời kì kháng chiến.

2.3.3. Giọng điệu trần thuật và ngôn ngữ nghệ thuật trong tiểu thuyết *Chuyện trong làng ngoài xã*

2.3.3.1. Giọng điệu trần thuật

Nhìn từ góc độ tương tác thẩm mĩ với yếu tố tính dục, ta thấy tiểu thuyết Vũ Xuân Tửu nổi bật với giọng điệu trần thuật.

Giọng điệu trần thuật là một giọng điệụ rất trải đời, vừa tự nhiên, dân dã vừa trìu nặng suy tư, vừa giàu chất khái quát, triết lí, vừa đậm tính đa thanh. Sự tự nhiên, dân dã tạo nên phong vị hài hước rất có duyên trong giọng kể của nhân vật "tôi", tính cách đa thanh thể hiện trong lời kể: nhiều giọng (tự sự xen lẫn hoài nghi, tự sự xen lẫn tự hào). Giọng điệu trần thuật đã làm cho tiểu thuyết đặc sắc, đặc chất tự sự rất đời thường mà hiện đại.

Trong tiểu thuyết *Chuyện trong làng ngoài xã* của Vũ Xuân Tửu, giọng điệu trần thuật thể hiện dưới nhiều "giọng" khác nhau tạo nên một sự phong phú, đa dạng của các giọng kể. Giọng kể của tác giả hòa lẫn với giọng nhân vật, hóa thân vào từng nhân vật. Phối hợp với nhiều giọng điệu, Vũ Xuân Tửu dường như trao ngòi bút cho nhân vật để tự nó nói lên giọng điệu riêng của mình. Nổi bật trong tiểu thuyết *Chuyện trong làng ngoài xã* là ba giọng điệu trần thuật cơ bản: giọng hài hước, châm biếm; giọng thân mật, tâm tình và giọng triết lí, chiêm nghiệm. Tuy nhiên, sự biểu hiện của các giọng điệu chủ yếu trên cũng có sự đan cài, chuyển chỗ một cách khá linh hoạt.

Trong tác phẩm, nhà văn đã sử dụng giọng kể tự nhiên, say sưa với lối cà kê, kể lể với lượng thông tin lớn và tỉ mỉ. Bước vào thế giới của tiểu thuyết, chúng ta được gặp lại người kể chuyện xưng "tôi" quen thuộc, gần gũi, hứa hẹn một lượng "thông tin" lớn với giọng điệu cà kê, kể lể cứ mỗi lúc một kéo ta lại gần, dẫn ta đi la cà, nhẩn nha chỗ này, chỗ nọ. Ví dụ, trong câu chuyện kể về nhân vật "ông tôi":

"*Ông tôi và bác Nhân chọn một băng ghế còn để trống, cùng ngồi ngắm nhìn trời Tây, rừng Tây. Ông tôi mời bác Nhân một điếu xì-gà La Ha-ba-na. Bác Nhân cười cười:*

- Chả bù cho cái anh Bông Lúa...

Ông tôi thủng thẳng đáp:

- Nhớ cái bận cháu bên nhà gửi sang cho tôi một tút Bông Lúa, lại viết là bác Nhân có lời hỏi thăm, thế là tôi đoán có anh đạo diễn.

- Đâu có, cháu nó định gửi mấy lần, hiềm một điều là thuốc không ngon lắm, nhưng lại được cái tên Bông Lúa, biết đâu lại gợi cho bố nhớ tới đồng lúa, bờ tre, mái rạ... hút nặng nặng là, nhưng mà của nhà làm ra.

Ông tôi bất ngờ rút trong túi áo vét-tông ra một cái vỏ bao thuốc Bông Lúa làm bác Nhân sững sờ. Một lát, bác Nhân gặng hỏi:

- Bây giờ anh có thể nói lí do ra đi ngày nào được chứ? Nếu không có điều gì làm anh phiền lòng...

Ông tôi cười ha ha...[30; 66]

Đoạn trích không xoay quanh một cốt truyện hấp dẫn hay một tình huống đặc sắc. Tác phẩm chỉ dường như là tập hợp những mẩu chuyện nhỏ theo mạch liên tưởng ngẫu hứng của nhà văn về các nhân vật được kể một cách tự nhiên, chuyện nọ gọi chuyện kia, chi tiết này gợi nhớ chi tiết khác chứ không có bàn tay sắp đặt, bố trí của tác giả. Qua mỗi mẩu chuyện, đoạn chuyện, thông tin mang tính chất tư liệu dồn lại trong nhận thức của người đọc lại có lớp có lang hơn, không hề gây cho chúng ta cảm giác rối và vụn bởi sự kể lể thân mật, tạo không khí giao hòa hấp dẫn.

Tiêu biểu là đoạn chi tiết, tỉ mỉ về ngoại hình của bà Phác: "Bà Phác chân vòng kiềng, mặc cái quần vải thâm cũ lúc nào cũng dạng huếch như đánh te. Hai ngón chân của bà choãi ngang không sao nhét vào trong quai guốc được.[30; 11].

Nhưng phải bằng tài kể chuyện của mình, ông mới có thể "mềm hóa", tránh gây sự khô khan, cứng nhắc để "bổ túc" những kiến thức văn hóa đáng quý cho người đọc, như trong đoạn:

"Thày tôi nằm trong khoang thuyền, lơ mơ ngủ. Mũi thuyền rẽ nước oàm oạp. Quai chèo cọt kẹt một điệu buồn buồn như cóc nghiến răng. Sương xuống lành lạnh. Bỗng thày tôi giật mình, nhìn thấy con ma trơi sáng rực như quả cầu lửa, bay qua sông. Con thuyền tự dưng chòng chà chòng chành như có ai đó bám vào mạn thuyền mà lắc vậy. Thày tôi sợ dúm vó. Ông tôi vẫn thản nhiên:

- Đừng có nghịch nữa, các bà cô, ông mãnh ơi!

Bỗng có tiếng cười khanh khách bên mạn thuyền. Ông tôi dằn giọng, ra oai:

- Đây không phải là gan sứa đâu nhá!

Thuyền càng bị lắc tợn. Bó vỏ già lật nghiêng. Đống củ nâu lăn lông lốc. Thày tôi vội ôm vào cái thuyền, sẵn sàng giật ra khi bị đắm. Ông tôi cười cười, bảo:

- Để thày cho một vố.

Ông tôi cầm túm lông gà dắt trên mui thuyền, nhúng vào ống nước giải, vẩy khắp thuyền và tưới cả hai bên mạn thuyền. Tức thì có tiếng đạp nước uồm một cái. Một chốc thì bình yên trở lại, y như một giấc mơ, chỉ còn mùi nước giải là khai sực cả lên.[30; 21]

Đọc những đoạn văn như thế, người đọc thấy phảng phất đâu đó giọng vị văn Vũ Xuân Tửu nhưng điệu kể lại hoàn toàn khác, dễ gần, dễ đọc, dễ tiếp nhận chứ không bị choáng ngợp trước sự ngồn ngộn của ngôn từ. Nhà văn đã sử dụng rất linh hoạt, hợp lí lối dẫn dắt, nói đệm mang đậm tính khẩu ngữ dân dã, tạo độ dãn cho lời văn và sắc thái "cà kê", "nhẩn nha" trong giọng điệu.

Ở đây, nhân vật xưng "tôi"- người kể chuyện với khá nhiều yếu tố tự truyện đã đóng vai trò quan trọng "tạo ra giọng điệu, tự nhiên, chân thành mà vẫn phóng túng", không những tạo cảm giác dễ gần mà còn tạo tâm lí dễ tin, dễ yêu mến đối với người đọc. Bút pháp "kể" vốn là sở trường từ trước đến nay của Vũ Xuân Tửu. Dân dã bởi chất giọng dễ gần, dễ mến, hiện đại cũng bởi không khí đời thường suồng sã và bởi lượng thông tin, tư liệu dồn nến trong tác phẩm. Các giọng điệu tiểu thuyết *Chuyện trong làng ngoài xã* như một dàn đồng ca với nhiều âm sắc khác nhau, góp phần tạo nên nét đặc sắc trong phong cách văn chương của Vũ Xuân Tửu. Thể hiện ở nhiều cấp độ, cung bậc khác nhau, các giọng điệu tiểu thuyết *Chuyện trong làng ngoài xã* phản ánh xã hội ngày xưa qua hai cuộc kháng chiến chống Pháp và chống Mỹ cho đến cải cách kinh tế, mở cửa hội nhập quốc tế…

Là một phương diện của hình thức tự sự, giọng điệu trần thuật là một trong những yếu tố quan trọng của tác phẩm văn chương. Cùng với các bình diện khác của nghệ thuật tự sự, nó góp phần tạo nên phong cách, cá tính sáng tạo của nhà văn. Vũ Xuân Tửu là một nhà văn tài năng đã có những thành công trong thể loại truyện ngắn cũng như tiểu thuyết, đặc biệt ở phương thức trần thuật. Qua những trang văn của Vũ Xuân Tửu, ta thấy tài năng văn chương của ông càng thêm được khẳng định.

2.3.3.2. Ngôn ngữ nghệ thuật

2.3.3.2.1. Ngôn ngữ đơn giản mang tính dân gian, giàu hình ảnh so sánh mang phong cách ngôn ngữ giao tiếp của con người đồng bằng Bắc Bộ và miền núi phía Bắc

Hệ thống nhân vật trong tiểu thuyết *Chuyện trong làng ngoài xã* của Vũ Xuân Tửu rất đa dạng và ngôn ngữ là cách bộc lộ rõ nhất lối sống, trình độ văn hóa, phẩm chất của họ. Trong tác phẩm, Vũ Xuân Tửu sử dụng ngôn ngữ rất giản dị, mộc mạc mang tính dân gian, giàu ý nghĩa, đầy màu sắc lấp lánh với một loạt từ ngữ mang tính khẩu ngữ mang phong cách ngôn ngữ giao tiếp của vùng đồng bằng Bắc Bộ và miền núi phía Bắc nước ta. Tác giả đưa ngôn ngữ nói hằng ngày vào trang viết của mình và sử dụng ngôn ngữ đối thoại rõ ràng cho từng nhân vật, trong những tình tiết cụ thể. Bên cạnh đó, lời thoại trong *Chuyện trong làng ngoài xã* được đặt lồng ghép với lời kể của tác giả tạo sự tự nhiên cho nhân vật và giúp nhân vật bộc lộ được tính cách, cảm xúc của mình.

Ví như lời thoại giữa anh đội, anh Chuột, chị Chuột và bác Nhân lúc bác Nhân bị trói giữa sân đình làng Đáy:

"*Anh đội như không để ý, vẫn quát tháo:*

- Đồng chí Chuột không được thông đồng với quân phản động, mang ngay tờ giấy ấy lên nộp cho toà.

Anh Chuột cầm tờ giấy lập cập chạy lên đưa cho vợ:

- Này, bu mày...

Chị Chuột mặt vẫn đỏ lựng vì xấu hổ, tay run run cầm tờ giấy xoay ngang xoay dọc. Anh đội gắt, tiếng nói rít qua đôi môi mỏng:

- Đưa xem nào? Cái gì thế này: "Cách đánh du kích...".

Anh đội reo to như bắt được vàng:

- Đây là chứng cớ phản động không thể chối cãi. Bà con nghe đây: Tên phản

động Nhân viết trên giấy trắng mực đen, ngay giữa thanh thiên bạch nhật, tôi xin đọc để mọi người cùng nghe luận điệu phản động... E hèm: "Cách đánh du kích... ". Thế tức là nó có âm mưu đánh vào du kích, tấn công vào lực lượng nòng cốt phản đế, phản phong ở nông thôn.

Bác Nhân ngửa cổ cười to. Anh đội tức khí:

- Được, cứ cho cười. Có đúng chữ của mày không?

- Đúng... Nhưng đó là tài liệu tóm tắt về cách đánh du kích trong vùng địch hậu của Việt Minh hay còn gọi là "Du kích chiến"."[30; 63]

Ngôn ngữ trong tiểu thuyết Vũ Xuân Tửu dù mộc mạc nhưng rất giàu ý nghĩa và hình ảnh so sánh, như đoạn miêu tả cô Phượng hân hoan, rạng rỡ trong ngày giải phóng Sài Gòn: "Phượng đang chạy lại phía chúng tôi, gò má ửng hồng, miệng cười tươi như hoa (...) Tôi ngửi thấy mùi tóc, tai, gáy, cổ... của Phượng thơm thơm, ngây ngất. Tôi cứ đạp như kẻ mộng du (...) Bàn tay Phượng ấm mềm để yên trong tay tôi...".[30; 154] Đoạn văn ngắn nhưng từng câu từng chữ trong tác phẩm đã gợi vẽ hình ảnh người con gái Phượng trẻ trung, xinh đẹp, tươi cười rạng rỡ khi đang yêu.

Tác giả đã tạo tình huống gặp gỡ giữa nhân vật "tôi" và các nhân vật khác, thể hiện trong đoạn:

"*Nghe tin Cúc xách va-ly về nhận công tác ở Ban Khoa học-Kỹ thuật tỉnh, tôi vội chạy đến:*

- Sao đang ở thủ đô lại về xứ khỉ ho cò gáy này làm gì? Phó tiến sĩ, hừ... phí!

- Còn anh?

- Anh ở hoàn cảnh khác.

"Hãy tự cứu mình trước khi trời cứu". Phó tiến sĩ cũng chỉ là phun-thuốc-sâu thôi, cũng chả có thuốc sâu mà phun".[30; 192]

Như vậy, với cách sử dụng ngôn ngữ nhân vật ngắn gọn, đối thoại ngắn, hòa trộn văn nói và văn viết, đan xen những lối ví von ở ngôn ngữ đối thoại với sự mạch lạc, khúc chiết, sâu sắc của ngôn ngữ chính luận trong độc thoại đã làm nên sự phong phú, nhiều màu sắc cho văn xuôi Vũ Xuân Tửu. Và nếu ông cứ để cho nhân vật của mình được tự do nói năng, cư xử, thể hiện mình một cách tự nhiên như người ta vẫn vậy thì những trang viết của Vũ Xuân Tửu thực sự để lại ấn tượng rất sâu đậm cho người đọc.

2.3.3.2.2. Sử dụng thành ngữ, tục ngữ, ca dao, dân ca dân tộc Tày trong ngôn ngữ nghệ thuật

Một trong những đặc điểm về cách diễn đạt của người miền núi nói chung và dân tộc Tày là hay so sánh, liên tưởng, nói có hình ảnh. Và trong cách so sánh, bên cạnh điểm gần gũi, dân tộc Tày cũng có những nét riêng nếu so với các dân tộc khác. Đó là lối nói dân dã bằng ca dao, dân ca, tục ngữ, thành ngữ của dân tộc mình. Nắm bắt rất rõ điều đó nên trong các tác phẩm của mình, Vũ Xuân Tửu thường để nhân vật của mình sử dụng những tục ngữ, thành ngữ, ca dao, dân ca trong lời đối thoại hoặc trong lời kể, lời dẫn chuyện của người kể chuyện cũng thường sử dụng những yếu tố này. Vậy nên, đến với tiểu thuyết Vũ Xuân Tửu, người đọc thấy có sự mới lạ, hấp dẫn riêng nhưng vẫn thấy một cái gì đó quen thuộc, thân thương. Bởi trong tác phẩm của mình, nhà văn đã biết kế thừa, tiếp thu tinh hoa của thơ ca cổ, ca dao, tục ngữ, thành ngữ của dân tộc Tày... một cách sáng tạo, nhuần nhuyễn trong quá trình sáng tác.

Có thể tìm thấy trong bất kì thể loại nào, ở sáng tác nào của Vũ Xuân Tửu cũng là những thanh âm sắc màu của không gian, văn hóa các dân tộc và lối sử dụng hình ảnh, ngôn từ rất khéo léo.

Ví dụ như những câu tục ngữ, thành ngữ: Học khôn đi lính, học tính đi buôn; Rối lên như canh hẹ; Thứ nhất là chết mất cha, thứ nhì gánh vã, thứ ba ngược đò; Ghét của nào trời trao của ấy; Khôn từ trong trứng khôn ra; Thất cơ lỡ vận; Đổ mồ hôi sôi nước mắt; Vú đàn bà quà đàn ông; Cây ngay chả sợ chết đứng; Thần cây đa, ma cây gạo...

Khi sử dụng những từ ngữ của dân tộc Tày trong câu: "Quân y viện sơ tán về một làng Tày có tên là Cốc Nghịu"[30; 174] (Cốc Nghịu là cây gạo cổ thụ - tiếng dân tộc Tày) hay trong câu "Ông lão bảo: "Khả tu cáy"[30; 175] (Tiếng dân tộc Tày nghĩa là làm thịt gà) hoặc "Mấy đứa con trai cởi truồng, bụng ỏng ra, chúng luôn đưa tay lên mồm ngậm. Tôi nghe chúng thì thào với nhau bằng tiếng Tày: "Cần Keo lố"[30; 125] (Tiếng dân tộc Tày): Người Kinh đấy...

Khi lại là những câu dỗ trẻ:

"Khóc nhè, bêu bêu
Bêu ầm nhà
Xấu gà dò
Trốn vào màn nằm chơi..." [30; 180]

(Chế khóc nhè - Đồng dao dân tộc Tày)

Khi lại là những câu hát:

"*Chúa ra bến nước vàng*
Vàng rung chân trời lớn
Nước ma giật ven bể
Tiên ra bến nước bạc..." [30; 183]

(Trường ca dân tộc Tày: Khảm hải (Vượt biển)

Có thể thấy Vũ Xuân Tửu đã sử dụng hài hòa những ngôn ngữ của ca dao để đưa vào những trang viết của mình xây nên những giai điệu ngọt ngào, màu sắc cuộc sống được thể hiện rõ ràng hơn từ ngòi bút của ông.

Mặc dù *Chuyện trong làng ngoài xã* là tác phẩm viết bằng tiếng Việt, nhưng Vũ Xuân Tửu không chỉ sử dụng lối nói của người Kinh mà còn khai thác vốn văn hóa và cách biểu đạt của dân tộc Tày. Vậy nên, trong ngôn ngữ tiểu thuyết của ông có đặc điểm rất dung dị, mộc mạc như những bài dân ca rất giàu hình ảnh biểu cảm. Vũ Xuân Tửu đã không chỉ phản ánh được tâm hồn dân tộc mà bằng ngôn ngữ tác phẩm, nhà văn còn góp phần lưu giữ, bảo tồn và phát huy những vẻ đẹp của tâm hồn ấy - đó là sự bảo tồn vẻ đẹp văn hóa bằng văn chương, theo cách riêng của mình.

Con đường sáng tạo tiểu thuyết của Vũ Xuân Tửu trong *Chuyện trong làng ngoài xã* luôn gắn với đời sống xã hội của người dân vùng đồng bằng Bắc Bộ và miền núi phía Bắc. Trong tiểu thuyết, ta đều nhận thấy được những giá trị nghệ thuật đặc sắc mà nhà văn thể hiện. Vũ Xuân Tửu đã khéo léo lồng ghép cảm hứng lịch sử dân tộc với cảm hứng thế sự đời tư, khắc họa hình ảnh những con người vùng đồng bằng Bắc Bộ và miền núi phía Bắc chất phác, giản dị trong hai cuộc kháng chiến chống Pháp và chống Mỹ cho đến thời kì hội nhập.

Vũ Xuân Tửu đã sử dụng lối kể chuyện bằng giọng kể trần thuật rất tự nhiên, nghệ thuật xây dựng nhân vật độc đáo với nhiều kiểu nhân vật khác nhau; giọng điệu kể chuyện phong phú. Ông đã kết hợp với cách chọn chi tiết đắt giá, giàu tầng lớp, đầy tính kịch, cách diễn đạt hóm hỉnh đến độ hài hước, nhiều lúc như đùa...Và trong những câu chuyện ấy luôn mang đậm những nét văn hóa đặc sắc của người Tày. Tác giả cũng đã dùng những bút pháp nghệ thuật đặc sắc để tạo nên thành công cho tác phẩm gây ấn tượng sâu sắc và có sức hút mạnh mẽ với người đọc.

Tiểu kết chương 2

Vũ Xuân Tửu đã lựa chọn đề tài và chủ đề đồng bằng Bắc Bộ xen lẫn miền núi và đời sống làng quê Việt Nam nhưng nét riêng trong tiểu thuyết Vũ Xuân Tửu là sự tập trung đi sâu vào số phận riêng của cá nhân con người được đặt trong các mối quan hệ ràng buộc thông qua những sự kiện cuộc đời nhân vật để phản ánh văn hóa, đời sống xã hội. Đi sâu phân tích tiểu thuyết của nhà văn, ta thấy cảm hứng lịch sử dân tộc khi độc lập lúc lại đan xen hòa quyện với cảm hứng lịch sử dân tộc khi độc lập lúc lại đan xen hòa quyện với cảm hứng thế sự đời tư. Sự đan xen này phản ánh sự biến đổi về tư tưởng, có đổi mới trong cách khám phá, phản ánh đời sống xã hội, đặc biệt là những mảng hiện thực ít được phản ánh như đời sống sinh hoạt, hoạt động cách mạng thời kì kháng chiến. Trong tiểu thuyết, ta đều nhận thấy được những giá trị nghệ thuật đặc sắc mà nhà văn thể hiện Vũ Xuân Tửu đã khẳng định được vị trí của mình cũng như các tác phẩm của mình trong văn học địa phương tỉnh Tuyên Quang.

Vũ Xuân Tửu đã sử dụng lối kể chuyện bằng giọng kể trần thuật rất tự nhiên, nghệ thuật xây dựng nhân vật độc đáo với nhiều kiểu nhân vật khác nhau; giọng điệu kể chuyện phong phú. Ông đã kết hợp với cách chọn chi tiết đắt giá, giàu tầng lớp, đầy tính kịch, cách diễn đạt hóm hỉnh đến độ hài hước, nhiều lúc như đùa...Và trong những câu chuyện ấy luôn mang đậm những nét văn hóa đặc sắc của người Tày. Tác giả cũng đã dùng những bút pháp nghệ thuật đặc sắc để tạo nên thành công cho tác phẩm gây ấn tượng sâu sắc và có sức hút mạnh mẽ với người đọc. Sự thành công từ tiểu thuyết của Vũ Xuân Tửu đã đóng góp vào sự giàu đẹp của văn học địa phương nói riêng và sự phong phú, đa dạng của văn học các dân tộc thiểu số hiện đại nói chung.

CHƯƠNG 3: GIỚI THIỆU MỘT SỐ TÁC PHẨM TIÊU BIỂU CỦA VŨ XUÂN TỬU TRONG CHƯƠNG TRÌNH ĐÀO TẠO CỦA TRƯỜNG ĐẠI HỌC TÂN TRÀO

1. Truyện ngắn *Chuyện ở bản Piát*

1.1. Văn bản

CHUYỆN Ở BẢN PIÁT

(Tạp chí Văn nghệ quân đội, số 620-621, tháng 5-2005)

Tôi được tăng cường lên Piát để chỉ đạo sản xuất. Một anh cán bộ chân trắng ở phòng nông nghiệp huyện, xuống cơ sở chỉ đạo sản xuất, nghĩ cũng lạ. Tôi toan từ chối, nhưng lại tặc lưỡi, cứ thử xem sao, thế là mới có chuyện.

Nói là chân trắng thì cũng chưa hẳn, bởi mình xuất thân nông dân đồng xuôi, nên việc cấy, việc cày, việc bừa... tay vốn quen làm. Cứ xuống bản, chả chỉ đạo thì xắn tay lên mà làm. Dân chúng ở đâu cũng ghét đám chỉ tay năm ngón.

Từ phố huyện, đạp xe nửa ngày, gửi nhà dân ven đường, rồi đi bộ, trèo ba ngọn đèo, lội bảy con suối thì đến. Tôi hỏi mấy anh cán bộ xã, Piát có nghĩa là gì? Họ bảo, tức là ruộng dốc thoải. Tôi được giới thiệu đến ở nhà Khấu. Khấu, tiếng Tày nghĩa là lúa. Anh ta làm khoẻ như trâu, ăn khoẻ như hùm. Bố mẹ Khấu chỉ sinh được một mình Khấu thì khuất núi. Tôi ở cùng Khấu từ khi trăng khuyết, đến ngày trăng tròn thì kết tồng. Theo phong tục người Tày, một khi đã kết tồng thì sống tết, chết giỗ. Hai người coi nhau như anh em. Tôi thấy mặt trời trước được làm anh. Tuy làm anh, nhưng lại rất ngớ nghết, làm cái gì thằng em cũng phải chỉ bảo cho.

Sáng sáng, mỗi khi kim đồng hồ Pôn-jốt đeo tay, chỉ bảy giờ là tôi ra gốc cây bưởi ở đầu sàn, đánh mõ hợp tác. Khấu là đội trưởng sản xuất nhưng lại hay ngủ quên. Người ăn khoẻ cũng thường ngủ khoẻ. Mỗi khi nghe mõ cá đánh vào tai, Khấu mới vục dậy, ra cầu thích bắc loa tay gọi ồi ồi: “Đi làm thôi lố!”. Gọi lấy lệ vậy, chứ các nhà ở cách mấy quả đồi, lại bị sương mù bao phủ, thì làm sao nghe hết được. Cán bộ xã khen Khấu tích cực.

Hợp tác xã Piát ở ngay gần trụ sở uỷ ban hành chính xã, nên coi là trung tâm. Tôi để ý thấy có cô Phái, nhà ở bên kia đồi, nhưng hôm nào cũng đến tập trung đi làm sớm nhất. Phái là gái chưa chồng, không xinh lắm, nhưng nước da trắng như bông, nên nom cũng ưa mắt. Theo tiếng Tày, Phái có nghĩa là bông. Nhưng mỗi khi chấm công là Khấu khắt khe với Phái nhất:

- Cào cỏ cải tiến là phải hai tiến, một lùi. Sao cô chỉ có tiến? Phạt ba điểm, còn bảy điểm.

- Cán bộ bảo làm thế!

Khấu nhìn tôi như dò hỏi. Tôi lúng túng phân bua:

- Hồi ở làng, bọn tôi cũng làm thế, cào đi cào lại nhiều, gốc lúa lốc cả lên. Mà cái kiểu này cũng nên bỏ. Chả cào gì bằng cái anh cào ta.

Khấu thở dài ngao ngán, gấp sổ, gài bút máy Trường Sơn vào túi áo sơ-mi trứng sáo, quên đóng lắp bút nên mực thấm ra ngực áo. Phái thấy vậy, kêu lên: "À lúi". Khấu lặng lẽ rút bút ra cài lại và vằn mắt lên nhìn. Phái sợ hãi thụt cổ, lè lưỡi quay đi.

Hồi ấy, ra khỏi nhà đã là rừng. Những chú lợn rừng sọc dưa còn lon ton chạy vào ăn cám với lợn nhà. Gà rừng còn vào gầm sàn, kiếm ăn với gà nhà. Nhưng tự dưng, không biết đàn khỉ ở đâu kéo về phá ngô dữ lắm, nên cái việc chỉ bảo hệ trọng đầu tiên của thằng em là cách làm súng. Khấu lấy về một đoạn thép tròn, dài hàng mét, to như ngón tay cái, bảo làm súng. Tôi ngớ ra, trần đời, chỉ thấy súng nòng rỗng, chứ chưa bao giờ thấy nòng đặc như cái thuốn thế này. Khấu chừng như hiểu ý, nhưng chỉ cười cười. Khấu làm cái gì, tôi cũng làm theo. Hai chúng tôi vần một khúc gỗ to như cái cối xay chôn xuống gầm sàn làm giá đỡ, rồi néo chặt đoạn thép vào cho chắc và khoan nòng.

Việc khoan nòng, quan trọng nhất là phải khoan cho thẳng, nếu lệch, khi bắn nhiều, đạn sẽ làm cho nòng mòn vẹt như vạc ống dầu. Bởi thế, Khấu giữ mũi khoan, còn tôi thì cò cưa cái cần khoan buộc dây da trâu. Phôi thép bắn ra, nóng như cám rang.

Chiều chiều, cứ đi làm hợp tác về, hai chúng tôi lại húm vào khoan. Bọn thanh niên trong bản cũng xúm đến xem và kéo khoan đỡ tôi, nhưng Khấu thì khư khư giữ mũi khoan, không giao cho ai bao giờ. Có hôm cô Phái đến đọ sổ công điểm, mũi khoan chợt nảy nên, lao bổ xuống bàn chân, máu chảy chan hoà. Cô Phái sợ hãi kêu thét lên lấy tay bưng mặt, Khấu xoay người, thò tay vào cạp quần, rứt ra một túm lông, rịt vào vết thương, cầm máu. Cô Phái vô tình nhìn thấy, lại kêu rú lên: "À lúi!" và chạy vụt đi. Đám thanh niên cười hà hà...

- Hỏng rồi!

- Sao?

- Chưa thấy máu thú đã thấy máu người, khỉ chưa chạy mà chân đã thủng rồi à?

Khẩu súng rồi cũng làm xong, nom oách như súng trận. Chọn ngày lành, hai anh em lên đồi bắn thử. Chúng tôi nằm phục ở rìa nương, tìm tảng đá con khỉ đầu đàn thường ngồi chỉ huy làm đích. Một lúc, mấy con khỉ mò ra nháo nhác nhìn quanh, rồi lũ khỉ buộc dây rừng quanh bụng, ào ạt xông vào bẻ ngô. Khấu giương súng, bóp cò đánh "đoàng" một cái. Nòng súng không có đường khương tuyến, lại bắn đạn K44 của dân quân, viên đạn ra khỏi nòng thì xoay ngang, xé gió kêu ngoao ngoao như tiếng ma, nghe rợn tóc gáy. Lũ khỉ rụng rời chân tay, nằm chết giấc. Tôi toan trói mấy con về thịt, Khấu bảo, đừng làm thế, khỉ giống người mình. Một lúc sau, lũ khỉ tỉnh dậy, lểu thểu lê bước vào rừng. Từ đó, chúng không dám bén mảng về phá ngô nữa.

Một hôm, tôi lên họp giao ban trên xã về thì không thấy Khấu đâu, chỉ có cô Phái cầm cuốn sổ công điểm gia đình đang ngồi ở thích ngoài. Thấy đầu cầu thang có treo con cá chép rất to, như cái mõ, tôi lấy làm lạ. Cô Phái lí nhí nói:

- Em sang đối chiếu công điểm tháng trước...

Liếc nhìn con cá đang ngáp ngáp, cô khẽ nói:

- Bố bầm em bảo, mang cho các anh con cá. Bố em mới quăng chài ở vực Cọn, chỗ anh Khấu hay ra tắm.

- A lúi, to thế, trắng thế!

Tôi chỉ định khen con cá, nhưng cô Phái lại cúi nhìn xuống ngực mình, mặt ửng đỏ như mào gà.

Tôi đưa cô Phái về, con đường mòn vắt qua đồi yên ngựa. Chiều xuống, từng đàn chim hối hả bay về tổ. Thỉnh thoảng, cô Phái lại ngoái lại hỏi:

- Cán bộ đã học được nhiều tiếng Tày của món em chưa?

- Bọn thanh niên đang dạy, nhưng cũng đủ để đi đường: "kin hi" là đi đường rậm, "kin vày" là quay trở lại.

Cô Phái ôm bụng cười ngặt nghẽo, ngã lăn cả ra vệ cỏ ven đường. Cái váy đen lật lên để lộ ra bắp đùi trắng như đọt măng. Cuốn sổ công điểm văng ra bên cạnh, cũng cuộn tròn như bẹ măng. Cái khăn đội đầu tuột ra, làm cho mái tóc đổ tràn trên cỏ như một đống móc. Tôi lúng túng không biết sự tình thế nào, cũng nhệch mồm ra cười theo. Bên đồi, vẳng tiếng mõ trâu lốc cốc, lòng bồi hồi như lúc nghe tiếng mõ chùa làng. Khói lam chiều đang toả trên những mái nhà sàn dưới bản Piát, thấy nao nao nỗi nhớ quê nhà.

Hồi lâu, cô Phái lồm cồm ngồi dậy và nghiêng đầu, đưa tay vấn tóc. Bầu vú vổng lên ngồn ngộn như quả bưởi, núm vú lồi như sau lớp vải áo, nom như quả mận thóc. Tôi ngượng, quay mặt đi, chợt nghe cô Phái bảo như ra lệnh:

- Cán bộ lấy giúp cái khăn đi!

Tôi ngập ngừng cúi xuống, lấy cái khăn vuông đưa cho cô. Bàn tay cô ấm mềm, nắm lấy tay tôi. Đôi mắt cô long lanh, đôi lông mày ươn ướt, dựng ngược:

- Sổ công điểm nữa đi!

Tôi quỳ xuống, nhặt cuốn sổ công điểm đưa cho cô. Thế là hai tay cô nắm lấy hai tay tôi, rồi từ từ ngả người lên bãi cỏ kéo tôi nằm sấp lên tấm thân mềm mại hầm hập như lò lửa...

Bất chợt cô đẩy tôi ra. Tôi ngỡ ngàng chưa hiểu ra sao, Cô lại vụt lật nghiêng, vùng dậy. Bỗng có vật gì đó rất nặng rơi bụp xuống lưng tôi, những viên đạn đổ ra tung tóe trên bãi cỏ. Tôi giật mình, nhận ra cái túi đạn của Khấu. Ngước nhìn lên, thấy Khấu đang ôm súng, ngồi thu lu trên chạc cây, bảo là để rình khỉ. Nhưng khỉ đã cao chạy xa bay từ lâu rồi kia mà? Tôi bẽ bàng ngồi dậy. Cô Phái vùng chạy như ma đuổi, vứt lại khăn đầu và sổ công điểm.

*

Khấu đi bộ đội, để lại ngôi nhà sàn và khẩu súng ma kêu cho tôi. Nhà thì tôi ở, nhưng súng không bắn bao giờ. Trên cột cái gần bếp chủ, có dán cái đuôi cá chép của cô Phái. Cái đuôi xoè to như quạt giấy, ôm nửa thân cột.

Trên phòng nông nghiệp, thấy tình cảnh như thế thì cho tôi xuống hẳn xã. Trước đây, tôi cứ ngỡ đi tăng cường dăm ba tháng thì trở về, ai dè lại kết tồng, bám rễ ở Piát đến thế này?

Piát đúng là ruộng dốc thoải. Bản nằm ngay dưới chân đồi cũng dốc thoải, bên cạnh là ruộng lúa. Người Tày sống theo kiểu "thượng cư hạ điền" là vậy đây. Trên đồi trồng cọ, lấy lá lợp nhà. Hôm đầu đến bản, tôi thấy ngoài cánh đồng có con gì to lắm, lông mốc thếch như bìm bịp, chốc chốc lại bay lên, đậu xuống, lại kêu: "Ụp, oà... ". Tôi tò mò đến gần xem, hoá ra là cái cối giã gạo nước, làm kiểu dã chiến. Người ta lợp mấy tàu lá cọ khô lên đầu cần cối để che nắng, che mưa cho cối gạo. Những mái nhà sàn lợp lá cọ ẩn khuất dưới bóng cọ. Mỗi khi có mưa, rừng cọ lại xao động tấu lên bản nhạc ồn ã, khiến lòng người cũng bồn chồn xao động. Tôi chưa thấy nơi đâu, mỗi khi trời đất giao hoà lại kinh động như ở chốn này. Thảo nào, bản Piát, nhà nào cũng đông con và các cô gái thì đa tình.

Từ khi xảy ra cái việc khăn rơi, đạn đổ thì cô Phái lánh mặt tôi, cả khi Khấu lên đường cũng không thấy bóng. Một hôm, tôi đánh bạo đến nhà tìm, từ trên lưng đồi đã nghe tiếng đàn tính tẩu thánh thót và giọng Phái du dương hát loàn:

"Loàn tôi lìa đám, dạ bồi hồi
Én lìa nhạn để lòng thương nhớ
Ong lìa ong da diết cùng hoa
Sang năm, loàn có còn gặp hoa nữa...".

Tôi ngơ ngẩn trở về, lấy gỗ kháo quang vót cần đàn, lấy quả bầu khô làm tẩu, cứ dài chín nắm cần thì ba nắm đàn. Đàn nữ kéo ba dây. Rồi tôi băng đồi yên ngựa mang đàn sang cho cô Phái. Cái đàn ấy là cái tình, đã đưa cô Phái về ăn cùng mâm gỗ, ngủ cùng chiếu cọ với tôi.

Một chiều, cùng đi sửa cọn nước ngoài suối, Phái hỏi:

- Anh có biết tại sao anh Khấu...???

Tôi nhướng mày, lặng im.

- Anh ấy thương em, anh ấy đã ngỏ lời khi hợp tác làm cọn nước này. Nhưng bố bầm em sợ, nhà anh ấy hay chết non...

- Nhưng sao cứ thấy chú ấy hay cáu gắt với Phái?

- Tính anh ấy thế mà.

Tôi đăm đăm nhìn lên vực Cọn. Thảo nào, lâu lắm rồi, tôi rủ mấy, Khấu cũng không ra tắm vực Cọn nữa.

Năm sau, có anh bộ đội cùng đơn vị với Khấu về, trao quân tư trang của liệt sĩ Khấu. Biên bản ghi: "áo may-ô cũ: 2 cái, quần đùi: 3 cái (2 cũ, 1 mới), khăn mặt cũ: 1 cái, giầy vải cũ loại II: 1 đôi, ba-lô cũ loại II: 1 cái. (Tổng cộng 5 thứ)".

Tôi kí nhận và buột mồm hỏi:

- Không có quần áo dài à?

Anh bộ đội lặng im một lúc mới bồi hồi nói:

- Đơn vị chúng tôi ở chiến trường C, núi rừng còn hiểm trở hơn Piát nhiều. Tuy chiến đấu gian khổ, ác liệt, nhưng đồng chí nào cũng dũng cảm và nặng nghĩa tình đồng đội. Trước khi ra trận, quân phục mới để lại hậu cứ cho đồng đội. Còn mình chỉ mặc quân phục cũ và cầm súng ra đi.

Tôi ứa nước mắt. Phái gào lên thảm thiết.

- Đồng chí Khấu rất gan dạ và khéo tay. Khẩu súng nào hỏng hóc, đều chữa được hết. Có một đêm, đơn vị chúng tôi tấn công vào cứ điểm của địch. Chúng bị thiệt hại nặng nề, nhưng phía ta cũng có hi sinh. Mấy hôm sau, chúng tôi mới bò vào được để lấy tử sĩ ra. Đồng chí Khấu bảo chúng tôi phải buộc dây dù vào, kéo thử đã, đề phòng địch gài mìn dưới thi hài liệt sĩ.

- Món rắn độc!

Quả nhiên, chúng tôi vừa kéo mạnh một cái, tức thì quả mìn nổ tung, ngay bên cạnh... Lúc khiêng tử sĩ, thì đồng chí Khấu cứ xin khiêng sau.

- Chú ấy luôn đi đầu cơ mà?

- Tử sĩ để lâu ngày, đã rữa ra, lúc khiêng lên dốc... dốc ngược, còn hơn cái núi bên kia ruộng Piát, thì nước vàng chảy theo đòn khiêng xuống vai, cứ phải lấy lá mà quệt đi, cho khỏi thấm vào áo.

- Chết thôi, khổ thế à?

Phái lại gục đầu, nức nở khóc. Tôi bồi hồi, khẽ hỏi:

- Thế, chú ấy hi sinh trong trường hợp nào?

- Lần ấy, chúng tôi được lệnh tiêu diệt toán thám báo nguỵ đang tụ tập trong rừng sâu. Đường hành quân qua đường mòn độc đạo. Khi chuẩn bị lội suối, đồng chí phân đội trưởng đã cảnh giác, ném một khúc gỗ xuống hòn đá ven bờ.

- Để làm gì?

- Bọn thám báo cũng quỉ quyệt lắm. Chúng hay gài mìn ở những chỗ người ta thường bước chân vào. Tuy không động tĩnh gì, nhưng khi đồng chí Khấu vừa nhảy xuống, thì hòn đá lật nhào, quả mìn nổ bùng lên. Đồng chí Khấu ngã vật xuống dòng suối. Máu loang đỏ nước.

- Bầm ơi!

Phái lại kêu lên đau đớn.

- Đơn vị đã mai táng, lập mộ chí, vẽ sơ đồ để sau này qui tập.

- Phải đưa anh Khấu về thôi. Người Piát phải về Piát.

Anh bộ đội mời bà con mỗi người một điếu thuốc lá Thạp Luông, hút cũng thấy thơm thơm, nhưng người Piát chỉ quen hút thuốc lào. Cái điếu ục cứ chuyền tay nhau, vòng đi vòng lại mãi theo câu chuyện về những kỉ niệm của bà con dân bản với Khấu.

*

Bây giờ, cái bản dốc thoải của tôi đã khác xưa. Ngoài đồng không còn cối giã gạo nước kiểu con bìm bịp nữa. Nhà tôi đã mua máy xay xát về nghiền ngô, xát gạo cho cả bản. Rừng cọ cũng không còn tấu nhạc mưa, nên mỗi nhà chỉ đẻ từ một đến hai con. Cọ đã bị phá đi để trồng keo, theo dự án xây dựng nhà máy bột giấy. Trong nhà tôi, cây đàn tính tẩu cùng treo cạnh khẩu súng tự tạo, trên vách cạnh bàn thờ. Giữa thân cây cột cái, trên đuôi cá có dán thêm tấm bằng "Tổ quốc ghi công" của liệt sĩ Khẩu. Tôi hỏi Phái, tại sao không lồng trong khung cho trang trọng? Phái bảo, làm thế cho chắc. Ông chủ thì tựa vào cột chủ.

Ban đêm, Phái ngồi cán bông bên bếp lửa, chợt thấy đom đóm bay đầy ngoài vườn, khẽ nói:

- Sắp đến mùa trồng bông rồi.

- Phải "thìn khẩu, dậu phái" mà.

Phái thảng thốt nhìn tôi, hỏi:

- Anh cũng biết câu ấy của người Piát à?

- Anh cũng là dân Piát, làm sao không biết, ngày con rồng trồng lúa thì tốt, ngày con gà trồng bông thì nên.

Từ ngoài suối, vọng về tiếng cọn nước kêu ken két giữa đêm thanh, nghe như tiếng khoan nòng súng thuở nào.

1.2. Xuất xứ

Vũ Xuân Tửu viết truyện ngắn *Chuyện ở bản Piát* ngày 18-21/03/2005, tại Nhà sáng tác Đại Lải. Truyện được in trong Tập truyện *Chuyện ở bản Piát*, Nhà xuất bản Văn nghệ, thành phố Hồ Chí Minh, năm 2007.

1.3. Chủ đề của truyện ngắn

Qua *Chuyện ở bản Piát*, Vũ Xuân Tửu đã cho người đọc cảm nhận một câu chuyện đẹp về tình người của những người trẻ trong tình yêu tay ba cảm động.

1.4. Gợi ý phân tích

Về nội dung:

Chuyện ở bản Piát của Vũ Xuân Tửu là một truyện ngắn hay. Trong thời bình, viết về chiến tranh lại xuất phát từ yêu cầu đạo đức "ôn cố tri tân". Viết về hôm qua là vì hôm nay. Giữa người sống trở về và người "mãi mãi tuổi hai mươi" có mối dây liên hệ bền chặt. Một kết thúc rất hay. Người vợ lấy chồng rồi mà còn khắc dấu người tình trong nhà là một chi tiết rất lạ và rất nhân văn.

Cốt truyện không mới, nhưng cách dẫn chuyện rất mới, cách sử dụng chi tiết trực tiếp luôn như chạm khắc phù điêu rõ nét, kể chuyện có duyên. Khi báo tử: "Quần đùi 2 cái. May ô 1 cái; vậy quần áo dài đâu? Người lính chúng tôi đi đánh nhau, đằng nào cũng chết, quần áo dài để lại cho đồng đội rồi." Chi tiết rất cảm động. Truyện ngắn này "thắng" ở chi tiết. Chiến tranh trong tác phẩm chỉ là cái cớ, là chất xúc tác cho số phận nhân vật nổi lên.

Mô-típ "chuyện tình tay ba" trong *Chuyện ở bản Piát* có thể nói là không mới, nhưng cũng từ truyện này, vấn đề "Viết như thế nào quan trọng hơn là viết về cái gì", quả là chí lí. Chuyện được kể từ ngôi thứ nhất (nhân vật xưng "Tôi") liên quan đến hai thanh niên người Tày: chàng Khẩu, có nghĩa là Lúa và cô gái Phái, có nghĩa là Bông. Cả hai chàng trai (Khấu và tôi) đều đem lòng yêu cô gái và kết cục truyền thống sẽ là một người phải ra đi vì thất tình, vì cô độc. Trong câu chuyện này, Khấu ra đi nhưng là vào bộ đội, chiến đấu tận bên chiến trường C (tức Lào). Câu chuyện tưởng chừng như chỉ xoay quanh hai nhân vật thành vợ thành chồng (Tôi và Phái) - họ đã "ăn cùng mâm gỗ, ngủ cùng chiếu cọ" với nhau. Nhưng người thứ ba là Khấu - dù đã hi sinh - nhưng dường như vẫn bên họ, sống cùng với họ.

Cuộc sống ở bản Piát giờ đã khác trước: "Bây giờ, cái bản dốc thoải của tôi đã khác xưa. Ngoài cánh đồng không còn cái cối giã gạo nước kiểu con bìm bịp nữa. Nhà tôi đã mua máy xay xát về nghiền ngô, xát gạo cho cả bản. Rừng cọ không còn tấu nhạc mưa, nên mỗi nhà cũng chỉ đẻ một đến hai con. Cọ đã bị phá đi để trồng keo, theo dự án xây dựng nhà máy giấy". Cuộc sống xã hội là vậy, nhưng trong ngôi nhà của hai vợ chồng trẻ (Tôi và Phái) thì mọi nền nếp vẫn không mấy thay đổi: "Trong nhà tôi, cây đàn tính tẩu cùng treo cạnh khẩu súng tự tạo, trên vách cạnh bàn thờ. Giữa thân cây cột cái, trên đuôi cá có dán thêm tấm bằng Tổ quốc ghi công của liệt sĩ Khấu. Tôi hỏi Phái, tại sao không lồng khung cho trang trọng? Phái bảo, làm thế cho chắc. Ông chủ thì tựa vào cột chủ". Thật lòng thì Phái thương Khấu, vì "anh ấy thương em, anh ấy đã ngỏ lời khi khi hợp tác làm cọn nước này. Nhưng bố bầm em sợ nhà anh ấy hay chết non". Vậy là đời Phái có duyên phận rõ ràng - duyên thì gắn với Khấu (yêu thương chàng), còn phận thì sống với "Tôi". Đó là số phận.

- Nhân vật Khấu: Khấu trong truyện *Chuyện ở bản Piát* là đội trưởng sản xuất, đi bộ đội hi sinh.

+ Khi ở nhà: hiền lành, cục tính, ít nói, yêu thương Phái thực lòng nhưng khi biết Phái yêu "tôi" thì im lặng không nói gì. Trước khi đi bộ đội, vẫn nhờ "tôi" trông nhà giúp.

+ Khi đi bộ đội: dũng cảm, thông minh, sẵn sàng nhận phần khó khăn, ác liệt thay cho đồng đội. Người ở đơn vị đem tư trang của liệt sĩ về trả. Biên bản ghi: "Áo may-ô cũ: 2 cái. Quần đùi: 3 cái… ". Hỏi: Không có quần áo dài à?" Mới biết Khấu ở chiến trường gian khổ, ác liệt, chiến sĩ trước khi ra trận, quần áo mới để lại cho đồng đội, mình chỉ mặc quần áo cũ và cầm súng ra đi. Trong chiến đấu, trong công tác qui tập tử sĩ, Khấu to khỏe nhưng luôn xung phong xin khiêng phía sau cáng chở tử sĩ. Vì: "Tử sĩ để lâu ngày, đã rữa ra, lúc khiêng lên dốc… dốc ngược, thì nước vàng chảy theo đòn khiêng xuống vai, cứ phải lấy lá mà quệt đi, cho khỏi thấm vào áo".

Khấu tạc vào lòng ta bóng hình một con người thật giản dị và lớn lao.

- Nhân vật Phái:

+ Yêu Khấu nhưng không được gia đình chấp nhận vì lí do "nhà có người chết non".

+ Mạnh mẽ, đa tình, chủ động đến với "tôi".

+ Mặc dù đã làm vợ của "tôi" nhưng lòng Phái vẫn vô cùng thương Khấu.

+ Khi nghe tin Khấu hi sinh cùng những câu chuyện vô cùng khủng khiếp mà

Khấu đã từng trải qua, Phái không thể cầm lòng thương cảm và xúc động (dù mọi chuyện vẫn đang diễn ra trước mặt “tôi”, tức là chồng của Phái).

+ Thờ Khấu trong ngôi nhà của hai vợ chồng (cũng là ngôi nhà mà trước khi đi bộ đội, Khấu nhờ “tôi” trông nom hộ), xác định rõ Khấu là ông chủ mà hoàn toàn không sợ chồng phản đối.

Phái chiến thắng ở phần ứng xử thông minh, phát lộ các “tầm văn hoá” của người đẹp. Ai đó dễ quên quá khứ, khi đọc truyện này, có thể phải nghĩ lại, vì không có hiện tại nào cắt đứt được với quá khứ cả.

- Nhân vật tôi: Là người chiến thắng trong cuộc tình tay ba nhưng vô cùng trân trọng những tình cảm vợ mình (Phái) dành cho Khấu. Anh đồng ý (dù không nói thành lời) để gia đình mình thờ liệt sĩ Khấu cùng những kỉ vật đơn sơ về giá trị vật chất nhưng sâu sắc tình người như một người thân. Khi nhân vật “tôi” kể: “Trong nhà tôi, cây đàn tính tẩu cùng treo cạnh khẩu súng tự tạo, trên vách cạnh bàn thờ. Giữa thân cây cột cái, trên đuôi cá có dán thêm tấm bằng Tổ quốc ghi công của liệt sĩ Khấu. Tôi hỏi Phái, tại sao không lồng khung cho trang trọng? Phái bảo, làm thế cho chắc. Ông chủ thì tựa vào cột chủ” có thể thấy tấm lòng nhân hậu, tình cảm thương yêu vợ cùng với Khấu (người tình năm xưa của vợ mình, nhưng cũng là người đã hy sinh cho đất nước).

Chuyện ở bản Piát được viết với độ căng của dây cung đã kéo lên và mũi tên phải lao đi tới đích. Một cái kết thật tự nhiên, nhưng thật bùi ngùi, chứa đựng một nỗi buồn đẹp, có tác dụng “tẩy rửa tâm hồn” con người.

Về nghệ thuật:

Ngôn ngữ của *Chuyện ở bản Piát* toàn chấm phá, chạm trổ, không diễn tả dài dòng, tiết tấu nhanh, ngôn ngữ hiện đại.

Chuyện ở bản Piát của Vũ Xuân Tửu có những chi tiết hay. Ví dụ như chi tiết báo tử đem di vật của liệt sĩ về nhà. Chi tiết ấy đau quá, ám ảnh, cảm động quá.. Ngoài ra có rất nhiều chi tiết mang đậm chất văn hóa Tày: cây đàn tính tẩu, hình thức hát loàn, cái cối nước “như con bìm bịp”, ngôn ngữ mang đậm phong cách Tày: “a lúi”, tục ngữ Tày: “Thìn khấu, dậu phái”...

Giọng kể, hơi văn của *Chuyện ở bản Piát* trẻ trung, hóm hỉnh, hồn nhiên mà không hời hợt, mà đẹp cao sang, tinh tế và giàu sức gợi. Đó là cái giọng vàng vô cùng thích hợp với câu chuyện, đối tượng nhà văn định miêu tả.

Truyện ngắn *Chuyện ở bản Piát* có đường nét thanh nhã, có cốt truyện đơn tuyến, không có hình thức li kì, rắc rối mà đọc vẫn cuốn hút, bồi hồi, ấy là vì ngoài cái bí kíp là giọng kể, hơi văn nói trên, Vũ Xuân Tửu còn có được một phép lạ nữa là tài sử dụng, tạo lập được những chi tiết thật đặc sắc, đáng giá. Truyện của Vũ Xuân Tửu hay ở từng chi tiết, có thể vừa đọc vừa dừng lại nhâm nhi, ngẫm ngợi thú vị từng khổ văn ngắn.

Tóm lại: *Chuyện ở bản Piát* được bạn đọc chú ý hơn cả trong số nhiều truyện ngắn của Vũ Xuân Tửu, thực chất là truyện ngắn này chứa trong nó nhiều “hạt vàng”- những chi tiết rất đắt mà tác giả đã dụng công.

Vũ Xuân Tửu còn thể hiện ở những quan sát tinh tế đời sống hằng ngày. Câu nói của cô Phái: "Ông chủ phải tựa vào cột chủ" chân chất mà sâu nặng như bản tính của người dân miền núi. Đó chính là kết quả của cái "vốn" phong phú về cuộc sống, về văn hóa của các dân tộc thiểu số vùng núi phía Bắc, mà anh đó chịu khó tích cóp, sau mấy chục năm lăn lộn khắp một dải biên cương Hà Giang, từ giáp ranh Lào Cai, đến Cao Bằng.

Chuyện ở bản Piát được trao giải nhất trong Cuộc thi truyện ngắn của tạp chí Văn nghệ quân đội năm 2005- 2006 được coi là "tinh tuyển", là "đích đáng!"

2. Tiểu thuyết *Chuyện trong làng ngoài xã*

2.1. Nội dung đoạn trích:

DU KÍCH LA - ĐÁY CÙNG BỘ ĐỘI DIỆT BỐT HOÀN ĐAN

(Tiêu đề do tác giả tự đặt)

(Trích trong tiểu thuyết *Chuyện trong làng ngoài xã* của Vũ Xuân Tửu, Nxb Thanh niên, năm 2007).

"Cái đêm mà ông tôi và anh Chuột lần mò dưới ao để giấu khẩu thần công dưới đáy bùn, thì bác Nhân và thày tôi từ chiến khu tức tốc trở về làng Đáy. Theo chỉ thị của thượng cấp, bác Nhân phải: "Lập tức xây dựng đội du kích La-Đáy, phá tề trừ gian, chuẩn bị cho bộ đội về đánh bốt Hoàn Đan. Nhổ được bốt Hoàn Đan thì mở rộng được vùng tự do, các đội thu thuế nông nghiệp cũng mở rộng được vùng hoạt động... ".

Bác Nhân lẩn cái chỉ thị ấy vào trong tràng áo, thỉnh thoảng đi khai hội lại giở ra đọc vắn tắt nội dung cho thêm phần quan trọng, nói có sách, mách có chứng. Có vậy, cán bộ cơ sở mới tin, nhưng phổ biến chỉ được nghe chứ không được biên chép vào bất kì sổ sách, giấy má gì, mà phải nhập tâm.

Thày tôi và bác Nhân vừa vào đến ngõ đã nghe tiếng bì bõm dưới ao, bèn rón rén bò vào bên bụi tre. Dưới ánh trăng thượng tuần lờ nhờ, thấy ông tôi và anh Chuột đang bốc bùn, bác Nhân dặng hắng một tiếng, tức thì dưới ao ngừng bặt. Bác Nhân cất tiếng hỏi:

- Hai anh em làm gì đấy? Tôi, Nhân đây.

- Anh về đấy à? Thằng cu cháu có theo bác về không?

Thày tôi chạy quớ ra bờ ao, hồ hởi khoe:

- Tôi cùng về luôn, thày ạ.

Ông tôi và anh Chuột khoả nước rửa chân tay qua quít rồi lên bờ. Bốn người túm tụm ngồi dưới bờ tre. Ông tôi kể lại vắn tắt sự tình. Bác Nhân giật giọng hỏi:

- Ai cho phép bắn?

- Ông Phác.

- Ông Phác làm gì mà được ra lệnh?

- Ông ấy là chồng bà Phác...

Bác Nhân đớ người. Ông tôi lại thủng thẳng:

- Thế mà toi một thằng lính bảo hoàng đấy nhá. Thôi, cũng bõ công lên thác xuống ghềnh. Ta cứ để "cụ" ngơi ở dưới ao mấy bữa, tránh tai mắt của bọn trên bốt, khi nào thư thư, ta lại mò lên, rước vào miếu.

Bác Nhân đành phải nói công việc của mình. Anh Chuột sốt sắng:

- Thế thì phải khử thằng Thiêm ngay đêm nay.

Thày tôi nói leo vào:

- Tôi biết chỗ ngủ của nó, ngay cạnh gian thờ, có cái phản gỗ mít chân quì dạ cá đẹp lắm, lên nước bóng lòng lọng.

Ông tôi nẹt:

- Việc quốc gia đại sự, trẻ con biết gì mà nói leo?

Bác Nhân đỡ lời:

- Cứ để cháu nói. Cụ Hồ đã dạy: Công việc kháng chiến là của mọi người, bất kì nam, phụ, lão, ấu đều được tham gia.

Đêm hôm ấy không biết là ngày gì mà làng Đáy không có đổ máu. Thằng Thiêm nhằm vào bác Nhân mà bóp cò, cái kim hoả đập cạch một tiếng khô khốc, thì ra trong lúc hoảng loạn, nó giật quy-lát nhưng lại không có đạn. Anh Chuột nhanh trí lao đầu vào bụng thằng Thiêm làm nó ngã bổ chửng. Thế là bác Nhân và anh Chuột vùng căng chạy ra cánh đồng. Thằng Thiêm không dám đuổi theo, sợ trúng kế bác Nhân nhử ra ngoài để đánh phục binh. Thực ra thì không có phục binh, chỉ có thày tôi nấp trộm ở ngoài chờ nghe súng nổ. Nhưng súng của thằng Thiêm lại không nổ, chỉ thấy bóng hai người lao ra ngoài đồng như ma đuổi. Đàn chó được thể tru tréo lên, làm náo động cả làng Đáy.

Chuyện này xảy ra mà không ai biết. Thằng Thiêm bảo cả nhà phải ngậm tăm. Thày tôi không dám hớt lẻo với ai, kể cả với ông tôi. Bác Nhân cũng nín thinh. Chỉ có anh Chuột, sau này được gây dựng là chiến sĩ thi đua, phải làm thành tích điển hình là phô ra. Khi báo cáo ở hội nghị trên chiến khu, anh thêm mắm, thêm muối vào để tăng phần oanh liệt. Muỗng mắm muối đầu tiên anh thêm vào là, dùng tay không, đánh thằng Thiêm là một tên Việt gian bị trọng thương. Những muỗng mắm muối lần sau cứ thêm nếm mãi. Chẳng hạn, lính bốt Hoàn Đan bắn như mưa, anh vừa phải chống cự, vừa phải bảo vệ cán bộ thượng cấp vượt vòng vây. Sau trận ấy, tuy không diệt được tên Thiêm, nhưng bốt Hoàn Đan sợ quá, phải rút về tỉnh. Thực ra thì bốt Hoàn Đan cũng bị tiêu diệt, nhưng do công của Trung đoàn Bốn mươi tám trong thời kì tổng phản công. Thày tôi bảo, nếu thày tôi mà được đi báo cáo điển hình, thì sẽ tả thêm cuộc đánh nhau với lũ chó ngao của nhà thằng Thiêm, nhưng sở dĩ anh Chuột không báo cáo điều đó vì anh sinh năm Tí, cầm tinh con chuột, anh hãi chó...

*

Từ khi bà Phác mất, thỉnh thoảng ông tôi lại mời ông Phác sang xơi cơm, cũng là thêm đũa thêm bát, chứ kì thực ông Phác không ăn được mấy. Ông đã tỉnh hẳn, nhưng mọi chuyện ông bỏ ngoài tai. Ai nói gì ông cũng ra vẻ căng tai để nghe, nhưng cứ luôn mồm hỏi lại hở hở hả hả để không bị mếch lòng ai. Người dân làng Đáy vốn giỏi giang, tuy chưa có ai đỗ ông nghè, ông cống, nhưng đã từng thấy cảnh các ông tiến sĩ từ kinh đô vinh quy bái tổ về xứ Thanh, xứ Nghệ diễu qua làng, nên cũng được thơm lây. Dân làng liền nghĩ ra cách lấy tay làm hiệu để trò chuyện với ông Phác, như kiểu cánh thuỷ thủ hay đánh tín hiệu cho nhau. Chuyện vắn mà đánh tay làm hiệu thì còn khoẻ ra, chứ chuyện dài thì khối người bại cả cánh tay.

Mọi bữa, có mớ cua cứ xóc qua vài nước cho hết hơi bùn đất là bóc yếm rang, ăn lấy giá dôi, càng cua cứ chỏng gọng cả lên. Từ khi ông Phác hay ăn cơm cùng, ông tôi bảo thày tôi phải vặt chân, vặt càng, bóc mai, bóc yếm, khêu gạch hẳn hoi, sợ ông Phác nhìn thấy những con cua chỏng gọng lại chạnh lòng. Sau này, khi hay tin Trung đoàn Bốn mươi tám sẽ thui bò khao quân, ông tôi lại phải ý tứ bảo người làng đưa ông Phác đi chỗ khác cho khuất mắt trông coi.

Trong báo cáo “tam cá nguyệt” (ba tháng, tức một quý) quý đầu năm Kỉ Sửu, bác Nhân viết: “Có những thiếu niên lanh lẹn cũng tham gia, nên Đội du kích La-Đáy hoạt động tung hoành trong lòng địch hậu, gây cho chúng nhiều phen thất điên bát đảo.”

Người thiếu niên ấy chính là thày tôi, nhưng kì thực, lúc này thày tôi đã mười bảy, mười tám tuổi rồi.

Đội du kích La-Đáy gồm đội viên cả hai làng: Làng La ở trong đê và làng Đáy ở ngoài đê. Ngày xửa ngày xưa cùng chung một làng La, nhưng dân ngụ cư đánh cá quăng chài về trại Đáy ngày một đông, đất lành chim đậu. Thế là quan trên sức cho lập làng riêng để dễ bề cai quản. Cái dân sông nước nay đây mai đó dễ làm loạn như bỡn. Cái thứ người hay đi đây đi đó thường khôn ranh và cũng dễ làm loạn. Thật đấy!

Làng Đáy có lí trưởng riêng, lập miếu thờ thành hoàng làng là ông Yết Kiêu. Ông Yết Kiêu theo Đức Thánh Trần dẹp giặc. Ông là một danh tướng bơi lội giỏi như rái cá. Nghe đồn, ông đã từng đi qua trại Đáy, còn khen cái mom sông chỗ này đẹp, vượng về sau. Từ khi lập thành hoàng, trại Đáy ngày càng an khang thịnh vượng, nên làng nên xóm hẳn hoi. Đấy là nói với người có lòng thờ thần, chứ với bọn giặc đã mấy phen làm cho làng Đáy ra gio thì không thèm chấp chúng làm gì cho phí nhời.

Nói vậy chứ, có cậy vào thế Yết Kiêu thì cũng phải nể mặt làng La. Làng La người ta bề bề ra đấy, đâu dám ngang vai vừa lứa. Vả lại, làng người ta lại thờ Đức Thánh Trần Triều, hơn là cái chắc. Cái chuyện giai gái hai làng lấy nhau cũng không phải môn đăng hậu đối đâu. Từ khi bác Nhân về hoạt động, lập đội du kích chung của hai làng để tạo thế ỷ dốc. Tối tối, du kích phải đi tuần và canh gác cả hai làng.

*

Cô Bản du kích làng La, mê thày tôi như điếu đổ. Chị Chuột chòng thày tôi:

- Mày kẻng giai, con Bản nó mê.

- Mê đâu mà mê, còn phải đánh giặc.

- Ghê gớm chửa?

Anh Chuột cũng hùa với vợ:

- Tao biết mày không mê nó, nhưng lửa gần rơm lâu ngày cũng bén.

Chị Chuột được thể tán vào:

- Gái hơn hai, giai hơn một. Nó cứng tuổi càng chiều chồng, lấy nó càng sướng.

Thày tôi đây đẩy cãi:

- Tôi không lấy đâu. Chị đi mà lấy.

Hai vợ chồng anh Chuột cười ngặt nghẽo. Anh Chuột lấy mu bàn tay quệt nước mắt mà bảo:

- Con gái ấy mà, nó mà thích thì đố có gỡ ra được. Đàn ông tưởng cứng rắn thế, chứ thực ra là hay mềm lòng. Mày đã không thích nó thì đừng có dính vào gần.

Thày tôi ngây thơ hỏi lại:

- Tôi cũng chả phải cao giá gì, cô ấy cũng chả phải quân thù quân hằn mà phải lánh mặt. Hằng ngày, đi canh gác với nhau, biết lúc nào người ta có ý ấy mà tránh?

- Thế này này, mày cứ thấy má nó đỏ au cả lên, mắt lúng la lúng liếng, lông mày dựng ngược, vú chổng lên thì phải lặn ngay như Yết Kiêu đấy nhá.

Chị Chuột đỏ mặt mắng chồng:

- Phải gió, cứ dạy quanh, dạy ngay mình ấy... Khéo mà lảng ra chả được lại lảng vào.

*

Tiểu đoàn Một, Trung đoàn Bốn mươi tám về đánh bốt Hoàn Đan. Đội du kích La-Đáy cùng tham gia diệt thù chung. Tiểu đoàn trưởng với anh gác-đờ-co (cần vụ, bảo vệ) đến nhà ông tôi tìm gặp bác Nhân để thống nhất kế hoạch tác chiến giữa đơn vị với Cứu quốc Hội. Thày tôi được cử làm liên lạc giữa Tiểu đoàn Một với Cứu quốc Hội La-Đáy.

Ông Tiểu đoàn trưởng tên là Cử, người thấp đậm, da nâu, râu lởm chởm. Bên hông phải, ông đeo khẩu súng lục trong bao da màu vàng sẫm. Thấy lạ, thày tôi hỏi anh gác-đờ-co mới biết là ông thuận tay trái, bắn súng bằng tay trái, nhưng quân thù cũng bị chết như bắn bằng tay phải vậy. Trên cái cổ mập mạp của ông còn đeo cái ống nhòm bằng đồng, là chiến lợi phẩm thu được của bọn Tây.

Anh gác-đờ-co trẻ măng, khéo chỉ độ mười chín đôi mươi là cùng, da trắng trẻo, môi đỏ như con gái. Thày tôi nghi là con nhà dòng dõi, đầu quân theo Việt Minh để thoả chí tang bồng. Mà thật, khi ông tiểu đoàn trưởng bảo anh ta giở bản đồ ra, anh ta đọc các địa danh trên bản đồ bằng tiếng Pháp lau láu.

Lần đầu tiên, thày tôi nhìn thấy cái bốt Hoàn Đan trên giấy. Có một mũi tên to, màu đỏ cắm vào bốt Hoàn Đan, mấy chục cái mũi tên nhỏ cũng màu đỏ châu đầu hai bên bờ đê từ thị xã lên đến bốt. Có cả mũi tên màu đỏ, đứt đoạn ngược về phía chiến khu Quỳnh Lâm.

Thày tôi được cử dẫn đường cho đại đội công kiên đánh bốt. Cô Bản cũng đi theo để cứu thương cho thày tôi. Đêm tối vượt sông, bộ đội vác khẩu ba-zô-ka to như khúc bương, cái miệng nòng súng loe ra như cái loa. Thày tôi chỉ tay vào cái giỏ ở đuôi súng, hỏi:

- Cái này để làm gì? Trông như cái giỏ sắt.

Anh bộ đội nháy mắt một cách tinh nghịch, bảo:

- Để đơm bọn Tây, như cái kiểu đơm cá ấy mà.

Thày tôi ngây ngô hỏi lại:

- Tây làm ra để tự đơm lại à? Khác nào gậy ông lại đập lưng ông?

Anh bộ đội sôi nổi hẳn lên:

- Không phải súng Tây. Súng của quân giới ta làm trên Việt Bắc đấy. Oách lắm, đi theo chúng tớ đi, tha hồ mà mân mê súng, hay không rời được cô nường xinh đẹp kia?

Anh bộ đội hất hàm chỉ cô Bản. Cô Bản tuy nghe thấy, nhưng làm thinh. Bỗng có tiếng tiểu đoàn trưởng khẽ hỏi gắt:

- Sao lại có đàn bà con gái ở đấy?

Anh bộ đội vội thanh minh. Ông tiểu đoàn trưởng dằn giọng:

- Đồng chí liên lạc, đưa ngay đồng chí nữ du kích cứu thương về tuyến sau.

Đại đội trưởng không nói gì, vẫy tay ra hiệu cho đại đội dấn lên, bỏ thày tôi tụt lại ngoài hàng rào dây thép gai cùng Ban chỉ huy tiểu đoàn. Bộc phá nổ tung cửa mở. Bọn lính trong bốt bị đánh bất ngờ, chết lặng đi một lúc rồi mới vội vàng bắn trả. Lửa loe loé trong các lỗ châu mai. Các loại súng nổ réo vang như pháo tết. Khẩu ba-zô-ka nã uỳnh một phát vào lô-cốt. Khẩu đại liên trong lỗ châu mai câm bặt. Thày tôi vội ngoái nhìn ra sông xem khẩu ba-zô-ka có nhảy ngược xuống sông như khẩu thần công của ông Phác không? Nhưng không, nó vẫn nằm ở bờ công sự và chơi luôn mấy phát nữa. Bất chợt, thày tôi nghe có tiếng nổ lớn và ánh lửa chớp nhằng một cái bên tả ngạn: “Cái gì ấy nhề? Hay bọn Tây đánh tập hậu?”. Nhưng sau đó vẫn tịnh không thấy gì. Đến hồi cải cách, theo lời cô Bản khai, thì đó là anh liên lạc tự giật nụ xoè lựu đạn, nhưng đội không tin.

Có tiếng đại đội trưởng hô lớn:

- Áp sát lô-cốt.

Bộ đội các mũi trườn lên. Thày tôi lo lắng hỏi:

- Sao không ở xa mà bắn? Đến gần, nhỡ lô-cốt nó đổ thì làm sao?

- Sắp sáng rồi, sợ ca-nông dưới tỉnh nó bắn lên chi viện.

Bỗng có ai giật giật chân, thày tôi ngoảnh lại thì thấy anh Chuột và mấy người dân công hoả tuyến. Anh Chuột bồn chồn ca thán:

- Cái nhà anh chỉ huy dở hơi, không làm một phát cho xong rồi về ăn cơm, để chúng ông còn vào thu chiến lợi phẩm. Sáng bạch ra bây giờ.

- Đánh không lo, cứ lo vớ lo vẩn.

- Thui bò khao quân rồi đấy.

Hai bên bắn nhau cù cưa mãi. Hồng đông, các tổ tam tam chia nhau ăn cơm nắm ngay dưới chiến hào, bên các ụ súng.

- Quân tiếp viện kìa!

Chợt có tiếng kêu lên khe khẽ. Bộ đội đang nhai cơm ngước lên nhìn, cứng cả quai hàm. Chuyến này, bọn nó trong đánh ra, ngoài đánh vào thì cả đại đội rồi đời. Cũng lúc đó, bọn lính cảnh giới trong lô-cốt cũng nhìn thấy quân tiếp viện đang lốc nhốc từ thị xã kéo lên. Chúng reo lên sung sướng: “Phen này thì Việt Minh bỏ bu rồi”.

- Đề nghị cho diệt lô-cốt để rảnh tay đánh viện binh.

Bộ đội nôn nóng chờ lệnh.

Khi nhìn rõ thằng quan ba cưỡi xe đạp dẫn đầu đến gần lô-cốt, bỗng có tiếng súng lệnh nổ vang. Đại đội Hai từ chân đê mé cánh đồng, bật nắp tăng-xê xông lên, sả súng vào bọn lính trên đê. Bọn lính chạy giạt ra phía ngoài đê. Đại đội Ba lập tức bật nắp tăng-xê, từ bờ sông giương súng bắn vào. Đại đội Một cũng được lệnh đánh dứt điểm lô-cốt. Bọn lính hoang mang tột độ. Bộ đội reo hò xông lên. Các thuyền du kích từ bên kia sông ào ạt bơi sang tiếp ứng.

Mặt trời lên đến ngọn tre thì mặt trận yên tĩnh trở lại.

Cái lô-cốt ám khói đạn đen nhẻm, các lỗ đạn bắn thủng toang hoác. Mặt trời chiếu vào những khoá đồng thắt lưng, những các-tút đạn đồng lấp loé. Xác lính nằm la liệt khắp lô-cốt và mặt đê. Lũ quạ thính hơn bọn địch ở thị xã, không biết chúng phục kích ở đâu, vừa lặng tiếng súng, đã bay ra đòi quà ầm ĩ cả khúc sông: “Quà, quà, quà... “. Quà bánh gì, toàn xác chết cả.

Đến khi bọn địch ở thị xã biết là bốt Hoàn Đan thất thủ và bọn lính cứu viện cũng bị tiêu diệt, liền bắn ca-nông lên. Lũ quạ đang giải quyết chiến trường vội hoảng loạn bay giạt vào cánh đồng và toả ra sông. Khói đạn và bóng quạ đen kịt cả khúc sông. Ca-nông đột ngột chuyển làn vào làng Đáy và làng La, khói lửa mờ mịt cả một góc trời.

Trong khi đó, thuyền dân công hoả tuyến chở bộ đội ngược sông theo đường mũi tên đứt gãy trên bản đồ mà thày tôi đã được xem. Thế là xác lính và lũ quạ hưởng trọn hàng lô xích xông đạn ca-nông của Tây.

Khi mà bộ đội đánh bốt thì bác Nhân đã bàn với ông tôi và ông Phác tức tốc đưa dân làng sơ tán lên núi. Bởi vậy, khi đạn bắn vào làng thì chỉ cháy xác nhà thôi.

Đứng trên núi xem làng cháy, các bà khóc lu loa, các ông thì lại có vẻ hể hả:

- Bộ đội tính toán như thần, biết ngay là nó dùng viện binh, nên dây dưa đánh bốt để nhử viện binh...

- Viện binh lại gặp phục binh. Thế mới tài.

Chị Chuột loé xoé:

- Tài tài giỏi giỏi cái gì? Theo Việt Minh để nó bắn cháy cả làng không biết đã mấy lần mà còn tài tài giỏi giỏi à? Hu, hu...

- Cái mẹ đĩ làng Đáy như là phản động.

- Thôi, cháy nhà ai mà chẳng xót nên nói liều, ruột để ngoài da ấy mà. Chồng nó là du kích bắn thần công với ông Phác đấy, nghe đâu trận này cũng tham gia dân công hoả tuyến.

- Phải nói cho nó biết, Việt Minh không bảo tản cư vội đêm qua, thì hôm nay cả làng xơi no đạn pháo.

- Ừ, thì tài! Hu, hu..."

2.2. Xuất xứ đoạn trích:

Đoạn trích trên nằm trong chương ba (từ trang 47 đến trang 53) trích trong cuốn tiểu thuyết *Chuyện trong làng ngoài xã* của nhà văn Vũ Xuân Tửu, Nhà xuất bản Thanh niên, năm 2007.

2.3. Chủ đề đoạn trích:

Bằng lối kể chuyện đơn giản mà hấp dẫn, Vũ Xuân Tửu đã kể lại câu chuyện đội du kích La- Đáy phối hợp cùng với bộ đội tập kết đánh bốt Hoàn Đan, diệt thù chung trong kháng chiến chống Pháp.

2.4. Gợi ý phân tích:

Chia đoạn:

Đoạn 1: Từ đầu đến .... "lảng vào": Nhân dân hai làng La-Đáy chuẩn bị cho cuộc đánh bốt Hoàn Đan

Đoạn 2: Cuộc đánh bốt Hoàn Đan của đội du kích La-Đáy phối hợp cùng bộ đội chủ lực.

Phân tích:

1. Về nội dung:

- Nhân dân hai làng La - Đáy chuẩn bị cho cuộc đánh bốt Hoàn Đan

Chuyện trong làng ngoài xã của nhà văn Vũ Xuân Tửu được coi như một cuốn tiểu thuyết về lịch sử thời hiện đại hấp dẫn và đầy sắp sự kiện. Tác phẩm thuộc thể loại tiểu thuyết tự sự, cái hay của câu chuyện ngoài lời thuật còn là những bức tranh hiện thực rất dồi dào. Truyện của một làng mà thấy được những vết thương trong quá khứ lịch sử và sự vận động đi lên của đất nước.

Trong tiểu thuyết, nhà văn sử dụng nhiều những câu chuyện nhỏ góp thành một câu chuyện lớn. Chủ đề của đoạn trích thể hiện rõ ràng một phần chủ đề lớn của tác phẩm.

Trích đoạn kể lại thời kì kháng chiến trên chiến khu Quỳnh Lâm, với hình ảnh bác Nhân chỉ huy các tiểu đoàn dùng viện binh diệt lô cốt, đánh bốt Hoàn Đan, đánh Tây diệt thù chung qua lời kể của "Tôi" được khúc xạ qua câu chuyện của "Thày tôi".

Ở đoạn 1, công tác chuẩn bị cho trận đánh bốt Hoàn Đan được diễn ra hết sức khẩn trương, bí mật.

+ Nhân vật "ông tôi"; cùng anh Chuột "lần mò dưới ao để giấu khẩu thần công dưới đáy bùn", tránh sự rình mò của bọn Việt gian, quân địch.

+ Nhân vật bác Nhân trong trích đoạn nói trên của tiểu thuyết *Chuyện trong làng ngoài xã* là một đại diện về hình tượng "thủ lĩnh" của người dân làng La yêu nước, sớm giác ngộ cách mạng và luôn thấy mình là một nhân vật rất quan trọng trong làng. Khi bác Nhân được giao nhiệm vụ phải: "Lập tức xây dựng đội du kích La-Đáy, phá tề trừ gian, chuẩn bị cho bộ đội về đánh bốt Hoàn Đan. Nhổ được bốt Hoàn Đan thì mở rộng được vùng tự do, các đội thu thuế nông nghiệp cũng mở rộng được vùng hoạt động... ". Bác đã vô cùng trách nhiệm, sốt sắng đi triển khai công việc: "lẩn cái chỉ thị ấy vào trong tràng áo, thỉnh thoảng đi khai hội lại giở ra đọc vắn tắt nội dung cho thêm phần quan trọng, nói có sách, mách có chứng. Có vậy, cán bộ cơ sở mới tin, nhưng phổ biến chỉ được nghe chứ không được biên chép vào bất kì sổ sách, giấy má gì, mà phải nhập tâm."

+ Nhân vật anh Chuột mang đầy đủ những đặc điểm của những người nông dân đi theo cách mạng: đi theo kháng chiến, dám bảo vệ bác Nhân khi bị thằng Thiêm bắn trượt (nhanh trí kéo bác Nhân thoát khỏi họng súng của thằng phản động Thiêm, chạy ra đồng), thích thành tích, kể chuyện thêm rất nhiều mắm muối cho "tăng phần oanh liệt".

+ Nhân vật "thày tôi": là một thanh niên mới lớn, xốc vác nhưng nông nổi, sẵn sàng tham gia mọi hoạt động của đội du lịch La-Đáy, ngây thơ với chuyện tình cảm của chị Bản.

+ Nhân vật ông Phác: vợ mất, nghễnh ngãng nhưng được bà con hai làng La-Đáy đùm bọc, yêu thương, có vai trò quan trọng.

+ Cũng có kẻ phản bội dân làng, phản bội tổ quốc mà ngu dại, đớn hèn (cầm súng không biết lên đạn, cấm người nhà kể chuyện đã bắn trượt bác Nhân): thằng Thiêm Việt gian.

- Cuộc đánh bốt Hoàn Đan của đội du kích La - Đáy phối hợp cùng bộ đội chủ lực.

Cuộc đánh bốt Hoàn Đan có sự phối hợp chặt chẽ của bộ đội chủ lực với đội du kích La - Đáy. Các nhân vật hiện lên rất tự nhiên, sống động:

+ Nhân vật Tiểu đoàn trưởng Cử: người thấp đậm, da nâu, râu lởm chởm, cổ mập mạp "bắn súng bằng tay trái, nhưng quân thù cũng bị chết như bắn bằng tay phải vậy", đeo cái ống nhòm trông rất oai, nghiêm túc, quân lệnh như sơn, lạnh lùng ra lệnh cho chị Bản rút về phía sau nhưng thực ra là rất tốt.

+ Nhân vật anh gác-đờ-co: trẻ măng, chỉ độ mười chín đôi mươi là cùng, da trắng trẻo, môi đỏ như con gái, con nhà dòng dõi, "đọc các địa danh trên bản đồ bằng tiếng Pháp lau láu".

+ Nhân vật bác Nhân: chỉ huy đội du lịch La-Đáy hiệp đồng tác chiến với bộ đội rất chính xác, dũng cảm chỉ huy trận đánh bốt Hoàn Đan, không nao núng khi thấy địch tăng viện binh, bình tĩnh chỉ đạo đội du kích La-Đáy phối hợp với bộ đội chính quy để tiêu diệt bốt Hoàn Đan, đẩy lui quân địch.

+ Nhân vật anh Chuột: rất chân thành, mộc mạc, chất phác, hết lòng với kháng chiến nhưng lại không có lập trường rõ ràng, nghĩ thế nào thì nói thế.

+ Hình ảnh người phụ nữ (chị Chuột, cô Bản) tham gia mặt trận kháng chiến, trở thành hậu phương vững chắc nhưng bộc lộ rõ bản chất của người phụ nữ xưa: thật thà, chất phác, không được học hành nên có những hành xử bồng bột, thiếu suy nghĩ. Sự có mặt của các nhân vật phụ này làm cho câu chuyện bớt "cứng" và bộc lộ rõ những quan điểm vững vàng về cuộc kháng chiến chống Pháp toàn dân, toàn diện của dân tộc lúc bấy giờ.

Cuộc kháng chiến toàn dân, toàn diện được phản ánh sinh động qua một trận đánh bốt Hoàn Đan đã cho thấy tinh thần yêu nước (dù còn có lúc ngây thơ, có lúc không vững lòng) của những người nông dân La-Đáy.

2. Về nghệ thuật:

Hệ thống nhân vật trong trích đoạn rất đa dạng và ngôn ngữ là cách bộc lộ rõ nhất lối sống và phẩm chất của họ. Trong đoạn trích, tác giả đã sử dụng ngữ đơn giản, ngắn gọn, giàu hình ảnh so sánh mang phong cách ngôn ngữ giao tiếp của con người miền núi phía Bắc. Tác giả đưa ngôn ngữ nói hằng ngày vào trang viết của mình cho từng nhân vật, trong những tình tiết cụ thể. Bên cạnh đó, lời thoại được đặt lồng ghép với lời kể của tác giả tạo sự tự nhiên cho nhân vật giúp nhân vật tự bộc lộ được tính cách, cảm xúc của mình.

+ Đoạn miêu tả khẩu súng ba- zô- ka: "Đêm tối vượt sông, bộ đội vác khẩu ba- zô- ka to như khúc bương, cái miệng nòng súng loe ra như cái loa".[30; 51]. Câu văn tuy ngắn nhưng đầy hình ảnh so sánh với ngôn ngữ mộc mạc khiến người đọc dễ hình dung, dễ hiểu.

+ Những câu nói của chị Chuột, anh Chuột mang tính chất khẩu ngữ, dân gian, hóm hỉnh.

+ Ngôn ngữ kể chuyện: giản dị, hóm hỉnh mà cuốn hút, khiến câu chuyện diệt bốt Hoàn Đan trở nên hấp dẫn, cuốn hút người đọc. Thỉnh thoảng, người đọc lại bật cười trước những cách diễn đạt của Vũ Xuân Tửu: cách lí giải về cái lệnh ông Phác cho phép nổ súng giết thằng Thiêm bán nước rất ngay thơ, hồn nhiên của "ông tôi" với bác Nhân: "vì ông Phác là chồng bà Phác"; vụ mấy muỗng mắm muối của anh Chuột về chiến công "chạy thoát thằng Thiêm cùng bác Nhân" khi đi báo cáo thành tích; về lời anh Chuột nói với "thày tôi" về kinh nghiệm biết cô Bản thích thày tôi": "Thế này này, mày cứ thấy má nó đỏ au cả lên, mắt lúng la lúng liếng, lông mày dựng ngược, vú chổng lên thì phải lặn ngay như Yết Kiêu đấy nhá!"; cách lí giải vụ anh Chuột không dám miêu tả vụ chạy khỏi lũ chó nhà thằng thiêm là vì: "Thày tôi bảo, nếu thày tôi mà được đi báo cáo điển hình, thì sẽ tả thêm cuộc đánh nhau với lũ chó ngao của nhà thằng Thiêm, nhưng sở dĩ anh Chuột không báo cáo điều đó vì anh sinh năm Tý, cầm tinh con chuột, anh hãi chó...", chi tiết "thày tôi" "vội ngoái nhìn ra sông xem khẩu ba-zô-ka có nhảy ngược xuống sông như khẩu thần công của ông Phác không?"; chi tiết cả làng nói chuyện với ông Phác nghễnh ngãng "Dân làng liền nghĩ ra cách lấy tay làm hiệu để trò chuyện với ông Phác, như kiểu cánh thuỷ thủ hay đánh tín hiệu cho nhau. Chuyện vắn mà đánh tay làm hiệu thì còn khoẻ ra, chứ chuyện dài thì khối người bại cả cánh tay."

Như vậy, với cách sử dụng ngôn ngữ đơn giản, ngắn gọn, đối thoại ngắn hòa trộn văn nói và văn viết, đan xen những hình ảnh so sánh đã làm nên sự phong phú, nhiều màu vẻ cho đoạn trích. Bên cạnh đó, cách kể chuyện không đầu không cuối, nhảy cóc sự kiện "rất dân gian" của Vũ Xuân Tửu khiến câu chuyện tưởng "đầu Ngô mình Sở" nhưng hóa ra rất logic khiến người đọc thú vị vì phát hiện ra tính cách của từng nhân vật. Vì Vũ Xuân Tửu cứ để cho nhân vật của mình được tự do nói năng, cư xử, thể hiện một cách tự nhiên như người ta vẫn vậy thì những trang viết của ông thực sự để lại ấn tượng rất sâu đậm cho người đọc.

Mặc dù đoạn trích tập trung miêu tả một đoạn trong cuộc đời những con người miền xuôi nhưng đặc sắc của Vũ Xuân Tửu là lối kể chuyện bằng giọng kể trần thuật tự nhiên, nghệ thuật xây dựng nhân vật độc đáo với nhiều nhân vật khác nhau; giọng điệu kể chuyện độc đáo mà hết sức tự nhiên, tạo nên ấn tượng sâu sắc và sức hút mạnh mẽ với người đọc.

3. Bài thơ "Gặp nàng tô thị ngỡ người làng ta"

3.1. Văn bản:

GẶP NÀNG TÔ THỊ NGỠ NGƯỜI LÀNG TA

"*Miếu thờ dù đổ vẫn thiêng*
Tượng thờ dù đổ vẫn nguyên tượng thờ"
(Léc-môn-tốp)

Tôi đến Lạng Sơn gặp nàng Tô Thị
Ngỡ như là nàng gốc quê ta
Nàng đi tìm chồng đang trấn ải
Rồi chờ chồng và ở lại nơi đây.

Tôi hỏi: Khi nào nàng trở lại?
Nàng cười và lặng ngóng trời xa
Tôi bảo: Cho cháu về quê nội.
Nàng cười: Thôi để cháu đợi cha.
Tôi bảo: Hay gửi thư, gửi ảnh
Nàng cười và bảo: Chẳng cần đâu
Chờ khi anh ấy xong nhiệm vụ
Sẽ cùng về thăm lại thôn quê.

Tôi đã đi "Nhắn tìm đồng đội"
Mà đến nay chưa thấy hồi âm,
Tôi rủ cả làng lên thăm chị
Chị bồng con ra đón lệ nhạt nhoà.

"Đất nước bao phen bon ngựa đá"
Bao chàng trai ra trận chưa về
Đâu đâu cũng gặp nàng Tô Thị
Bồng con bế cái vọng nước non
Bỗng một hôm Nàng hoá thành tượng đá
Người làng tôi xa ngái thắp hương thờ.

3.2. Xuất xứ

Bài thơ *Gặp nàng Tô Thị ngỡ người làng ta,* được viết tháng 2 năm 1998, tại Trại sáng tác văn học Lạng Sơn. Bài thơ in trong tập thơ *Miếng trầu xanh*, Nhà xuất bản Văn hóa dân tộc, Hà Nội, năm 1998.

3.3. Chủ đề bài thơ

Thông qua câu chuyện của nhân vật trữ tình với nàng Tô Thị hóa đá chờ chồng trên núi cao, tác giả bày tỏ cảm xúc yêu thương, trân trọng với bao nhiêu người phụ nữ khác trên quê hương đất nước Việt Nam, thân thương, gần gũi, cũng có chung một hoàn cảnh, chờ chồng đến hóa đá.

3.4. Gợi ý phân tích

Chia đoạn

Đoạn 1: Từ đầu đến "Sẽ cùng về thăm lại thôn quê": Câu chuyện của nàng Tô Thị.

Đoạn 2: Còn lại: Tình cảm của nhà thơ với nàng Tô Thị.

Phân tích

1. Nội dung:

- Câu chuyện của nàng Tô Thị

Bài thơ nói về cuộc sống của những người mẹ, người vợ, có con, có chồng đi chinh chiến nơi biên ải, ít ai hiểu được nỗi nhớ mong khắc khoải, sự chờ đợi mòn mỏi theo thời gian, theo năm tháng mà con, mà chồng của họ vẫn chưa về.

Vũ Xuân Tửu, một nhà thơ hiện đại đã nhìn về một câu chuyện của quá khứ, với một cảm xúc mới, ông đã viết bài thơ *Gặp nàng Tô Thị, ngỡ người làng ta*. Bài thơ đã thể hiện khá rõ phẩm chất của người phụ nữ Việt Nam, mà cụ thể và tiêu biểu là nàng Tô Thị.

Vũ Xuân Tửu đã lấy hai câu thơ của Léc-môn-tốp, để làm lời đề từ cho bài thơ:

"Miếu thờ dù đổ vẫn nghiêng
Tượng thờ dù đổ vẫn nguyên tượng thờ"

Vì nó thể hiện khá rõ tư tưởng, tình cảm của tác giả. Với nhà thơ, không có gì là bất tử trước thời gian. Thời gian có thể làm phai mờ, nhạt nhòa đi tất cả. Duy chỉ có những con người anh hùng, những con người sống cho dân tộc, Tổ quốc là họ sẽ sống mãi với non sông đất nước.

Khổ thơ đầu của bài thơ là hoàn cảnh "gặp gỡ" và "cuộc trò chuyện" giữa nhà thơ và nàng Tô Thị. Bằng trí tưởng tượng phong phú, nhà thơ đã như cho chính độc giả được chứng kiến "cuộc gặp gỡ" và "cuộc trò chuyện" ấy. Với tác giả, đây chính là cuộc gặp gỡ đã định trước: Tôi đến Lạng Sơn gặp nàng Tô Thị.

Vũ Xuân Tửu coi việc đến Lạng Sơn thăm nàng Tô Thị như thăm một người quen "Ngỡ như là nàng gốc quê ta". Sở dĩ nhà thơ thấy "quen" là vì đất nước này trải qua rất nhiều cuộc chiến tranh vệ quốc. Cũng từng ấy cấp số nhân những người vợ chờ chồng trở về sau chiến tranh. Không phải ngẫu nhiên mà trên khắp đất nước, rất nhiều tỉnh có hòn Vọng Phu, hòn Ông Chồng Bà Chồng...Những biểu tượng về tình cảnh chờ chồng trở về đến tuyệt vọng ấy có sức tác động ghê gớm tới tâm trí người tới thăm, người chiêm ngưỡng. "Quen" còn là bởi, trong cuộc sống, ngay bên cạnh nhà thơ cũng có không ít những người phụ nữ của nhiều thế hệ khác nhau mòn mỏi chờ chồng trở về sau khi chiến tranh kết thúc. Một hiện tượng không bình thường trong đời sống của một đời người nhưng khi nó quá nhiều, quá quen trong cuộc sống khiến nhà thơ có cảm giác thân quen đến mức nghĩ "nàng gốc quê ta".

Những điều tưởng như rất quen thuộc trong truyện cổ tích về nàng Tô Thị thêm một lần nữa được kể lại một cách ngắn gọn qua câu chuyện của chính người phụ nữ đoan chính này:

"Nàng đi tìm chồng đang trấn ải
Rồi chờ chồng và ở lại nơi đây."

Và "cuộc trò chuyện" giữa tác giả và nàng Tô Thị như một cuộc khám phá nội tâm của nhà thơ với người phụ nữ này. Ba lần nhà thơ trao đổi với nàng Tô Thị thì cả ba lần nàng đều cười và trả lời với một niềm tin sắt đá không lay chuyển:

"Tôi hỏi: Khi nào nàng trở lại?
Nàng cười và lặng ngóng trời xa
Tôi bảo: Cho cháu về quê nội.
Nàng cười: Thôi để cháu đợi cha
Tôi bảo: Hay gửi thư, gửi ảnh
Nàng cười và bảo: Chẳng cần đâu
Chờ khi anh ấy xong nhiệm vụ
Sẽ cùng về thăm lại thôn quê."

+ Lúc thì nhà thơ "hỏi", lúc thì nhà nhà thơ khuyên nhủ, phân tích, đề nghị (bảo) cũng không làm lay chuyển tấm lòng nàng Tô Thị đã đứng đó suốt cả ngàn năm. Khi không thể trả lời nổi câu hỏi của nhà thơ:"khi nào nàng trở lại?" thì "Nàng cười và lặng ngóng trời xa". Tô Thị "cười" nhưng không phải là một nụ cười tươi tắn, mà là cái cười mang đậm một nỗi buồn cùng dáng vẻ "lặng ngóng trời xa". Nàng không hề bi quan hay tuyệt vọng, mà nàng vẫn hi vọng một ngày nào đó, chồng nàng sẽ trở về mà ngày đó, nàng không thể biết được.

+ Khi nhà thơ khuyên: “cho cháu về quê nội” thì “Nàng cười: Thôi để cháu đợi cha”. Không ai tới thăm, đứng ngắm hình tượng nàng Tô Thị bồng con ngóng chồng nơi xa xăm mà không động lòng thương cảm. Dãi dầu mưa nắng cùng thời gian, người phụ nữ thủy chung ấy có thêm hi vọng khi bồng con đứng trên đỉnh núi.

Nhà thơ Bùi Thị Mai Anh (Hội viên Hội Văn học-Nghệ thuật tỉnh Tuyên Quang) cũng có một cách lí giải về việc Tô Thị bồng con ngóng chồng như sau:

“Có lẽ đến tận mai sau
Lòng người đàn bà ấy không nguôi ân hận
Đứng đợi chồng suốt đời
Trên mỏm đá chênh vênh với nỗi đau vô tận
Đã không để con lại nhà.
Nhưng chị biết nếu mình chị đứng đó ngóng ra
Chồng chị sẽ không bao giờ quay lại
Bởi mối tình oan trái
Bởi những bẽ bàng chẳng thể nói cùng nhau.
Phải có đứa con cùng đứng suốt bấy lâu
Có lúc nào lòng người cha dịu lại
Thương con hơn thương người em gái
Anh ấy sẽ quay về!

Chị vẫn tin dẫu nắng đến, mưa về
Chỉ khô ướt chị thôi. Con chị - Trời có mắt
Ngày anh về ba trái tim cùng hát
Đá cũng chảy tan theo hạnh phúc Vọng Phu”

(Với nàng Tô Thị)

Còn với Vũ Xuân Tửu, là đàn ông, ông cũng chỉ có thể khuyên chị “cho cháu về quê nội” mà không thể hiểu hết lòng người đàn bà hóa đá kia: dù sao chị cũng không đơn độc trong cuộc đợi chờ dài nhiều thế kỉ. Và chị mong khúc khải hoàn đón chồng trở về không chỉ có chị mà còn có cả con, tức là không phải chỉ có mình chị mong anh trở về mà là cả gia đình mong ngày đoàn tụ. Và nếu không có niềm tin mãnh liệt ấy, không thể có hành động của Tô Thị “Nàng cười: Thôi để cháu đợi cha”.

+ Lời đề nghị tiếp theo giống như một cứu cánh đối với nàng Tô Thị: ”Hay gửi thư, gửi ảnh” để tìm chồng nàng. Một câu chuyện cổ tích đã bước ra ngoài hiện thực. Không gian thì vẫn đấy nhưng thời gian đã chuyển nhanh khủng khiếp: từ thời gian quá khứ cổ tích xa xăm chuyển ngay sang thời gian hiện tại. Phép màu cổ tích không hiện ra giúp chị thì nhà thơ có thể dùng những phép màu của thời hiện đại giúp chị. Đó cũng chính là cách nhà thơ mong muốn giúp người đàn bà thủy chung, vất vả nhanh nhất, hiệu quả nhất có thể là nhờ các phương tiện truyền thông tìm người chồng chinh chiến chưa trở về. Nhưng thái độ bình thản của Tô Thị khiến chúng ta khâm phục:

“Nàng cười và bảo: Chẳng cần đâu
Chờ khi anh ấy xong nhiệm vụ
Sẽ cùng về thăm lại thôn quê.”

Đó là nụ cười của sự tự tin, của lòng chung thủy, của sự tin tưởng sắt đá trong lòng người phụ nữ này. Theo nhà thơ, Tô Thị vẫn tin chồng mình vẫn chưa "xong nhiệm vụ" và nàng vẫn kiên gan cùng con:

"Chờ khi anh ấy xong nhiệm vụ
Sẽ cùng về thăm lại thôn quê."

Với Tô Thị lúc này, thời gian vừa giống như một liều thuốc quý, để cho nàng chờ đợi và hi vọng.

Ở đoạn này, người đọc sẽ bị chuyển qua nhiều cung bậc cảm xúc: vừa thương cảm, xót xa vừa cảm phục nàng Tô Thị rồi lại tiếp tục cảm thương. Thời gian chuyển nhanh hơn cả trong thế giới cổ tích đối với nhà thơ với mong muốn giúp đỡ nàng Tô Thị nhưng không gian và thời gian quá khứ lại giữ nàng mãi mãi như khi người chồng ra đi để giúp người vợ trẻ hi vọng người chồng đi xa khi trở lại vẫn nhận ra vợ con mình.

- Tình cảm của nhà thơ với nàng Tô Thị

Thấu hiểu được những tình cảm của nàng Tô Thị, Vũ Xuân Tửu đã có một sự đồng cảm sâu sắc, điều này được thể hiện trong khổ thứ hai, nhưng mọi nỗ lực của nhà thơ và mọi người đều không có kết quả:

"Tôi đã đi: "Nhắn tìm đồng đội"
Mà đến nay chưa thấy hồi âm".
Nhà thơ đã:
"Tôi rủ cả làng lên thăm chị
Chị bồng con ra đón lệ nhạt nhòa".

Lúc này, nàng Tô Thị không còn cười, dù là cái cười buồn, cái cười gượng, mà là "lệ nhạt nhòa". Nàng không khóc vì chồng chưa về mà khóc vì tấm lòng của bà con làng xóm dành cho mẹ con chị.

Khổ cuối, nhà thơ đưa người đọc trở về với hiện thực đau xót:

"Đất nước bao phen bon ngựa đá"
Bao chàng trai ra trận chưa về
Đâu đâu cũng gặp nàng Tô Thị
Bồng con bế cái vọng nước non"

Đặc biệt, hai câu thơ cuối của bài thơ là sự kết thúc cuối cùng về hình tượng người phụ nữ chờ chồng hóa đá:

"Bỗng một hôm nàng hóa thành tượng đá
Người làng tôi xa ngái thắp hương thờ"

Hình tượng người đàn bà chờ chồng hóa đá đã trở thành một biểu tượng đẹp mà đau xót trong lòng dân tộc. Không phải ngẫu nhiên mà "Người làng tôi xa ngái thắp hương thờ", mà cả dân tộc đều nghiêng mình trước biểu tượng vĩnh cửu ấy.

Một lần nữa, nhà thơ khẳng định phẩm chất thuỷ chung, son sắt của những người phụ nữ Việt Nam, những con người đã đóng góp một phần không nhỏ vào những thắng lợi của dân tộc, để hôm nay, những nhà thơ như Vũ Xuân Tửu, những thế hệ trẻ, được viết về họ như một niềm kiêu hãnh, một niềm tự hào về những gì mà dân tộc mình có.

- Nhà thơ Mai Liễu có một ý thơ khi nói về hòn Vọng Phu:

"Xin nàng cứ dõi về phía trước
Xa xôi
Ơi, Vọng Phu huyền thoại của muôn đời"

(Trước hòn Vọng Phu - Mai Liễu)

Để làm một tượng đài tuyệt mĩ trong lòng dân tộc, đừng quay đầu lại để khỏi thấy buồn vì những biến đổi trong nhân tình thế thái.

2. Nghệ thuật:

Về hình thức, cấu tứ: Bài thơ được viết theo kiểu một câu chuyện được tưởng tượng giữa nhà thơ với nàng Tô Thị nhưng gây xúc động mạnh trong lòng độc giả.

Về ngôn ngữ: Ngôn ngữ bài thơ giản dị, không cầu kì, không "lạ hóa" một biểu tượng quen thuộc nhưng lại có sức gợi lớn.

"Thơ Vũ Xuân Tửu đầy hơi thở của sự kiện và tâm trạng cuộc sống hiện tại được tác giả viết bằng một giọng điệu và triết lí dân gian để lại nhiều dư vị ngậm ngùi cho người đọc". (Phạm Xuân Nguyên - Viện Văn học).

"Vũ Xuân Tửu là người luôn tìm kiếm sự thay đổi trong bút pháp, và quan trọng hơn, trong tư duy nghệ thuật. Mỗi tiểu thuyết, tập thơ của anh đều có một dấu ấn cá nhân độc đáo, một hình thức và nội dung khác thường. Gần đây, Vũ Xuân Tửu làm thơ với cái nhìn suy tư (...). Trong thơ anh có những phát hiện bất ngờ về cuộc sống đương đại."(Báo Tiền phong)

Tiểu kết chương 3

Vũ Xuân Tửu là một cây bút có nhiều thành tựu không chỉ trong văn xuôi đương đại Việt Nam. Các tác phẩm của ông, dù ở thể loại nào, cũng luôn hiện diện mọi mặt trong đời sống thực được phản ánh khá đầy đủ trong văn học, trong đó, văn hóa Tuyên Quang cũng như văn háo dân tộc như một nguồn chất liệu "ngồn ngộn", đầy ắp hơi thở cuộc sống. Các tác phẩm của Vũ Xuân Tửu (từ truyện ngắn, thơ đến tiểu thuyết) đều giúp người đọc mở rộng vốn kiến thức về đời sống, văn hóa, con người của các vùng miền từ đồng bằng lên miền núi. Ở chương 3, chúng tôi đã giới thiệu một số các tác phẩm, đoạn trích tiêu biểu (trong truyện ngắn, thơ đến tiểu thuyết) của nhà văn Vũ Xuân Tửu để đưa vào chương trình đào tạo của Trường Đại học Tân Trào tỉnh Tuyên Quang. Mong rằng những kiến thức và thông tin trong chương này hữu ích cho các bạn sinh viên. Hơn nữa, cũng là để các bạn sinh viên và những người yêu quí văn học địa phương Tuyên Quang có cái nhìn đầy đủ hơn về phong cách viết của nhà văn Vũ Xuân Tửu, một cây bút chẳng những có sức viết khỏe mà còn rất cá tính trong sáng tác, tạo được dấu ấn riêng của mình.

KẾT LUẬN

Sau khi tìm hiểu "Đặc điểm tiểu thuyết *Chuyện trong làng ngoài xã* của Vũ Xuân Tửu", tôi rút ra một số kết luận sau:

Cùng với sự chuyển biến của tình hình xã hội, văn xuôi Việt Nam hiện đại, đặc biệt là từ những năm 1980 trở đi, đã phát triển hết sức nhanh chóng. Chỉ trong vòng hơn một thập niên, các bộ phận, xu hướng văn học đều vận động, phát triển với tộc độ khẩn trương, mau lẹ. Điều đó thể hiện qua sự phát triển về số lượng tác giả và tác phẩm, sự hình thành, đổi mới các thể loại văn học nhất là văn xuôi và độ kết tinh ở những tác giả và tác phẩm tiêu biểu. Nhà văn Vũ Xuân Tửu đã đóng góp khá nhiều các tác phẩm văn chương cho nền văn học Việt Nam. Trong dòng văn học Tuyên Quang, Vũ Xuân Tửu là một cây bút quen thuộc. Tên tuổi của ông gắn liền với nhiều các tác phẩm văn học thuộc đủ các thể loại, từ truyện ngắn, trường ca, thơ cho đến tiểu thuyết. Mặc dù vậy, trên mảng văn học tiểu thuyết, Vũ Xuân Tửu vẫn gặt hái được những thành công nhất định. Vũ Xuân Tửu đã cho ra mắt bạn đọc cuốn tiểu thuyết *Chuyện trong làng ngoài xã* và tác phẩm đã giúp ông khẳng định được tài năng và vị trí của mình trong dòng văn học tỉnh nhà. Nghiên cứu đặc điểm nội dung và nghệ thuật của tiểu thuyết, khóa luận đã làm rõ những thành công của nhà văn ở thể loại tiểu thuyết, khẳng định sự đóng góp của nhà văn đối với sự phát triển văn học địa phương tỉnh Tuyên Quang nói riêng, thành tựu văn học Việt Nam nói chung.

Vũ Xuân Tửu luôn giữ vững quan điểm, lập trường với cá tính sáng tạo nghệ thuật của bản thân. Với quan niệm văn chương phản ánh đời sống, tác phẩm của nhà văn luôn xoay quanh cuộc sống đời thường của con người làng quê Việt Nam vùng đồng bằng Bắc Bộ và miền núi phía Bắc - những con người lương thiện, chất phác, giản dị sống trong nghèo đói, túng thiếu nhưng vẫn kiên định. Bằng việc sử dụng hệ thống cốt truyện theo kiểu "chuyện không có chuyện", tiểu thuyết của Vũ Xuân Tửu có sự giao thoa nghệ thuật đồng hiện giữa quá khứ, hiện tại và tương lai. Cảm hứng dân tộc đan xen, hòa quyện với cảm hứng thế sự, đời tư đã giúp nhà văn khắc họa rõ nét và chân thực bức tranh đời sống làng quê Việt Nam vùng đồng bằng Bắc Bộ và miền núi phía Bắc và số phận những con người. Tuy chủ đề vẫn là con người và cuộc sống con người nhưng trong tác phẩm, Vũ Xuân Tửu vẫn không quên lồng ghép những trang văn giới thiệu những nét văn hóa đặc sắc dân tộc Tày và các dân tộc anh em khác cùng chung sống trên mảnh đất Tuyên Quang thông qua những câu thành ngữ, tục ngữ, ca dao, dân ca... thể hiện một tình yêu sâu đậm với cội nguồn văn hóa dân tộc.

Trên cơ sở nghiên cứu toàn diện về những đặc điểm của tiểu thuyết *Chuyện trong làng ngoài xã* của Vũ Xuân Tửu, từ phương diện nội dung đến hình thức nghệ thuật, khóa luận bổ sung những khoảng trống trong công tác nghiên cứu phê bình văn học địa phương tỉnh Tuyên Quang, giúp cho người đọc nhận diện đầy đủ và sâu sắc hơn về nền văn học địa phương này cùng diện mạo, tác giả, tác phẩm mà Vũ Xuân Tửu là một trong những cây bút tiêu biểu cho văn học Tuyên Quang.

PTLH

2.1.5. MỘT SỐ YẾU TỐ THI PHÁP ĐẶC SẮC TRONG TRUYỆN NGẮN VŨ XUÂN TỬU

Chủ nhiệm đề tài: Thạc sĩ Bùi Thị Mai Anh
Trường Đại học Tân Trào (Tuyên Quang).
Xếp loại: A

1. Những đánh giá chung về nhà văn Vũ Xuân Tửu

Nhà văn Ma Văn Kháng nhận xét về văn của Vũ Xuân Tửu như sau*"... cũng còn lâu lắm mới làm bạn đọc chán, nên anh được quyền hăng hái viết, viết đến khi nào cạn kiệt cảm xúc với cuộc sống đáng yêu này"*.[22]

Trong bài *Vũ Xuân Tửu - Cuộc đời và cảm quan nhân thế*, Tiến sĩ Trần Thị Lệ Thanh có viết: "... *Trong sáng tác văn học không phải người cầm bút nào cũng đưa được ra những quan niệm về văn chương, về nghề viết, về định hướng sáng tác của mình, Vũ Xuân Tửu là một trong số ít các nhà văn Tuyên Quang làm được điều đó"*.[39]

Trong cuộc hội thảo về sáng tác của nhà văn Vũ Xuân Tửu (7/2007), tác giả Bạch Dương viết: "... *Anh là cây bút nổi tiếng với lối tả gọn, gợi, xuất phát từ sự kĩ lưỡng, tỉ mỉ trong cách thu thập tư liệu sau các chuyến đi công tác"*.[8]

Trong bài *Văn học Tuyên Quang nhìn từ tiểu thuyết* trên Báo Tuyên Quang (Số 4813, 01/12/2012), nhà báo Giang Lam đã nhận xét: *"Vũ Xuân Tửu sử dụng thành công những yếu tố kỳ ảo trong tác phẩm của mình, nhằm tạo ra một thế giới nghệ thuật riêng. Yếu tố kì ảo trong tác phẩm của ông mang dấu ấn dân gian đậm nét. Ông gửi gắm vào tác phẩm của mình những thông điệp về chân, thiện, mỹ, về giá trị con người trong một thời đại mà nhiều giá trị đang biến đổi"*.[24]

Nhà nghiên cứu, phê bình văn học Bùi Việt Thắng đã có những nhận xét rất xác đáng về Vũ Xuân Tửu: *"Văn Vũ Xuân Tửu là một lối văn có nhịp điệu khẩn trương nhưng không vội vàng, mạnh mẽ nhưng không bạo liệt, trầm lắng nhưng không cô tịch nên phù hợp với kiểu độc giả thích sống nhanh, nhưng đồng thời cũng hợp với những ai thích sống chậm. Vũ Xuân Tửu có ý thức chăm chút câu văn. Đọc truyện ngắn và tiểu thuyết, độc giả thường chú ý đến "chuyện", đã đành. Nhưng độc giả vẫn quan tâm đặc biệt đến "văn", vẫn rất thích sự ngời sáng lên, lấp lánh hơn của câu chữ."*.[43]

2. Các đánh giá về thể loại truyện ngắn của Vũ Xuân Tửu

Truyện ngắn của Vũ Xuân Tửu là mảng nhận được nhiều ý kiến đóng góp của các nhà nghiên cứu, phê bình nhất. Năm 2007, trên Báo điện tử Tổ Quốc, tác giả Đức Đan đã đánh giá về truyện ngắn Vũ Xuân Tửu trong bài viết *Người nghệ sỹ của cái đẹp*: *"Một cái giọng rất dân dã, dí dỏm, hồn nhiên, cộng với cách vào truyện tự nhiên đến nỗi khiến tò mò đã làm nên bản sắc Vũ Xuân Tửu"*.[9]

Năm 2009, nhà nghiên cứu Đỗ Văn Hiểu đã có những nhận xét khá chi tiết cụ thể trên góc độ thi pháp, nhằm cắt nghĩa lí giải sự thành công của Vũ Xuân Tửu ở thể loại truyện ngắn. Ông cho rằng: *"Đọc truyện ngắn Vũ Xuân Tửu, người ta dễ liên tưởng đến những tiểu thuyết được cắt ra rồi chưng cất, xoáy sâu vào nỗi ám ảnh nào đó về cuộc đời."* [21]

Khi bình luận về các truyện ngắn kì ảo, một dạng thức rất phổ biến trong sáng tác của Vũ Xuân Tửu, nhà nghiên cứu, phê bình văn học Nguyễn Thị Châu cho rằng: *"Vũ Xuân Tửu ngoài việc đổi mới về quan niệm nghệ thuật, về các phương diện đề tài, chủ đề, cảm hứng, còn sáng tạo ra thế giới nghệ thuật riêng, trong từng câu chuyện, bằng các phương thức nghệ thuật độc đáo, như sáng tạo cốt truyện, nghệ thuật miêu tả, cách sử dụng thời gian và không gian linh hoạt, sử dụng hệ thống ngôn từ sắc thái tạo hình, biểu cảm cao với giọng điệu hồn nhiên, đôn hậu, hóm hỉnh... tạo nên những nét vẽ khác nhau trong từng câu chuyện".*[4]

Trên báo Tuyên Quang Online, thứ 7, ngày 26/11/2011, tác giả Thành Công đã nhận xét về cái riêng của Vũ Xuân Tửu: *"Sự hồn nhiên, chân chất và bàng bạc chất thơ là cái rất riêng trong giọng điệu truyện ngắn của anh".* [6]

Nhà văn Nguyễn Văn Thọ đã nhận định: *"Truyện ngắn Vũ Xuân Tửu không xách mé, không đay nghiến, nhẩn nha... mà cái khôn lỏi, cái ác, cái nhố nhăng vẫn bị rạch mặt...".*[45]

Theo *Địa chí Tuyên Quang: Vũ Xuân Tửu*, truyện ngắn Vũ Xuân Tửu, gần gũi với những phiên bản tiểu thuyết của anh, mỗi truyện là một mảnh đời, số phận mỗi vùng quê, ẩn chứa những tâm tư *(Dòng chảy, Trên khúc sông Tam Cờ, Người sông nước, Tiếng kèn lá trên đỉnh Mã Pì Lèng...);* có khi là những chuyện ngày thường *(Ông lão bán điếu, Thanh kiếm cà là gỉ, Tầm phào, Chữ ký...);* những cuộc tình đam mê, pha màu huyền thoại *(Dòng chảy, Cầu vồng trên núi Nàng Tiên, Chóp bể mưa nguồn...);* những dấu tích dân gian *(Pho tượng gỗ mít...);* cái ngang trái của nghiệp văn *(Nợ văn chương, Gia đình...)*... Nhưng ấn tượng hơn là những trang viết về những điều huyền ảo ngay trong cuộc sống thực, *(Người sông nước, Cầu vồng trên núi Nàng Tiên...)*. Truyện ngắn của anh giàu chất trữ tình; giọng văn hóm hỉnh, cái nhìn tinh tế. Dùng yếu tố huyền ảo, để khắc sâu sức sống mãnh liệt của tình người. Bên những "lát cắt" của cuộc sống như *Ông lão bán điếu, Thế gian cũng lắm anh hùng, Tầm phào*... nhiều truyện ngắn được thiết kế công phu, gần với tư duy tiểu thuyết, như: *Người sông nước, Bí mật cuốn gia phả*. Trong nhịp sống hối hả hôm nay, những câu chuyện của Vũ Xuân Tửu sẽ giúp bạn đọc thức tỉnh hơn...[32]

Trong bài viết *Nhân vật trong truyện ngắn Vũ Xuân Tửu* (Web: trannhuong.com), Cao Thị Hương đã nhận xét: "*Đọc tác phẩm của Vũ Xuân Tửu, bạn đọc được chiêm ngưỡng cái đẹp trong đời thường, cái kì diệu của cuộc sống hằng ngày, ông là "một người nghệ sĩ của cái đẹp".*[17]

Trong bài viết *Vị thế của truyện ngắn Tuyên Quang* (đăng trên trang thông tin điện tử Chiêm Hóa ngày 10/09/2013), tác giả báo Tuyên Quang viết: "...*Vũ Xuân Tửu là một trong những nhà văn gặt hái được nhiều thành công trong mảng văn học hiện thực. Truyện ngắn của Vũ Xuân Tửu có đường nét thanh nhã, ngôn từ trau chuốt".* [2]

Trong cuốn sách chuyên khảo *Văn học Tuyên Quang thời kì đổi mới (1986*

- 2006) - *Tác phẩm và dư luận* do Tiến sĩ Trần Thị Lệ Thanh chủ biên có bài viết *"Đọc truyện ngắn được giải nhất của nhà văn Vũ Xuân Tửu"* của Ma Văn Kháng. Nhà văn Ma Văn Kháng đã có những cảm nhận sâu sắc: *"(…) điều đắc ý trước hết là thuộc về giọng kể, hơi văn - một trong những bí kíp trời cho"; "Truyện ngắn của Vũ Xuân Tửu có đường nét thanh nhã, có cốt truyện đơn tuyến, không có hình thức ly kỳ rắc rối mà đọc vẫn cuốn hút, bồi hồi, ấy là vì ngoài cái bí kíp là giọng kể, hơi văn nói trên, anh còn có được một phép lạ nữa là tài sử dụng, tạo lập được những chi tiết đặc sắc, đáng giá."*. [22]

Trong luận văn Thạc sĩ *Đặc điểm truyện ngắn của Vũ Xuân Tửu*, Lê Hoài Thương (Đại học Sư phạm Thái Nguyên) có đánh giá: "*Vũ Xuân Tửu viết đều đặn, đa dạng về thể loại và khá thành công cả ở văn xuôi và thơ".* [41]. Người nghiên cứu đã chỉ ra một số đặc sắc về nội dung và nghệ thuật của truyện ngắn Vũ Xuân Tửu. Về nội dung truyện ngắn, tác giả Luận văn khẳng định: Thiên nhiên trong truyện ngắn Vũ Xuân Tửu *"thơ mộng, trữ tình"* và *"kì bí";* hiện thực được khắc họa trong truyện ngắn của nhà văn là *"đời sống văn hóa truyền thống của nhân dân"* và *"bức tranh đời sống hiện đại".* Về một số phương diện nghệ thuật trong truyện ngắn Vũ Xuân Tửu, tác giả Lê Hoài Thương đã đi sâu tìm hiểu nghệ thuật xây dựng cốt truyện, nghệ thuật xây dựng nhân vật.

Nhìn chung, các nhà văn, nhà nghiên cứu, phê bình nói trên đều đã đánh giá rất khách quan về những nét đặc trưng trong truyện ngắn của Vũ Xuân Tửu, đồng thời khẳng định ông là một nhà văn có tài trong thể loại truyện ngắn.

Như vậy, có thể thấy, các nhà văn, nhà nghiên cứu, phê bình nói trên đều đã đánh giá rất khách quan về những thành công của nhà văn Vũ Xuân Tửu trong các thể loại văn học mà ông đã sáng tác, nhất là truyện ngắn của ông. Hầu hết các ý kiến đều khẳng định ông là một nhà văn có tài trong thể loại truyện ngắn và tiểu thuyết. Vũ Xuân Tửu đến với độc giả một cách từ tốn, không ồn ào với lối viết linh hoạt, phong phú ngôn từ, sự việc được ghi nhận sắc sảo, đôi chỗ hóm hỉnh một cách ý vị và cách trình bày đan xen kim, cổ; cách dẫn chuyện mới mẻ. Ông trình làng văn chương với thể loại truyện ngắn và cũng chính thể loại này đã mang thành công đến cho ông và khiến bạn đọc nhận ra một năng lực văn chương đặc biệt của ông.

Là một trong những cây bút tiêu biểu của Tuyên Quang, truyện ngắn của Vũ Xuân Tửu được nhiều nhà nghiên cứu quan tâm. Một vài công trình nghiên cứu đã đi sâu tìm hiểu đặc điểm về nội dung, cốt truyện, nhân vật, yếu tố kì ảo trong truyện ngắn Vũ Xuân Tửu. Có một số bài viết bước đầu đưa ra những nhận xét, đánh giá sơ lược về đặc sắc của chi tiết, ngôn ngữ, giọng điệu trong truyện ngắn Vũ Xuân Tửu. Nhưng chưa có công trình nào tập trung nghiên cứu sâu và hệ thống về những phương diện nghệ thuật này. Vì vậy, trên cơ sở tiếp thu kết quả nghiên cứu của những tác giả đi trước, nhóm nghiên cứu mạnh dạn lựa chọn đề tài ***Một số yếu tố thi pháp đặc sắc trong truyện ngắn Vũ Xuân Tửu***, một mảng còn đang bỏ ngỏ trong các nghiên cứu về nhà văn Vũ Xuân Tửu.

CHƯƠNG I
TRUYỆN NGẮN, THI PHÁP TRUYỆN NGẮN VÀ QUAN NIỆM NGHỆ THUẬT CỦA NHÀ VĂN VŨ XUÂN TỬU.

1.1. Truyện ngắn và thi pháp truyện ngắn

Thể loại truyện ngắn của nền văn học Việt Nam là một thể loại có truyền thống lâu đời và đạt được nhiều thành tựu hơn tiểu thuyết. Thủ tướng Phạm Văn Đồng có lần đã nhận xét: *"Trong những truyện ngắn có nhiều truyện rất hay, tôi để ngang với bất cứ truyện ngắn của nước nào"* [7,tr.15]. Truyện ngắn Việt Nam đã gắn liền với từng giai đoạn lịch sử văn học nước nhà. Càng về sau, truyện ngắn càng phát triển hơn bao giờ hết. Trong thời kì đổi mới, truyện ngắn vẫn được phát huy và dẫn đầu trong các thể loại như: thơ, kịch, tiểu thuyết, tạp văn... với sự đóng góp của những cây bút tiêu biểu như: Ma Văn Kháng, Nguyễn Minh Châu, Kiên Giang, Phạm Thị Hoài, Dạ Ngân, Hồ Anh Thái, Nguyễn Huy Thiệp...

Ngay cả trong văn học nghệ thuật địa phương Tuyên Quang, một bộ phận gắn bó khăng khít với văn học nước nhà, cũng đã xuất hiện nhiều cây bút viết truyện ngắn gây được ấn tượng lớn với độc giả cả nước và địa phương, trong đó phải kể đến Đinh Công Diệp, Vũ Xuân Tửu...

Với sở trường viết truyện ngắn, các nhà văn từ giai đoạn trước đến nay đã thể hiện nét độc đáo riêng của mình qua từng trang viết. Bên cạnh đó, nó đã tạo được sự đa dạng và phong phú về mặt ội dung lẫn nghệ thuật cho thể loại truyện ngắn nói riêng và văn học nước nhà nói chung, mặt khác, truyện ngắn còn góp phần thúc đẩy văn học nước nhà phát triển nhằm khẳng định vị trí của mình.

1.1.1. Khái niệm về truyện ngắn

"Truyện ngắn" là một khái niệm khá quen thuộc với những ai đã từng tiếp cận và nghiên cứu văn chương. Cho đến nay, đã có rất nhiều nhà văn, nhiều nhà nghiên cứu phê bình đã bàn về truyện ngắn, đặc biệt là truyện ngắn trong tư cách một thể loại của văn học hiện đại.

Trong phạm vi đề tài này, người viết xin đưa ra một số khái niệm tiêu biểu về truyện ngắn của các nhà nghiên cứu phê bình trong nước lẫn ngoài nước, cũng như một số nhà văn - những người đã trực tiếp sáng tạo ra thể loại truyện ngắn phục vụ cho mục tiêu nghiên cứu của đề tài.

1.1.1.1. Quan điểm của các nhà nghiên cứu phê bình thế giới về truyện ngắn

Theo nhà nghiên cứu, phê bình U.Xaryoan (Mỹ): *"Truyện ngắn là một thể tài văn học sinh ra một cách tự nhiên, từ những câu chuyện hằng ngày, những câu đùa, những lời trêu chọc của người nọ, người kia. Nó hết sức dẻo dai để thích hợp với mọi biến động trong cảm hứng, cũng tức là tải được mọi sắc thái tài năng của người kể chuyện"* [7, tr16].

Trong công trình *"Lí luận văn học"*, nhà phê bình văn học N.A. Gulaiep (Nga) đã phát biểu về khái niệm truyện ngắn như sau: *"Truyện ngắn là một loại hình thức tự sự loại nhỏ, trong đó nó khác truyện vừa ở dung lượng nhỏ hơn, tập trung mô tả sự kiện nào đó thường xảy ra trong đời của một nhân vật, hơn nữa thường bộc lộ nét nào đó của nhân vật"*. [7, tr16].

Nhà văn K. Pautopxki (Nga): *"Truyện ngắn là một truyện viết gọn, trong đó cái gì không bình thường hiện ra như cái gì bình thường và cái gì bình thường hiện ra như một cái gì không bình thường"*. [7, tr17].

1.1.1.2. Quan điểm của những người viết truyện ngắn và các nhà nghiên cứu phê bình Việt Nam

a. Về khái niệm truyện ngắn

Trong cuốn *Đời viết văn của tôi*, nhà văn Nguyễn Công Hoan quan niệm: *"Ngắn và thanh giản là hai đức tính cơ bản của truyện ngắn. Nhưng không phải hễ có đề tài là viết ngay được thành truyện, vì đề tài không phải là truyện, phải lồng vào nó một việc, một cảnh, một nỗi lòng nào gợi được ý ấy và làm tôi cảm xúc", "Truyện ngắn không phải là truyện, mà là một vấn đề được xây dựng bằng chi tiết với sự bố trí chặt chẽ và bằng một thái độ với cách đặt câu có cân nhắc"* [7, tr18] .

Nhà văn Nguyễn Kiên cũng từng phát biểu quan niệm của mình về truyện ngắn như sau: *"Tôi cho rằng mỗi truyện ngắn là một trường hợp... trong quan hệ con người với đời sống, có những khoảnh khắc nào đó, một mối quan hệ nào đó được bộc lộ. Truyện ngắn phải nắm bắt được cái trường hợp ấy"*[7, tr 18].

Nhà văn Nguyễn Quang Sáng lại đưa ra quan niệm: "*Truyện ngắn, theo tôi hiểu tuy ngắn nhưng nó có sức chứa đựng một thực tế vừa lớn lao vừa bén nhọn. Những gì mà nó chứa đựng phải được nén chặt, gọn mà nặng. Nó đòi hỏi nhà văn phải có khả năng thể hiện một cách tập trung và cô đọng, phải biết chọn những điển hình, những chi tiết thật đắt."* [7, tr 18].

Nhà văn Tạ Duy Anh trong cuốn *Nghệ thuật viết truyện ngắn và kí* đã có cách diễn đạt khá thú vị về truyện ngắn, đó là cách kể *"lao thẳng tới đích"* là con đường mà những cây bút truyện ngắn thường lựa chọn cho sáng tác của mình. [31, tr 87]

Giáo trình *Lí luận văn học* của nhóm tác giả Trần Đình Sử, Phương Lựu, Nguyễn Xuân Nam đã bàn luận đến truyện ngắn trong tư cách của một thể loại quan trọng của tự sự. *" Truyện ngắn là tác phẩm tự sự văn xuôi cỡ nhỏ, sáng tác bằng hư cấu. Truyện ngắn sở dĩ ngắn là do thể hiện cuộc sống qua lát cắt, khoảnh khắc nhờ một bố cục đặc đặc biệt"*[35, tr 202]

Theo *Từ điển văn học*, truyện ngắn được hiểu là: *"Một thể loại tự sự cỡ nhỏ, thường được viết bằng văn xuôi, đề cập hầu hết các phương tiện đời sống con người và xã hội. Truyện ngắn khác với truyện vừa và truyện dài - vốn là những thể tài mà qui mô cho phép chiếm lĩnh đời sống trong toàn bộ sự toàn vẹn, đầy đặn của nó - truyện ngắn thường nhằm khắc họa một hiện tượng, phát hiện một đặc tính trong quan hệ con người hay trong đời sống tâm hồn con người"* [30, tr 300].

Cuốn *Từ điển thuật ngữ văn học* do Lê Bá Hán, Trần Đình Sử, Nguyễn Khắc Phi (chủ biên) đưa ra quan niệm: *"Truyện ngắn là một tác phẩm tự sự cỡ nhỏ. Nội dung của thể loại truyện ngắn bao trùm hầu hết các phương diện đời sống, đời tư thế sự hoặc sử thi, nhưng nét độc đáo của nó là ngắn. Truyện ngắn viết ra để tiếp thu liền mạch không nghỉ."* [13,tr 314]

Sổ tay người viết truyện ngắn do Vương Trí Nhàn biên soạn lại cố gắng trình bày một cách khoa học các ý kiến về truyện ngắn như một dẫn chứng hùng hồn về sự phong phú của thể loại trong toàn bộ nền văn học [29].

b. Về phạm vi phản ánh đời sống trong truyện ngắn

Khi bàn về phạm vi phản ánh đời sống trong truyện ngắn, có nhà nghiên cứu coi truyện ngắn như một bộ phận của tiểu thuyết cho nên người ta chú trọng đến tính *"khoảnh khắc"* (tức moment) của nó (nhà văn Nguyễn Thành Long), nhà văn Tô Hoài thì cho rằng: truyện ngắn là *"cưa lấy một khúc"* nào đó. Hoàng Ngọc Hiến lại ví truyện ngắn với *"cái quần sooc"*. Nhà văn Nguyên Ngọc lại có ý kiến cho rằng: *"không nhất thiết trói buộc truyện ngắn vào khuôn mẫu gò bó. Truyện ngắn vốn nhiều vẻ. Có truyện về cả một đời người, lại có truyện chỉ ghi lại một giây phút thoáng qua"*. Truyện ngắn *"cũng có thể là chuyện về một nụ cười, một cái tát, một cái hắt hơi, một triều đại, một thời đại, thậm chí là một cuộc chiến. Một khoảnh khắc cực ngắn hay một ngàn năm, truyện ngắn chuyên chở hết"* (Nguyễn Quang Thân).[31]

Nhìn chung, các nhà nghiên cứu phê bình trong nước và ngoài nước, kể cả những nhà văn viết truyện ngắn đều có cái nhìn đa dạng ở đủ các khía cạnh về khái niệm này. Có thể hiểu đơn giản về truyện ngắn như sau:

Truyện ngắn thuộc vào một trong ba loại lớn của văn học là thể loại tự sự. Tính chất ngắn của thể oại được hầu hết các tác giả nhấn mạnh.

Tuy nhiên, truyện ngắn vốn được xem là một *"lát cắt nhỏ"* của hiện thực cuộc sống được thể hiện vào văn chương. Truyện ngắn có dung lượng nhỏ, được viết bằng văn xuôi. Nội dung thể loại của truyện ngắn bao trùm hầu hết các phương diện của đời sống: đời tư, thế sự hay sử thi, nhưng cái độc đáo của nó là ngắn gọn. (Bởi truyện ngắn được viết ra để đọc liền một mạch). Tuy nhiên, mức độ dài ngắn chưa phải là đặc điểm chủ yếu phân biệt truyện ngắn với các tác phẩm tự sự loại khác (các loại truyện kể dân gian cũng có độ dài tương đương với truyện ngắn). Trong truyện ngắn thường có ít nhân vật, ít sự kiện phức tạp.

Truyện ngắn còn đòi hỏi nhà văn phải có khả năng thể hiện một cách tập trung và cô đọng, phải biết chọn những chi tiết thật đắt và điển hình để thể hiện lên tính cách nhân vật hay sự kiện quan trọng trong cuộc sống qua lăng kính của tác giả. Các ý kiến tổng hợp trên sẽ hỗ trợ cho người nghiên cứu bám sát vào truyện ngắn của Vũ Xuân Tửu để làm nổi rõ vấn đề được đặt ra trong đề tài NCKH này.

1.1.2. Những đặc điểm cơ bản của truyện ngắn

1.1.2.1. Dung lượng truyện ngắn

Trong cuốn *"Truyện ngắn - những vấn đề lí thuyết và thực tiễn thể loại"* do Bùi Việt Thắng chủ biên có đề cập đến: *"Dung lượng (được hiểu là kích cỡ, sức chứa, lớn nhỏ) là khả năng ôm trùm bao quát hiện thực, là sức chứa chất liệu đời sống, dung lượng được hiểu theo khả năng của nội dung phản ánh hiện thực của thể loại"* [42.tr,71].

So với tiểu thuyết, truyện ngắn được xem là thể loại tự sự cỡ nhỏ và dung lượng cũng được giới hạn nên nhân vật trong truyện cũng chỉ được thể hiện như một tính cách, tâm trạng hay một bước ngoặc cuộc đời của nhân vật. Tuy hạn chế về dung lượng nhưng xét về hiệu quả nghệ thuật thì truyện ngắn cũng cao không thua tiểu thuyết, có thể nói nó bình đẳng với nhau tùy theo thể loại mà thể hiện vấn đề.

Paul Bourget, nhà văn và nhà phê bình Pháp thế kỷ 20 có nhận định về hai thể loại trên như sau: *"Phong cách của truyện ngắn là thuộc về tình tiết. Cái tình tiết mà truyện ngắn dự định diễn tả, truyện ngắn đã tách nó ra, làm cô lập nó lại (…) thông qua sự tập trung... Truyện ngắn là độc tấu. Tiểu thuyết là giao hưởng".* [7, tr 20]

Dung lượng truyện ngắn có thể co giãn tùy theo *độ căng* của vấn đề. Hiện nay, có quan niệm cho rằng về dung lượng truyện ngắn "có tính đàn hồi", *"Truyện ngắn có tính co giãn và sẽ tiếp tục tăng cường tính co giãn của mình chừng nào mà bản chất con người vẫn được co giãn và thay đổi một cách vô biên"* [7. tr 397]. Chính vì thế, truyện ngắn đã được cách tân không thua gì tiểu thuyết.

Như vậy, truyện ngắn là một hình thức tự sự cỡ nhỏ để thể hiện một bước ngoặt, một tâm trạng của nhân vật hay một trường hợp, vấn đề trong cuộc sống, là sức xoáy sâu vào tiêu điểm của vấn đề. Dung lượng truyện ngắn theo Bùi Việt Thắng nhận định, nó là sự đối lập giữa các tiêu chí: *"Lớn - nhỏ, nhiều - ít, quá trình - kết quả, đa tuyến - đơn tuyến, toàn cảnh - cận cảnh, diện - điểm..."*.[42.tr,73]. Nói gọn lại, dung lương truyện ngắn dù nhiều hay ít thì cốt yếu cũng muốn làm nổi rõ vấn đề để truyền đạt ý tưởng của nhà văn đến với công chúng độc giả và hướng con người đến giá trị Chân - Thiện - Mĩ trong cuộc sống.

1.1.2.2. Nhân vật trong truyện ngắn

Truyện ngắn thuộc thể loại tự sự và đương nhiên, không thể thiếu nhân vật. Nhà văn Vũ Thị Thường đã nhận định rằng: *"Truyện ngắn sống bằng nhân vật"* [31.tr35]. Theo như lời nhận định đó, truyện ngắn cũng là nơi phát huy cao độ tính cách, số phận cũng như giá trị nhân vật trong tác phẩm. Tuy nhiên, do hạn chế về dung lượng nên truyện ngắn không thể chứa hết cuộc sống của nhân vật phát triển qua từng chi tiết như tiểu thuyết. Đặc biệt, ở truyện ngắn nếu như cần thiết thì tác giả cho nhân vật bộc lộ tính cách hay số phận ở các phương diện khác nhau.

Mỗi nhà văn, mỗi thời đại đều có những nhân vật riêng của mình. Nhân vật trong mỗi truyện ngắn cũng thường thể hiện tư tưởng của nhà văn và thời đại.

Nhà văn Tô Hoài cho rằng: *"Nhân vật là nơi duy nhất tập trung hết thảy, giải quyết hết thảy trong một sáng tác"* [15, tr127] Nhân vật không chỉ là nơi bộc lộ tư tưởng, chủ đề tác phẩm mà còn là nơi tập trung các giá trị nghệ thuật của truyện ngắn giống như các thể loại khác.

Nhân vật trong truyện ngắn cũng được xây dựng bằng các phương tiện của văn học. Đó không chỉ là con người mà còn là bông hoa biết nói, con cóc biết kiện, thậm chí là ma quỷ, thần tiên …nữa mang tâm hồn, tính cách như con người.

Biểu hiện của nhân vật trong truyện ngắn rất phong phú, đa dạng. Có nhân vật hiện ra đầy đặn từ ngoại hình đến nội tâm, từ hành động cho đến tiểu sử trong các tác phẩm tự sự. Có nhân vật lại được người đọc nhận ra qua giọng văn (nhân vật người kể chuyện).

Nhân vật trong truyện ngắn cũng giống trong các thể loại văn học khác, không thể *"nhìn thấy được"* mà chỉ có thể tưởng tượng và hình dung ra theo liên tưởng của độc giả sau khi đọc tác phẩm. Vì khả năng liên tưởng của mỗi người khác nhau nên các nhân vật được cảm nhận cũng hoàn toàn không giống nhau. Mỗi độc giả sẽ có gương mặt nhân vật riêng của mình. Tóm lại, nhân vật trong truyện ngắn là những con người hay những sự vật mang cốt cách của con người được xây dựng bằng phương tiện của ngôn ngữ nghệ thuật.

Ý nghĩa của nhân vật trong truyện ngắn thể hiện ở khả năng biểu đạt của nó trong tác phẩm. Khi sáng tạo ra các nhân vật, nhà văn nhằm thể hiện những cá nhân xã hội nhất định và các quan niệm về các nhân vật đó trong các quan hệ xã hội. Mỗi nhân vật xuất hiện sẽ là một *"tiếng nói"* của nhà văn về con người, về cuộc đời. Đọc một nhân vật, ta không chỉ hiểu một số phận, một cuộc đời mà ta còn có thể hiểu ý nghĩa cuộc đời đằng sau mỗi nhân vật đó.

Thế giới nhân vật được sáng tạo ra trong truyện ngắn rất phong phú. Từ góc độ nội dung - tư tưởng, có đủ các kiểu nhân vật chính diện, phản diện, nhân vật trung gian. Từ góc độ kết cấu - cốt truyện, có các kiểu nhân vật chính, phụ, nhân vật trung tâm. Từ góc độ thể loại có nhân vật tự sự, nhân vật trữ tình, nhân vật kịch. Xét từ góc độ chất lượng nghệ thuật lại có các khái niệm tính cách và điển hình để chỉ những nhân vật được khắc họa rõ nét. Từ góc độ cấu trúc - nhân vật, lại có các kiểu nhân vật chức năng, nhân vật tư tưởng, nhân vật loại hình, nhân vật tính cách.

1.1.2.3. Cốt truyện

Theo giáo trình *Lý luận văn học* (tập 2), *"cốt truyện là chuỗi sự kiện hữu hạn có tính liên tục trước sau, có quan hệ nhân quả hay có liên hệ về ý nghĩa, vừa có tác dụng biểu hiện tính cách số phận nhân vật, vừa là yếu tố gây hấp dẫn cho người đọc"* [37, tr 65]

Theo Wikipedia, *"cốt truyện* (tiếng Anh: *plot*; tiếng Nga: *siujet*, tiếng Pháp: *sujet*) *là hệ thống sự kiện cụ thể, được tổ chức theo yêu cầu tư tưởng và nghệ thuật nhất định, tạo thành bộ phận cơ bản, quan trọng nhất trong hình thức động của tác phẩm văn học thuộc các loại* ***tự sự*** *và* ***kịch***." [53]

Cốt truyện là một hiện tượng phức tạp. Trong thực tế văn học, cốt truyện các tác phẩm hết sức đa dạng, kết tinh truyền thống dân tộc, phản ánh những thành tựu văn học của mỗi thời kì lịch sử, thể hiện phong cách, tài năng nghệ thuật của nhà văn.

Nhìn chung, trong truyện ngắn có thể chia cốt truyện thành hai loại: cốt truyện đơn tuyến và cốt truyện đa tuyến. Trong cốt truyện đơn tuyến, hệ thống sự kiện được tác giả kể lại gọn gàng và thường là đơn giản về số lượng, tập trung thể hiện quá trình phát triển tính cách của một vài nhân vật chính, có khi chỉ là một giai đoạn trong cuộc đời nhân vật chính. Vì vậy, cốt truyện đơn tuyến thường có dung lượng nhỏ hoặc vừa. Cốt truyện đơn tuyến thường tồn tại trong các truyện ngắn, truyện vừa hoặc phần lớn các kịch bản văn học.

Cốt truyện đa tuyến là cốt truyện trình bày một hệ thống sự kiện phức tạp, nhằm tái hiện nhiều bình diện của đời sống ở một thời kì lịch sử, tái hiện những con đường diễn biến phức tạp của nhiều nhân vật, do đó có một dung lượng lớn. Hệ thống sự kiện trong cốt truyện đa tuyến được chia thành nhiều dòng, nhiều tuyến gắn liền với số phận các nhân vật chính của tác phẩm. Trong một số truyện ngắn, cũng xuất hiện những cốt truyện đa tuyến, tuy nhiên, không nhiều.

Hầu hết cốt truyện đều trải qua một tiến trình vận động có hình thành, phát triển và kết thúc. Thông thường, mỗi cốt truyện bao gồm các thành phần :*trình bày*, khai đoan (thắt nút), *phát triển*, đỉnh điểm (cao trào) và *kết thúc* (mở nút). Tuy nhiên, không phải bất cứ cốt truyện nào cũng bao hàm đầy đủ các thành phần như vậy.

Bên cạnh khái niệm cốt truyện hiểu theo tinh thần truyền thống trên đây, còn có cách hiểu cốt truyện như là toàn bộ các biến cố, sự kiện được nhà văn kể ra, là cái mà người đọc có thể đem kể lại (histoire). Khái niệm cốt truyện như thế được đem đối lập với câu chuyện, truyện (récit) và sự trần thuật, sự kể chuyện (narration).

1.1.2.4. Chi tiết

a. Khái niệm

Chi tiết nghệ thuật không chỉ là yếu tố cấu thành tác phẩm mà còn là nơi gửi gắm những quan niệm nghệ thuật về con người, về cuộc đời...của nhà văn, nơi kí thác niềm ưu tư, trăn trở của nhà văn trước cuộc đời. Nhà văn chỉ thực sự là *"người thư kí trung thành của thời đại"* (H.Balzac) khi anh ta có khả năng làm sống dậy cuộc đời trên trang sách bắt đầu từ những chi tiết nhỏ. Lựa chọn chi tiết để xây dựng nên tác phẩm nghệ thuật nói chung, một truyện ngắn nói riêng không chỉ thể hiện bản chất sáng tạo của người nghệ sĩ mà còn bộc lộ tài năng, tầm vóc tư tưởng của người cầm bút.

Trong văn học, *"chi tiết"* theo định nghĩa của nhóm tác giả Lê Bá Hán, Trần Đình Sử, Nguyễn Khắc Phi (Từ điển thuật ngữ văn học, Nxb Đại học Quốc gia Hà Nội, 1997) là: *"Các tiểu tiết của tác phẩm mang sức chứa lớn về cảm xúc và tư tưởng"* và họ gọi chung là chi tiết nghệ thuật. Cũng theo nhóm tác giả này thì: *"Tuỳ theo sự thể hiện cụ thể, chi tiết nghệ thuật có khả năng thể hiện, giải thích, làm minh xác cấu tứ nghệ thuật của nhà văn, trở thành tiêu điểm, điểm hội tụ của tư tưởng tác giả trong tác phẩm. Chi tiết nghệ thuật gắn với "quan niệm nghệ thuật" về thế giới con người, với truyền thống văn hoá nghệ thuật nhất định"*[13, tr 51]

Như vậy, chi tiết nghệ thuật được xem như linh hồn của một văn bản nghệ thuật. Muốn hiểu, nắm chắc văn bản, phải hiểu rõ chi tiết nghệ thuật. Chi tiết nghệ thuật được xem là thành tố nhỏ nhất trong một chỉnh thể nghệ thuật.

b. Tầm quan trọng của chi tiết nghệ thuật trong tác phẩm văn chương

Trong tác phẩm văn chương, chi tiết có thể nhỏ về quy mô, tầm vóc nhưng nó chứa đựng tư tưởng lớn, tình cảm lớn. Không nhà văn vĩ đại nào không tập trung xây dựng hình tượng nghệ thuật từ những chi tiết nhỏ, đặc sắc.

Trong truyện ngắn, nhờ chi tiết mà cốt truyện được triển khai và phát triển đầy đặn, thông qua chi tiết mà cảnh trí, tình huống, tính cách, tâm trạng, hình dáng, số phận của nhân vật được khắc họa và bộc lộ đầy đủ. Nhiều chi tiết trở thành những điểm sáng thẩm mĩ của tác phẩm, có vị trí không thể thiếu trong sự phát triển của cốt truyện, gắn liền với những bước ngoặt trong cuộc đời, số phận nhân vật. Thiếu chi tiết là thiếu sự đặc tả, thiếu tính cụ thể, truyện sẽ trở nên nhạt nhẽo, hời hợt, thiếu sức hấp dẫn.

Tóm lại, các tác phẩm văn học đều cần phải xây cất từ chi tiết. Nhà văn giỏi là người viết về những cái không đâu, vặt vãnh nhưng khơi gợi được những vấn đề lớn, liên quan đến số phận con người, nhân loại.

Như vậy, chi tiết nghệ thuật dù chỉ là yếu tố nhỏ lẻ của tác phẩm nhưng mang sức chứa lớn về cảm xúc và tư tưởng. Thiếu chi tiết, nhà văn không thể đúc nên tác phẩm. Chi tiết càng có sức biểu hiện, sức khơi gợi và ám ảnh càng lớn, càng góp phần nâng cao giá trị tác phẩm.

c. Chi tiết trong văn xuôi

Chi tiết trong văn xuôi thường là chi tiết sự vật và chi tiết sự việc. Chi tiết sự vật thường gắn với cảnh vật, đồ vật, nhân vật. Chi tiết sự việc (cốt truyện) gắn với các tình tiết. Một tình tiết được hợp nên bởi nhiều chi tiết.

Căn cứ vào thái độ của nhà văn, người ta phân ra *chi tiết nóng* và *chi tiết lạnh*. Chi tiết nóng thường được trở đi trở lại, được nhà văn khắc họa kĩ, nằm trong mạch chính của văn bản nghệ thuật. Chi tiết lạnh không nằm trong mạch chính, xuất hiện thoáng qua, nhà văn không tập trung cho chi tiết nổi lên nên khó viết và người đọc hời hợt rất dễ bỏ qua. Nhà văn phải có giác quan thẩm mĩ, bản lĩnh mới viết được chi tiết lạnh. Cảm nhận được chi tiết lạnh thể hiện tầm đón nhận của người đọc. Chi tiết lạnh thường mờ nhạt, tưởng thoáng qua nhưng rất đáng kể và có sức công phá rất lớn.

Tóm lại, không thể phủ nhận vai trò và tầm quan trọng của chi tiết trong tác phẩm nghệ thuật. Với nhà văn, quá trình sáng tạo gắn liền với ý thức làm nên những chi tiết đặc sắc, góp phần thể hiện nội dung, chủ đề của tác phẩm. Chi tiết gánh trọng trách chuyển tải đến người đọc những thông điệp mà nhà văn gửi gắm, những cách nhìn và quan niệm sâu xa về con người và cuộc đời của người nghệ sĩ: *"Chi tiết nhỏ làm nên nhà văn lớn"(Macxim Gorky)*

(Do đề tài nghiên cứu về lĩnh vực văn xuôi nên không tìm hiểu chi tiết trong các thể loại khác: thơ, tiểu thuyết, ký...)

Tóm lại: Truyện ngắn là một thể loại văn học. Nó thường là các câu chuyện kể bằng văn xuôi và có xu hướng ngắn gọn về dung lượng, súc tích và hàm nghĩa hơn các câu chuyện dài như tiểu thuyết. Thông thường, truyện ngắn có độ dài chỉ từ vài dòng đến vài chục trang. Vì thế, tình huống truyện luôn là vấn đề quan trọng bậc nhất của nghệ thuật truyện ngắn.

Truyện ngắn thường tập trung vào một tình huống, một chủ đề nhất định. Do đó, truyện ngắn thường hạn chế về nhân vật, thời gian và không gian. Đôi khi truyện ngắn chỉ là một khoảnh khắc trong cuộc sống.

Truyện ngắn cho người đọc một cái nút, một khúc mắc cần giải đáp. Cái nút đó càng ngày càng thắt lại đến đỉnh điểm thì đột ngột được tháo ra.

1.1.2. Thi pháp truyện ngắn

1.1.2.1. Quan điểm về thi pháp truyện ngắn

Từ những năm 80 của thế kỷ XX, thi pháp sáng tác là một lĩnh vực khá mới mẻ đã chiếm một vị trí quan trọng trong lĩnh vực lý luận văn học và đã có ảnh hưởng không nhỏ đến sáng tác của các nhà văn trong đó có thể loại truyện ngắn. Thông thường, sự đổi mới một thể loại bao giờ cũng bắt đầu từ sự đổi mới quan niệm về thể loại. Và sự đổi mới truyện ngắn thường được bắt đầu bằng sự đổi mới quan niệm về cách viết của nhà văn. Nhà văn không bị cuốn theo, không bị chi phối bởi đề tài, họ chiếm lĩnh hiện thực cuộc sống với lối tư duy, quan niệm nghệ thuật mới thông qua những cấu trúc linh hoạt và sáng tạo.

Qua một thời gian tuy chưa dài, về cơ bản, các nhà nghiên cứu phê bình văn học thống nhất quan điểm cho rằng: thi pháp truyện ngắn là tất cả những gì làm nên tính độc đáo, riêng biệt về phương diện phẩm chất nghệ thuật của thể loại truyện ngắn, quan niệm nghệ thuật của tác giả (hoặc của trào lưu, trường phái) nào đó.

Để tước bỏ dấu ấn của cái "quen thuộc", của phương thức tiếp cận và phản ánh hiện thực xuôi chiều, của kỹ thuật tự sự truyền thống; văn học nói chung, truyện ngắn Việt Nam nói riêng đã tạo ra những hình tượng nghệ thuật gián tiếp, có tầm khái quát lớn, hàm chứa nhiều ẩn ý sâu sắc; mà ở đó *"cái bóng của hiện thực"* được nắm bắt và hiện thực đời sống được phơi bày, khai thác đến đáy.

Theo Tiến sĩ Đặng Thị Mây trong bài viết Đặc điểm thi pháp truyện ngắn Việt Nam sau 1945, "Truyện ngắn không bị ràng buộc bởi những hình thức nghệ thuật đã thành quy phạm" và "hình thức nghệ thuật trong truyện ngắn vừa luôn luôn vỡ ra, thay đổi vừa luôn luôn được hàn gắn "cấu trúc" lại". Truyện ngắn Việt Nam sau 1975 ngoài sự kế thừa truyền thống để bảo lưu "mã di truyền" của hình thức thể loại đã có những đổi mới rất đáng kể trong nỗ lực cách tân về nội dung và hình thức thể loại để phát triển, đó cũng chính là xu thế tất yếu của truyện ngắn. Nhân vật trong truyện ngắn đã có sự thay đổi từ mô hình con người lý tưởng - con người thánh nhân, con người đơn trị luôn "trùng khít với địa vị xã hội của mình" (M.Bakhtin) đến con người đa trị, phức tạp, bí ẩn, không thể đoán trước, không thể biết hết đã xuất hiện trong rất nhiều truyện ngắn của Nguyễn Huy Thiệp, Vũ Xuân Tửu.... Xu hướng huyền thoại hóa hay sự vi phạm những quy tắc bất biến của tự sự, bỏ qua những lối mòn quen thuộc bằng sự minh triết của các biểu tượng nghệ thuật và sự hấp dẫn của cái kỳ ảo được các cây bút truyện ngắn sử dụng tối đa và đạt hiệu quả bất ngờ.

Truyện ngắn có thể kể về một cuộc đời nhưng đa phần là một đoạn đời, một sự kiện hay một "chốc lát" trong cuộc sống nhân vật. Cái chính của truyện ngắn không phải là hệ thống sự kiện mà là cái nhìn tự sự đối với cuộc đời. Tác giả truyện ngắn thường hướng tới khắc họa một hiện tượng, phát hiện một nét bản chất trong quan hệ nhân sinh hay đời sống tâm hồn con người. Sự đổi mới này đưa lại cho văn học khả năng khám phá và thể hiện những gì còn ít hoặc chưa được biết đến, những bí ẩn của đời sống thực tại, của thế giới tâm linh phong phú, phức tạp trên cơ sở một quan niệm mới về hiện thực và con người.

Yếu tố kỳ ảo trong truyện ngắn Việt Nam hiện đại thể hiện quan niệm của nhà văn tập trung ở một số phương diện như: Quan niệm của con người về thế giới đa chiều và con người tâm linh; quan niệm về sự hữu hình hóa cái ác và giấc mơ về những giá trị chân thiện mỹ; cảm hứng nhận thức lại thực tại và chất triết lý. Qua quan niệm về cái ngẫu nhiên trong cuộc đời, các nhà văn có xu hướng muốn đối thoại với quan niệm một thời về thế giới, sự tồn tại và con người. Thế giới được nhìn nhận dưới sự chuyển hóa của những mặt đối lập họa - phúc, ngẫu nhiên - tất nhiên, may - rủi... Cuộc sống vì thế được soi chiếu đa diện, sâu sắc hơn.

Truyện ngắn Việt Nam hiện đại đa dạng hơn trong nội dung phản ánh, phong phú hơn trong hình thức diễn đạt, tự do hơn ở cách thức dựng truyện. Bên cạnh những truyện ngắn tuân thủ cốt truyện truyền thống, tuân thủ kết cấu cốt truyện rõ ràng, mạch lạc, có mở đầu, có kết thúc là những cốt truyện dựa trên thi pháp hiện đại vận động theo dòng ý thức, giàu tâm trạng, là những cấu trúc lỏng lẻo, lắp ghép, kết thúc mở... Cốt truyện lỏng lẻo, khó tóm tắt, cấu trúc định hình bị phá vỡ, thay vào đó là một cấu trúc lắp ghép rời rạc, lộn xộn. Điều này dễ nhận thấy qua các tập truyện ngắn được sáng tác từ những năm 2000 trở lại đây của Nguyễn Minh Châu, Nguyễn Khải, Ma Văn Kháng, Nguyễn Huy Thiệp, Nguyễn Thị Thu Huệ, Vũ Xuân Tửu..., với muôn mặt đời thường với vô vàn số phận khác nhau, những tính cách khác nhau được đề cập. Những truyện *"giả cổ tích" "giả lịch sử" "giả liêu trai"* của Nguyễn Huy Thiệp, Phạm Thị Hoài, Phạm Hải Vân, Hoà Vang, Vũ Xuân Tửu... là sự khẳng định mối quan hệ tự do giữa nhà văn với hiện thực.

Diện mạo của truyện ngắn hiện nay đang đổi thay. Truyện ngắn chọn mọi dung lượng, mọi phong cách để vượt ra, phá vỡ khuôn thước cũ, tiếp tục xác lập một hình thức mới với xu thế phát triển muôn sắc, muôn vẻ.

Trong cuốn chuyên luận *Những vấn đề thi pháp của truyện,* tác giả Nguyễn Thái

Hòa cũng đã trình bày một cách có hệ thống, gọn gàng nhưng hiệu quả về một số phương diện của thi pháp truyện ngắn: *giọng văn* và *giọng kể* đồng thời phân loại *không gian, thời gian trong truyện ngắn.* [11]

Ngoài ra, thi pháp truyện ngắn, từ lâu đã được rất nhiều nhà nghiên cứu - phê bình quan tâm đặc biệt: *Đôi điều về truyện ngắn* của Nguyễn Minh Châu [5], *Giọng điệu trong truyện ngắn hiện đại Việt Nam thời kỳ đổi mới 1986-2000* của tác giả Trần Văn Thắng [44], các bài viết của tác giả Lê Thị Hường về *"con người cô đơn", "cái kết thúc trong truyện ngắn hôm nay"*[13], bài viết của tác giả Phạm Xuân Nguyên và rất nhiều tác giả khác nữa…

Đặc biệt, trong khá nhiều công trình nghiên cứu của các cử nhân, Thạc sĩ, Tiến sĩ ngành Lý luận Văn học đã tập trung nghiên cứu đặc điểm truyện ngắn, thi pháp truyện ngắn của từng tác giả cụ thể, góp phần hình thành nên những quan niệm khá tập trung về thi pháp thể loại này, như: *Đặc điểm truyện ngắn Vũ Xuân Tửu* (Lê Hoài Thương), *Đặc điểm truyện ngắn Nguyễn Huy Thiệp* (Nguyễn Chí Công)…Hầu hết, các nhà nghiên cứu đều tập trung vào các yếu tố thi pháp tiêu biểu trong truyện ngắn như: tình huống truyện, chi tiết, ngôn ngữ, giọng điệu truyện ngắn.

1.1.3. Các yếu tố cơ bản trong thi pháp truyện ngắn

1.1.3.1. Tình huống truyện

Dưới góc độ thi pháp, ngoài những yếu tố như cốt truyện, lối trần thuật, ngôn ngữ... thì tình huống được xem là hạt nhân thể loại của truyện ngắn.

Chính vì vậy, ở phần cốt yếu của khái niệm truyện ngắn nhìn từ góc độ thi pháp, có thể hình dung: "*truyện ngắn là tác phẩm tự sự cỡ nhỏ mà nội dung thường chỉ xoay quanh một tình huống truyện chủ chốt nào đó".*[35]

a. Tình huống truyện là gì?

Tình huống truyện là *"cái tình thế nảy ra truyện"*, là *"lát cắt"* của đời sống mà qua đó, có thể thấy được cả trăm năm của đời thảo mộc, là *"một khoảnh khắc mà trong đó sự sống hiện ra rất đậm đặc"*, là *"khoảnh khắc chứa đựng cả một đời người thậm chí cả một đời nhân loại"* (Nguyễn Minh Châu).

Định nghĩa ấy cho thấy vai trò của tình huống: qua cái ngắn mà thấy được cái dài, qua một khoảnh khắc ngắn ngủi mà thấy được diện mạo toàn thể. Nghĩa là tính *"đặc biệt điển hình"* của cái tình thế cuộc sống chứa đựng trong đó. Tình huống trong truyện ngắn biểu hiện qui luật có tính nghịch lí trong sáng tạo nghệ thuật: qui mô nhỏ nhưng khả năng phản ánh lớn. Đây là một tố chất thẩm mĩ tiềm ẩn của tình huống. Giới nghiên cứu đã khái quát tình huống như là *"một hoàn cảnh đặc biệt"* của đời sống.

Tình huống truyện xét đến cùng là một sự kiện đặc biệt của đời sống được nhà văn sáng tạo trong tác phẩm theo lối *"lạ hoá"*. Sở dĩ nói *"lạ hoá"* có nghĩa là: Nhà văn đã làm sống dậy trong sự kiện ấy một tình thế bất thường của quan hệ đời sống (quan hệ giữa các nhân vật tham gia vào sự kiện hoặc giữa nhân vật với ngoại giới). Hơn nữa, tại sự kiện ấy bản chất của nhân vật hiện hình sắc nét và cũng tại sự kiện ấy ý tưởng của tác giả cũng bộc lộ trọn vẹn.

Nhà văn Nguyên Ngọc khi bàn về truyện ngắn đã đặc biệt chú ý đến vấn đề tình huống: *"Truyện ngắn dẫu sao cũng phải ngắn, do đó thủ thuật chủ yếu của truyện ngắn là thủ thuật điểm huyệt (...) Truyện ngắn điểm huyệt hiện thực bằng cách nắm bắt trúng những tình huống cho phép phơi bày cái chủ yếu nhưng lại bị che giấu trong muôn mặt cuộc sống hằng ngày"*. (43; tr114).

Từ một số ý kiến trên, có thể khái quát về tình huống truyện như sau: Đối với truyện ngắn, tình huống giữ vai trò là hạt nhân của cấu trúc thể loại, nó chính là cái hoàn cảnh riêng được tạo nên bởi một sự kiện đặc biệt khiến cho tại đó, cuộc sống hiện lên đậm đặc nhất và ý đồ tư tưởng của tác giả cũng được bộc lộ sắc nét nhất. Cũng có thể hiểu: *Tình huống truyện là một sự kiện đặc biệt trong đó chứa đựng một tình thế bất thường của quan hệ đời sống được phản ánh trong các truyện ngắn.*

b. Các đặc trưng cơ bản của tình huống truyện

Tình huống là sự kiện bao trùm lên toàn bộ một tác phẩm truyện ngắn. Trong tình huống dường như có đủ các khâu của cốt truyện nhưng dưới dạng đã được nén lại. Nếu nhìn từ tương quan với hoàn cảnh, tình huống là *"sự cô đặc của một hoàn cảnh điển hình nào đó"*.[34]

Tình huống là hạt nhân của cấu trúc thể loại truyện ngắn. Nghĩa là nó quyết định đến sự sống còn của một truyện ngắn. Mất tình huống tức là mất tính chất truyện ngắn.

Vì thế, mà có thể thấy, vai trò của tình huống trong truyện ngắn là nhân tố tổ chức của thiên truyện. Tức là nó bao trùm và chi phối các thành tố khác như nhân vật, cảnh vật, bố cục, kết cấu, lời trần thuật...Diện mạo của một truyện ngắn, xét đến cùng, là do tình huống quyết định.

Tình huống còn góp phần khắc hoạ tính cách nhân vật, thể hiện tư tưởng nghệ sĩ. Các tình huống trong truyện ngắn thường xuất phát từ đặc trưng truyện ngắn: dung lượng nhỏ, thể hiện nhân vật qua một khoảnh khắc ngắn ngủi của đời sống, vì thế, tình huống được cho là *"giống như thứ nước rửa ảnh làm nổi lên hình sắc nhân vật và tư tưởng nhà văn"* [34]. Chính vì vậy, khi nhà văn xây dựng được tình huống truyện độc đáo là dấu hiệu của một tác phẩm có giá trị cũng đồng nghĩa đó là một tác giả tài năng.

c. Phân loại tình huống

Hiện nay, có nhiều cách phân loại tình huống truyện khác nhau. Cơ bản, có ba cách phân loại như sau:

Cách thứ nhất: chia tình huống truyện thành các kiểu: tình hống kịch, tình huống tâm trạng, tình huống tượng trưng.

Cách thứ hai: chia tình huống truyện thành các kiểu: tình huống thắt nút, tình huống tương phản, tình huống luận đề.

Cách thứ ba: chia tình huống truyện thành các kiểu: tình huống hành động, tình huống tâm trạng, tình huống nhận thức. Đây là cách phân loại tình huống truyện của Tiến sĩ Chu Văn Sơn (Trường Đại học Sư phạm Hà Nội I). Trong ba cách phân loại trên thì cách thứ ba này dễ tiếp nhận, phù hợp với cả người dạy lẫn người học, vì vậy, nhóm nghiên cứu sẽ đi theo cách phân biệt này.

- *Tình huống hành động:* Tình huống hành động là loại sự kiện đặc biệt mà trong đó nhân vật bị đẩy tới một tình thế (thường là éo le) chỉ có thể giải quyết bằng hành động.

- *Tình huống tâm trạng:* Tình huống tâm trạng là sự kiện đặc biệt của đời sống mà ở đó nhân vật rơi vào một tình thế làm nảy sinh một biến động nào đó trong thế giới tình cảm.

- *Tình huống nhận thức:* Tình huống nhận thức là sự kiện đặc biệt của đời sống mà tại đó nhân vật được đẩy tới một tình thế bất thường: đối mặt với một bài học nhận thức bật lên một vấn đề (về nhân sinh, về nghệ thuật) cần phải vỡ lẽ, giác ngộ.

Tuy nhiên, cũng cần phải lưu ý rằng: sự phân loại này là tương đối. Trong thực tế các dạng tình huống ấy đều ít nhiều có tính pha tạp chứ không hoàn toàn "thuần chủng" như mô tả. Viêc nhận diện chỉ dựa vào sự nổi trội của yếu tố nào đó.

d. Về số lượng

Có thể thấy truyện ngắn có hai loại :

- *Truyện một tình huống:* Cả truyện ngắn chỉ xoay quanh có một tình huống duy nhất bao trùm. Có thể nói đây là loại truyện ngắn điển hình

- T*ruyện ngắn nhiều tình huống:* Cả thiên truyện được dệt từ nhiều tình huống. Tuy nhiên trong đó chúng cũng phân vai thành chính - phụ (nghĩa là có cái nào đó là chủ chốt) chứ không phải tất cả đều ngang hàng nhau theo lối dàn đều. Đây là dạng truyện ngắn không thật điển hình. Chúng thường có dáng dấp của một truyện dài thu nhỏ hơn là một truyện ngắn thực thụ (ví dụ như *Chí Phèo* của Nam Cao, *Vợ chồng A Phủ* của Tô Hoài, *Mùa lạc* của Nguyễn Khải, *Tướng về hưu* của Nguyễn Huy Thiệp...)

1.1.3.2. Chi tiết trong truyện ngắn

Theo các tác giả cuốn Lí luận văn học (NXB Giáo dục 1997):*"yếu tố có ý nghĩa quan trọng bậc nhất của truyện ngắn là chi tiết có dung lượng lớn và hành văn mang ẩn ý"*[9, tr78]. Nhiều khi, truyện ngắn sống được là nhờ vào những chi tiết hay, chi tiết phát sáng, chi tiết đắt giá. *"Ở truyện ngắn, mỗi chi tiết đều có vị trí quan trọng như mỗi chữ trong bài thơ tứ tuyệt. Trong đó những chi tiết đóng vai trò đặc biệt như những nhãn tự trong thơ vậy"*.[27] Các chi tiết trong mỗi tác phẩm mới thực sự là tế bào, là mạch máu tạo nên sức sống và vẻ đẹp của từng thiên truyện. Mỗi chi tiết luôn chứa đựng những lớp trầm tích càng khai thác càng thấy giá trị.

Trước hết, *chi tiết nghệ thuật gắn với "quan niệm nghệ thuật" về thế giới con người, với truyền thống văn hoá nghệ thuật nhất định.* Chi tiết nghệ thuật là những yếu tố nhỏ lẻ của tác phẩm nhưng mang sức chứa lớn về cảm xúc và tư tưởng. Sức chinh phục của hình tượng nghệ thuật là ở sự truyền cảm thì yếu tố góp phần quyết định tạo ra sức truyền cảm hấp dẫn, lôi cuốn người đọc chính là nhờ chi tiết. Tất nhiên không phải mọi chi tiết trong tác phẩm đều có vai trò, vị trí và giá trị như nhau. Có chi tiết chỉ đóng vai trò vật liệu xây dựng, làm tiền đề cho cốt truyện phát triển thuận lợi và hợp lý, nhưng cũng có không ít chi tiết thể hiện tập trung cho cấu tứ của tác giả.

Chi tiết nghệ thuật mang bản chất sáng tạo của người nghệ sĩ. Bản chất chi tiết hàm chứa nhiều nét nghĩa, nhiều giá trị được gọi là tín hiệu nghệ thuật. Đã gọi là tín hiệu thì luôn mang một *"mã",* để giải mã thì phải nhờ đến cả một chiều sâu văn hóa.

Chi tiết đóng vai trò làm tiền đề cho sự phát triển của cốt truyện. Không bao giờ có một tác phẩm hay mà chi tiết lại nhạt nhẽo, nông cạn, thiếu sức sống. Chi tiết trong truyện ngắn rất phong phú và đa dạng, cô đúc, ngôn ngữ mang nhiều ẩn ý, tạo ra cho tác phẩm những chiều sâu về nội dung và nghệ thuật cần phải tìm hiểu. Nhà văn Vũ Thị Thường đã có những phát biểu cụ thể về truyện ngắn: *"Viết truyện dài như làm một căn nhà đồ sộ, còn bắt tay viết truyện ngắn là nhận lấy việc chạm trổ một cái khay, một tấm tranh khắc gỗ. Ở truyện dài có thể có những chương "độn" nhưng ở truyện ngắn chỉ cần viết một nửa trang lỏng lẻo là truyện đổ liền. Những chi tiết hay đến mấy đi chăng nữa mà không phục vụ chủ đề, thì cũng trở nên vô ích"* [31, tr87]. Hoặc như ý kiến của cố nhà văn Nguyễn Công Hoan: *"Truyện ngắn không phải là truyện mà là một vấn đề được xây dựng bằng chi tiết với sự bố trí chặt chẽ và bằng thái độ với cách đặt câu dùng tiếng có cân nhắc. Muốn truyện là truyện ngắn, chỉ nên lấy một ý chính làm chủ đề cho truyện. Những chi tiết trong truyện chỉ nên xoay quanh chủ đề ấy. Không có chi tiết thừa, rườm rà, miên man. Mỗi truyện cần có một ý, một ý thôi. Ý ấy là ý chính của chuyện nhưng thật ra đó là ý định của tác giả ... làm nổi được ý ấy cho độc giả hiểu thì truyện sẽ hay"* [31, tr 65].

Nói chung, các ý kiến đều cho rằng truyện ngắn là một khối thống nhất, hoàn chỉnh, chặt chẽ từ nội dung, tư tưởng chủ đề đến hình thức diễn đạt, ở truyện ngắn không có một cái gì là thừa. Vì vậy, viết truyện ngắn là một điều vô cùng khó khăn. Nhà văn Nguyên Ngọc đã giải thích: Truyện ngắn tuy ngắn nhưng nhiều chi tiết, người viết phải biết rất nhiều, rất dài, phải có vốn sống, biết cách chọn tình huống, cách xử lý bố cục, cách dựng truyện, dựng người, cách nói, giọng nói, lời kể, lời văn v.v...

Chi tiết trong truyện ngắn mang tính tạo hình. Hình tượng nghệ thuật cụ thể, gợi cảm, sống động nhờ các chi tiết về môi trường, phong cảnh chân dung, nội thất, cử chỉ, phản ứng nội tâm, hành vi lời nói. Trong tác phẩm tự sự, chi tiết có khả năng gợi ra hình ảnh về sự vật, cảnh vật, con người… đặc biệt là vai trò khắc hoạ tính cách nhân vật. Nhà văn sử dụng rất nhiều chi tiết, những nét cụ thể để miêu tả ngoại hình, nội tâm, hành động của nhân vật, cũng như cảnh vật, sự kiện có liên quan đến nhân vật đó. Đan dệt hàng loạt các chi tiết với nhau mới có được một bức tranh bằng ngôn ngữ có thể tạo nên một ấn tượng tương đối xác định về nhân vật.

Chi tiết nghệ thuật còn có vai trò cá biệt hoá nhân vật. Nhờ những chi tiết đắt giá sắc nét được tạo nên bởi tài năng của nhà văn mà các nhân vật văn học trở thành những gương mặt *"quen mà lạ", "con người này"* không hề trộn lẫn mặc dù xuất hiện giữa đám đông cùng loại.

Gắn với quan niệm nghệ thuật về con người do vậy *chi tiết nghệ thuật có vai trò quan trọng làm nên diện mạo nhân vật văn học của từng thời.* Khi phân tích nhân vật cần phải đặt nó trong típ người của từng thời kì văn học và cần phải lựa chọn những chi tiết nghệ thuật tiêu biểu để thẩm bình, làm nổi bật đặc điểm của nhân vật.

Chi tiết có vai trò biểu lộ tư tưởng, chủ đề tác phẩm. Chi tiết nghệ thuật trong văn xuôi không chỉ có trị tạo hình mà nó còn có một đặc điểm vô cùng quan trọng nữa, đó là bản chất sáng tạo, khái quát, biểu hiện của nó, khả năng nói nhiều bản thân nó. Tuỳ theo sự thể hiện cụ thể, chi tiết nghệ thuật trở thành tiêu điểm, hội tụ tư tưởng của tác giả trong tác phẩm. Tuy ngắn gọn cô đúc, nhưng chi tiết nghệ thuật lại chứa đựng một chiều sâu ý nghĩa khôn cùng mà dường như ta khơi mãi cũng không thấy đáy *"chi tiết nghệ thuật như một giọt nước mà qua đó ta thấy được cả đại dương".* Với bản chất sáng tạo, chi tiết nghệ thuật có vai trò không nhỏ làm nên tiếng nói nghệ thuật độc đáo của nhà văn.

Chi tiết là điểm sáng nhất trong tác phẩm tự sự, nó giúp nhà văn thể hiện ý đồ nghệ thuật mà mình muốn biểu đạt, giúp bạn đọc thoả mãn sự khám phá mong muốn khám phá tận cùng ý nghĩa tác phẩm và nó cũng biểu hiện được phần hồn của tác phẩm, tạo nên những tầng sâu khai phá mãi mà không đến đáy. Chi tiết cô đúc ngắn gọn nhưng lại chứa đựng tầng sâu khôn cùng mà dường như khơi mãi cũng không hết ý nghĩa. Nghệ thuật là lĩnh vực đặc thù, tầm vóc của người nghệ sĩ có thể làm nên từ những điều nhỏ nhất. Nhà văn có khả năng sáng tạo ra những chi tiết nhỏ có giá trị góp phần đắc lực trong việc thể hiện tư tưởng, chủ đề tác phẩm. Do vậy để tạo nên những chi tiết đắc địa đòi hỏi nhà văn phải có đủ ba yếu tố: tài, tâm và tầm. Không chỉ thế, chi tiết còn giúp nhà văn khẳng định cái tầm của mình. *Chi tiết đóng vai trò làm tiền đề cho sự phát triển của cốt truyện.*

1.1.3.3. Ngôn ngữ trong truyện ngắn

Theo Giáo trình *Lý luận văn học* (tập 1), *"ngôn từ nghệ thuật là ngôn từ được sáng tạo nhằm mục đích nghệ thuật, gắn liền với việc sáng tạo hình tượng nghệ thuật"*[36, tr108], nó còn được gọi là*" ngôn từ biến dị theo quy luật nghệ thuật"*[36, tr105], Có nghĩa là lời văn nghệ thuật là lời hư cấu, lời mang tính chất hình tượng của lời nói, chứ không phải lời nói trực tiếp của tác giả. Chính tính chất này khiến cho mọi vật trong thế giới đều có thể cất lên tiếng nói của chúng.

Nhiều nhà nghiên cứu cho rằng: ngôn từ nghệ thuật thường đập vỡ cấu trúc thường quy của ngôn từ để cấu tạo lại theo quy tắc nghệ thuật bằng phép "lạ hóa".

Mọi biến đổi về mặt ngôn từ đều nhằm mục đích nghệ thuật. Trong văn xuôi nghệ thuật, các tác giả còn có khả năng kết hợp hòa trộn nhiều giọng điệu vào trong một lời, đan bện nhiều chủ thể trong một lời nói như lời nhại, lời nói nửa trực tiếp, lời độc thoại nội tâm, dòng ý thức...Đó là những sáng tạo về lời nói mà chỉ trong phạm vi nghệ thuật ngôn từ mới có thể làm được.

Ngôn ngữ nghệ thuật có vai trò đặc biệt quan trọng bởi nó là yếu tố vật chất duy nhất trong tác phẩm văn học. Qua ngôn ngữ, người đọc khám phá được bao điều trong thế giới hình tượng, tư tưởng, quan niệm…mà nhà văn gửi gắm ở tác phẩm của mình. Ngôn ngữ nghệ thuật *"không chỉ là phương thức tồn tại và biểu hiện của nội dung, mà nó còn thể hiện trực tiếp, rõ nét phong cách và tài năng của mỗi nhà văn".*[12]

Có thể nói, ngôn ngữ nghệ thuật được hoàn thiện nhờ tài năng lao động của mỗi nhà văn. Khác với ngôn ngữ văn hóa, ngôn ngữ nghệ thuật mang dấu ấn, màu sắc riêng của từng tác giả, phản ánh nét độc đáo không lặp lại của mỗi nhà văn. Khi các nhà văn sử dụng ngôn ngữ nghệ thuật, mỗi người lại có khả năng thể hiện một giọng điệu riêng, cách xử lý riêng tạo nên cá tính sáng tạo, phong cách đặc thù.

Đối với thể loại truyện ngắn, vấn đề lựa chọn ngôn ngữ giữ vai trò rất quan trọng. Do những đặc trưng thể loại quy định, ngôn ngữ truyện ngắn bao giờ cũng có tính hàm súc cao. Là những chuyện ngắn gọn, nhà văn cũng phải biết lựa chọn sử dụng ngôn ngữ thật hiệu quả để qua vài trang giấy có thể nói lên điều gì đó với cuộc đời.

Ngôn ngữ văn học không thể thiếu tính biểu cảm bởi vì văn học luôn tác động đến con người bằng con đường tình cảm. Tính biểu cảm trong ngôn ngữ là khả năng biểu hiện cảm xúc của đối tượng được miêu tả, có thể tác động tới tình cảm của người đọc làm nảy sinh thái độ, tâm trạng ở tác giả.

1.1.3.4. Giọng điệu truyện ngắn

Giọng điệu là *"thái độ, tình cảm, lập trường tư tưởng, đạo đức của nhà văn đối với hiện tượng được miêu tả thể hiện trong lời văn quy định cách xưng hô, gọi tên, dùng từ, sắc điệu tình cảm, cách cảm thụ xa gần, thân sơ, thành kính hay suồng sã, ngợi ca hay châm biếm...".* [12, tr112]

Giọng điệu phản ánh lập trường xã hội, thái độ tình cảm và thị hiếu thẩm mỹ của tác giả, có vai trò rất lớn trong việc tạo nên phong cách nhà văn và tác dụng truyền cảm hứng cho người đọc. Trong tác phẩm văn học, giọng điệu nghệ thuật không chỉ là yếu tố hàng đầu của phong cách nhà văn, là phương tiện biểu hiện quan trọng của tác phẩm mà còn là yếu tố quan trọng thống nhất mọi yếu tố khác của hình thức tác phẩm vào một chỉnh thể. *"Thiếu một giọng điệu nhất định, nhà văn chưa thể viết ra được tác phẩm, mặc dù đã có đủ tài liệu và sắp xếp trong hệ thống nhân vật."*[12, tr113]. Hơn nữa, giọng điệu không chỉ là một tín hiệu âm thanh có âm sắc đặc thù để nhận ra người nói mà nó còn là một hiện tượng *"siêu ngôn ngữ"* phụ thuộc vào cấu trúc nghệ thuật của tác phẩm, khuynh hướng nghệ thuật của thời đại và tác giả. Thế có nghĩa là giọng điệu là biểu hiện của thái độ cảm xúc chủ thể đối với đời sống, giọng điệu mang nội dung tình cảm, thái độ ứng xử của nhà văn đối với hiện thực được phản ánh, giọng điệu thể hiện ở điểm nhìn của chủ thể đối với hiện thực được miêu tả.

Giọng điệu là một phạm trù thẩm mỹ của tác phẩm văn học. Nó đòi hỏi người trần thuật, kể chuyện, hay nhà thơ trữ tình phải có khẩu khí, có *giọng* và *điệu*. Giọng điệu trong tác phẩm gắn với cái giọng *"trời phú"* của mỗi tác giả nhưng lại mang nội dung khái quát nghệ thuật, phù hợp với đối tượng thể hiện. Giọng điệu trong tác phẩm có giá trị thường đa dạng, có nhiều sắc thái trên cơ sở một giọng điệu cơ bản chủ đạo chứ không đơn điệu.

Ở những áng văn hay, cái giọng của câu văn mở đầu có ý nghĩa quyết định cho sự cảm nhận cảm hứng chủ đạo và nội dung của toàn bộ tác phẩm. Các từ ngữ thường dùng: *"hơi văn", "văn khí", "giọng văn"*...đó là những khái niệm rất cơ bản khi nhắc đến giọng điệu của các tác phẩm văn học. Hơn ai hết, các nhà văn có ý thức về sức mạnh này. Maiakovsky, nhà thơ Nga từng nói: *"Tôi biết sức mạnh của ngôn từ..., ngôn từ là tướng của đạo quân sức mạnh con người"*. Nhà nghiên cứu phê bình Hoàng Ngọc Hiến cũng nhận xét khái quát: *"Nghĩa của ngôn từ càng hèn kém đi thì xã hội càng ít thành đạt trong tất cả những biểu hiện của nó. Ngôn từ là chìa khóa cho tất cả"*.[18]

Trong truyện ngắn truyền thống, giọng điệu chủ yếu gồm hai giọng cơ bản: giọng nhân vật đối với thế giới và giọng của người kể chuyện đối với nhân vật. Tuy nhiên, do gắn liền với sự thay đổi cảm hứng, thay đổi mối quan hệ nhà văn - bạn đọc, thay đổi cấu trúc trần thuật..., giọng điệu trong truyện ngắn cũng trở nên đa dạng. Truyện ngắn hiện đại sau 1975 đã nổi rõ các sắc thái giọng điệu mới: đó là giễu nhại và hoài nghi, những cấu trúc trần thuật đa thanh, mời gọi đối thoại. (Nguyễn Huy Thiệp) Bút pháp truyện ngắn cũng đa dạng, biến hóa, bên cạnh mạch văn gai góc, lạnh lùng cũng đầy ắp mạch trữ tình thắm thiết, có khi đầy chất thơ, có khi hài hước khoan hòa...

Tùy theo đặc điểm tính cách, số phận của nhân vật, người kể và các mối quan hệ đa dạng của chúng mà ta có giọng điệu đa dạng. Do giọng điệu gắn với việc dùng hình tượng được miêu tả nên nó thể hiện cách nhìn nhận riêng của cá nhân đối với cuộc sống. Nói cách khác, giọng điệu của tác phẩm phụ thuộc vào cảm hứng chủ đạo của nhà văn. Vì vậy, trong sáng tác, mỗi nhà văn thường có một giọng điệu riêng khiến người đọc nhận ra dáng vẻ và cốt cách riêng của mỗi người.

1.2. Quan niệm nghệ thuật của Vũ Xuân Tửu

1.2.1. Quan niệm văn chương

Khởi nguồn của Vũ Xuân Tửu không phải là văn chương. Ông đến với văn chương sớm nhưng công việc viết lách là để phục vụ nghề nghiệp của ông. Những công việc của một chiến sĩ công an đã có những ảnh hưởng không nhỏ đến nghiệp văn sau này của ông. Ông luôn quan sát và ghi chép trong quá trình công tác. Ông tự nhận thấy *"Hình như cái máu văn chương nó chảy trong người".* [16]. Bút ký ***"Đường xuyên cao nguyên"*** đăng trên Tạp chí Văn nghệ Hà Tuyên (1980) được coi là cuộc chạm ngõ làng văn của ông. Phải đến năm 1998, tập truyện ngắn đầu tay "***Tầm phào***" mới ra đời. Nhưng Vũ Xuân Tửu là người, ngay từ những trang văn đầu tiên, đã thể hiện rõ quan niệm về văn chương và kiên định theo đuổi nó đến cùng. Tiến sĩ Trần Thị Lệ Thanh có nhận xét: "... *Trong sáng tác văn học không phải người cầm bút nào cũng đưa được ra những quan niệm về văn chương, về nghề viết, về định hướng sáng tác của mình, Vũ Xuân Tửu là một trong số ít các nhà văn Tuyên Quang làm được điều đó".*[39]

Trong cuộc sống cũng như sáng tác văn học, Vũ Xuân Tửu không ngần ngại đưa ra những quan điểm của mình. Mặc dù đôi khi nhận thức và cách đánh giá của ông đối với các vấn đề tiêu cực trong xã hội có phần cực đoan, nhưng trong những tác phẩm chính, bao giờ Vũ Xuân Tửu cũng vượt qua được cái ranh giới mong manh giữa tiêu cực và tích cực để có được tiếng nói đồng cảm với bạn đọc. nhà văn Vũ Xuân Tửu lại hướng ngòi bút thật sâu (đôi khi đến mức tàn nhẫn) vào thế giới nội tâm của nhân vật để nhân vật tự chiêm nghiệm, soi ngắm lại bản thân mà thay đổi cho phù hợp với luân thường đạo lí. Những quan niệm, quan điểm của ông về nghề văn thì hết sức đáng trân trọng. Những thành công sau này ông có được chắc chắn nhờ ở tâm huyết, nhiệt huyết luôn tràn trề như thế.

Vũ Xuân Tửu kể về dấu ấn sự nghiệp văn chương của mình: *"Với tôi, trại sáng tác có tác dụng đặc biệt trong sự nghiệp sáng tác của mình. Liên tục trong những năm qua, năm nào tôi cũng được đi dự trại sáng tác và trại nào cũng đem lại bổ ích cho tôi. Đến đấy, được gặp các bạn viết khắp đất nước, được trao đổi, học hỏi với các nhà văn, các nhà phê bình lớn, mình được đọc và được học rất nhiều ở họ. Chính ở trại sáng tác Lạng Sơn, tôi đã được gặp nhà văn Nguyễn Khắc Trường. Ông đọc tác phẩm của tôi và khuyến khích, động viên tôi rất nhiều, khiến tôi tự tin hơn, hăng say hơn khi bước vào con đường văn chương. Với tôi, mỗi trại sáng tác là một lần tôi lao động thật sự, đầy hào hứng và trách nhiệm".*[22]

Quan niệm về văn chương của Vũ Xuân Tửu rất cụ thể, rõ ràng. Ông thường phát ngôn hết sức nghiêm túc, trách nhiệm khi đặt bút viết. Từ năm 1974, nhà văn, lúc đó là một chiến sĩ công an, đã mầy mò đọc sách và ghi chép tư liệu trong thư viện Học viện An ninh nhân dân và trên những chặng đường công tác nơi biên cương, ông đã viết báo và những câu chuyện cảnh giác. Năm 1998 chính là bước ngoặt quan trong trong cuộc đời nhà văn. Đó là lần đầu tiên Vũ Xuân Tửu được dự trại sáng tác văn học của tuần báo Văn nghệ, tổ chức tại Lạng Sơn. Ông đã ngầm xác định: *"văn chương là mảnh đất có thể cày, bừa, gieo hạt và hy vọng"*[11]. Ông âm thầm viết lách cật lực và bảy, tám năm sau, thì được mở mặt với thiên hạ. Ông đã chọn đúng con đường của mình và được thời gian kiểm nghiệm. Nhà văn coi việc mình thành công với nghiệp văn chương là *"cơ may"* nhưng thực ra, đó chính là sự nghiêm túc, trách nhiệm với nghề viết đầy công phu, vất vả mà ông đã quyết dấn thân.

1.2.1.1. "Văn chương là chuyện sang trọng và thiêng liêng"

Bước chân vào nghề viết, cũng trải qua những thăng trầm của nghề, Vũ Xuân Tửu hiểu rất rõ: *"Văn chương sang trọng và nghiệt ngã, không có chuyện làm chơi mà ăn thật được đâu. Phàm những ai không bươu đầu mẻ trán thì khó mà thành danh"[11].* Chính vì vậy, ban đầu, việc viết bài của ông chỉ để phục vụ cho nghiệp vụ công an (nơi ông công tác), nhưng sau đó, *"thấy văn chương hợp với tạng mình hơn"* nên ông đã toàn tâm toàn ý cho sự nghiệp văn chương của mình, để được cháy hết mình với nghiệp viết. Mặc dù ông theo văn chương, nhưng không bao giờ để ảnh hưởng tới công việc của mình trong ngành công an mà luôn xác định việc nào ra việc ấy. Vũ Xuân Tửu làm việc nghiêm túc, không cầu may, nhưng vận may hay đến với ông. Ông tự coi mình là người *"được hưởng lộc về văn chương, được nhiều người giúp đỡ, nhưng sáng tác thì chưa được bao nhiêu, nghĩ cũng thấy ngường ngượng, vui vui".*

Cũng bởi *"Văn chương là chuyện sang trọng và thiêng liêng"* nên Vũ Xuân Tửu có cách thể hiện hết sức đặc biệt, thành kính với công việc này: *"Trước khi viết, tôi thường tắm, gội sạch sẽ, chọn giấy trắng, bút tốt. Sau khi tác phẩm được xuất bản, thường làm lễ tạ, đận túng bấn thì bày hoa quả, lúc có tí tiền thì biện đĩa xôi, thủ lợn, cốt sao thể hiện lòng thành của mình".*(Chuyện nhà văn …ở cữ); *"mỗi khi hoàn thành một tác phẩm, bao giờ tôi cũng đưa lên bàn thờ thắp hương tổ tiên và sau đó, biếu mẹ đọc.."*[23] vì với ông, mẹ già và các con chính là nguồn sống của ông, nguồn động viên lao động sáng tạo của ông…

Ông đã chọn đúng con đường của mình và được thời gian, độc giả và các nhà nghiên cứu phê bình kiểm nghiệm. Ông không dùng văn chương làm phương tiện tiến thân. Với ông, văn chương nghệ thuật là tình cảm, là tâm huyết, là sở thích…và ông luôn cảm thấy gấp gáp, thiếu thời gian dành cho công việc viết lách của mình. Tính kỷ luật của ngành công an được ông vận dụng vào nghiệp viết một cách nghiêm túc. Ông thường viết ba giờ trong ngày và thường mất ít nhất ba ngày để hoàn thành một truyện ngắn. Dù ít, dù nhiều, ngày nào ông cũng đọc và viết. Sự chăm chỉ và kiên định ấy đã cho ra gần 20 tác phẩm lớn nhỏ trong sự nghiệp văn chương của Vũ Xuân Tửu. Mặc dù có được những thành công nhất định nhưng ông vẫn luôn cảm thấy sức nặng của nghiệp viết: *"Bây giờ mới được mọi người biết đến một chút, cầm bút trong tay là lòng tôi lo ngay ngáy!"*

Ăn quả nhớ kẻ trồng cây, khi được tin ba truyện ngắn của mình được nhận giải thưởng, ông đã đến cám ơn gia đình liệt sỹ Sư đoàn 316, từng cung cấp tư liệu về di vật liệt sỹ cho ông viết *Chuyện ở bản Piát*. Ông cho rằng: *"Anh bộ đội Cụ Hồ, khi sống thì chiến đấu vì Tổ quốc, hy sinh rồi mà còn để lộc cho văn chương. Việc đến được với Tạp chí Văn nghệ quân đội, có một ý nghĩa to lớn cho quãng đời cầm bút, tôi đã được nhập vào sông văn chương đất Việt. Bây giờ, lại được giải thưởng lớn đến nhường này, xúc động xiết bao!"* (trao đổi của nhà văn) Khi nghĩ về giải thưởng văn chương sang trọng này, Vũ Xuân Tửu *"cảm thấy tự hào và sợ hãi. Làm người viết văn, tôi cảm thấy cánh tay cầm bút thật nặng nề!"*

1.2.1.2. "Nhà văn là người phải có tầm văn hóa nhân loại"

Vũ Xuân Tửu không được đào tạo chính quy để trở thành nhà văn ở bất kỳ trường nào. Các trại sáng tác là nơi duy nhất ông học cách viết văn. Với trách nhiệm của người cầm bút, Vũ Xuân Tửu hiểu vai trò của người viết văn là phải dành cho mọi người những tác phẩm chất lượng. Ông rất thận trọng khi nhận lời khen, chê từ phía độc giả đối với những *"đứa con tinh thần"* của mình: *"Tôi rất hạnh phúc khi nhận được những lời ca tụng từ độc giả. Tuy nhiên, tôi không bao giờ quá đề cao tác phẩm của mình. Nếu khi tôi bị độc giả phê phán thì cũng không bao giờ mất đi lòng nhiệt tình. Thay vào đó, tôi học được nhiều điều từ sự sai sót đó. Tôi làm việc vất vả, không bao giờ chờ đợi sự may mắn, nhưng tôi lại luôn gặp may mắn..."*[18] Nhưng chính những công tác nghiệp vụ công an cũng đã giúp ông rất nhiều khi nghiên cứu, đánh giá sự vật, hiện tượng, nhất là tìm hiểu về tâm lý, tính cách nhân vật, sử dụng liều lượng chi tiết trong tác phẩm, vv...

Vũ Xuân Tửu yêu văn chương hơn tất cả mọi thứ trên đời (ngoại trừ gia đình, cha mẹ và các con). Và để có thể viết hằng ngày, với khối lượng tác phẩm lớn (gần 200 tác phẩm đủ thể loại), ông đã nỗ lực không ngừng để có nguồn tư liệu phong phú, tự học, tự nghiên cứu các nguồn tài liệu để nâng *"phông"* văn hóa của bản thân: "*Sau giờ làm việc ở cơ quan, sau khi lo toan cho tiểu gia đình và đại gia đình, tôi dành hết thời gian rảnh rỗi, hì hục mầy mò, dò dẫm với chữ nghĩa, văn chương. Để tự trang bị kiến thức cho việc viết văn, tôi lôi về nhà rất nhiều sách nghiền ngẫm, từ sách văn học cho đến từ điển triết học, từ điển đồng nghĩa, trái nghĩa… Tôi nghĩ mình là người chịu khó tìm đọc các tác phẩm văn học cả trong nước lẫn nước ngoài và thường xuyên theo dõi tình hình thời sự văn học. Dịp nào đi công tác tại Hà Nội, tôi cũng tìm mua sách văn học cho bằng được."*[48]

Tự đặt ra mục tiêu cho bản thân phải "*là người phải có tầm văn hóa nhân loại"*, Vũ Xuân Tửu dành cả cuộc đời mình để *"nâng cấp"* kiến thức mọi mặt để đáp ứng nhu cầu và trình độ của độc giả hiện đại. Những khích lệ của nhà văn Nguyễn Khắc Trường, Hữu Thỉnh (những đàn anh gạo cội trong làng văn học Việt Nam) như một *"chứng chỉ"* ghi nhận sự nỗ lực cũng như *"thăng hạng"* cho Vũ Xuân Tửu trên con đường sáng tạo đầy chông gai: "*Tao chưa khen thằng nào… Nhưng với mày, mày nhất định sẽ trở thành nhà văn*".[48]; *"Ông đọc tác phẩm của tôi và khuyến khích, động viên tôi rất nhiều, khiến tôi tự tin hơn, hăng say hơn khi bước vào con đường văn chương."* [23] Từ chỗ vốn kiến thức chỉ đủ để phục vụ cho nghiệp vụ ngành công an, ông đã có được gia tài đủ để cho ông viết về các đề tài miền xuôi, miền núi, các vấn đề chính trị, xã hội, an ninh, chuyện chợ búa, chuyện tình cảm, các nghề nghiệp khác nhau trong xã hội....như người trong cuộc mà vẫn còn "*dư tới ba cặp tư liệu nữa, nhưng chưa biết sẽ dùng như thế nào.*"[11] Đức tính thích ghi chép, tìm hiểu, cóp nhặt trong những chuyến *"lướn phướn"* (cách dùng từ chỉ những chuyến đi thực tế của Đinh nhà văn) đã giúp cho Vũ Xuân Tửu có được nguồn tư liệu giá trị, phát huy hiệu quả trong từng câu chuyện của ông. Thời gian gần đây, khi đã nghỉ hưu, bình quân mỗi năm, ông đọc tới một vạn trang sách và tài liệu, không kể báo và tạp chí (theo lời kể của nhà văn) để tiếp tục ấp ủ những dự định mới mẻ trong tương lai.

1.2.1.3. "Viết văn phải có văn"

Trong những lần trao đổi với phóng viên và những tham luận về văn chương, Vũ Xuân Tửu xác định rất rõ:*"Thôi thì, cái nghiệp nó vướng vào mình, tôi chỉ biết cố làm thế nào cho trọn vẹn."*[48]

Sự nghiêm túc trong công việc viết văn của Vũ Xuân Tửu không chỉ được nhắc đến trong những lần phỏng vấn, bài phê bình, giới thiệu tác phẩm của ông mà ngay trong một số truyện ngắn, ông cũng thể hiện rõ điều đó qua lời nhân vật Bưởng trong một số truyện ngắn: *"Cái nợ văn chương là cái nợ đời đấy." "Văn chương thì không thằng nào cơ hội, lắt léo được. Thằng nào định núp bóng văn chương mà cầu danh, lợi thì sớm muộn cũng lộ tẩy và tiếng để đời.";"...làm văn chương nhọc nhằn, văn chương phải có nhân, có chính"*[54, tr12], *"cái nghiệp văn chương đã dính vào là thấm đến xương tuỷ. ... đi buôn mà làm văn chương là hỏng tay."*[54, tr13]; lời Tổng biên tập *"làm văn chương báo chí phải có năng lực và nhãn quan chính trị sâu sắc."*.[54, tr12].

Là người bước chân vào cày xới cánh đồng văn chương chữ nghĩa đầy nghiệt ngã, Vũ Xuân Tửu hiểu sâu sắc một điều: *"Muốn có chuyện văn chương thì phải đọc, phải học. Muốn có chuyện đời thì phải lao vào cuộc sống, lăn vào một cách nhiệt tâm mà không nóng vội, phải ra cái vẻ bất cần thì mới có cái thực, ..."* [55; tr73] Ông coi câu châm ngôn mà Đinh nhà văn tâm niệm: *"Học ở bạn, học ở đời"*[55; tr73] cũng chính là quan niệm khi sáng tác của mình. Ông không chấp nhận những bài viết kiểu *"trả ơn trả nghĩa"*, ông gọi đó là các tác phẩm không phải văn chương đích thực. Chỉ qua các trại sáng tác, tự mua tài liệu về đọc, học hỏi qua các nhà văn lớn tuổi, tự rút kinh nghiệm ngay chính những trang viết của bản thân, nghiêm túc và trách nhiệm khi cầm bút, Vũ Xuân Tửu đã trình làng những tác phẩm được đánh giá cao.

Ông không chấp nhận sự hời hợt cho mỗi câu văn của mình. Vì vậy, *"mỗi khi nảy ra ý tưởng cho một tác phẩm mới, tôi đi thực tế ở nhiều nơi để kiếm tài liệu hoặc tìm gặp những nhà chuyên môn để trao đổi. Sáng tác văn học đối với tôi là một quá trình lao động nghệ thuật nghiêm túc và rất đỗi nhọc nhằn."* [48].

Cũng chính vì vậy, những trang viết của Vũ Xuân Tửu được đánh giá là thứ *"văn một trăm phần trăm. Nó tràn trề cảm xúc. Nó khoáng đạt bay bổng. Nó dí dỏm, ngộ nghĩnh. Nó sôi nổi và trầm tư. Nó lắng vào lòng người một dư âm khó mà quên được"*.[16] Đổi lại, ông có được những tác phẩm được đánh giá cao không chỉ bởi độc giả mà cả các nhà phê bình, nghiên cứu trong nước.

Vũ Xuân Tửu luôn trăn trở để đổi mới chính mình trong dòng chảy của văn học hiện đại Việt Nam: *"Để được "vạm vỡ" bên cạnh các cây bút trẻ và các "cụ"* (các nhà văn đã thành danh)*, tôi nghĩ mình phải luôn luôn mới trong cách viết lẫn chọn đề tài; viết làm sao, chọn làm sao để người đọc thấy có phần của họ trong tác phẩm của mình."*[50] *"Tôi quyết định dành cuộc đời còn lại để viết văn cho đến hơi thở cuối cùng."*[18], vì theo ông *"viết văn thú vị lắm"*[11]. Mỗi tác phẩm, ông đều cố gắng viết theo một cách khác, cố gắng có chút khám phá, sáng tạo, không lặp lại cả về nội dung và hình thức. Đó, thực sự là một việc khó, phải trăn trở rất nhiều khi cầm bút. Nên thành quả mà ông gặt hái là rất xứng đáng.

1.2.1.4. “Đề cao văn học mang tính nhân văn”

Khi đọc truyện ngắn của Vũ Xuân Tửu, người đọc luôn cảm thấy ấm lòng vì hầu hết truyện của ông mang giá trị nhân văn rất cao. Ông từng nói: *“Tôi đề cao văn học mang tính nhân văn. Tôi thích những kết thúc có hậu trong các tác phẩm của nhà văn. Chủ nghĩa nhân đạo tạo nên sự phát triển của xã hội loài người và làm cho loài người khác các loài động vật. Người viết có thể sáng tạo đến đỉnh điểm, nhưng vẫn phải đề cao vai trò của chủ nghĩa nhân văn. Đó là một yếu tố của triết học phương Đông trong các tác phẩm của tôi.”*[18]

Dù trong 59 truyện ngắn đã xuất bản của ông hầu hết là những câu chuyện buồn, nhưng ở trong đó vẫn thấm đẫm chất nhân văn sâu sắc. Đó là cái *“chất”* của Vũ Xuân Tửu.

Tính chất nhân văn trong nhiều truyện ngắn của Vũ Xuân Tửu đã mang đến những giá trị mới mẻ. Khi đọc 4 truyện ngắn dự thi của Vũ Xuân Tửu, nhà nghiên cứu phê bình văn học Bùi Việt Thắng đã nhận xét: *“Đọc cả bốn truyện ngắn của Vũ Xuân Tửu, tôi có cái tâm trạng của kẻ đứng trước bốn cô gái đẹp, nhưng cuối cùng chọn* Chuyện ở bản Piát *vì người đẹp này chiến thắng ở phần ứng xử thông minh, phát lộ các “tầm văn hoá” của người đẹp. Ai đó dễ quên quá khứ, khi đọc truyện này, có thể phải nghĩ lại, vì không có hiện tại nào cắt đứt được với quá khứ cả”.*[42]

Có những truyện ngắn được ông viết ra như là sự trả ơn đối với vùng đất thân yêu, đã gắn bó suốt tuổi thơ của ông cùng gia đình (*Cỏng Hò*). Người đàn ông trong truyện (Vần) bị vợ phản bội trong khi ông đi bộ đội. Nỗi đau, nỗi nhục nhã ấy tưởng không thể nào chấp nhận, nhưng lời khuyên của trưởng bản cộng với nỗi đau âm thầm vì biết mình không thể có con (tức là không thể mang hạnh phúc lại cho người vợ của mình) đã khiến ông nguôi ngoai và chấp nhận thực tại. Rồi ông cũng hiểu được nỗi khổ của người vợ trẻ ở nhà vò võ chờ chồng, đang độ thanh xuân, nên dễ xiêu lòng trước một anh cán bộ đo đạc, để bỏ qua cho vợ. Từ sâu xa, người lính hậu chiến đã có một nghĩa cử đậm chất nhân văn: khi mình không thể mang lại hạnh phúc đích thực cho người mình yêu thì việc chấp nhận một thực tế, cho vợ có được niềm hạnh phúc làm mẹ, và lấy niềm vui bé nhỏ ấy làm niềm vui trong cuộc đời.

Có những câu chuyện được lấy cốt dân gian như *“Chớp bể mưa nguồn”* đầy đớn đau, kinh hãi khi cặp vợ chồng phát hiện ra mình chính là hai anh em bị thất lạc, nhưng người anh (người chồng) không bỏ đi mà chấp nhận một sự thật đau đớn, ông ở lại bên hai mẹ con Ngàn (người em gái) để bao bọc cho họ như một sự ăn năn, sám hối muộn mằn. Chất nhân văn làm câu chuyện *“có hậu”* hơn câu chuyện nàng Tô Thị năm xưa bồng con lên núi ngóng chồng. Dù có chuyện gì xảy ra, anh em họ đã tìm được nhau thì sẽ không bao giờ bỏ nhau, lạc mất nhau lần nữa.

Dường như, vì là người không may mắn trong hạnh phúc cá nhân, ông luôn mong muốn cho các nhân vật của mình có được những điều tốt đẹp nhất, dù phải đổi bằng cái chết, phải yêu nhau ở cõi khác. Các truyện ngắn *Tiếng kèn lá trên đỉnh Mã Pì Lèng, Mồ hôi của đá, cầu vồng trên núi Pù Tiên, Người sông nước*...là những minh chứng khá cụ thể.

1.2.1.5. "Ngòi bút phải luôn hướng về dân"

Quan niệm *"Ngòi bút phải luôn hướng về dân"* thực chất đã được ảnh hưởng rất sâu sắc từ khi Vũ Xuân Tửu là một chiến sĩ công an nhân dân. Ông là một trong số không nhiều nhà văn của lực lượng vũ trang tâm huyết và thành công với mảng đề tài về cuộc sống của những con người miền núi. Là người nghiêm túc và khắt khe trong nghề viết, Vũ Xuân Tửu đã trình làng nhiều tác phẩm có giá trị, đặc biệt là truyện ngắn. Mỗi truyện của ông là mỗi cuộc đời, mỗi kiếp người, mọi nỗi buồn vui của những con người mộc mạc, giản dị chứa đựng trong đó bao bài học, bao giá trị được nhận thức. Chính công việc của một sỹ quan công an cũng giúp nhà văn có nhiều tư liệu và cảm xúc để ngồi trước trang văn. Đối tượng trong các truyện ngắn của ông hầu hết đều là người lao động: ông lão bán điếu, anh cắt tóc, khâu giày, anh chàng đi buôn, cô phát thanh viên, anh chàng chiếu phim, anh chân sào, cô sơn nữ..., rất ít các nhân vật thuộc *"tầng lớp trên"*: lãnh đạo, vương hầu khanh tướng. Ông dành cho các nhân vật của mình, những con người mà ông vẫn nói là *"có từ nguyên mẫu ngoài đời"* sự yêu thương, trân trọng, ngợi khen, bởi ông luôn nhìn thấy những phẩm chất tốt đẹp của họ trong những hoàn cảnh riêng. Vũ Xuân Tửu coi cái việc viết về những con người bình dị mà đáng trân trọng là cái nghiệp mà ông đang theo, ông phải có trách nhiệm với nhân vật của mình.

1.2.1.6. Văn chương "viết về nỗi buồn nhưng lấp lánh niềm vui"

Đọc truyện ngắn Vũ Xuân Tửu, có một cảm giác chung là truyện của ông buồn nhiều hơn vui. Những câu chuyện xoay quanh những con người, những số phận quá đỗi bình thường của những con người bình thường trong một cuộc sống bình thường, Thế nhưng, đằng sau mỗi câu chuyện lại là một bài học sâu sắc hướng con người ta tới những điều tốt đẹp. Nhà phê bình Nguyễn Văn Thọ đã nhận xét về truyện ngắn của Vũ Xuân Tửu như sau:*"Truyện ngắn Vũ Xuân Tửu không xách mé, không đay nghiến, nhẩn nha... mà cái khôn lỏi, cái ác, cái nhố nhăng vẫn bị vạch mặt..."* [45]

Chuyện ở bản Pi át, Cỏng Hò nói về sự hy sinh mất mát của những người lính thời kỳ hậu chiến nhưng lại toát lên sự ấm áp, đôn hậu của những người còn sống, của chính những người bị mất mát.

Keo tai tượng kể câu chuyện về thân phận một con người, thông qua số phận một loài cây: keo tai tượng. Truyện sẽ như bài báo chống tiêu cực nếu như tác giả dựng lại đời sống mà không có văn. Lại cái kết buồn, xa xót, song thiên truyện vẫn đứng lại trong bạn đọc. Sự trăn trở của tác giả ở từng câu dung dị, nhưng gây được sang chấn cảm xúc. Tấm lòng nhà văn với con người, bênh vực cái tử tế, tinh thần dám hy sinh, lòng dũng cảm chịu trận trong đời sống cần đổi mới quyết liệt, dù hôm nay có thể thua thiệt, thậm chí đau khổ, mất mát...

Trong nhiều truyện ngắn của Vũ Xuân Tửu còn có cả ma. Ma trong những câu chuyện *Người sông nước, Tiếng kèn lá trên đỉnh Mã Pì Lèng, Trăng sáng đồi chè*...không ác, không dọa người mà chỉ cố gắng yêu thương theo cách của mình. Những con ma không làm người ta sợ hãi mà chỉ mang lại cảm giác yêu đương ngọt ngào, sâu đậm, một chữ tình mà những người yêu nhau luôn muốn dành cho nhau, dù ở kiếp nào.

Vũ Xuân Tửu luôn muốn mang lại những niềm vui, dù rất nhỏ, cho người đọc sau khi đã tiếp cận các câu chuyện của ông. Những niềm vui ấy đánh thức phần người, có sức lan tỏa trong cuộc sống còn nhiều nỗi buồn, nhiều biến động.

1.2.1.7. Văn chương, chữ nghĩa sẽ giúp xóa đi muộn phiền

Niềm say mê với công việc viết văn đã mang lại những niềm vui lớn lao cho chính nhà văn Vũ Xuân Tửu. Ông từng kể lại:*"Khi xong công việc cơ quan, xong chuyện nhà, tôi ngồi vào bàn viết là quên hết mọi nỗi buồn. Những hồi hộp khi truyện mình được đăng báo, sách mình sắp được in... cũng giống như nỗi hồi hộp trong những lần được hẹn hò với người tình đầu tiên. Tôi thấy cuộc đời thật đáng yêu và luôn luôn mở rộng phía trước với ngòi bút của tôi. Thật đấy! Bạn nào chưa viết văn hãy thử viết văn đi! Văn chương, chữ nghĩa sẽ giúp ta xoá đi bao nhiêu muộn phiền..."*[50]

Nguồn cảm hứng dồi dào,cùng với nguồn tư liệu phong phú đã giúp ông tiếp tục nối dài những trang viết và tiếp tục quên đi những nỗi buồn trong cuộc đời "*nên anh được quyền hăng hái viết, viết đến khi nào cạn kiệt cảm xúc với đời thì thôi! Mà anh lạc quan bảo, chẳng bao giờ có chuyện cạn kiệt cảm xúc với cuộc đời đáng yêu này này cả!"*[50]

Vũ Xuân Tửu viết văn còn là để trải lòng với cuộc sống. Chính vì vậy, khi đọc các truyện ngắn của ông, ta thường thấy thấp thoáng cuộc đời của ông, tâm sự của ông, những vui buồn trong cuộc sống được ông gửi vào từng trang văn.

1.2.2. Quan niệm về truyện ngắn

Là người thành công ở thể loại truyện ngắn, Vũ Xuân Tửu hiểu rất rõ: truyện ngắn thể hiện sự tích lũy dồi dào của bản thân nhà văn về ý nghĩ, nhận thức, kết quả của sự quan sát chăm chú và có trách nhiệm trước cuộc sống. Truyện ngắn có sự việc, tình huống, cốt truyện, nhân vật. Hành động truyện ngắn của ông hạn chế trong số trang nhất định (hầu hết là ngắn). Có những truyện ngắn hay, trong mấy trang mà nói được cả một cuộc đời *(Ông lão bán điếu, Trang nhật ký của chiến sĩ quân giải phóng, Thành Hoàng làng Vực Vại)*. Có khi Vũ Xuân Tửu chỉ dựng vài khung cảnh đơn sơ, cốt truyện giản dị mà qua đó, người đọc biết được số phận, tính cách của nhân vật *(Chớp bể mưa nguồn, Chuyện ở bản Pi at, Cồng Hò, Bí mật cuốn gia phả, Người sông nước)*. Dung lượng ngôn ngữ trong truyện ngắn của ông không nhiều. So với tiểu thuyết, truyện ngắn của Vũ Xuân Tửu có sự dồn nén về ngôn ngữ, ít nhân vật, chi tiết chọn lọc, tâm lý nhân vật không miêu tả dài dòng, thường có một tình huống truyện làm trục chính, các chi tiết trong truyện ngắn của ông thường xoay quanh tình huống truyện ấy, hầu như không có chi tiết thừa, lan man. Truyện ngắn phản ánh tư tưởng sâu sắc của nhà văn, đó là quan niệm chung của các nhà văn nói chung, của Vũ Xuân Tửu nói riêng, nên tác giả thường đóng vai người ngoài "Tôi" để kể lại cho người đọc nghe chuyện về mình, bộc bạch tâm lý, tư tưởng của mình khiến người đọc tin tưởng là chuyện có thật, là đúng *(Tầm phào, Nợ văn chương, Xe máy đường xa, Gia đình)*. Vì vậy, trong thể loại truyện ngắn, Vũ Xuân Tửu luôn chú ý tới các yếu tố làm nên thành công của một truyện ngắn, đó là chi tiết, ngôn ngữ và *"tư tưởng, hồn cốt"* của nhà văn trong từng truyện ngắn.

1.2.2.1. "Chi tiết rất quan trọng, góp phần làm nên thành công của truyện ngắn"

Cũng giống như nhiều nhà văn khác, Vũ Xuân Tửu cũng coi truyện ngắn là những lát cắt, những khoảnh khắc của cuộc sống. Ông đặc biệt quan tâm *"chăm sóc"* các chi tiết trong các *"lát cắt"* của mình với mong muốn chúng sẽ giúp ông phản ánh quan niệm nghệ thuật, tâm tư, nguyện vọng đối với cuộc sống. Ông ý thức rất đầy đủ về đặc điểm bản chất của văn chương là *"hư cấu, nhưng không bịa đặt. Văn chương rất cần sự thận trọng và chính xác"*[22], Vũ Xuân Tửu rất nghiêm túc, thận trọng trong việc đi tìm tư liệu để đưa vào tác phẩm của mình, dù chỉ là một chi tiết nhỏ: *"Khi mô tả thằng Nhật lùn, tôi phải biết thanh kiếm của nó dài bao nhiêu, để khi đeo thì chạm đất. Hoặc khi viết tiểu thuyết Chúa Bầu, tôi đã phải đến tận nơi thành Nghị Lang ở Phố Ràng (Bảo Yên, Yên Bái) để tận mắt xem, lên núi Cao Biền (Yên Bình, Yên Bái) để tả cảnh vật nơi đây cho sát. Rồi về tận làng Ba Đông Thượng (xã Đồng Quang, huyện Gia Lộc, tỉnh Hải Dương) là quê hương của Chúa Bầu để tìm hiểu về ông và đến tận thôn Tường Lai (xã Phú Thành, huyện Yên Thành, tỉnh Nghệ An), nơi an táng Chúa Bầu.."*. [22] Ông cẩn thận một cách tỷ mỷ đối với các chi tiết của từng câu chuyện, "*đi đo từng viên gạch khi viết về cái thành cổ, hoặc đi đo khẩu súng cũ khi anh tả người lính xưa"* [22]. Vì vậy, khi đọc truyện ngắn của Vũ Xuân Tửu, người đọc có được cái thú vị khi phát hiện ra các chi tiết *"đắt mà gợi"* góp phần phản ánh chân thực những vấn đề đặt ra trong đời sống.

Khi đọc truyện ngắn của Vũ Xuân Tửu, nhà văn Ma Văn Kháng đã nhận xét : *"truyện của Vũ Xuân Tửu viết hồn nhiên và tốn nguyên liệu (đầy ắp chi tiết)".* [50] Chi tiết là điểm sáng nhất trong tác phẩm tự sự, nó giúp nhà văn thể hiện ý đồ nghệ thuật mà mình muốn biểu đạt, giúp bạn đọc thoả mãn sự khám phá, mong muốn khám phá tận cùng ý nghĩa tác phẩm và nó cũng biểu hiện được phần hồn của tác phẩm, tạo nên những tầng sâu khai phá mãi mà không đến đáy. Chi tiết trong bất cứ tác phẩm văn chương nào cũng đều rất quan trọng, nó không chỉ góp phần làm nên thành công của truyện ngắn mà nó còn gắn với *"quan niệm nghệ thuật"* về thế giới con người, với truyền thống văn hoá nghệ thuật nhất định. Vũ Xuân Tửu cũng không phải là ngoại lệ. Ông gửi gắm trong các chi tiết truyện một tinh thần nhân văn, hướng tới việc xác định động lực sống cho từng thân phận trong truyện. Đọc *Chớp bể mưa nguồn*, người đọc cùng bàng hoàng với hai vợ chồng Ngàn Bể khi họ nhận ra họ chính là anh em ruột của nhau qua chi tiết vết sẹo trên đầu Ngàn. Nhưng khác với truyện nàng Tô Thị xưa, họ không rời bỏ nhau, vẫn gắn bó với nhau ở một nơi xa xôi để không lộ rõ thân phận trước mọi người và chấp nhận đứa con có một bàn chân tật nguyền nhắc nhớ suốt đời về mối tình oan nghiệt của họ. Bởi cái điều lớn lao nhất trong cuộc đời, là dù có như thế nào, họ đã tìm được nhau khi trên đời không còn ai thân thích. Họ vẫn là những người rất đáng thương và cần được trân trọng.

Để viết được truyện *Cổng Hò*, Vũ Xuân Tửu đã phải *"lang thang"* tới các bản Đèo Tế, Cây Sấu, Văn Nham của xã Hùng Đức, huyện Hàm Yên (Tuyên Quang) mấy ngày để sưu tầm tư liệu. Đây là vùng đồng bào dân tộc Dao Quần Trắng, có nhiều điều lý thú trong phong tục, tập quán, văn hóa cho ông đưa vào thành các chi tiết hay, đắt cho sáng tác của mình. Và cũng phải có sự đấu tranh ghê gớm trong tâm lý nhân vật, ông mới có thể để cho Vận có được cách hành xử nhân hậu, vị tha với người vợ phạm sai lầm như trong truyện.

Chuyện ở bản Piát thì được ông lấy bối cảnh từ những người dân tộc Tày ở xã thổ Bình (huyện Lâm Bình, tỉnh Tuyên Quang hiện nay); *Bí mật cuốn gia phả* lại là sự tưởng tượng của ông về một câu chuyện xảy ra tại một thị xã thượng du... Mỗi khi nảy ra ý tưởng cho một tác phẩm mới, Vũ Xuân Tửu lại đi thực tế ở nhiều nơi để kiếm tài liệu hoặc tìm gặp những nhà chuyên môn để trao đổi để có được những chi tiết phù hợp nhất cho mỗi câu chuyện của mình. Chính vì vậy, các chi tiết trong sáng tác của ông rất phong phú nhưng không lặp và mang lại những cảm nhận hết sức thú vị, thán phục cho người đọc. Đối với ông, *"sáng tác văn học đối với tôi là một quá trình lao động nghệ thuật nghiêm túc và rất đỗi nhọc nhằn"*[48]. Mọi nỗ lực trong kiếm tìm chi tiết cho mỗi câu chuyện chính là để không làm bạn đọc nhàm chán và quan trọng, là để khả năng sáng tạo của ông không bao giờ cạn kiệt.

1.2.2.2. Ngôn ngữ truyện ngắn phải cô đọng

Hầu hết các truyện ngắn của Vũ Xuân Tửu đều rất ngắn. chỉ có một vài truyện được gọi là dài: chùm liên truyện *Người sông nước, Anh cả, chị Nuôi, Trăng sáng đồi chè, Thợ cắt tóc truyền đời*...Có những câu chuyện của ông giống như những kết luận, chiêm nghiệm của ông về cuộc sống với các mục 1,2,3 như *Đi họp thì phải có chính kiến* nhưng ngôn ngữ trong truyện của ông thường rất cô đọng. Sự ảnh hưởng từ nghiệp vụ ghi chép sự việc trong ngành công an cùng cách phân tích sự việc lô gic, chặt chẽ của một sĩ quan an ninh cùng với cách diễn đạt mang đậm chất Vũ Xuân Tửu rất "duyên" đã làm nên một giọng văn khó lẫn với người khác.

Ông tả nhân vật không dài dòng, kỹ lưỡng mà chỉ cần vài nét chấm phá, chỉ tập trung vào một vài điểm chính. Với các nhân vật, ông chỉ lướt qua một vài đặc điểm tiêu biểu trên khuôn mặt và tập trung miêu tả hành động, suy nghĩ của họ là chính: ông lão bán điếu, anh thợ khâu giày, ông thợ cắt tóc, ông luật sư...Vũ Xuân Tửu có cách kể chuyện ngắn gọn. Câu văn của ông thường là các câu trực tiếp, ít các thành phần phụ, hầu hết là câu hành động, ít câu phản ánh xúc cảm. Ông khá nghiêm khắc với bản thân trong khi viết. Để truyện rõ ràng, khúc chiết và lôi cuốn người đọc, ông kiên quyết: *"nếu thừa 10 chữ ở chỗ này thì nhất định sẽ bỏ đi 10 chữ ở chỗ khác"* (lời kể của nhà văn với nhóm nghiên cứu), để tránh rườm rà, dàn trải làm loãng cốt truyện. Trong rất nhiều truyện ngắn, ông sử dụng nhân vật *"Tôi"* vừa đóng vai trò là người kể chuyện vừa là một nhân vật trong truyện chính là để đạt được sự ngắn gọn, cô đọng của truyện.

1.2.2.3. Truyện ngắn phải có "hồn cốt, tư tưởng" của tác giả

Trong bài *"Vũ Xuân Tửu - Cuộc đời và cảm quan nhân thế"* Tiến sĩ Trần Lệ Thanh đã nhận định: *"Nếu cho rằng, truyện ngắn là một thể tài dễ bộc lộ cái chất của người viết, thì Vũ Xuân Tửu đã phần nào làm được điều này".*[39]

Với ba mươi năm công tác trong ngành Công an, tham gia nhiều bộ phận, công tác tại nhiều địa bàn, tiếp xúc và tìm hiểu nhiều đối tượng khác nhau, Vũ Xuân Tửu đã nắm vững phong tục, tập quán của các dân tộc thiểu số, tâm tính của nhiều hạng người trong xã hội, ông có thể hiểu được những suy nghĩ đơn giản, nhưng mang đầy tính bảo thủ, cố hữu của những người nông dân, có thể cảm nhận được sâu sắc những tính toán, căn cơ trong cuộc sống thường thường bậc trung của lớp cán bộ công chức, rồi cuộc sống của tầng lớp trí thức, quan chức, doanh nghiệp, đến văn nghệ sĩ, giáo viên... Tất cả đã trở thành vốn sống, vốn tư liệu đầy đặn cho những sáng tác của ông sau này và mang đậm *"hồn cốt, tư tưởng"* của ông.

Ông vẫn trân trọng từng con người, từng số phận cho dù họ có thân phận như thế nào, ông luôn cố gắng nhìn thấy phần tốt đẹp trong con người họ. Nhân vật Bưởng được mô tả như một con người thực dụng, coi trọng kiểu sống coi trọng đồng tiền, con buôn nhưng lại kém hiểu biết, dễ bị lừa để mất tiền, thế nhưng với bạn bè lại vô cùng chí cốt, biết chia sẻ cả những điều *"vĩ mô"* trong nghiệp văn chương với *"tôi"*. Ông lão bán điếu, ông thợ cắt tóc, khâu giày chỉ làm cái nghề kiếm ăn qua ngày nhưng luôn giữ được chữ tín với khách hàng, dù họ là khách sang hay khách hèn. Nhiều nhân vật trong truyện ngắn của ông luôn có đủ cả mặt tốt lẫn mặt xấu, nhiều khi họ bị dày vò về những mặt xấu trong mình, ông luôn muốn để phát lộ cái phần tốt đẹp trong tâm hồn họ để thể hiện tư tưởng của mình.

1.2.3. Nhà văn Vũ Xuân Tửu với quan niệm nghệ thuật về con người

Hệ thống thế giới quan của một nhà văn hay quan niệm nghệ thuật về con người trong các sáng tác của mỗi nhà văn thông thường bao gồm toàn bộ tư tưởng, tình cảm, cùng các trạng thái tâm lí của nhà văn. Mỗi nhà văn có tư tưởng, tình cảm và trạng thái tâm lí gắn với hoàn cảnh riêng cho nên có thể thấy thế giới quan riêng, quan niệm nghệ thuật về con người trong các sáng tác của họ được phản ánh khá rõ thông qua từng tác phẩm cụ thể .

Cũng trong bài *"Vũ Xuân Tửu - Cuộc đời và cảm quan nhân thế",* Tiến sĩ Trần Lệ Thanh đã nhận xét: *"đôi khi nhận thức và cách đánh giá của ông đối với các vấn đề tiêu cực trong xã hội có phần cực đoan"* hoặc *"Vũ Xuân Tửu khá chông chênh trong cái nhìn đối với phụ nữ. Có vẻ như anh không mấy tin lắm vào phẩm chất của họ"*[39]. Tuy nhiên, nếu xét kĩ, thế giới quan của nhà văn Vũ Xuân Tửu cơ bản được xây dựng trên nền tảng tư tưởng nhân văn và tinh thần nhân đạo xuất phát từ cội nguồn văn hóa dân gian truyền thống và ảnh hưởng nhiều từ người mẹ đôn hậu của mình.Cái cảm giác *"chông chênh trong cái nhìn đối với phụ nữ"* chỉ xuất hiện trong một vài truyện ngắn như *Bí mật cuốn gia phả, Trăng sáng vườn chè, Người hàng phố, Đồng hồ*. Nhưng trong các truyện *Trang nhật ký của chiến sĩ quân giải phóng, người sông nước* (với chùm ba truyện ngắn Cánh chân sào, Yếm thắm và Chim lửa), *Cầu vồng trên núi Pù Tiên, chuyện ở bản Pi át, Mồ hôi của đá, Tiếng kèn lá trên đỉnh Mã Pì Lèng, Suối Miền Xía),* ông lại có cách nhìn hết sức trân trọng, yêu thương, thậm chí là đề cao những người phụ nữ với những phẩm chất tốt đẹp trong những hoàn cảnh riêng của họ. Ở những câu chuyện này, dường như ông lại rất tin vào phẩm chất tốt đẹp của họ. Họ là những người con gái dám bất chấp phong tục, tập quán, lệ làng để đến được với người nình yêu (*Cầu vồng trên núi Pù Tiên, Tiếng kèn lá trên đỉnh Mã Pì Lèng, Suối Miền Xía*). Họ dám hy sinh tuổi thanh xuân để chỉ yêu một người đàn ông duy nhất của cuộc đời mình *(Trang nhật ký của chiến sĩ quân giải phóng, Người sông nước).* Sự mâu thuẫn trong quan niệm của ông về nhóm nhân vật nữ cũng phản ánh cách nhìn khá khách quan của ông: trong xã hội có nhiều loại người, nhiều loại tính cách và đương nhiên, *"là người thư ký trung thành của thời đại"* (Ban dắc, nhà văn Pháp), ông có nhiệm vụ phản ánh và đưa ra quan niệm nghệ thuật của mình: dù những người phụ nữ có bị rơi vào hoàn cảnh nào trong xã hội (bị động hay chủ động), họ vẫn là những người thiệt thòi nhất.

Hoàn cảnh gà trống nuôi con sau khi li hôn với vợ, ít nhiều đã tạo nên tâm trạng u uất, đớn đau, hụt hẫng của nhà văn khiến ông trở thành người khắt khe và có cái nhìn góc cạnh, phần nào mất niềm tin đối với cuộc sống, đặc biệt là đối với phụ nữ. Thêm vào đó là nghề công an hằng ngày tiếp xúc với muôn vàn câu chuyện không hay, không đẹp về người phụ nữ, lăng kính của Vũ Xuân Tửu không khỏi có những ảnh hưởng đáng kể. Thế nhưng, rất may, Vũ Xuân Tửu luôn tìm thấy niềm vui trong sáng tác, ông yêu cuộc sống và luôn tin vào những điều tốt đẹp (vì thế mà truyện của ông thường có kết thúc có hậu), ông không chán ghét, cũng không căm thù cuộc sống mà trái lại luôn trân trọng cuộc sống, tin yêu và nâng đỡ nó. Chính tình yêu cuộc sống và niềm say mê, cuốn hút với công việc sáng tạo văn chương đã giúp thế giới quan nhà văn cơ bản không rơi vào tiêu cực vì chính quan niệm nhân văn của ông: *"Trong cuộc đời không ai được tất cả. Tôi thành đạt con đường văn chương, nhưng lại thiếu hụt trong cuộc sống gia đình. Vợ chồng tôi chia tay nhau cách đây hơn chục năm. Hơn chục năm ấy tôi vừa phải hoàn thành công việc ở cơ quan, vừa phải nuôi mẹ già và hai con nhỏ. Nhìn chung ở cơ quan, tôi đều hoàn thành tốt nhất công việc của mình, còn ở gia đình tôi làm tròn trách nhiệm của người con đối với mẹ già, của người bố với các con, Các con tôi giờ đã khôn lớn, đang học chuyên nghiệp. Mẹ tôi mạnh khỏe. Đó chính là nguồn sống của tôi, nguồn động viên lao động sáng tạo của tôi."* [23].

Là nhà văn viết truyện ngắn dưới ánh sáng của thi pháp học hiện đại, Vũ Xuân Tửu cũng không để nhân vật của mình *"một chiều"* mà ông luôn chú ý khai thác con người đa trị, phức tạp, bí ẩn, không thể đoán trước, không thể biết hết, bên cạnh cái tốt cũng có những cái xấu, cái được - cái không được, đạo đức - vi phạm đạo đức...Quan niệm con người đời thường, phàm tục, không hoàn hảo, phức tạp, bí ẩn, lưỡng diện, không thể đoán trước, không thể biết hết, con người như nó vốn có là đặc điểm nổi bật của truyện ngắn Việt Nam đương đại và cũng là quan điểm của Vũ Xuân Tửu trong truyện ngắn của ông. Quan niệm nghệ thuật đó không chỉ thể hiện ý thức khắc phục cái nhìn lí tưởng hóa về con người dưới sự soi chiếu của một hệ giá trị mới: hệ giá trị nhân bản mà còn như một sự tra vấn, đối thoại với quá khứ...và đưa con người tới những giá trị mới được hình thành trong đời sống mới.

Cho nên, có thể thấy, quan niệm về con người trong truyện ngắn nói riêng, tác phẩm của nhà văn Vũ Xuân Tửu nói chung vẫn là một thế giới quan tích cực, tỉnh táo, luôn hướng tới phần người trong thế giới nhân vật của ông. Hay nói theo một cách tích cực hơn, chính việc lao vào sáng tác với một tình yêu mãnh liệt, lớn hơn gấp nhiều lần nỗi buồn ông đang mang, ông được giãi bày, được lý giải theo cách riêng đã làm thay đổi quan niệm của ông về con người theo chiều hướng bao dung, trân trọng và cởi mở hơn. Văn chương đích thực có tác dụng làm giàu đời sống tinh thần, khiến cho tình cảm con người trở nên trong sáng hơn, phong phú hơn.

Tiểu kết chương 1

Là một trong ba loại lớn của văn học là thể loại tự sự, truyện ngắn vốn được xem là một *"lát cắt nhỏ"* của hiện thực cuộc sống được thể hiện vào văn chương. Truyện ngắn có dung lượng nhỏ, được viết bằng văn xuôi. Nội dung thể loại của truyện ngắn bao trùm hầu hết các phương diện của đời sống: đời tư, thế sự hay sử thi, nhưng cái độc đáo của nó là ngắn gọn. Trong truyện ngắn thường có ít nhân vật, ít sự kiện phức tạp. Truyện ngắn còn đòi hỏi nhà văn phải có khả năng thể hiện một cách tập trung và cô đọng, phải biết chọn những chi tiết thật đắt và điển hình để thể hiện lên tính cách nhân vật hay sự kiện quan trọng trong cuộc sống qua lăng kính của tác giả.

Cùng với sự phát triển thể loại truyện ngắn, các nhà nghiên cứu đã chú ý tới thi pháp truyện ngắn. Thi pháp truyện ngắn là tất cả những gì làm nên tính độc đáo, riêng biệt về phương diện phẩm chất nghệ thuật của thể loại truyện ngắn, quan niệm nghệ thuật của tác giả (hoặc của trào lưu, trường phái) nào đó. Khi nghiên cứu thi pháp truyện ngắn, các nhà nghiên cứu tập trung làm nổi bật một vài khía cạnh của truyện ngắn như: tình huống, chi tiết, ngôn ngữ và giọng điệu.

Vũ Xuân Tửu là một trong những nhà văn tiêu biểu của tỉnh Tuyên Quang đã có những thành công nhất định đối với thể loại truyện ngắn. Ông được coi là một trong những nhà văn địa phương xác định rõ ràng quan niệm văn chương, quan niệm về truyện ngắn và quan niệm nghệ thuật về con người trong các sáng tác của mình trong suốt 30 năm qua. Với những đóng góp của mình trên lĩnh vực truyện ngắn nói riêng, các thể loại văn học khác nói chung, Vũ Xuân Tửu trở thành một hiện tượng được các nhà nghiên cứu, phê bình tập trung nghiên cứu, đánh giá cao trong khoảng 10 năm về đây.

CHƯƠNG 2
TÌNH HUỐNG TRUYỆN, CHI TIẾT, NGÔN NGỮ VÀ GIỌNG ĐIỆU TRUYỆN NGẮN VŨ XUÂN TỬU

2.1. Tình huống truyện, chi tiết, ngôn ngữ và giọng điệu truyện ngắn Vũ Xuân Tửu giai đoạn 1998 đến 2007

2.1.1. Tình huống truyện trong truyện ngắn Vũ Xuân Tửu

2.1.1.1. Lý thuyết về tiếp cận tình huống

Bước vào một truyện ngắn, người đọc tuy không thể bỏ qua việc phân tích tìm hiểu các thành tố khác cấu thành cái thực thể sinh động là truyện ngắn (như nhân vật, cảnh vật, cốt truyện, kết cấu, ngôn ngữ...) nhưng nếu chưa nắm được tình huống thì coi như chưa nắm được chiếc chìa khoá quan trọng nhất để mở vào thế giới bí ẩn của truyện ngắn ấy. Đọc truyện ngắn, theo Tiến sĩ Chu Văn Sơn, thì điều tối quan trọng là phải đọc cho ra tình huống truyện của nó.

Có thể hình dung về qui trình tiếp cận tình huống với các bước chính như sau:

Bước 1: Xác định tình huống truyện:

Ở bước này, người đọc, người nghiên cứu cần đặt ra câu hỏi: Sự kiện nào bao trùm và chi phối toàn bộ thiên truyện này? Hay Sự kiện bao trùm nào đã giúp tác giả dựng lên toàn bộ truyện ngắn này ?...

Sau đó, cần tổng hợp các tình tiết: Lướt qua những tình tiết chính và xác định: một trong các tình tiết ấy đóng vai trò bao trùm chi phối quán xuyến toàn truyện hay chúng chỉ là những thành tố nối kết với nhau để làm thành một sự kiện lớn hơn sự kiện ấy mới trùm lên tất cả? Đáng chú ý nhất ở đấy là cái tình thế bất thường nào đó mà chúng chứa đựng.

Người đọc cũng cần tìm tên gọi để định danh. Đây là khâu khá then chốt, chưa tìm được tên thích hợp thì xem như tình huống vẫn còn nằm ngoài tầm tay của ta vậy.

Bước 2: Phân tích tình huống. Khi phân tích, cần tiến hành phân tích các bình diện cơ bản sau đây:

a. Diện mạo của tình huống (bình diện không gian)

b. Diễn biến của tình huống (bình diện thời gian)

c. Mối liên kết của tình huống với các khâu khác của tác phẩm (chi phối đến tổ chức hình thức của văn bản nghệ thuật truyện ngắn)

Bước 3: Rút ra ý nghĩa của tình huống: Tức là rút ra cái thông điệp thẩm mĩ mà tình huống chứa đựng

a. Về quan niệm: Tình huống truyện đó toát lên quan niệm gì về nhân sinh thẩm mĩ ?

b. Về cảm xúc: Chứa đựng cảm xúc chủ đạo gì ?

Lý thuyết về cách xác định tình huống trong các tác phẩm văn chương của

Tiến sĩ Chu Văn Sơn chính là những gợi ý để nhóm nghiên cứu xác định, gọi tên các tình huống truyện trong các tập truyện ngắn của Vũ Xuân Tửu.

2.1.1.2. Các tình huống trong truyện ngắn của Vũ Xuân Tửu

Ở chặng đầu, từ 1998- 2007, Vũ Xuân Tửu đã xuất bản 6 tập truyện ngắn: *Tầm phào, Yếm thắm, Bí mật cuốn gia phả, Con chim lửa và Mồ hôi của đá,* nhưng qua khảo sát, nhóm nghiên cứu thấy: chỉ có 3 tập đầu là có những truyện sáng tác mới, còn 3 tập sau là các tuyển tập truyện ngắn chọn lọc từ 3 tập đầu đã xuất bản, chỉ có thêm 1-2 truyện ngắn mới trong đó. Trong quá trình phản ánh hiện thực đời sống, Vũ Xuân Tửu luôn cố gắng tìm tòi để tạo nên nhiều tình huống truyện khác nhau, làm cho truyện ngắn của ông mang vẻ đặc sắc riêng. Nhà văn còn tự hóa thân vào thành nhân vật trong truyện để nhận thức về thế giới xung quanh, phát hiện ra những vấn đề mới nảy sinh trong cuộc sống, nêu những nhận xét khái quát, những bài học có tính triết lý sâu sắc diễn ra ngay trong cuộc sống.

Khi khảo sát, hầu hết các loại tình huống truyện đều xuất hiện trong 46 truyện ngắn chặng đầu của ông. Tuy nhiên, các loại tình huống có tần xuất xuất hiện không đều nhau: Tình huống hành động: 07; Tình huống tâm trạng: 15; Tình huống nhận thức: 24. Số lượng tình huống nhận thức trong ba tập truyện đầu chiếm tỷ lệ trên 50% so với 02 loại tình huống còn lại.(xem phụ lục 1)

a. Tình huống nhận thức

Theo lý thuyết, tình huống nhận thức là *"sự kiện đặc biệt của đời sống mà tại đó nhân vật được đẩy tới một tình thế bất thường: đối mặt với một bài học nhận thức bật lên một vấn đề (về nhân sinh, về nghệ thuật) cần phải vỡ lẽ, giác ngộ"* [34]. Kiểu nhân vật của dạng tình huống này thường là *nhân vật tư tưởng.* Nghĩa là, kiểu nhân vật được khai thác chủ yếu ở đời sống nhận thức lí tính của nó. Chất liệu cơ bản để dệt nên nhân vật là hệ thống những quan sát, phân tích, suy lí, đúc kết, chiêm nghiệm, toan tính v.v... Đối với các tình huống nhận thức trong 24 truyện ngắn của Vũ Xuân Tửu, người đọc sẽ không nhận thấy *"sự kiện đặc biệt của đời sống mà tại đó nhân vật được đẩy tới một tình thế bất thường"* nhưng vẫn nhận được *"một bài học nhận thức bật lên một vấn đề (về nhân sinh, về nghệ thuật) cần phải vỡ lẽ, giác ngộ"* [34]

Có thể chia 24 truyện này thành các nhóm:

- Nhóm 1: các truyện có tình huống về các vấn đề xã hội: *Ông lão bán điếu, Chữ ký, Nợ văn chương, Tầm phào, Thanh kiếm cà là gỉ, Câu chuyện về một bản kế hoạch an ninh, Dòng chảy, Thế gian cũng lắm anh hùng, Đi họp thì phải có chính kiến, Ba ông họ Khổng, Hồ sơ về một con người, Tiếng kèn lá trên đỉnh Mã Pì Lèng, Xe máy đường xa, Thành hoàng làng Vực Vại.*

- Nhóm 2: các truyện có tình huống về gia đình: *Gia đình, Anh Nhón chị Nuôi, Người hàng phố, Một cái bàn ăn hình vuông và sáu cái ghế tròn, Nhà cửa giường chiếu, Chớp bể mưa nguồn, Thợ cắt tóc truyền đời, Cổng Hò*

Đối với nhóm 1, tình huống truyện được đặt ra hết sức bình thường, không gay gắt, không đến mức *"bất thường"*, mà nó là những tình huống khá quen thuộc trong đời sống xung quanh chúng ta. Chỉ là chuyện về ông lão bán điếu mưu sinh qua ngày nhưng lại có quan điểm rất nghiêm túc: *"Nghề nào cũng vậy, phải có chín thì mới có tín, mà có tín thì mới tồn được anh ạ."* [54, tr5]; là nhận thức non nớt về các vấn đề xã hội của người dân trong cuộc sống hằng ngày nên phải chịu những thiệt thòi không đáng có: *Chữ ký, Thanh kiếm cà là gỉ*. Với quan niệm của người dân *"đồng tiền đi trước là đồng tiền khôn"*, họ sẵn sàng bỏ những đồng tiền mồ hôi nước mắt, chi chút cả đời để cho xong chuyện mà không biết rằng chính họ đang tiếp tay cho một loại *"tham nhũng vặt"* trong một bộ phận công chức xã, các cơ quan công quyền. Đó còn là thái độ nghiêm túc đối với nghề viết văn, không thay đổi dù có bất cứ lý do nào: *Nợ văn chương, Xe máy đường xa* với những phát ngôn:*"Văn chương thì không thằng nào cơ hội, lắt léo được. Thằng nào định núp bóng văn chương mà cầu danh, lợi thì sớm muộn cũng lộ tẩy và tiếng để đời."*, *"làm văn chương nhọc nhằn, văn chương phải có nhân, có chính"* [54, tr13] *"cái nghiệp văn chương đã dính vào là thấm đến xương tuỷ", "Văn chương lại cần sự mới lạ". "văn chương ắt là phải từ ngữ, câu chữ hẳn hoi", "Nợ văn chương là nợ đời"* [54, tr14]. Và những câu chuyện *"sinh nghề tử nghiệp"* cười ra nước mắt trong truyện ngắn *Tầm phào* không phải không có lúc khiến nhân vật "tôi" chán nản, mất phương hướng vì người ngoài không hiểu được bản chất của văn chương là hư cấu.

Câu chuyện về một bản kế hoạch an ninh đưa ra một tình huống truyện thường gặp trong thực tế: hai cán bộ công an tỉnh nhận nhiệm vụ xây dựng một bản kế hoạch đảm bảo an ninh nông thôn trong tình hình mới của ngành. Nhưng khi xuống thực tế tại cơ sở, họ mới biết giữa cái kế hoạch chung được vạch ra với thực tế hoàn toàn khác nhau. Muốn đảm bảo an ninh nhưng trên địa bàn vẫn còn nhiều vấn đề (dân gửi đơn kiện nhiều lần về đất cát nhưng chưa được giải quyết, khiến người dân bức xúc). Vì vậy, cái kế hoạch của họ có vẻ bị phá sản. Kế hoạch theo ý dân thì không được lòng lãnh đạo, mà theo ý lãnh đạo thì không hợp lòng dân. Theo ý lãnh đạo thì xong kế hoạch nhưng không triển khai được, theo ý người dân thì chả biết đến lúc nào kế hoạch mới xong! Sự phân vân, khó xử ấy khiến họ đành đưa ra hai phương án: phương án 1 là nói sự thật (có sao nói vậy), phương án hai là nói bớt sự thật (vì bệnh thích thành tích). Vì thế mà kết truyện cũng có hai cái kết: cái kết 1 tương ứng với bản kế hoạch 1; kết 2 tương ứng với bản kế hoạch số 2. Tùy lãnh đạo chọn bản kế hoạch nào thì chọn!

Cùng đề tài về nghiệp vụ công an, *Hồ sơ về một con người* lại là những điều được ngộ ra trong thực tế cuộc sống có thể hoàn toàn không đúng qua tình huống giả tưởng: sau 1000 năm, đội khảo cổ tìm thấy hóa thạch bộ xương tử tù cùng hóa thạch bông hoa. Họ *"xúm lại đo, vẽ và ghi vào hồ sơ khảo cổ: "Loại hiện vật: Bộ xương người hiện đại (nguyên vẹn). Chiều cao: 1,66 m. Giới tính: Nam. Chủng tộc: Mongoloid. Tuổi khoảng: 30. Nguyên nhân chết, do cảm đột ngột, khi vào núi thăm trang trại trồng hoa."*[55; tr34] Sự cảm tính, thiếu trách nhiệm, thiếu khoa học, thiếu căn cứ... có thể dẫn tới những kết luận chết người. Sểnh một ly, đi một dặm!

Thế gian cũng lắm anh hùng đưa ra một tình huống giả tưởng: cho ba nhân vật Tần Thủy Hoàng, Hít le, Chí Phèo luận anh hùng. Ai cũng tự hào về những chiến tích lúc còn sống của mình (bất chấp thời đại). Thậm chí, chúng còn dự định sẽ kết nạp thêm Pôn Pốt vào đội của chúng với thành tích *"tàn phá nhiều"*. Lấy truyện xưa tích cũ làm tình huống truyện, truyện ngắn này đưa ra một bài học sâu sắc:*"Khi còn sống trên dương gian đừng có mà thái quá, đừng tưởng mình là anh hùng nhất khoảnh mà tác oai tác quái, đến chết không có kẻ chôn"* [55, 24];

Đi họp thì phải có chính kiến lại là câu chuyện cười ra nước mắt với tình huống *"gậy ông lại đập lưng ông"*: ông Hội Văn Nghị hiểu biết có hạn nhưng lại là người cơ hội, thích thể hiện, lĩnh vực nào cũng phải phát biểu *"chính kiến"* của mình *"tìm cơ hội để phát biểu trước cử toạ. Phát biểu phải quán triệt phương châm: chê anh bé, khen anh lớn."* [55; tr 27] cùng với những chiêu trò được tổng kết lại để được các lãnh đạo cấp trên để ý. Không ngờ, một lần nọ, trong một hội nghị khoa học, ông ta phát biểu phê phán hết sức đề tài nghiên cứu khoa học nọ mà không biết mình đã vi phạm nguyên tắc, đó là đã đi *chê nhầm anh lớn* (một thượng cấp mà ông ta tìm mọi cách để có được một kiểu ảnh đứng gần): *"Khoa học gì mà kỳ cục: về cơ sở lý luận thì ai mà không biết hội nghị là gì? Về cơ sở thực tiễn, ai mà không thấy sự cần thiết của họp, từ thời nguyên thuỷ đến nay, có khi nào không có họp? Tuy đề tài đã dày hơn một nghìn trang, nhưng vẫn còn thiếu một vấn đề cực kỳ quan trọng nữa là về mặt tâm lý, sinh lý con người, mà cụ thể là cán bộ chúng ta. Tôi thử hỏi, ngắn hạn là một tuần, trung hạn là một tháng, dài hạn là một quí, nếu không có một hội nghị nào, thì liệu chúng ta có chịu được không"*[55; tr 27] Kết truyện là một kết luận đau đớn dành cho ông Hội Văn Nghị nói riêng và những kẻ thích "nổ" nói chung:*"Họa cũng có khi từ họp mà ra!"*[55, tr28].

Ba ông họ Khổng cũng đưa ra ba tình huống khác nhau: có ba ông cùng họ Khổng nhưng đức Khổng Tử chỉ ra sức dùng tài của mình để giúp đời mà không màng danh lợi được thờ như một vị Thánh; Khổng Trung *"vốn là anh thợ vẽ, nhưng lại có mộng làm quan"* [55, tr29] được biết đến nhờ ông quan nọ muốn truyền thần ảnh bố và cũng vì *"cánh hoạ sỹ trên tỉnh, đồng loạt nghỉ việc, để cúng thần cọ"* [55,tr29]. Được quan cùng người nhà quan khen, anh ta đã mong được làm quan đến mức dùng đến cả mưu hèn kế bẩn: *"Một mặt, thì lo làm cái lễ sống lo lót lên quan bà. Một mặt, thì lo sửa cái lễ trọng cầu khấn thánh thần phù hộ, mong sao cái anh quan đang trông coi nghề này bị chuyển đi nơi khác cho mau để cho mình lên thay ngay. Đúng, phải thay ngay, cơ hội chỉ có dịp này. Mặt khác nữa, là phao tin bôi bác cái anh quan kia cho nó mất mẽ đi."* [55; tr 30]; Khổng Tiểu lại là kẻ hám danh, lúc nào trong túi cũng có bút và dao nhọn để *"gặp giấy thì ký tên mình"*, *"khắc tên mình lên bàn ghế, lên gốc cây, lên hang đá"* [55, tr 30] bị người đời chê cười. Lời của Khổng Tử trong sách Luận ngữ được coi như cái kết cho truyện:"*Bất hoạn vô vị, hoạn sở dĩ lập. Bất hoạn mạc kỉ tri, cầu vi khả tri dã."* (*Đừng lo không có chức vị, chỉ lo không đủ tài đức để nhận chức vị. Đừng lo không ai biết mình, chỉ mong sao mình có tài đức để cho người ta biết đến.*). Đọc chuyện này, "*người ta dễ liên tưởng đến những tiểu thuyết được cắt ra rồi chưng cất, xoáy sâu vào nỗi ám ảnh nào đó về cuộc đời."* [21]. Ba tình huống truyện có điểm lặp lại là cả ba người cùng họ Khổng nhưng ba cách để tiến thân, lưu lại với đời thì lại rất khác nhau. Điều này cũng phản ánh cách nhìn của Vũ Xuân Tửu về các hạng người trong xã hội khá nghiêm khắc.

Tiếng kèn lá trên đỉnh Mã Pì Lèng xoay quanh tình huống: Mỷ đem lòng yêu thầy giáo người Kinh lên dạy ở bản, ở cạnh nhà Mỷ. Nhưng do gia đình không đồng ý vì ý nghĩ: thầy giáo sẽ không ở lại bản mà sẽ về quê sau ba năm công tác, Mỷ đã ăn lá ngón tự tử. Hồn Mỷ luôn ở bên cạnh thầy giáo miền xuôi. Truyện cho thấy một quan niệm khác trong tình yêu: Không phải chỉ có một cách duy nhất, chết để khẳng định tình yêu, vẫn còn có nhiều cách khác. Và ngay cả khi chết đi rồi, tình yêu của họ vẫn không chết. Những nhận thức mà nhà văn cho nhân vật của mình ngộ ra trong các tình huống truyện cho thấy một quan niệm hết sức nghiêm túc của nhà văn: làm việc gì cũng phải nghiêm túc, trách nhiệm để sau này không phải hổ thẹn với đời và với chính bản thân mình. Mỗi nhân vật trong các truyện ngắn này đều giống như *"một tư tưởng được nhân vật hoá"* vậy. [34]

Ở nhóm thứ hai, các tình huốn truyện xoay quanh chủ đề gia đình cũng vẫn là các tình huống truyện được đặt ra hết sức bình thường, quen thuộc trong đời sống hằng ngày nhưng đều khiến người đọc nhận ra những quan điểm mà Vũ Xuân Tửu gửi gắm trong đó.

Trong *Gia đình* là quan niệm của hai người bạn chơi và học cùng nhau từ thuở nhỏ nhưng khi trưởng thành, Bưởng chú tâm xây dựng gia đình và phát triển kinh tế còn *"tôi"* thì đi theo con đường văn chương theo định hướng của gia đình. Cách suy nghĩ về gia đình khác nhau đã khiến mỗi người rẽ đi một ngả, nhưng điều quan trọng là dù họ có khác nhau về quan điểm, khi gặp khó khăn, họ vẫn giúp nhau hết sức.

Anh Nhớn, chị Nuôi lại cho người đọc nhận thức một tình huống khác: đã là bạn chiến đấu bên nhau vào sinh ra tử, khi bạn hy sinh thì người còn sống phải có trách nhiệm coi, đối xử với con bạn như và hơn cả con mình.

Người hàng phố lại cho người đọc nhận thức ra một vấn đề xã hội mới mẻ: không phải cứ ở chung với nhau thì là một gia đình (hai người ăn ở cùng nhau như vợ chồng nhưng thực chất họ chỉ cùng thuê nhà ở chung cho rẻ và ai có việc riêng của người ấy).

Một cái bàn ăn hình vuông và sáu cái ghế tròn khiến người đọc ngộ ra một nghịch lý: tưởng rằng bàn ăn là nơi để các thành viên trong gia đình quây quần bên nhau sau những giờ lao động vất vả, hóa ra ngay ở trên bàn ăn, ngôi thứ, vai vế, thân phận của từng người vẫn được xác định một cách rõ ràng như ngoài xã hội, khiến quan hệ gia đình lỏng lẻo, không đầm ấm.

Nhà cửa, giường chiếu cho người ta một bài học: hạnh phúc gia đình không ở đâu xa, nó ở ngay trong việc người đàn bà biết quan tâm chăm lo cho chính những việc nhỏ nhặt trong cuộc sống.

Chớp bể mưa nguồn mang màu sắc dân gian nhưng lại được xử lý tình huống rất hiện đại: biết mình gây ra họa lớn (anh em lấy nhầm nhau) nhưng họ không rời bỏ nhau mà vẫn dám đối diện, cùng nhau vượt qua nỗi day dứt, ân hận đó.

Thợ cắt tóc truyền đời là thái độ nghiêm túc của anh bộ đội về làng tiếp nhận nghề gia truyền của ông cha để lại, cùng quan niệm: không có nghề nào là hèn kém trong xã hội khi mình nghiêm túc với nó.

Cỏng Hò lại mang lại những giá trị mới mẻ: sau những hy sinh, mất mát quá lớn trong cuộc sống, lòng vị tha, cách sống nhân hậu, đại lượng sẽ mang lại những hạnh phúc mới cho chính cuộc đời mình.

Thực ra, ở chặng đầu, người đọc có thể nhận thấy sự chuyển hóa trong nhận thức của nhà văn trong việc tạo ra các tình huống cho truyện ngắn của ông. Ban đầu, dạng tình huống *tự nhận thức* xuất hiện trong các truyện ngắn của Vũ Xuân Tửu trong tập *Tầm phào*. Theo Wikipedia: *"Tự nhận thức (Self-awareness) là cách mà chúng ta khám tính cách cá nhân, niềm tin, hệ thống giá trị, khuynh hướng tự nhiên của mình. Thông thường, tự nhận thức là khởi điểm cho việc làm chủ bản thân và tạo ra những gì ta muốn."*[53] Sự ra đời của tình huống này gắn với những trăn trở của nhà văn trong việc đổi mới tư duy nghệ thuật, trong việc tìm tòi, phát hiện những hiện tượng mới nảy sinh trong cuộc sống của con người trong những năm đầu đổi mới.

Điều này cũng dễ lý giải. Do mới *"tập"* sáng tác, chưa qua trường lớp nào để viết văn, mà chỉ bằng niềm đam mê, bằng khả năng thiên phú, trong thời gian dài tới hàng chục năm đầu sáng tác, Vũ Xuân Tửu hoàn toàn viết theo khả năng, vốn sống và kinh nghiệm ít ỏi học được từ các nhà văn đi trước. Ông chưa có điều kiện đi sâu vào phân tích nội tâm, những tình cảm sâu kín của nhân vật, nên tình huống chưa tạo điều kiện cho nhân vật bộc lộ đầy đủ những suy nghĩ, đánh giá về con người và cuộc sống xung quanh. Vì vậy hoạt động của nhân vật dường như ở trạng thái tĩnh, đơn điệu (*Ông lão bán điếu, Chữ ký, Nợ văn chương, Tầm phào, Thanh kiếm cà là gỉ, Câu chuyện về một bản kế hoạch an ninh, Dòng chảy, Thế gian cũng lắm anh hùng)*.

Sau khi đã được tập huấn 2 tháng Lớp Bồi dưỡng viết văn Nguyễn Du, khóa I (2007) và tại các trại sáng tác, dạng *tình huống tự nhận thức* đã được chuyển thành *tình huống nhận thức*, có nghĩa là nhân vật trong truyện đã có cơ hội được bộc lộ đầy đủ những suy nghĩ, đánh giá về con người và cuộc sống xung quanh. Vì vậy hoạt động của nhân vật đã chuyển từ trạng thái tĩnh sang trạng thái động. Cái lối văn thật thà gặp gì viết nấy, nghĩ gì nói nấy chỉ có trong những truyện ngắn đầu tay *Tầm phào*. Thậm chí nhiều chuyện trong tập truyện đầu tay này còn rất khó xác định tình huống truyện, kết cấu lỏng lẻo, cốt truyện không đủ các thành phần, khiến người đọc có cảm giác *"truyện chưa hết"*. Từ tập *Yếm thắm* trở đi, người đọc đã nhận thấy một Vũ Xuân Tửu hoàn toàn lột xác, ông đã say mê tìm tòi, khám phá những cái mới mà trong tác phẩm của ông trước đây chưa tìm thấy: từ cách xây dựng tình huống truyện đến cách xây dựng cốt truyện, nhân vật, giọng điệu, ngôn ngữ….

b. Tình huống hành động

Tình huống hành động là loại sự kiện đặc biệt mà trong đó nhân vật bị đẩy tới một tình thế (thường là éo le, nghiêm trọng, nguy hiểm) chỉ có thể giải quyết bằng hành động. Tình huống này thường hướng tới một kiểu nhân vật: *nhân vật hành động*. Tức là loại nhân vật chủ yếu được hiện lên bằng hệ thống hành vi hành động của nó, các bình diện khác ít được quan tâm. Do đó, nó quyết định đến diện mạo của toàn truyện: *truyện ngắn giàu kịch tính.* Thậm chí mỗi thiên truyện ở dạng rõ nét nhất có thể *"coi như một màn kịch, một vở kịch ngắn trong y phục văn xuôi"* [34].

Đây là một dạng tình huống rất phổ biến trong các tác phẩm văn xuôi nói chung nhưng truyện ngắn của Vũ Xuân Tửu ở chặng đầu lại có ít truyện có tình huống hành động. Trong một số truyện thuộc nhóm tình huống hành động, ông thường tạo ra trong truyện ngắn của mình những tình huống gay cấn mang những xung đột dữ dội giữa nhân vật này với nhân vật khác, xung đột trong nội tâm của chính nhân vật. Truyện ngắn Vũ Xuân Tửu thường có những tình huống bất ngờ, kết thúc truyện đột ngột. Vì thế, tác phẩm có dạng tình huống kịch (tình huống hành động) của ông thường hấp dẫn, lôi cuốn sự chú ý của người đọc. Có thể kể ra, đó là các truyện: *Cuộc tiễn đưa thầm lặng, Cầu vồng trên núi Pù Tiên, Tiếng gọi tình yêu trên biển cả, Suối Miền Xía, Thợ khâu giày, Mồ hôi của đá, Tiếng chuông đêm.*

Vũ Xuân Tửu có khả năng nắm bắt các sự việc, xây dựng các tình huống gay cấn làm cho truyện ngắn của ông có yếu tố bất ngờ, giàu kịch tính. Tình huống trong *Cuộc tiễn đưa thầm lặng* là công việc theo dõi dấu vết một tên tội phạm nguy hiểm của một chiến sĩ công an. Truyện ít lời lẽ miêu tả mà tập trung vào việc phản ánh các việc làm của người chiến sĩ công an vất vả, gian khổ, âm thầm, nguy hiểm đối lập với âm mưu, hành động phá hoại cây cầu của tên phản động để lần ra những chứng cứ xác thực của hắn. Cuộc đấu trí giống như một màn kịch câm, cả hai bên (ta và địch) đều cố gắng giải mã hành động của nhau. Bên kia là kẻ địch đang cố thực hiện âm mưu phá cầu đồng thời che giấu vũ khí một cách tinh vi, không ngờ nhất để qua mắt công an. Bên này là sự theo dõi và những suy đoán cố để hiểu được tâm lý tội phạm và phán đoán hành động của địch của người chiến sĩ công an để đưa ra hành động chính xác nhất. Cuối cùng, việc anh trinh sát tìm ra thuốc nổ giấu trong hộp đựng mồi câu mà tên phản động vứt lại hòng phá cây cầu và chiếc xe ô tô xuất hiện bất ngờ *"đón"* tên tội phạm khiến người đọc thở phào nhẹ nhõm. Nghiệp vụ công an đã giúp cho câu chuyện hấp dẫn người đọc ngay từ dòng đầu tiên. Cách giải quyết tình huống của truyện khiến câu chuyện được gỡ nút vừa hợp lý lại vừa ca ngợi sự mưu trí, dũng cảm của các chiến sĩ công an trong công việc lặng thầm mà rất nguy hiểm này.

Tiếng chuông đêm lại đưa ra một tình huống mang tính chất nhân văn: tiếng chuông chùa được coi là phần hồn của ở các làng quê đồng bằng Bắc bộ. Nếu mất tiếng chuông chùa thì cũng đồng nghĩa với việc đánh mất đi thuần phong mỹ tục. Việc tìm lại được chuông chùa cho làng của một nhân vật *"tướng nhái óc cáo"* *"vô danh"* nhưng không *"tiểu tốt"* được gọi là *"hắn"* vào tất cả những dịp mất chuông khiến mọi người phải nghĩ lại và không dám coi thường. Việc giữ gìn thuần phong mỹ tục, tìm lại những giá trị, bản sắc văn hóa cho làng quê không phải là việc của một người mà là việc của cộng đồng. Tìm được chuông rồi mà hành xử như những kẻ *"chưa học làm thầy đã học ăn bớt"*, ăn bớt cả tiếng chuông chùa thì chuyện mai một những nét đẹp văn hóa chỉ là chuyện thời gian. Vì vậy, cứ mỗi lúc văn hóa có phần đi xuống thì lại cần phải *"xốc"* lại để gìn giữ, bảo vệ và làm cho nó phát triển cùng thời đại.

Thợ khâu giày được miêu tả bằng một chuỗi hành động chăm chú, nghiêm túc, cẩn thận của người kiếm sống vất vả nhưng hiểu đời của anh thợ khâu giày nơi phố thị. Dù nghe rất nhiều chuyện xung quanh mình nhưng anh không quan tâm đến chuyện của người khác, chỉ chăm chú vào công việc của mình. Những câu đối thoại của anh thợ khâu giày và ông khách chả ăn nhập gì với nhau như một lớp kịch *"ông nói gà, bà nói vịt"* giống như nhiều câu chuyện khác trong cuộc sống. Truyện này có phần giống truyện *Ông lão bán điếu*, tuy nhiên, cách tạo tình huống của truyện lại khác nhiều.

Tiếng gọi tình yêu trên biển cả lại là câu chuyện xúc động về hai con khỉ yêu thương nhau bị đưa lên hai hòn đảo khác nhau. Chúng hốt hoảng, đau đớn, khổ sở khi bị chia xa. Vì tình yêu, chú khỉ đực đã bơi sang đảo có con khỉ cái để chúng gặp nhau, bất chấp bom đạn, nước biển mênh mông. Thông điệp đưa ra: Không phải chỉ loài người mà đến cả loài vật cũng biết yêu thương. Vì để bảo vệ mấy con khỉ mà nhân viên của Khu bảo tồn đã hy sinh vì bom đạn.

Đặc biệt, những câu chuyện về tình yêu của trai gái miền biên viễn được tạo ra từ những tình huống hành động rất đáng suy ngẫm. *Cầu vồng trên núi Pù Tiên* cho thấy hành động quyết liệt của Nhình, một cô gái đẹp miền sơn cước dành cho người mình yêu. Mẹ ốm nặng, phải đi mời thầy lang về chữa bệnh cho mẹ. Không ngờ thầy lang thấy Nhình đẹp, muốn lấy làm vợ, nên đòi số tiền thuốc quá lớn, nhà nghèo, Nhình không thể trả được, phải lấy hắn làm chồng gán nợ. Việc đấu tranh quyết liệt trong lòng Nhình diễn ra thật đau đớn. Để báo hiếu mẹ, trả ơn người đã cứu mẹ (thực ra là lợi dụng việc cứu mẹ Nhình để ép cô phải lấy hắn), Nhình phải lấy thầy lang. Nhưng cô không yêu con người *"nom như con sâu bông, ngốn tiền bạc như nước chảy vào ống bắng thủng, nhưng bệnh thì không khỏi, cứ như nước suối mùa hè ngày một đầy thêm."* [55; tr 57] mà yêu chàng trai nghèo, khỏe mạnh, biết làm nương, biết chặt nghiến làm nhà, yêu thương cô nhưng nghèo quá, không dám ngỏ lời. Để thể hiện tình cảm say đắm, nồng nàn với người mà cô yêu, cô đã âm thầm đo chân người yêu để may giày cho chồng sắp cưới khiến hắn không đi vừa đôi giày trong ngày cưới, trông như người bị thọt; cô bí mật may chăn gối thổ cẩm mang sang nhà người yêu trước khi về nhà chồng, đêm tân hôn cô gọi tên người mình yêu và chấp nhận bị chồng trả về chứ không ở làm vợ cọn người tệ bạc. Nhưng cũng vì mang tiếng với làng xóm (bị chồng trả về), cô cũng không mặt mũi nào gặp lại người trai cô thương được nữa.

Suối Miền Xía đặt ra tình huống cô gái Mùi Say (dân tộc Dao) đem lòng yêu một anh chiếu phim lưu động, nay đây mai đó. Anh ta phải đấu tranh gay gắt giữa công việc với trách nhiệm với cô gái mình yêu. Cô gái cũng phải đấu tranh giữa phong tục, tập quán, lời dặn của người già với tiếng gọi của tình yêu. Và tình yêu đã chiến thắng. Sự chân thành, chung thủy của hai người, sự nghiêm túc, trách nhiệm của anh *"quay làm"* (cách gọi anh chiếu phim của Mùi Say) mang lại hạnh phúc cho cô gái. Dù có những lúc nhớ tiếc công việc cũ nhưng cuộc sống của đôi vợ chồng trẻ thuận lợi, hạnh phúc đã át đi nỗi buồn đó trong anh chiếu phim lưu động nọ.

Mồ hôi của đá đưa ra tình huống Nậm phải đi khắp nơi, tìm thuốc tiên về để cứu Liềm (vợ chàng) bị ốm nặng. Nậm là người đàn ông dám đứng ra để bảo vệ người yêu của mình khi bị làng xóm bắt gặp họ yêu nhau ở cạnh đống rơm. Anh cũng chính là người đàn ông yêu thương vợ hết mực khi dám đi đến những nơi khó khăn nhất để tìm thuốc tiên về chữa bệnh cho vợ. Sự gian nan, khó khăn trong công việc đi tìm phương thuốc tưởng như không thể có là mồ hôi của đá cùng những trở ngại tưởng không thể vượt qua, nhưng với lòng yêu vợ tha thiết, Nậm đã làm được. Sự đền đáp cho sự nỗ lực ấy của Nậm là Liềm khỏe lại, họ lại được lộc trời cho thuốc để cứu người nghèo trong vùng. Câu chuyện có hậu như một truyện cổ tích hiện đại nơi thâm sơn cùng cốc. Nhân vật Nậm trong *Mồ hôi của đá* đã hành động vì tình yêu, tình huống truyện đã được giải quyết tốt trong truyện ngắn này.

c. Tình huống tâm trạng

Tình huống tâm trạng là sự kiện đặc biệt của đời sống mà ở đó nhân vật rơi vào một tình thế làm nảy sinh một biến động nào đó trong thế giới tình cảm. Tình huống này thường dẫn tới một kiểu nhân vật là *con người tình cảm*. Nghĩa là, kiểu nhân vật được hiện lên chủ yếu bằng thế giới nội cảm của nó. Nhà văn tạo dựng nên hình tượng nhân vật chủ yếu bằng một hệ thống chất liệu là cảm giác, cảm xúc với các phức hợp khác nhau của chúng. Còn các khía cạnh khác (như ngoại hình, hành động lí tính...) ít được quan tâm. Và vì thế nó quyết định đến diện mạo của toàn truyện: *truyện ngắn trữ tình*.

Tình huống tâm trạng nói riêng, tình huống truyện nói chung có vai trò quyết định tới cách tác giả sẽ vẽ chân dung nhân vật của mình như thế nào. Vì vậy khi tìm hiểu nhân vật điều cốt yếu trước hết chúng ta phải phát hiện ra hoàn cảnh đặc biệt, cái nền mà nhân vật bộc lộ con người thực của mình. Trên cơ sở đó chúng ta mới có thể giải mã những điều thầm kín mà nhà văn gửi gắm thông qua hình tượng nhân vật.

Tiêu biểu cho nhóm tình huống tâm trạng trong các truyện ngắn của Vũ Xuân Tửu ở chặng đầu (1998-2007) là các truyện: *Trang nhật ký của chiến sĩ quân giải phóng, Cái sự bến Gián Khẩu, Đồng hồ, Trên khúc sông Tam Cờ, Một sự Xtret, Cánh chân sào, Yếm thắm, Con chim lửa, Một mình với nến và..., Xóm cũ, Trăng sáng đồi chè, Người đàn bà trên ti vi, Chuyện ở bản Pi át, Bí mật cuốn gia phả, Đi tìm cuốn sổ hát then* .

Trong truyện ngắn *Trang nhật ký của chiến sĩ quân giải phóng*, người đọc được tiếp cận tình huống: hai người bạn học cũ gặp nhau. Qua câu chuyện, mới hay chị Hà không lấy chồng vì dành tình yêu cho người bạn trai (cùng lớp) đã hy sinh trước ngày miền Nam giải phóng. Những trang nhật ký anh để lại cho chị có cả những dòng do người bác sĩ, anh y sĩ viết hộ khi anh bị thương và không qua khỏi tràn ngập yêu thương. Sự ám ảnh ấy khiến Hà lưu giữ trang nhật ký như một phần cuộc đời mình, giữ mãi tình yêu đầu đời và không xây dựng gia đình. Tâm trạng của chị Hà, người bạn học cũ trước những trang nhật ký cũ kỹ, ố nhòe gây xúc động mạnh cho người đọc. Không cần những lời ngợi ca hoa mỹ, sự chung thủy của chị Hà với người yêu đã hy sinh đã nói lên tất cả.

Cái sự bến Gián Khẩu lại xuất phát từ một tình huống nhân ngày giỗ 555 năm của Nguyễn Trãi, nhân vật *"tôi"* lan man nhớ về việc Nguyễn Trãi đi tìm minh chủ đất Lam Sơn đến cái kết oan khiên của gia đình ông, nghĩ đến các sự việc diễn ra trên bến Gián Khẩu nay đã vật đổi sao dời. Chuyện mang màu sắc hoài cổ, hư hư thực thực, lẫn chút bóng dáng lịch sử, gợi niềm tiếc nhớ vị anh hùng dân tộc Nguyễn Trãi. Cốt truyện của truyện ngắn này khó nắm bắt, đây là truyện ngắn trữ tình có tình huống tâm trạng.

Trên khúc sông Tam Cờ cũng là một truyện ngắn mang màu sắc hư hư thực thực cùng tâm trạng tiếc nhớ về một thời oanh liệt của Chúa Bầu Vũ Công Mật cùng tích 99 con phượng hoàng về đậu nay chỉ còn là phế tích khi lịch sử đã sang trang, đất xưa cũng thay đổi tên từ Kiệt Thạch thành Kỳ Thạch từ lâu.

Đọc *Đồng hồ* của Vũ Xuân Tửu, tâm trạng của cô Thắm trong truyện là mối quan tâm lớn nhất. Cô Thắm lấy chồng là anh thợ cày cục mịch chỉ biết làm, không biết nói lời hay với vợ trong khi cô vừa xinh đẹp lại có chút học vấn. Thắm chán chồng, mê văn nhân (vì văn nhân nói hay, viết hay). Khi ở bên văn nhân, dù cả hai cùng đeo đồng hồ nhưng họ không hề quan tâm tới thời gian đang đi qua. Họ chỉ quan tâm tới cái đồng hồ sinh học của họ không chỉ thời gian đã muộn mà luôn chỉ thời gian yêu đương để họ được bên nhau mãi. Tâm trạng của kẻ đang yêu được Vũ Xuân Tửu khai thác triệt để trong truyện ngắn này.

Một sự Xtret lại kể một câu chuyện không có chuyện mà chỉ có tâm trạng tiếc nhớ con chó Mèo khôn nuôi đã lâu của anh cán bộ đã có thời gian công tác ở vùng cao Hà Giang bị dứt xích đi mất . Sự gắn bó giữa người và vật đến mức chủ hiểu cả tính nết, hoạt động của nó nên việc mất *"người bạn"* này đã khiến nhân vật "tôi" đau khổ vô cùng.

Chùm ba truyện ngắn *Cánh chân sào, Yếm thắm, Con chim lửa* kể về câu chuyện tình giữa người đàn bà chủ thuyền vận tải đường sông với một chàng trai chân sào có nhiều tình tiết mang dáng dấp liêu trai tưởng chỉ là chuyện mây mưa thoáng chốc nhưng hóa ra là tình sâu nghĩa nặng suốt một đời. Tình cảm của anh chàng chân sào với bà chủ sâu đậm tới mức khi bà đã chết, anh bí mật mang bà về chôn trong vườn nhà, mang yếm thắm của bà gối đầu hằng ngày, tơ tưởng khôn nguôi. Tình cảm của bà chủ dành cho người tình sâu sắc tới mức khi chết đi rồi, bà còn hóa thành bướm trắng, đom đóm, chim lửa về quấn quýt với anh. Cái chết đã không thể chia lìa nổi tình yêu của họ dành cho nhau.

Một mình với nến và... lại cho người đọc nhận ra tâm trạng của một kẻ yêu đơn phương nhưng vô cùng lãng mạn, say đắm và rất đáng được trân trọng.

Xóm cũ kể lại chuyến về thăm xóm cũ của nhà văn, dù có sự đối lập hoàn toàn giữa đời sống nông thôn với thành phố nhưng tình cảm của vợ chồng anh Dụng (người quen cũ) với nhân vật "tôi" vẫn vẹn nguyên, khiến "tôi" cảm thấy ấm áp như người thân trong gia đình.

Trăng sáng đồi chè lại phản ánh tâm trạng day dứt, ân hận của cô Thảo, thái độ trân trọng, tôn thờ, tin tưởng đến mức ngưỡng mộ của bà Thảo đối với chồng là anh Phúc (rất nhân hậu, vị tha với lỗi lầm của người yêu).

Người đàn bà trên ti vi khiến người đọc cảm động vì tình cảm của anh chàng trợ lý giám đốc một doanh nghiệp nọ mang lòng yêu thương người đàn bà đẹp là phát thanh viên trên truyền hình. Anh cảm nhận được cả những niềm hạnh phúc trong công việc cũng như nỗi bất hạnh mà hằng ngày cô phải gánh chịu nhưng chỉ biết thương cô mà không dám thổ lộ. Chỉ đến khi cô không may bị tai nạn giao thông, anh mới đến, trao cho cô sợi dây chuyền và chiếc nhẫn để cô trang điểm cho đẹp khi đi sang cõi khác, vì hằng ngày, anh thấy cô trên truyền hình, dù rất xinh đẹp nhưng thường không bao giờ mang theo trang sức.

Chuyện ở bản Pi át là một câu chuyện kể về số phận người lính trong chiến tranh, dẫu mô típ chuyện đơn giản, giọng kể nhẹ nhàng, thủ thỉ, nhưng nó không đơn thuần là bài ca lãng mạn về chiến tranh. Đó là sự mất mát, là sự hy sinh gian khó, là sự khắc nghiệt của chiến tranh với người lính. Nhưng đằng sau nó là tấm lòng, là tình cảm trân trọng của những người sống dành cho người đã hy sinh thật cảm động, ân tình.

Bí mật cuốn gia phả xuất phát từ tình huống *"có một không hai"*: không có con, Hộ cho vợ đi "thả cỏ" bằng cách đi tìm người đàn ông có khả năng sinh con đưa về nhà cho ngủ với vợ. Không ngờ, sau này, ông ta luôn bị ám ảnh vì nhìn thấy mặt thằng bé và đau khổ vì điều đó. Hạnh phúc gia đình Hộ bị rạn vỡ vì một quyết định không đúng của ông ta.

Đi tìm cuốn sổ hát then khiến người đọc trân trọng tấm chân tình của người thầy giáo già không chỉ hết lòng với các thế hệ học trò miền núi xa xôi mà còn có trách nhiệm trong việc lưu giữ, bảo tồn làn điệu hát then của dân tộc Tày nơi đây. Thế nhưng, điều đau lòng nhất, đó là, ông lại chết tại chính nơi đã gắn bó suốt thời trai trẻ bởi "quả lựu đạn thối" của chính cậu học trò ngày xưa ông từng yêu thương, người đã cùng ông đi sưu tầm những làn điệu hát then của người dân nơi đây. Một thông điệp cho sự mai một của các yếu tố văn hóa ở ngay cái nôi của nó.

Như vậy, thông qua ba dạng tình huống xuất hiện trong hầu hết truyện ngắn ở chặng đầu của nhà văn Vũ Xuân Tửu, có thể thấy: dù còn có một vài tình huống chưa thật tiêu biểu, *"chưa chắc tay"* ở tập truyện ngắn đầu tay *Tầm phào* nhưng về cơ bản, các tập truyện ngắn của ông đã *"điểm huyệt"* chính xác (cách dùng từ của nhà văn Nguyên Ngọc) thực hiện bằng cách *"nắm bắt trúng những tình huống cho phép phơi bày cái chủ yếu nhưng lại bị che giấu trong muôn mặt cuộc sống hằng ngày"* [43; tr 114).

2.1.2. Chi tiết nghệ thuật trong truyện ngắn Vũ Xuân Tửu

Chi tiết nghệ thuật được xem như linh hồn của một văn bản nghệ thuật. Muốn hiểu, nắm chắc văn bản, phải hiểu rõ chi tiết nghệ thuật.

Trong tác phẩm văn chương, chi tiết có thể nhỏ về quy mô, tầm vóc nhưng nó chứa đựng tư tưởng lớn, tình cảm lớn. Tất cả các nhà văn vĩ đại đều tập trung xây dựng hình tượng nghệ thuật từ những chi tiết nhỏ, đặc sắc. Trong truyện, nhờ chi tiết mà cốt truyện được triển khai và phát triển đầy đặn, thông qua chi tiết mà cảnh trí, tình huống, tính cách, tâm trạng, hình dáng, số phận của nhân vật được khắc họa và bộc lộ đầy đủ. Nhiều chi tiết trở thành những điểm sáng thẩm mĩ của tác phẩm, có vị trí không thể thiếu trong sự phát triển của cốt truyện, gắn liền với những bước ngoặt trong cuộc đời, số phận nhân vật. Thiếu chi tiết là thiếu sự đặc tả, thiếu tính cụ thể, truyện sẽ trở nên nhạt nhẽo, hời hợt, thiếu sức hấp dẫn.

Nhiệm vụ của người cảm nhận chi tiết trong văn xuôi nhất thiết phải hiểu rõ các chi tiết đóng vai trò gì trong mạch truyện, trong diễn biến tính cách, số phận nhân vật. Nói cách khác là phải luôn gắn chi tiết với tổng thể để thấy được tính thống nhất của một chỉnh thể nghệ thuật. Quan trọng hơn là qua đó, hiểu được ý đồ nghệ thuật, đọc được tư tưởng, tình cảm nhà văn muốn gửi gắm, đồng thời, thấy được tài năng sáng tạo của người cầm bút.

Trong truyện ngắn của Vũ Xuân Tửu, người đọc không chỉ bắt gặp vô cùng nhiều chi tiết mà còn có nhiều chi tiết đắt giá. Đánh giá về điều này, nhà văn Ma Văn Kháng có nói về sự *"dày đặc chi tiết"* trong truyện ngắn của nhà văn như sau: *"Làm cái anh viết truyện ngắn mà kiếm được một chi tiết đắt kể cũng là thành công, là có khả năng nhặt những hạt vàng trong cuộc sống. Ấy vậy mà cái anh Vũ Xuân Tửu - nhà văn mang sắc phục công an ở xứ Tuyên lại nhặt được khá nhiều vàng…"*[21].

Các chi tiết trong truyện ngắn của Vũ Xuân Tửu được thể hiện trong hai đặc điểm sau:

2.1.2.1. Truyện ngắn Vũ Xuân Tửu "dày đặc chi tiết"

Thông thường, các nhà lý luận văn học cho rằng: nếu ôm đồm nhiều chi tiết thì tác phẩm sẽ rối rắm, rườm rà, giảm giá trị thẩm mỹ của tác phẩm thế nhưng truyện ngắn của Vũ Xuân Tửu lại không khiến khán giả khó chịu, ngược lại rất thú vị khi được tiếp cận các chi tiết trong truyện ngắn của ông. Truyện ngắn của Vũ Xuân Tửu nhiều chi tiết đến mức *"dày đặc"*, thể hiện rõ khả năng quan sát tinh tế, kỹ càng của ông, sự am hiểu thuần phong mỹ tục của người dân đồng bằng Bắc bộ đến đồng bào các dân tộc thiểu số, khiến người đọc bị cuốn hút bởi chúng.

a. Các chi tiết miêu tả nhân vật

Nhân vật trong truyện ngắn của Vũ Xuân Tửu đa dạng, sống động nhiều màu sắc nhưng thâm trầm, tỉ mỉ, tinh tế. Mỗi nhân vật trong truyện của ông luôn được gắn với những chi tiết rất thú vị.

a1. Đối với nhóm nhân vật nữ

Vũ Xuân Tửu thường chú ý vài chi tiết nổi bật, dành những ngôn từ chỉ cái đẹp cho họ như mỹ nhân trong *Trên khúc sông Tam Cờ*: *"người con gái mặc áo vàng, cổ đeo chuỗi ngọc trai, mặt tròn vành vạnh như trăng rằm, tóc dài buông xoã"* [55; tr 20]; cô gái Mùi Say (dân tộc Dao Đeo Tiền) có*"tiếng nói cũng thơm thơm, ...,tấm lưng thon, hàng cúc bạc như đôi vầng trăng khuyết"* [56, tr 5]; cô Ngàn nổi bật giữa những người gánh vã cát với *"vai tròn, gót đỏ"* [56, tr 11]; cô Mỷ *"đẹp như tiên sa...má đỏ au và thơm như táo chín, môi đỏ mọng như hoa đào ngậm sương, mắt nhìn thăm thẳm như thu biên thùy, cánh tay trắng ngần.."*[55, tr 51]; cô Nhình *"chuyên cần làm việc như một con ong. Năm mười ba tuổi đã có nương bông riêng (...)Da như trắng hơn, lông mày như đen hơn, ngực nổi cao hơn trong lớp áo dài* *đen, mắt cũng như sáng hơn và cũng hay dỗi hờn hơn trước". "Năm Nhình mười sáu tuổi, da trắng hồng, lông mày đen nhánh ươn ướt, mắt sáng long lanh và đằm thắm, má đỏ au, ngực nổi cao và tròn trặn, ...mớ tóc sổ dài đến tận gấu áo."* [55, tr 56]; cô phát thanh viên trên ti vi: *"má phớt hồng cánh đào phai, đôi mắt nhìn thăm thẳm, môi son bóng lên màu quyến rũ, mày kẻ chì cong như đang nhướng hỏi, ngực tròn đầy như núi Đôi ...Cổ kiêu ba ngấn...Dái tai tròn như cánh mộc nhĩ mà không đeo hoa tai."* [56, tr22].

a2. Đối với nhóm nhân vật người hành nghề mưu sinh thông thường:

Ông lão bán điếu, thợ cắt tóc, thợ khâu giày…, các chi tiết khi miêu tả nhân vật luôn gắn với các động tác, hoạt động nghề nghiệp rất cụ thể: đây là chân dung ông lão bán điếu tập trung hết tinh lực cho công việc:*"Ông lão tuổi cỡ lục tuần, thân hình vạm vỡ, nhưng cái miệng nhỏ thó như đồng xu. Khi ông lấy dao trích khoét lỗ tra nõ điếu, thì cái miệng của ông càng chúm lại như đang thổi bùi nhùi"* [54; tr3]; đây là chân dung ông Bức cắt tóc cẩn thận, tỷ mỉ từng tý để làm hài lòng khách: *"**quàng** cái khăn màu cháo lòng lên... , **kéo cổ áo** ra sau lưng, **buộc** khăn choàng..., cầm cái lược gỗ, **thong thả chải** tóc, rồi **ấn nhẹ** vào hai bên mang tai, **chỉnh** cho anh giáo nhìn thẳng vào gương treo trên gốc đa,...**ấn nhẹ** vào gáy anh giáo, chẹp miệng một cái, ngỡ như vừa tợp xong ngụm rượu, đầy vẻ khoái chí, **thong thả bấm** tông-đơ, lấy con dao cạo mỏng như lá lúa, **mài toanh toách** lên miếng da bò, **bơm mấy giọt nước** vào cái chén Tống, cáu bẩn những bụi ghét và vụn tóc, rồi lấy cái chổi lông **đánh sục** mấy tua vào miếng xà phòng thơm, chỉ còn mỏng dính như lưỡi mèo, **thong thả bôi** cái đám bọt ấy lên xung quanh chân tóc ở gáy, mang tai và mai, ..**bôi đi, quệt lại**; **rón rén cạo**, **nhẹ nhàng và cẩn thận, khẽ ấn** vào má ... Mãi đến khi cầm quả bóng cao su xịt nước hoa lên đầu anh giáo, ông Bức mới lại tiếp mạch chuyện"*; chân dung anh thợ khâu giày làm việc đến thành kỹ xảo: *"Cầm cái dùi ngạnh trê chọc mạnh vào đế giày, anh thợ lấy hai ngón tay luồn vào trong mũi giày để ngoắc chỉ. Hoàn toàn không nhìn thấy gì, chỉ là thói quen ước lượng, nhưng đã điêu luyện lắm rồi, nên đôi tay cứ thoắt thoắt, thoăn thoắt… Mỗi khi rút chỉ, hai bên khoé mép của anh thợ lại hằn rõ hai cái dấu ngoặc, làm cho khuôn mặt đã khắc khổ càng khắc khổ thêm. Những giọt mồ hôi ròng ròng tuôn ra, khiến những lỗ chân lông càng bị bào mòn và rộng huếch cả ra."*[56; tr 35] Các chi tiết đều cho thấy sự cẩn thận, nghiêm túc, trách nhiệm của những người gắn bó với những cái nghiệp mưu sinh vất vả, kiếm từng đồng mỗi ngày. Họ đều cố gắng giữ chữ *"tín"* với khách qua cách làm việc của mình.

Vũ Xuân Tửu bỏ công sức quan sát thật kỹ càng kỹ thuật sao chè truyền thống: *"Chờ cho chảo nóng, Thảo lui cui vào xó bếp, bốc ra một rổ chè và đổ ụp vào lòng chảo, rồi thong thả dùng hai đũa cả, to như bơi chèo thuyền thúng, mà đảo qua đảo lại. Tiếng đũa sục xuống đáy chảo sàn sạt, vang lên trong đêm thanh. Khói bếp bốc qua ống khói, cuốn bằng sắt tây, phun ra sau bếp lò, làm cho bức vách đen sì như thể treo cái khăn thâm. Hơi nước bốc lên ngùn ngụt từ những búp chè, toả mùi ngai ngái, nồng nồng, khiến đôi mắt lá dăm của Thảo cứ phải nheo nheo như ngủ gà."* [56; tr 15]

a3. Đối với nhóm nhân vật háo danh

Ông chỉ thẳng các đặc điểm của hạng người này qua các chi tiết đặc trưng: Khổng Tiểu *"là kẻ hám danh, lúc nào trong túi cũng có bút và dao nhọn. Bút dùng để gặp giấy thì ký tên mình, dao nhọn dùng để khắc tên mình lên bàn ghế, lên gốc cây, lên hang đá... Nên khắp vùng chỗ nào cũng thấy tên: Khổng Tiểu, Khổng Tiểu, Khổng Tiểu..."*[55; tr 30]; Khổng Trung *"vốn là anh thợ vẽ, nhưng lại có mộng làm quan,"* lại còn biết lý lẽ *"làm thợ mới cần tu nghiệp, làm thầy mới cần học hành, còn làm quan trên thế gian này thì chỉ cần biết quản cho chặt là được."*[55; tr 28]; ông Hội Văn Nghị lại có đặc điểm: *"đi họp đã có nhiều thâm niên. Sổ họp của ông phân thành ba loại: Loại một, chuyên dùng họp cơ quan. Loại hai, chuyên dùng họp đoàn thể. Loại ba, chuyên dùng họp hội nghị các ngành. Loại này sổ đẹp nhất, bìa da đã sờn, nhưng ruột trắng còn dày, vì ông chỉ ghi tiêu đề hội nghị, ghi lời huấn thị của thượng cấp và lia bút khi phát hiện có ca-mê-ra đang hướng tới khu vực ông đang an toạ."* [55; tr 27]; chân dung lão bán muối: *"Thằng cha ấy, đến giọng nói cũng mặn mà, làm gì đàn bà chẳng muốn nếm náp."* [56; tr 62]; chân dung lão già lập nên làng Vực Vại tìm mọi cách bỉ ổi nhất để hy vọng sau này mình sẽ trở thành Thành Hoàng làng: *"cho dựng miếu bên bờ vực, kín đáo chuẩn bị sẵn một chỗ cho mình (...) nghĩ kế triệt tận đường làm muối của lão buôn muối cho biết tay", "Thỉnh thoảng, lão lại bó gối ngồi thu lu, hút thuốc lào, vểu mỏ lên mà nghĩ cảnh hương khói bay quanh mình trên bệ thờ, lại đắc ý cười tủm(...) thấy tay bán muối ngồi xếp bằng, ngửa hai bàn tay đặt lên đầu gối, ra chiều đức cao vọng trọng, khiến lão giật mình. Đấy, thế mới ra dáng ngồi bệ thờ chứ. Thế là lão âm thầm ngồi luyện, có khi mỏi mệt, buồn ngủ, ngã lăn ra mới thôi. Lại nghe người ta mách, tượng thờ thì tai to lắm. Khốn nỗi, lão tai chuột, thế lão lại len lén tự kéo tai mình, đến nỗi chảy cả máu, như bị chó đớp.*[56; tr 61, 62] Ngòi bút Vũ Xuân Tửu sắc sảo, vừa tạc nên chân dung những nhân vật này đồng thời cũng lại bôi xóa chúng rất mạnh tay.

a4. Đối với nhóm nhân vật người hành nghề có qua trường lớp:

Vũ Xuân Tửu có cách thể hiện chân dung họ qua những chi tiết vừa buồn cười vừa thú vị.

Chân dung ông luật sư già, được nhà văn miêu tả trong *Chữ ký*: từ các đồ vật trong nhà rất cũ kỹ:*"khề khà với quả bầu khô trên ban thờ, thong thả mở nút lá chuối khô, bốc ra một nắm chè móc câu, từ từ bỏ vào cái ấm có vẽ hình Cột cờ trên bến Hiền Lương, rồi rót nước từ cái phích vỏ nhôm, nút gỗ vào cái ấm và chậm rãi đậy nắp ấm, nắp ấm có dây an toàn buộc vào quai ấm. Sau đó ông nhìn cái đồng hồ Gi-mi-cô để đúng bốn phút, mới rót ra hai cái chén"* [54; tr 10]; tới những tài liệu cũ nát: *"Ông sốt sắng mở ra toàn* ***sách luật*** *loại* ***bìa giấy mỏng, nền vàng, chữ tím****. Một* ***vài con gián và mọt sách bị động chạy ra****...Tôi thấy ở góc mỗi quyển sách, đều có chữ ký khá nắn nót của ông."* [54; tr 10]. Các chi tiết tưởng như chả có gì quan trọng đã làm hiện lên chân dung ông luật sư cũ kỹ, cổ hủ, không chịu cập nhật kiến thức mới, không áp dụng được trong đời sống hiện tại nhưng luôn miệng khoe kiến thức luật uyên bác của mình.

Còn đây là chân dung anh *“Quay làm”* trong đội chiếu bóng chỉ quen đi chiếu bóng và tán gái còn đi làm giúp dân thì: *“Tôi cầm chiếc cào cỏ nương uốn bằng lưỡi dao, nom như hình bàn tay khum khum, thận trọng cào cào vào đám cỏ bên gốc lúa, như mèo bới bếp, khóm lúa nghiêng đi.”* [56; tr 4]

Trong *Thanh kiếm cà là gỉ* có chi tiết anh cán bộ tiếp dân ở cấp xã thấy thanh kiếm gỉ thì lại tưởng cái thuổn, không coi đó là chuyện quan trọng, cho mang về nhưng anh cán bộ cấp trên lại cho đó là việc tàng trữ vũ khí trái phép, rất quan trọng, thậm chí còn về tận nơi để lấy thông tin, lại còn lập *“Sơ đồ khu vực ao nhà công dân Bưởng - Nơi tìm thấy vũ khí lạ”*. Anh ta làm căng, hết phê phán lại đến cao giọng, gằn giọng, dọa triệu tập khiến Bưởng chết khiếp vì tưởng mình phạm tội nặng với chính quyền: *“Tại sao cái việc tàng trữ vũ khí trái phép như thế, mà ở địa phương các đồng chí lại xem thường. Trong tình hình hiện nay, mà thiếu cảnh giác cách mạng đến thế là cùng!* (...); dọn giọng nhấn mạnh từng chữ: *tôi-sẽ-triệu-tập-anh-lên-huyện-làm-việc-cho-rõ-ngọn-ngành-vụ-này.*

Đoạn, anh “Tam thập” rút tờ giấy khống chỉ in sẵn “Giấy triệu tập”, phía dưới có hình con dấu màu đo đỏ, tròn tròn, mờ mờ và ghi: “Công dân B”. [54; tr 18;19] Chuyện chả đâu vào đâu nhưng vốn ít học, lại thấy cán bộ quát nạt, làm lớn chuyện, vợ chồng Bưởng phải dúi cho anh cán bộ cấp trên sợi dây chuyền cho qua chuyện. Cách suy nghĩ của loại cán bộ “*phải làm cho hắn sợ mà không dám tố cáo, không được phép khinh nhờn*” đã biến anh cán bộ cấp trên thành hạng sâu mọt trong xã hội.

b. Các chi tiết tả phong tục tập quán của các dân tộc khác nhau

Đối với nhóm truyện viết về người dân tộc thiểu số, Vũ Xuân Tửu lại tập trung vào các chi tiết khắc họa những nét riêng trong kinh nghiệm, tập quán, phong tục, cách thức tiến hành.. của từng dân tộc khiến truyện hấp dẫn, thú vị.

Đó là cách tỏ tình của trai gái Mông qua tiếng kèn lá. Thầy giáo người Kinh đầu tiên chỉ học thổi kèn lá cho vui nhưng khi đã biết thổi, anh đã biết dùng tiếng kèn lá để tỏ tình với con gái Trưởng bản. Chỉ riêng việc gặp người trai Kinh đẹp trai, lại là thầy giáo, Mỷ đã ưng cái bụng lắm rồi. Giờ, người trai ấy lại còn biết thổi kèn lá, nói trúng cái bụng mình, cô gái Mông không đi đâu ra khỏi bản ấy đã dành cho thầy giáo tình yêu tuyệt đối.

Đây là nét đẹp trong văn hóa người Mông: *“Ngược dốc, Mỷ đẩy tôi lên ngựa, rồi nắm đuôi ngựa mà chạy theo. Khi ngựa qua sườn núi, Mỷ ngồi gọn trong lòng tôi, trên lưng ngựa.”* [55; tr 54]

Ông hiểu cả cách diễn đạt của người Mông: *“Có lần, tôi ra bài tập toán cho thằng Páo lớp trưởng: ông Mí Tủa đi nương, mang về sáu quẩy tấu ngô. Chị Mỷ (chị của Páo) cũng đi nương và mang về ba quẩy tấu ngô nữa. Hỏi nhà Páo có mấy quẩy tấu ngô? Trong khi thằng Páo còn đang loay hoay tính toán, thì con bé lớp dưới đã nhanh nhảu đứng dậy trả lời: “Bằng cái ngô phạt đứa gái bỏ học”.* [55, tr 51,52] khiến người đọc thú vị, bật cười vì những điều rất đáng yêu, cách trả lời bất ngờ nhưng chân thật mang đậm chất người Mông của bọn trẻ trong đó.

Ông quan sát, tìm hiểu cả cách chọn dao phát nương của người dân miền núi: *"Chọn dao tư là vừa, tức là lưỡi dao dài bằng bốn bàn tay đặt ngang. Sau đó, nhìn dọc hai bên lưỡi xem có vết nứt không, nếu có vết nứt là ngậm than, chưa chặt đã mẻ. Rồi xem dao có bị non hay già, lướt nhẹ lưỡi dao trên móng tay hoặc trên mái tóc, nếu bị mắc là non, nếu lướt êm là già. Dao non thì dễ mài nhưng chóng cùn, dao già khó mài nhưng sắc lâu."*[54; tr 13]

Ông còn tìm hiểu cả cách phát nương của đồng bào các dân tộc thiểu số ở vùng cao để đưa vào những trang văn sinh động, nhiều màu sắc văn hóa:*"Hôm đầu đi phát nương, tôi chui ngay vào giữa bụi, chặt phá liên hồi mà cây nó dựa vào cây kia không đổ được. Sau đó, tôi phải xuống chân đồi, phát dần lên. Cây chặt hai phần ba phía cần cho đổ, rồi sang phía bên kia nhích lên khoảng gang tay, chặt vài nhát là cây đổ theo ý muốn, phủ đều mặt nương. Sau khi đốt nương, chọc lỗ bỏ thóc, rồi lấy chân lấp tro lên, thì chim mới không ăn hạt giống."* [54; tr 13]

Những chi tiết tả công việc của một cô gái Tày chuẩn bị cho việc về nhà chồng: *"Nhình chuyên cần làm việc như một con ong. Năm mười ba tuổi đã có nương bông riêng. Con gái bản tôi, cứ độ mười sáu, mười bảy tuổi là đã lấy chồng. Các cô gái đi lấy chồng, phải mang của hồi môn về nhà chồng, cho mỗi người trong nhà một bộ chăn gối thổ cẩm và làm riêng cho chồng một đôi giày thổ cẩm. Chăn bông thổ cẩm thì người người gầy đắp cũng ấm, mà người béo đắp lại càng ấm. Gối thổ cẩm thì người lớn gối cũng êm, mà trẻ con gối lại càng êm."* [55; tr 56]

Còn đây là văn hóa của người Dao Quần Trắng hiện lên qua chân dung cô gái: *"Cô ta béo trắng, má đỏ hây hây,* ***lông mày cạo nhẵn****,* ***vòng bạc nhỏ*** *đeo cổ tay,* ***vòng bạc to*** *đeo cổ áo.* ***Vòng bạc trắng*** *nổi bật trên nền* ***yếm hoa****.* ***Hoa văn*** *bằng chỉ màu thêu trên vải bông những* ***đường kỷ hà, những con thú cách điệu****."* [55; tr 8]

Ông quan sát rất kỹ và đưa vào truyện ngắn của mình các chi tiết của đủ các ngành nghề, công việc. Ông hiểu cách chọn trâu: *"Trâu mộng có quý tướng: Sừng cánh ná, mõm gầu giai, tai lá mít, đít lồng bàn"*[56, tr 65]; cách người ta trị thói ngông nghênh của trâu mộng được miêu tả thật sinh động: *"hắn dắt ra giữa đồng, trật khăn mỏ rìu ở trên đầu mà bịt mắt trâu mộng lại, rồi buộc chùm gai bồ kết vào đuôi. Đoạn, hắn phát mạnh một cái vào mông. Trâu mộng tưởng như mọi khi, liền quật đuôi đánh đét một cái để thị uy, liền bị gai bồ kết cắm vào mông, đau điếng, tức thì lồng thếch lên. Cái đuôi lại rơi vào giữa khoeo chân, khiến nó dựng đứng hai chân sau, như thể định vọt thẳng lên trời. Bị bịt mắt nên không nhìn thấy gì, nó vấp phải cái bờ ruộng, ngã chổng kềnh. Lúc lồm cồm bò dậy, lại bị gai bồ kết chọc nhức nhối. Cứ như vậy, hết lồng lại ngã, khiến nó mệt lử cò bợ, xùi bọt mép, gục đầu xuống, chổng đuôi lên như lá cờ xin đầu hàng. Đến lúc đó, hắn mới nhẹ nhàng đi tới, gỡ chùm gai bồ kết ra, tháo khăn, gỡ thừng cho xuống sông tắm rửa kỳ cọ, rồi lại dắt lên gốc đa cho ăn bó cỏ non đã để sẵn từ lúc nào. Con trâu mộng vừa nhai cỏ, vừa lấm lét nhìn hắn."*[56, tr 65]

Cách huấn luyện chó mới bắt về bằng kinh nghiệm của các cụ người Kinh cũng được đưa vào truyện ngắn *Một sự Xtret*: *"nhổ cho nó liếm ba bãi nước bọt, rồi lấy cái que, nín thở đo đuôi, lặng lẽ mang ra bỏ ở góc tường, xa cơ quan (...) để khỏi quên chủ, (...) để nó khỏi đại tiện vô tổ chức kỷ luật"*.[55; tr 35]

Ông còn dành thời gian tìm hiểu cả cách thức chặt hạ những cây gỗ nghiến cứng như sắt trên rừng của người dân tộc thiểu số: *"Gỗ nghiến già thì bổ rìu vào gốc khác nào chém vào đá. Tôi phải gom cành khô lá héo chất vào gốc mà đốt. Gỗ nghiến tươi khó bắt lửa lắm, nhưng khi đã cháy thì mưa cũng không tắt. Ban ngày, tôi đứng dưới chân núi, thấy khói như sương mù bốc lên tán lá; ban đêm, ngồi trên nhà sàn nhìn thấy ánh lửa nhạt nhoà trên núi, thế là biết gỗ đang cháy, có thể ngồi uống rượu được rồi. Tôi khoẻ và làm giỏi, khi đốt cây nào cũng biết tính toán cho đổ xuống chân núi vào ban ngày, vừa đỡ công kéo lại vừa biết đường dập lửa. Khi cây đã đổ mà không dập tắt được lửa, thì dễ bị cháy mất chũa gỗ đẹp nhất. Đổ nước xuống không dập được, bốc bùn chét vào cũng không dập được. Ngọn lửa tắt, nhưng vẫn cháy âm ỉ trong ruột gỗ. Chỉ có lấy thân cây chuối mà chọc thì lại được."* [55; tr 57, 58]

Vũ Xuân Tửu chú ý quan sát cả những thứ ít giá trị như: "*cái gác bếp đen bóng bồ hóng, trên xếp ngổn ngang nào là cán rìu đẽo dở, đôi cặp bếp mới uốn, dây thừng trâu bằng hóp mới vặn, những thanh gầy ngâm làm đóm hút thuốc lào, bên cạnh lủng lẳng túi muối treo cho khô, túi hạt mùi làm giống và những sợi mạng nhện dính bồ hóng thõng xuống như những cái dây ngù vai đen nhẻm."* [55; tr 70,71] Những thứ tưởng như không quan trọng này gắn bó với người nông dân bao đời, nó cũng gắn bó với những gì chân chất, tốt đẹp mà người thành phố không thể có được. Và nó mang lại một cảm giác bình yên, ít thay đổi mà rất thân quen, ấm áp của người dân xóm cũ dành cho nhà văn khi trở lại.

c. Các chi tiết nóng và lạnh trong truyện ngắn của Vũ Xuân Tửu

Trong truyện ngắn của Vũ Xuân Tửu cũng có đầy đủ các *chi tiết nóng* và *chi tiết lạnh* như sáng tác của các nhà văn khác. Các chi tiết này được nhà văn xếp đan xen lẫn nhau trong các câu chuyện, góp phần làm nổi chủ đề của truyện.

c1.Chi tiết nóng

Đó là những chi tiết thường được trở đi trở lại, được nhà văn khắc họa kĩ, nằm trong mạch chính của văn bản nghệ thuật.

Tấm ảnh *"cô gái đánh cu-lơ, đôi má đỏ như gấc"* xuất hiện hai lần trong truyện ngắn *Thợ cắt tóc truyền đời*. Lần thứ nhất, lúc đó, anh giáo còn trẻ, mượn chuyện đến cắt tóc để lân la làm quen cô con gái ông Bức, đánh rơi ảnh khi cắt tóc. Lần thứ hai, tấm ảnh được nhắc đến khi người cháu nội ông Bức nối nghiệp gia truyền mở hiệu cắt tóc, khi đó *"cô gái"* năm xưa đã là bà ngoại cu Phức. Không dùng lối kể thời gian dài dòng, chỉ cần nhắc đến tấm ảnh lần thứ hai, tác giả đã cho người đọc thấy cái sự *"vật đổi sao dời"* trong truyện. Chính cô gái này đã góp phần làm nối dài truyền thống cắt tóc của gia đình và nối dài phần biên niên của gia đình truyền đời cắt tóc.

Nhiều chi tiết trong ba truyện ngắn *Cánh chân sào, Yếm thắm, Chim lửa* được sử dụng lặp lại đầy ẩn ý. Anh chân sào thương yêu bà chủ thuyền, được bà thương yêu lại. Hiềm một nỗi, bà không thể bỏ con để đi theo anh chân sào được. Tình yêu ấy đứt đoạn nhưng họ vẫn yêu nhau, dù xa cách âm dương.

Chi tiết *cuộng hành* được lặp lại ba lần trong truyện ngắn *Cánh chân sào*. Ở đầu truyện, cuộng hành chỉ để *"bọn trẻ ngắt những cuộng hành trong vườn, để thổi kèn te te"* [55; tr 38] khi vui chơi, vô tư, không mang ẩn ý gì (trẻ em ngày xưa ít có điều kiện vui chơi, nên có gì trong tay là thành đồ chơi của chúng). Sau khi phải lòng bà chủ nhưng không thể cùng chung sống, anh chàng chân sào lên bờ, rời xa người tình, nhưng mỗi khi *"thấy con thuyền xưa qua bến, tôi lấy cuộng hành thổi te te"* thì lúc đó, tiếng kèn hành như để nhắc người tình trên thuyền rằng mình vẫn luôn nhớ. Sau khi bà chủ chết, anh chân sào bí mật chôn trong vườn nhà, trồng hành lên đó, khi anh ta *"ngắt một cuộng thổi tò tò te te"* thì dường như cuộng hành chính là tâm hồn người đàn bà anh yêu thương đang ở cùng anh, hiểu mọi nỗi lòng của anh:*"khi lòng tôi vui, tiếng kèn hành tựa như lời hát ca. Khi lòng tôi buồn, tiếng kèn hành tựa như lời khóc than"* [55; tr 43] Âm thanh *"te te"* của kèn hành cả ba lần đều giống nhau nhưng tâm trạng của anh chân sào năm xưa mỗi lần một khác. Rồi khi hành tốt, anh chân sào *"không bán bao giờ. Thỉnh thoảng, tôi thả xuống sông hàng bè. Bè hành luẩn quẩn ở bến nước một lúc mới trôi xuôi. Khi bè hành trôi xa xa, thì có con chim lửa đỏ như yếm thắm bay ngang, kêu lên mấy tiếng thao thiết cả một khúc sông. Bao giờ tôi cũng đứng ngóng cho bè hành và con chim lửa khuất bóng, mới cất bước vào nhà."*[55; tr 43]. Dẫu có những yếu tố huyền bí trong cách kể chuyện, người đọc không thể không xúc động trước hình ảnh biểu thị sự quyến luyến, yêu thương, gắn bó của người tình năm xưa với anh chân sào dù âm dương cách trở.

Chi tiết yếm thắm cũng được lặp đi lặp lại nhiều lần trong truyện ngắn *Yếm thắm* và *Chim lửa*. Từ *"yếm thắm"* được nhắc đi nhắc lại tới 20 lần. Lúc thì gọi là *"dải yếm thắm", "cái gì đó màu đỏ, từ khoang thuyền vương xuống dòng sông"* lúc thì gọi là *"người mặc yếm thắm", "người yếm thắm", "gối yếm thắm"*. Nó chính là vật kết nối tình yêu của hai người (dù không được gặp mặt) vô cùng khăng khít, bất ly thân, thấy vật như thấy người đối với anh chân sào nọ.

Chi tiết con chim lửa xuất hiện cuối truyện *Yếm thắm* và trong cả truyện *Chim lửa* lại mang những ý nghĩa mới. Thứ nhất, hình ảnh chim lửa có tác dụng kết nối hai truyện lại với nhau như là hai phần của một câu chuyện. Thứ hai, các dạng thức biến hóa của bà chủ: đám hành, con bướm trắng, con đom đóm, con chim lửa cho thấy sự gắn bó khăng khít, sâu sắc của mối tình đau khổ này. Bất cứ lúc nào, ngày cũng như đêm, bà vẫn luôn ở bên người tình yêu dấu của mình, quấn quýt không rời xa. Dường như, dưới các dạng thức khác nhau ấy, bà chủ mới có thể tỏ lòng và đền đáp cho người mình yêu một cách thắm thiết, ân tình nhất, mọi nơi, mọi lúc.

Chi tiết *"gió thuôn thuôn"* cũng là một chi tiết đầy tình ý. Để thể hiện tình yêu của mình với anh chân sào, bà chủ ướm thử tình yêu của anh chàng bằng cách nhờ *"sửa hộ người ta cái dải yếm"* và nhờ thử giải cái câu: *"Gió thuôn thuôn...", là gió thế nào ấy nhỉ?"* trong khi hằng ngày ông chồng của bà ấy đọc suốt:

"Gió thuôn thuôn anh luồn vào vú
Hỏi cô mình có thú hay không? "

Cùng một hành động nhưng với người này là chịu đựng, với người kia lại là khao khát. Cách thể hiện chi tiết này của Vũ Xuân Tửu cho thấy, sự từng trải cho phép ông mổ xẻ tâm lý nhân vật rất tinh tế.

Trong *Một sự Xtret*, chi tiết con chó mèo khi ở với ông Vản Sùng, cứ *"cán bộ vào thì chó sủa, còn người Mông sang thì nó nằm im"* nhưng khi về ở với anh lại ngược lại: *"khách cán bộ thì không sao, nhưng khách là dân mặc áo chàm đến thì chúng làm ầm ĩ cả lên"* [55; tr 36] cho thấy: đến con vật, khi thay đổi môi trường sống, cũng bị thay đổi theo.

Các chi tiết nóng trong truyện ngắn của Vũ Xuân Tửu thường rất đắt. Nó không chỉ nổi bật lên trên các chi tiết khác trong tác phẩm mà trong phạm vi một "khoảng khắc", một khúc đoạn của thiên truyện, nó đã hỗ trợ vô cùng đắc lực cho chủ đề, cho quan niệm, cho thái độ của nhà văn gửi gắm trong đó.

c2. Chi tiết lạnh:

Đó là những chi tiết không nằm trong mạch chính của truyện mà chỉ xuất hiện thoáng qua, nhà văn không tập trung cho chi tiết nổi lên nên khó viết và người đọc hời hợt rất dễ bỏ qua. Chi tiết lạnh thường mờ nhạt, tưởng thoáng qua nhưng rất đáng kể và có sức công phá rất lớn.

Chi tiết may giày cho chồng trước khi cưới của cô Nhình trong *Cầu vồng trên núi Pù Tiên* là một chi tiết như thế. Tưởng như đó chỉ là một chi tiết thoáng qua trong truyện nhưng đây lại là một chi tiết rất thú vị. Việc của các cô gái Tày trước khi về nhà chồng là ngoài chăn, gối bông dệt thổ cẩm mấy bộ, còn phải có đôi giày thêu cho chồng. Nhà văn hiểu: " *Nhưng giày thì khó. Biết chồng là ai, chân to hay chân bé mà làm giày trước? Nếu giày to, chân bé thì độn thêm đôi tất sợi. Nhưng giày bé, chân to thì không thể đẽo chân đi được"* [55; tr 56] Thế nhưng cô Nhình trong truyện đã làm một việc rất to gan: cô đo mẫu chân người mình yêu để thêu giày thổ cẩm cho chồng sắp cưới khiến cho *"hôm cưới, chồng Nhình chân nhỏ, đi không vừa giày thêu, vừa xấu hổ, vừa bực tức... đi giày rộng, lê chân lệt xà lệt xệt"*[55; tr 58] nên hắn không thể bế được cô trên đường đón dâu (vì cô kêu đau bụng), phải nhờ chính người cô yêu (có mặt trong đoàn rước dâu) bế hộ. Thế là cô được thỏa một phần ước nguyện: dù không lấy được người mình yêu (vì phải lấy người đã có ơn với gia đình), nhưng cô vẫn được người mình yêu ôm ấp, bế bồng trên tay trong chính ngày cưới; cô vẫn hoàn thành những việc cần làm cho chính người yêu mình (mang chăn gối bông thổ cẩm cùng đôi giày thêu đúng kích cỡ chân người mình yêu đã làm sang nhà người yêu). Với Nhình, đó mới thật là hạnh phúc trong ngày cưới của cô, dù nó rất ngắn ngủi. Trong tình huống ấy, việc Nhình chuẩn bị đôi giày cưới cho chồng như một chức phận hết sức bình thường như mọi cô gái Tày khác đã trở thành một *"âm mưu hoàn hảo"* để cô được ở bên người yêu mình một cách hợp lý và hợp cả tình nhất, ngay cả *"con sâu bông"* là chồng cô đầy mưu ma chước quỷ cũng không thể phát hiện ra. Hắn chỉ phát hiện ra mọi chuyện khi đêm tân hôn, cô gọi tên người yêu mình mà không cam lòng ăn ở với hắn.

Chi tiết *"cái túi thổ cẩm nhỏ nhỏ xinh xinh, bên trong có chín quả bông khô héo và một cái kim khâu đã luồn chỉ, thắt lại mười sáu nút..."* [55; tr 58] mà Nhình để lại cho người mình yêu như một lời trách móc cũng có thể được coi là một chi tiết lạnh. Chín quả bông khô héo gợi nhắc kỷ niệm đầu tiên của hai người gặp nhau đi bắt sâu bông. Cái kim khâu đã luồn chỉ, thắt lại mười sáu nút là Nhình muốn thể hiện mong ước *"khâu"* đôi trai gái lại với nhau (con gái 9 vía, con trai 7 vía). Ước nguyện lớn lao, sâu sắc, đớn đau ấy không thể thực hiện được vì Nhình phải đi lấy chồng gán nợ. Ngay cả khi cô bị nhà chồng trả về, cô cũng không thể quay lại với người mình yêu được nữa, vì đã thất tiết. Chi tiết này đã khiến người yêu Nhình và cũng chính là người cô yêu đau khổ cả cuộc đời.

Truyện ngắn *Nhà cửa, giường chiếu* suy cho cùng là một truyện viết về chủ đề gia đình không phải dạng tiêu biểu trong xã hội. Chi tiết miêu tả ngôi nhà của Lạng ở đầu truyện: *"Lũ gà ban nãy bổ ra vườn, lại hốt hoảng nhao vào chái nhà vùng ổ, đất cát lại bắn tung lên cối giã gạo, bụi cát bay qua cửa sổ vào tận giường nằm. Trong nhà, cái màn vẫn buông thõng xuống từ sáng tới giờ chưa ai thèm ngứa tay ngứa chân mà vắt lên cho. Cái chăn chiên Nam Định rách như xơ mướp, thấm đẫm nước đái trẻ con, nay nhân tiện trời nắng bốc tất cả mọi thứ mùi lưu cữu lên. Cái chiếu manh đứt cói, sứt chỉ một vũng ở giữa như cái mê rá. Đằng sau nhà, cái cánh cửa bằng phên nứa đan nống đôi cũng bẽ bàng trễ xuống một đầu"* [55; tr 65] hoàn toàn khác với chi tiết miêu tả ngôi nhà của Lạng ở cuối truyện:

"Huê cho con nhong nhong khắp xóm, đến la lá tối mới mò về nhà, vừa bước đến cửa đã sửng sốt kêu lên:

- Chà, chà… nhà này, cửa này, giường này, chiếu này… tươm tất như có cô Tấm hiện về không bằng.

Huê vừa lấy lưỡi tấu nhạc, chân nhảy tưng tưng, thằng cu con trên lưng khoái chí cười ngặt nghẽo.

Lạng từ dưới bếp bưng cái mâm gỗ lên. Trên mâm, có bày đĩa thịt gà luộc và cút rượu. Thằng cu con nhìn thấy, quớ lên:

- Còng, còng gà.

Lạng gội đầu lá sả, mái tóc cặp lửng sau lưng. Huê và thằng cu con xà vào đánh nhắm. Lạng hết gắp thức ăn cho chồng, lại xé còng gà cho con"[55; tr 67]. Vẫn trong ngôi nhà quen thuộc nhưng chỉ cần có dấu ấn bàn tay phụ nữ chăm sóc, sự ấm cúng, hạnh phúc hiện diện ngay lập tức, còn nếu ngược lại, sự luộm thuộm, cẩu thả của người phụ nữ sẽ dễ nhận được sự chán nản, thất vọng và cuối cùng là sự rời xa của người đàn ông, trụ cột gia đình. Hóa ra, cách để kéo người đàn ông trở lại với ngôi nhà của mình không phải là việc quá khó, qua xa vời mà nó nằm ngay trong cách ứng xử, cách chăm sóc gia đình của người phụ nữ.

Ở Việt Nam, hầu hết làng nào cũng có cổng. Chiếc cổng làng không chỉ có ý nghĩa là nơi bắt đầu của một làng mà nó còn là nơi cho người dân tự hào, đi đâu cũng nhớ về làng mình. Chi tiết *"Làng không có cổng"* trong *Thợ cắt tóc truyền đời* cũng có thể coi là một chi tiết lạnh, được nhìn qua con mắt của một người làng, ông Bức cắt tóc ngay đầu làng: *"nom chống chếnh như cái anh sứt răng. Làng không có cổng, không phải làng danh giá!"* [56;tr 27] cho thấy một nỗi buồn sâu sắc không dễ nói ra trong lòng người dân sống trong làng.

Chi tiết *"Hồng đứng đó, tay xách dép, tay chống gậy, quần sắn tới gối, vành mũ tong tỏng nước mưa, bồn chồn chờ đợi."* [54; tr 25] trong *Trang nhật ký của người chiến sĩ quân giải phóng* chỉ xuất hiện đúng một lần trong lời kể của chị Hà với người bạn học cũ về một kỷ niệm đẹp giữa hai người, nhưng hình ảnh đó đã ăn sâu trong trí nhớ của chị Hà khi anh Hồng ra đi không trở về. Đó là những hình ảnh cuối cùng chị được thấy anh, người chị yêu thương.

Trong *Mồ hôi của đá* có chi tiết vô cùng xúc động:*"Cứ độ gà gáy canh tư, Nậm trở dậy thổi cơm để lại cho Liềm, rồi hớt cơm trên, nậy cơm cháy gói vào mo cau mang đi ăn trưa"* [56; tr 38] để đi tìm thuốc chữa cho vợ đang ốm dặt ốm dẹo cũng có thể coi là một chi tiết lạnh đắt giá. Tình yêu mà Nậm dành cho Liềm thì ngay từ cái việc anh mang cơm đi theo ăn đường cũng đã tự nói lên điều đó. Anh chỉ mang theo *cơm trên, cơm cháy* còn cơm ngon ở giữa nồi, anh để lại cho vợ. Mấy người đàn ông trong cuộc sống này nghĩ được như vậy?!...

Trong bộ ba truyện ngắn *Cánh chân sào, Yếm thắm, Chim lửa* còn có những chi tiết nếu chỉ đọc qua một lần, độc giả cũng sẽ không nhớ nhưng nếu đọc kỹ sẽ nhận ra sự thú vị khi các chi tiết ấy nói lên sự trưởng thành, tuổi tác của anh chân sào mỗi khi anh ra sông: lúc bé con thì *"sóng táp ướt đũng quần"*, khi lớn thì *"sóng đánh ướt dải rút"*, về già thì *"ướt lá tọa"*.

Rất nhiều chi tiết lạnh xuất hiện trong các tác phẩm của Vũ Xuân Tửu nhưng không có chi tiết nào thừa. Càng đọc, càng phân tích, người đọc càng thấy nhà văn gửi vào từng chi tiết trong truyện của ông những quan niệm, những cách ứng xử, những tầng sâu trong *"phần chìm"* của truyện ngắn.

2.1.2.2. Chi tiết trong truyện ngắn Vũ Xuân Tửu "đắt và gợi"

Để tạo ra được chiều sâu của tác phẩm của mình, tức là *"phần chìm"*, ý nghĩa biểu trưng, Vũ Xuân Tửu không những biết tạo ra những chi tiết đắc địa mà còn có biệt tài trong việc lựa chọn giữa dòng đời xuôi ngược một khoảnh khắc thời gian mà ở đó cuộc sống đậm đặc nhất, chứa đựng nhiều ý nghĩa và nhiều áp lực buộc con người phải bộc lộ phần sâu kín nhất của tâm hồn mình.

Khi nghiên cứu đặc điểm truyện ngắn của Vũ Xuân Tửu, Lê Hoài Thương có nhận xét: *"Truyện ngắn của Vũ Xuân Tửu có đường nét thanh nhã, có cốt truyện đơn tuyến, không có hình thức ly kỳ rắc rối mà đọc vẫn cuốn hút, bồi hồi, ấy là vì ngoài cái bí kíp là giọng kể, hơi văn nói trên, anh còn có được một phép lạ nữa là tài sử dụng, tạo lập được những chi tiết thật đặc sắc, đắt giá"* [41; tr 1]

Xây dựng được các chi tiết nhỏ trong từng truyện ngắn không phải là điều dễ dàng, nhưng để chi tiết ấy tồn tại theo thời gian còn là điều rất khó. Chắc chắn phải dụng công, dụng tâm lắm Vũ Xuân Tửu mới làm nên một đứa con tinh thần sống mãi với thời gian như *Cỏng Hò, Bí mật cuốn gia phả, Chuyện ở bản Piát, Người sông nước*.

Trong *Chuyện ở bản Piat* có chi tiết rất hay: Phái thích Khấu nhưng khi gặp anh cán bộ tăng cường thì Phái không yêu Khấu nữa mà quay sang yêu *"tôi"*. Khấu biết chuyện đó, lại được chứng kiến cảnh Phái chủ động tỏ tình với *"tôi"* nên rất buồn. Nhưng anh không nói ra. Khi được Phái cho một con cá chép to, hai anh em mổ cá ăn rồi, Khấu còn giữ lại cái đuôi cá chép làm kỷ niệm. *"Trên cột cái gần bếp chủ có dán cái đuôi cá chép của cô Phái. Cái đuôi xoè to như quạt giấy, ôm nửa thân cột".* [56; tr 46]. Đến cuối truyện, chi tiết *"đuôi cá"* lại được nhắc lại một lần nữa: *"Giữa thân cây cột cái, trên đuôi cá có dán thêm tấm bằng "Tổ quốc ghi công" của liệt sỹ Khấu"* [56; tr 49]. Chi tiết ấy cho thấy, không chỉ Khấu mà cả Phái và *"tôi"* luôn nhớ về nhau, ngay cả khi Khấu đã hy sinh. Hai vợ chồng Phái ở ngay trong chính ngôi nhà của Khấu để thờ cúng cho anh. Dù là một mối tình tay ba nhưng những nhân vật này đối xử với nhau vô cùng tình nghĩa, sâu sắc, đậm chất nhân văn.

Cái cặm cụi, cần cù tích cóp của Vũ Xuân Tửu còn thể hiện ở những quan sát tinh tế đời sống hằng ngày. Câu nói của cô Phái: *"Ông chủ phải tựa vào cột chủ"* [56; tr 49] chân chất mà sâu nặng như bản tính của người dân miền núi. Đó chính là kết quả của cái *"vốn"* phong phú về cuộc sống, về văn hóa của các dân tộc thiểu số vùng núi phía Bắc, mà ông đã chịu khó tích cóp, sau mấy chục năm lăn lộn khắp một dải biên cương từ Hà Giang,Lào Cai đến Cao Bằng.

Cũng vẫn trong *Chuyện ở bản Piat,* Vũ Xuân Tửu đã cho người đọc thấy một bộ mặt khác của chiến tranh khi tả đoạn đồng đội của Khấu đem quân tư trang của anh về trả cho gia đình: *"Biên bản ghi: áo may ô cũ: 2 cái, quần đùi: 3 cái (2 cũ, 1 mới), khăn mặt cũ: 1 cái, giầy vải cũ loại II: 1 đôi, ba lô cũ loại II: 1 cái (tổng cộng 5 thứ)… Hỏi: Không có quần áo dài à? Thì mới biết, chiến sỹ trước khi ra trận quân phục mới để lại hậu cứ cho đồng đội. Còn mình chỉ mặc quân phục cũ và cầm súng ra đi".*[56; tr 48]. Ngoài chi tiết liệt kê quân tư trang của liệt sỹ Khấu đã nêu, tác giả còn làm người đọc rưng rưng khi kể Khấu dù to khỏe nhưng luôn xung phong xin khiêng phía sau cáng chở tử sỹ, vì: *"Tử sỹ để lâu ngày, đã rữa ra, lúc khiêng lên dốc… dốc ngược, thì nước vàng chảy theo đòn khiêng xuống vai, cứ phải lấy lá mà quệt đi, cho khỏi thấm vào áo".".*[56; tr 48]. Không một lời bình nào có thể nói hết được những hy sinh âm thầm, cao cả mà Khấu đã trải qua trong cuộc kháng chiến vĩ đại của dân tộc. Theo nhà văn Ma văn Kháng: "Chi tiết này là chi tiết mấu chốt, là *điểm nhấn*, là chỗ *rướn* của truyện. Không có nó, không có truyện hay (...) Mỗi truyện ngắn, khắc nghiệt thay, lại chỉ được phép có một điểm nhấn, một chỗ rướn mà thôi."[22]

Điều này cũng thấy ở truyện ngắn *Cỏng Hò*. Vần đi bộ đội về, vợ đã có con ngoài giá thú. Đau quá! Bức bối quá. Vần đem hết dao to, dao nhỏ trong nhà ra suối mài. Anh mải miết mài đến mức chỉ còn nghe tiếng khoèn khoẹt và mùi đá khét cháy. Mài đến độ con dao nhọn *"muốn xông lên đâm ngực con thú"*, đến độ *"ngửi thấy mùi máu tanh tanh phảng phất đâu đây"*.

Đau này, thù này không thể không giải toả! Đau này, thù này không *quân tử phục thù tam niên, thì cũng tiểu nhân phục thù tại tiền!* Đau này, thù này phải bùng nổ. Và đã bùng nổ, nhưng là bùng nổ của lương tâm. Lương tri người cựu chiến binh đã thức tỉnh. Nhà văn Ma văn Kháng cũng đánh giá: *"Đoạn đặc tả này chính là điểm nhấn, điểm rơi của trọng lực, thật vô cùng đặc sắc."* [22]

Khi nhà văn Ma Văn Kháng hỏi làm thế nào mà "nhặt" được nhiều "hạt vàng" đem vào truyện của mình thế, Vũ Xuân Tửu thật thà: *"Nhờ mấy chục năm ghi chép tích cóp, đến khi vào trại sáng tác thì cứ lôi ra dùng thôi, chẳng biết có đắt giá hay không"…* Bí kíp thành công của Vũ Xuân Tửu chỉ vậy, cứ sống, cứ đi, cứ ghi chép rồi khắc "có vàng". Ngay như cái chi tiết quân tư trang của liệt sỹ Khẩu mà độc giả, rồi không ít nhà phê bình khen tấm tắc, ông kể: *"Một hôm tôi theo bè bạn đi chơi, vào nhà một anh hỏi thăm tình hình gia đình mới thấy một bảng di sản của liệt sỹ gửi về, mình đọc rất xúc động. Tại sao một người ra chiến trận lại hy sinh cao cả như thế? Nó ngấm vào mình, về sau đi vào trại sáng tác của tạp chí Văn nghệ quân đội ở Đại Lải năm 2005, viết về đề tài lực lượng vũ trang, chiến tranh cách mạng, tự nhiên nghĩ đến chi tiết đó, mới ngồi vào viết"*.[21]

Chi tiết con gà nhép chỉ có độc một ngón chân (vì bị chuột cắn) và thằng cu con (kết quả của mối tình loạn luân của anh em Bể Ngàn trong *Chớp bể mưa nguồn*) bàn chân cũng chỉ có độc một ngón chân cũng là một chi tiết gây ám ảnh cả đời với nhân vật Ngàn. Hạnh phúc của cuộc đời Ngàn là được làm mẹ nhưng nó lại đi cùng với nỗi bất hạnh lớn nhất của cuộc đời cô: nó là sản phẩm của một cuộc tình đáng xấu hổ, nhục nhã mà cô luôn muốn quên đi.

Các chi tiết trong *Bí mật cuốn gia phả* phản ánh tâm trạng rối bời của nhân vật Hộ: vừa cố thuyết phục anh bộ đội đồng ý cho nhà mình một đứa con để nối dõi tông đường *"dốc bầu tâm sự về gia cảnh và bệnh tình của mình"*, *"đánh liều van xin"*, *"vò đầu, bứt tai, chỉ thiếu nước quỳ xuống mà lậy"*, *"ứa nước mắt, ngậm ngùi"*, *"mừng rỡ, sấn vào"*, *"sợ hãi, vội thanh minh"* khi anh bộ đội có ý không bằng lòng với *"âm mưu"* của Hộ, rồi lại *"khấp khởi mừng thầm"* khi thấy anh bộ đội có vẻ đồng ý, nhưng khi phải đối mặt với việc đưa anh bộ đội vào buồng ngủ với vợ thì *"Hộ thì không dám nhìn thẳng vào anh bộ đội nữa, khẽ nhấp một ngụm, suýt bị sặc, tưởng như chén rượu đoạn hồn, giành cho kẻ lĩnh án tử hình, trước giờ ra pháp trường (...) Hộ vào buồng, bật đèn ngủ và lẩy bẩy cởi quần áo ngủ cho vợ, rồi phủ lên tấm vỏ chăn hoa đào. Lúc lập cập đi ra, va phải cái cột, đau nổ đom đóm mắt. Hộ nói như mếu "Vào đi...".*

Hộ tựa cửa canh chừng hàng phố.(...) Bỗng có tiếng khoá thắt lưng lách cách, Hộ tưởng như búa tạ giáng xuống đầu. Hộ nhích ra cổng, dỏng tai nghe. Ngoài đồng, phía cuối phố, mấy người đang đi soi ếch, chuốc chốc lại reo lên: "Một đôi này…", khiến Hộ giật mình tê tái. Bây giờ, chắc chắn đang… sao lâu thế nhỉ ? Chỉ chốc nhát như xếp kiêu gạch là cùng, mà lâu như đánh cối vữa ba ta thế này."[56; tr 53]

Đến khi có con, Hộ lại *"đâm ra lầm lầm lì lì như chì đổ lỗ, thỉnh thoảng lại cáu gắt, làm um cả lên một cách vô cớ. Mỗi khi bế con, Hộ cảm thấy như bê chồng gạch có đàn kiến bò ra, vứt xuống thì vỡ, mà bê thì nổi rôm cả người."* [56; tr 56] Dù hiểu hành động của mình là sự lựa chọn duy nhất nhưng khi sự việc diễn ra (đúng như kịch bản), Hộ lại đau đớn khôn cùng. Sự mâu thuẫn giữa trách nhiệm với gia đình, dòng tộc với tâm trạng bị mất vợ vào tay người khác của nhân vật Hộ được Vũ Xuân Tửu phân tích tâm lý vô cùng sắc sảo, lôgic. Trong cuộc đấu giữa lý trí và tình cảm, cuối cùng, lý trí đã thất bại.

Chi tiết chiếc đồng hồ Slava mạ vàng đã được anh bộ đội tỷ mẩn khắc hình quân hiệu binh chủng lên nắp cũng là một chi tiết đắt giá trong *Bí mật cuốn gia phả*. Anh ta để lại cho vợ Hộ sau đêm *"cho con"* như một kỷ niệm nhưng cũng là vật làm bằng. Anh ta cũng mong sẽ được nhìn thấy lại nó khi anh ta làm thợ chữa đồng hồ ở gần nơi gia đình Hộ sinh sống. Vợ Hộ thì cố gắng không để cho những vấn đề *"hậu sinh con"* ảnh hưởng đến cuộc sống của mình và gia đình. Chỉ đến khi con trai chị lại đem lòng yêu con gái anh thợ chữa đồng hồ, chị mới buộc phải mang chiếc đồng hồ Slava đến để nói ra để tránh những chuyện đáng tiếc cho đôi trẻ.

Trong *Bí mật cuốn gia phả* còn rất nhiều các chi tiết có giá trị: ngón tay thứ sáu của anh bộ đội, mùi mồ hôi dầu... ám ảnh Nụ (vợ Hộ) suốt cả đời. Nó vừa là dấu hiệu để cô bí mật tìm lại cha để cho thằng cu Thuận, vừa là dấu ấn về một người đàn ông đã mang đến cho cô cảm giác hạnh phúc thực sự dù chỉ trong một đêm.

Trong 46 truyện ở chặng đầu sáng tác của Vũ Xuân Tửu, những truyện ngắn hay nhất là những câu chuyện tình yêu. Mỗi truyện là một hệ thống các chi tiết, không có truyện nào giống truyện nào, mỗi truyện đưa người đọc đến với một cái kết đau đớn (trừ *Mồ hôi của đá)*.

Nhìn vào các chi tiết trong truyện ngắn của ông, có cảm giác Vũ Xuân Tửu là người viết về những cái không đâu, vặt vãnh nhưng chúng lại khơi gợi được những vấn đề lớn, liên quan đến số phận con người, nhân loại. Ông phải biết rất nhiều, rất dài, phải có vốn sống, biết cách chọn tình huống, cách xử lý bố cục, cách dựng truyện, tạc chân dung cho từng nhân vật, cách nói, giọng nói, lời kể, lời văn mới làm cho truyện ngắn của mình *"dày đặc chi tiết"* và gợi được nhiều như thế.

Chi tiết nghệ thuật góp phần làm nên phong cách nhà văn, in đậm dấu ấn tài năng sáng tạo của người nghệ sĩ. Nhà văn Vũ Thị Thường có nhận xét rất đắt khi bàn về cách viết truyện ngắn: *"Những chi tiết hay đến mấy đi chăng nữa mà không phục vụ chủ đề, thì cũng trở nên vô ích"* [30, tr87]. Với Vũ Xuân Tửu, nhận xét này hoàn toàn có thể được khẳng định, bởi các chi tiết đắt, hay trong truyện ngắn của ông đều góp phần phục vụ cho chủ đề của truyện mà không có chi tiết thừa.

2.1.3. Ngôn ngữ nghệ thuật trong truyện ngắn Vũ Xuân Tửu

Vũ Xuân Tửu là một nhà văn có khả năng sử dụng ngôn ngữ nghệ thuật mang dấu ấn, màu sắc riêng, phản ánh nét độc đáo không lặp lại của nhà văn. Khi đọc truyện ngắn của ông, người đọc luôn cảm thấy thú vị với vốn ngôn ngữ vô cùng phong phú, sinh động, biến hóa qua từng trang văn. Để tạo nên những trang viết tinh tế, độc đáo ấy, Vũ Xuân Tửu phải có sẵn một kho tàng ngôn ngữ, khi cần sử dụng ngôn ngữ vùng miền nào, mang dấu ấn văn hóa của dân tộc nào, ông có thể sử dụng một cách thật *"nhuyễn"* như thể ông chính là người của dân tộc đó vậy.

a. Ngôn ngữ đậm dấu ấn văn hóa vùng miền trong truyện ngắn Vũ Xuân Tửu

Cũng giống như nhiều nhà văn khác, Vũ Xuân Tửu không chỉ thông qua con đường được đào tạo chính thức, mà còn tự học thêm rất nhiều. Đặc biệt vốn tri thức của nhà văn ngày càng dầy dặn chính là do tác giả biết khai thác vốn văn hoá dân tộc được cộng đồng, họ tộc và môi trường sống lưu giữ và truyền nhập. Vốn hiểu biết văn hoá, văn học dân gian phong phú đã chắp cánh cho sáng tác của các nhà văn thêm bay bổng, lãng mạn. Chính vì vậy, ngôn ngữ trong truyện ngắn của nhà văn Vũ Xuân Tửu nằm trong một hệ thống văn hoá, ngôn ngữ thấm đẫm kiểu tư duy dân gian - truyền thống của người Kinh, người dân tộc thiểu số Dao, Mông, Tày.....

Mỗi tác giả đại diện cho mỗi dân tộc khác nhau có những cách vận dụng kho tàng folklore của mình theo cách riêng tuỳ thuộc vào vốn văn hoá mà họ thụ hưởng. Vũ Xuân Tửu là người con của dân tộc Kinh nên ông thuộc nhiều bài ca dao của người miền xuôi đưa vào tác phẩm của mình:

"Thứ nhất là chết mất cha,
Thứ nhì gánh vã, thứ ba ngược đò."[56; tr 11]

"À ơi, ai về nhắn nhủ ông câu
Cá cắn thì giật để lâu mất mồi." [56, tr 14]

Nhưng ông chọn lối viết giản dị, thường bao gồm cả phương ngữ các dân tộc. Đó là điểm mạnh của ông. Ông rất chịu khó đọc nhiều sách, báo để hiểu rộng về những phương ngữ vùng miền. Ông cũng có nhiều năm sống và làm việc cùng đồng bào dân tộc miền núi ở huyện Nà Hang, tỉnh Tuyên Quang và vùng biên giới xa xôi, thuộc huyện Đồng Văn, Mèo Vạc, tỉnh Hà Giang. Nơi đó đã cung cấp nhiều tư liệu cho tác phẩm của ông. Chính vì vậy, *Tiếng kèn lá trên đỉnh Mã Pì Lèng* mới mang đậm chất H'Mông, *Suối Miền Xía, Cỏng Hò* đậm chất Dao, *Cầu vồng trên núi Pù Tiên, Chuyện ở bản Pi át* mới đậm chất Tày. Ông đã vận dụng rất thành công vốn văn hoá văn học dân gian Tày, Dao, Mông...đặc biệt là thành ngữ trong ngôn ngữ trần thuật, ngôn ngữ của nhân vật để tạo ra cách nói gây ấn tượng, thú vị cho độc giả. Trong những lần trao đổi với Vũ Xuân Tửu về nghiệp viết, ông cho biết mỗi năm thường đọc hàng vạn trang sách các loại. Vì vậy, có thể nói, trong sáng tác của Vũ Xuân Tửu, chính ngôn ngữ ảnh hưởng văn hóa các dân tộc thiểu số qua thực tế, qua sách vở đã đem lại sắc thái dân dã, mộc mạc nhưng lại rất tươi mới và độc đáo, biểu hiện môi trường sinh hoạt còn đậm nét dân gian của con người miền núi trong mỗi trang văn của ông.

Người đọc thú vị khi thấy đồng bào dân tộc thiểu số diễn đạt về cách thức quay máy chiếu phim rất trực giác, hồn nhiên: *"khi tôi cầm cái ma-ni-ven nhỏ xíu quay máy chiếu phim, thì cả bãi nhao nhao lên: "Quay làm rồi, quay làm rồi, ngồi xuống xem.".* [56; tr 3]

Ông đưa vào truyện những nét văn hóa truyền thống của đồng bào Dao Tiền: *“đến mùa vụ, người ta cũng “pụi công” (gặt đổi công) cho nhau. Có khi cả bản cùng đến giúp một nhà, rồi gia chủ mổ lợn đãi cơm, cứ như đám cưới.”* [56; tr 4]

Ông biết cả cách làm đàn tính của người Tày: *“lấy gỗ kháo quang vót cần đàn, lấy quả bầu khô làm tẩu, cứ dài chín nắm cần thì ba nắm đàn. Đàn nữ kéo ba dây.”*[56; tr 46] cách cầm máu của người dân bản địa: *“Khấu xoay người, thò tay vào cạp quần, rứt ra một túm lông rịt vào vết thương, cầm máu.”* [56; tr 44]

Ông đưa các làn điệu páo dung (áy dủng), hát đố của người Dao Tiền vào truyện:

“Mưa rơi xuống đất tụ thành sông
Kết tình chưa lâu, trời đã sáng
Lại sắp xa nhau ở cách làng
Phút chốc chia tay bao năm tháng
Không thấy mặt nhau, xót xa lòng... “

- Cái đếm được lá cây là gió .
- Cái đong được anh là em [54; tr5]

Hát then của người Tày:

“Loàn tôi lìa đám, dạ bồi hồi
Én lìa nhạn để lòng thương nhớ
Ong lìa hoa ong da diết cùng hoa
Sang năm, loàn có còn gặp hoa nữa…” [56; tr47]

Ông còn tìm hiểu cả tên bản Piát có nghĩa là ruộng dốc thoải (trong tiếng Tày) để giới thiệu cho bạn đọc.

Ông thuộc và sử dụng thành thạo thành ngữ, tục ngữ và các câu trích dẫn nổi tiếng trong văn chương của cả người Kinh lẫn các dân tộc thiểu số: *thằng “dân ngu khu đen”* [54; tr 9]; *“lợn lành lại chữa thành lợn què”* [54;tr 10]; *“Lập thân tối thị hạ văn chương”* [54; tr 13]; *“Lười biếng mà thích mưu chuyện lớn, rỗng ruột mà thích đại ngôn”* [54; tr 13]; *“chuyến đò nên duyên”* [56; tr 11]; quân *“trốn chúa lộn chồng”* [56; tr 13]; *“thượng cư hạ điền”* [56; tr 46]; *“Thìn khẩu, dậu phái”* [56; tr 46]; *“hòn đất ném đi, hòn chì ném lại”*[56; tr 62]; *“sợ quá hóa khôn”*[56; tr 62]; *“hỏa cốc phong đăng”* [56; tr 65]; *“anh em xa không bằng cầu thang kê gần”* [58; tr 56]; *“già như cây ngô bẻ bắp”; “Không gì ngon hơn thịt vịt, đau xót không ai hơn chị em”, “nước đổ ống bắng thủng”*[58] Điều này làm cho các truyện ngắn của ông gần gũi, thân quen với độc giả, tạo nên sự sinh động phong phú trong tính cách, lời ăn tiếng nói, phong cách của từng nhân vật trong truyện.

Chỉ riêng truyện ngắn *Trăng sáng vườn chè* đã sử dụng tới 12 thành ngữ, tục ngữ: “*yếu trâu còn hơn khoẻ bò”* [56; tr 14]; *“Khôn ăn người, dại người ăn”, “thân làm tội đời”, “Thương người thì khó đến thân”, “đầu cắm đít chổng”* [56; tr 15]; *“Cứ khen con bà tốt nữa đi, chưa đến tháng mười một đã ễnh ra rồi”*.[56; tr 18]; *“Hôm trước cười người, hôm sau người cười”“lời ong tiếng ve”, “đầu nương cuối xóm” , “nuốt nước mắt vào lòng”* [56; tr 19]; *“Ăn cơm trước kẻng”, “đào sâu chôn chặt*” [56; tr 20], mượn lời quan họ: *“Đâu hơn thì lấy, đâu bằng thì đợi nhá”* [56; tr 17]. Cách sử dụng thành ngữ, tục ngữ của người Việt trong truyện ngắn này cho thấy ngay đây là chuyện mang đậm nét văn hóa của dân tộc Kinh, hơn nữa, nó giúp bộc lộ tính cách nhân vật bà mẹ Thảo, miệng đời mai mỉa của dân làng đối với cô Thảo được diễn đạt hết sức sinh động, cay nghiệt.

Việc đưa các phong tục, tập quán văn hóa cùng cách ăn nói của đồng bào các vùng khác nhau vào truyện đã làm cho truyện ngắn của Vũ Xuân Tửu luôn hấp dẫn độc giả bởi cái tinh tế, mới mẻ, sinh động, đa sắc màu.

b. Ngôn ngữ hiện thực đời thường

Vũ Xuân Tửu có lối tư duy khúc triết, giàu chất tự sự và một năng khiếu thiên bẩm về cách kể, lối kể và tạo dựng chi tiết truyện, nhưng ông vẫn sử dụng cách diễn đạt gần gũi ngôn ngữ đời thường trong nhiều truyện ngắn của mình. Khi nhận thấy anh bộ đội được Hộ mời về ngủ với vợ để có con nối dõi có vẻ xuôi xuôi, ông diễn đạt hết sức *"nông dân"*:*"Hộ dấn thêm bước cuối cùng, như thể trát lại lỗ giáo trên tường nhà, coi như phần xây đã xong."* [56; tr 52]; *"Hộ đi khám bệnh về, bảo rằng không sảo không sao, nhưng lại ủ ê như tàu đu đủ héo."* [56; tr 57]. Ông tả những cái xe bánh lốp kéo tay của người Trung Quốc *"dài thồ lồ, tô thộ lộ kéo qua cửa khẩu"* [55; tr75]; cảnh hai anh em Ngàn Bể nhận ra nhau sau bao năm thất lạc: *"hai anh em ôm lấy nhau mà khóc, inh cả khúc sông"* [56; tr 12]; rồi đến nỗi khổ tâm của hai anh em Ngàn Bể khi lấy nhầm nhau: *"bà nguyệt xe duyên nhầm bát máu trên bát máu dưới"* [56; tr 13]. Lời ăn tiếng nói hiện thực đời thường đi vào tác phẩm của Vũ Xuân Tửu dễ dàng và có duyên, có giá trị tạo hình và gợi cảm xúc rất tốt.

Ông miêu tả động tác của ông Bức trong *Thợ cắt tóc truyền đời* có gì đó ngộ ngộ: *"Ông cứ bôi đi, quệt lại cứ như quét vôi vào gốc đào ngày tết vậy"*.[56; tr27, 28] Nhà văn để ông Bức nhận xét rất nông dân: *"thằng còm nuôi thằng sướn"*[56; tr 28].. Ông cho nhân vật thợ khâu giày của mình nói chữ một cách cầu kỳ: cái bật lửa được gọi là *"cái phát hỏa cơ"* [56; tr 30]

Ông mang hơi thở cuộc sống vào truyện ngắn một cách thật tự nhiên. Những người nông dân như chị Lương, vợ anh Dụng, người đàn bà ít chữ nhưng tốt bụng nói nhầm *"biến áp hạ thế"* thành "*chiến áp hại thế*" một cách hồn nhiên khiến người đọc vừa buồn cười nhưng cũng không trách chị cái tật *"vẫn chứng nào tật ấy, chưa khảo đã xưng, lúc nào cũng oang oang như cái loa công cộng"*[55; tr 69]

Ông miêu tả ngôi nhà của ông chủ tịch xã thật hóm hỉnh: *"Ngôi nhà hai tầng, mái lợp lá cọ, nom ngồ ngộ như thể anh chàng mặc comple lại đội nón"* [58]

Ông gọi nhân vật bằng những cái tên gắn với hành động, đặc điểm của họ mà chẳng cần đến một cái tên riêng: cô "Béo trắng" *(Anh Nhớn, chị Nuôi)*, ông chủ quán, ông "Vảy-ề", Cô-quét-quét *(Xe máy đường xa)*, anh phao - luồng *(Tiếng gọi tình yêu trên biển cả)*, anh "quay làm" *(Suối Miền Xía)*, anh "Tam thập" *(Thanh kiếm cà là gì)*, nhân vật Đinh-nhà-văn được ông gọi vui là *"Tài sản của tỉnh"* [55; tr 73]. Mặc dù vậy, các nhân vật trong mỗi truyện ngắn của ông, dù chỉ thoáng qua, cũng hoàn thành rất tốt vai trò của mình.

Ông gọi chuyến đi thực tế để lấy vốn sống viết văn là *"lướn phướn"*[55; tr 73]. Ông giỏi sử dụng các biến tấu ngôn ngữ: *"Xa hang là ra thất nghiệp", "khỉ bảo như thần bảo"* [55; tr 60];*"rửa tay gác lưới"* [56; tr 63]. .

Ông diễn đạt cái thật thà của anh cán bộ miền xuôi học tiếng dân tộc, bị họ dạy nói bậy mà không biết, chuyện thường diễn ra trong cộng đồng người dân tộc: *"Bọn thanh niên đang dạy, nhưng cũng đủ để đi đường: "Kin hy" là đi đường rậm, "Kin vày" là quay trở lại."* [56; tr 45]

Ông sử dụng ngôn ngữ nói của người dân tộc Tày tự nhiên, ngọt như chính ông là người của dân tộc ấy: *"Cô Nhình bản tôi đấy lá, số phận cô ấy cũng chả kém gì kiếp tiên"* [55; tr 56]; *"Đi làm thôi lố!"* [56; tr 45]

Ông kể chuyện anh chàng "Quay làm" phải nộp phạt vì trót ngủ với cô gái Mùi Say đậm chất dân tộc: *"nộp phạt một con lợn ba gang cổ"*[56; tr 8]; cùng việc dùng các từ ngữ của dân tộc Dao: *"hợp tíu", "pụi công", "dấu Bàn Vương trên khăn"...*

Ông rút ra những bài học vừa sâu sắc vừa hài hước mang đậm chất dân gian: *"Ngẫm ra mới thấy, phàm những tay hay bàn nhân sự thì non về mặt chức tước, những người hay khoe mánh lớ làm giàu thì kém về mặt tiền bạc."*[55; tr 74] hay tác dụng của chiếc máy điều hòa trong con mắt người lần đầu biết đến: *"Cái máy điều hoà không khí mới tài, nó biến mùa đông thành mùa xuân ở trong phòng ngủ."*[55; tr 75]

Ngôn ngữ đời thường chiếm một tỷ lệ khá cao trong truyện ngắn của Vũ Xuân Tửu. Nó làm cho truyện ngắn của ông tự nhiên, gần gũi, các vấn đề đặt ra trong truyện là những việc diễn ra ngay trong cuộc sống hiện tại của xã hội, gia đình. Hơn nữa, nó còn góp phần làm nổi bật cái *"duyên"* kể chuyện tự nhiên mà hấp dẫn của Vũ Xuân Tửu.

c. Ngôn ngữ đa nghĩa, giàu hình ảnh và biểu cảm

Là người có vốn ngôn từ vô cùng phong phú cùng với khả năng hài hước trời phú, Vũ Xuân Tửu có những liên tưởng hóm hỉnh, sâu xa làm cho không phải ai đọc xong cũng có thể nhận ra ngay.

Ông miêu tả tác động thần thánh của tiếng chuông đêm đối với người dân:*"Hắn lấy vồ nện một nhát vào vú chuông, tiếng ngân vọng khắp đường ngang ngõ dọc trong làng, khiến các cụ bô lão nhất loạt cúc cung trước bàn thờ gia tiên trong mỗi nhà mà khấn vái, cầu cho hoả cốc phong đăng, gia cảnh yên ấm. Hắn lại đánh thêm một vồ nữa, khiến đám thanh niên đang trèo trên những nóc nhà mà ngó cổ ngỏng ra gốc đa, vội vã tụt xuống, đứng nghiêm cẩn giữa sân nhà mình như chuẩn bị vái giời. Hắn lại đánh thêm tiếng thứ ba, bọn con gái đang giăng hoa, vội vã chạy về buồng, vuốt bụng thở dài mà nằm im không dám động cựa."* [56, tr 66]

0Có những đoạn văn dường như ông tự nói với mình, lại như nói cùng mọi người, lại giống như những kết luận được đúc kết một cách hóm hỉnh, hài hước về những người cơ hội trong các cuộc họp: *"Đề tài khoa học:* ***"Một số suy nghĩ bước đầu về vấn đề hội họp"*** *đã rút ra kết luận: phi họp bất thành cán bộ. Ngẫm* *ra cũng thấy đúng đến bảy, tám phần. Có đi họp thì mới biết thế giới chuyển động ra sao và hướng sẽ cải tạo nó như thế nào? Có họp mới thể hiện được mình. Thể hiện mình trong môn Họp học đã nêu ba vấn đề cơ bản:*

Một là, ngồi gần quan chức lớn.

Hai là, tìm cơ hội để phát biểu trước cử toạ. Phát biểu phải quán triệt phương châm: chê anh bé, khen anh lớn.

Ba là, lân la chụp ảnh lưu niệm với các quan chức lớn. Nếu chụp với quan chức tầm cỡ liên tỉnh hoặc xuyên quốc gia, thì phải phóng to và treo trang trọng trong nhà.

Có họp ắt có lợi. Thế mà có người còn tìm cách trốn họp, hoặc đẩy cho người khác đi họp thay. Thật lạ lùng hết chỗ nói."

Ông tả nỗi sợ hãi của nhân vật *"Lão"* trong *Thành Hoàng làng Vực Vại* khi gặp Chánh tổng một cách thậm ngoa: *"Mồ hôi lão toá ra trên mặt, lúc lỉu như như những quả sung bám trên cành mà không dám rụng. Mãi đến khi chánh tổng đón chén rượu, nhấp một ngụm, rồi khà một cái, thì mồ hôi của lão mới dám rơi xuống như mưa đọng giọt gianh. Chánh tổng hỏi về nguyên do bởi làm sao mà cô Ngư không đánh cá nữa thì lão chối rằng không hay biết. Nói cứng vậy, nhưng mồ hôi lão phun ra khắp người, y như thể đổ nước vào cái vại bị hà rồ vậy. Lão sợ, trái ý quan là sinh chuyện có ngày. Nhưng thực tình, Chánh tổng lại có ý sợ, lão cứ phun mồ hôi mãi thì ngập lụt cả hàng tổng."*[56; tr 63]; Chân dung của hai kẻ hèn đớn như thế nhưng một kẻ mong sẽ ăn hiếp được dân chúng bằng quyền lực (Chánh tổng), kẻ lại mong mình sẽ trở thành Thành Hoàng làng Vực Vại (lão già dựng làng)! Một bức tranh biếm họa về chân dung những kẻ háo danh, hám quyền lực. Thế nên, cuối cùng *"người tính không bằng Trời tính",* làng lở, mất đất nhiều hơn, dân làng bỏ đi, lão cũng tuyệt vọng mà chết, chả có Thành Hoàng làng Vực Vại được thờ ở đâu cả!

Từ *"quay làm"* trong truyện ngắn *Suối Miền Xía* được sử dụng lúc thì để chỉ hoạt động quay máy chiếu phim, lúc lại được dùng để chỉ tên riêng anh chiếu phim, lúc lại được dùng như một cách nói ẩn ý chỉ sự ân ái...

Đoạn đối thoại của anh thợ khâu giày trong truyện ngắn *Thợ khâu giày* với ông khách hóm hỉnh, vui vẻ, đầy ẩn ý khiến khoảng cách giữa thợ và khách gần lại, bớt cảm giác lâu khi đợi khâu giày.

"- Đi chợ, rặt đàn bà.

- Thế, nên cái biển báo chợ mới có hình tam giác." [56; tr 35]

Ngoài một số đoạn thơ trích dẫn của các tác giả khác, còn có một số khổ thơ của chính tác giả, được đưa vào một số truyện đã góp phần nâng cao tính trữ tình trong truyện. *(Suối Miền Xía, Hồ sơ một con người, Mồ hôi của đá, Người sông nước, Tiếng gọi tình yêu trên biển cả, ...).* Đây chính là một ưu thế của Vũ Xuân Tửu, vừa sáng tác truyện lại vừa sáng tác thơ, nên trong những truyện này, những câu thơ vui hoặc những câu thơ đầy ẩn ý đã hỗ trợ chủ đề tác phẩm của ông khá nhiều:

Ba người, một ngựa
Ngược đường vùng cao
Xin với đồng bào
Ba cơm, một cỏ.

(Suối Miền Xía)

Muốn tạc nên bát đá xanh
Đuôi xà trâu trắng dắt quanh chân đèo
Tìm nơi đỉnh núi cheo leo
Thấy đôi loan phượng đang gièo với nhau.
Mỏm đá phải lấy cho mau
Kẻo con rắn trắng có mào bò ra…
Bát đá vỡ, nung thành vôi
Chờ bà hoàng hậu, kíp thời hiến dâng
Thiên cơ, không kể lung tung
Kẻo kẻ xấu bụng nó bùng tay trên…
Muốn sinh hoàng tử nối ngôi
Ăn trầu vôi trắng đã tôi thơm lừng…

(Mồ hôi của đá)

Sông lô nước đục
Bên lở bên bồi
Đò ngang đò dọc
Lững lờ mây trôi".

"Đời ta nghĩ sướng thật
Xôi gà một mình xơi
Còn chè tàu thuốc lá
Dở khóc lại dở cười.

(Hồ sơ một con người)

Chúng anh là cánh chân sào
Đầu thì trọc lốc ma nào dám mê...

Bây giờ thuyền ngược, nước xuôi
Chống sào cho khéo, kẻo lơi bến bờ...

Bảo cho oan khuất vì tình
Thương nhau kiếp khác có mình, có ta
Bây giờ niệm chú giải hoà
Để cho nam chủ khỏi loà đường duyên.

- Hỡi người yếm thắm ngày xưa
Phải đường duyên phận, gió mưa càng nồng.

- Tình tôi như núi, như sông
Núi mòn, sông cạn tình không đổi dời.

(Người sông nước)

Trong truyện ngắn của Vũ Xuân Tửu, các cung bậc ái, ố, hỷ, nộ, vui buồn đời người đều có cả nên ngôn ngữ ông sử dụng cũng mang tính chất đa nghĩa, giàu hình ảnh và biểu cảm rất cao. Điều này là một lợi thế của Vũ Xuân Tửu, nó làm cho truyện ngắn của ông sâu sắc, nhiều ý vị, mang hơi thở cuộc sống. Nhiều đoạn, người đọc có cảm giác như đang đọc tác phẩm của Nguyễn Công Hoan, Ngô Tất Tố cùng với những nụ cười giấu kín trong mỗi thiên truyện ngắn của Vũ Xuân Tửu.

2.1.4. Giọng điệu nghệ thuật trong truyện ngắn Vũ Xuân Tửu

Trong sáng tạo nghệ thuật, giọng điệu có vai trò rất lớn: *"hiệu suất của lối kể chuyện, của hành động kịch, của lời lẽ trữ tình trước hết thể hiện ở giọng điệu chủ yếu"* (Khrapchenko). Đối với tác phẩm văn học, giọng điệu nghệ thuật không chỉ là yếu tố hàng đầu của phong cách nhà văn, là phương tiện biểu hiện quan trọng của tác phẩm mà còn là yếu tố có vai trò thống nhất mọi yếu tố khác của hình thức tác phẩm vào một chỉnh thể. *"Thiếu một giọng điệu nhất định, nhà văn chưa thể viết ra được tác phẩm, mặc dù đã có đủ tài liệu và sắp xếp trong hệ thống nhân vật"*

Có ý thức ngôn từ là có ý thức về sức mạnh của ngôn từ. Hơn ai hết, các nhà văn có ý thức về sức mạnh này. *"Tôi biết sức mạnh của ngôn từ…ngôn từ là tướng của đạo quân sức mạnh con người"* (Maiakovsky) [20] Nghĩa của ngôn từ càng hèn kém đi thì xã hội càng ít thành đạt trong tất cả những biểu hiện của nó. Ngôn từ là chìa khóa cho *"tất cả".* Trời phú cho Vũ Xuân Tửu cái duyên kể chuyện rất đậm đà. Ông có khả năng thể hiện một giọng điệu riêng, cách xử lý riêng hoặc kết hợp một vài giọng trong cùng một truyện tạo nên cá tính sáng tạo, phong cách đặc thù. Cái duyên trong sáng tác truyện ngắn của Vũ Xuân Tửu, cái làm nên nét đặc sắc, độc đáo, hấp dẫn người đọc ở từng truyện ngắn của ông, có lẽ đó là lối viết, cách viết, tức là hấp dẫn ở giọng kể, cách kể, ở hướng trần thuật và khả năng khai thác tâm lí. Nhiều nhà văn, nhà nghiên cứu, phê bình văn học đã thống nhất quan điểm này khi đánh giá về truyện ngắn Vũ Xuân Tửu.

Nhà văn Ma Văn Kháng đã nói: *"Trong truyện ngắn, chất giọng kể rất quan trọng."* (Tạp chí Văn nghệ Quân đội, số 659, tháng 12/2006). Giọng điệu đòi hỏi người trần thuật, kể chuyện phải có khẩu khí, có *giọng* và *điệu.* Giọng điệu trong mỗi truyện ngắn của Vũ Xuân Tửu gắn với cái giọng *"trời phú"* của ông nhưng vẫn mang nội dung khái quát nghệ thuật, phù hợp với đối tượng thể hiện và tạo nên hiệu quả nghệ thuật rất tốt. Giọng điệu trong truyện ngắn của Vũ Xuân Tửu rất đa dạng, có nhiều sắc thái trên cơ sở một giọng điệu cơ bản chủ đạo chứ không đơn điệu.

2.1.4.1. Giọng điệu hồn nhiên, dân dã, đôn hậu

Giọng điệu tác phẩm phụ thuộc vào cảm hứng chủ đạo của nhà văn. Năm 2007, trên Báo điện tử Tổ Quốc, tác giả Đức Đan đã đánh giá về truyện ngắn Vũ Xuân Tửu: *"Ở Vũ Xuân Tửu giọng tả, giọng kể, giọng nghĩ của anh rất đặc biệt. Một cái giọng rất dân dã, dí dỏm, hồn nhiên, cộng với cách vào truyện tự nhiên đến nỗi khiến người đọc tò mò đã làm nên bản sắc Vũ Xuân Tửu. Chính cái giọng ấy làm ta luôn có thể nhận diện được Vũ Xuân Tửu trong đám đông"*[9]

Vũ Xuân Tửu cho biết: để viết hồn nhiên không phải là dễ, bởi đó là sự điêu luyện, chứ không phải sự ngây ngô. Kể chuyện mà người đọc không cảm thấy bị giả, bị lố mà luôn bị cuốn theo câu chuyện, vui buồn cùng chuyện, ám ảnh cùng chuyện, đó là thành công của Vũ Xuân Tửu.

Ông để cho con khỉ đực trong *Tiếng gọi tình yêu trên biển cả* nhận ra cách bơi một cách rất ngộ nghĩnh, đáng yêu: *"Chiều chiều, hai anh công nhân gác đảo lại mặc quần đùi rộng thùng thình xuống biển bơi đi bơi lại, với cái phao luồng. Khi sóng lao vào, Anh-phao-luồng nhảy dựng lên, còn anh Thân thì ngụp xuống, nên không bị sặc. Chúng tôi nấp sau tảng đá để học lỏm cách bơi. Té ra hôm đầu tiên lao xuống biển, tôi không mặc quần đùi nên mới bị sặc nước!"* [55; tr 62].

Ông chú ý tới đặc tính của khỉ là bắt chước nên ông cho chú khỉ đực đang yêu mặc quần đùi và tưởng tượng thú vị về những phát hiện ngây ngô của chú khỉ đực đang tìm cách bơi sang đảo bên cạnh với người yêu Lình Thẳm của nó: *"Tôi nhanh tay thủ được cái quần đùi (...) Tôi mặc quần đùi, cả hai chân xỏ vào một ống, còn cái đuôi được riêng một ống, rồi hiên ngang ôm phao luồng vượt sóng. Vừa nhao qua một con sóng, thì cái quần đùi đã tuột mất. Không có quần đùi tôi sợ chìm quá, ôm chặt vào phao luồng, đạp chân thùm thũm, sóng đưa dần ra xa bờ. Không có quần đùi vẫn cứ bơi được, thế mới tài chứ lại"* [55; tr 62,63]. Giọng kể vừa tự nhiên, vừa hài hước một cách có duyên khi cố gắng miêu tả sự bắt chước của chú khỉ đực khiến người đọc không thể không bật cười.

2.1.4.2. Giọng điệu hóm hỉnh, dí dỏm, lạc quan

Giọng điệu hóm hỉnh, dí dỏm, lạc quan là giọng điệu chủ đạo của nhà văn Vũ Xuân Tửu trong hầu hết truyện ngắn của ông ở chặng đầu.

Thợ cắt tóc truyền đời có nhiều chi tiết đặc sắc mà rất hóm hỉnh, dí dỏm, lạc quan. Nhà văn Ma Văn Kháng đã nhận xét: sức hấp dẫn của truyện là *"ở giọng kể, cách kể. Câu chuyện được kể lại giống như một diễn ca, một lối kể chất phác mà không thô kệch, thật thà mà duyên dáng, hóm hỉnh, thấp thoáng ánh cười yêu mến".* (Tạp chí Văn nghệ Quân đội, số 659, tháng 12/2006). Còn nhà văn Dạ Miên khi bàn về truyện ngắn này cũng cho rằng: *"Trẻ trung, hóm hỉnh, hồn nhiên mà không hời hợt, mà đẹp cao sang, mà tinh tế và giàu sức gợi. Đó là cái giọng vàng vô cùng thích hợp với câu chuyện, đối tượng nhà văn định miêu tả".*[41, tr 3]. Truyện hóm hỉnh từ cách đặt tên mọi người trong nhà: *"Hồi còn mồ ma ông cụ tôi, phẫn chí mà truyền cho con cháu, đặt tên là phải có vần "ức". Vậy là tôi có tên Bức như ai. Bức là bức bối trong lòng. Trong lòng có bức bối thì mới nên nghiệp lớn, "bất phẫn bất phát" mà lại."* [56; tr 27] Thế là để tôn trọng *"các cụ bên nhà đã truyền dặn như thế, làm khác nó sái đi"*, những cái tên có vần *"ức"* tiếp tục được đặt trong gia đình ông giáo: Chức, Phức. Chỉ cần một người biết cắt tóc cho anh em trong đơn vị mà Chức (con trai ông Bức) cũng được nhận xét một cách rất oai oách: *"Con nhà tông chẳng giống lông cũng giống cánh"* [56; tr 29]. Cách quan niệm của người già về việc con gái cắt tóc: *"chả thấy ai đời, đàn bà con gái đè đầu người ta ra mà cúp tóc. Bu cháu còn ghé vào tai mà dặn, cúp cho cánh đàn ông, là phải đứng xa quá tầm tay nhá..."*[56; tr 30]...Tất cả các chi tiết hết sức bình dị nhưng qua cách kể, cách tả, cách diễn đạt, cách thể hiện quan niệm của nhân vật trong tác phẩm đã khiến cho tác phẩm mang màu sắc *"thật thà mà duyên dáng, hóm hỉnh, thấp thoáng ánh cười yêu mến"*

Người đọc cũng bật cười vì cách ứng biến rất nhanh của các nhân vật trong truyện ngắn của Vũ Xuân Tửu trong *Xe máy đường xa*:

"Đinh-nhà-văn lại thủng thỉnh quay sang tôi hỏi:

- Tớ nói đến đâu rồi nhỉ?

Ông chủ quán ngạc nhiên hỏi:

- Sao ông lại hỏi chú ấy?

Tôi vội đỡ lời:

- Em là thư kí, kiêm lái xe của thủ trưởng đây. Thủ trưởng vừa nói đến câu: "Ông bỏ quá đừng giận".[55; tr 76]

Ông miêu tả sự chú ý của cô Thắm tới văn nhân bằng phép nói quá rất hóm hỉnh, gây ấn tượng mạnh với người đọc: *"Tai người đẹp thì không có đáy, lại lắm ngóc ngách, lời vàng ngọc đã chui vào là không có đường ra"* [55; tr 4]

Ông phóng đại sức mạnh của mấy cái mồm đàn bà: *"Thế là mấy hôm sau, qua mồm các bà, anh Nhón nổi lên như một nhân tố mới, mà lại được cả ông cán bộ tăng cường đại diện cho trung ương cũng biết đến"* [55; tr 13]

Có những đoạn văn của Vũ Xuân Tửu mang hơi hướng của cụ Ngô Tất Tố trong *Việc làng, Tắt đèn: "Mọi người nâng chén uống, cười ha hả, rồi nhất tề cầm đũa hướng về các bát đĩa thức ăn: Thịt gà luộc chấm muối hạt giã dối, thịt lợn rang húng lìu, miến nấu lòng gà có thả mấy cái rau thì là, hoa chuối nộm lạc rang rã dập, sắn bỏ lõi và đầu chối hầm chân giò lợn, măng thái vuông con cờ nấu cổ cánh gà có thả mộc nhĩ, rau muống xào tỏi, hẹ muối dưa, tái gan lợn trộn lá chanh chỏ thái nhỏ..."* [55; tr 14]

Ông để nhân vật *"quay làm"* nhắc đến tàu lá chuối rách như nhớ về một kỷ niệm của cuộc đời mình trong tiếng cười đầy ẩn ý: *"Suối Miền Xía vẫn khi đầy, khi vơi, lặng lẽ chảy dưới chân đồi, thỉnh thoảng lại thấy có những tầu lá chuối rách nát trôi xuôi..."* [56; tr 9]. Bất chấp kỷ luật đơn vị, bất chấp lời khuyên can của người già, bất chấp những điều cấm kỵ của phong tục tập quán, trai gái yêu nhau vẫn cứ làm cái điều họ muốn như anh *"quay làm"* và Mùi Say ngày xưa

Vũ Xuân Tửu có những cách lập luận, lý giải mà khi luận xong khiến người đọc phải bật cười vì cái sự hóm hỉnh rất đời trong đó: *"Âm phủ và dương gian cách biệt và trái ngược nhau. Âm phủ là ngày - ngày thì phải sáng; ngược lại, dương gian lại là đêm - đêm thì phải tối. Bởi thế, dưới âm phủ thấy mặt trời huyền ảo, còn mặt trăng thì chói chang. Trên dương gian có gì, thì dưới âm phủ có nấy...*

Nói chung là rất khó liệt kê cho hết, nếu ai nghi ngờ, sau này, có điều kiện tự kiểm tra lấy, xem có đúng không?" [55; tr 23]

Cũng vẫn trong *Thế gian cũng lắm anh hùng*, ông bàn luận rất hài hước:*"Nền văn hoá âm phủ tuy đã có từ rất xa xưa, nhưng chưa có một chuẩn chung về ngôn ngữ, nên Tần Thuỷ Hoàng và Hít-le không sao hiểu nổi các từ: nhiêu khê, quyết béng, mùa quít... là gì. Khi nghe Chí Phèo nói, thì cả hai ngẩn ra. Không hiểu mà không dám hỏi lại, sợ Chí Phèo vô học nó khinh."* [55; tr 24] Bởi trong chính cuộc sống hằng ngày, rất nhiều người cũng có suy nghĩ như thế, hay giấu dốt.

Ông giải thích vì sao làng Vực Vại chỉ chuyên dùng trâu mà không dùng ngựa bằng lý do chẳng giống ai: *"Từ thuở khai thiên lập địa đến nay, dân trong vùng chăm chỉ lam làm, không xảy ra chuyện đao binh, nên không dùng ngựa, đến như ké đầu ngựa, mã tiền, bọ ngựa… cũng đều không có nốt."*[56; tr 61]

Ông sử dụng cách nói tếu táo kể về thời sinh viên đại học gian khổ mà lại thành *"sung sướng"*: *"Vào đại học thì cái gì cũng đại: ngủ đại sàng, tức là ngủ giường tầng; uống đại ẩm, tức là uống nước trong thùng rô-mi-nê; ăn đại táo..."*[54; tr 6]

Ông kể chuyện thằng cu Dừng (Thành Hoàng làng Vực Vại) ra đời ly kỳ còn hơn truyện trinh thám An Nam của cụ Nguyễn Công Hoan: *"thằng cu Dừng là phận trai, nhưng phải nấp váy vợ thì mới nên người. Chả là, khi vợ chồng đang thụ thai thì lão bị phạm phòng. Cô vợ vội lấy kim gài đầu mà chọc vào đốt xương cùng của lão. Chọc đến nỗi mông lão nát bét như miếng khâu nhục, cả nắm kim gãy vụn mà lão vẫn ngất xỉu. Sợ quá hoá khôn, thị gào toáng lên. Hàng xóm đạp cửa xông vào, thấy cơ sự như vậy, khuyên thị cứ chịu khó nằm yên để bảo toàn tính mạng cho chồng. Mấy bà liền cắt đũng quần thâm của thị, đốt lên, lấy gio hoà nước cho lão uống, nhưng uống hết cả cái quần đụp cũng không tỉnh. Cùng bất đắc dĩ, mọi người bảo thị cứ giữ nguyên hiện trạng là thượng sách. Chín tháng mười ngày sau, thằng cu chui ra, mới đẩy được lão lên. Lão sống, nhưng thằng cu có tật, đỉnh đầu bị lõm như lỗ đáo. Lớn lên, thằng cu suốt ngày bị trẻ con hàng xóm trêu chọc. Chơi trên đường làng, bọn trẻ cứ lấy hạt gấc mà kiện vào đấy, như thể đánh đáo. Bơi dưới bến sông thì chúng vạt tép, xúc cá đòng đong đổ vào đấy, như thể giọng trong vại. Thằng cu nhục quá, toan cắn lưỡi chết. Vợ chồng lão sợ mất người chống gậy vông, gậy tre, bèn bồng bế nhau lên rừng"* [56; tr 63]

Cách nhìn cuộc sống bằng ánh mắt thân thiện, ấm áp, quan niệm trân trọng người lao động cùng giọng văn hóm hỉnh, dí dỏm, lạc quan trời phú, hiện thực cuộc sống trong truyện ngắn của Vũ Xuân Tửu hiện lên vô cùng sinh động, đầy ắp hơi thở cuộc sống, kể cả những chuyện khó nói.

2.1.4.3. Giọng điệu tình tự nhẹ nhàng mà sâu lắng

Trong 46 truyện ngắn ở chặng sáng tác này, Vũ Xuân Tửu viết về những con người bình thường với niềm trắc ẩn mênh mông. Niềm trắc ẩn đó trở nên đặc biệt sâu sắc khi ông nhắc đến thân phận của những người mẹ, người vợ tần tảo, luôn hy sinh thầm lặng cho gia đình, gánh chịu mọi vất vả, tủi phận để đem đến niềm vui cho mọi người trong gia đình. Với các truyện ngắn: *Cánh chân sào, Yếm thắm, Chim lửa* là nỗi lòng của người được gọi là bà chủ mà không hạnh phúc, tưởng như dám hết lòng với người mình yêu nhưng lại cũng vì hết lòng với con mà chịu hy sinh niềm hạnh phúc lớn nhất của cuộc đời mình, chỉ khi chết mới được thỏa nguyện bên nhau. *Tiếng kèn lá trên đỉnh Mã Pì Lèng* là lời tự tình sâu sắc gắn bó của Mỷ đối với thầy giáo. Cô dùng cái chết để cho gia đình biết mình yêu thầy giáo như thế nào. *Cầu vồng trên núi Nàng Tiên* lại cho thấy những quyết định táo bạo của Nhình dành cho người mình yêu mà không lường được hết hậu quả xảy ra. *Người đàn bà trên ti vi* đẹp như hoa như ngọc mà nỗi bất hạnh thì tỷ lệ nghịch với cái vẻ đẹp ấy.

Trong *Bí mật cuốn gia phả*, Nụ cũng phải chịu bao thiệt thòi: chồng không còn yêu thương, con không được nhận mặt cha. Suýt chút nữa là cái sự âm thầm chịu đựng của cô mang đến tai họa cho hai gia đình, nhà cô và nhà anh Chiến (cha đẻ của Thuận). May mà Nụ có được quyết định sáng suốt nhất cuộc đời mình: gặp ông Chiến lần đầu tiên cũng là lần cuối cùng để thông báo cho ông tin dữ đôi trẻ cùng cha yêu nhau để ông quyết định dời xa hai mẹ con bà.

Đoạn văn miêu tả anh chân sào nhận được cái yếm thắm của bà chủ thuyền thả xuống sông, gửi cho anh mới xúc động làm sao, người đọc cũng cùng trải qua tâm trạng thấy vật như thấy người của anh, yếm đã thắm lại càng thắm hơn: “*Yếm thắm ngày ấy là đây. Nó như vẫn mới. Bà chủ nguyện với tôi là chỉ mặc yếm thắm khi có hai người với nhau thôi. Chắc từ khi tôi lên bờ, bà chủ cũng chẳng mặc nữa. Chỉ hôm nay, thuyền đi qua, bà chủ mới mặc, rồi cởi ra, thả xuống dòng sông cho tôi đây mà.*

Yếm thắm như còn phảng phất hương lửa nồng nàn. Thế là từ nay tôi lại có yếm thắm để thương, để nhớ rồi.

Bây giờ, một mình, tôi mới ngắm nhìn kỹ càng cái yếm. Vải lụa điều Nam Định, khâu đột bằng chỉ hồng, chỉ người ấy mới có thể tỷ mẩn, khéo léo như thế. Vòng cổ tròn tròn, lơi lơi mà không trễ nải. Dải yếm mềm mại để thắt múi sau lưng.

Tôi mua về một khúc luồng Thanh Hoá mau đốt và kỳ cạch đẽo một cái gối. Tôi lột cật bốn phía cho vuông vức. Mặt trên, vạc lõm vào để gối đầu. Mặt dưới, tôi bóc ra, cho yếm thắm vào, rồi hèm lại như cũ. Trước đây, hằng ngày, tôi ngủ trên cái chõng tre, hôm bức thì gối đầu bằng áo cánh, hôm giá thì gối đầu tay. Bây giờ, trên cái chõng tre của thầy bu tôi để lại, tôi đã sắm được cái gối vỏ luồng cốt yếm thắm. Cái này, tôi chắc mẩm cả làng, cả nước không có, đến địa chủ phú ông cũng chẳng dám mơ mòng.

Thế là đêm đêm, tôi lấy yếm thắm ra phủ gối, ban ngày lại cất vào vỏ luồng. Khi gối luồng thấm mồ hôi lên nước nhẵn bóng, thì yếm thắm có chỗ đã sờn. Tôi hãi quá. Thế là từ đấy, thỉnh thoảng mới mang ra để ngắm nghía, rồi lại cất vào vỏ luồng.”[55; tr 42]

Cái giọng điệu tình tự nhẹ nhàng mà sâu lắng trời phú đã giúp Vũ Xuân Tửu để lại ấn tượng trong lòng người đọc về những mối tình dù không thể đến được với nhau nhưng vô cùng sâu sắc, đớn đau. Ông không cần những lời đao to búa lớn mà chỉ bằng cách kể, giọng văn đầy yêu thương, trìu mến khi nói về họ, thế là những quan niệm trong tình yêu, những cách yêu bộc lộ được mọi góc khuất của nó qua từng thiên truyện.

2.1.4.4. Giọng điệu trầm tư, chiêm nghiệm, triết lí

Viết nhiều về các đề tài xã hội, giọng điệu trầm tư, chiêm nghiệm, triết lí của Vũ Xuân Tửu cũng có đất để gieo trồng. Tuy nhiên, cũng phải thấy một điều: trong những truyện ngắn đầu tay của Vũ Xuân Tửu đã bộc lộ một đặc điểm, đó là lối văn thật thà gặp gì viết nấy, nghĩ gì nói nấy. Chính vì vậy các kết luận, chiêm nghiệm, triết lí vẫn mang tính chất "nói thẳng", tính chất thâm trầm, kín đáo ít.

Sau khi được tập huấn, tham gia các trại sáng tác và được gặp gỡ, trao đổi với các nhà văn gạo cội như Nguyễn Khắc Trường, Hữu Thỉnh, ông viết chắc chắn và bản lĩnh hơn. Cảm giác thăm dò, rụt rè đã nhường chỗ cho sự mạnh dạn, sắc sảo. Thay vì luôn dằn vặt bởi những câu hỏi: *"Văn mình có ra gì không nhỉ? Tác phẩm của mình liệu có công chúng không? Mình có thể theo đuổi sự nghiệp văn chương không?"*[ ] Lúc này, ông có thể mạnh dạn trao cả cuộc đời mình cho sự nghiệp văn chương, mà không thấy một chút do dự nào nữa. Khi được hỏi về điều này, chính nhà văn Vũ Xuân Tửu cũng bật thốt lên: *"Năm 1998 là năm đáng nhớ nhất, là bước ngoặt trong sự nghiệp sáng tác của mình"*. Năm 1998 cũng là năm đánh dấu sự ra đời tập truyện ngắn đầu tay của ông *Tầm phào,* để rồi những năm tiếp sau đó con đường sáng tác của ông mở rộng thênh thang, với nhiều tác phẩm được tặng thưởng và được bạn đọc cả nước biết đến.

Ông thường sử dụng kiểu người tường thuật xưng *"tôi"* đóng vai trò người dẫn chuyện trong khá nhiều truyện ngắn. Lúc thì là nhân vật quan sát ông lão bán điếu, lúc lại là thầy giáo trong *Thợ cắt tóc truyền đời, Tiếng kèn lá trên đỉnh Mã Pì Lèng*, lúc làm người yêu cô Nhình xinh đẹp, lúc hóa thân vào anh cán bộ tăng cường xuống bản Piat chỉ đạo sản xuất...Trong kiểu tường thuật này, người kể không được nêu một cách cụ thể trong tác phẩm. Trong một số truyện, người kể chỉ là *"một hình tượng giả định, được tác giả sử dụng làm một người trung gian tưởng tượng ra giùm độc giả và cái được mô tả"* [17; tr182]. Người kể không tham gia vào sự phát triển của các sự kiện, các biến cố của tính cách nhân vật trong tác phẩm, hầu như không cho người đọc chút thông tin nào về bản thân anh ta. Người tường thuật xưng *"tôi"* luôn giữ vai trò trung gian của một người đã chứng kiến các sự việc, hạn chế việc bộc lộ tình cảm, cảm xúc của mình, tạo cho câu chuyện được kể mang tính khách quan. Người tường thuật cố giấu mình hết mức, ít bình luận, tạo cho người đọc suy ngẫm, đánh giá, tự rút ra ý nghĩa của câu chuyện, tự nhận xét về nhân vật, cách sử dụng ngôn ngữ, xây dựng cốt truyện... của tác giả. Nhưng *"tôi"* nhiều khi cũng lại là một nhân vật tham gia vào câu chuyện như các nhân vật khác, thậm chí còn làm thay đổi cả cục diện truyện ngắn: anh cán bộ tăng cường xuống bản Piat chỉ đạo sản xuất *(Chuyện ở bản Piat)*, người yêu cô Nhình xinh đẹp *(Cầu vồng trên núi Pù Tiên).* Nhân vật xưng *"tôi"* còn là một thủ thuật, tạo dựng lòng tin và sự thân mật, gần gũi giữa tác giả và bạn đọc.

Ngoài ra, giọng điệu trầm tư, chiêm nghiệm, triết lí còn được thể hiện qua ngôn ngữ nhân vật như lời người bố dặn con trai trong *Anh Nhón, chị Nuôi* sâu sắc, gan ruột trước khi đi chiến trường lần thứ hai, giống như lời trăng trối với người con đích trưởng "tôi": *"Anh Nhón vừa là con lại vừa là khách, con nuôi và con rể phải đối đãi như thế. Mình đã đưa người ta đến với mình, thì phải cưu mang trân trọng người ta, có thế mới được trân trọng lại. Người ta dễ gần cũng dễ xa. Anh em, cha con ruột thịt có đánh nhau vỡ đầu, vẫn là ruột thịt. Nhưng đối với người ta, một câu nói, một cử chỉ xúc phạm là tình cảm ngấm ngầm tan vỡ khó bề lấy lại. Bố dặn anh thế, với anh Nhón thì anh em trong nhà phải khiêm nhường trọng vọng. Anh Nhón có chí đấy".*[55; tr 10] cho thấy sự day dứt không yên của người cha trước cuộc ra đi không hẹn ngày trở về.

Ông cảm nhận đầy đủ các vấn đề xã hội nên trong nhiều truyện ngắn, Vũ Xuân Tửu có những câu văn giống như những câu kết luận, châm ngôn: *"Giấu vàng, giấu bạc thì được, chứ ai giấu được tình yêu."*[56; tr 4]; *"Dân chúng ở đâu cũng ghét đám chỉ tay năm ngón."* [56; tr 43]

Ông hiểu và chia sẻ với những khó khăn, vất vả của những giáo viên đi thực hiện chương trình *"Ánh sáng văn hóa"* những năm 80 của thế kỷ trước qua đoạn văn với những chi tiết gắn với loại hình lớp ghép ở bản người Mông qua con mắt của thầy giáo người Kinh (trong Tiếng kèn lá trên đỉnh Mã Pì Lèng): *"Lớp ghép có cái dở, nhưng cũng có cái hay: dở, nghĩa là chỉ một thầy mà cùng một lúc, phải truyền thụ kiến thức của nhân loại cho ngần ấy thứ bậc trình độ, thì làm sao mà cụ thể và sâu sắc được; nhưng hay là ở chỗ, chúng có điều kiện ôn bài lớp dưới và đi trước thời đại khi nghe bài lớp trên"* [54; tr 52]

Viết văn là hư cấu. Nhưng với những người không hiểu biết, họ lại cho những nội dung trong truyện *Tầm phào* là thật. Cái họa văn chương được miêu tả thật nghiêm trọng, khủng khiếp. Ông bạn Bưởng chả hiểu biết gì, chỉ cắm đầu đi buôn thì cho mấy câu thơ trong truyện *Tầm phào* là *"sấm ký"* rồi *"bật cái bật lửa ga, gí vào cái **Tầm phào** tôi đang đọc dở. Cháy."*[54;tr 15], rồi đi phao tin lung tung, còn đoàn kiểm tra thì yêu cầu gắt gao: *"phải xác định ngôi miếu cổ có từ đời nào, nằm ở đâu? Cái bệ thờ bị đào bới thế nào? Hệ thống điện giăng mắc ra sao? Cái hòm sơn son thiếp vàng nay ai giữ? Tờ giấy có mấy câu thơ chữ nho ai cầm? Ông thủ từ và tay Bưởng có bật lửa ga thì lai lịch nhân thân thế nào?"*[54; tr16] đến mức chính người viết cũng bị hoảng và vạ lây cái *"án văn chương"* chỉ là những chuyện tầm phào. Nhận thức xã hội không đồng đều nhiều khi là tai họa cho người cầm bút!

***

Ở chặng thứ nhất, từ năm 1998-2007, Vũ Xuân Tửu đã bước đầu thành công trên con đường đã chọn trở thành nhà văn. Mặc dù chỉ là một nhà văn tay ngang (vì ông đang công tác trong ngành công an), nhưng Vũ Xuân Tửu đã chứng tỏ những khả năng trời phú trong nghề viết văn của mình. Từ những bước đi chập chững ở tập *Tầm phào*, qua các lớp bồi dưỡng ngắn ngày và trại sáng tác, Vũ Xuân Tửu đã nhanh chóng định hình được phong cách sáng tác và đã cho ra đời rất nhiều truyện ngắn hay, mang đậm dấu ấn cá nhân, trong đó phải kể đến các truyện *Bí mật cuốn gia phả, Cỏng Hò, Chuyện bản Piat, Cánh chân sào, Yếm thắm, Chim lửa.*

Sự thành công của Vũ Xuân Tửu trong lĩnh vực truyện ngắn trước hết phải thấy là do ông có tài xây dựng tình huống truyện rất hấp dẫn, gây ấn tượng, các chi tiết dày đặc vừa đắt lại vừa gợi được rất nhiều điều đáng suy ngẫm cùng với giọng văn hóm hỉnh, dí dỏm, hồn nhiên trời phú, cách sử dụng ngôn ngữ sinh động, linh hoạt mang đậm chất văn hóa vùng miền, các dân tộc khác nhau. Hơn nữa, với tinh thần cầu thị, học hỏi không ngừng từ các trại sáng tác, khả năng tự nghiên cứu, quan sát, tìm hiểu, ghi chép, các chuyến thực tế... Vũ Xuân Tửu đã có được vốn sống vô cùng phong phú. Tất cả những điều đó đã góp phần làm nên một Vũ Xuân Tửu được đông đảo bạn đọc trong cả nước biết đến, cùng những thành công trong lĩnh vực truyện ngắn của ông.

2.2. Tình huống truyện, chi tiết, ngôn ngữ và giọng điệu truyện ngắn Vũ Xuân Tửu giai đoạn 2008 – 2016

2.2.1. Bước chuyển trong quan niệm nghệ thuật của Vũ Xuân Tửu

Sau thành công ở chặng đầu với giải Nhất của Tạp chí Văn nghệ Quân đội cho chùm truyện ngắn *Bí mật cuốn gia phả, Cỏng Hò, Chuyện bản Pi at,* Vũ Xuân Tửu chuyên tâm hơn cho công tác sáng tác. Tuy nhiên, ở chặng thứ hai này, ông tập trung nhiều hơn cho sáng tác tiểu thuyết. Mặc dù vậy, ba tập truyện ngắn vẫn tiếp tục ra đời.

Đã dày dặn hơn trong kinh nghiệm sáng tác, ổn định trong quan niệm sáng tác, Vũ Xuân Tửu tiếp tục sáng tác với quan điểm đã hình thành và được khẳng định trước đây. Ông đã chọn đúng con đường của mình và đã được thời gian kiểm nghiệm. Trước đây, ông coi việc mình thành công với nghiệp văn chương chỉ là *"cơ may"* nhưng thực ra, đó chính là sự nghiêm túc, trách nhiệm với nghề viết đầy công phu, vất vả mà ông đã quyết dấn thân. Ông vẫn tiếp tục coi văn chương là chuyện sang trọng và thiêng liêng, mục tiêu mà ông hướng tới phải là người phải có tầm văn hóa nhân loại, viết văn phải có văn, vẫn luôn đề cao văn học mang tính nhân văn, quyết tâm sử dụng ngòi bút luôn hướng về nhân dân, ông vẫn tin rằng văn chương viết về nỗi buồn nhưng lấp lánh niềm vui và văn chương, chữ nghĩa sẽ giúp ông xóa đi muộn phiền. Và vì vậy, ông vẫn tiếp tục sáng tác dưới ánh sáng của quan niệm văn chương đã được xác định từ đầu.

Ở chặng thứ hai (2008-2016), Vũ Xuân Tửu không còn phải dằn vặt: *"Văn mình có ra gì không nhỉ? Tác phẩm của mình liệu có công chúng không? Mình có thể theo đuổi sự nghiệp văn chương không?"* mà giờ đây, ông tự tin với công việc viết lách của mình. Trong những truyện ngắn ở chặng sau này, ông đã nói ra được nhiều điều mà trước đây ông chưa nói được. Ông đã thể hiện trách nhiệm với những trang viết của mình, ông tìm cách tiếp cận nhiều hơn, mạnh dạn trình bày những quan điểm của mình trước các vấn đề nổi cộm, bức xúc trong xã hội. Mặc dù đã nhận được giải cao trong sự nghiệp văn chương (điều mà không phải người cầm bút nào cũng có được) nhưng ông không có ý định viết để nhất định phải tiếp tục được giải mà chỉ cần được viết ra những tác phẩm được bạn đọc đón nhận, với ông, đó là hạnh phúc.

2.2.2. Các biểu hiện của tình huống truyện, chi tiết, ngôn ngữ và giọng điệu truyện ngắn Vũ Xuân Tửu

2.2.2.1. Tình huống truyện

Trong ba tập truyện ở chặng sau có 13 truyện ngắn, các dạng tình huống truyện được khảo sát và tổng hợp như sau: tình huống nhận thức: 05; tình huống hành động: 03; tình huống tâm trạng: 05.*(Xem phụ lục 2: Phân loại tình huống truyện chặng 2008- 2016 của Vũ Xuân Tửu).* Nhìn vào kết quả này, có thể thấy, ở chặng này, số tình huống nhận thức trong truyện ngắn của ông đã giảm, thay vào đó là tình huống tâm trạng.

Tình huống nhận thức

Các tình huống nhận thức được thể hiện trong các truyện ngắn *Người đàn bà mấy đận mất tên, Trong mưa có nắng, Những người đào quặng, Tháng ba có 31 ngày, Keo tai tượng.*

Trong *Người đàn bà mấy đận mất tên,* Vũ Xuân Tửu đề cấp đến một câu chuyện buồn: cô Thỏ lúc ở nhà với bố thì bố bị quy sai trong cải cách ruộng đất, khi đi lấy chồng thì chồng lại yếu và hy sinh trong chiến trường, cảnh vợ góa trẻ thì lại không chống lại được sự cám dỗ của lão cựu đội trưởng, khi bị bạo bệnh chết thì cái người vẫn ăn nằm cùng cô lại bỏ mặc cô đấy mà đi. Mượn chuyện cô Thỏ mấy lần bị mất tên, nhà văn muốn nói đến những nỗi buồn của đời người phụ nữ mà không phải ai cũng hiểu được.

Trong mưa có nắng lại là câu chuyện về những ảnh hưởng của các vấn đề xã hội tác động đên gia đình cô Son trong những năm đầu của "thời kỳ mở cửa". Vợ chồng đang hạnh phúc, Thắng nghe mọi người xui góp vốn đi mua tàu đãi vàng. Vàng đâu chả thấy mà chỉ thấy thân tàn ma dại mang nợ về cho cả nhà; may trong nhà còn được chú em út có chí, nghe lời chị dâu, có được chút công danh.

Truyện ngắn *Những người đào quặng* lại cho người đọc hiểu thêm về sự thức tỉnh muộn màng của lão Chài. Lão đã dùng mánh lới, mưu mô để hòng lấy không nguồn quặng sắt lớn, kể cả những cách tồi tệ nhất, của cha con lão hủi trong rừng. Nhưng cô con gái lão hủi đã nhìn thấu tim đen lão Chài và cho lão nột vố đau: cô không bán quặng cho lão mà bán cho chủ đầu tư dự án lấy tiền làm đường nhựa rải át phan cho dân làng được nhờ rồi lên núi tự thiêu giống ông bố. Lão Chài tỉnh ngộ, xấu hổ vì thấy mình không bằng cả người hủi (là những người bị dân làng hắt hủi, xa lánh).

Tháng ba có 31 ngày là một câu chuyện cười ra nước mắt với tình huống: Đề tài NCKH *"Vấn đề truyền đạo Tin lành trong vùng dân tộc thiểu số"* của Văn không nhận được sự ủng hộ của hội đồng khoa học vì quan điểm của anh cho rằng: đạo Tin lành đã có những ảnh hưởng tích cực đến đời sống của đồng bào Mông như: không uống rượu trong tang lễ, cải tiến cách chôn cất người chết, không mất vệ sinh như ngày trước.... Giữa lý luận và thực tế đời sống đồng bào dân tộc thiểu số tại thời điểm đó đã có những khác biệt lớn. Quan điểm *"đi trước thời đại"* của Văn đã không được chấp nhận. Văn bản công nhận đạo Tin lành và cho phép người Mông được theo của Chính phủ ban hành sau khi đề tài của Văn đã bị hội đồng khoa học đánh gục, khiến cuộc sống của anh bị thay đổi theo chiều hướng đáng buồn.

Keo tai tượng cũng là một truyện ngắn khai thác tình huống truyện rất sắc sảo: Trước chủ trương phá hết rừng già để trồng bồ đề không thành công, anh Tâm, một kỹ sư lâm nghiệp, đã bàn với ông Lẫm Phó Giám đốc công ty vốn là bạn cùng học, nên trồng keo tai tượng (một loại cây mới) nhưng không được ông này ủng hộ. Anh Tâm về bàn với vợ, thế chấp ngôi nhà đang ở để vay vốn, mua keo giống, trả lương cho công nhân để trồng thử nghiệm. Cây sống tốt, khỏe, chất lượng gỗ đảm bảo. Nhưng do không có sự nhất trí của Lẫm, đến kỳ thu hoạch, cây keo không được bán mà để mục nát. Công nhân không có tiền sinh sống, Tâm bị đi tù. Vợ Tâm đến nhà Lẫm nhờ vả giúp chồng, bị Lẫm lợi dụng. Tâm chết, vợ Tâm đau khổ. Còn Lẫm được hưởng thành quả trồng keo tai tượng của Tâm.

Khác với chặng đầu, các tình huống nhận thức của truyện ngắn Vũ Xuân Tửu ở chặng thứ hai là những tình huống mang dấu ấn của một thời kỳ có nhiều thay đổi lớn trong nhận thức xã hội. Giữa cái cũ và cái mới, giữa lương tâm và lòng tham trong mỗi con người đã có những xung đột gay gắt. Vũ Xuân Tửu đã mạnh dạn chọn những tình huống truyện mang hơi thở của cuộc sống hiện đại và phản ánh nó khá trung thực.

b. Tình huống hành động

Cũng giống như chặng đầu, các truyện ngắn sử dụng tình huống hành động không nhiều. Trong chặng thứ hai này, cũng chỉ có 03 tình huống hành động trong *Cô Ba, Chuyến xe lên vùng cao, Vết đế giày.*

Truyện ngắn *Cô Ba* đưa ra tình huống: cô Ba biết chồng giao kết với giặc, phản bội triều đình nhưng vì yêu chồng thương con, cô không dám báo cho triều đình điều này. Câu chuyện như một màn kịch nội tâm của người đàn bà bị giằng xé giữa một bên là tình yêu, một bên là trách nhiệm công dân trong người đàn bà đã dẫn đến cái kết thảm: mất nước. Hành động dùng dằng không quyết đoán, biết sai, biết đúng mà không dám hành động theo lẽ phải của người đàn bà đã đẩy sự việc đên thảm họa.

Chuyến xe lên vùng cao lại xuất phát từ một tình huống: Chuyến xe lên vùng cao bị chết máy, hỏng giữa đường đèo dốc, không có quán xá, không người qua lại. Lẽ ra trong hoàn cảnh ấy, mọi người phải gắn kết với nhau để cùng vượt qua khó khăn trên đường nhưng một cô giáo trẻ lần đầu tiên lên vùng cao đã bị một tên lưu manh lừa gạt chỉ bằng bề ngoài ưa nhìn và tài ăn nói của hắn. Chẳng những cô tin hắn sẽ chuyển trường cho cô về gần nhà, cô chia sẻ phần ăn của mình cho hắn, cô còn yêu và nhanh chóng trao đời con gái cho hắn. Cuối cùng, hắn ăn cắp cả cái túi du lịch của cô mà chạy mất. Loại trừ các nhân vật phụ (bác tài xế, anh tài phụ, hành khách), truyện tập trung vào hành động của cô gái và tay Dại miệng: một bên (cô gái) dành niềm tin ngày một lớn cho Dại miệng; còn Dại miệng lại tìm mọi cách để lợi dụng, lừa cô gái trẻ ngây thơ để được ăn, được ngủ với cô và để lấy hết đồ đạc của cô. Truyện cho thấy, ở bất cứ đâu trong xã hội cũng có người xấu. Người xấu xuất hiện ở những tình huống không ngờ nhất.

Vết đế giày xuất phát từ một tình huống mang tính thời sự: Trước sự việc tàu Trung Quốc ngang nhiên xâm phạm vùng biển Việt Nam, Đạo cùng người dân xuống đường biểu tình phản đối hành động vi phạm luật pháp quốc tế của họ. Trong khi dẹp trật tự, một anh trật tự viên đã đạp giày vào mặt Đạo. Nhưng sau đó, anh ta biết mình sai, nên đã nhờ bà mang tiền đến nhà xin Đạo bỏ qua. Đạo không nghe, đi khiếu nại lên cơ quan có thẩm quyền. Tại đây, Đạo cũng được nghe những lời nói không đúng bản chất sự việc, họ cũng cho rằng: anh trật tự viên nọ *"chỉ bước từ xe buýt xuống, vô tình chạm phải anh thôi"* chứ không phải là *"đạp vào mặt anh"*. Dường như những người có trách nhiệm muốn lờ việc không hay này đi. Truyện đã gióng lên một hồi chuông cảnh báo những vấn đề trong xã hội. Giữa cái đúng và cái sai đã có những xung đột nhỏ nhưng do thái độ, do nhận thức của các bên mà đẩy cái sai nhỏ thành cái sai lớn. Vết đế giày thực chất là sự xuống cấp đạo đức của một bộ phận nhỏ công chức viên chức trong chấp pháp.

Các tình huống hành động trong ba truyện ngắn trên đã tập trung vào vấn đề đạo đức xã hội. Các hành động của các nhân vật trong truyện dù ở tình trạng lưỡng lự, nước đôi (Cô Ba) hay *Chuyến xe lên vùng cao* và *Vết đế giày* cũng đã cảnh báo vấn đề đó. Qua đó, tác giả muốn ngầm nhắc nhở: đạo đức là điều luôn luôn được đặt lên hàng đầu, cho dù mình là ai. Và dù trong thời kỳ mở cửa, có rất nhiều giá trị cũ đã bị thay bằng những giá trị mới nhưng có những điều không bao giờ được phép thay đổi, đó là trách nhiệm công dân và đạo đức xã hội.

c. Tình huống tâm trạng

Trong ba tập truyện ở chặng thứ hai, các tình huống tâm trạng tập trung chủ yếu vào các truyện ngắn sau: *Câu chuyện về một khẩu súng, Nọong, Hoa cải ngồng, Người tan vào không khí, Chuyện tình người đẹp thành Tuyên.*

Câu chuyện về một khẩu súng xuất phát từ tình huống Bá tình cờ phát hiện có ai đó giấu khẩu súng P64 nhỏ xíu giữa một cuốn sách dày cộp đặt trên giá của một hiệu sách phố huyện. Tâm trạng của Bá chuyển từ háo hức, sướng run lên, muốn lên mặt với mọi người vì có khẩu súng đến hoảng hốt khi khẩu súng tụt xuống ống quần, giật nảy mình khi súng cướp cò; lại bồi hồi, băn khoăn khi ngắm nghía khẩu súng, phán đoán về người giấu súng bí ẩn, tức tốc, vội vàng đi tìm lại viên đạn đã bắn ra; giật nảy mình khi thấy bọn trẻ nhặt được vỏ đạn đến bẽ bàng, lo lắng khi ý thức được sự nguy hiểm của thứ vũ khí nhỏ mà nguy hiểm này.

Nọong là một truyện ngắn hoang tưởng, lấy tình huống là tình yêu của đôi tình nhân, khi chết họ vẫn bên nhau. Nọong là một cô gái đẹp, là nhân tình, là vợ bé không chính danh của Tướng công, ngay cả khi Nọong sinh cho Tướng công một cậu quý tử thì thân phận của Nọong cũng không thay đổi. Mặc dù vậy, Nọong vẫn yêu, tôn sùng Tướng công suốt cả cuộc đời. Nọong không hiểu được tình cảm mà Tướng công dành cho mình. Khi chết, Nọong mới biết mình chỉ là một món đồ chơi cho Tướng công mà thôi. Chỉ đến khi chết, Nọong mới biết mình chỉ là một món đồ chơi cho Tướng công mà thôi. Khi sự nghiệp của Tướng công mất thì Nọong cũng chết. Dù vậy, hồn ma Nọong vẫn không thay đổi tình yêu dành cho hồn ma Tướng công. Cảm động trước tình yêu mà Nọong dành cho mình (vì khi ông ta mất hết sự nghiệp thì chỉ có Nọong ở lại bên ông ta thôi), Tướng công quyết định ở lại mãi bên Nọong không rời. Một cốt truyện không mới nhưng Vũ Xuân Tửu dùng hình thức ly kỳ, cho Nọong được sống ở kiếp khác để cảm hóa con người Tướng công. Sống thì bao nhiêu người theo ông ta, nhưng khi chết chỉ có một người đàn bà phận hèn gắn bó. Truyện mang ý nghĩa giáo dục, gợi lên nhiều điều đáng suy ngẫm.

Hoa cải ngồng là một câu chuyện tình yêu đau buồn xuất phát từ một tình huống: Nhạn phải quên tình yêu đẹp đẽ của mình với Chân để báo hiếu cha bằng cách chấp nhận lấy ông bác sĩ già làm chồng. Nhưng rồi Nhạn cũng không cứu được bố. Chân, người yêu Nhạn đau khổ, từ một anh bán bánh mỳ, anh quyết chí học hành, đỗ đạt, trở thành một doanh nhân, làm thơ hay, được giới thiệu trên ti vi. Nhạn nhìn thấy, càng đau khổ. Cốt truyện cổ điển: bán mình báo hiếu cha, nỗi khổ của các cô gái đẹp. Vườn cải, cái phông nền cho tình yêu của Chân và Nhạn luôn ám ảnh cả hai người yêu nhau. Sự vô tình của ông chồng già khi hát trêu con càng làm cho Nhạn đau đớn. Tâm trạng của Nhạn trong cả câu chuyện là nỗi ân hận, xót xa không cứu được cha mà cũng không trọn nghĩa với người mình yêu thương.

Người tan vào không khí là một câu chuyện mang hơi thở của cuộc sống hiện đại với tình huống: một doanh nghiệp muốn lấy đất của dân để xây dựng khu du lịch sinh thái nhưng không được người dân đồng ý khiến kiện cáo kéo dài. Con trai của một bà lão nông dân trong khi cùng bà con đi kiện tụng lại phải lòng con gái ông chủ doanh nghiệp nọ. May thay, cô lại đứng về phía những người nông dân. Sau rất nhiều nỗ lực, doanh nghiệp đã phải lùi, trả lại ruộng đất cho nông dân.Người con trai nọ vừa muốn mình là kẻ vô hình để có sức mạnh tự do, sức mạnh vô hình, biết tất cả mọi mưu mô của doanh nghiệp, đấu với doanh nghiệp và giành lẽ phải nhưng cũng lại muốn hữu hình để được nhận tình yêu cảu con gái ông chủ doanh nghiệp nọ. Cô gái cũng luôn cảm nhận được sự có mặt của người yêu (dù vô hình) bên cạnh mình. Tình huống truyện đề cao tình yêu trong sáng, bất chấp hoàn cảnh của đôi trai gái, vì ngay cả khi tan vào không khí, họ vẫn nhận ra nhau, vẫn luôn yêu thương nhau. Truyện mang màu sắc thời sự rõ nét, giữa nông dân và doanh nghiệp trong thời kỳ đổi mới đã bộc lộ mâu thuẫn khá gay gắt.

Chuyện tình người đẹp thành Tuyên là câu chuyện tình bi thảm của một cô gái đẹp tên Sương. Cô đã có người yêu tên Đình đi hoạt động cách mạng, nhưng cô bị tên đồn trưởng ép phải làm vợ hắn. Trong một cuộc thách đấu với tên đội Pháp, tên đồn trưởng thua phải chịu mất Sương như một phần thưởng. Sương trở thành vợ không chính thức của tên đội Pháp mà lòng vẫn không nguôi nhớ Đình.

Nhật đánh Pháp, tên đội Pháp chết, Sương lại trở thành gái phục vụ bọn sĩ quan Nhật. Cách mạng thành công, Sương gặp lại Đình, nhưng quá khứ của Sương đã làm hại anh. Anh bị nghi là làm gián điệp cho Pháp, Nhật và bị thủ tiêu. Vẻ đẹp của Sương là vẻ đẹp chết chóc, mang lại đau khổ cho chính cô và những người yêu thương cô.

Cả câu chuyện là tâm trạng của Sương đau khổ khôn nguôi khi phải rời xa Đình, người yêu mình để sống cuộc đời không phải của mình, phải theo ý người khác. Nỗi khổ đau ấy chỉ có Đình, người yêu Sương hiểu được.

Mặc dù có những chuyện mang tính chất hoang tưởng, ly kỳ, cả chuyện xưa lẫn chuyện nay, các tình huống tâm trạng trong nhóm truyện này đã phản ánh những vấn đề khó giải quyết từ xưa đến nay: những người đẹp không may mắn, những nhân vật muốn đấu tranh cho cái đúng, cho lẽ phải thường đơn độc trong cuộc sống, cuộc đấu trnah trong tư tưởng con người là cuộc đấu trnah khó khăn, gian nan nhất.

2.2.2.2. Chi tiết nghệ thuật

Vẫn luôn là người coi trọng các chi tiết nghệ thuật như một phần tất yếu của tác phẩm văn học, Vũ Xuân Tửu vẫn luôn chăm chút cho các chi tiết trong truyện ngắn của ông. Các chi tiết nóng và chi tiết lạnh vẫn luôn đầy ắp trong các truyện ngắn của ông và hoàn thành sứ mạng của nó.

Chi tiết vườn cải ngồng bên sông của gia đình Nhạn là một chi tiết ám ảnh. Vườn cải ấy là nơi Nhạn và Chân quen nhau, yêu nhau những ngày đầu tiên. Đó cũng là nơi cô giãi bày tâm sự lòng mình khi phải quyết định báo hiếu cha, lấy ông bác sĩ già, rời bỏ người mình yêu dấu mà không thể nói với ai được. Hình ảnh *"tấm thân cải ngồng"* gợi nỗi xa xót của cô gái đã lớn tuổi mà chưa chồng. Lời nhắc của ông bác sĩ: *"Nhưng mà, cải ngồng muối dưa ngon. Tôi đã từng được thưởng thức cái vị cay cay the the của nó xộc lên mũi, như ăn mù-tạt, rất thú vị, rau sạch."* khiến Nhạn đau lòng, chột dạ. Vườn cải hoa vàng còn đi vào những câu thơ vui vẻ, trêu chọc của Chân dành cho Nhạn, kể cả khi cô đã có chồng có con. Màu vàng của hoa cải bên sông còn ám ảnh Nhạn cả đời dù cô không bao giờ quay lại nơi đó nữa.

Trong *Tháng ba có 31 ngày,* các chi tiết bà con người Mông *"biết dùng nước đường, nước ngọt thay cho rượu trong các đám cưới, đám ma, biết quàn thi hài người quá cố trong quan tài mà đặt cây thánh giá lên, thay cho việc buộc xác vào cột hoặc treo cáng lên vách làm ma tươi"* [61; tr 67] thì phải ghi nhận đó là sự chuyển biến lớn, rất quan trọng, phải coi đó là bước ngoặt trong nhận thức, một sự tiến bộ của đời sống xã hội của người Mông khi họ đi theo đạo Tin lành, nhưng Hội đồng khoa học lại không công nhận vai trò của đạo Tin lành có ảnh hưởng tích cực tới đồng bào, khiến Văn phải quay lại bản Tia Cua Xi mấy lần để kiểm tra các kết quả khảo sát của mình. Nhưng cứ mỗi lần quay lại, anh lại thấy những tác động mới của đạo Tin lành đối với dân bản. Cái gồ xương ngón giữa chỉ tháng ba có 31 ngày, nhưng nó cũng là cái mốc đánh dấu thất bại của Văn trong đề tài NCKH của anh. Anh đã đúng khi đi khảo sát, tận mắt thấy những đổi thay của đồng bào Mông khi tin theo đạo Tin lành, nhưng vì các văn bản của nhà nước chưa ban hành, Hội đồng khoa học cũng không dám công nhận anh đúng. Ngay cả ông Xeng xeng, biết cái điều Văn đang nghiên cứu là đúng, nhưng ông ta cũng chỉ là thiểu số trong Hội nghị nên đành nói nước đôi *"Để xeng xeng …"*. Đến khi văn bản nhà nước công nhận đạo Tin lành và cho phép người Mông theo thì đề tài của Văn đã đổ kềnh đổ càng, sự nghiệp của anh cũng đổ theo nó.

Ông có những câu văn miêu tả chi tiết rất đặc biệt:*"Những vì sao rơi, như nhát kiếm của kẻ phẫn chí"* [60; tr 18] Đó chính là cái nhìn đầy chán nản, cay đắng của Thắng *(Trong mưa có nắng)* sau những thất bại của việc dồn hết vốn liếng để mua tàu đãi vàng.

Chi tiết Vần mài dao bên suối sau khi biết Quế có con riêng trong thời gian anh đi bộ đội (Cỏng Hò) được tác giả miêu tả kỹ lưỡng. Dường như bao uất hận, đau đớn, bẽ bàng, tủi hổ, tuyệt vọng được Vần dồn hết vào từng nhát mài dao: *"Vần nhặt hết dao trong nhà, xếp vào xoỏng, cắp ra suối mài. Từ trưa đến chiều, Vần mài dao nhọn đi săn, dao ba thái rau, dao tư chặt cây, dao năm phát cỏ và dao thái chuối dài như thanh mã tấu. Gió không thổi, nên tán lá cơi, lá xổ bên bờ suối thôi không xào xạc. Suối vẫn chảy mà thôi róc rách. Chỉ có tiếng mài dao khoèn khoẹt và mùi khen khét của đá cháy và lưỡi dao bị chà xát nóng lên. Lúc đó, Vần mới vớt nước té lên cho trôi bớt bột đá và làm nguội lưỡi dao.*

Dân bản thập thò bên bờ suối nhìn Vần mải miết mài dao, quai hàm bạnh ra, thu chân ngồi lù lù như con gấu rình cá. Vần cắm cắm cúi cúi mài đi mài lại từng con dao, đến độ dao nhọn như muốn xông ra đâm vào ngực con thú, dao thái chuối như chực bay lên lia đứt thân chuối, mà Vần vẫn chưa dừng tay. Đống bột đá mài nhão nhoét, lấp lánh những hạt thép, đã to như đống cứt nghé. Người ta đã ngửi thấy mùi máu tanh tanh, thoang thoảng đâu đó." [60; tr 59, 60]

Chi tiết Vần dồn mọi cay đắng, tủi hờn, tuyệt vọng trong tình yêu vào việc ném tảng đá mài vào tảng đá con nai cũng được nhà văn miêu tả thật khủng khiếp: *"Vần nghiến răng và hộc lên một tiếng, chiếc răng vàng loé lên trong ánh hoàng hôn như một tia chớp. Vần bê hòn đá mài, to như chân tảng, ném mạnh vào tảng đá con nai. Một tiếng nổ chát chúa vang lên, rồi âm âm như tiếng sấm. Tảng đá con nai vỡ tan, bụi đá bay mù mịt. Chợt có những hòn đá trắng to bằng quả ổi, từ trên trời rơi xuống, lúc đầu còn lác đác, một chốc đã rơi ào ạt. "Mưa đá". Cả bản kinh hoàng hò nhau, ôm đầu chạy vào gầm sàn nhà Vần trú ẩn.*

Khi nghe tiếng nổ chát chúa vang lên ngoài suối, bỗng nhiên Quế ngã lăn ra cầu thích, khoé mép ứa máu tươi. Bà con vực vội vào nhà, bấm nhân trung, nới lỏng quần áo, xoa cao Sao Vàng, hồi lâu mới tỉnh.

Mưa tuôn trắng trời, đá rơi trắng đất. Những hòn đá rơi trên mái cọ lụp bụp như ngô bắp đổ vào bịch. Những tàu lá chuối rách tướp như bị cào ra. Những đám sắn bị tuốt hết lá, chỉ còn trơ cành cuộng khẳng khiu. Lũ vịt ngoài ruộng không kịp chạy. Con lớn, con bé cứ đứng ngỏng cổ lên trời như bầy chim cánh cụt."[60; tr 60] Nhưng cũng nhờ có lời khuyên của Trưởng bản, cơn giận, cơn ghen cuồng điên của Vần được trút vào đá núi mà không trút lên đầu những người anh yêu thương: *"trận mưa đá đã làm dịu mát lòng người, rửa sạch núi đồi, cây cỏ để cùng bước vào một quãng đời mới và nảy lộc, đơm hoa vào vụ mới"*[60; tr 60]

2.2.2.3. Ngôn ngữ nghệ thuật

a. Ngôn ngữ hiện thực đời sống

Sở trường của Vũ Xuân Tửu là vốn từ ngữ, lời ăn tiếng nói nhân dân vô cùng phong phú. Vì vậy, trong truyện ngắn của ông có đủ các loại ngôn ngữ cần thiết. Đó là các bài đồng dao:

"Hai vợ chồng
Chông vợ hài
Lấy cái gai
Gài lá mít..." [60; tr 11]

"Vừa mưa, vừa nắng
Vợ chồng ông Thắng
Đánh nhau trong buồng
Lục xục, lục xục…" [60; tr 17]

Đó là cách diễn đạt nôm na, đậm chất khẩu ngữ của người dân: *"Tuy ruộng đã thuộc quốc gia công thổ, nhưng nỗi nhớ ruộng đã cắm rễ trong cô. Khi rảnh rỗi, cô lại* ***nhảo*** *ra thăm chăm bẵm, vẫn coi như của riêng vậy."* [60; tr 10]; *"Cơn gió giải nồng bốc cái nón bay chấp chới như cò phải bão"* [60; tr 10]; *"Người ta phải gắng công gồng sức để có đường sống."* [60; tr 14]

Trong các truyện ngắn của ba tập ở chặng sau, vốn thành ngữ tục ngữ, lời ăn tiếng nói của nhân dân các vùng miền rất dồi dào trong vốn từ của ông vẫn được sử dụng với mật độ dày đặc mà không hề lặp lại ở các truyện ngắn ở chặng đầu: *"Rõ là cây khô cây lại đâm cành nở hoa"* [60; tr 14] *"tý táu tý mẻ"* [60; tr 14] *"cứ túc tắc gà què ăn quẩn cối xay"* [60; tr 14]; *"Cái gì của Xê-da thì trả về cho Xê-da"* [60; tr 15]; *"Nom cũng đã nhuận sắc, mà để cảnh cơm treo mèo nhịn đói mãi thôi"* [60; tr 15]; "*mù quá hóa mưa*"[60; tr 15]; *"cố đấm ăn xôi"* [60; tr 15]; *"ông thuộc loại người tóc ngắn mà óc dài"* [60; tr 17]; *"túc trí đa mưu"* [60; tr 4]; *"chó ghẻ có mỡ đằng đuôi"* [60; tr 5] *"vạn bất đắc dĩ, bị mất kho thì của vẫn còn"*, *"Đạn ăn lên, tên ăn xuống"*[60; tr 6]; *"Trẻ con chơi dao, sao cũng có ngày đứt tay."*[60; tr 8]; *"đẹp con người, tươi con của"*[61; tr 32]; *"con rô cũng tiếc mà con diếc cũng muốn thì hết phần thiên hạ à?"*[61; tr 32]; *"Đau đẻ lại chờ sáng trăng"*[60; tr 35]. Chúng vẫn tiếp tục góp phần làm sinh động, phong phú màu sắc cho mỗi thiên truyện, giúp phần diễn đạt lời ăn tiếng nói cụ thể của từng nhân vật; nghe họ diễn đạt, người đọc có thể biết được họ là người Kinh hay người dân tộc.

Ông tả người hay làm rất ấn tượng: *"chân trong nhà mà tay ngoài vườn"* [60; tr 24]

Ông tả đôi mắt của ông *"xeng xeng"* trong *Tháng ba có 31 ngày*: *"Hai túi mắt ông đã chảy xệ thành bọng, nom như có đôi mặt dự phòng đang giấu trong đó vậy."*[61; tr 69]

Ông vẫn dùng cách gọi tên nhân vật bằng đặc điểm, tính cách hay hoạt động của họ: ông "xeng xeng" *(Tháng ba có 31 ngày)*; "anh Dại miệng" (Chuyến xe lên vùng cao),anh bộ đội *(Bí mật cuốn gia phả)*, tiểu đội trưởng, ông Trưởng bản *(Cỏng Hò)*…

Ông diễn đạt rất thành công cách nói của đồng bào dân tộc thiểu số: *"Đứng dưới gầm sàn, trưởng bản chọc que thông nòng súng lên, quát to: "Thằng nào làm cắp vợ bộ đội? Tao gọi dân quân bắt ngay" (...) Mỗi lần quắp chồng, Quế lại lén bỏ một hạt đỗ tương vào chai. Khi Vần hết thời gian huấn luyện, đậu tương đã lưng lửng chai, mà trong cái bụng của Quế vẫn chưa có tí tẹo thằng người nào về ở."* [60; tr 57]; *"trên mâm không thấy bát canh nào, nhưng thức ăn đều được gọi là canh và luôn miệng mời nhau: "Lấy canh ăn đi".*[60; tr 58]

Ông dùng từ khá thoải mái: *"cười tóa lóa"* [60; tr 35]; *"cười phớ lớ"* [60; tr 36];

Ông tả cây xà cừ rất khác biệt: *"gốc cây xà cừ, xù xì những bạnh, mướu y như bàn chân khổng lồ của người bị bệnh tiểu đường"* [60; tr 6]

Chỉ riêng việc tả tiếng điếu kêu của ông đã rất nhiều kiểu: *"tiếng điếu kêu phe phé như bắn súng liên thanh"* [60; tr 61]; *"kêu roanh roách"* [56; tr 8]; *"giòn tanh tách"*[54; tr 5]

Lợi thế dùng từ tự nhiên, sinh động, hợp cảnh hợp người từ chặng thứ nhất thì ở chặng này, Vũ Xuân Tửu vẫn phát huy rất tốt. Người đọc không thấy ông bị ép từ, từ ngữ tối nghĩa mà luôn thấy từ ngữ của ông dùng thật chính xác, thú vị.

2.2.2.3. Ngôn ngữ nghệ thuật

Thế mạnh của Vũ Xuân Tửu là ở giọng điệu và cách dùng ngôn ngữ rất biến hóa, sinh động. Ở chặng thứ hai, ông vẫn dùng đến *"sở đoản"* của mình là sáng tác thơ và đưa chúng vào một số truyện ngắn làm tăng thêm phần lãng mạn, duyên dáng cho câu chuyện:

Hỡi cô tưới cải bên sông
Có muốn kín nước thì lồng xuống đây.
Xuống đây, anh nắm cổ tay
Anh hỏi câu này, cải đã ngồng chưa?
Cải ngồng anh để muối dưa
Cô em bắc giá, anh mua cải ngồng.

Bánh mì một cái hai nghìn
Không ăn mà chỉ ngắm nhìn cũng no.

Vườn ai trồng cải hoa vàng
Một mai đây rủ chị Hằng xuống chơi.

Nhạn lìa bầy, Nhạn bay khắc khoải
Có nhớ thời tưới cải bên sông?
Người đi chín nhớ mười mong
Để người ở lại chín mong mười chờ.
(Hoa cải ngồng)

Một nỗi niềm, hai nỗi niềm
Nàng ra đứng miếu Đồng Tiền ngẩn ngơ
Nhìn dòng Lô chảy bơ thờ
Hỏi ai có thấu ai chờ đợi ai?

Cắm sào đợi bến Lô Giang
Hỏi người thục nữ có sang cùng thuyền?

Một nỗi niềm
Hai nỗi niềm
Nàng ra đứng miếu Đồng Tiền
Ngẩn ngơ...

(Chuyện tình người đẹp thành Tuyên)

Ông vẫn đưa vào truyện ngắn của mình rất nhiều câu hát của các dân tộc thiểu số vùng cao như páo dung (người Dao)

- Ư à hự, lòng anh thương em như cùng một nhà, nhưng sợ em chê…

- Ư à ứ, anh không đến, em cũng không đi, thì bao giờ mới có đôi.

- … sợ không có bóng anh trong mắt em. [60; tr 57]

Ông miêu tả tâm lý nhân vật Bá khi phát hiện ra khẩu súng P64 trong cuốn sách thật tinh tế: *"Cầm khẩu súng trong tay, Bá sướng run cả người, y như tuổi loang lang ben mượn thắt lưng da của bố diện chơi, hay như khi mọc trứng cá được lai nàng trên xe đạp đi dạo phố vậy. Không, có khi còn hơn, bởi đâu chỉ hãnh diện, mà còn oai ngầm nữa; hơn thế, sở hữu sức mạnh kinh hoàng đang ngủ im, thì quả là vô song rồi còn gì. Không có thằng đểu nào khiêu khích, mà rút ra dọa cho nó một cái, vãi linh hồn, nhỉ?(…) Phố núi rộng bằng cái dạng chân, dài tầm tiếng hú, mà sao hôm nay như đại lộ, rộng rinh, đi mãi không hết."* [60; tr 6] rồi đến lúc Bá ngộ ra, quyết định rời bỏ khẩu súng P64 một cách thanh thản: *"Trên đời này, biết cách làm mất đi những gông cùm vô hình, cũng cần phải có sự quyết liệt và khôn ngoan. Thoạt tiên, cứ tưởng mình sẽ hèn yếu đi, nhưng kỳ thực, lại xênh xang hơn, khoáng đạt hơn. Bao nhiêu người không có súng đạn, hoặc không theo tôn giáo súng đạn gì sất cả, thế mà người ta vẫn ăn nên làm ra, có chết đâu?"*[60; tr 10]

Ông miêu tả tâm trạng chân thành nhưng có phần ngây thơ của Chân, người yêu Nhạn khi bàn cách giúp Nhạn cứu cha trong *Hoa cải ngồng: "Chân hân hoan một cách ngây thơ, y như thể anh lính tân binh tò te, đi hiến kế đánh trận cho vị tướng già"*[61; tr 29]

Khi thấy chồng hát trêu con, có ý trêu Nhạn là gái lỡ thì, ví như cải ngồng, Nhạn khổ tâm: *"Cải ngồng ư? Nếu không vì chuyện báo hiếu, thì cải ngồng cũng chẳng thí cho cái ngữ ấy đâu."*[61; tr 32]

Tâm trạng của nhân vật Văn trong *Tháng ba có 31 ngày* được Vũ Xuân Tửu phân tích thật sâu: *"Bao nhiêu mùa xà cừ đổ lá là bấy nhiêu lần nỗi buồn man mác dâng lên trong lòng, buồn mà tưởng như không buồn, buồn như sự trống rỗng, buồn mở ra cõi hư vô; khiến Văn thẫn thờ như đang bước sang một thế giới khác, thế giới của sự cô đơn và chiêm nghiệm."*

Ông tả Quế, cô gái Dao khác hẳn các cô gái đã xuất hiện trong truyện ngắn của ông, đó là vẻ đẹp của núi rừng: *"người gái xinh, giọng mượt mà, biết thêu yếm đẹp, có dáng đi đung đưa làm ngả nghiêng cả cây rừng (...) giọng mượt mà trong trẻo như nước suối Đá Mài"* [60; tr 57].

Đoạn văn miêu tả tình cảm âu yếm của ông lý dành cho cô con gái bé bỏng năm nào khiến nó ám ảnh Thỏ suốt cả cuộc đời: *"Mớ tóc đuôi gà đỏ hoe nắng gió của Thỏ, chấp chới cùng cánh muỗm, bay nhảy trên đám gốc rạ ngổn ngang đon lúa. Ông lý chộp được con muỗm, nhẹ nhàng như lấy gói thuốc lào trong túi áo cánh. Ông lý đưa tặng muỗm cho con gái, rồi lại cắm cúi khua vòi hái vào khóm lúa. Thỏ hớn hở cười. Con muỗm đạp càng gai vào tay nhức buốt, nhưng Thỏ vẫn thích thú, ngắm cái mõm đỏ, răng ngọ nguậy như hai lưỡi hái, cánh tở ra xanh lơ, phớt hồng như tà áo mớ ba, hai cái râu nghều ngào như vòi hái. Thỏ đặt con muỗm lên vai áo nâu non. Thoáng chút ngỡ ngàng, rồi nó bật càng, đập cánh xè xè bay vào hoàng hôn."* [60; tr 12]

Ngôn ngữ nghệ thuật trong mỗi truyện ngắn của Vũ Xuân Tửu vẫn luôn biến hóa, mang lại sự thú vị cho người đọc: từ những cảm xúc lâng lâng của tuổi thơ đến cảm xúc đau đớn, cay đắng của anh chồng bị cắm sừng, từ những niềm hạnh phúc hân hoan của những đôi trai gái yêu nhau đến niềm căm phẫn sự ích kỷ, cậy tiền làm càn, không quan tâm tới quyền lợi của người khác của một số kẻ vô lương... Việc không lặp lại trong cách tả, cách kể chuyện...đã khiến giọng văn Vũ Xuân Tửu càng ngày càng khó lẫn giữa bao giọng văn khác.

2.2.2.4. Giọng điệu nghệ thuật

Giọng điệu hồn nhiên, hóm hỉnh ở chặng sau đã giảm so với chặng đầu, nhường chỗ cho giọng điệu triết lý, chiêm nghiệm. Những đoạn văn như sau không còn nhiều:*"Buổi sớm, dê cụ thực hiện sứ mệnh dê cao cả. Lũ dê cái xếp hàng chờ đến lượt, không chen lẫn xô đẩy, thể hiện một nền văn minh dê. Rồi cả đàn lên núi kiếm ăn."* [61; tr 67]

Ông để cho nhân vật Văn trong *Tháng ba có 31 ngày* nhận ra một *"chân lý"* rất chua chát, đau đớn sau khi cái đề tài NCKH mà anh tâm huyết đã bị đánh tơi tả: *"Giữa hai chiến tuyến, người khôn ngoan sẽ nằm rạp xuống tránh đạn, rồi chờ thời cơ, thấy bên nào thuận thì ngả theo. Cái thái độ cơ hội như vậy, vẫn nằm trong nhiều hội đồng khoa học, nơi cầm cân nảy mực về chân lý khoa học."* [61; tr 71]

Ông kể *Chuyến xe lên vùng cao* bằng giọng văn bình thản, tự nhiên, theo sát sự việc. Đến cuối truyện, đoạn văn miêu tả cũng dửng dưng, bình thản, không một lời bình mà đau xót tột cùng: *"Cô giáo cũng tớn tác nhìn quanh. Kìa, có bóng ai cun cút chạy xuống đèo. Ôi, cả cái túi du lịch của cô nữa. Tự dưng, cô khóc nấc lên và bất giác úp nón vào bụng.*

Đoàn người lặng lẽ nhìn trời, nhìn núi và nhìn xuống những cái nốt phồng rộp dưới chân mình, nhưng không dám nhìn nhau." [60; tr 37]

Đoạn văn miêu tả tâm trạng nhân vật cô Ba trong truyện ngắn cùng tên chứa đựng những nỗi buồn nhân thế, nỗi đau trước cảnh hy sinh vô nghĩa trong chiến trận:*"Cô chỉ thấy thương quân sỹ, trở thành vật thí mạng cho cuộc chơi của vua chúa, mà lại tưởng là xả thân vì dân, vì nước. Chiến trận là cảnh núi xương sông máu, tương tàn. Mạng người như cỏ rác. Vua chúa chơi xác người."*[60; tr 4]

Có thể thấy, ở chặng thứ hai, các vấn đề xã hội cùng với nhiều tình huống truyện bức xúc đã khiến cho giọng văn của Vũ Xuân Tửu nghiêng hẳn sang giọng triết lý, chiêm nghiệm. Có cái gì đó vừa đau đớn, vừa nhớ tiếc cái đã mất, lại có cả cái xót xa khi những mâu thuẫn trong xã hội lại diễn ra trong chính những người vốn là bạn bè, người thân hay ít ra cũng là những người đồng hành của nhau.

Tiểu kết chương 2

Khi nghiên cứu 9 tập truyện ngắn của Vũ Xuân Tửu, có thể thấy có những điểm tương đồng và khác biệt trong các yếu tố: tình huống truyện, chi tiết, ngôn ngữ nghệ thuật và giọng điệu nghệ thuật ở hai chặng sáng tác của ông

1. Ở chặng thứ nhất (từ 1998-2007), Vũ Xuân Tửu có những bước đi khá vững chắc trên con đường văn chương. Chỉ thông qua các trại sáng tác, các lớp tập huấn, con đường tự học, ông đã dần hình thành cho mình một quan điểm văn chương rất rõ ràng, có cá tính. Các tình huống truyện mà ông đưa ra đã có những bước chuyển một cách rõ rệt. Từ chỗ gặp gì viết nấy, viết rất thật, ông đã có sự định hình những vấn đề cần viết: đó là những vấn đề gắn với quan niệm văn chương mà ông đã xác định.

Về tình huống truyện: trong ba tình huống truyện mà ông sử dụng thì tình huống nhận thức chiếm một tỷ lệ cao so với tình huống tâm trạng và tình huống hành động, đồng thời có sự chuyển hóa từ tình huống tự nhận thức sang tình huống nhận thức. Từ tập *Yếm thắm* trở đi, các tình huống truyện đã chắc hơn và phục vụ đắc lực cho chủ đề cũng như sự phát triển của cốt truyện.

Về chi tiết: Truyện ngắn của Vũ Xuân Tửu rất giàu chi tiết, nhiều chi tiết đắt và gợi được coi như *"những hạt vàng"* (theo lời nhà văn Ma Văn Kháng). Các chi tiết nóng và chi tiết lạnh được ông dụng công sắp xếp hợp lý và có chủ đích vừa góp phần thể hiện rõ khả năng quan sát tinh tế, kỹ càng của ông, sự am hiểu thuần phong mỹ tục của người dân các vùng miền, khiến người đọc bị cuốn hút vừa hỗ trợ rất nhiều trong việc làm nên phong cách nhà văn, in đậm dấu ấn tài năng sáng tạo của Vũ Xuân Tửu. Trong truyện ngắn của ông, các chi tiết đều góp phần phục vụ cho chủ đề của truyện mà không có chi tiết thừa.

Về ngôn ngữ nghệ thuật: Vũ Xuân Tửu có một vốn từ vô cùng phong phú, một khả năng trời phú là sử dụng vô cùng linh hoạt, sinh động lời ăn tiếng nói của nhân dân nên các truyện ngắn của ông mang đậm dấu ấn văn hóa vùng miền; đầy ắp ngôn ngữ hiện thực đời thường mà vẫn đa nghĩa, giàu hình ảnh và biểu cảm trong từng truyện ngắn.

Về giọng điệu nghệ thuật: Thế mạnh của Vũ Xuân Tửu, cái duyên của ông là cái giọng điệu hồn nhiên, dân dã, đôn hậu, hóm hỉnh, dí dỏm, lạc quan ở các truyện ngắn đầu tay. Càng về sau, giọng điệu chiêm nghiệm, triết lý càng nhiều hơn.

Cuối chặng thứ nhất, thành quả mà nhà văn Vũ Xuân Tửu giành được chính là Giải Nhất cho chùm ba truyện ngắn: *Bí mật cuốn gia phả, Chuyện ở bản Piat và Cỏng Hò.* Đây cũng là dấu mốc kết thúc chặng sáng tác thứ nhất, chuyển sang chặng sáng tác thứ hai của Vũ Xuân Tửu.

2. Ở chặng sáng tác thứ hai (2008-2016), với sự ổn định của quan niệm sáng tác, Vũ Xuân Tửu đã tự tin trình làng ba tập truyện ngắn: *Lên cổng trời, Hoa cải ngồng và Chuyện tình người đẹp Thành Tuyên.* Bên cạnh sự ổn định trong việc xác định các tình huống truyện, sự phong phú và tinh tế trong việc chọn các chi tiết cùng cái duyên sử dụng ngôn từ nghệ thuật, có một điểm khác biệt dễ nhận thấy, đó là giọng điệu hồn nhiên, dân dã, đôn hậu, hóm hỉnh, dí dỏm, lạc quan đã giảm đáng kể, nhường chỗ cho giọng điệu chiêm nghiệm, triết lý. Bởi các truyện ngắn ở chặng này đã được ông khai thác các vấn đề thời sự của đất nước trong thời kỳ đổi mới cùng các mâu thuẫn nội tại và nhiều giá trị thay đổi. tuy nhiên, ở chặng này, Vũ Xuân Tửu chưa có được những thành tựu ghi dấu mốc quan trọng như ở chặng thứ nhất

CHƯƠNG 3
GIỚI THIỆU MỘT SỐ TRUYỆN NGẮN TIÊU BIỂU CỦA VŨ XUÂN TỬU TRONG CHƯƠNG TRÌNH ĐÀO TẠO CỦA TRƯỜNG ĐẠI HỌC TÂN TRÀO

3.1. Đề tài số phận người lính trong và sau chiến tranh với truyện ngắn của Vũ Xuân Tửu

Là một sĩ quan công tác trong lực lượng công an nhân dân, Vũ Xuân Tửu ý thức rất rõ về vai trò người lính trong công cuộc xây dựng và bảo vệ tổ quốc và tiềm năng dồi dào của đề tài này: *"Cá nhân tôi nghĩ rằng, những chủ đề liên quan về chiến tranh thì không bao giờ lỗi thời. Bởi vì, những người bộ đội đóng vai trò rất quan trọng. Đã có thời, trong lịch sử đất nước chúng ta, thậm chí không có cả tên hành chính trên bản đồ thế giới. Xã hội chúng ta có lẽ không bao giờ phát triển được như ngày nay, nếu không có sự đóng góp to lớn của bộ đội. Hơn nữa, vai trò của họ trong xây dựng xã hội hiện đại vẫn rất lớn lao. Bởi vậy, tôi nghĩ rằng, những chủ đề về bộ đội và những câu chuyện về họ vẫn tiềm tàng cho người viết khai thác.."*[18]

Nhân vật người lính cũng là một kiểu nhân vật xuất hiện khá nhiều trong các truyện ngắn của Vũ Xuân Tửu. Khi viết về họ, ông không dùng kiểu viết kể công trạng, thành tích của họ trong chiến đấu mà luôn dành cho họ sự cảm thông sâu sắc cùng lối viết giản dị, mang hơi thở cuộc sống rất sâu đậm. Người lính trong các sáng tác của Vũ Xuân Tửu là những người vô cùng bình thường bước ra từ những cuộc chiến đã kết thúc nhưng vẫn đầy ắp những nỗi buồn, nỗi lo toan, những mất mát, hy sinh. Khi xây dựng các nhân vật người lính thời kỳ hậu chiến, ông thường ít miêu tả chân dung họ một cách riêng biệt mà bao giờ cũng gắn họ với các hoạt động, trạng thái của một công việc nào đó. Điều này khiến cho các nhân vật của ông hiện lên đầy đủ tính cách, tâm lý, diện mạo của một con người bình thường trong xã hội.

Đó là anh thợ khâu giày trở về sau thời gian nhập ngũ. Anh đã chủ động áp dụng những điều đã học được trong cuộc đời quân ngũ để kiếm sống, nuôi gia đình. Cuộc sống sau chiến tranh của người lính này cũng vất vả, khó khăn chẳng kém ngoài chiến trường. Sự vất vả, khắc khổ của anh được khắc họa qua các chi tiết: *"Mỗi khi rút chỉ, hai bên khoé mép của anh thợ lại hằn rõ hai cái dấu ngoặc, làm cho khuôn mặt đã khắc khổ càng khắc khổ thêm. Những giọt mồ hôi dòng dòng tuôn ra, khiến những lỗ chân lông càng bị bào mòn và rộng huếch cả ra. Người ta bảo, ai rộng lỗ chân lông thì khổ là cái sự vậy. Nách áo anh thợ ướt đẫm mồ hôi và có những ngấn trắng như muối."* [56; tr 35] Nhưng dù phải đối mặt với những cơm áo gạo tiền hằng ngày, anh thợ khâu giày vẫn luôn tìm cho mình những niềm vui nho nhỏ trong cuộc sống, anh vẫn bình tâm sống giản dị, trước cuộc sống xô bồ hằng ngày nơi phố thị.

Đó là anh thợ cắt tóc bất đắc dĩ tên Chức với nghề cắt tóc gia truyền người cha để lại sau khi phục viên. Dù không hề muốn nối nghiệp cha nhưng đúng là *"việc tìm người"* nên anh trở thành người gìn giữ và phát huy cái nghề của gia đình và còn truyền lại cho cô con gái có chung vần *"ức"* trong cái tên. Dù bất đắc dĩ phải làm thợ cắt tóc nhưng người đọc luôn thấy một thái độ vui vẻ, trách nhiệm của anh Chức đối với nghề này: *"Đã bảo bỏ nghề, thế mà cái kéo, cái tông-đơ cứ dính vào người, như thể ngón tay, ngón chân vậy. Đố có dứt ra được"*.[56; tr 29] *"Hòm đồ nghề cắt tóc khác nào của gia bảo, được cất trong hòm gian giữa nhà, như thể đợi anh về"*[56; tr 29]

Người lính trong *Chuyện ở bản Pi at* là Khấu, đội trưởng đội sản xuất, đi bộ đội và hi sinh. Anh có phẩm chất của một người anh hùng ở ngay trong những việc tưởng chừng nhỏ nhất: sẵn sàng nhường người mình yêu cho người bạn cùng nhà. Khi đi bộ đội, Khấu dũng cảm, thông minh, sẵn sàng nhận phần khó khăn, ác liệt thay cho đồng đội. Khi hi sinh, gia tài người lính vô cùng sơ sài, ít ỏi vì trước khi ra trận, anh để lại quần áo mới cho đồng đội, chỉ mặc quần áo cũ và cầm súng ra đi: *"Biên bản ghi: "áo may-ô cũ: 2 cái, quần đùi: 3 cái (2 cũ, 1 mới), khăn mặt cũ: 1 cái, giầy vải cũ loại II: 1 đôi, ba-lô cũ loại II: 1 cái. (Tổng cộng 5 thứ)"*[60; tr 21]

Trong chiến đấu, trong công tác thu dung tử sĩ, Khấu to khỏe nhưng luôn xung phong xin khiêng phía sau cáng chở tử sỹ, vì: *"Tử sỹ để lâu ngày, đã rữa ra, lúc khiêng lên dốc… dốc ngược, thì nước vàng chảy theo đòn khiêng xuống vai, cứ phải lấy lá mà quệt đi, cho khỏi thấm vào áo"*[60; tr 21]. Khấu đã tạc vào lòng độc giả bóng hình một con người thật giản dị và lớn lao.

Cỏng Hò là một truyện ngắn hay viết về những mất mát của người lính; đó không phải là việc mất mát một phần cơ thể nơi chiến địa mà là mất mát, tổn thương tinh thần, tình cảm ghê gớm nơi hậu phương. Người lính trong *Cỏng Hò* là Vần, một chàng trai người Dao đã đi qua cái ác liệt của chiến tranh để trở về nhưng điều đau đớn nhất chính người anh yêu thương nhất lại phản bội anh. Mô-típ truyện cũng không mới, nhưng cái hay, cái thật mà *Cỏng Hò* thuyết phục người đọc chính là sự ứng xử của người lính trở về với vợ - kẻ bạc tình. Vũ Xuân Tửu không chủ tâm xoáy sâu khai thác những mất mát hy sinh trong chiến tranh và ông đặt số phận thua thiệt người lính vào các hoàn cảnh khác nhau bằng cái nhìn nhân văn. Vũ Xuân Tửu có những chi tiết thật hay như khi biết vợ ngoại tình, người cựu binh mài dao bên suối như muốn trả thù, rửa nhục. Nhưng cũng chính lòng vị tha đã làm nên một người đàn ông biết tha thứ, biết quên những lỗi lầm đã qua của người vợ để tiếp tục xây dựng cuộc sống tốt đẹp trước mắt, khiến mọi người nể phục.

Người lính tên Hồng trong *Trang nhật ký của người chiến sĩ quân giải phóng* chỉ được hiện lên trong lời kể, trong ký ức của bạn bè, người yêu thương. Nhưng những trang nhật ký mà anh để lại, có cả những đoạn anh nhờ bác sĩ, y tá ghi hộ khi anh bị thương) đã cho thấy một tình yêu lớn lao anh dành cho Tổ quốc, cho những người thân yêu đến mức không bao giờ có thể quên được anh và dành cho anh trọn phần đời còn lại.

Người lính trong *Bí mật cuốn gia phả* là một cách nhìn khác về người lính của Vũ Xuân Tửu. Bản chất của một người lính và bản năng đàn ông trong con người anh bộ đội trong truyện ngắn như hai mặt của một tờ giấy. Việc suy nghĩ không thấu đáo về hành động của mình và lòng thương người đặt không đúng lúc suýt chút nữa anh đã gây ra họa lớn cho chính gia đình mình và người khác.

Người lính trong *Cuộc tiễn đưa thầm lặng* là một chiến sĩ an ninh trong lực lượng công an nhân dân. Để đảm bảo cuộc sống bình yên cho nhân dân và an ninh trật tự xã hội, những người chiến sĩ trên mặt trận công an nhân dân cũng đã phải chiến đấu với những kẻ thù dưới nhiều hình thức tinh vi, xảo quyệt khác nhau và trong hoàn cảnh nào, các anh cũng hoàn thành xuất sắc nhiệm vụ.

Cũng cùng đề tài về lực lượng công an nhân dân nhưng nhân vật người lính trong *Câu chuyện về một bản kế hoạch an ninh* lại là một chiến sĩ an ninh đang cố gắng hết mình để phản ánh chính xác những vấn đề xã hội mà mình phụ trách, không vì những ý kiến chỉ đạo của cấp trên mà đánh mất những gì là phẩm chất tốt đẹp của những chiến sĩ an ninh để góp phần xây dựng, bảo vệ cuộc sống của người dân.

Trong *Hồ sơ về một con người,* các nhân vật chiến sĩ công an trong trại giam mặc dù phải thực hiện nhiệm vụ vô cùng khó khăn là tử hình một kẻ tử tù, nhưng cách các anh đối xử với tử tù trong ngày hành quyết cho thấy bản chất rất nhân văn của xã hội ta: có tội thì phải chịu hình phạt tương ứng với tội danh, nhưng trước khi chết và sau khi chết, kẻ tử tù vẫn được hưởng những đặc ân của một con người.

Trong *Vết đế giày*, một truyện ngắn mang hơi thở cuộc sống, tính thời sự khá rõ nét và khá nhạy cảm lại cho thấy một góc khuất trong một vài trường hợp mang tính cá biệt trong lực lượng công an nhân dân. Trong khi thực thi nhiệm vụ bảo đảm an ninh trật tự cho những người xuống đường biểu tình phản đối việc Trung Quốc đưa giàn khoan 981 vào vùng biển Hoàng Sa của Việt Nam, đã có những chiến sĩ công an hành xử không phù hợp với bản chất của những người chiến sĩ công an và đã gây nên những bức xúc không đáng có và phản ứng ngược từ phía người dân.

Vũ Xuân Tửu rất thành công với đề tài tình yêu và người lính. Có thể nói ông đã đạt tới đỉnh cao với những sáng tác về người lính. Nhà văn Dạ Miên đã từng nhận xét về chùm truyện ngắn được Giải nhất của Tạp chí Văn nghệ quân đội như sau: *"Đề tài ở 3 truyện ngắn được giải của Vũ Xuân Tửu: Chuyện ở bản Pi at, Cỏng Hò, Bí mật cuốn gia phả không mới, nhưng nét đặc biệt ở đây là cách thể hiện và giọng kể hết sức mới mẻ, có duyên trong lời văn cô đọng, dày đặc chi tiết, mà chi tiết nào cũng đều cảm động. (...). Mỗi chi tiết Vũ Xuân Tửu mang đến cho người đọc đều để lại dấu ấn, lạnh lùng mà cũng ám ảnh, mà ấm nóng, cảm động cũng đầy ám ảnh. Vũ Xuân Tửu đã được đánh giá là một trong những tác giả nam viết văn xuôi có nghề, từng trải nỗi đau đời và giàu cảm xúc trong từng con chữ."* [*Website Công an Tuyên Quang, khai thác từ nguồn E15-Bộ Công an, cập nhật 11/01/2007*]

Nhân vật người lính, một kiểu nhân vật trong trong sáng tác của Vũ Xuân Tửu đã hiện lên với tất cả những gì thuộc về bản chất con người với tất cả mặt tích cực cũng như một vài biểu hiện hạn chế, những góc khuất trong tâm hồn họ. Có lẽ, cũng là một chiến sĩ trên mặt trận công an nhân dân, ông hiểu rất rõ về kiểu nhân vật này. Ông không lý tưởng hóa nhân vật của mình mà để họ ở trong trạng thái cọn người nhất.cùng với nghệ thuật xây dựng cốt truyện, cách chọn chi tiết, cách khai thác tâm lý nhân vật rất xuất sắc, ông đã tạo dựng những chân dung người lính giữa đời thường thật sinh động, ấn tượng trong lòng người đọc.

3.2. Gợi ý phân tích một số truyện ngắn của Vũ Xuân Tửu

3.2.1. Truyện *Chuyện ở bản Piát*

3.2.1.1. Văn bản (đọc Phụ lục)

3.2.1.2. Hoàn cảnh sáng tác

Vũ Xuân Tửu viết truyện ngắn *Chuyện ở bản Piát* ngày 18-21/03/2005 tại Nhà sáng tác Đại Lải (tỉnh Vĩnh Phúc).

Bối cảnh của truyện được lấy tại xã Thổ Bình (huyện Lâm Bình hiện nay). Đó là dịp nhà văn tham gia tập trận tại xã Thổ Bình. Khi nhìn bản đồ thấy ghi bản Piat, ông hỏi người dân địa phương mới biết có nghĩa là dốc thoải. Câu chuyện có nhiều chi tiết rất hay và xúc động do nhà văn ghi chép và qua lời kể của các thân nhân liệt sĩ Sư đoàn 316.

Truyện được in trong Tập truyện *Chuyện ở bản Piát*, Nhà xuất bản Văn nghệ, thành phố Hồ Chí Minh năm 2007.

3.2.1.3. Chủ đề

Qua *Chuyện ở bản Piát*, Vũ Xuân Tửu đã cho người đọc cảm nhận một câu chuyện đẹp về tình người của những người trẻ trong tình yêu tay ba cảm động.

3.2.1.4. Gợi ý phân tích

a. Về nội dung

Chuyện ở bản Piát của Vũ Xuân Tửu là một truyện ngắn hay. Trong thời bình, viết về chiến tranh lại xuất phát từ yêu cầu đạo đức "ôn cố tri tân". Viết về hôm qua là vì hôm nay. Giữa người sống trở về và người *"mãi mãi tuổi hai mươi"* có mối dây liên hệ bền chặt. Truyện có một kết thúc rất hay. Người vợ lấy chồng rồi mà còn khắc dấu người tình trong nhà là một chi tiết rất lạ và rất nhân văn.

Cốt truyện *Chuyện ở bản Piát* không mới, nhưng cách dẫn chuyện rất mới, cách sử dụng chi tiết trực tiếp luôn như chạm khắc phù điêu rõ nét, kể chuyện có duyên. Khi báo tử, ngôn ngữ thống kê ngắn gọn mà đầy đủ: "*Quần đùi 2 cái. May ô 1 cái; vậy quần áo dài đâu? Người lính chúng tôi đi đánh nhau, đằng nào cũng chết, quần áo dài để lại cho đồng đội rồi.*" Chi tiết trong truyện rất cảm động. Truyện ngắn này "thắng" ở chi tiết. Chiến tranh trong tác phẩm chỉ là cái cớ, là chất xúc tác cho số phận nhân vật nổi lên.

Mô-típ "chuyện tình tay ba" trong *Chuyện ở bản Piát* có thể nói là không mới, nhưng cũng từ truyện này, vấn đề "Viết như thế nào quan trọng hơn là viết về cái gì", quả là chí lý. Chuyện được kể từ ngôi thứ nhất (nhân vật xưng "Tôi") liên quan đến hai thanh niên người Tày: chàng Khấu (có nghĩa là Lúa) và cô gái Phái (có nghĩa là Bông). Cả hai chàng trai (Khấu và tôi) đều đem lòng yêu cô gái và kết cục truyền thống sẽ là một người phải ra đi vì thất tình, vì cô độc. Trong câu chuyện này, Khấu ra đi nhưng là vào bộ đội, chiến đấu tận bên chiến trường C (tức chiến trường Lào). Câu chuyện tưởng chừng như chỉ xoay quanh hai nhân vật thành vợ thành chồng (Tôi và Phái) - họ đã *"ăn cùng mâm gỗ, ngủ cùng chiếu cọ"* với nhau. Nhưng người thứ ba là Khấu (dù đã hy sinh) nhưng dường như vẫn bên họ, sống cùng với họ.

Cuộc sống ở bản Piát giờ đã khác trước: *"Bây giờ, cái bản dốc thoải của tôi đã khác xưa. Ngoài cánh đồng không còn cái cối giã gạo nước kiểu con bìm bịp nữa. Nhà tôi đã mua máy xay xát về nghiền ngô, xát gạo cho cả bản. Rừng cọ không còn tấu nhạc mưa, nên mỗi nhà cũng chỉ đẻ một đến hai con. Cọ đã bị phá đi để trồng keo, theo dự án xây dựng nhà máy giấy*". Cuộc sống xã hội là vậy, nhưng trong ngôi nhà của hai vợ chồng trẻ (Tôi và Phái) thì mọi nền nếp vẫn không mấy thay đổi: *"Trong nhà tôi, cây đàn tính tẩu cùng treo cạnh khẩu súng tự tạo, trên vách cạnh bàn thờ. Giữa thân cây cột cái, trên đuôi cá có dán thêm tấm bằng Tổ quốc ghi công của liệt sỹ Khấu. Tôi hỏi Phái, tại sao không lồng khung cho trang trọng? Phái bảo, làm thế cho chắc. Ông chủ thì tựa vào cột chủ*". Thật lòng thì Phái thương Khấu, vì *"anh ấy thương em, anh ấy đã ngỏ lời khi khi hợp tác làm cọn nước này. Nhưng bố bầm em sợ nhà anh ấy hay chết non*". Vậy là đời Phái có duyên phận rõ ràng - duyên thì gắn với Khấu (yêu thương chàng), còn phận thì sống với "Tôi". Đó là số phận.

Về nhân vật Khấu: Khấu trong truyện *Chuyện ở bản Piát* là đội trưởng sản xuất, đi bộ đội hi sinh. Khi ở nhà: anh hiền lành, cục tính, ít nói, yêu thương Phái thực lòng nhưng khi biết Phái yêu "tôi" thì im lặng không nói gì. Trước khi đi bộ đội, vẫn nhờ "tôi" trông nhà giúp.

Khi đi bộ đội, Khấu dũng cảm, thông minh, sẵn sàng nhận phần khó khăn, ác liệt thay cho đồng đội. Người ở đơn vị đem tư trang của liệt sĩ về trả. Biên bản ghi: *"Áo may-ô cũ: 2 cái. Quần đùi: 3 cái… ". Hỏi: Không có quần áo dài à?"* Mới biết Khấu ở chiến trường gian khổ, ác liệt, chiến sỹ trước khi ra trận, quần áo mới để lại cho đồng đội, mình chỉ mặc quần áo cũ và cầm súng ra đi. Trong chiến đấu, trong công tác thu dung tử sĩ, Khấu to khỏe nhưng luôn xung phong xin khiêng phía sau cáng chở tử sỹ. Vì: *"Tử sỹ để lâu ngày, đã rữa ra, lúc khiêng lên dốc… dốc ngược, thì nước vàng chảy theo đòn khiêng xuống vai, cứ phải lấy lá mà quệt đi, cho khỏi thấm vào áo"*. Khấu đã tạc vào lòng độc giả bóng hình một con người thật giản dị và lớn lao.

Về nhân vật Phái, cô yêu Khấu nhưng không được gia đình chấp nhận vì lý do " nhà có người chết non". Với tính cách mạnh mẽ, đa tình, cô chủ động đến với "tôi". Mặc dù đã làm vợ của "tôi" nhưng lòng Phái vẫn vô cùng thương Khấu. Khi nghe tin Khấu hy sinh cùng những câu chuyện vô cùng khủng khiếp mà Khấu đã từng trải qua, Phái không thể cầm lòng thương cảm và xúc động (dù mọi chuyện vẫn đang diễn ra trước mặt "tôi", tức là chồng của Phái). Cô thờ Khấu trong ngôi nhà của hai vợ chồng (cũng là ngôi nhà mà trước khi đi bộ đội, Khấu nhờ "tôi" trông nom hộ), xác định rõ Khấu là ông chủ mà hoàn toàn không sợ chồng phản đối. Nhân vật Phái chiến thắng ở phần ứng xử thông minh, phát lộ các "tầm văn hoá" của người đẹp. Ai đó dễ quên quá khứ, khi đọc truyện này, có thể phải nghĩ lại, vì không có hiện tại nào cắt đứt được với quá khứ cả.

Nhân vật tôi là người chiến thắng trong cuộc tình tay ba nhưng vô cùng trân trọng những tình cảm vợ mình (Phái) dành cho Khấu. Anh đồng ý (dù không nói thành lời) để gia đình mình thờ liệt sĩ Khấu cùng những kỷ vật đơn sơ về giá trị vật chất nhưng sâu sắc tình người như một người thân. Khi nhân vật "tôi" kể: *"Trong nhà tôi, cây đàn tính tẩu cùng treo cạnh khẩu súng tự tạo, trên vách cạnh bàn thờ. Giữa thân cây cột cái, trên đuôi cá có dán thêm tấm bằng Tổ quốc ghi công của liệt sỹ Khấu. Tôi hỏi Phái, tại sao không lồng khung cho trang trọng? Phái bảo, làm thế cho chắc. Ông chủ thì tựa vào cột chủ"* có thể thấy tấm lòng nhân hậu, tình cảm thương yêu vợ cùng với Khấu (người tình năm xưa của vợ mình, nhưng cũng là người đã hy sinh cho đất nước).

Chuyện ở bản Piát được viết với độ căng của dây cung đã kéo lên và mũi tên phải lao đi tới đích. Một cái kết thật tự nhiên, nhưng thật bùi ngùi, chứa đựng một nỗi buồn đẹp, có tác dụng "tẩy rửa tâm hồn" con người.

b. Về mặt nghệ thuật, ngôn ngữ của *Chuyện ở bản Piát* toàn những nét chấm phá, chạm trổ, không diễn tả dài dòng, tiết tấu nhanh, ngôn ngữ hiện đại. *Chuyện ở bản Piát* của Vũ Xuân Tửu có những chi tiết hay. Ví dụ như chi tiết báo tử đem hiện vật của liệt sĩ về nhà. Chi tiết ấy đau quá, ám ảnh, cảm động quá. Khi *"trao quân tư trang của liệt sỹ Khấu. Biên bản ghi: "áo may-ô cũ: 2 cái, quần đùi: 3 cái (2 cũ, 1 mới), khăn mặt cũ: 1 cái, giầy vải cũ loại II: 1 đôi, ba-lô cũ loại II: 1 cái. (Tổng cộng 5 thứ) "*

Tôi ký nhận và buột mồm hỏi:

- Không có quần áo dài à?

Anh bộ đội lặng im một lúc mới bồi hồi nói:

- Đơn vị chúng tôi ở chiến trường C, núi rừng còn hiểm trở hơn Piát nhiều. Tuy chiến đấu gian khổ, ác liệt, nhưng đồng chí nào cũng dũng cảm và nặng nghĩa tình đồng đội. Trước khi ra trận, quân phục mới để lại hậu cứ cho đồng đội. Còn mình chỉ mặc quân phục cũ và cầm súng ra đi."[57; tr 21]

Ngoài ra, có rất nhiều chi tiết mang đậm chất văn hóa Tày: cây đàn tính tẩu, hình thức hát loàn, cái cối nước *"như con bìm bịp",* ngôn ngữ mang đậm phong cách Tày: *"a lúi"*, *"Đi làm thôi lố"*, sử dụng thành ngữ Tày rất mượt: *"Thìn khấu, dậu phái"...*

Vũ Xuân Tửu còn thể hiện ở những quan sát tinh tế đời sống hằng ngày. Câu nói của cô Phái: *"Ông chủ phải tựa vào cột chủ"* chân chất mà sâu nặng như bản tính của người dân miền núi. Đó chính là kết quả của cái "vốn" phong phú về cuộc sống, về văn hóa của các dân tộc thiểu số vùng núi phía Bắc, mà anh đó chịu khó tích cóp, sau mấy chục năm lăn lộn khắp một dải biên cương, từ Hà Giang đến Lào Cai, Cao Bằng

Giọng kể, hơi văn của *Chuyện ở bản Piát* trẻ trung, hóm hỉnh, hồn nhiên mà không hời hợt, mà đẹp cao sang, tinh tế và giàu sức gợi. Đó là cái giọng vàng vô cùng thích hợp với câu chuyện, đối tượng nhà văn định miêu tả.

Truyện ngắn *Chuyện ở bản Piát* có đường nét thanh nhã, có cốt truyện đơn tuyến, không có hình thức li kì, rắc rối mà đọc vẫn cuốn hút, bồi hồi, ấy là vì ngoài cái bí kíp là giọng kể, hơi văn nói trên, Vũ Xuân Tửu còn có được một phép lạ nữa là tài sử dụng, tạo lập được những chi tiết thật đặc sắc, đáng giá. Truyện của Vũ Xuân Tửu hay ở từng chi tiết, có thể vừa đọc vừa dừng lại nhâm nhi, ngẫm ngợi thú vị từng khổ văn ngắn.

Tóm lại: "*Chuyện ở bản Piát*" được bạn đọc chú ý hơn cả trong số nhiều truyện ngắn của Vũ Xuân Tửu, thực chất là truyện ngắn này chứa trong nó nhiều "hạt vàng"- những chi tiết rất đắt mà tác giả đã dụng công.

. *Chuyện ở bản Piát* được trao giải nhất trong cuộc thi truyện ngắn của tuần báo Văn nghệ quân đội năm 2005- 2006 được coi là "tinh tuyển", là "đích đáng!"

3.2.2. Truyện ngắn *Cỏng Hò*

3.2.2.1. Văn bản (xem phụ lục)

3.2.2.2. Hoàn cảnh sáng tác

Năm 2005, khi tham gia trại sáng tác viết về chiến tranh cách mạng và hình tượng người lính do Tạp chí Văn nghệ quân đội tổ chức tại Đại Lải (Vĩnh Phúc), Vũ Xuân Tửu đã có ba truyện ngắn dự thi: *Bí mật cuốn gia phả, Chuyện ở bản Piat* và *Người sông nước.* Tuy nhiên, lúc đó, truyện ngắn liên hoàn *Người sông nước* được đánh giá rất hay (hay nhất trong chùm truyện dự thi) nhưng lại bị phạm quy vì đã đăng ở một tạp chí khác. Vì thế, Vũ Xuân Tửu phải viết thêm một truyện nữa mới đủ số truyện phải nộp.

Với vốn sống phong phú cùng với những hiểu biết của ông về bản dân cư Dao Quần Trắng ở xã Hùng Đức (nơi gia đình ông từng sinh sống một thời gian dài), cùng với một cốt truyện có thật, ông đã viết rất nhanh truyện ngắn *Cỏng Hò* và gửi cùng hai truyện ngắn trên tham gia cuộc thi viết truyện ngắn (2005-2006) do Tạp chí Văn nghệ quân đội tổ chức. Vượt lên 2.123 truyện ngắn của 1.106 tác giả trong cả nước, gửi đến dự thi, chùm truyện ngắn *Chuyện ở bản Piát, Bí mật cuốn gia phả, Cỏng Hò* của nhà văn Vũ Xuân Tửu được Hội đồng giám khảo đánh giá rất cao và đã giành được giải Nhất.

Truyện ngắn Cỏng Hò được đăng trên Tạp chí Văn nghệ quân đội, số 660, tháng 12-2006 và tuyển tập truyện ngắn *Chuyện ở bản Piat* do Nhà xuất bản văn nghệ Thành phố Hò Chí Minh phát hành năm 2007.

3.2.2.3. Chủ đề

Chuyện ngợi ca tấm lòng vị tha, nhân hậu, cao thượng của người lính thời kỳ "hậu chiến" với người vợ lỗi lầm.

3.2.2.4. Gợi ý phân tích

a. Về nội dung

a1. Tình cảm của Vần với Quế trước khi đi bộ đội

- Tính cách của Vần: *"hát hay, tinh nghịch mà khoẻ như gấu, nhưng nóng nảy, sợ có ngày trở thành con hổ, con báo".*

- Đó là một tình yêu nồng nàn, sôi nổi, kiên trì:

+ Quế trong mắt Vần là *"người gái xinh, giọng mượt mà, biết thêu yếm đẹp, có dáng đi đung đưa làm ngả nghiêng cả cây rừng."*

+ Anh thể hiện tình yêu với Quế bằng những câu áy dủng (hát giao duyên của người Dao Quần Trắng). Hát đến ngày thứ chín, Vần bỏ được quả cau vào túi yếm của bạn hát. Thế là *"có hồn vía Vần bên người Quế rồi".*

=> Kết quả: Họ nên duyên vợ chồng, quả là một đôi trai tài gái sắc.

a2. Tình cảm của Vần với Quế khi đi bộ đội, trước khi đi chiến trường

- Yêu thương vợ vô cùng, khao khát có một đứa con trước khi đi chiến trường: Anh lén vượt núi Phạn, mò về nhà, chặng đường hàng chục cây số, chẳng khác gì đi săn nai. Sáng hôm sau vẫn kịp đến đơn vị, đúng lúc nổi còi tập thể dục.

+ Bị tiểu đội trưởng phát hiện, Vần thật thà trình bày: *"Mình chỉ cần làm ra được một đứa con, thì đi chiến trường, có hy sinh tính mạng cũng đếch sợ. Mình không đào ngũ đâu, vẫn luyện tập hăng đấy, đằng nào cũng chưa hành quân mà".*

+ Bị Trưởng bản phát hiện, nghi ngờ, quát to: *"Thằng nào làm cắp vợ bộ đội? Tao gọi dân quân bắt ngay"* nhưng sau rất nhiều nỗ lực, họ vẫn không có con.

a3. *Tình cảm của Vần với Quế khi đi chiến trường trở về*

- Vần choáng váng, đau đớn khi thấy một đứa con ngoài giá thú trong nhà mình:

+ Chi tiết Vần mài dao bên suối sau khi biết Quế có con riêng trong thời gian anh đi bộ đội được tác giả miêu tả kỹ lưỡng. Dường như bao uất hận, đau đớn, bẽ bàng, tủi hổ, tuyệt vọng được Vần dồn hết vào từng nhát mài dao: *"Vần nhặt hết dao trong nhà, xếp vào xoổng, cắp ra suối mài. Từ trưa đến chiều, Vần mài dao nhọn đi săn, dao ba thái rau, dao tư chặt cây, dao năm phát cỏ và dao thái chuối dài như thanh mã tấu... Chỉ có tiếng mài dao khoèn khoẹt và mùi khen khét của đá cháy và lưỡi dao bị chà xát nóng lên. Lúc đó, Vần mới vớt nước té lên cho trôi bớt bột đá và làm nguội lưỡi dao."*

"Vần mải miết mài dao, quai hàm bạnh ra, thu chân ngồi lù lù như con gấu rình cá. Vần cắm cắm cúi cúi mài đi mài lại từng con dao, đến độ dao nhọn như muốn xông ra đâm vào ngực con thú, dao thái chuối như chực bay lên lia đứt thân chuối, mà Vần vẫn chưa dừng tay. Đống bột đá mài nhão nhoét, lấp lánh những hạt thép, đã to như đống cứt nghé. Người ta đã ngửi thấy mùi máu tanh tanh, thoang thoảng đâu đó."

Nhưng may mắn là đã có sự bùng nổ của lương tâm người cựu chiến binh. Lương tri con người đã được thức tỉnh trong tâm hồn Vần. Đoạn đặc tả này gồm một loạt động từ, tính từ là điểm nhấn, điểm rơi của trọng lực, thật vô cùng đặc sắc trong truyện ngắn *Cỏng Hò:* Vần *"ngẩng phắt đầu lên, sững người, đứng chôn chân bên bờ suối, nghiến răng và hộc lên một tiếng, chiếc răng vàng loé lên trong ánh hoàng hôn như một tia chớp, bê hòn đá mài, to như chân tảng, ném mạnh vào tảng đá con nai, tóc Vần trắng như hoa lau"*

Tác động khủng khiếp của cơn giận dữ của Vần: *"Mưa tuôn trắng trời, đá rơi trắng đất. Những hòn đá rơi trên mái cọ lụp bụp như ngô bắp đổ vào bịch. Những tàu lá chuối rách tướp như bị cào ra. Những đám sắn bị tuốt hết lá, chỉ còn trơ cành cuộng khẳng khiu. Lũ vịt ngoài ruộng không kịp chạy. Con lớn, con bé cứ đứng ngỏng cổ lên trời như bầy chim cánh cụt."* Tác giả đã dùng ngôn ngữ phóng đại hết cỡ để diễn tả cơn giận dữ ngút trời của Vần.

- Thái độ của mọi người trước cơn giận dữ của Vần:

+ Mọi người: vừa thương cảm, vừa nể sợ.

+ Trưởng bản *"hai mắt rưng rưng, nói dằn từng tiếng như dao chém đá"* dùng uy tín của mình tác động đến Vần, nhắc anh biết cân nhắc mọi chuyện: *"hai tay lễ mễ bưng cái mũ nồi chứa đầy huân, huy chương và sao mũ"* của anh mang về sau những năm tháng đi chiến đấu. Ông thương anh nhưng trước sự đã rồi, cũng chỉ biết thức tỉnh anh bằng sự cân nhắc thiệt hơn.

+ Quế: biết mình có lỗi, nhưng không trốn khỏi nhà Vần, vẫn *"ngồi thu lu trong buồng hồi lâu, rồi lặng lẽ đi thay quần áo mới, quấn xà cạp mới và ra đứng ngoài cầu thích chải đầu"* sẵn sàng đón chờ cơn thịnh nộ của Vần; *"ngã lăn ra cầu thích, khoé mép ứa máu tươi"* khi chứng kiến cơn thịnh nộ của Vần.

a4. *Tình cảm của Vần với Quế sau khi hết giận:*

- Ông yêu thương vợ như xưa, không bao giờ nhắc chuyện cũ.

- Ông yêu thương con riêng của vợ, coi cháu như cháu của mình.

- Ông lao vào công việc phát triển kinh tế, đổi mới bản làng.

- Ông nhận được sự kính trọng của dân làng, của Quế. Ông được dân làng gọi là Cỏng Hò (ông của thằng bé Hò) mà không gọi là bố Phận để tránh nỗi đau cho ông.

b. Nghệ thuật

- Giọng văn: có sự biến đổi ở từng đoạn trong truyện: đoạn đầu có giọng điệu hồn nhiên, dí dỏm, hóm hỉnh. Đoạn giữa có giọng điệu căng thẳng, ngùn ngụt bức xúc. Cuối truyện lại có giọng điệu bình thản, nhẹ nhàng, ấm áp.

- Ngôn ngữ:

+ Ông hiểu phong tục, tập quán và văn hóa người Dao Quần Trắng: hát giao duyên, cách trai gái Dao tỏ tình, cách diễn đạt của người dân tộc thiểu số qua lời Vần nói với Tiểu đội trưởng: *"Mình chỉ cần làm ra được một đứa con, thì đi chiến trường, có hy sinh tính mạng cũng đếch sợ. Mình không đào ngũ đâu, vẫn luyện tập hăng đấy, đằng nào cũng chưa hành quân mà". Lời* Trưởng bản khi phát hiện, nghi ngờ có người ngủ với Quế khi Vần đi bộ đội: *"Thằng nào làm cắp vợ bộ đội? Tao gọi dân quân bắt ngay"*

+ Dùng thủ pháp phóng đại để đặc tả cơn giận dữ của Vần. Đây là đoạn hay nhất truyện. Là người nóng tính, Vận trút hết cơn giận dữ của mình vào việc mài dao, không phải để đi trả thù ai mà là để cho cơn giận dần nguôi đi.

+ Cách khai thác tâm lý nhân vật: hay, đắt (Các nhân vật chính, phụ trong truyện đều kiệm lời, chỉ tập trung vào hành động, đây là đặc điểm của người dân tộc thiểu số)

- Chi tiết: nhiều chi tiết hay, sắc sảo (chi tiết tán gái của trai Dao, chi tiết về với vợ trước khi đi chiến trường, chi tiết mài dao bên suối).

- Cốt truyện: đơn giản, mạch thẳng.

Tóm lại: *Cỏng Hò* là một truyện ngắn hay viết về những mất mát của người lính; mất mát không phải một phần cơ thể nơi chiến địa mà là mất mát, tổn thương tinh thần, tình cảm ghê gớm nơi hậu phương. Mô-típ truyện cũng không mới, nhưng cái hay, cái thật mà *Cỏng Hò* thuyết phục người đọc chính là sự ứng xử của người lính trở về với vợ - kẻ bạc tình. Vũ Xuân Tửu không chủ tâm xoáy sâu khai thác những mất mát hy sinh trong chiến tranh và ông đặt số phận thua thiệt người lính vào các hoàn cảnh khác nhau bằng cái nhìn nhân văn.

3.2.3. Truyện *Bí mật cuốn gia phả*

3.2.3.1. Văn bản (xem phụ lục)

3.2.3.2. Hoàn cảnh sáng tác

Năm 2005, khi tham gia trại sáng tác viết về chiến tranh cách mạng và hình tượng người lính do Tạp chí Văn nghệ quân đội tổ chức tại Đại Lải (Vĩnh Phúc), Vũ Xuân Tửu đã có ba truyện ngắn dự thi: *Bí mật cuốn gia phả, Chuyện ở bản Piat* và *Cỏng Hò.* Vượt lên 2.123 truyện ngắn của 1.106 tác giả trong cả nước, gửi đến dự thi, chùm truyện ngắn *Chuyện ở bản Piát, Bí mật cuốn gia phả, Cỏng Hò* của nhà văn Vũ Xuân Tửu được Hội đồng giám khảo đánh giá rất cao và đã giành được giải Nhất.

Bối cảnh của *Bí mật cuốn gia phả* chính là Thị xã Tuyên Quang. Truyện ngắn này được sáng tác dựa trên một câu chuyện có thật ngoài đời.

Truyện ngắn *Bí mật cuốn gia phả* được đăng trên Tạp chí Văn nghệ quân đội, số 627, tháng 8-2005 và in trong tập truyện ngắn cùng tên do Nhà xuất bản Văn nghệ Thành phố Hồ Chí Minh năm 2005 và một số tuyển tập truyện ngắn của Vũ Xuân Tửu.

3.2.3.2. Chủ đề: Bí mật cuốn gia phả là một bi kịch về những số phận trong một gia đình do những mưu tính ích kỷ của các thành viên trong và ngoài gia đình.

3.2.3.3. Gợi ý phân tích

a. Về mặt nội dung

Có hai cách phân tích truyện

Cách 1: Truyện có hai trục chính là câu chuyện của cuốn gia phả và câu chuyện của Hộ.

Cách 2: Trong truyện lại có ba câu chuyện của ba nhân vật: Hộ, anh bộ đội và Nụ, vợ Hộ.

Nhóm nghiên cứu sẽ gợi ý phân tích trueyenj ngắn này theo cách thứ hai.

a1. Câu chuyện của nhân vật Hộ

- Về xuất thân: Hộ thuộc loại *"không giàu, nhưng cũng vào hàng danh giá".*

- Về tính cách, anh ta là một người cẩn thận, hơi kỹ tính và có phần căn cơ. Anh ta có ý chí, có tính tự lập cao và có quyết tâm... nghĩa là có đủ phẩm chất để làm một ông bố biết lo cho tương lai xa của gia đình.

- Nỗi khổ tâm lớn nhất của Hộ: không có khả năng sinh con, vì biến chứng của bệnh quai bị. Để thực hiện cho được cái ham muốn cháy bỏng là được làm bố, cái ham muốn được hãnh diện với đời và hoàn thành trách nhiệm với dòng họ, Hộ đã phải nghiến răng chịu đựng cái giây phút cho vợ *"thả cỏ"* để kiếm một đứa con.

- Hộ sắp đặt mọi chuyện một mình mà không bàn với vợ. Người anh ta chọn là một anh bộ đội vô tình gặp ở bến xe, trong ngày trả phép. Sau những lời nài xin cảm động và thật lòng, cuối cùng cái việc động trời ấy cũng được thực hiện, trong sự tính toán sắp đặt của Hộ, sự thoả thuận của anh bộ đội và cả sự chấp thuận không chính thức của chị vợ. Kết quả, một cậu con trai ra đời trong niềm vui dở khóc dở cười của ông bố hờ và niềm lo âu hồi hộp *"nhìn chằm chặp vào bàn tay trái của nó thấy có đúng năm ngón"* của mẹ nó. Thời gian tưởng đã có thể bôi xóa được những nét mập mờ trong tờ gia phả về đứa con nối nghiệp của Hộ.

- Sự mâu thuẫn khủng khiếp trong con người Hộ khi thực hiện cái việc anh ta đã tính toán, sắp đặt được ngòi bút sắc sảo của Vũ Xuân Tửu phân tích, mổ xẻ chi tiết, đau đớn: Nhìn bề ngoài của Hộ, tưởng như không có chuyện gì xảy ra, nhưng trong nội tâm thì đau tê tái. Rõ là Hộ tự nguyện đứng ngoài canh cho vợ *"thả cỏ",* nhưng bên trong thì như có *"búa tạ giáng vào đầu"*; Hộ mời người ta về nhà để thực hiện yêu cầu của mình nhưng lại *"không dám nhìn thẳng vào anh bộ đội"*, giục người ta uống chén rượu bổ để có kết quả chắc chắn cho việc được nhờ, trong khi mình *"nhấp một ngụm"* mà tưởng như *"uống chén rượu đoạn hồn giành cho kẻ lĩnh án tử hình, trước giờ ra pháp trường";* anh ta chủ động *"bật đèn ngủ"* cho vợ, vậy mà đến lúc đi ra lại *"lập cập, va phải cái cột, đau nổ đom đóm mắt";* tâm trạng chờ đợi sốt ruột của Hộ:*"nhích ra cổng, dỏng tai nghe. Ngoài đồng, phía cuối phố, mấy người đang đi soi ếch, chuốc chốc lại reo lên: "Một đôi này…", khiến Hộ giật mình tê tái. Bây giờ, chắc chắn đang… Sao lâu thế nhỉ? Chỉ chốc nhát như xếp kiêu gạch là cùng, thế mà lâu như đánh cối vữa ba-ta thế này"*. Đặc biệt, qua nhiều cố gắng tính toán kín kẽ mọi nhẽ, đến khi vợ sinh được một đứa con trai như ý thì Hộ *"lại đâm ra lầm lỳ như chì đổ lỗ"*...

Mọi tính toán, sắp đặt của Hộ tưởng như là hoàn hảo: tìm người xa lạ, hoàn toàn không quen biết; tổ chức màn chuốc rượu cho vợ thật say, với mong muốn chân thành bộc bạch hết với anh bộ đội (người được nhờ) *"làm như thế để cô ấy vẫn tưởng con tôi, không hay cái sự bè tôi mà gỗ chú nó, để khỏi áy náy về sau"* ; rồi khi vợ sinh xong *"Hộ vẫn chăm ra chợ, mua chân giò về ninh để Nụ có nhiều sữa cho con bú",* vẫn trồng gấc để phòng thằng cu có bị quai bị như Hộ thì sẵn có thuốc, không bị biến chứng như anh ta...thế nhưng anh ta không thể ngờ sau khi vợ sinh con trai, anh ta như người hóa ngộ (*"lại đâm ra lầm lỳ như chì đổ lỗ"*, chả có cớ gì cũng cáu gắt với thằng bé, không gần gũi vợ). *"Mỗi khi bế con, Hộ cảm thấy như bê chồng gạch có đàn kiến bò ra, vứt xuống thì vỡ, mà bê thì nổi rôm cả người"*; anh ta *"lén xin xét nghiệm máu. Thấy cùng nhóm máu với mình, Hộ mừng húm như bắt được vàng." "Hôm đi làm giấy khai sinh và bữa đầy tháng cho con, Hộ cười như mếu"*. Chỉ vì một tính toán sai lầm của Hộ mà cuộc sống chung của cả gia đình bị đẩy vào tình trạng khốn đốn, giả dối. Mỗi nhân vật trong cái gia đình ấy theo cách riêng của mình cố gắng dung hoà cuộc sống, cố gắng chơi tiếp cuộc chơi mà họ đã bày ra, bằng cách đeo cho mình chiếc mặt nạ không mấy phù hợp với chính bản tính và con người họ mà vẫn không ổn.

a2. Câu chuyện của nhân vật anh bộ đội

Anh bộ đội chỉ là một nhân vật phụ trong truyện nhưng anh ta lại là người phải gánh chịu mọi hậu quả do sự cả nể của chính mình gây ra.

- Hoàn cảnh gặp Hộ: Anh bộ đội trả phép, đang tìm nhà trọ sau khi mua được vé.

- Thái độ của anh bộ đội khi bất ngờ gặp và bất ngờ nghe câu chuyện của Hộ: nghe Hộ chào, *anh ngờ ngợ, cảnh giác, phân trần, ngạc nhiên* rồi đến *cảm thông, ngớ người, sững sờ* khi nghe rõ lời cầu xin của Hộ, *lên giọng đe nẹt, hạ giọng, tủm tỉm cười, thở dài, lơ đãng nhìn dòng sông, ngập ngừng, lưỡng lự, lại thở dài, không nói gì thêm, coi như cũng đã miễn cưỡng chấp thuận, thảng thốt kêu* lên khi thấy Hộ đưa cho anh ta nhiều tiền => Sự thay đổi trong tâm lý và hành động của anh bộ đội được Vũ Xuân Tửu phân tích cụ thể, tinh tế từng chi tiết: vừa ngạc nhiên vừa tò mò lại vừa có ý muốn thử một việc chưa từng làm trong đời.

- Thái độ của anh bộ đội khi thực hiện lời nhờ vả quan trọng của Hộ: *có vẻ ngượng nghịu, kín đáo quan sát xung quanh, ngập ngừng bước vào buồng, cảnh giác nhìn quanh, khẽ kéo tấm ri-đô hoa xanh ra, đột ngột nhìn thấy trên giường, có một người đàn bà còn trẻ. Anh hít một hơi thật sâu để lấy lại bình tĩnh, rồi lúi húi cởi giày vải, thong thả mở khoá thắt lưng, cởi quần áo dài vắt lên thành giường rẻ quạt. Khi anh chạm tay vào người đàn bà, tự dưng, cả hai cùng cảm thấy như bị điện giật.*

- Hành vi của anh bộ đội: *hấp tấp* lột áo may-ô, *nóng nảy giật* cái dải rút quần đùi, *sà xuống, thì thầm:* "Yêu...", *khẽ lật* người đàn bà cho thấy; dù anh ta đang thực hiện lời hứa với người chồng, nhưng khi nhìn thấy *"người đàn bà khoả thân dưới ánh đèn ngủ"* lần đầu tiên trong đời, bản năng của người đàn ông đã thắng cho dù anh ta không chủ động trong chuyện này, thậm chí đã viện đủ lý do để từ chối: *"Nhưng một người bình thường cũng không cho phép mình vi phạm phẩm chất đạo đức như thế, huống hồ tôi lại là quân nhân...".*

- Hành động và thái độ của anh bộ đội sau khi việc đã xong: *ngồi dậy, vừa chăm sóc, vừa ngắm gương mặt kiều diễm, phảng phất nụ cười. Ra đến cửa buồng, nghĩ thế nào, anh lộn lại, lặng lẽ tháo chiếc đồng hồ, đặt bên gối, thì thầm nói qua hơi thở: "Kỷ niệm...", rồi mạnh bước, khoác ba-lô ra cổng* cho thấy anh là người đàn ông có trách nhiệm, có tình có nghĩa, trân trọng và biết yêu thương đúng nghĩa, vì vẻ mặt của người đàn bà "*phảng phất nụ cười*" mãn nguyện, hạnh phúc.

- Thái độ, hành động của anh bộ đội (ông Chiến) với gia đình Hộ, thằng cu Thuận sau khi phục viên: *chuyển nhà* từ làng quê ra thị xã, ở cùng phố với Hộ, *quý* thằng Thuận, tháng nào cũng *cho năm, bảy đồng* để mua giấy, bút, có ý *chờ đợi*, xem lại cái sla-va mạ vàng độc nhất vô nhị đến sửa ở cửa hàng của anh, *cứu* Thuận khi bị đánh. Vừa *nhác nhìn thấy* chiếc đồng hồ, ông Chiến đã *tái người, lập cập lật lên*, nhìn thấy biểu tượng khi xưa khắc trên nắp, thì ông *đờ đẫn* cả người, *trợn mắt lên nhìn* bà Nụ khi biết thằng Thuận yêu con gái ông, *luýnh quýnh, gạt rơi* cả cái đồng hồ, *chuyển* vào Nam sinh sống. Ông Chiến thêm một lần nữa khẳng định bản chất tốt đẹp của mình: có trách nhiệm với đứa con mà ông sinh ra nó, dù không nói ra, nhưng ông không chối bỏ trách nhiệm. Không cần dài dòng, nhiều lời, các hành động và thái độ của ông Chiến đã nói lên tất cả.

a3. Câu chuyện của người vợ

- Thái độ, hành động của Nụ trong đêm được cho con:

+ Thấy chồng đi khám bệnh về, ủ dột, gầy mòn, Nụ đã tìm hiểu và biết chồng không thể sinh con, nhưng vì chồng không nói nên cô cũng coi như chưa biết.

+ Thấy sự lạ khi chồng mời uống rượu, Nụ đã giả vờ uống để xem chuyện gì xảy ra.

+ Nghe chồng nói chuyện mấy câu với người đàn ông lạ, Nụ tinh ý, biết là có sự thoả thuận gì đó rất hệ trọng, nhưng vẫn không hiểu là chuyện gì .

+ Khi chồng cởi quần áo ngủ của mình, Nụ ngỡ chồng say, làm điều khó coi, trước mặt khách lạ, toan vục dậy nhưng vẫn nằm im.

+ Khi anh bộ đội đang đứng trước ri đô, Nụ run bắn lên, hiểu cơ sự, định vùng dậy la lối, nhưng lại nghĩ, chồng sắp đặt ắt hẳn là để kiếm đứa con nên lại nằm im.
=> hiểu chuyện và chiều theo ý nguyện của chồng

+ Tâm trạng của Nụ khi nghĩ đến hành động của chồng: *"Sao không bảo mình trước một câu, lại giở trò ép rượu. Khinh mình quá như vậy, coi như vật đẻ thuê à? Thì khinh được khinh này. Đàn bà chỉ nông nổi như cơi đựng trầu thôi…"*

+ Tâm trạng của Nụ khi nghĩ đến hành động của anh bộ đội: *"đã đâm lao thì theo lao. Kêu lên, hàng phố đổ đến thì còn mặt mũi nào. May mà lại được người lịch sự, biết ý, chứ không phải kẻ phàm phu tục tử. Biết nói lời âu yếm, lại còn biết chăm sóc đàn bà…"*

+ Cảm nhận của Nụ về cuộc tình đặc biệt này: *"Đời Nụ, chưa bao giờ có một cuộc tình vừa tội lỗi lại vừa sung sướng, mãn nguyện như thế này. Đúng là chữ trinh cũng có hàng ba, bảy đường. Sự sung sướng tột cùng, trong nỗi sợ hãi dưng dưng, đã làm cho Nụ thấy mình như bước sang một quãng đời khác lạ. Cô muốn hát lên, cười vang lên cho thoả, mà không dám"*. Cách cảm nhận này của Nụ cho thấy cuộc sống hôn nhân, đặc biệt chuyện tình cảm của vợ chồng Nụ không được như thế.

+ Ấn tượng mà người đàn ông lạ để lại trong Nụ là mùi *"mồ hôi dầu"* và một *"bàn tay sáu ngón"*.

- Thái độ và hành động của Nụ sau đêm được cho con

+ Nụ vừa có niềm hạnh phúc được làm mẹ, vừa lo lắng sợ bị phát hiện những chi tiết: nắn ngón tay cái thằng cu, xem có bị chồi lên hay không (sợ nó có ngón tay thứ sáu giống cha đẻ), mùi mồ hôi dầu của Thuận càng đậm (giống cha để). Nụ cảm thấy bẽ bàng vì con mình không phải nòi giống nhà chồng. Cô đau khổ vì *"mất chồng trong nhà"* nhưng không dám hé răng. Rõ ràng việc không do cô chủ động gây ra nhưng hậu quả, cô và thằng cu Thuận đã phải hứng chịu do sự ích kỷ và độc đoán của người chồng gây ra.

+ Mặc dù sống một cuộc đời đau khổ như thế nhưng bà Nụ chỉ tìm đến ông Chiến khi biết con trai mình (tức là con trai ông Chiến) lại yêu chính cô con gái của ông. Chiếc đồng hồ Slava mạ vàng đã hỏng từ lâu là vật làm bằng của hai người để họ nhận ra nhau; khi tay bà chạm vào chỗ xương chồi ra của ngón tay thứ sáu đã cắt của ông khiến *"cả hai cùng nảy lên như bị điện giật"*, bà cảm nhận được mùi mồ hôi dầu của ông khiến *"gương mặt bà Nụ ửng hồng trong tuổi hồi xuân"*, tức là cảm xúc mạnh mẽ duy nhất trong tình cảm bà dnahf cho ông sau đêm "nhận con".

Điều đáng ghi nhận đối với truyện ngắn *Bí mật cuốn giả phả* trước hết là sự phát hiện mới về nội dung. Điểm nhìn chính của Vũ Xuân Tửu trong truyện ngắn này là mối quan hệ trong gia đình và sự biến động của nó trước tác động của hoàn cảnh. Nhìn bề ngoài tưởng như gia đình bao giờ cũng là cái nôi của hạnh phúc, thế giới của sự bình yên, nhưng có ai ngờ, đi sâu vào những tầng vỉa ngầm của nó thì lại thấy nó chứa đầy sóng gió, nơi phát sinh và chứa chất bao điều bất hạnh. Tư tưởng độc đoán, ích kỷ, những toan tính cá nhân, bất chấp nguyên tắc, luật lệ đạo đức xã hội đã đem đến nguy cơ làm cho mối quan hệ gia đình bị phá vỡ, những giá trị tình cảm, đạo đức bị đảo lộn.

Cái kết khá xúc động, với cảnh hợp tan, thuận lẽ đời. Cô Nụ năm xưa tìm được người cha của cu Thuận. Ông Chiến thương binh bất ngờ chuyển cả gia đình vào Nam. Cách ứng xử nhân hậu, độ lượng, vị tha của những con người từng nếm trải khổ đau, từ ở một sự cộng hưởng cần thiết, để giảm bớt tối đa những bất hạnh, đang manh nha tiềm ẩn, đe doạ những người trẻ tuổi.

Bí mật cuốn gia phả thực chất là một loạt ẩn số về những số phận cuộc đời, bề ngoài ngỡ tưởng bình lặng, xuôi chèo mát mái. Con tính đơn giản của anh chàng Hộ, kiếm một đứa con cho hạnh phúc tràn đầy, không ai ngờ, lại trở thành một phép trừ nghiệt ngã, chồng mất vợ, vợ mất chồng, khi cả hai vẫn hiện hữu bên nhau. *Có con, lẽ ra vợ chồng càng phải mặn nồng hơn, ai ngờ lại mất chồng trong nhà thế này*? Hạnh phúc dường như không có chỗ cho những toan tính đếm đong, những kế hoạch mưu tính không xuất phát từ những sự đồng cảm, thuận hoà, từ xẻ chia vui buồn của hai con người trong một mái nhà.

b. Về nghệ thuật

- Thành công và cũng là đặc sắc lớn nhất của truyện ngắn này, có lẽ thể hiện ở hướng trần thuật có chiều sâu và khả năng khai thác tâm lý của tác giả. Mới đọc, có cảm giác như câu chuyện được sắp xếp theo một lô-gíc mang đầy tính chủ quan. Mở đầu là một hành vi có động cơ để thực hiện ý muốn chủ quan của nhân vật, để rồi kết thúc là hậu quả của động cơ ấy. Nhưng đọc kỹ tác phẩm thì lại thấy dưới mạch ngầm văn bản, lộ ra một lô-gíc khác, không theo sự sắp xếp chủ quan, mà theo diễn biến khách quan với nhiều lớp lang, tầng bậc của đời sống tâm lý, tình cảm. Vũ Xuân Tửu rất sắc sảo, tinh tế khi khai thác tâm lý nhân vật một cách chính xác: Tâm lý của Hộ khi nhờ anh bộ đội cho mình đứa con vừa mừng vì đạt mục đích vừa đau đớn vì chưng kiến cảnh vợ mình ngủ với người đàn ông khác ngay trong ngôi nhà của mình; tâm trạng anh bộ đội vừa bản năng vừa trách nhiệm; tâm trạng Nụ vừa hạnh phúc vì có một đêm không thể quên cùng đứa con vừa đau khổ bẽ bàng vì con không phải của chồng và bị chồng ghẻ lạnh.

- Sức hấp dẫn của truyện ngắn *Bí mật cuốn gia phả* của Vũ Xuân Tửu, vì thế không phải chỉ ở chỗ đã khám phá được một điểm nhìn mới, mà chủ yếu ở chỗ đã thành công trong việc xây dựng những hình tượng nhân vật độc đáo. Hướng ngòi bút vào thế giới bên trong của con người, bằng nghệ thuật vừa phân tích vừa miêu tả tâm lý, Vũ Xuân Tửu đã đem đến một cái nhìn sắc sảo và khá góc cạnh của anh về số phận con người và đời sống nội tâm của họ.

Mặc dù trong tác phẩm, tác giả đã tỏ ra khá dụng công trong việc bài binh bố trận, sắp xếp nhiều tình tiết, nhiều sự kiện với những lớp lang hấp dẫn, bất ngờ, nhưng người đọc vẫn nhận thấy rất rõ những sự kiện, những tình tiết này tự nó không thúc đẩy sự vận động của cốt truyện và sự phát triển của tính cách nhân vật mà chỉ như chất "xúc tác" tác động đến thế giới tâm hồn nhân vật. Nghĩa là, điều quan trọng nhất mà tác giả muốn bàn không phải là bản thân những sự kiện, những tình tiết ấy, mà là thái độ, cách ứng xử của các nhân vật trước các sự kiện này.

Trong *Bí mật cuốn gia phả* có hai mảng hình ảnh rất rõ rệt: Mảng thứ nhất là con người với những hành vi đời thường, có vẻ không có gì đặc biệt; mảng thứ hai là con người trong đời sống nội tâm với những dằn vặt, đau đớn từ bên trong qua những dòng, những trang phân tích nội tâm này của tác giả.

Một câu chuyện bất ngờ, hy hữu đến mức khó tin. Bất ngờ từ cách đặt vấn đề, từ lời khẩn cầu xin người qua đường của anh thợ nề tên Hộ, nổi tiếng vâm váp, khoẻ mạnh. Kế đến là một màn kịch lớp lang kỹ càng, chuốc rượu cho vợ đến mức say mèm, rồi mời một anh bộ đội đang trên đường trả phép. Liên tiếp những tình huống đến ngạt thở, thật như bịa, thực như mơ, trong khoảng thời gian từ chiều tối đến nửa đêm. Những bí ẩn của một gia đình, với những éo le, trớ trêu của số phận, dần được hé mở. Từng phút, từng giây, người đọc cảm nhận được những giằng xé đau đớn, cả đến những giọt nước mắt nuốt vào trong của từng nhân vật trong truyện..

Chính văn phong linh hoạt, khả năng phân tích tâm lý nhân vật sắc sảo, đặc biệt là sự hấp dẫn của cốt truyện, đã làm nên sức ám ảnh của truyện ngắn *Bí mật cuốn gia phả.*

Tiểu kết chương 3

Đề tài về người lính trong truyện ngắn của Vũ Xuân Tửu là một đề tài quen thuộc được trở đi trở lại trong suốt quá trình sáng tác truyện ngắn của ông. Hình tượng người lính trong truyện ngắn của Vũ Xuân Tửu là những con người hết sức bình thường, họ có cả phần tốt đẹp lẫn hạn chế. Ông không cố tình tô vẽ, tôn vinh họ mà để cho cốt truyện cùng các chi tiết tự nói lên cái điều cần nói.

Cùng với những câu chuyện về tình yêu, các truyện ngắn về hình tượng người lính trong sáng tác của Vũ Xuân Tửu được coi là những truyện ngắn đặc sắc, làm nên tên tuổi của ông trên văn đàn cả nước trong thời gian qua.

Ba truyện ngắn được chọn đưa vào chương trình giảng dạy của trường Đại học Tân Trào là chùm truyện ngắn được giải Nhất của Vũ Xuân Tửu trong lần dự thi truyện ngắn viết về đề tài chiến tranh cách mạng và hình tượng người lính do tạp chí Văn nghệ quân đội tổ chức năm 2005-2006. Đay là những tác phẩm đánh dấu mốc quan trọng trọng sự nghiệp sáng tác của nhà văn Vũ Xuân Tửu .

Cùng viết về người lính nhưng mỗi người một số phận, cách tiếp cận của Vũ Xuân Tửu với từng truyện cũng rất khác nhau, nhưng tựu chung lại: cả ba tác phẩm đều rất xuất sắc *"tựa như ba cô gái đẹp"* (Bùi Việt Thắng) với cách kể mộc mạc, lôi cuốn, giọng văn biến hóa linh hoạt, ngôn ngữ kể chuyện hồn nhiên, hóm hỉnh, dày đặc chi tiết đắt và gợi *"như những hạt vàng"* (Ma Văn Kháng), đặc biệt là khả năng khai thác tâm lý nhân vật của Vũ Xuân Tửu đã để lại ấn tượng sâu sắc trong lòng độc giả. Giới thiệu các truyện ngắn này đến người dạy, người học của trường Đại học Tân Trào là một cách ghi nhận những đóng góp của Vũ Xuân Tửu với văn học địa phương Tuyên Quang cũng như văn học Việt Nam, đồng thời cũng là quảng bá những tác phẩm hay đến với đông đảo người đọc trong cả nước.

KẾT LUẬN

Vũ Xuân Tửu là một trong những nhà văn địa phương Tuyên Quang có quan điểm sáng tác rất rõ ràng. Ông đến với nghề viết văn muộn, mãi đến năm 1998 ông mới trình làng tập truyện ngắn đầu tiên. Tuy nhiên, từ đó đến nay, tên tuổi Vũ Xuân Tửu đã được bạn đọc cũng như các nhà nghiên cứu, phê bình trong cả nước biết đến.

Là người viết văn tay ngang với năng khiếu, khả năng tự học và qua các trại sáng tác, lớp tập huấn nghiệp vụ viết văn nhưng Vũ Xuân Tửu có một gia tài văn chương khá lớn với đầy đủ các thể loại nhưng ông thành công nhất trong thể loại truyện ngắn với giải Nhất trong cuộc thi viết về đề tài chiến tranh cách mạng và hình tượng người lính năm 2005-2006 do Tạp chí Văn nghệ quân đội tổ chức.

Trong chặng đầu sáng tác của Vũ Xuân Tửu (1998-2007), Vũ Xuân Tửu đã xuất bản 6 tập truyện ngắn. Ở chặng này, các yếu tố tình huống truyện, chi tiết, ngôn ngữ, giọng điệu nghệ thuật đặc sắc đã làm nên một Vũ Xuân Tửu không lẫn vào ai khác. Các tình huống truyện tập trung vào ba dạng: tình huống nhận thức, tình huống tâm trạng và tình huống hành động khiến cho các truyện ngắn của ông nhiều màu sắc, phong phú về cách tiếp cận và thể hiện rõ quan niệm nghệ thuật mà ông định hình và theo đuổi. Vũ Xuân Tửu có biệt tài xây dựng các chi tiết nóng, lạnh đắt và gợi trong truyện ngắn để chúng góp phần phản ánh chủ đề của tác phẩm và cốt truyện. Cái duyên trời phú trong cách sử dụng ngôn ngữ và giọng điệu nghệ thuật linh hoạt đã khiến ông rất thành công với thể loại truyện ngắn. Ở chặng đầu, đã có một số truyện ngắn đặc sắc, có thể được coi là hay nhất của Vũ Xuân Tửu được đánh giá cao: *Bí mật cuốn gia phả, Chuyện ở bản Piat, Cỏng Hò, Người sông nước.*

Ở chặng thứ hai (2008-2016), mặc dù rất ổn định về mặt phong cách sáng tác, quan niệm sáng tác song dường như Vũ Xuân Tửu lại dành nhiều thời gian hơn cho thể loại tiểu thuyết nên ông sáng tác truyện ngắn không nhiều. Các truyện ngắn ở chặng này tập trung phản ánh các vấn đề thời sự trong xã hội, thậm chí có nhiều vấn đề khá nhạy cảm. Tuy nhiên, cũng phải thấy một điều: so với chặng thứ nhất, chặng này không có nhiều truyện ngắn hay như chặng trước. Các yếu tố lợi thế trong thi pháp sáng tác truyện ngắn như tình huống truyện, chi tiết, ngôn ngữ nghệ thuật vẫn được ông sử dụng đều và hiệu quả nhưng giọng điệu ở chặng sau có vẻ đơn điệu hơn chặng đầu, nặng về giọng điệu chiêm nghiệm, triết lý mà thiếu đi cái giọng trời phú của ông là giọng điệu hồn nhiên, hóm hỉnh, lạc quan.

Việc đưa ba truyện ngắn tiêu biểu *Bí mật cuốn gia phả, Chuyện ở bản Piat, Cỏng Hò* của Vũ Xuân Tửu vào chương trình văn học địa phương của trường đại học Tân Trào là một trong những nỗ lực của nhóm nghiên cứu nhằm giới thiệu cho người học những tác phẩm xuất sắc đã từng được giải cao của Vũ Xuân Tửu nói riêng, của văn học địa phương Tuyên Quang nói chung; bổ sung vào nguồn tài liệu văn học địa phương hiện nay còn ít và tản mạn.

Với những thành công bước đầu, Vũ Xuân Tửu vẫn tiếp tục miệt mài với công việc sáng tác và chắc chắn trong tương lai, sẽ có thêm nhiều tác phẩm của ông thuộc các thể loại khác nhận được sự quan tâm của công chúng cùng các nhà nghiên cứu phê bình trong và ngoài nước.

Trong phạm vi một đề tài NCKH cấp trường, nhóm nghiên cứu mới chỉ đi vào một vài khía cạnh trong thi pháp sáng tác của nhà văn Vũ Xuân Tửu mà chưa có điều kiện đề cập đến tất cả các khía cạnh khác. Rất mong nhận được những ý kiến đóng góp của Hội đồng khoa học nhà trường, các đồng nghiệp, các em sinh viên Khoa Khoa học cơ bản góp ý để công trình có chất lượng và có thể trở thành tài liệu hữu ích cho cả người học lẫn người dạy.

PHỤ LỤC 1

Biểu 1.1: Phân loại tình huống truyện chặng 1998-2007 của Vũ Xuân Tửu

	Tên truyện	***Các tình huống truyện***		
		Tình huống hành động	***Tình huống tâm trạng***	***Tình huống nhận thức***
	Tập ***Tầm phào***			
1	Ông lão bán điếu			x
2	Gia đình			x
3	Chữ ký			x
4	Nợ văn chương			x
5	Tầm phào			x
6	Thanh kiếm cà là gỉ			x
7	Câu chuyện về một bản kế hoạch an ninh			x
8	Trang nhật ký của chiến sĩ quân giải phóng		x	
9	Cuộc tiễn đưa thầm lặng	x		
10	Cái sự bến Gián Khẩu		x	
11	Cô Sơn			x
12	Người hàng phố			x
13	Dòng chảy			x
	Tập ***Yếm thắm***			
14	Đồng hồ		x	
15	Anh Nhớn, chị Nuôi			x
16	Trên khúc sông Tam Cờ		x	
17	Thế gian cũng lắm anh hùng			x
18	Một cái bàn ăn hình vuông và sáu cái ghế tròn			x
19	Đi họp thì phải có chính kiến			x
20	Ba ông họ Khổng			x
21	Hồ sơ về một con người			x
22	Một sự Xtret		x	
23	Cánh chân sào		x	
24	Yếm thắm		x	
25	Con chim lửa		x	
26	Một mình với nến và...		x	
27	Tiếng kèn lá trên đỉnh Mã Pì Lèng			x
28	Cầu vồng trên núi Pù Tiên	x		
29	Tiếng gọi tình yêu trên biển cả	x		
30	Nhà cửa, giường chiếu			x
31	Xóm cũ		x	

32	Xe máy đường xa			x
	Tập ***Bí mật cuốn gia phả***			
33	Suối Miền Xía	x		
34	Chớp bể mưa nguồn			x
35	Trăng sáng đồi chè		x	
36	Người đàn bà trên ti vi		x	
37	Thợ cắt tóc truyền đời			x
38	Thợ khâu giày	x		
39	Mồ hôi của đá	x		
40	Chuyện ở bản Pi át		x	
41	Bí mật cuốn gia phả		x	
42	Thành hoàng làng Vực Vại			x
43	Tiếng chuông đêm	x		
	Tập ***Mồ hôi của đá***			
44	Pho tượng gỗ mít			x
45	Đi tìm cuốn sổ hát then		x	
	Tập ***Chuyện ở bản Pi át***			
46	Cỏng Hò			x

Biểu 1.2: Phân loại tình huống truyện chặng 2008- 2016 của Vũ Xuân Tửu

	Tên truyện	***Các tình huống truyện***		
		Tình huống hành động	***Tình huống tâm trạng***	***Tình huống nhận thức***
	Tập ***Lên cổng trời***			
1	Cô Ba	x		
2	Câu chuyện về một khẩu súng		x	
3	Người đàn bà mấy đận mất tên			x
4	Trong mưa có nắng			x
5	Những người đào quặng			x
6	Hoa cải ngồng		x	
7	Chuyến xe lên vùng cao	x		
8	Keo tai tượng			x
	Tập ***Hoa cải ngồng***			
9	Tháng ba có 31 ngày			x
	Tập ***Chuyện tình người đẹp thành Tuyên***			
10	Noong		x	
11	Vết đế giày	x		
12	Người tan vào không khí		x	
13	Chuyện tình người đẹp thành Tuyên		x	

2.2. LUẬN VĂN THẠC SĨ:

2.2.1. TRUYỆN HƯ ẢO CỦA VŨ XUÂN TỬU

Luận văn Thạc sĩ của ***Nguyễn Thị Châu****, mã số: 60.22.32, Khoa học ngữ văn, Chuyên ngành Lí luận văn học, Đại học Sư phạm Hà Nội, năm 2010, đạt 9,7/10 điểm.*

Người hướng dẫn khoa học: Phó Giáo sư, Tiến sĩ Trần Mạnh Tiến.

CHƯƠNG 1: KHÁI QUÁT VỀ VĂN HỌC KÌ ẢO VÀ VĂN XUÔI VIỆT NAM THỜI KÌ ĐỔI MỚI.

1.1. Khái quát chung về truyện kì ảo

1.1.1. Khái niệm truyện kì ảo

Khái niệm "Cái kì ảo", hay "Văn học kì ảo" nhằm chỉ một loại hình nhận thức thẩm mĩ độc đáo đã nhận được sự quan tâm đặc biệt của giới nghiên cứu văn học trong và ngoài nước, đây là một dạng sản phẩm tư duy đặc biệt nên cho đến nay vẫn chưa có một quan niệm hoàn toàn thống nhất về nó. Về cơ bản, các nhà nghiên cứu có điểm gặp gỡ chung: cái kì ảo thuộc phạm trù *cái siêu nhiên*, cái không thể xảy ra. Tuy nhiên có phải cứ đề cập đến cái siêu nhiên, cái không thể xảy ra thì đó là cái kì ảo không? Sự không thống nhất trong quan niệm về cái kì ảo chủ yếu tập trung ở một số bình diện sau: tính lịch sử của cái kì ảo - Cái kì ảo đã xuất hiện từ trong văn học dân gian hay chỉ ra đời trong thời kì hiện đại? Sự khác biệt giữa cái kì ảo và cái phóng túng hư huyễn thuần túy, cái huyền diệu như thế nào? Sự phức tạp trong cách hiểu về cái kì ảo còn nảy sinh ngay trong quan niệm tâm linh và viễn tưởng. Quan niệm như thế nào là cái không thể xảy ra? Liệu cái không xảy ra có phải là cái không có thực hay không? Chúng ta có thể nói rằng, cái không thể xảy ra, cái siêu nhiên là thành tố tất yếu của cái kì ảo, nhưng không dừng lại ở cấp độ quan niệm cho rằng cái kì ảo đồng nghĩa với cái không thể xảy ra và cái siêu nhiên, và cứ đề cập đến chúng là văn học kì ảo?

Khi bàn về mảng văn học có những yếu tố không thể lí giải được bằng tư duy logic thông thường, người ta đã đưa ra các khái niệm như: huyền thoại, kì ảo, truyền kì, huyễn tưởng, huyền ảo. Tác giả Lê Huy Bắc dùng khái niệm "huyền ảo" trong công trình *Chủ nghĩa hiện thực huyền ảo và Gabriel Garcia Marquez.* Xu hướng hiện nay, nhiều nhà nghiên cứu Việt Nam gọi chung mảng văn học này bằng cái tên" "Văn học kì ảo".

Từ điển tiếng Việt do Hoàng Phê chủ biên- trung tâm từ điển ngôn ngữ, Hà Nội, 1992, đã cắt nghĩa rằng: "kì" là " lạ đến mức làm người ta phải ngạc nhiên", còn "ảo" là "không có thực". Vậy "kì ảo" là "kì lạ tựa như không có thật mà chỉ có trong tưởng tượng". [73-516]. Theo đó, truyện kì ảo được xem là phương thức tư duy đặc biệt của nhà văn.

Từ điển thuật ngữ văn học do Lê Bá Thự chủ biên, Nxb Đại học Quốc gia Hà Nội, 2000, cũng khẳng định "kì" nghĩa là không có thực, nhấn mạnh tính chất hư cấu [33-286]. Từ đó có thể coi văn học kì ảo là mọi tác phẩm đề cập đến nhân vật, hoặc các hiện tượng siêu nhiên trong hư cấu nghệ thuật.

Từ điển tiếng Việt của Viện Ngôn ngữ văn học, Nxb Đà Nẵng, 2000, định nghĩa: "Kì ảo" là kì lạ, tựa nhưu không có thật mà chỉ có trong tưởng tượng".

Theo tổng hợp các từ điển: *Từ điển giải nghĩa Pháp*, *Từ điển thuật ngữ văn học* của Rumani, *Từ điển Pháp-Việt* của các soạn giả khác nhau thì nội hàm của thuật ngữ được xác định: "Cái kì ảo là sản phẩm của trí tưởng tượng, được tạo ra nhờ khả năng suy tưởng; ở đó cái siêu nhiên chiếm ưu thế. Đó là những cái không mang tính chân thực, chỉ tuân theo qui luật của tưởng tượng. Đó là cái kì quặc, dị thường, hư ảo, quái dị, siêu nhiên, kinh khủng, huyễn hoặc" [7-15].

Theo tác giả Phùng Văn Tửu trong cuốn *Từ điển ngôn ngữ Pháp*: "Kì ảo" là tính từ, bắt nguồn từ tiếng Hi Lạp là "Phantastikos", tiếng La Tinh "Phantasticus" để chỉ những gì "được tạo nên bởi trí tưởng tượng, chứ không tồn tại trong thực tế". "Kì ảo" trong tiếng Việt là một từ Hán Việt: "Kì" là lạ lùng, "ảo" là không có thật. Cái kì ảo là cái lạ lùng không có thật, không thể bắt gặp trong thế gian này, nói chung là những cái siêu nhiên, là những gì không tồn tại trên đời" [81-47]. Các nhà nghiên cứu về truyện kì ảo cũng đưa ra những nhận định xung quanh khái niệm đó.

Tzevan Todorov trong *Dẫn luận về văn chương kì ảo* đã cho rằng: "Cái kì ảo là sự lưỡng lữ cảm nhận bởi một con người chỉ biết có các qui luật tự nhiên, đối diện với một hiện tượng bên ngoài mang tính chất siêu nhiên" [100-34].

Nhà văn Ngô Tự Lập trong lời tựa cho bộ sách *Truyện kì ảo thế giới* cũng đưa ra nhận định của mình về truyện kì ảo: "Truyện kì ảo đưa ra những sự kiện không thể giải thích nổi bằng những qui luật thông thường. Đó là một thế giới nơi cái thực và cái ảo, cái tự nhiên và cái siêu nhiến nhập lẫn nhau, khác hẳn thế giới của truyện thần kì" [49-3]. Và chính tác giả cũng khẳng định, sáng tạo yếu tố kì ảo không phải là độc quyền của nhà văn, kì ảo có mặt trong tất cả các loại hình nghệ thuật. Nó xuất hiện ở bất cứ nơi nào mà "trật tự đã trở nên bó buộc, vừa đáng ghét, vừa đáng sợ và tính hợp lí của trật tự ấy bị đặt thành câu hỏi".

Trong cuốn *Cái kì ảo của Balzac,* Nxb Đại học Sư phạm, 2002, Lê Nguyên Cẩn cho rằng: "Cái kì ảo là một phạm trù tư duy nghệ thuật, nó được tạo ra nhờ trí tưởng tượng và được biểu hiện bằng các yếu tố siêu nhiên, khác lạ, phi thường, độc đáo... Nó có mặt trong văn học dân gian, văn học viết qua các thời đại. Nó tồn tại trên trục thực-ảo, và tồn tại độc lập, không hòa tan vào các dạng thức khác của trí tưởng tượng [9-16]. Với quan điểm này, tác giả Lê Nguyên Cẩn đã cho thấy đặc điểm độc đáo và tính chất tồn tại phổ biến của yếu tố kì ảo trong tiến trình văn học nhân loại.

Rõ ràng, có không ít quan niệm, cách hiểu không giống nhau về khái niệm "Truyện kì ảo", "Văn học kì ảo". Tổng hợp các ý kiến đó lại cho thấy: Truyện kì ảo là một thể loại tự sự (tiểu thuyết và truyện ngắn) hình thành và phát triển qua các giai đoạn văn học và các nền văn học, nó là sản phẩm của tư duy nghệ thuật giàu trí tưởng tượng và độc đáo của nghệ thuật nhân loại. Truyện kì ảo thể hiện sự phong phú, đa dạng về qui mô, dung lượng ngắn dài khác nhau về không gian, thời gian, về thế giới nhân vật, nhịp độ trần thuật, là sản phẩm của trí tưởng tượng trong quá trình sáng tạo nghệ thuật của nhà văn với một dạng thức tư duy đặc biệt, đi liền với cảm hứng phi thường, độc đáo mà hạt nhân chính là "cái kì ảo", cái khác lạ, hiếm thấy, không dễ bắt gặp trong cuộc sống hiện thực, đó là những cái tồn tại trong tưởng tượng.

1.1.2. Đặc điểm của truyện kì ảo

Từ thực tiễn văn học cho đến hoạt động nghiên cứu đều cho thấy, đặc điểm của truyện ngắn kì ảo gắn với khả năng tư duy phong phú cà kì diệu của con người trước hiện thực khách quan và phản ánh bằng nghệ thuật.

Trong công trình mĩ học nổi tiếng của mình, Hê ghen cho rằng: "Đặc điểm tiêu biểu của nghệ thuật là ở chỗ: một mặt, nghệ thuật làm tình cảm được kích động, và thỏa mãn sự kích động này bằng cách gây lên tình cảm sợ hãi, đau xót, bàng quan và sững sờ" [34-86]. Nằm trong qui luật sáng tạo nghệ thuật ấy, truyện kì ảo được đánh giá là một bộ phận quan trọng, gắn liền với lịch sử phát triển văn học Việt Nam. Tồn tại với tư cách là một thể loại văn học, truyện kì ảo cũng có những đặc điểm riêng về đề tài, nhân vật, ngôn ngữ, kết cấu...

Về phương diện đề tài, truyện kì ảo thường viết về những cái siêu nhiên, lấy cái siêu nhiên, không bình thường, để thể hiện cái hiện thực, lấy cái ảo để bộc lộ cái thực. Theo T. Todorov trong cuốn *Dẫn luận về văn chương kì ảo* (Nxb Đại học Sư phạm, 2008), thì các truyện kì ảo thường thể hiện hai đề tài: Thứ nhất, là "Các đề tài về tôi". Trong hệ đề tài này có hai nhóm chính: nhóm các sự biến hóa, người biến thành khỉ, người biến thành vật và ngược lại... Nhóm thứ hai, nhóm yếu tố kì ảo liên quan đến bản thân sự tồn tại của các sinh thể siêu nhiên như các vị thần, con người có phép thuật... và liên quan đến quyền lực của họ đối với vận mệnh con người. Ở đây, ta bắt gặp một hằng thể của văn chương kì ảo: sự tồn tại của những sinh thể siêu nhiên mạnh hơn con người. Hệ đề tài thứ hai là "Các đề tài về mình". Ở hệ đề tài này, ta bắt gặp sự xuất hiện của tính dục. "Ham muốn tính dục ở đây có thể đạt tới sức mạnh không ngờ: Đó không phải là một trải nghiệm giữa những trải nghiệm khác, mà là điều cốt yếu nhất trong cuộc sống" [100-151]. Ham muốn tính dục có sức chi phối dị thường đối với nhân vật, "văn chương kì ảo minh họa nhiều biến hóa của ham muốn, phần lớn những biến hóa này không thực sự thuộc về cái siêu nhiên mà đúng hơn là thuộc về một cái kì lạ xã hội" [100-157]. Ba biến thể ta thường gặp ở tính dục trong truyện kì ảo là: loạn luân, một trong những biến thể thường gặp nhất. Biến thể tình dục đồng giới, biến thể thứ ba là "tình yêu nhiều hơn một đôi". Văn chương kì ảo đặc biệt chú ý miêu tả các hình thức thái quá của ham muốn tình dục cũng như những biến hóa khác nhau hoặc cũng có thể nói là những ác hóa khác nhau của nó. Hai hệ đề tài này có mối liên hệ với nhau và chúng trong chừng mực nào đó đã thể hiện được tính phức tạp, đa chiều trong bản thân con người.

Cái kì ảo, cái siêu nhiên (ma quỉ, người chết hiện hình, con vật quái đản, nửa người nửa vật...) là đối tượng chính của truyện kì ảo. Tuy nhiên phải thấy rõ "Cái kì ảo" không chỉ đơn thuần là "cái siêu nhiên" (cái không thể xảy ra). "Cái siêu nhiên" muốn trở thành "cái kì ảo" thì phải thông qua hoạt động sáng tạo của nhà văn, để tạo ra cảm giác kì ảo cho người đọc. Cái kì ảo là cái không thể cắt nghĩa được bằng lí trí, tính từ điểm nhìn chúng ta với tầm nhận thức hiện tại. Chính cái không thể cắt nghĩa bằng lí trí đó đã tạo nên một sự đứt gãy trong chuỗi liên kết nhận thức, gây ra tâm trạng ngờ vực cho người đối diện với nó.

Thế giới nhân vật trong truyện kì ảo hết sức phong phú, đó là thế giới của những hồn ma, yêu tinh, quỉ quái với đủ các phép thần thông biến hóa, thế giới của tiên của phật (*Tây du kí*- Ngô Thừa Ân), thế giới sơn lâm bí hiểm với bao ma trành, ma khách, ma mường, ma thuồng (*Những truyện đường rừng* của Lan Khai); thế giới của những nhân vật biến dạng (*Biến dạng*- Kafka; *Cụ già với đôi cánh khổng lồ*- Marquez, *Người hóa hổ* của Lan Khai); Thế giới của những tinh chồn, tinh cáo, tinh hồn cỏ cây (*Liêu Trai chí dị*- Bồ Tùng Linh, *Truyền kì mạn lục*- Nguyễn Dữ)... bao gồm đủ các loại yêu ma, quỉ quái, con vật, con người kì lạ với những năng lực siêu nhiên chưa từng thấy trên thế gian này, tất cả đều được kì ảo hóa bằng trí tưởng tượng kì diệu của nhà văn.

Người kể truyện trong truyện kì ảo thường ở ngôi thứ nhất. Các truyện thần tiên hiếm khi sử dụng ngôi thứ nhất (*Ngàn lẻ một đêm*, truyện cổ tích...), chúng không cần đến cái đó, bởi thế giới thần diệu đó không nên gợi sự nghi ngờ, cái thần diệu đã thực hiện sự hòa hợp không thể có, đề nghị độc giả tin mà không hẳn là tin. Trong lúc đó, cái kì ảo đặt chúng ta trước một nan giải: nên tin hay không? Cái kì ảo đòi hỏi sự nghi hoặc. "Ngôi thứ nhất có tính kể chuyện" là ngôi dễ dàng nhất trong việc phù phép độc giả đồng nhất với nhân vật, bởi lẽ như ta biết, đại từ "tôi" thuộc về tất cả mọi người" [100-102].. Các hiện tượng đều phi thường, người kể chuyện lại bình thường, đây là những điều kiện tuyệt hảo để cái kì ảo xuất hiện.

Nguyên tắc của thể loại truyện kì ảo chính là tính chất tự nhiên và sự lạ thường đan xen lẫn nhau, gây ra nỗi lo lắng hồi hộp đến mức người đọc phải do dự giữa một sự giải thích hợp lí và một sự giải thích siêu nhiên về các sự kiện.

Cái làm nên truyện kì ảo là sự đan xen lẫn thực tại bằng một yếu tố kì ảo nào đó mà khả năng gây nên sự hồi hộp, do dự, lo âu cho người đọc. Bao giờ thể loại kì ảo cũng lấy sự do dự, hoài nghi của người đọc làm nguyên tắc sáng tạo. Nếu đọc xong truyện kì ảo nào đó ta không thấy do dự, lo âu, hãi hùng thì đó không phải truyện kì ảo. Đặc điểm của truyện kì ảo là đưa những sự kiện huyền bí vào cuộc đời thực. Các nhà văn, ở mọi thời đại đều luôn tìm cách chỉ ra những điều bất ngờ trong thế giới đang sống. Nếu thiếu đi những điều bất ngờ ấy, truyện sẽ không tạo được cảm giác, ấn tượng mãnh liệt. Và lúc đó không còn truyện kì ảo, nếu có thì chất lượng truyện cũng sẽ giám sút. Đây cũng là nguyên nhân dẫn đến phần lớn tác phẩm kì ảo là truyện ngắn- Một thể loại phù hợp để tạo nên sự căng thẳng cần thiết.

Tính chất chung của truyện kì ảo chính là sự hư cấu, nhưng đó không phải là sự hư cấu thông thường mà là "hư cấu của hư cấu". T. Todorov đã nhấn mạnh: "Mọi hư cấu, mọi nghĩa đen đều không gắn với cái kì ảo nhưng mọi cái kì ảo đều gắn với hư cấu và nghĩa đen. Nhưng cái này là điều kiện cần thiết cho cái kì ảo" [100-92]. Như vậy, "Cái kì ảo chỉ sống được trong hư cấu". Tất nhiên đây không phải là sự hư cấu huyễn hoặc, viển vông, bởi vì mọi sự phi thường, siêu nhiên đến mức nào đi nữa cũng được tư duy dựa trên những cái bình thường, tự nhiên. Có nghĩa là khi các nhà văn tưởng tượng ra một cái gì đó là hoang đường, kì ảo thì bao giờ họ cũng phải dựa trên mô hình của sự thông thường, của hiện thực đời sống. Hiện thực cuộc sống luôn là tiền đề của mọi tư duy và tưởng tượng.

Về qui mô, trong thực tế sáng tác truyện kì ảo có qui mô, dung lượng khác nhau. Có tác phẩm qui mô tiểu thuyết (*Tây du kí*- Ngô Thừa Ân). Có tác phẩm dung lượng truyện vừa (*Ai hát giữa rừng khuya* và *Thần hổ* của Tachya). Còn lại đa số qui mô là ở truyện ngắn (*Con thuồng luồng nhà họ Ma, Ma thuồng luồng, Người hóa hổ*- Lan Khai).

Tùy theo nhu cầu phản ánh hiện thực và sở trường sáng tác của nhà văn mà truyện kì ảo được kết cấu theo qui mô tiểu thuyết hay truyện ngắn. Ở qui mô tiểu thuyết các câu chuyện thường chứa dung lượng hiện thực phong phú, tình tiết phức tạp hơn, nhân vật cũng đông hơn (*Tây du kí*). Ở qui mô truyện ngắn, nhân vật thường ít, tình tiết đơn giản, nhà văn lược đi những bức tranh dài rộng về thiên nhiên mà chỉ chọn một chi tiết thuộc góc khuất nào đó của thiên nhiên để thể hiện yếu tố kì ảo mà thôi. Cái chung của tiểu thuyết, truyện ngắn kì ảo là nhà văn sử dụng hàm lượng trí tưởng tượng và hư cấu cao.

Các yếu tố kì ảo mang lại gì cho tác phẩm? Từ điểm nhìn chức năng này, theo T. Todorov ta có thể đi tới ba lời đáp, "Thứ nhất, cái kì ảo tạo ra cảm giác đặc biệt nơi người đọc- sợ hãi hay kinh khiếp, hay chỉ là niềm hiếu kì- điều mà các thể loại hay hình thức văn học khác không gây ra được. Thứ hai, cái kì ảo phục vụ cho tự sự, duy trì nỗi đợi chờ hồi hộp: sự hiển diện của các yếu tố kì ảo cho phép tổ chức diễn biến tình tiết một cách đặc biệt, chặt chẽ. Cuối cùng, cái kì ảo có một chức năng thoạt nhìn như trùng phức: Nó cho phép miêu tả một thế giới kì ảo, vậy mà thế giới này chẳng có một thực tại ngoài ngôn ngữ, sự miêu tả và cái được miêu tả không khác nhau về bản chất" [100-112]. Khi đọc một tác phẩm kì ảo, thực sự ta khó nắm bắt ý nghĩa của nó, vì như có nhà nghiên cứu đã nhận xét, nếu ta dễ dàng tìm ra ý nghĩa của huyền thoại thì huyền thoại sẽ không còn là huyền thoại nữa mà trở thành ẩn dụ hoặc tượng trưng, dẫu sao ý nghĩa ấy vẫn tồn tại, vừa tùy thuộc vào bản thân tác phẩm, vừa tùy thuộc vào cảm thụ của mỗi độc giả. Vậy tại sao truyện kì ảo lại có tính chất này? Từ đặc trưng văn học cho thấy: Truyện kì ảo cũng chỉ là một phần tử của văn chương mà "văn chương phát biểu lên điều mà chỉ có nó mới phát biểu được. Khi nhà phê bình đã nói hết về một văn bản văn chương, anh ta vẫn chưa nói lên điều gì hết; bởi bản thân định nghĩa về văn chương đã kéo theo việc người ta không thể nói về nó [100-32].

1.1.3. Quá trình vận động và phát triển của truyện kì ảo

Văn học kì ảo xuất hiện sớm, phổ biến trong tất cả các nền văn học phương Đông và phương Tây, từ cổ chí kim. Ở thời kì cổ đại, yếu tố hoang đường, kì ảo đã xuất hiện và in đậm trong kho tàng thần thoại của nhân loại, với tư duy nguyên thủy, lí trí chưa phải là chỗ dựa đáng tin cậy, cho nên những gì mà trí tuệ non nớt của họ chưa giải thích được thì họ đều "phong thần" cho chúng. Với quan niệm "vạn vật hữu linh" con người cổ xưa đã thừa nhận những yếu tố siêu nhiên, kì quái, hoang đường là những "cái tất nhiên" của đời sống. Chính vì thế mà hầu hết các nội dung của câu chuyện thần thoại đều mang lại tính chất hoang đường, kì ảo. Sự xuất hiện của các yếu tố hoang đường, kì ảo vừa khẳng định trí tưởng tượng phong phú của người cổ đại, vừa thể hiện mối quan hệ gắn bó giữa con người với tự nhiên, theo Mác: "Thần thoại nào cũng chinh phục, chi phối và nhào nặn sức mạnh tự nhiên trong trí tưởng tượng và bằng trí tưởng tượng" [61-158].

Ở truyền thuyết, yếu tố kì ảo là một trong những tiêu chí nghệ thuật quan trong trong việc tạo ra vầng hào quang cho những nhân vật lịch sử. Hình ảnh Thánh Gióng ba tuổi vươn vai lớn nhanh như thổi và phi ngựa ra trận đánh giặc ngoại xâm là một biểu tượng tuyệt vời cho tinh thần quật cường của dân tộc Việt Nam. Sau chiến thắng, Thánh Gióng không ở lại trần gian mà bay thẳng về trời là một hình ảnh đầy tính lãng mạn, diệu kì. Tác giả dân gian thường "bất tử hóa" nhân vật truyền thuyết bằng việc cho họ đi vào một thế giới khác, ở đó không có nỗi buồn, chiến tranh và nước mắt... Hình ảnh cuối truyện "Mị Châu-Trọng Thủy", An Dương Vương rẽ sóng đi xuống biển cũng là một cách làm sống mãi hình ảnh con người có công với dân tộc, khẳng định tính chính nghĩa của nhân dân, đất nước Việt Nam, tôn vinh người anh hùng dân tộc là bất tử. Tác giả dân gian đã tạo nên được một khoảng cách sử thi cần thiết để những cá nhân anh hùng sống mãi trong tâm thức thành kính của nhân dân. Đến giai đoạn sau, truyện cổ tích ra đời khi xã hội đã phân chia giai cấp thì yếu tố hoang đường, kì ảo lại xuất hiện một cách phong phú và đa dạng hơn. Các truyện cổ tích ở phương Đông cũng như ở phương Tây đều lấy cái kì ảo, cái thần diệu để giải quyết các vấn đề xung đột xã hội, để bênh vực, bảo vệ con người. Đây là nguyên nhân dẫn đến các vật linh diệu, kì ảo xuất hiện hàng loạt trong thời kì này (viên ngọc ước, câu thần chú...). Không ở đâu khác, trong kho tàng truyện cổ tích, người đọc được đắm mình trong một không gian vô cùng rộng lớn, với đủ các cõi: trần gian, âm ti địa ngục, cõi trời, cõi nước... Ở mỗi cõi đều đủ thần, phật, bụt tiên, ma quỉ... với đủ các phép thần thông biến hóa, tất cả đều can thiệp vào đời sống con người, giúp con người tìm được lẽ công bằng, duy trì cái thiện, tiêu diệt và trừng trị cái ác. Ở truyện *Tấm Cám*, ông Bụt hiền từ có nhiều phép lạ là vị cứu tinh của cô Tấm hiền lành đáng thương. Và nếu không có phép lạ và sự biến hóa luân hồi thì cô Tấm phải chịu một cái chết đầy oan ức, bất công xã hội mãi mãi tồn tại. Nhìn chung nguyên tắc của cổ tích là dùng trí tưởng tượng và hư cấu để nối liền hiện thực với lí tưởng, nối liền cõi trần với cõi tiên, con người với thần thánh để tạo nên một thế giới thống nhất, tốt đẹp hơn, nhân văn hơn.

Khép lại gia đoạn văn học thần thoại, truyền thuyết, cổ tích là sự ra đời của dòng văn học viết. Lúc này xã hội đã phát triển vượt bậc, con người tin và biết dùng lí trí soi đường trong quá trình nhận thức và khám phá hiện thực. Những tưởng yếu tố hoang đường, kì ảo không còn mảnh đất tồn tại trong văn học nhưng như một nghịch lí, văn học kì ảo lại phát triển mạnh mẽ chưa từng thấy.

Ở phương Đông, nhất là trong văn học Trung Quốc, cái kì ảo đã trở thành nguyên tắc mĩ học trong sáng tác. Các nhà văn Trung Quốc xưa chủ trương: "Phi kì bất truyền" (không li kì không truyền). Những truyện ngắn như *Chơi động tiên* của Chương Sác; Truyện *Nàng Lý Oa* của Bạch Hành Giản... từ thời nhà Đường đã được lưu truyền rộng rãi trong dân gian. Đến đời Tống, văn học kì ảo đạt đến đỉnh cao, điển hình nhất là tập *Liêu Trai chí dị* của Bồ Tùng Linh. Qua các tập truyện, tác giả đã phản ánh và khái quát cả một hiện thực xã hội rộng lớn thông qua các yếu tố hoang đường, kì ảo. Những truyện ma quỉ, thần thông nhiều phép lạ ấy hóa ra đằng sau đó là thế giới của con người, cõi trần gian cũng như cõi âm đều có thiện, ác... Tiếp nối *Liêu Trai chí dị* của Bồ Tùng Linh, nhà văn Ngô Thừa Ân cho ra đời tập truyện *Tây du kí* mang đậm chất kì ảo với đầy đủ thần phật, tiên, ma, quỉ quái, với những phép thần thông biến hóa khôn lường.

Trong khi đó, ở phương Tây, với tên tuổi A. H. E. Hoffman (1798-1874), E. A. Poe (1809-1849), Balzac chính thức đánh dấu sự ra đời của dòng truyện kì ảo. Tác giả Hà Minh Đức nhận xét: "Chủ nghĩa huyền thoại là một hiện tượng đặc trưng của văn học thế kỉ XX với cả tư cách một thủ pháp nghệ thuật, với cả tư cách một biện pháp cảm thụ thế giới đằng sau thủ pháp đó. Chủ nghĩa huyền thoại biểu hiện rõ rệt trong kịch, thơ ca, tiểu thuyết" [27-403]. F. Kafka là một người đã "hợp pháp hóa cái huyền hoặc" trong văn học hiện đại thế giới. Sau đó là sự bùng nổ của văn học Mỹ La Tinh dẫn đến sự khai sinh một chủ nghĩa hiện thực đặc thù- chủ nghĩa hiện thực huyền ảo, chứa đựng một cảm quan kì lạ về thực tại, gắn liền với "một sức tưởng tượng phóng túng, vượt qua tất cả các qui tắc giống như thật". Sự nở rộ các yếu tố kì ảo trong sáng tác văn chương một mặt nó chống lại cái duy lí đang tràn lan trong nghệ thuật, điều chỉnh thế cân bằng trong cảm hứng sáng tạo nghệ thuật, đồng thời đem lại những ấn tượng mới lạ và thế cân bằng tâm lí người đọc trong quá trình cảm thụ. Quan trọng hơn, các nhà văn sử dụng những yếu tố kì ảo ấy làm cơ sở kiểm định đạo đức và tâm tính con người thời đại, mở rộng biên độ và cách nhìn đa chiều về cuộc sống.

Ở Việt Nam, yếu tố kì ảo đã xuất hiện trong văn học "từ thời tổ tiên của người Việt" như nhà văn Hồ Anh Thái khẳng định. Các thần thoại, truyền thuyết, cổ tích thể hiện phong phú yếu tố hoang đường, kì ảo, phản ánh tư duy hồn nhiên của người Việt cổ. Không kể kho tàng thần thoại, cổ tích trong dân gian, nền văn học viết (văn học trung đại) có sự hiện diện của rất nhiều tác phẩm chứa yếu tố kì ảo. Cũng do đó mà thể loại đặc trưng cho văn xuôi trung đại là truyền kì, chí quái. Có thể kể đến *Việt điện u linh* của Lý Tế Xuyên; *Lĩnh Nam chích quái* do Vũ Quỳnh và Kiều Phú biên soạn; *Thánh Tông di thảo* của Lê Thánh Tông; *Truyền kì mạn lục* của Nguyễn Dữ; *Thiên Nam vân lục Việt truyện* của Nguyễn Hàng; *Tục truyền kì* của Đặng Trần Côn... Các tác giả này vừa tiếp thu trực tiếp thành tựu cả văn học dân gian, vừa chịu ảnh hưởng của tiểu thuyết truyền kì Trung Quốc đã tạo ra những áng "kì văn" mà vẫn thể hiện sâu sắc cá tính, bản lĩnh riêng của mình. Vượt qua sự chế ngự của "Tam cương ngũ thường", bằng phương thức phản ánh cuộc sống qua những yếu tố hoang đường, kì ảo, linh dị... của tầng lớp nho sĩ là một biểu hiện của sự đổi mới hình thức nghệ thuật, đáp ứng nhu cầu thẩm mĩ, giải trí của con người. Sự phát triển của hư cấu, sự đổi mới của chất lượng, phạm vi hư cấu làm cho văn học càng giàu khả năng biểu hiện quan niệm chủ quan hơn, nghệ sĩ được tự do hơn, tính chất giải trí đậm hơn và do đó phẩm chất thẩm mĩ phong phú hơn. Hư cấu là dấu hiệu của sáng tác, ý thức về quyền hư cấu cũng tức là về công việc sáng tạo.

Đến thời kì cận, hiện đại truyện kì ảo tiếp tục phát triển, nở rộ và thu hút được nhiều thế hệ các nhà văn sáng tác. Từ đầu thế kỉ XX đến trước cách mạng Tháng Tám, trong văn học, yếu tố kì ảo xuất hiện qua hàng loạt tác phẩm như *Trại Bồ Tùng Linh* của Thế Lữ, *Bóng người trong sương mù* của Nhất Linh; *Ai hát giữa rừng khuya* của Tchya; *Chiều sương* của Bùi Hiển; *Khoa thi cuối cùng*, *Đỉnh non Tản* của Nguyễn Tuân, tập *Truyện đường rừng* của Lan Khai; *Con gái thần rắn* của Cung Khanh; *Trăng xanh huyền hoặc* của Trọng Miên... Ở những tác phẩm này, có sự ảnh hưởng của thể loại truyền kì trong văn học trung đại Việt Nam nói riêng, văn học phương Đông nói chung cùng với sự giao lưu, tiếp xúc văn hóa, văn học phương Tây, đặc biệt là văn học Pháp. Trong những tác phẩm văn xuôi có sử dụng yếu tố kì ảo thời kì này không khí "Liêu Trai" vẫn đậm đà nhưng dấu ấn thời đại đã rất sâu sắc, làm sinh động với đời sống văn học lúc bấy giờ. Mỗi nhà văn đều có một phong cách riêng, một kiểu đan cài "thực-ảo" riêng. Vì thế người đọc được đắm mình trong thế giới đa chiều của trí tưởng tượng. Nơi ấy, có sự hiện diện của bao điều thần diệu, khác lạ, dị thường, kì ảo mà trong cuộc sống đời thường không có được.

Ở giai đoạn này, những tác giả có nhiều đóng góp phải kể tới Thế Lữ, Lan Khai và Nguyễn Tuân. Nếu Thế Lữ là người có thiên hướng kết hợp giữa chất truyền kì phương Đông với cái kinh dị phương Tây, thì Nguyễn Tuân chính là người hoàn thiện sự kết hợp đó. Nguyễn Tuân, gương mặt tiêu biểu của văn xuôi hiện đại Việt Nam thế kỉ XX. Nếu đặt Nguyễn Tuân trong dòng văn học kì ảo Việt Nam, chúng ta sẽ có thêm một góc nhìn mới để đánh giá công lao và vị thế của cây bút này trong lịch sử văn học nước nhà. Ông là một trong những người viết truyện kì ảo thành công trong văn xuôi Việt Nam hiện đại.

Cùng thời, Lan Khai là cây bút sớm đưa vào tác phẩm của mình những yếu tố hoang đường, kì ảo từ đầu những năm 30 của thế kỉ trước, như: *Người lạ, Ma thuồng luồng, Con thuồng luồng nhà họ Ma, Con bò dưới thủy tề, Gò thần, Mũi tên dẹp loạn*, vv... đã đem đến quan niệm mới và kĩ xảo nghệ thuật ở loại văn học này. Ông là một trong những cây bút viết truyện kì ảo xuất sắc của văn học Việt Nam nửa đầu thế kỉ XX.

Từ sau cách mạng Tháng Tám 1945, trước hiện thực cuộc kháng chiến chống Pháp, chống Mỹ còn nhiều bề bộn, khó khăn cam go với nhiều nguyên nhân khác nhau, trong đó có nhu cầu xây dựng nền văn hóa của chế độ mới, chủ trương bài trừ mê tín dị đoan, tuyên truyền phổ biến kiến thức khoa học, văn học tập trung vào nhiệm vụ chính trị. Đó là cuộc đấu tranh giải phóng đất nước. cho nên văn học kì ảo tạm thời lắng xuống.

Sau năm 1986. luồng gió đổi mới đã "cởi trói" cho văn nghệ sĩ; họ tìm đến yếu tố kì ảo và coi đó như một chất "men" trong quá trình sáng tạo nghệ thuật. Rất nhiều cây bút đã đã sử dụng yếu tố kì ảo để khám phá cuộc sống hiện thực muôn màu mà không kém phần phong phú, phức tạp. Có nhiều nhà văn mạnh dạn đi khai thác mặt trái của chiến tranh, đi vào lãnh địa tâm linh... để phát hiện ra con người trong đời sống hiện ại với bao yêu thương, căm ghét, khó khăn bộn bề... và cả con người với những gì đang khuất lấp đằng sau mà mắt thường không dễ phát hiện ra. Đã có không ít cây bút nổi danh trong mảng văn học này, ta có thể nhắc đến những tên tuổi như: Nguyễn Khắc Trường, Nguyễn Huy Thiệp, Hồ Anh Thái, Bảo Ninh, Võ Thị Hảo, Phạm Hải Vân, Hòa Vang, Ma Văn Kháng, Tạ Duy Anh, Phạm thị Hoài, Y Ban... Họ một mặt đã phản ánh được những vấn đề cấp thiết, có tính thời sự đặt ra trong cuộc sống hôm nay, đụng chạm đến những vấn đề nhân sinh muôn thuở; mặt khác xu hướng kì ảo hóa xuất hiện đã tạo ra một thế cân bằng mới cho nền văn xuôi Việt Nam hiện đại, đem lại luồng sinh khí mới, làm phong phú diện mạo của nền văn xuôi Việt Nam.

Như vậy, truyện kì ảo luôn song hành cùng với tiến trình vận động và phát triển của lịch sử văn học. Sự ra đời của nó thể hiện sự đổi mới trong nhu cầu tiếp nhận của độc giả và nhu cầu sáng tạo của người nghệ sĩ. Đương nhiên, điều đó không có nghĩa là văn học kì ảo phát triển một chiều theo lịch sử. Trong quá trình lớn lên của mình, truyện kì ảo đã có những thay đổi nhất định để phù hợp với nhịp độ cuộc sống con người.

Sự thay đổi này dẫn đến hai khái niệm: văn học kì ảo truyền thống và văn học kì ảo hiện đại. Giữa cái kì ảo truyền thống và kì ảo hiện đại đều lấy cái siêu nhiên, kì ảo làm tiêu trí. Tuy nhiên, xét về tính chất nội dung chúng không hoàn toàn giống nhau. Văn học kì ảo truyền thống đề cập đến cái siêu nhiên, nhưng đó là cái siêu nhiên nghiêng về "thế giới bên kia", với những ma quỉ, thần thánh trên thiên đường, dưới địa ngục, mà cụ thể đó là quỉ dữ, bóng ma, oan hồn, bùa ngải, thần chú... với những *Cô gái Trường Trị* (Bồ Tùng Linh), *Bàn tay khỉ* (W. W. Jacobs), *Bóng ma vị hôn phu* (Robebrt), *Nửa đêm của nhà phù thủy* (Charles Beaumont)... Trong khi đó, văn học kì ảo hiện đại là những con người, những sự kiện trên thế gian này, nhưng đã được kì ảo hóa bằng trí tưởng tượng của nhà văn. Truyện kì ảo hiện đại thiên về sự kiện siêu nhiên. Ở trong kì ảo truyền thống không thiếu những sự kiện siêu nhiên, nhưng đằng sau những sự kiện ấy có bàn tay của các thế lực ma quái, nhiều khi thông qua bùa phép, hoặc chỉ thấp thoáng bóng dáng của cái thế giới kì ảo tồn tại bên ngoài cõi trần. Ví dụ, trong truyện *Từ Thức*, thời gian là yếu tố kì ảo của truyện này, nhưng nguyên nhân khiến cuộc sống Từ Thức một ngày bằng bao nhiêu năm là do Từ Thức đã lọt vào cõi tiên. Trái lại, chẳng có thế lực siêu nhiên nào can thiệp, khiến cho anh chàng Martin tội nghiệp trong *Truyện thời gian chết* của Le Temps Mort- Ayme cứ cách một ngày mới tồn tại một ngày. Từ nửa đêm nay đến nửa đêm mai, anh tồn tại như tất cả mọi người; nhưng hai mươi bốn tiếng đồng hồ tiếp theo thể xác và linh hồn anh trở về cõi hư vô, anh biến đâu mất trước mặt mọi người, để rồi hai mươi bốn tiếng đồng hồ sau đó anh lại trở về với cuộc sống bình thường. Cũng vậy, ta không thấy dấu hiệu thần linh nào ở các truyện *Cuốn sách cát* của Borges; *Ánh sáng cũng như nước* của Marquez... Xu hướng thay đổi này ngày càng được thể hiện rõ ràng hơn trong phong trào văn học đổi mới và giới sáng tác đã đạt được nhiều thành công đáng kể.

1.2. Truyện kì ảo của Vũ Xuân Tửu với văn học thời kì đổi mới

1.2.2. Vài nét về nhà văn Vũ Xuân Tửu

Vũ Xuân Tửu sinh năm 1955 tại Ninh Bình, thuở nhỏ theo gia đình lên khai hoang kinh tế ở Tuyên Quang, là người có năng khiếu thơ văn ngay từ khi còn ngồi trên ghế nhà trường. Tốt nghiệp phổ thông, Vũ Xuân Tửu vào Đại học Công an (nay là Học viện An ninh nhân dân). Ông đã trải qua các công tác về chính trị và văn hóa trong ngành an ninh. Trước thời kì đổi mới, Vũ xuân Tửu đã có những bài thơ và kí, truyện ngắn đăng báo. Là một chiến sĩ công an yêu văn học, say mê tự học và lăn lộn với thực tế ở các vùng sâu vùng xa ,các huyện miền núi phía Bắc, Vũ Xuân Tửu đã có cơ hội nghiền ngẫm hiện thực và dã tự đào luyện mình thành một nhà văn, ông từng đạt được các giải thưởng văn học. Ông là một trong những cây bút văn xuôi nhạy bén trong thời kì đổi mới. Thời gian gần mười năm trở lại đây, Vũ Xuân Tửu liên tiếp cho ra đời nhiều cuốn tiểu thuyết, như: *Nửa tỉnh nửa quê* (2002), *Hình bóng đàn bà* (2006), *Chúa Bầu* (2006), *Cõi mê* (2011), *Người rừng* (2013)... cùng các tập truyện ngắn. Điều làm nên bức chân dung Vũ Xuân Tửu thời kì đổi mới là ý thức cách tân về văn xuôi tự sự (truyện ngắn và tiểu thuyết). Truyện kì ảo là một trong những sáng tác tạo nên một vi thể riêng của ông trong cách nhìn hiện thực và nghệ thuật đương đại. Ông từng bộc bạch: "Tôi coi văn chương là chuyện sang trọng và thiêng liêng", "Ngòi bút của tôi luôn hướng về dân". Trong lần gặp gỡ gần đây (31/10/2010), chúng tôi có dịp phỏng vấn nhà văn Vũ Xuân Tửu mấy vấn đề sau:

1/ Tại sao trong thời hiện đại, nhà văn lại chọn yếu tố kì ảo để sáng tạo?

Nhà văn Vũ Xuân Tửu trả lời: "Văn chương gắn liền với tự do sáng tạo. Kì ảo là một yếu tố phóng túng, không tuân theo logic tự nhiên và xã hội, nó được sử dụng như một phương pháp, để khám phá thế giới hiện tại và sáng tạo thế giới mới. Yếu tố kì ảo còn là một thủ pháp nghệ thuật, nhà văn dùng thế giới kì ảo để lí giải hiện thực xã hội, mà các thủ pháp khác không thực hiện được. Ngày xưa, người ta đã sử dụng yếu tố kì ảo trong sáng tác văn chương. Ngày nay được tiếp nối và phát huy. Ngày mai, yếu tố kì ảo càng phát triển ở tầng nấc mới, cao hơn nữa. Thời nào, văn chương cũng cần có cái kì ảo của nó".

2/ Theo nhà văn, sử dụng yếu tố kì ảo có lợi gì cho nghệ thuật và bạn đọc?

Vũ Xuân Tửu: "Nghệ thuật văn chương vừa hiện thực lại vừa huyền ảo. Nhà văn sử dụng yếu tố kì ảo, làm cho nghệ thuật văn chương càng lung linh, đưa người đọc cùng khám phá, sáng tạo cõi thần, cõi mộng. Từ hiện thực cuộc sống xã hội, con người cần vươn tới tầm cao và xa hơn. Yếu tố kì ảo góp phần nâng cao tính tư duy, tưởng tượng, khám phá thế giới và tâm hồn con người. Dù kì ảo, nhưng văn chương vẫn luôn nêu cao tính hướng thiện, ủng hộ cái thiện, chống lại cái ác. Điều đó, thời nào cũng cần và cũng được coi như một mảng của văn chương và đạo đức xã hội. Mỗi thời, nhà văn sáng tạo yếu tố hư ảo, trên cơ sở hiện thực. Ngày xưa, chủ yếu là mượn chuyện thiên nhiên, cây cối, loài vật để chuyển tải yếu tố hư ảo cho "hợp lí". Rồi đây, nhà văn sẽ thổi linh hồn cho công cụ, máy móc hiện đại, như: xe máy, ô-tô, xe lửa, máy bay, tàu cũ trụ, vv.. để thể hiện khát vọng của con người. Thực tế, những giấc mơ và những chuyện kì ảo xưa đến nay đã và đang thành hiện thực, như:

+ Về khoa học, công nghệ: từng bước liên hệ với người ngoài hành tình, khám phá ra những hành tinh mới có điều kiện giống trái đất, chế tạo được rô-bốt hiểu ý người, nhân bản cừu Đô-ly, ghép được cơ thể người và vật khác nhau...

+ Về tâm linh: có nhà khoa học đã nhìn thấy ma. (Bài nói chuyện của Giáo sư Hoàng Phương) và có nhà ngoại cảm đã trò chuyện được với người cõi âm (Phan Thị Bích Hằng)... Kì ảo không chỉ là yếu tố văn chương cũ, mà nó luôn đồng hành cùng hiện tại và sẽ hướng tới tương lai. Nó giúp nhà văn lí giải những điều trớ trêu trong xã hội một cách "kì ảo". Nó góp phần giúp cho con người khám phá thế giới và tâm hồn của chính mình. Và nhiều chuyện kì ảo đã và đang trở thành hiện thực trong đời sống, xã hội. Có những chuyện kì ảo mà lại tưởng như không kì ảo, hiện thực đến mức kì lạ. Lật ngược lại vấn đề, có những chuyện thực xảy ra trong xã hội, nhưng người ta lại không tin nó là thực, mà lại nghĩ là kì ảo mới có thể như vậy".

Qua dịp phỏng vấn này, chúng tôi càng hiểu rõ thêm quan niệm sáng tác của nhà văn, ông đề cao vị trí của văn học kì ảo trong lịch sử sáng tạo và tiếp nhận văn học. Như vậy, việc sáng tác cái kì ảo trong văn học là một trong những cảm hứng nghệ thuật của ông; khả năng của truyện kì ảo là to lớn, giúp nâng cao trí tuệ con người.

1.2.2. Truyện kì ảo của Vũ Xuân Tửu với văn học thời kì đổi mới

Nếu như giai đoạn 1945-1975, văn học chủ yếu khuynh hướng hiện thực xã hội chủ nghĩa, phần lớn các tác phẩm được hình thành từ cảm hứng sử thi sau đại hội Đảng năm 1986, văn học được nhìn nhận lại. Đại hội VI đã mở ra cánh cửa lớn, từ bỏ hệ thống rào cản để văn học thực sự trở về với chức năng nghệ thuật của nó. Điều này thể hiện ở số đông lực lượng tác giả sáng tác, với những thành phẩm nghệ thuật mới. Văn học không chỉ dừng lại miêu tả hiện thực mà nó còn đi sâu khám phá những cái khả nhiên của cuộc sống, khám phá thế giới tâm linh, tiềm thức con người... Chủ trương đổi mới, và sự mở rộng giao lưu quốc tế là hợp qui luật phát triển, nó là nguyên nhân để nền văn học chúng ta tiếp thu các thành tựu của văn học thế giới. Các nhà văn có dịp phát huy và làm giàu thêm tiềm năng sáng tạo, kết hợp với nội lực bản thân, văn học nước nhà có dịp thể hiện chính mình. Trong chiều hướng phát triển mạnh mẽ ấy, yếu tố kì ảo xuất hiện một cách rầm rộ, dưới nhiều hình thức phong phú, đa dạng. Nó có mặt trong tác phẩm của hầu hết những cây bút tiêu biểu nhất của văn xuôi Việt Nam đương đại, như: Nguyễn Huy Thiệp, Y Ban, Võ Thị Hảo, Đỗ Hoàng Diệu, Hòa Vang... Tuy nhiên, yếu tố kì ảo trong văn xuôi Việt Nam thời kì đổi mới không hồn nhiên, tự phát như trong dân gian (thần thoại, truyền thuyết, cổ tích...), cũng không bộc lộ mục tiêu giáo huấn lộ liễu như trong văn học trung đại. Nó là sản phẩm của ý thức sáng tạo tự giác, hướng tới những mục tiêu nghệ thuật cụ thể; theo sở trường nhà văn. Đây thực sự là quá trình đổi mới tư duy, nhằm mở rộng khả năng và phạm vi chiếm lĩnh đời sống, đa dạng hóa các hình thức thể hiện của văn học.

Qua thực tiễn sáng tác cho thấy, Vũ Xuân Tửu là một trong những nhà văn góp phần tạo ra diện mạo mới mẻ cho văn học thời kì đổi mới. Hàng loạt tác phẩm của ông cả tiểu thuyết và truyện ngắn, như: *Chúa Bầu, Nửa tỉnh nửa quê, Hình bóng đàn bà, Cõi mê, Yếm thắm, Bí mật cuốn gia phả*... đã được nhiều bạn đọc quan tâm. Riêng mảng truyện kì ảo, trên cơ sở tiếp thu tinh hoa truyền thống và sáng tạo, Vũ Xuân Tửu đã đưa vào trang viết của mình những ấn tượng vừa nhẹ nhàng, tươi mát, vừa da diết sâu lắng thấm đẫm tình người. Khi đọc *Người sông nước, Cõi mê*... đằng sau những yếu tố kì ảo ấy, ta thấy được bức tranh chân thực về cuộc sống, nhất là hình ảnh cuộc sống của những người miền núi. Ở đó, nhà văn khẳng định sự vĩnh cửu của văn hóa và sự thiêng liêng của phẩm giá con người với thiên nhiên để phủ nhận những gì trái với đạo đức, với cuộc sống tươi đẹp khiến cho mỗi độc giả đều lĩnh hội được những bài học sâu sắc. Tác giả Đức Đan, trong Báo điện tử Tổ Quốc, ngày 23/7/2007 đã nhận xét: “Vũ Xuân Tửu đến với độc giả một cách từ tốn, không ồn ào. Mỗi nhân vật trong truyện của Vũ Xuân Tửu đều toát lên ý nghĩa nhân văn sâu sắc, đậm vị nhân sinh của các thiên tình sử. Truyện của anh gần với đời thường mà mang trong mình thông điệp về lẽ sống chân, thiện, mĩ”. Nhà văn Ma Văn Kháng trên Tạp chí Văn nghệ quân đội, số 662, tháng 1/2007 đánh giá: “Ở truyện ngắn của Vũ Xuân Tửu, điều đắc ý trước hết thuộc về giọng kể, hơi văn- một trong những bí kíp trời cho của tác giả văn xuôi, truyện ngắn. Trẻ trung, hóm hỉnh, hồn nhiên mà không hời hợp, mà đẹp cao sang, mà giàu sức gợi... “. Chính cái chân, thiện, mĩ, cái giọng kể rất riêng, cách khai thác và thể hiện cuộc sống rất khác lạ ấy là những điều tâm huyết nhà văn muốn đưa đến cho văn học những đóng góp của mình.

*

Yếu tố kì ảo là sản phẩm của hoạt động tư duy nghệ thuật có quá trình hình thành và phát triển trong lịch sử văn học Việt Nam và thế giới, tuy nhiên truyện kì ảo cũng mang tính dân tộc và dấu ấn riêng về cá tính sáng tạo của nhà văn. Nước ta có truyền thống văn học kì ảo từ văn học dân gian đến văn học trung đại và hiện đại, phản ánh thế giới tâm hồn phong phú của dân tộc. Do những hoàn cảnh lịch sử đất nước trải qua một thời gian dài chiến tranh, có giai đoạn yếu tố kì ảo mờ nhạt trong sáng tác. Đến thời kì đổi mới, các nhà văn lại tiếp nối những tinh hoa truyền thống và thách của nền văn học Việt Nam đương đại. Bằng hàng loạt tác phẩm, như: *Cõi mê, Người rừng, Hình bóng đàn bà*... nhà văn đã tạo nên một chỗ đứng riêng trong lòng bạn đọc.

Chương 2: Thế giới nghệ thuật trong truyện kì ảo của Vũ Xuân Tửu

2.1. Bức tranh hiện thực về cuộc sống

Theo Phản ánh luận Mác - Lênin, văn học là hình ảnh chủ quan của thế giới khách quan. Vì thế cho nên, bất kì phương pháp sáng tác nào cũng đều xuất phát từ hiện thực. Nằm trong qui luật sáng tạo ấy, truyện kì ảo của Vũ Xuân Tửu bên cạnh những yếu tố siêu thực còn có nhiều hình ảnh chi tiết chân thực. Đặc điểm của thể loại này là đưa các sự kiện huyền bí, kì lạ vào cuộc đời thực, tạo ra những điều bất ngờ trong thế giới chúng ta. Bỏ qua những yếu tố hoang đường kì bí, đọc các truyện kì ảo của Vũ Xuân Tửu, ta thấy một bức tranh vô cùng phong phú về cuộc sống lao động, phong tục tập quán, văn hóa, sinh hoạt tín ngưỡng và vẻ tươi đẹp tâm hồn của con người trong thế giới thiên nhiên tươi mát, thơ mộng, giàu chất trữ tình. Chính sự hòa trộn hai yếu tố "ảo" và "thực" ấy đã góp phần tạo ra sức hút trong các trang viết của ông.

2.1.1. Bức tranh thiên nhiên thơ mộng

Tư duy kì ảo được coi là một yếu tố độc đáo của nghệ thuật nhân loại. Mục đích của kiểu tư duy này là nhằm thỏa mãn những nhu cầu tiếp nhận khác nhau của độc giả. Hầu hết, các nhà văn khi đi vào thể loại này đều đưa ra những chi tiết, hình ảnh bí ẩn hoang đường để tạo ra *cái kì lạ* trong bạn đọc. Có lẽ vì vậy mà Tế Lữ, nguyễn Tuân, Lan Khai... đã vẽ lên trong tác phẩm của mình những bức tranh thiên nhiên kì bí, hùng vĩ, hoang sơ. Đọc truyện kì ảo của Vũ Xuân Tửu, ta bắt gặp trong đó hình ảnh thiên nhiên miền núi tươi mát, thơ mộng và gần gũi với cuộc sống con người.

Đó là dòng sông hiền hòa "mênh mênh mông mông", cứ mỗi lần tàu chạy qua, sóng đánh dập dềnh bến nước ở miền quê của nhân vật "tôi" trong *Người sông nước*. Hình ảnh dòng sông Nho Quế nhạt nhòa như một dải thắt lưng xanh xanh, huyền huyền ảo ảo" *(Tiếng kèn lá trên đỉnh Mã Pì Lèng*). Thiên nhiên như một bản nhạc trữ tình lãng mạn, chảy vào trong men say tình yêu của những người lao động mộc mạc, chất phác: "Ánh trăng rời rợi tỏa khắp núi đồi, làng bản. Trên trời chỉ có mây lưa thưa bay. Trên mặt đất chỉ có sương rơi từng hạt từng hạt. Hạt sương nào cũng nhuốm đầy ánh trăng và thả xuống cỏ, hoa, mái tranh, chum nước và da tóc của vợ chồng nhà Mạc". Vẻ đẹp thiên nhiên thơ mộng, mơ màng và đầy nhựa sống: "Mùa xuân, những mầm có nở tí tách bên mộ bà ngoại. Hôm trước còn lún phún như lông măng, mấy hôm sau đã trổ lá như lông gà, phủ xanh từ đỉnh mộ đến chân đồi. Cả một vùng thung lũng xanh như ngọc" (*Người rừng*). Sự sống nảy mầm trên cái chết. Nhà văn rất khéo léo khi miêu tả mầm cỏ đầy sức sống mọc trên mộ bà ngoại Gái Con. Mùa xuân mang đến cho muôn loài sức sống và sự trỗi dậy: "Hoa chó đẻ nở bung, trắng xóa cả thung lũng như tuyết phủ" (*Người rừng*). Vũ

Xuân Tửu không đưa vào trong tác phẩm của mình hình ảnh thiên nhiên rùng rợn như trong truyện *kinh dị* của Thế Lữ, thậm chí muông thú trong tác phẩm của ông cũng rất hiền lành và giàu tình thương như con người. Hình ảnh con khỉ cái chăm sóc cho Mậm khi chú bị lạc mẹ: "Con khỉ cái vội nhè từ trong má ra một hạt dẻ và mớm cho nó". Con khỉ cái có mùi hôi hôi nhưng lông nó rất ấm, giàu tình thương như con người vậy: "Con khỉ cái lông vàng ném cho nó bắp ngô. Nó gặm, thấy sống nhăn, vội nhè ra. Con khỉ cái khèng khẹc cười, đưa tay gãi bụng, đầu gục gặc, nom rất ngộ nghĩnh. Một lúc sau, con khỉ cái lại tha ở đâu về một quả chuối rừng chín nẫu... ". Bên cạnh đó là cảnh "đàn khướu ríu ran họp chợ" đã tan từ lúc nào để lại: "Núi rừng tĩnh lặng trong nắng ban trưa". (*Người rừng*). Rõ ràng, trong lời văn Vũ Xuân Tửu, thiên nhiên hiện lên thật đẹp đẽ, thơ mộng, trữ tình, hòa quyện với tình yêu, cuộc sống con người. Trí tưởng tượng và tài quan sát miêu tả đã giúp cho nhà văn tạo nên những bức họa bằng nghệ thuật ngôn từ. Ở đó có màu vàng lung linh, lấp lánh của ánh trăng, giọt sương, màu huyền ảo của dòng sông, màu xanh của cây cỏ, hoa lá... âm thanh, sắc màu ấy đã làm nên vẻ đẹp thơ mộng, trữ tình của núi rừng, làng bản miền núi.

2.1.2. Bức tranh về hiện thực xã hội

Sáng tác của Vũ Xuân Tửu chủ yếu là các tác phẩm viết về miền núi, cho nên bên cạnh việc khắc họa những bức tranh thiên nhiên thơ mộng trữ tình, nhà văn còn phác họa được những chân dung sinh động về hiện thực đời sống con người và cả bối cảnh xã hội đương thời.

Hiện lên trong truyện của ông là cuộc sống của những người lao động chân chất, bình dị. Đó là đôi vợ chồng nhà Mạc làm nghề đón củi nuôi thân (*Người rừng*). Cuộc sống nghèo khó của gia đình nhà anh Bưởng buộc anh phải chặt cây mít lâu năm trong vườn để "gỗ thì bán kiếm đồng đong gạo, đất thì cuốc lên trồng mấy luống lạc, rạch đậu" (*Pho tượng gỗ mít*). Cảnh lao động vất vả, khó nhọc của những người làm nghề sông nước suốt ngày đi đi lại lại trên be thuyền: "Mùa hè nắng như thiêu như đốt, chúng tôi chống sào đẩy thuyền chỉ đội cái nón mê. Anh nào anh nấy da đen sạm. Mùa đông, gió rét cắt da cắt thịt, chúng tôi chống sào đẩy thuyền khoác thêm cái bì kiện. Anh nào anh nấy da tím tái (*Người sông nước*). Bức tranh về giáo dục ở các bản miền núi được tái hiện trong cảnh lớp ghép của hơn chục đứa trẻ, học rải rác đủ các lớp của cấp một với điều kiện vật chất thiếu thốn (*Tiếng kèn lá trên đỉnh Mã Pì Lèng*). Quả thực, trong truyện kì ảo của Vũ Xuân Tửu không vắng bóng những người lao động. Cuộc đời của anh Ba Khơ sau khi đi tù về làm người nông dân cần cù, cẩn thận tỉ mỉ trong từng mảnh ruộng; công việc sưu tầm những giá trị văn hóa dân gian của Đồng và Huyền (*Cõi mê*). Hay cuộc sống của anh chàng Mộc không gặp thời bên cạnh hình ảnh cô Lụa ngoài đời với bao vết nhơ (*Hình bóng đàn bà*) mà qua đó, ta thấy được hình ảnh xã hội đương thời với bao mâu thuẫn phức tạp của cuộc sống cùng các tệ nạn xã hội hiện lên rõ ràng. Không chỉ dừng lại đó, trong truyện kì ảo của nhà văn, số phận của tình yêu được đề cập rất sâu sắc, ở đó có cả hạnh phúc và bất hạnh: Tình yêu của anh chân sào với bà chủ thuyền trong *Người sông nước* đẹp như một bài thơ, nhưng trong đó thanh trắc gập ghềnh lấn át hết cả thanh bằng. Tình yêu của Mỷ và thầy giáo vượt qua ngăn cản của cha mẹ và khoảng cách âm dương để cuối cùng được bên nhau (*Tiếng kèn lá trên đỉnh Mã Pì Lèng*). Tình yêu của Đồng và Huyền nồng nàn sâu sắc tưởng sẽ đi hết cuộc đời hai nhân vật, nhưng rồi lại không vượt qua được dục vọng bản thân, để cuối cùng mang tình yêu và lòng hối hận qua thế giới bên kia (*Cõi mê*)... Những số phận, những cuộc đời thực hiện ra trong tác phẩm của Vũ Xuân Tửu là những con người bình thường ở quanh ta, với những câu chuyện ta thường nghe thấy, những sự việc ta thường nhìn thấy. Qua những cái bình thường đó, nhà văn khắc họa được chân dung cuộc sống của những con người lao động và bức tranh xã hội đương thời vô cùng phức tạp.

Ẩn bên trong từng số phận của nhân vật là bức tranh về dời sống văn hóa, sinh hoạt tâm linh, tín ngưỡng hết sức phong phú của con người, nó trở thành một nếp văn hóa ăn sâu vào tiềm thức con người Việt Nam. Điều đó được minh chứng bằng các sinh hoạt trong các ngày lễ tết, lễ hội, hoạt động thờ cúng những vị thần, vị anh hùng có công với nước, những người đã khuất diễn ra trong cuộc sống hằng ngày của chúng ta.

Các sinh hoạt văn hóa dân gian ở các bản miền núi tồn tại bền bỉ trong cuộc sống của người dân. Đó là tục hát soọng cô của người Sán Dìu. "Ngày xưa, đi chợ cũng soọng cô. Ngày tết hát soọng cô chia tay chẳng muốn rời, có khi còn quay lại hát thêm mấy ngày nữa" (*Cõi mê*). Cảnh bên bếp lửa, ông Mí Tủa dạy "tôi" hát những bài hát đám ma, bà Mí Tủa dạy tôi những bài hát đám cưới (*Tiếng kèn lá trên dỉnh Mã Pì Lèng*)... Nhà văn thể hiện ý thức trở về với cội nguồn, thông qua hành động đi sưu tầm lại những giá trị văn hóa dân gian của hai nhân vật Đồng và Huyền (*Cõi mê*). Điều đó, một lần nữa khảng định sức sống vĩnh cửu và vẻ đẹp của văn hóa trong đời sống lao động hằng ngày.

Trong tác phẩm, Vũ Xuân Tửu quan tâm sâu sắc đến hoạt động tín ngưỡng. Truyện kì ảo của ông xuất hiện nhiều chi tiết thờ cúng. Sau khi người tình chết, anh chân sào vượt qua cả qui định của làng khâm liệm bà chủ thuyền ngay trong vườn, và hằng ngày không quên thắp nhang, cúng cơm người đã khuất (*Người sông nước*). Huyền chết đuối trên sông, ai đi qua, dù không quen biết nhưng vẫn thắp cho cô nén nhang. Đặc biệt, nhân viên pháp y, sau khi khám nghiệm tử thi xong đã thắp hương vái lạy. Còn Đồng, đêm ngày nhớ đến người yêu, thắp hương cúng bái, đốt hàng mã gửi cho người dưới âm (*Cõi mê*)... Niềm tin rằng có thế giới bên kia sau khi người ta chết và những linh hồn người đã mất sẽ dõi theo người đang sống, dường như luôn tiềm ẩn trong mỗi người Việt Nam. Cho nên, trong hầu hết các gia đình Việt Nam đều có bàn thờ tổ tiên, thần phật. Trong truyện kì ảo của Vũ Xuân Tửu, xuất hiện nhiều chi tiết thể hiện tín ngưỡng, sinh hoạt tâm linh, điều đó cho thấy nhà văn rất am hiểu đời sống tâm lí xã hội. Đây thực chất là những sinh hoạt văn hóa lành mạnh của nhân dân, khác với quan niệm mê tín dị đoan như ta từng thấy. Văn hóa tâm linh cũng là chất liệu hiện thực làm nên nhựa sống trong văn học.

Truyện kì ảo, lẽ tất nhiên chứa đựng "cái kì ảo", cái khác lạ, hiếm thấy phi thường, nhưng cái khác lạ hiếm thấy ấy, phải được nhà văn khéo gieo mầm trên mảnh đất của hiện thực. Bên cạnh những yếu tố hoang đường, kì ảo, Vũ Xuân Tửu đã khắc họa được những bức tranh hiện thực sinh động về cuộc sống, mang đậm bản sắc của đồng bào miền núi, đem gắn bó với cuộc sống, văn hóa của con người vùng miền xa xôi vào dòng chảy chung của văn hóa đất nước.

2.2. Thế giới nhân vật trong truyện kì ảo của Vũ Xuân Tửu

2.2.1. Nhân vật kì ảo

Đối tượng của văn học là cuộc sống, nhưng con người luôn giữ vị trí trung tâm. Những sự kiện kinh tế, chính trị, xã hội, những bức tranh thiên nhiên, những lời bình luận... đều góp phần tọ nên sự phong phú, đa dạng cho tác phẩm, nhưng cái quyết định chất lượng tác phẩm văn học chính là việc xây dựng nhân vật. Nhân vật là nơi tập trung hết thảy tư tưởng chủ đề tác phẩm. Đọc một tác phẩm, cái đọng lại sâu sắc nhất trong tâm hồn người đọc thường là số phận, tình cảm, cảm xúc, suy tư của những con người được nhà văn thể hiện.

Theo *Giáo trình lí luận văn học* của Nhà xuất bản Giáo dục, năm 2006, do Phương Lựu chủ biên, có viết: "Nhân vật văn học là con người được miêu tả trong văn học bằng phương tiện văn học... Nhân vật văn học là một hiện tượng ước lệ" [54-277].. Đó là phương tiện để khái quát hiện thực, khái quát những qui luật của cuộc sống con người, thể hiện những hiểu biết, những ước ao và kì vọng về con người, nhưng không đồng nhất với con người trong thực tế. Vậy có những hiện tượng không phải là con người mà là những con vật, những vị thần tiên, những bóng ma... xuất hiện nhiều trong tác phẩm, vậy có phải là nhân vật văn học hay không? Đây vẫn được coi là nhân vật văn học, vì thông qua chúng, nhà văn muốn thể hiện cuộc sống, thể hiện chính con người. Nhiều lúc, chỉ cần thông qua chúng, hình ảnh cuộc sống của con người hiện ra càng sinh động và đúng với bản chất của con người hơn.

Nhân vật kì ảo là sản phẩm kiểu cách tư duy huyền thoại, một thủ pháp nghệ thuật đặc trưng, nó là sản phẩm của hư cấu, tưởng tượng ở mức độ đậm đặc hơn. Đó là kết quả của những qui luật sáng tạo đặc thù, là sự thăng hoa vượt thoát trong tư duy nghệ thuật của tác giả. Đương nhiên, tất cả các sự vật, hiện tượng qua lăng kính sáng tạo của người nghệ sĩ đều trở thành sản phẩm của sự hư cấu, không phải là sự sao chụp nguyên xi đời thực. Điểm khác nhau giữa nhân vật kì ảo và nhân vật bình thường trong đời sống văn học đó chính là ở mức độ hư cấu và tưởng tượng của nhà văn, nó tồn tại với tư cách là phương tiện phản ánh và biểu hiện của văn học, thậm chí nó còn mang ý nghĩa khái quát sâu sắc hơn. Bởi dù là nhân vật kì ảo- kiểu nhân vật không tồn tại trong thực tế, nhưng cái đích cuối cùng của nhà văn khi xây dựng những nhân vật đó vẫn hướng về con người và những gì thuộc về con người nhất.

Là sản phẩm của phương thức kì ảo hóa, nhân vật kì ảo chính là hình tượng nghệ thuật ước lệ có tầm khái quát và mang ẩn ý sâu sắc, giúp nhà văn thể hiện được những suy tư chiêm nghiệm của mình. Điều đó lí giải tại sao từ xưa đến nay, trong văn học, yếu tố kì ảo luôn có một sức sống mãnh liệt, khỏe khắn như vậy. Vào thời kì đổi mới, nhân vật kì ảo xuất hiện trong tác phẩm với tần số ngày càng cao và mang nhiều màu sắc phong phú, đa dạng.

Nhân vật kì ảo cũng có những đặc điểm chung của nhân vật văn học, mang đầy đủ vai trò, ý nghĩa, chức măng của nhân vật văn học. Song điểm khác biệt của kiểu nhân vật này là nó được xây dựng bởi một phương thức nghệ thuật đặc thù, phương thức kì ảo hóa. Do vậy, nó có những đặc điểm riêng, những ưu thế riêng mà những kiểu nhân vật khác không có được. Với những sáng tác thời kì đổi mới, sự xuất hiện trở lại các yếu tố kì ảo với nhiều sắc thái mới phản ánh quan niệm sống mới của nhà văn về nghệ thuật. Bởi nó không chỉ là một phương tiện nghệ thuật độc đáo giúp các nhà văn thể hiện phong cách riêng, thể hiện quan niệm về cuộc đời mà nó còn góp phần vào khả năng đa dạng hóa cách khám phá và chiếm lĩnh hiện thực ở cả bề rộng và bề sâu.

2.2.2. Nhân vật trong truyện kì ảo của Vũ Xuân Tửu

Trong truyện kì ảo của mình, Vũ Xuân Tửu đã xây dựng được một thế giới nhân vật đủ mọi kiểu loại, từ những con người thực với cuộc sống hằng ngày, với bao lo toan bộn bề, trăn trở, buồn phiền lẫn hạnh phúc, đến nhân vật là những bóng ma, những linh hồn nhưng vẫn lưu luyến với cuộc sống nơi trần thế; nhân vật là con người biến dạng thành nửa người nửa vật, biến dạng đi một phần nhân cách... Tất cả nhằm thể hiện tư tưởng nghệ thuật, giá trị nhân sinh mà tác giả muốn gửi gắm thông qua tác phẩm của mình. Sau đây là một số kiểu nhân vật tiêu biểu trong truyện kì ảo của nhà văn.

2.2.2.1. Kiểu nhân vật đời thường

Con người là trung tâm của mọi hoạt động cuộc sống. Hầu hết các nghệ sĩ từ Đông Tây, kim cổ đều lấy con người là trung tâm của mọi phản ánh nghệ thuật. Mặc dù vậy, khi đi vào tác phẩm, con người không còn nguyên trạng thái nhân sinh mà được thể hiện theo yêu cầu thẩm mĩ của nhà văn. Tuy vậy, bản chất nó gợi lên về người thực lại không kém phần sinh động. Tác phẩm của Vũ Xuân Tửu mang màu sắc lung linh kì ảo, nhưng cũng không thiếu hình ảnh những con người đời thường, trần tục.

Trong *Pho tượng gỗ mít*, nói về đôi vợ chồng nhà anh Bưởng, vì “phải một năm trời làm đói kém” đành bàn với vợ chặt cây mít cha ông để lại, gỗ thì bán đi đong ít gạo, phần đất xới lên trồng luống rau, rạch đỗ. Vợ Bưởng băn khoăn nên can chồng không chặt, nhưng Bưởng chẳng nghe, trong lòng bất an chị đành đi xem bói thử. Tình cảnh họ vừa bị cuộc sống cơm áo gạo tiền đe dọa, lại vừa bị ràng buộc bởi niềm tin ở tâm linh. Câu chuyện nhẹ nhàng nhưng gợi lên diễn biến tâm trạng của những gia đình nông dân bần hàn.

Mở đầu *Người sông nước* khá đơn giản: “Nhà tôi ở bên sông”, nhưng ẩn trong câu chuyện là một mối tình đẹp, nhẹ nhàng mà không kém phần sâu sắc giữa anh "Chân sào" với vợ ông chủ thuyền. Nhân vật "tôi" tức là anh chân sào đã từng có một tuổi thơ đẹp cùng với những đứa trẻ thơ khác ở quê hương mình: "Con sông quê tôi mênh mênh mang mang. Bọn trẻ chúng tôi hay ra bờ sông, ngắt những cuộng hành trong vườn để thổi kèn te te và chờ xem tàu guồng chở khách, ngược qua nhà. Tàu chạy qua, sóng đánh dập dềnh bến nước, những bàn chân lẫm chẫm, sóng táp ướt cả đũng quần, không dám về nhà, phải rủ nhau chạy dọc bờ sông cho gió thổi, quần se se khô mới dám về, sợ thầy bu đánh". Thời gian dần trôi, anh lớn lên đi làm chân sào, dầm mưa dãi nắng với bao vất vả gian lao, vội vàng cả lúc ăn cơm. "Thế là chúng tôi buông chèo, cắm sào và vội bát cơm. Tôi to khỏe nhất, mỗi bát cơm chỉ ba miếng và là hết. Mỗi bữa vị chi chín miếng và. Cơm còn đầy trong mồm đã vội nhón cái tăm, khoác dây kéo thuyền nhảy lên bờ". Dù vất vả lam làm nhưng họ vẫn luôn yêu đời, trong từng giọt mồ hôi rơi pha lẫn cả tiếng cười của những trò đùa của người lao động. Có anh làm bộ như diễn chèo và ư ử ngâm nga một điệu sử dầu; ông chủ thuyền thì ê a hát những cây gây cười:

Gió thuôn thuôn anh luồn vào vú
Hỏi cô mình có thú hay không?

Nhân vật "tôi" thì biết vận vần, anh đã vận những câu rất hay để lọt vào mắt xanh của bà chủ thuyền. Rồi mối tình vận vào cả đời nhân vật "tôi". Như một tình yêu vụng trộm, anh và bà vợ ông chủ thuyền phải lòng nhau, đó là một mối tình sâu sắc một mối tình mà thương nhớ, xa cách nhiều hơn sự hưởng thụ, gần gũi ngọt ngào. Bà chủ thuyền, một con người xuất hiện không tên tuổi rõ ràng, nhưng lại có tấm lòng của một người mẹ thương con. Dù trái tim đã hướng về anh "Chân sào", nhưng bà không thể bỏ thuyền lên bờ được, lí do: "Tôi không thể bỏ con tôi được", đấy là cái tâm của hầu hết những người mẹ dành cho con cái, không gì thiêng liêng bằng tình mẫu tử, mọi bà mẹ đủ sức hi sinh tất cả vì con cái. Hoàn cảnh đẩy đưa anh chân sào và bà chủ thuyền xa nhau trong cuộc sống, nhưng trong lòng họ luôn nhờ về nhau và sống cho nhau. Sau khi bà chủ thuyền qua đời, người chồng sợ bỏ lại xác vợ rồi bế con lên bờ bỏ chạy. Hóa ra, bệnh cạnh người tốt vẫn có không ít con người xấu xa, bội bạc vô trách nhiệm. Cũng là một điều dễ hiểu, vì cuộc sống có vô vàn con người với những nhân cách khác nhau, trong đó không ít kẻ xấu tồn tại song song bên người tốt. Anh chân sào lại một lần nữa vì chữ tình, vì "nghĩa tử là nghĩa tận" mà bất chấp mọi khó khăn, vượt qua qui định của làng xã để khâm liệm người mình thương nhớ ngay trong vườn nhà và hằng ngày chăm sóc, quan tâm như chữ tình anh đã để dành trọn đời cho bà chủ thuyền. Một mối tình tưởng rất nhẹ nhàng nhưng hóa ra tình yêu đó ẩn trong nó một bi kịch, bi kịch cách xa, chia li, yêu nhau nhưng không được ở bên nhau. Trên thế gian, có lẽ buồn nhất, đau nhất là tình yêu phải chia đôi, mỗi người mỗi ngả mặc cho lòng luôn lưu luyến nhau. Nhưng như một lẽ thường tình, chính khoảng cách và nỗi nhớ đã nuôi sống tình yêu, cho họ sức mạnh để một lần nữa cả hai vượt qua ngăn cách của hai thế giới hoàn toàn khác nhau: thế giới cõi âm và thế giới cõi dương để được bên nhau. *Người sông nước*, một câu chuyện nhẹ nhàng, đơn giản nhưng lắng sâu, ý nghĩa. Nhà văn đã chứng minh được sự vĩnh cửu của tình yêu, cho dù tất cả sẽ trôi theo thời gian nhưng tình yêu chân thành mãi mãi tồn tại theo năm tháng, tình yêu nuôi dưỡng tâm hồn như mạch máu nuôi dưỡng sự sống.

Không dừng lại ở đó, ta có thể tiếp tục cảm nhận một tình yêu lãng mạn, mang đậm màu sắc văn hóa dân gian miền núi: dùng tiếng sáo, tiếng kèn lá hay hát giao duyên, hát đối... để kén vợ, kén chồng của trai gái dân tộc Mông. Tiếng kèn lá đã đưa Mỷ con ông Mí Tủa trưởng bản và anh thầy giáo lên vùng cao xóa nạn mù chữ trong truyện ngắn *Tiếng kèn lá trên đỉnh Mã Pì Lèng* đến với nhau. Một tình yêu như duyên trời đã định, ngay lần dừng chân đầu tiên trên bản này, "tôi" đã gặp cô gái mà sau này biết đó là Mỷ con trưởng bản, tình yêu đẹp, lãng mạn đã nảy nở giữa hai người. "Tôi" đã tập thổi kèn lá để tỏ tình với Mỷ. Nỗi lòng của hai trái tim đang rạo rực vì nhau được thể hiện qua tiếng kèn lá ấy:

Em ơi,
Tình yêu đôi ta đẹp thế này
Đã nói nhiều nhưng chưa tỏ
Vẫn còn điều bí ẩn ở thắt lưng em...
Anh ơi,
Chúng mình dù tâm sự hay đến mấy
Nhưng gặp nhau
Em muốn nói cùng anh chưa tỏ
Nhưng vì chưa biết cõi lòng anh....

Tình yêu là những điều không bao giờ biết hết, là cả một thế giới bí ẩn. Chàng trai, cô gái đang đầy sức trẻ, họ là những con người bình thường, là chàng trai làm nghề dạy học với cô gái thường ngày đi cắt cỏ ngựa. Tình yêu của họ dường như muôn màu muôn sắc mà màu nào cũng đẹp, sắc nào cũng biếc. Qua hình ảnh Mỷ và thầy giáo, hình ảnh bốn lớp học chung một phòng, chung một thầy và chung cả thời gian lên lớp hiện lên một cách tự nhiên: "Tôi dạy lớp ghép. Lớp của tôi hơn chục đứa trẻ. Chúng học rải rác ở tất cả các lớp của cấp một, nhưng ngồi chung một phòng học, gồm sáu bộ bàn ghế... một cái bảng đen nứt nẻ, tôi dùng phấn trắng thạch cao kẻ bốn cột cho bốn lớp". Tình trạng giáo dục này không chỉ rơi vào bản ông Mí Tủa, không chỉ có lớp của anh thầy giáo ấy mà tình cảnh chung hầu hết của các bản dân tộc miền núi nước ta. Việc nâng cao giáo dục miền núi, đang cần nhiều con người có tấm lòng cao thượng biết hi sinh và giàu tình thường như hình ảnh người thấy của Vũ Xuân Tửu. Nếu ai không có tình thương, sự đồng cảm và tinh thần trách nhiệm, lòng nhiệt huyết thì không có sự hi sinh. Hóa ra tình yêu có thể làm nên điều kì diệu, có tình yêu "đất lạ cũng hóa quê hương", vì lẽ đó mà nhân loại luôn ca ngợi sức mạnh của tình yêu, tính nhân văn cao cả của tình yêu, tình yêu đó không của riêng đôi lứa. Ở đó lòng khao khát nhiệt tình mong tất cả các trẻ thơ trên khắp mọi miền đất nước đều được đến trường học...

Mỷ và thầy giáo yêu nhau, sự chia cắt đã đến với họ. Tưởng bố mẹ không ưng chuyện tình của mình, bắt ép lấy người khác nên Mỷ ăn lá ngón chết. Con người vì yêu, vì sự chung thủy có thể sẵn sàng làm tất cả mọi việc có thể, ngay cả việc quên đi sự sống của chính mình, hành động của Mỷ đã chứng minh điều đó. Nhưng nhà văn bằng tấm lòng nhân ái, tình yêu thương và sự trận trọng tình yêu đã hóa giải, nối duyên lại cho hai người. Sự trở về của Mỷ trong hình dáng của Tiên, người bạn của Mỷ là một kết thúc đẹp nhất. Một lần nữa, tác giả đã khẳng định được sự vĩnh cửu của tình yêu, sự thanh cao trong đẹp và đầy sức sống của tình yêu. Xuất hiện bên cạnh Mỷ và thầy giáo còn có những người khác, "cứ buổi tối, bên bếp lửa, ông Mí Tủa thường dạy tôi những bài hát đám ma, bà Mí Tủa dạy tôi những bài hát đám cưới. Củi thông cháy thơm thơm, rượu ngô nồng nàn ngấm vào gan ruột làm con người ta ngất ngây". Qua câu chuyện này, hình ảnh cuộc sống của dân bản hiện lên cả về vật chất lẫn tinh thần mang đậm nét văn hóa dân tộc.

Ở tiểu thuyết *Hình bóng đàn bà*, nhà văn lấy hình ảnh người đàn bà trong tranh bước ra sống ngoài đời thực. Tưởng chừng như câu chuyện hoang đường này không còn chỗ đứng trong cho con người trần tục, nhưng không phải vậy. Từ câu chuyện được hư cấu cả cuộc sống trần tục hiện ra ngay trước mắt ta với bản chất muôn thuở của nó. Anh chàng Mộc hàng thứ cháu của ông cụ, chủ bức tranh lụa- hình một cô gái là "người thôn nữ, mới đi mò cua bắt ốc trở về, đang rửa ráy chân tay cạnh chum nước" vẫn sống và làm việc như những con người bình thường khác. Điều khác thường ở anh chính là việc nhường một phần xương máu trong cơ thể mình cho Lụa, để Lụa bước ra cuộc đời, thành một con người như những con người đời thường khác để làm vợ anh. Mộc là một trí thức học toán thống kê của Liên Xô, nhưng lại nặng đầu óc hoài cổ, anh thích "rổ, ra cũng bằng tre, nức mây, chứ không dùng rổ, rá bằng nhựa xanh, nhựa đỏ, thậm chí trên thổ đất hương hỏa vẫn còn ngôi nhà tranh vách đất. mặc dù xung quanh hàng phố đã xây nhà hai, ba tầng từ mấy chục năm rồi. Nhà người ta đã xây bể bê-tông trên sân thượng chán chê, nay chuyển sang dùng thùng i-nốc sáng choang của các hãng Toàn Mỹ, Sơn Hà... thì nhà Mộc vẫn dùng chum sành đựng nước và múc bằng gáo dừa. Nhà người ta lát gạch men, đi dép nhựa, dép nhung rất chi là quí phái, thì nhà Mộc vẫn nền đất nện, bảo là cho thông âm dương và lê guốc mộc để cho đời sống có vẻ như gần với cỏ cây". Tuy nhiên anh không phải là con người quá cổ, ngược lại anh khá thức thời, anh biết sử dụng ba thứ đồ hiện đại tối cần thiết cho cuộc sống là xe máy để di cho nhanh, ti vi để nhìn ra thế giới, vi tính để làm việc tiện lợi, đó chính là sự thức thời để anh vẫn là con người thời đại mới. Chính vì anh là con người hoài cổ, luôn biết trân trọng những giá trị truyền thống, nên anh trở thành kẻ "mù tiền" còn hơn là bán mảnh đất hương hỏa đi. Tuy nhiên, về sau Lụa, vì để hoàn lại bức tranh cho một cô gái trinh tiết trong sách chứ không phải một cô Lụa có đến chín trăm chín mươi chín cuộc tình mà anh phải liều nhắm mắt đưa tay bán mảnh đất hương hỏa, một hành động bảo tồn cái đẹp cho nghệ thuật. Mộc cũng như những chàng thanh niên khao khát sự nghiệp, mong muốn được cống hiến sức mình cho công việc xã hội một cách chính đáng, cho nên anh mới dửng dưng, đứng ngoài cuộc chuyện: "Đến kì nâng lương, đề bạt lãnh đạo hay cử người ra nước ngoài công tác... là lại rộ lên những chiến dịch chạy chọt, nói xấu lẫn nhau". Thói đời cứ bám lấy anh: "Những sáng kiến cải tiến kĩ thuật, cải tiến lề lối làm việc, những ý tưởng mới của Mộc liên tục bị thiêu cháy giữa ban ngày, nhưng chẳng biết kêu ai. Báo cáo thủ trưởng thì được ậm ừ trả lời: nên giữ hòa khí, không gây mất đoàn kết nội bộ, đừng vạch áo cho người xem lưng. Định báo cáo cấp trên, thì bị qui vào tội báo cáo vượt cấp, vi phạm qui chế này nọ". Như vậy dường như con người yêu cái đẹp phải đối mặt với những nghịch lí xấu xa. Khi bắt buộc phải bán mảnh đất hương hỏa do cha ông để lại, anh buồn vô cùng, nhưng vì một người đàn bà, nói đúng hơn vì để trả lại hình dáng nguyên vẹn, tinh khôi ban đầu cho một người đàn bà trong tranh cũng là trả lại vẻ đẹp nghệ thuật mà anh phải hành động theo quyết định của mình. Qua suy nghĩ và hành động của nhân vật Mộc, chúng ta nhận ra mâu thuẫn phức tạp của cuộc sống xã hội chứa chất trong mọi con người.

Lụa ở trong tranh vốn là một thiếu nữ thôn quê thuần khiết, khi trở thành con người ngoài đời, thành vợ của Mộc thì cô đã bị cuốn theo dòng đời. Từng bước, từng bước cô dần đánh mất mình, dấn thân vào vòng tha hóa khiến bản thân không còn là một cô Lụa đáng tôn thờ nữa. Kết quả của cuộc đời bụi bặm: "Cứ mỗi lần Lụa quan hệ với một người đàn ông, là trên làn da trắng như bột lọc của nàng lại mọc lên một nốt ruồi đen". Thế là cô có chín trăm chín mươi chín cái nốt ruồi trên thân thể, trừ khuôn mặt. Sử dụng số từ để thể hiện sự sa đọa của nhân vật Lụa được nhìn gần gũi với quan niệm dân gian, bởi con số chín không những là con số lớn nhất trong dãy số tự nhiên, mà nó còn chứa số vía của đàn bà. (Đàn ông bảy vía, đàn bà chín vía). Con số "999" trong tác phẩm còn chỉ sự tận cùng. Trong thời mở cửa giao lưu không ít người vượt ra khỏi những giá trị đích thực có trong mình. Nhưng nếu con người biết dừng lại đúng lúc, biết yêu cái đẹp để tồn tại thì cuộc đời trở nên đầy ý nghĩa.

Xung quanh Mộc, Lụa còn có những nhân vật không tên tuổi, như cô văn thư "trẻ măng, chưa vào biên chế nhưng đã lên đến trưởng ban dưa lê". Là ông thủ trưởng, những người đồng nghiệp, những người hàng xóm hết sức tò mò quanh khu đất hương hỏa nhà Mộc. Họ tuy không rõ mặt, rõ tên, nhưng đã góp phần vào việc thể hiện tính cách của nhân vật chính, làm nổi bật tính chất cuộc sống xã hội đầy biến động.

Đàn bà là vẻ đẹp của nhân loại, là cội nguồn duy trì nòi giống, họ là nửa thế giới này. Jorges Luis Borges viết rằng: "Đàn bà và chiến tranh, chẳng có gì thách thức đàn ông hơn thế". Thật đáng tôn thờ những phẩm giá đàn bà có nhân cách, có trái tim thanh cao, là nơi lưu giữ cả văn hóa loài người nhưng lẫn lộn trong vàng mười còn có đồng thau, trong thế giới phụ nữ không ít người tự làm mờ đi những tinh hoa tạo hóa ban cho. Lụa ở ngoài đời là con người của bản năng sinh vật, chứ không phải là giá trị thiêng liêng như nghệ thuật trong tranh. Khi giác ngộ về giá trị của cuộc sống, Mộc mong muốn đừng bao giờ trong đời thực phải gặp lại kiểu đàn bà như Lụa ở ngoài đời.

Hình bóng đàn bà trong tiểu thuyết cùng tên đã làm cho nhân vật Mộc phải điêu đứng, thì trong *Cõi mê*, chúng ta một lần nữa lại được chứng kiến cảnh đắm say trong tình yêu của hai nhân vật Đồng và Huyền. Hai con người cùng nhau trên một hành trình sưu tầm lại những giá trị văn hóa như những bài hát dân ca, hát soọng cô của người dân tộc thiểu số và họ đã yêu nhau. Như những đôi nam nữ khác, Đồng, huyền cùng đắm chìm trong mùi vị, hương sắc của tình yêu, họ nhớ nhung da diết khi xa nhau và hòa quyện, ngây ngất khi được ở gần nhau, nhưng vẫn không quên công việc của mình. Giữa hai người như có mối dây giao cảm đặc biệt. Khi được gần nhau, mỗi người như cảm thấy yêu đời hơn. Có phải khi người ta yêu và được yêu đều trở nên như vậy không? Có tình yêu, thế giới trở nên thân thiện, mát lành hơn không? Có lẽ là vậy.

Tình yêu của Đồng và Huyền cũng giống như tình yêu của vô vàn đôi trai gái trong cuộc sống, yêu nhau mà không quên nhiệm vụ, thậm chí họ càng say mê hơn. Nhưng dù thế nào họ cũng chỉ là những con người bằng xương bằng thịt, đôi lúc đã không vượt qua được dục vọng, Huyền trong một phút không giữ nổi mình, phản bội lại tình yêu của Đồng, hiến thân cho anh "quả trứng gà", để sau đó phải nuối tiếc, hối hận. Quanh họ là những mảnh đời, những cảnh sinh hoạt văn hóa mang đậm màu sắc miền núi: "Ngày xưa, đi chợ cũng soọng cô. Ngày Tết hát soọng cô cả tuần. Chia tay nhau mà chẳng muốn rời, có khi còn quay lại hát tiếp mấy ngày nữa". Ẩn trong mỗi lời hát là tình cảm sâu nặng, là nếp sống, ước mơ khát vọng của họ trong cuộc sống vất vả. Tuy không phải là nhân vật chính, nhưng anh chàng Ba Khơ (cái tên do huyền và Đồng đặt cho) cũng là một số phận. Đi tù về, anh chăm chỉ, gom góp làm ăn: "Mỗi sào ruộng phải mua mười lăm nghìn tiền thóc giống, sáu kí phân đạm hết mười lăm nghìn nữa, mười kí phân hết mười hai nghìn đồng, năm cân ka li cũng mất đứt mười một nghìn đồng, rồi thì vôi bột nghìn rưỡi, thuốc trừ cỏ ba nghìn, vị chi là một trăm linh năm nghìn Việt Nam đồng... Cộng tất tần tật, trừ tuốt tuồn tuột, còn lại mỗi sào là, nghe đây, là mười bốn nghìn đồng". Cuộc sống người nông dân lam lũ, bán mặt cho đất bán lưng cho trời lãi được ngần ấy, nhưng nếu không có họ thì những người không cày cuốc tồn tại thế nào? Vợ Ba Khơ là người tiếc của, thị gom nhặt và cất giữ hết những bát đĩa bằng sứ được quật lên từ dưới đất, khi chồng muốn vợ mặc váy lá lúc đi ngủ hoặc đi ra ngoài thị đã thẹn thò đỏ cả mặt lên. Điều tưởng như đơn giản nhẹ nhàng, nhưng đằng sau điều nhỏ nhặt ẩn hiện cả một vấn đề xã hội. Xung quanh nhân vật chính còn có rất nhiều những gương mặt, như nhân viên pháp y mê tín, khám nghiệm tử thi cho Huyền xong, thắp hương cầu xin người đã mất đừng quấy cuộc sống gia đình vợ con của mình. Những người đi qua đường, người cùng cơ quan Đồng, tuy không rõ mặt, rõ tên nhưng họ có tấm lòng từ bi, đau lòng cho số phận của Huyền, thể hiện "nghĩa tử là nghĩa tận", thắp cho người quá cố nén nhang. Là anh chèo thuyền không mê tín, những bà đi chợ, cô gái hát dân ca Nam Bộ rất hay, các cụ già hát soọng cô... những người lao động chất phác, những suy nghĩ, những nét tâm lí của những con người mang tính trần tục nhất.

Cùng những con người vất vả, lam làm, trong tiểu thuyết *Người rừng* đôi vợ chồng Mạc và Giái nuôi con bằng nghề đốn củi. Tuy gia đình nghèo, không có bát ăn bát để, nhưng tình cảm vợ chồng mộc mạc, chìm đắm khiến cho chú Cuội ở cung trăng cũng phải ghen tị. Khi vợ chồng được thần Cây Da thương tình để lại cho hũ vàng thì lòng tham của những con người xung quanh nổi lên như cồn, và tưởng cuộc sống hạnh phúc, ấm êm sẽ đến với họ, ai dè tai họa đi ra từ đấy. Để rồi gia đình li tán kẻ mất người còn. Nhưng cho dù xảy ra chuyện gì đi chăng nữa, tình thương, tình yêu vẫn mãi tồn tại, không có thế lực nào dập tắt nổi. Hình ảnh

Gái- người mẹ nhớ con cứ vào rừng hỏi thăm hết người này đến người nọ, đi khắp nơi để tìm đứa con bị lạc của mình; người bà thương cháu, sợ cháu lớn lên mọc đầy lông lá như khỉ, nên hằng ngày ăn trầu và đưa lưỡi liếm cho cháu, đến nỗi lưỡi bà mòn dẫn và biến thành lưỡi gà. Trong lúc đó, người ông vô cùng hà khắc, trong lòng chỉ nghĩ đến tiền bạc, khi Gái lấy Mạc, một người nghèo, ông đã đuổi cả hai ra khỏi nhà, nhưng khi biết con gái, con rể được hũ vàng, ông lại đưa ra chiêu sách làm cỗ linh đình mời dân làng, hòng kéo cái hũ vàng về nhà mình. Chỉ có tình thương yêu và sự hi sinh mới nảy sinh được hành động cao cả. Hay hình ảnh sinh con của gái, đó là nỗi đau của những người mẹ "vượt cạn một mình", được miêu tả: "Đàn bà làng Cây Da này, trần đời, chưa từng có ai đẻ con dạ mà đau đớn dữ dội như Gái. Cô lăn lộn từ giường xuống đất, lại lao bổ từ đất lên giường. cô vò xé cái chiếu lá cọ, nát bươm như lợn nái cắn ổ. Cái giường tre sụp xuống, gãy tan tành, thang đi đằng thang, giát đi đằng giát". Dù đau đơn, họ vẫn lấy làm tự hào, hạnh phúc, thậm chí đứa trẻ sinh ra không may mắn được nguyên vẹn như những đưa trẻ khác, nhưng người mẹ vẫn hết mực yêu thương con, vì đó là con mình dứt ruột đẻ ra. Điều để lại ấn tượng sâu trong truyện Vũ Xuân Tửu là ở sự khẳng định tình thương yêu bất diệt với sự sống của con người. Truyện kì ảo của ông không thiếu bóng dáng con người trần tục, họ sống cuộc sống như bao người, có ước mơ, khát vọng, mong muốn được yêu thương, được bảo vệ và cũng bị ràng buộc của nhu cầu trần thế, họ cũng bị xô đẩy của thời thế, có nỗi đau, mất mát lẫn hạnh phúc. Có thể nói, đó là cái cách thể hiện những con người mang tính người nhất, mà người viết bằng cách này hay cách khác khắc họa nên, để qua đó, những vấn đề xã hội toát lên một cách tự nhiên.

2.2.2.2. Kiểu nhân vật thần linh

Kiểu nhân vật mang trong mình yếu tố thần linh phổ biến trong văn học dân gian như thần thoại, cổ tích... Họ là những ông bụt, bà tiên có sức mạnh siêu nhiên với nhiều phép thần thông biến hóa mà dân gian xây dựng lên, nhằm nâng đỡ, bảo vệ những con người ăn ở hiền lành, nhưng gặp cảnh rủi ro, bị kẻ mạnh ăn hiếp, hãm hại. Ví dụ như cô Tấm trong truyện cổ tích *Tấm Cám*, bụt hiện lên bao lần để giúp Tấm vượt qua hoạn nạn mà mẹ con mụ dì ghẻ đã gây ra cho nàng, để cuối cùng Tấm được làm hoàng hậu. Trong truyện *Cây tre trăm đốt*, bụt hiện lên ban tặng câu thần chú cho anh Khoai, giúp anh tìm ra được cây tre trăm đốt, giành lại hạnh phúc của mình cũng là tìm lại công bằng, công lí cho người nghèo. Không chỉ giúp những số phận hẩm hiu, lực lượng thần tiên này còn trừng trị kẻ ác, bảo vệ tình thương lẽ phải. Trong các tác phẩm kì ảo của mình, Vũ Xuân Tửu đã đưa vào không ít các vị thần, nhưng không phải như trong truyện cổ tích, hay thần thoại. Bởi nếu như các thần trong những câu chuyện dân gian, từ hành động đến đời sống có phần thiêng liêng, cao cả khác xa với con người trần tục thì ngược lại, trong tác phẩm của ông lực lượng siêu nhiên rất gần gũi với con người, có cuộc sống và đặc biệt có những đức tính, phẩm chất giống con người. Người viết đã rút ngắn khoảng cách giữa lực lượng vô hình với thế giới con người trần tục, lấy thế giới thần linh để biểu hiện cuộc sống phức tạp của con người.

Trong tiểu thuyết *Người rừng*, ta bắt gặp đông đảo các vị thần, từ Ngọc Hoàng đến thần Thổ Công, thần Núi, Thiên Lôi, thần Mây Mưa, thần Cây Da, chị Hằng, chú Cuội, thần Thật Thà... Mỗi thần có cuộc sống riêng, tâm trạng riêng, có công việc riêng của mình, cũng biết yêu, biết ghét, biết trả thù lẫn nhau, giữa các thần thường cuyên xảy ra hiềm khích, đố kị nhau không khác gì con người trần thế. Từ chú Cuội ngồi cây đa cung trăng làm nhiệm vụ cắt cỏ, chăn trâu cho nhà trời, khi nhìn thấy Gái vợ của Mạc ở làng Cây Da xinh đẹp, nhất là khi thấy vợ chồng nhà Gái đang yêu nhau thì nước dãi vừa nhỏ ra, vừa có vẻ ghen tị với anh Mạc, về sinh bệnh tương tư. Thế nhưng chú lại có trái tim rất nhân từ, nhìn thấy cả nhà gã tiều phu gặp nạn, Cuội tỏ ra thương xót vô cùng mà không làm được gì, đành vò dầu bứt tai vậy, bởi như chị Hằng nói: "Chuyện thiên đình chú còn lạ gì... các thần không ưa là dưa có dòi đấy", cho nên đã đâu vào đấy cả rồi. Đó không còn là chuyện thiên đình nữa, đó là câu chuyện của con người hằng ngày. Cuội đành than với chị Hằng, rồi ngồi thương thay cho cả nhà gã tiều phu. Về sau cũng may nhờ có chú cất nhắc, mà Mạc được làm thần Thật Thà, để giữ lấy cái đức cho loài người. Thên thiên đàng chẳng khác gì hạ giới, kéo bè kết đảng, bao che cho nhau không thiếu.

Các thần cũng trăng hoa, yêu cái đẹp như con người. Thần Thiên Lôi phải lòng Gái Con đã tìm cách thụ thai sinh con, đẻ cái và thần vui sướng về điều đó: "Trên thiên đình, Thiên Lôi thấy mình đã được làm bố thì lấy làm hãnh diện lắm, tự dưng chín chắn, điềm đạm hẳn ra, không hay vung lưỡi kiếm tầm sét chém bừa nữa, nên nạn sấm sét giáng xuống trần gian giảm hẳn".

Thần Cây Da đầu làng chẳng thua ai, đã bị gọi lên chầu Ngọc Hoàng, vị tội "tòm tem" với vợ anh tiều phu, thế mà còn cãi, nhưng đã bị Thổ Công bắt được, không biết cãi thế nào nữa, đành cúi đầu thú tội. Vì bẽ mặt trên thiên đình, lại thấy vợ chồng nhà Mạc được hũ vàng mà từ trước tới nay ngài mất công trông coi, nhưng không thấy lễ tạ gì nên tìm đến Thiên Lôi để nhờ trả thù, Thiên Lôi không đồng ý, lí sự rằng, người ta không làm gì nên tội mà buông lưỡi tầm sét giết họ thì phải tội chết. Thế là thần Cây Da lại đi tìm thần Mây Mưa nhờ vả. Thần Mây Mưa sợ sau này không cho trú chân, đánh đồng ý làm mây mưa, lũ cuốn khiến cả nhà Mạc kẻ mất người còn, vợ chồng con cái li tán. Đến khi biết nhà Mạc có lòng cảm ơn mà chưa có dịp thể hiện thì thần Cây Da hối hận vô cùng. Chẳng khác gì thói đời con người, đôi lúc vì lòng tham, hận thù mù quáng, lòng ích kỉ, đố kị ghen tuông... lấn át hết cả lương tâm, lấn át hết cả sự sáng suốt dẫn đến những hành động trả đũa không đáng, để rồi sau đó ôm lòng hối hận về hành động của mình đã gây ra. Cho nên ở đời, người ta mới hay khuyên nhau bỏ hận thù sống bằng tình thương yêu, vị tha cho lòng luôn được thanh thản là vậy.

Thần Thổ Công làm nhiệm vụ trông coi đất đai cho gia chủ, mỗi lần người trần gian có lễ cúngTthổ Công, Thổ Địa là các ngài đi đánh chén. Hôm nay, ông ngoại nhà cu Mậm mổ trâu mời dân làng ăn linh đình hòng đưa ra chiêu sách lôi kéo con gái, con rể, cháu ngoại về và luôn tiện lôi được hũ vàng không chân mà chạy về nhà mình, thì ngài nằm trong danh sách được mời. Riêng thần Núi nhiệm vụ trông coi rừng núi, tuy mang tiếng là thần nhưng có làm gì được đâu ngoài việc chỉ tay năm ngón, cho nên mới dẫn đến việc con Khỉ Đột hãm hiếp Gái, vợ của Mạc khi đang gặp nạn. Những hình tượng có sức gợi sâu sắc, những tính cách thể hiện thế giới hỗn mang tương đồng với những nhân cách của một số kiểu người đương đại. những kẻ tìm cách khoác chức tước lên mình để sai khiến người khác, còn mình chỉ mang cái mẽ bề ngoài, nhưng bên trong trống rỗng. Khi có việc gì không hay xảy ra, thần này đổ tội cho thần kia, như lúc Ngọc Hoàng xử tội thị Gái sao thông dâm với Khỉ Đột, trái với luật nhà trời, đạo làm người và hỏi trách nhiệm thuộc về thần nào, thì thần Cây Da bảo của Thổ Công, Thổ Công thì nói thuộc về sự cai quản của thần Núi chứ mình không có liên quan gì. Thần Núi lại thanh minh cho chính mình: “Đồng đổ cho tướng, tướng đổ cho đồng”, thần nào cũng muốn thoái thác, không gánh trách nhiệm, cuối cùng “nạn nhân” thị Gái phải chịu y án, lãnh hình phạt. Chuyện các thần mà làm người đọc ngỡ đang gặp chuyện con người đương đại trong qua trình quản lí nhà nước sơ sài, hối lộ, bịt mắt che đậy cho nhau, đổ lỗi cho nhau để cuối cùng hậu quả là dân đen phải gánh chịu. Một hiện thực xã hội tồn tại và ăn sâu vào tận mạch máu cơ chế lạc hậu bấy lâu nay.

Riêng thần Thật Thà vốn như cái chức danh được phong, không biết nói dối, không nói vòng vo, ton hót nịnh trên lừa dưới. Cho nên khi Ngọc Hoàng tìm cây quyền trượng thiêng liêng, xung quanh không thần nào dám nói gì, vậy mà Mạc đã không ngần ngại bảo, hôm qua thấy Ngọc Hoàng mang đi đàm đạo với Hằng Nga. Sự thật mất lòng người nhưng lại tránh được tội và giữ được cái đức cho con người. Từ câu chuyện về thần khiến người đọc liên hệ tới một chân lí đời sống là: sự thật, khi động đến sự thật, nhất là những sự thật kinh hoàng thì người ta luôn lo ngại, nhưng sự thật muôn đời vẫn là sự thật không thể thay đổi được. Chỉ có con người sai lầm chứ lịch sử không bao giờ sai lầm.

Trên thượng giới, Ngọc Hoàng là người quyền uy to nhất, cai quản mọi thần, mọi việc của nhà trời. Dưới âm phủ là Diêm Vương. Ở trần gian ai có tội, làm điều ác, khi chết đi đều bị xét xử, trừng trị đích đáng: “Những kẻ mắc trọng tội trên trận gian, khi thác xuống âm phủ đều bị trừng phạt. Kẻ thì bị quẳng vào vạc dầu sôi, đứa thị bị chó ngao cắn tơi tả... Tổng cộng có mười hình phạt cả thảy”. Như Gái vợ của Mạc mặc dù bị Khỉ Đột hãm hiếp thế, nhưng chết xuống đã bị xử phạt chẻ đôi người vì tội ngoại tình. Đó là bài học làm gương cho kẻ đang sống phản bội lại tình yêu, chuyên lừa lọc, đi cướp miếng cơm manh áo, phá hoại hạnh phúc của người khác, làm điều ác độc phải tự xem xét lại hành động của bản thân mình. Tuy nhiên, không phải lúc nào các vị thần tối cao cũng sáng suốt nhìn thấu mọi việc, giải quyết thấu đáo, triệt để mọi vấn đề...

Thế giới siêu nhiên muôn hình, nghìn vẻ như thế giới của con người: có tranh giành, đua chen, mưu mô, nhưng cũng có tình nghĩa trước sau. Thông qua thế giới thần linh, tác giả nói tới con người với cuộc sống phức tạp hằng ngày một cách tinh tế mà không kém phần ý nghĩa.

Từ những cái tưởng chừng siêu nhiên kì ảo, nhưng giúp ta hình dung ra trạng thái nhân sinh, những mặt trái ngay ở trong ta và cuộc sống quanh ta. Cuộc sống cao đẹp hay tầm thường cũng bởi ở con người tạo lập. Con người có lương tri, có lẽ sống thì sẽ tạo ra cuộc sống đẹp. Con người tâm địa xấu xa sẽ tìm cho mình bóng tối để ẩn nấp. Chỉ có con người ngự trị đời sống thực, cõi thiêng liêng chỉ có trong tưởng tượng mà thôi!

2.2.2.3. Kiểu nhân vật hồn ma

Khi nói đến hồn ma chúng ta nhớ tới *Liêu Trai chí dị* của Bồ Tùng Linh (1649-1715). Kiểu nhân vật này không những xuất hiện nhiều trong thời kì đổi mới mà còn có sự cách tân theo yêu cầu của thời đại mới, của tâm hồn dân tộc Việt Nam. Có những nhà văn xây dựng nhân vật mang đậm màu sắc huyền hồ, ma quái của Liêu Trai, như Võ Thị Hảo, có nhà văn chỉ thêm vào một chút dư vị của Liêu Trai, như: Nguyễn Huy Thiệp, Hồ Anh Thái, Tạ Duy Anh, Phạm Thị Hoài, Phạm Hải Vân... Qua thế giới ma này, các nhà văn muốn thể hiện thế giới con người sinh động, phức tạp, đây cũng là cách cho nhà văn đi sâu khám phá chiều sâu thế giới tâm linh, đồng thời khiến con người có thể tự thanh lọc tâm hồn.

Trong truyện kì ảo của Vũ Xuân Tửu, ông cho bóng ma xuất hiện song song bên cạnh cuộc sống con người, nhưng nó không làm cho chúng ta sợ hãi, và hầu hết những bóng ma đó đều là đàn bà, những người đang yêu say đắm. Giống như là một triết lí, những người đàn bà ma bao giờ cũng gần kề hạnh phúc và bất hạnh. Những người đàn bà ma trong văn học thường được các nhà phê bình xã hội học nhìn nhận như là một biểu hiện của mâu thuẫn xã hội: Những oan hồn đòi được trả thù. Nhưng trong truyện kì ảo của nhà văn ngũ tuần này, có lẽ đó còn là biểu tượng và minh triết về tình yêu. Tình yêu khiến chúng ta hạnh phúc tột cùng, nhưng tình yêu cũng làm ta ê chề đau khổ. Ma cà rồng cần nạn nhân của nó để tồn tại, có khác gì con người yêu đương cần kẻ họ yêu để sống. Trong *Véra*, thông qua chuyện cuộc đời vị bá tước, phải chăng Villier de l'Isle-Adam muốn ngụ ý rằng, tình yêu mạnh hơn cái chết? Con trong *Người nghĩa phụ ở Khoái Châu* của Nguyễn Dữ thì chính tình yêu đã giúp Nhị Khanh sống lại. Đàn bà gắn liền với tình yêu, và cũng như tình yêu, ngàn đời nay vẫn là điều bí ẩn. Những người *đàn ba ma* đã ra đời như thế.

Đọc truyện kì ảo của Vũ Xuân Tửu, dù đang gặp những hồn ma trên từng dòng chữ, nhưng thay vào tâm trạng sợ hãi, tác giả đã cho ta một sự chiêm nghiệm, thưởng thức về tình yêu ngọt ngào, sâu nặng, một chữ tình, chữ nghĩa của con người dành tặng cho con người.

Hồn ma bà chủ thuyền trong *Người sông nước* lúc ẩn vào luống hành, lúc biến thành con bướm trắng to như lá bàng, có lúc lại biến thành con đom đóm, con chim lửa để được quanh quẩn bên anh chân sào, người mà cô thương yêu vô cùng. Từ khi đặt ngôi mộ bà chủ trong vườn, anh chân sào trồng trên một luống hành để đánh lừa dân làng thì lạ thay: "Mấy luống hành tươi tốt lạ thường. Ngày ngày có con bươm bướm trắng to như lá bàng, đậu trên luống hành mạn bắc. Đêm đêm có con đom đóm to như ngọn phong đăng đậu trên luống hành bên nam. Người làng ai cũng bảo hành ma. Tôi ngắt một cuộng thổi tò tò te te. Khi lòng tôi vui, tiếng kèn hành tựa như lời hát ca. Khi lòng tôi buồn, tiếng kèn hành tựa như lời khóc than.

Hành tốt nhưng tôi không bán bao giờ. Thỉnh thoảng tôi thả xuống sông hàng bè. Bè hành luẩn quẩn ở bến nước một lúc mới trôi xuôi. Khi bè hành trôi xa xa, thì có con chim lửa đỏ như yếm thắm bay ngang, kêu lên một tiếng thao thiết cả khúc sông". Người đàn bà dù đã chết, đã nằm dưới mấy luống hành kia nhưng không ngừng hiện về bên người thương nhớ của mình. Kẻ âm, người dương nhưng khoảng cách đã không làm nguôi nhẹ đi tình yêu họ dành cho nhau, bóng dáng bà chủ thuyền vẫn phảng phất quanh đây, còn anh chân sào ôm mãi mối tình đến già. Là một người chung thủy son sắt, anh nghĩ: "Tôi thoáng thấy bà chỉ hiển hiện giây lát trong bóng hình chim lửa. Con chim nhìn tôi đăm đắm, mắt ứa lệ. Đoạn, chim bay liệng bảy vòng xung quanh tôi, rồi như tan biến vào trời xanh". Tình yêu đã trở thành một phần máu thịt trong con người họ, ở đâu, nơi đâu họ luôn muốn được bên nhau và thực sự họ luôn có trong nhau. Cho nên khi thiếp đi, anh chân sào đã được gặp người thương nhớ của mình, đó như một phần thưởng ngọt ngào mà tình yêu đã ban tặng cho con người nặng nghĩa, biết nâng niu, tôn trọng tình yêu. Hồn ma bà chủ thuyền không chỉ biến thành con chim lửa quẩn quanh bên người yêu, bà còn dẫn cánh chân sào đến nơi đứa con trai bà đang sinh sống, đưa con về bên mộ mẹ nó. Đó chính là hiện thân cho tình mẫu tử, một thứ tình cảm thiêng liêng sâu đậm không có gì cắt đứt được. Dù đã là ma, thậm chí là ma gửi trộm dân làng thân xác mình vào một nơi không quen biết, nơi vườn người tình nhưng vẫn da diết nhớ tới đứa con. Khi còn sống, bà đã bỏ đi tiếng gọi của thần ái tình cũng vì con. Bà đã là một hồn ma, nhưng đây không phải là một hồn ma bình thường, là hồn ma có nghĩa có tình, biết khát khao tình yêu, tình mẫu tử, khát khao sự sum họp, đoàn tụ, khao khát tình nghĩa con người.

Cô Mỷ trong *Tiếng kèn lá trên đỉnh Mã Pì Lèng* vì tình yêu, thủy chung không chịu chia tay đi lấy người khác, sau khi ăn lá ngón tự tử chết, cô đã mang theo mối tình đẹp qua thế giới bên kia mà vẫn không an lòng, cô luôn hiện về để được bên người mình yêu: "Có mùi hương tỏa ra ngào ngạt. Mỷ hiện lên thấm đẫm hơi sương lạnh giá, ánh mắt nồng nàn như xưa, làn da đằm thắm như xưa, khẽ cất tiếng thì thào như gió thoảng...". Mỷ vì tình yêu mà tìm đến cái chết và cũng vì tình yêu mà cô tái sinh, hiện về hóa vào bạn, rồi báo mộng cho người yêu biết: "Anh mà thương được cái Tiên ở bản người Giấy thì tốt đấy". Vậy là một lần nữa, sức mạnh tình yêu đã đưa cô quay về bên người yêu của mình. Bước vào câu chuyện, lúc đầu ta vui ngây ngất cùng tiếng kèn lá gọi tình của nhân vật, đến đoạn giữa, ta lại xót thương cho số phận hai người, nhưng kết thúc thật ấm áp và hạnh phúc. Đó là điều kì diệu của nhà văn đã tạo ra.

Trong *Thế gian cũng lắm anh hùng*, không xuất hiện bóng dáng con người. Ở đó, tập trung một số tên tuổi nổi tiếng trong lịch sử, như: Tào Tháo, Hít- le, Tần Thủy Hoàng, Pôn Pốt và cả tên tuổi nhân vật trong văn học, như Chí Phèo của tác giả Nam Cao. Cái hay, đó là nhà của mỗi gã anh hùng này đều phảng phất tội ác của họ lúc sống. Ví dụ như: "Nhà Tần Thủy Hoàng thì như lăng Li Sơn. Nhà Hít-le thì mang dáng tại tập trung Ốt-xơ-ven-xim. Đến như chí Phéo cũng có cái nhà mang dáng dấp lò gạch ở làng Vũ Đại. Một điều lạ là nhà nào cũng có khói nghi ngút suốt ngày. Nhà Tần Thủy Hoàng thì khói bốc lên ngùn ngụt như khói đốt sách ngày xưa. Nhà Hít-le thì khói bốc lên cuồn cuộn như đám khói từ lò thiêu người. Còn nhà Chí Phèo cũng có khói tỏa ra mù mịt như khói lò gạch". Qua một vài nét chấm phá, tác giả đã lên án được tội ác của những gã "siêu nhân" như Tần Thủy Hoàng, Hít-le, Pôn Pốt đối với lịch sử nhân loại. Một hôm các gã nghe tin làng mình sắp có người mới đến, thì ngồi lại luận bàn về anh hùng. Thằng Pôn Pốt mới đến nhưng chưa được nhập vào danh sách ngay, vì như Chí Phèo nói: "Thủ tục còn nhiêu khê lắm". Hóa ra dưới âm phủ cũng chẳng khác dương thế chút nào, vẫn thói hành chính hoạnh họe nhiêu khê. Đó là một câu chuyện hài gây cười, giải trí, nhưng đằng sau nó, tác giả muốn thể hiện một điều sâu xa về con người, về cơ chế quản lí hiện hành của xã hội, thậm chí, sự hiện diện đâu đó có cả sắc màu lịch sử. Không chỉ riêng Vũ Xuân Tửu, nhiều nhà văn trong thời kì đổi mới đã lấy hình ảnh cõi âm để bộc lộ cảnh dương thế, lấy người chết để thể hiện người đang sống. Qua các hình tượng này, nhà văn có cơ hội để nói điều muốn nói và nói xa hơn, làm cho người đọc hiểu cuộc sống sâu hơn.

Cũng là ma, nhưng trong *Người rừng*, xuất hiện những con ma đói lang thang khắp chốn để kiếm ăn. Mạc tuy về sau được phong làm thần Thật Thà, nhưng trước đó anh đã phải trải qua giai đoạn khốn khổ: "Mạc trở thành ma đói, lên núi thì thần Núi đuổi, về làng thì Thổ Công xua đi, mom men đến gốc Cây Da thì bị thần Cây Da rung cành, ném lá... Chờ mãi đến ngày xá tội vong nhân mới dám về làng cướp cháo thí". Đau lòng thay, trong ngày cướp cháo thí ấy, Mạc lại "chợt nhìn thấy vợ cũng đang hỗn độn trong đám ma đói, Mạc gọi thảng thốt. Nhưng Giá thấy chồng lại làm ngơ như không, rồi lẩn như trạch, Mạc nháo nhác tìm, nhỡ mất phần cháo bôi trên lá đa, thế là xôi hỏng bỏng không". Lúc sống có kẻ sướng người khổ, khi chết đi cũng chẳng khác gì, hai từ "số phận" có hay không mà lại bám lấy họ ngay cả khi qua thế giới bên kia. Có con ma được ăn no, mặc ấm, được về nhà người thân thích, được thờ cúng trọng vọng; có con ma đói khát, lang thang đi đâu bị đánh đuổi đó giống như người ăn mày bẩn thỉu, hôi hám bước vào nhà sang trọng xin của bố thí liền bị người chủ quá quất hắt hủi, đuổi đi xa. Thực tế đời sống đầy kẻ ăn không hết, kẻ lần không ra như cảnh những con ma kia.

Khi Gái con thích người rừng thì bà ngoại cô hiện về kêu cùng cục gọi cô, ra hiệu cho cô, nhưng cô không nhận ra ý bà ngoại muốn nói rằng, cô và người rừng kia là hai anh em ruột với nhau. Bà buồn bực lại chui xuống mộ. Những bóng ma trong tác phẩm của Vũ Xuân Tửu là những con ma hiền lành, chất phác, không phải là những biểu tượng rùng rợn, lạnh lùng, hiểm ác. Phải chăng đó là khát vọng của nhà văn về một thế giới người sống tốt đẹp, hiền lành, đôn hậu mà một nhà thơ quá cố đã từng mong:

Có gì đẹp trên đời hơn thế
Người với người sống để yêu nhau.

(Tố Hữu).

Chết là sự trở về với một thế giới khác, ở đó dường như người ta đang rà soát lại tội lỗi cũng như công lao của từng người khi còn đang sống. Nếu trần gian sống có đức độ, hay làm việc thiện, thác xuống âm phủ sẽ sung sướng. Còn lúc sống mà nhiều việc ác, gây ra tội lỗi, thác xuống sẽ bị quan tòa của Diêm Vương, trừng trị. Cảnh quan tòa xét hỏi tội của Gái thông dâm với Khỉ Đột và cuối cùng đã bị phán tội: "Hồn ma Thị Gái bị buộc dạng hai ta, hai chân vào một thanh xà kiểu chong chóng... hai chân Thị Gái bị dựng ngược lên như thể trồng cây chuối, váy lật xuongs, bỗng Thị gái kêu "ối" một tiếng, nhưng hai chân đã bị buộc dạng ra, nên không khép vào được. Hai tên lâu la cởi trần trùng trục, lông lá trên khắp thân thể vạm vỡ, nom cũng chẳng kém gì Khỉ Đột. Chúng đặt lưỡi cưa hạt mướp vào háng thị và điềm nhiên kéo cưa lừa xẻ, như thể thợ xẻ đang cưa khúc gỗ vậy. Hồn ma Thị Gái thét lên đau đớn. Bọn ma nữ cũng rú lên khiếp đảm, chúng ngã vật cả ra như ngả rạ... Mỗi khi lưỡi cưa kéo qua, máu lại nhểu ra từng hàng răng cưa, ròng ròng chảy như nước mưa giọt tranh. Lưỡi cưa xẻ qua xương ức, chẻ đôi hai bầu vú thì dừng lại". Hình ảnh của cõi âm còn ghê gớm, đáng sợ hơn cả cõi dương. Ở trần gian, ai mắc trọng tội, nặng lắm là lãnh án tử hình, nhưng khi xuống âm phủ, nếu có được chết một lần nữa còn nhẹ hơn bị đưa ra lãnh án bằng các hình phạt vào nỗi đau xương thịt. Thị Gái thị xẻ đôi người, đám ma nữ xung quanh chứng kiến cảnh ấy thì chết khiếp, có đưa tỉnh dậy, chợt thấy con ma chân dài đang ngự trên đài cao, thì sợ quá lại ngất xỉu. Chết chưa hẳn là hết, chết cũng chưa có nghĩa là trở về miền thanh thản với cát bụi, qua *Người rừng*, chúng ta được biết rằng, chết là sự trở về một thế giới khác. Ở thế giới đó, con người một lần nữa bị "thanh lọc", ai có nợ thì trả nợ, ai có tội thì đến tội, có đức thì được hưởng đức, chẳng có ai thoát ra ngoài vòng kiểm soát luân hồi ấy.

Trong tác phẩm của Vũ Xuân Tửu, song song với hình ảnh những con người yêu nhau thắm thiết là những hồn ma lưu luyến vì tình. Ở *Cõi mê*, không chỉ có hồn ma cô Huyền, mà Đồng còn bắt gặp hồn ma của cô gái đi làm cỏ về muộn bị cảm nắng chết, hôm sau là ngày giỗ của cô. Lại còn xếp ma của Huyền, dưới âm phủ cũng có các chức tước để cai quản trật tự cõi âm, nơi có vô vàn hồn ma. Thậm chí còn có những hòn đá cuội bị ma ám mà Đồng đã nhặt được. Ma có mặt khắp nơi nhưng tại sao người trần chúng ta không sao nhìn thấy hình hài vậy ma vẫn luôn nói, bàn về nó, luôn nghĩ rằng hồn người đã mất vẫn đâu đây bên cạnh cuộc sống của mình? Vấn đề này liên quan đến ý thức tâm linh của mỗi người. Huyền đi rồi, để lại đau thương, nhớ nhung cho Đồng, giờ dường như nhìn ở đâu anh cũng tưởng tượng ra cô, nhìn đâu cũng có cô, trong lòng anh càng nhớ cô hơn. Mặc dù kẻ ở âm ti, người trần gian nhưng giữa họ không có sự chia cắt, hai người vẫn luôn bên nhau, Huyền hiện về báo mộng cho anh biết, hiện về trò chuyện, âu yếm với anh đẹp như lúc cô đang còn sống: "Y cho xe lượn quanh nàng, lượn vòng đầu, nàng như không để ý, lượn vòng hai, nàng nhíu mày, lượn vòng ba, nàng bạt cười khanh khách và cầm giá vẽ cưỡi lên sau lưng y. Xe chạy số ba. Đàn ngựa-chuột đồng cũng chạy nước kiệu chung quanh. Đàn bướm- bọ xít cũng chấp chới bay theo. Y sang số bốn và nhấn ga, đồng hồ chỉ tốc độ: 100/km. Đàn ngựa- chuột đồng phi nước đại đuổi theo. Đàn bướm- bọ xít cũng cuốn theo như đám bụi thiên thạch. Nàng ngây ngất tì đôi bầu vú vào lưng y. Y khẽ gọi: Huyền ơi. Gió táp ào ào như bão lốc, nhưng nàng vẫn nghe rõ lời trái tim yêu thương nên khẽ hỏi lại: "Gì cơ anh?". "Về với anh nhá!". "Anh muốn em...". "Anh quên rồi sao, bây giờ âm dương cách biệt!". "Em vẫn sống và ngoe nguẩy đuôi trong trái tim anh. Em hiểu lòng anh, chẳng có ai yêu em được như anh đâu?". Y từ từ giảm tốc độ và dừng xe. Đàn ngựa- chuột đồng, bướm- bọ xít khi xuống âm phủ cũng được huyến luyện kĩ càng khi phò tá nàng, nên chúng tỏ ra có văn hóa. Khi hai người bên nhau, chúng lịch sự tản ra nơi xa, tôn trọng tự do cá nhân của người khác. Tình yêu cần tự do, cũng như âm phủ cần bóng tối và dương gian cần ánh sáng vậy. Thế mà đêm âm phủ hôm nay có màu hồng, hẳn rằng Diêm Vương biết có khách quí từ dương gian xuống, nên cũng hậu đãi". Hóa ra không chỉ người chết hiện về, mà đôi lúc người đang sống cũng có thể thả hồn phiêu du tới âm ti. Có điều cần vượt khoảng cách đó chính là nhờ vào sức mạnh của nỗi nhớ tình yêu, tình yêu đó đã mở đường để những người yêu nhau dù đang ở bất kì đâu cũng có thể đến bên nhau, trong từng khoảng khắc, trong từng hơi thở. Không chỉ trong mơ, lúc đang ngủ mà Huyền còn hiện về giữa ban ngày, giữa bao người: "Chợt bóng Huyền ẩn hiện dưới làn nước: Ơ kìa, Huyền! Huyền vươn cổ, hé môi chờ nụ hôn. Y với tay, định ôm lấy Huyền...". Cô về giữa thanh thiên bạch nhật, giữa bao nhiêu con người, nhưng chỉ có một mình Đồng nhận ra hình ảnh của cô, hình ảnh người anh thương nhớ bao lâu nay không như nhưng người xung quanh, họ có nhìn thấy đi chăng nữa thì cho đó là những hiện tượng do con ma làm. Có phải giữa hai người yêu nhau lúc nào cũng có giao cảm với nhau mà người ta thường nói là giác quan thứ sáu đấy. Chính vì sợi dây giao cảm thần kì của tình yêu nên khi cô bị chết đuối, lúc đấy Đồng đang lặn ngụp ở thành cổ nhà Bầu ngày xưa bị chìm dưới nước, y bị thương và trong thời điểm đó hai người đã gặp nhau. Về sau, Huyền hiện về tình tự với người yêu, thậm chí dù cô đã chết nhưng vẫn mang trong mình là tính nết của người đàn bà: thích khen và thích được người thương vuốt ve, nhất là tính nết hay ghen tuông không sút giảm tí nào cho nên đừng ai dại dột mà trêu vào đàn bà: "Lần sau mà gọi ma là còn kinh khủng hơn. Hôm nay chỉ mới là cảnh cáo thôi, nghe chưa? Đàn bà, dù là ma vẫn thích khen là đẹp và thơm". Huyền còn hiện thành con đom đóm mà Đồng đã chụp được vào trong ảnh nhưng khi cô hiện về đã cắt nhỏ ra. Cách cô giải thích cho Đồng biết tại sao cô không đốt tấm ảnh đó cho ta nhận thấy một điều rằng: Dưới âm phủ có qui định khắt khe như ở trần gian, nhưng Huyền đã vượt qua những khắt khe đó trốn về bên người yêu, một lần nữa sức mạnh tình yêu đã giúp cô bước qua nỗi sợ hãi các qui định này. Là ma, nhưng hồn ma người đàn bà cũng muốn được người ta chung thủy với mình, họ rất tinh ý để nhận ra những suy nghĩ của người yêu, khi Đồng vừa nghĩ đến một cô gái phương nam hát dân ca rất hay và ước được cô dẫn đi sưu tầm văn hóa dân gian thì Huyền từ đâu đã lên tiếng trách móc: "Bỗng có tiếng lảnh lót từ bàn thờ vọng xuống:

- Thôi đi, đủ rồi, tôi ghê tởm những trò giả dối.

- Tại sao em biết cả những ý nghĩ trong đầu của anh? Anh đã nói ra đâu, đã viết ra đâu?

- Để đến lúc anh nói ra, viết ra thì loạn à?".

Huyền luôn quanh quẩn bên người yêu, ngay cả lần anh lên miền ngược vừa sưu tầm văn hóa vừa tránh cảnh bị "ma làm", vậy mà cô cũng biết đường lẽo đẽo theo cùng, thậm chí còn trách móc Đồng ăn quít không mời. Chính bản thân Đồng, người trong cuộc cũng hết sức ngỡ ngàng về điều đó, ai báo cho Huyền biết mình đi lên ngàn đâu mà cô biết. Thì ra đã thành ma rồi có thể biết trước mọi điều. Có phải vậy mà ta hay cúng khấn vong hồn tổ tiên, người đã mất phù hộ cho cuộc sóng của mình không?

Qua tác phẩm của Vũ Xuân Tửu, ta thấy được một điều rằng, tình yêu là vĩnh cửu, là mãi mãi. Dù thế gian này mọi thứ vật chất có thể bị hủy diệt nhưng tình yêu chân thành có đủ sức mạnh để tồn tại. Tình yêu, đó cũng là thứ đẹp nhất mà con người có, thứ tinh khiết nhất để thanh lọc tâm hồn con người. Thế gian này, ma hay người đều có cuộc sống, có thế giới riêng của mình, chưa hẳn đã là ma thì xấu xa đôi lúc bản chất ma quỉ trong tâm trí kẻ sống còn đáng sợ hơn cả bóng ma của cõi chết. Âm hay dương không quan trọng, điều đáng quan trọng là mình phải sống như thế nào cho cao đẹp và có ý nghĩa để cái sự sinh ra hay chết đi của mình không vô nghĩa.

2.2.2.4. Kiểu nhân vật biến dạng

Nhìn vào thế giới nhân vật kì ảo cho hay, đó là sự thay hình đổi dạng trong những tình huống khác nhau. Nhân vật biến dạng là một kiểu nhân vật đặc trưng trong sáng tác của Kafka. Đọc văn Kafka, người đọc thấy cái phi lí xuất hiện như cái bình thường, nhân vật bất cứ lúc nào cũng có thể biến thành "một con bọ" và nhân vật thản nhiên chấp nhận sự biến dạng đó. Ở đây, con người bị biến dạng, tha hóa đánh mất mình không chỉ ở một cái tên mà còn ở chính hình dạng nữa.

Trong truyện ngắn thời kì đổi mới, nhân vật biến dạng xuất hiện dưới nhiều hình thức có thể là sự biến dạng rõ nét về hình dạng, nhưng cũng có thể là sự hóa thân của con người trong những giấc mơ, trong trí tưởng tượng mà thôi. Nhà văn vũ Xuân Tửu cũng đề cập đến nhân vật biến dạng trong tác phẩm của mình. Ở đó có thể là sự biến dạng một phần về hình dạng, tên tuổi (*Người rừng*) hay sự biến dạng dần về nhân cách do thời cuộc. Một trong những loại biến dạng ta thường thấy trong đời sống của thời buổi kinh tế thị trường ngày nay, loại biến dạng của nhân cách còn kinh dị, đáng sợ hơn cả sự biến dạng về hình hài.

Trong tiểu thuyết *Người rừng*, nhân vật của ông phần lớn là sự biến dạng về ngoại hình, nhưng vẫn giữ được nguyên tính chất con người. Đầu tiên là đứa con của Gái, lúc vừa sinh ra đã không phải là một đứa con mang hoàn toàn giống người, mà đó là một con khỉ đầy lông lá, dòng giống của thần Núi, không biết đặt tên thế nào đành gọi theo danh của mẹ thành cái tên Gái Con. Gái con lớn lên có lớp lông vàng mọc trên lưng, bụng và cánh tay, có cả chai đít như loài khỉ. Nhưng cô không ngại gì, không hề xấu hổ về lớp lông lá đó, ngược lại, cô lớn lên khỏe mạnh. Điều này làm chúng ta nghĩ về thời tiền sử của loài người, về nguồn gốc của con người bắt đầu từ loài vượn, trải qua quá trình tiến hóa lâu dài mới trở thành con người ngày nay. Tuy dòng giống thần Núi, nhưng Gái Con có một trái tim giàu tình thương, hiếu thảo, khi bà ngoại chết, trong mấy năm chờ sang cát cho bà, cô dựng lều cạnh mộ để trông nom. Bản thân cô không thích người, vì "Người sống không thật thà, cầm thú sống thảnh thơi và khỏe mạnh, chúng thích gì ăn nấy". Sự biến dạng của Gái Con không phải tự nhiên qua một đêm mà thành như vậy, nó có nguyên do từ đợt quan hệ giữa Khỉ Đột và mẹ của nó ở trong rừng. Phải chăng đó là kết quả của sự giao hòa giữa thế giới thiên nhiên và con người.

Bà ngoại của Gái Con đang là một người bình thường, từ khi đứa cháu đầy lông lá ra đời, bà suốt ngày phải ăn trầu để lấy nước cốt liếm lông cho cháu. Qua thời gian, cái lưỡi của bà biến thành lưỡi gà và không nói được tiếng người nữa, đành kê cục cục như gà. Kì lạ hơn, ngày bà chết: "Lũ gà kéo theo đàn đàn lũ lũ, y như đàn gà chạy theo dậu ngô. Con nào con nấy rũ mào, sã cánh, cúi đầu đầy vẻ buồn thương. Đàn gà quây xung quanh ngôi mộ, thành một bãi lốm đốm màu lông tía, lông trắng, lông đen và hoa mơ, nom như một bãi đá cuội khổng lồ. Từ đấy, dân làng Cây Da không dám đuổi gà nữa. Trong hai năm liền, gà trống không chịu gáy, gà mái không dám đỏ mào... Mãi cho đến khi mãn tang bà cụ thì gà trống mới đĩnh đạc gọi bình minh. Gà mái lại đỏ mào và chịu lấm lưng...". Lũ gà để tang bà ngoại Gái Con: "Một con ngựa đau cả tàu bỏ cỏ" là vậy. Bà ngoại Gái Con trở thành bạn, thành đồng loại với giống gà, một sự biến dạng mà không có cách nào lí giải. Thậm chí, khi Gái Con phải lòng người rừng, bà ngoại đã chui dưới mộ lên không nói được tiếng người, mà chỉ ra hiệu, rồi "kêu oang oác cho cháu mình". Sự biến thành gà của bà ngoại Gái Con là sự biến dạng dần dần, khác hẳn cảnh Gregon Sama trong *Biến dạng* của kafka, bỗng một sớm mai, nhân vật băn khăn khi tỉnh dậy, ngạc nhiên thấy mình biến thành một con bọ khổng lồ. Nhưng chu trình biến hóa của Gregon Sama không phải là chu trình tái sinh của văn học dân gian, nó là chu trình khép kín và sự tuyệt vọng. Khác với nhân vật biến dạng của Vũ Xuân Tửu, đó là chu trình biến dạng có ý nghĩa tái sinh của văn học dân gian: thần- người- vật giao hòa với nhau trong cuộc sống.

Trước đó, Mậm, anh trai của Gái Con thất lạc vào rừng sống giữa bầy khỉ, về sau không nói được tiếng người, cũng không hiểu tiếng người, cho nên khi nghe Gái con quát lên, nó sợ và chạy bốn chân vào rừng. Thời gian anh được sống với loài người quá ngắn để anh nhớ và thuộc hết tiếng người, trong lúc thời gian anh sống giữa loài khỉ lại đủ dài để anh quên hết vốn liếng tiếng người ít ỏi mà mình đã có và đủ để quen với tiếng hú của loài khỉ. Hoàn cảnh ấy đã biến anh thành một "người rừng" trong mắt mọi người, tuy đã trở thành người rừng, nhưng trong anh vẫn giữ lại tính nết lương thiện của con người, anh biết ghét bọn lính đến đóng đồn cướp làng, anh tìm cách để bắt hết chúng đi... Trong tư duy kì ảo, thực ra, con người có thể biến dạng bất cứ lúc nào. Bởi ranh giới giữa phần người và vật rất mong manh. Ngày nay, khi sinh hoạt tiền tài trong kinh tế thị trường len lỏi vào ngõ ngách các ngành nghề thì đã không ít con người bị "biến dạng", bi kịch đó không phải là sự biến dạng về ngoại hình, mà là sự biến dạng về nhân tính đến mất chất "người" về mặt đạo đức, nhân phẩm, một trong những biến dạng đáng sợ nhất của loài người.

Năm đứa con của Ngọc Nữ là phần lai hai dòng máu nhà thần, đó là kết quả của cuộc thụ thai giữa Thiên Lôi và Ngọc Nữ cho nên cả năm đứa khi nói chẳng phát ra tiếng người, mà cứ kêu "ùng oàng" như thần Thiên Lôi vậy. Trên cơ thể chúng đều lành lặn, là hình dáng con người, chỉ mỗi tội mang giọng nói họ nhà cha đẻ, thế nhưng cuộc sống của chúng là cuộc sống của con người, thậm chí đó là những con người tân tiến của thời đại ấy. Chúng biết sang ngoại quốc học hỏi, mở mang đầu óc, mang về bao nhiêu phương tiện hiện đại, từ xe đạp, xe máy, xe ba bánh, còn biết kết hợp với nhau lập mưu cướp đồn, đuổi bọn giặc đi và lập ra "vương quốc" riêng cho mình. Qua đó như phảng phất hình ảnh thu nhỏ của cả một thời chống quân xâm lược của nhân dân ta, không kể miền xuôi hay miền ngược. Điều này nói lên lên rằng, cái nhìn sâu sắc ở nhà văn thời kì đổi mới về con người, vì hoàn cảnh có thể bị "biến dạng" một phần nào đó, nhưng dù khía cạnh nào con người cũng cần thiết phải giữ lại bản tính của mình để không trượt khỏi ranh giới của giống người. Chỉ cần con người ở ranh giới của loài người thì họ đủ sức tạo ra những điều kì diệu nhất.

Không như *Người rừng, Hình bóng đàn bà* không đề cập đến sự biến dạng con người, thay vào đó là sự biến dạng về nhân phẩm, lòng chung thủy của người đàn bà một sự biến dạng cần được lên án. Lụa từ khi trở thành một người bằng xương bằng thịt, làm vợ của Mộc cô đã rơi vào vòng đời sa đọa. Cuộc sống của cô chỉ có hát Karaokê với khách và ngoại tình với họ. Khi cô bước ra khỏi bức tranh cũng là lúc cô bán đứt luôn hình ảnh một cô Lụa thôn quê hiền lành, chất phác, đồng nghĩa với sự bán đi thứ quí giá nhất của người phụ nữ với một cái giá rẻ mạt: thỏa mãn những cuộc chơi. Trải qua chín trăm chín mươi chín cuộc tình, một sự sa đọa, dâm dục ở mức tối đa, sự trả giá cho "biến dạng" này chính là mỗi lần giao hoan với một người thì một nốt ruồi đen mọc lên trên người cô. Hình ảnh nốt ruồi đen mọc trên làn da trắng như bột lọc của cô mang màu sắc tương phản, mang ý nghĩa biểu trưng: cái xấu nảy mầm trên cái tốt, một tai họa khôn lường. Cuộc đời sẽ in dấu ấn những hành động của con người, cuộc đời cũng sẽ bắt con người phải trả giá cho mọi hành động của mình gây ra.

Trong thời buổi kim tiền, để giữ cho nhân phẩm không bị "biến dạng" trước sự quyến rũ của đồng tiền, của ham muốn dục vọng, lòng tham về địa vị... quả rất khó. Nhân vật Huyền trong *Cõi mê*, yêu Đồng say đắm nhưng cô đã không vượt qua được dục vọng, để cuối cùng phản lại tình yêu, sự trận trọng nâng niu của Đồng và ngả thân vào lão "quả trứng chim cút" béo ục ịch kia. Một cái nhìn tinh tế của nhà văn về tâm lí con người. Trong mỗi chúng ta, không ai có thể khảng định bản thân mình chưa một lần trượt khỏi ranh giới lương tâm làm người, luôn luôn giữ được nhân phẩm trong sạch suốt đời? Loại "biến dạng" thứ hai nay luôn rình rập lấy con người, nó ẩn nấp khắp nơi trong cuộc sống, nằm cả trong con người và có thể bủa vây con người bất cứ lúc nào, đó là những phương chiều phức hợp biến động từ dục vọng.

2.2.2.5. Kiểu nhân vật là loài vật

Cũng như nhiều tác phẩm văn học khác, trong tác phẩm kì ảo của Vũ Xuân Tửu không thiếu bóng dáng của các loài vật, có cây, muông thú xuất hiện song song bên hình ảnh con người, và đó cũng được coi là một nhân cách sống, nó nhằm thể hiện con người, hướng tới mọi biến thái của cuộc sống. Trong những tác phẩm ngụ ngôn là La Fontaine, truyện ngụ ngôn của Edop... và các truyện ngụ ngôn Việt Nam. Sở dĩ như vậy là vì không đâu có thể phản ánh con người một cách tinh tế thông qua sự vật và loài vật như nội dung các truyện ngụ ngôn.

Chỉ là một cây mít trồng lâu năm trong vườn nhà anh Bưởng (*Pho tượng gỗ mít*), nếu không chặt đi nó vẫn chỉ là cây mít bình thường để "nhà cũng có bóng mát, có cái lá mít cho trẻ con chơi đồ hàng quanh quẩn, khỏi dãi nắng ngoài đường. Chị em hàng xóm đến là ăn dái mít, mắm mắm, muối muối ngậu xị cả lên". Vậy nhưng từ khi họ bàn tính chặt nó đi thì cây mít trở thành trung tâm của sự chú ý, bao nhiêu chuyện xảy ra từ cây mít: "Bưởng mài rìu, rồi vạc thử vào cái bướu ở gốc, bỗng xảy tay, cái rìu suýt lia vào mắt cá chân. Bưởng hoảng hồn nhảy có đớ mà tránh được... Nhựa mít ứa ra như sữa đàn bà. Dăm gỗ văng ra quanh gốc mít, vàng ươm như tấm áo cà sa rách nát. Càng chặt vào gần lõi, gỗ càng tím lại, đỏ như máu. Khi cây rung rinh, Bưởng lấy cái thang, đẩy ra vườn, đổ đánh rầm một cái, vang động cả trời đất. Không may bị trượt đà. Bưởng ngã lao vào gốc mít. Cây đổ bị rút lõi, chồi lên mấy cái dằm, làm cho Bưởng bị thủng bụng máu lênh láng". Đáng sợ và ngạc nhiên hơn là khi chặt xong cây mít: "Một đêm, sáng trăng suông. Bưởng nghe có tiếng cười khềnh khệch ở chái nhà, vội ngó ra xem nhưng tịnh không thấy gì. Vào nhà ngồi chưa ấm chỗ lại nghe có tiếng cười như từ cõi âm vọng lên, Bưởng liền rón rén vào buồng, nhìn qua kẽ vách, thấy dưới ánh trăng huyền ảo, chũa gỗ mít như động đậy, rồi có tiếng cười phát ra". Đến lúc chũa gỗ mít ấy được ông nghệ nhân mua để tạc tượng, nhưng con trâu mộng không chịu kéo ra khỏi làng, mặc dù khi đang ở trong làng nó kéo chũa gỗ nhẹ tênh. Đành tạc thô tượng tại làng luôn, "tượng vừa tạc xong thì mưa to gió lớn đổ về, nước ngập mênh mông cả, chỉ còn khu gốc đa... đến lúc hương, nhang, đèn, nến trưng lên, trời quang mây tạnh tức thì, nước rút tùn tụt như có phép màu. Cả làng vái lạy pho tượng như tế sao". Nếu không có niềm tin vào sự linh thiêng thì chắc gì cả làng đã vái lạy pho tượng gỗ mít này? Đấy là niềm tin cho nên cây mít lâu năm trong vườn không còn là cây mít bình thường, đơn giản nữa nó là một sinh mệnh gắn liền với cuộc sống nắng mưa của bao người. Pho tượng tạc ra từ chũa gỗ mít đã được con người thổi một niềm tin rằng, có một lực lượng huyền bí, vô hình với sức mạnh siêu nhiên đang ngự trị ở đấy. Tác giả dùng hình ảnh cây mít trồng lâu năm trong vườn để phản ánh cuộc sống tâm linh, tục thờ cúng, niềm tin vào cõi thiêng của con người, nhất là những người dân, họ luôn tin vào sự tồn tại của một thế lực vô hình có thể ban may mắn, hạnh phúc, bình an cho họ trong cuộc sống.

Từ một nhân vật đời thường, người viết khéo tạo dựng thành các tình tiết nhuốm màu huyền ảo, thành câu chuyện linh thiêng thú vị.

Ở *Người sông nước*, con chim lửa, con đom đóm to như lá bàng hay cây hành đã không đơn thuần là những thứ ấy nữa, trong đó ẩn chứa bóng hình của những con người yêu nhau, muốn được gần nhau, nhưng đời cứ hay trêu ngươi, khiến tình yêu chia đôi, mỗi người mỗi ngả. Tiếng con chim lửa thao thiết trên dòng sông, đó chính là tiếng đồng vọng, gào thét của trái tim người đàn bà đang yêu. Đôi lúc không phải cứ hiện nguyên hình dáng con người mới là con người, thực ra con người ở khắp nơi trong thế gian này, thậm chí có con người ở ngay trong chính mình hay những loài vật quanh ta. Cái hay của văn học kì ảo có lẽ là ở đó, ở chỗ nó miêu tả cái ảo nhưng lại khơi gợi cái thực, cái chân chất nhất mà con người cần đến, con người không ngần ngại mệt mỏi để kiếm tìm nó.

Đoàn khỉ, nhất là con khỉ cái đã cưu mang, chăm bẵm Mậm khi chú bị lạc bố mẹ, con Khỉ Đột làm cho Gái có bầu sinh ra con mang dòng giống thần Núi trong *Người rừng* không phải là những con vật ác độc, hại người, ngược lại chúng là giống vật có tình cảm không khác gì con người. Cảnh con khỉ cái chăm bẵm, lo cho từng quả chuối, hạt dẻ để Mậm ấm bụng. Khi cu cậu đau bụng, khỉ cái biết đi hái lá cái lá gì đắng cho vào miệng cu Mậm. Điều đó gợi lên niềm tin cho người đọc, khỉ là loài vật thông minh nhất trong những loài vật nó có nhiều nét tương đồng với loài người chúng ta. Tình cảm, sự quan tâm của chúng dành cho con người rất thật, không vụ lợi, không tính toán, nói như Gái Con, động vật sống thật thà chứ không như con người. Nhà văn mượn hình ảnh của chúng để ca ngợi về tình yêu của thiên nhiên dành cho con người hay là bài học cho con người trong cách sống? Đọc *Người rừng*, độc giả sẽ cảm nhận được sự gần gũi thiên nhiên với con người. Thiên nhiên ở đây bao gồm tất cả từ con vật, cây cối, chúng sẵn sàng làm bạn với con người, sẵn sàng chung sống, giao hòa với con người, nếu như con người không hại nó. Và thực tế, sẽ không có gì cứu nổi con người, ôm ấp được con người ngoài thiên nhiên. Con người cho dù thông minh tài giỏi đến mấy cũng không thể tách khỏi thiên nhiên được, bởi con người sinh ra giữa thiên nhiên và không thể tồn tại khác hơn là ở giữa lòng thiên nhiên. Thiên nhiên nhân hậu và khắc nghiệt, hữu hình và vô hình, thân thuộc và xa lạ, bất biến và khả biến. Thiên nhiên toàn năng và bất tử. Thiên nhiên có mặt ở khắp mọi nơi và cả trong mỗi chúng ta.

Đọc những trang viết của Vũ Xuân Tửu, ta cảm nhận nhà văn này có điểm gần gũi với cách nhìn thế giới thiên nhiên của Lan Khai: Trong các *Truyện đường rừng* của Lan Khai, nhiều trang viết đã phê phán những hành động phá hoại thiên nhiên của con người, để rồi mang đến những bất hạnh cho chính mình. Chẳng hạn, anh chàng Phú (*Suối đàn*- Lan Khai) chỉ vì giỏi săn bắn giết động vật hoang dã bị hổ trả thù, trở thành người tàn tật, mất cả tình yêu và hạnh phúc. Trong *Gò thần, Con bò dưới Thủy Tề, Mọi rợ* (Lan Khai), kẻ phá rừng hại muông thú dẫn đến những kết cục bi thảm hay nghèo vẫn hoàn nghèo, vv...

Con cua mai xanh có hình mặt người trong *Hình bóng đàn bà* mang đủ đặc tính cơ bản, kiểu nhân vật chức năng nối cõi người trần tục với cõi tâm linh. Nó mang thông tin đến cho Mộc, trên mai cua in hình mặt người, hao hao như thể Lụa trong tranh và nó luôn "bám theo chàng như hình với bóng. Nó như cái hàn thử biểu, nhưng không phải báo về sự thay đổi nhiệt độ môi trường, mà báo cho chàng biết mọi động tĩnh, liên quan đến điều gì đó, rất mơ hồ". Khi dáng vẻ ngây thơ thuở nào của Lụa được thay bằng sự sành điệu, sự từng trải qua các cuộc tình thì: "Con cua mai xanh đã thay càng to sang bên phải. Vẻ mặt người đàn bà trên mai đã già thêm mấy tuổi và cũng không còn ngờ nghệch nữa, mà tỏ ra dạn dĩ, phong sương. Cái yếm của nó đã có vẻ bễ bãi". Mỗi thay đổi của Lụa kéo theo sự thay dổi của cua mai xanh, khiến nó phải lồi hai con mắt ra để nhìn Mộc đầy vẻ cầu khẩn: "Khuôn mặt rắn đanh của nó méo mó một cách đáng thương. Nó giơ đôi càng lên như van lạy, như mách bảo anh một điều gì hệ trọng". Hóa ra, nó báo cho anh biết một sự thay đổi nữa của Lụa, nó dẫn anh đến nhà hàng karaoke, nơi có Lụa cùng với một người đàn ông "cả hai không một mảnh vải che thân". Con cua như một người bạn đồng hành với Mộc. Đến lúc Lụa di thay da đổi thịt từ nước ngoài về, trở lại là một con người như xưa thì con cua cũng thay đổi: "Xác cua mai xanh mới lột, bên cạnh có cục phân chim. Hình mặt người trên mai cua, đã từng lung linh sinh động như mặt người đẹp, nay nom như những đường nứt trên vách núi. Cua mai xanh đâu rồi nhỉ, không thấy vết bò như mũi liềm bổ xuống đất. Nó đã đổi càng, đã lột và biến mất". Theo quan niệm dân gian, mỗi khi cua đổi càng thì vàng nổi lên, nói đến sự biến động của trời đất, xã hội. Con cua trong tác phẩm đi liền với sự thay đổi của nhân vật Lụa, một sự thay đổi thái quá, chạy theo cơ chế thị trường; con cua không nói được nhưng mọi hành động của nó sẽ báo cho Mộc biết sự thay đổi của người phụ nữ đang sống với anh. Cua mai xanh là biểu tượng của nhân vật phù thiện.

Ở ngoài đời, những loài vật ấy đơn giản là "thực đơn" con người dùng phục vụ cuộc sống hằng ngày. Nhưng khi đã đi vào tác phẩm văn học, nhà văn dã thổi vào trong nó thuộc tính người, những suy nghĩ, tư tưởng về cuộc sống con người. Trong nhiều tác phẩm kì ảo loài vật có thể cất lên tiếng nói, giao tiếp với con người bình thường, trong truyện kì ảo Vũ Xuân Tửu, loài vật đồng hành cùng nhân vật, đôi lúc là sự hóa hồn của nhân vật con chim lửa, con đom đóm trong *Người sông nước*, đôi lúc là bạn đồng hành của nhân vật như cua mai xanh trong *Hình bóng đàn bà* và cũng có thể là một phần tạo ra cuộc sống giống như con người trong *Người rừng* hay một bộ phận nhằm mục đích thể hiện con người. Nói tóm lại, tất cả đều là dụng ý sáng tác của nhà văn nhằm thể hiện được tư tưởng nghệ thuật của mình. Ở những góc độ khác nhau, nhân vật hư ảo phản ánh thực trạng xã hội dưới lăng kính kì ảo, mượn chuyện thiên đình, âm phủ và thần thánh, ma quỉ... để nói về cuộc sống xã hội và con người hiện tại.

2.3. Đặc điểm hoạt động của nhân vật trong truyện kì ảo Vũ Xuân Tửu

Nhân vật văn học là hình tượng nghệ thuật, nhà văn xây dựng nhằm thể hiện con người theo quan niệm của mình, nên nó hoạt động theo ý đồ nghệ thuật của nhà văn. Nhân vật kì ảo cũng là một loại nhân vật văn học cho nên cũng không ngoài quĩ đạo ấy. Trong truyện kì ảo của Vũ Xuân Tửu từ con người đến thần linh, ma quỉ đều có hoạt động sống với nhu cầu tồn tại của mình. Con người cũng như con vật trước hết cần sống, cần duy trì giống nòi, cần đến lao động, ý thức tâm linh, hoạt động văn hóa, giải trí khác nhau. Hoạt động sống của các nhân vật diễn ra muôn màu muôn vẻ.

2.3.3. Hoạt động duy trì sự sống

Đây là loại hoạt động tiêu biểu và cao quí nhất của con người thậm chí của cả con vật. Con người muốn sống cần phải lao động, có thể là lao động chân tay, cũng có thể là lao động trí óc, nhằm tạo ra sản phẩm nuôi sống bản thân mình.

Con người thoát thai khỏi loài vượn và trở thành người như ngày nay cũng là nhờ lao động, chính lao động con người mới sáng tạo ra mọi giá trị vật chất tinh thần cho cuộc sống, như Ăng-ghen đã nói: “Lao động đã sáng tạo ra chính bản thân con người”. Con người trong văn học của các thời đại, từ cổ chí kim, từ Đông sang Tây đều duy trì hoạt động này. Trong truyện kì ảo của Vũ Xuân Tửu, ta bắt gặp không ít những con người lao động với những ngành nghề khác nhau.

Hình ảnh cuộc sống làm nghề đốn củi của gia đình nhà Mạc trong *Người rừng* giống như bao gia đình nghèo khổ của nước ta. Hằng ngày, vợ chồng con cái dắt díu nhau vào rừng đốn củi về đổi gạo. Ở các câu chuyện cổ tích, hình ảnh này xuất hiện rất nhiều. Anh chân sào cùng với cánh chân sào ở *Người sông nước* thì “suốt ngày đi đi lại lại trên be thuyền, hai tay cầm sào hóp lên nước nhẵn bóng, vai tì đẩy sào. Bột sào chọc vào bên bờ sông trông như những mà cua, lỗ chuột, cứ thế nay đây mai đó là chuyện thường. Có thể hôm nay ở Xanh, Vệ, Bợi thì mai đã Gián, Khuất, mốt ngược Đầm Đa, Chi Nê... Suốt ngày những sông nước là sông nước. Cuộc sống của họ gắn liền với sông nước, vui buồn vất vả đều trải qua hết: “Mùa hè, nắng như thiêu như đốt, chúng tôi chống sào đẩy thuyền chỉ đội cái nón mê, anh nào anh nấy da đen sạm. Mùa đông, gió rét như cắt da cắt thịt, chúng tôi chống sào đẩy thuyền khoác thêm cái bì kiện. Anh nào anh nấy da tím tái”. Tuy vất vả nhưng họ là nững con người lao động chất phác, yêu đời khi rỗi rãi cũng biết ca hát. Cuộc sống lam làm không khiến trái tim họ se sắt, ngược lại họ biết yêu với trái tim nồng nhiệt, chân thành, sống nghĩa tình với nhau.

Anh thầy giáo trong *Tiếng kèn lá trên đỉnh Mã Pì Lèng* cũng vậy. Anh lên Mã Pì Lèng dạy học cho con em miền núi. Đây là lời tâm sự của anh: “Buổi sáng khi sương tan là tôi lên lớp. Một cái bảng đen nứt nẻ, tôi dùng phấn trắng thạch cao kẻ bốn cột cho bốn lớp. Trên góc bảng tôi cũng ghi số học sinh có mặt và vắng mặt. Số học sinh vắng mặt đầu giờ là phổ biến. Bởi vì, vào lúc sớm tinh sương, những đưa trẻ lớn phải đi cắt cỏ bò và cỏ ngựa, khi về lớp thì quần áo, đầu tóc của chúng còn ướt sương mai, dính đầy hoa cỏ và bùn đất. Cả lớp ghép chỉ có một lớp trưởng là thằng Páo, con của trưởng bản Mí Tủa, làm quan có nòi, làm cán bộ cũng thế”. Với môi trường giáo dục như vậy, nếu ai không có tình yêu, lòng nhiệt tình và cả sự hi sinh thì làm sao lại xuất hiện ở nơi này? Sự lạc hậu, buồn, vắng, thiếu thốn sẽ là cánh cửa thử thách cho lòng nhân ái. Vào những ngày chủ nhật nghỉ dạy anh lên phòng giáo dục, theo thằng Páo vào rừng bắt chim họa mi, hay ngồi nghe ông Mí Tủa dạy những bài hát đám ma, bà Mí Tủa dạy những bài hát đám cưới. Còn Mỷ, con gái trưởng bản Mí Tủa ngày ngày cắt cỏ ngựa như những cô gái miền núi khác. Xoay xung quanh anh là cuộc sống bản làng heo hút, tuy cuộc sống rất đơn sơ nhưng thuần hậu, trong mát, yên bình mang bản sắc vùng cao.

Không phải lao động bằng sức vóc, Đồng và Huyền trong *Cõi mê* lại đi ngược dòng thời gian, đi sưu tầm những giá trị văn hóa phi vật thể để bảo tồn, phát huy nó. Cả hai người không quản vất vả, bằng lòng nhiệt huyết và niềm đam mê đã đi khắp nơi khám phá những tinh hoa văn hóa dân gian, bắt đầu từ dân tộc Sán Dìu, tại làng Thiện nằm ngay dưới chân núi Thiện. Để ghi được những bài dân ca Sán Dìu, cả hai phải vào làng tìm gặp các cụ già. Đúng vậy, người già bao giờ cũng là nơi cất giữ các giá trị văn hóa để lớp trẻ tiếp bước. Thậm chí, Đồng còn gan dạ lặn ngụp xuống khảo sát thành nhà Bầu ngày xưa bị chìm dưới nước, suýt nữa mất đi tính mạng. Còn gia đình anh Ba Khơ lại khác, tuy anh bị án tù ba năm, nhưng khi quay trở về, anh chăm chỉ làm ăn cùng vợ, anh chi li từng cân thóc, anh biết cho con đi học phổ cập. Vợ anh gom giữ tất cả những mảnh sành, bát đĩa bằng gốm đào được ở ngoài ruộng, không phải vì ý thức gìn giữ văn hóa, mà vì lòng nuối tiếc vật dụng của đàn bà. Gia đình anh như nếp sống của bao gia đình người Việt Nam. Cùng làm nghề sông nước, anh chèo thuyền mà Đồng gặp lúc qua sông tuy không tên tuổi, nhưng đã phát ngôn câu đầy ý nghĩa: "Ở đâu có con người thì ở đó có văn hóa". Đâu đó còn rất nhiều con người lao động không tên tuổi khác nữa.

Riêng Mộc trong *Hình bóng đàn bà* lại là một công chức nhà nước, dù là người hoài cổ, nhưng anh biết cần đến những thứ hiện đại nhất cho cuộc sống của mình. Anh nhận thấy mình sinh ra không hợp thời hay nói đúng hơn, thời đại anh sống quá ấu trĩ, nhưng sự ấu trĩ, quan liêu ấy không dìm được những phẩm chất tốt đẹp của một người công dân như anh. Anh buồn cho thời cuộc ấy và phân vân vì mình không thức thời hay không hợp thời.

Lụa lại khác, từ khi trở thành một con người ngoài đời, trở thành vợ của Mộc, cô không có nghề nghiệp gì ngoài việc hát Karaoke. Lụa chán hát ở nhà đành phải đến quán hát cùng với khách, với những người tình, kết quả từ sự sa đọa để lại là trên người những vết nhơ. Nhưng sau khi cô thay da đổi thịt hoạt động ấy lại mang tính chất khác, mang màu sắc giải trí. Như vậy, điều tốt hay xấu đều phụ thuộc vào ý thức con người. Con người, do vậy có khả năng làm chủ tất cả mọi hoạt động của mình.

Hình ảnh những người đồng nghiệp, người hàng xóm của Mộc lại cho ta một cái nhìn về một khía cạnh khác trong cuộc sống sinh động này: sự quan liêu, a dua, lôi bè kết phái, sự soi mói vào cuộc sống riêng tư người khác trong thời buổi kinh tế thị trường bắt đầu mở cửa, cái thời bắt đầu của sự đổi mới nhưng cái mới cũ đang lẫn lộn vào nhau. Có thể nói đó là đó là thời buổi phức tạp nhất. Sống, làm việc ngay trong thời đại mình sống mà cứ tưởng mình bị lạc từ đâu đến, cuộc sống cứ xa lạ, mệt mỏi với mình. Mặc dù vậy, con người phải chịu sự chi phối của hoàn cảnh đầy bất trắc, nhưng con người sao tách khỏi hoàn cảnh được. Vậy phải ứng xử với hoàn cảnh thế nào để sống?

Nhân vật của Vũ Xuân Tửu bình thường, giản dị như bao con người khác, họ có việc làm riêng của mình, để duy trì sự sống mỗi người có một cách nghĩ, cách làm riêng. Họ cũng bị dòng đời cuốn hút, đẩy xô, nhưng dù thế nào đi nữa nhân vật của nhà văn này cuối cùng cũng giữ được những gì tốt đẹp nhất của phẩm chất làm người.

Không chỉ có con người mới cần đến hoạt động để duy trì sự sống. Ngay cả thần linh, vong hồn người chết cũng cần lao động, có việc làm để tồn tại ở thế giới của mình. Quả vậy, thế giới thần linh, ma quỉ trong *Người rừng* đều mỗi thần mỗi việc. Thần Cây Da thì có nhiệm vụ trông coi Cây Da, thần Mây Mưa thì làm mưa gió, Thiên Lôi thì có nhiệm vụ vung lưỡi tầm sét trừng trị những kẻ có tội, Thổ Công phải cai quản đất đai, chỗ ở, thần Núi phải cai quản khu vực rừng núi, thần Thật Thà thì giữ cái thật thà cho con người. Ngọc Hoàng là trung tâm của thế giới thần linh, có quyền xử lí tất cả mọi vấn đề tiên giới. Chú Cuội còn có việc cắt cỏ, chăn trâu cho nhà trời. Mỗi thần mỗi việc tạo thành một hệ thống cai quản trên thiên đình.

Khi con người qua thế giới bên kia, cứ nghĩ đi vào cõi hư vô, trở về với cát bụi, nhưng chưa hẳn thế. Ở cõi âm, ma cũng có thứ bậc của mình, ai may mắn được làm sếp ma, bình thường thì làm ma thường dân, còn lại ai không may mắn thì làm ma lang thang như Mạc, Gái (*Người rừng*), không ai thờ cũng trở thành ma đói, không nơi nương tựa, phải đi ăn xin khắp ba nơi bốn chốn.

Rõ ràng để tồn tại ở thế giới của mình, không ai là không có nhiệm vụ công việc riêng. Đó là qui luật của cuộc sống, dù ở đâu nó cũng dạy cho ta biết không có cảnh "ngồi mát ăn bát vàng". Là người lại càng cần phải lao động nhiều hơn, sáng tạo nhiều hơn, có như vậy thế giới mới phát triển và tồn tại lâu dài, đủ sức chống chọi lại mọi thiên tai và có như thế khi chết đi, dù đã làm ma nhưng cuộc sống ở cõi âm cũng được thanh nhàn, sung túc hơn.

2.3.2. Hoạt động để duy trì nòi giống

Hoạt động duy trì nòi giống là một trong những hoạt động thuộc qui luật sinh tồn; không chỉ ở con người mà cả ở loài vật. Nếu không duy trì nòi giống, sinh con đẻ cái thì tất cả sẽ đi vào sự diệt vong. Chỉ có hoạt động duy trì nòi giống mới đủ sức thúc đẩy cuộc sống, thúc đẩy sự tiến hóa của tự nhiên và phát triển của xã hội lên cao, nó mang ý nghĩa nhân sinh cao cả.

Vũ Xuân Tửu rất đề cao đến hoạt động bản năng trong truyện kì ảo, bắt nguồn từ qui luật tự nhiên của con người. Bắt đầu từ tình yêu, tình yêu dẫn đến tình dục (sex), sự giao thoa giữa hai giới khác nhau để thỏa mãn về dục tình và sinh con đẻ cái duy trì noid giống.

Trước đây, sex trong văn học thường chỉ đặt ra trong tương quan với tình yêu lứa đôi, sự sa đọa về nhân cách, những ẩn ức do di chứng của chiến tranh, những lệch lạc giới tính, vv... thì sex trong văn học ngày nay đã được quan tâm như một phương tiện chuyển tải những ẩn ức khác nhau của đời sống nhân sinh.

Sex chỉ là sex thì vô nghĩa, không đáng bàn. Dục tính liên quan đến vấn đề nhân tính. Theo nguồn báo điện tử VietNamNet, Nguyễn Huy Thiệp đã viết: "Hầu hết các nhà văn đáng kể trong thâm tâm đều muốn viết ra được một cuốn "dâm thư" có ý nghĩa giáo dục như *Truyện Kiều*, như *Nghìn lẻ một đêm, Hồng lâu mộng* hay *Kim Bình Mai*... Người xưa từng cho rằng sex, cái hiểm địa ấy chính là "cánh cửa sinh ra ta mà cũng là nấm mồ chôn ta". Ở người đời, tư tưởng- với sự hỗ trợ của bản năng- bao giờ cũng muốn phóng khoáng, phong lưu, nhưng lại thường không dám nhìn thẳng vào mình, không muốn "đối diện với mình", không dám "đối diện với tha nhân". Con người ngượng ngập tìm cách che giấu dục vọng, kìm nén nó, không dám bước ra các biên giới lằn ranh luân lí". Đúng vậy, con người không dám đối diện với tha nhân, nói một cách chính xác hơn, con người không dám đối diện trực tiếp với chính mình, như Phật đã dạy: "Kẻ thù lớn nhất của đời người là chính mình". Mặc dù bản thân mỗi người đều có khát vọng thỏa mãn về tình dục một cách lành mạnh, nhưng khi bàn đến nó, họ lại cho là tục là dâm. Nhà văn Võ Thị Hảo nói: "Vấn đề tính dục có gì đâu mà người ta làm ầm ĩ lên", và bà khẳng định: "Thực ra, những chuyện tình dục hay cái gì đó mà Hoàng Diệu, Ngọc Tư... đề cập đến chưa có gì gọi là ghê gớm cả. Họ hoàn toàn có quyền đề cập và theo tôi, họ đã thành công trong việc đề cập đến tính dục như một phương tiện biểu đạt ý đồ nghệ thuật. Tôi đồng ý lên án khi người ta dùng văn chương để viết về tình dục một cách bẩn thỉu, thô thiển, như thế tức là kém tài và không có tư tưởng. Nhưng tôi cũng rất vui khi các lớp nhà văn nữ trẻ đang tìm cách định hình và khẳng định tên tuổi của họ, bằng sự dũng cảm bước vào địa hạt tính dục trong văn chương". Ở Việt Nam nói riêng và các nước phương Đông nói chung, khi nói đến tính dục người ta còn ngần ngại, khi đó ở phương Tây, họ xem tính dục là một nếp sống có văn hóa của loài người. Theo sự nghiên cứu gần đây của một số nhà xã hội học cho biết, phần lớn các chính trị gia lỗi lạc, những nhà văn, nhà thơ nổi tiếng đều có khát vọng tính dục lành mạnh, tự nhiên.

Thực tế trong đời sống hôn nhân cho biết, phần lớn những cặp vợ chồng sống thiếu hạnh phúc dẫn tới li hôn, ngoài vấn đề kinh tế, văn hóa, tính cách ra thì cón có nguyên nhân không hài hòa về tình dục. Thiếu tính dục làm cho cuộc sống mất thăng bằng và nhạt nhẽo, vô cảm.

Trong văn học trung đại, Hồ Xuân hương là thi sĩ công nhiên nói tới tính dục trong thơ ca, với những cách miêu tả độc đáo về nhục thể của con người. Văn học trung đại thường né tránh về bản năng tính dục, nhưng đến nữ sĩ này lại nhận thấy các cơ quan sinh dục là một trong những biểu hiện của vẻ đẹp con người. Hồ Xuân Hương đã từng có những vần thơ biểu tượng:

Đôi gò bồng đảo sương còn ngậm
Một lạch đào nguyên suối chửa thông...
(Thiếu nữ ngủ ngày)

Hay:

Cầu trắng phau phau đôi ván ghép
Nước trong leo lẻo một dòng thông
Cỏ gà lún phún leo quanh mép
Cá diếc le te lách giữa dòng (...)
(Giếng nước)

Và không ít người đã phê bình, chỉ trích thơ Hồ Xuân Hương tục và dâm, bởi thi sĩ này đã lấy con người tự nhiên làm đối tượng thẩm mĩ cho nghệ thuật, tạo nên cảm hứng thăng hoa, khơi gợi cảm xúc rạo rực, ngợi ca, khẳng định hạnh phúc, ngợi ca cái trần tục của con người. Đó là một khát vọng tự nhiên, đòi hỏi giải phóng bản năng con người khỏi mọi trói buộc của cường quyền và lễ giáo ngàn đời.

Trong văn học nửa đầu thế kỉ XX, bức tranh tình dục chủ yếu gắn với nhân vật quan lại hoặc tầng lớp thượng lưu với hàm nghĩa phê phán, đời sống sinh hoạt tình dục của những con người dưới đáy xã hội ít được nhắc đến như là một niềm vui sống. Nguyên Hồng nói đến miếng ăn, Thạch Lam nói đến chất thơ từ những cảnh sinh hoạt lam lũ, Kim Lân, Tô Hoài nói đến những phong tục ngộ nghĩnh hay thú vui điền viên, đôi ba tác phẩm của Lan Khai mô tả về tình dục trong quan hệ với tình yêu. Trong khi đó, phương Tây, tiểu thuyết đã mô tả tính dục như một nhu cầu thầm mĩ, một thuộc tính văn hóa. Tình dục ở đó là một thuộc tính của nhân sinh phổ biến, thậm chí là một khía cạnh được tán dương trong nghệ thuật. Người hùng trong những phim Mỹ không chỉ có tài thao lược mà còn phải bản lĩnh hơn người trong chuyện gối chăn. Trong hầu hết các bộ phim, nhân vật chính dù chỉ thoáng qua nhưng đều xuất hiện ít nhất một lần trong những khuôn hình có liên quan đến tình dục.

Đến nay, tình dục dường như trở thành một đặc điểm của văn học trẻ Việt Nam, đó không chỉ được quan niệm là bản năng sinh tồn của con người mà còn là bản năng sinh tồn chung của sinh vật, là sợi dây giao cảm của sinh giới, nó có thể làm cho quan hệ người thay đổi: có thể thắt chặt gần gũi, cũng có thể phá vỡ xa cách dẫn đến hận thù... nó chính là một trong những nhân tố của sự sống nói chung. Ngoài Vũ Xuân Tửu đề cập đến sex trong sáng tác, ở khuynh hướng này không thể không nhắc đến các đại diện như Y Ban với *I am đàn bà*; Đỗ Hoàng Diệu với *Bóng đè*; Nguyễn Ngọc Tư với *Cánh đồng bất tận*; Nguyễn Bình Phương với *Ngồi*; Dương Bình Nguyên với *Giày đỏ*; Đặng Thiều Quang với *Đảo cát trắng, Chờ tuyết rơi*; Thủy Anna với *Điếm trai...* Nhiều nhà văn đã lợi dụng vấn đề sex, nhằm thể hiện ý đồ nghệ thuật của riêng mình: Sex không chỉ riêng vấn đề bản năng mà còn liên quan đến cái đẹp và cái thiện.

Qua tiếng kèn lá đơn giản nhưng đã dẫn người thầy giáo và Mỷ (*Tiếng kèn lá trên đỉnh Mã Pì Lèng*) đến với nhau bằng một tình yêu trong như nước suối. Đến khi bố mẹ không ưng Mỷ với thầy giáo, vì sợ rặng thấy giáo lên phổ cập giáo dục hết ba năm sẽ về xuôi, nên bảo nàng đi lấy người khác. Thất vọng, Mỷ không nghe lời cha mẹ đã ăn lá ngón tự tử. Trong trái tim Mỷ chỉ có thầy giáo, có đi lấy chồng thì người chồng đó là thầy giáo. Chết rồi nhưng tình yêu sâu nặng còn sống mãi, khao khát một cuộc sống vợ chồng vẫn da diết cho nên nàng đã hóa hồn vào người bạn của mình là Tiên ở bản người Giấy để được tái sinh trở về với người yêu. Nhà văn khai thác rất tài tình tâm trạng của những người đang yêu: "Tôi cùng Mỷ dắt ngựa qua cầu. Bóng Mỷ sánh bước bên tôi. Cầu treo rung rinh in bóng hình nhạt nhòa trên sóng nước. Tôi ngây ngất như bước trên mây. Mỷ cũng bâng khuâng như lướt trên gió... Mỷ ngồi gọn trong lòng tôi trên lưng ngựa. Má đỏ au và thơm như táo chín, môi đỏ mọng như hoa đào ngậm sương, mắt nhìn thăm thẳm trời thu biên thùy, cánh tay trắng ngần của Mỷ quàng lên cổ tôi. Chúng tôi hôn nhau mê mải". Nhà văn đã đi sâu vào thế giới tâm trạng của đôi lứa để diễn tả chất men say của tình yêu, một cái đẹp, cái thiện sống trong tim mỗi người. tình yêu làm cho thế giới này cao đẹp.

Tình yêu có đủ sức mạnh, bất chấp mọi cản trở để được bên nhau. Anh chân sào và bà chủ thuyền ở *Người sông nước* là một đôi nặng nghĩa tình. Đó không phải là tình cảm của sự thoáng qua. Bà chủ thuyền đã có chồng, có con, anh chân sào vẫn là trai tân, thế nhưng tình yêu đã đưa hai ngời tới với nhau và vận vào cả đời họ dù người dương kẻ ở cõi âm. Từ sự quí mến khâm phục bởi anh biết vận vần, rồi lửa lòng bắt đầu nhen lên. Trái tim con người sinh ra không chỉ để đảm bảo sự sống sinh học tồn tại qua từng nhịp đấp của nó, quan trọng hơn trái tim sinh ra là để yêu thương. Trái tim ấy dù kiên gan để vượt qua mọi khó khăn, nhưng nó chưa bao giờ vượt qua được tình yêu, vượt qua được vẻ đẹp phồn thực của con người. Anh chân sào khi "nhìn thấy tấm lưng nõn nà, dải yếm thắm lơi lơi, tôi không cầm được lòng mình. Bàn tay trai tráng chuyên cầm sào của tôi, vồ vập ôm lấy khuôn ngực thây lẩy, nóng hôi hổi. Bà chủ khẽ giật tay tôi ra, tôi toan rút tay ra, bà chủ lại níu vào. Thế rồi như đôi giao long chúng tôi quấn quít lấy nhau". Anh chân sào thì "chỉ phải lòng mỗi cô", còn bà chủ thuyền không phải gặp ai cũng vừa lòng, khi cánh chân sào biết chuyện giữa anh với bà chủ, có anh cũng định giở trò tòm tem liền bị bà chủ cho cái tát, nảy dom đóm mắt, nên cạch. Như vậy tình dục phải có sự chín mùi của tình yêu mới thăng hoa và thiêng liêng. Tình yêu là một tín hiệu riêng của lòng người khi hai tâm hồn hòa hợp.

Sau khi bà chủ thuyền chết, người chồng bạc tình sợ, bế con rời thuyền, bỏ lại xác; cánh chân sào một lần nữa lại đưa bà chủ thuyền trở về với anh chân sào. Hình tượng anh chân sào chung thủy suốt ngày ôm yếm thắm người mình yêu trong lòng như ôm hình bóng bà chủ thuyền, ngày ngày chăm sóc ngôi mộ bà chủ thuyền, sống với bà chủ thuyền trong suy nghĩ, trong nỗi nhớ nhung da diết cho đến ngày cuối đời.

Tình yêu là bước đầu tiên của hoạt động duy trì nòi giống. Đồng và Huyền (*Cõi mê*) yêu nhau và cũng mong có được hạnh phúc của một đôi vợ chồng. Tình yêu đó đã đi đến sự hiến dâng, tận hưởng nhưng nó không vượt quá ranh giới cho phép, nó biết đặt trọng sự tôn trọng, sự giữ gìn nếp sống văn hóa phong tục. Nhà văn rất nhạy bén khai thác trạng thái tâm hồn của những người đang yêu như thích được gần gũi nhau, nghe thấy hơi thở nhau, bởi "tình yêu là một cơn động đất", có sức mạnh vô biên. Và ông cũng không kém phần sắc sảo khi đặt nhân vật của mình vào ngưỡng thử thách. Đồng và Huyền quấn quít lấy nhau, say mê nhau nhưng cả hai đã biết dừng ở đâu để tình yêu sống, nếu dục tính đi đến tận cùng thì không còn tình yêu nữa. Không cần miêu tả một cách ẩn dụ như người xưa, ngòi bút của Vũ Xuân Tửu dường như đang vẽ ra từng nét sinh động như cụ Nguyễn Du từng nói:

Rõ ràng trong ngọc trắng ngà
Dày dày đúc sẵn một tòa thiên nhiên.

Trong *Cõi mê* không biết bao nhiêu lần nhà văn miêu tả cảnh gần gũi bên nhau của hai thân thể con người đang yêu nhau để làm nổi lên sự dâng trào cảu tình yêu trong lòng nhân vật. Như Ba Khơ, một anh chàng đi tù về làm nông dân thế mà suốt ngày cứ hỏi Huyền và Đồng đã cho hai "cái ăn cơm" chập nhau chưa? Anh kể chuyện ân ái của các đôi nam nữ cho Đồng, Huyền nghe rất tự nhiên. Nhà văn cho con người bình thường, trần tục nhất phát ngôn về tình dục để thấy được tính dục cũng bình dị như mọi nhu cầu vật chất của con người, vấn đề ở chỗ con người cần nhìn nhận nó ra sao. Chính bản thân Ba Khơ thích vợ mặc váy lá khi đi ngủ, hoặc đi ra ngoài. Dường như trong đời sống, không ai là không muốn chiếm ngưỡng vẻ đẹp phồn thực của con người. Khi sex đi liền với tình yêu là một sức mạnh, làm cho nhân vật "khuôn mặt lúc nào cũng rạng rỡ như đóa hoa xuân dưới nắng mai. Ngọn lửa trái tim đã thắp sáng đôi mắt, lúc nào cũng long lanh như đang cười, tình yêu cháy trong lòng, ánh lửa tỏa ra chín hồng đôi má. Ban đêm, ngọn lửa tình yêu bùng lên, cháy rừng rực...".

Khi chết, tình yêu lại theo con người về thế giới bên kia, khát vọng được giao hoan vẫn bám riết họ. Huyền đã ở cõi âm, nhưng dù là ngày hay đêm nàng luôn hiện về yêu thương, tình tự với Đồng như đôi vợ chồng thuở tân hôn, nhà văn không ngại ngần đưa ra bức tranh tình dục: "Y bế nàng, đặt nằm xuống thảm cỏ-lúa xuân và chống tay nằm đè lên. Nàng từ từ dạng hai chân ra". Tình yêu không có sự chia cắt dù cho khoảng cách không gian, thời gian ở giữa hai người như thế nào. Và chúng ta đã không bao giờ tìm thấy điểm cuối của tình yêu, bởi như ông hoàng thơ tình Xuân Diệu đã khẳng định:

Dẫu tin tưởng chung một đời, một mộng
Em là em, anh vẫn cứ là anh
Có thể nào qua vạn lí trường thành
Của hai vũ trụ chứa đầy bí mật.

Hai người đang sống trong tình yêu nhưng chính bản thân họ cũng không cắt nghĩa được tình yêu là gì, họ chỉ biết khao khát được gần nhau, say đắm bên nhau:

Hãy sát đôi đầu, hãy kề đôi ngực!
Hãy trộn nhau đôi mái tóc ngắn dài
Những cánh tay hãy quấn riết đôi vai
Hãy dâng cả tình yêu lên sóng mắt
Hãy khăng khít những cặp môi gắn chặt.
(Xuân Diệu)

Đó chính là ma lực của tình yêu, một sức hút mạnh hơn cả sức hút mọi từ trường. Trong tình yêu chân thành cũng không có sự thỏa mãn cuối cùng, bởi dù đã quấn riết vai lấy vai... nhưng "thế vẫn còn xa cách lắm". Cái hay, cái đẹp thanh cao và sự bí ẩn của tình yêu là ở đó, ở chỗ gần lắm, gần đến nỗi không còn khoảng cách không gian nào nữa, nhưng vẫn cứ xa, cái xa để tình yêu sống mãi với dân gian, để loài người luôn khao khát được chinh phục nó chăng? Qua những trang viết của mình, nhà văn muốn chứng minh khát vọng và thuộc tính của tình yêu muôn thủa.

Vì khao khát muốn có cô gái đẹp trong tranh, có một tình yêu, một tổ ấm gia đình mà Mộc đã không ngại ngần khi cho Lụa một phần xương máu của mình, để nàng ra ngoài đời làm vợ (*Hình bóng đàn bà*). Cái Mộc muốn có, muốn xây dựng lên rất đẹp, đó là một gia đình, có một người vợ tần tảo sớm trưa, sống ấm cúng bên nhau. Nhưng Lụa, khi đã ra ngoài đời thực, trở thành một người phụ nữ sống theo trào lưu của thời cuộc thì nàng không còn là nàng Lụa trong tranh nữa. Nàng đã trải qua chín trăm chín mươi chín cuộc tình. Lụa đến quá đỉnh cao của dục tính. Nàng thích khỏa thân và giao thoa về giới đối với nàng như một trò chơi trong cuộc sống. Sex là đẹp, là nhân văn khi nó đi liền với tình yêu chân chính, còn không nó sẽ thành một hành vi sa đọa, bị dư luận, xã hội lên án. Ham muốn của con người là vô hạn, ham muốn về giới là bản năng thường tại, nhưng con người cần thiết phải biết dừng lại ở đâu để sex có ý nghĩa là nhịp sống lành mạnh tự nhiên của con người.

Không ở đâu sex diễn ra đậm đặc, tự nhiên như trong *Người rừng*, sex không chỉ là sợi dây giao cảm giữa con người với con người, mà nó còn diễn ra giữa con vật với con người. Sex ở đây đã nói lên sự giao thoa về giới là bản năng sinh lí của sinh vật, là bản năng sinh tồn nòi giống của sinh giới cũng như sợi dây giao cảm của con người. Mỗi loài sex theo một vẻ riêng, nó diễn ra như một thành phần mang tính tất yếu của cuộc sống.

Mạc sống gắn chặt với nghề đốn củi, bằng đôi mắt và trái tim đang yêu của một người đàn ông khỏe mạnh, anh nhận ra vẻ đẹp của vợ: "Mạc xoa lên tấm lưng trần, nõn nà của vợ. Hình như cho đến tận hôm nay, Mạc mới nhìn kĩ như vậy... Dưới ánh trăng rời rợi, lưng, đùi, ngực của Gái trắng như củ sắn bóc vỏ". Cả hai quấn quít lấy nhau như đôi giao long giữa thiên nhiên thơ mộng, đầy vẻ yêu thương. Nhà văn tả cảnh ấy không chỉ bằng trái tim nhân từ, biết nâng niu mà còn bằng cả ánh mắt yêu nồng nàn. Cảnh yêu nhau của vợ chồng nhà Mạc khiến cả chú Cuội và thần Cây Da phải "nhỏ nước dãi ra" và ao ước được như con người. Từ những trang viết tự nhiên, ta bắt gặp lại sự đồng cảm về khát vọng sống của người cầm bút như muốn hòa mình vào thế giới.

Khỉ Đột khi nhìn thấy Gái nằm im lìm trên tảng đá, bản năng sinh dục của nó trỗi dậy, nhưng chờ cho người đàn bà đó tỉnh mới "ôm choàng lấy thị và cưỡi lên lưng". Quen hơi, quen miếng từ đó, đêm đêm nó hay về quanh nhà Gái, đến lúc Gái sinh ra Gái Con thì "đêm đêm Khỉ Đột công nhiên đi lại với Gái". Không chỉ có con người mới hoài niệm về nơi gặp gỡ nhau lần đầu với người khác giới, chú Khỉ Đột còn biết "lôi cây que, gỗ lạt về nơi gặp gỡ đầu tiên" giữa nó với Gái , để dựng lều cho hai mẹ con.

Dường như đã là sinh vật sống, thì loài vật nào cũng "đam mê" sự giao hoan. Gái Con, trên đời, nó không hề sợ một thứ gì, nó cũng chẳng thù ghét ai, thế nhưng nó "chúa ghét cảnh trâu đực nhảy lên lưng trâu cái. Hễ cứ thấy hai con trâu có sáu chân dưới đất là nó vác gậy đánh chí tử, khiến cho chúng phải bỏ chạy vào rừng mới thôi. Thế rồi nó ôm mặt khóc, chổng mông lên mà khóc, có khi ốm khật khừ mấy ngày". Sau này gặp người rừng, Gái Con từ lấy cung bắn đuổi đi đến bán tín bán nghi, cuối cùng bị chinh phục bởi sức mạnh nguyên thủy ấy: "Gái Con vừa mong ngóng lại vừa sợ hãi. Cái cảm giác kì diệu kia như một chất men ấp ủ, ám ảnh. Từ bấy, đêm đêm Gái Con không đốt lửa nữa, cô gắng ăn cơm chiều từ lúc còn vàng mặt trời và ủ bếp. Đề phòng người rừng khi trở lại không phải sợ nữa". Một sự thay đổi lớn, tạo ra bước ngoặt đáng nhớ trong cuộc đời cô, ý thức về bản thân cũng được đánh thức, từ đấy "Gái Con không tuềnh toàng nữa". Sắc dục như một luồng điện không chỉ chạy qua con người thể xác cô mà ăn sâu vào trong trái tim, tâm trạng cô: "Đôi mắt cô lúc nào cũng dõi về phía cửa rừng, y như thể có sợi dây đã cột chặt đôi mắt cô vào gốc cây nào ở đó rồi". Là một con người sống vô tư, nhưng từ khi được người rừng bước vào cuộc đời của cô thì "cô càng tự hỏi lòng mình, lại càng rối bời như canh hẹ" và thú nhận với vong hồn bà ngoại: "Cháu thích người rừng ấy". Người rừng không biết nói tiếng người, không quần áo, nhưng bản năng sinh dục của loài người mãi ngự trị: "Người rừng vẫn ngồi bất động, nhìn Gái Con như thôi miên, rồi từ từ tiến lại và nằm đè lên. Gái Con như người mất hồn mặc kệ trời đất xoay tròn".

Thần Thiên Lôi khi nhìn thấy cảnh chồng Ngọc Nữ ra sức "bóp hai cái chũm cau của Ngọc Nữ trở thành đôi quả bưởi" cũng phát cuồng lên. Thiên Lôi tìm cách thụ thai với Ngọc Nữ để thỏa lòng ao ước thầm kín bấy lâu nay trong lòng mình.

Còn thằng đồn trưởng De Gas chưa bao giờ đụng đến đàn bà bản địa, chê hôi hám thế mà hôm nay gặp Gái thì "lửa tình bốc lên đùng đùng", cả hai gièo nhau "làm cho cả đồn rung lên như động đất. Bọn lính sợ sập đồn tháo chạy cả ra sân". Từ đó, đồn Cây Da, bất kể đêm, ngày đều xảy ra động đất. Nhà văn phóng đại sex thành sự kiện biến động của thiên nhiên, để diễn tả nỗi khát khao của con người.

Qua *Người rừng*, vấn đề sex diễn ra càng khẳng định nhu cầu tồn tại tất yếu của sinh giới, nếu sex không diễn ra thì con người và muôn vật sẽ mất đi trong quá trình phát triển, dẫn đến sự không hoàn thiện của cuộc sống. Qua một loạt tác phẩm đề cập đến sex, Vũ Xuân Tửu muốn khẳng định rằng: trong giới hạn nhất định, tình yêu đi liền với tình dục là một nét đẹp nguyên thủy của con người, đó là bản năng sinh lí chung của sinh vật, là sợi dây giao cảm thần kì của con người với con người, con người với thiên nhiên. Chúng ta nhìn các hiện tượng tự nhiên với con mắt như thế nào để tương xứng với qui luật muôn đời của nó.

2.3.3. Hoạt động tâm linh

Andre' Malraux đã nhận định rằng: "Khoa học của thế kỉ XXI phải là khoa học tâm linh, nếu không sẽ không làm gì còn khoa học nữa". Định nghĩa về tâm linh ở các thời đại khác nhau thì cách cắt nghĩa khác nhau. Căn cứ vào sự ghép nghĩa nguyên hợp của từ, chúng ta đều hiểu "Tâm" như nguồn gốc phát sinh, như người đạo diễn, như nguyên lí động lực học của tình cảm, ý chí, ham muốn của hoạt động tâm linh. Còn "Linh" hay linh thiêng là những điều kì diệu tác động lên cuộc sống con người. Tác dụng ấy hay hiệu lực ấy có cường tính không giới hạn, nhưng cơ chế của nó lại nằm ngoài, thậm chí thường khi mâu thuẫn với kinh nghiệm hằng ngày, tri thức phổ biến, qui luật thực nghiệm và nguyên lí khoa học. Do đó "linh" thường làm ta hoang mang trước sự lựa chọn, hoặc thực hiện tai nghe, mắt thấy hoặc cảm nhận tri thức mà ta đã tích hợp. Tâm linh là cảm giác về trạng thái tinh thần không nắm bắt được.

Các nhân vật trong truyện kì ảo của Vũ Xuân Tửu là những con người bình thường, họ rất tin vào thế giới bên kia khi người ta chết. Họ tin rằng vẫn tồn tại một lực lượng siêu nhiên huyền bí để phù hộ cho mình, vẫn luôn theo mình, người sống cần có những hoạt động cúng lễ hằng năm vào những ngày đáng nhớ đối với người đã khuất. chết không phải là hết, chết là một sự hóa kiếp. Cho nên chỉ mỗi một việc chặt cây mít lâu năm trong vườn, gỗ thì bán đong gạo, đất xới lên trồng luống lạc, rạch đậu... Thế mà, vợ Bưởng "trong lòng thấy lo lo, bèn lén đi xem bói". Rồi một thực trạng diễn ra: "Từ khi có pho tượng dưới gốc đa, không ngày nào là tắt hương khói. Các nơi đổ về cầu khấn, hòm công đức ngày một đầy, người làng dùng tiền ấy xây một cái miếu to để thờ. Khi rước tượng từ lán vào miếu, nhìn thấy cái lỗ yểm tâm rỗng tuếch, chẳng thấy lá vàng đâu cả, ai nấy đều sợ toát mồ hôi hột. Bưởng nhanh trí lấy ngay gói thuốc lào nhét vào, nom lại phẳng phiu như cũ. Mấy người được mục sở thị việc ấy cũng không dám hé răng nói nửa lời, sợ ngài quở" (*Pho tượng gỗ mít*). Niềm tin vào một lực lượng huyền bí đã khiến cho người ta tạo ra các hoạt động thờ cúng, bói toán. Họ nghĩ người trần mắt thịt sẽ không nhìn rõ cõi âm, nên phải nhờ đến các thầy cúng, thấy bói. Điều này khiến họ sống yên tâm hơn với suy nghĩ, bên cạnh mình đã có lực lượng thần tiên phù hộ, nâng đỡ.

Anh chân sào trong *Người sông nước*, khi người tình chết không nơi chôn cất đã vượt qua qui định, giấu dân làng chôn cất bà ở trong vườn nhà. Người chết không còn ăn uống như lúc đang sống, nhưng ở cõi trần vẫn "ngày ngày tôi giữ lễ cúng cơm. Tôi có gì cúng nấy, miễn sao bộc bạch được lòng thành của mình. Hôm thì đĩa khoai, hôm thì bát cá. Dù nghèo hèn nhưng tôi lúc nào cũng trọng việc thờ". Hầu như tất cả những người dân Việt Nam đều trọng việc thờ cúng người đã khuất. Họ cúng vừa thể hiện niềm thành kính đối với người đã mất, vừa cầu mong bề trên linh thiêng mà phù hộ cho bản thân mình tong cuộc sống. Họ cho việc làm này thuộc vào phẩm chất đạo đức con người.

Cái yếm thắm bà chủ thuyền để lại được anh chân sào nâng niu, anh coi đó như hồn người quá cố còn phảng phất đâu đây. Con chim lửa bay lượn, con bướm trắng to như ngọn phong đăng đều được anh chân sào tin rằng, đó là hồn người thương nhớ của mình hiện về. Thậm chí những luống hành trồng trên mộ bà chủ thuyền cũng tươi tốt lạ thường và người làng ai cũng bảo đó là hành ma. Trong tiềm thức của nhân dân, luôn luôn tồn tại một số đối tượng vô hình mà họ gọi là *ma*. Cánh chân sào đi thuyền cũ được lộc thì các anh nghĩ là do vong linh bà chủ thuyền đã phù hộ, mang lộc đến cho. Bà chủ thuyền đến nay không còn nữa, nhưng niềm tin đã khiến cánh chân sào nghĩ rằng, phảng phất đâu đây xung quanh cuộc sống lao động của mình bà chủ vẫn tồn tại, họ luôn tin bà vẫn hiện về, qua sự hóa thân vào những con vật khác nhau.

Trong truyện *Tiếng kèn lá trên đỉnh Mã Pì Lèng*, sau khi Mỷ chết, mộ cô đặt dưới chân núi Mã Pì Lèng, thầy giáo, người yêu của cô, tuần nào từ bản lên phòng giáo dục đều đi qua và ngồi bên mộ đến nửa đêm, có hôm gần sáng mới rời. hai người như có sợi dây giao cảm, không có sự cách biệt âm dương. Không phải ngẫu nhiên vì tình thương xót mà người đàn ông này phủ phục bên mộ cô như vậy. Phải chăng thâm tâm anh tin rằng, cô có thể nghe, cảm nhận được tiếng nói, hơi thở của anh. Anh tin cô đã chết, nhưng hồn linh thiêng luôn ở bên anh.

Khi con người gặp may mắn, được của cải, họ nghĩ tới sự phù hộ của bề trên. Đôi vợ chồng nhà Mạc (*Người rừng*), được một hũ sành đựng đầy vàng, tuy chưa có cơ hội để tạ thần Cây Da, nhưng trong bụng nghĩ: "Chúng tính bữa nay về sẽ bới hũ vàng lên, làm một cái miếu tạ thần Cây Da, rồi nhà cửa sẽ tính sau". Ngự trị trong lòng người dân một niềm tin rằng, có cúng có thiêng, có cầu có được. Khi người rừng chết, xác lôi đến đâu, mối đùn lên đến đó. Lúc trời hạn hán "lúa nghẹn đòng, rau khô lá, người không có nước tắm...", dân lập đàn cầu đảo mà không có được giọt nước, vội phủ phục bên đống mối kể lể, "tức thì mây đen kéo đến kín trời. Người vừa kịp chạy vào nhà, gà vừa kịp lên chuồng, thì đổ mưa xối xả". Theo quan niệm dân gian, nếu xung quanh ngôi mộ người đã mất có mối đùn là báo hiệu một sự linh thiêng, phát tài phát lộc. Từ đó, dân càng tin hơn hơn vào sự linh thiêng của người rừng, đã "lập miếu thờ ngay cạnh đống mối, lại lấy gỗ mít mà tạc tượng". Người rừng trở thành Phật trong lòng dân, thấy vậy, Gái Con cùng các con đã lấy ngày ông ông nó tử trận làm giỗ và mời dân làng, Gái Con khấn gọi vong linh ông cụ Mạc về cùng hưởng.

Thờ cúng tổ tiên ông bà đã trở thành một nếp sống đạo đức phù hợp với tâm lí trọng đạo của người Việt Nam, biểu hiện lòng biết ơn, ý thức uống nước nhớ nguồn.

Đồng trong *Cõi mê* không phải hướng về gia tiên, người anh cầu khấn đêm ngày đó là Huyền, người yêu của anh. Trước khi Đồng biết Huyền chết đuối, một vị bác sĩ khám tử thi cho cô để xem nguyên nhân cái chết, lúc khám xong, vị bác sĩ sợ vì động chạm đến người chết, nên vội vàng "đốt bó hương cắm lên ngôi mộ vô danh vừa đắp xong và lầm rầm khấn: cầu xin cô đừng oán trách tôi đã động chạm đến thân thể cô, chẳng qua là việc bất đắc dĩ. Tôi với cô không thù không oán, xin đừng báo hại đến công danh sự nghiệp của tôi và vợ con tôi. Cầu mong vong linh cô được mát mẻ". Người đang sống bao giờ cũng cảm thấy sự linh thiêng, bí ẩn của người đã khuất, vị pháp y này là trường hợp chứng minh. Đó cũng là tâm lí chung của nhiều người. Những người tuy không quen biết Huyền, nhưng khi đi qua đã "thắp hương khấn vái", nghĩa tử là nghĩa tận, đắp mộ cho người đã khuất coi như một việc làm nhân đức. Gia đình Huyền đã rước vong cô về thờ và hóa tiền vàng, quần áo cho cô. Riêng Đồng thì sắm thêm đồ vàng mã: "Một chiếc nón quai thao, một bộ áo dài màu hoàng yến, một cái quần trắng, một cái thắt lưng xanh, một đôi hài và bộ đồ trang sức...", rồi y bùi ngùi dặn cô trong hương khói. Người trần bao giờ cũng mong người đã mất được ấm áp, no đủ. Họ hóa đủ thứ đồ dùng, thức uống làm lễ cúng bái, vừa thể hiện lòng yêu thương, tiếc nuối đối với người đã khuất, vừa mong người cõi âm về hưởng lộc và phù hộ cho họ trong cuộc sống. Trong xã hội hiện đại ý thức về tâm linh không mất đi mà dường như ngày càng trở nên sâu sắc. Đó đây còn có trung tâm nghiên cứu tiềm năng về con người và các nhà ngoại cảm để trợ giúp mọi người.

Người đang sống luôn có tâm trạng lo lắng cõi âm sẽ quấy nhiễu cuộc sống, con cái, gia đình họ. Anh lái đò khi thấy Đồng định lao xuống sông với Huyền, biết cô này đã mất, anh ta sợ bị ma ám thì nguy, cho nên khi vừa cập bến, "anh rút thẻ hương trên mui thuyền; đoạn, lấy một mớ bẹ chuối dưới lòng thuyền, anh ta rải bẹ chuối nối nhau từ mép nước lên bờ, rồi thắp hương lầm rầm khấn vái". Đồng cũng bỏ chuyến đi sưu tầm về nhà 'thắp hương lên bàn thờ mà khấn vái: Huyền ơi, trưa nay gặp bóng hình em, không rõ thực hư ra sao, nhưng đêm ngày luôn cảm thấy em đồng vọng. Em sống khôn thác thiêng thì nhận lấy tấm lòng của anh mà đồng hành cùng năm tháng". Theo cảm nhận như vậy, song song với thế giới dương gian là một thế giới của người đã mất, và trong quan niệm của người đang sống thì cõi âm luôn tồn tại, hoạt động tín ngưỡng thờ cúng người quá cố là nối liền mạch sống âm dương. Như thế và trong sự sống đã nảy mầm cái chết, mỗi con người sẽ là một bóng ma, đó là tín ngưỡng của lòng người. Quả vậy, việc thờ cúng tổ tiên và người đã khuất có một vị trí quan trọng trong đời sống gia đình và xã hội của chúng ta. Nó đã trở thành một thứ văn hóa tâm linh, và theo một nghĩa nào đó, đúng là một tôn giáo bản địa. Nếu tôn giáo, đúng như ý nghĩa từ nguyên của nó đã chỉ rõ, là mối liên kết tinh thần nối liền con người với những lực lượng siêu nhiên, việc thờ cúng những người đã chết là cách biểu hiện những mối quan hệ giữa thế giới của những người đang sống với thế giới những người đã khuất. Các mối quan hệ ấy là liên tục. Linh hồn người chết thường xuyên can dự vào cuộc sống của những người đang sống, người sống luôn có suy nghĩ rằng, người chết luôn theo dõi mình. Những linh hồn che chở cho họ, bảo vệ họ, gợi hứng cho những ý tưởng và hành vi của người sống. Có thể nói, bóng ma sẽ nhìn theo chúng ta, bằng những đôi mắt có thể xuyên suốt bóng tối của sự sống, sự chết. Và rất có thể, chính bằng những đôi mắt ấy mà nhân loại có được một hình dung thoáng chốc nào đấy, về tương lai và số phận của mình.

Tóm lại, sống trong kí ức của chúng ta, trong mọi công việc của chúng ta, trong mong ước của chúng ta, về một cuộc sống còn sống động hơn cả cuộc sống trên trần thế này.

2.4. Những nhân tố hình thành yếu tố kì ảo trong truyện Vũ Xuân Tửu

2.4.1. Tưởng tượng hư cấu

Mọi tác phẩm văn học đều được hình thành trên nền hiện thực cuộc sống, nhưng hiện thực đó đã được lọc qua tư tưởng của nhà văn. Cho nên hư cấu là sự sáng tạo trong mọi tác phẩm. Không có một Chí Phèo ngoài đời y nguyên chí Phèo trong tác phẩm, đó là kết quả sáng tạo của nhà văn, Nam Cao đã quan sát hàng nghìn cảnh đời, số phận người nông dân trước cách mạng Tháng Tám 1945, rồi tạo nên hình tượng Chí Phèo trong tác phẩm cùng tên. Ở truyện kì ảo, hư cấu lại đòi hỏi ở mức độ cao hơn, nó là nhân tố tạo ra yếu tố kì ảo cho tác phẩm, nhân vật, sự việc không theo logic thường mà phụ thuộc vào sự sáng tạo của nhà văn. Tuy không theo logic thông thường nhưng yếu tố kì ảo đã trở thành đôi cánh nâng tính hiện thực thăng hoa tới những đỉnh cao mới. Tính chất hư cấu ấy đã “biến hiện thực thành hoang đường mà không đánh mất tính chân thực”. Bản thân yếu tố kì ảo cũng không phải là cái gì hư vô bên ngoài con người, mà nó được bắt nguồn từ chính thế giới tưởng tượng, thế giới nội tâm bí ẩn của con người. Từ thế giới lung linh huyền ảo này, chúng ta cảm nhận được tiếng nói chân thành của nhà văn trước cuộc sống và tài năng sáng tạo độc đáo của nhà văn.

Trong truyện kì ảo của mình, Vũ Xuân Tửu đã sử dụng hư cấu, tưởng tượng để tạo ra những chi tiết dị thường, nhằm thể hiện dụng ý nghệ thuật của người cầm bút. Điều này thể hiện trong cách miêu tả, xây dựng tình huống, chi tiết truyện...

Ở Hình bóng đàn bà, rõ ràng thực tế không thể có người trong tranh bước ra ngoài đời chăm lo cho người khác, như cô Tấm trong truyện cổ tích *Tấm Cám*, mà chỉ có trong tưởng tượng của nhà văn, và cũng không có cảnh cô gái trong tranh bước ra ngoài đời bằng cách xin người chồng tương lai của mình một phần xương máu của anh ta. Nhưng bằng hư cấu, văn học có đủ sức mạnh biến cái không thể thành cái có thể, mang ý nghĩa nhân sinh. Cô gái trong tranh bước ra cuộc đời, nhà văn đã sáng tạo nên một câu truyện với nhiều tình tiết ảo, nhưng lại nói được nhiều điều đáng nói về cuộc sống. Lụa bước ra khỏi tranh, làm vợ Mộc, cô sa vào vòng dục vọng không giới hạn, và để lại những vết nhơ trên mình.

Con cua mai xanh hình mặt người như một nhân chứng làm "trọng tài" đạo lí, luôn đồng hành cùng Mộc đã thay đổi khi Lụa biến thành một cô gái dâm đãng, đến lúc cô thoát thai, lột xác lần thứ hai để làm người, quay trở về nơi cô đã sinh ra, thoát khỏi vòng thời cuộc, khôi phục và giữ gìn cái đẹp thì con cua mai xanh hình mặt người cũng lột xác đổi càng và đã đi đâu mất không còn bên Mộc nữa.

Bằng trí tưởng tượng hồn nhiên cùng nghệ thuật hư cấu, nhà văn đã tạo ra hình tượng những cái tai như những cây nấm mọc lên dầy trên nóc nhà Mộc: "Quanh cái xác nhà nom thật lạ lùng. Trong đám cột, kèo, rui, mè, đòn tay... mới dỡ xuống bám đầy mộc nhĩ. Có mục nát, ẩm ướt gì đâu mà mụ nhĩ mọc được nhỉ? Nhìn. Rồi nhắm mắt lại mà thảng thốt, hóa ra là những cái tai người.. Nhìn tận mắt, lại nhận ra, kia là những cái tai bẹp của hàng xóm. Kia là những cái tai dong dỏng của đám cơ quan". Và anh đã gửi trả lại số tai ấy cho hàng xóm, cho những người đồng nghiệp ở cơ quan. Xem ra đây toàn là sự hoang đường, quái dị, nhưng phản ánh một hiện tượng: quanh mình luôn luôn có những cái nhìn của mọi người, người tốt nhìn nhận mình bằng đôi mắt nhân hậu và lòng vị tha, còn như gặp kẻ xấu thì họ sẽ tự nặn ra một con người mới của mình trong mắt những người khác. Cuộc sống là vây, tiếng lành đồn xa, tiếng xấu đồn xa. Tai mắt dư luận ở quanh ta. Cho nên con người sống luôn để ý đến dư luận, sợ dư luận ấy của xã hội.

Bằng hư cấu, nhà văn tạo ra nhiều tình tiết hấp dẫn trong tiểu thuyết *Người rừng.* Sự giao hoan của chú Khỉ Đột với người đàn bà tội nghiệp, vợ của Mạc đang hôn mê bất tỉnh, để sau đó cô sinh ra một đứa con lai giống thần Núi, kết quả về sau tạo ra một dòng họ mới mà Ngọc Hoàng chưa thấy bao giờ. Bà ngoại của Gái Con vì thương cháu, đã biến giác quan của mình thành giác quan cầm thú (lưỡi người thành lưỡi gà). Lúc bà chết đi, gà trong làng để tang hai năm liền, gà mái không đẻ trứng, gà trống không gáy. Tất cả đều là truyện dị thường.

Nhà văn còn tạo ra những chi tiết mang màu sắc cổ tích. Sự thụ thai kì lạ của Ngọc Nữ với Thiên Lôi: "Chợt thấy có luồng gió mạnh thổi qua ào ào, lại thấy có vết chân to khác thường ngay bên cạnh, bèn tò mò thò chân ướm thử. Khi vừa đặt chân vào, bỗng có tiếng sét đánh "đoành" một cái, ánh chớp lóe xanh như lửa mả và mùi khét lẹt như thịt người cháy... Hồi lâu, Ngọc Nữ tỉnh lại, cảm thấy trong người chuyển động khác thường, đau ngực, háng rát như thể mỗi khi chồng uống rượu quá chén mà giày vò vậy. Từ đêm đó, bụng Ngọc Nữ mưng dần lên". Các nhân vật trong truyện cổ như Sọ Dừa, Thành Gióng... đều được sinh ra có những nét kì lạ như thế. Hay việc thần Núi và Thổ Công báo mộng cho Mộc Vịt, Thủy Ngan, Kim Gà biết:

Xương gà độn thổ bấy chầy
Hoàng bào, ấn, kiếm đong đầy một nong.

Cả bọn cùng đi đào lọ xương gà và xảy ra tranh chấp, lòng tham đã sinh ra những mâu thuẫn tranh giành, đó là chuyện đã trở thành muôn thuở của loài người. Ngày xưa, cô Tấm trong truyện cổ tích *Tấm Cám* nhờ sự thương tình chỉ dẫn của bụt, cô đào lọ xương cá bống lên để có những tư trang cần thiết cho một cô gái sắp trở thành hoàng hậu. Vương quốc Ngọc Nữ lập ra, lúc đầu thịnh trị bao nhiêu thì càng về sau càng suy bấy nhiêu, điều đó phản ánh một sự thật như chân lí: tuân theo qui luật tự nhiên thì tồn tại, còn không sẽ diệt vong.

Ngược lại, ở *Cõi mê*, trước khi xảy ra chuyện không lành, băng cát-xét Đồng lắp vào đều vang lên một giọng đàn ông rổn rảng như báo hiệu trước cho anh. Lần đầu là báo hiệu cho công việc: "Sông to, gặp khó, được việc", sau đó anh và Huyền lên sưu tầm văn hóa ở vùng Sán Dìu y như lời tiên đoán của cụ già. Còn lần thứ hai vào lúc Huyền phản lại tình yêu của anh, ngả lòng vào vòng tay người đàn ông khác: "Xe đổi lái, gái đổi lòng. Chớ mong". Và lần cuối là sự xuất hiện của cụ vào lúc anh đến rừng sa mộc, khiến anh phân vân và hỏi: "Đây là cõi mê chăng?". Có người đã từng nói, cuộc sống là thiên đường, nhưng cũng là địa ngục, phải chăng là một trong những ý này. Bằng một vài chi tiết, nhà văn đã cho nhân vật một cái nhìn, một suy nghĩ kèm theo cả sự nghi vấn về cuộc sống hiện tại của chính mình. Và cũng có thể chính câu hỏi của Đồng là sự ngợi ca cuộc sống mà trời đất đã sinh cho loài người.

Điều kì lạ có được từ hư cấu chưa dừng lại đó, khi Đồng qua khúc sông nhặt được mấy hòn đá như hòn đá ma, y đã mang theo và không ít lần làm cho y giật mình, hòn cuội có thể bắt chước những động tác của con người và cũng có thể làm con người đau, dường như ẩn trong mình nó là một sự kì bí lạ thường lắm. Trong truyện *Trên đỉnh Non Tản* của Nguyễn Tuân, hình ảnh hòn cuội có nhân bị đập vỡ ra, nhân nó màu trắng nhờ nhờ tiết ra một mùi hương đượm của quả men rượu ủ trấu rồi biến mất, còn vỏ đá cuội còn lại khi ngâm vào bát nước mưa kinh niên thì say ngát vô cùng như uống rượu , đã gây không ít thích thú, tò mò cho bạn đọc.

Bằng hư cấu, nhà văn đã tạo ra những chi tiết mang màu sắc Liêu Trai, những bóng ma hiện về báo mộng, tâm sự... với những con người đang sống. Các bóng ma như mang một điều oan khuất trong lòng, họ ở cõi âm mà không yên phận, lòng luôn dõi theo người yêu, người thân của mình. Sự xuất hiện bóng ma trong tác phẩm không làm người ta sợ hãi, ngược lại nó khiến người ta rung động và cảm nhận về tình yêu, cuộc sống sâu sắc hơn.

Sức mạnh của hư cấu là tạo ra những cái mới lạ trong cuộc sống, phản ánh được cuộc sống một cách ý nghĩa; hư cấu trong nghệ thuật ngôn từ sẽ là đôi cánh cho nhà văn vươn lên thể hiện hình tượng nghệ thuật độc đáo, điều đó để đạt đến cái chân, thiện, mĩ trong sáng tác.

2.4.2. Những góc khuất trong cuộc sống

Cuộc sống giống như tảng băng trôi ba phần nổi, bảy phần chìm; ba phần nổi kia là những gì con người ta có thể nhận biết được bằng mắt thường, còn bảy phần chìm kia là vô vàn những thứ mà con người người không thể nhận ra bằng mắt trần, dù cho con người có khả năng siêu phàm đến đâu chăng nữa, thì những góc khuất ấy vẫn mãi trở thành bí ẩn mà loài người đã tìm cách giải thích chúng bằng những lí của riêng mình. Vũ Xuân Tửu đi vào khám phá một khía cạnh trong góc khuất ấy của cuộc sống con người, đó là tục thờ cúng người đã mất, niềm tin vào sự tồn tại của lực lượng siêu nhiên như thần tiên, bóng ma, linh hồn người đã khuất... rồi phát triển logic với thực tại, phù hợp với tình huống đặt ra đang cần giải quyết. Đó cũng chính là sự tưởng tượng của tác giả về thế giới bên kia, con người đã chết, giữa cuộc gặp gỡ giữa người và ma, đây cũng là tình huống của khá nhiều tác phẩm kì ảo. Những nhà văn này, yếu tố kì ảo, hoang đường được tô đậm bởi những bóng ma, lại nhằm mục đích đề cao sức mạnh tình yêu đôi lứa, khát vọng hạnh phúc bên nhau.

Huyền chết đuối trên sông, trong quá trình về với cõi âm, giữa cô và Đồng có sự giao cảm, hai người đã gặp nhau. Khi cô trở thành "người" của cõi âm thì sự gặp nhau, nhớ nhung, hiện về tình tự với nhau càng nhiều, càng da diết hơn. Hồn cô luôn đi theo đồng như hình với bóng (*Cõi mê*). Cũng trong *Cõi mê*, hình ảnh bóng ma cô gái đi làm cỏ say nắng chết trên ruộng hiện về trước ngày giỗ của cô, đó phải chăng là sự linh thiêng hay sự khao khát sống được về trần để gặp gỡ người dương thế. Cảm nhận đó dễ gây xúc động trong người đọc.

Vì tình yêu, bóng ma bà chủ thuyền lưu luyến anh chân sào đến mãi cuối đời của anh. Lúc thì biến thành con chim lửa, lúc thì biến thành cọng hành, lúc thì biến thành con bươm bướm. Linh hồn của bà chủ thuyền mãi dõi theo người tình của mình. Bóng ma ở cõi âm như con người ở cõi trần, họ tồn tại ở thế giới của mình vẫn khao khát vươn lên hạnh phúc lứa đôi, họ giữ gìn trận trọng tình yêu của chính mình. Đây cũng là cách nhà văn đề cao giá trị nhân văn và sức sống bất diệt của tình yêu (*Người sông nước)*.

Cùng đề tài ca ngợi sự bất tử của tình yêu, *Tiếng kèn lá trên đỉnh Mã Pì Lèng* như một bản giao hưởng du dương về tình yêu đôi lứa. Mối tình giữa Mỷ và thầy giáo được gửi qua tiếng kèn lá đầy lãng mạn, hình thức phổ biến dùng để biểu hiện tình yêu vảu các đôi trai gái miền rừng. Mỹ đã sang thế giới bên kia mà cô vẫn luôn tìm mọi cách để được gần gũi với người yêu. Tình yêu mang đến sức mạnh phi thường, vượt qua tất cả mọi sự cản trở, ngăn cách để được hội tụ, Mỷ đã hóa thân vào cô bạn ở bản người Giấy, cuối cùng kết tóc se duyên với thầy giáo như mong ước lâu nay của hai người.

Trong *Người rừng*, hình ảnh các bóng ma gần gũi như con người thường, mỗi bóng ma đều mang một số phận riêng, ai may mắn thì không phải rơi vào trường hợp ma đói như Mạc và Gái cùng đội ma đông đúc, rách rưới, lang thang khắp nơi tìm của bố thí. Ai trên trần ăn ở đức độ khi xuống âm phủ tránh được các hình phạt dã man mà quan ngục hay dùng, như: bỏ vào vạc dầu, chẻ đôi người...

Tác giả đề cập đến thế giới cõi âm, nhưng là bài học đắt giá cho người cõi dương gian. Mỗi người đọc xong *Người rừng* sẽ có ý thức về mình trong cuộc sống và nên sống như thế nào trong phần đời còn lại. Bởi lúc này bản thân họ đã nhận ra cuộc đời sẽ là tỉ lệ giữa những phép cộng của tội lỗi và những phép trừ của hưởng thụ, hạnh phúc; một khi phép cộng này cho đáp số càng cao thì phép trừ tăng lên. Cũng là bóng ma nhưng hồn của bà ngoại Gái Con lại khác, bà hiện về dưới hình hài của một chú gà, nhưng linh hồn của bà là linh hồn của một người yêu cháu, luôn muốn bảo vệ cháu, chỉ đường lối cho con cháu. Trong khi đó, người rừng chết đi tuy không hiện về bằng những tín hiệu thông thường của hồn ma khi quay về trần, nhưng sự linh thiêng của người rừng vẫn được các con và dân làng Cây Da biết, bởi xác chú kéo đến đâu thì mối đùn ra đến đấy, là điềm báo một sự linh liêng, may mắn. Cái anh cắm cờ trên ngọn Cây Da nhằm chống lại bọn "mẫu quốc", khi bị bắn chết dưới gốc Cây Da, hồn của anh dường như đã hóa vào Cây Da, khiến cho "từ đó, cứ đến độ ấy, Cây Da lại nở những bông hoa đỏ thắm như máu, khi kết quả lại vàng như những viên đạn đồng. Dân làng thấy sự kì lạ, bèn lập miếu thờ dưới gốc Cây Da... Đến mùa quả, những chú chim sáo quen ăn hạt da trong vùng, nay mổ phải quả da thì lập tức nổ vang như tiếng súng... Những quả da rụng xuống cũng nổ "đoàng đoàng" như súng trận. Có lẽ chết là sự bắt đầu của một kiếp sống khác chăng? Và hồn của anh là tượng trưng cho sự chiến đấu bất khuất, kiên cường, anh dũng của người dân.

Chết không nghĩa là hết, *Thế gian cũng lắm anh hùng* đã nói lên điều đó. Hồn ma các "anh hùng" trần gian khi xuống âm phủ, họ tụ họp nhau lại để tranh luận về sự đời, bàn cãi xem ai xứng anh hùng hơn. Trong một làng âm phủ, ai mạnh người đó thắng, và kẻ mạnh bắt nạt kẻ yếu, lên lớp kẻ yếu và bao giờ cũng "sang" mặt hơn kẻ khốn cùng. Cơ chế cõi âm biết đâu không thua cõi trần về sự nhiêu khê, quan liêu, thậm chí cả cơ chế đồng tiền. Tất cả đã ăn vào xương máu?

Bên cạnh đội ma đông đảo là các vị thần linh. Thần linh là hình tượng chính trong văn học thần thoại và cuất hiện nhiều trong truyền thuyết, cổ tích. Trong cái nhìn của nhân dân, thần linh là bậc đáng thờ, đáng tôn kính, mặc dù chưa nhìn thấy bao giờ, nhưng nhân dân vẫn tôn thờ. Ngày nay, trong các truyện kì ảo, bóng dáng các vị thần không thiếu, sự hiện diện của họ đã làm phong phú thêm hình tượng nghệ thuật trong tác phẩm, khác là ở chỗ, nhà văn tạo ra hình ảnh các vị thần không như cái nhìn của dân gian. Từ chú Cuội, chị Hằng Nga đến các thần linh, như: thần Mây Mưa, thần Sét, thần Cây Da, thần Núi, Thổ Công và cả Ngọc Hoàng có cuộc sống, công việc như con người. Thậm chí, tính tình của các thần cũng không khác con người bao nhiêu. Các thần cũng bao che cho nhau, ghen ghét đố kị nhau, và trả thù nhau, đặc biệt là không thần nào "mù" trước sắc đẹp đàn bà (*Người rừng*). Mượn hình ảnh thần, người cầm bút nói tới con người một cách khách quan mà không kém phần sâu sắc.

Phần ẩn khuất trong cuộc sống còn vô vàn, trong mỗi con người chúng ta là một thế giới phức tạp mà không bao giờ khám phá hết, chưa nói đến cuộc sống bên ngoài có vô vàn cái ngẫu nhiên và cái tất yếu. Qua thế giới linh thiêng kì ảo này, kết hợp với thực tế đời sống, xã hội, nhà văn đã tạo ra những hình tượng nghệ thuật hư ảo, để cuối cùng quay lại thể hiện chính cuộc sống, xã hội đó. Đôi lúc, đó là sự tưởng tượng của tác giả về thế giới bên kia, mối liên hệ thần bí giữa cõi trời, cõi dương và cõi âm để phản ánh bối cảnh xã hội và tâm trạng nhân vật, hóa giải bế tắc đời sống xã hội đương đại. Ý nghĩa sâu xa của yếu tố kì ảo là ở đó, do vậy mà yếu tố kì ảo trong thời gian gần đây đã trở tành một khuynh hướng sáng tác của nhiều nhà văn.

2.5. Ý nghĩa nhân sinh trong tác phẩm

Dù phản ánh cuộc sống dưới dạng hiện thực hay kì ảo, văn học luôn mang trong mình nó thiên chức" "văn học là nhân học" (M. Gorki). Hầu như tất cả các nhà văn, khi dấn thân vào con đường văn chương không phải để "văn chương là trò chơi thanh nhã" (Phan Kế Bính) mà họ muốn thể hiện một tư tưởng, một giá trị nào đó mang tính chất thời đại. Nhiều nhà văn là những thiên tài, là con người sống chiêm nghiệm với đời, mang nỗi đau nhân thế, hoặc niềm khát vọng hạnh phúc của nhân loại, chúng ta đã từng gặp những nhân cách lớn trong lịch sử, như: Nguyễn Trãi, Nguyễn Du, Hồ Xuân Hương, L. Tolstoi, M. Gorki... Cho nên từ tác phẩm của họ toát ra ý nghĩa cuộc sống, số phận của nhiều người. Có trường hợp, một số độc giả khi đọc tác phẩm của nhà văn nào đó tưởng chừng như nhà văn ấy đang viết về chính cuộc đời mình. Nhà văn có lẽ là người có tấm lòng rộng, có cái nhìn sâu và dễ có một trái tim lương thiện, nhân từ. Mỗi tác phẩm lớn bao giờ cũng chứa giá trị nhân văn cao cả, ẩn trong mình nó tấm lòng bao dungười thậm chí có những tác phẩm mang vấn đề của thời đại. Ta bắt gặp trường hợp này ở nhà văn N. V. Gogol, ông đã dùng yếu tố kì ảo trong sáng tác như một phương diện đắc lực để vẽ bức tranh hiện thực về xã hội đương thời; tố cáo, vạch trần bản chất xấu xa của chế độ nông nô chuyên chế thối nát, mục ruỗng đang ngự trị trên sự nghèo đói, bần cùng, khốn khổ của nhân dân Nga, như trong truyện ngắn *Chiếc áo khoác* của ông. Phản ánh thân phận con người trong xã hội là thiên chức của văn chương, nhưng không lợi dụng hư ảo để tuyên truyền mê tín, dị đoan, đó là một việc khó đòi hỏi nhà văn phải có tâm hồn trong sáng, hướng thiện. Đọc truyện kì ảo không để con người lẫn vào bóng tối, mà để bạn đọc tìm ra ánh sáng, đó là thiên chức của nhà văn.

Là một thủ pháp nghệ thuật, phản ánh cái chân, thiện, mĩ, chống lại các thế lực đen tối, nhiều cây bút trong lịch sử văn học thế giới đã làm tròn sứ mệnh của mình, để lại những tấm gương sáng tạo cho hậu thế. Nhà văn Vũ Xuân Tửu cũng vì mục đích cao cả ấy, ông nói: "Tôi coi văn chương là chuyện sang trọng và thiêng liêng". Phải chăng chính vì sự sang trọng và thiêng liêng này, cho nên mỗi lần trước khi viết là mỗi lần tác giả chuẩn bị rất cẩn thận: "Trước khi viết, tôi thường tắm, gội sạch sẽ, chọn giấy trắng, bút tốt. Sau khi tác phẩm được xuất bản, thường làm lễ tạ, đận túng bấn thì bày hoa quả, lúc có tí tiền thì biện đĩa xôi, thủ lợn, cốt sao thể hiện lòng thành của mình. Mỗi khi bạn đọc khen thì mừng, nhưng không mụ mị; bị bạn đọc chê thì buồn, nhưng không chán nản và luôn tự sửa chữa, rút kinh nghiệm". Đối với ông, văn chương là chuyện thiêng liêng, trong quan niệm của Vũ Xuân Tửu: "Ngòi bút của tôi luôn hướng về dân". Đúng vậy, tác phẩm của ông chứa đầy ma quỉ, thần linh và cả những hiện tượng lạ kì, nhưng không thiếu vắng hình bóng con người bình thường chất phác. Đằng sau sự kì ảo ấy là chuyện của con người, là cuộc sống con người chân thực. Đó là chuyện tình yêu đôi lứa, tình thương giữa con người với con người. Bên cạnh sự ngọt ngào của tình yêu thương là sự cạnh tranh, ghen ghét và cả lòng tham của con người, sự xuống dốc của đạo đức do cơ chế thị trường mà con người không đủ can đảm giữ lấy nhân phẩm, khiến nó "biến dạng" từng phần. Kì mà thật, quẩn quanh đó đây là cuộc sống khó khăn, những toan tính để ngày có ba bữa, những vấn đề thị phi xã hội... Nhưng vượt lên tất cả cuối cùng nhà văn muốn khẳng định, ca ngợi sự vĩnh cửu của tình yêu và giá trị văn hóa. Chỉ có hai thứ đó là tồn tại vượt không gian, thời gian và cũng chỉ có nó mới giữ cho tâm hồn con người được thánh thiện, làm cho cuộc sống nhân loại tươi mát hơn. Mỗi chúng ta, khi sinh ra, lớn lên, ai cũng ấp ủ, nuôi dưỡng trong tâm hồn mình một tình yêu để sống có ý nghĩa hơn. Trong tác phẩm của Vũ Xuân Tửu, ông đề cập đến những vấn đề rất nhẹ nhàng, nhưng đó là những thứ gần gũi với con người, mang tính người nhất.

*

Thế giới nghệ thuật trong truyện kì ảo của Vũ Xuân Tửu phản ánh cái nhìn phong phú về thế giới thiên nhiên và xã hội loài người. Đó là những bức tranh chân thực về miền núi với cỏ cây hoa lá, chim muông, sông suối, trời mây non nước, với mọi âm thanh sắc màu tươi đẹp của quê hương đất nước. Cùng với đó là bức tranh về cuộc sống sôi động của thế giới nhân sinh với những không gian và khoảng khắc khác nhau. Nhưng đáng chú ý nhất là những nhân vật trong truyện kì ảo của nhà văn. Có nhân vật là con người xã hội, có nhân vật mang trong mình yếu tố hoang đường kì ảo như thần thánh, hồn ma, muông thú, nhưng dù biến ảo, kì dị đến đâu đều mang những dáng dấp, nếp cảm nếp nghĩ của con người. Tất cả tạo nên một thế giới chan hòa giữa thực và ảo đầy sống động, phản ánh khả năng quan sát và tưởng tượng linh hoạt của người cầm bút. Nếu gạt đi những yếu tố hoang đường kì ảo ta sẽ tìm thấy những lẽ sống nhân sinh tươi đẹp của xã hội loài người đang ngày đêm đấu tranh để hướng về tương lai.

Chương 3:
MỘT SỐ PHƯƠNG THỨC THỂ HIỆN NGHỆ THUẬT TRUYỆN KÌ ẢO CỦA VŨ XUÂN TỬU

3.1. Nghệ thuật tạo cốt truyện

Trong công trình *Bàn về tiểu thuyết* (1921), Phạm Quỳnh xem tác phẩm như một cơ thể sống, cốt truyện như bộ xương của cơ thể con người, xung quanh đó là sự bao bọc của các thành phần khác như da thịt, mạch máu, gân cơ... Đối với một tác phẩm tự sự, điều tạo nên diện mạo mỗi tiểu thuyết và truyện ngắn của nhà văn là cốt truyện. Mỗi tác phẩm có cốt truyện riêng, phản ánh năng lực sáng tạo, vốn sống và kĩ xảo nghệ thuật của nhà văn. Cốt truyện là toàn bộ những sự kiện được nhà văn trình bày trong văn bản tự sự (và văn bản kịch) mà người đọc có thể kể lại. Cốt truyện là yếu tố quan trong bậc nhất, không thể thiếu trong bất kì một hình thức tự sự nào. Loại bỏ cốt truyện, văn bản tự sự lập tức chuyển sang dạng văn bản khác. Trong tác phẩm tự sự cốt truyện là cái khung đỡ cho toàn bộ tòa nhà nghệ thuật ngôn từ đứng vững.

Trong chuyên luận: *Truyện ngắn và những vấn đề lí thuyết và thực tiễn thể loại*, tác giả Bùi Việt Thắng xem cốt truyện như là "một hệ thống các sự kiện phản ánh những diễn biến của cuộc sống và nhất là các xung đột xã hội một cách nghệ thuật, qua đó các tính cách hình thành và phát triển trong những mối quan hệ qua lại của chúng, nhằm làm sáng tỏ chủ đề tư tưởng tác phẩm" [86-81].

Trong *Từ điển thuật ngữ văn học*, Lê Bá Hán cũng cho rằng: "Cốt truyện là hệ thống các sự kiện cụ thể được tổ chức theo yêu cầu tư tưởng và nghệ thuật nhất định, tạo thành một bộ phận cơ bản và quan trọng nhất trong hình thức động của tác phẩm văn học" [34-88].

Cần phân biệt hai khái niệm truyện (story) và cốt truyện (plot).

- Truyện là những chuỗi sự kiện về một vấn đề (hoặc nhiều vấn đề) nào đó diễn ra theo trật tự tự nhiên, tuân thủ thời gian tuyến tính, nương theo sự chảy trôi của cuộc sống theo quan niệm nhân quả mà không có sự đảo lộn sắp đặt của người kể.

- Cốt truyện là sự sắp xếp thẩm mĩ, không tuân theo trật tự biên niên của sự kiện và quan hệ nhân quả nghiêm ngặt, thống nhất theo ý đồ chủ quan của người kể về những sự kiện của một câu chuyện nào đó, nhằm mục đích nêu bật tư tưởng chủ đề tác phẩm và tạo sức hấp dẫn tới người đọc.

Trải qua hàng ngàn năm tồn tại và phát triển, gắn với lịch sử thăng trầm của nhân loại, cốt truyện cũng có nhiều biến đổi phức tạp, sâu sắc. Tùy theo quan niệm cá nhân mà mỗi nhà nghiên cứu có cách phân chia khác nhau về cốt truyện. Xét về phương diện kết cấu và qui mô nội dung, nhìn chung có thể chia cốt truyện thành hai loại: cốt truyện đơn tuyến và cốt truyện đa tuyến.

Thông thường, khi đề cập đến cốt truyện, các nhà nghiên cứu thường tập trung vào tiểu thuyết. Nhưng thực tế, truyện ngắn cũng thể hiện rõ những đặc điểm về cốt truyện. Nói tới đổi mới văn xuôi tự sự, tức là đổi mới về cốt truyện trong truyện ngắn và tiểu thuyết.

Là loại hình tự sự, truyện kì ảo của Vũ Xuân Tửu hấp dẫn người đọc do cốt truyện gần gũi với cuộc sống sinh hoạt hằng ngày với các truyện cổ dân gian, vì thế đem lại cảm giác vừa quen vừa lạ cho bạn đọc.

3.1.1. Cốt truyện tái hiện đời sống tâm tư phong phú

Truyện kì ảo của Vũ Xuân Tửu mang màu sắc kì lạ, huyền ảo nhưng không thiếu vắng hình ảnh đời thường với tâm tư con người phong phú đa dạng. Trong *Tiếng kèn lá trên đỉnh Mã Pì Lèng* là câu chuyện tình yêu đẹp của thầy giáo và Mỷ con gái trưởng bản Mí Tủa. Gặp phải sự ngăn cấm của bố mẹ, Mỷ tự tử chết, nhưng ở thế giới bên kia, tình yêu sâu nặng cô dành cho thầy giáo đã giúp họ vượt qua khoảng cách âm dương để sum họp. Qua câu chuyện, ta không chỉ bắt gặp những trạng thái tâm lí của người đang yêu, sự rung động ngọt ngào, cảm giác đau khổ khi phải chia li, mà còn thấy được thực tế cuộc sống vùng cao.

Ý thức tâm linh, tin vào lực lượng huyền bí, vào cõi thiêng của con người hiện rõ qua truyện ngắn *Pho tượng gỗ mít*. Đó chỉ là câu chuyện gia đình nhà anh Bưởng chặt cây mít già, thế nhưng đằng sau đó bao nhiêu là liên tưởng kì dị (trong cây mít có thần linh ngự trị), nói lên sự phức tạp trong tâm lí con người.

Hình bóng đàn bà cho hay rằng, Mộc vốn là trí thức, anh chỉ muốn làm người công dân chuẩn mực, thế nhưng bệnh quan liêu, bệnh thành tích... bao nhiêu thứ nhiêu khê bám riết lấy anh, khiến anh đôi lúc cảm thấy ngột ngạt giữa môi trường cũ mới phân tranh. Anh tìm hạnh phúc bằng cách đưa Lụa- một cô gái trong tranh về sống với mình, nhưng gặp phải người đàn bà say trăng hoa, rồi nhiễm thêm bao "bệnh tật", làm nhem nhuốc nhân phẩm, anh phải trả Lụa về vị trí trong tranh. Câu truyện nhằm đi tới triết lí về hạnh phúc: đừng sống bằng ảo ảnh, chỉ có cuộc đời là thực nhất.

Cõi mê, tiểu thuyết dường như không còn chỗ cho hiện thực dừng chân, nhưng đi vào trong ta gặp không ít cảnh đời, từ câu chuyện tình của Đồng và Huyền đi sưu tầm văn hóa dân gian, không may cô gái sớm qua đời vì tai nạn, rồi họ yêu nhau trong cách biệt âm dương. Ngoài ra còn hình ảnh hát soọng cô của người Sán Dìu; hình ảnh cuộc sống bần hàn với những nỗi lo cơm áo của những gia đình nông thôn.

Xoay quanh chuyện tình ngọt ngào, nhưng đầy ngang trái và sự chia li, truyện *Người sông nước* cho ta thấy cuộc sống nay đây mai đó của người làm nghề sông nước; tấm lòng tình nghĩa bên cạnh sự bội bạc; trái tim người mẹ sâu nặng tình mẫu tử như một bản năng sống, một giá trị thiêng liêng hòa quyện vào nhau.

Tiểu thuyết *Người rừng* vừa gợi ta nhớ về thời tiền sử của loài người, mối quan hệ giữa thiên nhiên và con người, vừa cho ta thấy bản chất của con người, qui luật muôn đời của cuộc sống; phảng phất đâu đó là tinh thần đấu tranh vì lợi ích cộng đồng.

Nhìn chung, cốt truyện trong tác phẩm của Vũ Xuân Tửu rất gần gũi với đời thường, khiến người đọc thấy kì mà không quá lạ, ảo mà gần với thực. Đó cũng là thành công của nhà văn trong quá trình sáng tạo nghệ thuật.

3.1.2. Những chất liệu văn học dân gian và văn học trung đại

Văn học dân gian như bầu sữa nuôi dưỡng nền văn học dân tộc. Từ xưa tới nay có rất nhiều nhà văn lớn đã khai thác những tinh hoa từ văn học dân gian đưa vào tác phẩm của mình, mà không làm giảm đi giá trị nghệ thuật mới trong sáng tác. Một số cốt truyện của Vũ Xuân Tửu được sáng tạo từ kho tàng văn học dân gian.

Ở Người rừng có nhiều chi tiết gần với truyện cổ tích. Hình ảnh Mạc, con người tốt bụng, sau khi chết đã được phong làm thần Thật Thà. Nó gần gũi với quan niệm và mơ ước của nhân dân ta trong các câu chuyện cổ tích: ở hiền gặp lành, thác xuống thành tiên phật. Thần Núi và Thổ Công về báo mộng cho anh em nhà Thổ Le:

Xương gà độn thổ bấy chầy
Hoàng bào, ấn, kiếm chất đầy một nong

Điều này, rất gần với chi tiết bụt hiện lên mách bảo cô Tấm, đào những lọ xương cá bống chôn ở bốn chân giường, thì sẽ có đầy đủ lễ phục đi xem hội và trở thành hoàng hậu. Cách thụ thái giữa Thiên Lôi và Ngọc Nữ qua dấu chân, gợi ta nhớ đến chuyện thụ thai dị thường của người mẹ sinh ra Thánh Gióng trong truyền thuyết *Thành Gióng* và người mẹ sinh ra Sọ Dừa, trong truyện cổ tích cùng tên. Đó là mô-típ về sự thụ thai rất phổ biến giữa thần và con người mà các truyện cổ dân gian thường đề cập đến. Không chỉ có vậy, sự gần gũi giữa cõi trời (Thiên đường, Ngọc Hoàng, Hằng Nga, chú Cuội), với cõi trần (con người) với các thần tiên, sức mạnh siêu nhiên cũng như con người với thiên nhiên trong *Người rừng* cho bạn đọc sống lại "không khí" trong các truyện thần thoại, một trong những thể loại phản ánh sự hỗn mang của vũ trụ: trời, đất, thần.

Theo quan niệm duy vật, con người chết là hết, là sự chuyển hóa của sinh học từ dạng này sang dạng khác. Nhưng trong truyện của Vũ Xuân Tửu, hiện diện rất nhiều những mối quan hệ giữa người và ma. Hình ảnh Huyền sau khi bị chết đuối, đêm ngày đều hiện về lưu luyến với người yêu (*Cõi mê*). Mỷ con ông trưởng bản Mí Tủa vì tình đã tự tử chết, nhưng không nguôi mối tình nồng thắm, cô hiện về bên người yêu, báo mộng cho người yêu (*Tiếng kèn lá trên đỉnh Mã Pì Lèng*). Hình ảnh bà chủ thuyền (*Người sông nước*) biến thành con chim lửa, thành con bướm to, con đom đóm suốt ngày quẩn quanh bên luống hành to để được gần người yêu, gần con trai mình... giúp người đọc liên tưởng tới Lương Sơn Bá, Chúc Anh Đài. Đó là những "con ma" hiền lành, luôn khát khao hạnh phúc, khát khao tình yêu trần thế. Qua những hình tượng nghệ thuật, tác giả không chỉ muốn gây cảm giác về một thế giới bên kia, một thế giới con người không bao giờ nhìn thấy bằng mắt trần cho độc giả của mình. Phải chăng ông muốn nói: ma chỉ là con người sau khi chết, còn con người là một thứ "ma sống". Các bóng ma chung sống với người, tồn tại song song song với con người trong nhiều truyện kì ảo đặc biệt là *Liêu Trai chí dị* của Bồ Tùng Linh, *Truyền kì mạn lục* của Nguyễn Dữ... Trong thời kì đổi mới, Vũ Xuân Tửu như là người bước tiếp thế hệ xưa để văn học kì ảo không đứt đoạn, mà còn được nuôi dưỡng theo cảm quan thẩm mĩ của mình.

Vũ Xuân Tửu tạo ra cốt truyện hấp dẫn cho tiểu thuyết *Hình bóng đàn bà* cũng là một phương thức cách tân nghệ thuật. Nhân vật chính chỉ có hai người, nhưng khái quát được cả một vấn đề thời sự của xã hội đương đại: cái đẹp thánh thiện của con người sẽ mất đi, một khi nó bị những ham muốn trần tục bao phủ mà con người không giác ngộ được bản thân mình và những giá trị của cuộc sống. Người con gái đẹp ở trong tranh khi bước ra cuộc đời đã không còn là cô gái đẹp nữa. Kẻ thờ phụng bị tuyệt vọng là tất yếu, nhưng nhờ ấn tượng từ cái đẹp trong tranh đã tạo cho anh sự lạnh lùng, sắt đá, anh không bị bất lực trước sa đọa của nó, mà vẫn tin vào vẻ đẹp ở trong tranh, cho anh nguồn lực sống. Câu chuyện cho người đọc thấy sức mạnh của nghệ thuật chân chính là nơi lưu giữ cái đẹp, nơi nuôi dưỡng tâm hồn, hi vọng và niềm tin cho con người, còn cuộc sống là tận cùng sự thật. Chỉ có cái đẹp trong cuộc sống là chân thực, sống bằng ảo ảnh sẽ đưa con người ra ngoài lề cuộc sống. Các yếu tố hoang đường kì ảo trong truyện cổ dân gian *Sơn Tinh Thủy Tinh, Thánh Gióng, Tấm Cám*... sở dĩ tồn tại được bởi các tác giả dân gian đã đưa vào những yếu tố hiện thực làm nền. Thiếu cái thực, cái ảo sẽ tan biến mất; mặt khác, thiếu cái kì ảo, hoang đường, cái thực sẽ trở nên khô khan, trần trụi.

3.1.3. Xen kẽ giữa thực và hư

Việc đan xen lẫn lộn các yếu tố hoang đường với yếu tố hiện thực là một trong những đặc điểm nổi bật của hầu hết các cốt truyện kì ảo từ xưa tới nay. Đọc truyện kì ảo của Vũ Xuân Tửu, một điều thú vị đó là đan xen các yếu tố thực, ảo một cách khéo léo, khiến cho cả hai yếu tố như hòa vào nhau, tuy hai mà một và một thành hai. Trong ảo có thực và cuộc đời hiện thực đôi lúc lại chỉ như một giấc mơ làm cho ta ngỡ ngàng. Trong sáng tác của ông, thế giới người hiện ra đầy đủ mọi "gương mặt". Từ đôi vợ chồng nhà Mạc làm nghề đốn củi nuôi con (*Người rừng*); đến cái chuyện túng thiếu của gia đình anh Bưởng (*Pho tượng gỗ mít*); hay câu chuyện tình muôn thuở giữa một cô gái dân tộc với một anh chàng miền xuôi nhưng gặp phải sự cản trở từ gia đình (*Tiếng kèn lá trên đỉnh Mã Pì Lèng*); mối tình trắc trở giữa một chàng trai với một người đàn bà đã có con (*Người sông nước*); chuyện chức quyền, tệ nạn quan liêu, hách dịch, bệnh thành tích, lời thị phi (*Hình bóng dàn bà*)... hiện ra vô cùng sinh động, đó là cuộc sống thật. Thế nhưng trong cái thế giới được coi là hiện thực ấy của con người cũng không thể thiếu những bóng ma, những linh hồn người chết, người chết hiện hình về bên người sống, cảnh thiên đàng, cuộc sống thần linh, Ngọc Hoàng, thậm chí còn có những hiện tượng hết sức kì lạ... Những thứ được đề cập đến đó không làm cho bạn đọc xa lạ với cuộc đời, thấy cuộc sống kì quặc, ngược lại nó giúp ta nhận ra bức tranh cuộc đời rõ hơn, thú vị hơn: cuộc đời như một vở kịch với rất nhiều màn kịch hay mà từ xưa đến nay người ta luôn khám phá.

Vũ Xuân Tửu đã tiếp bước những cây bút kì ảo truyền thống khi đề cập đến những chất liệu nghệ thuật xưa như bóng ma hiện hình, người và ma yêu nhau, sự gần gũi giữa con ngời và thần linh... tác phẩm của Vũ Xuân Tửu lưu lại trong bạn đọc yêu văn bởi ông là nhà văn tỉ mỉ trong cách viết và cái đáng quí nhất mà mỗi người cầm bút có được đó là sự không bằng lòng với những gì đã có. Cho dù đi tiếp con đường quen thuộc, nhưng cách đi của ông cũng rất riêng. Trong *Hình bóng đàn bà*, Vũ Xuân Tửu lại thổi vào đó nội dung hoàn toàn mới, một cốt truyện mới phản ánh sâu sắc xã hội đương thời. Điều đặc biệt, trong tiểu thuyết cực ngắn ấy, nhà văn có những chi tiết kì ảo mới, đó là chuyện chàng Mộc đã dành một phần xương máu của mình cho Lụa để cô trở thành người tồn tại được ngoài cuộc đời, có thể làm vợ anh. Khi bước vào cuộc đời, cô hiện nguyên hình một chân dung khát dục tột cùng, sa ngã vào dòng đời phức tạp và không còn giữ được phẩm chất thanh cao của người phụ nữ. Cuối cùng để kết thúc cuộc đời sa đọa: "cửa mả đã mở", Lụa quay trở về bức tranh. Những điều kì ngộ người xưa mộng tưởng đan cài với nhân cách của con người đương đại, tạo nên hình tượng nhân vật mang trong mình các mặt trái của hiện trạng nhân sinh, đó là bút pháp nghệ thuật linh hoạt, nhạy bén của người cầm bút. Nhờ cái ảo, qua thấu kính của nhà văn, ta nhìn vào cuộc sống thật hơn.

Sự kì lạ của *Người rừng* lại khác, các yếu tố kì ảo làm ta nhớ về cội nguồn, nhớ về quá trình biến hóa của loài người cũng như cuộc sống của con người với thiên nhiên. Sự giao thoa về giới không chỉ giữa người với thần mà còn diễn ra giữa người và vật, chẳng khác gì thời buổi hỗn mang, khi người và vật còn chung sống với nhau. Sự "biến dạng" của con người cũng được tác giả đề cập đến, nhưng nó không giống trường hợp biến dạng của Kafka. Sự biến dạng của con người trong các nhà văn thời đổi mới cũng như Vũ Xuân Tửu đề cập đến là sự biến dạng không mang tính phi lí, ngẫu nhiên mà đó là biến dạng mang tính nhân quả đi ra từ trong lòng xã hội đương thời, sự biến dạng về nhân cách ấy có thể xảy ra bất cứ lúc nào, và không phải ai cũng tránh được. Thành công nhất của Vũ Xuân Tửu là ở đó, nhà văn đặt ra được vấn đề sự biến dạng của nhân cách con người trong môi trường sống đương đại.

Cái ảo không gian, thời gian, cái ảo trong cuộc sống thậm chí cái ảo của bản thân con người luôn quẩn quanh bên ta. Khi nhà văn đề cập đến những vấn đề ảo cũng là lúc người viết khao khát thể hiện được chiều sâu cuộc đời trần tục nhất. Vũ Xuân Tửu là một trong những cây bút như thế.

3.2. Nghệ thuật miêu tả

Trong các truyện kì ảo truyền thống, các sự kiện được kể lại như bức họa tĩnh, đôi khi nhân vật được miêu tả khái quát ước lệ. Chẳng hạn, khi tả nhan sắc cô gái đẹp, Bồ Tùng Linh, Lê Thánh Tông, Nguyễn Dữ thường dùng các cụm từ, như: "dung nhan tuyệt đẹp", "tươi đẹp vô song", "xinh đẹp như tiên", "lá ngọc cành vàng", "tuyệt sắc"... Nhưng trong truyện kì ảo thời kì hiện đại nói chung, nghệ thuật miêu tả được chú ý, tác giả đã dụng công rất nhiều vào những trang viết để qua yếu tố kì ảo làm nổi bật thế giới thiên nhien, con người. Vũ Xuân Tửu không bỏ qua bút pháp này, tuy nhiên ông miêu tả rất khác, đó là chỉ qua vài nét chấm phá để khắc họa chân dung nhân vật và hiện tượng.

Chỉ cần hai câu: "Mùa hè, nắng như thiêu như đốt, chúng tôi chống sào đẩy thuyền chỉ đội cái nón mê. Anh nào anh nấy da đen sạm. Mùa đông rét cắt da cắt thịt, chúng tôi chống sào đẩy thuyền khoác thêm cái bì kiện. Anh nào anh nấy da tím tái" (*Người sông nước*), tác giả đã vẽ ra một cách chân thực cuộc sống của những con người lao động trên sông nước vất vả và gian nan.

Cuộc sống ấm cúng bên bếp lửa ở những làng bản xa xôi vào mỗi buổi tối được tái hiện: "Củi thông cháy thơm thơm. Củi tống quá nổ lép bép. Rượu ngô nồng nàn thấm vào tận gan ruột...". Bên bếp lửa ấy, cội nguồn sức sống dân tộc được sống lại, nuôi dưỡng và lưu truyền rộng hơn. Trên bản núi, những em học sinh phải học tập trong điều kiện khó khăn thiếu thốn, cả lớp học hơn mười đứa nhưng rải rác đủ các lớp: "Một cái bảng đen nứt nẻ tôi dùng phấn trắng thạch cao kẻ bốn cột cho bốn lớp...". Khó khăn, vất vả không che lấp được vẻ đẹp thơ mộng của núi rừng: "Chiều biên cương tím biếc. Sương giăng mờ lũng núi. Tiếng chuông bò leng keng về bản. Khói lam quyện trên những mái tranh. Hun hút dưới chân núi, dòng sông Nho Quế nhạt nhòa như một dải thắt lưng xanh, huyền huyền ảo ảo" (*Tiếng kèn lá trên đỉnh Mã Pì Lèng*). Tác giả rất kiệm lời nhưng gói gọn trong lòng câu chuyện có cả tình yêu, cuộc sống hằng ngày, cả bản sắc văn hóa, cả không gian trời đất giao thoa nhau.

Vũ Xuân Tửu là nhà văn có tâm hồn giàu chất thi ca và cái nhìn của người nghệ sĩ này quả thật rất trẻ trung, giàu sức sống, giàu tình yêu thương khi ông viết: "Ánh trăng rời rợi tỏa khắp núi đồi, làng bản. Trên nền trời chỉ có mây lưa thưa bay. Trên mặt đất chỉ có sương rơi từng hạt từng hạt. Hạt sương nào cũng nhuốm đầy ánh trăng và thả xuống cỏ, hoa, mái tranh, chum nước, bờ dậu và da, tóc của vợ chồng nhà Mạc", bao quanh cảnh đôi vợ chồng đang tình tự với nhau. Có thể nói, đó là những câu miêu tả đẹp nhất, lung linh nhất trong *Người rừng*. Cảnh núi rừng khi xuân về: "Cả một vùng thung lũng xanh như ngọc... Hoa chó đẻ nở bung, trắng xóa cả thung lũng như tuyết phủ" (*Người rừng*). Trong đêm tân hôn của Mộc thì: "Vòm trời xanh đính đầy những vì sao trắng"; còn khi Lụa trở lại hình bóng trong tranh, trời đất như náo loạn: "Trời quang, mây tanh. Vòm trời đính những vì sao chi chít như những hạt ngọc ô liu. Bỗng dưng mây mưa kéo về vần vũ đầy trời. Những vì sao sợ hãi trốn biệt. Giông gió nổi lên ầm ầm ù ù" (*Hình bóng đàn bà*). Dưới ngòi bút của Vũ Xuân Tửu, thiên nhiên hiện ra không phải là nơi rừng thiêng nước độc, đầy vẻ kì quặc, vắng vẻ, hoang sơ đầy bí ẩn như thiên nhiên trong các truyện kinh dị của Thế Lữ. Ở đây, thiên nhiên đẹp mơ màng và như trở thành một bộ phận trong cuộc sống tình cảm con người, tham gia vào diễn tả tâm trạng con người.

Thiên nhiên trong truyện của ông cũng muôn màu như tạo hóa kì công đẽo gọt nên: "Chỗ vực sông, bên tả ngạn, có một bãi sỏi. Cơ man nào là sỏi, có những viên sỏi màu trắng ngà, có viên đỏ như hồng ngọc, có những viên màu gan gà, màu hồ thủy... Có viên dẹt như cái la bàn bằng gỗ của thầy phong thủy, có viên tròn như quả địa cầu của cô giáo dạy địa lí, có viên hình quả thận, có viên hình mũi giáo búp đa... Đá xếp như vẩy cá. Con cá khổng lồ ấy đang phơi lưng dưới nắng, dường như để nghỉ ngơi lấy sức vượt sông Đà".

Vũ Xuân Tửu miêu tả để gợi là chủ yếu. Từ độ xác người chiến sĩ bị giết dưới gốc Cây Da, cứ vào thời gian đó mỗi năm, "Cây Da lại nở bung những bông hoa thắm đỏ như máu, khi kết quả thì vàng như những viên đạn đồng... Khi mùa hoa nở, chim chóc bay về ríu ra ríu rít. Chim sáo uống những giọt sương đọng trên cánh hoa, mà mỏ đỏ như ớt chín, chân vàng như kén tằm, giọng hót thánh thót như chuông ngân. Các cô gái đến cúng lễ, nhặt cánh hoa xoa lên má thì hồng, xoa lên môi thì thắm".

Cách nhà văn miêu tả nhân vật cũng vậy, chỉ điểm qua nhưng lại khắc họa chân dung một cách sắc nét. Trong một câu: "Dưới ánh trăng rời rợi, lưng, đùi, ngực của Gái trắng như củ sắn bóc vỏ", nhà văn miêu tả được hình ảnh người phụ nữ có vẻ đẹp thuần phác trong mắt kẻ đang yêu, còn khi tả Gái Con, một cô gái đang bước vào tuổi dậy thì, đứa con lai thần Núi, ông chỉ cần đến một câu: "Nó nhanh nhẹn như khỉ và khỏe như hùm... Đến tuổi dậy thì, ngực nở, mông mẩy, má hồng, mắt long lanh, tóc dài mượt". Hay khi tả hình ảnh người đàn bà mới sinh con đầu lòng, theo kiểu người xưa nói: "Gái một con trông mòn con mắt", ông cũng chỉ gói gọn trong một câu: "Mái tóc rễ tre đã trở nên đen nhánh và dài thướt tha", mái tóc là góc con người, chỉ cần lướt qua một chi tiết đã làm nổi bật sức sống của người phụ nữ. Cũng vậy, hình ảnh người rừng hiện ra trong tư thế "lúc nó bò bốn chân, lúc lại chạy bằng hai chân" (*Người rừng*) đã thể hiện được quá trình biến dạng của con người do hoàn cảnh. Trong mọi thời đại, không chỉ có nhân phẩm mà ngay cả hình dáng con người cũng có thể bị biến dạng. Tả sự biến dạng của cô gái do không làm chủ được mình, rơi vào vòng sa đọa: "Khắp người nàng, chỗ nào cũng lấm ta lấm tấm như thể có ai đã dùng bút dạ đen mà chấm vào. Hai bầu vú trước đây nõn nà như hai cái bánh dày, thì nay giống như hai đĩa xôi đỗ đen (*Hình bóng đàn bà*).

Hình ảnh già làng hiện ra "mái tóc bạc trắng như bông, cắt cao kiểu móng lừa. Trên bắp tay màu đồng hun là lớp lông bạc trăng như hoa lau". Đôi khi ông cho nhân vật của mình hiện lên qua cách miêu tả tiếng cười "khơ khơ khơ", ví dụ như anh Ba Khơ. Hoặc tay chuyên viên "thân hình tròn ủng như quả trứng, cái thắt lưng chính là đường xích đạo... Đầu chuyên viên cũng có hình quả trứng, chỉ có điều no nhỏ hơn thân mình. Nếu thân là quả trứng gà, thì cái đầu là quả trứng chim cút. Nó cũng lỗ chỗ những vết tàn nhang, vết nhám như thể quả trứng chim cút vậy. Cái "quả trứng chim cút ấy" chỉ mọc lên vài sợi tóc tượng trưng, đủ để phân biệt với các nhà sư mà thôi", khi hắn lôi kéo được Huyền vào cuộc tình thì thật đáng kinh tởm: "cái bụng nung núc những thịt dọi mỡ đổ xuống, như một cái bao tải thịt vắt trùm lên yên xe" (*Cõi mê*). Qua một vài nét chấm phá, nhân vật của anh hiện lên sinh động và mang ý nghĩa tượng trưng sâu sắc. Và như vậy, cái ngoại hình sẽ thông báo cho bạn đọc những đặc tính tâm lí, đó là một con người thiếu tri thức về văn hóa.

Không chỉ khắc họa nhân vật về ngoại hình, nhà văn còn rất chú tâm vào việc miêu tả diễn biến tâm trạng khi những nhân vật đó phải đối mặt với những điều bất thường. Và cách miêu tả chủ yếu bằng phương pháp "vẽ rồng chấm mắt". Đó là tâm trạng kinh ngạc, sững sờ của thầy giáo khi thấy "một cô gái người Mông đẹp như tiên sa, đang lom khom đứng giặt bên khe nước". Và cô gái cũng "giật mình" khi đột nhiên nhìn thấy một người như từ khe núi chui ra. Tiếp đó là cảm giác ngây ngất, bâng khuâng, hạnh phúc của đôi trai gái yêu nhau: "Tôi ngây ngất như bước trên mây. Mỷ cũng bâng khuâng như lướt trên gió... Mỷ ngồi trong lòng tôi trên lưng ngựa. Má đỏ au và thơm như táo chín, môi đỏ mọng như hoa đào ngậm sương, mắt nhìn thăm thẳm trời thu biên thùy, cánh tay trắng ngần của Mỷ quàng lên cổ tôi. Chúng tôi hôn nhau mê mải" (*Tiếng kèn lá trên đỉnh Mã Pì Lèng*).

Mô tả ngoại hình người phụ nữ, nhà văn quan sát và liên hệ với vẻ đẹp của môi trường sống vùng cao, vẻ đẹp của con người như kết tinh từ thiên nhiên tươi thắm, phản ánh cái nhìn tinh tế của nhà văn.

Tâm trạng của người phụ nữ mới bước vào cuộc sống khác giới thật phức tạp, nhiều cung bậc khác nhau: "Gái Con vừa mong ngóng lại vừa sợ hãi. Cảm giác kì diệu kia như một chất men ấp ủ, ám ảnh". Là trạng thái hối hận, đau đớn của Huyền khi cô không đủ can đảm giữ mình, giữ lại tình yêu chung thủy, phản lại người yêu, ngả vào vòng tay kẻ khác: "Cô vội ngồi thụp xuống... Nước mắt cô ứa ra" (*Cõi mê*).

Một điều rất mạnh dạn ở bút pháp miêu tả của Vũ Xuân Tửu, đó là khi nhà văn miêu tả về sex. Nhiều cây bút khi mô tả sex mới dừng lại ở sự cảm nhận về thân thể. Mọi thứ không cần giải thích rõ ràng, hãy đưa cảm giác vào trong đó. Vũ Xuân Tửu tả về hoạt động sex của nhân vật một cách rất tự nhiên, ông không quên tả các bộ phận thân thể, bởi vì các bộ phận thân thể vừa trực tiếp, vừa gián tiếp thể hiện cảm hứng của sex, gắn liền với cảm xúc, lắn liền với qui luật giao cảm của sinh giới chứ không thuần túy theo nhục dục tầm thường. Đứng trước vẻ đẹp "rất nguyên sơ và hoang dã" của Gái Con, đồn trưởng De Gas, một kẻ chưa bao giờ đụng đến đám đàn bà bản địa nhưng bữa nay, "lửa tình đột ngột bốc lên đùng đùng... củ nấm của nó chổng lên, đẩy đổ cả cái bàn giấy trước mặt. Hai mắt nhìn vào hai mắt và hút chụt vào nhau" (*Người rừng*). Khát vọng tình dục, tình yêu mang đến vẻ đẹp cho người ta hay vẻ đẹp đã có sẵn từ lâu đời? Tình yêu luôn giúp con người rung cảm, một thứ rung cảm mãnh liệt và không cắt nghĩa được. Chính vì thế khi Đồng nhìn Huyền như nhìn "tòa thiên nhiên di động" thấy cô xinh ra bội phần, "má ửng hồng, mắt sáng long lanh, nụ cười hé nở trên môi, đôi bầu vú vổng cao lên. Từ dưới rốn, có vệt nước chảy xuống bắp đùi thon, cao cao. Vết lông chân mới tẩy còn lờ mờ. Và kia, một túm đen đen bết như nhung, còn dính những hạt nước li ti, như những giọt sương ban mai đọng trên lá cỏ". Nhà văn không ngại ngùng khi tả: "Y bế nàng, đặt nằm xuống thảm cỏ- lúa xuân và chống tay đè lên" (*Cõi mê*). Còn anh chân sào trai tráng đã không cầm lòng được khi nhìn thấy "tấm lưng nõn nà, dải yếm thắm lơi lơi" của bà chủ thuyền và "bàn tay trai tráng luôn cầm sào của tôi, vồ vập ôm lấy khuôn ngực thây lẩy, nóng hôi hổi" (*Người sông nước*). Trong truyện của Vũ Xuân Tửu, hình ảnh bầu vú của người phụ nữ hay được tả đến. Đó là một kì công của tạo hóa, thể hiện tình mẫu tử và sự dịu dàng, nó được xem là "báu vật của đời". Con người vốn là kết tinh cái đẹp từ thiên nhiên và xã hội, con người cũng trở thành chuẩn mực để đánh giá cái đẹp cho nên cần khách quan với những tồn tại tự thân của con người.

Có thể khẳng định rằng, bút pháp miêu tả của Vũ Xuân Tửu rất tự nhiên, hồn hậu và kiệm lời, nhưng giàu sức gợi. Ông mang đến cho độc giả thưởng thức những trang văn nhẹ nhàng, ẩn chứa vẻ đẹp đời thường, cái kì diệu trong cuộc sống hằng ngày; thể hiện được sự cảm hứng giữa con người với con người, con người với vũ trụ.

3.3. Ngôn ngữ và giọng điệu

Văn học là nghệ thuật ngôn từ. Trong cuốn *Bàn về văn học*, nhà văn Nga M. Gorki cho rằng: "Yếu tố đầu tiên của văn học là ngôn ngữ, công cụ chủ yếu của nó và- cùng với các sự kiện, hiện tượng cuộc sống- là chất liệu của văn học"[63-251]. Nhà văn sử dụng ngôn từ để sáng tạo ra thế giới nghệ thuật và vì mục đích nghệ thuật. Chức năng cơ bản của ngôn từ nghệ thuật là sáng tạo ra thực tại nghệ thuật, sáng tạo ra khách thể thẩm mĩ, đồng thời sáng tạo ra bản thân các hình tượng ngôn từ, các biểu trưng nghệ thuật, các hình thức lời thơ, lời văn xuôi nghệ thuật... để thỏa mãn nhu cầu giao tiếp nghệ thuật.

Trong các truyện kì ảo của Vũ Xuân Tửu, ngôn ngữ nghệ thuật rất phong phú, giàu tính hình tượng và đậm chất dân gian, gần gũi với ngôn ngữ đời thường. Trong Giáo trình *Dẫn luận thi pháp học*, Trần Đình Sử khẳng định: "Tính hình tượng của ngôn ngữ, trước hết phái sinh từ tính hình tượng của việc sáng tạo thế giới bằng tưởng tượng. Mọi ngôn từ đều do tác giả phân thân ra mà phát biểu bằng một cách hình tượng. Nhờ có tính hình tượng này mà trong văn học không chỉ có con người, mà cả cây cỏ, muông thú cũng đều có thể phát ngôn, không chỉ người sống mà cả người chết, ma quỉ đều có ngôn từ của chúng" [75-165]. Vũ Xuân Tửu đã sử dụng triệt để hệ thống các từ láy tượng hình, tượng thanh để diễn tả mọi cung bậc, mọi trạng thái của con người trong đời sống hằng ngày. Khi miêu tả dáng dấp giặt đồ của cô gái Mông trong mắt một chàng trai, thì ông tả: "Tôi *sững sờ* khi nhìn thấy một cô gái Mông Trắng, đẹp như tiên sa, đang lom khom đứng giặt bên khe nước" (*Tiếng kèn lá trên đỉnh Mã Pì Lèng*). Những từ láy tượng hình xuất hiện trong tác phẩm, như: *ngượng ngùng, loay hoay, lâng lâng, thấp thoáng, cun cút, hun hút, thẫn thờ, ngây ngất, bâng khuâng, bẽn lẽn, hôi hổi, thây lẩy*... mật độ sử dụng từ láy cũng dày lên. Vũ Xuân Tửu là người cầu kì trong cách dùng từ. Trong tác phẩm, ông dùng từ gần gũi với đời sống hằng ngày mà không cẩu thả: "Tôi gò lưng kéo thuyền, vừa đi vừa xỉa răng...", "Thôi chết bỏ bu tôi rồi. Chúng bay đâu, lấy bì kiện nhét vào. Một thằng lấy thúng gio nhảy xuống nước mà rà". Những câu vận vần, câu hò vui của người lao động:

Chúng anh là cánh chân sào
Đầu thì trọc lốc ma nào dám mê
(*Người sông nước*).

Nếp sống văn hóa của dân tộc Sán Dìu được tô đậm trong một câu: "Ngày xưa, đi chợ cũng soọng cô. Ngày tết hát soọng cô cả tuần. chia tay mà chẳng muốn rời, có khi còn quay lại hát tiếp mấy ngày nữa". Lời những bài so ọng cô của người già, kể lại như lời tâm sự tha thiết:

Sáng nay cơm sớm là em ăn
Cái lối đi sớm là em đi
Cái nón đẹp nhất là em đội
Cái ô giấy vàng là em mang.

Là lời nặng tình, nặng nghĩa như tả hết cả ruột gan con người ta:

Mẹ sinh con mang nặng đẻ đau
Nay con đi làm dâu nhà người
Ốm đau không còn nghe bước chân...

Khi nhà văn để cho anh Ba Khơ ngồi tính toán chi li từng công ruộng cũng là lúc nhà văn tái hiện được cuộc sống vất vả của người nông dân (*Cõi mê*). Thậm chí những tập tục của làng quê được tái hiện một cách chân thật nhất: "Làng tôi có bãi chóp chài vừa để làm nghĩa địa, vừa để phơi chài lưới của các nhà làm nghề đánh cá sông. Nghĩa địa chỉ cho người làng chết được chôn. Ai bỏ làng ra đi, chết chỉ có nước là táng xuống đáy sông mà thôi. Vậy thì người tứ xứ ai dám nhòm ngó". Cho nên mới làm nổi bật được cái tình của anh chân sào: "Thôi thì nghĩa tử là nghĩa tận... Anh em cũng biết cái tình của tôi. Việc này hệ trọng không được cho làng biết. Đêm nay nhờ anh em lên vườn, đào một cái huyệt... Bởi vậy phải làm kín, rồi khấn vong linh bà chủ, cho gạt phẳng đi. Tôi sẽ trồng lên mấy luống hành" (*Người sông nước*). Có những đoạn văn đọc lên như một tiếng lòng: "Bây giờ, bỏ bầy đàn rồi, Mậm cảm thấy bơ vơ, trống trải. bất giác nhìn thấy vết thương trên cánh tay đã cầm máu và đóng vẩy, Mậm lại nhớ khỉ mẹ nuôi mà ứa nước mắt. Mẹ khỉ ngày càng trở nên chậm chạp và gầy rộc đi, thế mà hái được quả ngon bao giờ cũng để dành cho Mậm. Trên đường đi, Mậm thường tiên khỉ mẹ nuôi trên vai" (*Người rừng*).

Trong quá trình miêu tả, nhà văn thường hay sử dụng những hình ảnh ví von sinh động, dễ hiểu: "Trắng như củ sắn bóc", "Thấy dưới ánh trăng suông, một dây người vây quanh nhà, y như thể đàn kiến bu quanh miếng tóp mỡ", "Ánh mắt của cô nhọn và sắc hơn mũi tên", "Cả đàn khỉ đang ngồi chầu hẫu từ lúc nào. Chả khác lúc ở nhà, mỗi khi nó xúc cơm thì lũ gà và chó cũng bâu lại xung quanh để chờ cơm rơi..." (*Người rừng*). "Hai bầu vú trước đây nõn nà như hai cái bánh dày, thì nay giống như hai đĩa xôi đỗ đen" (*Hình bóng đàn bà*).

Vũ Xuân Tửu là người biết "đãi vàng" trong quá trình lựa chọn từ ngữ. Ông chú tâm tới việc trau rồi ngôn ngữ, để tạo ra những câu văn trau truốt, đẹp đẽ và sâu sắc, làm sáng lên bao vẻ đẹp lấp lánh của nghệ thuật ngôn từ. Trong hầu hết các truyện kì ảo, những câu miêu tả hay nhất là tả thiên nhiên và tình yêu con người được coi là những câu văn đẹp đẽ và giàu chất thơ nhất: "Dòng sông đỏ nặng phù sa, xôn xao chảy giữa hai bờ đá... Dòng nước như một tấm sợi dọc, con đò như thoi dệt nên tấm vải vô cùng tận. Mùa hè, tấm vải sắc đỏ phù sa. Đông về, tấm vải ấy lại chuyển thành màu hồ thủy" (*Cõi mê*); "Núi rừng tĩnh lặng trong nắng ban trưa. Những tia nắng chiếu qua tán lá, soi xuống lớp lá khô, nom như những lưỡi gươm khổng lồ có màu vàng óng, trong suốt như mật ong"; "Ánh trăng rời rợi tỏa khắp núi đồi, làng bản. Trên nền trời chỉ có mây lưa thưa bay. Trên mặt đất chỉ có sương rơi từng hạt, từng hạt. Hạt sương nào cũng nhuốm đầy ánh trăng và thả xuống cỏ, hoa, mái tranh, chum nước, bờ giậu và da, tóc của vợ chồng nhà Mạc" (*Người rừng*). Đó là những câu văn càng đọc ta càng nhận ra vẻ đẹp diệu kì của tiếng Việt chúng ta được diễn tả trong lời văn nghệ thuật của người cầm bút.

Bên cạnh cách dùng từ ngữ gợi hình, biểu cảm, giàu sắc điệu thì giọng điệu trong truyện cũng là một thành công của ông. Tác giả Đức Đan trong báo điện tử

Tổ Quốc, ngày 23/7/2007 đã nhận xét: "Một điều rất đặc biệt ở Vũ Xuân Tửu là cái giọng văn. Mà cái giọng quan trọng lắm. Thơ thì đã đành, tiểu thuyết và truyện ngắn cũng vậy, cái giọng quan trọng hơn cái cốt truyện. Ở Vũ Xuân Tửu giọng tả, giọng kể, giọng nghĩ của anh rất đặc biệt. Một cái giọng rất dân dã, dí dỏm, hồn nhiên, cộng với cách vào truyện tự nhiên đến nỗi khiến tò mò đã làm nên bản sắc Vũ Xuân Tửu. Chính cái giọng đó làm ta luôn nhận diện được Vũ Xuân Tửu trong đám đông".

Trong *Người sông nước*, ông giới thiệu về tuổi thơ của nhân vật "tôi" tự nhiên, nhẹ nhàng và quen thuộc: "Con sông quê tôi mênh mênh mang mang. Bọn trẻ chúng tôi hay ra bờ sông, ngắt những cuộng hành trong vườn để thổi kèn te te và chờ xem tàu guồng chở khách, ngược qua nhà. Tàu chạy qua, sóng đánh dập dềnh bến nước, những bàn chân lấm chấm, sóng táp ướt cả đũng quần, không dám về nhà, phải rủ nhau chạy dọc bờ sông cho gió thổi, quần se se khô mới dám về, sợ bị thầy bu đánh cho...". Đôi lúc giọng văn như một lời thủ thỉ vừa có cái gì đó vui vui, nhưng ngẫm sâu lại là cả một hiện thực: "Lớp của tôi hơn chục đứa trẻ. Chúng học rải rác ở tất cả các lớp của cấp một, nhưng ngồi chung một phòng học, gồm có sáu bộ bàn ghế. Đứa bé nào đến tuổi đi học thì được miễn học phí, được cấp sách vở, bút mực. Đứa nào bỏ học thì bị phạt. Con trai bỏ học bị phạt bẩy quẩy tấu ngô. Con gái bỏ học bị phạt chín quẩy tấu ngô" (*Tiếng kèn lá trên đỉnh Mã Pì Lèng*).

Giọng kể tự nhiên là một thành công của Vũ Xuân Tửu: "Ngỏng cổ lên nhìn xung quanh, nó thấy những tảng đá lô nhô và bạnh cây xù xì, chứ không phải là vách liếp nống đôi ở nhà... Những điều đó khiến nó hoảng sợ, gọi toán lên: "Bầm ơi, bầm à?". Giọng tự nhiên như bản chất cuộc sống: "Cái đêm trăng đó, thằng người rừng ấy, cứ dằn gái Con xuống thì có lẽ Gái Con đã bị chinh phục bởi sức mạnh nguyên thủy. Nhưng chỉ có một thoáng, củ nấm của nó lướt qua háng mình cũng làm cho Gái Con bàng hoàng về sự mới lạ đầy nhục dục... Gái Con vừa mong ngóng, vừa sợ hãi... Đôi mắt cô lúc nào cũng dõi về phía cửa rừng, y như thể có sợi dây đã cột chặt đôi mắt cô vào gốc cây nào đó rồi. Người rừng này theo bầy khỉ thích ăn ngô, thế là cô để hẳn dậu ngô bên cửa lều. Cô mỏi mòn chờ" (*Người rừng*).

Xen vào giọng kể tự nhiên, khách quan, hồn hậu ấy còn có giọng mỉa mai, lạnh lùng: "Cứ mỗi lần, Lụa quan hệ với một người đàn ông, là trên làn da trắng như bột lọc của nàng lại mọc lên một nốt ruồi đen. Đầu tiên nó hiện ở gáy, rồi xuống lưng, mông, đùi, bụng chân... nên nàng không để ý. Đến khi nó lan về phía trước, từ cổ xuống bụng và ngực thì nàng hoảng sợ... Tôi mà không thề độc như thế, anh có để tôi yên không? Tôi cứ tưởng già mồm nói vậy, có ngờ đâu lại linh nghiệm, trời ơi khốn nạn thân tôi thế này" (*Hình bóng đàn bà*).

Đọc truyện kì ảo của Vũ Xuân Tửu, ta không chỉ chiêm ngưỡng những chi tiết mới lạ, mang tính chất hư ảo mà còn cảm nhận được vẻ đẹp lấp lánh của ngôn từ và một giọng văn đặc biệt, giọng hồn hậu, tự nhiên, dí dỏm, khách quan... Tất cả điều đó tạo nên nét riêng của nhà văn.

3.4. Không gian và thời gian nghệ thuật

Không gian, thời gian là một phạm trù triết học chỉ hình thức tồn tại của vật chất, của thế giới. Không có gì tồn tại ngoài không gian và thời gian.

Tác phẩm nghệ thuật là một thế giới- thế giới nghệ thuật, trong đó hiển hiện sự tồn tại của con người trong không gian và thời gian nhất định. Không gian và thời gian trong tác phẩm là không gian và thời gian nghệ thuật. Nó không chỉ là không gian, thời gian vật chất mà còn là một phương thức biểu hiện thế giới tinh thần, hiện thực đời sống.

Thời gian nghệ thuật là một phạm trù nghệ thuật. Nếu trong triết học người ta xem thời gian là hình thức tồn tại của vật chất. Đó là hình thức tồn tại có tính liên tục, độ dài, hướng, nhịp độ, bao gồm hiện tại, quá khứ, tương lai và có tính chất không thể đảo ngược, thì "thời gian nghệ thuật là thời gian mà ta có thể thể nghiệm được trong tác phẩm nghệ thuật với độ dài của nó, với nhịp độ nhanh hay chậm, với chiều thời gian là hiện tại, quá khứ hay tương lai. Thời gian nghệ thuật là hình tượng nghệ thuật, sản phẩm sáng tạo của tác giả bằng các phương tiện nghệ thuật, nhằm giúp cho người thưởng thức cảm nhận được: hoặc hồi hộp đợi chờ, hoặc thanh thản vô tư, hoặc đắm chìm vào quá khứ" [77-62]. Thiếu sự thụ cảm, tưởng tượng của người đọc thì thời gian nghệ thuật không xuất hiện. Nhưng thời gian nghệ thuật cũng không phải là một hiện tượng tâm lí của cá nhân người đọc muốn cảm thụ nhanh chậm thế nào cũng được. Thời gian nghệ thuật là một sáng tạo khách quan trong chất liệu, là một phạm trù đặc trưng của văn học, bởi văn học là nghệ thuật thời gian. Thời gian là đối tượng, là công cụ miêu tả, là sự ý thức và cảm giác về sự vận động và thay đổi của thế giới trong các hình thức đa dạng của thời gian xuyên suốt toàn bộ văn học.

Trong thể loại tự sự nói chung và truyện kì ảo nói riêng, thời gian và không gian nghệ thuật có vai trò rất quan trọng. Thời gian, không gian không chỉ giúp các nhà văn tổ chức, triển khai các điểm nhìn, các cách tiếp cận hình tượng cho người đọc, mà còn thực hiện một nhiệm vụ then chốt, đó là kết nối giữa "người phát" văn bản và "người nhận" văn bản. Nghiên cứu truyện kì ảo của Vũ Xuân Tửu, chúng tôi thấy thời gian xuất hiện trong tác phẩm chủ yếu là thời gian hiện tại, như: "Buổi sáng, khi sương tan", "Một buổi tối mùa đông", "Buổi tối bên bếp lửa", "Đêm nay", "Đêm hôm ấy", "Một đêm", "Sáng trăng suông", "Ngày ngày", "Đêm đêm", "Sớm nay", "Trưa nay", "Chiều nay", "Ban nãy", "Bữa nay", "Bữa ấy", "Bây giờ", "Một hôm"... Thời gian trần thuật được nhà văn chú ý đó là thời gian của sự sống hằng ngày, lúc mà vạn vật vào thời điểm hoạt động hiện hình. Điều này giúp nhà văn thể hiện được bản chất của nhân vật. Trong mạch thời gian đó, có sự xuất hiện của nhiều thời gian bóng đêm. Không riêng gì Vũ Xuân Tửu, rất nhiều cây bút kì ảo đề cập đến thời gian ban đêm, thời gian của sự xuất hiện những giấc mơ. Đó là khảng khắc yên tĩnh, người và vật đã đi vào giấc ngủ, nhưng lại thuận tiện cho nhà văn thể hiện điều kì ảo, huyền hồ, bí ẩn. Ví dụ: "Một đêm sáng trăng suông, Bưởng nghe có tiếng cười khềnh khệch ở chái nhà, vội ra xem, nhưng tịnh không thấy gì" (*Pho tượng gỗ mít*). Đằng sau màn đêm với biết bao cái ảo là hiện thực cuộc sống, một hiện thực chỉ có cái ảo mới đủ sức phản ánh rõ ràng, sâu sắc và chân thật nhất. Đó có lẽ cũng là giá trị cao nhất mà cái kì ảo mang lại.

Song song với mạch thời gian hiện tại, đôi lúc thời gian quá khứ: "ngày xưa" được chêm vào. Trong tiểu thuyết *Hình bóng đàn bà*, thời gian ngày các cụ nhà Mộc được tái hiện lại, nhằm tô cho hiện thực xuất xứ của bức tranh được rõ hơn. Hay thời gian lịch sử thời Tần Thủy Hoàng, Hít-le, Pôn Pốt (*Thế gian cũng lắm anh hùng*), với những sự kiện lịch sử mang đầy tội ác: nạn đốt sách, diệt chủng, phát xít hiện về ở một không gian ảo: không gian âm phủ.

Nhịp độ thời gian trong các truyện cũng khác nhau. Lúc nào miêu tả bao quát thì thời gian trôi đi nhanh, khi miêu tả tỉ mỉ, chi tiết, đặc biệt miêu tả nỗi nhớ nhung, trạng thái, rung động của tình yêu thì thời gian như ngừng lại. Có lúc thời gian trôi đi nhịp nhàng cùng với cuộc sống hằng ngày của nhân vật. Nhà văn rất linh hoạt trong việc "điều khiển" thời gian theo mục đích nghệ thuật của mình. Khi cần làm cho thời gian ngừng trôi thì tác giả lại hướng độc giả của mình vào sự cảm nhận những rung động, ngây ngất của hai trái tim đang yêu nhau. Hoặc có lúc xen vào tình huống sắp xảy ra một chi tiết nào đó để "tạo khoảng giãn" về thời gian, làm tăng thêm sự hồi hộp. Tất cả những điều này, đã chứng tỏ nghệ thuật viết truyện của tác giả đang dần vươn lên độ tinh tế, một sự tiến bộ về bút pháp nghệ thuật.

Gắn với thời gian là không gian nghệ thuật, bởi đây là sản phẩm sáng tạo độc đáo của người nghệ sĩ. Theo Trần Đình Sử: "Không gian nghệ thuật là hình thức tồn tại của thế giới nghệ thuật. Không có hình tượng nghệ thuật nào không có không gian, không có nhân vật nào không có một nền cảnh nào đó. Bản thân người kể chuyện hay nhà thơ trữ tình cũng nhìn sự vật trong một khoảng cách, góc nhìn nhất định" [77-62]. Không gian nghệ thuật là mô hình không gian của thế giới nghệ thuật thể hiện tính chủ thể của nó. Không gian nghệ thuật chẳng những cho thấy cấu trúc nội tại của tác phẩm văn học, các ngôn ngữ tượng trưng mà còn cho thấy quan niệm về thế giới, chiều sâu cảm thụ của tác giả hay một giai đoạn văn học. Đối với những tác phẩm thuộc loại tự sự nói chung và truyện kì ảo của Vũ Xuân Tửu nói riêng, yếu tố không gian vô cùng quan trọng. Nó có vai trò là bức tranh nền để trên đó nhà văn xây dựng các hình tượng nghệ thuật, thể hiện các ý đồ nghệ thuật của mình.

Xét từ phương thức thể hiện, không gian nghệ thuật trong truyện kì ảo của Vũ Xuân Tửu xuất hiện cả không gian thực và không gian ảo.

Đó là không gian nhà anh Bưởng, nơi xuất hiện những điều kì lạ về gốc mít đã bị chặt (*Pho tượng gỗ mít*). Không gian dòng sông, bến nước, con thuyền... (*Người sông nước*), nơi mối tình của anh chân sào với bà chủ thuyền ngọt ngào nhưng không ít trắc trở và xa cách. Khu vườn, nơi chôn bà chủ thuyền là nơi thể hiện nghĩa tình và lòng chung thủy của anh chân sào dành cho người mình yêu. Không gian đỉnh núi Mã Pì Lèng (*Tiếng kèn lá trên đỉnh Mã Pì Lèng*), có bản làng của ông Mí Tủa là nơi mối tình của thầy giáo và Mỷ. Một mối tình đẹp, trong như nước suối và hai người đã vượt qua không ít khó khăn để đến được điểm cuối cùng của tình yêu. Không gian lớp học hơn chục học sinh của thầy giáo, ẩn chứa cả niềm vui lẫn sự thiếu thốn. Không gian làng Cây Da trong *Người rừng* là trung tâm của bao câu chuyện phức tạp xảy ra chung quanh bao nhiêu thân phận. Ở đó xuất hiện nhiều không gian nhỏ khác, như: cửa rừng, vách đá... Nơi thể hiện được bản chất, cuộc sống của nhân vật... Xuất hiện song song với không gian thực là không gian ảo như cõi âm ti, nơi có làng âm phủ của những anh hùng trú ngụ (*Thế gian cũng lắm anh hùng*). Hay cõi thiên đàng trong *Người rừng*, nơi Ngọc Hoàng, Hằng Nga, chú Cuội và các quần thần họp, bàn cãi truyện thế gian, "từ rên thiên đình, Ngọc Hoàng thấy hạ giới đỏ ối cả một vùng, bèn gọi các thần lại...". Trong một loạt không gian ảo, lại có hình bóng con người thật xuất hiện và trong không gian thật yếu tố ảo. Cái hay còn ở chỗ đôi lúc không gian ảo và thực không có ranh giới, hay nói dúng hơn là sự gần gũi giữa hai không gian dó, chúng dường như ở chung trong một quĩ đạo không gian và sự tồn tại đó như một điều tất nhiên và cần thiết để nhà văn nói lên điều mình muốn nói. Cái dụng công nghệ thuật của Vũ Xuân Tửu còn thể hiện ở chỗ, qua việc xây dựng khung không gian nhỏ để tái hiện không gian xã hội của cả một thời kì: Thời kì đầu cải cách đổi mới của đất nước (*Hình bóng đàn bà*). Qua *Người rừng*, nhà văn không chỉ nói lên được mối quan hệ giữa con người với trời đất thiên nhiên, mà ẩn khuất đâu đó là không gian cuộc sống thời tiền sử của loài người. Dung lượng tác phẩm không lớn, nhưng nhà văn luôn muốn thể hiện được những điều lớn lao, cấp thiết của cuộc sống nhân sinh, những vấn đề xã hội. Đó cũng là điều ao ước của tất cả những người cầm bút chân chính.

*

Để làm nên những truyện kì ảo đặc sắc trong thời kì đổi mới văn học, Vũ Xuân Tửu đã huy động tất cả những khả năng sáng tạo nghệ thuật của mình trong việc xây dựng cốt truyện khéo léo, bút pháp miêu tả tinh tế, sử dụng thời gian, không gian nghệ thuật, hệ thống ngôn từ phong phú, giọng điệu hồn nhiên tạo ra được sự sống động kì bí về con người và thiên nhiên. Qua các bức tranh nghệ thuật, nhà văn đã khơi dậy trong lòng độc giả những trạng thái tình cảm hồn nhiên, lí thú và đôi khi pha chút suy tư, ngậm ngùi trược cuộc sống muôn màu, nhờ năng lực tưởng tượng và sáng tạo dồi dào của một cây bút sung sức trên hành trình đổi mới.

KẾT LUẬN

1. Văn học Việt Nam trong thời kì đổi mới đã đạt được nhiều thành tựu, trong đó có những thành tựu đặc sắc trong văn xuôi (truyện ngắn và tiểu thuyết) bằng việc sáng tạo những yếu tố hoang đường kì ảo, các nhà văn đã góp phần làm đa dạng hóa đời sống văn học, mở ra cho độc gải cái nhìn đa chiều về hiện thực, mở rộng phạm vi đề tài và phương thức phản ánh đời sống một cách đa dạng.

Để tạo nên một thế giới nghệ thuật trong các truyện của mình, Vũ Xuân Tửu ngoài việc đổi mới về quan niệm nghệ thuật, về phương diện đề tài, chủ đề, cảm hứng còn sáng tạo ra thế giới nghệ thuật riêng trong từng câu chuyện, bằng các phương thức nghệ thuật độc đáo, như sáng tạo cốt truyện, nghệ thuật miêu tả, cách sử dụng không gian và thời gian linh hoạt, sử dụng hệ thống ngôn từ giàu sắc thái tạo hình, biểu cảm cao, với giọng điệu hồn nhiên, đôn hậu, hóm hỉnh... đã tạo nên những nét vẽ khác nhau trong từng câu chuyện.

2. Bằng tác phẩm kì ảo, Vũ Xuân Tửu đã giúp độc giả được mở rộng thêm biên độ của trí tưởng tượng, thực hiện tốt chức năng giải trí, hiểu thêm sự phong phú, đa dạng của thế giới nghệ thuật. Tiếp cận các truyện kì ảo của ông, độc giả không chỉ được thỏa mãn các nhu cầu của trí tưởng tượng mà còn được lĩnh hội các vấn đề có tính nhân văn sâu sắc. Đó là vấn đề quan hệ con người với con người, con người với thiên nhiên, về đạo đức nhân phẩm, về tình yêu tình dục và hạnh phúc, vấn đề bảo tồn và phát huy những giá trị văn hóa cổ truyền của dân tộc.

Các truyện kì ảo của Vũ Xuân Tửu, dù truyện ngắn hay tiểu thuyết đều ngắn gọn, xúc tích. Cốt truyện không cầu kì mà đơn giản, gắn với cuộc sống sinh hoạt đời thường. Ngôn ngữ tự nhiên, bình dị, thấm đượm màu sắc dân gian. Bên cạnh những yếu tố hoang đường kì ảo, thế giới nhân vật của ông là những con người bình dị trong cuộc sống, sinh hoạt, lao động đời thường. Cách kể chuyện chậm rãi, đôi lúc thủ thỉ, tâm tình, cũng có lúc nhanh theo tình huống, nên đã tạo ra nhịp độ thích hợp cho từng câu chuyện, gây ra cho người đọc hứng thú, tò mò... Điều đó, chứng tỏ nghệ thuật viết văn của Vũ Xuân Tửu ngày càng được nâng cao.

3. Truyện kì ảo của Vũ Xuân Tửu còn đem đến cho văn học một quan niệm mới, một cách nhìn mới về cuộc sống: Thế giới này mang tính đa chiều, ở đó tồn tại những yếu tố: thực- hư, tất nhiên- ngẫu nhiên, bí ẩn và bất trắc mà con người không lường hết được. Cuộc sống này có thể đem lại cho con người nhiều niềm vui, hạnh phúc nhưng cũng có khi là nỗi đau buồn, niềm bất hạnh và bi kịch. Con người dù rơi vào hoàn cảnh nào, điều quan trọng là phải hiểu mình, biết bảo vệ mình và hướng về phía trước.

Sự ra đời truyện kì ảo của Vũ Xuân Tửu là một trong những nhân tố quan trọng để cùng với các nhà văn khác góp phần cho việc đa dạng hóa tư duy nghệ thuật và các phương pháp tiếp cận hiện thực dời sống cũng như các phương thức thể hiện văn xuôi Việt Nam trong giai đoạn mới, góp phần mang lại sự sinh động muôn màu của văn học.

Truyện ngắn kì ảo của Vũ Xuân Tửu đã góp phần tích cực vào công cuộc hiện đại hóa văn học ở chặng đầu của thế kỉ XXI. Những sáng tác của ông góp phần thúc đẩy quá trình đa dạng hóa các thể laoij văn học, đáp ứng nhu cầu tiếp nhận đông đảo của công chúng bạn đọc.

NTC

2.2.2. TRUYỆN NGẮN VŨ XUÂN TỬU DƯỚI GÓC NHÌN VĂN HÓA

*Luận văn thạc sĩ của **Lê Thị Trang**,*
Văn D-K56, khoa Ngữ văn, Đại học Sư phạm Hà Nội, năm 2012.
Người hướng dẫn khoa học: Phó Giáo sư, Tiến sĩ Trần Mạnh Tiến.

Chương I:
KHÁI QUÁT VỀ VĂN HÓA TRONG VĂN XUÔI ĐƯƠNG ĐẠI VIỆT NAM

1. Khái niệm chung về văn học và văn hóa

Văn học là một hình thái ý thức, một loại hình nghệ thuật sử dụng ngôn ngữ làm chất liệu. Nó xây dựng nên những hình tượng nghệ thuật độc đáo, riêng biệt. Trong đó, con người là trung tâm phản ánh và là đối tượng chính mà các nhà văn hướng tới.

Văn hóa là sản phẩm của loài người, văn hóa được tạo ra và phát triển trong quan hệ qua lại giữa con người và xã hội. Nó được truyền từ thế hệ này sang thế hệ khác thông qua quá trình xã hội hóa. Văn hóa được tái tạo và phát triển trong quá trình hoạt động của xã hội. Đó là trình độ phát triển của con người và của xã hội được biểu hiện trong các hình thức tổ chức đời sống và hoạt động của con người cũng như trong giá trị vật chất và tinh thần do con người tạo ra. Có thể thấy yếu tố cốt lõi của văn hóa là hệ thống những giá trị. Mỗi nền văn hóa chọn một giá trị riêng để định hướng. Văn hóa bao giờ cũng hình thành quá trình và được tích lũy qua nhiều thế hệ. Vì vậy, văn hóa bao giờ cũng có một bề dày, chiều sâu và tự điều chỉnh các giá trị. Trong xã hội hiện nay có sự chuyển đổi về các giá trị: các giá trị đạo đức ngày càng được coi trọng và mở rộng; giá trị thẩm mĩ trở thành nhu cầu thiết yếu trong đời sống xã hội, cái đẹp xuất hiện cùng với cái hữu ích trong toàn bộ đời sống con người.

1.1. Mối quan hệ qua lại giữa văn học và văn hóa

Văn học, nghệ thuật cùng với triết học, chính trị, tôn giáo, đạo đức, phong tục… là những bộ phận hợp thành trúc văn hoá. Nếu văn hoá thể hiện quan niệm và cách ứng xử của con người trước thế giới, thì văn học là hoạt động lưu giữ những thành quả đó một cách sinh động nhất. Để có được những thành quả quả đó, văn hoá của một dân tộc cũng như của toàn thể nhân loại từng trải qua nhiều chặng đường tìm kiếm, chọn lựa, đấu tranh và sáng tạo để hình thành những giá trị trong xã hội. Văn học vừa thể hiện con đường tìm kiếm đó, vừa là nơi định hình những giá trị đã hình thành. Cũng có thể nói văn học là văn hoá biểu hiện bằng ngôn từ nghệ thuật.

Trước hết, ta thấy tác động của văn hóa với văn học. Văn học được coi là một bộ phận của văn hóa. Nghiên cứu văn học không thể tách rời văn hóa - toàn bộ sáng tạo vật chất và tinh thần của con người. Văn hóa đem lại cho văn học nguồn đề tài phong phú. Các nhà văn lấy văn hóa làm đề tài cho tác phẩm: văn hóa dân gian, văn hóa ẩm thực, văn hóa tâm linh, văn hóa ứng xử... Như vậy, trong tác phẩm văn học, ta tìm thấy hình ảnh của văn hoá qua sự tiếp nhận và tái hiện của nhà văn. Mỗi tác phẩm văn học là sản phẩm kết tinh văn hóa của nhà văn và thời đại. Mỗi nhà văn sống trong một môi trường văn hóa riêng. Không gian văn hóa đó chi phối cách xử lí đề tài, thể hiện chủ đề, xây dựng nhân vật, sử dụng thủ pháp nghệ thuật... trong quá trình sáng tác; đồng thời cũng chi phối cách phổ biến, đánh giá, thưởng thức... trong tiếp nhận. Một nền văn hoá cởi mở, bao dung mới tạo điều kiện thuận lợi cho văn học phát triển. Còn nền văn hóa chật hẹp, tù túng sẽ không mang lại cái mới cho văn học. Văn học thừa hưởng và hấp thụ những yếu tố của không gian văn hóa rộng và hẹp. Đó là văn hóa dân tộc, văn hóa vùng, miền. Ta có thể thấy văn hóa dân gian trong sáng tác của Hồ Xuân Hương, Tú Xương; văn hóa ẩm thực trong ca dao, trong sáng tác của Thạch Lam, Nguyễn Tuân, Vũ Bằng.... văn hóa làng trong sáng tác của Kim Lân; phong tục, tín ngưỡng trong sáng tác của Tô Hoài, Nguyễn Xuân Khánh; văn hóa ứng xử trong *Truyện Kiều*, trong các tác phẩm sau 1975... Mỗi nhà văn đều ảnh hưởng môi trường văn hóa khi sáng tác, và các tác phẩm của họ in dấu ấn văn hóa vùng, miền, thời đại nhất định. Như vậy, những tác phẩm có tính văn hóa cao là tài sản chung của dân tộc. Trong các tác phẩm văn học, các nhân vật được đặt trong quan hệ giao tiếp với nhau, đối thoại với nhau, trong phạm vi ứng xử văn hóa với nhau. Những cách ứng xử đó mang đặc trưng văn hóa dân tộc, tạo màu sắc dân tộc. Tiếp cận văn học từ góc độ văn hóa góp phần làm rõ đóng góp của tác phẩm văn hóa vào tổng thể giá tinh thần của dân tộc.

Nếu văn hoá chi phối hoạt động và sự phát triển của văn học, thì ngược lại, văn học cũng tác động đến văn hóa, hoặc trên toàn thể cấu trúc, hoặc thông qua những bộ phận hợp thành của nó. Những nhà văn tiên phong của dân tộc bao giờ cũng là những nhà văn hoá lớn: Nguyễn Trãi, Nguyễn Du, Hồ Xuân Hương, Nguyễn Tuân... Họ lên tiếng phê phán những biểu hiện phản văn hóa, đồng thời khẳng định những giá trị văn hóa của nhân loại. Các nhà nghiên cứu cũng có thể dựa vào dữ liệu văn học để tìm hiểu bức tranh văn hóa của một thời đại. Văn học còn tạo cho con người văn hóa đọc, văn hóa viết. Vì vậy, có thể nói văn học là thước đo trình độ văn hoá của một xã hội trong một thời điểm lịch sử nhất định.

Như vậy, văn học và văn hóa có mối quan hệ qua lại, tác động lẫn nhau. Từ góc nhìn văn hóa, ta có thể thấy sự phát triển, biến đổi của văn học qua mỗi thời đại. Qua văn học, ta đồng thời thấy được bộ mặt văn hóa của xã hội, thấy xu hướng văn hóa tương lai. Giá trị văn chương chỉ được tạo nên khi nhà văn tìm ra được những nội dung mới và hình thức mới để mở rộng, đổi mới chiều kích, khả năng của văn chương, để phát triển văn chương, tạo cho văn chương một sức hấp dẫn mới. Trên một bình diện khác, tìm hiểu giá trị văn hoá của tác phẩm là đặt giá trị văn học của tác phẩm trong hệ thống của nền văn hoá thông qua mối quan hệ với bối cảnh văn hoá. Tức là vừa đặt nó trong tổng thể sáng tạo văn hoá thẩm mĩ của dân tộc, vừa đặt nó trong yêu cầu văn hoá của thời đại. Như vậy, giá trị văn hoá bao gồm giá trị văn học của tác phẩm. Nói cách khác, giá trị văn hoá là tổng thể giá trị và ý nghĩa của tác phẩm văn học trên bình diện sáng tạo và tiếp nhận trong mối quan hệ với yêu cầu văn hóa thờ đại.

1.2. Con người với văn học và văn hóa

Văn hóa, văn học đều do con người tạo ra và phục vụ con người. Vì vậy, con người được coi là trung tâm phản ánh của văn học và chủ thể của văn hóa.

1.2.1. Con người - trung tâm của sự phản ánh văn học

Đối tượng của văn học nghệ thuật là phương thức tồn tại của con người. Văn học nhận thức con người với toàn bộ tính tổng hợp, toàn vẹn, sống động trong các mối quan hệ đời sống phong phú và phức tạp của nó, trên phương diện thẩm mĩ.

Trong quá trình phát triển, con người đã đột phá bản năng, sáng tạo ra phương thức tồn tại của mình, đời sống tinh thần, hệ thống kí hiệu, biểu tượng, ý thức thường xuyên khắc phục mọi hữu hạn để tồn tại. Trong quá trình đó, nghệ thuật, văn học xuất hiện như một phương thức của đời sống tinh thần, một phương tiện để nuôi dưỡng đời sống tinh thần con người, kích thích con người vượt lên hữu hạn. Văn học có bản chất nhân học. Nó miêu tả con người tự nhiên với những qui luật sinh, lão, bệnh, tử. Văn học quan tâm tới cá thể, cá tính, cá nhân, tới tính cách và số phận con người. Chỉ văn học mới quan tâm lí giải các giá trị của cá thể về sắc đẹp, tư chất, cá tính, số phận. Văn học miêu tả thế giới bên trong con người, miêu tả thế giới văn hóa: văn hóa cộng đồng, văn hóa ứng xử, văn hóa sáng tạo.

Mỗi thời đại khác nhau có quan niệm khác nhau về con người và được phản ánh trong tác phẩm văn học. Trong thần thoại, con người thường mang chức năng của một vài hiện tượng tự nhiên. Sang thời đại của sử thi, con người là những anh hùng, tráng sĩ có sức lực và tài nghệ tuyệt vời. Họ là người của cộng đồng, của gia tộc, của đất nước, đại diện cho quan niệm cộng đồng trong mọi phương diện: sức mạnh, trí tuệ, phong tục, tập quán… Ngày nay, văn học tập trung vào con người đời tư, cá nhân. Con người được nhìn ở nhiều góc độ, nhiều mối quan hệ: quan hệ gia đình, dòng tộc, quan hệ với thiên nhiên, với con người và với bản thân. Vì vậy, con người trong văn học ngày nay đa diện, lưỡng phân chứ không đơn nhất. Con người hiện lên với nhiều mâu thuẫn khó cắt nghĩa, khó lí giải, liên quan tới của tâm linh. Con người luôn là trung tâm văn học. Con người ở đây không đơn nhất, một chiều mà được nhận thức trong tính toàn vẹn, sống động trên phương diện thẩm mĩ.

1.2.2. Con người - chủ thể của văn hóa

Ngày nay có rất nhiều hướng tiếp cận văn hóa khác nhau. Nhưng dù tiếp cận ở hướng nào cũng hội tụ ở một điểm: con người luôn là trung tâm của sự phát triển văn hóa. Khi nói tới văn hóa, trước hết phải nói tới con người. Văn hóa là tổng thể những giá trị vật chất và tinh thần do con người sáng tạo ra. Như vậy, con người một mặt sáng tạo ra văn hóa, mặt khác con người là đối tượng của văn hóa.

Văn hóa là của con người, do con người và vì con người. Không có văn hóa nằm ngoài con người. Con người vừa là chủ thể, vừa là đối tượng của văn hóa. Với tư cách là chủ thể, con người thực hiện sự phát triển của xã hội, mà trước hết là sự phát triển của lực lượng sản xuất. Với tư cách là đối tượng, con người hưởng thụ những thành quả của sự phát triển đó. Không có con người thì không có sự hưởng thụ, cũng không có sự cống hiến. Điều đó cho thấy, trong sự tiến hóa của lịch sử trái đất, con người luôn là trung tâm. Như vậy, từ góc độ văn hóa, con người một mặt sáng tạo ra văn hóa, mặt khác con người là đối tượng của văn hóa.

Văn hóa mang bản chất xã hội. Nó là sự phản ánh phương thức tồn tại của con người và xã hội. Văn hóa hình thành trong đời sống hiện thực, tồn tại trong tất cả các lĩnh vực hoạt động và quan hệ xã hội của con người. Trong lịch sử phát triển của con người, khi con người thông minh là lúc có văn hóa. Ban đầu, văn hóa thể hiện ở những phương diện như canh tác, trồng trọt, chăn nuôi. Trong sinh hoạt, văn hóa biểu hiện ở việc con người thoát khỏi tình trạng ăn lông ở lỗ. Cùng với việc chế tạo ra công cụ sản xuất, con người chế tạo ra các vật dụng sinh hoạt hằng ngày như đồ gốm, đồ đồng thau, trang sức, trang phục, các hình thức vui chơi, giải trí. Xuất hiện cùng với con người, ngôn ngữ và xã hội loài người, văn hóa là dấu hiệu để phân biệt con người với động vật. Điều đó cho thấy văn hóa không tách khỏi con người và xã hội loài người. Văn hóa là cái tự nhiên được biến đổi bởi con người, như học giả Mỹ L.A. White (1900 - 1975) tổng kết: "Văn hóa là sở hữu độc chiếm của loài người".

Văn hóa phản ánh điều kiện sống, điều kiện sinh hoạt vật chất và tinh thần của các cộng đồng người. Sự khác biệt văn hóa, xét cho cùng, do sự khác biệt môi trường sống quy định. Văn hóa gắn liền với điều kiện vật chất cụ thể của mỗi xã hội. Văn hóa thể hiện trong mọi lĩnh vực thuộc về con người: ngôn ngữ, đạo đức, pháp luật, khoa học, tôn giáo, văn học nghệ thuật, công cụ sinh hoạt, các phương thức sử dụng. Nghĩa là văn hóa có mặt trong bất cứ hoạt động nào của con người, dù đó là hoạt động trên lĩnh vực kinh tế, chính trị hay trong cách ứng xử, thậm chí cả trong những suy tư thầm kín nhất. Điều này có nghĩa văn hóa liên quan đến tất cả các phương diện của cuộc sống con người từ cái ăn, mặc, ở, đi lại, sinh hoạt, ứng xử, cả hoạt động vật chất và hoạt động tinh thần của con người. Các sáng tạo văn hóa xuất phát từ hoạt động sản xuất vật chất của con người. Văn hóa là sự đúc kết những tri thức và kinh nghiệm của con người trong hoạt động sống của họ. Văn hóa luôn phản ánh, tái hiện toàn bộ những đặc trưng, diện mạo, sự tồn tại, phát triển của xã hội. Ra đời cùng với loài người, phản ánh xã hội loài người, văn hóa trở thành phương thức hữu hiệu để con người nhận thức và cải tọa thế giới. Nó ra đời từ hoạt động lao động sản xuất của loài người rồi quay trở lại phục vụ con người.

Nói đến văn hóa là nói đến con người, là nói tới việc phát huy những năng lực bản chất của con người nhằm hoàn thiện con người, hoàn thiện xã hội. Văn hóa làm cho sự sinh tồn của con người có ý nghĩa. Lịch sử phát triển của nhân loại cho thấy, mỗi bước tiến của nhân loại cũng là một bước con người vươn tới cái chân, thiện, mĩ. Nó có ý nghĩa lớn trong công cuộc khắc phục sự tha hóa trong đời sống cá nhân và cộng đồng. Khi nền văn minh công nghiệp lên ngôi, đời sống con người được nâng cao, nhưng nó đồng thời làm tha hóa con người. Sự tha hóa nhân cách, chủ nghĩa cá nhân cực đoan với nguyên tắc vị lợi tuyệt đối, định nghĩa giá trị theo chủ nghĩa thực dụng, tâm trạng cô đơn, sự đổ vỡ niềm tin vào con người và cuộc sống… là tiền đề trực tiếp dẫn đến sự tha hóa đời sống tinh thần của xã hội. Tình trạng tha hóa đó chỉ được khắc phục bằng việc xóa bỏ bất công xã hội, thực hiện một cuộc sống do con người, vì con người. Văn hóa được xác định là tất cả những giá trị mang lại lợi ích, sự tốt đẹp, hạnh phúc, sự tiến bộ cho con người.

Tác phẩm văn chương lấy con người làm trung tâm của sự phản ánh cũng chính là tập trung khắc họa tính chất văn hóa của con người.

2. Văn xuôi Việt Nam với nền văn hóa Việt

2.1. Văn hóa truyền thống

Cha ông ta đã xây dựng một đời sống tinh thần vô cùng phong phú. Đó là văn hóa ẩm thực, những thú chơi đã góp phần làm nên văn hóa cổ truyền của người Việt Nam. Ngày nay, nhiều nét văn hóa đã bị thất truyền. Trong văn chương, rất nhiều nhà văn đi sâu tìm hiểu, khám phá, khơi lại những nét văn hóa truyền thống đó như Tô Hoài, Kim Lân, Vũ Bằng… Kim Lân và Tô Hoài chú ý nhiều đến mảng chơi dân gian của làng quê. Kim Lân thường miêu tả những thú "phong lưu đồng ruộng" của người dân Kinh Bắc như thả chim bồ câu, nuôi chó săn, chơi chọi gà… Tô Hoài thì chú ý đến những phong tục kì là của người dân như "đám cưới trẻ con", tục khách nợ, tục ma chay, tục nằm vạ, chửi nhau có vần có điệu… Vũ Bằng vừa thích thú với những trò chơi dân gian vừa bị mê hoặc bởi những thú chơi tao nhã của giới văn sĩ trí thức hay những thú chơi mang tính nghệ thuật của người thành thị. Trong *Mê chữ*, ông say sưa miêu tả lễ hội chọi trâu ở một làng quê, những thú vui trong đó có đấu kiệu của đám văn nhân tỉnh Thanh, rồi cuộc thi hoa thủy tiên trong dịp tết và thú chơi chữ cổ của người đất kinh kì. Nguyễn Tuân nghiêng hẳn về những thú chơi vừa tao nhã, vừa giàu tính nghệ thuật của lớp nhà Nho trí thức cũ. Nhà văn chủ yếu khám phá vẻ đẹp văn hóa, thẩm mĩ chứ không miêu tả tỉ mỉ. Ông muốn khôi phục lại mảng văn hóa chỉ còn "vang bóng". Yêu thích những vẻ đẹp khác lạ, nhà văn đi tìm trong quá khứ dân tộc những hình ảnh vang bóng một thời với những nét đẹp độc đáo và đặc biệt nhất. Đó là vẻ đẹp của tài hoa đặc biệt, của sắc đẹp đặc biệt, của những sở thích rất đặc biệt. Trong những hình ảnh vang bóng một thời đó, Nguyễn Tuân khám phá ra những giá trị văn hóa, tinh thần rất độc đáo của người Việt Nam: chơi hoa, chơi cờ, chơi chữ, bình văn thơ, hát ả đào... Ông đã làm sống lại những vẻ đẹp, những giá trị văn hóa ấy trong nghệ thuật ẩm thực và trong thú chơi tao nhã đã thành truyền thống của người xưa.

Ẩm thực cũng là một nét văn hóa đẹp từ xưa. Văn hóa ẩm thực đã được nhắc tới từ trong ca dao. Đó là những món ăn dân dã, giàu truyền thống như "canh rau muống, cà dầm tương", hay những món ăn trong ngày tết, lễ như gà, xôi, thịt, bánh chưng, bánh dày.... Nó cung cấp cho ta nhiều tri thức về ăn uống trong dân gian.

Các nhà thơ trung đại như Nguyễn Trãi, Nguyễn Bỉnh Khiêm, Nguyễn Khuyến cũng nhắc nhiều tới ẩm thực trong thơ. Những thú ăn uống được nâng lên thành một thứ nghệ thuật trong cuộc sống ta thấy được trong những trang văn của Nguyễn Tuân (*Vang bóng một thời*, kí *Phở, Cốm, Giò lụa*...), Thạch Lam (*Hà Nội băm sáu phố phường*), Vũ Bằng (*Miếng ngon Hà Nội*). Qua những tác phẩm đó, thú ăn chơi của người xưa được nhìn nhận ở góc độ văn hóa, thẩm mĩ. Đó là thú uống trà, bữa tiệc hoa trong đêm trăng rằm, là những món ăn mang lại niềm tự hào dân tộc...Những điều đó tạo nên vẻ đẹp độc đáo cho những trang văn viết về chuyện ăn uống của Nguyễn Tuân. Thạch Lam qua tập kí *Hà Nội băm sáu phố phường* viết về miếng ăn một cách nhẹ nhàng, say sưa như một thứ nghệ thuật cao quý và sang trọng. Ở đó có cái đẹp, sự hấp dẫn về hình thức và cái quyến rũ của hương vị độc đáo, thơm ngon và cách thưởng thức thanh lịch của người Hà thành. Ông cho rằng biết ăn phở là "một nghệ thuật đáng kính" và "ăn quà cũng là một nghệ thuật". Vũ Bằng thì miêu tả các món ăn ở phương diện cái ngon và những khoái cảm vật chất do món ăn mang lại. Ông thường nhấn mạnh cái cảm giác "khoái ông thần khẩu" khi được thưởng thức những món ăn ngon. Không chỉ cảm nhận ẩm thực ở góc độ người sành ăn, Vũ Bằng cảm nhận bằng tâm hồn nghệ sĩ trước nghệ thuật ẩm thực của dân tộc. Ông từng khẳng định: "Ai đã từng bảo ăn uống là một nghệ thuật? Hơn thế nữa, ăn uống là cả một nền văn hóa đấy" [5; 416]. Trong tùy bút của mình, Vũ Bằng luyến tiếc những hình ảnh đẹp đã đi vào quá vãng. Hình ảnh những người bán rong với miếng ngon đã tạo nên một phần linh hồn của mảnh đất Hà thành văn hiến, khiến người đi xa không thể quên. Đó chính là một nét văn hóa độc đáo của Thủ đô.

Đời sống tín ngưỡng, phong tục được nhiều nhà văn nhắc đến. *Mẫu thượng ngàn* của Nguyễn Xuân Khánh được coi là cuốn tiểu thuyết giàu giá trị. Nhà văn đã thể hiện những nét đặc sắc trong tín ngưỡng, phong tục tập quán của nền văn hóa Việt. Đồng thời, nhà văn đã tạo dựng trong tác phẩm của mình một thế giới tâm linh đa dạng, đậm nét từ ngoại cảnh đến nội tâm. Trong tiểu thuyết này, nhà văn đã thâm nhập sâu vào văn hóa Việt, đưa ra hàng loạt hình ảnh liên quan trực tiếp đến đời sống, tín ngưỡng và phong tục Việt Nam. Phong tục thờ mẫu được thể hiện trong việc nhà văn miêu tả các ông đồng, bà đồng, cách bài trí ngôi đền và lễ thức lên đồng một cách tỉ mỉ. *Mẫu Thượng Ngàn* đã cho ta cách diễn giải về đạo Mẫu. Đó là một phong tục có ảnh hưởng sâu rộng trong tâm linh người Việt. Nguyễn Xuân Khánh đã tỏ ra am hiểu về văn hóa, phong tục của nhân dân ta và thể hiện sinh động trong tác phẩm của mình. Trong tác phẩm của Nguyễn Xuân Khánh, biểu hiện dễ nhận thấy của tín ngưỡng phồn thực là việc nhà văn đề cao hành vi tính giao và thể hiện những biểu tượng phồn thực, tiêu biểu là bộ ngực của người phụ nữ. Có thể thấy, tính dục được khắc họa trong Mẫu thượng ngàn là một ẩn dụ về văn hóa. Trong những trang văn của mình, nhà văn miêu tả thiên nhiên vùng nhiệt đới "như một vũ điệu giao hoan" làm phông nền cảm xúc cho các nhân vật thể hiện tình cảm. Trong đó, người phụ nữ hiện lên sống động, đầy mê hoặc. Với sự diễn giải về văn hóa phương Đông, phương Tây trong sự xung đột và tiếp biến văn hóa, về đạo Mẫu ở Việt Nam và tín ngưỡng phồn thực, Nguyễn Xuân Khánh cho thấy sức sống của văn hóa Việt trong mọi hoàn cảnh.

Qua những tác phẩm trên, ta thấy được vẻ đẹp văn hóa truyền thống in dấu trong những trang văn. Đó là những vẻ đẹp đã thành quá vãng, nhưng vẫn luôn còn in dấu trong đời sống người dân, là những phong tục, tập quán từ lâu đời nhưng có sức sống bền bỉ. Những nét đẹp của văn hóa truyền thống ngày càng được trân trọng, giữ gìn.

2.2. Văn hóa hiện đại

Văn hóa không bao giờ là một hiện tượng thuần nhất. Sự đan xen văn hóa dẫn tới sự pha tạp, trộn lẫn, nhưng đồng thời dẫn đến sự kết tinh những giá trị mới. Văn học là nơi hội tụ những tìm tòi cho sự chuyển tiếp thời đại khi mà trong đời sống, cái cũ chưa bàn giao cho cái mới. Văn học còn là nơi hòa giải những xung đột tinh thần, tạo nên một tiếng nói chung trong cộng đồng.

Sau 1975, chiến tranh kết thúc. Con người trở về với đời sống cá nhân của mình. Có nhiều mâu thuẫn giữa hệ giá trị cũ - mới xảy ra khi cơ chế thị trường phát huy ảnh hưởng rộng khắp. Nhiều tác phẩm phê phán lối sống chạy theo những ham muốn tầm thường về vật chất, chỉ thích hưởng thụ. Vở kịch *Hồn Trương Ba, da hàng thịt* của Lưu Quang Vũ là một ví dụ. Được sống trong thân xác anh hàng thịt, hồn Trương Ba ngày càng trở nên xa lạ, đáng sợ trong mắt những người thân. Để bảo toàn sự thanh sạch của mình, hồn Trương Ba chấp nhận cái chết vĩnh viễn. Tác phẩm đã cất lên lời cảnh báo về tình trạng con người phải "sống giả". Nhiều tác phẩm trăn trở về khả năng bảo tồn những giá trị tinh túy của người Việt, lối ứng xử thanh lịch, trọng tình. *Một người Hà Nội* của Nguyễn Khải xây dựng chân dung người phụ nữ mang vẻ đẹp của người Hà Nội, gìn giữ nếp nhà. Tình người, tình đời giữa cuộc sống đô thị hóa được nhiều nhà văn nâng niu, trân trọng. Đó là câu chuyện người anh đem lại cho em gái niềm tin yêu cuộc sống bằng những lá thư (*Máu của lá* - Võ Thị Hảo), người con gái tìm mọi cách cho người tình có được niềm vui sống (*Dây neo trần gian* - Võ Thị Hảo)… Tạ Duy Anh cho ta niềm tin vào tình yêu đẹp, lãng mạn giữa buổi kim tiền (*Chiếc giày thủy tinh*). Những câu chuyện này đem lại niềm tin yêu cuộc sống cho con người, gợi lên tình cảm tốt đẹp vốn là truyền thống bao đời của người Việt.

Ngày nay, nhiều giá trị văn hóa đã đổi thay. Con người với những mối quan hệ mới, thời đại mới phải đối mặt với nhiều vấn đề: hạnh phúc, khổ đau, tự do, quyền sống, khát vọng… tất cả đều không còn nguyên giá trị. Hạnh phúc của con người ngày càng được đặt lên hàng đầu cùng với tự do và quyền sống. Con người không bị áp bức, không chịu nô lệ, nhưng họ có tự do hay không? Đôi khi, những định kiến xã hội khiến con người tự biến mình thành vật hiến tế, không sao thoát ra được. Giang Minh Sài trong tiểu thuyết *Thời xa vắng* của Lê Lựu là một điển hình. Anh sống bằng sự yêu, ghét của người khác, để làm vừa lòng người khác hơn là chính mình. Anh ta cũng ngậm ngùi nhận ra rằng, nửa đời đầu mình yêu cái người ta yêu, nửa đời sau yêu cái mình không yêu. Đó là hạnh phúc hay khổ đau? Đọc các truyện về đề tài đồng tính của Bùi Anh Tấn, thấy rằng những nhân vật đồng tính của ông không bao giờ có một kết thúc "có hậu". Định kiến xã hội đã trở thành một bức tường thành kiên cố bất khả xâm phạm, và những người đồng tính, những người thuộc thế giới thứ ba đang miệt mài tìm cho mình chỗ đứng trong xã hội ấy. Họ mỏi mệt, lo âu, họ khát khao được là mình nhưng không dám sống là mình, tự thu mình trong những vỏ bọc để hàng đêm sống với những giọt nước mắt và những niềm vui lén lút. Và họ đang tự đi tìm cho mình những người cùng cảnh ngộ, để được sống, được yêu, được cống hiến, được trở thành chính mình. Đã có những cái chết trên con đường tìm về bản ngã, sống theo bản năng, những cái chết do bế tắc. Cái chết đã tìm đến họ như một định mệnh. Có người chết vì không còn đường sống, sợ bị xã hội phát hiện; có người chết vì lối sống buông thả, vì con đường mưu sinh bán thân đồng tính, vì không chấp nhận được sự thật về bản thân mình .... Họ đã tìm đến cái chết hay chính cái chết chọn họ như điều cần phải thế? Đó vẫn là một câu hỏi nhức nhối mà xã hội cần quan tâm hơn nữa.

Những giá trị cũ như cái đẹp, cái thật, cái giả, cái đúng, cái sai, cái nhìn về lịch sử... đều vận động. Cái đẹp trong xã hội hiện đại là cái mong manh. Nó không có khả năng tự bảo toàn. Muốn tồn tại, nó phải làm khác đi. Trong *Thiên Sứ* của Phạm Thị Hoài, bé Hon là vẻ đẹp trẻ thơ trong mỗi con người. Nhưng bé Hon không được mọi người chấp nhận. Những nụ hôn của bé không ai cần đến. Và bé phải ra đi. Hằng là vẻ đẹp mong manh. Cô luôn khao khát những điều tốt đẹp, nhưng cuối cùng vẫn không thực hiện được. Hoài muốn bảo toàn cái đẹp của mình bằng cách ngừng tăng trưởng. Đến khi cô trở lại vẻ đẹp thì cô đồng thời cũng không thể tồn tại được. Lụa trong tiểu thuyết *Hình bóng đàn bà* của Vũ Xuân Tửu cũng vậy. Cô bước ra từ trong tranh, xinh đẹp, dịu hiền. Nhưng sau những cuộc tình, những buổi đi nhà hàng, cô mọc lên 999 nốt ruồi và phải thay da để trở về bức tranh. Như vậy, cái đẹp trong xã hội hiện đại rất mong manh, cần được nâng niu, gìn giữ. Đạo đức cũng là một phạm trù phức tạp. Nó vốn là những quy ước do xã hội đặt ra để hạn định con người. *Tướng về hưu* của Nguyễn Huy Thiệp cho thấy cái nhìn đa chiều về con người. Ông tướng và người con dâu đại diện cho hai thế hệ khác nhau. Ông thấy sợ khi đứa con dâu mang những thai non và nhau thai về nhà nấu cho chó và gà ăn, và ông cho rằng con người thật tàn ác và vô nhân đạo; trong khi chính ông đã cầm súng giết bao nhiêu người, chôn biết bao nhiêu người mà không thấy run sợ. Ông cảm thấy xã hội điên đảo, tầng lớp trí thức suy thoái về đạo đức khi những đứa con ông ăn hối lộ, đút lót; trong khi ông đã mang phong bì thư đi khắp nơi để xin việc cho con cháu mình. Những giá trị đạo đức chỉ còn là tương đối, và cái đúng, cái sai cũng không còn rạch ròi. Quan niệm về lịch sử cũng đổi khác. Nhiều tiểu thuyết lịch sử ra đời đã cho thấy một lịch sử khác với những gì chúng ta biết. Những anh hùng lịch sử ngoài mặt tốt còn cả những mặt xấu. Nguyễn Huy Thiệp, Nguyễn Xuân Khánh... đã cho thấy điều đó trong tiểu thuyết lịch sử của mình. Chiến tranh được nhìn không chỉ ở những thắng lợi mà cả những mất mát, hi sinh. Quá khứ không chỉ là những kí ức về hạnh phúc mà còn là những kí ức khủng khiếp đè nặng con người. *Nỗi buồn chiến tranh* của Bảo Ninh cho ta thấy những ám ảnh về chiến tranh khi người lính rời chiến trận trở về. Chiến tranh không chỉ viết với cảm hứng ngợi ca nữa.

Như vậy, văn xuôi Việt Nam đã có nhiều quan niệm mới về giá trị cũ. Một mặt, những giá trị cũ vẫn được bảo tồn và phát huy; mặt khác, những giá trị cũ đã được nhìn nhận lại. Văn học phản ánh những thay đổi đó, cho thấy sự tiếp nối và thay đổi trong từng thời đại. Khi những luồng văn hóa mới du nhập, các nhà văn tiếp thu và phản ánh chân thực trong các sáng tác. Sự đấu tranh giữa cái cũ và cái mới, những cái chưa được công nhận đều có mặt trong tác phẩm văn học.

3. Nhà văn Vũ Xuân Tửu với văn xuôi đương đại

Vũ Xuân Tửu sinh năm 1955, tại Ninh Bình, trú quán tại Tuyên Quang, theo học Đại học ngành An ninh (nay là Học viện An ninh nhân dân) và trưởng thành ở Tuyên Quang, là một chiến sĩ công an có một niềm đam mê văn học, ông đã "tự đào tạo mình thành một nhà văn" đồng thời là một cây bút đoạt giải cao trong cuộc thi truyện ngắn của Tạp chí Văn nghệ quân đội, 2005-2006. Trong khoảng mười năm, ông đã có mười bốn đầu sách vừa thơ, vừa truyện ngắn, truyện dài, tiểu thuyết, tiêu biểu: *Miếng trầu xanh, Rừng sáo, Nửa tỉnh nửa quê, Yếm thắm, Người rừng, Cõi mê, Hình bóng đàn bà, Chuyện ở bản Piát*…Ở mảng tự sự, truyện của ông hình thành từ những điều đơn giản, nhưng lại chứa đựng chiều sâu cuộc sống. Truyện của ông viết về những mảnh đời, số phận của con người ở những vùng quê khác nhau. Trong những câu chuyện đó, ta thấy được tâm tư của người dân vùng quê xa xôi (*Dòng chảy, Người sông nước, Tiếng kèn lá trên đỉnh Mã Pí Lèng*…); những câu chuyện đời thường (*Tầm phào, Chữ kí*…); những cuộc tình mang màu sắc huyền ảo (*Chóp bể mưa nguồn, Dòng chảy*…); về tình yêu vượt mọi khoảng cách (*Người sông nước, Cầu vồng trên núi Pù Tiên*…). Nhà văn sử dụng yếu tố kì ảo xen với các yếu tố dân gian tạo nên sức hấp dẫn cho tác phẩm, như tiểu thuyết *Người rừng, Cõi mê*, truyện ngắn *Người sông nước*… khiến chúng đều phảng phất tính huyền bí. Đức Đan trong bài viết trên Báo điện tử Tổ Quốc, ngày 23/7/2007 có nhận xét: "Vũ Xuân Tửu có cách viết đôn hậu, không khoa trương bút pháp, không xảo thuật trong cách bố cục và ngôn ngữ, không hư cấu một cách lộ liễu (…). Tạng của anh là tạng viết về cái đẹp. Anh sinh ra là để viết về cái đẹp. Cái đẹp ở đây không hề dễ dãi. Đó là cái kỳ lạ trong đời sống bình thường. Đó là cái đẹp của nỗi buồn, của sự mất mát, thiệt thòi. Một nỗi buồn thăm thẳm" [16]. Có thể thấy nhà văn Vũ Xuân Tửu viết nhiều về đời sống tâm linh của con người, về những điều kì bí nơi rừng núi hoang vu. Qua những tác phẩm của mình, nhà văn "muốn khắc sâu sức sống mãnh liệt của tình người, tình đời" [22].

3.1. Vũ Xuân Tửu với văn hóa truyền thống

Văn hóa truyền thống trong đời sống nhân dân vùng cao được nhà văn phản ảnh chân thật trong từng câu chuyện. Đó là đời sống thơ mộng với lời ca, tiếng hát, là những phong tục riêng mang đặc trưng của từng vùng. Nơi rừng núi, những đêm trăng, những ngày hội, khắp nơi đều ngập tràn trong tiếng ca, tiếng sáo. Truyện *Cỏng Hò* miêu tả những đêm hát ấy với sự say sưa của những người tham gia. "Hát không cần sách, sách ở trong bụng rồi. Cứ thế thay nhau, kẻ đối người đáp, say sưa như uống được rượu ngon lại gặp bạn thân tình" [91; 21]. Từng lối sống, lối sinh hoạt của người dân nơi đây hiện ra thật sinh động. Đó là những buổi lao động tập thể của người dân trong truyện *Chuyện ở bản Piát*, là hình ảnh lao động vất vả thường nhật trong truyện *Cầu vồng trên núi Pù Tiên, Suối Miền Xía*... Tiểu thuyết *Cõi mê* kể về văn hóa những dân tộc thiểu số phía bắc. Người dân Sán Dìu còn lưu giữ hình ảnh mặc váy lá, đẻ ngồi. Cảnh sinh con, ma chay, cưới hỏi hiện lên sinh động với những nét riêng biệt mang đặc trưng vùng. Văn hóa ứng xử trong cộng đồng và gia đình cũng được đề cập trong nhiều câu chuyện. Cách ứng xử độ lượng, vị tha, nhân hậu của những con người từng nếm trái khổ đau, luôn nâng niu và trân trọng hạnh phúc mong manh trong *Bí mật cuốn gia phả* tạo nên sự ám ảnh trong lòng người đọc. *Chuyện ở bản Piát* cho thấy cách ứng xử mang tầm văn hóa của những nhân vật. Người không có được tình yêu ra đi, hi sinh, nhưng luôn sống trong lòng những người ở lại. Với họ, quá khứ không bao giờ dứt bỏ được mà là những kí ức không quên. Mộc trong *Hình bóng đàn bà* bán đi cả mảnh đất hương hỏa của tổ tiên để Lụa được nguyên vẹn trở về trong tranh. Đặc biệt, đời sống tâm linh bí ẩn của con người được nhà văn đi sâu khám phá. Đó là những ẩn ức, những giằng xé nội tâm, những cơn mộng mị, ảo giác của nhân vật. Trong đó, các chàng trai luôn mang hình bóng người phụ nữ của cuộc đời trong tim. Họ trở thành niềm ám ảnh không nguôi, khiến nhân vật rơi vào trạng thái ảo mộng, luôn mơ đến hình ảnh người phụ nữ của mình. Những giấc mơ được linh ứng gây hoang mang cho người đọc.

Trong truyện của mình, Vũ Xuân Tửu thường sử dụng nhiều câu hò, vè, nhiều khẩu ngữ khiến lời văn gần với lời ăn tiếng nói hằng ngày. Văn của ông không có cấu trúc mấp mô, phức tạp. Lời văn thường giản dị, dễ đi vào đời sống. Đặc biệt, giọng văn của ông dân dã mà dí dỏm, hồn nhiên. Đó là cái riêng của Vũ Xuân Tửu. Truyện *Người sông nước* sử dụng nhiều câu hò, câu vè rất hóm hỉnh. Vì thế, hình ảnh những anh chân sào đi vào lòng người đọc thật hồn nhiên. Vũ Xuân Tửu cũng cho rằng, lối viết giản dị, bao gồm cả phương ngữ chính là một điểm mạnh của mình. Trong khi nhiều nhà văn chọn lối viết hiện đại, ngôn ngữ đa nghĩa, cấu trúc phức tạp, ông lựa chọn sử dụng ngay ngôn ngữ bình dân hằng ngày. Nhà văn đã có nhiều năm sống và nghiên cứu ngôn ngữ của đồng bào các dân tộc thiểu số để làm tư liệu cho tác phẩm, vì vậy, dấu ấn phương ngữ chính là đặc trưng riêng trong truyện của ông.

3.2. Vũ Xuân Tửu với trào lưu đổi mới

Vũ Xuân Tửu đã tự đào tạo từ việc thâm nhập sâu vào hiện thực, kết hợp tự học và đổi mới mình. Khai thác những mạch nguồn trong văn học truyền thống, đồng thời nhà văn có cái nhìn mới, quan niệm nghệ thuật mới. Từ đó, những câu chuyện của ông có những luận đề mang tính thời đại.

Trong bài trả lời phỏng vấn trên báo Việt Nam News, ngày 01/04/200, do phóng viên Vũ Thu Hương thực hiện với tiêu đề *Nét vẽ sinh động về chiến tranh*, nhà văn nêu lên quan điểm của mình: "Tôi đề cao văn học mang tính nhân văn.

Tôi thích các kết thúc có hậu trong các tác phẩm của nhà văn. Chủ nghĩa nhân đạo tạo nên sự phát triển của xã hội loài người và làm cho loài người khác các loài động vật. Người viết có thể sáng tạo đến đỉnh điểm, nhưng vẫn phải đề cao vai trò của chủ nghĩa nhân văn. Đó là một yếu tố của triết học phương Đông trong các tác phẩm của tôi". Ông rất ít viết về cái ác, cái xấu, nếu có ông luôn tìm cách giải thoát cho con người. Vũ Xuân Tửu say mê viết về cái đẹp. Câu chuyện nào cũng kết thúc có hậu. Anh chân sào cả đời thương nhớ bà chủ thuyền, đến khi chết họ được sum họp với nhau, dù không phải ở kiếp này. Mỷ mượn thân xác Tiên để trở về sống với người mình yêu. Bằng nhiều cách khác nhau, nhà văn luôn để nhân vật của mình được hưởng hạnh phúc.

Những câu chuyện của Vũ Xuân Tửu hấp dẫn ta bởi vẻ giản dị mà ẩn giấu những thông điệp thẩm mĩ mang tính thời đại. Đời sống nhân vùng cao với sự tiếp thu những thành tựu khoa học đã có nhiều thay đổi. Nhưng đồng thời, nhiều giá trị văn hóa truyền thống cũng ngày càng mai một theo. Bên cạnh đó, với việc sử dụng yếu tố kì ảo, những yếu tố bất ngờ, ngẫu nhiên, sự xâm lấn của thế giời siêu nhiên vào đời sống thực được nhà văn phản ánh trong nhiều câu chuyện. Nhữngcâu chuyện hư hư, thực thực, tạo ám ảnh trong lòng người đọc. Tất cả tạo nên sức hấp dẫn cho những câu chuyện của Vũ Xuân Tửu, vừa gần gũi, vừa mang chiều sâu tư tưởng.

Truyện của Vũ Xuân Tửu đã mang đến cho người đọc cái nhìn về hiện thực cuộc sống, về những cái cao cả ẩn chứa bên trong cái nhỏ nhặt của đời sống hằng ngày, về thế giới tâm linh huyền bí của con người và của tạo vật. Những câu chuyện của Vũ Xuân Tửu đều mang đậm yếu tố dân gian, tạo nên cái riêng trong bút pháp của ông. "Đặc biệt sáng tác của ông mang đậm màu sắc kì ảo gợi nhắc về những vùng rừng núi mang những điều huyền bí thẳm sâu. Điều thú vị là sự huyền ảo nằm ngay trong cuộc sống đời thường, bắt mạch vào truyền thống văn hóa dân gian. Nhưng trên hết, dùng yếu tố huyền ảo, tác giả muốn khắc sâu sức sống mãnh liệt của tình người, tình đời" [22].

Tiểu kết:

Văn học và văn hóa có mối liên hệ qua lại. Từ góc nhìn văn hóa, ta có thể thấy sự phát triển, biến đổi của văn học qua mỗi thời đại. Qua văn học, ta đồng thời thấy được bộ mặt văn hóa của xã hội, thấy xu hướng văn hóa tương lai. Văn học Việt Nam đương đại in đậm dấu ấn văn hóa trong các tác phẩm: văn hóa qua sinh hoạt ẩm thực, ca hát, vui chơi, lao động, ứng xử, tín ngưỡng, phong tục... Đó là kết tinh truyền thống dân tộc, làm nên sức sống con người của từng thời đại khác nhau. Vũ Xuân Tửu là nhà văn có nhiều tìm tòi, đổi mới văn học. Ông đi theo một lối riêng, trong đó có việc khơi nguồn từ văn hóa dân gian miền núi. Bên cạnh đó, ông tiếp thu những đổi mới trong văn học. Dấu ấn văn hóa dân tộc in đậm trong nhiều tác phẩm của ông. Sự dung hòa truyền thống - hiện đại tạo nên sự hấp dẫn riêng trong truyện của Vũ Xuân Tửu.

Chương 2:
BỨC TRANH VĂN HÓA ĐA MÀU SẮC TRONG TRUYỆN VŨ XUÂN TỬU

1. Bức tranh văn hóa cổ truyền trong tác phẩm Vũ Xuân Tửu

Văn hóa cổ truyền gồm nhiều yếu tố khác nhau như phong tục, tập quán, lối ứng xử riêng hình thành nên tính cách con người và đặc điểm văn chương ở những vùng, miền, thể hiện qua tâm lý, hành động và ngôn ngữ. Trong tác phẩm của Vũ Xuân Tửu, bức tranh đó được thể hiện đa dạng. Đó là đời sống nhân dân vùng cao với lời ca, tiếng hát thơ mộng nhưng cũng đầy nghiệt ngã. Những phong tục và nếp sống sinh hoạt riêng biệt của nhân dân được nhà văn thể hiện đa dạng. Lối ứng xử của những con người mang nặng tình người, ý thức sâu sắc về cội nguồn dân tộc. Tất cả tạo nên nét riêng biệt trong lối sống, lối ứng xử của đồng bào.

1.1. Đời sống hiện thực của nhân dân vùng cao

Vũ Xuân Tửu đưa ta đến với đời sống nhân nhân vùng cao với hình ảnh những làng bản phía Bắc vừa kì vĩ, hoang sơ, vừa sâu đậm tình người. Đời sống nhân dân nơi đây được nhà văn quan sát kĩ mà tinh tế, lựa chọn những chi tiết gây ấn tượng. Mỗi câu chuyện ở một vùng, miền khác nhau, mang đậm thanh sắc, khẩu ngữ của vùng, miền ấy.

1.1.1. Bức tranh đời sống muôn màu

Nhà văn miêu tả đời sống nhân dân với cái nhìn đa chiều. Ở đó có những đêm trăng thơ mộng với lời ca tiếng hát, những cũng là những ngày lao động vất vả, những cảnh đời éo le, ngang trái.

Khi nói đến đời sống nhân dân miền núi phía Bắc, ta thường không quên được những lời ca, tiếng sáo, những đêm hát dao duyên của trai gái bản mường. Tiếng ca, tiếng sáo là đặc trưng riêng trong đời sống tinh thần của nhân dân miền núi. Những đêm trăng sáng, những lễ hội luôn ngập tràn âm thanh đẹp. Những âm thanh ấy như tiếng vọng của tâm hồn, đưa những tâm hồn nam nữ gần nhau hơn, giao cảm với nhau và với đất trời. Những lời ca đưa họ gần nhau, đưa họ kết thành đôi lứa. Hát giao duyên là một nét đẹp văn hóa của con người nơi đây. Phong tục này được nhà văn tả bằng những chi tiết tiêu biểu trong truyện *Cổng Hò*: "Từ đầu đông cho tới cuối xuân là mùa hát giao duyên triền miên của gái, trai Quần Trắng.

Hát không cần sách, sách ở trong bụng rồi. Cứ thế thay nhau, kẻ đối người đáp, say sưa như uống được rượu ngon lại gặp bạn thân tình. Đến ngày thứ chín, Vần bỏ được quả cau vào túi yếm của bạn hát. Túi yếm sâu đến giữa hai bàu ngực, nên trên yếm thấy nổi lên ba cái núm nhấp nhô. Thế là có hồn vía Vần bên người Quế rồi" [93; 21].

Tiếng kèn trên đỉnh Mã Pì Lèng ám ảnh người đọc vì nó vốn là tiếng kèn gọi tình yêu:

"Một lúc, thấy bóng Mỷ dắt ngựa xuống núi, tôi liền ngậm lá, thổi một hồi:

Em ơi,
Tình yêu đôi ta đẹp thế này
Đã nói nhiều nhưng đôi ta chưa tỏ
Vẫn còn điều bí ẩn ở thắt lưng em...

Mỷ cũng buộc ngựa, thổi lá:

Anh ơi,
Chúng mình dù tâm sự hay đến mấy
Nhưng gặp nhau
Em muốn nói cùng anh chưa tỏ
Nhưng vì chưa biết cõi lòng anh...

Tôi cùng Mỷ dắt ngựa qua cầu. Mỷ sánh vai bước bên tôi. Cầu treo rung rinh in bóng hình nhạt nhoà trên sóng nước. Tôi ngây ngất như bước trên mây. Mỷ cũng bâng khuâng như lướt trên gió" [91; 54]. Tình yêu của những đôi trái gái ở đây đẹp, thơ mộng. Họ quen nhau rồi trao tình cảm cho nhau cũng bằng tiếng sáo, hò hẹn nhau bằng tiếng sáo ấy. Nhưng cuối cùng nó lại trở thành tiếng kèn ai oán của chia cách. Thầy giáo và Mỷ yêu nhau, nhưng gia đình phản đối. Mỷ ăn lá ngón. Chàng trai như vẫn còn nghe tiếng kèn tình yêu vang vọng quanh mình. "Một đêm, trăng suông, tôi ngồi bên mộ, sương ướt đẫm vai áo, chợt nghe mơ hồ như có tiếng kèn lá từ trời cao vọng về:

Anh ơi...
Đã nói với nhau nhiều nhưng chưa nói hết
Vẫn còn điều ngây ngất ở trong em...

Có mùi hương tỏa ra ngào ngạt. Mỷ hiện lên, thấm hơi sương lạnh giá, ánh mắt nồng nàn như xưa, làn môi đằn thắm như xưa, khẽ cất tiếng thì thào như gió thoảng:

- Mỷ biết anh còn thương Mỷ nhiều, yêu Mỷ nhiều mà" [91; 54 - 55].

Lời ca đầy tình yêu thương nhưng cũng thật chua xót, ai oán. Họ dùng những lời ca thay cho lời tâm tình, dùng tiếng sáo thay cho tiếng hồn để nói cho nhau nghe. Họ trao lời yêu thương cũng bằng tiếng ca, tiếng sáo ấy. Từ đó để thấy tâm hồn thơ mộng, giàu cảm xúc của những con người nơi đây.

Những câu ca cùng phong tục riêng của dân tộc Sán Dìu được nhà văn kể lại qua tiểu thuyết *Cõi mê*. Đồng và Huyền là những người cán bộ văn hóa đi sưu tầm văn hóa dân tộc thiểu số. Họ được tiếp xúc với văn hóa các dân tộc khác nhau, trong đó có hát soọng cô của dân tộc Sán Dìu. Những người già trong làng bản là những người còn giữ lại được những nét đẹp trong văn hóa truyền thống. "Trong làng, chỉ còn các cụ già là mặc áo cạp trong trắng, ngoài chàm, cắt kiểu tứ thân, cổ cao, nẹp trơn, không đính khuy, nẹp trái vắt sang bên phải. Còn thanh niên nam, nữ và trẻ con thì mặc áo như người Kinh" [97; 4]. Đó còn là những phong tục riêng, gắn với đời sống của nhân dân miền núi. Nó vừa lạ, vừa đặc sắc và mang tính đặc trưng riêng như mặc váy lá, đẻ ngồi, nuôi con... được nhà văn viết với ngòi bút sắc sảo, am hiểu, cho người đọc thêm kiến thức đời sống của người dân vùng cao.

Nhà văn miêu tả cuộc sống người dân khi chưa bị cái xô bồ, chen lấn của đời sống đô thị làm ảnh hưởng. Dù đời sống của nhân dân có thay đổi, nhưng nếp sống, nếp nghĩ nơi đây vẫn mang màu sắc truyền thống, mang cái hoang sơ của miền núi. Phong tục kết hôn của người miền cao được nhà văn miêu tả với những chi tiết độc đáo, mang đậm chất của từng dân tộc. Đám cưới của đồng bào Quần Trắng với cảnh cô dâu, chú rể vượt núi về với nhau. "Quan lang khoác túi thêu hoa đỏ, phất phơ riềm tua vàng, lại hát:

- "Chắp tay chào gia tộc, cho đoàn rước dâu may mắn, được hát và say" [91; 32].

Với đồng bào Sán Dìu, trong ngày cưới, người anh trai phải cõng em gái ra khỏi giọt gianh ba bước, để tiễn về nhà chồng, đưa người thì đưa cả ma. Vì vậy, những câu hát đón dâu, hát ở nhà gái thường đượm buồn. Đối với dân tộc Tày: "Các cô gái đi lấy chồng, phải mang của hồi môn về nhà chồng, cho mỗi người trong nhà một bộ chăn gối thổ cẩm và làm riêng cho chồng một đôi giày thổ cẩm" [91; 56]. Đó là những phong tục riêng biệt của từng vùng, miền mà nhà văn quan sát tinh tế và thể hiện bằng những trang văn giàu sức gợi.

Vũ Xuân Tửu đưa người đọc đến những vùng khác nhau của miền núi phía Bắc. Mỗi vùng ấy lại có phong tục riêng, nét đẹp văn hóa riêng thể hiện trong đời sống nhân dân. Cuộc sống nơi đây thật thơ mộng, chan hòa trong tình yêu thương của mọi người. Những nếp sống, nếp nghĩ mộc mạc, đậm tình người được lưu giữ và truyền lại qua nhiều thế hệ khác nhau.

Nơi rừng núi hoang vu, đời sống nhân dân gắn bó với thiên nhiên. Họ cày cuốc, làm nương rẫy bằng sức lao động của mình mà chưa có máy móc hỗ trợ. Cuộc sống của những cô gái trên đỉnh Pù Tiên gắn với công việc hằng ngày: "Nhình chuyên cần làm việc như một con ong. Năm mười ba tuổi đã có nương bông riêng. Con gái bản tôi, cứ độ mười sáu, mười bảy tuổi là đã lấy chồng. Các cô gái đi lấy chồng, phải mang của hồi môn về nhà chồng, cho mỗi người trong nhà một bộ chăn gối thổ cẩm và làm riêng cho chồng một đôi giày thổ cẩm" [91; 56]. Đời sống nơi rừng núi hoang vu nơi đây chưa được ánh sáng khoa học chiếu tới. Họ còn mang niềm tin ngây thơ vào thế lực siêu nhiên. Mẹ Nhình bệnh, không có bác sĩ và thuốc chạy chữa: "Bầm Nhình ốm nặng, mà không tìm được cái bệnh để chữa. Bao nhiêu thuốc là bấy nhiêu trâu bò, bấy nhiêu nương ruộng và cả cái nhà gỗ nghiến năm gian kia cũng không còn. Thế rồi Nhình phải đi vay nợ để có tiền tìm thuốc chữa cho bầm. Cái ông lang thuốc nom như con sâu bông, ngốn tiền bạc như nước chảy vào ống bắng thủng, nhưng bệnh thì không khỏi, cứ như nước suối mùa hè ngày một đầy thêm" [91; 57]. Ông thầy lang đã lừa gạt để cuối cùng Nhình phải lấy ông ta trả nợ. Và hạnh phúc lứa đôi cũng không còn trọn vẹn nữa. Người con gái không lấy được người mình yêu đã chết đi mang theo mối tình thầm.

Cuộc sống người dân vùng cao gặp nhiều khó khăn vì điều kiện khắc nghiệt nơi đây. Người dân quanh năm lam lũ để kiếm ăn. Dù đã có khá nhiều sự thay đổi trong đời sống, nhưng nhìn chung, người dân vẫn chưa có được cuộc sống ổn định. Trồng trọt, chăn nuôi, thậm chí du canh du cư vẫn là phương thức chính trong đời sống nhân dân. Tiểu thuyết *Cõi mê* cho ta thấy bức tranh đời sống nhân dân các dân tộc thiểu số phía Bắc với sự thiếu thốn về điều kiện vật chất. Có nhiều nơi, đồng bào phải du canh, du cư để tồn tại. Thậm chí, việc đi học cũng chỉ là theo phong trào, để rồi cuối cùng cũng trở về với ruộng nương, với đời sống cơ cực của mình. Chưa có được một giải pháp tốt để nâng cao đời sống nhân dân nơi đây. *Thành hoàng làng Vực Vại* cũng cho thấy cuộc sống khắc nghiệt nơi một làng nghèo, con người phải đấu tranh với thiên nhiên để sinh tồn. Thiên nhiên được thần thánh hóa mang sức mạnh kì bí, khiến con người khó bề chinh phục.

Chuyện ở bản Piát cho thấy cuộc sống lao động thường ngày của đồng bào miền núi. Những vất vả trong lao động với những công cụ thô sơ càng làm cuộc sống thêm nhiều khó khăn. Đôi khi, họ còn phải đấu tranh với thiên nhiên, với thú rừng để kiếm sống. *Người sông nước* vẽ lên cuộc sống của những người kiếm sống nơi sông nước, lênh đênh nay đây mai đó, phiêu bạt bất định. *Tiếng kèn lá trên đỉnh Mã Pì Lèng* là câu chuyện cảm động về tình yêu đẹp nơi rừng núi hoang vu. Nơi đây, tôi đi dạy học ở một bản nghèo. Cả thầy giáo và học trò đều phải vượt qua nhiều thiếu thốn. "Buổi sáng, khi sương tan là tôi lên lớp. Một cái bảng đen nứt nẻ, tôi dùng phấn trắng thạch cao kẻ bốn cột cho bốn lớp. Trên góc bảng, tôi cũng ghi đủ số học sinh có mặt và vắng mặt. Số học sinh vắng mặt đầu giờ là phổ biến. Bởi vì, vào lúc sớm tinh sương, những đứa trẻ lớn phải đi cắt cỏ bò và cỏ ngựa tới khi về lớp thì quần áo, đầu tóc của chúng còn ướt sương mai, dính đầy hoa cỏ và bùn đất" [91; 52]. Trong hoàn cảnh đó, cả thầy và trò đều cố gắng học tập. *Suối Miền Xía* kể về việc đoàn chiếu phim đến chiếu tại các bản miền núi. Bản Dao Tiền là một bản "nằm lưng đồi, nhà như cái tổ chim treo chênh vênh, nửa nền bên đồi là đất, nửa nền bên sườn đồi lát bằng cây gầy và ván gỗ. Trong nhà, lúc nào cũng tôi tối, âm ẩm" [93; 55]. Đường đi vất vả, mỏi mệt. Điều kiện thiên nhiên nơi đây thật khắc nghiệt. Dòng suối chảy qua đây lạ lắm. "Nguồn nước từ trong núi chảy ra, nhưng có đêm, có hôm không mưa to, không gió lớn mà nước suối bất chợt tràn lai láng khắp đôi bờ" [93; 54]. Trong bản nghèo, nhân dân cùng làm việc vất vả nhưng cũng đoàn kết, gắn bó. Vì vậy, bản nghèo vẫn luôn có tiếng hát, tiếng cười.

Điều kiện thiếu thốn, đời sống nhân dân thấp là điều dễ nhận thấy ở những bản miền núi. Nơi núi rừng hoang vu, người dân còn chịu thiên tai, thú rừng và nhiều khó khăn khác. Những phong tục cũ, lối sống, lối canh tác lạc hậu khiến đời sống nhân dân nơi đây chưa có nhiều thay đổi và gặp không ít khó khăn.

1.1.2. Văn hóa ứng xử và tình người, tình đời trong cuộc sống

Đọc những câu chuyện của Vũ Xuân Tửu, ta thấy cách ứng xử thông minh, đầy tình nghĩa. Họ sống với nhau bằng tình cảm chân thành, yêu thương mà rất giản dị, không cầu kì, câu nệ. Họ coi trọng tình người như cơm áo hằng ngày, và không quên đi quá khứ, không quên những gì đã từng gắn bó với mình.

Ứng xử giữa những người mang nặng tình người

Nơi rừng núi hoang sơ, con người dường như sống gắn bó và mang tính cộng đồng hơn. Họ gần gũi, yêu thương nhau như họ hàng, sống có trách nhiệm với nhau và rất nhân hậu, vị tha. Nhân vật trong truyện Vũ Xuân Tửu luôn coi trọng tình người.

Vần trong truyện *Cỏng Hò* là một người lính có tâm hồn vị tha, nhân hậu. Sau khi đi bộ đội về thì vợ đã có con với người khác."Vần đi bộ đội về thì cu Phận đã đi học trường dân tộc nội trú trên tỉnh. Lẽ ra, theo phong tục, Vần đã được gọi là bố Phận rồi, thế mà dân bản không ai bảo ai, nhưng không ai gọi thế cả" [94; 34]. Lòng người đàn ông đau đớn vì tình yêu họ dành cho nhau trước đó nhiều và thật sâu đậm. Tình yêu ấy đã khiến chàng có cách ứng xử thật vị tha, nhân hậu. Nỗi uất hận khiến chàng đem tất cả dao của nhà ra suối mài. "Từ trưa đến chiều, Vần mài dao nhọn đi săn, dao ba thái rau, dao tư chặt cây, dao năm phát cỏ và dao thái chuối dài như thanh mã tấu. Gió không thổi, nên tán lá cơi, lá xổ bên bờ suối thôi không xào xạc. Suối vẫn chảy mà thôi róc rách. Chỉ có tiếng mài dao khoèn khoẹt và mùi khen khét của đá cháy và lưỡi dao bị chà xát nóng lên" [94; 34]. Sau buổi tảng đá con nai bị vỡ, mưa đá rơi phá nương đồi đó, tóc Vần trắng như hoa lau. Chàng không còn để ý đến chuyện quá khứ, sống yêu thương vợ con, và trở thành Cỏng Hò (Ông Hò), được mọi người yêu mến và kính trọng. Điều gì đã khiến chàng vượt qua tự ái cá nhân và có được hạnh phúc vẹn toàn? Chàng đã có cách xử sự nhân từ và vị tha vì tình yêu thương của mình.

Bí mật cuốn gia phả cho ta thấy cách ứng xử độ lượng, vị tha của những con người từng nếm trải khổ đau, từ ở một sự cộng hưởng cần thiết, để giảm bớt tối đa những bất hạnh đang manh nha tiềm ẩn, đe dọa những người trẻ tuổi. Người bộ đội sau khi nhận thấy sự thật về người yêu của con gái thì đã lặng lẽ chuyển cả gia đình vào Nam sống: "Mấy hôm sau, hàng phố tiễn gia đình ông Chiến đi Nam. Ông bảo, bạn chiến đấu cũ mời vào để cùng làm ăn. Vả lại, hồi ở chiến trường, anh em đã hứa gả con gái cho nhau, để vẹn tình đồng đội. Nên đi một chuyến cuối đời, mà tiện cả đôi đường" [92; 60]. Họ không muốn những đứa con biết được bi kịch gia đình và phải chịu bất hạnh, éo le. Đó là cách ứng xử thông minh và đầy tình yêu thương. Vợ của Chiến cũng là một người tình nghĩa. Khi biết chồng ngoại tình bên ngoài, hai vợ chồng "cơm chẳng lành, canh chẳng ngọt". Nhưng sau đó, chính cô khuyên chồng chuyển nhà về gần Hộ khi nghe được thái độ lạnh lùng của Hộ với đứa con. Cũng chính cô khuyên chồng cắt ngón tay thứ sáu, kẻo người ta phát hiện thì phiền. Trong chuyện này, có lẽ Hộ là người đau khổ nhất khi chọn lựa cách để vợ "thả cỏ". Những đau khổ, mất mát của người đàn ông khiến chàng đối xử lạnh nhạt với đứa con mà chàng mong đợi. Dù vậy, chàng vẫn chăm sóc vợ con:"Tuy tính khí thất thường như vậy, nhưng Hộ vẫn chăm ra chợ, mua chân giò về ninh để Nụ có nhiều sữa cho con bú. Mỗi khi bế con, Hộ cảm thấy như bê chồng gạch có đàn kiến bò ra, vứt xuống thì vỡ, mà bê thì nổi rôm cả người"[92; 56]. Hộ mong mỏi mình có được đứa con, và đã chấp nhận những thua thiệt, đớn đau để có nó. Dù đối xử lạnh nhạt, nhưng Hộ vẫn chăm sóc vợ con chu đáo, nghĩa tình.

Cửa Đá cũng là một tiểu thuyết mà các nhân vật đối xử với nhau bằng tình nghĩa làng xóm, tương thân tương ái. Khi Trang bị trừng phạt do phạm tội với thần Ếch, lão Hượm đã cầu xin các thần nương tay giúp đỡ, dù hai nhà vốn có những xích mích nhỏ. Trang càng gần với cuộc sống, thì lão Hượm càng gần với cái chết.

Để cứu được cô, lão phải đổi cả mạng sống của mình. Họ sống với nhau bằng tình thương chứ không giữ trong lòng những hờn oán.

Mộc trong tiểu thuyết *Hình bóng đàn bà* đã tìm mọi cách đưa Lụa trở về bức tranh, vì anh hiểu rằng cô không thể sống trong xã hội kim tiền mà vẫn giữ mình trong sạch được. Mộc đầy trách nhiệm: "Không có lời nguyền thì ta vẫn đưa nàng trở lại tranh cơ mà. Ta đã được giáo dục tinh thần trách nhiệm rất cao. Ta không nỡ để nàng lại cuộc đời trần tục này lâu hơn được nữa. Dù có mang tiếng là một kẻ điên rồ, thì ta vẫn cứ cưu mang nàng" [95; 54]. Sau những cuộc ngoại tình của Lụa, chàng thấy mình có trách nhiệm với sự sa đọa của nàng, vì chính chàng đã đưa nàng ra ngoài tranh. Tình yêu thương và tình người đã khiến Mộc không thể bỏ rơi Lụa. Chàng bán đi mảnh đất hương hỏa của mình để Lụa có thể trở lại trong sạch về thể xác và vĩnh viễn sống trong tranh. Mộc cảm thấy trách nhiệm đè nặng lên mình, như chú kiến đang chết đột ngột trong đống da ếch. Chàng muốn bảo toàn cái đẹp, vì nó mong manh và dễ bị cám dỗ. Hành động và cách ứng xử của Mộc không phải dễ dàng có được trong xã hội mà mọi giá trị đều thay đổi, và đồng tiền được đặt lên trên hết. Chàng lại là người hoài cổ. Mảnh đất hương hỏa là một thứ rất thiêng liêng đối với chàng. Nhưng Mộc cũng không nỡ nhìn Lụa ngày càng trở nên sa đọa. Trách nhiệm của Mộc với Lụa cũng là tình người của anh và trách nhiệm mà Mộc thể hiện với những việc mình đã làm.

Khấu trong *Chuyện ở bản Piát* khi thấy người mình yêu không yêu mình mà yêu một người khác, người mà chàng kết nghĩa anh em, chàng đau đớn đến bần thần và trống rỗng. "Bỗng có vật gì đó rất nặng rơi bụp xuống lưng tôi, những viên đạn đổ ra tung tóe trên bãi cỏ. Tôi giật mình, nhận ra cái túi đạn của Khấu. Ngước nhìn lên, thấy Khấu đang ôm súng, ngồi thu lu trên chạc cây, bảo là để rình khỉ. Nhưng khỉ đã cao chạy xa bay từ lâu rồi kia mà?"[94; 20]. Chàng quyết định vào bộ đội, chiến đấu bên chiến trường C. Sự ra đi ấy để lại hạnh phúc cho hai người mà chàng rất yêu thương. Đó là sự hi sinh lặng lẽ mà âm thầm, đầy tình yêu thương và rất nhân hậu. "Khấu đi bộ đội, để lại ngôi nhà sàn và khẩu súng ma kêu cho tôi. Nhà thì tôi ở, nhưng súng không bắn bao giờ. Trên cột cái gần bếp chủ, có dán cái đuôi cá chép của cô Phái. Cái đuôi xoè to như quạt giấy, ôm nửa thân cột" [94; 20]. Đứng trước tình huống này, có rất nhiều cách để người ta lựa chọn. Có người cố gắng giành cho mình hạnh phúc và đấu tranh đến cùng vì điều đó. Có người tìm mọi cách phá vỡ vì mình không có được. Khấu lựa chọn cho mình cách ứng xử thật vị tha, nhân hậu. Chắc hẳn chàng rất đau khổ với quyết định ra đi, nhưng chàng đã mang lại hạnh phúc cho người khác, người thân và người mà chàng yêu.

Những nhân vật trong truyện Vũ Xuân Tửu đều có cách ứng xử nhân hậu, vị tha, đầy lòng yêu thương với mọi người. Đối với người phụ nữ của mình, những người đàn ông đều có trách nhiệm với tình yêu và hạnh phúc lứa đôi. Nhà văn gửi gắm quan niệm về tình yêu và hạnh phúc của riêng mình trong những câu chuyện tình. Đồng và Huyền yêu nhau, đã nhiều lần gần gũi, nhưng chưa bao giờ vượt qua giới hạn. Quan niệm về trinh tiết người phụ nữ còn chi phối khá mạnh tư tưởng người đàn ông này. Nhiều lần anh tưởng mình không thể giữ gìn cho nàng nữa, nhưng rồi chàng vẫn dừng lại, bởi theo chàng sự tận cùng nào cũng đồng nghĩa với cái chết. Nhưng cũng có những người đàn ông biết vượt qua định kiến để sống với hạnh phúc gia đình, như Vần trong truyện *Cỏng Hò. Suối Miền Xía* cũng cho ta thấy cách ứng xử đầy trách nhiệm và tình yêu thương. Nhân vật chính là một chàng trai trong đoàn chiếu phim phục vụ các bản. Chàng yêu Mùi Say, một cô gái nơi chàng đi qua. Tình yêu ấy cho họ những kỉ niệm đẹp: "Đêm ấy, chúng tôi lấy tảng đá làm giường, trái lá chuối làm chiếu, lấy áo làm chăn, lấy khăn đội đầu có dấu ấn Bàn Vương làm gối, lấy lân tinh trong rừng với sao trời trên núi làm đèn, lấy tiếng suối chảy làm nhạc, lấy của riêng góp làm của chung..." [92; 56]. Sau đêm đó, Mùi Say có mang. "Cái tin Mùi Say ngủ đêm ngoài rừng, khiến cả bản Dao Tiền cũng loạn lên như bị thả ma Ngũ Hải. Các đôi vợ chồng không được "quay làm", để thày cúng hành lễ tìm thủ phạm..." [92; 56]. Chàng trai không nỡ để người mình yêu mang tiếng "chửa hoang". Trong cuộc đối thoại của chàng, ta thấy được đó là một người đầy trách nhiệm và tình yêu thương:

"- Cậu tội gì mà nhận, biết con ai?

- Tớ yêu là để lấy. Tớ phải có trách nhiệm với cô ấy, kể cả khi cô ấy quay mặt đi".[92; 57].

Chàng bỏ công việc của mình, sống ở bản cùng cô gái chàng yêu. Từ đó, hai người có những ngày hạnh phúc bên nhau.

Như vậy, có hạnh phúc hay không còn tùy thuộc cách suy nghĩ và ứng xử của mọi người trong những hoàn cảnh khác nhau. Nhà văn đưa ra những luận đề để người đọc chọn lựa lối ứng xử, cũng như những nhân vật đã có những lựa chọn riêng, ứng xử riêng để có được hạnh phúc cho mình và những người mình yêu thương. Vũ Xuân Tửu không xây dựng nhiều nhân vật phản diện mà chỉ tập trung vào những hành động đẹp, những cách ứng xử thật tình nghĩa của nhân vật. Qua đó, ta thấy quan niệm về con người, về cuộc sống và niềm tin vào tình người, tình đời của nhà văn.

Ứng xử với quá khứ

Qua những câu chuyện của mình, Vũ Xuân Tửu cho thấy quá khứ là những gì đáng trân trọng, nâng niu. Qua đó, ta có được ý thức về quá khứ, về những gì đã qua và về cội nguồn dân tộc. Quá khứ, đó là những gì đã qua, không còn nữa nhưng đó không phải một đám tro tàn mà là ánh lửa âm ỉ soi cho hiện tại và tương lai. Cách ứng xử với quá khứ sẽ cho thấy tính cách con người, đồng thời quá khứ còn mang lại cho con người hạnh phúc khi người ta biết trân trọng những gì đã qua.

Chuyện ở bản Piát cho ta thấy rằng: Quá khứ không để quên mà để chiêm nghiệm. Những người sống ở hiện tại vẫn nhớ về quá khứ với sự trân trọng. Cuộc sống ở bản Piát đã khác xưa, nhưng những người sống trong hiện tại vẫn không quên những gì người xưa để lại. "Cái bản dốc thoải của tôi đã khác xưa. Ngoài đồng không còn cối giã gạo nước kiểu con bìm bịp nữa. Nhà tôi đã mua máy xay xát về nghiền ngô, xát gạo cho cả bản. Rừng cọ cũng không còn tấu nhạc mưa, nên mỗi nhà chỉ đẻ từ một đến hai con. Cọ đã bị phá đi để trồng keo, theo dự án xây dựng nhà máy bột giấy. Trong nhà tôi, cây đàn tính tẩu cùng treo cạnh khẩu súng tự tạo, trên vách cạnh bàn thờ. Giữa thân cây cột cái, trên đuôi cá có dán thêm tấm bằng "Tổ quốc ghi công" của liệt sĩ Khấu. Tôi hỏi Phái, tại sao không lồng trong khung cho trang trọng? Phái bảo, làm thế cho chắc. Ông chủ thì tựa vào cột chủ"[94; 21]. Phái và chồng không quên Khấu, không quên người đã hi sinh. Cái đàn và khẩu súng Khấu để lại vẫn được để như một kỉ vật bên cạnh tấm bằng khen. Có thể thấy trong lòng những người còn sống chưa có phút giây nào quên đi quá khứ, quên đi công ơn của người đã khuất. Tất cả những gì được nêu lên đều ngầm so sánh với quá khứ, để tự hào về hiện tại, nhưng cũng để nhớ về một giai đoạn cuộc sống mà họ đã trải qua. Từ "ông chủ" Phái dùng mang ý nghĩa thật cao cả về một người bị cự tuyệt tình yêu, một người đã ra đi và đã hi sinh, nhường lại hạnh phúc cho những người ở lại. Họ không bao giờ quên đi công ơn người ra đi để lại hạnh phúc cho họ. Dù đã hạnh phúc bên nhau, nhưng Phái không quên đi người yêu. Cô vẫn khắc hình bóng chàng trai trong tim. Đó là một cách ứng xử đầy tính nhân văn.

Thợ cắt tóc truyền đời cũng là một câu chuyện về quá khứ và hiện tại. Nghề cắt tóc, cũng như nghề bán điếu mà nhà văn nhắc đến trong truyện của mình, được truyền lại từ đời cha ông và được người ngày nay gìn giữ đầy tự hào. Bức giữ nghề xưa mà cha ông truyền lại, rồi Phúc cũng theo nghề của bố. Họ không quên đi công lao người đi trước và sống có trách nhiệm, có tình người.

Ta đọc được trong *Hình bóng đàn bà* mối liên hệ quá khứ - hiện tại, một mối liên hệ mật thiết. Những hình ảnh hiện tại đều có dấu ấn của quá khứ, mang linh hồn của quá khứ. Những sự việc của hiện tại diễn ra luôn gợi nhắc đến những sự việc của quá khứ với mối quan hệ nhân - quả. Con người thời hiện đại sống cuộc sống thay đổi rất nhiều so với trước, nhưng hoàn toàn không tách rời quá khứ của mình. Ta thấy dấu ấn của quá khứ hiện lên trong tác phẩm qua mối quan hệ giữa Mộc và ông nội Mộc mà sợi dây liên kết chính là bức tranh. Lụa bước ra khỏi tranh, sống đời sống con người bình thường, nhưng Lụa cũng là hiện thân của quá khứ, hiện thân của thời đại trước vì "Vả lại, cái tên ấy đã được biên vào giấy…" [95; 12]. Số phận của các nhân vật trong câu chuyện liên hệ mật thiết với nhau mà sợi dây kết nối chính là bức tranh. Xoay quanh trục chính bức tranh đó, ta thấy được cuộc sống của hai thế hệ: Mộc trong hiện tại và ông nội Mộc trong quá khứ. Trong quá khứ, bức tranh ra đời theo yêu cầu của ông nội Mộc, nhằm thỏa mãn thú chơi của người phong lưu. Đến đời Mộc, bức tranh đã mang lại cho chàng hạnh phúc ban đầu và nhiều hệ lụy về sau khi chàng phải bán mảnh đất hương hỏa của tổ tiên để có tiền cho Lụa thay da. Dường như có một mối dây liên hệ giữa quá khứ và hiện tại, thế giới những nhân vật trong quá khứ đang được sống lại dưới những hình thức khác nhau. Cuối cùng, mọi thứ đều không có sự thay đổi rõ ràng, người đẹp vẫn trở về trong tranh, Mộc sống cuộc sống của mình đơn giản giữa xô bồ, bon chen của cuộc sống.

Trong những câu chuyện của Vũ Xuân Tửu, ta thấy các nhân vật đều đề cao giá trị tinh thần, đề cao cội nguồn văn hóa của quá khứ. Đồng và Huyền trong tiểu thuyết *Cõi mê* đi sưu tầm văn hóa dân gian. Họ đều coi trọng vai trò những giá trị tinh thần mà cha ông đã để lại cho thế hệ sau. Lối sống, lối ứng xử, những câu ca đều được thế hệ sau gìn giữ và lưu truyền. Đề cao giá trị tinh thần, đề cao cội nguồn văn hóa của quá khứ nhưng mối liên hệ giữa quá khứ và hiện tại như thế nào thì hợp lí? Hoài cổ không có nghĩa là bảo thủ, trì trệ. Hội nhập không có nghĩa là tha hóa. Mối liên hệ giữa cái mới và cái cũ qua đó được nhà văn gián tiếp đưa ra với người đọc, để chúng ta cùng suy nghĩ và tìm câu trả lời cho câu hỏi mà thời đại đặt ra.

Qua những câu chuyện của Vũ Xuân Tửu, ta thấy được cái nhìn với quá khứ của nhà văn. Mỗi câu chuyện nhà văn thường có sự so sánh giữa hiện tại và quá khứ. Qua đó, những nhân vật trong truyện đều có cách ứng xử riêng với những gì đã qua. Nhưng họ thường không quên mà trân trọng, giữ gìn quá khứ của mình như một phần cuộc sống, một phần hạnh phúc mà họ có được, như nguyên nhân để họ có được hiện tại. Có thể quá khứ là nỗi buồn, sự bất hạnh, khổ đau, nhưng những nhân vật trong truyện không ruồng bỏ mà vẫn luôn giữ gìn như một sự nhắc nhở bên mình. Đó là một thái độ đáng trân trọng.

1.2. Đời sống tâm linh

Tâm linh là khái niệm được hiểu theo nhiều nghĩa. Có nhiều định nghĩa cho rằng đó là phần thần bí của con người không giải thích được. Có định nghĩa cho rằng tâm linh là thế giới bên kia. Ngày nay, các nhà khoa học cho thấy tâm linh nằm trong cuộc sống con người. Đó là ý thức về những giá trị hiện tồn trong đời sống tinh thần, chứa đựng sự tôn thờ, kính trọng hoặc tồn tại như một ám ảnh. Đó là sự nhận thức của cá nhân về những giá trị thiêng liêng, hướng tới cái cao cả, cái thánh thiện trong cuộc đời. Tâm linh liên quan đến quan niệm lòng vị tha, đạo đức, tinh thần, ý chí,... Tâm linh vượt quá cảm nhận của tư duy thông thường. Tâm linh luôn gắn với niềm tin thiêng liêng.

Ở Việt Nam, tín ngưỡng tâm linh biểu hiện rất phong phú, đa dạng ở những phạm vi khác nhau. Trong gia đình, đời sống tâm linh biểu hiện như thờ cúng tổ tiên, ông bà... trong cộng đồng, nó được thể hiện trong việc thờ thành hoàng, các vị thần, các vị tổ sư... Một nét biểu hiện nữa là tín ngưỡng bách thần theo quan niệm vạn vật hữu linh. Và tình yêu cũng được nhìn nhận trong quan niệm tâm linh.

Đời sống tâm linh là một miền đất còn nhiều bí ẩn, nhất là đối với các nhà văn. Những đam mê, ẩn ức, lắt léo trong đời sống nội tâm được các nhà văn khai thác, tìm hiểu. Họ muốn đi sâu vào đời sống nội tâm của con người, mong tìm đến một miền đất hứa như một nền công nghiệp mà những mỏ quặng chưa được khai thác. Trong tác phẩm của Vũ Xuân Tửu, ta gặp những con người lội ngược dòng kí ức, sống bằng tâm tưởng, mộng mị, ảo giác, những con người luôn bị ám ảnh bởi đời sống nội tâm. Những người phụ nữ, ám ảnh tình yêu duy nhất trong tâm hồn người đàn ông, luôn đeo bám nhân vật của Vũ Xuân Tửu: khi hiển hiện, khi lẩn khuất; khi táo bạo, khi duyên dáng. Đó là biểu hiện của cái đẹp nguyên sơ, trinh trắng mà con người luôn hướng tới.

1.2.1. Những ám ảnh tâm linh

Đời sống nhân dân được nhà văn khám phá không chỉ với những lời ca, tiếng hát, những phong tục hằng ngày. Hiện thực cuộc sống được nhà văn mở rộng hơn. Ông đi vào tìm hiểu đời sống tâm linh bí ẩn của con người nơi đây. Những đồng bào miền núi vốn được biết đến với những tín ngưỡng, niềm tin thành kính vào thế lực siêu nhiên. Họ đặc biệt rất sùng tín. Bên cạnh đó, môi trường sống cùng sự phát triển chậm của khoa học tự nhiên càng làm đời sống tâm linh của họ thêm phong phú, bí ẩn. Những nhân vật trong truyện Vũ Xuân Tửu thường mang ám ảnh tâm linh. Đó là những giấc mộng, chập chờn giữa tỉnh và mơ. Ám ảnh về người phụ nữ của cuộc đời là ám ảnh lớn nhất với những nhân vật nam. Tình yêu tan vỡ, tình yêu cách trở, tình sầu, tình tuyệt vọng khiến những nhân vật nam mang ám ảnh khôn nguôi, mang mộng tưởng giữa cuộc đời. Họ dằn vặt, khổ đau, sống bằng ảo mộng. Nhân vật nam thường mang trong mình hình bóng người nữ, dù họ không còn trên đời. Hình bóng đó đi vào trong mơ, khi chập chờn, khi hiện hữu, khi đẹp lung linh, khi trần tục đến đớn đau. Những chàng trai trong truyện Vũ Xuân Tửu luôn là người chung tình.

Cõi mê là một câu chuyện như thế. Tiểu thuyết này đã cho ta thấy một thế giới tâm hồn đầy bí ẩn của hai nhân vật. Đồng và Huyền yêu nhau, nhưng không đến được với nhau. Đồng là cán bộ văn hóa, tự nói không tin những chuyện số phận, chuyện bói toán, nhưng chàng nói với người yêu: “Đêm nay, chúng mình hướng về phương nam, tế trời đất, làm lễ hợp cẩn thì khi mãn nguyệt khai hoa, sẽ sinh quý tử, làm rạng rỡ cho dòng họ, sáng danh cho đất nước” [97;15]. Chàng tin vào ngày lành tháng tốt để hợp cẩn, tin vào một số chuyện linh thiêng như hòn đá thần, và tin vào linh hồn Huyền. Chính chàng không bao giờ có thể quên linh hồn đó. Sau khi Huyền mất, ngày nào chàng cùng trò chuyện cùng cô. Thực ra, chính chàng cũng không phân biệt được mình tỉnh hay mộng, đó là cõi thực hay cõi mê. Sau khi mất người yêu, chàng còn nói chuyện với cô nhiều hơn, qua gọi hồn có, qua độc thoại nội tâm có, qua đối thoại với linh hồn cũng có. Có khi, những ý nghĩ trong đầu chàng, linh hồn Huyền cũng biết. Như Huyền nói “Tôi chính là phần hồn của anh. Tôi bỏ đi, anh chỉ còn là cái xác vật vờ”. Có thể Đồng luôn ám ảnh bởi tình yêu của họ, nên trong đầu luôn mang hình ảnh Huyền. Cuối truyện, hình ảnh cụ già và câu hỏi của Đồng “Đây là cõi mê chăng” như một ám ảnh. Chính Đồng cũng không biết mình đang sống thực hay sống trong cõi mộng nữa.

Người sông nước là truyện ngắn liên hoàn viết về mối tình của anh chân sào và bà chủ thuyền. Đây là một câu chuyện tình đẹp, nhuốm màu huyền ảo. Có thể coi đó là một cuộc tình tay ba, nhưng tình yêu chỉ đến từ hai người. Tình yêu ấy không có sự ngăn cách về không gian, thời gian, sang hèn, và cái chết cũng không làm giảm đi tình yêu của họ. Dường như tình yêu có một sức mạnh tái sinh, giống như một phương thuốc huyền bí. Cũng có thể vì tâm hồn hai người yêu nhau giao cảm. Khi bà chủ thuyền chết, thân thể héo hon, “nước mắt tôi lã chã rơi xuống, tức thì cái xác như tươi lại, mái tóc như có mùi bồ kết toả ra” [91; 11]. Câu chuyện cho ta tin vào linh hồn bà chủ thuyền, tin vào tình yêu vượt qua giới hạn sống chết. Chỉ khi thầy phủ thủy khấn giải tình duyên thì ban ngày, con bướm trắng to như lá bàng, ban đêm con đom đóm to như ngọn phong đăng không còn xuất hiện. Luống hành cũng từ đó héo úa. Và con chim đỏ như yếm thắm cũng không bay xuống nữa. Anh chân sào càng tin vào linh hồn bà chủ thuyền, càng thêm ấp ủ mối tình si. "Chạng vạng tối hôm đó, tôi ôm cái gối có yếm thắm trong lòng, ra bến sông hóng mát cho khuây tuổi già. Tôi giật mình chợt thấy, con bươm bướm trắng to như cái lá bàng, vừa từ luống hành mạn bắc bay ra sông, thì con đom đóm to như ngọn phong đăng lại về đậu trên luống hành bên nam.

Hình như từ chân trời, có con chim lửa đỏ như yếm thắm bay ngang" [91; 44]. Có thể thấy, nhân vật luôn mang trong mình ám ảnh về người phụ nữ của cuộc đời. Đó có thể không phải người đẹp nhất, hoàn hảo nhất, nhưng là người mà họ rất mực yêu thương và luôn giao cảm về tâm hồn. Sự giao cảm ấy khiến người nam khôn nguôi nhớ thương dù mỗi người một thế giới.

Cầu vồng trên núi Pù Tiên, Tiếng kèn lá trên đỉnh Mã Pì Lèng cũng là những câu chuyện đẹp về tình yêu, nhưng đều man mác buồn. Tình yêu có phải là cứu chuộc thân phận, làm cuộc đời đáng sống hay chỉ mang lại hệ lụy cho cuộc đời những con người vốn chịu nhiều khổ đau? Nhà văn cho thấy những câu chuyện tình yêu đẹp, nâng tâm hồn con người lên, nhưng cũng cho thấy những khổ đau trong tình yêu. Có lẽ, hai mặt đó của tình yêu vẫn thường ám ảnh con người. Vì tình yêu là một biểu hiện của con người tâm linh. Những đam mê, ẩn ức, lắt léo trong đời sống nội tâm phần nhiều có liên quan đến tình yêu. Những người nam trong truyện của Vũ Xuân Tửu mang niềm tin rằng người phụ nữ của họ là vĩnh cửu, duy nhất. Nhình, Mỷ cũng như Lụa, Huyền... luôn đeo bám, ám ảnh cuộc đời người đàn ông họ yêu, để những người đàn ông luôn khao khát, mộng tưởng. Họ tin vào những điều siêu nhiên, huyền bí, tin vào linh hồn người phụ nữ mình yêu. Và họ mãi ám ảnh bởi người phụ nữ ấy, và rồi tin vào những điều vốn siêu nhiên, phi lí trong cuộc đời. Những người phụ nữ, giống như một sợi dây liên kết trong cuộc đời, khiến những người đàn ông đi vào thế giới của những điều kì ảo. Mỷ trong truyện *Tiếng kèn lá trên đỉnh Mã Pì Lèng* hiện về nói với chàng trai rằng mình sẽ luôn bên anh. Và cô nhập hồn mình vào Tiên. Chàng trai gọi tên cô và coi cô như vẫn còn sống. Chàng tin rằng người yêu mình chưa hề chết đi, khi chàng không còn thấy ngôi mộ của Mỷ đâu nữa. Chàng trai trong truyện *Cầu vồng trên núi Pù Tiên* cũng đã chứng kiến những điều lạ khi cầm đến những kỉ vật Nhình để lại. Những cây hoa trắng như hiện thân của Nhình.

Sự phức tạp trong đời sống tâm linh mà nhà văn thể hiện cho thấy những khoảng sâu tâm hồn con người với những bí ẩn mà ngày nay khoa học còn chưa khám phá hết. Những ẩn ức, những niềm tin thiêng liêng của con người ở những điều bí ẩn, kì diệu, ở những thế lực siêu nhiên cho thấy sự phức tạp trong tâm hồn con người. Khi xã hội còn chưa phát triển, con người tin vào thế lực siêu nhiên để tìm nơi nương tựa và lí giải những hiện tượng siêu nhiên. Nhưng khi khoa học đã giải thích được khá nhiều hiện tượng bí ẩn, con người vẫn quay về với đời sống tâm linh để tìm chốn an ủi, nương náu vì xã hội ngày càng có nhiều cái ác, cái xấu lên ngôi. Thế giới tâm linh cho con người niềm tin để họ sống tốt, cho họ những niềm hi vọng khi họ gặp khổ đau. Đã có không ít nhà văn đi sâu tìm hiểu đời sống nội tâm con người để lí giải những trạng thái cảm xúc phức tạp mà con người biểu hiện. Vũ Xuân Tửu đến với cuộc sống của nhân dân miền núi phía Bắc, nơi con người con lưu giữ khá nhiều những niềm tin thiêng liêng. Nhân vật trong truyện của ông Họ có niềm tin sâu sắc vào tình yêu, vào người phụ nữ của cuộc đời mình. Và họ luôn khao khát, tôn thờ chỉ một người phụ nữ duy nhất, để rồi tin vào những thế lực siêu nhiên với sức mạnh thần bí làm cầu nối cho tình yêu và hạnh phúc lứa đôi.

1.2.2. Tín ngưỡng bách thần

Hình thành từ xã hội nguyên thủy, người Việt có tín ngưỡng bách thần "thần cây đa, ma cây gạo", gán cho các thế lực siêu nhiên, các sự kiện chưa giải thích được là các vị thần. Thế giới thần linh bao gồm thần Sông, thần Núi, thần Biển, thần Lửa, thần Sấm Sét...và còn có cả thần Bếp, thần Tài... Nhân gian có người xấu người tốt nên các vị thần cũng có thần Thiện và thần Ác, có thánh thần luôn giúp người và cũng có ma quỷ chuyên hại người.

Trong những câu truyện của Vũ Xuân Tửu, ta thấy tín ngưỡng bách thần ăn sâu trong tâm thức người dân vùng cao. Họ sống cùng quan niệm "vạn vật hữu linh". Dường như, quá trình đô thị hóa chưa làm mất đi trong những người dân nơi đây quan niệm về một thế lực siêu nhiên chi phối cuộc sống của họ. Vì vậy, mỗi cây cỏ, viên đá hay mỗi hiện tượng tự nhiên đều mang trong nó một linh hồn. Tiểu thuyết *Người rừng* là hệ thống các thần nhưng mang cảm hứng giải thiêng. Các vị thần trong truyện đều mang những tật xấu trong mình. Nhưng câu chuyện cũng nhằm giải thích về sự ra đời của con người cũng như nhiều hiện tượng tự nhiên. Như hiện tượng thần Cây Da và bộ rễ được giải thích: "Thần Cây Da rập đầu khấu lạy, mặt cắm xuống đất như thể rễ đa. Bọn thị về phải xúm vào, nhổ mãi mới đứng lên được. Từ đấy, cây đa nào cũng phải buông nhiều rễ để chống rung"[89; 6].

Cửa đá cũng là một tiểu thuyết mang dấu ấn như vậy. Thần linh và con người sống bên nhau, nương nhờ vào nhau. Cuốn tiểu thuyết cho thấy nhiều mối liên hệ giữa con người và thần thánh, giữa hiện tượng tự nhiên và siêu nhiên không lí giải được. Nhà văn dành phần thứ nhất của tiểu thuyết để nói về nguồn gốc các thần. Với quan niệm "vạn vật hữu linh", mỗi vật đều mang trong nó linh hồn và sự kì bí khó lí giải. Cành cây sồi nơi Lừ từng treo mồi cho đại bàng trở thành vật thiêng được thờ trong nhà lão Hượm. Mỗi khi có việc gì muốn cầu xin, lão sẽ khấn xin cành cộc và được như ý nguyện.

Trong *Cõi mê*, Đồng vừa lắp băng cát - xét mới tinh vào và bấm nút thì nghe tiếng đàn ông "Sông to. Gặp khó. Được việc". Dường như có một thế lực siêu nhiên dõi theo Đồng. Khi qua sông Phó Đáy, trời không mưa, không bão mà tự nhiên nước sông dâng cao đột ngột, chàng bàng hoàng, lo sợ khi nghe Huyền nói: "Khéo mà lại gặp sông ma". Dù là một cán bộ văn hóa, Đồng vẫn tin ở thế lực siêu nhiên, huyền bí. Đặc biệt, chàng tin vào linh hồn Huyền, tin vào số phận mà hai người buộc phải âm dương cách biệt.

Truyện *Yếm thắm* giống như một câu chuyện cổ tích thần kì về tình yêu vượt qua mọi giới hạn. Đó là một tình yêu đẹp dù âm dương cách biệt. Hai người ở hai thế giới khác nhau nhưng vẫn luôn nhớ đến nhau và có cảm giác bên nhau. Yếm thắm do bà chủ thuyền để lại cho chàng, từ đó luôn theo bên chàng như chính bà chủ vậy. Còn mấy luống hành chàng trồng trên mộ bà chủ cũng thật kì lạ: "Mấy luống hành tươi tốt lạ thường. Ngày ngày, có con bươm bướm trắng to như lá bàng đậu trên luống hành mạn bắc. Đêm đêm, có con đom đóm to như ngọn phong đăng đậu trên luống hành bên nam. Người làng ai cũng bảo hành ma. Tôi ngắt một cuộng thổi tò tò te te. Khi lòng tôi vui, tiếng kèn hành tựa như lời hát ca. Khi lòng tôi buồn, tiếng kèn hành tựa như lời khóc than" [92; 42]. Con chim lửa cũng là hiện thân của bà chủ thuyền. Hình ảnh yếm thắm, con chim lửa, luống hành, con bướm như hiện thân của bà chủ thuyền để đi theo chàng trai.

Vũ Xuân Tửu cho ta thấy sự hiện hữu song song của thế lực siêu nhiên bên cạnh đời sống con người. Con người đối với những hiện tượng siêu nhiên ấy vừa nghi ngờ, vừa mặc nhiên chấp nhận. Sự xâm lấn của cái siêu nhiên trong thế giới tự nhiên tạo cho người đọc tâm thế bước vào một thế giới kì lạ, khác thường. Các nhân vật trong tiểu thuyết *Hình bóng đàn bà* đều có nguồn gốc đặc biệt. Con cua xuất hiện một cách bất ngờ, thoát khỏi họa chày giáng của Mộc, để rồi nó theo Mộc và mang lại cho chàng những dự đoán, linh cảm. Con cua xuất hiện cùng lúc với Lụa, giống như bước ra từ một thế giới ảo. Con cua, theo quan niệm của một số nền văn hóa, chính là hóa thân của những sinh lực siêu tại, thường có nguồn gốc âm ty, nhưng đôi khi cũng từ thiên giới. Sự bí ẩn của con cua khi xuất hiện, khi biến mất và cả những dấu ấn nó để lại tạo nên sự tò mò, nghi ngờ cho người đọc. Nó chính là một phần của Lụa, của thế giới siêu nhiên đang ngày càng xâm lấn thế giới tự nhiên của con người. Bên cạnh đó, cả một thế giới những vật xung quanh Mộc đều rất lạ, như bè rau muống, ao bèo, bờ rào… đều có liên quan với bức tranh như mối liên hệ tiền kiếp. Tất cả đều có mặt trong sự ra đời của bức tranh, đều chịu ảnh hưởng nào đó: con ngựa sau khi bị giết phun máu lên bè rau muống, bèo tấm, và rồi như thể tạo cho chúng một sinh lực mới để tái sinh, tồn tại từ thế hệ ông Mộc cho đến thế hệ Mộc. Chúng vừa mang đến cho Mộc những điều khác lạ, vừa mang đến sự thay đổi trong cuộc đời, lối sống của chàng.

Những sự vật, sự kiện kì lạ trên mang đến cho truyện của Vũ Xuân Tửu một thế giới thiên nhiên kì vĩ, bí ẩn, tạo nên sự rợn ngợp. Dường như thiên nhiên cũng chứa đựng trong nó linh hồn, sự sống riêng. Ranh giới giữa cái siêu nhiên và cái tự nhiên bị nhòe, không còn phân biệt sự vật là thật hay ảo. Mỗi sự vật mang đến thông điệp riêng. Chúng được coi như những vật truyền dẫn thông điệp của thế giới siêu nhiên đến với thế giới tự nhiên. Những sự vật ấy cho con người cảm giác về sự tồn tại của một thế lực bí ẩn, siêu nhiên đang chi phối đến cuộc sống con người.

1.2.3. Sự linh ứng của những giấc mơ, lời nguyền

Giấc mơ, lời nguyền mang ý nghĩa tâm linh đặc biệt, đem tới cho con người những tiên cảm, dự báo. Con người không thỏa mãn với những gì mình có nên không ngừng mơ ước, tìm đến ảo ảnh mong có sự huyền diệu đến với cuộc đời thực. Do đó, giấc mơ là trạng thái tâm lí được phản ánh khá nhiều trong văn học. Người xưa quan niệm giấc mơ có thể gắn kết hai thế giới con người và tâm linh, nó có ý nghĩa tiên báo điềm cát - hung; họa - phúc. Khi con người chìm sâu vào giấc ngủ thường đi kèm với những giấc mộng, hình ảnh thế giới chiêm bao hiện ra như nhìn thấy bằng mắt thực. Như vậy giấc mơ được coi là sự tái hiện những suy nghĩ của con người dưới dạng không tự giác, là điềm báo tương lai. Chữ "mộng" cổ được viết tượng trưng bằng hình ảnh một người nằm ngủ, dùng hai tay chỉ vào mắt, chỉ những hình ảnh có thể thấy được trong mắt. Mộng chỉ có thể có được khi con người ngủ. Trong thế giới chiêm bao, có thể xảy ra mọi cái kì ảo mà trong hiện thực không thể có được. Mộng mang sắc thái thần bí và chứa đựng niềm tin tôn giáo. Nó đồng thời là điềm báo cho con người. Ngày nay, ngành chiêm tinh học ngày càng phát triển để lí giải những giấc mộng và sự trùng hợp ngẫu nhiên giữa mộng và thực. Văn học sử dụng giấc mơ như một thủ pháp nghệ thuật để khám phá thế giới bên trong của con người.

Lời nguyền được quan niệm là lời tiên tri về số phận con người trong tương lai. Nó có thể do một người nào đó, hoặc một thế lực nào đó đưa ra để dự báo về số phận con người. Lời nguyền thường mang sắc thái ý nghĩa tiêu cực hơn là tích cực. Những điều được dự báo về tương lai thường là những điều xấu. Trong tác phẩm của Vũ Xuân Tửu, ta thấy có sự linh ứng của những giấc mơ, lời nguyền như một tiên tri về số phận nhân vật.

Lời của Ba Khơ về số phận của Huyền và Đồng, về việc hai người không hợp cung trong tiểu thuyết *Cõi mê* đã trở thành hiện thực, gây cảm giác hoang mang hư ảo. Trên đời có số phận hay chỉ là sự trùng hợp ngẫu nhiên? Con người có kiếp sau hay chỉ là tự huyễn hoặc mình? Khi Đồng đi công tác, Huyền ở nhà sa ngã. Chàng bật băng cát - xét và nghe được giọng đàn ông vang lên: "Xe đổi lái. Gái đổi lòng. Chớ mong" [97; 42]. Hơn một lần những lời trong băng mà chàng nghe được đều linh ứng vào hiện thực, gây cho chàng và chính người đọc cảm giác hoang mang về sức mạnh thần bí của giới siêu nhiên. Đồng và Huyền mơ về nhau với hình ảnh máu khắp người trong ngày hai người gặp tai nạn. Đó có thể là linh cảm của hai người yêu nhau. Ngày Huyền chết, cô có về báo mộng cho bố mẹ và Đồng.

"Đêm ấy, Huyền về báo mộng:

Em đây.

Y nhận thấy rõ mồn một, hình hài cô hiển hiện như cuộc sống thường ngày." [97; 55].

Đồng luôn mơ thấy Huyền, thấy linh hồn cô và họ trò chuyện cùng nhau trong mơ cũng như khi Đồng tỉnh. Cuối tiểu thuyết này, nhân vật không còn xác định được mình đang sống trong cõi thực hay cõi mê. Có thể thấy, có điều gì đó như là số phận luôn chi phối cuộc sống của nhân vật trong những câu chuyện của Vũ Xuân Tửu. Đồng và Huyền không thể ở bên nhau dù hai người yêu nhau tha thiết. Thậm chí, Đồng muốn đi theo Huyền cũng không được, vì theo Huyền "anh còn nặng nợ trần gian".

Sự linh ứng của những giấc mơ, lời nguyền ta còn thấy trong tiểu thuyết *Hình bóng đàn bà*. Trong tiểu thuyết, Lụa thề nếu ngoại tình sẽ mọc nốt ruồi, và rồi trên cơ thể cô mọc ra chín trăm chín mươi chín nốt ruồi khắp người. Sau khi vẽ xong bức tranh, thấy ma lực của nó, ông cụ cầm bút lông, chấm vào máu ngựa đực, viết lên xung quanh bức tranh: "Đưa đi phải trả về, trái lời ắt chuốc họa". Ráo mực, họa sĩ lồng khung, treo bức tranh lên tường, ngay trên quan tài đựng gạo. Đó chính là lời nguyền mà bức tranh mang theo. Lời nguyền đó đã ứng vào Mộc khi chàng sở hữu bức tranh từ ông nội mình. Cuối cùng, cô gái trong tranh phải trở lại bức tranh, và người sở hữu bức tranh đã mang họa. Cuối tiểu thuyết, chi tiết Mộc tìm được tờ giấy hôn thú mang tên Tranh Thị Lụa ứng với điều Lụa đã nói với Mộc trong mơ: "Vả lại, cái tên ấy đã được biên vào giấy…" [95; 12]. Trong lời nguyền ông cụ viết trên bức tranh, có thể thấy ông cụ đã tiên cảm việc người đẹp trong bức tranh thoát ra ngoài. Trong xã hội mà mọi giá trị đều đảo lộn, cái xấu cái ác lên ngôi, xã hội của bất công và không có trọng tài thì mọi giá trị đều quay ngược. Sự loạn luân một cách "vô tình" của Mộc đưa ra cho người đọc sự cảnh tỉnh khi con người sống mà không nhận thức được hết những việc mình làm. Cái thật và ảo ở đây không còn có ranh giới rõ ràng mà bị hòa trộn vào nhau.

Mộc mơ thấy Lụa, mơ thấy có người phụ nữ chăm sóc mình, và giấc mơ đó đã thành hiện thực. Đặc biệt, khi Lụa trở về bức tranh, Mộc mơ về Lụa nhiều hơn, mơ về sự trở về của nàng. Lụa hiện ra qua những giấc mơ để trả nghĩa cho Mộc, trả lại chàng bằng cách mà nàng cho là hợp lí: qua giấc mộng nhục dục. Những cảm giác mà Mộc có được trong giấc mơ không mất đi mà chàng còn cảm nhận thấy cả khi đã tỉnh, thoát ra khỏi giấc mộng đó. Giấc mơ nào cũng có tiếng cười khanh khách vọng lại, vừa thực vừa ảo, âm vang và ám ảnh. Ở đây, cái gì là thực? Tiếng cười khanh khách của Lụa hay cảm giác của Mộc? Rõ ràng, Mộc cảm thấy điều đó rất thật, nhưng chúng chỉ xuất hiện khi chàng chìm vào giấc ngủ mà thôi. Đây có thể coi là những giấc mộng kì dị của Mộc. Tiếng cười của nàng là hiện thân của nàng, vì Lụa rất hay cười, cái cười vốn ngây thơ, trong sáng.

Thầy giáo trong truyện *Tiếng kèn lá trên đỉnh Mã Pì Lèng* đã mơ thấy sự trở về báo mộng của Mị:

Một đêm trăng suông, tôi ngồi bên mộ, sương ướt đầm vai áo, chợt nghe mơ hồ như có tiếng kèn lá từ trời cao vọng về:

"Anh ơi...

Đã nói với nhau nhiều nhưng chưa nói hết

Vẫn còn điều ngây ngất ở trong em... "

Có mùi hương toả ra ngào ngạt. Mỷ hiện lên, thấm hơi sương lạnh giá, ánh mắt nồng nàn như xưa, làn môi đằn thắm như xưa, khẽ cất tiếng thì thào như gió thoảng [91; 67].

Sau giấc mơ đó, anh đã gặp Tiên, cô gái mà Mỷ nói tới trong giấc mơ. Tiên đòi xé váy áo của mình và mặc đồ của Mỷ. Đến khi gặp lại cô, nhân vật nhận thấy giọng nói Mỷ và cái gật đầu lặng lẽ khi anh hỏi cô có phải Mỷ không. Sự linh ứng của giấc mơ ở đây cho ta cảm giác huyền bí. Nó giống như việc một con người được sống nhiều đời sống khác nhau, nhiều kiếp khác nhau.

Có thể thấy nhà văn diễn tả những cảm giác mơ hồ, mong manh một cách rất thực, khiến người đọc như cảm nhận được những mơ hồ đó tồn tại thực sự quanh mình. Cái mong manh mơ hồ ấy ám ảnh các nhân vật, đưa các nhân vật vào trạng thái hư thực không rõ ràng, tất cả được toát lên từ ngôn ngữ mà nhà văn sử dụng. Mơ thấy hình bóng đàn bà, có thể thấy trong tâm hồn Đồng, Mộc... hình bóng người phụ nữ đó vẫn còn là những ám ảnh không nguôi.

Những giấc mơ đến với các nhân vật trong truyện khi người phụ nữ không còn nữa. Đồng mơ thấy Huyền, anh chân sào mơ thấy bà chủ thuyền, thầy giáo mơ thấy hình ảnh Mỷ... Sự nhiệm màu của những giấc mơ mang đến cho con người những nghi ngờ, hoang mang. Lúc đầu Mộc mơ gặp người đẹp trong tranh với niềm hạnh phúc: "Nàng lỏn lẻn bên cánh võng. Chàng thiêm thiếp với nụ cười ăm ắp trên môi" [95; 16]. Trong giấc mơ đó, Lụa là cô gái ngoan hiền, Mộc cảm thấy hạnh phúc bên người đẹp hiền dịu, nhu mì. Thế nhưng chàng đã chứng kiến sự đổi thay của Lụa, chứng kiến sự sa đọa trong lối sống, "Mộc sợ nàng, sợ cả hình bóng của nàng" [95; 76]. Huyền trở về không giống với Huyền ngày xưa nữa. Bỗng có tiếng cười khanh khách bật lên từ cái miệng vêu vao của Huyền(...) Tiếng Huyền vọng từ cõi âm [97; 73].

Những lời nguyền giống như một hạn định để con người điều chỉnh hành vi của mình, sống đúng hơn và có trách nhiệm hơn. Lời nguyền thường cho ta cảm giác về một sức mạnh siêu nhiên, kì bí đã nắm giữ vận mệnh con người. Xây dựng nên những giấc mơ kì ảo giữa đời thường, Vũ Xuân Tửu cho thấy đời sống tâm linh phức tạp. Sự linh ứng của những giấc mơ là hiện tượng ngày nay khoa học vẫn đang khám phá. Những giấc mơ trở thành niềm ám ảnh của các nhân vật, thể hiện những giằng xé trong tâm hồn họ. Nó khiến cho các câu chuyện thêm phần hư ảo, tạo chiều sâu suy tư cho người đọc. Giữa những giấc mơ hư ảo ấy, con người đang đi tìm cho mình một lối sống phù hợp, tự đưa mình ra khỏi những ảo ảnh của cuộc đời.

1.2.4. Quy luật nhân quả niềm tin ở tình người

Quy luật nhân quả xuất phát từ việc coi trọng công lí và niềm tin mang tính tôn giáo "ở hiền gặp lành, ở ác gặp ác", "gieo nhân nào gặt quả ấy". Đọc tác phẩm của Vũ Xuân Tửu, người đọc có thể nhận ra quan niệm về luật nhân quả nhà văn gửi vào tác phẩm. Đó là sự trả giá cho những sai lầm mà nhân vật đã phạm phải, là sự hóa thân của nhân vật để sống lại cuộc đời một lần nữa, thoát khỏi những khổ đau phải chịu ở kiếp trước. Nhà văn thường mang đến cho tác phẩm của mình những kết thúc có hậu. Vì vậy, dù phải chịu không ít khổ đau, nhưng cuối cùng nhân vật của ông sẽ đạt được hạnh phúc bằng cách khác nhau, hoặc ở kiếp này, hoặc ở kiếp khác. Cảm quan chung mà những câu chuyện Vũ Xuân Tửu mang lại là đẹp và buồn.

Vũ Xuân Tửu có những câu chuyện về qui luật nhân quả, về sự báo ứng và về quan niệm "ở hiền gặp lành". Trong tiểu thuyết *Hình bóng đàn bà*, Lụa là cô gái bước ra từ trong tranh, bị cuốn vào vòng xoáy ăn chơi hưởng lạc. Cô cam đoan về sự thủy chung của mình với Mộc, thề rằng nếu mình phản bội sẽ mọc nốt ruồi trên cơ thể. Lời thề đó đã ứng vào cô. Sau chín trăm chín mươi chín cuộc tình, cô mọc lên chín trăm chín mươi chín nốt ruồi trên khắp cơ thể. Lụa phải chịu trách nhiệm về lối sống của mình. Nhà văn cho thấy sự biến dạng cơ thể cùng với sự biến dạng nhân cách, lối sống. Cô không thoát được những lời thề do mình đưa ra. Có thể thấy quan niệm của nhà văn về sự trả giá, tự chịu trách nhiệm với những hành động; đồng thời là quan niệm của nhà văn về một thế lực siêu nhiên luôn giám sát con người trên bước đường đời, về số mệnh tất yếu của con người. Vũ Xuân Tửu cho ta thấy một lực lượng siêu nhiên, thần bí tồn tại bên cạnh cuộc đời chúng ta. Quy luật nhân quả được nhà văn đưa ra để cảnh tỉnh con người khi cái ác, cái phi nhân tính lên ngôi trong xã hội.

Trong truyện *Thành hoàng làng Vực Vại*, mỗi lần lão làm chuyện khuất tất là Vực Vại lại sạt lở thêm. Khi lão tống khứ được gã bán muối thì miệng vực đã lở xuống sát chân miếu. Đến khi lão lập kế, làm cho chánh tổng bẽ mặt và mất nguồn cá, thì miệng vực đã lở đến đầu làng. Đến khi lão buộc dây nhổ răng, thì một lúc sau, đất đã sụp ngay từ chỗ lão nhảy từ trên hè xuống. Và nhà văn cho rằng: "Răng người do mụ nặn, rụng hay còn là ý giời, ai cũng tự tiện nhổ răng mình thì khác nào bẻ que chống trời" [92; 64]. Như vậy, mỗi việc lão làm đều phải chịu trách nhiệm, gây ra hậu quả nhất định. Lão vốn được coi là thành hoàng của làng Vực Vại, là người có công khai mở ra làng này. Những việc làm tốt thì sẽ mang lại lợi ích tốt. Những việc làm xấu của lão cũng phải trả giá. Luôn có thế lực siêu nhiên với quyền năng vô hạn giám sát hành động của con người, để con người biết điểm dừng. Nếu vượt qua những giới hạn, con người phải trả giá nhiều khi rất đắt. Những hành động sai lầm sẽ có hậu quả xấu. Qua đó, người đọc có thể thấy thái độ và niềm tin cảu nhà văn vào công lí.

Vũ Xuân Tửu viết nhiều câu chuyện nói đến sự hóa thân của nhân vật chính. Nhưng sự hóa thân đó chỉ xảy ra khi nhân vật chịu quá nhiều khổ đau. Nhà văn muốn cho nhân vật của mình hạnh phúc sau những khổ đau phải nếm trải. Đó cũng là quan niệm "ở hiền gặp lành" của nhà văn. Tuy nhiên, sự hóa thân ấy thường không nhằm mang lại hạnh phúc cho nhân vật ở hiện tại mà mang hạnh phúc ở một kiếp khác. Những người đã đau khổ, đã cố gắng vì hạnh phúc sẽ có được hạnh phúc, dù là ở kiếp sau. Vì vậy, rất nhiều truyện giống cổ tích. Tiểu thuyết *Người rừng* là ước mong về một thế giới có công lí. Những người ở hiền sẽ gặp lành. Chàng tiều phu ăn ở hiền lành sau khi chết được phong chức quan. Những nhân vật nữ trong truyện của Vũ Xuân Tửu thường chịu nhiều bất hạnh, khổ đau, đặc biệt trong tình yêu. Nhà văn để họ hóa thân với mong ước có được hạnh phúc ở một kiếp khác, cũng là để có được công lí, tự do. Những câu chuyện tình đẹp, buồn thường nhuốm màu huyền ảo. Nhà văn không để nhân vật của mình chết đi trong im lặng, buồn khổ mà muốn có một kết thúc có hậu cho những câu chuyện tình buồn. Không tìm được một giải pháp hợp lí trong xã hội mà cái ác, cái phi nhân tính ngày càng lên ngôi, ông chọn lựa cách để họ hóa thân như trong những câu chuyện cổ tích. Từ đó, những nhân vật nữ được hưởng hạnh phúc theo một cách khác. Nhình trong truyện *Cầu vồng trên núi Pù Tiên* là một cô gái xinh đẹp, chăm chỉ. Cô không lấy được người mình yêu nên đã chết cho tình yêu của mình. Khi cô chết đi, chàng trai đem kỉ vật cô để lại gieo thì nó trở thành cây bông với những cánh hoa trắng: "Tôi lấy cái kim, trích vào ngón tay cho đủ bảy giọt máu nhỏ xuống chín quả bông khô héo, tức thì những quả bông tươi lại. Tôi mang ra gieo thử dưới chân núi Nàng Tiên, thì thấy mọc lên chín cái cây như cây bông, nhưng cánh hoa trắng như hoa cúc dại và nhị đỏ tươi, hương thơm man mác.

Cứ vào những ngày trời vừa nắng vừa mưa, trên trời lại hiện ra cái cầu vồng bảy sắc bắc lên núi Nàng Tiên, thì những bông hoa ấy rung rinh xao động lạ thường, như bầy tiên nữ đang dang cánh bay lên" [92; 59]. Những bông hoa ấy là hiện thân của Nhình với vẻ đẹp dịu dàng. Có thể ở một kiếp khác, cô gái không phải chịu sự đau khổ, dằn vặt trong tình yêu. Tình yêu của anh chân sào và bà chủ thuyền trong truyện *Người sông nước* cũng phải chịu sự ngăn cách của hai kiếp sống. Họ yêu nhau nhưng tình yêu đó không mang lại cho họ hạnh phúc trong kiếp sống hiện tại. Qua thử thách của thời gian và sự ngăn cách của sự sống - cái chết, tình yêu ấy ngày càng được khẳng định. Anh chân sào cả cuộc đời chỉ yêu và tôn thờ một người phụ nữ duy nhất. Cuối cùng, họ được ở bên nhau, nhưng khi họ đã không còn sống nữa. Kiếp hiện tại không mang lại cho họ hạnh phúc trong tình yêu nên nhà văn muốn họ được hạnh phúc mãi mãi ở kiếp sau.

Tiếng kèn lá trên đỉnh Mã Pì Lèng là câu chuyện duy nhất mà nhân vật chính hóa thân để hưởng hạnh phúc nơi trần gian. Mỷ yêu thầy giáo nhưng gia đình phản đối. Cô ăn lá ngón chết, vì cô không muốn lấy ai khác. Nhưng sau đó, gia đình cô đồng ý. Nhận thấy sai lầm của mình, cô nói với người yêu:

- Mỷ biết cái lỗi rồi. Mỷ lại về với anh. Ngày mai, chờ ở gốc cây sa mu ngày xưa..."[91; 55].

Hôm sau, khi chàng trai đến thăm mộ người yêu thì không thấy ngôi mộ nữa. Khi chàng tới gốc cây sa- mu, chàng thấy một cô gái Mông Trắng xinh đẹp như Mỷ. Khi chàng bắt chuyện, cô lặng lẽ ứa hai hàng nước mắt. Sau những ngăn cách, có lẽ họ sẽ được hưởng hạnh phúc trong tình yêu giữa cuộc đời trần thế mà không phải đợi kiếp sau.

Như vậy, qua những câu chuyện của mình, nhà văn muốn đưa ra quan niệm về quy luật nhân quả. Đó cũng là lời thức tỉnh để con người không lầm lạc giữa cuộc đời ngày càng có nhiều cái ác, cái xấu. Và cũng từ đó, nhà văn cho người đọc niềm tin vào tình người, tình đời, niềm tin vào điều thiện. Sẽ mãi còn những người tốt, việc tốt giữa cuộc đời.

2. Bức tranh văn hóa thời hiện đại trong truyện Vũ Xuân Tửu

Đọc truyện của Vũ Xuân Tửu, ta đến với những bản làng hoang sơ, thơ mộng nơi miền núi phía Bắc. Ở đó có lời ca tiếng hát, có những con người sống đầy tình nghĩa. Họ gắn với núi rừng, nương rẫy, với cuộc sống đơn giản. Nhưng sự thơ mộng nơi rừng núi không hoàn toàn yên lặng trước những thay đổi của khoa học và chính sách của Nhà nước. Quá trình đô thị hóa thâm nhập vào những miền quê xa xôi, và thay đổi cuộc sống của người dân. Nông thôn hiện ra trong tác phẩm của Vũ Xuân Tửu không còn là một vùng quê bình yên, nơi tâm hồn người được thanh thản mà tại đây, con người vẫn phải chịu đựng những tổn thương về tâm hồn. Những nhân tố mới hình thành trong thời đại mới với sự đón nhận trái chiều được nhà văn phản ánh chân thực. Chúng nâng cao đời sống nhân dân, nhưng đồng thời mang lại không ít những hệ lụy.

2.1. Từ sự xâm lấn của văn hóa hiện đại...

Viết về đời sống của nhân dân vùng cao, nhà văn không dừng lại viết về quá khứ, về những phong tục tốt đẹp đã từng tồn tại trong đời sống nhân dân. Văn minh đô thị đi vào đời sống nhân dân ngày càng rõ. Trong những sáng tác của mình, nhà văn đã cho thấy sự xâm lấn của văn hóa hiện đại, cả về mặt vật chất và tinh thần.

2.1.1. Những thành tựu của khoa học kĩ thuật

Khoa học kĩ thuật làm thay đổi cuộc sống con người. Những thành tựu khoa học trước hết đem lại cho con người cuộc sống tốt hơn, tiện nghi hơn. Sự thay đổi ấy nhà văn đề cập đến trong nhiều truyện. *Chuyện ở bản Piát* cho thấy sự thay đổi trong cuộc sống người dân: "Cái bản dốc thoải của tôi đã khác xưa. Ngoài đồng không còn cối giã gạo nước kiểu con bìm bịp nữa. Nhà tôi đã mua máy xay xát về nghiền ngô, xát gạo cho cả bản. Rừng cọ cũng không còn tấu nhạc mưa, nên mỗi nhà chỉ đẻ từ một đến hai con. Cọ đã bị phá đi để trồng keo, theo dự án xây dựng nhà máy bột giấy" [94; 21]. Những thành tựu khoa học mang lại những công cụ lao động mới thay thế cho sức lao động của con người. "Bây giờ, đội chiếu bóng cũ của chúng tôi đã "hết phim xin kính chào pì noọng". Chú ngựa "xanh lá cây" cũng đã thành cao "ngựa bạch". Thay vào là một đội chiếu phim lưu động" [94; 58]. Như vậy, những thành tựu khoa học đã len lỏi vào từng ngõ ngách xa xôi của các bản làng. Dù là Mộc, một chàng trai luôn giữ nếp sống xưa, nhưng vẫn sử dụng những đồ dùng thiết yếu mà ngành khoa học mang lại. Máy cày, củ điện, công nông, ti vi, điều hòa... đó là những sản phẩm của nền khoa học mới. Chúng đã trực tiếp tác động vào đời sống nhân dân, làm thay đổi không ít nếp sống xưa.

2.1.2. Những nếp sống, nếp nghĩ mới

Do những thành tựu khoa học kĩ thuật ngày càng đi sâu vào đời sống nhân dân, những nếp sống, nếp nghĩ xưa đã thay đổi. Bí mật cuốn gia phả là câu chuyện thể hiện được cái nhìn mới, quan niệm mới của nhà văn. Nó ám ảnh và bất ngờ vì hệ quy chiếu mới nhà văn đưa ra để giải quyết vấn đề tưởng chừng đã cũ. Họ không có con, anh bèn cho vợ thả cỏ vì nghĩ rằng, nếu không có con, cuộc sống và sự phấn đấu của mình đâu còn ý nghĩa gì. Nhưng anh không muốn cho vợ biết những toan tính đó, đã chuốc vợ say rồi nhờ người khác đóng giả mình. Cậu con trai ra đời lại vô tình đẩy hai vợ chồng trẻ vào sự xa cách, lạnh lùng. Tưởng rằng nó là mối ràng buộc cho tình cảm hai người, nhưng ai ngờ đó lại là nguyên nhân làm hai vợ chồng mất nhau. Nụ vô tình và cố ý tiếp tay cho chồng đạt được những tính toán cá nhân. Vấn đề đạo đức, nhân phẩm được đặt ra trong tác phẩm mang tính nhị nguyên. Hộ ích kỉ, độc đoán khi mưu tính để vợ "thả cỏ", nhưng anh ta cũng thật đáng thương khi hi sinh tình cảm riêng để đạt được hạnh phúc cho gia đình. Vấn đề đạo đức, nhân phẩm theo quan niệm xưa không còn khả giải. Nhưng rõ ràng những tính toán cá nhân đã làm tình cảm gia đình rạn vỡ. Nếu họ cùng nhau bàn bạc giải quyết, có lẽ đã không dẫn đến bi kịch khiến gia đình ông Chiến phải chuyển vào Nam. Câu chuyện kết thúc nhưng những vấn đề mà nó đặt ra vẫn còn nhức nhối trong lòng người đọc. Lụa trong *Hình bóng đàn bà* đã cho thấy, không có gì là tuyệt đối. Mọi vấn đề cần được nhìn nhận từ nhiều phía. Nhà văn với cái nhìn đa chiều đã đưa ra nhiều luận đề trong tác phẩm. Lụa sống hết mình với nhu cầu và bản năng của mình. Cách sống đó đáng lên án hay không? Mộc cũng đã tự mình đặt ra câu hỏi, trong hai người, ai là cái bóng? Mộc giữ nếp sống cũ, chỉ những đồ dùng thiết yếu chàng mới dùng đến những thành tựu của khoa học. Lớp trẻ nhìn chàng như một kẻ dở hơi, trong khi thế hệ người già lại nhìn chàng như một tấm gương để răn dạy con cháu. Nhưng cuối cùng, vì Lụa, chàng thay đổi cả lối sống của mình.

Cuộc sống con người ngày càng hiện đại hơn, nhu cầu hưởng thụ tăng cao. *Thợ cắt tóc truyền đời* phản ánh sự thay đổi đó. Quán cắt tóc của Phức ngày càng hiện đại hơn, phù hợp với nhu cầu của khách hàng. Cô trang bị tivi, đầu máy cho khách hàng thưởng thức khi chờ cắt tóc. Nhu cầu làm đẹp ngày càng cao. Khi đời sống vật chất lên cao thì đời sống tinh thần cũng theo đó mà thay đổi. Trong tiểu thuyết *Hình bóng đàn bà*, Lụa buồn chán khi không có Mộc bên cạnh. Cô giải trí bằng việc đi hát, uống những lon nước đủ loại, phục vụ nhu cầu cho khách. Những giá trị truyền thống không còn sức mạnh như xưa nữa. Hủ tục trong *Suối Miền Xía* cũng dần thay đổi khi chàng trai bỏ nghề chiếu phim, đôi vợ chồng trẻ lấy nhau, sống hạnh phúc. Thanh niên trong tiểu thuyết *Cõi mê* tiếp thu lối sống, lối yêu từ phương Tây. Họ yêu nhau ngay cả những nơi linh thiêng, thần thánh. Không còn những e ấp, thẹn thùng như xưa nữa.

Như vậy, văn hóa hiện đại đã du nhập vào những bản làng xa xôi. Nó làm những phong tục, tập quán xưa thay đổi nhiều, kể cả những hủ tục. Nhưng nó đồng thời làm cách suy nghĩ, cách sống của con người có những lệch lạc. Những giá trị văn hóa xưa đang mai một dần, và thay vào đó là những giá trị văn hóa mới, nảy sinh từ nền văn minh đô thị. Những lo âu về nhân cách, nhân phẩm con người trong xã hội hôm nay trở thành niềm trăn trở thường trực trong lòng nhà văn.

2.2. … Đến những thay đổi trong đời sống nhân dân

2.2.1. Những hệ lụy của văn hóa hiện đại

Sự xâm lấn của văn minh phương Tây và những thành tựu khoa học do quá trình đô thị hóa đem lại cũng đã thay đổi không ít đến nếp nghĩ, nếp sống của người dân. Họ không còn giữ được những phong tục, tập quán, lối sống nguyên sơ nữa. Sự thay đổi có hai hệ quả: mang lại cuộc sống tốt hơn, đồng thời làm thay đổi lối sống xưa, làm biến đổi con người. Những thành tựu khoa học và lối sống đô thị cuốn con người đi, mang họ vào vòng xoáy ăn chơi hưởng lạc. Lối sống ấy không phù hợp nữa với người dân bản, với những người chân chất. Một khi đã theo vòng xoáy ấy, con người dễ đánh mất mình. Lụa trong tiểu thuyết *Hình bóng đà bà* là điển hình cho sự tha hóa lối sống trước sự cám dỗ của xã hội kim tiền. Xã hội ấy không đảm bảo cho cái thiện, cái đẹp lên ngôi mà nó chỉ làm thay đổi, tha hóa cái đẹp. Lụa ban đầu cũng là một cô gái xinh đẹp, nết na. Nhưng khi Mộc đi làm, cô một mình với những cám dỗ, thì cô đã không đủ bản lĩnh để giữ mình. Sống hết mình cho bản năng chưa hẳn là điều đáng lên án. Nhưng điều đáng lên án ở cô là sự tha hóa sau lối sống đó. Con người luôn cố gắng để mình sống hạnh phúc, để cuối cùng phúc vụ cho nhu cầu của mình. Nhưng xã hội đã đặt ra những quy ước đạo đức để con người không trượt ngã. Sống hết mình cho bản năng không có nghĩa vi phạm những tiêu chuẩn đạo đức xã hội. Con người cần có những hạn định để có điểm dừng trong hành trình sống. Càng ngày, Mộc càng bận bịu với công việc. Lụa không thể chăm chỉ lo lắng cho chồng. Nàng giết thời gian bằng việc hát Ka-ra-ô-kê. Thế nhưng, nàng còn muốn có những lời ngợi ca, có khán giả khi hát, có những cốc nước để giải khát khi hát nhiều, những điều này nàng không tìm được ở nhà Mộc. Và nàng tìm đến nhà hàng. Nơi đây cho nàng niềm vui, cho nàng những lời ca tụng, cho nàng kinh nghiệm tình trường và cho nàng tiền. Nhưng nơi đây lấy đi của nàng sự thơ ngây trong trắng, lấy đi vẻ đẹp của nàng, chỉ còn lại chín trăm chín mươi chín cuộc tình cùng chín trăm chín mươi chín nốt ruồi là dấu tích những cuộc chơi đó. Qua đó để thấy sự thay đổi của con người khi gặp môi trường đô thị hóa.

Quá trình đô thị cùng việc hấp thu những luồng tư tưởng mới làm cho suy nghĩ cùng nếp sống tốt đẹp xưa thay đổi. *Cõi mê* cho thấy lối sống mới của thanh niên ngày nay so với ngày xưa. Điều đó được thể hiện trong lời nói của Ba Khơ. Người dân Sán Dìu đã không còn những phong tục từ xưa như mặc váy lá, để ngồi... Họ đồng thời không giữ nếp sống xưa. Thanh niên vào đền, vào hang không chỉ để cầu khấn mà để "gặp nhau". Họ không còn cái kín đáo, ý nhị nữa. Du nhập lối sống cùng lối suy nghĩ khác về tình yêu, họ cho nhau dễ dàng ngay cả những nơi linh thiêng. Đó cũng là sự xuống cấp của đạo đức mà nhà văn phản ánh trong tác phẩm của mình. Cũng như nhiều cô gái, và nhiều khách hàng cắt tóc trong truyện *Thợ cắt tóc truyền đời* đã hấp thu cách nghĩ khác khi làng họ có con đường chạy qua, buôn bán phát triển, đời sống người dân cao hơn, nhu cầu hưởng thụ phong phú hơn.

Vũ Xuân Tửu tiếp thu những thay đổi trong cách sống, cách nghĩ do văn minh phương Tây đem lại, nhưng nhà văn vẫn giữ được cho mình cách viết đôn hậu, giản dị, gần gũi với người dân. Ông phản ánh những mặt trái do xã hội kim tiền mang lại, thể hiện những ưu tư, trăn trở trước sự mai một của những giá trị văn hóa tốt đẹp, và sự lo âu trước sự du nhập và lên ngôi của những giá trị văn hóa mới không phù hợp.

2.2.2. Và sự tiếp biến để phát triển

Những thay đổi do khoa học kĩ thuật đem lại cho con người những điều kiện lao động tốt hơn. *Thợ cắt tóc truyền đời* cho ta thấy sự thay đổi trong đời sống người dân và những vẻ đẹp trong lối sống được những cô gái trong làng bản lưu giữ. Phức là một cô gái đẹp, làm nghề cắt tóc. Đây là nghề được truyền từ đời cha ông rồi đến cô. Làng cô ngày càng có nhiều sự thay đổi: "Làng nghèo, lúc nào cũng buồn buồn như người ngái ngủ. Bỗng dưng có đường quốc lộ chạy qua, thế là làng tươi tỉnh hẳn ra, cứ như già được bát canh, trẻ có manh áo mới vậy. Người làng tất bật trổ nhà quay ra mặt đường, rồi thì mở quán bán hàng, khiến trong làng lúc nào cũng cũng ồn ào như có đám giỗ. Đàn cò biệt dạng, nhưng xe cộ qua lại như mắc cửi, cuốn bụi vào tận hòm cúp. Hiệu cắt tóc của Phức mọc lên đầu tiên, ở ngay đầu làng, chỗ gốc đa mà ông nội cúp tóc ngày xưa. Trên vách, treo cái gương, to như cánh phản" [91; 7]. Chính cô cũng thay đổi nhiều để hiệu cắt tóc của mình khang trang hơn, thu hút khách hơn. Cắt tóc là một công việc cô yêu quý và coi trọng như nhiều nghề lao động khác, mặc dù ban đầu, ở làng quê nghèo, mọi người còn cái nhìn nghi kị đối với những cô gái làm nghề này. Phức cắt tóc nhưng không kiếm tiền bất chính bằng nghề của mình, dù có người khách đã nói "Loại ngu mới không biết vừa cắt vừa gặt" [91; 8]. Cô vẫn giữ cho mình nếp nghĩ xưa, không chạy theo đời sống kim tiền. Mộc trong tiểu thuyết *Hình bóng đàn bà* cũng là người như vậy. Sống trong môi trường đô thị hóa, làm việc công sở nhưng chàng vẫn giữ nếp sống xưa: dùng rổ, rá đan chứ không dùng đồ nhựa, nền nhà đất... Chỉ những vật dụng cần thiết cho đời sống như xe máy, vi tính, ti vi thì chàng dùng. Mộc vừa biết giữ gìn những giá trị tốt đẹp, lại biết sử dụng cái mới phù hợp. Có người coi chàng là người kì quặc, nhưng có người coi chàng biết giữ gìn nếp sống đơn sơ. *Chuyện ở bản Piát, Suối Miền Xía* là những câu chuyện có bóng dáng của kĩ thuật mới. Đó là máy xay xát gạo, là nhà máy giấy, là đội chiếu phim lưu động. Tất cả đều là sản phẩm của khoa học kĩ thuật mới. Nhà văn thường nói về sự thay đổi trong đời sống dẫn đến sự thay đổi trong nếp nghĩ của con người. Vần trong truyện *Cỏng Hò* là người có cách ứng xử thông minh, tình nghĩa. Vợ phản bội khi Vần đi bộ đội. Nỗi đau đó cũng dần nguôi ngoai. Chàng trai mua máy cày về làm cho cả bản đỡ vất vả. Rồi sau đó, anh đi làm điện, thắp sáng cho cả bản. Cũng nhờ đó, đời sống của người dân ngày càng cao. Cỏng Hò còn bỏ những thù hận cá nhân để nghĩ cho cả bản khi ông chấp nhận chu cấp cho bản Đá Mài cái đập thủy lợi, kết hợp làm thủy điện từ tình địch của mình. Không ít nhân vật trong truyện của Vũ Xuân Tửu là những người như vậy. Môi trường đô thị hóa thử thách con người, và họ biết vượt qua thử thách, tiếp nhận để tự đổi mới mình.

Như vậy, nơi rừng núi hoang vu, khi quá trình đô thị hóa cùng văn minh của khoa học kĩ thuật xâm lấn, con người có thể giữ cho mình lối sống cao đẹp, giữ gìn nếp nghĩ xưa, nhưng cũng có thể bị tha hóa trước sự cám dỗ của cuộc sống kim tiền. Nhà văn cho thấy sự thay đổi trong đời sống nhân dân vùng cao trước ảnh hưởng của quá trình đô thị hóa. Đồng thời, ông cũng cho thấy những tác động trái chiều của xã hội kim tiền và sự tha hóa của con người nếu không có bản lĩnh vững vàng.

Tiểu kết

Truyện Vũ Xuân Tửu đưa ta tới những vùng miền khác nhau của miền núi phía Bắc. Nơi ấy có những đêm trăng bình yên với lời ca tiếng hát của thanh niên bản; có cuộc sống hoang sơ của đồng bào miền núi; có cả sự xâm lấn của văn minh đô thị vào cuộc sống bình yên. Họ tin vào thế lực siêu nhiên, huyền bí, niềm tin còn ngây thơ khi ánh sáng khoa học chưa làm suy nghĩ của họ thay đổi nhiều. Họ cũng tin vào quy luật nhân quả, tin vào sự báo ứng. Vì vậy, họ sống bằng tình người, tình đời và có những tình yêu đẹp, vượt qua không gian, thời gian, vượt qua cái chết vốn được coi là định mệnh. Bằng những ám ảnh tâm linh, những tiếng vọng từ tiềm thức, nhà văn dựng nên một hiện thực ở bề sâu của cuộc sống con người, một hiện thực vốn chìm khuất. Hiện thức đó để con người suy nghĩ, chiêm nghiệm, đánh giá.

Chương 3:
MỘT SỐ PHƯƠNG THỨC NGHỆ THUẬT TIÊU BIỂU TRONG TRUYỆN VŨ XUÂN TỬU

1. Ngôn ngữ, giọng điệu

1.1. Ngôn ngữ

Văn học là nghệ thuật của ngôn từ. Nhà văn sử dụng ngôn từ để sáng tạo ra thế giới nghệ thuật. Ngôn ngữ là phương diện hình thức mang đậm dấu ấn phong cách của từng thể loại văn học, từng nhà văn. Vũ Xuân Tửu là một cây bút văn xuôi có nhiều cố gắng tìm tòi, đổi mới ngôn ngữ văn học. Với vốn từ tiếng Việt phong phú, đa dạng cùng tài năng, tâm huyết với nghề cầm bút, nhà văn đã khắt khe, nhạy cảm trong sử dụng, tổ chức chất liệu văn học, vừa gần gũi với lời ăn tiếng nói, vừa cuốn hút người đọc, người nghe. Chính những cố gắng trong sử dụng ngôn ngữ văn chương mà trong những năm qua, nhà văn đã đạt được những thành tựu nhất định trên văn đàn.

1.1.1. Ngôn ngữ đậm chất dân gian

Ở Vũ Xuân Tửu, cảm hứng hài hước tạo nên cách nói mộc mạc, tếu táo, bỗ bã với việc tận dụng sự phong phú của hệ thống khẩu ngữ; cảm hứng châm biếm tạo nên cách nói giễu nhại, mỉa mai với nhiều hình thức thể hiện mới mẻ, lạ lẫm.

Nó đánh dấu cái chất đời cho sự thể hiện của văn chương Vũ Xuân Tửu. Nói cách khác, nhà văn đã đưa cái chất đời gần gũi vào trong văn chương một cách nhẹ nhàng, khéo léo. Những nhận định, đánh giá hay sự đúc kết kinh nghiệm được thể hiện trong cách nói gây vui, gây cười một cách nhẹ nhõm và ý vị. Trong những truyện của mình, nhà văn thường đan xen những câu thành ngữ, tục ngữ, những câu hò, vè làm câu văn thêm sinh động, gần gũi với lời ăn tiếng nói. Những câu hò, câu ví của anh chân sào trong truyện *Cánh chân sào* vừa hóm hỉnh, vừa dân dã:

- Chúng anh là cánh chân sào
Đầu thì trọc lốc ma nào dám mê...

- Bây giờ thuyền ngược nước xuôi
Chống sào cho khéo kẻo lơi bến bờ

Viết về đời sống người dân vùng cao, ngôn ngữ nhà văn sử dụng cũng đơn giản, mộc mạc như những con người nơi đây. Hệ thống khẩu ngữ được sử dụng dày đặc, nên truyện Vũ Xuân Tửu rất gần với lời ăn tiếng nói của người dân, không có độ lắt léo, cấu trúc mấp mô, đa nghĩa. Rất nhiều truyện nhà văn sử dụng ngôn ngữ có phần cổ, từ những năm trước, nhất là trong cách xưng hô. Trong truyện *Thợ cắt tóc truyền đời*, ta thấy cách sử dụng từ ngữ này. Đoạn đối thoại giữa ông thợ cắt tóc và người thầy giáo:

"- Độ rày, ông không đi cúp dạo nữa à?

Chợt có ai dặng hắng, rồi câu hỏi thay cho lời chào như vậy, khiến ông Bức nhỏm dậy và ngỡ ngàng thốt lên:

- Ôi a! Anh giáo học...

- Phiền ông, cắt cho trắng mai, trắng gáy nhá.

- Phải, các thầy là phải mô phạm. Cứ ngỡ anh giáo học phải cúp trên phố huyện, ai dè lại chiếu cố...[94; 4]. Cách gọi "anh giáo học" ngày nay không còn phổ biến nữa. Đó là cách gọi từ những năm trước, có ý tôn trọng. Cách xưng hô giữa hai người mang tính khách khí. Nhiều truyện nhà văn lấy bối cảnh những năm chiến tranh và sau chiến tranh, nên ngôn ngữ mộc mạc, đơn giản, dễ hiểu và phù hợp với hoàn cảnh. Ngôn ngữ đơn giản như chính lời nói thường ngày của người dân nên rất dễ đi vào lòng người. Nghề cắt tóc tưởng chừng chỉ là nghề đơn giản nhưng lại mang giá trị văn hóa. Ngoài ra, nhà văn còn viết về nghề bán điếu, về nghề viết văn... và rất nhiều những câu chuyện hết sức đơn giản, đời thường của cuộc sống hằng ngày nhưng đem lại những ấn tượng sinh động về xã hội, nhân sinh.

1.1.2. Ngôn ngữ giàu hình ảnh, đa cảm giác

Với những câu chuyện viết về đời sống hằng ngày, nhà văn sử dụng ngôn ngữ đơn giản, gần gũi với lời ăn tiếng nói của người dân. Trong các truyện có sử dụng yếu tố kì ảo, nhà văn sử dụng linh hoạt ngôn ngữ, tạo cho tác phẩm sự đa thanh. Ngôn ngữ ấy chịu sự câu thúc của các yếu tố kì ảo, nhà văn không chỉ sử dụng các yếu tố ngôn ngữ thông thường mà có nhiều đặc điểm riêng biệt của ngôn ngữ văn chương kì ảo.

Ngôn ngữ đa cảm giác mang lại cho người đọc những cảm nhận khác nhau. Truyện của Vũ Xuân Tửu khơi gợi cảm giác có thể đánh thức mọi giác quan, tạo nên những xung động nghệ thuật trong lòng người đọc. Trước hết là cảm giác về sự kì ảo, bí ẩn. Nhà văn đã sử dụng các từ ngữ thiên về miêu tả tâm trạng, cảm giác "Chàng bán tín bán nghi, đưa tay rờ thử, thì tịnh không cảm giác được gì, chỉ cảm nhận được chất lụa, mềm mượt như da thịt con gái.

Mệt. Đói. Khát. Và buồn" [95; 6].

Cảm giác bất an, lo sợ, mơ hồ được diễn tả rất nhiều trong truyện của ông. Nó tạo nên tâm thế hoang mang cho nhân vật và cho chính người đọc. Tiểu thuyết *Cõi mê, Hình bóng đàn bà, Cửa đá*, truyện *Yếm thắm, Con chim lửa, Tiếng kèn lá trên đỉnh Mã Pì Lèng*... đều có yếu tố ngôn ngữ kì ảo. Trong *Hình bóng đàn bà*, Mộc luôn có những cảm giác bất an cùng những linh cảm chẳng lành. Chàng "bán tín bán nghi", "nghi nghi hoặc hoặc" "cảm thấy không bình thường" ngay khi mới gặp Lụa. ... Những từ ngữ chỉ cảm giác bất an, lo âu, sợ hãi bản năng của con người: run như cầy sấy, giật mình, sợ, giật nảy mình, rú lên, hai mắt trợn ngược, trắng dã như mắt ma được nhà văn sử dụng khá nhiều. Hơn một lần Mộc có linh cảm, giống như những điềm báo. Khi Lụa còn trong tranh, chàng cảm thấy sự xuất hiện của nàng. Khi Mộc nhìn thấy những ngọn rau muống bò vào nhà, quấn quanh khung tranh như mớ dây tơ hồng thì chàng "linh cảm thấy một điều nghiệt ngã, trời đang gọi nàng về rồi" [95; 32]. Sau đó, Lụa đã phải trở về bức tranh. Đồng trong *Cõi mê* cũng thường có những linh cảm, những cảm giác bất an trong cuộc sống. Chính những cảm giác này khiến nhân vật rơi vào sự hoang mang, nghi hoặc.

Ta còn bắt gặp những từ ngữ chỉ tính chất bất thường của sự vật: bỗng, bỗng dưng, bất giác, chợt, sởn gai ốc, kinh hãi, rợn tóc gáy... Những ngôn ngữ mang tính chất bí ẩn, đầy ma lực: âm ti,ma, ma quái, cửa mả, lời nguyền, ma lực, quỉ thần, thôi miên... Điều này cho thấy, ngôn ngữ chịu sự câu thúc của những ám gợi, tiên cảm, rợn ngợp trước một thế giới vô hình, bí ẩn. Nó diễn tả tâm trạng phấp phỏng lo âu của con người hiện đại. Con người dường như đang sống trong một thế giới mong manh, đầy bất ổn nên họ luôn hoang mang, lo lắng, tìm đến sự an ủi trong tôn giáo, mong muốn được che chở bởi thế lực siêu nhiên. Ngôn ngữ thể hiện tư duy của con người, đó là lí do trong ngôn ngữ tác phẩm cũng như nhiều tác phẩm hiện đại, mang đầy những cảm giác bất an, lo sợ.

1.2. Giọng điệu

Trong nghệ thuật kể chuyện, giọng điệu cũng được coi là một yếu tố cơ bản. Giọng điệu là một phương diện quan trọng của chủ thể tác giả. Nó phản ánh quan điểm, thị hiếu thẩm mĩ của người sáng tạo, vì vậy nó có vai trò quan trọng trong việc thể hiện cá tính sáng tạo của nhà văn. Giọng điệu được thiết lập từ mối quan hệ giữa người kể với người nghe từ thế giới sự kiện được miêu tả và tạo thành giọng điệu trần thuật. Điểm nổi bật của giọng điệu là qua nó, nhà văn thể hiện thái độ, tư tưởng, tình cảm của chính mình. Sự phong phú giọng điệu xuất phát từ mối quan hệ giữa chủ thể và khách thể, từ sự lựa chọn thể loại, lời văn, hình tượng...

Trong sáng tác của Vũ Xuân Tửu có ba giọng chính - giọng dân dã, giọng triết luận, giọng hoạt kê. Sự đa dạng trọng giọng điệu biểu hiện những cách nhìn, cách cảm, cách đánh giá đời sống… trong nhiều hoàn cảnh, nhiều thời điểm của nhà văn.

1.2.1. Giọng dân dã, đôn hậu, giàu chất thơ

Vũ Xuân Tửu được thường viết về những điều bình dị, giản đơn trong cuộc sống nhưng mang ý nghĩa nhân sinh sâu sắc. Đó là những câu chuyện về tình yêu và hạnh phúc lứa đôi, về tình cảm gia đình, về đời sống của người dân vùng cao và về những thay đổi trong xã hội.

Đọc truyện của Vũ Xuân Tửu, ta thấy nổi bật lên giọng đôn hậu, tình nghĩa, như những lời tâm tình được nhà văn viết ra. Ông viết về đời sống vùng cao với sự am hiểu của người sống và trải nghiệm. Nhà văn thường khai thác chiều sâu thế giới nội tâm phức tạp của con người: sự day dứt, ăn năn, những ẩn ức sâu kín không giải tỏa được. Truyện *Bí mật cuốn gia phả* cho thấy tâm trạng phức tạp của người chồng cùng những trăn trở, suy tư khi không có con. Nhà văn thấu hiểu nhân vật như chính bản thân mình, nên có những câu văn như lời cảm thán về nỗi niềm của bản thân: “Không con, thế thì công lao gây dựng của mình để cho ai. Không con, căn cơ tằn tiện cũng bằng thừa. Nụ mà biết thế này thì … Xin con nuôi, khác máu tanh lòng. Hay là thả cỏ thả rả… mới nghĩ mà Hộ đã điếng người như bị hoạn” [92; 54]. Trải qua nhiều dằn vặt, Hộ để vợ “thả cỏ”. Từ khi có con, tâm trạng Hộ càng bất ổn. Mỗi khi bế con, chàng cảm thấy như đang bê chồng gạch có đàn kiến bò ra. Những băn khoăn, trăn trở của Nụ và cả day dứt của cô khi trở thành đồng lõa với chồng, để rồi cô “nhìn chằm chặp vào bàn tay trái của nó thấy có đúng năm ngón, cô cười rơi lệ” [92; 55] khi đứa con vừa sinh ra. Cô sống trong trạng thái thấp thỏm, lo âu. Thỉnh thoảng “Nụ lại nắm nắn ngón tay cái thằng cu, xem có bị chồi lên hay không” [92; 58]. Cả hai vợ chồng đã trải qua những ngày tháng dằn vặt bản thân. Hạnh phúc gia đình cũng từ đó tan biến vì những suy tính cá nhân.

Chất thơ trong giọng kể của nhà văn đã hiện lên trọn vẹn con người đa cảm, ưu tư và ưa hoài niệm. Cái tôi nội cảm của Vũ Xuân Tửu không chỉ thể hiện ở sự nhiệt tình, tha thiết bộc lộ, giải bày nỗi niềm, tâm sự của chính cuộc đời, thân phận nhà văn mà ngay cả khi nói về hiện thực xã hội như sự tha hóa của con người trước môi trường đô thị hóa. Không đứng ngoài, nhà văn hoà mình vào câu chuyện, tỏ ra hiểu và nắm bắt được tâm lí người trong truyện - tâm lí muôn hình muôn vẻ và luôn luôn biến chuyển không dễ gì nắm bắt được. Truyện *Cỏng Hò* cho ta thấy tâm trạng phức tạp của Vần khi đi bộ đội về và thấy vợ có con với người khác. Nỗi đau của người đàn ông khiến sau một đêm, tóc Vần trắng xóa mái đầu. Nhưng ngược lại dự đoán mọi người trong bản, sau buổi mài dao bên suối, Vần trở nên lặng lẽ hẳn. Ông tập trung cho gia đình, cho làng bản, quên đi những oán hận và nỗi đau của cá nhân. Tâm trạng của anh chân sào với những tình cảm sâu nặng dành cho người đã chết được thể hiện sâu sắc và xúc động. Những ưu tư, nhớ nhung, dằn vặt của nhân vật đều được nhà văn thấu hiểu và thể hiện qua những trang văn đầy tình cảm chân thành.

Đọc truyện của Vũ Xuân Tửu, thấy nổi bật lên tình người, lòng nhân ái, bao dung; nỗi trăn trở, day dứt của nhà văn trước cuộc sống và số phận của con người. Ông là một cây bút nhạy cảm trước cái đẹp, cái xấu, cái thiện, cái ác, cái cao cả, cái thấp hèn. Truyện của ông không có những xung đột căng thẳng mà rất đời thường, giản dị, thể hiện cuộc đời nhân vật với những giằng xé trong nội tâm và ước mong hạnh phúc bình dị, giản đơn. Giá trị nhân đạo trong tác phẩm Vũ Xuân Tửu thể hiện sâu sắc ở tấm lòng yêu thương của nhà văn với những số phận bất hạnh, những cảnh đời ngang trái.

1.2.2. Giọng triết luận

Giọng điệu phân tích xã hội, mang những suy tư, chiêm nghiệm về thế sự, nhân sinh của Vũ Xuân Tửu được tạo nên từ nhiều nguồn cảm hứng như thương cảm, phê phán.

Trân trọng và nâng niu những giá trị văn hoá của dân tộc, Vũ Xuân Tửu đã từng nêu những nhận định mang tính triết lí về các vấn đề liên quan đến văn hoá như lối sống, lối ứng xử, về quan hệ cái cũ và cái mới... Trong tiểu thuyết *Hình bóng đàn bà*, nhà văn triết lí về đồng tiền: "Đồng tiền có thể làm hoen ố con người, nhưng cũng có khả năng đánh bóng mạ kền cho con người" [95; 36]. Lụa trong tiểu thuyết đã triết lí: "Không có đồng tiền nào thơm tho hay bẩn thỉu cả đâu. Chỉ là sự đánh đổi bằng máu, xương hay mồ hôi, nước mắt hay nụ cười mà thôi... Không ai vô tích sự cả đâu, cũng như không có ai hoàn toàn thánh thiện. Người muốn tốt đẹp thì che đậy cái xấu xa. Có người lại cởi bỏ mọi sự giả dối để sống trần trụi kiếp người" [95; 59- 60]. Những triết lí của nhà văn cũng là những trăn trở, suy tư của ông trước sự thay đổi những giá trị của cuộc sống. Triết lí về cái tốt và cái xấu, nhà văn viết: "Hỏi, rau muống đã chẻ thành sợi, quăn như râu rồng, thì cách mấy cũng không ghép lại thành cuộng rau tròn như ngón tay út được nữa. Người đàn bà đã có chín trăm chín mươi chín cuộc ngoại tình, thì làm sao trở lại trinh tiết? Nhưng Mộc lại không hay biết rằng, có những sợi rau muống chẻ đã mọc lên thành những mầm rau muống tươi non ở chân vách, kẽ ngách. Chúng bò lên, đầy cả võng đay, khung tranh và bám vào lòng đất như rễ si, ngó sen. Lụa thì tấp tểnh xuất ngoại để thay da" [95; 37]. Những ngang trái, những thay đổi trong giá trị cuộc sống được nhà văn nói đến bằng giọng văn đầy chua xót. Con người phải tự phân thân để sống, để thích ứng với những thay đổi. Điều đó cho thấy sư đảo ngược những giá trị trong cuộc sống. Không có chân lí nào tồn tại vĩnh viễn trong cuộc đời kim tiền. Con người muốn tồn tại được trong cuộc sống đó cần tự vươn lên, đấu tranh, nhiều khi sống không thật với chính bản thân mình, mất dần bản ngã. Trong thế giới kim tiền, không thể chỉ nhìn vào bề ngoài để xác định giá trị của mọi vật. Đôi khi những thứ rất có ý nghĩa với người này lại vô nghĩa với người khác, vì vậy mọi giá trị đều mang tính tương đối mà thôi.

Cái Đẹp, theo quan niệm của Vũ Xuân Tửu, không hề vĩnh cửu. Nó mỏng manh và không có khả năng tự bảo vệ. Xã hội kim tiền không đảm bảo cho cái Đẹp. Lụa đã trách Mộc: "Anh cứ để tôi ở trong tranh, thì tôi vẫn là Tiên, là Phật. Anh nằng nặc lôi tôi ra trần gian cát bụi, rồi bỏ mặc, thờ ơ, lạnh lùng. Anh là kẻ khốn nạn, đồ hèn"[95;26]. Trước sự cám dỗ của xã hội, cái Đẹp đã trở nên sa đọa, tầm thường. Môi trường xã hội có sức tàn phá ghê gớm những giá trị tinh thần của con người, mọi thứ đều bị vật chất hóa.

Đôi khi, trong những tình huống nhỏ nhặt của cuộc sống nhân vật, nhà văn cũng gửi gắm những triết lí, thường là những kinh nghiệm sống mà cha ông ta truyền lại. Trong truyện *Thợ cắt tóc truyền đời*, khi nhận xét về bố Phúc, người khách cắt tóc nói : "Ông cụ thuận cả hai tay cơ à? Người thuận cả hai tay thì giỏi giang, nhưng cố chấp, hay lận đận" [94; 8]. Nhận xét về lão chủ thuyền trong truyện *Cánh chân sào* cũng là lời triết lí: "Người ta bảo, ông khôn ngoan lọc lõi quá nên gầy quắt lại. Mà nghiệm ra cũng phải, phàm những tay khôn ngoan đều nhỏ thó" [94; 11]. Trong tiểu thuyết *Cửa đá*, nhà văn viết : "Đàn bà cũng như tôn giáo, chỉ cần đức tin, không cần lí lẽ, không cần minh chứng và sự giải thích dông dài, mà cần sự an ủi, nhẹ nhàng, tình cảm, luôn có nhu cầu chiến thắng, có khi chỉ là phần thắng ngấm ngầm trong lòng mà thôi. Đàn bà cũng như nhà thơ, chỉ biết nhất mình và luôn thích được ngợi khen, vỗ về, an ủi. Dân làng Tuyền cũng thế, chỉ thích phàn nàn và phân bua, cái tật cố hữu của kẻ yếm thế" [99; 49]. Mỗi câu chuyện đều là những đúc kết kinh nghiệm sống của nhà văn, những trải nghiệm mang nhiều dư vị của người quan sát cuộc sống với ánh mắt tinh tường. Với tấm lòng thương cảm nhân vật, nhà văn đưa ra những triết lí mang vị đắng nhưng đầy cảm thông: "Có con là có phúc, nhưng không phải nòi giống nhà chồng, Nụ cảm thấy bẽ bàng. Có con, lẽ ra, vợ chồng càng phải mặn nồng hơn, ai ngờ lại mất chồng trong nhà thế này" [94; 30]. Đó không phải lỗi của cả hai vợ chồng, đó chỉ là khao khát có và cách làm của họ lại không mang cho họ hạnh phúc. Hai vợ chồng sau khi có con đã trở nên xa cách, lạnh lùng, đánh mất hạnh phúc gia đình vốn rất đỗi giản đơn. Thế mới biết, hạnh phúc đôi khi không thể do những toan tính cá nhân mà phải xuất phát từ tình yêu thương, sự đồng cảm của hai người. Nhà văn đã thấu hiểu nỗi đau và những dằn vặt mà nhân vật trải qua, nên giọng văn đầy cảm thông.

Nỗi lo âu trước sự thay đổi giá trị trong cuộc sống đã được Vũ Xuân Tửu thể hiện qua những trang văn của mình đầy thương cảm và triết lí. Những triết lí thể hiện cái nhìn sâu sắc của nhà văn về con người, những cảm nhận cá nhân mang tính nhân loại sâu sắc. Giọng văn của ông thâm trầm, sâu sắc, nhiều ẩn ý.

1.2.3. Giọng hoạt kê

Giọng hoạt kê trong sáng tác của Vũ Xuân Tửu thể hiện cảm hứng châm biếm, hài hước và thái độ dí dỏm, bỗ bã, suồng sã, mỉa mai. Một mặt, nó bắt nguồn từ tính khôi hài, ưa dí dỏm; mặt khác, nó cũng bắt nguồn từ sự nhạy cảm, phản ứng nhanh trước lối sống giả tạo, trước thói đạo đức giả, trước những hèn kém của con người...

Chất dí dỏm, hài hước trong sáng tác của Vũ Xuân Tửu được thể hiện ở cách nói tếu táo, có phần bỗ bã mà ngôn từ hầu như là lời ăn, tiếng nói của đời thường. Giọng điệu này mang cảm hứng giải thiêng. Trong nhiều truyện của nhà văn, ta thấy giọng hoạt kê là giọng chủ đạo: tiểu thuyết *Người rừng, Cửa đá*… Mỗi truyện đều có những câu văn, câu đối thoại hài hước, châm biếm. Trong tiểu thuyết *Người rừng*, khi nói đến thần Cây Da và sự tích về bộ rễ, nhà văn viết: "Thần Cây Da rập đầu khấn lạy, mặt cắm xuống đất như thể rễ da. Bọn thị vệ phải xúm vào, nhổ mãi mới đứng lên được. Từ đấy, cây da nào cũng phải buông nhiều rễ để chống rung" [89; 6]. Cũng cách giải thích sự tích như truyện cổ, nhưng Vũ Xuân Tửu dùng cảm hứng giải thiêng để viết. Cảm hứng trào phúng, giải thiêng bắt nguồn từ ca tính và sự nhạy cảm, phản ứng nhanh trước lối sống giả tạo, thói đạo đức giả và những hèn kém của con người. Nhà văn viết về Thổ Công và thần Cây Da trong việc giúp đỡ gia đình người tiều phu:

"Bữa ấy, quá ngọ, Thổ Công lật khật về tới gốc Da, không thấy bóng dáng vợ chồng, con cái gã tiều phu đâu, lấy làm lạ. Hằng ngày, cứ độ rày là cả nhà gã đang xì xụp bữa trưa cơ mà. Ngó ra, thấy thần Cây Da đang bồn chồn quanh đi quẩn lại trên cành da. Mười phần nghi hoặc, Thổ Công phi thẳng vào núi, thấy đập ngay vào mắt là cảnh con khỉ đột đang hấp hổm trên mông vợ gã tiều phu. Tức thì, Thổ Công kêu thần Núi tới. Thần Núi liền chỉ đường cho bọn sơn tràng ứng cứu, chứ mang tiếng là thần, nhưng có làm được gì đâu, chỉ tay năm ngón cả thôi mà" [89; 7].

Những khẩu ngữ lật khật, phi thẳng, xì xụp, đập ngay vào mắt được nhà văn sử dụng khiến cảnh các vị thần cứu dân trở nên tầm thường. Nhận định "mang tiếng là thần, nhưng có làm được gì đâu, chỉ tay năm ngón cả thôi mà" mang cảm hứng giải thiêng. Các vị thần từ trên cao giờ đây bị lôi xuống, xếp sau cả bọn sơn tràng. Ngoài việc chỉ đạo, các vị thần cũng không hề biết làm gì. Hiện thực đó về các vị thần đáng cười hay đáng khóc?

Cảnh vụng trộm của thần Cây Da và sự bao che giữa các thần được nhà văn miêu tả khiến hình ảnh các vị thần không còn nữa dáng vẻ cao quí, nghiêm trang. Họ trở thành đối tượng cười cợt của nhà văn, với biết bao thói hư tật xấu mang tính thời đại được chuyển tải bằng hình tượng nghệ thuật. Trong các truyện của Vũ Xuân Tửu, các vị thần thường là đối tượng gây cười nhiều nhất.

Giọng hoạt kê còn được nhà văn sử dụng khi viết về cuộc sống thường nhật của con người. Lụa, một cô gái bước ra từ trong tranh, mang vẻ đẹp lung linh được nhà văn miêu tả với những từ ngữ: "Khi Lụa thò tay toan xúc gạo thì Mộc tóm lấy. Lụa giật nảy mình, rú lên, hai mắt trợn ngược, trắng dã như mắt ma. Mộc bàng hoàng, chui ra khỏi quan tài. Gạo rơi từ áo, quần, lả tả như mưa tuyết, trắng cả gian nhà"[95; 12]. Bên cạnh đó, những từ nhà văn sử dụng để diễn tả hành động của Lụa hoàn toàn ngược lại với những hành động đoan trang của người đẹp đội lốt trong cổ tích: "rú lên, hai mắt trợn ngược, trắng dã như mắt ma" nàng "sụt sịt khóc như ăn ốc mút", "khóc tu tu như bị đánh đòn", "khoái chí cười khanh khách"[95, 19]. Người đẹp đã không còn mang vẻ hiền dịu, hay tiêu chí về cái đẹp thời hiện đại đã đổi thay? Nàng khóc, cười cũng rất thật, rất người, không còn dáng vẻ một nàng tiên mà ta vẫn thấy nữa. Trong truyện Vũ Xuân Tửu, ta thường bắt gặp nụ cười hóm hỉnh của nhà văn trước những hiện tượng của đời sống. Có những điều rất thường cũng trở thành ngộ nghĩnh.

Giọng hoạt kê được nhà văn sử dụng trong nhiều tác phẩm, vừa mang cảm hứng giải thiêng, vừa là cảm hứng châm biếm, phê phán. Những hiện tượng nghịch dị trong cuộc đời được nhà văn nhìn với con mắt phân tích, phơi bày. Những cái xấu, cái ác cũng là đối tượng phê phán của nhà văn. Vì vậy, qua tiếng cười mà nhà văn mang đến, người đọc thấy được nỗi lo âu trước sự xuống cấp những giá trị của cuộc sống.

2. Những chi tiết giàu sức gợi

Chi tiết được coi là "điểm rơi của cái nhìn". Hình tượng nghệ thuật cụ thể, gợi cảm và sống động là nhờ các chi tiết về hành vi, nội tâm, cử chỉ... Tùy theo sự biểu hiện cụ thể, chi tiết nghệ thuật có khả năng thể hiện, giải thích, làm minh xác cấu tứ nghệ thuật của nhà văn, là điểm hội tụ tư tưởng của tác giả và là cơ sở xác định đặc điểm phong cách của tác giả. Chi tiết trong truyện có chức năng tái tạo lại chỉnh thể hình tượng trong cuộc sống. Chi tiết trong tác phẩm bao giờ cũng làm cho thế giới nhân vật vận động. Truyện Vũ Xuân Tửu xây dựng được những chi tiết đặc sắc, đáng giá, thúc đẩy sự phát triển của cốt truyện và sự phát triển của tính cách nhân vật. Chúng cũng đồng thời là những điểm dừng để người đọc suy ngẫm, chiêm nghiệm.

Những câu chuyện của Vũ Xuân Tửu cho người đọc nhiều suy tư về tình người, về được, mất, về sự hi sinh. Ông không nói nhiều mà dùng những chi tiết giàu sức gợi để người đọc liên tưởng.

Trong truyện *Chuyện ở bản Piát*, chi tiết biên bản bàn giao di vật liệt sĩ khiến người đọc thật sự ngỡ ngàng: "Năm sau, có anh bộ đội cùng đơn vị với Khấu về, trao quân tư trang của liệt sĩ Khấu. Biên bản ghi: "áo may-ô cũ: 2 cái, quần đùi: 3 cái (2 cũ, 1 mới), khăn mặt cũ:1 cái, giầy vải cũ loại II: 1 đôi, ba-lô cũ loại II: 1 cái. (Tổng cộng 5 thứ)" [94; 21]. Tư trang mà người lính hi sinh để lại chỉ vẻn vẹn từng đó thứ. Cũng không có quần dài, vì khi ra trận, họ để lại cho đồng đội. Những mất mát, hi sinh mà họ trải qua không cần viết nhiều cũng đủ để hiểu. Khấu ở chiến trường đã trải qua sự gian khổ, ác liệt. Anh đã để lại trong lòng những người ở lại bóng hình một người giản dị mà lớn lao. Chi tiết khiêng cáng liệt sĩ cũng thật xúc động. Khi khiêng cán tử sĩ, Khấu luôn xin đi sau, trong khi trong chiến đấu, anh thường là người đi đầu. Mới hay rằng, "Tử sĩ để lâu ngày, đã rữa ra, lúc khiêng lên dốc... dốc ngược, còn hơn cái núi bên kia ruộng Piát, thì nước vàng chảy theo đòn khiêng xuống vai, cứ phải lấy lá mà quệt đi, cho khỏi thấm vào áo" [94; 21]. Những hi sinh thầm lặng của Khấu để thấy anh là người tình nghĩa, luôn đặt hạnh phúc người khác lên trước. Đó là phẩm chất tốt nhất mà mỗi người cần có.

Những chi tiết hay thường được coi là điểm nhấn của truyện. Không có nó, không có truyện hay. Ta cũng thấy điều này trong *Cỏng Hò*. Vần đi bộ đội về, vợ đã có con với người khác. Nỗi đau khiến người đàn ông lặng người đi. Vần đem hết dao trong nhà ra suối mài. Mài mải miết đến mức chỉ còn nghe tiếng khoèn khoẹt và mùi đá khét cháy. Mài đến độ con dao nhọn muốn xông lên đâm vào ngực con thú, đến độ ngửi thấy mùi máu tanh tanh phảng phất đâu đây. Nỗi đau Vần không biết giải tảo làm sao. Dường như tất cả nỗi đau, niềm oán hận đã được Vần trút hết vào buổi mài dao đó. Đến mức tóc Vần sau một đêm đã bạc trắng. Sự bùng nổ của nỗi đau, của lương tâm được nhà văn đặc tả bằng một chi tiết.

Chỉ bằng một vài chi tiết trong truyện, người đọc có thể nắm bắt được toàn bộ câu chuyện cùng những diễn biến phức tạp trong truyện. Nhờ vậy, truyện của ông thường ngắn gọn, xúc tích, không có chi tiết thừa.

3. Sử dụng cái kì ảo

Cái kỳ ảo là điều phóng túng, không tuân theo lô gích tự nhiên, được các nhà văn sử dụng khám phá thế giới bí ẩn trong hiện thực khách quan và tâm hồn con người. Đó là một khuynh hướng đổi mới văn học từ việc đổi mới cách nhìn hiện thực. Nó tạo ra tâm thế mơ hồ, băn khoăn, lo âu, bất an cho người đối diện. Cái kì ảo được sử dụng để khám phá cái thực tại ở bề sâu, trong tính khái quát rộng lớn. Nó thể hiện những khát vọng khám phá những bí ẩn của thế giới, nơi mà nhận thức lí tính với những giới hạn của nó, không thể đạt tới.

Trong tác phẩm của mình, Vũ Xuân Tửu sử dụng khá nhiều yếu tố kì ảo. Nhà văn sử dụng yếu tố kì ảo xen với các yếu tố dân gian tạo nên sức hấp dẫn cho tác phẩm, như: *Người rừng, Cõi mê, Người sông nước*... khiến chúng đều phảng phất tính huyền bí. Các tác phẩm của ông tạo ra những yếu tố kì ảo ngay trong đời thường. Có thể thấy nhà văn Vũ Xuân Tửu viết nhiều về đời sống tâm linh của con người, về những điều kì bí nơi rừng núi hoang vu. Sử dụng yếu tố kì ảo trong tác phẩm, nhà văn "muốn khắc sâu sức sống mãnh liệt của tình người, tình đời" [23].

3.1. Nhân vật kì ảo

Vũ Xuân Tửu xây dựng nhiều nhân vật khác nhau trong truyện, trong đó nhân vật kì ảo là một dạng nhân vật dị biệt nhằm thể hiện tư tưởng của nhà văn và quan niệm của ông về hiện thực. Các nhân vật kì ảo xuất hiện khá nhiều, trong đó có con người và cả những con vật.

Các nhân vật kì ảo có người đội lốt, thần thánh và dị nhân. Kiểu người đội lốt ta thấy trong tiểu thuyết *Hình bóng đàn bà* của Vũ Xuân Tửu. Lụa là một cô gái xinh đẹp bước ra từ bức tranh và kết duyên cùng Mộc, một càng trai ngoài đời thực. Ban đầu, giống như hầu hết những câu chuyện cổ về nhân vật đội lốt, Lụa xinh đẹp, ngây thơ, hiền lành. Nhưng Mộc vì công việc mà không thể lúc nào cũng bên người đẹp, và nàng tự mình đi tìm niềm vui với tiếng hát, rượu bia và những cuộc tình. Những tháng ngày vui chơi lấy đi sự ngây thơ, trong trắng của nàng, cho nàng sự trải đời trên đôi mắt, bờ môi và cả ngôn ngữ. Sau chín trăm chín mươi chín cuộc tình, nàng mọc lên chín trăm chín mươi chín nốt ruồi. Sự biến dạng của nhân vật là lời cảnh báo về sự biến dạng nhân cách, lối sống, về sự trả giá cho những sai lầm. Nàng trở lại bức tranh như một định mệnh, kết thúc câu chuyện không phải là cổ tích. Từ đó để thấy sự tàn phá của môi trường sống đến nhân cách của con người. Cái đẹp đã không có khả năng bảo toàn trước những đổi thay của môi trường. Ta không thể mãi mãi bảo toàn cái đẹp bằng cách đóng khung, nhưng để thay đổi môi trường đầy những cám dỗ cũng không phải dễ dàng. Xã hội càng phát triển càng có nhiều mặt trái, và con người muốn giữ được những giá trị tinh thần, lối sống cao đẹp thì cần có những lựa chọn và hi sinh.

Nhân vật thần thánh cũng là kiểu nhân vật được nhà văn xây dựng trong một số tác phẩm. Có những tác phẩm, nhân vật thần thánh được xuất hiện như nhân vật chính. Tiểu thuyết *Người rừng* là hệ thống các thần với những suy nghĩ, hành động giống như người thường. Câu chuyện này không nhằm cho ta thấy sức mạnh của các vị thần, chủ yếu viết với cảm hứng giải thiêng. Tiểu thuyết *Cửa Đá* là câu chuyện thần thoại về sự ra đời của loài người và quá trình xây dựng cuộc sống con người. Các vị thần vẫn dõi theo, giúp sức cho con người, thể hiện sức mạnh của mình. Thần thánh và ma quỷ xuất hiện trong nhiều truyện của Vũ Xuân Tửu mang cho ta cảm giác rợn ngợp về sức mạnh của thế lực siêu nhiên. Thần giúp con người trong nhiều trường hợp, và đôi khi thần xuất hiện để ngăn cản con người. Ma quỉ xuất hiện ít hơn. Những lực lượng siêu nhiên vốn không tồn tại trong đời sống đã xuất hiện trong những truyện của Vũ Xuân Tửu như một tất yếu. Có thể thấy niềm tin của con người vào sức mạnh và sự hiện tồn của thế lực siêu nhiên, giám sát con người. Mỗi khi có điều gì đó con người cảm thấy bế tắc, bất khả giải thì thần thánh hiện lên.

Sự hóa thân, biến dạng của những nhân vật trong truyện Vũ Xuân Tửu không mang lại hạnh phúc toàn vẹn cho họ, mà chỉ xuất hiện khi nhân vật chịu nhiều khổ đau.Trong rất nhiều truyện của ông, hình ảnh người phụ nữ chết đi nhưng vẫn hiện về tìm hạnh phúc của mình. Bà chủ thuyền trong truyện *Con chim lửa, Yếm thắm* dù chết đi nhưng vẫn ám ảnh anh chân sào. Những chi tiết quanh người phụ nữ này nhuốm màu kì ảo. Khi bà chết đi, thân thể héo hon, anh chân sào khóc lóc thương cảm. “Nước mắt tôi lã chã rơi xuống, tức thì cái xác như tươi lại, mái tóc như có mùi bồ kết toả ra” [93; 10]. Tình yêu của chàng trai đã có được sức mạnh kì diệu, gần như sức mạnh tái sinh ta vẫn thấy trong những câu chuyện cổ tích. Khi chôn cất bà chủ, mộ bà chủ cũng có những hiện tượng lạ xảy ra: “Mấy luống hành tươi tốt lạ thường. Ngày ngày, có con bươm bướm trắng to như lá bàng đậu trên luống hành mạn bắc. Đêm đêm, có con đom đóm to như ngọn phong đăng đậu trên luống hành bên nam” [93; 11]. Và con chim lửa, giống như linh hồn bà chủ thuyền, luôn hiện ra mỗi khi chàng trai đến thăm mộ. Người chết và người sống dường như có những mối liên hệ thầm kín, siêu nhiên, vượt mọi khoảng cách. Phải đến khi thầy phù thủy cúng hóa giải tiền duyên thì những sự vật kì lạ không xuất hiện nữa. Cái chết được báo trước của anh chân sào cũng là một chi tiết kì lạ. Chết để sum họp ở một kiếp khác, để tiếp tục mối tình dang dở mà anh chân sào mang theo suốt cả kiếp sống của mình. Trong những truyện *Cầu vồng trên núi Pù Tiên, Người sông nước, Tiếng kèn trên đỉnh Mã Pì Lèng.* Mỷ mượn thân xác Tiên để sống lại một lần nữa, để có được hạnh phúc với người yêu. Linh hồn Huyền luôn quanh quẩn bên Đồng, nhưng cũng chỉ mang cho nàng hạnh phúc được nhìn người yêu, đôi khi là kiểm soát chàng.

Những con vật kì ảo xuất hiện nhiều trong truyện Vũ Xuân Tửu: con chim, con cua, con ếch,... Mỗi con vật ấy mang trong mình giá trị thiêng, có những khả năng kì ảo mà sự vật thường không có được.

Trong tiểu thuyết *Hình bóng đàn bà*, có nhiều con vật kì ảo. Con cua xuất hiện cùng lúc với Lụa, khi nàng rời khỏi bức tranh. Bên cạnh đó, cả một thế giới những vật xung quanh Mộc đều rất lạ, như bè rau muống, ao bèo, bờ rào... đều có liên quan với bức tranh như mối liên hệ tiền kiếp. Chúng có linh hồn và sợi dây liên hệ với Lụa. Những ngọn rau muống bò vào nhà, quấn quanh khung tranh như điềm báo trời gọi Lụa về. Con cua như một phần thân thể của Lụa. Mộc nhận thấy rằng "cái mai cua xanh có hình mặt người, hao hao như thể Lụa trong tranh" [95; 9]. Sự thay đổi của Lụa đồng thời kéo theo sự thay đổi của con cua. Khi Lụa đã từng trải thì "con cua mai xanh đã thay càng to sang bên phải. Vẻ mặt người đàn bà trên mai đã già thêm mấy tuổi và cũng không còn vẻ ngờ nghệch nữa, mà đã tỏ ra dạn dĩ, phong sương. Cái yếm của nó đã có vẻ bễ bã [95;22]. Ngày Lụa thay da trở về, Mộc thấy "xác cua mai xanh mới lột, bên cạnh có cục phân chim. Hình mặt người trên mai cua, đã từng lung linh sinh động như mặt người đẹp, nay tàn tạ, nom như những đường nứt trên vách núi"[95;68]. Sự thay đổi của con cua như lời nhắc nhở về sự thay đổi của Lụa trong hình hài của con người trần thế. Như vậy, cua mai xanh cùng với rau muống và bèo tấm đã tạo nên một thế giới thiên nhiên mang vẻ huyền bí, chứa đựng những thông điệp mà con người cần khám phá. Nó tàn lụi khi con người hành động sai trái, chỉ tươi tốt khi con người biết dừng lại đúng lúc. Tất cả đều có mặt trong sự ra đời của bức tranh, đều chịu ảnh hưởng nào đó: con ngựa sau khi bị giết phun máu lên bè rau muống, bèo tấm, và rồi như thể tạo cho chúng một sinh lực mới để tái sinh, tồn tại từ thế hệ ông Mộc cho đến thế hệ Mộc. Chúng vừa mang đến cho Mộc những điều khác lạ, vừa mang đến sự thay đổi trong cuộc đời, lối sống của chàng. Những sự vật trên tạo cho tiểu thuyết một thế giới thiên nhiên kì vĩ, bí ẩn, tạo nên sự rợn ngợp.

Truyện *Yếm thắm, Con chim lửa* cũng có những con vật mang lại cho con người cảm giác lo âu, vì chúng có vẻ kì dị khác thường. Đó là luống hành , con bướm, con đom đóm quanh mộ bà chủ thuyền. "Ngày ngày, có con bươm bướm trắng to như lá bàng đậu trên luống hành mạn bắc. Đêm đêm, có con đom đóm to như ngọn phong đăng đậu trên luống hành bên nam... Khi bè hành trôi xa xa, thì có con chim lửa đỏ như yếm thắm bay ngang, kêu lên mấy tiếng thao thiết cả một khúc sông" [91; 43]. Tất cả những con vật ấy như mang theo linh hồn bà chủ, đặc biệt con chim lửa. Nó thường bay đến bên anh chân sào, quanh quẩn bên anh như có điều gì quyến luyến. Đến khi thầy phù thủy làm lễ cắt tiền duyên thì những sự kiện kì lạ mới không xuất hiện với anh chân sào. "Từ đấy, ban ngày không thấy con bươm bướm trắng to như lá bàng, ban đêm cũng không thấy con đom đóm to như ngọn phong đăng về đậu. Luống hành cũng héo dần. Tôi thả bè hành không thấy còn luẩn quẩn ở bến nước và cũng không thấy con chim lửa đỏ như yếm thắm trên đường chân trời bay xuống nữa" [91; 44].

Tiểu thuyết *Cửa Đá* có con đom đóm bí ẩn: "Có hai con đom đóm rất to bay quanh đền Lừ và một đàn đom đóm con bay theo, như rước đèn kéo quân"[99; 43]. Con ếch rất to mà Trang bắt được, mọi người đem làm thịt ăn giống như một vật đại diện cho trời, cho thần thánh. Sau khi giết thịt ếch, Trang trở nên điên dại, hình dáng giống như một con ếch.

Nhìn chung, truyện của Vũ Xuân Tửu xuất hiện rất nhiều những nhân vật kì lạ. Chúng mang đến cho con người cảm giác hoang mang bởi sức mạnh kì bí của thế giới siêu nhiên, của những điều mà khoa học không giải thích được.

3.2. Sự kiện kì ảo

Có nhiều sự kiện xảy ra trong các câu chuyện của Vũ Xuân Tửu khiến người đọc hoang mang, bất an. Những sự kiện ấy là sự trùng hợp ngẫu nhiên hay sự xếp đặt của một thế lực siêu nhiên, đó là điều gây nghi ngờ nhất.

Có nhiều sự kiện trong tiểu *thuyết Hình bóng đàn bà* cho ta niềm tin vào sức mạnh thế giới siêu nhiên. Sự ra đời của bức tranh là một sự kiện kì lạ. Sau khi bức tranh được hoàn thành, người mẫu ngã gục, mọc đầy mụn đầu đen. Con ngựa đực ăn ngô chợt "cất tiếng hí man dại" [95; 47], rồi cái "của nợ" của nó "xổ ra lòng thòng dưới bụng" [95; 47]. Ông cụ dùng súng bắn chết con ngựa khiến "Máu ngựa phun đỏ cả bờ dậu cúc tần và bắn cả lên dây tơ hồng lòng thòng như tơ tằm phơi trên giàn. Có một dòng máu ngựa, vượt bờ ao, chảy xuống bè rau muống. Mọi người nhìn theo như bị thôi miên" [95; 47-48]. Sự gặp gỡ giữa Mộc và Lụa là một sự kiện kì lạ, như sự tái diễn của những câu chuyện cổ tích. Lụa từ bức tranh bước ra, nhờ máu và xương sườn Mộc để sống cuộc đời thực. Lụa có lời thề với Mộc rằng nếu mình phản bội sẽ mọc nốt ruồi trên cơ thể, là những lời thề đó đã linh ứng. Cô không thoát được những lời thề do mình đưa ra. Qua những sự kiện này, ta thấy quan niệm về hiện thực của nhà văn, về một thế lực siêu nhiên luôn giám sát con người trên bước đường đời, về số mệnh tất yếu của con người.

Truyện *Tiếng kèn lá trên đỉnh Mã Pì Lèng* cũng có sự kiện kì lạ. Đó là cuộc gặp gỡ của người thầy giáo và Mỷ - mang thân xác của Tiên. Mỷ chết, nhưng tình yêu còn nặng nên cô đầu thai để trả nghĩa cho người tình. Truyện *Cầu vồng trên núi Pù Tiên* có chi tiết cuối đầy ám ảnh ở cuối truyện. Nhình sau khi lấy chồng để lại cho người yêu kỉ vật là chín quả bông và một cái kim khâu đã luồn chỉ, thắt lại mười sáu nút. Chàng trai trích ngón tay ra bảy giọt máu, nhỏ xuống chín quả bông khô héo thì những quả bông tươi lại. Khi mang những quả bông gieo ở chân núi thì chúng mọc lên chín cây giống cây bông nhưng hoa trắng như hoa cúc dại và nhị đỏ tươi, hương thơm man mác. Tiểu thuyết *Cõi mê* với nhiều chi tiết đan xen giữa ảo và thực, khiến nhân vật như không xác định được mình đang trong đời thực hay trong cõi mê. Việc Huyền chết đi nhưng linh hồn nàng vẫn bên Đồng, dõi theo chàng, yêu thương chàng khiến ranh giới sống - chết bị nhòe mờ.

Truyện của Vũ Xuân Tửu nhuốm màu sắc huyền ảo, có sự xâm lấn của cái siêu nhiên vào thế giới tự nhiên, mang lại cho những câu truyện sự bí ẩn, hoang đường. Bằng việc sử dụng các yếu tố kì ảo xen giữa yếu tố thực, hiện thực trong truyện Vũ Xuân Tửu đã được "kì ảo hóa". Những sự kiện, sự vật, con người kì ảo tồn tại đan xen với cái bình thường. Cũng qua đó, nhà văn thể hiện một hiện thực đời sống với nhiều sự đổi thay, pha trộn của cái cũ và cái mới, giữa quá khứ, hiện tại, tương lai, và có sự giao hòa của văn hóa.

Như vậy, bằng cách sử dụng những yếu tố kì ảo, nhà văn cho ta thấy hiện thực cuộc sống với nhiều yếu tố ngẫu nhiên, bất ngờ. Qua việc xây dựng những nhân vật, sự kiện lạ diễn ra lẫn với những cái bình thường của cuộc sống, qua cảm quan của người hiện đại. Khi tư duy lí trí không còn giữ độc tôn, con người đi đến sự hoài nghi. Thể hiện những cái siêu nhiên trong thế giới tự nhiên, Vũ Xuân Tửu đưa ra cái nhìn vạn vật hữu linh, mang lại linh hồn cho mọi vật. Bên cạnh đó, nhà văn thể hiện quan niệm của mình về sự quả báo trong cuộc đời, cảnh tỉnh con người trước cái ác, cái xấu đang ngày càng xâm lấn vào cuộc sống.

4. Những biểu tượng văn hóa

Biểu tượng ngôn ngữ nghệ thuật với chiều sâu ý nghĩa biểu tượng của nó được xem như là sự mã hoá những thông điệp thẩm mĩ riêng của tác phẩm. Vì vậy, biểu tượng mang lại cho chỉnh thể nghệ thuật chiều sâu của giá trị ý nghĩa và những thông điệp thẩm mĩ riêng. Thông qua biểu tượng, có thể giải nghĩa được cuộc sống của cả một dân tộc. Có thể thấy biểu tượng giữ vai trò khá cơ bản trong toàn bộ cấu trúc tác phẩm như Jung đã khẳng định: "Tác phẩm hiện ra trước mắt chúng ta là hình tượng được chế tác hiểu theo nghĩa rộng nhất của từ này. Hình tượng có thể phân tích được chừng nào chúng ta có khả năng nhận biết biểu tượng trong nó"[28; 27]. Tìm ra biểu tượng trong tác phẩm là tìm ra "chìa khóa của những con đường đẹp đẽ.... Vượt qua cái dáng vẻ bên ngoài, ta thấy được những chân lí, niềm vui, những ý nghĩa ẩn kín và thiêng liêng của mọi điều trên mặt đất quyến rũ và kinh khủng này."[28; 66]

Trong tác phẩm của mình, để tạo ra tính đa nghĩa cho ngôn ngữ, Vũ Xuân Tửu đã sử dụng các biểu tượng. Nhờ các biểu tượng mà ý nghĩa của truyện được nhà văn mã hóa trong những ngôn từ đơn giản. Qua đó, ta thấy tầng sâu ý nghĩa văn hóa mà nhà văn sử dụng trong các hình tượng nghệ thuật.

4.1. Máu

Máu tượng trưng cho tất cả những giá trị liên đới với lửa, với sức nóng và sự sống, gắn với mặt trời. Tất cả những gì là đẹp, quí phái, hào hiệp, cao thượng đều gắn với giá trị đó. Máu cũng tham gia vào ý nghĩa tượng trưng phổ quát của màu đỏ. Vì sự tương đồng giữa máu và màu đỏ, nên cả hai có ý nghĩa tương hỗ nhau: thuộc tính mạnh mẽ của màu đỏ tràn ngập trong biểu tượng máu và đặc tính cốt thiết của máu lại thể hiện ý nghĩa của màu đỏ. Máu chảy là biểu trưng hoàn hảo cho sự hi sinh. Theo Từ điển biểu tượng văn hóa thế giới, máu là biểu tượng của sự sống, là phương tiện truyền dẫn sự sống. Đôi khi, máu được coi là bản nguyên của sự sinh thành. Trong huyền thoại, máu đã sinh ra cây cối và cả kim loại. Máu còn ứng với nhiệt, nhiệt của sự sống, nhiệt của thân thể trong thế đối lập với ánh sáng, ứng với hơi thở và tinh thần [28; 566- 567]. Theo quan điểm ấy, máu là bản nguyên của thân xác và là phương tiện truyền dẫn những đam mê. Nó còn được coi là vật dẫn linh hồn.

4.1.1. Máu - bản nguyên của sự sống

Máu là nhân tố quan trọng quyết định sự sinh tồn của con người. Không có máu, sự sống của con người cũng chấm dứt. Vì vậy, máu được coi là phương tiện truyền dẫn sự sống. Trong Từ điển biểu tượng văn hóa thế giới, các nhà nghiên cứu đã cho thấy, Campuchia cổ đại, có quan niệm cho rằng sự đổ máu trong các cuộc đấu hoặc trong các lễ hiến sinh mang lại sự màu mỡ, sự sung túc, hạnh phúc, nó báo trước trời mưa.

Trong tác phẩm của mình, Vũ Xuân Tửu cho thấy vai trò quan trọng của máu với sự sống con người. Lụa trong tiểu thuyết *Hình bóng đàn bà* được Mộc cho ba giọt máu và xương sườn. Ba giọt máu đó tạo ra sự sống cho người con gái trong tranh. Nhờ đó, nàng bước ra sống cuộc đời thực. Khi phải trở lại bức tranh, nàng xin Mộc được giữ lại ba giọt máu. Nàng giữ ba giọt máu để trả ân nghĩa cho Mộc bằng ba giấc mơ nhục dục. Nhưng những giấc mơ nhục dục đó lại không mang lại hạnh phúc cho Mộc. Câu chuyện tuy có xen vào nhiều yếu tố kì ảo, nhưng cho ta thấy ý nghĩa sinh tồn mà những giọt máu mang lại cho con người. Có thể thấy, theo nghĩa chung nhất, máu là bản nguyên của sự sống. Nó có khả năng mang lại hoặc tước đoạt đi sự sống của con người. Nó đồng thời là bản nguyên của sự sinh thành. Nhờ máu ngựa phun vào bè rau muống, ao bèo mà chúng mang một sự sống mới.

Trong tiểu thuyết *Cõi mê*, khi Đồng gặp tai nạn, máu chàng vương đỏ nước sông. Mất máu, chàng rơi vào trạng thái hôn mê. Cũng ngày đó, Huyền mặc bộ đồ lót màu đỏ. Màu đỏ liên hệ với máu, các vết thương, sự giãy chết và sự thăng hoa. Đồng và Huyền mơ thấy nhau, linh cảm thấy cái chết khi nhìn thấy máu trong dòng nước vây quanh người họ. Huyền chết đi trong bộ đồ màu đỏ.

Trong truyện *Con chim lửa, Yếm thắm*, màu đỏ xuất hiện rất nhiều lần. Chiếc yếm của bà chủ thuyền được anh chân sào coi như báu vật, luôn để bên mình, có khi để làm gối ngủ. Chiếc yếm ấy cũng như một phần thân thể bà chủ thuyền. Con chim lửa đỏ như máu cũng xuất hiện nhiều lần. Nó giống như một vật mang theo thông điệp từ thiên giới. Màu đỏ của những vật xuất hiện sau khi bà chủ thuyền chết giống như linh hồn bà chủ thuyền luôn xuất hiện bên anh chân sào. Màu đỏ cũng là màu của máu, và vì lí do này mà người tiền sử sẽ nhuộm đỏ cho bất kì vật gì mà người đó muốn mang lại sự sống; và người Trung Hoa dùng cờ hiệu màu đỏ để làm bùa may mắn.

Trong truyện *Cầu vồng trên núi Pù Tiên*, sau khi Nhình chết, chàng trai lấy kim trích bảy giọt máu của mình vào chín quả bông mà Nhình để lại. Những quả bông khô héo bỗng tươi lại. Khi chàng mang chúng gieo ở chân núi, chúng mọc ra những cây mới như cây bông, hoa trắng như hoa cúc dại và nhị đỏ tươi. Những giọt máu của chàng trai đã mang lại sự sống cho quả bông.

Như vậy, máu chính là bản nguyên của sự sống, là phương tiện truyền dẫn sự sống. Nhờ có máu, sự sống được tiếp diễn. Máu và màu đỏ có sự liên hệ với nhau, và cùng ý nghĩa biểu trưng.

4.1.2. Máu - vật dẫn linh hồn

Với một số dân tộc, máu được coi là vật dẫn linh hồn. Vì vậy, trong các cuộc hiến tế, họ dùng máu để đưa linh hồn đến với thánh thần. Quan niệm này ta còn thấy trong các lễ ban thánh thể bằng máu.

Trong tiểu thuyết *Hình bóng đàn bà*, khung tranh chính là bức tường ngăn cách hai thế giới: thực và ảo. Mộc sống trong thế giới thực, Lụa là người của thế giới ảo. Qua khung tranh ấy, những tín hiệu từ thế giới ảo được truyền dẫn. Có thể thấy, những sự vật như bèo tấm, rau muống sau khi nhuốm máu ngựa đực đã mang theo linh hồn, hòa vào cuộc sống của cả hai thế giới. Chúng cảm nhận được những tín hiệu lạ từ bức tranh, cảm nhận được sự thay đổi của Lụa và có phản ứng với những thay đổi ấy. Chúng đều mang linh hồn, trở thành những sự vật kì lạ, có số phận gắn với Lụa. Khi Lụa đi thay da, Mộc bán nhà rồi, chàng nhìn thấy "ngoài vườn, trong những hố móng, đám rễ rau muống mọc nghều ngoào như tơ hồng trong mộ kết" [95; 56]. Mộc rùng mình cảm nhận, hóa ra bấy lâu nay chàng sống trong đám mộ kết mà không biết. Tất cả những sự vật kì lạ đã xây mộ bao bọc lấy chàng. Như vậy, dòng máu ngựa là vật dẫn linh hồn, mang đến cho những vật vô tri sức sống mới.

Trong truyện *Cầu vồng trên núi Pù Tiên*, sau khi chàng trai nhỏ bảy giọt máu của mình vào chín quả bông Nhình để lại, chín quả bông không những có thêm sức sống mà còn có cả linh hồn. Chúng không mọc thành những cây bông mà mọc thành một loại cây mới. Mỗi khi có cầu vồng hiện lên thì "những bông hoa ấy rung rinh xao động lạ thường, như bầy tiên nữ đang dang cánh bay lên" [91; 59]. Chúng như mang theo linh hồn Nhình, mang theo khát vọng tình yêu và tự do của cô.

Như vậy, trong truyện của Vũ Xuân Tửu, máu được coi như vật dẫn linh hồn. Những giọt máu chảy ra mang theo hồn nhân vật, để giải tỏa ẩn ức, đam mê, cũng để thể hiện những khát vọng sâu kín trong tâm hồn mà nhân vật không trực tiếp thể hiện được.

4.1.3. Máu - phương tiện truyền dẫn những đam mê

Máu ứng với nhiệt, nhiệt của sự sống, nhiệt của thân thể, trong thế đối lập với ánh sáng, ứng với hơi thở và với tinh thần. Cũng theo quan niệm ấy, máu là bản nguyên của thân xác và là vật truyền dẫn những đam mê.

Tiểu thuyết *Hình bóng đàn bà*, dòng máu ngựa đực trở thành vật dẫn linh hồn và phương tiện truyền dẫn những đam mê. Khi bức tranh được hoàn thành, nó có ma lực cuốn hút. Con ngựa thì nhìn thấy bức tranh, đang ăn ngô trong bị cói treo ở mõm bỗng hí lên man dại, "cái "của nợ"của nó xổ ra lòng thòng dưới bụng, như một đoạn ruột bẩn thỉu" [95; 47]. Điều đó làm ông cụ tức giận và cầm "cái đinh thổi lửa" treo trên tường bắn chết con ngựa. Dòng máu ngựa đực đã chảy khi bức tranh vừa hoàn thành, và bức tranh ấy được ông cụ dùng máu ngựa ghi dòng chữ, coi như lời nguyền vào bức tranh: "Đưa đi phải trả về, trái lời ắt chuốc họa". Ráo mực, họa sĩ lồng khung, treo bức tranh lên tường, ngay trên quan tài đựng gạo. Cũng dòng máu ngựa chảy đã vương vào bè rau muống, ao bèo, khiến những vật ấy trở nên kì lạ, có số phận gắn kết với bức tranh, với người con gái trong tranh. Những đam mê nhục dục từ con ngựa đã truyền đến thế giới thực, dù đã được ông cụ đóng dấu vào bức tranh. Khung tranh - ranh giới giữa thế giới thực và ảo, đã bị vượt qua cũng bởi dòng máu ngựa. Nó truyền những đam mê của con ngựa vào những vật vô tri. Lụa cũng là một đại diện của những đam mê, bản năng trần thế. Nàng xin lại Mộc ba giọt máu trước khi trở lại tranh, và nhờ ba giọt máu đó, nàng trả nghĩa cho Mộc bằng những giấc mơ nhục dục. Mộc mơ thấy "có cái gì ấm nóng, ngọt ngào trên môi" [95; 75], "thấy có gì ấm mềm trong lòng bàn tay, nhìn ra, thấy đôi bầu vú trắng hồng bay lên" [95; 76], "cảm thấy có gì ngọ nguậy trong đũng quần đùi... thấy con bươm bướm bay ra" [95; 76]. Lụa đã phân thân để trả nợ tình.

Trong tiểu thuyết *Cửa đá*, trong chương nói về viên tướng đội mũ sắt, cảnh đổ máu của cả dân làng là một cảnh nhiều ám ảnh. Tất cả đàn ông trong bản đều bị hoạn, dòng máu chảy ra cắt đứt những đam mê nhục dục. Dòng máu từ những người phụ nữ bị hãm hiếp biểu trưng cho những đam mê của quân giặc. Cảnh đổ máu cũng là cảnh hoan lạc của những tên giặc nỗi ê chề nhục nhã của kẻ thua cuộc.

Những đam mê của con người dường như được dòng máu truyền dẫn. Nó tồn tại qua nhiều thế hệ khác nhau cũng nhờ dòng máu. Như vậy, máu có sức mạnh đặc biệt: là bản nguyên của sự sống, vật dẫn linh hồn và truyền dẫn những đam mê.

4.2. Giấc mơ

Giấc mơ được xây dựng dựa trên cơ sở hiện thực. Khi hiện thực không đạt tới thì giấc mơ sẽ giúp con người thoả mãn đó cũng là phương thuốc tinh thần hữu hiệu. Thực và mơ xen kẽ, giấc mơ biểu đạt thế giới nội tâm sâu kín của con người. Giấc mơ soi thấu nỗi lòng con người và trong một chừng mực nào đó giấc mơ thể hiện thế giới tâm linh của chủ thể. Những giấc mơ ấy giải thoát những ám ảnh, những những ẩn ức, khát vọng không được thoả mãn trong đời sống. Đôi khi những giấc mơ không hoàn toàn là sự tươi đẹp mà còn là sự sợ hãi và khiếp đảm với hiện thực đời sống. Những giấc mơ gây cảm giác hoang mang, lo lắng cho con người, nó mang một dự cảm chẳng lành. Và sau mỗi giấc mơ, chúng ta vẫn còn lưu giữ những cảm giác cuối cùng trong mộng tạo nên sự cộng hưởng sự cảm giác mới lạ. Chủ nhân của giấc mơ luôn cảm nhận thấy một sức mạnh chi phối bản thân mình và không tránh khỏi cảm giác băn khoăn do dự. Những giấc mơ đều có ý nghĩa như điều dự báo tâm linh đặc biệt.

4.2.1. Giấc mơ - những tiên cảm, giao cảm đặc biệt

Những giấc mơ là một sự báo trước ít nhiều úp mở về một nguy biến đã qua, đang xảy ra hoặc đang đến. Nguồn gốc những giấc mơ này được cho rằng từ một thế lực siêu nhiên, hoặc trên trời. Giấc mơ còn là sự giao cảm của những người xa nhau. Qua giấc mơ, họ truyền đạt ý nguyện cho nhau dù không gặp mặt. Người nào mơ thấy người chết thực ra là đang tìm kiếm một thế giới còn chứa đựng một cuộc sống bí mật cho người đó. Trong truyện của mình, Vũ Xuân Tửu thường để những cặp tình nhân giao cảm với nhau qua những giấc mơ, dù âm dương cách biệt.

Những giấc mơ mang lại cho nhân vật những dự cảm không tốt, gây cho họ cảm giác hoang mang, lo âu. Trong tiểu thuyết *Hình bóng đàn bà*, Mộc mơ về sự xuất hiện của Lụa, và mơ thấy sự ra đi của cô. Lụa qua những giấc mộng muốn trả nghĩa cho Mộc, trả ân tình bằng những giấc mơ nhục dục. Nhưng chúng không mang lại cho Mộc cảm giác hạnh phúc mà ngược lại, đó là cảm giác trống rỗng trong anh. Để xua đi những giấc mơ, Mộc đã làm theo cách xua đuổi tà ma mà nhân gian vẫn làm: chàng đem gạo và muối vãi khắp nhà, cầu khấn không gặp hình bóng đàn bà nữa. Từ đó, chàng thoát khỏi những giấc mơ về Lụa. Những tiên cảm mang đến cho con người cảm giác hoang mang, bất an. Dù đó là những chuyện đã qua hay những chuyện chưa tới, đó cũng là điều chẳng lành.

Giấc mơ là nơi gặp gỡ của những con người xa cách. Đó là không gian tâm linh đặc biệt của con người, chỉ đến khi ý thức về hiện thực đã chìm sâu. Những cặp tình nhân trong truyện Vũ Xuân Tửu thường gặp nhau qua những giấc mơ. Đồng gặp Huyền, Mỷ gặp thầy giáo, bà chủ thuyền gặp anh chân sào... Đó là những giao cảm đặc biệt, chỉ có ở những người yêu nhau. Qua giấc mơ, họ hẹn hò, ôn lại kỉ niệm, hẹn ước nhau ở một kiếp khác. Những giao cảm đó chỉ xảy đến khi họ chìm vào giấc mơ. Đó cũng được coi là một hình thức báo mộng của những người đã chết. Như vậy, những tiên cảm, giao cảm của con người qua giấc mơ trở nên rõ ràng. Nó vượt qua không gian, thời gian, đem lại cho con người cảm giác hoang mang, do dự, mong manh.

4.2.2. Giấc mơ - lối thoát cho những bế tắc của kiếp người

Trong truyện Vũ Xuân Tửu, ta thường thấy những cặp tình nhân qua giấc mơ để gặp gỡ nhau. Như vậy, những giấc mơ ấy là khao khát của người sống, cũng là nơi gặp gỡ của người đã chết với người thân. Những người sống, qua giấc mơ về người đã chết, đã đi vào một thế giới khác khi mà cuộc sống thực của họ bế tắc không lối thoát. Họ muốn tìm câu hỏi cho sự bế tắc của mình ở những người đã mang đi nhiều thứ của cuộc đời xuống cõi âm u tối tăm của lòng đất. Giấc mơ của họ còn được coi là sự giải thoát cho những bế tắc. Đó là nơi nương náu cho những tâm hồn chịu nhiều thương tổn, giải thoát con người khỏi những khổ đau.

Trong tiểu thuyết *Cõi mê*, khi Huyền bị chết đuối mà gia đình chưa biết, cô về báo mộng cho bố mẹ và Đồng. Qua giấc mơ, Đồng "nhận thấy rõ mồn một, hình hài cô hiển hiện như cuộc sống thường ngày" [97; 55]. Giấc mơ đó là linh cảm giữa hai người, dù hai người cách biệt âm dương nhưng vẫn thấu hiểu nhau. Mỷ trong truyện ngắn *Tiếng kèn lá trên đỉnh Mã Pì Lèng* tuy chết đi nhưng vẫn về báo mộng cho người yêu. Trong giấc mơ, họ nói chuyện với nhau, và cô báo cho người yêu biết mình sẽ trở về. Mộc trong tiểu thuyết *Hình bóng đàn bà* mơ thấy Lụa, mơ thấy cảnh hạnh phúc và bình yên của hai người. Giấc mơ đó cũng là là dự báo về sự gặp gỡ của họ ở cõi đời thực. Trong truyện Người sông nước, anh chân sào mơ thấy bà chủ thuyền cùng những lời tiên báo về số phận hai người. Bà cho biết số phận hai người sẽ được bên nhau khi ông kết thúc kiếp sống hiện tại. Trong giấc mơ, họ tâm sự với nhau, cùng nhau hẹn ước ngày gặp lại. Giấc mơ đó đã cho họ những giây phút ngắn ngủi bên nhau, cùng nhau ôn lại kỉ niệm và trao cho nhau những lời hẹn ước.

Hầu hết những giấc mơ đều là những cuộc giao tiếp của đôi tình nhân khi họ không bên nhau. Giấc mơ cho họ không gian riêng để thể hiện tâm tình, biểu đạt ý nguyện, giao cảm với nhau dù ngăn cách trong đời thực. Đó là một thế giới riêng tư, huyền bí nhưng cũng rất gần gũi. Người chết đều là những người phụ nữ. Người sống lẻ loi, cô độc, rơi vào trạng thái đau thương, bế tắc. Vì vậy, họ tìm lối thoát trong giấc mơ. Gặp lại người yêu là cảm giác hạnh phúc mà họ có được. Họ cho nhau thấy nỗi trống trải, cô đơn khi chỉ còn lại một mình. Chàng trai trong truyện *Tiếng kèn lá trên đỉnh Mã Pì Lèng* đã thổ lộ cùng người yêu: "Mỷ à, anh chỉ thương em thôi. Đất này chỉ có mình anh là đỉnh Mã Pì Lèng, cũng chỉ có mình em là sông Nho Quế thôi. Ta mãi bên nhau" [91; 67]. Khi rời khỏi giấc mơ, chàng than khóc ầm cả lên. Đồng trong tiểu thuyết *Cõi mê* cũng không thể yêu ai khác từ khi Huyền chết. Với anh, chỉ có Huyền là người yêu. Anh đắm chìm trong những giấc mơ, đắm chìm với hình bóng của Huyền. Chỉ có những giây phút đó, anh mới cảm thấy mình hạnh phúc. Anh chân sào trong truyện Người sông nước đã sống cả một đời để thương nhớ, tôn thờ và nâng niu hình bóng của bà chủ thuyền. Anh yêu người phụ nữ ấy nên không thể quên được. Giấc mơ cuối đời là hạnh phúc lớn lao mà anh có được. Giấc mơ đó giải thoát cả một kiếp sống lẻ loi, cô độc của anh. Nó giúp anh chân sào đi vào cõi chết với nụ cười trên môi và ước nguyện về ngày sum họp.

Những giấc mơ, từ trước đến nay vẫn là một thế giới còn nhiều bí ẩn. Vũ Xuân Tửu để nhân vật mình trải qua nhiều giấc mơ. Những giấc mơ ấy có thể là những tiên cảm, luôn có sự linh ứng vào hiện thực; đó cũng là giây phút giao cảm của những cặp tình nhân; và hơn hết, đó là nơi con người thoát khỏi những đau buồn của kiếp người. Giấc mơ cho họ niềm vui, sự gặp gỡ, lẩn trốn những đợi chờ và cô đơn hằng ngày, để rồi báo hiệu những giây phút sum họp ở kiếp này hay kiếp khác. Đó là một thế giới không chờ đợi, không cô đơn và không có sự chia cách. Nhiều truyện của Vũ Xuân Tửu cứ hư hư, thực thực, chập chờn giữa tỉnh và mơ. Có những câu chuyện hay như ở trong mơ chứ không phải trong hiện thực.

5. Người phụ nữ

Đọc truyện Vũ Xuân Tửu, hình ảnh người phụ nữ khiến người đọc cảm thương số phận bất hạnh, nhưng cũng buồn vì những sa ngã của họ. Cái đẹp mong manh, không có khả năng tự bảo tồn, nhất là trong môi trường đầy cám dỗ. Đó là thông điệp nhà văn muốn gửi gắm qua hình ảnh những người phụ nữ mà ông xây dựng.

5.1. Người phụ nữ - biểu tượng của vẻ đẹp nguyên sơ

Truyện Vũ Xuân Tửu xây dựng hình ảnh những người phụ nữ mang vẻ đẹp truyền thống: đẹp về hình thể và tâm hồn. Tất cả nhân vật phụ nữ trong truyện của ông đều là những người phụ nữ đẹp. Mỷ trong truyện *Tiếng kèn lá trên đỉnh Mã Pì Lèng* được nhà văn miêu tả "đẹp như tiên sa". Nhình cũng được nhà văn miêu tả mang vẻ đẹp hình thể: "Năm ấy, Nhình lớn nhanh như thổi. Da như trắng hơn, lông mày như đen hơn, ngực nổi cao hơn trong lớp áo dài đen, mắt cũng như sáng hơn và cũng hay dỗi hờn hơn trước" [91; 56]. Nhà văn thường đặc biệt chú ý hình thể của những người phụ nữ. Những chi tiết cụ thể về ngoại hình của nhân vật nữ nhiều khi được nhà văn quan tâm. Qua những trang văn của ông, vẻ đẹp của những "tòa thiên nhiên" hiện lên lộng lẫy, đầy cuốn hút. Huyền trong tiểu thuyết *Cõi mê* được nhà văn miêu tả: "Huyền từ buồng tắm đi ra, má ửng hồng, mắt sáng long lanh, nụ cười hé nở trên môi, đôi bầu vú vổng lên. Từ dưới rốn có vệt nước chảy xuống bắp đùi thon thon, cao cao" [97; 11]. Tất cả những chi tiết về hình thể người phụ nữ đều cho thấy vẻ đẹp nguyên sơ, tinh khiết của họ. Trang trong tiểu thuyết *Cửa đá* mang một vẻ đẹp trong sáng, tinh khôi: "Bình minh đang lên chân trời rực hồng giữa cánh đồng và chân trời thấp thoáng bóng hình Trang đang thung thăng đi lại Mộc đứng chôn chân Trang vẫn khoả thân trên đầu đội một vành cỏ xanh tết hoa thạch thảo nom như cái vương miện xung quanh đầu tóc vương miện thân mình tay chân viền một nét hào quang sương đêm ướt rượt mái tóc và những giọt sương mai li ti đọng trên cánh hoa thạch thảo lá cỏ và tóc ngôi lông mi lông tơ trên môi lóng lánh như những hạt ngọc Trang uyển chuyển như một vũ nữ dì gió cuốn Mộc bay về phía Trang rồi cả hai như quyện vào nhau trong cơn lốc xoáy" [99; 48]. Trong đoạn văn trên, nhà văn đặc biệt không dùng dấu câu. Trang hiện lên thật thánh thiện, trong sáng. Cô là biểu tượng cho vẻ đẹp nguyên sơ, trong trắng của người phụ nữ.

Những người phụ nữ trong truyện của Vũ Xuân Tửu đều đẹp. Ông không xây dựng nhân vật nữ xấu. Đó là thế giới quan riêng của nhà văn. Họ đẹp hình thể và đẹp cả tâm hồn, theo một cách nào đó. Mỷ yêu thầy giáo dạy trong bản, tình yêu đầu thật đẹp và trong sáng. Họ cùng nhau ca hát, cùng nhau lao động và ước mong hạnh phúc lứa đôi. Cha mẹ ngăn cản, cô tự vẫn để giữ lại tình yêu trong sáng của mình. Người phụ nữ miền núi trong tác phẩm của Vũ Xuân Tửu là những người biết yêu thương, chờ đợi thủy chung. Dù vậy, họ chịu không ít khổ đau trong cuộc sống. Nhình yêu và chờ đợi người yêu mấy năm liền. Chàng trai vẫn không ngỏ lời vì chàng quá nghèo. Cô không vì vậy mà hết yêu thương chàng. Trước khi chết đi, cô để lại cho chàng kỉ vật, cũng là tình yêu và linh hồn mình gửi gắm cho người yêu.

5.2. Người phụ nữ - biểu tượng của ma lực

Trong những tác phẩm của Vũ Xuân Tửu, ta nhận thấy vẻ đẹp của người phụ nữ mang theo một ma lực có sức mạnh hủy diệt. Vẻ đẹp ấy cuốn hút phái nam, đồng thời mang lại cho người phụ nữ không ít khổ đau, bất hạnh.

Trong tiểu thuyết *Hình bóng đàn bà*, cô gái trong bức tranh có ma lực cuốn hút mạnh mẽ, khiến ngay cả con ngựa cũng phải động lòng và chịu cái chết chính vì lẽ đó. Mọi người nhìn cô gái trong tranh với vẻ "thèm thuồng". Vẻ khêu gợi của cô chính là cái hồn của bức tranh mà ai nhìn cũng cảm nhận thấy. Cái đẹp ấy không mang lại cho người tiếp nhận sự thanh lọc, sự cao cả mà khơi gợi những dục vọng tầm thường, cái đẹp của sự hủy diệt, mang trong mình mầm mống cái xấu. Vì vậy, nó mang lại cho người tiếp nhận nhiều hệ lụy. Lời nguyền mà ông cụ ghi trên bức tranh muốn kìm hãm cái đẹp đó không gây họa cho người sở hữu nó. Nhưng cuối cùng, cô gái trong bức tranh vẫn bước ra ngoài. Vẻ đẹp của cô khiến Mộc đã mơ đến sự xuất hiện của cô không ít lần. Cô trở thành vợ Mộc. Nhưng cô lại có những đam mê của riêng mình, và cô chạy theo lối sống sa đọa. Mộc đã tự hỏi mình sao phải chịu cái ách mà cha ông mình để lại. Chàng đổi cả đất hương hỏa và lối sống để lấy một hình bóng đàn bà. Vậy mà chàng vẫn rất có trách nhiệm với Lụa.

Huyền trong tiểu thuyết *Cõi mê* cũng mang trong mình vẻ đẹp đầy ma lực. Đồng dường như không sao thoát khỏi sự cuốn hút đó. Có những khi, anh nhìn theo cô đầy ngỡ ngàng. Vẻ đẹp của cô cuốn hút không ít người, và cô đã yếu lòng, sa ngã vào vòng tay người khác. Dù vậy, suốt đời Đồng không quên hình bóng Lụa. Cô ám ảnh anh trong khi thức, khi mơ, khi làm việc và khi vui chơi. Cô luôn ở bên anh khi cô sống, cả khi cô đã chết đi. Đồng không thoát ra được cũng vì tình yêu anh dành cho cô. Anh cũng không ý thức được mình đang trong cõi thực hay chỉ là cõi mê.

Vẻ đẹp của những người phụ nữ đã khiến họ chịu không ít bất hạnh, khổ đau. Hầu hết những nhân vật nữ trong truyện Vũ Xuân Tửu đều lỡ dở. Cuộc đời họ hoặc dang dở trong tình yêu, hoặc hạnh phúc gia đình không vẹn toàn. Cái đẹp cũng trở thành hàng hóa. Nhình vì đẹp mà bị lão thầy thuốc lừa, phải lấy lão để trả nợ. Mãi mãi nàng không được hưởng hạnh phúc và tình yêu mà lẽ ra nàng xứng đáng. Tiền và những ràng buộc của tục lệ mang đi hạnh phúc và chính cuộc sống của Nhình. Huyền trong tiểu thuyết *Cõi mê* cũng có lúc tự than thở, sao Đồng không một lần, để cô rơi vào sa ngã. Chính cô tự hỏi mình sao không tự vệ, mà lại tự trượt ngã, tự rơi vào vực sâu của tiền bạc và ái tình. Huyền phản bội Đồng và tình yêu cao cả của hai người chỉ vì không đủ bản lĩnh đứng vững. Nhà văn thương xót trước số phận bất hạnh của những người phụ nữ, trước vẻ đẹp mong manh. Huyền trong *Cõi mê* cuối cùng đúng như Ba Khơ dự đoán, cô chết trong cảnh không chồng dù cô xinh đẹp và có nhiều người yêu mến. Những người phụ nữ trong truyện Vũ Xuân Tửu ít có hạnh phúc trong hôn nhân. Bà chủ thuyền trong truyện *Người sông nước*, Nụ trong *Bí mật cuốn gia phả* là những người phụ nữ xinh đẹp, dịu hiền. Nhưng số phận run rủi họ không có được hạnh phúc vẹn toàn. Bà chủ thuyền lấy người mình không yêu, để rồi chết đi vẫn nhớ nhung một người khác. Nụ mất chồng ngay chính trong nhà mình vì những toan tính của chồng.

Cái nhìn “hồng nhan bạc mệnh” đã chi phối Vũ Xuân Tửu. Trong những câu chuyện của ông, người phụ nữ đẹp ít khi có hạnh phúc trọn vẹn. Họ hoặc bị cuốn hút bởi những đam mê, những cám dỗ đời thường; hoặc phải chịu éo le của số phận. Những đau khổ của người phụ nữ dù do bản thân hay do bên ngoài chi phối, tác động thì đều có thể thấy rằngvẻ đẹp của họ là một phần nguyên nhân. Họ dễ bị sa ngã, cám dỗ, và giống như những hình bóng giữa cuộc đời thực. Đó là quan niệm mà nhà văn gửi gắm qua hình tượng những người phụ nữ.

Tiểu kết:

Vũ Xuân Tửu là một cây bút trưởng thành trong thời kì đổi mới, có cá tính sáng tạo từ cách kể chuyện dí dỏm, hóm hỉnh, ngôn ngữ gần với lời nói hằng ngày. Giọng văn của ông khi đôn hậu, lúc triết lí, hoặc lo âu trước sự thay đổi những giá trị của thời đại; cũng có khi là giọng mỉa mai với cái cười hóm hỉnh trước những hiện tượng lố lăng trong cuộc sống. Những chi tiết nhà văn sử dụng giàu sức gợi, khiến những câu chuyện tuy ngắn gọn mà giàu sức gợi. Sử dụng cái kì ảo, Vũ Xuân Tửu cho thấy một thế giới với nhiều yếu tố bất ngờ, ngẫu nhiên, hoang đường. Những biểu tượng giàu ý nghĩa khiến dung lượng truyện Vũ Xuân Tửu được dồn nén, nên kích thích được tiềm năng liên tưởng của người đọc. Nhà văn gửi gắm những thông điệp của mình trong những câu chuyện tưởng chừng đơn giản nhưng lại mang ý nghĩa nhân sinh và nghệ thuật mới, mở ra hướng đi cho một chặng đường dài.

KẾT LUẬN

1. Bàn về vai trò của văn học trong mối quan hệ với văn hóa, các nhà nghiên cứu đều khẳng định văn học có vai trò quan trọng trong việc phản ánh, lựa chọn, phê phán và sáng tạo văn hóa. Nghiên cứu văn học từ góc nhìn văn hóa là một hướng đi có nhiều triển vọng. Văn học và văn hóa có mối quan hệ qua lại. Văn học không chỉ là tấm gương phản ánh đời sống văn hóa mà nó còn có vai trò điều chỉnh, định hướng văn hóa. Vì vậy, từ góc độ văn hoá, tác phẩm văn học là sự thể hiện một cách nghệ thuật vai trò chủ thể của con người trong đời sống. Mặt khác, giá trị văn hoá cũng có những tác động rõ nét trong mối quan hệ với văn học. Giá trị văn hoá của tác phẩm văn học là giá trị nghệ thuật trong tác phẩm được thể hiện thông qua mối quan hệ giữa ngôn từ nghệ thuật, hình tượng nghệ thuật với những giá trị thẩm mỹ của văn học nghệ thuật, tiêu chuẩn đạo đức nhân văn truyền thống và những yêu cầu của thời đại đặt ra cho tác phẩm.

Văn học Việt Nam đương đại in đậm dấu ấn văn hóa trong từng tác phẩm. Đó là những giá trị văn hóa cổ truyền, văn hóa tín ngưỡng riêng, văn hóa ứng xử … thể hiện trong từng tác phẩm văn học.

Vũ Xuân Tửu là một cây bút có nhiều thành tựu mới trong văn xuôi đương đại bởi ông đi theo một hướng riêng. Ông viết về miền núi, về đời sống của nhân dân vùng cao. Những tác phẩm của ông giúp người đọc mở rộng phạm vi về đời sống, về văn hóa ứng xử và văn hóa tâm linh của nhân dân nơi đây. Đồng thời, hơi thở của cuộc sống hiện đại vẫn in đậm trong các sáng tác của ông. Những vấn đề mang tính thời đại như đạo đức, nhân phẩm con người được đặt ra trong nhiều tác phẩm. Sự kết hợp của truyền thống và hiện đại với giọng văn hài hước, dí dỏm là điểm hấp dẫn trong các tác phẩm của Vũ Xuân Tửu.

2. Viết về đời sống nhân dân, nhà văn đưa người đọc đến với những vùng, miền khác nhau của miền núi phía Bắc. Ở đó có lời ca, tiếng hát; có những tháng ngày lao động, gắn bó chan hòa với tình cảm làng bản gần gũi, yêu thương; lối ứng xử đầy tình nghĩa giữa những người đã chịu nhiều đau khổ. Nhưng đó cũng là miền núi hoang sơ với sự khắc nghiệt của thiên nhiên, những phong tục lạc hậu đè nặng con người. Đó không còn là vùng quê yên bình, thanh thản như xưa nữa. Trong môi trường sống đó, con người đã chịu không ít tổn thương trước những biến đổi của xã hội thời hội nhập.

Truyện Vũ Xuân Tửu cho thấy niềm tin của người dân vào những thế lực siêu nhiên, bí ẩn, xuất phát từ tín ngưỡng bách thần do môi trường sống mang lại. Họ đồng thời tin vào qui luật nhân quả, tin vào sự báo ứng, đề cao tình người, tình đời trong cuộc sống. Vì vậy, truyện của ông thường có nhiều chi tiết, nhiều yếu tố kì ảo được gia tăng để câu chuyện thêm phần huyền ảo, cũng để nhà văn hể hiện quan niệm của mình về hiện thực đời sống. Bằng những ám ảnh tâm linh, những tiếng vọng từ tiềm thức, nhà văn dựng lên một hiện thực ở bề sâu của cuộc sống con người, một hiện thực vốn chìm khuất. Hiện thức đó để con người suy nghĩ, chiêm nghiệm, đánh giá.

3. Bằng việc sử dụng hệ thống ngôn ngữ đa nghĩa, giàu hình ảnh, giàu chất biểu cảm kết hợp với việc sử dụng cái kì ảo, nhà văn đã cho ta thấy một thế giới đầy cảm giác phức hợp với những cái kì bí, rợn ngợp, thể hiện nỗi lo âu, bất an của con người trước cuộc sống còn nhiều điều bí ẩn. Truyện của Vũ Xuân Tửu có sự giao hòa giữa quá khứ, hiện tại, tương lai. Những sự kiện có sự trùng phức tạo nên cái lạ và mới với người tiếp nhận. Ngôn ngữ được sử dụng đa dạng, nhiều giọng điệu, mang chất trí tuệ. Những biểu tượng văn hóa được sử dụng tạo tác phầm những tầng nghĩa ngầm. Các biểu tượng này liên kết với nhau chặt chẽ tạo thành hệ biểu tượng, khiến cho tác phẩm không dừng lại ở việc thể hiện một nội dung, mang một ý nghĩa xã hội nhất định. Đi sâu tìm hiểu ý nghĩa biểu tượng, cũng đồng thời chúng ta sẽ thấy được những thông điệp thẩm mĩ nhà văn gửi vào từng biểu tượng. Những biểu tượng này là sự mã hóa thông tin của nhà văn, vì vậy những câu truyện đã truyền tải được nội dung tư tưởng lớn. Qua đó, nhà văn muốn xây dựng một thế giới hiện thực đa dạng, đi sâu khám phá những bí ẩn của cuộc sống và tâm hồn con người.

Truyện Vũ Xuân Tửu có sự bình yên, thơ mộng, cũng có sự khắc nghiệt của cuộc sống nơi miền núi vốn yên bình nay đang được đô thị hóa. Văn minh đô thị ít nhiều xáo trộn sự bình yên trong cuộc sống nơi đây. Qua đó, ta đồng thời thấy được cuộc sống hiện đại với những ngẫu nhiên, bất ngờ mà con người gặp phải. Sự xâm lấn của cái siêu nhiên vào đời sống thực cho thấy tâm lí hỗn mang của con người hiện đại. Cũng qua đó, nhà văn thể hiện một hiện thực đời sống với nhiều sự đổi thay, pha trộn của cái cũ và cái mới. Con người phải đối mặt với những cái phi lí, ngẫu nhiên. Trong cuộc đụng độ đó, có cả sự trả giá cho những sai lầm, những đam mê.

Những nghiên cứu trên đây của chúng tôi mới chỉ đi sâu vào tác phẩm của một nhà văn cụ thể từ góc nhìn văn hóa. Với đề tài này chúng tôi muốn tiếp tục giới thiệu và triển khai một số vấn đề đang được các nhà nghiên cứu quan tâm, có ảnh hưởng trực tiếp và sâu sắc tới nghiên cứu văn học. Chúng tôi hi vọng đây cũng là một hướng nghiên cứu thiết thực mà luận văn của chúng tôi có thể gợi mở cho những công trình nghiên cứu tiếp sau.

LTT

2.2.3. ĐẶC ĐIỂM TRUYỆN NGẮN VŨ XUÂN TỬU

*Luận văn Thạc sĩ Ngôn ngữ và văn hóa Việt Nam (mã ngành 60 22 01 21) của **Lê Hoài Thương**, Trường Đại học Sư phạm Thái Nguyên. Người hướng dẫn khoa học: Tiến sĩ. Nguyễn Kiến Thọ. Năm 2017.*

Chương I:
NHÀ VĂN VŨ XUÂN TỬU TRONG NỀN VĂN XUÔI MIỀN NÚI PHÍA BẮC

1.1. Khái lược về văn xuôi miền núi phía Bắc

1.1.1. Một số khái niệm

Văn xuôi là một dạng ngôn ngữ thể hiện một cấu trúc ngữ pháp và mô phỏng văn nói tự nhiên, không tuân theo các lề luật như thi ca. Mặc dù có nhiều tranh luận xung quanh cấu trúc của văn xuôi, tính đơn giản và cấu trúc lỏng lẻo của nó đã đưa đến việc con người áp dụng văn xuôi vào phần lớn văn nói, để trình bày sự kiện cũng như viết về các chủ đề thực tế cũng như hư cấu. Văn xuôi chủ yếu dựa vào năng lực trí tuệ cộng với tình cảm và trí tưởng tượng.

"Văn xuôi" được coi là thể loại chủ lực của văn học. Văn xuôi có khả năng riêng, to lớn trong nghệ thuật ngôn từ, trong việc thể hiện tư tưởng nghệ thuật của nhà văn. Văn xuôi cho phép nhà văn tự do, linh hoạt, năng động hơn trong sáng tạo, thể hiện đời sống, con người. Câu văn xuôi không bị hạn chế về số âm tiết, có thể dài ngắn tuỳ ý người viết. Các từ ngữ, âm tiết trong câu cũng không bị gò bó, câu thúc về thanh về vần. Các câu nối tiếp nhau giống chuỗi lời nói ngoài đời, thuận tiện trong giao tiếp nghệ thuật.

Văn xuôi có nhiều thể như: Văn diễn giảng, văn lịch sử, văn nghị luận, văn tự sự. Văn xuôi văn học có tiểu thuyết, truyện ngắn, tùy bút, kí... Nhưng tiêu biểu nhất là truyện, trong đó truyện ngắn và tiểu thuyết là thể văn xuôi ghi được nhiều thành tựu. Thế giới trong truyện ngắn và tiểu thuyết luôn cuốn hút, say mê với bao lớp bạn đọc. Văn xuôi có khả năng khắc họa, khám phá, tìm tòi mọi mặt của đời sống xã hội và con người. Văn xuôi thể hiện sự vượt trội của mình so với các thể loại khác khi luôn tìm tòi, phát hiện, tìm đến những phạm vi mới, khu vực mới mà các thể loại khác phản ánh không thành công hoặc khó tiếp cận. Đây chính là lợi thế khiến văn xuôi phát triển mạnh mẽ.

Trong văn học Việt Nam những năm 30-40 của thế kỷ XX xuất hiện tác phẩm Truyện đường rừng, đây được coi là tác phẩm văn xuôi đầu tiên viết về đề tài miền núi, đây cũng là mốc đánh dấu sự phát triển của văn xuôi miền núi và sau này, sự ra đời, phát triển của văn xuôi viết về cuộc sống và con người miền núi trong văn học Việt Nam sau Cách mạng tháng Tám 1945 đã chứng tỏ truyện là thể loại "chủ lực" của văn xuôi trong mảng đề tài viết về cuộc sống và con người miền núi.

Vậy "Văn xuôi miền núi" là gì? Có nhiều cách hiểu khác nhau về "văn xuôi miền núi" nhưng nhìn chung, chúng ta có thể hiểu: "Văn xuôi miền núi" là những sáng tác văn xuôi nghệ thuật viết về đề tài miền núi trong văn học Việt Nam. Hay "văn xuôi miền núi" là những sáng tác văn xuôi nghệ thuật của các nhà văn khu vực miền núi viết về đề tài miền núi trong văn học Việt Nam. Đây chỉ là những cách hiểu đơn thuần, mỗi người sẽ có những cách hiểu khác nhau về khái niệm này. Chúng tôi chọn khái niệm "văn xuôi miền núi" là những sáng tác văn xuôi nghệ thuật của các nhà văn khu vực miền núi viết về đề tài miền núi trong văn học Việt Nam" làm tiền đề lí thuyết để triển khai luận văn của mình.

Giai đoạn đầu của quá trình hiện đại hóa văn học Việt Nam chủ yếu diễn ra ở khu vực đồng bằng, thành thị. Nhưng khi có cách mạng và kháng chiến thì vai trò to lớn của vùng núi cao và nhân dân các dân tộc miền núi ngày càng được nhận thức đầy đủ, được quan tâm đến nhiều hơn, coi trọng hơn, lúc này việc văn học hướng đến miền núi là hệ quả tất yếu.

Hơn nữa, miền núi có một phạm vi đời sống rộng lớn (chiếm tới ba phần tư diện tích lãnh thổ, nơi có nhiều dân tộc anh em trong đại gia đình các dân tộc Việt Nam, chiếm gần ba mươi phần trăm dân số cả nước sinh sống. Phong cảnh thiên nhiên, môi trường, cuộc sống và con người miền núi vừa là mảnh đất mới mẻ, vừa chứa đựng bao vấn đề, bao vẻ đẹp mà văn học nói chung, văn xuôi nói riêng có thể tiếp cận, khám phá, diễn tả. Đây là nơi chứa đựng nhiều điều mới mẻ, nhiều vấn đề cần được khá phá và nhiều điều khiến tất cả chúng ta tò mò. Chính vì thế, văn xuôi miền núi ngày càng phát triển về nhiều phương diện, và thực sự trở thành một bộ phận quan trọng trong văn học miền núi, trong văn xuôi hiện đại Việt Nam.

1.1.2. Diện mạo văn xuôi miền núi đương đại

1.1.2.1. Quá trình vận động, phát triển và đội ngũ nhà văn

Cùng với quá trình vận động, phát triển, hiện đại hóa của văn học Việt Nam, văn xuôi Việt Nam, văn xuôi miền núi cũng có sự vận động, phát triển và hiện đại hóa dần. Vào những năm 1930-1940 những tác phẩm viết về phong cảnh thiên nhiên, cuộc sống của con người miền núi đã xuất hiện, tiêu biểu là Truyện đường rừng một tác phẩm đầy ấn tượng của các tác giả Thế Lữ, Lan Khai, Tchya (Đái Đức Tuấn), Lý Văn Sâm. Từ đó đề tài về thiên nhiên, cuộc sống của con người miền núi đã thu hút rất nhiều nhà văn như: Vũ Trọng Phụng, Nguyễn Tuân, Trọng Miên, Vũ Bằng, Trịnh Vân, Thanh Tịnh, Hồ Dzếnh, Đỗ Huy Nhiệm, Cung Khanh… Có thể nói, giai đoạn 30-40 là giai đoạn nền móng của văn xuôi miền núi, lúc này, văn xuôi miền núi xuất hiên như một bộ phận mới mẻ, đầy sức hấp dẫn của văn xuôi Việt Nam.

Đến giai đoạn tiếp theo, giai đoạn sau Cách mạng tháng Tám năm 1945 và suốt ba mươi năm chiến đấu bảo vệ tổ quốc, thống nhất nước nhà, xây dựng cuộc sống mới xã hội chủ nghĩa, văn xuôi miền núi đã có bước phát triển mạnh với hàng loạt các tác giả là người dân tộc Kinh và các tác giả là người dân tộc ít người, văn xuôi miền núi đã đạt được nhiều thành tựu.Đến giai đoạn này, văn xuôi miền núi đã chia làm hai bộ phận. Một là những tác phẩm viết về đề tài miền núi của các tác giả người Kinh. Hai là những tác phẩm viết về đề tài miền núi của các tác giả là người dân tộc.... Những sáng tác của các nhà văn này như những ngọn đuốc sáng của văn xuôi cách mạng miền núi.

Sang đến thời kì xây dựng chủ nghĩa xã hội ở miền Bắc, văn xuôi miền núi phong phú, đa dạng hơn. Nếu ở giai đoạn trước, văn xuôi miền núi chủ yếu viết về những hủ tục, những điều bí ẩn và cuộc sống đấu tranh cách mạng của nhân dân miền núi cao, thì sang đến giai đoạn này, văn xuôi miền núi đã đa dạng hơn nhiều với nhiều vấn đề được nói đến, phán ánh đến. Giai đoạn này đánh đấu thêm tên tuổi của nhiều tác giả văn xuôi người dân tộc Kinh viết về đề tài miền núi như: Bàng Sĩ Nguyên, Hoàng Thao, Lê Tuấn Việt, Bàng Thúc Long, đặc biệt là thành công của Nguyễn Tuân, Nguyễn Thành Long, Sao Mai, Đỗ Quang Tiến... Đáng chú ý là từ cuối những năm 1950 đầu năm 1960, có sự xuất hiện thêm và ngày càng trưởng thành của các cây bút văn xuôi viết về đề tài miền núi là người dân tộc ít người như Vi Hồng, Nông Minh Châu, Hoàng Hạc, Triều Ân, Lò Văn Sĩ, Lâm Ngọc Thụ, Tu Tếch, Triệu Báo, Vương Hùng, Hoàng Trung Thu...

Từ 1959 đến 1964, từ mầm tài năng hiếm hoi sau kháng chiến chống Pháp, bên cạnh các nhà văn người kinh viết về đề tài miền núi, liên tiếp xuất hiện một loạt cây bút người dân tộc thiểu số. Họ là những trí thức dân tộc, những người tự hào về mảnh đất và con người miền núi, thiết tha được đóng góp vào nền văn học nước nhà tiếng nói, tình cảm dân tộc mình đó là: Y Điêng với *Em chờ bộ đội Awa Hồ* (1960); Vi Thị Kim Bình với *Đặt tên* (1962); Vi Hồng với *Ngôi sao đỏ trên núi Phja Hoàng, Cây su su nọong ỷ*; Hoàng Hạc với *Ké Nàm* (1964)... Sau lớp nhà văn xây nền đặt móng, thành công khởi đầu của họ đã nhanh chóng truyền nhiệt, khích lệ những năng khiếu văn học dân tộc thiểu số tìm đọc, lấy đó là tấm gương, là niềm tự hào, đam mê theo đuổi con đường sáng tạo. Nguyện lấy văn chương làm nghiệp phấn đấu, liên tục cho ra đời những truyện ngắn, tiểu thuyết gây được sự chú ý của giới yêu văn học trong cả nước. Đó là Vi Hồng, Triều Ân, Lâm Ngọc Thụ, Ma Trường Nguyên, Vương Trung... Cùng với thế hệ nhà văn lớp trước như Nông Minh Châu, Nông Viết Toại, Hoàng Hạc, Y Điêng, Vi Thị Kim Bình.., hai bộ phận trong đội ngũ sáng tác này đã hòa thành một đội ngũ, một dòng chảy văn xuôi độc đáo và tươi trẻ, đồng hành với sự nghiệp xây dựng chủ nghĩa xã hội ở miền Bắc, tiếp tục cuộc kháng chiến chống Mỹ cứu nước giải phóng miền Nam, thống nhất Tổ quốc.

Tiếp tục những thành tựu và kinh nghiệm nghệ thuật đã có trong những giai đoạn trước, khoảng 10 năm sau ngày thống nhất đất nước, đội ngũ sáng tác văn xuôi miền núi ngày càng đông đảo, và hoạt động nghệ thuật của họ tạo nên sự phát triển mới, đồng bộ và phong phú của bộ phận văn học này trong dòng vận động chung của đời sống và văn học dân tộc. Có thể kể đến những tiểu thuyết của Mạc Phi, Ma Văn Kháng, Tô Hoài, Phượng Vũ, Y Điêng, truyện ngắn và ký của Trung Trung Đỉnh, Bùi Nguyên Khiết, Nông Viết Toại, Mã A Lềnh, Nguyễn Khắc Trường... viết về các vùng miền núi trong hai cuộc kháng chiến chống xâm lược. Các nhà văn người dân tộc như Vi Thị Kim Bình, Vi Hồng, Triều Ân, Sa Phong Ba, Y Điêng, Hoàng Hạc, Nông Minh Châu... hướng về khám phá, miêu tả cuộc sống mới, con người mới các dân tộc anh em ở vùng cao, vùng sâu, vùng xa… trong lòng chế độ mới, dưới sự chỉ đường và soi sáng của Đảng. Văn xuôi miền núi tiếp tục phát triển mạnh. Sự tiếp nối của một loạt các cây bút văn xuôi đã xuất hiện. Bên cạnh thế hệ nhà văn chống Mỹ như: Hoàng Hạc, Y Điêng, Vi Hồng, Triều Ân, Vi Thị Kim Bình, Vương Trung đã có thêm những tên tuổi mới như Mã A Lềnh, Ma Trường Nguyên, Vương Anh... Từ sau năm 1975 trở lại đây văn xuôi các dân tộc thiểu số được bổ sung lực lượng hùng hậu trẻ hơn. Những tên tuổi gắn với thành tựu sáng tác chứng tỏ sự lớn mạnh không ngừng của đội ngũ.

Trong hai mươi năm gần đây, kể từ thời kì đổi mới, diện mạo văn xuôi miền núi phong phú hơn với những nỗ lực mở rộng phạm vi và vấn đề cuộc sống, con người được miêu tả trong tác phẩm. Các tác phẩm mới của Tô Hoài, Y Điêng, Hà Lâm Kỳ, Đoàn Hữu Nam, Trung Trung Đỉnh, Ma Trường Nguyên, Sa Phong Ba, Mã A Lềnh, Cao Duy Sơn, Triều Ân, Thu Loan, Đỗ Bích Thuý, Hoàng Thị Cành, Bùi Thị Như Lan, Hà Lý… Tiếp tục khám phá cuộc sống, con người dân tộc miền núi những ngày Cách mạng, viết về sức sống và bản lĩnh của con người vùng cao, tình đoàn kết cộng đồng của các dân tộc anh em, sự toả sáng và sức thu hút của Cách mạng, của cái Thiện, cái Đẹp… Tuy mỗi tác giả đều có những cái nhìn khác nhau về cuộc sống, con người miền núi nhưng chung lại, tất cả các nhà văn khi viết truyện về cuộc sống, con người miền núi đều bám sát tất cả các phương diện sự thay đổi cuộc sống của con người vùng núi cao trong thời kì mới, thời kỳ kinh tế thị trường. Đó là sự đoàn kết của các dân tộc anh em với bản làng với núi rừng với quê hương, đất nước. Đó là những trăn trở, suy nghĩ, lo âu, học hỏi trước những đổi thay từng ngày của cuộc sống làm sao để sống hòa nhập, làm giàu cho bản thân, cho gia đình, cho bản làng. Đồng thời các nhà văn với một trái tim sâu sắc còn thể hiện một nỗi buồn, nỗi lòng băn khoăn, trăn trở trước sự hao mòn, mất dần đi những giá trị những bản sắc độc đáo truyền thống của các dân tộc, trước những thói hư tật xấu, thậm chí là sa đoạ, tàn ác của lớp quan tham thời đại mới. Đáng chú ý hơn là các nhà văn đã chú ý đến những khía cạnh đời tư, viết về những thân phận đàn bà trắc trở, yếu ớt, bất hạnh trong cuộc sống hôn nhân, gia đình, trước những quan niệm và định kiến hủ tục lạc hậu.

Sang đến những năm sau 1986, đây là thời kì đổi mới tư duy nghệ thuật trong sáng tác văn học. Hòa cùng không khí đổi mới đó, văn xuôi miền núi cũng có những thành công đáng kể trong những sáng tác của các nhà văn tên tuổi và có cả các nhà văn mới như những truyện ngắn của Nguyễn Huy Thiệp, tiểu thuyết của Vi Hồng, Cao Duy Sơn, Ma Văn Kháng. Đọc tác phẩm của những tác giả này ta thấy văn xuôi viết về đề tài miền núi đã được đổi mới trong tư duy nghệ thuật, thấy được chất văn hóa dân gian hiện đại, tư duy truyện ngắn, tiểu thuyết hiện đại, và đổi mới trong cả cách nhìn nhận, khám phá, miêu tả cuộc sống và con người miền núi. Đây không chỉ là thành tựu riêng của văn xuôi miền núi mà còn là thành tựu của văn xuôi, văn học Việt Nam trong sự vận động, đổi mới của toàn bộ nền văn học Việt Nam thập niên cuối thế kỷ XX.

Đến nay, văn xuôi các dân tộc thiểu số đã có một đội ngũ đáng tin cậy trải dài trên khắp các vùng miền cả nước. Cùng những nhà văn dân tộc thiểu số, nay có thêm những cây bút người Kinh đã và đang gắn bó với rừng núi. Trong lòng họ, những người con dân tộc thật thà giản dị, ân tình và đôn hậu giữa núi rừng hùng vĩ đã gắn bó như một phần máu thịt. Sự hợp huyết tự nguyện đã nảy nở những đứa con tinh thần gây được tiếng vang lớn trong đời sống văn học cả nước. Đó là những Đỗ Bích Thúy, Chu Minh Huệ, Hoàng Thế Sinh, Đoàn Hữu Nam, Phạm Duy Nghĩa; là những Nguyễn Đức Lợi, Du An, Tống Ngọc Hân, Vũ Xuân Tửu…

Đội ngũ nhà văn viết về đề tài miền núi giai đoạn này ngày càng phát triển mạnh mẽ. Đội ngũ nhà văn ở vùng núi phía Bắc trình làng văn xuôi của các cây bút dân tộc Mường: Hà Trung Nghĩa, Bùi Minh Chức, Hà Lý... Các cây bút dân tộc Tày có thể kể đến Hoàng Luận, Hoàng Hữu Sang, Đoàn Lư, Hoàng Quảng Uyên, Đoàn Hữu Nam. Ngoài ra, những tác giả người Kinh nhưng đã có những tháng năm công tác, sinh sống và gắn bó với miền núi như: Vũ Xuân Tửu,Trịnh Thanh Phong, Hà Đức Toàn, Hoàng Thế Sinh, Nguyễn Khắc Đãi, Nguyễn Anh Tuấn, Đỗ Bích Thuý, Phạm Duy Nghĩa. Cũng có thể kể thêm rất nhiều những tác giả khác, chuyên hoặc không chuyên, đã có những tác phẩm văn xuôi về đề tài miền núi như: Đỗ Kim Cuông, Lê Văn Thiềng, Hồ Thuỷ Giang, Phù Ninh, Đinh Công Diệp, Cao Xuân Thái, Nguyễn Văn Cự, Hoàng Việt Quân, Nguyễn Hữu Nhàn, Tống Ngọc Hân, Nguyễn Phú…

Các tác phẩm của các nhà văn này không chỉ nuôi giữ ngọn lửa văn chương dân tộc mình, mà còn góp phần tích cực làm phong phú diện mạo, thành tựu của văn xuôi miền núi.

Như vậy, qua những điều kể trên ta thấy được diện mạo của văn xuôi miền núi đã có quá trình vận động, phát triển liên tục qua các thời kì và ngày càng đa dạng, phong phú hơn. Văn xuôi miền núi ngày càng phát triển mạnh mẽ hơn cả về đội ngũ nhà văn lẫn số lượng và chất lượng các tác phẩm, đóng góp những thành tựu nghệ thuật đặc sắc, làm giàu và phong phú hơn đời sống tinh thần của đồng bào dân tộc miền núi, góp phần gìn giữ, làm phong phú, đa dạng hơn bản sắc văn hóa của các dân tộc nói chung và của toàn thể nhân dân Việt Nam.

1.1.2.2. Những thành tựu và hạn chế của văn xuôi miền núi đương đại

Văn xuôi miền núi hình thành và phát triển qua từng giai đoạn, thời kì của lịch sử. Cũng giống như các loại hình nghệ thuật khác, văn xuôi miền núi đương đại vừa kế thừa, vừa phát huy tốt nhất những thành tựu và kinh nghiệm nghệ thuật đã có của quá trình phát triển. Các thành tựu của văn xuôi miền núi đã cho người đọc thấy cái nhìn bao quát toàn bộ các mảng đề tài về cuộc sống và con người nơi miền núi cao qua các giai đoạn lịch sử. Văn xuôi miền núi có rất nhiều tác phẩm thành công, trong những tác phẩm thành công đó văn xuôi miền núi đã chú ý đến nhiều khía cạnh của đời sống các dân tộc nơi miền núi trong thời kì đất nước chuyển từ cơ chế quản lý quan liêu, bao cấp sang cơ chế thị trường. Cơ cấu kinh tế của miền núi cũng có những chuyển biến mạnh mẽ. Các nhà văn dân tộc đã có cái nhìn mới mẻ và đúng đắn hơn về thực tế xã hội của đất nước.

Văn xuôi miền núi phác họa, ghi nhận, miêu tả những mảng nổi bật của đời sống, những hình ảnh chân thực, sinh động về bản chất, khí chất, sức sống mạnh mẽ, bền bỉ và cũng không kém phần phóng khoáng bay bổng của những dân tộc nơi miền núi gắn với từng bản làng, sông suối, núi rừng. Qua những tác phẩm đó ta thấy được sự cần cù, vất vả của con người nơi đây, vừa chế ngự, vừa cải tạo thiên nhiên, và xây dựng môi trường sống sao cho có cuộc sống ngày càng đầy đủ, ấm no, hạnh phúc và tiến bộ hơn.

Văn xuôi miền núi phản ánh cuộc đấu tranh bền bỉ, thầm lặng và tràn đầy tình nghĩa của người dân vùng cao trong kháng chiến chống giặc ngoại xâm bảo vệ tổ quốc. Không thể không khẳng định vị trí quan trọng của vùng núi cũng như con người nơi đây, nếu không có sự tham gia của nhân dân miền núi e rằng cuộc kháng chiến thần thánh của tổ quốc khó mà toàn thắng. Văn học miền núi đã phản ánh khá chân thực và sâu sắc công cuộc kháng chiến và những hi sinh thầm lặng của nhân dân miền núi với khát vọng thay đổi cuộc sống, khát vọng tự do, mong muốn được sống trong hòa bình, bình yên, hạnh phúc.

Không chỉ có thế, văn xuôi miền núi còn miêu tả đời sống vật chất, tinh thần đậm đà bản sắc dân tộc. Đó là bản sắc văn hóa riêng của các dân tộc ít người, chứng tỏ sức sống bền bỉ, đa dạng, phong phú của văn hóa dân tộc ít người nói riêng và của con người Việt Nam nói chung. Có thể nói, văn xuôi miền núi đóng vai trò quan trọng và đóng góp những giá trị độc đáo cho văn học Việt Nam.

Về mặt nghệ thuật, không thể phủ nhận những thành tựu của văn xuôi miền núi đối với nền văn xuôi nước nhà. Đó là những thành tựu về nghệ thuật trong các tác phẩm tiểu thuyết, truyện ngắn của các tác giả viết về miền núi như Tô Hoài, Nguyễn Tuân, Nam Cao, Vi Hồng, Ma Văn Kháng, Nguyễn Huy Tiệp, Nguyên Ngọc, Cao Duy Sơn, Nguyễn Huy Tưởng, Vũ Xuân Tửu…. Đó là những thành tựu đa dạng về sự đổi mới thể loại, truyền thống và hiện đại, thế giới nghệ thuật, cốt truyện, cách tổ chức sự kiện, kết cấu, nghệ thuật miêu tả, khắc họa nội tâm, và nghệ thuật ngôn từ..

Thành tựu về thể loại đó là truyện ngắn và tiểu thuyết: đến nay, số lượng các truyện ngắn và tiểu thuyết đã tăng lên rất nhiều. Ngoài sự tăng nhanh về số lượng, chất lượng nghệ thuật của các tác phẩm cũng được đánh giá cao hơn.

Về kí và tản văn, thời kì đầu cũng bắt đầu nhen nhóm những tác giả với những tác phẩm đầu tiên. Càng về sau này, kí và tản văn xuất hiện càng nhiều và có chất lượng nghệ thuật cao hơn.

Truyền thống và hiện đại trong quá trình phát triển: Đây không phải là vấn đề mới mẻ trong văn học hiện nay mà nó đã được đặt ra từ trước rất lâu. Giải quyết mối quan hệ giữa truyền thống và hiện đại chính là giải quyết vấn đề tính dân tộc trong văn học, trong những bước phát triển mới. Bản sắc dân tộc trong văn học cũng có sự kế thừa và tiếp thu những giá trị của văn học Kinh, văn học phương Tây và văn học thế giới. Tính truyền thống và hiện đại ở mỗi nhà văn được thể hiện khác nhau: Vi Hồng thường kết hợp chất trữ tình của dân ca Tày với chất bay bổng của thần thoại, cổ tích trong sáng tác của mình; Cao Duy Sơn lại thể hiện rõ tính hiện đại trong truyền thống khi đi và mảng đề tài hoàn toàn mới lạ với các sáng tác trước đó của văn xuôi các dân tộc thiểu số, vấn đề thân phận con người, cuộc đấu tranh giữa thiện và ác trong xã hội hiện đại.

Về kết cấu, cốt truyện: Kết cấu nhân vật thường có hai tuyến rõ ràng: tốt và xấu, chính diện và phản diện, không có những sự kiện rắc rối, chồng chéo. Cách cấu tạo đó làm cho người đọc dễ dàng nắm bắt câu chuyện, dễ hình dung ra nhân vật, kết cấu chuyện theo mạch thẳng, đơn giản. Nhiều truyện có kết cấu theo mô hình truyện cổ tích, truyện dân gian truyền thống. Thời gian trong các truyện dàn trải, ít có thời gian dồn nén để phát triển mở rộng, chủ yếu là thời gian thực hiện cuộc sống. Không gian thường nặng về không gian thực mà nhẹ về không gian hồi tưởng. Các mảng sự kiện luôn gắn với hành trình số phận của nhân vật. kết thúc tác phẩm thường có hậu. Về nghệ thuật xây dụng nhân vật: Các tác giả người dân tộc thiểu số đã xây dựng chân dung nhân vật của mình ở hai phương diện là ngoại hình và tính cách. Các nhân vật chính thường có ngoại hình đẹp đẽ và nhân cách cao quý, còn nhân vật phản diện thì ngược lại. Các nhân vật cũng có tâm trạng và được đặt trong mối quan hệ xã hội - gia đình, quan hệ địch - ta, bạn bè, quan hệ vợ chồng, anh em.

Bên cạnh đó, các nhà văn thiểu số phía Bắc còn có sự hiểu biết sâu sắc về dân tộc mình nên khi xây dựng nhân vật, tác giả thường lấy nguyên mẫu ngoài đời làm đối tượng phản ánh. Một số nhà văn cũng chú ý khai thác nhân vật từ nhiều góc độ, bằng nhiều thủ pháp nghệ thuật, từ độc thoại nội tâm tới miêu tả trần thuật, giữa miêu tả trần thuật với lời nói của nhân vật. Ngoại hình của nhân vật thường được tập trung miêu tả nhiều hơn với thủ pháp so sánh, tượng trưng, ước lệ.

Về ngôn ngữ tự sự: Ngôn ngữ giàu tính tạo hình. Trong văn xuôi các dân tộc thiểu số, hình ảnh về thiên nhiên luôn chiếm vị trí quan trọng. Các nhà văn thường dùng thiên nhiên để phản ánh tâm trạng nhân vật hay lấy đó làm điểm nhấn cho tác phẩm. Tác giả coi thiên nhiên như một sinh thể sống, chia sẻ vui buồn và tác động đến con người. Bởi vậy, ngôn ngữ dùng để miêu tả thiên nhiên thường được chú trọng nhiều hơn cả. Đó là thứ ngôn ngữ đẹp, trong sáng, thuần khiết. Với cách cảm thụ thiên nhiên khác nhau cùng ngôn ngữ đầy chất thơ trong cách miêu tả, các tác giả đã đem đến cho người đọc một cái nhìn mới mẻ và chân thực về bức tranh miền núi trữ tình, hùng vĩ. Các biện pháp nghệ thuật với nhiều nét đặc sắc và riêng biệt: Lối ví von, so sánh. Điều này phản ánh rõ sự ảnh hưởng của văn học dân gian tới văn xuôi các dân tộc thiểu số. Với việc sử dụng cách nói bóng bẩy, giàu hình ảnh như lối nói của dân ca và lối nói khúc triết của tục ngữ, thành ngữ đã giúp người đọc phần nào cảm nhận được nét đẹp của con người và cuộc sống miền núi. Nhân cách hóa các sự vật, hiện tượng - một lối tư duy mang đặc điểm của người dân tộc.

Thành tựu của các tác phẩm văn xuôi miền núi đã đóng góp đáng kể vào sự phát triển chung của văn học Việt Nam trong những chặng đường phát triển. Ta có thể thấy được cái tài cái tâm và cả sự cố gắng của các nhà văn trong từng trang viết để chắt lọc ra những tinh túy, những vẻ đẹp bất ngờ, độc đáo, kết hợp với những bản sắc riêng, màu sắc riêng để nhào nặn, hòa quyện thành một tác phẩm nghệ thuật chứa đựng tất cả các vẻ đẹp và giá trị nghệ thuật chung. Điều đó cho thấy rằng văn xuôi miền núi đương đại dồi dào sức phát triển, mở rộng và kết tinh.

Tất cả những điều trên đã nói lên rằng văn xuôi miền núi tuy là một mảng văn học phát triển riêng nhưng vẫn luôn gắn với sự phát triển của văn học nghệ thuật đất nước và đã tạo được cho mình một chỗ đứng quan trọng trong đời sống văn học nghệ thuật Việt Nam.

Ngoài những thành tựu đã đạt được, văn xuôi miền núi cũng giống các mảng văn khác đều có những hạn chế nhất định. Văn học miền núi tuy đã chiếm được ví trí quan trọng trong nền văn xuôi Việt Nam, có rất nhiều tác phẩm hay, có giá trị nghệ thuật cao song bên cạnh đó cũng vẫn còn rất nhiều tác phẩm văn học chưa được hay, chưa có giá trị nghệ thuật cao. Nguyên nhân dẫn đến thực trạng của văn xuôi miền núi vẫn là sự thiếu vắng của lớp nhà văn chuyên tâm, thiếu vắng tài năng, thiếu vắng sự đào tạo, quan tâm và chất lượng nghệ thuật. Theo ý kiến một nhà nghiên cứu, trong số những người sáng tác trẻ hiên nay "Có người còn không biết tiếng nói của dân tộc mình,có nghĩa là học không nắm được cái thần, cái hồn, tâm lí, tính cách riêng của dân tộc, làm cho tiếng nói của họ không có da thịt, không có màu sắc cho nên sáng tác của họ thường mờ nhạt chung chung" [55. tr.42]. Theo ý kiến này có thể thấy rằng đây là một hạn chế về đội ngũ sáng tác, các nhà văn chưa chạm được tới tầng sâu văn hóa của dân tộc mình, hoặc chưa hiểu được hết về bản sắc văn hóa nơi đây, dẫn đến thực trạng, những năm gần đây khi đọc những tác phẩm viết về đề tài miền núi ta thường thấy nó rất quen hoặc rất cũ, các tác phẩm hầu như trùng lặp đề tài, văn xuôi miền núi ngày càng thiếu đề tài hay, đó một phần là do lỗi của nhà văn, một phần là do thiếu sự đầu tư quan tâm. Đó là sự phản ánh những khuyết điểm, nhược điểm của văn học nói chung và văn xuôi về đề tài miền núi nói riêng.

Văn học, văn xuôi miền núi vẫn đang trên đà phát triển, mặc dù vẫn còn rất nhiều hạn chế cần khắc phục nhưng nhìn chung văn xuôi miền núi vẫn để lại những nét riêng, vẻ đẹp riêng đặc sắc, đặc trưng, độc đáo và muôn sắc màu của miền núi. Chính vì mang những vẻ đẹp riêng như vậy nên văn xuôi miền núi vẫn đang hội nhập, gắn bó khăng khít không thể tách rời với văn học dân tộc, văn học thời đại. Những tác giả, tác phẩm thành công của văn xuôi miền núi đã chứng minh điều này.

Trong số nhưng tác giả đó có nhà văn Vũ Xuân Tửu người luôn miệt mài, học tập và cũng gặt hái được khá nhiều thành công trong mảng đề tài về miền núi.

1.2. Nhà văn Vũ Xuân Tửu

1.2.1. Vài nét về tiểu sử nhà văn Vũ Xuân Tửu

Nhà văn Vũ Xuân Tửu sinh năm 1955, ông sinh ra tại Ninh Bình, nhưng vùng đất với những điệu hát then, với cây đa Tân Trào, với những con người lương thiện nơi núi rừng Tuyên Quang lại là nơi ông gắn bó cuộc đời của mình. Chính vùng đất này đã nhiều lần xuất hiện trong các tác phẩm của ông. Vũ Xuân Tửu sinh ra trong một gia đình nông dân đông anh em, ông là con trai cả trong gia đình, bố là một thợ mộc chăm chỉ, khéo tay, mẹ ông là người ảnh hưởng nhiều đến các sáng tác của ông, bà là một người rất hiền, bà luôn là người đầu tiên đọc các tác phẩm mới xuất bản của con trai mình. Gia đình đã ảnh hưởng rất nhiều đến ông, tuổi thơ sống bên gia đình lại xuất thân từ gia đình nông dân nên: "Phải thừa nhận là Vũ Xuân Tửu rất hiểu văn hoá dân gian nói chung và văn học dân gian nói riêng. Chính vì thế mà truyện của anh có một dấu ấn dân gian rõ nét. Anh biết đan xen vào tình tiết câu chuyện những câu ví, câu hò, vè, ca dao làm cho nó có sức lay động mạnh hơn, lung linh hơn (trong *Người sông nước*). Rồi cách diễn tả thời gian của tác giả trong *Bí mật cuốn gia phả* rất đặc biệt. Anh không cần dùng ngày, giờ, tháng, năm... mà chỉ cần mô tả bằng các loại giấy, màu mực. Cách "tả" mà không "chỉ" ấy, có tác dụng dẫn dụ người đọc"[7]. Vũ Xuân Tửu trước khi là một nhà văn ông còn là một chiến sĩ công an, từ năm 1974 ông công tác trong ngành công an địa phương và nghỉ hưu năm 2012. Công việc này cũng ảnh hưởng rất nhiều đến những sáng tác của ông, có tác phẩm mang dáng dấp như một vụ án (*Hồ sơ một con người*).

Qua những tác phẩm và sự tiếp xúc ngoài đời với nhà văn, có thể khẳng định rằng nhà văn Vũ Xuân Tửu là người luôn tận tụy, miệt mài, tỉ mẩn trong việc lưu giữ thông tin, luôn cặm cụi đi nhặt từng hạt vàng trong cuộc sống và có thể nói do đặc trưng nghề nghiệp mà ông rất cân thận, cận trọng trong khi viết, khi đánh máy tác phẩm của mình, ông cận thận đến mức "Vũ Xuân Tửu còn rất cẩn thận trong việc viết bản thảo. anh nói, đã dùng máy tính từ rất lâu rồi, tương đối sớm ở tỉnh Tuyên Quang, nhưng bao giờ cũng viết bản thảo bằng tay. Có những tác phẩm anh viết tới bảy, tám lần bản thảo. Các con anh thương bố, muốn đánh máy hộ, nhưng anh nhất định không, mà giành tự mình làm việc đó".[7], "Vũ Xuân Tửu có một thói quen chọn giấy trắng, bút tốt mới viết. Không biết anh có phải là một người mê tín hay không, nhưng trước mỗi khi sáng tác, anh đều chọn ngày tốt, tắm rửa sạch sẽ trước khi đặt bút. Anh bảo: "Mỗi tác phẩm là một chuyến đi". Viết xong một tác phẩm, anh đều mang lên bàn thờ thắp hương và khi tác phẩm được xuất bản, anh thường làm lễ tạ." [7] Có thể thấy nhà văn luôn nâng niu, trân trọng đứa con tinh thần của mình, vì vậy, ông luôn quan niệm rằng "ngòi bút luôn hướng về dân", và "viết văn phải có văn".

Năm 2007, Vũ Xuân Tửu tham gia lớp Bồi dưỡng viết văn Nguyễn Du, khóa 1, do Hội Nhà văn Việt Nam tổ chức. Vũ Xuân Tửu luôn trau dồi cho mình thêm nhiều kiến thức để viết văn hay hơn, tìm tòi được những đề tài mới lạ, đọc những tác phẩm của ông ta thấy mỗi tác phẩm đều có màu sắc riêng, không có tác phẩm nào giống nhau. Nên khi đọc các tác phẩm của ông luôn có một sức hút kì lạ.

Năm 2006, ông trở thành Hội viên Hội Nhà văn Việt Nam.

Sau nhiều năm miệt mài, cặm cụi học tập và cố gắng, Vũ Xuân Tửu vinh dự đoạt Giải nhất Cuộc thi truyện ngắn tạp chí Văn nghệ quân đội (2005-2006).

1.2.2. Quá trình sáng tác của nhà văn Vũ Xuân Tửu

Nhà văn Vũ Xuân Tửu đến với bạn đọc một cách từ tốn, không ồn ào. Có thể nói Vũ Xuân Tửu là nhà văn có sức viết bền bỉ và đầy đặn với mười bốn đầu sách vừa thơ, vừa truyện ngắn, truyện dài, tiểu thuyết đã được ra mắt trong vòng mười năm. *Tầm phào*, tập truyện, Nxb Văn hóa dân tộc, Hà Nội, 1998; *Miếng trầu xanh*, tập thơ, Nxb Văn hóa dân tộc, Hà Nội, 1998; *Cảnh giác với tệ nạn xã hội*, câu chuyện pháp luật, Nxb Văn hóa dân tộc, Hà Nội, 1999; *Đám cháy trên cánh rừng đầu nguồn*, tập truyện thiếu nhi, Nxb Kim Đồng, Hà Nội, 2000; Nxb Văn hóa dân tộc đổi tên *Chim họa mi bay đi*, tái bản năm 2000; *Rừng sáo*, tập truyện thiếu nhi, Nxb Kim Đồng, Hà Nội, 2002; *Nửa tỉnh nửa quê*, tiểu thuyết, Nxb Văn hóa dân tộc, Hà Nội, 2002 và Nxb Thanh niên tái bản 2016; *Yếm thắm*, tập truyện, Nxb Văn nghệ, thành phố Hồ Chí Minh, 2003; *Bí mật cuốn gia phả*, tập truyện, Nxb Văn nghệ, thành phố Hồ Chí Minh, 2005; *Con chim lửa*, tập truyện ngắn chọn lọc, Nxb Thanh niên, Hà Nội, 2006; *Chúa Bầu*, tiểu thuyết, Nxb Quân đội nhân dân, Hà Nội, 2006; *Hình bóng đàn bà*, tiểu thuyết cực ngắn, Nxb Văn nghệ, thành phố Hồ Chí Minh, 2006; *Mồ hôi của đá*, tập truyện, Nxb Hội nhà văn, Hà Nội, 2007; *Chuyện ở bản Piát*, tập truyện, Nxb Văn nghệ, thành phố Hồ Chí Minh, 2007; *Chuyện trong làng ngoài xã*, tiểu thuyết, Nxb Thanh niên, Hà Nội, 2007; Tái bản 2012 đổi tên *Chuyện làng*; *Chuyện anh thuyền chài Trần Văn Sông*, trường ca, Nxb Văn học, Hà Nội, 2008; *Cõi mê*, tiểu thuyết, Nxb Thanh niên, 2011; *Cửa đá*, tiểu thuyết, Nxb Hội nhà văn, Hà Nội, 2011; Ngoài ra, còn có hai mươi lăm cuốn sách in chung với các tác giả khác.

Vũ Xuân Tửu có thể sáng tác được ở tất cả các thể loại, nhưng thể loại thành công nhất của ông là văn xuôi, trong đó có truyện ngắn. Truyện của ông có cách nhập đề đơn giản, ngắn gọn, không chủ tâm tạo những gì gay cấn quá, nên dung dị như cuộc sống, nhưng phải viết đa tầng, nhiều nghĩa, mỗi nhân vật trong truyện đều toát lên một nét nhân văn sâu sắc, đậm vị đắng, nhân sinh của các tình sử. Truyện của ông gần với đời thường mà mang trong mình thông điệp về chân, thiện, mĩ, có nhiều chi tiết mới, đắt và gợi. Người đọc có thể vừa đọc, vừa dừng lại nhâm nhi, ngẫm ngợi, thú vị từng khổ văn ngắn.

Truyện của Vũ Xuân Tửu luôn được các nhà phê bình đánh giá cao, chính vì thế ông đã đoạt Giải nhất Cuộc thi truyện ngắn tạp chí Văn nghệ quân đội (2005 -2006). Truyện của ông ngày càng đến gần với công chúng độc giả hơn và hiện nay, Vũ Xuân Tửu đang giữ được cái nguyên chất tinh khôi, các tác phẩm của ông sẽ ngày càng đi xa hơn, truyền tải được những thông điệp tốt đẹp, không chỉ đến độc giả, nền văn xuôi miền núi, văn xuôi, văn học Việt Nam mà còn đối với nền văn học của các nước khác.

1.3. Những nét tương đồng và khác biệt của Vũ Xuân Tửu với các tác giả văn xuôi miền núi phía Bắc đương đại khác

1.3.1. Những nét tương đồng

Văn xuôi miền núi đã ghi nhận sự thành công của nhiều tác giả, ngoài những tác giả là dân tộc kinh còn có sự góp mặt của các tác giả là người dân tộc thiểu số, đội ngũ nhà văn viết về đề tài miền núi tuy chưa thật sự phong phú nhưng vô cùng

ngực, nên trên yếm thấy nổi lên ba cái núm nhấp nhô. Thế là có hồn vía Vần bên người Quế rồi" (*Cỏng Hò*) [63, tr.31].

Tiếng kèn trên đỉnh Mã Pì Lèng ám ảnh người đọc vì nó vốn là tiếng kèn gọi tình yêu:

"Một lúc, thấy bóng Mỷ dắt ngựa xuống núi, tôi liền ngậm lá, thổi một hồi:

Em ơi,
Tình yêu đôi ta đẹp thế này
Đã nói nhiều nhưng đôi ta chưa tỏ
Vẫn còn nhiều bí ẩn ở thắt lưng em...

Mỷ cũng buộc ngựa, thổi lá:

Anh ơi,
Chúng mình dù tâm sự hay đến mấy
Nhưng gặp nhau
Em muốn nói cùng anh chưa tỏ
Nhưng vì chưa biết cõi lòng anh...

Tôi cùng Mỷ dắt ngựa qua cầu. Mỷ sánh vai bước bên tôi. Cầu treo rung rinh in bóng hình nhạt nhòa trên sóng nước. Tôi ngây ngất như bước trên mây. Mỷ cũng bâng khuâng như lướt trên gió." [61, tr.54]. Tình yêu của đôi trai gái nơi đây thật đẹp và nên thơ. Họ quen nhau, rồi yêu nhau bằng lời ca, tiếng sáo. Những lời ca, tiếng sáo đó đã phản ánh được tâm hồn của những người lao động nơi đây. Họ sống với nhau bằng cả tâm lòng, cũng chính vì thế mà khi họ yêu nhau nhưng không đến được với nhau thì tiếng kèn yêu thương ngày xưa nay lại trở thành tiếng kèn ai oán, tiếng kèn chia ly. "Một đêm, trăng suông, tôi ngồi bên mộ, sương ướt đầm vai áo, chợt nghe mơ hồ như có tiếng kèn lá từ trời cao vọng về:

Anh ơi...
Đã nói với nhau nhiều nhưng chưa nói hết
Vẫn còn điều ngây ngất ở trong em...

Có mùi hương tỏa ra ngào ngạt. Mỷ hiện lên, thấm hơi sương lạnh giá, ánh mắt nồng nàn như xưa, làn môi đẫn thắm như xưa, khẽ cất tiếng thì thào như gió thoảng:

- Mỷ biết anh còn thương Mỷ nhiều, yêu Mỷ nhiều mà" [61, tr.54 - 55].

Lời ca đầy tình yêu thương nhưng cũng thật ai oán, chua xót. Họ đã dùng những lời ca thay cho lời tâm tình, dùng tiếng sáo, tiếng kèn thây cho tiếng hồn để nói cho nhau nghe, cho nhau hiểu. Qua lời ca tiếng sáo ấy ta thấy được những tâm hồn thơ mộng, giàu cảm xúc của những con người nơi đây.

Nhà văn miêu tả chân thực cuộc sống của con người nơi miền núi cao khi chưa bị những xô bồ, những dối ren, chen lẫn của cuộc sống đô thị ảnh hưởng đến. Ở đó người dân sống bình dị và đậm màu sắc truyền thống của từng dân tộc khác nhau. Đó là những phong tục, tập quán với nhiều màu sắc. Trong đó, có phong tục kết hôn. Phong tục này được nhà văn miêu tả chi tiết, độc đáo. Đám cưới của đồng bào Quần Trắng với cảnh cô dâu, chú rể vượt núi về với nhau.

“Quan lang khoác túi thuê hoa đỏ, phất phơ riềm tua vàng, lại hát:

Chắp tay chào gia tộc, cho đoàn rước râu may mắn, được hát và say” [60, tr.32].

Qua sự quan sát tỉ mỉ, tinh tế và thể hiện bằng những trang văn giàu sức gợi. Vũ Xuân Tửu đã đưa người đọc đến với những vùng khác nhau của miền núi phía Bắc. Mỗi vùng lại có những phong tục riêng, nét đẹp văn hóa riêng thể hiện trong đời sống nhân dân. Cuộc sống nơi đây thật nên thơ, chan hòa trong tình yêu thương. Cuộc sống bình dị, mộc mạc nhưng đậm tình người được lưu giữ và truyền lại qua nhiều thế hệ.

Cuộc sống của nhân dân nơi đây gắn bó chặt chẽ với thiên nhiên. Nơi núi rừng hoang vu, thiên nhiên khắc nghiệt, ở đó họ lao động, cày cuốc, làm nương rẫy bằng chính sức mình mà chưa có sự hỗ trợ của máy móc vì thế cuộc sống của họ vô cùng khó khăn, vất vả. Đó là cuộc sống nghèo khó của gia đình anh Bưởng buộc anh phải chặt cây mít lâu năm trong vườn để “gỗ thì bán kiếm đồng đong gạo, đất thì cuốc lên trồng mấy luống lạc, rạch đậu” (*Pho tượng gỗ mít*). Cảnh lao động vất vả, khó nhọc của những người làm nghề sông nước suốt ngày đi lại trên be thuyền: “Mùa hè nắng như thiêu như đốt, chúng tôi chống sào đẩy thuyền chỉ đội cái nón mê. Anh nào anh nấy đen sạm. Mùa đông, gió rét như cắt da cắt thịt, chúng tôi chống sào đẩy thuyền khoác thêm cái bì kiện. Anh nào anh nấy da tím tái” (*Người sông nước*). Cuộc sống của những cô gái trên đỉnh Pù Tiên: “Nhình chuyên cần làm việc như một con ong. Năm mười ba tuổi là đã có nương bông riêng. Con gái bản tôi, cứ độ mười sáu, mười bảy tuổi là đã lấy chồng. Các cô gái đi lấy chồng, phải mang của hồi môn về nhà chồng, cho mỗi người trong nhà một bộ chăn gối thổ cẩm và làm riêng cho chồng một đôi giày thổ cẩm” (*Cầu vồng trên núi Pù Tiên*). Mười ba tuổi là độ tuổi của việc chơi và học vậy mà các cô gái nơi vùng núi cao này lại phải làm việc cực khổ, trong những điều kiện khó khăn chỉ để có của hồi môn về nhà chồng, nhưng tất cả những việc họ làm chưa chắc đã đổi lại được cuộc sống hạnh phúc, có những mảnh đời dù chăm chỉ cần mẫn nhưng cuối cùng cái kết họ nhận được vẫn là một màu đen tối không một tia hi vọng.

Cuộc sống người dân vùng núi cao gặp nhiều khó khăn vì điều kiện khắc nghiệt nơi đây. Người dân quanh năm lam lũ để kiếm ăn. Thậm chí du canh du cư vẫn là phương thức chính trong đời sống của họ. *Thành hoàng làng Vực Vại* là một trong những câu chuyện mà nhà văn cho người đọc thấy cuộc sống khắc nghiệt mới một làng nghèo, con người phải đấu tranh với thiên nhiên để sinh tồn. Thiên nhiên được thần thánh hóa mang sức mạnh kì bí, khiến con người khó bề chinh phục.

Chuyện ở bản Piát cho thấy cuộc sống lao động thường ngày của đồng bào miền núi. Những vất vả trong lao động với công cụ thô sơ càng làm tăng thêm sự vất vả, làm cuộc sống thêm nhiều khó khăn. Nhiều khi họ còn phải chiến đấu với thiên tai, với thú rừng để kiếm sống, để sinh tồn. Qua câu chuyện *Tiếng kèn lá trên đỉnh Mã Pì Lèng,* ta còn thấy được cảnh thiếu thốn, khó khăn trong việc giáo dục trong một lớp ghép mấy chục đứa trẻ, học rải rác đủ các lớp của cấp một.

Chính vì sống trong điều kiện khắc nghiệt, khó khăn, thiếu thốn đủ thứ, nơi đây chưa hề có ánh sáng của khoa học, bản thân họ còn mang niềm tin thơ ngây vào thế lực siêu nhiên nên những điều đó đã dẫn đến những số phận bất hạnh, những bi kịch. Mẹ Nhình bị bệnh, không có bác sĩ và thuốc chạy chữa: "Bầm nhình ốm nặng, mà không tìm được cái bệnh để chữa. Bao nhiêu thuốc là bấy nhiêu trâu bò, bấy nhiêu nương ruộng và cả cái nhà gỗ nghiến năm gian kia cũng không còn. Thế rồi Nhình phải đi vay nợ để có tiền tìm thuốc chữa cho bầm. Cái ông lang thuốc nom như con sâu bông, ngốn tiền bạc như nước chảy vào ống bắng thủng, nhưng bệnh thì không khỏi, cứ như nước suối mùa hè ngày một đầy thêm" [60, tr.57]. Ông thầy lang đã lừa gạt để cuối cùng Nhình phải lấy ông ta trả nợ, và hạnh phúc phúc lứa đôi cũng không còn trọn vẹn. Người con gái không lấy được người mình yêu đã chết đi mang theo mối tình thầm.

Tình yêu của anh chân sào với bà chủ thuyền trong *Người sông nước đẹp* như một bài thơ nhưng kết cục của mối tình đó vẫn là chia li kẻ trần người âm. Tình yêu của Mỷ và thầy giáo (*Tiếng kèn lá trên đỉnh Mã Pì Lèng*) cuối cùng vẫn kết thúc bằng bi kịch khi Mỷ ăn lá ngón tự tử.

Những số phận, những cuộc đời thực đã hiện ra trong tác phẩm của Vũ Xuân Tửu đó là những con người bình thường ở quanh ta, với những câu chuyện ta thường nghe, những sự việc ta thưởng thấy. Qua những cái bình thường ấy, nhà văn đã khắc họa được chân dung cuộc sống của những con người lao động nơi miền núi hoang vu, khắc nghiệt.

Điều kiện thiếu thốn, thiên tai khắc nghiệt, những phong tục cũ, lối sống, lối canh tác lạc hậu đã khiến cho đời sống nhân dân nơi đây gặp rất nhiều khó khăn. Nhưng không thể phủ nhận một điều rằng, trong những bản nghèo ấy, nhân dân cùng làm việc vất vả vẫn đoàn kết gắn bó, vẫn luôn có những tiếng hát, tiếng cười.

2.2.1.2. Đời sống tâm linh của nhân dân miền núi

Ẩn bên trong mỗi số phận của từng nhân vật trong truyện là bức tranh về đời sống văn hóa, sinh hoạt tâm linh, tín ngưỡng hết sức phong phú của đồng bào dân tộc. Nó trở thành một nếp văn hóa ăn sâu vào tiềm thức không chỉ của người miền núi cao mà là của tất cả con người Việt Nam. Đó là các sinh hoạt trong các ngày lễ tết, lễ hội, hoạt động thờ cúng tổ tiên, những vị thần, những vị anh hùng, những người đã khuất.

Đời sống tâm linh gắn liền với cuộc sống của con người nơi đây, nó không chỉ là những nét văn hóa mà còn là nơi để con người gửi gắm niềm tin.

Tâm linh là khái niệm được hiểu theo nhiều nghĩa. Có nhiều định nghĩa cho rằng đó là phần thần bí của con người không thể giải thích được. Có định nghĩa cho rằng tâm linh là thế giới bên kia, thế giới của những người đã khuất. Ngày nay, các nhà khoa học cho thấy tâm linh nằm trong cuộc sống con người. Đó là ý thức về những giá trị hiện tồn trong đời sống tinh thần, chứa đựng sự tôn thờ, kính trọng hoặc tồn tại như một ám ảnh. Đó là sự nhận thức của cá nhân về những giá trị thiêng liêng, hướng tới cái cao cả, cái thánh thiện trong cuộc đời. Tâm linh liên quan đến quan niệm lòng vị tha, đạo đức, tinh thần, ý chí... Tâm linh vượt quá cảm nhận của tư duy thông thường. Tâm linh luôn gắn với niềm tin thiêng liêng.

Đời sống tâm linh là một miền đất còn nhiều bí ẩn, nhất là đối với các nhà văn. Những đam mê, ấm ức, những bi kịch, những lắt léo trong đời sống nội tâm được các nhà văn khai thác, tìm hiểu cặn kẽ. Họ muốn đi sâu vào đời sống tâm hồn của con người, mong tìm đến những nơi mới mẻ, những miền đất hứa xa lạ mà một nền công nghiệp văn minh chưa tìm ra. Một trong những nhà văn đi tìm, đi khai thác miền đất hứa đó chính là Vũ Xuân Tửu. Trong tác phẩm của Vũ Xuân Tửu, ta thường bắt gặp những con người lội ngược dòng kí ức, sống bằng tâm tưởng, mộng mị, ảo giác, những con người luôn bị ám ảnh bởi đời sống nội tâm. Đó là những người phụ nữ, ám ảnh tình yêu duy nhất trong tâm hồn người đàn ông, luôn đeo bám nhân vật của nhà văn, khi hiển hiện, khi lẩn khuất, khi táo bạo, khi duyên dáng. Đó là biểu hiện của cái đẹp nguyên sơ, trinh trắng mà con người luôn hướng tới.

Đời sống của nhân dân được nhà văn khám phá không chỉ ở cuộc sống lao động giản dị hằng ngày với những vất vả, với lời ca tiếng hát, mà hiện thực cuộc sống còn được nhà văn khám phá với cái nhìn rộng hơn. Trong tác phẩm, Vũ Xuân Tửu quan tâm sâu sắc đến hoạt động tín ngưỡng. Ông đi sâu vào tìm hiểu đời sống tâm linh đầy bí ẩn của con người nơi đây. Nói đến đồng bào miền núi là nói đến những tín ngưỡng, những niềm tin thơ ngây, thành kính vào các thế lực siêu nhiên. Họ đặc biệt rất sùng tín ngưỡng, tin tưởng vào tín ngưỡng và thờ cúng là một phần quan trọng trong đời sống của họ. Chính vì thế mà khi khai thác các nhân vật trong tác phẩm của mình, Vũ Xuân tửu luôn để nhân vật của mình mang những ám ảnh tâm linh. Đó là những giấc mộng, chập chờn giữa thực và ảo, giữa tỉnh và mơ.

Trong truyện của Vũ Xuân Tửu, nhân vật nam luôn mang trong mình một ám ảnh lớn. Đó là ám ảnh về người phụ nữ, về một tình yêu duy nhất. Tình yêu tan vỡ, tình yêu cách trở, tình sầu, tình tuyệt vọng khiến nhân vật nam mang ám ảnh khôn nguôi, mang những mộng tưởng giữa cuộc đời. Họ sống trong nhiều tâm trạng khác nhau, có lúc ta thấy họ như xa xăm, lúc lại dằn vặt, đau khổ, tất cả họ đều sống bằng ảo mộng, một thứ ám ảnh mà cả đời họ không thể thoát ra. Nhân vật nam thường mang trong mình hình bóng người phụ nữ, dù họ không còn trên đời. Hình bóng đó đi vào mơ, khi chập chờn, khi hiện hữu, khi đẹp lung linh, khi lại vô cùng đau đớn. Những chàng trai trong truyện Vũ Xuân Tửu luôn là những chàng trai chung tình, sâu sắc.

Người sông nước là một câu chuyện như thế. Trong truyện xuất hiện nhiều chi tiết thờ cúng. Đó là truyện ngắn liên hoàn viết về mối tình của anh chân sào và bà chủ thuyền. Đây là một câu chuyện tình đẹp, nhuốm màu sắc huyền ảo. Tình yêu ấy không có sự ngăn cách về không gian, thời gian, sang hèn, và cái chết cũng không làm giảm đi tình yêu của họ. Dường như tình yêu có sức mạnh tái sinh, giống như phương thuốc huyền bí. Cũng có thể vì tâm hồn hai người yêu nhau giao cảm. Khi bà chủ thuyền chết, thân thể héo hon, nước mắt tôi lã chã rơi xuống, tức thì cái xác như tươi lại, mái tóc như mùi bồ kết tỏa ra" [60, tr.11]. Tình yêu ấy vượt qua quy định của làng khi anh chân sào chôn cất cho bà chủ thuyền ngay trong vườn, và hằng ngày không quên thắp nhang, cúng cơm cho người đã khuất. Câu chuyện cho ta tin vào linh hồn bà chủ thuyền, tin vào tình yêu vượt qua giới hạn sống chết. Chỉ khi thầy phù thủy khấn giải tình duyên ban ngày, con bướm trắng to như lá bàng, ban đêm con đom đóm to như ngọn phong đăng không còn xuất hiện. Luống hành cũng từ đó héo úa. Và con chim đỏ như yếm thắm cũng không bay xuống nữa. Anh chân sào càng tin vào linh hồn bà chủ thuyền, càng thêm ấp ủ mối tình si. "Chạng vạng tối hôm đó, tôi ôm cái gối có yếm thắm trong lòng, ra bến sông hóng mát cho khuây tuổi già. Tôi giật mình chợt thấy, con bươm bướm trắng to như cái lá bàng, vừa từ luống hành mạn bắc bay ra sông, thì con đom đóm to như ngọn phong đăng lại về đậu trên luống hành bên nam. Hình như từ chân trời, có con chim lửa đỏ như yếm thắm bay ngang" [60; 44]. Có thể thấy, nhân vật luôn mang trong mình ám ảnh về người phụ nữ của cuộc đời. Đó là người mà họ yêu thương nhất và luôn giao cảm về tâm hồn. Sự giao cảm ấy khiến nhân vật nam khôn nguôi nhớ thương dù mỗi người một thế giới.

Cầu vồng trên núi Pù Tiên, Tiếng kèn lá trên đỉnh Mã Pì Lèng cũng là những câu chuyện đẹp về tình yêu, nhưng đều đượm nỗi buồn và đau khổ. Tình yêu có phải là sự cứu dỗi của cuộc đời hay chỉ mang lại hệ lụy cho cuộc đời những con người vốn đã chịu nhiều đau khổ. Luôn có một câu hỏi lớn trong những câu chuyện này, nhà văn cho ta thấy những câu chuyện tình yêu đẹp, nâng tâm hồn con người lên, nhưng cũng cho ta thấy những đau đớn, khổ đau, dằn vặt trong tình yêu. Nhưng đam mê, ấm ức, lắt léo trong tâm hồn con người phần nhiều đều do tình yêu, vì tình yêu là một biểu hiện của con người tâm linh. Họ tin vào những điều siêu nhiên, huyền bí, tin vào linh hồn người phụ nữ mình yêu, và họ mãi bị ám ảnh bởi những người phụ nữ ấy. Mỷ trong truyện *Tiếng kèn lá trên đỉnh Mã Pì Lèng* hiện về nói với chàng trai rằng mình sẽ luôn bên anh, và cô nhập hồn mình vào Tiên, chàng trai gọi tên cô và coi cô như vẫn còn sống. Chàng tin rằng người yêu mình chưa hề chết, khi chàng không còn thấy ngôi mộ của Mỷ đâu nữa. Chàng trai trong *Cầu vồng trên núi Pù Tiên* cũng đã chứng kiến những điều lì lạ khi cầm đến kỉ vật Nhình để lại. Những cây hoa trắng như hiện thân của Nhình.

Sự phức tạp trong đời sống tâm linh của người vùng cao mà nhà văn thể hiện cho thấy những khoảng sâu của tâm hồn con người với những điều bí ẩn mà chưa ai giải thích được. Những con người nơi đây khi chưa tiếp xúc với sự tiến bộ của khoa học thì với họ tất cả niềm tin họ đều đặt lên các thế lực siêu nhiên, chỉ có thế họ mới tìm được nơi an ủi, nương náu, cũng chính thế giới tâm linh này đã cho họ niềm tin để họ sống tiếp, hi vọng trong khi họ gặp khó khăn, đau khổ. Vũ Xuân Tửu đến với cuộc sống của nhân dân miền núi phía Bắc, nơi mà còn lưu giữ khá nhiều những niềm tin thiêng liêng. Nhân vật trong truyện của ông, họ có niềm tin sâu sắc vào tình yêu, vào người phụ nữ của đời mình. Ở họ luôn khao khát, tôn thờ người phụ nữ duy nhất, để rồi tin vào những thế lực siêu nhiên với sức mạnh thần bí làm cầu nối cho tình yêu và hạnh phúc lứa đôi.

Đời sống tâm linh của nhân dân miền núi rất phong phú, trong đó có những tín ngưỡng về thờ bách thần.

Hình thành từ xã hội nguyên thủy, người Việt có tín ngưỡng bách thần, gắn cho các thế lực siêu nhiên, các sự kiện chưa giải thích được là các vị thần. Thế giới tâm linh bao gồm thần Sông, thần Núi, thần Biển, thần Lửa, thần Sấm Sét... và còn có cả thần Bếp, thần Tài... Nhân gian có người xấu người tốt nên các vị thần cũng có thần thiện, thần ác, có thánh thần luôn giúp người và cũng có ma quỷ chuyên hại người.

Với nhân dân vùng cao, tín ngưỡng thờ bách thần ăn sâu vào tiêm thức của họ. Họ sống cùng quan niệm "vạn vật hữu linh". Dường như, quá trình đô thị hóa chưa làm mất đi trong tiềm thức thức của người dân nơi đây quan niệm về một thế lực siêu nhiên đã chi phối cuộc sống của họ suốt bao nhiêu thế kỉ. Chính vì vậy, tất cả mọi sự vật ở đây từ cây cỏ, viên đá hay mỗi hiên tượng siêu nhiên đều mang trong nó một linh hồn. Vũ Xuân Tửu đã đưa tất cả những điều đó vào trong tác phẩm của mình, ta có thể bắt gặp tín ngưỡng này ở bất kỳ truyện ngắn nào như *Thành hoàng làng Vực Vại, Tiếng chuông đêm, Mồ Hôi của đá, Yếm thắm*...

Truyện *Yếm thắm*, giống như một câu chuyện cổ tích thần kì về tình yêu vượt qua mọi giới hạn. Đó là tình yêu đẹp dù âm dương cách biệt. Hai người ở hai thế giới khác nhau nhưng vẫn luôn nhớ đến nhau và có cảm giác bên nhau. Yếm thắm do bà chủ thuyền để lại cho anh chân sào, từ đó luôn theo bên anh như chính bà chủ vậy. Còn mấy luống hành anh chân sào trồng trên mộ bà chủ cũng thật kỳ lạ: "Mấy luống hành tươi tốt lạ thường. Ngày ngày, có con bươm bướm to như lá bàng đậu trên luống hành mạn bắc. Đêm đêm, có con đom đóm to như ngọn phong đăng đậu trên luống hành bên nam. Người làng ai cũng bảo hành ma. Tôi ngắt một cuộng thổi tò tò te te. Khi lòng tôi vui, tiếng kèn hành tựa như lời hát ca. Khi lòng tôi buồn, tiếng kèn hành tựa như lời khóc than" [60, tr.42]. Con chim lửa cũng là hiện thân của bà chủ thuyền. Hình ảnh yếm thắm, luống hành, con bươm bướm, con đom đóm, con chim lửa như hiện thân của bà chủ thuyền đi theo chàng trai.

Qua những tác phẩm của mình, Vũ Xuân Tửu cho người đọc thấy sự hiện hữu song song của thế lực siêu nhiên bên cạnh đời sống con người. Con người đối với các hiện tượng siêu nhiên ấy vừa nghi ngờ, vừa mặc nhiên thừa nhận. Sự hiện diện của các thế lực siêu nhiên trong thế giới tự nhiên tạo cho người đọc cảm giác như bước vào một thế giới kì lạ, khác thường. Những sự vật, sự kiện kì lạ đó, mang đến cho truyện của nhà văn Tuyên Quang một thế giới thiên nhiên kì vĩ, bí ẩn, tạo nên sự rợn ngợp nhưng không rùng rợn. Dường như thiên nhiên cũng chứa đựng trong nó linh hồn và sự sống riêng. Ranh giới giữa cái siêu nhiên và cái tự nhiên bị mờ đi, không còn phân biệt được là thật hay ảo. Ở Mỗi sự vật đều mang một thông điệp riêng, chúng được coi như những vật truyền dẫn thông điệp siêu nhiên đến với thế giới tự nhiên và cuộc sống của con người.

Trong truyện của Vũ Xuân Tửu đời sống tâm linh còn được ông khám phá qua những giấc mơ và lời nguyền. Giấc mơ, lời nguyền mang ý nghĩa tâm linh đặc biệt, đem đến cho con người những tiên cảm, dự báo. Con người không thỏa mãn với những gì mình có nên không ngừng mơ ước, tìm đến ảo ảnh mong có sự huyền diệu đến với cuộc đời thực. Chính vì vậy, giấc mơ là trạng thái tâm lí được phản ánh nhiều trong văn học. Giấc mơ là nơi gắn kết hai thế giới con người và tâm linh, nó có ý nghĩa như một lời tiên báo điềm cát - hung; họa - phúc. Đó chính là thế giới ảo mộng với những hình ảnh chiêm bao hiện ra như nhìn thấy bằng mắt thực. Cũng có thể nói ràng giấc mơ chính là sự tái hiện những suy nghĩ của con người dưới dạng không tự giác, là điềm báo tương lai. Chữ "mộng" cổ được viết tượng trưng bằng hình ảnh một người nằm ngủ, dùng hai tay chỉ vào mắt, chỉ những hình ảnh có thể thấy được trong mắt. Mộng chỉ có thể thấy khi con người ngủ. Trong thế giới chiêm bao, có thể xảy ra mọi cái kỳ ảo mà trong hiện thực không thể có được. Mộng mang sắc thái thần bí và chứa đựng niềm tin tôn giáo. Nó đồng thời là điềm báo cho con người. Ngày nay, ngành chiêm tinh học ngày càng phát triển để lý giải những giấc mộng và sự trùng hợp giữa mộng và thực. Văn học sử dụng giấc mơ như một thủ pháp nghệ thuật để khám phá thế giới bên trong con người.

Lời nguyền, được quan niệm là lời tiên tri về số phận con người trong tương lai. Nó có thể do một người nào đó, hoặc một thế lực nào đó đưa ra để dự báo về số phận con người. Lời nguyền thường mang sắc thái tiêu cực hơn tích cực. Những điều được dự báo về tương lai thường là những điều xấu. Trong truyện của Vũ Xuân Tửu, ta thấy sự linh ứng của những giấc mơ, lời nguyền như một lời tiên tri về số phận nhân vật.

Thầy giáo trong truyện *Tiếng kèn lá trên đỉnh Mã Pì Lèng* đã mơ thấy sự trở về báo mộng của Mỷ:

"Một đêm trăng sáng suông, tôi ngồi bên mộ, sương ướt đầm vai áo, chợt nghe mơ hồ như có tiếng kèn lá từ trên trời cao vọng về:

Anh ơi...
Đã nói với nhau nhiều nhưng chưa nói hết
Vẫn còn điều ngây ngất ở trong em...

Có mùi hương tỏa ra ngào ngạt. Mỷ hiện lên, Thấm hơi sương lạnh giá, ánh mắt nồng nàn như xưa, làn môi đằn thắm như xưa, khẽ cất tiếng thì thào như gió thoảng [62, tr.69].

Sau giấc mơ đó, anh đã gặp Tiên, cô gái mà Mỷ nói đến trong giấc mơ. Tiên đòi xé váy áo của mình và mặc đồ của Mỷ. Đến khi gặp lại cô, anh thấy giọng nói của Mỷ và cái gật đầu lặng lẽ khi anh hỏi cô có phải là Mỷ không. Sự linh ứng của giấc mơ ở đây cho ta có cảm giác huyền bí. Nó giống như việc một con người được sống nhiều đời khác nhau, nhiều kiếp khác nhau.

Bà Thảo trong *Trăng sáng đồi chè* cũng là một ví dụ điển hình của mộng và sự linh ứng. Sau khi ông Phúc chết, đêm nào bà Thảo cũng như một bóng ma, lần lên đồi hái chè, đó giống như người mộng du, bà lên đồi chè để gặp hồn ma của ông phúc và truyền đạt lại cho người làng. Tất cả những gì mà nói đều thành sự thật, đó chính là sự linh ứng của những giấc mơ.

Truyện *Mồ hôi của đá* như đưa ta vào câu chuyện cổ tích thần kì ngày xửa ngày xưa quen thuộc với những giấc mơ và sự linh ứng của nó trong đời thực:

"Đêm nọ, Nậm thấy thành hoàng từ đình hiện về báo mộng rằng:

Muốn tạc nên bát đá xanh
Đuôi xà trâu trắng dắt quanh chân đèo
Tìm nơi đỉnh núi cheo leo
Thấy đôi loan phượng đang gièo với nhau
Mỏm đá phải lấy cho mau
Kẻo con rắn trắng có mào bò ra…

Nậm mừng rỡ, nhưng lại lo lắng hỏi:

- Con nghèo hèn thế vầy, vặt mũi chẳng đủ đút miệng, lấy đâu ra tiền mà tậu trâu lộc?

Thành hoàng lại mách nước:

Bát đá vỡ, nung thành vôi
Chờ bà hoàng hậu, kíp thời hiến dâng
Thiên cơ, không kể lung tung
Kẻo kẻ xấu bụng nó bùng tay trên…

Y lời, hôm sau, Nậm đắp lò, rồi thu lượm những mảnh bát đá vỡ để nung vôi. Liềm thấy sự lạ, nhưng hỏi mấy mà Nậm cũng không hé răng. Nhẫn nại kiếm củi đốt lò. Những mảnh bát đá vỡ, nung thành vôi, tôi trong vại thành một thứ vôi trắng như bạc, toả mùi thơm như hoa lan. Nậm mừng lắm, âm thầm chờ đợi". [64, tr.206]

Sự linh ứng trong câu chuyện giống như sự bù đắp cho những cố gắng của con người, tạo cho con người niềm tin và hi vọng. Rằng nếu cố gắng sẽ được đền đáp.

Có những giấc mơ tạo ra sự linh ứng tốt đẹp nhưng cũng có những giấc mơ lại đến như những lời nguyền. Những lời nguyền giống như một hạn định để con người điều chỉnh hành vi của mình, sống đúng hơn và có trách nhiệm hơn. Lời nguyền thường cho ta cảm giác về một sức mạnh siêu nhiên, kì bí đã nắm giữ vận mệnh của con người giống như Thắng trong *Trong mưa có nắng*, lão Chài trong *Những người đào quặng*; lão trong *Thành hoàng làng Vực Vại*. Vũ Xuân Tửu cho thấy đời sống tâm linh phức tạp. Sự linh ứng của những giấc mơ là hiện tượng ngày nay khoa học vẫn đang khám phá. Những giấc mơ trở thành nỗi ám ảnh của các nhân vật, thể hiện sự giằng xé trong tâm hồn họ. Có thể thấy nhà văn diễn tả những cảm giác mơ hồ, mong manh một cách rất thực, khiến người đọc như cảm nhận được những mơ hồ đó tồn tại thực sự ngay cạnh mình. Những điều đó có được đều từ ngôn ngữ mà nhà văn sử dụng. Nó khiến cho câu chuyện thêm phần hư ảo, tạo chiều sâu suy tư cho người đọc. Giữa những giấc mơ hư ảo ấy, con người phải tự tìm cho mình một lối sống phù hợp, đưa mình ra khỏi những hư ảo của cuộc đời.

Đất nước ta là một trong những nước tin thờ đạo Phật, tin vào những điều Phật dạy và tin rằng trên cuộc đời này có luật nhân quả. Giấc mơ hay lời nguyền là một trong những biểu hiện của quy luật này.

Qui luật nhân quả xuất phát từ việc coi trọng công lí và niềm tin mang tính tôn giáo của nhân dân "ở hiền gặp lành, ở ác gặp ác", "gieo nhân nào gặt quả nấy". Đó là sự trả giá cho những lỗi lầm mà con người đã phạm phải. Nhà văn Vũ Xuân

Tửu đã gửi gắm quan niệm này trong các tác phẩm của mình. Ông cho nhân vật của mình sống lại một cuộc đời mới để trả giá những sai lầm của mình, thoát khỏi những đau khổ phải chịu ở kiếp trước. Chính vì vậy nhà văn thường để tác phẩm của mình với cái kết có hậu, nhân vật trong tác phẩm của ông dù chịu không ít đau khổ nhưng cuối cùng vẫn đạt được hạnh phúc bằng những cách khác nhau hoặc ở kiếp này hoặc ở kiếp sau. Vì vậy mà các sáng tác của Vũ Xuân Tửu thường mang lại cảm giác đẹp và buồn.

Trong truyện *Thành hoàng làng Vực Vại*, mỗi lần lão làm chuyện khuất tất là Vực Vại lại sạt lở thêm. Khi lão tống khứ được gã bán muối thì miệng vực lở đến tận chân miếu. Đến khi lão lập kế, làm cho chánh tổng bẽ mặt và mất nguồn cá, thì miệng vực đã lở đến đầu làng. Đến khi lão buộc dây nhổ răng, thì một lúc sau, đất đã sụp ngay từ chỗ lão nhảy lên hè xuống. Nhà văn cho rằng: "Răng người do mụ nặn, răng rụng hay còn là ý giời, ai cũng tự tiện nhổ răng mình thì khác nào bẻ que chống trời" [61, tr.64]. Như vậy, mỗi việc lão làm lão đều phải chịu trách nhiệm, mỗi việc đều gây ra hậu qua nhất định. Lão vốn được coi là thành hoàng làng Vực Vại vì là người đầu tiên khai hoang đất này mở ra làng. Những việc làm tốt sẽ mang lại những điều tốt, còn những việc làm xấu chắc chắn sẽ bị trả giá. Ở quanh chúng ta luôn có một thế lực siêu nhiên với quyền năng vô hạn giám sát mọi hành động của con người, để con người biết hành động, biết dừng lại. Nếu vượt quá giới hạn cho phép con người phải trả giá, nhiều hay ít là do những việc làm, hành vi của con người. Qua đó người đọc có thể thấy thái độ và niềm tin của nhà văn vào công lí.

Vũ Xuân Tửu viết nhiều chuyện nói đến sự hóa thân của nhân vật chính. Nhưng sự hóa thân đó chỉ xảy ra khi nhân vật chịu quá nhiều khổ đau. Nhà văn muốn cho nhân vật của mình hạnh phúc sau những khổ đau phải nếm trải. Đó cũng là quan niệm "ở hiền gặp lành" của nhà văn. Tuy nhiên, sự hóa thân ấy thường không mang lại hạnh phúc cho nhân vật ở hiện tại mà mang lại hạnh phúc ở một kiếp khác. Những người đã đau khổ, bất hạnh, đã cố gắng vì hạnh phúc sẽ có được hạnh phúc, dù là ở kiếp sau. Vì vậy, khi đọc những tác phẩm của nhà văn ta cảm thấy như mình đang đọc những câu chuyện cổ tích. Đó là những câu chuyện tình yêu đẹp, buồn nhuốm màu huyền ảo. Nhà văn luôn muốn mang đến cho con người niềm tin vào công lí, tin vào những điều kì diệu. Vì vậy, nhà văn không để nhân vật của mình chết đi trong im lặng, buồn khổ mà muốn có một kết thúc có hậu cho những câu chuyện tình buồn. Xã hội là muôn màu muôn vẻ, không phải tất cả những điều ta muốn đều có thể thực hiện được. Ở cái xã hội mà cái ác, cái phi nhân tính ngày càng lên ngôi, nhà văn không thể tìm được một giải pháp hợp lí để giải quyết cho những câu chuyện tình buồn này, ông đành chọn lựa cách để họ hóa thân như trong những câu chuyện cổ tích. Từ đó, những nhân vật nữ được hưởng hạnh phúc theo một cách khác. Nhân vật Nhình trong truyện *Cầu vồng trên núi Pù Tiên* là một cô gái xinh đẹp, chăm chỉ. Cô không lấy được người mình yêu nên đã chết cho tình yêu của mình. Khi cô chết đi, chàng trai đem kỉ vật của cô để lại gieo thì nó trở thành cây bông với những cánh hoa trắng: "Tôi lấy cái kim, trích vào ngón tay cho đủ bảy giọt máu nhỏ xuống chín quả bông khô héo, tức thì những quả bông tươi lại. Tôi mang ra gieo thử dưới chân núi Nàng Tiên, thì mọc thấy mọc lên chín cái cây như cây bông, nhưng cánh hoa trắng như hoa cúc dại và nhị đỏ tươi, hương thơm man mác.

Cứ vào những ngày trời vừa nắng vừa mưa, trên trời lại hiện ra cầu vồng bảy sắc bắc lên núi Nàng Tiên, thì những bông hoa ấy rung rinh xao động lạ thường, như bầy tiên nữ đang dang cánh bay lên" [60, tr.59].

Những bông hoa ấy là hiện thân của Nhình ở một kiếp khác với vẻ đẹp trong sáng, dịu dàng. Ở kiếp này, ta có thể cảm thấy cô gái không còn phải chịu những đau khổ, dằn vặt trong tình yêu và đã có được niềm hạnh phúc của riêng mình.

Tình yêu của anh chân sào và bà chủ thuyền trong *Người sông nước* cũng phải chịu sự ngăn cách của hai kiếp sống. Bà chủ thuyền và anh chân sào yêu nhau nhưng tình yêu đó không mang lại hạnh phúc trong kiếp sống hiện tại. Tất cả chúng ta đều tin rằng tình cảm chân thành sẽ vượt qua tất cả. Họ cũng thế, qua thử thách của thời gian và sự ngăn cản của sự sống - cái chết, tình yêu ấy ngày càng được khẳng định. Anh chân sào cả cuộc đời chỉ yêu và tôn thờ một người phụ nữ duy nhất. Cuối cùng, họ được bên nhau, nhưng là khi họ không còn sống nữa. Kiếp hiện tại không mang lại hạnh phúc cho họ trong tình yêu nên nhà văn đã để cho họ hạnh phúc mãi mãi ở kiếp sau.

Tiếng kèn lá trên đỉnh Mã Pì lèng là câu chuyện duy nhất mà nhân vật chính hóa thân để hưởng hạnh phúc nơi trần gian. Mỷ yêu thầy giáo nhưng bị gia đình phản đối. Cô ăn lá ngón tử tự, vì cô không muốn lấy ai khác. Nhưng sau đó, gia đình cô đồng ý. Nhận thấy sai lầm của mình, cô nói với người yêu:

"- Mỷ biết cái lỗi rồi. Mỷ lại về với anh. Ngày mai, chờ ở gốc cây sa mu ngày xưa..."[60, tr.55].

Hôm sau, khi chàng trai đến thăm mộ người yêu thì không thấy ngôi mộ nữa. Khi chàng trai đến gốc cây sa - mu, chàng thấy một cô gái Mông Trắng xinh đẹp như Mỷ. Khi chàng bắt chuyện, cô lặng lẽ ứa hai hàng nước mắt. Sau những ngăn cách, có lẽ họ sẽ được hưởng hạnh phúc trong tình yêu giữa cuộc đời trần thế mà không phải đợi kiếp sau bởi một thế thân khác.

Như vậy, qua những câu chuyện của mình, nhà văn muốn cho chúng ta thấy quan niệm về quy luật nhân quả của mình. Đó cũng là lời thức tỉnh để con người không lầm lạc giữa cuộc đời ngày càng nhiều cái ác, cái xấu. Thông qua đó, nhà văn cũng muốn gửi gắm đến bạn đọc niềm tin vào tình người, tình đời, niềm tin vào điều thiện. Trên đời này vẫn luôn còn rất nhiều người tốt, việc tốt.

2.2.2. Bức tranh đời sống hiện đại trong truyện ngắn của Vũ Xuân Tửu

2.2.2.1. Đời sống của nhân dân miền núi dưới tác động của cơ chế thị trường và sự phát triển của khoa học kĩ thuật

Những tác phẩm của Vũ Xuân Tửu không chỉ đưa chúng ta đến với những bản làng hoang sơ, thơ mộng nơi có những lời ca tiếng hát, có những con người sống đầy tình nghĩa ở nơi miền núi phía Bắc. Những con người nơi đây gắn bó với núi rừng, nương rẫy, với cuộc sống lao động cần cù, giản dị. Nhưng đây không phải là tất cả những gì nhà văn muốn nói. Thời gian trôi qua, cuộc sống cũng nhiều thay đổi, và cuộc sống ở nơi thơ mộng này cũng không hoàn toàn yên lặng trước những thay đổi của khoa học và chính sách của Nhà nước.

Ở nơi hoang sơ, hẻo lánh này tưởng chừng như sẽ chẳng có gì có thể thay đổi, thế nhưng quá trình đô thị hóa với sức mạnh của nó đã thâm nhập vào những miền quê xa xôi, những bản làng hẻo lánh và làm thay đổi cuộc sống của nhân dân. Nhà văn Vũ Xuân Tửu đã quan sát tỉ mỉ những sự đổi thay đó để viết vào những tác phẩm của mình. Nông thôn hiện ra trong những trang viết của ông không còn là vùng quê yên bình, nơi tâm hồn con người được thanh thản, mà tại nơi đây, con người vẫn phải chịu đựng những tổn thương, những đau đớn trong tâm hồn. Sự xâm nhập của quá trình đô thị hóa với sự đón nhận trái chiều của nhân dân vừa nâng cao đời sống nhưng cũng không ít hệ lụy đã được nhà văn phản ánh chân thực trong các tác phẩm.

Đầu tiên, để nói về sự xâm lấn của văn hóa hiện đại phải kể đến những thành tựu của khoa học kĩ thuật.

Viết về đời sống của nhân dân vùng cao nhà văn không chỉ khai thác quá khứ, những nét văn hóa cổ truyền, những phong tục tốt đẹp đã tồn tại trong đời sống của nhân dân, nhà văn còn phản ánh chân thực những thay đổi ngày càng rõ ràng của văn hóa đô thị vào đời sống của nhân dân.

Có thể nói khoa học kĩ thuật chính là mốc đánh dấu sự thay đổi trong xã hội loài người từ văn hóa nguyên thủy sang văn hóa hiện đại. Khoa học kĩ thuật làm thay đổi cuộc sống con người. Những thành tựu khoa học trước hết đem lại cho con người cuộc sống tốt hơn, tiện nghi và có phần thoải mái hơn. Những sự thay đổi đó đều được nhà văn đề cập đến trong các câu chuyện. *Chuyện ở bản Piát* là một câu chuyện tiêu biểu cho thấy sự thay đổi trong đời sống của người dân: "Cái bản dốc thoải của tôi đã khác xưa. Ngoài đồng không còn cối giã gạo nước kiểu con bìm bịp nữa. Nhà tôi đã mua máy xay xát về nghiền ngô, xát gạo cho cả bản. Rừng cọ cũng không còn tấu nhạc mưa, nên mỗi nhà chỉ đẻ từ một đến hai con. Cọ đã phá đi để trông keo, theo dự án xây dựng nhà máy bột giấy" [63, tr.21]. Những thành tựu khoa học mang lại những công cụ lao động mới thay thế cho sức lao động của con người. "Bây giờ, đội chiếu bóng cũ của chúng tôi đã "hết phim xin kính chào pì noọng". Chú ngựa "xanh lá cây" cũng đã thành cao "ngựa bạch". Thay vào là một đội chiếu phim lưu động" [63, tr.58]. Những thành tựu của khoa học len lỏi vào từng ngõ ngách xa xôi của bản làng. Trong *Thợ cắt tóc truyền đời* những đồ dùng thiết yếu, những thành tựu của khoa học kỹ thuật đã vào đến từng nhà: "Làng nghèo, lúc nào cũng buồn buồn như người ngái ngủ. Bỗng dưng đường quốc lộ chạy qua, thế là làng tươi tỉnh hẳn ra, cứ như người già được bát canh, trẻ có manh áo mới vậy". Quán cắt tóc của Phúc cũng trang bị hiện đại hơn để phù hợp với nhu cầu của khách hàng. Cô trang bị tivi, đầu máy cho khách hàng thưởng thức trong khi chờ cắt tóc.

Như vậy, có thể thấy rằng khoa học kĩ thuật đã từng bước đi vào cuộc sống của người dân đâu tiên là về vật chất. Tất cả nhưng công cụ thô sơ nay đã được thay thế bằng những vật dụng hiện đại. Sự thay đổi đó chính là một yếu tố quan trọng dẫn đến những thay đổi trong đời sống tinh thần của nhân dân.

2.2.2.2. Những thay đổi trong đời sống tinh thần của nhân dân khi tiếp nhận văn hóa hiện đại

Do những thành tựu khoa học kĩ thuật ngày càng đi sâu vào đời sống của nhân dân nên dẫn đến sự thay đổi rõ ràng trong đời sống tinh thần. Những nếp sống, nếp nghĩ xưa đã thay đổi thay vào đó là những cái nhìn mới những quan niệm mới. Sự thay đổi đó mang đến nhiều tích cực bên cạnh đó cũng phát sinh nhiều hệ lụy. Tất cả những điều đó đã được nhà văn phản ánh chân thực, sâu sắc qua từng câu chuyện trong tác phẩm của mình.

Cuộc sống của con người ngày càng thay đổi hiện đại hơn, nhu cầu hưởng thụ tăng cao. *Thợ cắt tóc truyền đời* phản ánh sự thay đổi đó. Quán cắt tóc của Phức ngày càng hiện đại hơn, phù hợp với nhu cầu của khách hàng. Cô trang bị tivi, đầu máy cho khách hàng thưởng thức khi chờ cắt tóc. Những thay đổi do khoa học kĩ thuật đem lại cho con người những điều kiện lao động tốt hơn. Thợ cắt tóc truyền đời cho thấy sự thay đổi trong đời sống tinh thần của nhân dân và những vẻ đẹp trong lối sống được những cô gái trong làng lưu giữ. Phức là một cô gái đẹp, làm nghề cắt tóc. Đây là nghề được truyền từ đời cha ông rồi đến cô. Làng cô ngày càng có sự thay đổi: “Làng nghèo. Lúc nào cũng buồn buồn như người ngái ngủ. Bỗng dưng có đường quốc lộ chạy qua, thế là làng tươi tỉnh hẳn ra, cứ như già được bát canh, trẻ có manh áo mới vậy. Người làng tất bật trổ nhà quay ra mặt đường, rồi thì mở quán bán hàng, khiến trong làng lúc nào cũng ồn ào như có đám giỗ. Đàn cò biệt dạng, nhưng xe cộ qua lại như mắc cửi, cuốn bụi vào tận hòm cúp. Hiệu cắt tóc của Phức mọc lên đầu tiên, ở ngay đầu làng, chỗ gốc đa mà ông nội đã cúp tóc ngày xưa. Trên vách, treo cái gương, to như cánh phản” [61, tr.7]. Chính cô cũng thay đổi nhiều để hiệu cắt tóc của mình khang trang hơn, thu hút khách hơn. Cắt tóc là một công việc cô yêu quý và coi trọng như nhiều nghề lao động khác, mặc dù ban đầu, ở làng quê nghèo, mọi người còn cái nhìn nghi kị đối với những cô gái làm nghề này. Phức cắt tóc nhưng không kiếm tiền bất chính bằng nghề của mình, dù có người khách đã nói “Loại ngu mới không biết vừa cắt vừa gặt”. Cô vẫn giữ cho mình nếp xưa, không chạy theo đời sống kim tiền.

Chuyện ở bản Piát, Suối Miền xía là những câu chuyện có bóng dáng của kĩ thuật mới. Đó là máy xay xát gạo, là nhà máy giấy, là đội chiếu phim lưu động. Tất cả đều là sản phẩm của khoa học kĩ thuật mới. Nhà văn thường nói về sự thay đổi trong đời sống dẫn đến sự thay đổi trong nếp nghĩ của con người. Vần trong chuyện Cỏng Hò là người có cách ứng xử thông minh, tình nghĩa. Vợ phản bội khi Vần đi bộ đội. Nỗi đau đó cũng dần nguôi ngoai. Chàng trai mua máy cày về làm cho cả bản đỡ vất vả. Rồi sau đó, anh đi làm điện, thắp sáng cho cả bản. Cũng nhờ đó, đời sống của người dân ngày càng cao. Vần còn bỏ những thù hận cá nhân để nghĩ cho cả bản khi ông chấp nhận chu cấp cho bản Đá Mài cái đập thủy lợi, kết hợp làm thủy điện từ tình địch của mình.

Hủ tục trong *Suối Miền Xía* cũng dần thay đổi khi chàng trai bỏ nghề chiếu phim, đôi vợ chồng trẻ lấy nhau, sống hạnh phúc. Không ít nhân vật trong truyện của Vũ Xuân Tửu là những người như vậy. Môi trường đô thị hóa thử thách con người, và họ biết vượt qua thử thách, tiếp nhân để đổi mới mình.

Sự xâm lấn của văn minh phương Tây với những thành tựu khoa học kĩ thuật do quá trình đô thị hóa đem lại đã làm thay đổi rất nhiều đến nếp sống, nếp nghĩ của người dân. Bên cạnh những quan niệm mới tốt đẹp thì những hệ lụy của quá trình này mang lại cũng không hề nhỏ. Vũ Xuân Tửu đã phản ánh sâu sắc những hệ lụy của quá trình đô thị hóa đến cuộc sống của của người dân trong những trang viết của mình.

Cùng với sự phát triển của khoa học hiện đại, đời sống tinh thần của nhân dân cũng thay đổi theo. Họ không còn giữ được những phong tục, tập quán, lối sống nguyên sơ nữa thay vào đó những thành tựu khoa học và lối sống đô thị đã cuốn con người đi, mang họ vào những vòng xoáy ăn chơi, hưởng lạc.

Đó là sự xuống cấp của những cô gái và khách hàng cắt tóc trong truyện *Thợ cắt tóc truyền đời* đã hấp thu cách nghĩ khác khi làng họ có con đường chạy qua, buôn bán phát triển, đời sống người dân cao hơn, nhu cầu hưởng thụ phong phú hơn dẫn đến những sai lệch trong suy nghĩ.

Bí mật cuốn gia phả là câu chuyện nêu lên những vấn đề trong tư tưởng sai lệch của người dân khi sống trong quá trình đô thị hóa. Hộ không có con, anh bèn cho vợ thả cỏ vì cho rằng, nếu không có con, cuộc sống và sự phấn đâu của mình cũng đâu có ý nghĩ gì. Nhưng anh không muốn vợ biết những toan tính đó, đã chuốc vợ uống say rồi nhờ người khác đóng giả mình. Cậu con trai ra đời lại vô tình đẩy hai vợ chồng trẻ vào sự xa cách, lạnh lùng. Tưởng rằng nó là mối ràng buộc cho tình cảm hai người, nhưng ai ngờ đó lại là nguyên nhân làm hai vợ chồng đạt được những toan tính cá nhân. Vấn đề đạo đức, nhâm phẩm được đặt ra trong tác phẩm mang tính nhị nguyên. Hộ ích kỉ, độc đoán khi mưu tính để vợ "thả cỏ", nhưng anh ta thật đáng thương khi hi sinh tình cảm riêng để đạt được hạnh phúc gia đình. Vấn đề đạo đức, nhân phẩm theo quan niệm xưa không còn khả giải. Nhưng rõ ràng những toan tính cá nhân đã làm tình cảm gia đình rạn nứt. Nếu họ cùng nhau bàn bạc, giải quyết, có lẽ đã không dẫn đến bi kịch khiến gia đình ông Chiến phải chuyển vào Nam. Câu chuyện kết thúc nhưng vấn đề nó đặt ra vẫn ăn sâu vào lòng người đọc.

Như vậy, văn hóa hiện đại đã du nhập vào những bản làng xa xôi. Nó làm những phong tục, tập quán xưa thay đổi nhiều, kể cả những hủ tục. Nhưng nó đồng thời làm cách nghĩ, cách sống của con người có những lệch lạc. Những giá trị văn hóa xưa đang đàn mai một thay vào đó là những giá trị mới, nảy sinh từ nền văn hóa đô thị. Những lo âu về nhân cách, nhân phẩm con người trong xã hội hôm nay trở thành niềm trăn trở thường trực trong lòng nhà văn.

Tóm lại, nơi rừng núi hoang vu, xa xôi, khi đô thị hóa cùng văn minh của khoa học kĩ thuật xâm lấn, con người có thể giữ cho mình một lối sống cao đẹp, giữ gìn nếp xưa, nhưng cũng có thể bị tha hóa trước những cám dỗ của cuộc sống kim tiền. Vũ Xuân Tửu đã cho chúng ta thấy sự thay đổi trong đời sống tinh thần của nhân dân vùng cao trước những ảnh hưởng của quá trình đô thị hóa. Đồng thời, ông cũng cho thấy những tác động trái chiều của xã hội kim tiền và sự tha hóa của con người nếu không có bản lĩnh vững vàng.

Tiểu kết

Đọc truyện Vũ Xuân Tửu ta có cảm giác mình đang trên đường đi đến rất nhiều nơi, tới những vùng miền khác nhau của miền núi phía Bắc. Đó là những nơi hoang sơ, kì vĩ, thiên nhiên thơ mộng trữ tình, nơi ấy có những đêm trăng thanh bình yên với lời ca tiếng hát với cuộc sống lao động bình dị và những con người thật thà, chân chất, và có cả sự xâm lấn của văn hóa đô thị. Con người nơi đây, họ tin vào thế lực siêu nhiên, huyền bí, niềm tin thơ ngây khi ánh sáng khoa học chưa làm suy nghĩ của họ thay đổi nhiều. Họ cũng tin vào quy luật nhân quả, tin vào sự báo ứng. Chính vì những điều này, nên con người nơi đây họ sống bằng tình người, tình đời và có cả những tình yêu đẹp vượt qua sự ngăn cách của không gian, thời gian, vượt qua cái chết để sống bên nhau. Bằng những ám ảnh tâm linh, những tiếng vọng từ tiềm thức, và cả cái nhìn sâu sắc, nhà văn đã dựng nên một hiện thực ở bề sâu của cuộc sống con người, một hiện thực vốn chìm khuất. Hiện thực đó để con người suy nghĩ, chiêm nghiệm và đánh giá.

Chương 3: Một số phương diện nghệ thuật trong truyện ngắn của Vũ Xuân Tửu

Để làm nên thành công của một tác phẩm tự sự nói chung, một truyện ngắn nói riêng phải kể đến nghệ thuật trần thuật. Nghệ thuật trần thuật bao gồm rất nhiều phương diện: Cốt truyện và kết cấu, không gian và thời gian nghệ thuật, ngôn ngữ và giọng điệu, nhân vật và điểm nhìn nghệ thuật.

Do khuôn khổ của luận văn, chúng tôi chỉ tập trung khai thác một số phương diện nghệ thuật làm nên đặc sắc trong truyện ngắn của Vũ Xuân Tửu đó là: Cốt truyện, nghệ thuật xây dựng nhân vật....

3.1. Nghệ thuật xây dựng cốt truyện trong truyện ngắn Vũ Xuân Tửu

3.1.1. Khái niệm cốt truyện

Trong giáo trình *Lí luận văn học* tập 2, nhóm tác giả biên soạn đã đưa ra khái niệm về cốt truyện: "Cốt truyện là chuỗi các sự kiện được tạo dựng trong tác phẩm tự sự và kịch" [50, tr.56]. Có thể nói cốt truyện là nòng cốt, là "xương sống" của truyện, tồn tại với hai tính chất cơ bản: Một là tính liên tục hạn hữu trong trật tự thời gian, sự kiên này được đặt sau sự kiện trước và cứ thế đến kết thúc. Hai là các sự kiện trong chuỗi có mối quan hệ nhân quả và bộc lộ ý nghĩa.

Trong công trình *Bàn về tiểu thuyết* (1992), Phạm Quỳnh xem tác phẩm như một cơ thể sống, cốt truyện như bộ xương của cơ thể con người, xung quanh đó là sự bao bọc của các thành phần khác như da thịt, mạch máu, gân cơ... Đối với một tác phẩm tự sự, điều tạo nên diện mạo mỗi tiểu thuyết và truyện ngắn của nhà van là cốt truyện. Mỗi tác phẩm có cốt truyện riêng, phản ánh năng lực sáng tạo, vốn sống và kĩ xảo nghệ thuật của nhà văn. Cốt truyện là toàn bộ những sự kiện được nhà văn trình bày trong văn bản tự sự (và văn bản kịch) mà người đọc có thể kể lại. Cốt truyện là yếu tố quan trọng bậc nhất, không thể thiếu trong bất kì một hình thức tự sự nào. Loại bỏ cốt truyện, văn bản tự sự lập tức chuyển sang dạng văn bản khác. Trong tác phẩm tự sự cốt truyện là cái khung đỡ cho toàn bộ tòa nhà nghệ thuật ngôn từ đứng vững.

Trong chuyên luận: Truyện ngắn những vấn đề về lí thuyết và thực tiễn thể loại, tác giả Bùi Việt Thắng xem cốt truyện như là "một hệ thống các sự kiện phản ánh những diễn biến của cuộc sống và nhất là các xung đột xã hội một cách nghệ thuật, qua đó các tính cách hình thành và phát triển trong những mối quan hệ qua lại của chúng nhằm làm sáng tỏ chủ đề tư tưởng tác phẩm" [53, tr.81].

Trong *Từ điển thuật ngữ văn học*, Lê Bá Hán cũng cho rằng "cốt truyện là hệ thống các sự kiện cụ thể được tổ chức theo yêu cầu tư tưởng và nghệ thuật nhất định, tạo thành một bộ phận cơ bản và quan trọng nhất trong hình thức động của tác phẩm văn học" [16, tr.88].

Cốt truyện thực hiện nhiều chức năng quan trọng trong tác phẩm như gắn kết các sự kiện thành một chuỗi và tạo thành lịch sử của mỗi nhân vật, bộc lộ xung đột của con người, tạo ra một ý nghĩa về mặt nhân sinh, tạo hấp dẫn cho tác phẩm.

Cốt truyện trong tác phẩm tự sự và kịch được chia làm hai loại: Cốt truyện đơn tuyến và cốt truyện đa tuyến cùng biến thể của nó. Như vậy khảo sát kiểu loại cốt truyện trong một tác phẩm văn học không chỉ thấy được sự đặc sắc và giá trị nghệ thuật của nó mà còn cho thấy cá tính sáng tạo độc đáo của nhà văn.

Truyện ngắn của Vũ Xuân Tửu luôn có sức hấp dẫn người đọc, một phần quan trọng những làm nên thành công đó là do nhà văn đã xây dựng được cốt truyện gần gũi với đời sống hằng ngày, với các truyện cổ dân gian và sử dụng yếu tố kì ảo xen đời thực, chính điều đó đã đem lại cảm giác mới lạ cho người đọc.

3.1.2. Cốt truyện trong truyện ngắn của Vũ Xuân Tửu

Mỗi nhà văn đều có cách xây dựng cốt truyện riêng, đó là cách để họ tạo ra dấu ấn của riêng mình. Vũ Xuân Tửu cũng vậy. Ông xây dựng cho tác phẩm của mình một cốt truyện riêng mang đậm dấu ấn cá nhân. Đọc truyện Vũ Xuân Tửu ta thấy xuất hiện ba dạng cốt truyện. Đó là: Cốt truyện hiện thực- đời thường, cốt truyện hiện thực - cổ tích và cốt truyện hiện thực- huyền ảo.

3.1.2.1. Cốt truyện hiện thực - đời thường

Như đã nói ở trên, truyện của Vũ Xuân Tửu luôn có sức hấp dẫn người đọc bởi do ông xây dựng cốt truyện gần gũi với cuộc sống hằng ngày. Đọc truyện của ông ta có thể bắt gặp những câu chuyện quá đỗi bình thường của những con người bình thường trong cuộc sống bình thường. Những câu chuyện tưởng chừng như quá gần gũi đó, qua sự sáng tạo của nhà văn lại có thể hiện lên những tâm tư, trăn trở của chính chúng ta trong cuộc sống hằng ngày với cái ăn cái mặc, với những điều nhỏ nhặt trong gia đình, với những suy tư trong tình yêu. Có thể thấy rằng, cốt chuyện này không có gì xa lạ với người đọc, nhưng qua sự sáng tạo của Vũ Xuân Tửu câu chuyện trở nên vừa quen lại vừa lạ, cuốn hút vô cùng.

Đó là những hình ảnh đời thường với tâm tư con người phong phú đa dạng. Những nhịp sống thường ngày được tái hiện chân thực. Là những hình ảnh lao động cày cuốc của nông dân, chuyện ở làng ở xã, rồi đến những chuyện ở trong gia đình, hay chỉ đơn giản là chuyện về một khẩu súng, cuộc nói chuyện của anh thợ đóng giày, hay những câu chuyện tình yêu đẹp của người nào đó.... Tất cả những hình ảnh ấy đều vô cùng quen thuộc với chúng ta. Nhưng điểm hấp dẫn ở cốt chuyện này là thông qua những câu chuyện, những hình ảnh bình thường đó là cả một thế giới đời sống tâm tư của con người.

Trong *Bí mật cuốn gia phả*, chỉ với một cuốn gia phả mà mọi nhà đều có nhưng lại ẩn chứa những mưu toan, những giằng xé trong nội tâm của những người thân thiết gần gũi với nhau, sống trong cùng một gia đình. Hộ không có con, vì muốn có con mà anh đã ích kỉ mưu toán cho vợ thả cỏ để có đứa con. Khi có con rồi anh lại đau khổ giằng xé không dám nhìn con. Còn người vợ rõ ràng biết người đàn ông đó không phải là chồng mình nhưng vẫn để yên, và sau đêm đó lại luôn nhớ về người đàn ông đó dù biết sai trái. Anh bộ đội dù biết rằng làm chuyện mà hộ nhờ vả là điều sai nhưng vẫn nhận lời. Đó cũng chính là những tâm tư của những người bình thường trong cuộc sống này. Chính những điều đó đã dẫn đến bi kịch là chính những đứa con của họ lại yêu nhau và buộc họ phải rời đi nơi khác.

Trong *Tiếng kèn lá trên đỉnh Mã Phì Lèng* là câu chuyện tình yêu đẹp của anh thầy giáo và Mỷ con gái của trưởng bản Mí Tủa. Gặp phải sự ngăn cấm của bố mẹ, Mỷ đã tử tự chết nhưng ở thế giới bên kia, tình yêu sâu nặng của cô dành cho thầy giáo cũng như tình yêu của thầy giáo đối với cô đã giúp họ vượt qua khoảng cách âm dương để trở về bên nhau. Qua câu chuyện, ta không chỉ thấy được thực tế cuộc sống ở vùng cao mà còn bắt gặp những trang thái tâm lí cả người đang yêu, những rung động ngọt ngào và cả đau khổ khi phải chia li.

Cũng là một câu chuyện về tình yêu như *Tiếng kèn lá trên đỉnh Mã Pì Lèng*, chuyện tình trong *Người sông nước* lại mang những cảm xúc, trạng thái tâm lí khác trong đời sống tâm tư của con người. Xoay quanh câu chuyện tình ngọt ngào nhưng đầy ngang trái và sự chia li, truyện cho ta thấy cuộc sống nay đây mai đó của người làm nghề sông nước. Tấm lòng nghĩa tình bên cạnh sự bội bạc. Trái tim người mẹ sâu nặng tình mẫu tử, như bản năng sống đã tạo nên một giá trị thiêng liêng hòa quyện trong nhau.

Đằng sau cuốn gia phả ghi chép những chuyện trong gia đình của *Bí mật cuốn gia phả* ta lại thấy được những góc khuất trong tâm hồn con người. Người chồng trong câu chuyện khi biết mình không thể có con nên đã nghĩ cách cho vợ "thả cỏ", cô vợ dù biết người ngủ cùng mình đêm đó không phải là chồng mình nhưng vẫn không hề nói ra, vậy là đứa bé được sinh ra trong sự dối lừa nhau và dẫn đến những bi kịch sau này. Gia đình là nơi thân thuộc nhất, thiêng liêng nhất, là nơi ta có thể sống thật với chính mình, nhưng qua câu chuyện ta lại thấy những toan tính, những dối lừa, cả đau khổ đang âm thầm diễn ra nơi đây. Hóa ra ở nơi mà ta nghĩ rằng tất cả như một vẫn ẩn chứa những điều thầm kín riêng trong lòng mỗi người.

Nhìn chung, cốt truyện trong tác phẩm của Vũ Xuân Tửu rất gần gũi với đời thường. Cốt truyện đã đặc tả được rất nhiều khía cạnh trong đời sống, từ cái chung đến những cái thầm kín nhất. Chính điều này khiến cho người đọc luôn cảm thấy gần gũi. Đọc chuyện như thấy chính mình và những người xung quanh mình trong đó. Đó cũng là thành công của nhà văn trong quá trình sáng tác nghệ thuật.

3.1.2.2. Cốt truyện hiện thực - cổ tích

Văn học dân gian là một kho tàng văn học phong phú, chứa đựng rất nhiều giá trị và là nguồn cảm hứng vô tận với các nhà văn. Có thể nói rằng văn học dân gian như bầu sữa nuôi dưỡng nền văn học dân tộc và nuôi dưỡng cả tâm hồn con người. Từ xưa đến nay có rất nhiều nhà văn lớn đã khai thác những tinh hoa từ văn học dân gian để đưa vào tác phẩm của mình. Những sáng tạo đó làm cho tác phẩm của các nhà văn tạo được sự gần gũi vừa mang đến tác phẩm chất nghệ thuật mới. Học tập những điều trên, nhà văn Vũ Xuân Tửu đã sáng tạo ra những tác phẩm có cốt truyện từ kho tàng văn học dân gian.

Trong rất nhiều tác phẩm của ông, có rất nhiều chi tiết gần với truyện cổ tích. Những con người tốt bụng đều được đền đáp, hoặc chết đi sẽ thành tiên thành phật. Nó gần gũi với quan niệm và ước mơ của nhân dân ta trong truyện cổ tích: Ở hiền gặp lành, thác xuống thành tiên phật. Trong *Mồ hôi của đá*, thành hoàng làng về báo mộng cho Nậm đi tìm thuốc cho Liềm và báo mộng về việc gặp hoàng hậu giống như những chi tiết trong truyện *Thạch Sanh* được báo mộng cứu công chúa. Gần với chi tiết trong truyện *Tấm Cám*. Cách thụ thai trong *Tiếng chuông đêm*, gợi cho ta nhớ về truyện thụ thai dị thường của người mẹ sinh ra Thánh Gióng trong truyền thuyết *Thánh Gióng* và người mẹ sinh ra *Sọ Dừa* trong truyện cổ tích cùng tên. Đó là mô típ về sự thụ thai rất phổ biến giữa thần và con người mà các truyện dân gian thường đề cập đến. Không chỉ có vậy, sự gần gũi giữa cõi trời với cõi trần, âm phủ và dương gian (*Thế gian cũng lắm anh hùng*), sức mạnh siêu nhiên, cũng như con người vơi thiên nhiên trong các tác phẩm của Vũ Xuân Tửu, cho bạn đọc được sống lại không khí trong các truyện thần thoại, một trong những thể loại phản ánh sự hỗn mang của vũ trụ: Trời, đất, thần.

Theo quan điểm của các nhà triết học duy vật, con người chết là hết, là sự chuyển hóa sinh học từ dạng này sang dạng khác. Nhưng trong truyện của Vũ Xuân Tửu, hiện diện rất nhiều mối quan hệ giữa người và ma, giống như quan niệm của nhân dân, con người chết đi là rũ bỏ thể xác nhưng vẫn còn linh hồn, vẫn còn tồn tại ở một trạng thái khác. *Tiếng kèn lá trên đỉnh Mã Pì Lèng*, Mỷ con ông trưởng bản Mí Tủa vì tình đã tự tử chết nhưng không nguôi mối tình nồng thắm, cô hiện về bên người yêu, báo mộng cho người yêu, cô trở về đoàn tụ cùng người mình yêu với một thể xác khác. Hình ảnh bà chủ thuyền trong *Người sông nước* biến thành con chim lửa, thành con bướm to, con đom đóm suốt ngày quanh quẩn bên luống hành to để gần người yêu, gần con trai của mình... Câu chuyện này giúp ta liên tưởng đến chuyện tình trông gai và đau khổ của Lương Sơn Bá, Trúc Anh Đài. *Cầu vồng trên núi Pù Tiên* cũng là một câu chuyện mà tác giả vận dụng những yếu tố trong văn học dân gian. Ở những câu chuyện đó ta thấy rằng, đó là những "con ma" hiền lành, luôn khao khát hạnh phúc, khao khát tình yêu trần thế. Thông qua những hình tượng nghệ thuật này, tác giả đã để lại cho người đọc cảm giác về một thế giới bên kia, một thế giới con người không bao giờ nhìn thấy bằng mắt trần, một thế giới tồn tại song song với thế giới con người.

Vũ Xuân Tửu sử dụng cốt truyện với chất liệu văn học dân gian đã tạo nên cái hay cho tác phẩm của ông. Các yếu tố hoang đường kì ảo trong truyện cổ dân gian kết hợp với yếu tố hiện thực tạo nên hiệu ứng mờ ảo cho tác phẩm. Mờ ảo nhưng vẫn hiện thực, và hiện thực nhưng không khô khan, trần tục. Đó chính là sáng tạo độc đáo của nhà văn.

3.1.2.3. Cốt truyện hiện thực - huyền ảo

Một trong những điểm nổi bất của cốt truyện mà Vũ Xuân Tửu xây dựng đó là cốt truyện đan xen lẫn lộn giữa các yếu tố hoang đường với các yếu tố hiện thực.

Đọc truyện của Vũ Xuân Tửu ta thấy hai yếu tố hiện thực và kì ảo được đan xem một cách khéo léo, khiến hai yếu tố đó như hòa vào nhau, hiện thực đôi khi chỉ như một giấc mơ và trong những giấc mơ lại phản ánh hiện thực của cuộc sống.

Trong sáng tác của ông thế giới người hiện ra đầy đủ mọi "gương mặt". Từ chuyện hai anh em vô tình lấy nhau (*Chớp bề mưa nguồn*); đến chuyện túng thiếu của gia đình anh Bưởng (*Pho tượng gỗ mít*); rồi chuyện đời lận đận của một người phụ nữ (*Người đàn bà mấy đận mất tên*); hay câu chuyện tình yêu muôn thủa giữa một cô gái dân tộc với một chàng trai miền xuôi, nhưng gặp phải sự ngăn cản của gia đình (*Tiếng kèn lá trên đỉnh Mã Pì Lèng*); mối tình trắc trở giữa một chàng trai với một người đàn bà đã có con (*Người sông nước*).... Tất cả hiện ra sinh động, đó là cuộc sống thật. Thế nhưng trong thế giới hiện thực đó lại ẩn chứa nhiều điều kì lạ, và không thiếu cả những hồn ma, linh hồn của những người đã chết, người chết hiện về sống bên người sống.... Những thứ đó được đề cập đến trong tác phẩm không làm bạn đọc cảm thấy xa lạ với cuộc đời, ngược lại nó giúp ta nhận ra bức tranh cuộc đời rõ hơn, thú vị hơn.

Có thể nói rằng Vũ Xuân Tửu đã rất thành công khi đưa những yếu tố kì ảo xen lẫn với hiện thực vào trong tác phẩm của mình. Ông đã tiếp nhận những điều đã quen thuộc, nhưng lại đi bằng cách riêng của mình với việc tỉ mỉ trong cách viết văn và không bằng lòng với những gì đã có. Chính vì thế tác phẩm của Vũ Xuân Tửu được bạn đọc yếu mến và lưu lại trong lòng mỗi khi đọc.

Truyện ngắn *Người đào quặng* vẫn là đề tài truyền thống quen thuộc kể về câu chuyện khai thác quặng và sự xung đột giữa những người đào quặng và dân làng nhưng qua ngòi bút của Vũ Xuân Tửu một làn gió mới đã thổi vào đề tài quen thuộc đó một nội dung hoàn toàn mới, một cốt truyện mới phản ánh sâu sắc hiện thực cuộc sống trong xã hôi đương thời. Để trở thành câu chuyện với nội dung mới, cốt truyện mới nhà văn đã thêm vào những chi tiết kì ảo mới. Câu chuyện không còn là chuyện xoay quanh cuộc sống và mối xung đột giữa những người có quyền với đa số những người không có tiếng nói, mà tác giả đã xây dựng tác phẩm với sự xuất hiện kì lạ của hai cho con hủi, cuộc sống và cái chết cũng đầy bí ẩn của họ. Những toan tính, mưu lợi và các mối xung đột không còn là trung tâm mà chỉ xoay quanh hai nhân vật đó. Nhưng thông qua câu chuyện người đọc vẫn có thể thấy được hiện thực xã hội cũng như những ý nghĩa sâu sắc về giá trị cuộc sống trong đó.

Người cha mang trong mình căn bệnh hủi, dắt theo cô con gái nhỏ, vì bị dân làng xuôi đuổi đã đi tìm chỗ dung thân. Trong tuyệt vọng họ vào rừng khẩn cầu thần rừng và hình như thần rừng đã nghe thấy lời thỉnh cầu của họ, nên đã cho họ một nơi rất tốt để sống. Nơi hai cha con sống, nước giếng trong và ngọt lạ thường. Họ lấy đá làm nhà, đá kết lại với nhau thành một tòa thành chắn chắn che chở bảo vệ họ. Xung quanh nơi ở của hai cha con toát lên bầu không khí kì lạ cả dân làng và những người mưu tính muốn phá ngôi nhà của họ đều không dám động vào. Và cuối cùng cái chết rùng rợn, kì lạ của hai cha con là dấu chấm khép lại tất cả các cảm xúc. Trong những điều kì lạ đó là nhân cách của con người. Vì muốn bảo vệ những người khác họ chọn cách tự thiêu mình. Những người cả đời sống trong những mưu toan, thủ đoạn lọc lừa sẽ luôn bị ám ảnh. Mọi mặt của cuộc sống hiện lên, nhờ cái ảo, qua lăng kính của nhà văn, ta nhìn vào cuộc sống thật hơn, thấy mình nên sống tốt hơn.

Sự kì lạ của *Người sông nước* lại khác. Các yếu tố ảo trong tác phẩm làm ta thấy sức mạnh của tình yêu, về cuộc sống của con người với thiên nhiên cũng như sự biến hóa của con người. Sự biến hóa của con người cũng được tác giả đề cập đến. Đó là sự biến về cả thể xác lẫn nhân cách con người. Đó là sự biến hóa, biến dạng mang tính nhân quả và nguyên nhân dẫn đến quả đó chính là xã hội đương thời. Sự biến dạng này có thể xảy ra ở bất cứ nơi đâu, bất cứ lúc nào, ai cũng có thể mắc phải. Vũ Xuân Tửu đã rất thành công khi nêu ra vấn đề này trong môi trường sống đương đại.

Có thể thấy rằng, truyện ngắn của Vũ Xuân Tửu mang nhiều chi tiết ảo. Cái ảo không gian, thời gian, cái ảo của chính con người nhưng chính trong cái ảo đó ta lại thấy được chiều sâu của cuộc sống trần tục nhất. Một cuộc sống hiện lên với muôn màu muôn vẻ, với tất cả mọi khía cạnh. Đây có lẽ cũng chính là thông điệp mà nhà văn muốn gửi gắm.

3.2. Nghệ thuật xây dựng nhân vật

3.2.1. Khái niệm nhân vật văn học

Trong giáo trình *Lí luận văn học* - Phương Lựu (chủ biên) có nhắc đến khái niệm về nhân vật trong văn học: “Nhân vật văn học là con người được miêu tả thể hiện trong các tác phẩm bằng phương pháp văn học” [31, tr.277].

Từ điển văn học (bộ mới) định nghĩa nhân vật văn học: "Thuật ngữ chỉ hình tượng nghệ thuật về con người,một trong những dấu hiệu về sự tồn tại toàn vẹn của con người trong thế giới nghệ thuật ngôn từ. Bên cạnh con người, nhân vật văn học có khi là con vật, các loại cây, các sinh thể hoang đường được gắn những đặc điểm giống con người" [46, tr.1254].

Nhân vật văn học là phương thức nghệ thuật nhằm khai thác những nét thuộc tính của con người. Tác phẩm văn học không thể thiếu nhân vật vì đó là hình thức cơ bản để qua đó văn học miêu tả thế giới một cách hình tượng. Nhân vật văn học là một trong những khái niệm trung tâm để xem xét sáng tác của một nhà văn, một khung hướng, một trường phái hoặc một dòng phong cách. Tô Hoài trong *Ý thức phong cách* đã nhấn mạnh: "Nhân vật là nơi duy nhất tập trung hết thảy, giải quyết hết thảy trong một sáng tác" [24, tr.62].

Như vậy có thể nói rằng, nhân vật là phương tiện quan trong để nhà văn phản ánh hiện thực. Nhà văn phản ánh, cắt nghĩa hiên thực cuộc sống thông qua việc miêu tả nhân vật hướng tới xây dựng hình tượng, cũng vì lẽ đó mà phản ánh hiện thực là một chức năng quan trong của nhân vật văn học.

Văn học phản ánh hiện thực thông qua việc xây dựng nên các nhân vật, các tính cách xã hội, bởi tính cách xã hội là kết tinh các mối quan hệ trong đời sống. Tính cách là cơ sở của hình tượng nhân vật, tính cách giúp người đọc cảm nhận nhân vật như một chỉnh thể thống nhất, toàn vẹn, sinh động. Như vậy, nhân vật có một đặc trưng rất quan trọng, đó là phương tiện khái quát các tính cách số phận con người và quan niệm về chúng. Điều đặc biệt nữa ở nhân vật là, mỗi nhân vật có một tính cách điển hình, mỗi tính cách lại là kết tinh của một môi trường, nên nhân vật còn có một đặc điểm nữa là nhân vật như cầu nối dẫn dắt người đọc vào thế giới nghệ thuật và cuộc sống hiện tại.

Nhân vật trong tác phẩm văn học rất phong phú và đa dạng. Nhân vật có thể có tên hoặc không tên. Là những con người được miêu tả đầy đặn về tiểu sử, về ngoại hình và tính cách. Cũng có thể là những con người thiếu hẳn những nét đó nhưng vẫn có tiếng nói, giọng điệu, cái nhìn như nhân vật người trần thuật. Hoặc chỉ là cảm xúc, nỗi niềm, ý nghĩ như nhân vật trong tác phẩm trữ tình. Hoặc được dùng với cách ẩn dụ như một hiện tượng cụ thể là nhân dân như trong tiểu thuyết *Chiến tranh và hòa bình* của L.Tônxtoi, hay *Việt Bắc* của Tố Hữu. Nhân vật trong tác phẩm văn học có khi không phải là con người, mà là thế giới loài vật nhưng mang những đặc điểm giống người như trong *Dế mèn phiêu lưu kí* của Tô Hoài, hoặc trong những câu chuyện cổ tích về thế giới loài vật. Cũng có khi nhân vật trong tác phẩm là cây cỏ, là những sinh thể hoang đường không có thật. Nhân vật văn học là sự thể hiện quan niệm nghệ thuật của nhà văn về con người. Bởi vậy, nhân vật văn học dù có ở hình dạng nào đi nữa cũng chỉ là một đơn vị nghệ thuật mang tính ước lệ, không bị đồng nhất với con người thật, ngay cả khi tác giả xây dựng nhân vật với những nét rất gần với nguyên mẫu có thật. Nhân vật văn học chính là một phương tiện để tác giả truyền đạt tư tưởng của mình.

Nhân vật trong văn học khác các nhân vật trong các loại hình nghệ thuật khác như điêu khắc, hội họa. Nhân vật văn học luôn bộc lộ mình trong "hành động" và "quá trình". Luôn hứa hẹn những điều sẽ xảy ra và những điều chưa biết trong quá trình giao tiếp. Nhân vật văn học mang tính chất "hồi cố" bởi vì mỗi bước phát triển đều là đang nhớ lại công thức nhận biết ban đầu, làm cho nó sâu thêm hoặc điều chỉnh cho nó xác đáng, nhưng không bao giờ bỏ quên hoặc rời xa chuẩn ban đầu.

Đối tượng của văn học là cuộc sống, nhưng trong đó con người luôn đứng ở vị trí trung tâm. Tất cả những yếu tố góp phần lên sự phong phú của tác phẩm văn học như nhân vật, những sự kiện kinh tế, chính trị, xã hội, thiên nhiên... Nhưng cái quyết định chất lượng tác phẩm văn học chính là việc xây dựng nhân vật. Nhân vật là nơi tập trung hết thảy tư tưởng, chủ đề của tác phẩm. Đọc một tác phẩm, cái đọng lại cuối cùng và sâu sắc nhất trong lòng người đọc thường là số phận, tình cảm, cảm xúc, suy tư của những con người được nhà văn thể hiện.

Tóm lại, nhân vật là một trong những phương tiện quan trọng của văn học. Thông qua nhân vật ta thấy được hiện thực cuộc sống, thấy được những điều ý nghĩa, thấy được những cảm xúc tươi đẹp cũng như tư tưởng, tình cảm của nhà văn.

3.2.2. Các kiểu nhân vật điển hình trong truyện ngắn của Vũ Xuân Tửu

Thế giới nhân vật trong truyện ngắn Vũ Xuân Tửu hết sức sinh động, đa dạng. Bởi vậy, việc xác định các kiểu nhân vật điển hình có những khó khăn nhất định trong việc lựa chọn tiêu chí. Qua khảo sát, chúng tôi lựa chọn và xác định các kiểu nhân vật qua hai cách phân loại: phân loại theo tính chất của nhân vật có các kiểu loại nhân vật đời thường và nhân vật huyền ảo; phân loại theo vị trí xã hội có các kiểu nhân vật như: nhân vật phụ nữ, nhân vật người lính và nhân vật người nông dân. Cách phân chia như trên cũng chỉ là tương đối và không tránh khỏi sự đan lồng vào nhau, song theo chúng tôi, đó là một cách chia khả dĩ và nổi bật được những đặc điểm về nghệ thuật xây dựng nhân vật trong truyện ngắn của Vũ Xuân Tửu.

3.2.2.1. Kiểu nhân vật đời thường

Con người luôn là trung tâm của mọi thứ, là trung tâm của mọi hoạt động sống. Chính vì thế, không ngạc nhiên khi trong các tác phẩm văn học, nhà văn luôn để con người làm trung tâm của mọi phản ánh nghệ thuật. Mỗi nhà văn khác nhau lại có cái nhìn khác về con người. Con người khi đi vào tác phẩm đã không còn nguyên trạng thái nhân sinh mà được thể hiện theo yêu cầu thẩm mĩ của nhà văn. Tuy vậy, con người trong các tác phẩm văn học cũng không kém phần sinh động. Tác phẩm của Vũ Xuân Tửu mang nhiều vẻ kì ảo nhưng trong cái kì ảo đó lại hiện lên hình ảnh những con người đời thường, trần tục.

Trong truyện ngắn *Pho tượng gỗ mít*, trước gánh nặng cơm áo gạo tiền, vợ chồng nhà anh Bưởng đành bàn với nhau chặt cây mít ông cha để lại. Gỗ thì bán đi đong gạo, phần đất xới lên trồng luống rau muống, rạch đỗ. Vợ bưởng băn khoăn nên can chồng không chặt nhưng anh không nghe, trong lòng chị bất an đành đi xem bói thử. Tình cảm của họ vừa bị cuộc sống khó khăn túng thiếu đe dọa lại bị ràng buộc bởi niềm tin ở tâm linh. Câu chuyện tưởng chừng như đơn giản ấy lại gợi lên diễn biến tâm trạng của những gia đình nông dân bần hàn mà trong cuộc sống chúng ta ít để ý đến.

Ẩn bên trong câu mở đầu đơn giản "Nhà tôi ở bên sông", là câu chuyện về một mối tình đẹp, nhẹ nhàng mà không kém phần sâu sắc giữa anh "Chân sào" với vợ của ông chủ thuyền trong *Người sông nước*. Ở quê hương của mình với: "Con sông quê tôi mênh mênh mang mang. Bọn trẻ chúng tôi hay ra bờ sông, ngắt những cuộng hành trong vườn, để thổi kèn te te và chờ xem tàu guồng chở khách, ngược qua nhà. Tàu chạy qua, sóng đánh dập dềnh bến nước, những bàn chân lấm chấm, sóng táp ướt cả đũng quần, không dám về nhà, phải rủ nhau chạy dọc bờ sông cho gió thổi, quần se se khô mới dám về, sợ bị thầy u đánh" [64, tr.203]. Anh chân sào đã trải qua một tuổi thơ êm đềm với bao đứa trẻ khác. Thời gian trôi qua, anh lớn lên và đi làm anh chân sào, dầm mưa giãi nắng với những gian lao vất vả, đến cả lúc ăn cơm cũng vội vàng : "Thế là chúng tôi buông chèo, cắm sào và vội bát cơm. Tôi to khỏe nhất, mỗi bát cơm chỉ và ba miếng là hết. Một bữa vị chi chín miếng và. Cơm còn đầy trong mồm đã vội nhón cái tăm, khoác dây kéo thuyền nhảy lên bờ" [64, tr.203]. Cuộc sống vất vả là thế nhưng tâm hồn họ vẫn luôn yêu đời, yêu sống, cuộc sống của họ là những ngày mồ hôi pha lẫn tiếng cười trong những trò đùa của người lao động. Những tâm hồn đầy ắp tình yêu đó cứ lớn lên qua những ngày lao động để rồi trái tim đập lỗi nhịp khi bắt gặp tình yêu của đời mình. Anh và vợ của ông chủ thuyền phải lòng nhau. Đó là một tình yêu vụng trộm nhưng sâu sắc, một mối tình mà thương nhớ, xa cách nhiều hơn sự hưởng thụ, gần gũi, ngọt ngào. Bà chủ thuyền xuất hiện không tên tuổi rõ ràng ta chỉ biết đó là vợ của ông chủ thuyền, nhưng người phụ nữ đó lại có tấm lòng của một người mẹ thương con. Trái tim dù đã hướng về anh chân sào nhưng lại không thể bỏ thuyền lên bờ vì "tôi không thể bỏ con tôi được" [64, tr.203], người phụ nữ ấy dành hết tình yêu thương cho con mình, có thể hi sinh tất cả chỉ vì con. Hoàn cảnh trớ trêu đưa đẩy anh chân sào và bà chủ thuyền phải xa nhau trong cuộc sống, nhưng trong lòng họ luôn hướng về nhau, nhớ đến nhau, sống cho nhau. Sau khi bà chủ thuyền qua đời, người chồng sợ hãi bỏ chạy, để lại xác vợ trên thuyền rồi bế con chạy lên bờ. Cuộc sống vốn dĩ là nhiều màu, nhiều vẻ, con người cũng vô và nhân cách khác nhau, nên chẳng có gì là lạ khi bên cạnh những người tốt, không ít những người xấu xa, bội bạc, vô trách nhiệm. Anh chân sào lại một lần nữa vì chữ tình mà bất chấp mọi khó khăn, vượt qua cả qui định của làng xã mà khâm lượm cho người mình thương nhớ ngay trong vườn nhà và hằng ngày chăm sóc, quan tâm với chữ tình anh đã dành trọn cho người phụ nữ ấy. Một mối tình tưởng chừng như bình thường trong vô vàn mối tình của thiên hạ nhưng lại ẩn chứa một bi kịch xót xa, bi kịch của sự cách xa, chia li, yêu nhau nhưng không được ở bên nhau. Trên thế gian này, điều buồn nhất, đau đớn nhất, có lẽ chính là yêu nhau, thương nhau nhưng không đến được với nhau, không được ở bên nhau. Nhưng chính những điều đó lại là sức mạnh để một lần nữa cả hai vượt ngăn cách của hai thế giới âm - dương về với nhau, ở bên nhau. *Người sông nước* là câu chuyện bình thường của những người bình thường, nhưng khi đọc rồi ta mới thấm thía, xót xa, lòng như quắt lại mà thốt lên rằng "à cuộc sống này vẫn còn những điều kì diệu như thế". Nhà văn đã chứng minh được sự vĩnh cửu của tình yêu, cho dù tất cả sẽ trôi theo thời gian, bên cạnh những dối gian lừa lọc thì trong cuộc sống này, tình cảm chân thành, tình yêu chân thành mãi mãi tồn tại theo năm tháng, tình yêu sẽ nuôi dưỡng tâm hồn chúng ta giống như mạch máu nuôi dưỡng sự sống.

Nếu tình yêu của anh chân sào và bà chủ thuyền đưa ta đến miền sông nước với con lao động chân chất, yêu chân thành, thì sang *Tiếng kèn lá trên đỉnh Mã Pì Lèng* chúng ta lại tiếp tục cảm nhận một tình yêu lãng mạn, mang đậm màu sắc văn hóa dân gian miền núi.

Người dân lao động miền núi thường dùng tiếng sáo, tiếng kèn, hay hát giao duyên hát đối... để giải trí sâu những ngày lao động vất vả và đặc biệt là để kén vợ, kén chồng. Cũng chính nhờ tiếng kèn lá đã đưa Mỷ con ông Mí Tủa trưởng bản và anh thầy giáo lên vùng cao xóa nạn mù chữ đến với nhau. Họ đến với nhau như định mệnh, duyên trời định. Ngay từ lần đầu gặp nhau, họ đã phải lòng nhau, họ thể hiện tình yêu của mình qua những tiếng kèn lá họ thổi cho nhau nghe, qua những hoạt động hằng ngày của những con người bình thường, chàng làm nghề dạy học và cô gái thường ngày đi cắt cỏ cho ngựa. Tình yêu của họ muôn màu muôn sắc. Họ không chỉ yêu nhau mà tình yêu đó còn được họ gửi gắm vào việc phát triển quê hương, giúp các em nhỏ vùng cao đến trường, biết chữ.

Tình yêu ấy sẽ thật sự hoàn hảo nếu không gặp sự chia cắt. Mỷ tưởng bố mẹ không ưng chuyện tình của mình, ép lấy người khác nên Mỷ đã ăn lá ngón chết. Con người thật lạ, vì yêu, vì thủy chung có thể sẵn sàng làm tất cả ngay cả việc quên đi sự sống của mình.

Tố Hữu đã từng thốt lên rằng:

Có gì trên đời đẹp hơn thế
Người với người sống để yêu nhau.

Cũng giống như bao nhà thơ, nhà văn khác, Vũ Xuân Tửu đã không để chuyện tình đẹp đó kết thúc trong sự trái ngang. Bằng tấm lòng nhân ái, tình yêu thương và sự trân trọng tình yêu, ông đã hóa giải, nối duyên lại cho hai người. Sự trở về của Mỷ trong hình dáng của Tiên, người bạn của Mỷ là một kết thúc đẹp. Một lần nữa, tác giả đã khẳng định được sự vĩnh cửu của tình yêu, sự thanh cao, trong đẹp và đầy sức sống của tình yêu. Bên cạnh đó, cạnh đó ta còn thấy được bức tranh cuộc sống của nhân dân vùng cao, cứ mỗi buổi tối, bên bếp lửa, ông Mí Túa "hay dạy tôi những bài hát đám ma, bà Mí Túa thường dạy tôi những bài hát đám cưới" [60, tr.51], Củi thông cháy thơm thơm, rượu ngô nồng nàn thấm vào gan ruột làm con người ta ngây ngất. Đó là những nếp sinh hoạt mang đậm nét văn hóa dân tộc.

Trong truyện của Vũ Xuân Tửu rất nhiều câu chuyện rất nhiều nhân vật tưởng chừng như hoang đường nhưng nó lại chính là những câu chuyện, những con người rất đỗi bình thường, sống cuộc sống lao động bình thường và có những tình cảm cũng rất đỗi binh thường. Nhình là cô gái dân tộc đầy nghị lực sống, cô chăm chỉ, cần mẫn như những con ong chỉ với một mong ước là làm để có tiền cưới người mình yêu. Nhưng cuộc sống lại không được như mong muốn của cô, mẹ ốm, và sự áp bức của ông thầy lang, tất cả số tiền cô dành dụng đã bị lấy hết, tệ hơn điều đó chính là cô bị ép lấy ông ta. Tất cả mơ ước vụn vỡ, cô chết nhưng lòng luôn hướng về người mình yêu, để rồi hoá thành cây bên cạnh người yêu mình.

Không chỉ có Nhình, Mỷ, anh chân sào, bà chủ thuyền mà còn rất nhiều những con người bình thường được đưa vào tác phẩm của Vũ Xuân Tửu, thông qua những con người, sự việc kì ảo ấy chính là bức tranh sinh động về hiện thực xã hội mà tác giả muốn truyền đạt đến chúng ta.

3.2.2.2. Kiểu nhân vật kì ảo

Như đã nói ở trên, nhân vật văn học là phương tiện để khái quát hiện thực, khái quát những quy luật của cuộc sống con người, thể hiện những hiểu biết, những ao ước và hi vọng về con người nhưng không đồng nhất với con người trong thực tế. Có những hiện tượng không phải là con người mà là những con vật, những vị thần tiên, những hồn ma... xuất hiện trong nhiều tác phẩm văn học, đây vẫn được coi là nhân vật văn học, vì thông qua chúng, nhà văn thể hiện cuộc sống, thể hiện chính con người. Nhiều lúc, thông qua những hiện tượng đó, hình ảnh cuộc sống của con người hiện ra sinh động và đúng bản chất người hơn.

Nhân vật kì ảo là sản phẩm của kiểu tư duy huyền thoại, một thủ pháp nghệ thuật đặc trưng, nó là sản phẩm của hư cấu, tượng tượng ở mức độ đậm đặc hơn, đó là kết quả của những qui luật sáng tạo đặc thù, là sự thăng hoa vượt thoát trong tư duy nghệ thuật của tác giả. Điểm khác giữa nhân vật kì ảo và nhân vật bình thường trong văn học là mức độ hư cấu và tượng tưởng của nhà văn, nó tồn tại với tư cách là phương tiện phản ánh và biểu hiện của văn học, thậm chí nó còn mang ý nghĩa khái quát sâu sắc hơn. Bởi dù là nhân vật kì ảo - kiểu nhân vật không tôn tại trong thực tế nhưng cái đích cuối cùng của nhà văn khi xây dựng những nhân vật đó vẫn hướng về con người và những gì thuộc về con người nhất.

Là sản phẩm của phương thức kì ảo hóa, nhân vật kì ảo chính là hình tượng nghệ thuật ước lệ có tầm khái quát và mang những ẩn ý sâu sắc, giúp nhà văn thể hiện được những suy tư chiêm nghiệm của mình. Điều đó lí giải tại sao từ xưa đến nay, trong văn học yếu tố kì ảo luôn có sức sống mạnh liệt và khỏe khoắn đến vật. Sang đến thời kỳ đổi mới, nhân vật kì ảo xuất hiện trong tấc phẩm với tần số ngày càng cao và mang nhiều màu sắc phong phú, đa dạng.

Nhân vật kì ảo cũng có những đặc điểm chung của nhân vật văn học, mang đầy đủ vai trò, ý nghĩa, chức năng của nhân vật văn học. Song điểm khác biệt của kiểu nhân vật này là nó được xây dựng bởi một phương thức nghệ thuật đặc thù, phương thức kì ảo hóa. Do vậy nó có những đặc điểm riêng, những ưu thế riêng mà những kiểu nhân vật khác không có được.

Vũ Xuân Tửu xây dựng nhiều nhân vật khác nhau trong tác phẩm của mình. Trong đó nhân vật kì ảo là một dạng nhân vật dị biệt nhằm thể hiện quan niệm, tư tưởng, thái độ của nhà văn đối với hiện thực cuộc sống.

Trong các tập truyện của Vũ Xuân Tửu, nhân vật kì ảo chiếm số lượng khá nhiều. Khảo sát riêng hai tập truyện ngắn của Vũ Xuân Tửu (tập *Bí mật cuốn gia phả, Con chim lửa*) số lần nhân vật kì ảo xuất hiện trong truyện ngắn của ông, được thể hiện qua bảng thông kê sau:

TẬP TRUYỆN BÍ MẬT CUỐN GIA PHẢ	**SỐ LƯỢNG**	**TỈ LỆ (%)**
Tác phẩm có nhân vật kỳ ảo	6	54,5
Tác phẩm không có nhân vật kỳ ảo	5	45.5
TẬP TRUYỆN CON CHIM LỬA	**SỐ LƯỢNG**	**TỈ LỆ (%)**
Tác phẩm có nhân vật kỳ ảo	8	57,9
Tác phẩm không có nhân vật kỳ ảo	6	42,1

Qua bảng thống kê ta thấy một điều rằng, nhân vật kì ảo chiếm một nửa sáng tác của nhà văn. Thậm chí có những tập, truyện có nhân vật kì ảo xuất hiện chiếm hơn một nửa số lượng tác phẩm. Điều đó có nghĩa nhân vật kì ảo có sức hấp dẫn mạnh liệt đối với sự sáng tạo nghệ thuật của tác giả.

Trong truyện ngắn của mình, Vũ Xuân Tửu đã xây dựng được một thế giới nhân vật với đủ kiểu loại từ những con người thực với cuộc sống hằng ngày với những lo toan, buồn phiền, trăn trở lẫn tình yêu, niềm vui và hạnh phúc, đến những nhân vật là những bóng ma, những linh hồn lưu luyến với cuộc sống trần thế; nhân vật là con người biến dạng thành nửa người nửa vật, biến dạng đi một phần nhân cách… Tất cả những nhân vật đó đều nhằm thể hiện tư tưởng nghệ thuật, giá trị nhân sinh mà tác giả muốn gửi gắm qua tác phẩm của mình.

Trong truyện ngắn của mình, Vũ Xuân Tửu xây dựng nhân vật kì ảo với nhiều kiểu nhân vật khác nhau như: kiểu nhân vật thần linh, kiểu nhân vật hồn ma... Mỗi kiểu nhân vật lại là một màu sắc riêng và truyền đạt những thông điệp riêng về cuộc sống.

Kiểu nhân vật thần linh mang trong mình yếu tố thần linh phổ biến trong văn học dân gian như thần thoại, cổ tích… Họ là những ông bụt, bà tiên, thành hoàng làng, thần núi, thần sông có sức mạnh siêu nhiên với nhiều phép thần thông biến hóa mà dân gian xây dựng lên nhằm nâng đỡ, bảo vệ những con người ăn ở hiền lành nhưng gặp cảnh không may, bị kẻ mạnh ức hiếp, hãm hại. Không chỉ giúp đỡ những số phận hẩm hiu, mà lực lượng thần tiên này còn trừng trị kẻ ác, bảo vệ tình thương lẽ phải, luôn là những người công bằng. Đó cũng chính là mong muốn, ước nguyện của nhân dân.

Trong các truyện ngắn của mình, Vũ Xuân Tửu đã đưa vào không ít các vị thần nhưng không giống với các vị thần trong truyện cổ tích hay thần thoại mang màu sắc thiêng liêng, mà các vị thần trong truyện của Vũ Xuân Tửu thiêng liêng nhưng lại rất gần gũi với con người, cuộc sống và những đức tính của họ giống với con người. Nhà văn đã rút ngắn khoảng cách giữa lực lượng siêu nhiên với thế giới con người trần tục, lấy thần linh để biểu hiện cuộc sống phức tạp của con người.

Trong truyện ngắn *Những người đào quặng* thần núi, thần đá, mặc dù không hiển thân nhưng vẫn hiểu được, nghe được lời thỉnh cầu của những con người bị xã hội ruồng bỏ, bị chính đồng loại của mình hắt hủi. Hai cha con người hủi đi đến đâu cũng bị đồng loại của mình xa lánh, hắt hủi không chốn nương thân. Điều họ mong ước chỉ là một chỗ đi về cho mình nhưng đi đến đâu họ cũng bị xua đuổi, hai cha con đành chọn cách vào sâu trong rừng để ở. Họ cầu xin thần núi cho họ một chốn dung thân. Hiểu được sự khó khăn của họ, thần núi đã cho họ một chỗ ở tốt, đất đá gắn kết làm nhà, làm thành che chở họ, nước giếng ngọt mát thanh lòng tâm hồn họ. Cứ như vậy hai cha con sống ở thế giới riêng của mình với sự chở che của thần núi bảo vệ họ trước những ức hiếp của kẻ mạnh, kẻ xấu. Người lương thiện sống luôn được phù hộ và dù có chết đi họ cũng chết với tấm lòng lương thiện, chân thành. Những kẻ xấu xa, dù không chết nhưng sẽ sống với những lo sợ, ám ảnh, sống không khác nào chết. Đây cũng là lẽ công bằng của cuộc sống mà nhà văn muốn gửi gắm thông qua sự hiển linh của thần núi.

Trong truyện ngắn *Mồ hôi của đá*, nhân vật đại diện cho thần linh chính là thành hoàng làng. Cũng giống như các vị thần khác là luôn giúp đỡ những người khốn khổ bất hạnh giúp họ có niềm tin vào cuộc sống. Vợ bị bệnh, Nậm thương vợ anh tìm đủ mọi phương thuốc kể cả những thứ chưa bao giờ thấy tồn tại trên đời để chữa bệnh cho vợ mình. Thương hai vợ chồng nghèo khổ, khó khăn và đặc biệt là cảm thông với tấm chân tình Nậm giành cho vợ, thành hoàng làng đã về báo mộng chỉ anh phương thuốc có thể chữa bệnh cho vợ của mình:

Muốn tạc nên bát đá xanh
Đuôi xà trâu trắng dắt quanh chân đèo
Tìm nơi đỉnh núi cheo leo
Thấy đôi loan phượng đang gièo với nhau
Mỏm đá phải lấy cho mau
Kẻo con rắn trắng có mào bò ra…. [60, tr.203].

Không chỉ mách phương thuốc cho Nậm, Thành hoàng còn giúp anh cách để có tiền mua trâu đi lấy thuốc:

Bát đá vỡ, nung thành vôi
Chờ bà hoàng hậu, kíp thời hiến dâng
Thiên cơ, không kể lung tung
Kẻo kẻ xấu bụng nó bùng tay trên… [60, tr.203].

Không chỉ giúp đỡ những người nghèo mà Thành hoàng làng còn giúp đỡ những người hiền lành, có tâm, những người quan trọng của đất nước. Nhà vua tuy có nhiều con, nhưng toàn con gái đến khi nhà vua có tuổi vẫn chưa sinh được hoàng tử nối ngôi. Hoàng hậu đã đi cầu tự mong muốn có con trai để nối ngôi cho đất nước. Nghe được lời thỉnh cầu của hoàng hậu lại thương sự chịu thương chịu khó của vợ chồng Nậm, lại tiếp tục báo mộng cho hoàng hậu, giúp hoàng hậu sinh con:

Muốn sinh hoàng tử nối ngôi
Ăn trầu vôi trắng đã tôi thơm lừng…. [60, tr204].

Như mong muốn, sau khi hoàng hậu gặp vợ chồng Nậm, ăn thứ mà Nậm làm ra, hoàng hậu đã trả rất hậu hĩnh cho vợ chồng nậm, điều đặc biệt là sau khi ăn trầu với thứ vôi Nậm tôi, hoàng hậu trở về và có thai.

Trời không phụ người có tâm. Nậm tìm được thuốc chữa bệnh cho vợ, sau đó vợ chồng anh cưới nhau sinh được một cậu con trai, hoàng tử con trai hoàng hậu đã đến đền ơn cho vợ chồng anh, vợ chồng anh được sống trong sung sướng. Với chiếc bát chữa bệnh anh không giữ cho riêng mình mà hành y chữa bệnh cho mọi người.

Từ những thứ tưởng chừng như siêu nhiên kì ảo, nhưng giúp ta hình dung trạng thái nhân sinh, những mặt trái ngay ở trong ta và cuộc sống quanh ta. Cuộc sống này tốt đẹp hay xấu xa đều do con người tạo nên. Con người có lương tri, có tâm, chân thành, có lẽ sống sẽ tạo ra cuộc sống tốt đẹp. Con người tâm ác, xấu xa, ích kỉ sẽ chỉ nhân lại cho mình những điều tồi tệ, những bóng tối để nấp vào. Thần linh nói cho cùng cũng chỉ là một dạng tâm linh do con người tạo nên nhưng nói thế nào thì "Có thờ mới thiêng, có kiêng mới lành", cuộc sống của mình do chính mình tạo lập.

Kiểu nhân vật hồn ma cũng là một trong những biến thể đặc biệt của kiểu nhân vật kì ảo trong truyện ngắn của Vũ Xuân Tửu. Khi nói tới hồn ma ta đều nghĩ ngay ra đó là linh hồn của con người sau khi thể xác chết đi, là thứ mà xuất hiện lúc thực lúc mờ, mang đậm màu sắc ma quái. Trong truyện của Vũ Xuân Tửu có rất nhiều bóng ma, nhưng ông cho bóng ma xuất hiện song song bên cạnh cuộc sống con người, nhưng nó không làm cho chúng ta sợ hãi, ngược lại những bóng ma này còn để lại chúng ta sự chiêm nghiệm, thương cảm, chua xót xen lẫn cảm giác hạnh phúc. Trong truyện của Vũ Xuân Tửu hầu như những bóng ma là những người phụ nữ, những người đang yêu bằng tất cả chân tình.

Vũ Xuân Tửu có cái nhìn khác biệt về những người đàn bà ma. Nếu như những người đàn bà ma trong văn học thường được các nhà phê bình xã hội học nhìn nhận là một biểu hiện của mâu thuẫn xã hội đó là những oan hồn đòi được trả thù, báo thù, thì trong nhận thức của nhà văn Tuyên Quang này những người đàn bà ma là biểu tượng và minh triết về tình yêu. Đọc truyện của Vũ Xuân Tửu, dù đang gặp những hồn ma, nhưng thay vì cảm giác sợ hãi, tác giả lại cho ta một sự chiêm nghiệm, thưởng thức về tình yêu ngọt ngào, sâu đậm, một chữ tình, chữ nghĩa của con người dành tặng cho con người. Đúng là tình yêu khiến chúng ta hạnh phúc tột cùng, nhưng cũng làm ta đau đớn, bi thương. Đàn bà gắn liền với tình yêu, họ sẽ làm tất cả vì tình yêu, có lẽ những người đàn bà ma ra đời như thế.

Hồn ma của bà chủ thuyền trong truyện *Người sông nước* lúc ẩn vào luống hành, lúc biến thành con bướm trắng to bằng lá bàng, có lúc lại biến thành con đom đóm, con chim lửa để đực quanh quẩn bên người mà cô vô cùng yêu thương là anh chân sào. Từ khi đặt mộ bà chủ trong vườn, anh chân sào trồng trên mộ luống hành để đánh lừa dân làng thì điều kì lạ xảy ra: "Mấy luống hành tươi tốt lạ thường. Ngày ngày có con bướm trắng to như lá bàng, đậu trên luống hành mạn bắc. Đêm đêm có con đom đóm to như ngọn đăng phong đậu trên luống hành bên nam. Người làng ai cũng bảo hành ma. Tôi ngắt một cuộng thổi tò tò te te. Khi lòng tôi vui, tiếng kèn hành tựa như lời hát ca. Khi lòng tôi buồn, tiếng kèn hành tựa như lời khóc than. Hành tốt nhưng tôi không bán bao giờ. Thỉnh thoảng tôi thả xuống sông hàng bè. Bè hành luẩn quẩn ở bến nước một lúc rồi mới trôi xuôi. Khi bè hành trôi xa xa, thì có con chim lửa đỏ như yếm thắm bay ngang, kêu lên mấy tiếng thao thiết cả một khúc sông" [64, tr.74]. Bà chủ thuyền dù đã chết, nằm dưới mấy luống hành kia nhưng vẫn luôn hiền về bên người mình thương nhớ. Họ xa cách nhau, mỗi người một thế giới, kẻ âm, người dương, nhưng tất cả những điều đó không làm phôi phai đi tình yêu của họ dành cho nhau, bóng dáng bà chủ thuyền vẫn phảng phất quanh đây, còn anh chân sào ôm mối tình mãi đến già. Tình yêu đối với hai con người này đã trở thành một phần máu thịt trong người họ, dù ở bất kì nơi đâu họ luôn muốn được ở bên nhau và thực sự họ luôn có trong nhau. Cho nên khi anh chân sào thiếp đi, anh đã được gặp người hằng thương hằng nhớ, đó như một phần thưởng ngọt ngào mà tình yêu đã ban tặng cho con người nặng nghĩa, nặng tình, biết trân trọng, nâng niu tình yêu. Hồn ma bà chủ thuyền không chỉ biến thành con chim lửa quẩn quanh bên người yêu, bà còn dẫn cánh chân sào đến nơi đứa con trai bà đang sinh sống, đưa con về bên mộ của mẹ nó. Đó chính là hiện thân cho tình mẫu tử, một thứ tình cảm thiêng liêng, sâu đậm không gì cắt đứt được. Dù đã là ma, thậm chí là ma gửi trộm dân làng thân xác mình vào nơi không quen biết, nơi vườn người tình nhưng bà vẫn da diết nhớ tới đứa con mình. Khi còn sống, cũng chính vì đứa con, bà từ bỏ tiếng gọi của tình yêu. Bà đã là một hồn ma, nhưng không phải là ma bình thường, mà là một hồn ma có tình, có nghĩa, một hồn ma biết khao khát tình yêu, tình mẫu tử, khao khát sự sum họp, đoàn tụ với những người mình thương yêu.

Cô Mỷ trong *Tiếng kèn lá trên đỉnh Mã Pì Lèng* vì tình yêu, vì thủy chung, sẵn sàng ăn lá ngón tự tử chứ nhất quyết không chịu chia tay, không chịu lấy người khác. Cô đã mang theo mối tình đẹp qua thế giới bên kia mà vẫn không an lòng, cô luôn hiện về để được ở bên người mình yêu: "Có mùi hương tỏa ra ngào ngạt. Mỷ hiện lên thấm hơi sương lạnh giá, ánh mắt nồng nàn như xưa, làn môi đằm thắm như xưa, khẽ cất tiếng thì thào như gió thoảng..." [60, tr.51]. Mỷ vì yêu mà tìm đến cái chết, một lần nữa cũng vì yêu mà cô tái sinh, hiện về háo vào người bạn thân rồi báo mộng cho người yêu biết: "Anh thương được cái Tiên ở bản người Giấy thì tốt đấy" [60, tr.51]. Vậy là một lần nữa sức mạnh của tình yêu đã đưa cô quay về bên người yêu của mình. Bước chân vào câu chuyện, lúc đầu ta được sống trong tâm trạng vui ngất với không khí lãng mạn cùng tiếng kèn gọi tình của nhân vật, đến đoạn giữa ta lại xót thương cho số phận của hai người, nhưng kết thúc tác giả lại cho chúng ta sống lại cảm giác ấm áp, hạnh phúc cùng với cái kết có hậu của những người yêu nhau.

Những hồn ma trong truyện của Vũ Xuân Tửu không chỉ là biểu tượng của tình yêu, mà thông qua những hồn ma, tác giả còn phản ánh hiện thực cuộc sống con người.

3.2.2.3. Kiểu nhân vật người phụ nữ

Trong số các nhân vật trong truyện của Vũ Xuân Tửu thì nhân vật người phụ nữ là một trong những vật chiếm vị trí quan trọng. Người phụ nữ trong tác phẩm của nhà văn tuy mỗi người một vẻ nhưng ta đều nhận thấy vẻ đẹp mà những người phụ nữ này mang theo một ma lực có sức mạnh hủy diệt, một tâm hồn luôn tràn ngập tình yêu thương và khát vọng được yêu thương. Vẻ đẹp ấy cuốn hút phái nam, đồng thời mang lại cho người phụ nữ không ít đau khổ, bất hạnh.

Đọc truyện ngắn của Vũ Xuân Tửu ta thấy nhân vật người phụ nữ xuất hiện trong mỗi truyện lại mang một vẻ đẹp khác nhau nhưng nhìn chung lại những người phụ nữ này lại luôn gặp phải bất hạnh, khổ đau đi song song với vẻ đẹp đó.

Trong truyện *Người đàn bà trên tivi*, người phụ nữ trong truyện này chỉ được biết là: "Trên ti-vi có một người đàn bà mặt hoa, da phấn" [61, tr.47]. Cô không được giới thiệu tên tuổi, nhưng qua cách miêu tả của tác giả thì đây là một người phụ nữ đẹp, quyến rũ, có sức lôi cuốn khiến người đối diện phải mê hồn. Nhưng đi cùng với vẻ đẹp đó, người đàn bà đó lại có một cuộc sống bất hạnh, đau khổ, sống như một người vô hồn. Nàng cũng có chồng, nhưng chồng nàng: "Lúc nào cũng lừ đừ như kim phút. Chồng nàng, hay ne nẹt, ghen bóng ghen gió, nhiều phen làm nàng mất mặt ở cơ quan. Vợ đi làm về muộn là thốc tháo đến tìm. Có hôm, chồng nàng còn rình rập ở sau trường quay, làm mấy anh bảo vệ cơ quan cứ tưởng bọn phá hoại đang đặt mìn" [61, tr.48]. Chồng nàng đã không còn yêu thương nàng nữa, tệ hơn là chồng nàng bị nghiện hê-rô-in, tiền bạc trong nhà mang đi hết. Ngoài chồng ra, nàng còn sống với mẹ chồng: "Mẹ chồng nàng, như cái kim giờ nằm thượt trên giường, vừa đay nghiến vừa thở một cách nặng nhọc" [61, tr48]. Cuộc sống của nàng giống như trong một cái hộp tù túng, bí bách, mệt mỏi nhưng không có đường thoát ra. Ngỡ tưởng rằng cuộc sống của nàng tệ hại nhưng chưa đến mức bất hạnh, thì ngay ở cái kết câu chuyện, tác giả đã làm người đọc trùng lại, cứ tưởng rằng sau những ngày tháng khổ sở ấy, người đàn ông vì nàng mà làm tất cả đã xuất hiện, nàng sẽ được sống trong tình yêu thương, nhưng không, cuối cùng nàng đã chết trước khi đến được với người mình yêu, tệ hơn nữa là nàng chết do bị tông xe vỡ tim. Đời người thật ngắn ngủi, đến yêu thương cũng không trọn vẹn, đó là bi kịch nhất.

Một điều đặc biệt ta có thể thấy trong truyện của Vũ Xuân Tửu là những người phụ nữ trong truyện của ông ít có hạnh phúc trong hôn nhân. *Người đàn bà trên ti-vi*, xinh đẹp, quyến rũ, có tài nhưng hôn nhân không hạnh phúc cuối cùng chết vì tai nạn. Bà chủ thuyền trong *Người sông nước*, Tiên trong *Cầu vồng trên núi Pù Tiên*, Nụ trong *Bí mật cuốn gia phả*, Nhạn trong *Hoa cải ngồng*, họ đều là những người phụ nữ xinh đẹp, dịu hiền, có tâm hồn trong sáng và đầy ắp tình yêu thương. Nhưng số phận run rủi họ không dược hạnh phúc vẹn toàn. Bà chủ thuyền lấy người mình không yêu, để rồi chết đi vẫn nhớ nhung một người khác. Nhình bị hoàn cảnh xô đẩy buộc lấy người mình không yêu, cuối cùng cũng chết đi nhưng lòng vẫn lưu luyến, Nụ mất chồng ngay chính ngôi nhà nhà của mình với những toan tính của chồng. Nhạn vì quá nghèo, bị người cha bị bệnh mà không thể đến với người mình yêu.

Cái nhìn "hồng nhan bạc mệnh" đã chi phối Vũ Xuân Tửu. Trong những câu chuyện của ông, người phụ nữ đẹp ít khi có hạnh phúc trọn vẹn. Họ hoặc bị cuốn hút bởi những đam mê, những cám dỗ đời thường, hoặc phải chịu éo le của số phận. Những đau khổ của người phụ nữ dù do bản thân hay do bên ngoài chi phối, tác động thì đều có thể thấy rằng vẻ đẹp của họ là một phần nguyên nhân. Họ dễ bị sa ngã, cám dỗ. Đó là quan niệm mà nhà văn muốn gửi gắm qua hình tượng người phụ nữ.

3.2.2.4. Kiểu nhân vật người lính

Nhân vật người lính cũng là một nhân vật chiếm phần lớn các sáng tác của Vũ Xuân Tửu. Khi viết về những người lính, nhà văn luôn viết với ngôn ngữ giản dị và chân thành chứa đựng tình cảm, cảm thông. Người lính trong truyện của ông không phải là những người lính trong chiến trận, trong những trận đánh, trong chiến tranh, mà họ xuất hiện trong thời bình. Tác giả chủ yếu miêu tả, khắc họa cuộc sống của những người lính trở về sau chiến tranh với những bộn bề, lo toan của cuộc sống thường ngày, những nỗi niềm, những kí ức về một thời bom đạn hào hùng. Họ lớn lên trong khi đất nước có ngoại xâm đối với những người lính, điều duy nhất họ biết làm là cầm súng đánh giặc, sau khi trở về với hòa bình, cuộc sống của họ ra sao? Đây chính là nỗi niềm mà nhà văn muốn truyền đạt.

Hình ảnh người lính trong sáng tác của Vũ Xuân Tửu là những người vô cùng bình thường ta có thể bắt gặp ở bất cứ đâu trong cuộc sống hằng ngày. Rời xa chiến trường, họ không còn là những anh hùng chỉ biết cầm súng đánh giặc nữa, họ trở thành những người dân lao động bình thường, đối mặt với những nỗi lo cơm áo gạo tiền trong cuộc sống, ở họ cũng có những tính cách hết sức bình thường hiền lành, chịu khó, mộc mạc, chân thành và cũng có cả những toan tính, lừa dối.

Trong truyện *Thợ cắt tóc truyền đời*, đây là câu chuyện giản dị kể về một người lính đi bộ đội về bắt đầu trở về với cuộc sống trước đây của mình, và xoay quanh câu chuyện là việc lựa chọn nghề của anh. Chức là một người lính hiền lành, chăm chỉ và khéo tay. Anh đi bộ đội về thì bố anh đã mất, gia tài duy nhất ông để lại cho anh chính là "Hòm đồ nghề cắt tóc khác nào của gia bảo, được cất trong hom gian giữa nhà, như thể đợi anh về" [61, tr.57]. Nhưng trong lòng anh lại có suy tính sẽ không theo nghề cắt tóc mà đi làm chân xã đội. Cuộc sống luôn ẩn chứa những điều không biết trước. Cuối cùng anh vẫn làm nghề cắt tóc mà bố đã để lại. Qua câu chuyện đơn giản này tác giả vẽ lên chân dung cuộc sống của người lính sau khi trở về đứng trước những lựa chọn nghề nghiệp cho cuộc sống của mình sau này, ta cũng thấy được nhịp sống luôn vui tươi, rộn tiếng cười và sự trân trọng những giá trị truyền thống ở họ.

Thợ khâu giày, là câu chuyện kể về anh anh bộ đội đi lính trở về và làm nghề khâu giày. Anh áp dụng những điều đã được học trong khi đi lính để có thể duy trì và hòa nhập vào cuộc sống ngày càng phát triển. Cuộc sống của những người lính sau khi rời chiến trường cũng khó khăn, vất vả không khác gì ở ngoài chiến trường.

Họ phải lao động đổ mồ hôi để có bát cơm: "Mỗi khi rút chỉ hai bên khóe mép của anh thợ lại hằn rõ hai cái dấu ngoặc, làm cho khuôn mặt đã khắc khổ càng khắc khổ thêm. Những giọt mồ hôi dòng dòng tuôn ra, khiến lỗ chân lông càng bị bào mòn và rộng huếch ra. Người ta bảo, ai rộng lỗ chân lông thì cái sự khổ là như vây" [61, tr.73]. Dù phải đối mặt, họ vẫn yêu đời, vẫn sống giản dị, bình nhiên trước cuộc sống xô bồ, họ sống với những kỉ niệm đẹp trong chiến trường.

Những người lính, ở họ luôn có những tình cảm chân thành, sự tưởng nhớ, và lòng biết ơn. Trang nhật ký, cuộc đưa tiễn, chiến tranh đã qua rất lâu, nhưng trong họ vẫn luôn là những kỷ niệm đẹp về những ngày tháng khốc liệt, về tình đồng chí, và lòng biết ơn đối với những người đã hi sinh.

Có những người lính lại tiếp tục cống hiến cho sự phát triển của đất nước, họ chấp nhận vất vả, khó khăn đi đến những vùng xa xôi phục vụ nhân dân, giúp đất nước phát triển, *Chuyện ở bản Piát*, *Suối Miền Xía*.

Cuộc sống vất vả, khó khăn đấy, nhưng tâm hồn những người lính luôn đầy ắp tình yêu, sự lãng mạn, họ đã yêu là yêu hết lòng, yêu chân thành, đã thương là thương rất nhiều, đã nhớ là sẽ mãi nhớ. *Chuyện ở bản Piát*, và *Suối Miền Xía* là câu chuyện đẹp, lãng mạn về tình yêu của những người lính.

Đối với Vũ Xuân Tửu, người lính thời bình giản dị, chịu khó, và giàu tình yêu thương nhưng họ cũng có những góc khuất trong tâm hồn, những mưu tính, dối lừa. Họ dù đã từng là anh hùng nhưng nhìn chung lại họ vẫn là những con người bình thường.

Truyện *Bí mật cuốn gia phả*, dù là được sự nhờ vả của anh chồng vì không có con mà cho vợ mình đi "thả cỏ". Anh sĩ quan đã đấu tranh với chính chính nội tâm của mình là nên hay không nên giúp anh chồng. Nhưng cuối cùng lòng tham, sự ích kỉ đã lẫn áp anh, anh đã đồng ý làm chuyện không nên làm. Sự ích kỉ đó đã làm anh lừa dối hai người đàn bà, vợ anh và vợ của người nhờ anh. Cũng chính vì những mưu tính, ích kỉ và dối lừa đó đã dẫn đến bi kịch sau này, hai đứa con của chính anh lại yêu nhau. Đứa con trai anh chưa một lần nhận mặt, đem lòng yêu con gái của anh. Còn gì đau khổ hơn điều ấy, chỉ vì một phút cho những tính cách xấu xa chiến thắng, hậu quả lại gánh lên những người mà chính anh muốn bảo vệ.

Qua những câu chuyện tưởng chừng như bình thường, đơn giản, Vũ Xuân Tửu lại khắc họa, phản ánh lên được bức tranh cuộc sống khốn khó, vất vả và đời sống nội tâm của những người lính trở về sau chiến tranh. Ông cảm thông, ca ngợi, những đức tính tốt đẹp của người lính, dù là chiến tranh hay hòa bình, họ vẫn luôn là những người tốt. Đồng thời ông cũng cho chúng ta thấy một mặt khác, người lính dù từng là anh hùng nhưng họ vẫn là con người, cũng chỉ là những người bình thường. Có lẽ vì tác giả cũng là người lính, nên hơn ai hết ông hiểu sâu sắc về cuộc sống của họ.

3.2.2.5. Nhân vật người nông dân

Nói đến nhân vật trong truyện ngắn của Vũ Xuân Tửu không thể không nói đến nhân vật người nông dân. Qua những sáng tác của nhà văn ta thấy được cuộc sống lao động, số phận của những người nông dân, đặc biệt là người dân vùng cao. Cuộc sống của họ tuy lam lũ vất vả nhưng vẫn ngập tràn lời ca, tiếng hát. Đối mặt với nhiều khó khăn nhưng luôn yêu đời và giàu lòng yêu thương. Bên cạnh đó nhà văn còn cho ta thấy những hệ lụy của quá trình đô thị đã ảnh hưởng không nhỏ đến cuộc sống của những người nông dân.

Pho tượng gỗ mít, cho ta thấy cuộc sống khó khăn của nông dân lao động, họ phải đối mặt với nỗi lo cơm áo gạo tiền, họ tìm đủ mọi cách để có tiền, để lo những bữa cơm cho gia đình mình, thậm chí chặt cả cây mít lâu năm trong vườn đi để bán. Cái chía mít để bán lấy tiền, gốc cày lên đấy đất trồng mấy luống đậu, luống rau.... Cuộc sống của họ vẫn luôn quanh quẩn trong đói nghèo.

Trong *Hoa cải ngồng*, Nhạn một cô gái bé nhỏ nhưng luôn phải gồng mình lên để kiếm tiền. Công việc kiếm tiền của những người lao động trong câu chuyện này là cố gắng chăm thật tốt những cây cải, và bán bánh mì. Người ta vẫn nói khó khăn luôn chồng khó khăn, Nhạn chăm chỉ lao động nhưng vẫn không đủ tiền để lo cho người cha bị bệnh, cô thậm chí còn phải hi sinh hạnh phúc của riêng mình.

Trong *Người sông nước*, đó là cuộc sống lao động trên sông đầy vất vả, nắng cháy, ăn bát cơm cũng vội vàng. Những người lao động nghèo luôn có số phận bất hạnh, họ sống trong nghèo túng và không được hưởng hạnh phúc trọn vẹn bởi số phận chớ trêu.

Cuộc sống vất vả là thế nhưng ở họ vẫn luôn yêu đời, giàu lời ca và tiếng hát. Đó là cuộc sống bình yên của người trong làng vợ chồng anh Bưởng, trẻ con chơi đồ hàng, người lớn quây quần bên cây mít, ăn quả dái mít và nói những câu chuyện vui. Đó là những điệu hò ngọt lịm trên sông của anh chân sào. Là lời ca. tiếng hát, tiếng kèn của đôi lứa gọi nhau. Là những buổi chiều nắng vàng bên đềm trên bến sông cải ngồng. Là những câu chuyện được kể bên bếp nhà trưởng bản... Những điều nhỏ nhặt này lại chính là nguồn sức mạnh, tiếp sức cho những người lao động, giúp họ tiếp tục sống qua những ngày khó khăn.

Bên cạnh cuộc sống lao động vất vả nhưng giàu lời ca tiếng hát đó là một mảnh khác trong bức tranh về cuộc sống của người nông dân lao động. Xã hội ngày càng phát, kéo theo sự phát triển đó là sự xâm lẫn của khoa học kĩ thuật. Khoa học kĩ thuật một mặt giúp cuộc sống của người nông dân bớt vất vả, nhọc nhằn, mặt khác lại dẫn đến những hệ lụy trong cuộc sống của họ.

Họ không còn giữ được những phong tục, tập quán, lối sống nguyên sơ nữa thay vào đó những thành tựu khoa học và lối sống đô thị đã cuốn con người đi, mang họ vào những vòng xoáy ăn chơi, hưởng lạc.

Đó là sự xuống cấp của những cô gái và khách hàng cắt tóc trong truyện *Thợ cắt tóc truyền đời* đã hấp thu cách nghĩ khác khi làng họ có con đường chạy qua, buôn bán phát triển, đời sống người dân cao hơn, nhu cầu hưởng thụ phong phú hơn dẫn đến những sai lệch trong suy nghĩ.

Bí mật cuốn gia phả là câu chuyện nêu lên những vấn đề trong tư tưởng sai lệch của người dân khi sống trong quá trình đô thị hóa. Hộ không có con, anh bèn cho vợ thả cỏ vì cho rằng, nếu không có con, cuộc sống và sự phấn đâu của mình cũng đâu có ý nghĩa gì. Nhưng anh không muốn vợ biết những toan tính đó, đã chuốc vợ uống say rồi nhờ người khác đóng giả mình. Cậu con trai ra đời lại vô tình đẩy hai vợ chồng trẻ vào sự xa cách, lạnh lùng. Tưởng rằng nó là mối ràng buộc cho tình cảm hai người, nhưng ai ngờ đó lại là nguyên nhân làm hai vợ chồng đạt được những toan tính cá nhân. Vấn đề đạo đức, nhâm phẩm được đặt ra trong tác phẩm mang tính nhị nguyên. Hộ ích kỉ, độc đoán khi mưu tính để vợ "thả cỏ", nhưng anh ta thật đáng thương khi hi sinh tình cảm riêng để đạt được hạnh phúc gia đình. Vấn đề đạo đức, nhân phẩm theo quan niệm xưa không còn khả giải. Nhưng rõ ràng những toan tính cá nhân đã làm tình cảm gia đình rạn nứt. Nếu họ cùng nhau bàn bạc, giải quyết, có lẽ đã không dẫn đến bi kịch khiến gia đình ông Chiến phải chuyển vào Nam.

Với ngòi bút sắc sảo, thấu hiểu cuộc sống của nhân dân lao động, nhà văn đã vẽ lên bức chân dung của những người nông dân Việt Nam trong thời kì phát triển. Họ là những người chân chất, cần cù, chịu thương, chịu khó trong lao động, ở họ luôn ngập tràn tình yêu đời, yêu người, cuộc sống tuy vất vả, khó khăn và những ảnh hưởng của xã hội hiện đại làm thay đổi con người họ nhưng họ vẫn luôn là những người giữ gìn những giá trị truyền thống của dân tộc.

Nhân vật trong truyện ngắn của Vũ Xuân Tửu mỗi người một vẻ, mỗi người một số phận, mỗi nhân vật đều có nét đặc sắc riêng không lẫn vào các nhân vật của các nhà văn khác. Thông qua các nhân vật của mình, nhà văn thể hiện các nhìn sâu sắc trước hiện thực cuộc sống, đồng thời ông thể hiện sự cảm thông, thấu hiểu, và hi vọng hạnh phúc đối với những số phận bất hạnh, những mảnh đời nhiều trái ngang.

Tiểu kết chương 2

Truyện ngắn của Vũ Xuân Tửu đã khắc họa một cách chân thực và hết sức sinh động bức tranh thiên nhiên, con người và cuộc sống của đồng bào miền núi. Một thiên nhiên heo hút, hiểm trở nhưng cũng rất thơ mộng và trữ tình. Một cuộc sống bình yên, thầm lặng nhưng ẩn sâu trong đó lại hết sức biến động dữ dội do tác động của cơ chế thị trường và sự xâm lấn của khoa học kĩ thuật và văn minh đô thị. Vũ Xuân Tửu đã gióng lên hồi chuông cảnh tỉnh về sự tha hóa của con người trước những cám dỗ trong cuộc sống, đồng thời đề cao, trân trọng những vẻ đẹp bình dị của những giá trị truyền thống.

Truyện ngắn của Vũ Xuân Tửu là một thế giới nghệ thuật đặc sắc và hết sức phong phú với những nét đặc trưng đầy cá tính trong nghệ thuật xây dựng cốt truyện và xây dựng nhân vật. Vũ Xuân Tửu đã rất tài tình trong việc đan xen và sử dụng các kiểu cốt truyện, từ cốt truyện truyền thống đến cốt truyện hiện đại. Bên cạnh đó, nhà văn đã rất tài tình trong nghệ thuật xây dựng nhân vật với các kiểu loại nhân vật đời thường, nhân vật huyền ảo với những biến thể phong phú và phức tạp.

Đó không phải chỉ là sự am hiểu cuộc sống và còn là biểu hiện của một ngòi bút tài hoa, nhiều cá tính sáng tạo.

KẾT LUẬN

Sau khi tìm hiểu đặc điểm truyện ngắn của nhà văn Vũ Xuân Tửu chúng tôi rút ra một số kết luận sau:

1. Trong văn xuôi Việt Nam hiện đại, có một khoảng riêng của văn xuôi miền núi phía Bắc. Vũ Xuân Tửu đã góp vào khoảng riêng ấy những tác phẩm văn chương với những màu sắc rất riêng biệt không dễ lẫn. Màu sắc ấy tỏa ra từ hệ thống hình tượng, từ cấu trúc ngôn từ, từ các thủ pháp nghệ thuật... mang đậm màu sắc của văn hóa miền núi phía Bắc. Nó giúp người đọc hiểu thêm về con người vùng núi phía Bắc, con người Việt Nam và hiểu thêm về chính bản thân mình. Nó cũng giúp cho mỗi người dân miền núi nói chung, người dân miền núi phía Bắc nói riêng hiểu thêm về những vinh quang, cay đắng của dân tộc mình, từ đó biết trân trọng, giữ gìn và phát huy những vẻ đẹp, những giá trị truyền thống của quê hương mình.

Vũ Xuân Tửu là một cây bút có nhiều thành tựu mới trong văn xuôi đương đại bởi ông đi theo hướng riêng. Ông viết về miền núi, về đời sống của nhân dân vùng cao. Những tác phẩm của ông giúp người đọc mở rộng phạm vi về đời sống, về văn hóa, về con người nơi đây. Đồng thời, ông mang hơi thở của cuộc sống hiện đại vào trong những sáng tác của mình. Những vấn đề mang tính thời đại như đạo đức, nhân phẩm con người, giữ gìn và phát huy những giá trị truyền thống được đặt ra trong nhiều tác phẩm.

2. Viết về đời sống nhân dân, nhà văn đưa người đọc đến với những vùng, miền khác nhau của miền núi phái Bắc. Ở đó có lời ca, tiếng hát; có những tháng ngày lao động, gắn bó chan hòa với tình cảm làng bản gần gũi, yêu thương, chia sẻ, đùm bọc; lối ứng xử đầy tình nghĩa giữa những người đã chịu nhiều đau khổ. Nhưng đó cũng là nơi miền núi hoang sơ với sự khắc nghiệt của thiên nhiên, những phong tục lạc hậu đè nặng lên con người. Đó không còn là vùng quê yên bình, thanh thản như xưa nữa mà thay vào đó là những biến đổi trong đời sống khi xã hội hội nhập xâm lẫn vào, ở đó con người đã chịu không ít tổn thương bởi những hệ lụy của xã hội.

Truyện Vũ Xuân Tửu cho thấy niềm tin của người dân vào những thế lực siêu nhiên, bí ẩn, xuất phát từ tín ngưỡng bách thần do môi trường sống mang lại. Họ đồng thời tin vào quy luật nhân quả, tin vào sự báo ứng, đề cao tình người, tình đời trong cuộc sống. Vì Vậy, truyện của ông thường có nhiều chi tiết, nhiều yếu tố kì ảo để câu chuyện thêm phần huyền ảo, cũng để nhà văn thể hiện quan điểm của mình về hiện thực cuộc sống. Bằng những ám ảnh tâm linh, những tiếng vọng từ tiềm thức, nhà văn dựng lên một hiện thực ở bề sâu của cuộc sống con người, một hiện thực vốn chìm khuất. Hiện thực đó để cho con người suy nghĩ, chiêm nghiệm, đánh giá.

3. Bằng việc sử dụng hệ thống cốt truyện đặc biệt, truyện của Vũ Xuân Tửu có sự giao thoa giữa quá khứ, hiện tại, tương lai. Những sự kiện có sự trùng phức tạo nên cái lạ và mới với người tiếp nhận. Qua những câu chuyện với dung lượng ngắn, nhà văn truyền tải được nội dung tư tưởng lớn. Ông muốn xây dựng một thế

giới hiện thực đa dạng, đi sâu khám phá những bí ẩn của cuộc sống và tâm hồn con người.

4. Vũ Xuân Tửu đã thể hiện được bản lĩnh nghệ thuật khá vững vàng khi xây dựng thành công nhiều kiểu nhân vật đặc trưng của người miền núi. Từ những nhân vật đời thường đến những nhân vật huyền ảo, từ hình ảnh những người phụ nữ đến hình ảnh những người lính, những người nông dân…, tất cả đều được hiện lên một cách chân thực và hết sức sinh động. Nhà văn gửi gắm trong đó nhiều thông điệp tư tưởng, như một cách biểu thị thái độ đối với hiện thực cuộc sống và những giá trị đạo đức thẩm mĩ truyền thống.

5. Những nghiên cứu trên đây của chúng tôi mới chỉ đi sâu vào tác phẩm của một nhà văn cụ thể, với một thể loại cụ thể. Còn rất nhiều những hướng nghiên cứu mới với những cách tiếp cận mới sẽ làm sáng rõ thêm những thành công và hạn chế của nhà văn Vũ Xuân Tửu ở các mảng sáng tác cụ thể. Hy vọng, điều đó sẽ góp phần nhận diện và định vị tài năng và vị trí của nhà văn Vũ Xuân Tửu trong nền văn xuôi dân tộc và miền núi nói riêng cũng như nền văn xuôi Việt Nam đương đại.

Có thể, những điều đó sẽ dành cho những nghiên cứu tiếp sau.

LHT

2.2.4. THỂ TÀI TRUYỆN NGẮN VŨ XUÂN TỬU

Luận văn thạc sĩ khoa học ngữ văn của ***Cao Thị Hương****,*
Chuyên ngành Lí luận văn học, mã số 60.22. 01.20, Đại học Sư phạm Hà Nội.
Người hướng dẫn khoa học: Phó Giáo sư, Tiến sĩ Trần Mạnh Tiến.
Bảo vệ 31/10/2017.

Chương I:
KHÁI QUÁT VỀ THỂ TÀI TRUYỆN NGẮN VÀ TRUYỆN NGẮN CỦA VŨ XUÂN TỬU

1.1. Khái quát về thể tài truyện ngắn

1.1.1. Các quan niệm cơ bản về truyện ngắn

Truyện ngắn là một loại hình tự sự có từ lâu đời, có sự gần gũi với truyện cổ dân gian và truyện cổ Trung đại, nhưng truyện ngắn với vai trò là một thể tài riêng, gắn với một kiểu tư duy hiện đại lại ra đời muộn, mới hơn một thế kỉ trở lại đây. Riêng định nghĩa về Truyện ngắn cũng có nhiều ý kiến khác nhau. Từ những năm đầu thế kỉ XX, cùng với sự ra đời của những truyện ngắn hiện đại đầu tiên, đã có rất nhiều quan niệm truyện ngắn được đưa ra, theo đó cũng có nhiều cách hiểu về truyện ngắn của các nhà nghiên cứu trong và ngoài nước. Trong bài *Bàn về đoản thiên tiểu thuyết* của tác giả T.D trên Đông Pháp thời báo (số 752, ngày 4/8/1928) có đoạn viết: "Đoản thiên với trường thiên khác nhau bởi dài ngắn, ấy mới là phần hình thức thôi, còn khác nhau về tinh thần nữa, mà phần này lại trọng yếu hơn. Cái tinh thần của tiểu thuyết đoản thiên, khi đem so với trường thiên tiểu thuyết thì mới thấy. Đại thể, trường thiên tả cả phần nguyên, còn đoản thiên tiểu thuyết chỉ tả một phần lẻ.... Tả phần lẻ nghĩa là chỉ chú ý vào một sự gì đó mà phô bày nó ra cho hết vẻ, như nước đời lắm nỗi, tả sự ăn hiếp vợ của một anh chồng. Sống chết mặc bay, tả sự không biết thương dân của một ông quan" [73, tr.120]. Ý kiến của tác giả Lệ Xuân trong bài *Cách viết đoản thiên tiểu thuyết* cho rằng: "Một câu chuyện nào, có thể viết thành một thiên tiểu thuyết trường tức là dài, nay ta phải gọn ý nó lại thế nào cho trở nên một thiên tiểu thuyết đoản tức vắn. Thường thường cái đoản là cái kết cuộc của một bổn trường thiên tiểu thuyết" [73, tr.120]. Những ý kiến trên của các nhà lí luận phê bình văn học đầu thế kỉ XX chỉ là những đánh giá ban đầu, chạm tới hình thức của truyện ngắn, cái tiêu chí đánh giá cũng ngắn gọn, còn sơ sài, chủ yếu để phân tách hai thể loại tiểu thuyết và truyện ngắn. Theo tác giả Trần Mạnh Tiến: "Chúng ta có thể ghi nhận đây là những ý kiến phân loại ban đầu, ngay trong lúc thực tiễn sáng tác tiểu thuyết mấy mươi năm đầu thế kỉ chưa lấy gì làm phong phú lắm" [73, tr.120].

Trong quá trình nghiên cứu văn học Việt Nam từ thế kỉ XX đến nay, cũng có rất nhiều tác giả, nhà nghiên cứu, nhà lí luận thể hiện quan điểm của mình về những khía cạnh khác nhau của thể tài truyện ngắn. Trong bài phỏng vấn Tô Hoài của Vương Trí Nhàn đăng trên Tạp chí Văn nghệ quân đội số 8/1976 có tựa đề "Một thể văn tập cho người viết nhiều nét quí", Tô Hoài đã có những suy nghĩ về đặc điểm thể tài truyện ngắn như sau: "Tôi cho rằng truyện ngắn là một thể văn tập cho người viết nhiều nét quí lắm. Chỉ với truyện ngắn, người ta mới biết tận dụng từng chữ, lo săn sóc từng chữ. Nhà văn mình thường yếu không tạo được phong cách riêng. Truyện ngắn là nơi ta có thể thử tìm phong cách cho mình. Truyện ngắn đòi hỏi hoàn thiện. Ở đây, ta được rèn luyện đến việc dùng từng dấu phẩy" [49,tr.7-8]. Theo tác giả Trần Đình Sử trong giáo trình *Lí luận văn học tập* 2: "Tác giả truyện ngắn thường hướng tới khắc họa một hiện tượng, phát hiện một nét bản chất trong quan hệ nhân sinh hay đời sống tâm hồn con người, tạo thành một ấn tượng hoàn chỉnh" [58, tr.316].

Về ý kiến, nghiên cứu của các tác giả, nhà lí luận nước ngoài, nhà nghiên cứu Đỗ Ngọc Thạch đã tổng hợp các quan điểm của những nhà văn, nhà lí luận nước ngoài trong bài *Truyện ngắn - đặc trưng thể* loại (http://newvietart.com) một cách cụ thể qua từng giai đoạn phát triển của thể tài này. Thứ nhất, các nhà nghiên cứu coi truyện ngắn tồn tại như một thể loại độc lập, có những đặc trưng riêng về thi pháp thể loại. Xu hướng thứ hai, các nhà nghiên cứu đặt truyện ngắn trong mối liên hệ với các thể loại tương cận như tiểu thuyết. Sau khi Edgar Allan Poe đọc truyện ngắn Hawthorne, ông đã viết một bài phân tích đầu tiên trong giới nghiên cứu văn học phương Tây về sự khác nhau giữa truyện ngắn và tiểu thuyết. Ông đưa ra định nghĩa: "truyện ngắn đơn giản là lối trần thuật khiến độc giả có thể đọc liền một mạch" [61]. Ngoài ra, một số nhà văn như X.Antônốp, một tác giả nổi tiếng của văn học Nga đã đặc biệt nhấn mạnh trong tiểu luận Viết truyện ngắn rằng: "Trước mắt nhà văn viết truyện ngắn là vấn đề rất phức tạp. Mọi câu chuyện càng phức tạp hơn, bởi lẽ truyện ngắn phải …ngắn !...Chính việc truyện ngắn phải ngắn khiến nó tự phân biệt một cách dứt khoát và rành rọt bên cạnh truyện vừa và tiểu thuyết". Tác giả A.Tônxtôi đã nhận định: "Truyện ngắn là một trong những thể tài văn học khó nhất. Về nội dung cũng như về tư tưởng, nó không khác gì tiểu thuyết, chỉ có điều do ngắn nên khó hơn... Truyện ngắn đòi hỏi một công phu lao động lớn. Đây là chỗ đánh dấu trình độ nghệ thuật một nền văn học" [61]. Chính vì dung lượng ngắn, nên các tác giả cần biết cách chọn lọc chi tiết, khoảnh khắc để thể hiện nội dung tư tưởng của mình, phải xây dựng nhân vật đặc sắc nhất, để tái hiện được hiện thực cuộc sống mà nhà văn muốn lột tả trong tác phẩm. Ý kiến của X.Antônốp nhận định về lợi thế và cũng là khó khăn của truyện ngắn được tổng hợp như sau: "Bởi truyện ngắn chỉ đọc liền trong ít phút nên ở đây rất cần tới sự nguyên vẹn của cấu trúc, sự thống nhất của phong cách. Một vài câu không đâu, thậm chí vài trang tiểu thuyết có thể bỏ qua, nhưng ở truyện ngắn, người ta không được phép. Cần phải nhớ rằng, một trong những đặc điểm cốt yếu của truyện ngắn là nhạy bén trước những gì thay đổi của đời sống... Một trong những lí do để nhiều thế kỉ qua, truyện ngắn trở thành một trong những thể loại có ý nghĩa phổ cập nhất: đó là sự kết hợp giữa yếu tố năng động, khả năng nhạy bén với một cái nhìn rất mới đối với cuộc sống" [61].

Giáo sư văn học người Pháp D.Gronopxki trong cuốn *Đọc truyện ngắn* đã nhận định: "Truyện ngắn là một thể loại muôn hình muôn vẻ biến đổi khôn cùng. Nó là một vật biến hóa như quả chanh của Lọ Lem. Biến hóa về khuôn khổ: ba dòng hoặc ba mươi trang. Biến hóa về kiểu loại: tình cảm, trào phúng, kì ảo, hướng về biến cố thật hay tưởng tượng, hiện thực hoặc phóng túng. Biến hóa về nội dung: thay đổi vô cùng tận" [50, tr.79].

Ngoài ra, còn rất nhiều những ý kiến, tranh luận xung quanh các vấn đề về nội dung biểu đạt và nghệ thuật của thể tài truyện ngắn. Các khái niệm luôn mang tính tương đối, có sự giao thoa, bổ sung cho nhau về mặt lí thuyết và thực tiễn, tạo nên cơ sở lí thuyết nghiên cứu về truyện ngắn tương đối phong phú, hữu ích.

Như vậy, chúng tôi nhận thấy rằng trước hết truyện ngắn là một thể loại quan trọng của nền văn học Việt Nam nói riêng và nền văn học Thế giới nói chung. Những đặc trưng thể loại của truyện ngắn luôn cần được đặt trong sự so sánh với thể loại tiểu thuyết, thơ, kịch, kí. Chúng có sự khác biệt nhưng vẫn có những điểm giao thoa tương đồng. Thơ và truyện ngắn cùng có dung lượng ngắn, ngôn ngữ biểu tượng được vận dụng triệt để. Tiểu thuyết và truyện ngắn đều có hệ thống nhân vật, sự kiện, cốt truyện, tiểu thuyết là một thước phim quay chậm còn truyện ngắn là một đoạn phim trong cả một thước phim ấy. Hiện nay, xu hướng "truyện ngắn hóa tiểu thuyết" và ngược lại đang dần phát triển,... Tất cả đều cho thấy thể loại văn học không đứng im mà luôn vận động không ngừng nghỉ.

1.1.2 Về truyện ngắn trong thời đại mới

Theo *Từ điển tiếng Việt* (1992) do tác giả Hoàng Phê chủ biên, Thể tài là "hình thức, thể loại của tác phẩm nghệ thuật được xác định bằng đề tài hoặc bằng những đặc trưng khác về chủ đề, phong cách" [53, tr.964]. Thể tài văn học trước hết là thể loại, là một cách phân chia nhóm các tác phẩm văn học nhưng Thể tài còn bao hàm nghĩa rộng hơn nghĩa thể loại và nó gắn liền với kiểu dạng đề tài. Ví dụ như thể tài truyện viết về nông thôn, về thành thị, về miền núi,... Thể tài chú ý hơn đến phương diện đề tài, chủ đề, nhân vật trong tác phẩm, do phạm vi hiện thực chi phối. Còn khi nói "thể loại" thì chỉ hướng về hình thức mà thôi.

Nói cách khác, Thể tài là những thể loại gắn với từng phạm vi đời sống được thể hiện bằng những kiểu, dạng tác phẩm có hình thái gần nhau. Như vậy, Thể tài là cách phân loại tác phẩm văn học dựa trên nhiều yếu tố như đối tượng phản ánh, phương thức thể hiện, hình thái tác phẩm,...Thể tài mang ý nghĩa nhấn mạnh nhóm tác phẩm văn học dưới góc độ đề tài, nội dung phản ánh, cảm hứng nghệ thuật của người viết với hình thức thể hiện tương ứng của tác phẩm văn học và không chỉ dừng lại ở việc nhìn nhận tác phẩm dưới góc độ thuần túy hình thức về dung lượng, ngôn ngữ,...

Theo cuốn *Hán Việt từ điển* (1994), và các ý kiến tổng hợp của nhà nghiên cứu Bùi Việt Thắng trong cuốn *Truyện ngắn - những vấn đề lí thuyết và thực tiễn thể loại* (2003), khái niệm "Truyện ngắn" tiếng Pháp là Nouvelle, tiếng Anh là Short story, tiếng Trung Quốc là Đoản thiên tiểu thuyết, nhưng đều để chỉ "tác phẩm tự sự cỡ nhỏ", dung lượng ngắn nhưng bao quát được các phương diện của đời sống. Trong *Từ điển thuật ngữ văn học* (2010) của Lê Bá Hán chủ biên viết: "Truyện ngắn là một kiểu tư duy mới, một cách nhìn cuộc đời, một cách nắm bắt đời sống rất riêng, mang tính chất thể loại... Nhân vật của truyện ngắn thường là hiện thân cho một trạng thái quan hệ xã hội, hoặc trạng thái tồn tại của con người", "Truyện ngắn là thể loại gần gũi với đời sống hằng ngày, súc tích, dễ đọc, lại thường gắn liền với hoạt động báo chí, do đó có tác dụng, ảnh hưởng kịp thời trong đời sống" [16, tr.371].

Từ tiến trình văn học cho hay, truyện ngắn là một hình thức tự sự ra đời muộn, vào khoảng đầu thế kỷ XX, mang những đặc trưng riêng biệt về nội dung, hình thức. Nét đặc biệt nhất của truyện ngắn là thể hiện một "lát cắt", một khoảnh khắc của cuộc sống, vì thế truyện ngắn chú trọng trong việc lựa chọn tình tiết cô đúc, ngắn gọn, giàu ý nghĩa. Truyện ngắn tồn tại như một thể loại văn học, có mối quan hệ với Tiểu thuyết, Thơ, Kịch.

Từ các công trình *Giáo trình văn học Việt Nam* tập 1 (2012), *Lịch sử văn học Việt Nam* (2010), *Truyện ngắn – những vấn đề lí thuyết và thực tiễn thể loại* (2003), *Giáo trình Văn học Việt Nam từ sau Cách mạng Tháng 8 năm 1945* (2009), chúng tôi đưa ra khái quát con đường phát triển của thể tài truyện ngắn Việt Nam từ lúc xuất hiện truyện ngắn hiện đại đầu tiên cho đến nay như sau:

Truyện ngắn hiện đại xuất hiện sớm nhất ở Việt Nam đầu thế kỉ XX là tác phẩm *Sống chết mặc bay* của Phạm Duy Tốn, in trên báo Nam Phong năm 1918. Trước đó, văn học Việt Nam vẫn chịu ảnh hưởng từ các mô hình tác phẩm văn học Trung đại, các sáng tác mang đậm tư tưởng Nho gia. Đầu thế kỉ XX, với sự ồ ạt thâm nhập của văn học phương Tây, tạo nên một giai đoạn văn học đầy biến động. Chỉ tới khi tác phẩm *Sống chết mặc bay* xuất hiện, truyện ngắn hiện đại mới bắt đầu xuất hiện và phát triển ở Việt Nam như một thể tài văn học mới. Thể tài truyện ngắn Việt Nam cũng như các thể tài khác, chịu tác động của những biến động lịch sử, những khuynh hướng sáng tác qua từng thời kì, là thể loại có sự chi phối của đề tài, các tác giả truyện ngắn luôn tìm một hình thức thể hiện đề tài hợp lí.

Giai đoạn 1920 – 1930 là thời kì đổi mới văn học từ Trung đại sang hiện đại. Những sáng tác truyện ngắn của Phạm Duy Tốn (*Sống chết mặc bay, Câu chuyện thương tâm,...*), Nguyễn Bá Học (*Câu chuyện gia đình, Chuyện ông Lý Chắm, Có gan làm giàu...*) và đặc biệt là Nguyễn Ái Quốc (*Lời than vãn của Bà Trưng Trắc, Vi hành, Những trò lố hay là Va-ren và Phan Bội Châu,...*) là những tác phẩm mang đầy tinh thần hiện đại từ đề tài (cuộc sống của người dân, xã hội Việt Nam trong tình cảnh trở thành thuộc địa nửa phong kiến,...), đến việc sử dụng những hình ảnh mới, những kĩ thuật viết mới học hỏi từ văn học phương Tây. Các tác giả, tác phẩm trên đã góp phần đẩy nhanh quá trình hiện đại hóa văn học nói chung và thúc đẩy thể tài truyện ngắn phát triển nói riêng. Đồng thời, những sáng tác truyện ngắn kể trên bước đầu định hình cho khuynh hướng văn học hiện thực phê phán. Nội dung truyện tập trung khắc họa những mặt trái của xã hội thực dân nửa phong kiến bấy giờ với những chính sách mị dân của thực dân Pháp và sự bất lực của chính quyền phong kiến (*Lời than vãn của Bà Trưng Trắc, Vi hành,...*), phê phán thói vô trách nhiệm của quan lại (Sống chết mặc bay).

Cho tới những năm 1930 - 1945, thể tài truyện ngắn đã được định hình và sáng tác theo hai khuynh hướng chính là khuynh hướng lãng mạn và hiện thực. Đại diện cho thể tài truyện ngắn theo khuynh hướng lãng mạn là các tác phẩm của Tự lực văn đoàn (*Dọc đường gió bụi, Đợi chờ, Đào mơ, Dưới bóng hoàng lan,...*), của Nguyễn Tuân (tập *Vang bóng một thời,...*). Nội dung chính trong những truyện ngắn lãng mạn là ca ngợi tình yêu tự do, ca ngợi cái đẹp; thể hiện sự nuối tiếc những nét đẹp truyền thống,.... Ngược lại, truyện ngắn sáng tác theo khuynh hướng hiện thực lại viết về cuộc sống khổ cực của nhân dân lao động dưới ách đô hộ, viết về sự cùng quẫn, tăm tối, sự tha hóa của đạo đức con người với những tác giả tiêu biểu như Lan Khai (*Kiếp con tằm, Thằng gầy,...*), Nguyễn Công Hoan (*Người ngựa, ngựa người, Kép Tư Bền, Tinh thần thể dục,...*) Ngô Tất Tố (*Xâu lòng thờ, Món nợ chung thân,...*), Nam Cao (*Chí Phèo, Tư cách mõ, Một bữa no,...*). Tuy nhiên, ranh giới về khuynh hướng sáng tạo chỉ là tương đối. Các sáng tác của Thạch Lam, (*Gió lạnh đầu mùa, Hai đứa trẻ,...*), Nguyên Hồng (*Bảy Hựu, Hai dòng sữa,...*) về cuộc sống của những người dân nghèo nơi thành thị, những tiểu tư sản, trí thức sống lầm lũi, quanh quẩn, bế tắc,... được viết bằng một giọng văn nhẹ nhàng, xúc động nhưng cũng chứa đựng yếu tố hiện thực rất sâu sắc.

Sau khi Cách mạng tháng Tám thành công, thể tài truyện ngắn Việt Nam bước vào một giai đoạn mới, giai đoạn văn học cách mạng, văn học kháng chiến 1945 - 1975. Các thể loại văn học đều sáng tác chung về những đề tài như ca ngợi Đảng và bộ đội, viết về những tấm gương trong chiến đấu, những câu chuyện về tình quân dân, tố cáo tội ác của thực dân Pháp, đế quốc Mỹ, ca ngợi những chiến thắng hào hùng của dân tộc... Trong giai đoạn văn học cách mạng, đề tài chính của thể tài truyện ngắn gắn liền với những khuynh hướng nổi bật trong từng chặng đường chiến đấu cụ thể của dân tộc. Chặng thứ nhất, từ 1945 - 1954, đề tài chính của thể tài truyện ngắn là sự thức tỉnh, giác ngộ với lí tưởng cách mạng; cảm hứng yêu nước, ca ngợi Đảng và cách mạng; lên án tội ác của thực dân Pháp, đế quốc Nhật; ca ngợi những tấm gương chiến đấu, lao động. Truyện ngắn của Nam Cao, Kim Lân, Tô Hoài,... cho thấy bức tranh cuộc sống của người dân Việt Nam thời kì đầu kháng chiến. Tác phẩm *Đôi Mắt* của Nam Cao là tiêu biểu cho sự giác ngộ cách mạng của mọi tầng lớp trong xã hội. Tất cả các nhà văn, nhà thơ đều chuyển từ khuynh hướng lãng mạn, hiện thực phê phán sang khuynh hướng hiện thực cách mạng. Bức tranh kháng chiến được khắc họa chân thực, sinh động trong truyện ngắn *Làng* (Kim Lân), tập *Truyện Tây Bắc* (Tô Hoài), *Ở rừng* (Nam Cao), và rất nhiều tác phẩm khác. Truyện ngắn giai đoạn này đã có những sự thay đổi nhất định trong tiếp cận và thể hiện đời sống xã hội của đất nước trong giai đoạn lịch sử đầu tiên của cuộc kháng chiến trường kì. Nội dung các truyện ngắn nhìn chung có cốt truyện đơn giản, ít khắc họa tâm lí nhân vật với cái tôi cá nhân mà tập trung khắc họa tâm lí cộng đồng (tâm lí yêu – ghét làng của ông Hai trong truyện ngắn *Làng* phụ thuộc vào làng có theo giặc hay không, đó cũng là tâm lí chung của người nông dân Việt Nam bấy giờ). Về nghệ thuật, các nhà văn tập trung khắc họa hình tượng người nông dân, người cán bộ Đảng và người lính.

Từ 1955 - 1964, thể tài truyện ngắn phát triển mạnh theo hướng mới, đa dạng về đề tài, kết cấu, phương thức trần thuật. Hòa bình lập lại ở miền Bắc, chủ nghĩa xã hội đem lại nguồn sống mới cho cả dân tộc. Cuộc sống mới của người dân miền Bắc trở thành đề tài chính trong các sáng tác truyện ngắn thời kì này. Những tác phẩm tiêu biểu như *Mùa lạc* (Nguyễn Khải), tái hiện bức tranh hiện thực xã hội chủ nghĩa, đưa ra những tấm gương trong lao động sản xuất, cổ vũ những con người dám giũ bỏ cái cũ để đón nhận những điều mới như cô Đào. Những tập truyện ngắn *Trong làng, Đồng tháng năm, Vụ mùa chưa gặt* (Nguyễn Kiên) viết về cuộc sống ở nông thôn trong cuộc cách mạng ruộng đất, về công cuộc xây dựng cuộc sống mới của những con người lao động bình thường. Trước và sau năm 1960 là thời điểm những cây bút truyện ngắn sáng tác hăng say, nhiều cây bút mới xuất hiện và khẳng định mình. Nguyên Ngọc từng nổi tiếng với sáng tác tiểu thuyết, đã ra mắt tập truyện *Rẻo cao*. Hồ Phương với tập *Cỏ non* và *Xóm mới*, Đỗ Chu với tập *Phù sa*, Nguyễn Ngọc Tấn có tập *Trăng sáng* và *Đôi bạn*,... Nhận xét về truyện ngắn giai đoạn này, tác giả Nguyễn Văn Long đã nhận xét trong cuốn *Giáo trình văn học Việt Nam từ sau Cách mạng tháng 8 năm 1945* (2009) như sau: "truyện ngắn đã đa dạng hơn về kết cấu, cốt truyện, về bút pháp và phong cách, về phương thức trần thuật" [43, tr.158].

Bước sang cuộc kháng chiến chống Mĩ từ 1965 - 1975, khuynh hướng sử thi và cảm hứng lãng mạn được thể hiện trong thể tài truyện ngắn mạnh mẽ hơn. Những tác giả nổi bật như Nguyễn Quang Sáng, Nguyễn Thi, Nguyên Ngọc,... với những sáng tác mang nội dung, chủ đề chính là ca ngợi những tấm gương chiến đấu, hi sinh, làm nổi bật lên sự anh hùng của người dân đất Việt. Những hình tượng như Tnú (*Rừng Xà nu*), tình cha con trong *Chiếc lược ngà*, tinh thần chiến đấu sục sôi của tuổi trẻ (*Những ngôi sao xa xôi, Những đứa con gia đình,...*) đã trở thành những hình tượng nghệ thuật đầy ý nghĩa, khắc họa rõ nét tinh thần bi tráng, hiện thực tàn khốc, sự hi sinh anh dũng của cả dân tộc. Hình tượng những cô gái thanh niên xung phong luôn sẵn sàng hi sinh, coi thường cái chết, chỉ mong sao phá bom, mở đường nhanh nhất để xe bộ đội đi qua (*Những ngôi sao xa xôi*), hay hai chị em tranh nhau ra chiến trường (*Những đứa con trong gia đình*),... đã trở thành hình tượng tiêu biểu thể hiện cho nhuệ khí chiến đấu, tinh thần hi sinh anh dũng chống giặc của lớp trẻ Việt Nam thời kì đó. Những truyện ngắn cổ vũ tinh thần chiến đấu giải phóng miền Nam, bảo vệ miền Bắc kể trên được khắc họa chân thực, sống động.

Kết thúc chiến tranh, truyện ngắn cùng với những thể loại văn học khác như kí, tiểu thuyết, kịch, thơ,... đã làm tròn trách nhiệm của một giai đoạn lịch sử văn học. Các thể loại văn học đã được sáng tác trong một dòng cảm hứng chung: khuynh hướng sử thi và cảm hứng lãng mạn. Văn học đã có sự quy phạm về đề tài, nội dung và nghệ thuật nhất định, tất cả phục vụ cho cách mạng. Từ 1975 - 1986, các thể loại văn học bắt đầu có những bước chuyển mình để đổi mới và phát triển, đặc biệt là truyện ngắn. Đi đầu là Nguyễn Minh Châu với tập truyện ngắn *Người đàn bà trên chuyến tàu tốc hành* và *Bến quê*. Nguyễn Khải, Ma Văn Kháng, Nguyễn Mạnh Tuấn,...là những nhà văn cùng chí hướng trong việc đổi mới suy nghĩ về văn học, hiện thực, con người. Xu hướng nhận thức lại chiến tranh, tìm hiểu và thể hiện rõ nét thân phận con người trong và sau chiến tranh là xu hướng nổi bật từ những năm 1980 cho tới sau này. Nguyễn Minh Châu đã để lại ấn tượng trong độc giả và cả giới nghiên cứu, phê bình văn học khi xây dựng hình tượng những con người là nạn nhân của chiến tranh (*Người đàn bà trên chuyến tàu tốc hành, Miền cháy, Lửa từ những ngôi nhà,…*), hay những con người sống cả đời với những chân lí nhưng khi cuối đời lại nhận ra đã hiểu sai tất cả (Bến quê). Những tác phẩm sau năm 1975 đã đem đến cho độc giả những trăn trở, suy tư về cuộc sống, không chỉ là những câu chuyện chiến tranh, những lí tưởng cao cả như văn học thời chiến nữa.

Thể tài truyện ngắn bắt đầu hướng về đề đời tư, thế sự, thể hiện sự chiêm nghiệm sâu sắc của nhà văn về cuộc sống, về số phận con người. Sau 1986, với chủ trương đổi mới của Đảng về văn hóa, văn học, thể tài truyện ngắn có những bước phát triển rực rỡ. Những cảm hứng mới như dân chủ, đời tư, chiêm nghiệm, triết luận,… xuất hiện nhiều trong tác phẩm, cùng với đó là sự ảnh hưởng lý thuyết phê bình văn học mới, giúp cho thể tài truyện ngắn có được sự phát triển rực rỡ, mới mẻ. Truyện ngắn của Nguyễn Minh Châu mang đầy cảm hứng nhân văn, tinh thần nhận thức lại chiến tranh, thân phận con người, những câu hỏi về giá trị cuộc đời (*Bức tranh, Bến quê, Chiếc thuyền ngoài xa,…*). Nguyễn Khải viết về cảm hứng đời tư, ca ngợi những giá trị truyền thống tốt đẹp trong tâm hồn người Hà Nội (*Một người Hà Nội, Hà Nội trong mắt tôi,…*). Ba mươi năm trở lại đây, các tác giả truyện ngắn liên tục cho ra mắt những tác phẩm giá trị, giàu tính sáng tạo, nhằm đem đến sự cách tân cho thể tài truyện ngắn đương đại. Những tác giả trẻ như Nguyễn Huy Thiệp, Tạ Duy Anh, Nguyễn Ngọc Tư sáng tác với tinh thần, cảm hứng hiện đại, hậu hiện đại, xoáy sâu vào nội tâm con người, những giá trị của cuộc đời, định nghĩa lại những quan điểm đã cũ (*Giọt máu, Tướng về hưu, Không có vua, Cánh đồng bất tận,…*).

Qua một chặng đường dài tồn tại và phát triển, thể tài truyện ngắn đã và đang góp phần làm đa dạng nền văn học Việt Nam. Mỗi chặng đường phát triển của lịch sử văn học Việt Nam, thể tài truyện ngắn thể hiện những khuynh hướng sáng tác cụ thể. Những hình tượng nhân vật, ngôn ngữ giọng điệu, điểm nhìn và mọi yếu tố nghệ thuật khác đều được xây dựng phù hợp với từng hoàn cảnh sống của con người trong từng giai đoạn lịch sử khác nhau. Sự đa dạng đề tài, phương thức biểu đạt và những hình tượng nghệ thuật truyện ngắn đương đại hiện nay đều là những kết quả trong quá trình đổi mới của văn học.

1.2. Vũ Xuân Tửu và thể tài truyện ngắn Việt Nam đương đại

1.2.1. Khái lược hành trình sáng tác của Vũ Xuân Tửu

Ông sinh ngày 19 tháng 02 năm 1955 tại Ninh Bình, từ nhỏ đã theo gia đình lên Tuyên Quang sinh sống. Hai miền quê là hai vùng đồng bằng - miền núi với nhiều phong tục tập quán phong phú, và có một người mẹ giàu vốn văn hóa dân gian, Vũ Xuân Tửu đã thừa hưởng và phát huy vốn văn hóa gia đình và quê hương, phong tục tập quán mỗi miền vào trong sáng tác. Với hơn mười năm sáng tác, nhưng Vũ Xuân Tửu đã sáng tạo và đã định hình một phong cách riêng trong "dàn hợp xướng" của các tác giả văn xuôi Việt Nam đương đại.

Năm 1974 sau khi tốt nghiệp phổ thông, Vũ Xuân Tửu đã thi đỗ vào trường Đại học An ninh nhân dân, đến năm 1979 trở về công tác tại Công an Tỉnh Tuyên Quang. Trong suốt quá trình công tác tại Công an tỉnh, ông từng giữ các chức vụ như Phó Văn phòng Công an Tỉnh, Trưởng phòng Công tác chính trị. Với kinh nghiệm ba mươi năm công tác trong ngành Công an, tham gia công tác tại nhiều địa bàn, tiếp xúc nhiều môi trường khác nhau, Vũ Xuân Tửu đã có một vốn sống, vốn hiểu biết sâu rộng về tâm lí con người, về cuộc sống và đặc biệt là phong tục, tập quán của nhiều dân tộc vùng cao. Đây chính là vốn tư liệu quan trọng cho những sáng tác của ông sau này. Cuộc sống trải nghiệm đi nhiều nơi, tìm hiểu nhiều điều và những năm công tác trong nghề công an đã cho Vũ Xuân Tửu có một vốn thực tế sâu rộng, những góc nhìn chân thực và đa dạng về cuộc sống từ miền Trung du đến đồng bằng Bắc Bộ, cái nhìn sâu sắc về tâm lí con người, cùng với tình yêu thương đồng cảm với những số phận của đồng bào...

Đến năm 1980, Vũ Xuân Tửu bắt đầu đến với nghiệp văn bằng bút kí *Đường xuyên cao nguyên* đăng trên báo Văn nghệ Hà Tuyên. Từ đây, ông bắt đầu tìm tòi, sáng tác văn chương như một niềm đam mê, một “nghiệp tay trái” bên cạnh công việc của một chiến sĩ công an. Ban đầu, ông sáng tác thơ, cho tới năm 1984 ông chuyển hướng sang sáng tác văn xuôi. Năm 1998 được xem như bước ngoặt quan trọng trong hoạt động văn học của Vũ Xuân Tửu. Từ chỗ sáng tác theo năng khiếu, vốn hiểu biết của bản thân, ông được dự trại sáng tác văn học của tuần báo Văn Nghệ tổ chức tại Lạng Sơn vào năm 1998, được tiếp xúc với những nhà văn đi trước và học hỏi những lí thuyết văn chương. Ông “thực sự xác định cụ thể con đường đi và bắt đầu sự nghiệp sáng tác văn học của mình theo đúng nghĩa của nghề viết”. Ông xuất bản tập truyện *Tầm phào*, tập hợp những truyện ngắn đã viết từ năm 1984, gây ấn tượng với lối viết trong sáng, thật thà nhưng chứa đựng nhiều triết lí nhân sinh. Cũng trong năm 1998, ông gia nhập Hội Văn học Nghệ thuật tỉnh Tuyên Quang. Sau nhiều thành công, ông được kết nạp vào Hội Nhà văn Việt Nam. Con đường sáng tác văn học của Vũ Xuân Tửu ngày càng rộng mở.

Trong số các cây viết Tuyên Quang thời kì đổi mới, Vũ Xuân Tửu là người có nhiệt huyết và sáng tác đều tay và tạo nên một chỗ đứng riêng. Trong khoảng mười năm từ 1998 đến 2008, ông đã cho xuất bản hàng trăm tác phẩm. Các tác phẩm chính bao gồm: *Tầm phào* (Tập truyện, Nxb Văn hoá dân tộc, Hà Nội, 1998), *Miếng trầu xanh* (Tập thơ, Nxb Văn hoá dân tộc, Hà Nội, 1998), *Cảnh giác với tệ nạn xã hội* (Nxb Văn hoá dân tộc, Hà Nội, 1999), *Đám cháy trên cánh rừng đầu nguồn* (Tập truyện, Nxb Kim Đồng, Hà Nội, 2000), *Rừng sáo* (Tập truyện thiếu nhi, Nxb Kim Đồng, Hà Hội, 2002), *Nửa tỉnh nửa quê* (Tiểu thuyết, NXB Văn hoá dân tộc, Hà Nội, 2002), *Yếm thắm* (Tập truyện, Nxb Văn nghệ, Tp.Hồ Chí Minh, 2003), *Bí mật cuốn gia phả* (Tập truyện ngắn, Nxb Văn nghệ, Tp.Hồ Chí Minh, 2005), *Con chim lửa* (Tập truyện ngắn chọn lọc, Nxb Thanh niên, Hà Nội, 2006), *Chúa Bầu* (Tiểu thuyết, Nxb Quân đội nhân dân, Hà Nội, 2006), *Hình bóng đàn bà* (Tiểu thuyết cực ngắn, Nxb Văn nghệ, Tp.Hồ Chí Minh, 2006), *Mồ hồi của đá* (Tập truyện, Nxb Hội Nhà văn, Hà Nội, 2007), *Chuyện ở bản Piát* (Tập truyện, Nxb Văn nghệ, Tp.Hồ Chí Minh, 2007), *Chuyện trong làng ngoài xã* (Tiểu thuyết, Nxb Thanh niên, Hà

Nội, 2007), *Chuyện anh thuyền chài Trần Văn Sông* (Trường ca, Nxb Văn học, Hà Nội, 2008),... Ngoài ra, còn một số tác phẩm được tuyển chọn in chung trong 20 tập sách khác.

Sau thời gian hoạt động văn chương, năm 2011 ông được kết nạp vào Hội viên Hội Nghệ thuật các dân tộc thiểu số Việt Nam. Ông trở thành Ủy viên Ban Chấp hành Hội Văn học Nghệ thuật Tuyên Quang, Chi hội trưởng Chi hội Văn học thuộc Hội Văn học Nghệ thật Tuyên Quang.

Vũ Xuân Tửu đến với nghiệp văn như nối lại mối duyên tơ từ thuở nhỏ bị bỏ dở. Từ những sáng tác cho văn học địa phương nói riêng tiên tổ rồi ông trở thành một nhà văn đương đại được nhiều người chú ý. Nếu như những năm cách mạng, chủ đề chính của truyện ngắn miền núi là về tình quân dân, sự giác ngộ cách mạng, sự kiên cường của con người miền cao (*Rừng Xà nu, Vợ chồng A Phủ*...), thì trong giai đoạn hiện nay, nguồn chủ đề đã được khơi ra những nguồn mới. Truyện ngắn Vũ Xuân Tửu cùng nằm trong luồng gió mới, sáng tác về cuộc sống miền ngược đầy biến động trước sự hiện đại hóa của xã hội, những trăn trở về văn hóa, bản sắc dân tộc, những sự đa sự đa đoan của con người... nhưng được viết dưới một cái nhìn khách quan, một giọng văn hóm hỉnh, những hình tượng nhân vật sinh động, chân thực trong suy nghĩ nhưng cũng mang nội tâm đầy sóng gió. Ông đã thành công góp một cung bậc mới đầy màu sắc vào "dàn hợp xướng" đồ sộ của văn học Việt Nam đương đại.

Nhà nghiên cứu văn học Trần Mạnh Tiến có nhận xét về Vũ Xuân Tửu: "Vũ Xuân Tửu là người có năng khiếu văn học từ trung học, nghề công an đã tạo cho anh một vốn liếng xã hội phong phú. Vũ Xuân Tửu là con người bình dị nhưng tinh tế, biết tích lũy các tri thức văn hóa để lớn lên và tự đào tạo mình thành một nhà văn có bản lĩnh nghệ thuật vững vàng. Tri thức của Vũ Xuân Tửu sâu rộng hơn nghề nghiệp an ninh của anh".

Một cây bút biết chọn cho mình những lối đi riêng, không giẫm lại lối mòn của người khác. Sáng tác của Vũ Xuân Tửu là sự kết hợp những khuynh hướng như hiện thực, lãng mạn, kì ảo, siêu thực. Mỗi thể tài đều cho thấy một cách nhìn riêng về cuộc sống. Văn Vũ Xuân Tửu linh hoạt, tự nhiên, là một cây bút đặt nhiều niềm tin cho bạn đọc".

1.2.2. Quan niệm nghệ thuật của Vũ Xuân Tửu

Mỗi nhà văn đều có một quan niệm nghệ thuật riêng và chính quan niệm đó đã thể hiện trong sáng tác của họ, nó thể hiện phong cách, nghệ thuật sáng tác riêng biệt của từng nhà văn. Vũ Xuân Tửu cũng nằm trong quy luật đó, ông có những quan niệm nghệ thuật riêng của mình. Vũ Xuân Tửu quan niệm về văn chương giản dị nhưng mạnh mẽ, như tính cách vốn có của một chiến sĩ công an: "Ngòi bút phải hướng về dân và viết văn phải có văn".

Ông không ngần ngại đưa ra những quan điểm của mình trong các bài phỏng vấn, những lời bình hay các cuộc hội thảo về văn học nghệ thuật. Trước hết, ông trả lời phỏng vấn nhà báo Triệu Đăng Khoa trên báo Tân Trào (2007) về quan niệm văn chương: "Văn chương hư cấu, nhưng không bịa đặt. Văn chương rất cần sự thận trọng và cần phải tìm hiểu cuộc sống để có thể viết ra những tác phẩm sâu sắc" [36]. Chính vì vậy để sáng tác văn chương, ông rất tỉ mỉ, thận trọng trong từng câu chữ và luôn tìm hiểu cuộc sống cũng như những nguồn tư liệu lịch sử, thực tế. Ông luôn học hỏi ở bất cứ nơi đâu, đặc biệt là trong các trại sáng tác văn học. Ông đọc nhiều sách báo, sống nhiều năm với đồng bào dân tộc và đó chính là nguồn tư liệu để ông sáng tác. Trong bài báo *Người nghệ sĩ của cái đẹp* (2007) trên báo điện tử Tổ quốc, ông trả lời rằng: "Mỗi tác phẩm là một chuyến đi" [13], nhằm khẳng định rằng nhà văn cần bám sát tìm hiểu thực tế mới có thể sáng tác ra những tác phẩm chân chính.

Trả lời trong bài báo *Nét vẽ sinh động về chiến tranh* (2007), đăng trên báo Sunday Việt Nam News, Vũ Xuân Tửu cho biết cảm hứng văn học của ông là chủ nghĩa nhân văn: "Tôi đề cao văn học mang tính nhân văn. Tôi thích những kết thúc có hậu trong các tác phẩm của nhà văn. Chủ nghĩa nhân đạo tạo nên sự phát trển của xã hội loài người và làm cho loài người khác các loài động vật. Người viết có thể sáng tạo đến đỉnh điểm, nhưng vẫn phải đề cao vai trò của chủ nghĩa nhân văn. Đó là một yếu tố của triết học phương Đông trong các tác phẩm của tôi" [26]. Ngoài thực tiễn cuộc sống và những kiến thức khoa học, tìm tòi nghiên cứu trong sách báo, văn hóa dân gian và các câu chuyện kể cũng là một nguồn tư liệu, nguồn cảm hứng lớn trong sáng tác văn học của Vũ Xuân Tửu. Với ông, văn hóa cổ truyền là cái nôi nuôi dưỡng tâm hồn con người, "những câu chuyện dân gian dược giữ gìn bao đời, là niềm tự hào của đất nước chúng tôi và là một động lực cho tôi sáng tác" [26].

Vũ Xuân Tửu không xem văn chương là "nghề tay trái" mà luôn nghiêm túc với nghiệp văn. Quan niệm của ông về nghiệp văn được trích trong cuốn *Kỉ yếu Nhà văn Việt Nam hiện đại* (2007) như sau: "Tôi coi văn chương là chuyện sang trọng và thiêng liêng. Trước khi viết, tôi thường tắm, gội sạch sẽ, chọn giấy trắng, bút tốt. Sau khi tác phẩm được xuất bản, thường làm lễ tạ, đận túng bấn thì bày hoa quả, lúc có tí tiền thì biện đĩa xôi, thủ lợn, cốt sao thể hiện lòng thành của mình. Mỗi khi bạn đọc khen thì mừng, nhưng không mụ mị; bị bạn đọc chê thì buồn, nhưng không chán nản và tôi luôn tự sửa chữa, rút kinh nghiệm. Bởi không qua trường lớp dạy viết văn, lại ở xa thủ đô, chỉ học qua các trại sáng tác văn học, nên phải chuyên cần và nỗ lực tự làm mới mình. Từ năm 1998 đến nay, năm nào tôi cũng xin cơ quan cho nghỉ phép năm, để dự trại sáng tác văn học. Mỗi ngày ở trại sáng tác, tôi thường làm việc mười hai giờ. Trại sáng tác văn học đầu tiên tại Lạng Sơn, tôi được nhà thơ Hữu Thỉnh khen về thơ và ý nhị tặng cho một cuốn *Nhà văn Việt Nam hiện đại*, vừa xuất bản năm 1997. Nhà văn Khắc Trường khen về văn và thủ thỉ: "Mày nhất định sẽ thành nhà văn". Tôi thường viết ngoài giờ hành chính và ngày nghỉ cuối tuần, nên khi có cảm xúc dạt dào cũng đành kìm nén, nhưng lại có lúc cầm bút, rồi mới gọi cảm xúc về. Dù ít, dù nhiều, ngày nào tôi cũng đọc và viết. Tôi làm việc nghiêm túc, không cầu may, nhưng vận may hay đến. Tôi được hưởng lộc về văn chương, được nhiều người giúp đỡ, nhưng sáng tác thì chưa được bao nhiêu, nghĩ cũng thấy ngường ngượng, vui vui. Ngòi bút của tôi luôn hướng về dân" [88, tr.3]. Khi phát biểu cảm tưởng khi nhận giải nhất cuộc thi Truyện ngắn

Tạp chí Văn nghệ quân đội năm 2005 - 2006, ông cũng nói, “làm người viết văn, tôi cảm thấy cánh tay cầm bút thật nặng nề!” (Tạp chí Văn nghệ quân đội số 663 - 663, 2007). Qua đó ta thấy được sự nghiêm túc, tâm huyết của ông với nghiệp văn. Ông có những quan niệm rõ ràng, chân phương, không hề toan tính vụ lợi.

Là nhà văn luôn ý thức gìn giữ vốn văn hóa dân tộc, nhưng đồng thời Vũ Xuân Tửu sáng tạo và hướng đến sự đổi mới trong sáng tác. Trả lời phỏng vấn của Nguyễn Thị Châu (Luận văn thạc sĩ khoa học ngữ văn, 2010), ông bày tỏ: “Văn chương gắn liền với tự do sáng tạo… Yếu tố kì ảo còn là một thủ pháp nghệ thuật, nhà văn dùng thế giới kì ảo để lí giải hiện thực xã hội, mà các thủ pháp khác không thực hiện được”, “Nghệ thuật văn chương vừa hiện thực lại vừa huyền ảo. Nhà văn sử dụng yếu tố kì ảo, làm chi tiết nghệ thuật văn chương càng lung linh, đưa người đọc cùng khám phá, sáng tạo thế giới vào cõi thần, cõi mộng. Từ hiện thực cuộc sống xã hội, con người cần vươn tới tầm cao và xa hơn” [10, tr.26]. Ông đã lựa chọn yếu tố kì ảo làm một trong những biện pháp để đổi mới sáng tác văn chương, và qua thực tiễn đánh giá tác phẩm, ông đã thành công trong việc này. Quan điểm này của Vũ Xuân Tửu cũng gần gũi với quan điểm của các tác giả cùng thời như Sương Nguyệt Minh, Bảo Ninh, Nguyễn Huy Thiệp,… Văn chương luôn ở giữa ranh giới thực và ảo, yếu tố kì ảo là một biện pháp nghệ thuật hữu hiệu, là cái tất yếu vươn tới của sự phát triển văn học đương đại trong nỗ lực thể hiện những mặt đa diện của cuộc sống.

Từ những lần trả lời phỏng vấn, những câu chuyện chia sẻ, chúng tôi nhận thấy Vũ Xuân Tửu là một nhà văn trung thực, khiêm tốn. Ông tôn trọng nghiệp văn chương như những gì đã và đang có trong cuộc đời. Ông là một người viết văn chân chính, chất phác và cống hiến không ngần ngại.

Trong các sáng tác văn chương, Vũ Xuân Tửu thể hiện quan niệm về nghề viết văn, nhà văn qua những hình tượng nhân vật, những triết lí, lời trữ tình ngoại đề. Điển hình trong các truyện ngắn *Nợ văn chương, Xe máy đường xa*, ông nhấn mạnh về sự nghiêm túc trong nghiệp văn, dấn thân vào nghiệp viết văn là như mắc một món nợ với độc giả, “nợ văn chương là nợ đời”, món nợ thôi thúc người viết dâng hiến làm đẹp cho đời, hướng con người đến Chân - Thiện - Mĩ. Văn chương là nghệ thuật, không phải một nghề để kiếm lời. Trong truyện ngắn *Nợ văn chương*, ông viết: “Thằng nào định núp bóng văn chương mà cầu danh, lợi thì sớm muộn cũng lộ tẩy và tiếng để đời”, “làm văn chương nhọc nhằn, văn chương phải có nhân, có chính; mà có nhân, có chính là lắm khi lợi người, hại mình” [84, tr.16]. Làm văn không thể nóng vội, không thể gặp đâu viết đấy. Cũng trong truyện ngắn *Nợ văn chương*, Vũ Xuân Tửu thẳng thắn bày tỏ quan điểm văn chương không thể mãi là một hình thức tuyên truyền của chính trị: “viết cho mấy cái gương người tốt, việc tốt, chuẩn bị dư luận cho đại hội chiến sĩ thi đua” [84, tr.18]. Muốn có vốn viết văn thì phải thâm nhập vào đời sống, ngẫm nghĩ, cẩn trọng mà viết, mà chiêm nghiệm về cuộc đời, vì cuộc đời là “đất của văn chương”. Ông viết trong truyện *Xe máy đường xa*: “Muốn có chuyện văn chương thì phải đọc, phải học. Muốn có chuyện đời thì phải lao vào cuộc sống, lăn vào một cách nhiệt tâm mà không nóng vội, phải ra cái vẻ bất cần thì mới có cái thực” [85, tr.73].

Các tác giả văn chương luôn trực tiếp hoặc gián tiếp thể hiện quan niệm văn chương trong các sáng tác của mình. Nguyễn Huy Thiệp cũng thường ngắn gọn thể hiện quan điểm về văn chương, nghệ thuật trong truyện ngắn qua những lời độc thoại nội tâm như "văn là đời", hay có những cái nhìn đa diện về nghề văn trong truyện ngắn *Giọt máu*, ví văn học chữ để làm văn là sự học ít được lựa chọn. Tác giả Nguyễn Xuân Khánh đã quan niệm "Phải viết khác, không tô hồng, không ảo tưởng với bức tranh hiện thực. Dù thế nào, người đọc cũng cần được gương mặt trung thực của thời đại" (*Nhà văn Nguyễn Xuân Khánh: Viết văn là một ảo tưởng*, báo điện tử Tiền Phong, 2017)... Hiện thực cuộc sống sau Đổi mới đã thay đổi nhiều, trở nên đa dạng, phức tạp hơn. Đặc biệt trong thời kì đương đại, có nhiều quan niệm, nhiều vấn đề, sự việc hiện tượng không thể chỉ đánh giá ở bề ngoài, một mặt. Các tác giả văn xuôi nói chung và Vũ Xuân Tửu nói riêng đã và đang nỗ lực làm mới mình từng ngày, để đem đến cho bạn đọc những tác phẩm giá trị, chứa đựng hơi thở của cuộc sống đương đại mà không mất đi những giá trị truyền thống quý báu.

Tiểu kết chương 1:

Thể tài truyện ngắn phản ánh cái nhìn về mặt phạm vi hiện thực qua loại hình tự sự, mang ý thức thẩm mĩ của nhà văn thông qua các hình tượng nghệ thuật. Đó vừa là một khái niệm lí luận văn học, vừa là một vấn đề thực tiễn sáng tạo. Trong quá trình phát triển của văn học Việt Nam, truyện ngắn đã có những bước phát triển đa dạng về thể tài. Mỗi giai đoạn nhất định, hoàn cảnh xã hội tác động vào văn học, làm thay đổi tư duy về hiện thực cuộc sống của nhà văn. Sau thời điểm Đổi mới, nền văn học Việt Nam được phát triển tự do, thể tài truyện ngắn cũng từ đó phát triển mạnh mẽ. Các nhà văn đã có những cách thể hiện hiện thực cuộc sống mới, đi sâu tìm hiểu vào cuộc sống, vào tâm tư tình cảm, tâm hồn con người, giúp cho truyện ngắn nói riêng trở nên gần gũi với độc giả hơn.

Truyện ngắn Việt Nam hiện đại đã và đang phát triển mạnh mẽ. Vũ Xuân Tửu đã góp phần làm phong phú thêm cho thể tài truyện ngắn viết về miền núi nói riêng và thể tài truyện ngắn Việt Nam đương đại nói chung, bằng chính những trải nghiệm đáng quí về truyền thống văn hóa dân gian, bằng tài năng và sự đam mê, nhiệt huyết với nghiệp văn chương.

Chương 2: truyện ngắn Vũ Xuân Tửu với hiện thực thời kì đổi mới

2.1. Truyện ngắn Vũ Xuân Tửu phản ánh hiện thực phong phú

Sau Đổi mới 1986, quan niệm về hiện thực và văn chương thay đổi, đa dạng, phong phú hơn giai đoạn trước. Các tác giả như Nguyễn Minh Châu, Nguyễn Khải, Ma Văn Kháng,... tập trung khắc họa hiện thực đời sống qua những câu chuyện thường ngày, chuyện sinh hoạt, chuyện gia đình. Những năm gần đây, các tác giả như Nguyễn Huy Thiệp, Nguyễn Ngọc Tư, Sương Nguyệt Minh, Thuận, Nguyễn Bình Phương,... đã đi sâu tìm hiểu hiện thực qua nhiều góc độ khác nhau, đặc biệt khám phá cõi vô thức, tìm hiểu những góc khuất trong tâm tư tình cảm con người, thể hiện một cuộc sống đương đại đa diện, phức tạp, nhiều vấn đề.

Với xu hướng cảm nhận cuộc sống đa chiều, Vũ Xuân Tửu đã xây dựng một bức tranh hiện thực phong phú trong các tác phẩm văn xuôi của mình, đặc biệt là trong thể tài truyện ngắn. Hiện thực trong sáng tác của ông là cuộc sống con người gắn bó với thiên nhiên, cộng đồng và những sự thay đổi của thời đại.

2.1.1. Con người hòa cảm với thiên nhiên

Mối quan hệ của con người với thiên nhiên là nét nổi bật trong sáng tác truyện ngắn của Vũ Xuân Tửu. Cuộc sống sinh hoạt của người dân vùng cao, của người nông thôn đồng bằng đều gắn liền với thiên nhiên: làm nương, làm đồng, đi suối bắt cá, trồng rau, đến lúc ngồi nghỉ ngơi dưới bóng cây, bên bờ suối, dưới gốc đa... đâu đâu cũng có sự hòa cảm, gần gũi với thiên nhiên.

Con người sống dựa vào thiên nhiên từ thuở khai thiên lập địa cho đến thời hiện tại. Thiên nhiên là Thần, là Mẹ, là bạn. Trong truyện ngắn *Suối Miền Xía*, những con người ở bản người Dao Tiền coi suối Miền Xía như một vị nữ thần linh thiêng mà thân thiện. Nước suối lên xuống thất thường. Tác giả mô tả dòng suối có tâm tư tình cảm như con người: "dòng suối chảy qua đây lạ lắm. Nguồn nước từ trong núi chảy ra, nhưng có đêm, có hôm, không mưa to, không gió lớn, mà nước suối bất chợt tràn lai láng khắp đôi bờ" [86, tr.4]. Dân bản ví nó như tính khí người đàn bà, vô thường, khó đoán định, thay đổi theo cảm xúc. Từ cách đặt tên cho suối cũng toát lên sự gần gũi giữa dân bản với suối, Miền Xía tức là Đàn Bà. Suối cho cá tôm, và người dân cũng thờ Suối như Thần linh. Không chỉ người Dao ở bản Dao Tiền mới tôn suối như Thần, mà các cộng đồng dân tộc miền núi đều coi thiên nhiên có tâm hồn như con người và tôn sùng thiên nhiên phản ánh qua tục thờ Mẫu. Con người ở miền núi, nông thôn làm nhà, sinh sống gần gũi với thiên nhiên hơn ở thành thị rất nhiều. Trong truyện ngắn *Chuyện ở bản Piát*, tác giả miêu tả một không gian sinh hoạt của người dân chan hòa với thiên nhiên: "Piát đúng là ruộng dốc thoải. Bản nằm ngay dưới chân đồi cũng dốc thoải, bên cạnh là ruộng lúa. Người Tày sống theo kiểu "thượng cư hạ điền" là vậy đấy. Trên đồi trồng cọ, lấy lá lợp nhà", "ra khỏi nhà đã là rừng. Những chú lợn rừng sọc dưa còn lon ton chạy vào ăn cám với lợn nhà. Gà rừng còn vào gầm sàn, kiếm ăn với gà nhà" [86, tr.44 - 46]. Người Mông thì sống trên núi cao, giặt giũ ở suối. Những căn nhà dựng lên từ tre nứa, lợp rơm hay lợp lá cọ, xung quanh là vườn, là đồi nương, cây cối. Một cuộc sống chan hòa, trong lành.

Thiên nhiên, tự thân đã là một bức tranh đầy màu sắc. Nhưng ở các truyện ngắn *Người tan vào không khí, Người đàn bà mấy đận mất tên, Trăng sáng đồi chè,*... cảnh sắc thiên nhiên như có thêm sức sống nhờ bàn tay lao động của con người. Vũ Xuân Tửu khắc họa những ruộng lúa vàng óng ánh trải dài trong truyện ngắn *Người tan vào không khí*: "Từ chân đê sông Lư tới rặng núi mờ xanh, lúa trải thảm vàng trù phú. Đàn chim chiền chiện nô đùa trên lớp lớp sóng vàng. Đó đây, những ngôi mộ quét vôi, nom như những con tàu trắng đang bơi trên biển vàng", "Mọi năm, cữ này, cả làng đã rộn ràng vào vụ gặt. Con đường làng rải bê-tông, no nê rơm rạ. Những chiếc xe máy, xe đạp, ô-tô bán tải chạy đi chạy lại, cái ra đồng, cái lên đê, tiếng máy nổ vang vọng bờ tre, mái ngói. Hàng chồng bao tải lúa, béo mũm như lợn tạ, chất đầy dưới những mái hiên. Ánh mắt cười trên gương mặt già, tiếng hò reo trên đôi môi trẻ, làm cho làng bừng lên sức sống mới, trên vùng châu thổ" [92, tr.35]. Vẻ đẹp của con người hăng say lao động giữa thiên nhiên là vẻ đẹp đầy sức sống mà lại yên bình đến lạ trong truyện ngắn *Người đàn bà mấy đận mất tên*: "Nắng nhạt dần. Cuối đồng xa, sương chiều lảng bảng hiện ra. Trên nền trời bệch bạc, những cánh chim mải miết bay về tổ. Đứng trên thửa ruộng của đời mình, Thỏ dừng tay cào, gỡ nón phe phẩy. Lúa thì con gái mơn mởn, nhìn mát mắt. Theo hàng sông, cô thẳng bàn chân, lội ra đầu bờ. Những cọng cỏ lềnh phềnh dạt vào hàng tay, như đám lính thất trận vội né mình, nhường lối cho nữ tướng chiến thắng. Thỏ không phải là nữ tướng, nhưng đã trở thành kiện tướng thủy lợi" [91, tr.49]. Qua sự lao động của những người nông dân, tác giả cho thấy cuộc sống nương tựa vào thiên nhiên, hòa mình và bầu bạn, tôn trọng thiên nhiên là một bức tranh trữ tình xanh mướt, người tôn vẻ đẹp thiên nhiên, thiên nhiên lại càng làm cho con người thêm đẹp rạng rỡ, như trong truyện ngắn *Trăng sáng đồi chè* là một điển hình: "Trăng mênh mông. Sương đêm buông xuống ướt đầm lá chè. Những luống chè vồng lên như những lớp sóng xanh. Cô lại thong thả ngắt từng búp chè, mà nom như đang vớt ánh trăng bỏ vào xoổng" [86, tr.17].

Tác giả còn cho thấy sự gắm bó giữa con người nơi miền núi, thôn quê với thiên nhiên thông qua việc đặt tên cho nhân vật theo những hiện tượng của thiên nhiên như cô Sương (*Chuyện tình người đẹp thành Tuyên*), Ngàn (*Chớp bể mưa ngàn*); hay đặt theo địa danh, sự vật như Miền Xía (*Suối Miền Xía*), Bể (*Chớp bể mưa ngàn*), Khấu – tiếng Tày là lúa (*Chuyện ở bản Piát*),... những tên gọi giản dị, gần gũi nhưng lại mang những ý nghĩa to lớn, thể hiện khát vọng của người cha mẹ dành cho con cái. Với người dân, không gì quí bằng lúa gạo, tôm cá. Ấy là thứ nuôi sống con người. Suối ở với người như bạn, sương giăng trên đồng, con người sống giữa non ngàn trời bể bao la, nương tựa vào thiên nhiên, bầu bạn với thiên nhiên, nhưng phải biết tôn trọng và kính cẩn trước thiên nhiên.

Nhà văn cũng cho độc giả thấy, nếu con người tác động tiêu cực vào thiên nhiên thì sẽ gặp hậu quả khôn lường. Những hành vi đốt rừng, phá nương để xây dựng nhà máy, khiến cho thiên nhiên phải oằn mình chịu đựng. Những cảnh đốt rừng, đốt nương rẫy cháy rực trong truyện ngắn *Keo tai tượng*: "Rừng già đi đời rừng già. Những con suối lờ lờ nước hến và teo tóp lại. Suối không còn cất lên róc rách nữa, mà uể oải chảy giữa đôi bờ cằn khô" [89, tr.38]. Con người vì lợi nhuận trước mắt mà khai thác quặng đá, vàng trái phép, đào xới khắp những ngọn đồi núi, lòng sông trong *Những người đào quặng, Trong mưa có nắng*. Kết cục là Thắng mất tiền của, sức khỏe, trở thành người mất trí, ngẩn ngơ bởi đào vàng không thành (*Trong mưa có nắng*), còn ông Chài thì "khuôn mặt hốc hác và dữ dằn, râu ria lởm chởm, tóc tai bù xù, mắt dại đi, nom như người lại giống" bởi những toan tính đào lấy những tinh hoa đất trời làm lợi cho mình (*Những người đào quặng*). Thiên nhiên dù tĩnh lặng, hiền dịu, bao dung với con người, nhưng trước lòng tham vô tận của con người, thiên nhiên sẽ không dung thứ cho kẻ đó. Trong truyện *Thành hoàng làng Vực Vại*, Vũ Xuân Tửu xây dựng nhân vật "Lão" không hề tàn phá thiên nhiên, còn có công khai khẩn đất hoang, lập thành ngôi làng cho những kẻ tứ xứ đến làm ăn. Nhưng "Lão" bị trừng phạt bởi đã làm những điều gian trá, hại người. Thiên nhiên là một thứ công lí vô hình, công minh và cũng rất tàn nhẫn.

Ý thức về môi trường sinh thái thấm đẫm trong những trang văn về con người với thiên nhiên của Vũ Xuân Tửu. Một lần nữa, ông nhắc nhở con người rằng thiên nhiên đã tồn tại trước con người, là nguồn sống của con người, có thể tác động ngược lại vào cuộc sống của con người. Thiên nhiên không phải là một nguồn tài nguyên vô tri đem lại giá trị vật chất vô tận cho con người.

2.1.2. Con người với bản tính nông thôn

Văn minh lúa nước là khởi nguồn sự sống của dân tộc Việt Nam nói riêng và các dân tộc Đông Nam Á, một bộ phận dân tộc châu Á nói chung. Trải bao thế kỉ, bản tính nông thôn với những đức tính đáng mến vẫn luôn tồn tại trong tâm hồn người Việt ở bất cứ vùng miền nào. Vũ Xuân Tửu đã gom góp những phẩm chất thiên lương ấy tạo nên một bức tranh cuộc sống con người Việt Nam trong sự đổi mới của xã hội hiện đại.

Biểu hiện bản tính nông thôn của nhân vật trong truyện ngắn Vũ Xuân Tửu thứ nhất là ở tình yêu, sự gắn bó với mảnh đất quê hương, yêu đồng ruộng, núi đồi, nương rẫy. Những người dân yêu quý mảnh đất họ đang sống, coi Đất và Nước là nguồn sống, nuôi dưỡng và bảo vệ họ. Trong truyện ngắn *Người tan vào không khí*, người dân quyết tâm giữ ruộng đất, không bán rẻ cho công ti để xây dựng nhà máy: "Dân quê sợ mất đất đội đơn đi kiện... Cứ sáng sáng, dân làng rồng rắn kéo nhau lên tỉnh, xuống huyện và chiều chiều, ai lại về nhà nấy, với vẻ mặt âu lo" [92, tr37]. Và khi kiện mãi không được, trước nguy cơ bị cướp ruộng đất để xây nhà máy, họ đã phải tự làm mọi cách, dù là tiêu cực, để bảo vệ cánh đồng: "Dân làng rỉ tai nhau, chặt mía làm gậy và đổ xăng vào chai, giả nước uống, rồi lũ lượt nhau kéo ra đồng", sẵn sàng cố thủ để giữ từng tấc đất [92, tr38]. Ruộng đồng không chỉ là kế sinh nhai của người dân, đó còn là quê hương, là nơi sinh ra và lớn lên. Cô Thỏ trong truyện ngắn *Người đàn bà mấy đận mất tên*, dù đã cô đơn một mình, chẳng còn gia đình, có thể nghe lời người tình lên thành phố ở, nhưng vẫn luyến tiếc cánh đồng nơi từ nhỏ cô đã theo cha đi cấy gặt. Lúc sống, con người sống trên mảnh đất quê hương, lúc chết đi cũng muốn ở lại trong đất quê hương. Bà Thảo trong truyện ngắn *Trăng sáng đồi chè* cả cuộc đời gắn bó với ngọn đồi, với những luống chè xanh ngắt. Khi chết, bà và cả chồng bà cũng đều nằm xuống tại đồi chè. Quế trong truyện ngắn *Cỏng Hò* cũng nói chắc như đinh đóng cột: "Núi Phạn cao sừng sững. Quế đã nhảy núi đi hát giao duyên, rồi qua núi đi làm dâu nhà người và lại bò lên núi mà sinh con. Cái người ấy bảo đặt tên con là Phạn để lớn lên nó có phúc, có phận. Dù có chết, Quế cũng chết bên núi Phạn thôi" [88, tr.34]. Bởi bản tính nông thôn từ xưa đến nay, mà trong ca dao, tục ngữ, thành ngữ mới có nhiều câu nói về quê hương. Nơi chôn nhau cắt rốn, không ai muốn rời đi, chỉ những người khốn khổ lắm mới rời bỏ quê hương: gia đình Lão trong *Thành hoàng làng Vực Vại*, Bể và Ngàn trong *Chớp bể mưa ngàn*,... Có đi xa đâu, hay chốn đô thành, người ta vẫn nhớ về quê hương, kể cả những quãng thời gian khó khăn nhưng cũng rất êm đềm, như cô Nhạn trong truyện ngắn *Hoa cải ngồng*: "Nhạn thẫn thờ ra ban-công, nhìn xuống ánh đèn thành phố xa xa và ánh sao đêm chi chít trên bầu trời, chỗ nào cũng lấm tấm hoa cà, hoa cải. Trên cao lộng gió, tưởng có thể dang cánh như chim, bay bất cứ lúc nào, khiến lòng cô dào dạt. Nhưng lâm vào hoàn cảnh, chân không đến đất cật không đến giời thế này, cô lại cảm thấy trớ trêu... Nỗi nhớ quê và kỉ niệm xưa da diết hiện về. Mùa này, vườn cải ven sông chắc lại lên ngồng" [91, tr.77].

Bản tính nông thôn của con người còn được thể hiện trong cái tình làng nghĩa xóm. Những truyện ngắn về miền sơn cước, thôn dã của Vũ Xuân Tửu là bức tranh về một cuộc sống điền viên, chứa chan tình làng nghĩa xóm. Con người được ông miêu tả trong truyện ngắn không phải những người học rộng hiểu nhiều, những người thành đạt trong công việc, những người ưu tú xuất sắc. Đó là những người nông dân, người dân tộc, cuộc sống dù nghèo khó nhưng luôn sống với nhau bằng tình nghĩa. Người làng hò nhau xây nhà lại cho cô Thỏ - người phụ nữ kém may mắn mồ côi cha mẹ, rồi thành góa phụ trẻ (*Người đàn bà mấy đận mất tên*). Người làng bàn tính góp tiền giúp đỡ khi bố Nhạn phải mổ van tim (*Hoa cải ngồng*), và không chỉ giúp đỡ nhau những việc hệ trọng, họ còn giúp nhau đến những việc nhỏ nhặt nhất như dọn dẹp nhà cửa. Tình làng nghĩa xóm thấm đẫm từng trang văn, người cùng làng luôn có sự bao bọc, đồng lòng. Người thôn quê quí trọng người hay chữ, có đạo đức, chứ không trọng người giàu. Một ông giáo có thể thành anh em với người thợ cắt tóc, giúp răn dạy con cháu đời sau (*Thợ cắt tóc*), những người bạn tốt luôn giúp đỡ nhau trong cuộc sống, chia sẻ niềm vui nỗi buồn (Truyện liên hoàn *Gia đình, Chữ kí, Nợ văn chương, Tầm phào, Thanh kiếm cà là gỉ*) và luôn sẵn sàng chào đón bạn dù giàu sang hay nghèo hèn (*Xóm cũ*). Người nông thôn chất phác, người dân miền núi còn đậm tình nghĩa hơn cả. Người miền núi nuôi bộ đội, yêu quý cán bộ dưới xuôi như con, cho ở trong nhà, nhận làm anh em. Đồng bào miền núi quý người miền xuôi lên bản để dạy học, để truyền văn hóa, chiếu bóng (*Chuyện ở bản Piát, Suối Miền Xía*,...).

Bản tính nông thôn của con người thể hiện những mặt tốt đẹp, nhưng bên cạnh đó nó cũng đem lại sự hạn chế, cản trở, khó khăn, gây tâm lí sợ hãi trước những sự việc, hiện tượng bất thường của cuộc sống. Nhân vật Bưởng trong *Thanh kiếm cà là gỉ* là một nhân vật vốn lọc lõi, rành đời, giỏi làm ăn buôn bán. Thế nhưng bản tính nông thôn vẫn ở trong anh ta, và bộc lộ ra những mặt hạn chế nhất. Con người mang bản tính nông thôn e dè cái mới lạ, sự thay đổi. Họ cũng sợ cái gọi là "tai bay vạ gió". Sẵn sàng giúp đỡ nhau lúc khó khăn, chia sẻ những đắng cay ngọt bùi của cuộc sống lao động thường nhật, nhưng nếu có chuyện liên quan đến pháp luật, chính trị, đến những điều "đao to búa lớn", họ sẽ dè chừng, nghi ngờ, thậm chí xa lánh nhau. Bưởng vớt được một thanh kiếm gỉ trong ao nhà mình, nhưng từ chuyện chẳng có gì, chính do sự lo lắng thái quá và bản tính không muốn có chuyện lằng nhằng, sợ hãi những điều chưa xảy ra, mà anh ta đã tốn tiền của để cho một tay "Tam thập" vốn chẳng có quyền hành gì để lo xử lí, chạy trước sự việc trong nhà của Bưởng. Cũng chính vì tâm lí lo sợ ấy, nhiều người nông dân đã tạo điều kiện cho những "quan tham" kiếm lợi lộc, dọa dẫm, đòi hỏi.

Những quan niệm cũ trong bản tính nông dân có phần đơn giản, máy móc và cổ hủ, họ coi văn học là sao chép hiện thực đời sống. Quan niệm này không chỉ có ở người nông dân, mà còn thể hiện trong nhiều nhân vật "quan chức". Trong truyện ngắn *Nợ văn chương*, khi nhân vật "Tôi" sáng tác văn, tổng biên tập nhắc nhở "Tôi" rằng: "Văn chương, báo chí cũng phải thể hiện tính giai cấp. Bài này khi đăng lên, có thể gây hoang mang trong một bộ phận quần chúng, kẻ địch và các phần tử xấu có thể lợi dụng phá hoại ta. Vậy nên, làm văn chương báo chí phải có năng lực và nhãn quan chính trị sâu sắc" và chỉ muốn "Tôi" viết về "mấy cái gương người tốt, việc tốt, chuẩn bị dư luận cho đại hội chiến sĩ thi đua toàn tỉnh sắp tới" [84, tr.18]. Không chỉ với văn chương, những gì đổi mới, tiến bộ trong xã hội đều sẽ bị dè chừng, soi xét. Những việc làm có phần cực đoan như trong cải cách ruộng đất, phân biệt nông dân, vô sản với tư sản quá đà đã dẫn đến cái chết oan uổng của ông Lí trong *Người đàn bà mấy đận mất tên*, một người đàn ông, người cha muốn phát triển đất canh tác, đầu tư vào ruộng đất cho con cái, lại bị hiểu thành tư sản đầu cơ tích trữ. Tư duy phân biệt vô sản - tư sản ăn sâu tới nỗi ai lăn lộn buôn bán là bị gán mác con buôn (Bưởng trong truyện *Gia đình*), rồi người ta chỉ chăm chăm muốn hậu duệ đi theo con đường quan chức chứ không phải làm ăn phát triển kinh tế (*Anh Nhớn, Chị Nuôi; Trong mưa có nắng*;...).

Sự tái hiện cải cách văn hóa, cải cách văn học, cải cách kinh tế hay nói cách khác là sự đấu tranh giữa lối suy nghĩ của người dân từ xưa với những suy nghĩ mới đối lập với nhau được thể hiện trong các truyện ngắn của Vũ Xuân Tửu một cách rõ nét. Tất cả những khó khăn, những sự việc chướng tai gai mắt, những nỗi niềm của người dân trước cái sự vận động đổi mới lúc thì quá nhanh, lúc thì quá ì ạch, trước quá trình thay đổi nhận thức tiến bộ cho những tư tưởng cũ, được tác giả viết ra một cách tự nhiên, nhẹ nhàng như câu chuyện cửa miệng bàn tán lúc nhàn rỗi, nhưng khiến cho độc giả phải suy tư suốt một thời gian dài. Bản tính nông thôn của con người là một nét đẹp rất cổ truyền và đáng quí, nhưng mọi sự việc hiện tượng, ngay cả bản chất con người, cũng đều có nhiều mặt, tốt và xấu, hạn chế và tích cực. Vũ Xuân Tửu đã nhìn nhận bản chất của con người bằng cái nhìn đa chiều, thẳng thắn, khách quan, tôn trọng sự vận động của cuộc sống

2.1.3. Con người mang tính cách thành thị

Chủ đề, nội dung trong truyện ngắn của Vũ Xuân Tửu không chỉ hướng đến riêng những người nông dân, dân tộc miền núi, mà còn hướng đến cả những người dân sống ở thành thị. Cuộc sống thành thị, lúc được chỉ đích danh, lúc thì tác giả chỉ nói chung về thành phố, nhà cao cửa rộng. So với truyện ngắn về đề tài miền núi, nông thôn, trong số năm mươi bảy truyện ngắn đã xuất bản của ông chỉ có một số truyện mang đề tài cuộc sống thành thị. Đó là các truyện *Ông lão bán điếu, Người hàng phố, Người đàn bà trên ti-vi, Thợ khâu giày, Đi họp thì phải có chính kiến*. Tuy nhiên, chỉ với một số lượng truyện ngắn, ông cũng đã khắc họa được một số tính cách thành thị tiêu biểu trong cuộc sống đương đại.

Vũ Xuân Tửu không viết về những nhà hoạt động chính trị, nhà kinh tế tài ba hay cuộc sống thượng lưu hào nhoáng. Ông hướng ngòi bút tới những con người lao động bình thường, quanh năm tất bật lo chuyện cơm áo gạo tiền, lo làm vừa lòng những người khác. *Ông lão bán điếu* và *Thợ khâu giày* là hai câu chuyện về hai nghề "tay làm hàm nhai", vất vả, khó khăn nhưng không hèn kém. Ông lão bán điếu cày và anh thợ khâu giày đã trở thành "nghệ nhân" trong nghề của họ. Trong truyện ngắn *Ông lão bán điếu*, ông lão biến khúc tre nứa thành một cái điếu cày nhanh thoăn thoắt: "Đoạn, ông với tay rút ở trong bao tải ra một khúc tre phác thảo. Rồi, ông vớ lấy cái lưỡi cưa - loại cưa sắt và cắt miệng điếu. Rồi, ông cầm chàng thoăn thoắt khoét miệng điếu. Rồi, ông nhấc đục tròn và dùi đục gỗ nghiến để đục lỗ tra nõ điếu. Rồi, ông lắp nõ vào khít khìn khịt. Rồi, ông với cái can nước, rót vào một tí tẹo, rít tanh tách" [84, tr.4]. Còn anh thợ khâu giày trong truyện ngắn *Thợ khâu giày* thì: "Cầm cái dùi ngạnh trê chọc mạnh vào đế giày, anh thợ lấy hai ngón tay luồn vào trong mũi giày để ngoắc chỉ. Hoàn toàn không nhìn thấy gì, chỉ là thói quen ước lượng, nhưng đã điêu luyện lắm rồi, nên đôi tay cứ thoăt thoắt, thoăn thoắt" [86, tr.35]. Mưu sinh bằng những công việc hết sức bình dị, nhưng cả ông lão và anh thợ khâu giày đều bị chi phối bởi đồng tiền, bởi kinh tế thị trường. Điếu cày là thứ không đắt hàng cũng không ế ẩm, để lâu cũng không hư hỏng, nhưng ông lão vẫn luôn suy tính chuyện làm sao để bán những điếu cày thật nhanh, thu tiền về nhanh nhất có thể....

Cuộc sống thành thị khó đoán định và nắm bắt. Nhân vật "Tôi" trong *Người hàng phố* cứ ngỡ hai người hàng xóm là người lịch thiệp, kín đáo, nghề nghiệp và địa vị cao sang. Cuối cùng mới biết họ cũng là những người xa xứ, nam trông xe, nữ phục vụ quán karaoke, ở chung một nhà nhưng không phải vợ chồng. *Đi họp thì phải có chính kiến* cũng là truyện ngắn đầy tính hài hước nhưng chứa tính luận đề thâm sâu, về cái sự khó nắm bắt cuộc sống trong chốn "quan trường" và cuộc sống đô thị. Một cái tên dí dỏm: "Hội Văn Nghị", ngay từ cái tên đã cho thấy con người của công việc. Ông ta tinh ranh và am hiểu cái trách nhiệm của cán bộ, ấy là họp hành, nịnh kẻ trên đe kẻ dưới. Nhưng đến cuối cùng lại bị chính cái sự phỉnh nịnh, ra oai đã hại ông ta, khi ông hùng hồn chê bai một công trình khoa học rồi biết được đó là công trình của "đồng chí thượng cấp".

Cuộc sống của người nông dân gắn với đồng ruộng, với đất trời, với những lệ làng thói xóm, sống trong một tập thể mang tính cộng đồng cao, dù bị ảnh hưởng bởi kinh tế thị trường hay hội nhập, khoa học kĩ thuật, thì tính thôn dã vẫn luôn ẩn hiện, bao gồm cả cái tốt và cái xấu. Còn cuộc sống của người thành thị, họ chịu áp lực của đồng tiền nhiều hơn. Họ quay cuồng trong vòng xoay cuộc sống và luôn giữ những bí mật cho riêng mình. Chỉ trong vỏn vẹn vài ba truyện ngắn, Vũ Xuân Tửu đã cho thấy một cuộc sống thành thị bon chen, nhiều mánh lới, nhiều vỏ bọc, và ai cũng thích cái sự hào nhoáng bên ngoài. Anh thợ giày, ngoài tài đóng sửa giày dép, phải nhờ cái biển hiệu là tên của sư phụ mình, để thu hút, lấy uy tín với khách hàng. Cô phát thanh viên phải trang điểm kĩ càng, chưng ra những vẻ tươi trẻ, sự chuyên nghiệp trong công việc, trong khi cuộc sống hôn nhân gia đình rạn nứt đầy mệt mỏi.

Tính cách thành thị không chỉ có ở những con người sống nơi thành thị, cũng không phải chỉ toàn những điều bon chen, tính toán, những vẻ mặt giả tạo. Khi công cuộc hội nhập kinh tế thị trường, phát triển xã hội theo hướng hiện đại hóa lan đến vùng thôn quê, đồi núi, con người cũng phải thay đổi, cởi mở hơn trong suy nghĩ, áp dụng điều tân tiến vào cuộc sống miền quê. Hoặc giả, phải nhanh nhẹn, nhạy bén hơn để có lợi, vun vén cho cuộc sống gia đình. Một cô Mùi Say luôn nghe lời người lớn, tin vào thần linh, mạnh mẽ nghe theo tiếng gọi tình yêu trong *Suối Miền Xía* đã trở thành một người phụ nữ khôn khéo, biết thủ thỉ với những anh khuân vác, cánh lái xe để cho nhập hàng, chở hàng, mở sẵn tủ tôn chuẩn bị tiền để "lót tay" cho lái xe. Một anh Vần biết bảo dân làng dùng máy cày để phát triển việc trồng cấy, biết lắp những bánh xe nước và mua "củ điện" về phát điện, xem ti-vi (*Cỏng Hò*). Một cô Phúc, con của nhà cắt tóc lâu đời, đã mạnh dạn mở tiệm cắt tóc lớn, đầu tư khang trang như trên phố trong truyện ngắn *Thợ cắt tóc*: "Sát tường, cô còn kê một cái ghế dài, cho người ngồi chờ đọc báo Tiền phong và Quân đội nhân dân", "đặt cả ti-vi và đầu vi-đi-ô cho khách xem nữa. Cái quán đã được xây lại, tường con kiến, mái ngói xi-măng, trần nhựa trắng. Trên tường, treo chiếc gương to như cái chiếu. Đèn nê-ông sáng cả ngày lẫn đêm, khiến cho mọi vật đều lung la lung linh" [86, tr.31-32]. Sự đổi mới ấy không có nghĩa là đánh mất bản chất con người. Phức nghiêm túc làm nghề, gội đầu cắt tóc là nghề chân chính, không để khách có ý đồ xấu với mình.

Thành thị - đại diện cho cái mới, cái văn minh, cái ra đời sau và hiện đại hơn nông thôn rất nhiều. Tính cách thành thị có thể được hiểu là sự đổi mới của con người Việt Nam trong thời kì hội nhập. Tính cách thành thị trong con người là một sự đổi mới quan niệm về cuộc đời. Gốc gác của nó vẫn là bản tính "nhà nông" với những chất phác, thân thiện, hiền lành, thật thà. Nhưng sự tác động của môi trường sống, của kinh tế, nhịp sống hiện đại quá gấp gáp, đã khiến cho con người khôn khéo hơn, có nhiều "mặt nạ" hơn. Dù sống ở đâu, trong thời đại nào, nhu cầu được là chính mình vẫn luôn tồn tại. Vũ Xuân Tửu như muốn khẳng định, chỉ khi được là chính mình, con người mới hạnh phúc. Nhưng trong cuộc sống đương đại, điều ấy thật khó khăn.

Cùng trong nguồn cảm hứng viết về con người thành thị, con người mang tính cách thành thị mới, có rất nhiều tác giả đã thể hiện quan điểm của mình. Nguyễn Huy Thiệp, Sương Nguyệt Minh, Tạ Duy Anh, và rất nhiều nhà văn khác, đã thể hiện một cuộc sống phức tạp, hỗn độn, những sự tốt xấu lẫn lộn trong cái bản tính thành thị - nông thôn của con người. Trong truyện ngắn *Những bài học nông thôn* của Nguyễn Huy Thiệp, một cuộc sống thôn quê vừa lạ vừa quen trải ra trước mắt nhân vật Hiếu và bạn đọc. Nhân vật Hiên có những so sánh giữa nông thôn và thành thị: "ở nhà quê buồn lắm. Tôi mới được ra Hà Nội mỗi một lần. Hồi ấy chưa lấy chồng, vui vui là, nhưng cứ sợ. Người Hà Nội ai trông cũng ác. Hôm ấy, ở bến xe, có ông đeo kính, để râu con kiến, tuổi bằng bố tôi bảo: "Cô em ơi, cô em đi với anh đi". Tôi sợ quá, tôi bảo: "Ông này hay nhỉ?" Ông ấy cười: "Xin lỗi nhé, tôi tưởng em là bò lạc". Tôi chẳng hiểu bò lạc là gì. Sau đó anh Tân (tức là chồng tôi đấy) đi lại, ông này chuồn mất. Tôi kể với anh Tân. Anh Tân sầm mặt lại, bảo:

"Bọn thành phố toàn quân mất dạy". Tôi không biết thế nào, những người thành phố ai nói cũng hay, hơi tí thì xin lỗi" [66]. Qua tâm sự của Hiên, là ca ngợi thành thị, nhưng thực chất tác giả muốn ngầm tố cáo những mặt trái của nơi phồn hoa đô thị. Ở quê có quá nhiều điều lạ lẫm với Hiếu, ngay đến cách nói chuyện quá đỗi bỗ bã, phồn thực của bà, của mẹ Lâm - họ hàng với Hiếu. Nhưng đồng quê đã là nơi sinh ra cội nguồn người Việt. Suy cho cùng, thôn quê với thành phố, ở đâu tốt hơn, đâu là nơi có những giá trị đích thực. Ai cũng nói ở thành phố tốt hơn, và Nguyễn Huy Thiệp còn cho thấy một không gian nông thôn, không gian sinh thái đang bị con người và những tiến bộ, văn minh xâm lược qua *Thương nhớ đồng quê, Những người thợ xẻ,*... Đề tài, cảm hứng con người với nông thôn, thiên nhiên, thành thị là những cảm hứng không mới trong văn chương. Nhưng trong văn học đương đại nói chung và truyện ngắn đương đại nói riêng, các tác giả đã thể hiện nguồn cảm hứng này với những cách nhìn nhận đa chiều, khác biệt. Với Nguyễn Huy Thiệp, ấy là những mảng sáng tối lẫn lộn, luôn trăn trở câu hỏi về những giá trị của cuộc sống bằng một giọng văn sắc xảo, có phần lạnh lùng. Còn với Vũ Xuân Tửu, ông kể những câu chuyện với tiếng cười trầm ngâm, chua xót, những sự hài hước châm biếm nhẹ nhàng. Mỗi câu chuyện là một giá trị, một bài học nhân văn về cuộc sống.

2.1.4. Con người với niềm tin vào thế giới tâm linh

Cộng đồng người Việt nói chung và từng dân tộc thiểu số nói riêng đều có những tín ngưỡng về thế giới tâm linh. Những điều khoa học không dễ lí giải được trong cuộc sống, con người từ ngàn đời nay vẫn quy những điều bí ẩn vào thế giới thần linh và các thế lực siêu nhiên. Con người có một niềm tin vào thế giới tâm linh, như một cách nuôi dưỡng sự hi vọng về những điều tốt đẹp, công bằng luôn tồn tại trong cuộc sống. Trong truyện ngắn Vũ Xuân Tửu, hiện thực cuộc sống con người được xây dựng trọn vẹn về thế giới tâm hồn và thể xác. Những bản tính nông thôn, tính cách thành thị đều tồn tại trong sâu thẳm tâm hồn con người và bộc lộ ra ngoài thông qua hành động. Niềm tin vào thế giới tâm linh cũng là một trong những yếu tố thể hiện vẻ đẹp riêng biệt của cuộc sống tâm hồn người Việt.

Trước hết, con người có niềm tin vào "thế giới bên kia", vào linh hồn, cõi người sau khi chết. Trong Người sông nước, câu chuyện về mối tình của bà chủ thuyền chài với anh chân sào được nhuốm màu huyền thoại, một tình yêu vượt qua khoảng cách âm dương. Nhân vật anh chân sào "Tôi" luôn tin rằng thân xác bà chủ đã chết nhưng hồn thì luôn ở bên anh, nhập vào con bướm trắng, con chim phượng hoàng bay về bầu bạn cùng anh. Niềm tin của con người luôn tác động ngược lại cuộc sống của họ. Với niềm tin bà chủ luôn ở cạnh mình, nhân vật khép lòng với mối tình dang dở, cuối cùng nằm mộng thấy bà chủ, mong khi chết đi được cùng phiêu diêu trong cõi linh hồn với nhau. Trong truyện ngắn *Người đàn bà mấy đận mất tên*, cô Thỏ tin rằng linh hồn bố, mẹ, người chồng chết yểu của cô vẫn luôn ở cạnh, dõi theo, bầu bạn với cô: "Thỏ nhìn cái gì cũng thấy có hồn như người vậy. Con đom đóm to như ngọn đèn, về đậu bàn thờ đêm vào nhà mới, Thỏ cảm thấy sự linh ứng lúc cô khấn bố, ban chiều. Vụ gặt, con muỗm xanh bay ngang, gợi nhớ hình bóng mơ hồ của mẹ, áo mớ ba duyên dáng. Thỏ rất sợ muỗm ma màu nâu xám. Hình như muỗm xanh thấu hiểu, nên luôn gắng sức đánh đuổi muỗm ma trên đồng. Mẹ ơi, Thỏ đứng chôn chân trên ruộng, mắt đỏ hoe, khấn vọng về phía chân trời" [91, tr.57]. Bà Thảo trong *Trăng sáng đồi chè*, sau khi chồng chết, cũng liên tục ra thăm mộ, rắc chè như thể làm cho chồng lúc còn sống:

" - Ông ấy nhà tôi bảo, đừng có quãi phân lên luống chè, uế tạp, mà khi mưa xuống thì trôi hết, phí phạm. Phải đào lỗ cạnh gốc chè mà cốm xuống. Chả gì bằng đào sâu chôn chặt.

Rõ là cái giọng của cõi âm, nhưng dân làng cũng nghe theo, đồng loạt cốm chè. Quả nhiên chè lên tươi tốt mà lâu lâu mới phải bón phân.

- Ông nhà tôi lại bảo, chẳng may mà ông trời làm chè mất giá, thì cũng đừng phá bỏ. Bây giờ, thế gian náo loạn, không ai màng; mai sau gặp thời vận, chè lại là bạc, là vàng. Làm giàu, ăn nhau cái gan, cái chí.

Hồn ma bảo như thần bảo, hồi Liên Xô sụp đổ, rồi Mĩ đánh I-rắc, ta mất thị trường chè rất lớn. Cả làng điêu đứng, đến các doanh nghiệp còn lúng túng nữa là... Nhưng phúc đức làm sao, ông chính phủ khôn khéo kí kết được với cái anh Nga tiêu thụ chè. Thế là chè lại lên hương" [86, tr.20].

Thứ hai, con người có niềm tin vào thiên nhiên và các bậc thần thánh, siêu nhiên. Phàm những điều lạ không thể lí giải, không biết nguyên do ra sao, con người để cho là thần linh, trời phật làm ra. Đạp đổ giỏ cá cũng do "Thần suối" không cho ăn (*Suối Miền Xía*). Trong truyện ngắn *Trong mưa có nắng*, khi Thắng bị bệnh sau khi lấy hết vốn liếng đi đãi vàng không thành công, "bà Lợi và Son rí rủm bàn nhau, mời thày cúng về làm lễ giải hạn cho Thắng. Thế rồi, đèn, nến, xôi, thịt, hương, hoa bày chật nhà" [91, tr.64]. Trong *Trăng sáng đồi chè*, Phúc xây đập dẫn nước về cho dân làng, nhưng lại mắc bệnh lạ: "Nhưng có chuyện này, sau khi mương máng xây xong, Phúc bị bệnh gì lạ lắm, người khô dần, cứ như bị vắt kiệt nước. Ngày ngày, cơm không ăn, chỉ toàn uống nước chè cắm tăm, giường đệm cũng kêu đau lưng, chỉ có lót chè móc câu mới chịu. Người già bảo, chắc hẳn ứng vào lời nguyền của thác đầu núi. Người thì bảo, đến như làm cái nhà mà chủ còn bị ốm, huống hồ thay trời chuyển nước thế này" [86, tr.20].Tất cả những sự lạ, dù là việc ngẫu nhiên xảy ra hằng ngày, hay việc ốm đau lạ lùng của con người, đều được tin là do thần linh, ma quỷ làm ra. Tục cúng bái cũng từ đó ra.

Với *Pho tượng gỗ mít* và *Tiếng chuông đêm*, niềm tin tâm linh của con người thể hiện qua những vật thờ. Trong truyện ngắn *Pho tượng gỗ mít*, Bưởng chặt cây gỗ truyền đời thì bị đâm thủng bụng, khi pho tượng bằng gỗ mít ấy được đẽo xong thì đã trụ lại gốc đa của làng, không thể rời đi. Mưa lớn dâng lên, người dân thắp hương thờ pho tượng thì mưa liền tạnh, nước rút. Họ thờ pho tượng, dù nhiều người biết ruột bức tượng không yểm vàng, mà Bưởng phải nhét gói thuốc lào vào. Niềm tin pho tượng đem lại may mắn hưng thịnh cho dân làng là thứ khiến dân làng yên tâm, không ai hồ nghi về sự linh thiêng có thực hay hư của pho tượng gỗ. Còn trong truyện ngắn *Tiếng chuông đêm*, dân làng tin rằng tiếng chuông đem lại sự bình yên, nề nếp cho cả làng. Khi chuông biến mất thì làng trở nên náo loạn: "Vắng tiếng chuông, người già mất ngủ, đêm đêm kéo nhau ra gốc đa cháy, chuyện trò rì rà rì rầm như bị ma làm. Bọn thanh niên trở nên ngỗ ngược, chỉ nhăm nhăm đánh nhau để giành bá chủ. Bọn con gái xểnh nhà là đi theo giai. Các vườn chuối trong làng đã chặt đến cả mậm, mà vẫn không đủ để kết bè thả trôi sông đám gái chửa hoang" [91, tr.33]. Khi tìm được chuông, chuông đánh ba tiếng khiến cả làng lại đi vào nề nếp, già trẻ trên dưới yên phận làm ăn. Nhưng về lâu về dài, "Tiếng chuông thứ hai, làm cho đám thanh niên tu chí lam làm, nhưng không ra khỏi luỹ tre làng, bán buôn chẳng biết, nên vo hai tay chỉ đủ đút miệng. Cả làng rặt nhà tranh vách đất, đường làng ngập ngụa phân trâu. Tiếng chuông thứ ba hằng đêm, khiến các cô gái cửa đóng then cài, không chịu lấy chồng. Cô nào bị ép duyên thì cam phận, mà không sinh nở" [91, tr.35].

Trong cuộc sống, niềm tin tâm linh của con người được thể hiện qua tín ngưỡng thờ cúng tổ tiên, những phong tục tập quán, nghi lễ từ xưa tồn tại cho đến tận ngày nay. Vũ Xuân Tửu xây dựng những hình tượng tâm linh ấy bằng yếu tố kì ảo, bằng giọng văn hư hư thực thực khiến cho câu chuyện trở nên hấp dẫn. Cảm hứng con người với tâm linh được xây dựng bằng yếu tố kì ảo, vừa nhắc nhở con người phải biết tôn trọng những lẽ sống linh thiêng, hiểu sự linh thiêng của cuộc sống mới có phần hạnh phúc, nhưng cũng khuyên con người không nên mù quáng một cách thái quá, để như người làng trong *Tiếng chuông đêm*: khi con người quá mê tín, chìm đắm trong những niềm tin hữu linh vô thực mà bỏ bê cuộc sống thực tại thì đời sống sẽ gặp khó khăn, sự sống không sinh sôi phát triển.

2.2. Cảm hứng trong truyện ngắn Vũ Xuân Tửu thời kì đổi mới

Truyện ngắn thời kì đổi mới có đề tài đa dạng, lối viết mới, tư tưởng mới. Các tác giả tự do và sáng tạo trong việc lựa chọn vấn đề cuộc sống mới làm đề tài sáng tác. Một số khuynh hướng sáng tác và phê bình văn học mới như: nhận thức lại, tâm lí, ý thức nữ quyền, về môi trường sinh thái được thể hiện trong thể tài truyện ngắn Việt Nam hiện đại. Cảm hứng sáng tác của Vũ Xuân Tửu được thể hiện trong thể tài truyện ngắn rất đa dạng, là sự kết hợp giữa tinh thần dân tộc với các luồng tư tưởng mới trên Thế giới.

2.2.1. Ngợi ca tình yêu, cái đẹp và cái thiện

Cảm hứng xuyên suốt lớn nhất trong các truyện ngắn của Vũ Xuân Tửu là sự ngợi ca tình yêu, cái đẹp và cái thiện.

Những câu chuyện tình yêu đầy sóng gió được tác giả dụng công xây dựng hơn cả. Dù ở vùng cao nguyên núi đá, đồi núi chập trùng hay vùng đồng bằng thẳng cánh cò bay, vùng sông nước mênh mông hay rừng chè đồi nương, những mảnh chuyện tình yêu trong truyện ngắn Vũ Xuân Tửu vẫn thơ mộng và đầy sóng gió. Trong các câu chuyện, có lẽ chỉ có cuộc tình giữa "Anh-Quay-Làm" và Mùi Say trong *Suối Miền Xía* là một câu chuyện đẹp và có hậu. Những đôi trai gái trong làng bản, hay các cô gái bản với chàng trai miền xuôi, ngay cả những đôi vợ chồng, đều không có được một tình yêu êm ả, một hạnh phúc vẹn tròn. Qua đây, ta thấy được khái niệm "chung thủy" chỉ thể hiện ở phần tâm hồn con người. Trong những truyện *Trăng sáng đồi chè, Cỏng Hò, Bí mật cuốn gia phả*, những người phụ nữ đều có phút ngã lòng, mang thai đứa con của người đàn ông không phải là chồng hay người yêu. Thảo trong *Trăng sáng đồi chè* có con với người lái xe, nhưng được Phúc vẫn tha thứ, yêu thương chăm sóc. Tình yêu và tình nghĩa chiến thắng những lầm lỡ, vụng dại và nhục dục. Tình nghĩa của bà Thảo và ông Phúc lớn đến mức khi ông mất, bà cô độc và thất thần không muốn sống: "Bà đã bị thất thần từ hôm ông Phúc quy tiên. Thỉnh thoảng, lại thấy bà bưng tai ngóng lên trời, tựa hồ như vẫn nghe tiếng sáo trúc từ cao xanh vọng xuống. Đêm nào, bà cũng như bóng ma, lần lên đồi hái chè, lèn đầy hai túi áo cánh, rồi lại mò ra mộ ông Phúc mà rắc xung quanh. Bà Thảo lấy đêm làm ngày, đi lại giữa đồi chè và ngôi mộ, cứ như người liên lạc giữa hồn ma ông Phúc với dân làng" [86, tr.20]. Quế trong truyện ngắn *Cỏng Hò* rất yêu chồng, nhưng chồng đi bộ đội lại yếu lòng có con với một người cán bộ miền xuôi. Vần dù đau đớn nhưng vẫn thương, vẫn sống và chăm sóc cho gia đình, nuôi dậy đứa con của vợ và người đàn ông khác. Câu chuyện éo le nhất có lẽ là của vợ chồng Hộ trong truyện ngắn *Bí mật cuốn gia phả*. Hộ mắc bệnh vô sinh, vì muốn có một đứa con, anh đã chủ động dàn xếp để vợ ngủ cùng người đàn ông khác. Hộ vừa vui mừng vừa tủi nhục, vừa yêu thương chăm sóc lại vừa muốn chối bỏ đứa con do vợ anh sinh ra. Khi cái tình lớn trở thành cái nghĩa, con người ta không dễ dàng quên nhau, hận nhau. Dù trải qua bao nhiêu đắng cay, sóng gió, những người chồng, người vợ vẫn luôn sống yêu thương, che chở cho nhau đầy tình nghĩa.

Tình yêu là đề tài không bao giờ cũ trong văn học, và những mối tính dang dở dường như có sức hấp dẫn lạ kì. Sự nuối tiếc, hối hận, chờ đợi luôn đem lại cho bạn đọc, và cả tác giả, những cảm giác sâu lắng, dư âm kéo dài. Trong *Hoa cải ngồng*, Chân chờ đợi Nhạn, vẫn luôn nhớ thương cô dù biết cô đã sinh con cho ông bác sĩ, về thành phố ở với ông, từ bỏ đoạn tình cảm trong sáng, mỏng manh. Chùm truyện ngắn *Người sông nước* kể về mối tình bất hạnh nhưng đầy thủy chung giữa người lái thuyền và bà chủ thuyền. Không có phúc phận ở cùng nhau, nhưng khi người tình chết, nhân vật "tôi" đã chôn cất, nguyện làm người gác mộ cho bà suốt đời. Cho tới lúc chết, tình cảm của hai người vẫn luôn sâu đậm. Khi không thể đến được với nhau, có những người còn nguyện chết để giữ trọn chữ Tình. Ấy là Nhình, cô gái người Tày trong *Cầu vồng trên núi Pù Tiên*. Vũ Xuân Tửu cho thấy sự đối nghịch giữa tiền bạc, dục vọng với tình yêu. Dù ở miền đất nào, mảnh đời nào cũng sẽ có nhiều điều không như mong muốn. Tiền tài, danh vọng, địa vị hay những giây phút hoan lạc đều không thể quý bằng tình nghĩa con người dành cho nhau.

Bên cạnh đề tài Tình Yêu, Cái Thiện và Cái đẹp cũng là đề tài, cảm hứng lớn trong sáng tác của Vũ Xuân Tửu. Cái thiện thể hiện trong bản tính nông dân của con người Việt Nam, sống tình cảm, đậm tình làng nghĩa xóm. Cái thiện thể hiện trong sự đồng cảm giữa những người lao động với nhau. Cái thiện chính là sự đồng cảm, sẻ chia, là giữ mình đừng làm việc ác. Một người đàn ông trung niên ngồi trò chuyện với một ông lão bán điếu cày, quan tâm hỏi han tận tình. Họ tìm thấy sự đồng cảm, sự sẻ chia (*Ông lão bán điếu*). Một chiến sĩ quản giáo đưa cơm cho người tử tù, với ánh nhìn có chút ái ngại, xót xa (*Hồ sơ về một con người*). Những người lính sẵn sàng hi sinh bản thân, không sợ hãi cái chết để giữ gìn hòa bình cho Tổ Quốc (*Trang nhật kí của chiến sĩ quân giải phóng, Chuyện ở bản Piát*), hay đơn giản là để cứu những sinh mạng bé nhỏ, như một con khỉ (*Tiếng gọi tình yêu trên biển cả*). Cái thiện, sự đồng cảm làm ấm trái tim con người, lan truyền từ trang truyện của Vũ Xuân Tửu đến với bạn đọc. Cái thiện sẽ đưa những con người xa xích lại gần nhau hơn, sẽ khiến mỗi cá thể cảm thấy được an ủi, bớt đi sự cô đơn trong cuộc sống gấp gáp. Cái thiện còn giúp con người có thêm dũng cảm. Bản tính thiện lương của cô con gái ông giám đốc trong *Người tan vào không khí* đã đẩy cô vào thế muốn bênh vực lẽ phải là dân làng, nhưng muốn trọn chữ Hiếu với bố. Cô bé dằn vặt, sợ hãi, nhưng khi nhìn thấy những chiếc máy xúc đang chờ phá đồng lúa, cô đã không ngần ngại lao ra cản. Phải chăng cái thiện, lẽ phải vẫn luôn tồn tại, dù bị che đậy, dù gặp khó khăn vẫn không thể mất đi!

Cái thiện và cái đẹp luôn song hành. Ngoài vẻ đẹp trong tâm hồn như đã phân tích ở trên, chúng ta còn nhận thấy Vũ Xuân Tửu thể hiện cảm hứng về cái đẹp thông qua hình tượng nhân vật nữ trong tác phẩm. Ông thể hiện một thái độ trân trọng đối với nhân vật nữ, bằng việc xây dựng một hệ thống nhân vật nữ không hoàn hảo. Không phải cô thôn nữ, cô gái dân tộc hay thành thị nào cũng xinh đẹp rạng rỡ. “Phái là gái chưa chồng, không xinh lắm, nhưng nước da trắng như bông, nên nom cũng ưa mắt” (*Chuyện ở bản Piát*), Phúc trong *Thợ cắt tóc* thì có “một khuôn mặt trái xoan, da trắng mịn, mớ tóc loà xoà trước trán để che những cái mụn trứng cá mọc dày như kê”. Cô phát thanh viên trong *Người đàn bà trên ti-vi* là “Một cô gái nước da bánh mật, ngực lép, nhưng được mái tóc dài”. Nhưng đặc biệt, ai cũng có một mái tóc dài. Tóc của Mùi Say, của Quế, của Mỷ… đều đen mượt, dài tới eo hay chấm gót chân. Mái tóc đen dài là nét duyên dáng của người phụ nữ Việt Nam truyền thống. Những người phụ nữ không quá đẹp nhưng có những nét duyên ngầm rất riêng ấy còn là những người yêu, người vợ, người mẹ kiên cường, nhẫn nhịn chịu đựng và luôn mong muốn giữ êm mái ấm gia đình. Bà Nụ trong *Bí mật cuốn gia phả* biết về âm mưu của chồng, vô tình cũng thương nhớ ông Chiến - người lính, cũng là cha của đứa con của bà. Bà luôn giữ chiếc đồng hồ làm kỉ vật, nhưng một chút tình riêng ấy không làm lung lay gia đình bà. Bà nhắc với ông về chuyện con trai của bà với ông, đang yêu thầm con gái của ông với người “vợ cả”. Sự việc éo le được chặn lại ngay từ khi mới manh nha hình thành. Cả gia đình ông Chiến chuyển vào Nam sinh sống. Những người phụ nữ kiên trung, một lòng son sắt với người yêu dù họ đã hi sinh (*Trang nhật kí của người chiến sĩ quân giải phóng*), hay duyên phận hai người không thể đến với nhau (*Chuyện tình Người đẹp thành Tuyên, Cầu vồng trên núi Pù Tiên*,…). Trong truyện ngắn *Trang nhật kí của người chiến sĩ quân giải phóng,* hình ảnh Hà còm cõi thờ di ảnh của Hồng, lặng lẽ đan áo, sống mãi trong hồi ức quá khứ của hai người, đã trở thành một hình ảnh vừa đáng thương, vừa đáng khâm phục cho tấm lòng chung thủy, nặng tình của người phụ nữ.

Cái đẹp, cái thiện cũng là nguồn cảm hứng lớn của những tác giả truyện ngắn đương đại. Tuy nhiên, bên cạnh cảm hứng ngợi ca, là cái nhìn thẳng thắn chân thực, nhưng cũng không khỏi hoang mang, chua xót khi thực tế cái đẹp và cái thiện đang bị chà đạp, xem nhẹ trong cuộc sống đương đại. Trong những truyện ngắn như *Không có vua, Tướng về hưu*,... Nguyễn Huy Thiệp đã xây dựng một thế giới hỗn loạn, nhập nhằng giữa tốt và xấu, thiện và ác. Một anh Khiêm làm đồ tể ở lò mổ lợn thuộc công ti thực phẩm, chuyên bòn rút thịt, lòng lợn về làm đồ ăn, nhưng lại là người lo toan cho gia đình, thương Sinh và Tốn, cũng là người con duy nhất thật tâm lo lắng cho cha. Một anh Đoài, cán bộ công chức ngành giáo dục, Khảm, một sinh viên đại học, nhưng lại là những người hám danh lợi, quen thói lừa lọc, thực dụng,... *Không có vua* đã kể về một cuộc sống của những người tưởng chừng xấu, lại không phải xấu, tưởng chừng tốt lại không phải tốt ấy. Trong cuộc sống đương đại, chuẩn mực cái thiện, cái đẹp luôn xê dịch, những điều tưởng như là chân - thiện - mĩ cần được bảo tồn thì nay đều đang bị chà đạp. Cảm hứng trong truyện ngắn của Nguyễn Ngọc Tư, Sương Nguyệt Minh,... đề cập rất sâu đến Cái đẹp bị chà đạp. Trong *Cánh đồng bất tận*, tất cả những giá trị thiện, mĩ đều bị xem thường. Con người khi không biết sợ, không nghe theo Thiên lương trong tâm hồn mình, thì số phận cái thiện, cái đẹp sẽ trở nên vô cùng mỏng manh. Vũ Xuân Tửu cũng thể hiện nỗi niềm ấy trong truyện ngắn *Người đàn bà trên ti-vi*. Một người hâm mộ thầm lặng có thể vì yêu mến, vì lòng chân thành tốt bụng vốn có mà để ý người phụ nữ trẻ hay mua thức ăn gì, trang điểm thế nào, mặc đồ ra sao. Tình người, tình yêu, sự cảm thông và trân trọng tới người phụ nữ nhưng đáng tiếc cô không được nhận. Chỉ đến lúc chết đi, người đàn bà mới được hưởng sự tri ân vốn nên được hưởng từ lâu. Liệu rằng phải chờ đến lúc mất đi những giá trị tốt đẹp, con người đương đại mới tỉnh ngộ, mới gấp gáp níu giữ nó!

2.2.2. Phê phán cái ác, cái xấu, cái lạc hậu cản trở văn minh tiến bộ

Bên cạnh cảm hứng ngợi ca những giá trị thẩm mĩ, Vũ Xuân Tửu cũng phê phán cái ác, cái xấu, những hủ tục lạc hậu một cách khéo léo, hài hước, nhẹ nhàng nhưng không kém phần sâu sắc.

Ông xây dựng những hình tượng nhân vật "tham hư vinh", say đắm danh vọng nhưng không gắng trở thành người có ích, mà chỉ tính kế hại người hay làm những việc vô bổ, mang tính giễu cợt, phê phán hài hước. Đó là một ông lão luôn tập để trở thành Thành Hoàng làng, ngồi thiền, tự kéo tai dài ra đến mức chảy máu, hại lão buôn muối, nói dối trưởng làng (*Thành Hoàng làng Vực Vại*). Một ông bố không bận tâm đến đứa con cả bị tâm thần do thất bại của mộng đào vàng, đứa con trai thứ cố gắng tiến thân trong việc "làm quan" để giữ nhà, để làm kinh tế, mà chỉ mải mê lo đắp mô hình bằng đất, vì "ông Lợi không cần gì hết, ngoài những lời khen tặng của đám vô công rồi nghề, lại tưởng mình là tâm điểm chú ý của dư luận" (*Trong mưa có nắng*). Trong truyện ngắn *Gia đình*, người cha cũng luôn nói nhân vật Tôi sẽ làm "bàn giấy". Nhân vật Tôi cũng luôn quan trọng đến cái Danh, cái người khác đánh giá về mình ra sao. Ban đầu, anh ta đến với nghiệp văn cũng với mục đích là để kiếm Danh. Đặc biệt là nhân vật Hội Văn Nghị trong truyện ngắn *Đi họp phải có chính kiến*, không cần biết họp để làm gì, ông ta chuẩn bị sẵn ba quyển sổ để dành cho ba sự đi họp: họp cơ quan, họp đoàn thể và họp hội nghị các ngành. Ông ta chẳng ghi chép, chỉ ghi khi có máy quay lia đến chỗ mình. Đi họp với ông là để thể hiện bản thân có chức quyền, có danh. Với sự hám danh, hám chức mà con người ta làm ra nhiều chuyện khuất tất, dối trên lừa dưới và rơi vào những tình cảnh dở khóc dở cười. Đỉnh điểm của sự tham lam danh vọng khiến con người trở nên tàn độc, hại cả bạn thân. Đó là nhân vật Lẫm trong truyện ngắn *Keo tai tượng*. Trước mặt Tâm thì ủng hộ, khi ra cuộc họp thì phản đối. Lẫm dùng mưu mẹo, thủ đoạn để thăng quan tiến chức, hại Tâm phải ngồi tù, khiến vợ Tâm "bán thân" cho hắn để cứu chồng. Với cái danh tiếng, chức quyền, Lẫm có làm sai (hại chết cây đa cổ thụ, những chính sách lâm nghiệp sai lầm) cũng không bị ai xử phạt, trách móc. Còn Tâm, người cống hiến cho dân, người đau đáu phủ xanh đồi trọc, đã chết oan ức bên gốc cây keo tai tượng.

Danh lợi, địa vị, chức quyền và những "vấn đề cấp trung ương" là những đề tài thường được đề cập trong cảm hứng phê phán rõ nét trong sáng tác truyện ngắn Vũ Xuân Tửu. Không chỉ phê phán thói cậy quyền trong chính trị, kinh tế, ông thẳng thắn nhìn nhận cả về vấn đề nghiên cứu khoa học. Truyện ngắn *Tháng ba có ba mốt ngày*, viết về nỗi niềm dấn thân cho khoa học, tham vọng đổi mới trong quan niệm và nhìn nhận về một vấn đề chính trị tôn giáo của nhân vật Văn, nhưng có lẽ tác giả muốn nói tới tất cả những sự vận động thay đổi, cách nhìn mới, quan điểm mới,... đều gặp phải cản trở, khó khăn lúc đầu. Theo lí thuyết Lượng - Chất của triết học duy vật biện chứng thì có thể lí giải vấn đề đó rằng Chất thay đổi nhưng Lượng chưa kịp thay đổi. Những tư tưởng mới manh nha, nhen nhóm cho đến lúc được thử nghiệm, thừa nhận là cả một quá trình. Việc đổi mới không phải chỉ diễn ra trong ý thức của một vài cá nhân, mà phải chờ đợi, vận động thay đổi trong cả một tập thể. Trong truyện ngắn *Tháng ba có ba mốt ngày*, nhà văn đã đưa ra chi tiết một luận án có nhiều đóng góp mới về văn hóa, chính trị, nhưng: "hội đồng nghiệm thu yêu cầu làm lại, khiến Văn phải trao đổi với các thành viên phản biện và thuyết phục họ trên những luận cứ và tư liệu chắc chắn. Nhưng họ linh cảm thấy, câu chuyện đằng sau cái khoa học mới phức tạp, nên cũng chập chờn, lo lắng. Xem lại tư liệu, phân tích lại số liệu, ngẫm lại đề xuất giải pháp thật đau đầu, mệt mỏi, nhưng áp lực không nặng nề bằng tâm lí. Đến ngay như cán bộ, nhân viên còn có vẻ lạnh nhạt, lảng tránh, e sợ không phải đầu lại phải tai, liên lụy về nhạy cảm thì đeo dấu hỏi như cái tròng vào cổ suốt đời" [91, tr.70], là hình ảnh đại diện cho một vấn đề bất kì, thuộc một lĩnh vực bất kì, miễn là quá mới lạ so với thực tại, sẽ được đem ra xem xét, mổ sẻ, có thể bị gạt đi bởi sự chần chừ, cố thủ, sợ hãi của những tư tưởng vốn đã và đang quen thuộc. Thực tế không thiếu những sự việc như vậy. Truyện ngắn *Anh Nhón, chị Nuôi*, nhân vật người bố cũng bị phê bình vì không tuân theo "tập thể", bị quy chụp là chủ nghĩa cá nhân. Tâm trong *Keo tai tượng* cũng phải chịu những oan khuất, một phần vì Lãm hãm hại, nhưng một phần cũng vì tư tưởng "tập thể", "cái ta" quá lớn, cũ kĩ chưa thay đổi kịp thời, khiến những cái mới tiến bộ không thể phát triển.

Ngoài việc xây dựng những hình tượng nhân vật đại diện cho những thói hư tất xấu, những ích kỉ và tham vọng của con người, Vũ Xuân Tửu còn thể hiện sự phê phán cái xấu thông qua những lời độc thoại nội tâm, những câu trữ tình ngoại đề; thông quá cách sử dụng ngôn ngữ, giọng văn phê phán hóm hỉnh mà sâu cay. Mượn lời khuyên của cô Son với Chiến, ông ngẫm một câu: "chẳng kinh doanh gì lãi bằng cái anh quyền chức. Nó khiến người ta được trọng vọng, có tiền tài và những mối quan hệ xã hội, có khi còn giá trị hơn cả tiền nong ", "Cuộc sống, cần có sự dung hòa, lập lờ nửa nổi nửa chìm, lúc nào chìm, lúc nào nổi là cả một nghệ thuật; nếu anh nhô đầu lên không đúng lúc, dễ bị phát hiện và ăn đập liền, nếu lặn sâu quá cũng dễ bị chìm nghỉm, khuất lấp. Cuộc sống quan chức là một nghệ thuật cao cường và gian trá" (*Trong mưa có nắng*)... "Tại sao, người ta cứ phải tranh nhau làm quan thì mới được vị nể và trọng vọng nhỉ? Phải chăng, chức tước tạo nên uy lực và bổng lộc, khiến người khác buộc phải nhờ vả" (*Keo tai tượng*).

Vũ Xuân Tửu không chỉ phê phán thói ham hư vinh, cậy quyền thế, mà còn khiến người đọc suy nghĩ, nhìn nhận lại về chiến tranh, bạo lực. Trong truyện ngắn *Cô Ba*, cô Ba đã "trở thành vật thí mạng cho cuộc chơi của vua chúa, mà lại tưởng là xả thân vì dân, vì nước. Chiến trận là cảnh núi xương sông máu, tương tàn. Mạng người như cỏ rác. Vua chúa chơi xác người" [91, tr.4]. Chiến tranh luôn để lại những tổn thương tâm lí rất lớn cho những người còn sống. Thỏ trong *Người đàn bà mấy đận mất tên* luôn bị ám ảnh bởi sấm sét, tiếng súng đạn: "Những tiếng nổ luôn từ trời vọng lại, bởi nó được làm ra bởi trời. Trời sai quan binh vác súng, cầm gươm ra trận. Đêm đêm, Thỏ thường thấy ác mộng, thần chiến tranh tóc rậm râu xồm, thét ra lửa. Những tiếng nổ ùng oàng khiến Thỏ giật mình thon thót, thì ông ta lại cười rạng ngời gương mặt, tươi rói con mắt. Ông ta phán, đánh giết trước, sung sướng sau. Nhưng nhiều người, không bao giờ thấy cái đận sau đó cả" [91, tr.12].

Dù mang cảm hứng phê phán, lên án thói hư tật xấu, nhưng truyện ngắn của Vũ Xuân Tửu không làm người đọc cảm thấy nặng nề, u ám hay mất niềm tin vào cuộc sống đương đại. Thực tại cho thấy giá trị đạo đức đang bị xuống cấp, nhưng con người vẫn luôn có niềm tin. Như ông thầy giáo già, chết vì quả lựu đạn vô tình của Đeng, nhưng câu cuối cùng ông nói vẫn là "Thầy vẫn tin ở em" (*Đi tìm cuốn sổ hát Then*). Vũ Xuân Tửu là một chiến sĩ công an trước khi là một nhà văn. Ông có một góc nhìn về "Cái Ác", "Cái Xấu" toàn diện, thực tế và sâu sắc, nhưng đồng thời, ông cũng luôn có niềm tin vào "Cái Thiện", "Cái Đẹp" trong cuộc sống ngày càng phát triển của con người.

2.2.3. Biểu dương các thuần phong mĩ tục của dân tộc

Vũ Xuân Tửu có một niềm say mê, trân trọng, nâng niu những giá trị văn hóa cổ truyền, những nét đẹp mang bản sắc riêng của mỗi dân tộc.

Đầu tiên, những nét đẹp của văn hóa dân tộc bản địa được ông thể hiện qua việc vận dụng những tích truyện cổ, những hình tượng nghệ thuật kì ảo trong truyện cổ dân gian vào xây dựng truyện ngắn. Những truyện ngắn như *Chớp bể mưa nguồn, Mồ hôi của đá, Tiếng chuông trong đêm, Thành hoàng làng Vực Vại,...*

là những truyện ngắn, có thể coi là "giả cổ tích". Chớp bể mưa nguồn có nội dung tựa như câu chuyện cổ tích *Hòn vọng phu* hay *Chuyện nàng Tô Thị*, nhưng đề tài, kết cấu truyện và ý nghĩa nhân sinh thì khác, ông mượn tích xưa để nói về sự bất thường của đời người ngày nay, với lối viết hiện đại trong kết cấu: đảo lộn trật tự thời gian, kết thúc mở mang tính tuần hoàn. Truyện ngắn *Mồ hôi của đá* được xây dựng với mô típ nhân vật nghèo khó nhưng cần cù, thông minh, nhận được sự phù trợ của thần tiên. Quan niệm "ở hiền gặp lành" thường gặp trong truyện dân gian thấm đẫm trong tác phẩm: Nậm yêu thương vợ, không quản khó khăn đi tìm "mồ hôi của đá" về làm thuốc chữa bệnh cho vợ, được "thành hoàng từ đình hiện về báo mộng" cho cách làm ăn, tìm thuốc, lại cũng bằng sự hiền lành tử tế mà có phúc phận về già được gả con gái cho vua. Truyện Mồ hôi của đá tích hợp các chi tiết truyện cổ dân gian như báo mộng, lí giải sự ra đời của một nghề (làm đá, nung vôi), giải thích những sự vật hiện tượng trong một địa phương (tục thờ trâu đuôi xà, cách gọi lệch "nậm" thành "lậm", "liềm" thành "niềm...).

Vũ Xuân Tửu cũng vận dụng những tình tiết, mô típ cổ tích để xây dựng nhân vật, sự kiện trong truyện ngắn. Trong *Tiếng chuông đêm*, Vũ Xuân Tửu sử dụng mô típ "sinh nở kì lạ" để tạo ra sự kì ảo cho nhân vật, khoác cho nhân vật một sắc màu thần thánh dân gian. "Hắn" được cho là con của nhái, đã đi tìm được Chuông. Trong *Mồ hôi của đá*, *Trên khúc sông Tam Cờ* là mô típ "báo mộng", người ở hiền sẽ gặp lành. Bên cạnh đó, những hình tượng nhân vật thầy địa lí, thầy phù thủy (*Cô sơn, Trên khúc sông Tam Cờ,...*), những hồn ma hóa thành con bướm trắng, phượng hoàng đỏ, thành con muỗm (*Người sông nước, Noọng, Người đàn bà mấy đận mất tên*), thành tiên nữ (*Cầu vồng trên núi Pù Tiên*) hay thậm chí là người hóa thành không khí, chỉ sống bằng hồn (*Người tan vào không khí*)... đều là những hình ảnh kì ảo mang dấu vết tín ngưỡng dân gian. Qua đó cho thấy niềm tin của người dân vào một thế giới tâm linh, tin vào việc có ma quỉ, thần thánh, con người sau khi chết còn lại linh hồn,... là một niềm tin từ xa xưa, cũng là sự thể hiện tình cảm lớn lao của người còn sống dành cho người đã khuất. Những hình tượng nhân vật ma quái, linh hồn không làm hại người. Thực chất hình ảnh ma, linh hồn là nỗi ám ảnh của người sống về những người thân đã khuất, là sự nuối tiếc và khát khao được sống trong yên bình.

Thứ hai là, những tập tục truyền thống của đồng bảo dân tộc trong các nghi lễ đám cưới, đám ma, trong cuộc sống hằng ngày được thể hiện sinh động, chân thực. Những phong tục như nhuộm răng trong truyện ngắn *Cỏng Hò*: "Buổi tối, bọn con gái nhằng nhằng mười lăm, mười sáu tuổi, đến học hát giao duyên và đòi Quế nhuộm răng cho. Quế lấy con dao, hơ trên bó đuốc, rồi quệt muội bám trên bản dao mà chít lên hàm răng lũ con gái. Thế mà răng đứa nào cũng đen như hạt na, chỉ có cách lấy dao cạo mới hết đen. Ấy vậy mà ở đồng xuôi quê tôi, các cụ ngày xưa phải lấy cánh kiến, nhuộm ba, bốn ngày mới nên", cách giã gạo đôi để tạo thành tiếng "cắc...cùm...cum" [88, tr.33], cho đến lời ăn tiếng nói, món ăn dân tộc thể hiện trong truyện ngắn *Tháng ba có ba mốt ngày*: "xâu thịt sấy trên gác bếp, xào với rau cải làn, rồi bê cái mâm gỗ vuông, có bốn chân thấp, kê cạnh bếp cho bố tiếp cán bộ khoa học" [91, tr.67], tất cả đều toát lên một nét đẹp rất riêng của những người dân tộc miền núi. Những quan niệm như “Liêu chòi ca”, kiêng khem chuyện vợ chồng theo con nước ở truyện ngắn *Suối Miền Xía*, hay đến việc xem ngày để trồng cây hoa màu trong truyện ngắn *Chuyện ở bản Piát*: “ngày con rồng trồng lúa thì tốt, ngày con gà trồng bông thì nên” [86, tr.49] là những quan niệm mới mẻ với những nhân vật “miền xuôi”, và cả với độc giả. Đặc biệt, Vũ Xuân Tửu cho thấy những phong tục tập quán được giữ gìn một cách hết sức cẩn thận. Người già dạy người trẻ học hát, nhắc nhở con cháu những câu chuyện về truyền thống. Bản sắc riêng của mỗi dân tộc người Tày, Dao, Mông,... được toát ra một cách tự nhiên và đẹp đẽ, đến mức thấm nhuần vào cả người miền xuôi. Anh cán bộ trong truyện *Dòng chảy*, được giao nhiệm vụ đi tuyên truyền cho người Mông về văn minh văn hóa mới, nhưng sau ba năm đã gần như trở thành một người Mông, biết uống rượu, biết nói tiếng Mông. Anh cán bộ sản xuất trong *Chuyện ở bản Piát* đã “kết tồng” với chàng trai người Tày, cưới con gái Tày và trở thành một người Piát am hiểu phong tục, ngôn ngữ, sống như người bản địa. Sự giao lưu của văn hóa đã đưa người miền ngược với người miền xuôi đến gần với nhau hơn.

Từ cuộc sống thường nhật đã lưu giữ cái hồn dân tộc, thì trong đám cưới, đám ma, ngày tết, là những dịp mà các yếu tố tập quán được thể hiện rõ nhất. Ở truyện ngắn Dòng chảy, nghi lễ đám ma của người dân tộc Mông được hiện ra qua những câu văn miêu tả: “Người chết được đặt lên cái phên đan bằng trúc, treo ngang, sát vách gian giữa. Tôi được mời rượu nhạt. Cũng là rượu ngô, nhưng rượu đám ma nhạt lắm. Tôi cầm một miếng cơm, bón tượng trưng cho người quá cố, rồi ngồi cạnh đấy cùng ăn thắng cố dê với bà con trong bản, nói mấy câu chia buồn bằng tiếng Kinh. Mấy ngày sau, xác chết mới được chôn cất ở trên núi. Nói là chôn cất cho phải nhẽ, chứ thực ra là đắp đá lên trên” [84, tr.54]. Đám cưới vùng núi rừng phải trèo đèo lội suối để về nhà nhau, nhà trai đem vật sính lễ cưới hỏi, nhà gái cũng phải có của hồi môn đem về, nhờ dân bản làng gánh hộ. Các cô gái dân tộc, dù mỗi nơi một tục, nhưng hầu hết đều phải tự tay chuẩn bị cho ngày đi lấy chồng từ rất sớm. Trong truyện ngắn *Cầu vồng trên núi Pù Tiên*, nhà văn cho thấy các cô gái dân tộc phải dệt vải, thêu thùa từ tấm bé, vì: “Các cô gái đi lấy chồng, phải mang của hồi môn về nhà chồng, cho mỗi người trong nhà một bộ chăn gối thổ cẩm và làm riêng cho chồng một đôi giày thổ cẩm” [85, tr.82]. Đám cưới mỗi dân tộc cũng khác nhau, với người Dao Quần Trắng, đám cưới có Quan lang đi dẫn đường. Trong truyện ngắn *Cổng Hò*, cảnh đám cưới của Quế và Vần diễn ra vui tươi, hai họ chào nhau bằng những câu hát: “Quan lang khoác túi thêu hoa đỏ, cất lời hát: Nhập phòng lâu, mà không thấy tân hoa hiện diện, bao giờ mới phải đôi”. Còn phía nhà gái cũng có Quan lang: “Quan lang khoác túi thêu hoa đỏ, phất phơ riềm tua vàng lại hát: Chắp tay chào gia tộc, cho đoàn rước dâu may mắn, được hát và say” [88, tr.31]. Ngày lễ tết lại càng vui vẻ, đầy đủ những tập tục bản địa, những trò chơi dân gian. Tết của người Mông được thể hiện sinh động trong truyện ngắn *Tháng ba có ba mốt ngày*: “Tết người Mông gần trùng với tết dương lịch và thường sớm hơn hằng tháng so với Tết Nguyên đán”, “Thấy bọn thanh niên nam, nữ đang chơi hội trong thung, Văn cũng nhảy vào. Bọn con gái Mông Trắng chạy nhanh như hươu, đuổi kịp để vỗ được mông chúng, phải chạy bở hơi tai, lại còn tránh né không cho đứa khác vỗ vào mông mình" [91, tr.67]. Một không khí tươi vui, náo nhiệt và đầm ấm với những trò chơi dân gian, bữa cơm với rượu ngô cay nồng. Tác giả đã thốt lên qua lời nhân vật: "Tết Người mình, tết nào chẳng vui, hội nào chẳng đông. Lúc không có tết, không có hội thì ngày chợ cũng vui như hội mà" [91, tr.69].

Sự say mê, trân trọng của Vũ Xuân Tửu đối với nét đẹp cổ truyền còn thể hiện qua những bài dân ca của các dân tộc. Có những truyện ngắn của ông đầy ắp các làn điệu dân cả của dân tộc thiểu số. Những khúc ca, khi thì là lời tỏ tình tha thiết:

Em ơi,
Tình yêu đôi ta đẹp thế này
Đã nói nhiều nhưng đôi ta chưa tỏ
Vẫn còn điều bí ẩn ở thắt lưng em...
Anh ơi,
Chúng mình dù tâm sự hay đến mấy
Nhưng gặp nhau
Em muốn nói cùng anh chưa tỏ
Nhưng vì chưa biết cõi lòng anh...
(*Tiếng kèn lá trên đỉnh Mã Pì Lèng*)

Khi lại là lời tâm sự, than thở cho tình yêu qua bài hát loàn:

Loàn tôi lìa đám, dạ bồi hồi
Én lìa nhạn để lòng thương nhớ
Ong lìa ong da diết cùng hoa
Sang năm, loàn có còn gặp hoa nữa.
(*Chuyện ở bản Piát*)

Những người mẹ ru con bằng ca dao xưa hay thơ lục bát. Những anh hay chữ xuất khẩu thành thơ "bút tre", "thơ con cóc" cũng làm thơ lục bát. Đó vốn là thể thơ truyền thống của dân tộc, vần điệu nhẹ nhàng ngân nga đầy tính nhạc, dễ nghe dễ nhớ dễ thuộc:

- Hỡi người yếm thắm ngày xưa
Phải đường duyên phận, gió mưa càng nồng.

- Tình tôi như núi, như sông
Núi mòn, sông cạn tình không đổi dời"
(Người sông nước)

Đặc biệt, trong truyện ngắn *Đi tìm cuốn sổ hát Then*, ngoài nội dung thể hiện tình nghĩa thầy trò, tình người,... Vũ Xuân Tửu xây dựng hai nhân vật, một là người thày giáo già, một là vị nghiên cứu sinh trẻ, cả hai đều tâm huyết tìm hiểu và lưu giữ những bài hát Then truyền thống của người dân tộc Tày. Tình yêu và sự trân trọng văn hóa được truyền từ người thày giáo già sang cho cậu học trò Đeng - cậu thanh niên người Tày và cậu nghiên cứu sinh. Cuộc sống dù khó khăn hay sung túc, thời cuộc thay đổi ra sao, con người còn hay đã mất, thì những giá trị truyền thống, những di sản văn hóa, đặc biệt là di sản văn hóa phi vật thể luôn là "báu vật", cần phải được thấu hiểu, nâng niu, gìn giữ, nếu không chúng sẽ mất đi vĩnh viễn.

Chính vì sự yêu quí, say mê, trân trọng những giá trị truyền thống, thuần phong mĩ tục trên, Vũ Xuân Tửu thể hiện sự xót xa, hụt hẫng trước những sự thay đổi, "hiện đại hóa – công nghiệp hóa" làm mất dần đi những phong tục tập quán lâu đời. Khoan bàn đến chuyện phong tục lâu đời có ưu điểm, nhược điểm như lạc hậu hay rườm rà cổ hủ, mê tín thì mỗi dân tộc đều có những nét đẹp trong văn hóa phong tục cần được bảo tồn. Ấy là ngôn ngữ, những câu hò câu hát, bài thơ hay bài nhạc cổ; ấy là những phong tục thờ cúng, phong tục trong những ngày trọng đại, là những ngôi nhà mang kiến trúc riêng biệt. Ngay cả quan niệm của người dân, cũng là bản sắc, là phong tục. Những người dân thật thà, tốt bụng biết sợ thần núi thần rừng, thần sông suối, biết lưu giữ văn hóa qua những lúc học hát, dệt vải, may quần áo… Nếu tất cả các dân tộc đều "đổi mới", "cải cách" đi theo một chiều văn hóa của người Kinh hay một dân tộc nào đó, thì ai cũng sẽ giống ai. Một cuộc sống không còn bản sắc, không còn tín ngưỡng cũng sẽ không có niềm tin, không có sự khác biệt đáng trân trọng. Trong *Đi tìm cuốn sổ hát Then*, tác giả luyến tiếc khi: "Ngày xưa, bản Nà Pia nhà nào cũng làm nhà sàn, cột gỗ nghiến to, cả người ôm mới xuể. Trong bịch đầy lúa, Ngô để trên lều nương. Gà, vịt đầy bãi như sỏi ngoài suối. Bây giờ, rừng bị tàn phá, không còn gỗ to để dựng nhà sàn, nhiều nhà phải làm nhà đất như vùng xuôi. Bên đường có một ngôi nhà xây hai tầng, mái lợp lá cọ, nom ngồ ngộ như thể anh chàng mặc comp-lê lại đội nón" [89, tr.120]. Ông đã nhắc nhở độc giả qua truyện ngắn *Dòng chảy* rằng: "Các điệu múa dân gian, các bài hát dân gian của đồng bào thiểu số, phần nhiều cũng bắt nguồn từ sự cúng lễ" [84, 54], vậy nếu một ngày tất cả các dân tộc đều theo một tôn giáo, một tín ngưỡng, qui về một mối văn minh hiện đại, thì bản sắc dân tộc sẽ đi về đâu? Ấy là một vấn đề sâu xa được gợi lên qua đề tài truyện ngắn của Vũ Xuân Tửu. Nhưng chính tác giả cũng vẫn có niềm tin. Dù thời cuộc có thay đổi đến đâu, những giá trị văn hóa dù là bé nhất, cũng vẫn tồn tại, bất chấp nền kinh tế thị trường, như là tục xách rượu đi tới nhà nhau uống giải sầu trong *Cỏng Hò*, hay cái điếu cày: "giữa đất Hà Nội, bây giờ, người ta đua nhau xài đồ ngoại; điếu thuốc cũng ngoại, thậm chí cả hê-rô-in... Thế nhưng, cái điếu cày dân dã ngàn xưa, vẫn khiêm nhường hiện diện và đĩnh đạc rít lên những chuỗi âm thanh giòn tanh tách" (*Ông lão bán điếu*).

2.2.4. Nỗi niềm trắc ẩn của nhà văn

Kể từ sau Đổi Mới 1986 cho đến nay, văn xuôi Việt Nam đã có những thay đổi đáng kể trong quan niệm về nghệ thuật, về hiện thực và về con người. Hiện thực không còn là những "hiện thực ước mơ" lí tưởng chung chung hão huyền mà biến đổi "từ hiện thực của các sự kiện, biến cố lịch sử đến hiện thực về con người, từ cái nhìn một chiều đến cái nhìn nhiều chiều, biên độ hiện thực đã được mở rộng, khả năng chiếm lĩnh đời sống của văn xuôi tăng lên" [42, tr.268-269]. Hiện thực không còn chỉ là những bức tranh mờ ảo, mà còn là những tiêu cực, cái ác cái xấu, những mặt đối lập cùng tồn tại trong một hiện tượng, một con người. Hiện thực cũng không còn là mục đích phản ánh duy nhất của nhà văn nữa, mà chỉ là một trong những bình diện phản ánh mà thôi. Cùng với đó, con người được nhìn nhận đúng với bản ngã, là con người cá nhân với tất cả những mặt cảm xúc, tâm lí. Bản thân nhà văn cần phải thay đổi cách nhìn để nắm bắt được những vấn đề của cuộc sống đương đại, thấu hiểu nó ở những tầng lớp nghĩa ẩn sâu chứ không thể chỉ nhìn mọi vật hờ hững bên ngoài. Vì vậy, mỗi tác phẩm văn học đều trở thành một bản giao hưởng của cảm xúc, cách thể hiện đa chiều, "cuộc sống đa sự, con người đa đoan". Tâm hồn, cảm xúc, suy nghĩ của tác giả gửi gắm trong một tác phẩm cũng trở nên đa dạng, gây nhiều trăn trở cho người đọc

2.2.4.1. Những trạng thái cảm xúc phức tạp, đối lập

Là một tác giả sáng tác trong thời kì văn học đương đại với những đổi mới về tư tưởng và nghệ thuật đã được định hình, Vũ Xuân Tửu có những quan niệm về hiện thực, về con người, cuộc sống sâu sắc, đa chiều. Ông cảm nhận những góc cạnh của cuộc sống con người bằng tất cả sự hiểu biết, kinh nghiệm từng trải của bản thân, điều đó được thể hiện trong sáng tác văn chương của ông, đặc biệt là sáng tác truyện ngắn, một tâm hồn phức hợp, lẫn lộn yêu ghét, vui buồn, hạnh phúc và đau khổ. Truyện ngắn của ông vì thế trở thành một bức tranh cuộc sống, bức tranh cảm xúc con người chân thật, đa chiều.

Các trạng thái tâm hồn phức hợp của Vũ Xuân Tửu được hình thành từ những trăn trở về cuộc sống đương đại, tám nỗi khổ của con người: Sinh - Lão - Bệnh - Tử - Ái hận biệt li - Cầu không được - Gặp người không thích - Ngũ uẩn (sắc, thụ, tưởng, hành, thức) [theo Bát Khổ của đạo Phật], và được thể hiện qua những sự xung đột, trộn lẫn vui buồn, khổ đau và hạnh phúc, tuyệt vọng và hi vọng.

Nỗi khổ cũng là niềm vui và ngược lại. Cái khổ đầu tiên của con người là Sinh ra. Con người sinh ra để chịu những đắng cay trắc trở của cuộc sống, cũng là để tận hưởng cuộc sống. Cậu bé được sinh ra chỉ có một ngón chân vì bố mẹ là anh em ruột trong *Chớp bể mưa ngàn*, cậu bé Dừng sinh ra với cái lỗ lõm trên đầu trong *Thành hoàng làng Vực Vại*,... là nỗi khổ của bản thân, xấu hổ với cộng đồng, luôn mặc cảm tự ti. Nhưng đứa con lại là nguồn vui, là hi vọng của cha mẹ. Cái vui - cái buồn khổ đan xen quyện vào nhau trong tác phẩm. Đặc biệt đến những truyện *Bí mật cuốn gia phả, Cổng Hò, Trăng sáng đồi chè*, cái sự ra đời của một đứa trẻ vừa là niềm vui, vừa là sự tủi hờn đau khổ, chịu đựng càng được thể hiện rõ. Hộ mong ngóng một đứa con, biết mình vô sinh đã quyết định để vợ mang thai đứa con người khác. Cái quyết định vừa đau xót, vừa tủi nhục, lại vừa quan trọng vô cùng. Khi Nụ sinh được cậu con trai, cô biết đó là con của người bộ đội với bàn tay bị tật có sáu ngón, nên luôn nơm nớp lo sợ tay của con trai cũng bị tật. Cả hai đều biết điều bí mật, nhưng đều làm ra vẻ không biết, và cố giữ cho bí mật ấy không bao giờ lộ ra ngoài, như khi Hộ mừng rỡ vì giấy xét nhiệm nhóm máu cậu con trai vô tình trùng nhóm máu với mình. Anh đối xử với vợ con vừa săn sóc lại vừa không thể giấu sự đau khổ, giận giữ. Cứ vậy, đôi vợ chồng biến thành những kẻ đau khổ, không có ngày nào hạnh phúc (*Bí mật cuốn gia phả*). Quan niệm có đứa con nối dõi tông đường là quan niệm cố hữu của người Việt. Có con là niềm hi vọng, sự chờ đợi, nỗi vất vả và cũng là sự hạnh phúc. Trái lại, những nhân vật trong truyện ngắn của Vũ Xuân Tửu chẳng thể hạnh phúc trọn vẹn với niềm vui gia đình, con cái ấy. Truyện ngắn *Cỏng Hò* cũng tràn ngập niềm vui, tình nghĩa, tình yêu thăm thiết của Quế và Vần. Nhưng sau đó lại ngập tràn sự uất hận, ngang trái của việc Quế có con với kẻ khác, nhưng đó lại là đứa con duy nhất của hai vợ chồng. Họ vẫn sống tình nghĩa, vẫn nuôi dạy đứa trẻ Phận lên người, nhưng ai cũng có thể hiểu, cuộc sống trong gia đình ấy nặng nề đến thế nào.

Nỗi khổ thứ hai của cuộc đời là yêu nhưng phải biệt li. *Một mình với nến và…, Người sông nước* (*Cánh chân sào - Yếm thắm - Chim lửa*),… là những truyện ngắn mang đầy nỗi buồn thương cùng tình yêu sâu đậm. Tình cảm không được đáp lại sẽ sinh ra buồn tiếc, nhưng cũng chỉ một thời gian sau sẽ qua đi. Ở đây, mối tình sâu đậm càng trở nên đau khổ khi có sự cách biệt âm dương. Một người chết, một kẻ ở lại đau khổ, cô đơn.

Quan niệm trong họa có phúc, trong phúc có họa, "phúc bất trùng lai" được thể hiện và chiêm nghiệm sâu sắc trong truyện ngắn *Câu chuyện về một khẩu súng giấu trong cuốn sách*. Bá tìm thấy một khẩu súng được giấu trong một cuốn sách to, dày. Ngày ngày anh ta khoái trí, nghĩ cách tìm mua đạn, học cách bắn súng, luôn tự kiêu và nghĩ từ giờ đã trở thành kẻ mạnh, tất cả mọi người đều phải nể sợ. Thế nhưng, viên đạn lạc bắn ra duy nhất là từ Bá vô tình bóp cò, làm thủng cả một lỗ trên quần mình. Súng đem về để trên bàn thờ, thờ phụng như một vật linh thiêng. Nhưng chính khẩu súng làm nhục Bá trước mặt người anh yêu thầm. Nhìn thấy súng rơi ra từ cuốn sách, nàng đã nhìn anh bằng một con mắt vừa sợ hãi, vừa coi thường. Vậy ra, bắt được súng chẳng phải là phúc, mà chỉ đem họa về cho Bá. Luôn nơm nớp lo sợ bị phát hiện, khi bị phát hiện lại bị kẻ khác đánh giá mình thành một tên côn đồ, bất hảo.

Những sự vui sướng, hạnh phúc trên đời đều đi chung với đau buồn, bất hạnh. Triết lí dân gian, đạo lí nhà Phật về cái Vô Thường, về những mặt đối lập nhưng cùng tồn tại trong cuộc sống, được Vũ Xuân Tửu thấu hiểu và thể hiện một cách tài tình.

2.2.4.2. Cảm thức về thời gian: Quá khứ - Hiện tại - Tương lai

Vũ Xuân Tửu thường thể hiện cảm thức về thời gian sinh động trong sáng tác của mình. Ông viết về quá khứ với tâm thế nhìn nhận lại, viết về hiện tại với con mắt phân tích, nghiền ngẫm thế sự, và cảm tính về tương lai từ cái nhìn hiện tại.

Một loạt truyện ngắn lấy bối cảnh của quá khứ như *Cô Ba, Nọong, Cái sự ở bến Gián Khẩu*,… được viết với cảm hứng nhận thức lại, cái nhìn đa chiều về chiến tranh, thân phận người phụ nữ, về những đạo lí vua tôi, cái chí của bậc Nho sĩ. Trong quá khứ, chiến tranh được coi như một hình thức thể hiện sự uy quyền của một đất nước, một nhà vua. Vua Chúa là người đứng đầu, quyết định mọi chuyện, từ dựng nước, khởi binh đánh chiếm đất đai cho đến chuyện cưới vợ, quyết định trọng người tài hay giết người tài,…

Tác giả cho thấy một cuộc sống trong quá khứ, nơi cung đình không phải cuộc sống vàng son hào nhoáng mà cũng toàn những luật lệ ngầm, những thói ghen tuông ích kỉ và cả sự giả dối trong truyện ngắn *Cô Ba*: “Triều đình, nói ra thì cao siêu, nhưng cũng như trong gia đình vậy, bên ngoài bình lặng, mà trong bao nỗi bão giông. Cô Ba thấy những lệnh ngầm, lệnh miệng là kinh khủng nhất, cháy nhà chết người như bỡn, nhưng không để lại dấu tích gì” [90, tr.4]. Cô Ba tỉnh táo nhận ra: “Những năm đất nước lao đao, khốn khó, triều đình nghe vọng lên những lời oán thán của dân chúng, cả những điều đặt bầy về vua chúa nữa, cái mà khi xưa chưa hề xảy ra. Cô Ba biết, bao sớ tâu bày của bô lão các châu động gửi về, đều bị ông Ba chặn lại. Nhiều chuyện, chính ông Ba cũng bị đám thuộc hạ bưng bít. Bởi thế, hoàng thượng vẫn tưởng dân chúng tin yêu, bái phục, ngờ đâu, đang ngồi trên thùng thuốc súng mà không hay. Cô Ba hiểu, thời tàn, nước loạn, dù quan quân có bắt bớ, ngăn trở, thì càng làm dân chúng oán trách mà thôi” [90, tr.4]. Nhưng “Vừa lúc cô Ba quyết chí tâu điều gan ruột với hoàng thượng, thì cũng là lúc ông Ba giơ quạt vẩy rồng lên rồi”, những suy nghĩ thiện lương về cuộc sống hòa bình, về những đứa trẻ không bị mồ côi cha mẹ, hoàn toàn không thể thực hiện bởi không có quyền lực trong tay. Cô Ba và Nọong đều là những người đẹp nhưng đều bị vùi dập bởi bậc vua chúa, những phép tắc, quan niệm của người đời trong quá khứ. Cô Ba thông minh sắc xảo, còn Nọong ngây thơ thuần khiết. Trong truyện ngắn *Nọong*, Nọong chỉ là một thứ công cụ giải khuây, “trừ tà” cho Tướng Công, bởi quan niệm “Tướng công là người nhà trời, khí dương cực mạnh, mai ngày chiếm được thiên hạ, phải lấy âm khí từ rừng núi, thì mới đặng điều hòa, giúp cho tinh thần sảng khoái, đầu óc sáng láng, sự nghiệp trường tồn” [92, tr.33]. Tới khi Tướng Công chết, Nọong cũng bị ép chết theo, con trai thì lưu lạc. Cái chết của người thê thiếp không danh phận đã thê lương, nhưng chi tiết cuối truyện còn khiến người đọc thấy xót xa hơn nữa: “Đời sau, có người dò tìm được hài cốt Noọng, gần hồ, nơi có cái cống, nước ứ lên, gọi là Cống Ứ. Sách nọ, ghi địa danh đền thờ Cô Noọng ở Congu, chính là chỗ ấy” [92, tr.33]. Những sự việc trong quá khứ một khi được vén bức màn bí mật, sẽ không còn nguyên giá trị, những nhận định như ban đầu nữa. Với cách nhìn nhận những hiện tượng cuộc sống đương đại, tác giả chỉ ra những vấn đề của quá khứ không hề kết thúc trong quá khứ, mà còn kéo dài đến tương lai. Chiến tranh, bạo lực, quyền lực, thân phận của tình yêu, sự hi sinh,… là những vấn đề muôn thuở của kiếp người, như câu văn đầy tính triết luận tác giả đã viết cuối truyện *Cô Ba*: “Đàn ông thích làm chiến tranh và mưu quan chức, đàn bà sướng chuyện tình và chăm con, cả hai bên gặp nhau trên giường, nhưng khó đi với nhau trong đường đời” [*Cô Ba* – 90, tr.4].

Cái sự ở bến Gián Khẩu là một truyện ngắn có quá khứ - hiện tại cùng xuất hiện. Xuyên suốt tác phẩm là câu chuyện về bến Gián Khẩu xưa và nay, là cảm thức mơ hồ, sự bất định của kiếp người. Trước kia ở bến Gián Khẩu, Nguyễn Trãi đã định đi, lại quay trở lại phò tá Lê Lợi, sau dựng lên nghiệp lớn. Địa danh Gián Khẩu trong quá khứ là nơi vua Đinh ghé qua; trăm năm sau vẫn là nơi nghèo khó, toàn dân ngụ cư sống; trong thời kháng chiến, khi quân Mĩ ném bom miền Bắc, trở thành trọng điểm trên đường quốc lộ. Địa danh trong truyện đã có sự thay đổi theo thời gian: "những bến phà dã chiến, ụ pháo, hào giao thông không còn nữa; những trại Tre, trại Chuối, bến Đò, Chóp Chài cũng đã biến mất. Chỉ còn lại trên mặt đất là mấy cái lò gạch và dưới đất là những cái tiểu sành đựng xương cốt ông cha bao đời; không biết trong đám xương cốt hỗn độn ấy, có xương cốt của bà lão gặp vua Đinh để có tên làng và có xương cốt của ông lão khuyên Nguyễn Trãi nên nghiệp nước? Nhưng cái không mất đó là địa danh Gián Khẩu, sông nước Gián Khẩu. Gián Khẩu vẫn còn đây, núi Non Nước vẫn còn kia" [84, tr.48]. Đó là một sự nhận định quá khứ - hiện tại khác của Vũ Xuân Tửu. Những công danh ngày xưa, những cuộc chiến, sự việc, con người, công thần hay phản loạn, minh vương hay hôn quân,... tất cả đều sẽ hóa thành tro bụi. Địa danh còn đó, nhưng tất cả đã thay đổi. Câu thơ tác giả đề, như một tiếng thở dài thương xót cho số phận lận đận của một bậc chí tài bị hàm oan:

Ức Trai ơi,
Người về bến Gián thì trở lại
Có biết trốn này đã hư không? [84, tr.47]

Theo vòng tuần hoàn của tự nhiên, sự sống, lịch sử, con người, ngay đến cả sự vật, cũng sẽ không thể tồn tại mãi. Thứ nối truyền từ quá khứ cho đến hiện tại và tiếp diễn đến tương lai sẽ chỉ còn tư tưởng, tình cảm, cái Thiện cái Ác. Sự đánh giá của con người ở mỗi giai đoạn lịch sử là khác nhau, bởi bản chất của hiện tượng không chỉ được nhìn thấu ở một mặt.

Truyện ngắn *Hồ sơ về một con người* tiếp tục thể hiện quan niệm về những điều tồn tại xuyên thời gian, sự thay đổi của ý thức, nhận thức, cách nhìn nhận vấn đề của nhân loại qua từng thời điểm. Trong quá khứ, hay chính xác là ở thời điểm hiện tại, nhưng sẽ là quá khứ trong tương lai, "thung lũng" là nơi để thi hành án tử hình với những tử tù. Tên tử tù bị bắn chết, chôn cất ngay tại thung lũng. Tác giả xây dựng một sự kiện trong tương lai: "Một nghìn năm sau. Có một nhóm các nhà khảo cổ, đi vào thung lũng vốn là pháp trường ngày xưa, nay hoang vu rậm rạp, nhưng họ nghi có dấu vết người hiện đại của thế kỷ XX đã sinh sống. Bỗng họ mừng rỡ, khi thấy một bộ xương người còn nguyên vẹn lộ ra dưới chân vách núi. Mở rộng phạm vi hiện trường, nhóm khảo cổ còn tìm thấy một bông hoa hoá thạch" [85, tr.33]. Tác giả để những nhân vật của tương lai nhìn nhận sai hoàn toàn về không gian và con người trong quá khứ. Nhân vật tử tù được cho là người nông dân trồng hoa, bởi cái chết do súng đạn của cuộc thi hành án được cho là chết do bị "cảm đột ngột". Hoàn cảnh hiện tại - tương lai (hay quá khứ - hiện tại) trong câu chuyện được thể hiện rõ là một sự đối lập hoàn toàn. Sự nhầm lẫn của những sinh viên khảo cổ của "một nghìn năm sau" ấy, có thể cũng đang là sự nhầm lẫn của con người hiện tại, con người của thế kỷ XXI này. Sự thật của một sự vật, hiện tượng suy cho cùng cũng không còn là chân lí, là thứ tồn tại vĩnh viễn, nếu không có sự đánh giá nhìn nhận đúng đắn. Cô sinh viên chỉ dựa vào cảm tính và suy luận cá nhân để kết luận xác chết là "người nông dân", "Chết có thể do cảm đột ngột, khi vào núi thăm trang trại" [85, tr.34]. Một lần nữa, tác giả cho thấy sự tác động, thay đổi của thời gian lên ý thức con người. Những sự vật hiện tượng, con người bị thời gian làm bào mòn, nhưng muốn tìm ra giá trị đích thực, thì cần dụng công nghiên cứu, nghiền ngẫm để thấu hiểu, chứ không thể đánh giá một cách cảm tính, đại khái.

Những truyện ngắn mang cảm thức về thời gian quá khứ - hiện tại - tương lai được Vũ Xuân Tửu sử dụng yếu tố kì ảo để xây dựng nên. Các câu chuyện hoàn toàn chỉ là tưởng tượng, người đọc dễ dàng nhận ra điều đó, nhưng những luận đề, triết luận ông thể hiện trong tác phẩm là những vấn đề thực tiễn của cuộc sống đương đại. Một lần nữa, bạn đọc thấy được tâm hồn phức hợp, những trăn trở suy nghĩ của nhà văn về cuộc đời, con người.

Tiểu kết chương 2

Vũ Xuân Tửu đã bám sát hiện thực đời sống trong sáng tác truyện ngắn, đó là bức tranh hiện thực phong phú, đa màu sắc với những miền quê giàu sức sống của cảnh vật và con người; những bức tranh về cái thiện và cái ác, cái tốt và cái xấu, cái cũ và cái mới trong cuộc sống là một thế giới hiện thực và tâm linh đầy màu sắc. Mỗi khía cạnh truyện ngắn của ông là một mảnh vỡ từ cuộc sống đương đại. Truyện ngắn Vũ Xuân Tửu có sự hòa hợp giữa những yếu tố truyền thống với hiện đại để làm nên những giá trị nghệ thuật đặc sắc. Ông ca ngợi tình yêu, cái đẹp, cái thiện bằng những câu chuyện bình dị nhưng có ý nghĩa sâu sắc. Ông phê phán cái xấu, cái ác bằng nhiều phương thức khác nhau, kết hợp với giọng điệu sâu lắng, nhẹ nhàng, hài hước, những giá trị truyền thống được trân trọng nhưng luôn hướng tới những tiến bộ, văn minh.

Truyện ngắn Vũ Xuân Tửu kết hợp chất liệu dân gian và những cảm hứng mới trong hiện thực để thể hiện tư tưởng, quan điểm của nhà văn trước thời đại, những biểu hiện phức hợp trong tâm hồn ông được thể hiện qua những hình tượng nghệ thuật sinh động.

Chương 3:
MỘT SỐ PHƯƠNG THỨC NGHỆ THUẬT

3.1. Từ đề tài hiện thực đến việc hình thành cốt truyện

Trong cuốn giáo trình *Lí luận văn học* tập 2 (2004), khái niệm cốt truyện được xác định là "chuỗi các sự kiện được tạo dựng trong tác phẩm tự sự và kịch, nằm dưới lớp lời trần thuật, làm nên cái sườn của tác phẩm" [58, tr.92]. Tác giả Bùi Việt Thắng trong cuốn *Truyện ngắn - Những vấn đề lí thuyết và thực tiễn thể loại* (2003) đã xem cốt truyện như là một "hệ thống các sự kiện phản ánh những diễn biến của cuộc sống và nhất là các xung đột xã hội một cách nghệ thuật, qua đó các tính cách hình thành và phát triển trong những mối quan hệ qua lại của chúng nhằm làm sáng tỏ chủ đề, tư tưởng tác phẩm [64, tr.83]. Tác giả Lê Bá Hán, Trần Đình Sử, Nguyễn Khắc Phi trong *Từ điển thuật ngữ văn học* (2010) thì cho rằng: "Cốt truyện (fabula) là tập hợp các sự kiện vốn có, mà chưa có hình thức tồn tại cụ thể" [16, tr.103].

Tuy có nhiều ý kiến khác nhau về cốt truyện, nhưng điểm chung các ý kiến trên là coi cốt truyện như một hệ thống, tập hợp những sự kiện trong tác phẩm văn học, được hình thành nên từ những sự vật, hiện tượng trong thực tế đời sống, thông qua nhận thức của nhà văn, được biểu đạt bằng ngôn ngữ nghệ thuật.

3.1.1. Cốt truyện từ hiện thực dân dã

Từ hiện thực cuộc sống và những vấn đề nhân sinh,... các nhà văn hình thành ý tưởng và xây dựng một "bộ khung" cho tác phẩm của mình, là cốt truyện, bao gồm những sự kiện, diễn biến, kết thúc. Những sự kiện phải có liên hệ logic với nhau, thông qua đó nhân vật bộc lộ bản chất. Tất cả cùng tạo nên tư tưởng nghệ thuật của tác giả. Là một tác giả sáng tác trong thời kì đổi mới, Vũ Xuân Tửu đặc biệt quan tâm đến mảng hiện thực cuộc sống của người dân miền núi, vùng nông thôn; cuộc sống của những con người lao động bình thường. Từ cuộc sống đương đại muôn màu, ông sáng tạo nên cốt truyện về người dân miền núi, nông thôn,... trên cơ sở đó tổ chức, sắp xếp các biến cố thích hợp với phạm vi hiện thực.

Trước hết, Vũ Xuân Tửu khám phá những mâu thuẫn, tìm hiểu những góc độ khác nhau của từng hiện tượng trong đời sống, từ đó tạo dựng từng cốt truyện một cách hợp lí. Truyện ngắn của ông bám sát cao đề tài về cuộc sống các dân tộc thiểu số miền núi, người nông dân ở nông thôn, con người vùng sông nước. Tác giả không cố tạo ra những cốt truyện phức tạp nhiều sự kiện, mà chỉ xây dựng những cốt truyện từ những câu chuyện đời thường, gắn chặt với hiện thực, mang những nét hồn nhiên, dân dã; từ những câu chuyện sinh hoạt hằng ngày của người dân lao động để sáng tạo cốt truyện.

Các câu chuyện nhà cửa, chợ búa, cơm nước, cũng có thể trở thành một cốt truyện thú vị trong sáng tác của Vũ Xuân Tửu. *Nhà cửa, giường chiếu*, *Một cái bàn ăn hình vuông và sáu cái ghế hình tròn* - trích tập truyện ngắn *Yếm thắm* là hai truyện ngắn có cốt truyện đời thường, được xây dựng từ những câu chuyện nhỏ nhặt trong cuộc sống của người nông dân. Hai truyện ngắn có cốt truyện đơn giản, chỉ nói về chuyện ăn - ở.

Chuyện ăn uống là một trong bốn yếu tố quan trọng của con người: Ăn, mặc, ở, đi lại. Truyện ngắn *Một cái bàn ăn hình vuông và sáu cái ghế hình tròn* mở đầu bằng việc ông bố mua về một cái bàn ăn lớn hình vuông và sáu chiếc ghế ngồi hình tròn. Sự việc này đã bắt đầu cuộc bàn cãi trong nhà về chuyện ăn uống, ngồi ăn. Cốt truyện rất đơn giản, chỉ gồm những đoạn hội thoại của bốn nhân vật và kết thúc bằng sự tức giận của ông bố trước bài thơ tếu táo của đứa con út, nhưng ẩn ý trong truyện bàn về sự thay đổi trong văn hóa "Ăn" của người Việt. Đầu tiên là chỗ ngồi cách tân: Từ mỗi mâm đóng bốn (góc chiếu giữa đình), nay đã thành sáu. (Thậm chí, có nơi xếp mâm tám, mười, hoặc mười hai). Từ chỗ ngồi xổm, chiếu manh, đến chỗ bàn ăn, ghế ngồi ăn đàng hoàng. Ngoài ra, chuyện ghế có tựa (sang trọng), với ghế đẩu (không tựa) cũng phân biệt đẳng cấp khác nhau, thể hiện sự trọng thị của gia chủ. Sự phát triển tiện nghi, cũng dẫn đến sự phân hóa gia đình. Trong truyện ngắn, sau khi sắm bộ bàn ghế về, ông bố trở nên độc đoán hơn, độc quyền phân phối: “Thằng anh thuận tay trái ngồi cạnh mẹ mày, thằng em thuận tay phải ngồi cạnh bố. Bàn có góc, có cạnh, không ai ngoáy vào ai” [85, tr.25]. Bà mẹ, ngược lại trở nên khéo léo, giữ hòa khí gia đình: nhắc nhở ông chồng “Nhẹ tay”, “kẻo rạn vỡ cả”. Hai người con thụ động và quyền lợi trở nên mong manh khi có thêm kẻ dự phần, dễ mất chỗ ngồi, tức là mất miếng ăn. Nhưng một gia đình chỉ chú trọng chỗ ăn, mà không bàn bạc về sản xuất, không chú trọng phát triển về văn hóa - nếp nhà thì có thể bị lụi bại.

Còn trong truyện ngắn *Nhà cửa, giường chiếu*, cốt truyện nói về một người phụ nữ quá tất bật chuyện chợ búa, kiếm đồng tiền, không thể, và cũng không quan tâm vun vén cho gia đình. Truyện mở đầu bằng khung cảnh một ngôi nhà luộm thuộm: “Trong nhà, cái màn vẫn buông thõng xuống từ sáng tới giờ chưa ai thèm ngứa tay ngứa chân mà vắt lên cho. Cái chăn chiên Nam Định rách như xơ mướp, thấm đẫm nước đái trẻ con, nay nhân tiện trời nắng bốc tất cả mọi thứ mùi lưu cữu lên. Cái chiếu manh đứt cói, sứt chỉ một vũng ở giữa như cái mê rá” [85, tr.65]. Trong ngôi nhà ấy là một người vợ luộm thuộm: “Lạng xì mũi một cái, quệt vào cái giường đã lên nước nhẵn bóng. Nước mũi giây ra tay, Lạng lại chùi vào ống quần thâm” [85, tr.67], lại có một ông chồng ham chơi, tính đào hoa, thì cuộc sống càng trở nên chán chường, không hòa hợp, êm xuôi.

Hai câu chuyện chỉ nói về chỗ ngồi ăn, chỗ ở nhưng thực chất bàn về văn hóa ẩm thực, về sự ngăn nắp, lề thói ngay trong cuộc sống hằng ngày. Một văn hóa ẩm thực không còn “Ăn trông nồi, ngồi trông hướng” mà trở thành “Quần ngư tranh thực”: “Có một khách thì đặt nồi canh xuống, có hai khách thì đặt cả nồi cơm xuống, có ba khách thì em đứng dậy, có bốn khách thì cả anh cũng đứng dậy... Thằng em lại đế theo: - Có năm khách thì mẹ đứng dậy, có sáu khách thì...” [85, tr25]. Hai truyện ngắn cho thấy, chuyện nội trợ, bếp núc, không phải là chuyện đơn giản, có thể xem thường. Một sự gọn gàng ngăn nắp, và quan trọng hơn là biết chăm sóc cho bản thân, cho gia đình, thì cuộc sống mới trở nên hạnh phúc, vui vẻ.

Cốt truyện lớn, thường thấy trong sáng tác truyện ngắn Vũ Xuân Tửu là câu chuyện về tình yêu đôi lứa gặp nhiều trắc trở. *Trăng sáng đồi chè, Cổng Hò, Bí mật cuốn gia phả*, có cốt truyện khác nhau, về tình yêu ở ba vùng miền khác nhau (núi cao, đồi chè, đồng bằng), nhưng cùng chung một chi tiết: đứa con của người phụ nữ sinh ra không phải con của người đàn ông, nhưng vẫn được nuôi dưỡng, yêu thương, dạy dỗ tốt trong tình thương của cả hai người. Chi tiết khi đứa con sinh ra đã đẩy câu chuyện lên những cao trào: sự đau khổ, bi ai của người đàn ông, sự nhẫn nhịn chịu đựng của người đàn bà, cuối cùng là tình nghĩa chiến thắng tất cả. *Tiếng kèn lá trên đỉnh Mã Pì Lèng, Cầu vồng trên núi Pù Tiên, Cánh chân sào - Yếm thắm - Con chim lửa, Hoa cải ngồng*, cũng là những câu chuyện tình yêu đẹp nhưng buồn, lỡ dở, đứt gánh vì nhiều lí do. Thực tế cho thấy, bất kì hiện tượng, một mối quan hệ, một cảm xúc, tình cảm nào trong cuộc sống đều không bình lặng diễn ra. Mọi chuyện đều có những bất ngờ, những hành động sâu thẳm trong cõi vô thức gây ra những sóng gió cho tình yêu.

Vũ Xuân Tửu luôn lựa chọn phạm vi đề tài giàu chất liệu hiện thực để xây dựng cốt truyện. Những câu chuyện về nghề nghiệp (*Thợ cắt tóc, Gia đình, Nợ văn chương, Xe máy đường xa, Thợ khâu giày,…*), về tình yêu, tình nghĩa và sự thủy chung (*Chuyện ở bản Piát, Tiếng kèn lá trên đỉnh Mã Pì Lèng, Cầu vồng trên núi Pù Tiên,…*) cho đến những vấn đề chung của con người trong cuộc sống đương đại. Những đúng - sai, phải - trái, lí tưởng và thực tế, sự hào nhoáng giả tạo của danh vọng,… đều được triển khai thành những cốt truyện với nguyên lí "tảng băng trôi", phần thể hiện trên con chữ cho độc giả thấy chỉ là ba phần, những triết lí ẩn sau con chữ là bảy phần, độc giả phải ngẫm nghĩ, suy tư để hiểu được chọn vẹn câu chuyện. Thợ cắt tóc không chỉ là truyện ngắn nói về một nghề nghiệp gia truyền, trải qua ba đời, mà nói về sự thay đổi của nông thôn từ thời trước Cách mạng và sau Cách mạng, cho tới thời kì Đổi Mới. Những tư tưởng cũ nếu không thay đổi sẽ không thể khiến cuộc sống của con người phát triển, cũng như nghề cắt tóc, không tìm hiểu mẫu mới, nâng cao tay nghề và dịch vụ phục vụ thì sẽ không bền lâu. Người chọn nghề không bằng nghề chọn người, công việc gì cũng là chân quí nếu biết lao động lương thiện và chăm chỉ phát triển. Cũng như vậy, truyện ngắn *Xe máy đường xa*, phần nội dung cốt truyện chỉ là câu chuyện bên lề của nghiệp văn chương, về những nhà văn đi thực tế, một cách "lướt phướt". Nhưng thực tế, đó là một cuộc dạo chơi hơn là một chuyến xâm nhập thực tế cuộc sống, xã hội. Nếu độc giả đặt câu hỏi: Đi thực tế như thế, thì nhà văn sáng tác được cái gì? Có đáp ứng được những yêu cầu đòi hỏi của đời sống xã hội đang đặt ra hay không?,… thì sẽ tự trả lời, tự tìm hiểu được ý nghĩa câu chuyện nói về trách nhiệm của nhà văn. Còn nếu không, thì truyện ngắn sẽ chỉ giống như một bài kí tẻ nhạt, về hai ông nhà văn rảnh rỗi đi đây đó.

Điều đặc biệt trong việc xây dựng cốt truyện cho những sáng tác truyện ngắn của mình, Vũ Xuân Tửu đã sử dụng những chất liệu văn hóa, đời sống, hay lựa chọn những con vật thân thuộc với cuộc sống của người nông dân, người dân miền núi như chó, khỉ, ngựa,… với những dụng ý nghệ thuật riêng. Chiếc kèn môi, kèn lá, cây sáo là những "dụng cụ âm nhạc" nhưng trong *Tiếng kèn lá trên đỉnh Mã Pì Lèng, Trăng sáng đồi chè,…* chúng trở thành những vật bày tỏ tình cảm, cũng là vật gợi nhớ kí ức một cách đau buồn. Con vật như ngựa, chó, khỉ cũng được nhân cách hóa, có trí tuệ và tình cảm như con người. Con chó bị xích đến phát cuồng, "bị strees" (*Một sự Xtre-xơ*), con khỉ biết vượt biển tìm đến con cái (*Tiếng gọi tình yêu trên biển cả*), con ngựa thồ hàng biết cười đùa trong *Suối Miền Xía, Chuyến xe lên vùng cao,…* Tất cả những đồ vật từ ống điếu (*Ông lão bán điếu*), dao cạo tóc, cái chén tống (*Thợ cắt tóc*), cuốn gia phả (*Bí mật cuốn gia phả*), cho đến mô hình nghệ thuật bằng đất sét (*Trong mưa có nắng*), tưởng chừng là những thứ bình dị, vật dụng hằng ngày, thú vui, nhưng đều chứa đựng những triết lí sâu sắc của tác giả về cuộc sống của con người đương đại.

3.1.2. Từ sự chiêm nghiệm văn hóa, ký ức dân gian

Vũ Xuân Tửu luôn, trân trọng những giá trị văn hóa dân gian. Ông cũng như rất nhiều tác giả khác, đã dùng cái nhìn đương đại để chiêm nghiệm văn học dân gian, nhưng ông không xây dựng những cốt truyện giả cổ tích, mà vận dụng những đặc điểm của văn học dân gian để xây dựng cốt truyện mang yếu tố kì ảo, mang tinh thần đương đại.

Ông suy tư, thấu hiểu những vấn đề nhân sinh con người gặp phải từ xưa đến nay. Từ cốt truyện Hòn vọng phu, ông sáng tạo nên truyện ngắn *Chớp bể mưa nguồn*, nhưng với những diễn biến mới mẻ, độc đáo trong cốt truyện. Anh em Bể và Ngàn lẩn trốn, sống cùng với nhau như một gia đình méo mó, đầy đau thương và câm lặng, với đứa con tật nguyền. Rất nhiều vấn đề qua đó được thể hiện ra: loạn luân, sự đau thương của giao phối cận huyết, những nỗi khổ "họa vô đơn chí" của con người, những điều không thể dự liệu, khó tìm ra cách giải quyết chu toàn. Sự thật luôn được tìm ra, và con người phải đối mặt với nó, không thể trốn chạy như người anh trong Hòn vọng phu.

Từ quan niệm dân gian "ở hiền gặp lành", "ác giả ác báo" Vũ Xuân Tửu xây dựng nên những cốt truyện người dân nghèo, thông minh, cần cù, được thần tiên giúp đỡ trong các truyện ngắn *Mồ hôi của đá, Những người đào quặng*,... Ở truyện *Những người đào quặng*, cô Huê trong là người canh giữ cho tài nguyên của núi đá, của tự nhiên, được chính Núi thưởng cho nguồn khoáng sản quặng, dạy cho lão Chài một bài học nhớ đời.

Trong đời sống dân gian, con người tin vào thần linh, linh hồn. Trong khi xây dựng cốt truyện, Vũ Xuân Tửu nhiều lần tạo dựng truyện chứa yếu tố kì ảo với những hình tượng hồn ma hóa thành bướm, đom đóm, cây hành, chim lửa (*Yếm thắm, Chim lửa*), hồn ma hóa thành con muồm muỗm, cào cào (*Người đàn bà mấy đận mất tên*). Hồn ma của Mỷ hiện về trong *Tiếng kèn lá trên đỉnh Mã Pì Lèng*, linh hồn của Nhình ẩn hiện trong quả bông, cây bông, trong *Cầu vồng trên núi Pù Tiên*, hồn ma Nọong vất vưởng chốn nhân gian vì cái tình với Đại vương trong truyện ngắn *Nọong*,... Hồn ma là nhân vật tâm linh, nó thể hiện sự xót thương của con người trước những số phận chịu nhiều oan trái, chết đi còn nhiều điều chưa thực hiện được. Nó còn thể hiện niềm tin của con người vào sự "linh hiển" của người thân đã khuất, hay là một cách thể hiện sự thương nhớ, tình cảm đối với người đã khuất.

Những vị thần báo mộng trong *Mồ hôi của đá, Trên khúc sống Tam Cờ, Cô Sơn*,... lại thể hiện niềm tin của con người vào sự may mắn, sự công bằng dành cho những người tốt bụng, chăm chỉ nhưng có cuộc sống khó khăn. Sự tín ngưỡng, thờ cúng, niềm tìn vào linh hồn người thân yêu còn tồn tại bên mình, là một nét đẹp tín ngưỡng, cũng thể hiện tình nghĩa, tấm lòng của người dân Việt. Nếu như trong nội dung đề tài, Vũ Xuân Tửu có vận dụng những học thuyết Phật giáo (bát khổ, duyên phận,...), thì ở phương diện nghệ thuật, ông xây dựng hệ thống nhân vật tâm linh, kì ảo theo quan niệm, tín ngưỡng dân gian. Sự dung hòa Phật giáo, Đạo giáo vào trong tín ngưỡng dân gian Việt Nam đã diễn ra từ thời kì Trung đại, lúc hai tôn giáo - tín ngưỡng này du nhập vào nước ta, được đồng hóa để phù hợp với phong tục tập quán, nếp sinh hoạt. Trải qua nhiều thế kỉ, những quan niệm này vẫn còn những giá trị to lớn về tinh thần, bồi dưỡng tâm hồn cho con người. Vũ

Xuân Tửu vận dụng cái xưa để nói đến cái nay, cái nhìn của con người đương đại để chiêm nghiệm cái xưa cũ.

Từ hiện thực cuộc sống hay từ sự chiêm nghiệm, tiếp nối truyền thống văn hóa, văn học dân gian, Vũ Xuân Tửu đã xây dựng những cốt truyện tự nhiên, linh hoạt, phong phú. Ông không đóng khung trong một chủ đề, một kiểu cốt truyện quen thuộc. Dù có sự giống nhau trong một số mô típ như bội bạc - tha thứ, sự tha hóa của văn hóa đạo đức trước kinh tế,... thì ông cũng luôn cố gắng tạo dựng những chi tiết mới, thể hiện những tư tưởng mới về cuộc sống đương đại.

3.2. Nhân vật đa dạng phong phú

Trong *Từ điển thuật ngữ văn học* (2010), tác giả Lê Bá Hán quan niệm: "Nhân vật văn học là một đơn vị nghệ thuật đầy tính ước lệ, không thể đồng nhất nó với con người có thật trong đời sống. Chức năng cơ bản của nhân vật văn học là khái quát tính cách của con người"... "Nhân vật văn học được miêu tả qua các biến cố, xung đột, mâu thuẫn và mọi chi tiết các loại" [16, tr.235-236]. Tương tự như vậy, nhóm tác giả trong cuốn giáo trình *Lí luận văn học,* tập 2 (2004) cũng cho rằng: "Nhân vật văn học là khái niệm dùng để chỉ hình tượng các cá thể con người trong tác phẩm văn học - cái đã được nhà văn nhận thức, tái tạo, thể hiện bằng các phương tiện riêng của nghệ thuật ngôn từ", "Văn học không thể thiếu nhân vật, bởi vì đó là hình thức cơ bản để qua đó văn học miêu tả thế giới con người một cách hình tượng" [58, tr.114-115]. Tất cả cho thấy nhân vật là linh hồn của tác phẩm.

Vũ Xuân Tửu xây dựng nhân vật văn học dựa trên quan hệ mật thiết giữa con người với môi trường sống. Môi trường sống tạo nên tâm lí, tính cách,... của con người như thế nào, được tái hiện sinh động, mang nhiều triết lí nhân sinh trong truyện ngắn của ông.

3.2.1. Những chàng trai cô gái dân tộc miền núi

Cùng với đề tài, cốt truyện về cuộc sống miền núi, Vũ Xuân Tửu xây dựng hệ thống nhân vật chính là những chàng trai, cô gái người dân tộc thiểu số. Ông viết nhiều về người Mông, người Tày, người Dao Tiền.

Nhân vật hiện lên, trước tiên qua nghệ thuật miêu tả ngoại hình và trang phục. Ông không tả nhiều về ngoại hình nhân vật mà chỉ tập trung vào mái tóc dài, đen óng mượt. Trang phục của nhân vật thể hiện bản sắc văn hóa riêng của mỗi dân tộc. Cô Mùi Say người Dao Tiền trong truyện ngắn *Suối Miền Xía* - trích tập truyện ngắn *Bí mật cuốn gia phả*, được xây dựng ấn tượng từ bộ váy áo, "trên gáy áo đính đến bảy đồng bạc tròn có khắc hình sao tám cánh" "hàng cúc bạc như đôi vầng trăng khuyết" [86, tr.3], đầu đội "tấm khăn đội đầu có thêu ấn Bàn Vương", "gấu váy in hình răng cưa đỉnh núi" [86, tr.4]. Cũng trong tập truyện *Bí mật cuốn gia phả*, cô Phái trong truyện ngắn *Chuyện ở bản Piát*, người dân tộc Tày, cũng quấn khăn đội đầu, mặc váy đen. Cách nhận biết, gọi tên người dân tộc theo đặc điểm trang phục tạo nên sức hấp dẫn thú vị cho những truyện ngắn của Vũ Xuân Tửu: Mán Quần Trắng, người Mông thì cạo xung quanh đầu.

Người miền núi đi bộ đi làm, leo núi, lên nương, đi đường xa thì dùng ngựa. Họ cấy lúa nương và cả làng bản sẽ giúp nhau gặt khi vào mùa, gọi là "pụi công". Khi có chính sách hợp tác xã, họ rất chăm chỉ đi làm và đổi công theo sổ. Anh Khấu trong *Chuyện ở bản Piát* luôn hăng hái dậy sớm gọi bà con đi làm, cần mẫn làm việc, giữ gìn sự an toàn cho làng xóm, cánh đồng và cho đất nước.

Nam nữ thanh niên dân tộc miền núi khi thì e dè, ngượng ngùng, khi gan dạ, chủ động, nhưng đã có tình ý với ai thì chung thủy một lòng. Phái luôn thương nhớ Khấu, dù nên vợ nên chồng với một cán bộ miền xuôi lên bản làm việc (*Chuyện ở bản Piát*), Sương luôn thương nhớ, yêu và một lòng vì Đình, dù cuộc đời cô "hồng nhan bạc phận", lênh đênh rơi vào tay nhiều tên ác bá, từ cường hào đồn trưởng, đến sĩ quan Pháp và cuối cùng là tướng Nhật (*Chuyện tình người đẹp thành Tuyên*), Nhình vì giữ lòng chung trinh với người cô yêu mà tự tử chết, không chịu làm vợ lão thầy thuốc (*Cầu vồng trên núi Pù Tiên*),... Những chàng trai, cô gái chủ động trong tình yêu, luôn giữ trọn chữ Tình, chữ Nghĩa, chấp nhận cái chết chứ không chấp nhận sự phản bội người thương.

Những chàng trai, cô gái dân tộc luôn chủ động trong những việc làm, hành động của mình. Trong *Chuyện ở bản Piát*, Phái chủ động quyến rũ người cán bộ, cũng là anh em kết nghĩa của Khấu - có lẽ vì muốn anh giận cô, quên cô đi, vì hai người không đến được với nhau. Trong *Cỏng Hò*, Vần mài dao, đập vỡ tảng đá để trút cơn uất hận trong lòng, để tha thứ cho vợ, bao dung cho người con không phải của mình. Anh chủ động mua máy cày, khuyến khích bà con trong bản dùng máy cày. Anh chủ động làm guồng nước, mua "củ điện", đưa ánh sáng về cho bản. Người trong bản rất tôn trọng Vần từ khi còn trẻ cho đến lúc thành một ông lão. Sự chủ động, quyết đoán của những cô gái, đôi khi dại dột như Mỷ, ăn lá ngón chết để tình yêu với người thầy giáo miền xuôi mãi mãi trường tồn (*Tiếng kèn lá trên đỉnh Mã Pì Lèng*), như những cái chết của Nhình (*Cầu vồng trên núi Pù Tiên*), ý định tự tử của Sương (*Chuyện tình người đẹp thành Tuyên*),... Hay hành động nguy hiểm của Đeng trong truyện ngắn *Đi tìm cuốn sổ hát Then* - trích tập truyện ngắn *Mồ hôi của đá*, cầm lựu đạn muốn dọa người dân để cùng đi trốn với nọ ong Lan, cuối cùng ngộ sát thầy giáo của mình và phải ngồi tù. Anh cũng nhất quyết bán ngôi nhà sàn, gom tiền làm kinh tế và đi lang thang khắp nơi sưu tầm những làn điệu hát Then, tiếp nối và toại nguyện niềm đam mê của thầy giáo. Đeng là người có tính cách, vừa đam mê, thẳng thắn lại vừa bộc trực, xốc nổi. Tất cả những hành động cương quyết của nhân vật, dù dẫn đến hậu quả xấu, hay sinh ra những sự việc tốt đẹp, đều cho thấy phần nào bản chất của những người trẻ tuổi ở miền núi. Họ tự do, cuồng nhiệt như thác lũ, tình nghĩa và thương yêu nhau như anh em một nhà.

Việc sáng tạo, xây dựng những nhân vật hành động cho thấy tác giả luôn tạo tình huống chủ động cho nhân vật. Ông không nghĩ thay nhân vật, không xây dựng nhân vật hành động theo tư duy của số đông. Như trong truyện ngắn *Tiếng kèn lá trên đỉnh Mã Pì Lèng*, cha mẹ Mỷ đã có ý chấp thuận chuyện tình của cô và thầy giáo, nhưng Mỷ vẫn ăn lá ngón tự vẫn. Và còn rất nhiều những sự "phi logic" khác, tác giả để nhân vật tự do suy nghĩ, hành động. Điều này đã tạo nên một hệ thống nhân vật sinh động, phong phú, đa sắc thái cho các truyện ngắn của Vũ Xuân Tửu.

3.2.2. Hình tượng người già trong truyện ngắn

Trong truyện ngắn của Vũ Xuân Tửu, nhân vật người già được xây dựng để biểu hiện "Pho tàng vốn sống di động" lưu giữ kinh nghiệm, vốn văn hóa, hiểu biết dân gian; đại diện cho sự từng trải, dạn dày của thời gian; cũng đại diện cho sự luyến tiếc quá khứ và sống mãi trong quá khứ.

Nhân vật người già trong truyện ngắn *Ông lão bán điếu, Thợ cắt tóc, Chữ kí, Anh Nhớn - chị Nuôi,...* là nhân vật đại diện cho một kiếp người đã trải qua nhiều sự biến cố, hiểu biết sâu sắc về cuộc đời. Họ đều hăng say lao động. Truyện ngắn *Ông lão bán điếu* xây dựng một hình ảnh ông lão bán điếu với cái miệng nhỏ xíu, bàn tay nhanh nhẹn: "Đoạn, ông với tay rút ở trong bao tải ra một khúc tre phác thảo. Rồi, ông vớ lấy cái lưỡi cưa-loại cưa sắt và cắt miệng điếu. Rồi, ông cầm chàng thoăn thoắt khoét miệng điếu. Rồi, ông nhấc đục tròn và dùi đục gỗ nghiến để đục lỗ tra nõ điếu. Rồi, ông lắp nõ vào khít khìn khịt. Rồi, ông với cái can nước, rót vào một tý tẹo, rít tanh tách" [84, tr.3]. Truyện ngắn *Thợ cắt tóc* có ông là thợ cắt tóc lâu đời, "Ông vẫn thong thả bấm tông-đơ. Anh giáo cúi xuống theo lệnh của ông thợ", "Ông Bức lấy con dao cạo mỏng như lá lúa, mài toanh toách lên miếng da bò. Đoạn, ông bơm mấy giọt nước vào cái chén Tống, cáu bẩn những bụi ghét và vụn tóc, rồi lấy cái chổi lông đánh sục mấy tua vào miếng xà phòng thơm, chỉ còn mỏng dính như lưỡi mèo. Ông thong thả bôi cái đám bọt ấy lên xung quanh chân tóc ở gáy, mang tai và mai, khiến anh giáo bị lạnh, thụt cổ lại. Ông cứ bôi đi, quệt lại cứ như quét vôi vào gốc đào ngày Tết vậy. Rồi ông rón rén cạo, nhẹ nhàng và cẩn thận như nương trứng, hứng hoa" [86, tr.27-28]. Còn ông làm luật sư, trong truyện ngắn *Chữ kí* - trích tập truyện ngắn *Tầm phào*, thì có rất nhiều sổ sách, coi như tư liệu quí, tư vấn cho con cháu đời sau, dù nhiều điều đã không còn đúng với thời đại nữa. Những nhân vật người già được xây dựng chân thực, với những đặc tính tâm lí chung: thích chuyện trò, bàn về quá khứ và hiện tại, thích cho lời khuyên, răn dạy người ít tuổi. Những kinh nghiệm họ để lại có điều luôn đúng đắn, như tôn sư trọng đạo, coi trọng việc học tập, đối nhân xử thế,... nhưng cũng có những điều đã xưa cũ, cần phải thay đổi.

Vũ Xuân Tửu am hiểu tâm lí từng thế hệ người già, người lớn tuổi đến mức, dù trong khuôn khổ truyện ngắn khó có thể khắc họa hết tâm lí nhân vật, ông cũng xây dựng được hệ thống nhân vật người già với ưu và nhược điểm trong tâm lí một cách chân thực. Đó là ông lão trong *Thành hoàng làng Vực Vại*, luôn muốn tỏ ra uy nghi để người dân tôn làm Thánh thần, Thành hoàng làng. Ông ta "tự kéo lỗ tai cho dài ra", "tập ngồi thiền", luôn tỏ ra đạo mạo nhưng kì thực làm nhiều chuyện dối trá. Ông Lợi trong truyện ngắn *Trong mưa có nắng* thì luôn sống trong sự phỉnh nịnh của người ngoài, trong cái hào quang quá khứ mà ông tự xây nên, nhốt mình trong những mô hình trận địa, tự biến ngôi nhà ở trở thành một bảo tàng sống dị hợm, lố bịch (đắp cả mô hình, treo những mô hình máy bay vào trong phòng ngủ của con trai, con dâu). Người ngoài cứ tung hô, còn có người về viết báo, càng khiến cho lòng hám danh tiếng của ông "lên ngôi". Nhà văn đã phát hiện ra những đặc điểm tâm lí phức tạp trong thế giới "cây cao bóng cả".

Vũ Xuân Tửu vừa có ý phê phán, vừa có ý nhắc nhở độc giả. Theo tâm lí học, người về già mang tâm trạng gần với trẻ thơ, hay tự ái, giận hờn, ưa chiều chuộng. Chỉ một câu nói sẵng giọng cũng khiến họ nổi giận (*Anh Nhớn, chị Nuôi*), một hành động nhỏ nhặt như anh con rể nấu cho bát cháo hành cũng khiến họ cảm động đến nỗi chê bai cả con đẻ (*Nhà cửa, giường chiếu*),… khi đã nắm bắt được tâm lí của con người, nhà văn mới có thể xây dựng nhân vật thật sinh động.

3.2.3. Những người lao động bình dị

Dù sáng tác về đề tài miền núi, nông thôn hay thành thị, Vũ Xuân Tửu luôn quan tâm đến những người lao động bình dị. Đó là những anh thợ khâu giày (*Thợ khâu giày*), người chèo thuyền (*Cánh chân sào, Chớp bể mưa ngàn*), người bán bánh mì rong (*Hoa cải ngồng*), ba thế hệ nhà ông Bức cắt tóc (*Thợ cắt tóc*), và vô số những người nông dân, người trồng rừng, khai thác khoáng sản,…

Trước hết, đó là những người thuộc lớp bình dân nơi phố thị, là những người lao động nghèo "vắt mũi bỏ miệng" nơi thôn quê. Cách nói chuyện của họ có kẻ thẳng thắn bộc tuệch như anh thợ khâu giày trong truyện *Thợ khâu giày*, như Bể trong *Chớp bể mưa ngàn*; có người khép nép, ngượng ngùng lo sợ như anh chèo thuyền trong Cánh chân sào.

Dù công việc lao động chân tay, luôn khó khăn vất vả, kinh tế thiếu thốn, nhưng họ luôn hăng say lao động. Anh thợ khâu giày tâm sự về những ngày đầu làm việc, tìm mối hàng, trong khi tay vẫn thoăn thoắt làm. Anh thanh niên Chân bán bánh mì trong truyện ngắn *Hoa cải ngồng*, dù có khi trúng gió ngất xỉu, đi sớm về khuya, nhưng luôn yêu đời, rao bánh bằng những câu thơ lục bát:

Bánh mì một cái hai nghìn
Không ăn mà chỉ ngắm nhìn cũng no. [91, tr.69].

Còn anh "chân sào" thì rảnh rỗi là ngâm nga vận vần, ca về công việc khó khăn, lênh đênh sông nước, những nỗi khổ của người lao động nghèo:

Trên rừng thì loạn hổ lang
Dưới sông loạn cá, thế gian loạn tiền
Bao giờ loạn lúa mới yên…

Chúng anh là cánh chân sào
Đầu thì trọc lốc ma nào dám mê... [85, tr.40]

Vũ Xuân Tửu thấu hiểu những nỗi khó khăn, nhọc nhằn của người lao động bình dị. Trong thời chiến, họ là những anh nông dân xung phong ra trận đánh giặc, góp sức lực và sinh mạng vào giữ gìn độc lập dân tộc. Đến thời bình, họ vẫn lao động hăng say, nhưng cuộc sống kinh tế thị trường luôn kéo họ vào vòng xoáy đồng tiền. Người nghèo thì chẳng thể có tiếng nói, cũng chẳng thể giữ được người mình thương yêu, được hạnh phúc riêng của bản thân mình. Những nhân vật lao động bình dị được tác giả xây dựng nên với một niềm thương mến, cảm thông sâu sắc, nên những trang viết này dành được nhiều sự đồng cảm từ bạn đọc.

3.3. Ngôn ngữ sinh động mang bản sắc vùng miền

Văn học là nghệ thuật ngôn từ. Với các sáng tác văn xuôi đương đại, đặc biệt là truyện ngắn, ngôn từ văn học mang những đặc điểm riêng biệt, phù hợp với thời đại mới. Trong cuốn giáo trình *Lí luận văn học,* tập 2 (2004) đã đưa ra một số đặc điểm của nghệ thuật ngôn từ trong truyện ngắn như: "Bút pháp trần thuật thường là chấm phá. Yếu tố có ý nghĩa quan trọng bậc nhất của truyện ngắn là chi tiết có dung lượng lớn và hành văn mang ẩn ý tạo cho tác phẩm những chiều sâu chưa nói hết. Ngoài ra giọng điệu, cái nhìn cũng hết sức quan trọng làm nên cái hay của truyện ngắn" [58, tr.317]. Vũ Xuân Tửu đã tích lũy được vốn sống lâu năm ở vùng núi, tiếp xúc với nhiều phong tục tập quán dân tộc thiểu số, tìm hiểu cuộc sống lao động của nhiều lớp người,... Tất cả đem lại cho văn chương ông một vốn ngôn ngữ phong phú, và ông đã vận dụng linh hoạt vào các trang truyện ngắn.

3.3.1. Ngôn ngữ của đồng bào dân tộc thiểu số

Đồng bào dân tộc thiểu số không chỉ có ngôn ngữ, tiếng nói riêng, khác biệt so với tiếng nói phổ thông mà chúng ta vẫn nghe, đọc hằng ngày, mà còn có lối diễn đạt mang đặc điểm riêng. Qua lối diễn đạt, ngôn ngữ của người Tày, Mông, Thái,... trong truyện ngắn, Vũ Xuân Tửu cho độc giả thấy một không gian sinh hoạt cộng đồng gần gũi, con người miền núi mộc mạc, tâm lí giản đơn, tình cảm chân thành bộc trực qua từng câu nói.

Do môi trường sinh hoạt, không gian văn hóa mang đặc trưng riêng, người dân miền núi khi nói chuyện hay lược bỏ bớt chủ ngữ, vị ngữ, những câu nói thường thẳng thắn, ngắn gọn. Họ hỏi nhau bằng những câu không chủ ngữ - vị ngữ, như trong *Cầu vồng trên núi Pù Tiên*: "- Thế nào? Làm sao? - ... đi bộ được rồi...." [85, tr.68]. Trong nội dung đoạn hội thoại trên đã được móc nối với nhau trước đó, khiến độc giả luôn phải chú tâm theo dõi. Họ chào nhau bằng những câu hỏi như trong truyện *Tháng ba có ba mốt ngày*: "Trưởng bản dẫn Văn đi thăm lại các gia đình. Người Mông thường hỏi, thay câu chào:

- Nhò chế? (Ở nhà à?)

- Ô, nhò chế nhò! (Ô, vào nhà!)". [91, tr.62].

Đồng bào dân tộc thiểu số có cách xưng hô, gọi hỏi đáp, danh xưng đặc biệt. Có nơi, làm bố sẽ được gọi là "Cỏng Hò" (*Cỏng hò*). Có nơi, làm ông nội, ông ngoại sẽ được gọi là "Dúng Tủa", "Vản Tủa"; làm bố là "Mí Tủa" (*Tiếng kèn lá trên đỉnh Mã Pì Lèng*). Những từ cảm thán, tiếng đệm trong khẩu ngữ hằng ngày cũng tạo nên nét riêng biệt trong ngôn ngữ người dân miền núi: *Chuyện ở bản Piát*, mỗi khi cô gái giật mình, hốt hoảng sẽ kêu "à lúi", Họ gọi nhau: "đi làm thôi lố". Một cô Mùi Say trong *Suối Miền Xía* luôn thật thà, thẹn thùng với anh chàng trong đội chiếu bóng miền xuôi, hỏi gì, nói gì cũng đều: " Không biết đâu mà... Người già bảo thế". Sự ngượng ngùng, phát âm sai tiếng Kinh của những cô gái dân tộc trong *Tháng ba có ba mốt ngày*:

"Máy cười bẽn lẽn, rồi cầm chén rót rượu mời Văn, bằng tiếng Kinh chưa sõi:

- Ống, cá pự kho hóc. (Uống, cán bộ khoa học).

- Hầu tà (Uống hết). - Văn đáp lại, bằng tiếng Mông, có lẽ cũng ngọng nghịu như vậy". [91, tr.62].

Phong cách ngôn ngữ của người dân tộc không chỉ được thể hiện trong cuộc sống hằng ngày, mà còn được đưa vào trong bài học. Anh nhà giáo trong *Tiếng kèn lá trên đỉnh Mã Pì Lèng* đã "ra bài tập toán cho thằng Páo lớp trưởng" như sau: "ông Mí Tủa đi nương, mang về sáu quẩy tấu ngô. Chị Mỷ (cô gái giặt bên khe nước mà tôi đã gặp) cũng đi nương và mang về ba quẩy tấu ngô nữa. Hỏi nhà Páo có mấy quẩy tấu ngô? Trong khi thằng Páo còn đang loay hoay tính toán, thì con bé lớp dưới đã nhanh nhảu đứng dậy, trả lời: Bằng cái ngô phạt đứa gái bỏ học" [92, tr.16].

Ngôn ngữ của đồng bào các dân tộc thiểu số khác với ngôn ngữ phổ thông. Việc sử dụng ngôn ngữ, lối ăn nói của người dân tộc thiểu số trong truyện ngắn không chỉ làm câu chuyện trở nên chân thực, phong phú hơn, mà còn khiến truyện ngắn Vũ Xuân Tửu mang bản sắc vùng miền rõ nét.

3.3.2. Ngôn ngữ mang đặc tính nông dân, ngư dân

Truyện ngắn viết về cuộc sống ở nông thôn của Vũ Xuân Tửu là những truyện ngắn sinh động với nhiều chủ đề mang tính thời sự, xoay quanh một đề tài lớn là cuộc sống người nông dân sau thời kì đổi mới. Ngôn ngữ được xây dựng trong truyện ngắn mang đề tài nông thôn, một lần nữa cũng được khảo sát, xây dựng theo những khẩu ngữ, lời ăn tiếng nói hằng ngày của người nông dân, người lao động nơi sông nước.

Trước hết, đó là ngôn ngữ khu biệt chỉ có ở những người nông dân, người "nhà quê" với lối nói chuyện thẳng thắn, bộc tuệch nhưng gần gũi thân tình. Đó là những cách gọi khác về cha mẹ: thầy bu; là cách nói về quá khứ: "hồi còn mồ ma ông cụ", "hồi còn mồ ma bà cụ"; gọi tên vợ tên chồng theo con cái: mẹ nó, bố nó,… Đó là sự vồn vã, vồ vập của hai người bạn lâu ngày không gặp nhau trong truyện ngắn Xóm cũ: "Này, mẹ nó rang mấy củ lạc, anh em tôi uống chén rượu, nhề. Này, bây giờ cả xóm uống rượu gạo, chỉ có bốn nghìn đồng một lít, say cả ngày, chả phải lo nấu rượu sắn nữa. Hà hà...". Từ lời mới thân tình: "Mời chú đi", cho đến những câu chuyện về sự cách biệt nông thôn - thành thị: "Đấy chú xem, thôn quê với thành thị khác nhau xa đến thế đấy chú ạ. Ở thành thị thì nhà tắm, nhà vệ sinh cũng lát gạch hoa, treo gương, sạch như lau như li, ở nhà quê vẫn gọi là nhà trồ bắc mấy khúc gỗ mà ngồi, rồi đổ tro..." [85, tr.70].

Vũ Xuân Tửu sử dụng rất nhiều khẩu ngữ trong tác phẩm. Truyện ngắn mang đề tài cuộc sống ở nông thôn luôn được xây dựng nhiều đoạn hội thoại hơn. Khẩu ngữ xuất hiện trong đối thoại, và trong ngay cả độc thoại nội tâm của nhân vật. Trong câu hỏi họ sử dụng luôn có từ đệm: "Chú suy tư cái gì phỏng?", "ngộ nhẩy", … Người ở nông thông chuộng lối nói có vần điệu: "Đàn bà đàn bụi thì miếng giầu là đầu câu chuyện. Đàn ông đàn ang phải có điếu thuốc, chén rượu để mà khi điếu tôi điếu bác, chén chú chén anh" [85, tr.6], "kề rà kề rề", … Họ than thở cũng có vần điệu: "Nhà, cửa, giường, chiếu bề bộn thế này à? Có khác gì cái ổ chó không? Hở?", "Ối giời ôi là giời, sao còn để tôi sống khổ sống sở thế này làm gì nữa? Hở?" [85, tr.65],…

Dân gian là cái nôi nuôi dưỡng văn hóa cổ truyền, và người nông dân là kho tàng sống lưu giữ những thành ngữ, tục ngữ, ca dao. Vũ Xuân Tửu cho độc giả thấy những người nông dân chân lấm tay bùn, quanh năm tất bật với những ruộng đồng, con gà mớ rau, lo từng bữa ăn, có thể ít học, nhưng vốn thơ vè, ca dao, thành ngữ tục ngữ thì luôn dồi dào, trở thành những câu nói thường nhật. Những lời than, lời dặn dò, hay chỉ là cuộc nói chuyện bình thường giữa mẹ và con, giữa bạn bè, làng xóm,… cũng chứa đựng những câu thành ngữ, tục ngữ. Những lời quát mắng nhưng thực chất chứa đựng sự răn dạy, niềm xót thương cho cô con gái vất vả của bà mẹ trong *Trăng sáng đồi chè*: "Cha tiên nhân. Rõ là thân làm tội đời nhá", "Thương người thì khó đến thân", "Khôn ăn người, dại người ăn", "Hôm trước cười người, hôm sau người cười" [86, tr.15]. Độc giả có thể tìm thấy rất nhiều câu thành ngữ tục ngữ trở thành khẩu ngữ như vậy trong các truyện ngắn của Vũ Xuân Tửu, như trong truyện *Nhà cửa, giường chiếu*: "Ôi dào, lo bò trắng răng", "Đúng là cái đồ con gái cái bòn" [85, tr.67]; truyện *Đồng hồ*: "Văn nhân trên thông thiên văn, dưới tường địa lí, vung bút thành văn, xuất khẩu thành thơ, văn dai như chão, chữ vuông như hòm" [85, tr.3]…

Ngôn ngữ nhịp nhàng, vần điệu, tác giả còn vận dụng thành ngữ tục ngữ trong lời ăn tiếng nói hằng ngày, mang cả giọng trữ tình trong lời văn. Bởi ngay trong lúc lãng mạn, tâm tình, thì họ lại sử dụng ngôn ngữ rất ngô nghê, ngượng ngùng, bộc tuệch, điển hình như trong truyện ngắn *Anh Nhớn, chị Nuôi* với đoạn hội thoại sau:

"Anh Nhớn bảo:

- Trăng sáng quá Nuôi nhỉ?

Cô Nuôi bảo:

- Rằm mà lị!

Anh Nhớn bắt thóp:

- Rằm thì khí sớm đấy.

Cô Nuôi chợt nhận ra cái ý trêu chọc, bật cười khanh khách, đấm vai anh Nhớn:

- Phải gió!

Anh Nhớn cười, sướng và ngập ngừng bảo:

- Nuôi này...

- Gì cơ?

- Về ở với anh nhá?" [85, tr.16].

Ngôn ngữ nông thôn của người nông dân được hình thành từ lâu đời, từ thuở đầu hình thành đất nước. Nó phát triển cùng với nền văn minh lúa nước, ngôn ngữ đúc kết thành thành ngữ, tục ngữ, ca dao, và hiện tại được vận dụng ngược lại trong cuộc sống đương đại, thân quen như khẩu ngữ. Qua cách giao tiếp, bản chất "nông thôn" được thể hiện ra: những con người thật thà, chân chất, hay lo sợ, dè chừng, nhưng sống đầy tình nghĩa.

3.3.3. Ngôn ngữ người dân thành thị

Khác với giọng điệu, cách nói chuyện thẳng thắn, chân phương, đôi lúc bỗ bã của người nông dân, ngư dân, hay ngôn ngữ đặc trưng của người dân tộc thiểu số, người dân thành thị trong truyện ngắn của Vũ Xuân Tửu lời ăn tiếng nói đầy ý tứ, kín đáo, nhiều ẩn ý, sâu xa.

Những cuộc nói chuyện diễn ra chỉ có hai người ngầm hiểu ý nhau. Trong *Hoa cải ngồng*, lời nói của tay bác sĩ đầy ý nhị, ám chỉ về Nhạn: " Nhưng mà, cải ngồng muối dưa ngon. Tôi đã từng được thưởng thức cái vị cay cay the the của nó xộc lên mũi, như ăn mù-tạt, rất thú vị, rau sạch. - Ông ta nói cái từ "rau sạch" đầy hàm ý và lia ánh mắt như cái cù nèo, khiến Nhạn vội khép chân lại" [91, tr.68].

Những câu nói đầy chì chiết của người mẹ chồng với con dâu trong *Người đàn bà trên ti-vi*:

"- Nuốt miếng canh rau ngót, mà cứ như kéo chà rào vào cổ thế này à, hở giời?

- Hôm nay, con vội đi thu hình, nên không kịp xào tái trước.

- Ngày xưa, tôi đi làm dâu, chỉ có ngậm tăm, ngậm tăm..." [86, tr.22]

"- Lấy cái bô!

- Anh ơi, mẹ bảo...

- Không phải sai truyền. Nhà này không có cái lệ ấy... Ví bằng chị tiếc cái dây chuyền đã bán đi để lo thuốc thang cho tôi, thì tôi bảo chuộc lại. Chứ chớ có làm điều…

- Khổ, con có dám lời ra tiếng vào gì đâu...

- Chị ám chỉ ai lời ra tiếng vào?"

"- Phấn son thơm gớm nhẩy?

- Con phải đi thu hình mẹ ạ, quy định nhà đài phải thế. Chứ con thì...

- Tôi chả đi guốc trong bụng nhà chị. Chỉ có thằng con tôi nó đần. Có ngày mọc sừng đấy, con ơi là con ơi..." [86, 23].

Những lời nói đầy ám chỉ, ẩn ý cùng giọng điệu đay nghiến của "mẹ chồng" đối với "nàng" đủ để độc giả nhận thấy một cuộc sống khắc nghiệt, chịu đựng đến ngột ngạt của nhân vật. Không hề có sự cảm thông, chia sẻ giữa những người sống cùng một mái nhà với nhau.

Ngược lại, những lời nói an ủi của một người hâm mộ thầm lặng, lại khiến cho "nàng" cảm nhận được chút ấm áp tình người. Anh hỏi thăm cô, lời hỏi han tưởng như xã giao, nhưng lại chứa đựng sự thương xót "- Bà cụ đã đỡ chưa? Cần mua đậu phải không? Đây, cầm lấy này. Bữa nay lại “cháy đậu”. Em vất quá nhỉ, hết việc đài, lại việc nhà, tất bật như kim giây” [86, tr.24]. Nhưng vì cô là phụ nữ đã có chồng con, lại luôn để ý sự dò xét, cái nhìn soi mói của người ngoài, nên ngay đến lời đề nghị và từ chối họ nói với nhau, cũng đầy sự khách sáo, ẩn ý, giữ kẽ:

“- Thưa quý vị và các bạn! Anh xin phép đưa em về?

- Ông xã nhà em sắp đến đón rồi. Thưa quý vị và các bạn, xin cám ơn” [86, tr.25].

Cuộc trao đổi giữa “Tổng biên tập” với nhân vật “Tôi” trong những truyện ngắn *Gia đình*, *Nợ văn chương* là những lời nói rất khách sáo dành cho nhau. Không chỉ trong một hai truyện ngắn, những truyện ngắn có xây dựng nhân vật quan chức, thủ trưởng, Vũ Xuân Tửu luôn xây dựng kèm theo đó những đoạn hội thoại đầy sự chỉ đạo, nhận xét đầy ý tứ và sự đáp lại có phần khúm núm, khéo léo của cấp dưới (*Đi họp phải có chính kiến, Thanh kiếm cà là gỉ,*...)

Có sự khác biệt lớn giữa lời ăn tiếng nói, ngữ điệu trong ngôn ngữ của người dân thành thị với người nông dân, dân chài lưới hay người dân miền núi, cũng bởi đặc thù cuộc sống nơi đô thị mà chúng tôi đã phân tích ở chương trước. Cuộc sống nơi đô thị có sự gấp gáp, nhiều sự việc, hiện tượng, áp lực về kinh tế, những mối quan hệ,... con người nơi đô thị vì thế khép mình, và có vẻ “mang nhiều bộ mặt”, nhiều tâm sự phức tạp hơn người nông dân, miền núi. Từ sự phân tích tâm lí con người thực tế đưa vào xây dựng nhân vật, Vũ Xuân Tửu đã lựa chọn xây dựng hệ thống ngôn ngữ, giọng điệu khác nhau cho mỗi nhân vật ở vùng miền, nơi sinh sống khác nhau.

3.4. Không gian, thời gian giàu sức sống

Không gian, thời gian nghệ thuật là một yếu tố đáng chú ý trong truyện ngắn Vũ Xuân Tửu. Trong cuốn *Từ điển thuật ngữ văn học*, không gian nghệ thuật là “hình thức bên trong của hình tượng nghệ thuật thể hiện tính chỉnh thể của nó”... “mang tính chủ quan”... “có tính độc lập tương đối, không qui được vào không gian địa lí” [16, tr.160]. Trong Từ điển thuật ngữ văn học, thời gian nghệ thuật: “gắn liền với tổ chức bên trong của hình tượng nghệ thuật... thể hiện sự tự cảm thấy của con người trong thế giới” [16,tr.322]. Như vậy thời gian và không gian nghệ thuật là phương thức thể hiện sáng tạo của nhà văn.

Những khoảng không gian nghệ thuật chủ đạo được xây dựng trong truyện ngắn Vũ Xuân Tửu là không - thời gian miền núi, thành thị, nông thôn, miền sông nước và không - thời gian tâm trạng.

3.4.1. Không gian, thời gian miền núi

Không gian miền núi là một hình thức chứa thiên nhiên và con người hòa quyện. Một đường lên cao nguyên tươi đẹp hùng vĩ được miêu tả trong *Chuyến xe lên vùng cao*: “Hoàng hôn cao nguyên. Mặt trời đỏ lừ trong màn sương chiều, thoắt ẩn, thoắt hiện sau những đỉnh núi, tưởng đứng trên đỉnh núi là có thể với được cái bánh chín đỏ ấy" [91, tr.77]. Người ở trên núi cao sẽ thấy như được gần với bầu trời hơn, sống cùng sương sớm, mặt trời, mây vần vũ và gió ngàn. Những ruộng bậc thang tầng tầng lớp lớp, xanh mướt - vàng rực theo vụ lúa. Thiên nhiên trong truyện ngắn Vũ Xuân Tửu, dù là không gian núi rừng, sông suối, đều ít vẻ hoang sơ hơn truyện ngắn Nguyễn Huy Thiệp, hay nhiều nhà văn viết về thiên nghiên, miền núi, nông thôn khác. Núi đồi, sông suối, cỏ cây và cả loài vật trong không gian nơi miền núi đều thắm đượm cái Tình. Con suối róc rách chảy, nước lên xuống thất thường được ví như tính cách người phụ nữ (*Suối Miền Xía*). Những cây cọ, gió ngàn hòa vào nhau thành một khúc nhạc du dương, đầy tâm tình (*Chuyện ở bản Piát*). Núi đồi chứng kiến những cặp đôi trai gái yêu nhau về với nhau (*Cỏng Hò*), hay phải tiễn biệt nhau (*Cầu vồng trên núi Pù Tiên*),... Thậm chí, con người tình tự với nhau ở giữa thiên nhiên, vì núi rừng, sông suối cũng có tính phồn thực riêng của nó (*Suối Miền Xía, Cỏng Hò*).

Thời gian sinh hoạt của miền núi được Vũ Xuân Tửu chia rất rõ ràng. Trong *Tiếng kèn lá trên đỉnh Mã Pì Lèng*, buổi sáng là lúc người dân bản lên nương trồng cấy, trẻ con đến lớp, người thầy giáo trẻ miền xuôi lên bản, đến trường dạy học lớp ghép. Buổi tối là lúc giao lưu văn hóa cộng đồng: "bên bếp lửa, ông Mí Tủa thường dạy tôi những bài hát cúng ma. Bà Mí Tủa thường dạy tôi những bài hát đám cưới" [90, tr.44]. Trong truyện ngắn *Cỏng Hò, Cầu vồng trên núi Pù Tiên, Suối Miền Xía,...* thời gian đều phân chia Ngày - Đêm như vậy. Buổi tối, người già trẻ nhỏ quây quần bên đống lửa, trẻ con học hát, nhuộm răng, học thêu thùa. Người già kể chuyện xưa. Các cô các chị đập bông, giã gạo. Tiếng giã gạo vang vọng núi đồi. Thời gian Sáng - Tối ở miền núi không giống ở thành thị hay nông thôn. Nếu như thông thường, tối là thời gian nghỉ ngơi sau một ngày lao động, thì trên miền núi không có sự nghỉ ngơi trong yên tĩnh. Con người nơi đây luôn hoạt động: Sáng lao động chân tay, tối lao động tinh thần, làm đẹp cho tâm hồn, lưu giữ truyền thống văn hóa.

3.4.2. Không gian, thời gian thành thị

Những câu chuyện viết về cuộc sống nơi thành thị của Vũ Xuân Tửu rất ít. Trong những truyện ngắn *Ông lão bán điếu, Người hàng phố, Người đàn bà trên ti-vi, Hoa cải ngồng, Thợ khâu giày*, không gian - thời gian thành thị được khắc họa bằng thủ phám chấm phá, dùng một vài hình tượng để gợi tả. Trong truyện ngắn *Ông lão bán điếu*, không gian Hà Nội được gợi lên qua gốc cây si non, "rễ si bị dùng làm đòn kê băm mòn, bằng chẳn chặn", nó "sần sùi, gân guốc và tồn tại", giống như sự tồn tại của những người lưu giữ nét xưa của dân tộc trong cuộc sống đương đại – một ông lão làm và bán điếu cày. Gốc cây si được ông cho là linh thiêng, thực ra còn "phồn thực" khi buổi tối, khuất người, "một cô gái bán thuốc lá đêm vội vàng thả váy, còn một thanh niên cởi trần...". Những giá trị tốt - xấu lẫn lộn được thể hiện ngay từ không gian nơi thành thị.

Thời gian nơi thành thị là vàng bạc. Thời gian nhốt con người vào trong và trở thành nô lệ cho nó. Người phụ nữ trong truyện ngắn *Người đàn bà trên ti-vi* luôn quay cuồng trong thời gian một ngày, giữa không gian Nhà - Đài truyền hình - Chợ: "Bất chợt, tiếng đồng hồ nhắc nhở: "Bây giờ là mười bốn giờ", khiến nàng trở lại với thực tại". Người phụ nữ chăm mẹ chồng trong một căn buồng tăm tối ngột ngạt, sực nức mùi nước tiểu. Cô làm việc ở Đài truyền hình với vô số máy quay và đồng nghiệp. Kết thúc một ngày, lại ra chợ mua đồ ăn cuối ngày. Thời gian được đẩy nhanh hơn, tạo cảm giác xoay vòng một cách chóng mặt. Trong truyện ngắn *Thợ khâu giày*, anh thợ khâu giày cũng làm việc trong một không gian hẹp, một vòng xoay thời gian gấp gáp: "Xếp đầy trên mặt bàn, nào là giày vàng, giày ghi nhạt và giày đen... Nom chúng chẳng khác nào những ổ bánh mì cháy" [91, tr.20]. Anh liên tục làm và khách hàng cũng liên tục "sốt ruột". Một tiếng đồng hồ cũng khiến con người nơi thành thị khó chịu, chộn rộn. Ông khách ngồi hỏi đủ thứ chuyện, ngắm đủ mọi người, mới chờ được đôi giày. Cô gái khi bị từ chối sửa giày ngay, hẹn lát quay lại, thì liền "ngập ngừng xếp đôi giày của mình lên đống bánh mì cháy kia, rồi liếc anh thợ giày một cái sắc lẻm và quày quả phóng xe đi" [91, tr.20]. Nếu như thời gian ở miền núi, vùng nông thôn thường được gợi tả về đêm, nhẩn nha, kéo dài, thì thời gian nơi thành thị gấp gáp và quay cuồng cả ngày lẫn đêm.

3.4.3. Không gian, thời gian nông thôn

Không gian - thời gian sinh hoạt ở nông thôn trong truyện ngắn Vũ Xuân Tửu được dựng lên chân thực, sát với diễn biến hoạt động của con người.

Không gian nông thôn với những hình ảnh quen thuộc như ruộng đồng, giếng nước, gốc đa, những con đường đầy nắng,... Truyện ngắn *Người đàn bà mấy đận mất tên* mở đầu bằng một khung cảnh đầy sức sống: "Nắng nhạt dần. Cuối đồng xa, sương chiều lảng bảng hiện ra. Trên nền trời bệch bạc, những cánh chim mải miết bay về tổ. Đứng trên thửa ruộng của đời mình, Thỏ dừng tay cào, gỡ nón phe phẩy. Lúa thì con gái mơn mởn, nhìn mát mắt" [91, tr.51].

Còn trong truyện ngắn *Anh Nhớn - chị Nuôi*, bức tranh thiên nhiên đẹp rực rỡ, đầy màu sắc: "Mùa hè, khi ve sầu kêu đinh tai nhức óc, thì thôn Cây Phách vàng rực một màu. Đấy là màu vàng của lúa chín trên đồng, màu vàng của lá phách đổ trên đồi, màu vàng nhởn nhơ của những cánh bướm vàng. Đó đây, những đường diềm màu xanh trải dài. Đó là màu xanh của những bờ cỏ ven ruộng, màu xanh của những vạt lá vườn chuối, màu xanh thấp thoáng những tà áo chàm của các cô gái Quần Trắng trên nương, dưới ruộng" [85, tr.8]. Vũ Xuân Tửu vẫn xây dựng không gian bằng những hình ảnh trong trẻo, tươi đẹp, giàu sức sống. Không gian núi rừng và nông thôn đều được xây dựng là những khoảng không gian rộng.

Tuy nhiên, bên trong không gian rộng lớn của cánh đồng, là khoảng không gian nhỏ hẹp của ngôi nhà. Những ngôi nhà được miêu tả rất bé, tối tăm bụi bặm cả ban ngày lẫn ban đêm. Ngồi nhà bừa bộn trong truyện ngắn *Nhà cửa, giường chiếu*. Ngôi nhà mọi phòng thông với nhau, sáng sớm chỉ cần gọi là cả nhà thức dậy trong *Anh Nhớn, chị Nuôi*. Ngôi nhà bé chỉ có hai gian phòng khách và phòng ngủ trong *Hoa cải ngồng*. Ngôi nhà tối tăm trong *Xóm cũ*,... Tác giả đã cố ý xây dựng hai không gian đối lập tồn tại trong những tác phẩm truyện ngắn, với dụng ý nghệ thuật rõ ràng. Cánh đồng - không gian nông thôn truyền thống, chứa đựng văn hóa ngàn năm, nhưng làng xóm và cuộc sống của người dân không được phát triển. Người dân vẫn sống thiếu thốn, tù túng, tư tưởng chưa mở rộng, "chưa thoát khỏi lũy tre làng". Ngoài ra, nếu chỉ chăm lo việc đồng áng mà không chăm lo cho không gian gia đình, thì cuộc sống cũng không thể tươi sáng, hạnh phúc.

Thời gian sinh hoạt được xây dựng trong những câu chuyện về cuộc sống nông thôn, thường là thời gian ban ngày, đặc biệt là buổi trưa. Những buổi trưa nắng chói chang, như tăng thêm phần mệt mỏi cho con người. Thời gian làm việc cũng bắt đầu từ sáng sớm với những gánh nước, cái cuốc ngoài đồng ruộng. Thời gian buổi tối ở đây, lại là lúc bao tâm sự của con người được thể hiện. Cô Thỏ và tay "cựu đội trưởng" tư tình với nhau vụng trộm trong đêm tối, với lão là sự hám của lạ, sự chinh phục của bản ngã đàn ông, còn với cô Thỏ là sự khỏa lấp nỗi cô đơn trống vắng (*Người đàn bà mấy đận mất tên*). Đêm tối là khi Nhạn muốn tìm sự an ủi, thấu hiểu ở Chân, muốn một đứa con với anh thay vì với tên bác sĩ, nhưng Chân không hiểu lòng cô (*Hoa cải ngồng*). Đêm tối cũng là khi lời tâm sự về cuộc đời, về thân phận của người nông dân được giãi bày giữa hai người bạn, người ở quê - người ở thành phố. Anh Dụng ngán ngẩm chuyện cải cách, đổi mới nửa vời ở nông thôn, khi mà mắc một cái bóng điện cũng tốn tiền triệu; khi cấp trên huy động trồng cây ăn quả, cả làng trồng nhưng rồi không thấy nhà máy chế biến hoa quả xây dựng, cả làng khốn đốn (*Xóm cũ*). Tất cả những tâm tư thầm kín của con người được thể hiện ra trong thời gian đêm tối.

3.4.4. Không gian thời gian sông nước

Vũ Xuân Tửu thường xuyên nhắc đến sông Lô trong các truyện ngắn của mình. Con sông chảy trên vùng trung du đồng bằng Bắc Bộ, qua Tuyên Quang - thành phố nơi ông gắn bó và hiện đang sinh sống. Hình ảnh dòng sông, không gian sông nước và thời gian sinh hoạt của con người trên sông cũng được khắc hoạt khá chi tiết trong một vài truyện ngắn của ông. Truyện ngắn *Cánh chân sào* mở đầu bằng hoài niệm của nhân vật về khung cảnh cuộc sống bên dòng sông: "Con sông quê tôi mênh mênh mang mang. Bọn trẻ chúng tôi hay ra bờ sông, ngắt những cuộng hành trong vườn để thổi kèn te te và chờ xem tàu guồng chở khách ngược qua nhà. Tàu chạy qua, sóng đánh dập dềnh bến nước, những bàn chân lấm chấm, sóng táp ướt cả đũng quần, không dám về nhà, phải rủ nhau chạy dọc bờ sông cho gió thổi, quần se se khô mới dám về, sợ bị thày bu đánh cho. Thày bu đánh không phải vì nhễ áo khô quần ướt, mà là không ăn nhời, tự lội bến sông, thế nào cũng có ngày thuồng luồng nó bắt đưa về thuỷ cung. Thuỷ cung thì toàn nước là nước, người không thở được đâu!" [85, tr.38]. Cả cuộc đời nhân vật gắn với dòng sông. Ban ngày, anh ta chèo thuyền buôn cùng những anh em khác. Ban đêm, nằm ở thuyền đậu trên sông, anh ta ngâm nga những câu thơ vui về phận nghề chèo thuyền sông nước bạc bẽo, vô định. Cũng trong màn đêm trên sông nước, anh có mối tình vụng trộm nhưng sâu sắc với bà chủ thuyền. Dòng sông thân thuộc với anh ngay cả khi đã lên bờ sống. Nó trở thành không gian linh thiêng nối liền anh với người tình đã mất.

Sông Lô còn được miêu tả trong truyện *Trên khúc sông Tam Cờ*: "Sông Lô sóng gió lấp loá", có "bến Bình Ca". Dòng sông có cả một câu chuyện lịch sử: "đoạn sông Lô chảy qua lị sở trấn Minh Quang, có tên là Tam Cờ, còn ở bên phía Hiên, có một ngọn núi mang tên Tỉnh Lạng", và đầy yếu tố kì ảo với sự tích về Chúa Bầu. Còn trong truyện *Dòng chảy*, sông Lô được miêu tả là nơi "nước chảy có lúc trong xanh, có lúc lại vẩn đục; dáng chảy có lúc như rồng, như giải, có lúc lại trầm tư như bậc trí giả". Không gian sông nước trong truyện mờ ảo: "Sông Gâm là một nhánh của Sông Lô. Sông Gâm nước xanh trong, đẹp như một tấm gấm xanh. Xuống đò rồi mà sương còn giăng đầy trên mặt sông. Sương lạnh phả cả vào khoang thuyền. "Thuyền nhân" nhìn chẳng rõ mặt nhau" [84, tr.54]. Trên dòng sông ấy thời gian như ngưng đọng cùng với tiếng đài truyền giáo của đạo Tin Lành truyền tới người Mông. Nhân vật nhớ về quãng thời gian trước đây nằm vùng trong bản người Mông để vận động "nếp sống mới", nhưng công sức ba năm không bằng sức mạnh của tín ngưỡng, tôn giáo, niềm tin.

Vũ Xuân Tửu xây dựng không gian sông nước trôi chảy, lênh đênh với những khó khăn vất vả (đá ngầm, dòng chảy siết...), đồng thời mờ ảo, mơ hồ và vô định với những màn sương dày che phủ. Không gian lênh đênh, dàn trải của sông nước cũng thời gian ban ngày cũng như ban đêm, sông đều trôi chảy, ồn ã, tạo nên một bức tranh sông nước gợi cảm giác nhung nhớ, khơi niềm trắc ẩn của độc giả.

Tiểu kết chương 3

Vũ Xuân Tửu luôn thâm nhập vào thực tế đời sống, quan sát, tìm tòi hiện thực để xây dựng đề tài, cốt truyện, nhân vật, không gian - thời gian nghệ thuật, tạo nên một nét đặc sắc, dấu ấn riêng của nhà văn.

Truyện ngắn viết về cuộc sống của người dân miền núi, hay người lao động ở nông thôn, thành thị đều có hệ thống nhân vật những chàng trai, cô gái, người già, trẻ nhỏ được mô tả sinh động. Thiên nhiên nơi rừng núi, làng quê, đô thị được dựng nên như một bức phông nền cho nhân vật thể hiện hành động, tâm trạng, cá tính.

Truyện ngắn Vũ Xuân Tửu chứa đựng vốn văn hóa phong phú. Ngôn ngữ trong tác phẩm của ông được vận dụng một cách công phu, khéo léo, phù hợp với từng đề tài, cốt truyện, thể hiện vốn hiểu biết về văn hóa dân tộc phong phú của mình, mỗi câu chuyện như một bài ca, khúc hát riêng của từng dân tộc ở miền núi; là sự kế thừa tinh hoa ngôn ngữ từ truyền thống văn hóa dân gian.

KẾT LUẬN

Là một nhà văn sáng tác trong thời kì đổi mới, Vũ Xuân Tửu luôn tự ý thức trau dồi kiến thức văn chương, luôn tự làm mới mình trong mỗi sáng tác. Với một tinh thần lao động nghệ thuật nghiêm túc và niềm say mê với văn học, truyện ngắn của Vũ Xuân Tửu mang những đặc điểm riêng về nội dung và hình thức, tạo dựng được một chỗ đứng riêng trên văn đàn văn học Việt Nam hiện đại. Vũ Xuân Tửu tập trung khắc họa cuộc sống của một số dân tộc thiểu số, của người nông dân, ngư dân vùng Trung du đồng bằng Bắc Bộ. Truyện ngắn của ông xoay quanh những vấn đề xung đột giữa đạo đức, tình nghĩa với những giá trị kinh tế, quyền lực chính trị; giữa cái Tốt và cái Xấu, quá khứ và hiện tại,… Ông đề cập tới nhiều vấn đề của cuộc sống như: vấn đề đổi mới về tư tưởng văn hóa cho người dân tộc thiểu số, vấn đề cải cách nông thôn, sự xung đột giữa văn hóa nông thôn với lợi ích kinh tế,… Ông thể hiện tất cả những mặt khác nhau của cuộc sống một cách khách quan, bằng tất vốn thực tiễn và vốn văn hóa của một nhà văn tâm huyết.

Các truyện ngắn của ông đều có dung lượng ngắn. Những hình tượng nhân vật được xây dựng gần gũi với đời sống. Cuộc sống của con người cùng tất cả những tư tưởng nghệ thuật được hiện lên qua một bức tranh thiên nhiên trữ tình xen lẫn thực tế. Hình thức và nội dung truyện được xây dựng hòa hợp, cân xứng, bổ trợ cho nhau. Cả nội dung và hình thức tác phẩm đều tạo nên một sức hấp dẫn riêng biệt.

Truyện ngắn Vũ Xuân Tửu có một thế giới nghệ thuật phong phú, từ đề tài, cốt truyện cho đến nhân vật, ngôn ngữ nghệ thuật.

Vũ Xuân Tửu tập trung khai thác đề tài về cuộc sống của người dân ở miền núi, vùng thôn quê. Ngòi bút của ông hướng tới những người lao động bình dị với cuộc sống thường nhật. Những câu chuyện về tình yêu, tình bạn, tình người; câu chuyện về sự thử thách của những giá trị đạo đức, văn hóa trước thời đại công nghiệp hóa; những câu chuyện về xung đột tư tưởng cũ – mới trong văn hóa, chính trị, kinh tế xã hội,… được xây dựng một cách chân thực, mang nhiều ý nghĩa nhân sinh.

Vũ Xuân Tửu xây dựng nên những hình tượng nhân vật từ quan niệm nghệ thuật về con người trong thời kì đổi mới: con người hội tụ đủ các mặt tốt xấu, có nhiều nỗi niềm trăn trở, bế tắc, cô đơn nhưng cũng đầy hi vọng. Hệ thống nhân vật của ông đa dạng, từ những chàng trai, cô gái sống vì tình yêu; những nhà khoa học, nhà văn; những ông lão, bà lão,... Nhân vật của Vũ Xuân Tửu luôn hành động, suy nghĩ đi liền với hành động. Những nỗi lo sợ, phẫn nộ, những tình cảm, tư tưởng, hi vọng đều được toát lên qua hành động của nhân vật.

Xuân Tửu vận dụng nhiều khẩu ngữ, ngôn ngữ dân tộc, sử dụng câu văn ngắn gọn súc tích; những triết luận, trữ tình ngoại đề hay độc thoại nội tâm được trình bày ngắn, dễ hiểu. Ngay đến những từ ngữ nước ngoài cũng được phiên âm tiếng Việt: “Sin-ga-po”, “Gi-mi-cô”, “Ga-ba-đin”, “Lơ-vê”, “láp-tốp”, “in-te-nét 3G”, “i-meo”,… Cách vận dụng ngôn ngữ như vậy tạo nên cho truyện ngắn của ông một không khí vui vẻ, dân giã, rất đáng yêu đáng quí như chính tâm hồn của nhà văn và của người dân miền núi, thôn quê.

Vũ Xuân Tửu xây dựng một bức tranh cuộc sống đa màu sắc, mang hơi thở của cuộc sống hiện đại: Một miền quê, vùng núi với vẻ đẹp nên thơ của cảnh vật và con người; một cuộc sống nơi thành thị gấp gáp, khó khăn; Những sự đối chọi giữa thiện ác, tốt xấu, cái cũ và cái mới trong cuộc sống của con người;… Truyện ngắn của ông tái hiện chân thực cuộc sống nhưng không sao chụp một cách khô khan.

Ông tìm hiểu, cảm nhận, chia sẻ với cuộc sống của người dân, nên bức tranh hiện thực trong truyện ngắn của ông toát lên những trăn trở, hi vọng của tác giả vào một cuộc sống công bằng hơn, ấm no hạnh phúc hơn cho cộng đồng.

Vũ Xuân Tửu trân trọng văn hóa truyền thống đồng thời mang cái nhìn hiện đại vào xây dựng truyện ngắn. Truyện ngắn của ông có dung lượng ngắn nhưng có chiều sâu tư tưởng, khơi mở những mê cung tâm lí, vô thức của con người. Truyện ngắn của ông cho thấy một tâm hồn nhà văn luôn thao thức trước cuộc sống muôn màu; một tâm hồn đa cảm, thấu hiểu nhân tình thế thái, chia sẻ với con người trong đời sống. Truyện ngắn của ông dù mang cảm hứng ca ngợi tình yêu, cái đẹp, cái thiện hay phê phán các ác, sự xuống cấp của đạo đức, thì vẫn toát nên niềm trân trọng vào cuộc sống, tin tưởng vào tương lai!

CTH

2.2.5. TIỂU THUYẾT LỊCH SỬ CỦA VŨ XUÂN TỬU

*Luận văn Thạc sĩ của **Dư Thị Tuyết Nhung**, mã số: 8220120, Khoa học Ngữ văn, Chuyên ngành Lí luận văn học, K27, Đại học Sư phạm Hà Nội, 2019, đạt loại giỏi. Người hướng dẫn khoa học: Phó Giáo sư, Tiến sĩ Trần Mạnh Tiến.*

Chương 1:
KHÁI QUÁT VỀ TIỂU THUYẾT LỊCH SỬ VÀ TIỂU THUYẾT LỊCH SỬ CỦA VŨ XUÂN TỬU

Những vấn đề chung về tiểu thuyết lịch sử

Khái niệm về tiểu thuyết lịch sử

Có thể nói, sự ra đời của một số tác phẩm như: "*Thiên nam vân lục liệt truyện*" của Nguyễn Hàng nửa đầu thế kỉ XVI; "*Thiên nam liệt truyện*" (Nguyễn Cảnh thi Hoan Châu kí) của dòng họ Nguyễn ở Hoan Châu giữa thế kỉ XVIII và đặc biệt là tác phẩm "*Hoàng Lê Nhất thống chí*" – một đỉnh cao của tiểu thuyết chương hồi Việt Nam thời Trung đại của các tác giả Ngô Gia Văn Phái thế kỉ XVIII, tất cả đã đánh dấu sự ra đời của thể loại tiểu thuyết lịch sử ở nước ta. Tuy nhiên, trong giai đoạn mới xuất hiện này, tiểu thuyết lịch sử vẫn chưa có những định nghĩa đầy đủ, các tác phẩm vẫn nghiêng về tính chất tả thực, nặng về mô tả, ít luận giải, mặc dù yếu tố hư cấu đã được một số các tác giả quan tâm và đưa vào diễn ngôn tự sự lịch sử song vẫn còn khá mờ nhạt, chính vì thế mà không ít tác phẩm vẫn chưa thoát khỏi lối viết lịch sử và chịu ảnh hưởng của mô hình của tiểu thuyết chương hồi.

Bước sang thời kì hiện đại, nhà tiểu thuyết tiếp tục lấy lịch sử làm đề tài để phản ánh, tiếp tục lấy các sử liệu để tái hiện lại bức tranh quá khứ thông qua lăng kính của người nghệ sĩ. Lúc này, các tác phẩm đều thiên về yếu tố hư cấu và tưởng tượng. Chính vì thế mà các sử liệu lịch sử không còn là yếu tố thiết yếu của các tác phẩm nữa mà lịch sử lúc này chỉ là phương tiện để nhà văn sáng tạo. Qua những tác phẩm ấy, nhà văn thể hiện quan điểm của mình về con người, về cuộc sống và thời đại, thậm chí dùng lịch sử để nói về cuộc sống thực tại. Bởi vậy, khi đọc tiểu thuyết lịch sử, yếu tố lịch sử không còn nguyên vẹn nữa. Lúc này, khái niệm tiểu thuyết lịch sử lại cần được bổ sung.

Quan niệm cho rằng: Tiểu thuyết lịch sử vẫn nên coi trọng yếu tố về sự thật lịch sử hơn là yếu tố hư cấu tưởng tượng. Nhưng, cũng có những quan niệm lại cho rằng: Trong tiểu thuyết lịch sử, người ta coi lịch sử là phương tiện để đạt đến các mục đích khác nhau mà nhà văn hướng tới, miễn sao có thể làm sống lại cả một thời đại lịch sử.

Nhà văn A. Tônxtôi cho rằng: *"Tiểu thuyết về đề tài lịch sử nhất nhất không được biến thành một thứ ghi chép thời sự lịch sử. Đấy là một cuốn tiểu thuyết, một cuốn sách viết về cuộc sống, về các tính cách, về những con người… về những sự kiện … rằng ở đây nhà văn phải đóng góp và lịch sử ý đồ của mình"*. Có thể thấy, A. Tônxtôi đã khẳng định: tiểu thuyết lịch sử trước hết là tiểu thuyết, nó không phải là một cuốn sách ghi chép lại những biến cố của một thời đại lịch sử cụ thể, mà ở đó, lịch sử sống lại dưới cái nhìn của người nghệ sĩ, hay nói một cách khác là nhà văn phải góp đó những ý đồ của cá nhân mình.

Hay trong cuốn "Từ điển thuật ngữ văn học" của Lại Nguyên Ân và Nguyễn Huệ Chi, tiểu thuyết lịch sử được định nghĩa như sau: *"Tiểu thuyết lịch sử là tác phẩm tự sự hư cấu, lấy đề tài lịch sử làm nội dung chính, lịch sử trong ý nghĩa khái quát là quá trình phá triển tự nhiên của xã hội. Các khoa học xã hội đều nghiên cứu quá khứ loài người trong tính cụ thể và đa dạng của nó. Tuy vậy, những tiêu điểm chú ý của các sử gia cũng như các nhà văn khi quan tâm đến đề tài lịch sử thường là sự hình thành, hưng thịnh, diệt vong của các quốc gia, trong mối quan hệ của quốc gia như chiến tranh, cách mạng, cuộc sống… và sự nghiệp của các nhân vật có ảnh hưởng đến tiến trình lịch sử"*.

Trong cuốn "Từ điển thuật ngữ văn học" của Trần Đình Sử, Lê Bá Hán, Nguyễn Khắc Phi: *"Tiểu thuyết lịch sử là tác phẩm viết về đề tài lịch sử, chứa đựng các nhân vật và chi tiết hư cấu. Tuy nhiên, nhân vật chính và sự kiện thì được lấy từ các sử liệu xác thực trong lịch sử, tôn trọng lời ăn tiếng nói, trang phục, phong tục, tập quán phù hợp với gia đoạn lịch sử ấy. Tác phẩm lịch sử thường mượn chuyện xưa để nói chuyện đời nay, hấp thu những bài học trong quá khứ, bày tỏ sự đồng cảm đối với con người và thời đại trong quá khứ. Song không vì thế mà hiện đại hóa người xưa, phá vỡ tính chân thực lịch sử của thời đại này"*.

Như vậy, có thể thấy tiểu thuyết lịch sử là tác phẩm mang đặc trưng của tiểu thuyết, mà yếu tố hư cấu, tưởng tượng là bản chất của tiểu thuyết thể hiện sự sáng tạo. Tuy nhiên, yếu tố hư cấu và tưởng tưởng trong một tác phẩm tiểu thuyết lịch sử lại phải dựa trên cơ sở của sự thật lịch sử, không được phép xuyên tạc lịch sử, tức sự hư cấu có mức độ. Chính vì thế, một người biết đọc tiểu thuyết lịch sử nhất định phải là một người biết tìm cái mà nhà văn muốn trao gửi trong tác phẩm. Bởi, tiểu thuyết lịch sử lấy hiện thực lịch sử trong quá khứ để làm đề tài và cảm hứng sáng tạo nghệ thuật, nhà văn coi lịch sử như một phương tiện để gửi gắm những thông điệp của cá nhân mình về cuộc sống, về thời đại. Và hơn thế, người nghệ sĩ dùng sự thật lịch sử làm tấm gương lớn để soi sáng thực tại và tương lai. Chính vì lẽ đó mà khi viết tiểu thuyết lịch sử, nhà văn không bao giờ cho phép mình sao chép lại lịch sử, không được sao chép một cách giản đơn những hiện thực đã diễn ra trong quá khứ mà đòi hỏi nhà văn phải có sự sáng tạo, một sự biến hóa mơi mẻ mang tiếng nói của chính mình. Giống như A. Tônxtôi đã từng đưa ra quan điểm: *"Tiểu thuyết lịch sử nhất nhất không được biến thành một thứ ghi chép thời sự lịch sử"*.

Tuy nhiên, không phải bất cứ tác phẩm nào, tiểu thuyết nào viết về một thời đại trong quá khứ đều được gọi là tiểu thuyết lịch sử. Nếu một tác phẩm không thực hiện được một cách chi tiết và cụ thể hình ảnh của một thời đại thì nó chỉ có thể là một bài luận về xã hội mà thôi, chứ chưa phải là một tiểu thuyết lịch sử. Nếu một tác phẩm thể hiện được phong phú các chi tiết lịch sử, hình ảnh cụ thể của một thời đại nhưng lại không biểu hiện sự biến thiên của lịch sử thì nó chỉ được xem là một bảo tàng cổ vật về lịch sử bằng ngôn ngữ. Và, một tác phẩm chỉ được gọi là tiểu thuyết lịch sử khi nó thực hiện được một cách chi tiết và đầy đủ những hình ảnh cụ thể của một thời đại nào đó nhằm làm sống lại không khí hào hùng của lịch sử trên trang sách của mình, đồng thời tác phẩm ấy phải thể hiện được sự biến thiên của lịch sử, của các triều đại, thời đại, ngoài ra, tác giả phải giúp người đọc cảm nhận được trọn vẹn cái hồn của thời đại lịch sử mà mình lựa chọn, cái tư tưởng nghệ thuật hay cái nhìn về thời đại mà nhà văn gửi gắm qua tác phẩm của mình.

Tóm lại, xét về thể loại tiểu thuyết lịch sử được cấu thành từ hai yếu tố tiểu thuyết và lịch sử.

Về yếu tố tiểu thuyết, tức là nghệ thuật sáng tạo mang tính hư cấu và tưởng. Tiểu thuyết lịch sử phải tuân thủ đầy đủ các quy tắc của thể loại tiểu thuyết.

Về yếu tố lịch sử, thì đây chính là đề tài của tiểu thuyết lịch sử. Những tư liệu, những sự kiện lịch sử trong tiểu thuyết lịch sử không nhất thiết phải chính xác như nó vốn có, người nghệ sĩ có thể hư cấu, tưởng tượng, có thể thêm, bớt một số chi tiết hay một số nhân vật để phục vụ ý đồ của mình. Tuy nhiên, trong quá trình sáng tạo, nhà viết tiểu thuyết lịch sử phải tôn trọng các sự kiện lịch sử diễn ra trong quá khứ. Chính vì vậy, tiểu thuyết lịch sử như một sự thử thách cả về tài năng và tri thức đối với một nhà văn.

Sự hình thành và phát triển của tiểu thuyết lịch sử Việt Nam

Có thể nói, tiểu thuyết lịch sử đã xuất hiện trong nền văn học Trung đại Việt Nam, nó sống cùng với biến cố và thăng trầm của lịch sử, để rồi nó mang sứ mệnh cao cả và ý nghĩa lớn lao không chỉ đối với nền văn học của nước nhà mà còn có ý nghĩa đối với tinh thần dân tộc.

Ở mỗi thời kì khác nhau, với nhu cầu thực tiễn khác nhau, tiểu thuyết lịch sử có lúc trở thành một thể loại chủ lưu, nhưng cũng có lúc nó vắng mặt trong đời sống văn học của nước nhà. Mặc dù vậy, đây vẫn là một thể loại quan trọng và chưa bao giờ vơi cạn nguồn cảm hứng. Tiểu thuyết lịch sử đã chiếm một vị trí vô cùng quan trọng trong lịch sử văn học của dân tộc. Nhìn lại tiến trình phát triển của lịch sử Văn học Việt Nam, chúng ta có thể dễ dàng nhận thấy thể loại tiểu thuyết lịch sử được phát triển qua bốn giai đoạn chính.

Tiểu thuyết lịch sử thời Trung đại

Quá trình phát triển của văn học luôn tồn tại song song với quá trình phát triển của lịch sử loài người. Khi con người phát triển thành một xã hội văn minh, đấu tranh giành độc lập thì văn học viết xuất hiện với vai trò khích lệ tinh thần và cổ vũ lòng tự hào, tự tôn của dân tộc yếu tố lịch sử được quan tâm. Văn xuôi tự sự thời trung đại chưa tách ra khỏi quan niệm "văn sử triết bất phân". Chính vì vậy mà tiểu thuyết lịch sử thời kì này cũng ít nhiều bị ảnh hưởng sâu sắc từ những đặc điểm ấy. Minh chứng cho văn học thời kì này này là "*Việt điện u linh tập*" (nửa đầu thế kỉ XIV) của Lý Tế Xuyên và "*Lĩnh Nam chích quái*" (cuối thế kỉ XIV) của Trần Thế Pháp, đây là hai trong số tác phẩm tự sự khơi dòng tự sự lịch sử các giai đoạn sau.

Dấu ấn quá trình hình thành thể loại tự sự lịch sử Trung đại, đó là sự xuất hiện "*Thiên Nam vân lục liệt truyện*" của Nguyễn Hàng khoảng nửa đầu thế kỉ XVI và "*Thiên Nam liệt truyện*" *(Nguyễn Cảnh thị Hoan Châu ký)* của dòng họ Nguyễn ở Hoan Châu khoảng giữa thế kỉ XVIII và *Hoàng Lê nhất thống chí* của Ngô gia văn phái khoảng cuối thế kỉ XVIII.

"Thiên nam vân lục liệt truyện" tức là những truyện chép trong khoảng trời nước nam, viết lại những tích lấy từ "*Lĩnh Nam chích quái lục*". Với phương pháp "Tân biên", Nguyễn Hàng đã dựa vào những văn bản của các bậc tiền bối, bỏ đi

một số truyện, thay vào đó một số truyện được lấy từ các sách khác, tổ chức xây dựng lại cốt truyện và nhân vật, khiến cốt truyện sinh động, phức tạp hơn và nhân vật đậm chất nghệ thuật, giàu sức khái quát hơn. Nguyễn Hàng đã cố làm mới mẻ về nội dung bằng sự sáng tạo của mình. "*Truyện trầu cau*" là một minh chứng trong những ví dụ tiêu biểu về phương pháp "tân biên" của Nguyên Hàng. Riêng bài thơ "*Nam Quốc sơn hà*" của Lý Thường Kiệt do Nguyễn Hàng chép lại có thể là một dị bản so với chính sử. Như vậy, Nguyễn Hàng không chỉ làm một việc đơn thuần là cải biên những câu truyện dân gian vốn đã được lưu truyền mà ông còn bổ sung vào đó không ít những bài thơ hoàn chỉnh do chính ông sáng tác, trong đó Nguyễn Hàng đã nêu rõ chính kiến của mình. Bên cạnh "*Truyện trầu cau*" thì với hàng loạt những truyện về lịch sử được các nhà nghiên cứu đánh giá là "cuộc "cách mạng" trong quan niệm của các tác gia tự sự lịch sử thế kỉ XV - XVII", "nấc thang đưa tự sự lịch sử tiến dần đến loại hình văn học đích thực" [46], và Nguyễn Hàng được ghi nhận là người "đã có công đẩy tự sự lịch sử lên một bước".

Tác giả "*Thiên nam liệt truyện*" tỏ ra khá vững tay trong việc xây dựng nhân vật, miêu tả tình tiết, kết cấu câu chuyện. Một số đoạn tả chiến trận cũng khá hấp dẫn; tính cách của một số nhân vật được khắc họa khá sinh động, chân thực. Chính vì thế, "*Thiên Nam liệt truyện*" đã đánh dấu một bước tiến trong loại hình tiểu thuyết chương hồi Việt Nam. Nấc thang từ "*Thiên Nam vân lục liệt truyện*" và bước tiến nghệ thuật của *Thiên Nam liệt truyện* đã được hoàn thiện trong *Hoàng Lê nhất thống chí* (cuối thế kỉ XVIII).

Hoàng Lê nhất thống chí ra đời vào cuối thế kỉ XVIII đầu XIX. Đây là một tác phẩm giữ vị trí quan trọng trong dòng tiểu thuyết lịch sử chương hồi Việt Nam. Tác phẩm vừa hội tụ tinh hoa của văn xuôi Việt Nam, vừa bộc lộ những mâu thuẫn về quan điểm văn chương của tác giả nói riêng, của tiểu thuyết gia Việt Nam trung đại nói chung. Có thể nói, *Hoàng Lê nhất thống chí* là tác phẩm đầu tiên và duy nhất phá bỏ lối kể chuyện theo trình tự thời gian. Đây cũng là tác phẩm phản ánh một cách tuyệt vời phong trào Tây Sơn đầy chân thực và sinh động. Và *Hoàng Lê nhất thống chí* cũng là một tác phẩm văn xuôi đầu tiên phản ánh hiện thực trên bề mặt không gian rộng lớn trải dài khắp đất nước từ Bình Định, Phú Xuân đến Thăng Long, Kinh Bắc, Cao Bằng... và vượt ngàn dặm về phía Bắc, lên tận Nhiệt Hà, Bắc Kinh... của Trung Hoa. Đọc *Hoàng Lê nhất thống chí,* người đọc sẽ thấy nhân vật được hiện lên một cách chân thực sinh động bằng những hơi thở, những hành động, lời nói, cử chỉ...dưới ngòi bút tài hoa của họ Ngô. Và sau mỗi sự kiện lịch sử, Ngô gia đã triệt bỏ cái kết bằng thơ hay lời bình, mà thay bằng một kiểu nhân vật mới: nhân vật dân gian và trời. Từ đó, có thể thấy *Hoàng Lê nhất thống chí* không chỉ có giá trị về lịch sử, cuốn tiểu thuyết còn có ý nghĩa quan trọng bởi sự tròn trịa về hình thức thể loại cũng như sự phong phú về giá trị thẩm mĩ. Tất cả đã làm nên nét độc đáo cho tác phẩm, đánh dấu một đỉnh cao tự sự lịch sử Trung đại Việt Nam.

Bên cạnh những dấu mốc quan trọng đó, dòng tự sự lịch sử Trung đại còn ghi nhận các tác phẩm tiêu biểu khác như *Nam triều công nghiệp diễn chí* (1719) của Nguyễn Khoa Chiêm, *Hoàng Việt long hưng chí* (1904) của Ngô Giáp Đậu,

Việt Lam tiểu sử (1908) của Lê Hoan. Nhìn chung, tiểu thuyết lịch sử giai đoạn này nghiêng về tính chất tả thực, nặng về mô tả, ít phân tích, luận giải. Mặc dù yếu tố hư cấu đã được một số tác giả quan tâm đưa vào tự sự lịch sử, song còn khá mờ nhạt, không ít tác phẩm chưa thoát khỏi lối viết lịch sử. Các tác phẩm chịu ảnh hưởng khá đậm nét từ mô hình kết cấu tự sự của thể loại chương hồi. Mở đầu mỗi hồi đều có hai câu văn theo thể biền ngẫu tóm lược tinh thần nội dung của hồi đó và để kết thúc hồi, mở ra hồi mới là câu kết - mở quen thuộc. Ngoài ra, các tác giả còn sử dụng những mẫu lời dẫn để chuyển ý, chuyển việc, chuyển đoạn, chuyển câu chuyện.

Có thể nói, từ khi văn học viết phát triển, ở Việt Nam đã có một truyền thống truyện lịch sử, truyện danh nhân, những thần tích, thần phả. Chính các tiền đề quý báu này đã góp phần nuôi dưỡng, kích thích sự nở rộ, phát triển mạnh mẽ của tự sự lịch sử những năm đầu thế kỉ XX. Kể từ đây, tiểu thuyết lịch sử bắt đầu có vị trí trong nền văn học dân tộc với tư cách là một trong những thể loại quan trọng của một nền văn học.

1.1.2.2. Tiểu thuyết lịch sử từ đầu tế kỉ XX đến 1945

Bước sang đầu thế kỉ XX, sau nhiều năm dốc sức vào việc đánh dẹp các phong trào yêu nước, thực dân Pháp cơ bản đã làm xong công việc bình định. Chúng tập trung khai thác thuộc địa, xây dựng các chế độ thuộc địa. Chúng tuyên truyền cho nền văn minh của nước Pháp bằng cách tạo ra cái mặt nạ dân chủ. Nhưng thực chất, khi đặt chân đến mảnh đất Đông Dương giàu có, cái mà chúng để tâm nhất vẫn chính là việc khai thác thuộc địa, bóc lột sức lao động, vơ vét về kinh tế. Xã hội Việt Nam đã "chuyển mình một cách đau đớn và nhục nhã" sang hướng tư sản què quặt, để lại những hậu quả tai hại. Trước những sự thay đổi về thể chế chính trị, về kinh tế xã hội, người ta phải sống với nó, bắt buộc phải thích ứng với nó và tất cả đã đi vào văn học, kéo theo cả sự thay đổi trong văn học. Văn học trở thành tấm gương phản chiếu một xã hội mục nát - xã hội thực dân nửa phong kiến.

Sống trong một xã hội đầy những biến động, các nhà văn cũng muốn góp một phần sức lực của chính mình vào cuộc đấu tranh chung của dân tộc. Và vũ khí của họ chính là những ngòi bút sắc bén. Với mục đích nhằm khích lệ lòng tự hào, tự tôn của dân tộc, nhắc nhở ý thức, trách nhiệm của mỗi cá nhân trước sự tồn vong của đất nước, đồng thời khích lệ tinh thần đấu tranh một cách mạnh mẽ, các nhà văn lấy chuyện xưa để kể chuyện ngày nay, mượn những câu chuyện lịch sử hào hùng đã xảy ra trong quá khứ, sau đó sáng tạo, tưởng tượng và thêm thắt, rồi gửi gắm vào đó những suy tư, tình cảm, tư tưởng và những vấn đề của xã hội đương thời để tránh khỏi những kiểm duyệt gắt gao, khắc nghiệt của thực dân Pháp. Có lẽ chính vì thế mà tiểu thuyết lịch sử Việt Nam trong những năm đầu thế kỉ XX phát triển vô cùng mạnh mẽ. Trong giai đoạn này, tiểu thuyết lịch sử đã có bước tiến vượt bậc trên nhiều phương diện: đội ngũ sáng tác, số lượng tác phẩm, quan niệm thẩm mĩ, giá trị tư tưởng, hình thức nghệ thuật... Sự nở rộ của tiểu thuyết lịch sử giai đoạn này được ghi nhận là một tất yếu khách quan, một nhu cầu đổi mới tự thân của nền văn học nước nhà. Việc giao lưu, tiếp xúc với văn hóa, văn học nước ngoài (Trung Quốc, Pháp) tạo cơ hội đẩy nhanh tiến trình hiện đại hóa văn học nói chung và tiểu thuyết lịch sử nói riêng. Chúng ta dễ dàng nhận ra sự ảnh hưởng rõ nét của văn học nước ngoài trong cảm thức tự sự lịch sử. Tất cả đã làm nên một "mùa vàng" của tiểu thuyết lịch sử trong đời sống văn học dân tộc. Có thể kể đến một số các tiểu thuyết lịch sử như: "*Trùng quang tâm sử*" của Phan Bội Châu; "*Tiếng sấm đêm đông*", "*Vua bố cái*", "*Hai Bà đánh giặc*" của Nguyễn Tử Siêu; "*Giọt máu chung tình*", "*Gia Long tẩu quốc*" của Tân Dân Tử; "*Vua Hàm Nghi*", "*Vua Quang Trung*" của Phan Trần Chúc; "*Ai lên phố cát*", "*Chiếc ngai vàng*", "*Cái hột mận*", "*Gái thời loạn*", "*Thành bại với anh hùng vua Lê chúa Trịnh*" của Lan Khai; "*Hòm đựng người*", "*Bà chúa chè*" của Nguyễn Triệu Luật; "*Hùng Vương diễn nghĩa*" của Lê Văn Triện; "*Đêm hội Long Trì*" của Nguyễn Huy Tưởng... Tuy nhiên, quá trình phát triển của tiểu thuyết lịch sử từ đầu thế kỉ XX đến năm 1945 ta có thể chia làm hai giai đoạn. Giai đoạn thứ nhất, từ đầu thế kỉ XX đến 1930, giai đoạn thứ hai, từ 1930 đến 1945.

Trước hết là giai đoạn từ đầu thế kỉ XX đến 1930, mở đầu giai đoạn này là tác phẩm "*Trùng Quang tâm sử*" của Phan Bội Châu. Đây là cuốn tiểu thuyết được Phan Bội Châu sáng tác trong thời kì lưu vong. "*Trùng Quang tâm sử*" được viết bằng chữ Hán, công bố trên "Binh sự tạp chí Hàng Châu" từ tháng 9 năm 1921 không liên tục cho đến tháng 4 năm 1925. Đề tài của cuốn tiểu thuyết là cuộc khởi nghĩa chống quân Minh của Trần Qúy Khoáng. Nhưng tác giả có dụng ý trình bày một quan niệm chính trị, nhằm thức tỉnh quốc dân chống Pháp. Để viết về đề tài lịch sử, tác giả đã có sẵn mẫu trong văn học truyền thống: tiểu thuyết chương hồi. Phan Bội Châu đã tiến hành tạo dựng cốt truyện, xây dựng nhân vật của tiểu thuyết truyền thống. Nó đã phần nào cho thấy điểm gạch nối giữa tiểu thuyết lịch sử Trung đại và tiểu thuyết lịch sử hiện đại. Vì lẽ đó, tác phẩm của Phan Bội Châu vừa kế thừa những đặc trưng của tiểu thuyết giai đoạn trước, vừa có sự đổi thay cho phù hợp với quan niệm sáng tác, tư tưởng thời đại và thị hiếu công chúng đương thời, những chưa có cách tân lớn. Viết "*Trùng Quang tâm sử*", Phan Bội Châu đã ca ngợi công lao của các vị anh hùng trong cuộc khởi nghĩa chống giặc Minh tại Trùng Quang, Nghệ An. "*Trùng Quang tâm sử*" lấy đề tài lịch sử nhưng lại là một cuốn tiểu thuyết luận đề chính trị.

Về mặt tiểu thuyết lịch sử ở Việt Nam, "tâm sử" của Phan Bội Châu là một sự thay đổi đối với tiểu thuyết chương hồi. Tiểu thuyết bằng chữ Hán chưa có được thành tựu đặc sắc và chưa có tác động đến sự phát triển tiểu thuyết ở nước ta, nhưng để hiểu Phan Bội Châu về mặt tư tưởng thì "*Trùng Quang tâm sử*" lại có ý nghĩa lớn.

Sau *Trùng Quang tâm sử* là hàng loạt các tiểu thuyết lịch sử viết bằng chữ Quốc ngữ ra mắt và gây được tiếng vang lớn của các nhà văn như Nguyễn Tử Siêu, Tân Dân Tử, Nguyễn Chánh Sắt, Phạm Minh Kiên... Nhìn chung, tiểu thuyết trong ba mươi năm đầu thế kỉ XX, về số lượng tác giả và tác phẩm chưa nhiều, thường có quy mô nhỏ. Ví dụ như: *Tiếng sấm đêm đông* có 107 trang với 53 nhân vật, *Lê Đại Hành* có 56 trang, 32 nhân vật, *Đinh Tiên Hoàng* của Nguyễn Tử Siêu có 83 trang với 63 nhân vật, *Vua Bố Cái* có 63 trang, 39 nhân vật, *Trùng Quang tâm sử* 140 trang với 50 nhân vật, *Giọt máu chung tình* 250 trang với 27 nhân vật, *Gia Long tẩu quốc* 378 trang, 57 nhân vật. Hầu hết các tác phẩn tiểu thuyết lịch sử trong giai đoạn này đều ảnh hưởng bới lối thi pháp cổ điển, chương hồi. Nghệ thuật miêu tả nhân vật thiên về hành động, đời sống nội tâm cũng được chú ý nhưng không nhiều, chưa đi sâu vào tâm lý nhân vật để khám phá. Ngôn ngữ chịu ảnh hưởng đậm nét của lối văn biền ngẫu. Bên cạnh đó đã bắt đầu xuất hiện những tiểu thuyết mang dáng dấp của tiểu thuyết hiện đại phương Tây (tác phẩm của Tân Dân Tử). Về nội dung, tiểu thuyết lịch sử Việt Nam trong giai đoạn này có nội dung khá phong phú. Chủ đề thường tập trung phản ánh những sự kiện quan trọng trong lịch sử giữ nước và cứu nước; phản ánh những vấn đề nội trị, ví dụ như tiểu thuyết *Gia Long tẩu quốc* phản ánh cuộc chiến tranh ác liệt giữa tập đoàn Nguyễn Ánh và tập đoàn Tây Sơn vào cuối thế kỉ XVIII. Trong tiểu thuyết *Đinh Tiên Hoàng* của Nguyễn Tử Siêu lại phản ánh thực trạng xã hội Việt Nam ở giai đoạn lịch sử đầy biến động phức tạp. Nhìn chung tiểu thuyết lịch sử khoảng 30 năm đầu thế kỉ XX tập trung phục dựng những sự kiện, biến cố trọng đại trong lịch sử chống giặc ngoại xâm của dân tộc Việt Nam. Cùng với đó nhiều tác giả đã ngợi ca công lao to lớn của các vị anh hùng dân tộc, những bậc trai tài gái sắc đã cống hiến cho sự nghiệp đánh giặc cứu nước. Không ít vấn đề nội trị, những mối mâu thuẫn, giao tranh giữa các tập đoàn phong kiến trong nước được một số tác giả tái hiện.

Sang đến gia đoạn thứ hai, từ năm 1930 đến năm 1945. Tiểu thuyết lịch sử Việt Nam có sự phát triển mạnh mẽ, số lượng tác giả tham gia viết tiểu thuyết nhiều hơn, có lẽ chính vì thế mà số lượng các tác phẩm tiểu thuyết cũng đã tăng lên một cách đáng kể so với giai đoạn trước năm 1930, đặc biệt trong giai đoạn này, tiểu thuyết có nhiều sự đổi mới về cảm thức, tư duy và phương thức tự sự lịch sử. Có thể kể đến những tác phẩm tiêu biểu xoay quanh hai mảng đề tài chống xâm lược và nội trị như: *Trần Nguyên chiến kỷ* (1935), *Việt Thanh chiến sử* (1935), *Hai Bà đánh giặc* (1936), *Vua bà Triệu Ẩu* (1936) của Nguyễn Tử Siêu; *Đêm hội Long Trì* (1942), *An Tư* (1944) của Nguyễn Huy Tưởng; *Tiêu Sơn tráng sĩ* (1937) của Khái Hưng; *Chiếc ngai vàng* (1937), *Ai lên Phố Cát* (1937), *Cái hột mận* (1938), *Gái thời loạn* (1938), *Treo bức chiến bào* (1949) của Lan Khai; *Hòm đựng người* (1936), *Bà Chúa Chè* (1938), *Loạn kiêu binh* (1939), *Ngược đường Trường Thi* (1939) *Chúa Trịnh Khải* (1940), *Rắn báo oán* (1941) của Nguyễn Triệu Luật... Đề tài thời này vẫn gắn liền với nội dung ca ngợi những cuộc kháng chiến thần thánh của nhân dân ta chống kẻ thù xâm lược, ca ngợi những vị anh hùng có công trong cuộc kháng chiến vĩ đại như Hai Bà Trưng, Bà Triệu, Lê Lợi, Trần Hưng Đạo, Mai Hắc Đế, Lý Nam Đế, Hoàng Hoa Thám...

Tác phẩm *Trần Nguyên chiến kỷ* của Nguyễn Tử Siêu ca ngợi Trần Hưng Đạo – vị anh hùng của dân tộc đã ba lần đánh tan quân Nguyên. Đọc *Trần Nguyên chiến kỷ,* ngòi bút của Nguyễn Tử Siêu đã đưa người đọc trở về với hiện thực vô cùng oanh liệt của dân tộc ta trong những năm cuối thế kỉ XIII. Quân và dân ta dưới sự lãnh đạo tài ba của Tướng Trần Hưng Đạo đã ba lần đánh tan quân Nguyên Mông, làm nên một kì tích vô cùng vẻ vảng trong lịch sử dựng nước và giữ nước của dân tộc. Hay trong cuốn *Việt Thanh chiến sử,* tác giả đã ca ngợi vị anh hùng dân tộc Quang Trung – Nguyễn Huệ đã đánh tan quân xâm lược nhà Thanh. Cuốn *Vua bà Triệu Ẩu* lại ca ngợi chiến công của nữ tướng Triệu Thị Trinh... Có thể thấy, ở thời kì này, cây bút hàng đầu của tiểu thuyết lịch sử Việt Nam là Nguyễn Tử Siêu, ông đã tiếp nối và tiếp tục hoàn thiện chủ đề chống quân xâm lược mà Phan Bội Châu đã khởi đầu.

Ở mảng đề tài nội trị, các tác giả cố gắng đi sâu khai thác những sự kiện, những tình huống lịch sử tương đồng với thời đại với các nhà văn đang sống với một tư tưởng nghệ thuật tích cực: vạch trần, phê phán bản chất xấu xa, dâm loạn và sự tàn ác đến cực điểm của bọn vua quan phong kiến, điển hình là một số các tác phẩm như: *Cái hột mận, Ai lên Phố Cát* của Lan Khai, *Đêm hội Long Trì* của Nguyễn Huy Tưởng, *Bà Chúa Chè*, *Chúa Trịnh Khải* của Nguyễn Triệu Luật…

Về phương diện thi pháp, tiểu thuyết lịch thời kì này cũng rất phức tạp và đa dạng. Quy mô tác phẩm đã lớn hơn so với giai đoạn trước, các tác phẩm thường có dung lượng từ 150 trang trở lên, kéo theo số lượng nhân vật ở trong mỗi tác phẩm cũng được tăng hơn so với giai đoạn trước, ví dụ như *Trần Nguyên chiến kỷ* dày 244 trang, chia làm 15 hồi, có 43 nhân vật, *Vua Bà Triệu Ẩu* có 156 trang với 100 nhân vật, *Hai Bà đánh giặc* có 383 trang với tổng số 114 nhân vật…

Bên cạnh lối viết truyền thống của tiểu thuyết chương hồi, thời kì này bắt đầu xuất hiện những ý hướng cách tân thể loại theo tiểu thuyết hiện đại phương Tây. Khuynh hướng lãng mạn là một trong những biểu hiện rõ nhất, nhiều tác phẩm trong giai đoạn này đã bắt đầu khai thác về chủ đề tình yêu đôi lứa, tạo dựng diễn ngôn đời tư, thế sự khá đặc sắc. Nhờ vậy, tâm lí nhân vật cùng những chuyển biến phức tạp trong đời sống nội tâm được quan tâm thể hiện. Ví dụ như câu chuyện tình yêu đau xót và trong trắng của Quỳnh Hoa và Bảo Kim trong *Đêm hội Long Trì,* rồi là câu chuyện của An Tư và Trần Thông trong tác phẩm *An Tư* của Nguyễn Huy Tưởng… đều có các dấu hiệu cách tân. Tiểu thuyết lịch sử của Lan Khai còn kết hợp giữa yếu tố lãng mạn với hiện thực và yếu tố dân gian để làm phong phú thêm thế giới nghệ thuật của mình.

Nhìn chung, yếu tố hư cấu và chất tiểu thuyết trong tự sự lịch sử được gia tăng một cách rõ rệt. Bên cạnh việc trung thành với sự thực lịch sử thì các sáng tác thời kì này đã thêm vào đó những yếu tố hư cấu, tưởng tượng, các tác giả lấy sự thực lịch sử làm gốc, hoặc chỉ nêu một vài chi tiết trong lịch sử, từ đó, trong quá trình sáng tác họ đã sáng tạo, tưởng tượng nên một thế giới nghệ thuật đầy sinh động, phơi bày trước mắt người đọc một cách chân thực nhất có thể. Điển hình là tác phẩm *Đêm hội Long Trì* của Nguyễn Huy Tưởng, tác giả đã chọn ra một chi tiết điển hình trong một đêm hội để xây dựng thành kết cấu câu chuyện… Đặc biệt, không ít nhà văn đã thể nghiệm lối kể chuyện hiện đại với sự đổi mới trong tổ chức điểm nhìn trần thuật, sự linh hoạt trong xây dựng kết cấu, sự đa dạng trong kiến tạo ngôn ngữ và giọng điệu (tiểu thuyết của Lan Khai, Nguyễn Triệu Luật...)

Mặc dù vẫn còn những hạn chế trong việc phân tích, luận giải lịch sử cũng như nghệ thuật xây dựng tiểu thuyết; song có thể nói rằng: tiểu thuyết lịch sử giai đoạn 1930 - 1945 đã có bước tiến vượt bậc về ý nghĩa tư tưởng, giá trị thẩm mỹ và hình thức nghệ thuật. Và đây cũng chính là tiền đề để tiểu thuyết lịch sử vượt thoát khỏi mô hình truyền thống, tiến đến hiện đại hóa sâu rộng trên nhiều bình diện.

1.1.2.3. Tiểu thuyết lịch sử từ 1945 đến 1986

Từ năm 1945 đến 1986, trên đất nước ta đã diễn ra nhiều biến cố lịch sử trọng đại, tác động sâu sắc đến mọi mặt của đời sống xã hội và con người.

Cuộc Tổng khởi nghĩa tháng Tám năm 1945 đã giật tung xiềng xích của thực dân Pháp và phát xít Nhật, đồng thời lật nhào ngai vàng của chế độ phong kiến hàng nghìn năm, giành chính quyền về tay nhân dân, thành lập nhà nước Việt Nam Dân chủ Cộng hòa, mở ra một trang mới của lịch sử dân tộc. Nền văn học của nước nhà cũng được bước sang một trang mới, gắn liền với vận mệnh quốc gia qua hai cuộc chiến chống thực dân Pháp và Đế quốc Mĩ. Văn học thời kì này mang chủ nghĩa anh hùng cách mạng với nhiều thể loại khác nhau như: thơ trữ tình, truyện ngắn, tùy bút, kí… và tiểu thuyết lịch sử. Ở giai đoạn này, tiểu thuyết lịch sử cũng có những hướng phát triển nhất định bên cạnh các thể loại khác và đã đạt được những thành tựu nhất định. Tiểu thuyết lịch sử cổ vũ tinh thần đấu tranh lấy những "chuyện cũ" để khơi dậy lòng tự hào dân tộc, thôi thúc tình yêu đất nước và tinh thần đấu tranh. Trong gia đoạn này, có các tác giả và tác phẩm tiêu biểu sau: Toan Ánh với tác phẩm *Thanh gươm Bắc Việt* (1950); Nguyễn Huy Tưởng với tác phẩm *Sống mãi với thủ đô* (1960), *Lá cờ thêu sáu chữ vàng* (1960); Hà Ân với tác phẩm *Bên bờ Thiên Mạc* (1967), *Tổ quốc kêu gọi* (1972), *Trên sông truyền hịch* (1980), *Người Thăng Long* (1981); Chu Thiên với tác phẩm *Hùng khí Thăng Long* (1964), *Bóng nước Hồ Gươm* (1970); Thái Vũ với tác phẩm *Cờ nghĩa Ba Đình* (1981), *Biến động* (1984) rồi Nguyên Hồng với tác phẩm *Núi rừng Yên Thế* (1981), hay Sơn Tùng với *Búp sen xanh* (1981) và Nguyễn Đức Hiền với *Sao Khuê lấp lánh* (1984)...

Có thể nói rằng, hầu hết các tiểu thuyết lịch sử thời kì này đều phản ánh về thực trạng đất nước bằng cách tái hiện lại những sự kiện trọng đại và vẻ vang trong lịch sử của dân tộc. Tuy nhiên, bên cạnh việc thể hiện cảm hứng ngợi ca truyền thống hào hùng, tiểu thuyết lịch sử giai đoạn này đã đem hình ảnh người dân vào tác phẩm và nó trở thành những biểu tượng cho vẻ đẹp, sức mạnh của thời đại.

Một điểm đáng chú ý về tiểu thuyết lịch sử thời kì này là mang âm hưởng sử thi dào dạt, bởi nó ra đời và phát triển trong không khí lịch sử hào hùng. Tiểu thuyết sử thi thiên về ngợi ca vẻ đẹp tráng lệ, hào hùng. Ấy là chân dung oanh liệt của người anh hùng nhỏ tuổi Trần Quốc Toản cùng lá cờ đỏ thêu sáu chữ vàng "Phá cường địch báo hoàng ân" trong tác phẩm *Lá cờ thêu sáu chữ vàng* (1960) của Nguyễn Huy Tưởng, rồi là hình ảnh người anh hùng áo vải Hoàng Hoa Thám mưu trí, tham lược và đầy quả cảm trong tác phẩm *Núi rừng Yên Thế* (1980) của Nguyên Hồng… Có thể nói, tiểu thuyết lịch sử giai đoạn này cũng được kết hợp một cách hài hòa giữa tài liệu chính sử với sự hư cấu tưởng tượng tạo nên một thế giới chân thực và sống động. Tuy tiểu thuyết lịch sử giai đoạn này có sự phát triển kém sôi động và chưa thật nhiều thành tựu, chưa gây được tiếng vang so với các thể loại khác như thơ, truyện ngắn, kí; song ở một phương diện nào đó, thể loại này vẫn tiếp nối mạch cảm thức có từ trước, cùng với đó là những tìm tòi, thể nghiệm riêng, tạo tiền đề cho những đổi mới, cách tân thể loại giai đoạn sau.

1.1.2.4. Tiểu thuyết lịch sử sau 1986 đến nay

Năm 1986 được ghi nhận là dấu mốc quan trọng về sự thay đổi lớn ở Việt Nam, trong đó có văn học. Công cuộc đổi mới văn học trong khoảng thời gian 1975

– 1985, giới văn nghệ chỉ mới dò đường. Từ 1986 trở về sau, văn học mới thực sự đổi mới và đổi mới mạnh mẽ, trong đó có tiểu thuyết lịch sử. Trong giai đoạn này, sự đổi mới và sáng tạo trong không gian văn hóa mới tạo nên những tiền đề quan trọng để mỗi tác giả khai phóng trong ý tưởng nghệ thuật tự sự của tiểu thuyết lịch sử Việt Nam. Cùng với đó là sự giao lưu và hội nhập với văn học thế giới ngày càng sâu rộng đã cung cấp cho nhà văn sự tiếp nhận nhanh chóng trong việc đổi mới lối viết, cách viết, tiệm cận với tư duy nghệ thuật của thế giới.

Tiểu thuyết lịch sử từng có vị trí trong văn học trung đại, hiện đại và nó tiếp tục giữ vị trí quan trọng trong văn học đương đại. Có thể nói, từ đầu thời kì Đổi mới đến nay, viết về lịch sử là một trong những vấn đề được quan tâm nhất, được bàn luận nhiều nhất trong đời sống văn học, nó liên tục xuất hiện, cả truyện ngắn và tiểu thuyết, là sự lựa chọn của nhà văn tuổi cao, tuổi trung và cả những người viết trẻ, tạo ra trong dư luận nhiều phản ứng trái chiều. Đã có có hàng trăm tiểu thuyết lịch sử được xuất bản từ 1986 đến nay như: Mưu sĩ Quang Trung: Trần Văn Kỷ (Hoài Anh), Khúc khải hoàn dang dở (Hà Ân), Tây Sơn bi hùng truyện (2 tập) (Lê Đình Danh), Đất trời (Nam Dao), Lê Lợi, Bà Triệu (Hàn Thế Dũng), Mười hai sứ quân (Vũ Ngọc Đĩnh), Sông Côn mùa lũ (Nguyễn Mộng Giác), Tám triều vua Lý, Bão táp triều Trần (Hoàng Quốc Hải), Đàn đáy (Trần Thu Hằng), Giàn thiêu (Võ Thị Hảo), Hồ Quý Ly, Mẫu Thượng Ngàn (Nguyễn Xuân Khánh), Thế kỉ bị mất (Phạm Ngọc Cảnh Nam), Huyền Trân (Nguyễn Hữu Nam), Chiếc ngai vàng, Lý Công Uẩn (Ngô Văn Phú), Kinh đô rồng, Một thời vàng son, (Nguyễn Khắc Phục), Nguyễn Du (Nguyễn Thế Quang), Anh hùng Tiêu Sơn, (Yên Tử cư sĩ Trần Đại Sỹ), Bí mật hậu cung, Đàm đạo về Điều Ngự Giác Hoàng (Bùi Anh Tấn), Con ngựa Mãn Châu, Hội thề (Nguyễn Quang Thân), Hồn thiêng sông núi (Hoàng Tiến), Khói mây Yên Tử (Vũ Ngọc Tiến),Sắc đẹp khuynh thành (Kiều Thanh Tùng), Thất thủ kinh đô Huế 1858, Tình sử Mỵ Châu (Thái Vũ)...

Nhìn chung, tiểu thuyết lịch sử thời kì này khá phong phú và đa dạng xét từ bình diện nội dung lẫn hình thức nghệ thuật.

Về nội dung, các tác phẩm tiểu thuyết lịch sử thời kì này bên cạnh việc tiếp nhận mạch sử thi của văn học giai đoạn trước 1975 ở những tác giả chuyên viết về các cuộc kháng chiến chống ngoại xâm và các anh hùng dân tộc với quy mô hoành tráng và cái nhìn khẳng định, ngợi ca; thì mặt khác, tiểu thuyết lịch sử đi theo hướng chủ yếu là miêu tả con người trong dòng lịch sử: đặt con người (không phân biệt vua chúa hay thường dân) từ các góc nhìn khác nhau để lột tả cho được những góc khuất chưa hé mở và chiều sâu của mọi thắng bại trong lịch sử dân tộc với ý thức đi tới cùng sự thật và bằng cảm hứng nhân văn.

Không chỉ phong phú về nội dung mà quan niệm của các nhà văn về một số vấn đề về thể loại và về lịch sử cũng mang những màu sắc thẩm mỹ mới. Lúc này, họ không xem lịch sử như một đối tượng cần phải tập trung làm sáng tỏ mà họ còn xem lịch sử như một sự gợi ý cho sự liên tưởng về thế sự, nhân sinh; trong một số tác phẩm, lịch sử chỉ là phương tiện để nhà văn trao gửi những thông điệp với người cùng thời. Chính vì thế có thể thấy rằng nền văn học đổi mới đang đi đúng vào bản chất là dựa vào lịch sử trong quá khứ để khám phá những vấn đề thuộc về con người, lịch sử và văn hóa để làm sống dậy những gương mặt chân thực trong những thời đại đã qua. Qua đó, tác giả đưa vào tác phẩm của mình những suy nghĩ về thời đại, số phận và con người. Do đó, lịch sử trong tiểu thuyết lúc này trở thành diễn ngôn của cái tôi cá nhân, bình đẳng với diễn ngôn dân tộc... được nhà văn nhận thức bằng cái nhìn triết học và thụ hưởng trên tinh thần nhà văn hiện đại. Từ đây làng tiểu thuyết lịch sử giai đoan này đã xuất hiện nhiều khuynh hướng, cảm thức, cùng những lối viết rất khác biệt: khuynh hướng chương hồi khách quan có Lê Đình Danh, Yên Tử cư sĩ Trần Đại Sĩ, Vũ Ngọc Đĩnh, Phùng Văn Khai; khuynh hướng giáo huấn, “dùng văn dạy sử”: có Hoàng Quốc Hải; khuynh hướng phân tích, luận giải có Nguyễn Xuân Khánh, Võ Thị Hảo, Bùi Anh Tấn, Nguyễn Thế Quang, Nguyễn Quang Thân, Phan Ngọc Cảnh Nam, Thái Bá Lợi...). Mặt khác, chất hư cấu, kì ảo, tưởng tưởng, yếu tố tâm linh, tín ngưỡng dân gian... được xuất hiện đậm đặc trong các tác phẩm tiểu thuyết lịch sử thời kì này. Tất cả những yếu tố này có chức năng làm phong phú về lịch sử, chắp cánh cho sự sáng tạo của nhà văn, đồng thời thu hút sự tiếp nhận của đông đảo độc giả.

Như vậy, có thể nói, tiểu thuyết lịch sử giai đoạn 1986 đến nay đã có những bước tiến vượt bậc, khẳng định một vị trí quan trong trên văn đàn dân tộc. Cho đến nay nhiều tác phẩm không chỉ đạt những giải thưởng cao quý cho nhà văn mà còn trở thành món ăn tinh thần độc đáo, thú vị thu hút sự quan tâm của độc giả.

Có thể thấy rằng, tiểu thuyết lịch sử Việt Nam đã trải qua những giai đoạn vận động, phát triển cùng với sự đổi mới, hiện đại hóa nền văn học nước nhà. Trải qua mỗi giai đoạn khác nhau, tiểu thuyết lịch sử đều để lại những dấu ấn riêng biệt, đều khẳng định được vị trí trong dòng chảy của văn học dân tộc. Tuy nhiên, cũng có giai đoạn, thể loại này chưa nhận được sự quan tâm toàn diện của độc giả. Nhưng, sau mỗi một thời kì, tiểu thuyết lịch sử đã từng bước trở thành một phần quan trọng góp phần tạo nên diện mạo đời sống văn học Việt Nam từ Trung đại đến hiện đại.

Sự khác biệt giữa tiểu thuyết lịch sử và khoa học lịch sử

Tiểu thuyết lịch sử là một loại hình văn học đặc biệt, và có lẽ nó đặc biệt bởi hai tiếng “lịch sử”. Như trên đã nói, tiểu thuyết lịch sử là những tác phẩm mang trọn đặc trưng của thể loại tiểu thuyết, nhưng lại lấy nội dung lịch sử làm đề tài, làm cảm hứng sáng tác nghệ thuật. Tiểu thuyết lịch sử ra đời mang nhiều mục đích khác nhau, nhưng về cơ bản thì trước hết, nó làm sống lại những quá khứ vừa đau thương lại vừa hào hùng của dân tộc, sau đó, dựa vào thời điểm mà chính tác giả đang sống để thể hiện quan điểm, tư tưởng về thời đại, hoặc dựa vào lịch sử để phản ánh chính xã hội đương thời... Cả khoa học lịch sử và tiểu thuyết lịch sử đều tái hiện những sự kiện lịch sử trong các giai đoạn phát triển của xã hội. Vậy sự khác biệt giữa khoa học lịch sử và tiểu thuyết lịch sử là gì?

Nếu khoa học lịch sử yêu cầu sự chính xác đến tuyệt đối khi ghi chép các sự kiện và nhân vật lịch sử, thì tiểu thuyết lịch sử lại hoạt động bằng chiếc áo khoác nghệ thuật ngôn từ, chính vì vậy tiểu thuyết lịch sử làm sống lại những tài liệu lịch sử bằng trí tưởng tượng, bằng hư cấu nghệ thuật. Tức là tiểu thuyết lịch sử dựa trên những tài liệu khoa học lịch sử chính thống để sáng tạo nên một thế giới lịch sử mới vừa mang cốt lõi chính sử nhưng lại vừa mang hình ảnh nghệ thuật bằng hư cấu tưởng tượng. Bởi khi sáng tác, "có khi nhà nghệ sĩ chỉ cần một vài khoảnh khắc trong đời sống của nhân vật lịch sử", có khi nhà nghệ sĩ đưa vào trong tác phẩm những điều hư cấu, trong một chừng mực nào đó, tác giả có quyền sáng tạo tưởng tưởng xây dựng thành tiểu thuyết, bởi tác giả chỉ cần sự đúng đắn lí tưởng mà thôi.

Khi bàn về vấn đề này, M.Kundera đã chỉ ra sự khác biệt hết sức tinh tế giữa nhà viết tiểu thuyết lịch sử với nhà sử học, đó là *"Nhà sử học kể lại với các anh sự kiện đã xảy ra, còn nhà tiểu thuyết nắm bắt một khả năng cuộc sống, khả năng của con người và thế giới"*. Nhà sử học phải tôn trọng lịch sử một cách tuyệt đối nên không thể viết một sự thực theo sự phỏng đoán cá nhân mà sự thực lịch sử ấy chỉ có thể xảy ra đúng như nó vốn có và chính xác đến từng chi tiết. Tiểu thuyết dựa vào những sự thật lịch sử chính xác ấy và có quyền hư cấu những không có nghĩa là làm mất đi những giá trị cốt lõi của những tư liệu lích ử trong quá khứ.

Nếu nhân vật lịch sử trong khoa học lịch sử chỉ đơn thuần tồn tại trên các trang sử liệu thông qua các chiến công, các hoạt động diễn ra trong một thời đại nhất định với tư cách là những con người đã sống, ví dụ như Trần Hưng Đạo gắn liền với chiến công hai lần đánh tan quân Nguyên Mông, Đinh Tiên Hoàng với việc dẹp loạn mười hai sứ quân... Họ được các nhà sử gia mô tả nhất quán một chiều như là những "khuôn vàng thước ngọc", như là những con người lí tưởng của thời đại, những anh hùng dân tộc với những chiến công hiển hách và được cả cộng đồng dân tộc tôn thờ, ca ngợi với những công lao to lớn. Nhưng trong tiểu thuyết lịch sử thì các nhân vật này lại được tác giả trao cho sự sống. Họ hiện lên trong tác phẩm như những con người chân thực với từng hơi thở, từng tiếng nói, tâm lí và hành động, mang đến cho người đọc một cảm giác gần gũi, chân thật. Qua đó, các nhân vật này được bộc lộ tính cách, suy nghĩ đa chiều. Chính vì thế, khi các nhân vật lịch sử đi vào trong tiểu thuyết lịch sử, có thể hiện lên một con người không hoàn hảo. Bởi, nhân vật trong tiểu thuyết lịch sử không phải là những con người được xây dựng theo tiêu chí danh nhân lịch sử, mà họ được miêu tả là những con người bình thường với đủ những cung bậc cảm xúc: *hỉ - nộ - ái - ố*. Vì lẽ đó mà khi đọc tiểu thuyết lịch sử, những con người đó được khám phá dưới nhiều góc độ khác nhau khiến cho nhân vật sống động và đầy phức tạp như những con người trong cuộc sống đời thường.

Nếu trong khoa học lịch sử, các nhà sử học có mục đích kể lại con người và các sự kiện đã diễn ra trong quá khứ một cách trung thành thì các nhà viết tiểu thuyết lịch sử lại có mục đích làm cho người đọc thấy rõ chân dung phức tạp của con người và cuộc sống.

Khi viết về nhân vật lịch sử, nhà viết sử bao giờ cũng nêu lên kết quả và các việc làm của nhân vật ấy. Ví dụ như khi viết về Đinh Tiên Hoàng, trong *Đại Việt sử kí toàn thư*: *"Họ Đinh, tên húy là Bộ Lĩnh, người động Hoa Lư, châu Đại Hoàng con của Thứ sử châu Hoan Đinh Công Trứ, dẹp yên các sứ quân, tự lập làm đế, ở ngôi 12 năm [968-979], bị nội nhân là Đỗ Thích giết, thọ 56 tuổi [924-979], táng ở sơn lăng Trường*

Yên”. Đây là cách viết của sử gia, còn đối với các nhà tiểu thuyết lịch sử lại khác, họ trước hết nhìn vào con người của nhân vật ấy và phải miêu tả con người ấy trong toàn bộ đời sống của nó, cả trong đời công lẫn đời riêng, trong lời nói, trong việc làm, trong hành động, trong cả tâm tư và tình cảm…

Xét về mối quan hệ giữa tiểu thuyết lịch sử và khoa học lịch sử thì tiểu thuyết lịch sử còn là một phương tiện tốt nhất để phổ biến lịch sử trong quần chúng. Nó đem đến kiến thức cho người đọc bằng con đường tình cảm. Tiểu thuyết lịch sử làm sống lại những sự thật trong quá khứ bằng nghệ thuật sáng tạo, bằng trí tưởng tượng và hư cấu, nó dùng những hình ảnh văn chương để làm rung động trái tìm người đọc, khiến cho người đọc hiểu được lịch sử thông qua sự thưởng thức cái hay, cái đẹp từ nghệ thuật.

Khi bàn về vấn đề này, nhà nghiên cứu Vũ Ngọc Phan đã từng nói: Khi viết một quyển lịch sử, nhà chép sử không lưu tâm đến những việc cá nhân không ảnh hướng đến xã hội, nhưng khi viết một bài lịch sử kí sự, nhà văn có thể viết một cách tỉ mỉ những việc cá nhân không ảnh hưởng gì đến dân chúng chỉ có cái thi vị riêng của nó mà thôi. Không những thế, khi viết một quyển kí sự, nhà văn lại cần phải lưu tâm đến những việc tư lắm lối ấy cũng gần như lối chép dã sử vậy. Còn khi viết tiểu thuyết lịch sử nhà văn chỉ phải căn cứ vào vài việc cỏn con đã qua, rồi vẽ vời cho ra một câu chuyện lớn, cốt giữ cho mọi việc đừng trái với thời đại. Alexandre Dumas – một đại văn hào người Pháp nói: *“Lịch sử đối với tôi là gì? Nó chỉ là một cái đinh để tôi treo bức họa của tôi thôi”*. Từ đó có thể thấy rõ, lịch sử là công cụ để sáng tạo tiểu thuyết lịch sử, còn tiểu thuyết lịch sử có nhiệm vụ chứng minh cho sự tồn tại của hoàn cảnh và nhân vật lịch sử bằng công cụ nghệ thuật.

Như vậy, ta có thể thấy tiêu thuyết lịch sử và khoa học lịch sử có mối liên quan với nhau nhưng cũng có những sự khác biệt nhất định. Ở tiểu thuyết lịch sử nhà văn có quyền hư cấu do đặc trưng thể loại, trong khi đó, bút pháp của chính sử chỉ có một con đường duy nhất là miêu tả, tái hiện lại lịch sử một cách trung thành, chính xác tới từng chi tiết.

Những xu hướng chủ yếu của tiểu thuyết lịch sử Việt Nam đương đại

Bắt đầu từ thời kì đổi mới, với việc tự do sáng tác được mở rộng, lĩnh vực đề tài về lịch sử bắt đầu trở lại và trở thành một trong những thể loại chủ chốt của nền văn học đương đại. Tiểu thuyết lịch sử nhanh chóng chiếm vị trí quan trọng với những bộ tiểu thuyết cỡ lớn, cùng với đó là sự xuất hiện của hàng loạt các xu hướng sáng tác khác nhau về tiểu thuyết lịch sử. Khi nghiên cứu về tiểu thuyết lịch sử tác giả Nguyễn Văn Dân cho rằng: Nhìn trong tổng thể bức tranh tiểu thuyết lịch sử trong nền văn học Việt Nam đương đại, và xét theo góc độ mục đích và quan niệm nghệ thuật của nhà văn, có ba xu hướng rõ nét trong tiểu thuyết lịch sử như sau:

Tiểu thuyết chương hồi khách quan: Có thể nói, đây là xu hướng được ảnh hưởng rất rõ nét từ tiểu thuyết chương hồi Trung Hoa. Sự ảnh hưởng này trước hết do Việt Nam nằm trong vùng văn hóa - văn học Đông Á. Một trong những tác phẩm được các nền văn học chịu ảnh hưởng nhiều nhất là Tam quốc chí. Trước khi có các bản dịch chữ Quốc ngữ La tinh, các nhà văn Việt Nam đã tiếp thu tiểu thuyết lịch sử Trung Hoa để viết các tác phẩm Hoàng Lê nhất thống chí và Nam triều công nghiệp diễn chí. Trong *Hoàng Lê Nhất thống chí*, cách kể chuyện cũng lặp lại văn phong của La Quán Trung (Trung Quốc). Trong cuốn tiểu thuyết này, mở đầu mỗi hồi đều có hai câu văn đối ngẫu tóm lược tinh thần nội dung của hồi đó. Ngoài ra, nhóm tác giả thường dùng những mẫu lời dẫn như *"Lại nói…"*, *"Một hôm…"* để chuyển đoạn. Kết thúc mỗi hồi đều có câu kết câu mở: *"Muốn biết việc tới thế nào? Hãy xem hồi sau phân giải"*. Đến thời đương đại, một số nhà văn vẫn viết tiểu thuyết lịch sử theo cấu trúc chương hồi. Điển hình là nhà văn Ngô Văn Phú, một tác giả say sưa viết tiểu thuyết lịch sử. Mặc dù ông không đặt ra các "hồi" mà gọi là "chương", cũng không lặp lại các câu mở đầu đối ngẫu và các mẫu lời dẫn và lời kết mở như tiểu thuyết chương hồi cổ điển, nhưng lối kể chuyện của ông vẫn mang phong cách tiểu thuyết chương hồi. Đặc biệt, đã xuất hiện hai cuốn tiểu thuyết *Chúa Bầu* (2006) và *Đinh Tiên Hoàng* (2018) của nhà văn Vũ Xuân Tửu. Trong hai cuốn tiểu thuyết này, tác giả đã tiếp thu mô hình tiểu thuyết chương hồi, nhưng không lặp lại mẫu lời dẫn của lối viết xưa, Vũ Xuân Tửu cũng không gọi là "hồi" mà đặt ra các chương và viết theo trình tự thời thời gian có tính tự do hơn.

Tiểu thuyết lịch sử giáo huấn: Bên cạnh khuynh hướng tiểu thuyết chương hồi thì khuynh hướng tiểu thuyết lịch sử giáo huấn đang được ưa chuộng hơn. Các nhà sáng tác tiểu thuyết lựa chọn khuynh hướng này với mục đích phục hiện lịch sử trên tinh thần truyền giảng kiến thức lịch sử và bồi dưỡng tinh thần dân tộc. Điều này làm nên sức sống của tiểu thuyết lịch sử, lịch sử lúc này được phục hiện qua tiểu thuyết trong một cái nhìn ngưỡng vọng và cảm hứng ngợi ca. Trong xu hướng tiểu thuyết lịch sử giáo huấn này thì Hoàng Quốc Hải là một gương mặt tiêu biểu với bộ sáu tiểu thuyết *Bão táp triều Trần* (1987-2010), và bộ tứ tiểu thuyết *Tám triều vua Lý (*2010). Trong tiểu thuyết lịch sử của mình, thông qua các nhân vật, Hoàng Quốc Hải dành khá nhiều đoạn để bộc bạch những lời có tính giáo huấn về nhân tình, thế thái, về đạo làm người, và vai trò lịch sử của dân tộc. Chẳng hạn trong Huyền Trân công chúa, ông đã xây dựng hình tượng vua Trần Nhân Tôn như là một đấng minh quân, ông đặt vào miệng nhà vua những lời giáo huấn dành cho quan trung tán Đoàn Nhữ Hải như thể ông muốn gửi gắm những suy tư của chính mình: *"Ta không chấp nhận việc tiến về phương nam! Ngươi thử nghĩ xem, nếu bây giờ người Nguyên cũng đặt chuyện tiến xuống phía Nam, tiến vào Đại Việt thì sao? Kỷ sở bất dục vật thi ư nhân [Điều gì mình không muốn thì đừng bắt người khác muốn]. Người nhân nghĩa không thể vô cớ cất quân đi xâm lấn bờ cõi người khác. (...)"*. Có thể thấy, tiểu thuyết của Hoàng Quốc Hải đã truyền đạt được tinh thần lịch sử của dân tộc, đồng thời đem đến cho làng tiểu thuyết lịch sử đương đại Việt Nam một làn gió mới – một làn gió làm dịu mát tâm hồn con người, lay động trái tim người đọc.

Tiểu thuyết lịch sử phân tích, luận giải: Có thể nói, đây là khuynh hướng đang nhận được sự quan tâm của đông đảo các tác giả tiểu thuyết lịch sử đương đại, cùng với đó là sự xuất hiện những gương mặt tiêu biểu để lại được tiếng vang trong lòng độc giả như: Nguyễn Xuân Khánh, Võ Thị Hảo, Bùi Anh Tấn, Nguyễn Quang Thân, Nguyễn Mộng Giác, Uông Triều... Trong đó, nổi bật hơn hẳn là hai đại diện Nguyễn Xuân Khánh với tiểu thuyết *Hồ Qúy Ly* và Nguyễn Quang Thân với tiểu thuyết *Hội thề.*

Xuyên suốt tác phẩm *Hồ Quý Ly* chính là luận đề về ý nghĩa "thời thế" của nhân vật này trong thời đại suy tàn của nhà Trần, khi mà số phận của triều Trần đã không còn cho phép nó đảm đương trọng trách của lịch sử. Trong tác phẩm của Nguyễn Xuân Khánh, cái luận đề đó xuất hiện giống như một chủ đề quán xuyến và luôn trở đi trở lại trong các cuộc nghị bàn của các nhân vật lịch sử. Có thể nói, Nguyễn Xuân Khánh đã kể lại các sự kiện lịch sử để luận giải thế sự. Để phù hợp với chủ trương luận giải lịch sử, Nguyễn Xuân Khánh không mô tả sự kiện theo trình tự thời gian tuyến tính, mà thực hiện việc triển khai một thời gian đa chiều, hiện tại đan xen quá khứ. Bằng cách đó, tác phẩm của nhà văn mở ra như một bản giao hưởng chương hồi với một chủ đề quán xuyến lặp đi lặp lại.

Còn trong *Hội thề*, Nguyễn Quang Thân lại lựa chọn những nhân vật lịch sử thời nhà Lê, đặc biệt là Nguyễn Trãi trong cuộc khởi nghĩa Lam Sơn nhằm thể hiện mâu thuẫn, xung đột giữa bên chủ chiến mà đại diện là những chiến tướng Lê Sát, Lê Ngân... Họ lỗ mãng, võ biền nhưng đầy công lao, ít học nhưng đầy quyền uy với một bên là những tri thức thành Đông Quan: Nguyễn Trãi, Nguyễn Thị Lộ, Trần Nguyên Hãn. Họ công lao nhiều nhưng xa minh chủ, trí thức nhưng bị hiềm nghi. Hai phe cánh, hai quan điểm, hai cách hành xử khiến Lê Lợi rất khó xử, cuối cùng ông lại nghiêng về những người trí thức Đông Quan. Có thể thấy, mâu thuẫn mà Hội thề nêu ra không chỉ là mâu thuẫn giữa cá nhân của một tổ chức, một giai đoạn, mà là mâu thuẫn giữa đường lối giao thiệp với nước ngoài, đặc biệt là khi chúng ta phải sống bên "người khổng lồ" Trung Quốc. Từ đó có thế thấy mẫu thuẫn trong *Hội thề* là môtip xung đột giữa quyền lực võ biền với trí thức. Và sự thắng lợi của đường lối Nguyễn Trãi đã cho thấy cái trăn trở của nhà Văn Nguyễn Quang Thân, nhà văn không tôn vinh riêng cá nhân Nguyễn Trãi, cái mà Nguyễn Quang Thân làm được đó là sự tôn vinh các nhà trí thức một cách nhẹ nhàng, tôn vinh họ ở sự cương quyết, thanh cao, sự tài trí của họ đã giúp dân ta giành chiến thắng cuối cùng trong hoà bình mà bớt được hoạ binh đao.

Có thể nói, xu hướng thứ ba này có vẻ phù hợp với tầm đón nhận của công chúng thời hiện đại. Có lẽ chính vì thế mà cả hai cuốn tiểu thuyết lịch sử nói trên đều nhận được sự đánh giá cao của ban giám khảo cuộc thi tiểu thuyết của Hội Nhà văn Việt Nam.

Tiểu thuyết lịch sử của Vũ Xuân Tửu

Vũ Xuân Tửu – Nhà văn thời đổi mới

Vài nét về nhà văn Vũ Xuân Tửu

Nhà văn Vũ Xuân Tửu sinh ngày 26 tháng 02 năm 1955, tại Ninh Giang, Hoa Lư, Ninh Bình. Tuy nhiên, từ năm 8 tuổi Vũ Xuân Tửu đã theo gia đình lên khai hoang phát triển kinh tế, tại xã Hùng Đức, Huyện Hàm Yên, Tỉnh Tuyên Quang.

Chính vì vậy, miền quê Hoa Lư chỉ còn đọng lại trong ký ức tuổi thơ nhà văn, như một miền quê thanh bình và yên tĩnh. Ngọn nguồn cảm hứng sáng tạo và nuôi dưỡng tâm hôn nhà văn là quê hương thứ hai, xã Hùng Đức, huyện Hàm Yên, Tuyên Quang và người mẹ giàu vốn văn hóa dân gian của anh.

Là con cả trong một gia đình nông dân "đặc sệt" có 9 người con, Vũ Xuân Tửu từng chứng kiến bố mẹ của mình phải làm đủ các nghề (làm ruộng, đóng cối, thợ mộc) để kiếm sống. Từ năm 1963 đến năm 1974, tại miền đất khai hoang Hàm Yên, ông vừa tham gia giúp đỡ cha mẹ việc đồng áng, chăm các em, nấu cơm, chăn trâu cắt cỏ... vừa chăm chỉ học hết bậc học phổ thông. Với tư chất thông minh và chăm chỉ học hành, năm 1974 sau khi tốt nghiệp phổ thông, Vũ Xuân Tửu đã thi đỗ vào trường Đại học An ninh nhân dân và tốt nghiệp tại đây năm 1979, trở về công tác tại ngành Công an Tỉnh Tuyên Quang. Trong quá trình công tác tại ngành Công an Tỉnh, Vũ Xuân Tửu đã tham gia giữ các chức vụ như Phó Văn phòng Công an Tỉnh, Trưởng phòng Công tác chính trị Công an Tỉnh. Đến năm 2010 Vũ Xuân Tửu có quyết định về hưu. Hiện tại nhà văn Vũ Xuân Tửu sống tại số nhà 537, đường Quang Trung, phường Phan Thiết, thành phố Tuyên Quang, tỉnh Tuyên Quang.

Với 30 năm công tác trong ngành Công an, tham gia nhiều bộ phận, công tác tại nhiều địa bàn, sống với nhiều đối tượng khác nhau, Vũ Xuân Tửu am hiểu về phong tục, tập quán, tâm tính, lối sống của nhiều người trong xã hội, ông có thể hiểu được những tâm tư của những người nông dân, có thể cảm nhận được sâu săc hành vi của lớp cán bộ công chức, rồi cuộc sống của tầng lớp trí thức, quan chức, doanh nghiệp, đến văn nghệ sĩ, giáo viên... Tất cả đã trở thành vốn sống, vốn tư liệu dồi dào cho những sáng tác của ông sau này.

Về đời tư, nhà văn Vũ Xuân Tửu có những bước gian nan "nửa đường đứt gánh", nhưng ông đã dồn tâm huyết vào sáng tác. Năm 1984 ông kết hôn với một nữ diễn viên của đoàn nghệ thuật tỉnh. Sau một số năm chung sống và chia tay. Cuộc sống trống trải đã trở thành dấu ấn trong tâm hồn của nhà văn sau này.

Nhà văn Vũ Xuân Tửu tham gia Hội Văn học Nghệ thuật tỉnh Tuyên Quang từ năm 1998. Nhận giải thưởng Tạp chí Văn Nghệ quân đội, 2007. Năm 2006 ông được kết nạp Hội viên của Hội Nhà văn Việt Nam. Năm 2011 kết nạp vào Hội viên Hội Văn học và Nghệ thuật các dân tộc thiểu số Việt Nam; Ủy viên Ban Chấp hành Hội Văn học Nghệ thuật Tuyên Quang; Chi hội trưởng Chi hội Văn học thuộc Hội Văn học Nghệ thuật Tuyên Quang.

Cái duyên với nghiệp văn chương

Theo tác giả Trần Mạnh Tiến, người bạn thời phổ thông của nhà văn từng nói: "Ngay từ khi còn ngồi trên ghế nhà trường, Vũ Xuân Tửu đã thể hiện năng khiếu về văn học qua những bài báo tường gây chú ý với bạn đọc".

Mở đầu nghiệp văn chương của Vũ Xuân Tửu là tác phẩm bút ký "Đường xuyên cao nguyên" (1980) được đăng trên báo Văn nghệ Hà Tuyên. Mặc dù không mang đến cho ông thành công vang dội, nhưng Vũ Xuân Tửu cũng đã kịp để lại dấu ấn về một giọng văn tự nhiên, sống động và đầy súc tích. Và lúc này, chính những lời động viên của đồng nghiệp đã đưa Vũ Xuâ Tửu đến một quyết định đầy táo bạo, ấy là nghề viết văn. Mới đầu, ông chỉ viết những bài thơ cho dần quen tay, rồi dần dà bỏ hẳn mảng thơ trữ tình để chuyển sang viết văn xuôi.

Năm 1998 được xem như bước ngoặt quan trọng trong cuộc đời sáng tác của Vũ Xuân Tửu. Là một người không được đào tạo nghề viết văn, nhưng bằng niềm đam mê, bằng khả năng thiên phú và tự học, trong thời gian tới hàng chục năm đầu sáng tác, nhà văn hoàn toàn viết theo vốn sống và kinh nghiệm, Khi kể về nhà văn Vũ Xuân Tửu, nhà văn Trần Mạnh Tiến đã nói: *"Vũ Xuân Tửu đã tự đào tạo mình để trở thành một nhà văn".* Năm 1998, lần đầu tiên được dự trại sáng tác văn học của tuần báo Văn Nghệ, tổ chức tại Lạng Sơn, Vũ Xuân Tửu đã chuyển biến hẳn về nhận thức. Ông tâm sự: *"Từ năm 1998, tôi mới thực sự xác định cụ thể con đường đi và bắt đầu sự nghiệp sáng tác văn học của mình theo đúng nghĩa của nghề viết".* Sau khi được tiếp xúc, trao đổi, học hỏi thêm nhiều kinh nghiệm quý báu từ các đàn anh đi trước như Hữu Thỉnh, Nguyễn Khắc Trường, Vũ Xuân Tửu cảm thấy mình lớn lên rất nhiều. Cái lối văn tự nhiên, nghĩ gì nói nấy trong những truyện ngắn đầu tay, mà sau này ông tập hợp in trong cuốn *"Tầm phào"* trở nên xa lạ. Đặc biệt, sau khi được nhà văn Nguyễn Khắc Trường (tác giả của tiểu thuyết *Mảnh đất lắm người nhiều ma*) động viên: *"Tao chưa khen thằng nào... nhưng với mày, mày nhất định sẽ trở thành nhà Văn"* (Nguyễn Quỳnh Trang - Báo Thể thao và Văn hóa), Vũ Xuân Tửu thấy tự tin hơn hẳn. Đúng là "được lời như cởi tấm lòng", ngòi bút của ông bắt đầu thăng hoa. Ông viết chắc chắn và bản lĩnh hơn. Cảm giác thăm dò, rụt rè nhường chỗ cho sự mạnh dạn, sắc sảo. Thay vì luôn dằn vặt bởi những câu hỏi: *"Văn mình có ra gì không nhỉ? Tác phẩm của mình liệu có công chúng không? Mình có thể theo đuổi sự nghiệp văn chương không?"* Lúc này ông có thể mạnh dạn trao cả cuộc đời mình cho sự nghiệp văn chương, mà không thấy một chút do dự nào nữa. Khi được hỏi về điều này, chính nhà văn Vũ Xuân Tửu cũng bật thốt lên: *"Năm 1998 là năm đáng nhớ nhất, là bước ngoặt trong sự nghiệp sáng tác của mình".* Năm 1998 cũng là năm đầu tiên nhà văn tự tin xuất bản *"Tầm phào"* - tác phẩm đầu tay của ông, để rồi những năm tiếp sau đó con đường sáng tác của ông mở rộng, với nhiều tác phẩm được tặng thưởng được bạn đọc cả nước biết đến.

Trong khoảng 10 năm từ 1998 đến 2008 Vũ Xuân Tửu đã sáng tác và cho xuất bản hàng trăm tác phẩm. Các tác phẩm chính đã in bao gồm: *"Tầm phào",* (tập truyện, Nxb Văn hoá dân tộc, Hà Nội, 1998); *"Miếng trầu xanh"* (tập thơ, Nxb Văn hoá dân tộc, Hà Nội, 1998; *"Cảnh giác với tệ nạn xã hội"* (Nxb Văn hoá dân tộc, Hà Nội, 1999); *"Đám cháy trên cánh rừng đầu nguồn"* (Tập truyện, Nxb Kim Đồng, Hà Nội, 2000); *"Rừng sáo"* (tập truyện thiếu nhi, Nxb Kim Đồng, Hà Hội, 2002); *"Nửa tỉnh nửa quê"* (tiểu thuyết, Nxb Văn hoá dân tộc, Hà Nội, 2002); *"Yếm thắm"* (tập truyện, Nxb Văn nghệ, tp. Hồ Chí Minh, 2003); *"Bí mật cuốn gia phả"* (tập truyện ngắn, Nxb Văn nghệ, tp. Hồ Chí Minh, 2005); *"Con chim lửa"* (tập truyện ngắn chọn lọc, Nxb Thanh niên, Hà Nội, 2006); *"Chúa Bầu"* (tiểu thuyết, Nxb Quân đội nhân dân, Hà Nội, 2006); *"Hình bóng đàn bà"* (tiểu thuyết cực ngắn, Nxb Văn nghệ, tp. Hồ Chí Minh, 2006); *"Mồ hôi của đá"* (tập truyện, Nxb Hội Nhà văn, Hà Nội, 2007);

"Chuyện ở bản Piát" (tập truyện, Nxb Văn nghệ, tp. Hồ Chí Minh, 2007); *"Chuyện trong làng ngoài xã"* (tiểu thuyết, Nxb Thanh niên, Hà Nội, 2007); *"Chuyện anh thuyền chài Trần Văn Sông"* (trường ca, Nxb Văn học, Hà Nội, 2008); *"Đinh Tiên Hoàng"* (tiểu thuyết, Nxb Công an nhân dân, Hà Nội 2017... Ngoài ra, còn một số tác phẩm được tuyển chọn in chung trong 20 tập sách khác.

Về quan niệm văn chương

Trong quá trình nghiên cứu về sáng tác của nhà văn Vũ Xuân Tửu, chúng tôi đã có dịp phỏng vấn nhà văn. Vũ Xuân Tửu tuyên bố rất giản dị: Ngòi bút phải hướng về dân và viết văn phải có văn. Trong đời thực ông là người sống hiền lành, ngay thẳng, bộc trực. Trong cuộc sống cũng như sáng tác văn học, ông không ngần ngại đưa ra những quan điểm của mình. Mặc dù đôi khi sự đánh giá của ông đối với các vấn đề tiêu cực trong xã hội quá mức, nhưng trong phần lớn các tác phẩm của mình, Vũ Xuân Tửu bao giờ cũng vượt qua được cái ranh giới mong manh giữa tiêu cực và tích cực để có được tiếng nói đồng cảm với bạn đọc. Ở Vũ Xuân Tửu có một cách ứng xử với nghề viết văn rất đúng đắn, quan niệm về nghệ thuật văn chương và phản ánh hiện thực. Nhìn lại các nhà văn tiền bối trong xã hội thực dân nửa phong kiến, nhà văn thường phải *"phóng to hoặc đào sâu, bới kỹ"* (Hà Văn Đức) cái tôi bản ngã của mình như một phương tiện, một vũ khí lợi hại để chống trả và đối lập với xã hội kim tiền ô trọc, thì trong xã hội công bằng dân chủ, văn minh ngày nay, để lên án những biểu hiện trái chiều, những tiêu cực đây đó còn lẩn khuất trong lòng xã hội, nhà văn Vũ Xuân Tửu lại hướng ngòi bút thật sâu vào thế giới nội tâm của nhân vật để nhân vật tự chiêm nghiệm, soi ngắm lại bản thân mà thay đổi cho phù hợp với thực tại.

Vũ Xuân Tửu không chỉ tự hào về nghề viết của mình mà còn đẩy lên thành niềm đam mê, thậm chí tới mức tôn thờ nghề viết: *"Tôi coi văn chương là chuyện sang trọng và thiêng liêng. Trước khi viết, tôi thường tắm gội sạch sẽ, chọn giấy trắng, bút tốt. Sau khi tác phẩm được xuất bản, thường làm lễ tạ, đận túng bấn thì bày hoa quả, lúc có tí tiền thì biện đĩa xôi, thủ lợn, cốt sao thể hiện lòng thành của mình. Mỗi khi bạn đọc khen thì mừng, nhưng không mụ mị, bạn đọc chê thì buồn, nhưng không chán nản và tôi luôn tự sửa chữa rút kinh nghiệm. Bởi không qua trường lớp dạy viết văn, lại ở xa thủ đô, chỉ học qua các trại sáng tác văn học, nên phải chuyên cần và nỗ lực tự làm mới mình. Tôi thường viết ngoài giờ hành chính và ngày nghỉ cuối tuần, nên khi có cảm xúc dạt dào cũng đành kìm nén, nhưng lại cố lúc cầm bút, rồi mới gọi cảm xúc về. Dù ít, đủ nhiều, ngày nào tôi cũng đọc và viết. Tôi làm việc nghiêm túc, không cầu may, nhưng vận may lại đến. Tôi được hưởng lộc về văn chương, được nhiều người giúp đỡ, nhưng sáng tác thì chưa được bao nhiêu"* [80; tr. 5]

Chúng ta còn nhận thấy nhà văn Vũ Xuân Tửu không chỉ có những thành quả mà còn những quan niệm về cuộc đời và văn chương sáng sủa: *"Tôi thấy cuộc đời thật đáng yêu và luôn luôn rộng mở phía trước với ngòi bút của tôi. Thật đấy! Bạn nào chưa viết văn hãy thử viết văn! Văn chương, chữ nghĩa sẽ giúp ta xóa đi bao nhiêu muộn phiền".* Với ông văn chương là hạnh phúc.

Nhà văn còn bộc bạch: *"Còn nhỏ tôi rất yêu văn và học giỏi môn văn. Nhưng học xong phổ thông tôi lại đi học trường Công an Trung ương. Ra trường tôi được điều lên Mèo Vạc (Hà Tuyên lúc đó) công tác. Hình như cái máu văn chương nó đã chảy trong người của tôi. Tôi luôn quan sát và ghi chép. Vùng biên giới gian khổ và anh dũng đã để lại cho tôi nhiều ấn tượng. Bút ký đầu tiên của tôi gửi cho tạp chí Văn nghệ Hà Tuyên mang tên "Đường xuyên cao nguyên" và được in. Đó là vào năm 1980. Từ đó cái duyên văn nghệ cứ bén dần. Năm 1998 tôi được kết nạp là hội viên Hội Văn học nghệ thuật Tuyên Quang. Có thể nói Tạp chí Văn nghệ Hà Tuyên, nay là Báo Tân Trào, Hội Văn học nghệ thuật Tuyên Quang đã nâng đỡ cho tôi rất nhiều, để hôm nay tôi trở thành nhà văn Việt Nam và có nhiều niềm vui như hôm nay"*.

Trong sáng tác văn học, không phải người cầm bút nào cũng đưa được ra những quan niệm về văn chương, về nghề viết, về định hướng sáng tác của mình, Vũ Xuân Tửu là một trong số ít các nhà văn Tuyên Quang làm được điều đó. Khi còn công tác tại ngành công an nhân dân, anh đã xác định quan niệm rõ ràng: *"Tôi vẫn sống bằng tiền lương của một chiến sĩ công an nên theo văn chương nhưng không bao giờ để ảnh hưởng đến công việc... Với tôi văn chương là tình cảm, là tâm huyết, là sở thích… tôi dành hết thời gian rảnh rỗi, hì hục, mày mò, dò dẫm với chữ nghĩa"*.

Khi được hỏi: *"Người ta cho rằng văn học cần dựa vào thực tế, ông có nghĩ rằng sẽ là không thực tế khi những câu chuyện tưởng tượng của ông lại kết thúc có hậu?"*. Nhà Vũ Xuân Tửu đã mạnh mẽ khẳng định: "*Tôi đề cao văn học mang tính nhân văn. Tôi thích những kết thúc có hậu trong các tác phẩm của nhà văn. Chủ nghĩa nhân đạo tạo nên sự phát triển của xã hội loài người khác các loài động vật. Người viết có thể sáng tạo đến đỉnh điểm, nhưng vẫn phải đề cao vai trò của chủ nghĩa nhân văn"*

Trong một lần khác, Vũ Xuân Tửu cũng tâm sự: *"Tâm hồn văn học của tôi lớn lên từ lời ru của mẹ và những câu chuyện cổ tích: Tống Trân Cúc Hoa, Tấm Cám, Thạch Sanh mà mẹ kể cho tôi nghe"*

Trong khi văn chương chỉ là một nghề tay trái và bản thân Vũ Xuân Tửu chưa thể sống bằng nghề tay trái này, nhưng những quan niệm của ông về nghề văn thì hết sức đáng trân trọng. Những thành công sau này ông có được chắc hẳn nhờ ở tâm huyết, nhiệt huyết luôn tràn trề như thế.

Diễn trình về sáng tác tiểu thuyết lịch sử của Vũ Xuân Tửu

Bối cảnh lịch sử

Bối cảnh lịch sử của một tác phẩm văn học là hoàn cảnh lịch sử diễn ra trong tác phẩm chứ không phải hoàn cảnh tác phẩm ra đời. Mỗi một tác phẩm văn học dù viết về đề tài nào, thể loại nào hầu như cũng đều có bối cảnh. Qua bối cảnh được thể hiện trong tác phẩm người đọc thấy được cái nhìn của nhà văn về cuộc đời, về thế sự. Trong hai cuốn tiểu thuyết lịch sử của Vũ Xuân Tửu, nhà văn đã lựa chọn những bối cảnh lịch sử thuộc hai triều đại phong kiến khác nhau.

Trước hết là tiểu thuyết *Đinh Tiên Hoàng* (2018), Vũ Xuân Tửu lấy bối cảnh lịch sử giai đoạn giữa nhà Ngô và nhà Đinh với sự kiện loạn đả mười hai sứ quân kéo dài hơn 20 năm (944 – 968) và kết thúc khi Đinh Tiên Hoàng thống nhất đất nước, lập ra nhà nước Đại Cồ Việt - nhà nước phong kiến tập quyền đầu tiên trong lịch sử. Tuy nhiên, trong tiểu thuyết *Đinh Tiên Hoàng* còn xuất hiện bối cảnh của cả những giai đoạn trước và sau đó. Mở đầu tác phẩm, bối cảnh lịch sử là giai đoạn Tự chủ thời Dương Đình Nghệ, tiếp đến là sự kiện Ngô Quyền xưng vương, và sau khi Ngô vương băng hà, Dương Tam Kha cướp ngôi của cháu, trăm họ không phục. Đây cũng chính là nguyên nhân dẫn đến mầm loạn sứ quân. Theo *Việt sử kỷ yếu*: *"Từ khi Dương Tam Kha chiếm vị xưng vương, lòng người không phục. Các thổ hào có quân đội hùng cứ mỗi người một phương, chiếm giữ quận ấp, xung đột tranh giành ảnh hưởng, tiêu diệt lẫn nhau. Một nước phân liệt chia thành nhiều giang sơn. Quốc sử chép là Thập nhị sứ quân. Con số 12 đây là không kể các tù trưởng miền rừng núi và mấy thổ hào ít nổi tiếng"* [63; tr.70].

Loạn đả mười hai sứ quân đã dẫn đến tình trạng xóa bỏ chính quyền Trung ương xu hướng chia cắt phân tán lực lượng tạo điều kiện thuận lợi cho các thế lực xâm lược phong kiến Trung Hoa thâu tóm và khôi phục lại ách đô hộ cũ. Cuốn "*Lịch sử Việt Nam*" của Ủy ban Khoa học xã hội năm 1971 viết: "*Các thế lực phong kiến nổi dậy, mỗi người hùng cứ một phương và tranh giành nhau quyết liệt... thôn tính lẫn nhau. Loạn 12 sứ quân đã gây ra biết bao tổn thất, đau khổ cho nhân dân và đi ngược lại nguyện vọng hòa bình, thống nhất của dân tộc*". Việc vua Đinh Tiên Hoàng khôn khéo kết hợp dùng binh lính đánh trực diện và biện pháp chiêu hàng các sứ quân để sớm chấm dứt loạn 12 sứ quân là rất kịp thời, vì không lâu sau đó nhà Tống duỗi tới Quảng Châu, diệt nước Nam Hán (971), áp sát biên giới Đại Cồ Việt. Nếu không có sự xuất hiện của Đinh Bộ Lĩnh để thống nhất quốc gia bị chia sẻ tan nát thì Việt Nam khó thoát khỏi họa xâm lăng từ phương Bắc tái diễn khi nhà Tống hoàn thành việc thống nhất Trung Hoa. Thông qua bối cảnh lịch sử này, tác giả đã tái hiện lại một hình tượng Hoàng đế dẹp loạn Đinh Tiên Hoàng hợp ý trời, vừa lòng dân.

Trong tiểu thuyết *Chúa Bầu* (2006), Vũ Xuân Tửu lấy bối cảnh là cuộc nội chiến, chiến tranh Lê – Mạc kéo dài 144 năm từ năm 1533 đến năm 1677. Cuộc nội chiến này chia làm hai thời kì lớn: Thời kỳ 1533–1592: tương đương với thời Nam – Bắc triều khi nhà Mạc làm chủ vùng Bắc Bộ Việt Nam, nhà Lê làm chủ khu vực từ Thanh Hóa trở vào; Thời kỳ 1593–1677: khi tàn dư họ Mạc rút chạy lên Cao Bằng cát cứ. Nhà Hậu Lê sau thời thịnh trị cuối thế kỷ 15 đã bắt đầu suy yếu từ thời Lê Uy Mục và Lê Tương Dực. Bên ngoài, các cuộc khởi nghĩa chống đối của nhân dân làm triều đình nghiêng ngả, điển hình là khởi nghĩa của Trần Cảo. Các tướng trong triều cũng chia bè phái đánh lẫn nhau. Một số tướng lĩnh lập ra vua khác để ly khai triều đình, hình thành các thế lực cát cứ như Trịnh Duy Đại, Trịnh Tuy. Một võ tướng nhà Lê là Mạc Đăng Dung đứng ra trấn áp các cuộc nổi dậy bên ngoài, nắm lấy quyền hành triều Lê. Vua Lê Chiêu Tông chạy trốn khỏi sự khống chế của Đăng Dung, kêu gọi các lực lượng quân phiệt khác "cần vương" nhưng cuối cùng đều bị Đăng Dung đánh bại. Vị vua cuối cùng của nhà Lê sơ là Lê Cung Hoàng – con bài chính trị được Đăng Dung dựng lên để chống Lê Chiêu Tông – bị phế truất năm 1527. Mạc Đăng Dung chính thức giành ngôi nhà Lê, lập ra nhà Mạc. Năm 1529, một võ tướng cũ của nhà Lê là Nguyễn Kim không thần phục nhà Mạc, bỏ chạy vào miền núi Thanh Hoá và sang Ai Lao (Lào), tập hợp lực lượng chống nhà Mạc. Năm 1533, Nguyễn Kim tìm một người tên là Lê Duy Ninh là con của vua Lê Chiêu Tông đưa lên ngôi trên đất Sầm Châu (Ai Lao), tức là vua Lê Trang Tông. Chiến tranh Lê – Mạc chính thức bùng nổ. Trước bối cảnh lịch sử như vậy, Vũ Xuân Tửu đã tái hiện lại hoạt động của hai anh em Vũ Văn Uyên và Vũ Văn Mật trong công cuộc "Phù Lê, cự Mạc". Khi Mạc Đăng Dung cướp ngôi nhà Lê thì Vũ Văn Uyên đã giữ vững cả miền Tuyên Quang – Hưng Hóa, cát cứ một phương và không chịu theo nhà Mạc. Khi Nguyễn Kim lập Lê Trang Tông lên ngôi thì Vũ Văn Uyên sai người dâng biểu xin theo. Xuyên suốt tiểu thuyết *Chúa Bầu* là công cuộc trấn hưng Đại Đồng, giúp người dân có cuộc sống ấm no và phát triển văn hóa, Đồng thời thực hiện sứ mệnh "Phù Lê, cự Mạc" của hai anh em Vũ Văn Uyên và Vũ Văn Mật. Thông qua bối cảnh lịch sử ấy, tác giả đã tái hiện lại công lao của Chúa Bầu, đồng thời xây dựng lại nhân vật, đem đến cho nhân vật sự chân thực, sinh động như từ cuộc sống bước ra.

Đề tài và tư tưởng

Trong Từ điển thuật ngữ văn học do Lê Bá Hán, Trần Đình Sử, Nguyễn Khắc Phi đồng chủ biên, thì đề tài được hiểu là "khái niệm chỉ loại các hiện tượng đời sống được miêu tả, phản ánh trực tiếp trong đời sống văn học. Đề tài là phương diện khách quan của nội dung văn học [...]. Đề tài của tác phẩm là phương diện trong nội dung của nó, là đối tượng đã được nhận thức, lựa chọn gắn liền với dụng ý, thế giới quan, lập trường tư tưởng, quan điểm thẩm mĩ của nhà văn" [27; tr.110, 112]. Trong các tiểu thuyết lịch sử của mình, nhà văn Vũ Xuân Tửu không đi vào phản ánh các cuộc chiến đấu chống ngoại xâm như trong tiểu thuyết của Nguyễn Tử Siêu, mà chủ yếu ông đi phản ánh những cuộc nội chiến, các cuộc nổi loạn của dân tộc trong xã hội phong kiến. Đó là loạn mười hai sứ quân, là nội chiến Lê – Mạc, là nội chiến giữa dòng họ Vũ và nhà Mạc. Nhưng tác phẩm văn học thường không chỉ có một đề tài mà còn có nhiều mảng hiện thực khác nhau. *Đinh Tiên Hoàng* không chỉ miêu tả sự kiện loạn mười hai sứ quân, mà theo bước chân của Đinh Bộ Lĩnh, đề tài tác phẩm được mở rộng, với chính nhân vật trung tâm là Đinh Tiên Hoàng, tác phẩm lại mở ra mảng đề tài anh hùng, vua chúa, với vạc dầu, chuồng hổ, ao giải, tác phẩm lại mở ra mảng đề tài chính sách cai trị tàn bạo. Với các tướng Đinh Điền, Nguyễn Bặc, Lưu Cơ, Trịnh Tú, tác phẩm lại mở ra mảng đề tài trung thần lẫm liệt... Hay trong tiểu thuyết *Chúa Bầu*, Vũ Xuân Tửu không chỉ tái hiện lại cuộc nội chiến giữa họ Vũ và nhà Mạc trong công cuộc "Phù Lê, cự Mạc", mà theo bước chân của hai anh em nhà họ Vũ người đọc lại thấy tác phẩm được mở ra nhiều đề tài khác nhau. Đó là đề tài tình yêu đôi lứa thông qua mối tình giữa cô Lành và Vũ Văn Mật, hay thông qua các nhân vật xã quan, tri huyện, tác phẩm lại mở ra mảng đề tài bộ máy cai trị địa phương tham lam, bỉ ổi, xấu xa. Với nàng Nhị, cô Lành, tác phẩm lại mở ra mảng đề tài người phụ nữ trong xã hội phong kiến...

Như vậy, khi nói đến đề tài trong tiểu thuyết của Vũ Xuân Tửu, ta không chỉ nói đến một đề tài mà thực chất là một hệ thống các mảng hiện thực liên quan nhau, bổ sung cho nhau tạo thành đề tài của tác phẩm. Thông qua các mảng hiện thực được phản ánh trong tiểu thuyết lịch sử của Vũ Xuân Tửu, người đọc có thể dễ dàng nhận ra: Vũ Xuân Tửu đang tái hiện xã hội xưa để hướng tới nhân sinh và thế sự với một giọng văn bình tĩnh lạ lùng.

Về tư tưởng trong tiểu thuyết lịch sử của Vũ Xuân Tửu. Khi nói tới tư tưởng người ta thường hiểu đó là một phán đoán khái quát về hiện thực. Trong phán đoán đó bao giờ cũng chứa đựng một quan hệ có tính quy luật giữa các hiện tượng, sự vật của đời sống. Chẳng hạn nếu nói "con người" thì tuy khái niệm đó cũng khái quát, nhưng chưa bao hàm tư tưởng. Nhưng nếu nói "Người với người là bạn", "Người ta là hoa đất", "Con người hai tiếng tự hào", ... thì đó là những tư tưởng. Khi bàn về tư tưởng, Lê nin nói: "Tư tưởng – đó là nhận thức và khát vọng (mong muốn) (của con người)". Tư tưởng trong tác phẩm văn học luôn bao gồm hai mặt đó. Nhưng trước hết là một tư tưởng thẩm mĩ, tư tưởng này không tách rời khỏi đề tài và chủ đề và cảm hứng sáng tác.

Trong tiểu thuyết lịch sử của Vũ Xuân Tửu, chúng tôi đã nhận thấy nhà văn đã khéo léo lồng vào tác phẩm của mình một cảm hứng tư tưởng thẩm mĩ có giá trị. Đó là tư tưởng trung quân ái quốc thông qua sự nghiệp trấn hứng Đại Đồng, "Phù Lê, cự Mạc" của các nhân vật Vũ Văn Uyên, Vũ Văn Mật trong tiểu thuyết *Chúa Bầu* (2006), thông qua các vị tướng nhà Đinh là Đinh Điền, Nguyễn Bặc, Lưu Cơ, Trịnh Tú trong công cuộc phò tá nhà Đinh dựng nên cơ đồ (Đinh Tiên Hoàng). Chúng tôi sẽ làm rõ ở chương sau của luận văn. Tư tưởng là tổng thể những quan niệm về lẽ sống của nhà văn trước những con người và sự kiện lịch sử cũng như cái nhìn và thái độ của nhà văn về một hiện tượng trong hiện thực.

Tiểu kết

Tiểu thuyết lịch sử hiện đại Việt Nam là một thể loại văn học hình thành và phát triển ngày càng mạnh mẽ từ đầu thế kỉ XX đến nay. Trong thời kì đổi mới, tiểu thuyết lịch sử phát triển với quy mô sâu rộng. Vũ Xuân Tửu là một nhà văn tiên phong trong thời kì đổi mới có nhiều thành quả mới ở các đề tài và thể loại khác nhau. Trong đó có hai tiểu thuyết "Chúa Bầu" và "Đinh Tiên Hoàng" đã cho thấy cái nhìn nhận mới của nhà văn về cuộc sống với nghệ thuật. Nhà văn đã mở thêm một hướng đi riêng trong hành trình cách tân nghệ thuật của tiểu thuyết lịch sử.

Chương 2:
TIỂU THUYẾT LỊCH SỬ CỦA VŨ XUÂN TỬU TỪ GÓC NHÌN NỘI DUNG

2.1. Hiện thực lịch sử trong tiểu thuyết lịch sử Vũ Xuân Tửu

2.1.1. Về sự kiện lịch sử.

2.1.1.1. Tiểu thuyết "Đinh Tiên Hoàng"

Trong *Đinh Tiên Hoàng*, những sự kiện lịch sử được xuất hiện theo đúng trình tự thời gian và dưới ngòi bút đầy sáng tạo của ông nó chân thực đến cái mức mà khi hòa mình vào những trang sách ấy, người ta lại có cảm giác rưng rưng một niềm xúc động khi Đinh Tiên Hoàng ban chiếu lên ngôi Hoàng Đế, hay bất giác dâng lên một nỗi ghê sợ khi nghe thấy những hình phạt "*man rợ của đại quốc từ thời mông muội*" mà Đinh Tiên Hoàng khi lên ngôi đã đưa ra để trừng phạt, rồi người đọc lại bất bình trước những quyết định độc đoán và sai lầm của vua Đinh khi lập con thứ là Hạng Lang lên làm thái tử, rồi phá vỡ quy luật của tiền nhân từ xa xưa để lập năm Hoàng hậu... Có thể thấy rằng, sự thật lịch sử là một khung xương, Vũ Xuân Tửu đã dùng khung xương ấy để đắp da thịt và bày ra trước mắt bạn đọc thành một cơ thể sống.

Trước hết là sự kiện Đinh Tiên Hoàng dẹp loạn 12 sứ quân. Trong *Đại Việt sử kí toàn thư* có ghi lại về sự kiện này như sau: *"Bấy giờ Mười hai sứ quân đều tự xưng hùng trưởng, cát cứ đất đai. Ngô Xương Xí chiếm Bình Kiều, Ngô Nhật Khánh chiếm Đường Lâm, Kiểu Tam Chế chiếm Phong Châu, Nguyễn Thái Bình chiếm Nguyễn Gia Loan, Đỗ Cảnh Thạc chiếm miền sông Đỗ Động, Nguyễn Lệnh Công chiếm Tây Phù Liệt, Tế Giang thì có Lữ Tá Đường, Tiên Du có Nguyễn Thủ Tiệp, Siêu Loại có Lý Lãng Công, Hồi Hồ có Kiểu Lệnh Công, Đằng Châu có Phạm Phòng Át, Bố Hải có Trần Minh Công. Vua một phen cất quân là dẹp yên, bèn tự lập làm đế. Chọn được chỗ đất đẹp ở Đàm thôn, vua muốn dựng đô ở đó, nhưng vì thế đất chật hẹp lại không có lợi về việc đặt hiểm, nên vẫn đóng đô ở Hoa Lư (nay là phủ Trường Yên)"* [38; tr.77]. Trong tiểu thuyết *Đinh Tiên Hoàng,* công cuộc dẹp loạn 12 sứ quân của Đinh Tiên Hoàng đã được tác giả kể lại qua mười hai chương của phần ba. Mở đầu là trận Bộ Lĩnh lấy Cổ Loa, sang đến chương hai, Vũ Xuân Tửu lại nói về sự kiện loạn đả mười hai sứ quân sau khi Đinh Bộ Lĩnh chiếm thành Cổ Loa, Đỗ Cảnh Thạc chạy về Thành Quèn, Kiều Công Hãn (Kiều Tam Chế) chạy về Phong Châu, Khoan (Nguyễn Thái Bình) trấn thủ vùng Tam Đái, Dương Huy về Vũ Ninh, sau đó Nguyễn Thủ Tiệp *"thấy cơ hội ngàn năm có một, liền cất quân Tiên Du ào sang Vũ Ninh"*, giết chết Dương Huy, thu vùng đất Vũ Ninh sáp nhập vào Tiên Du. Lại nói về Đinh Bộ Lĩnh, sau khi chiếm được thành Cổ Loa, thì được Trần Lãm trao cho quyền bính, sự kiện này được tác giả nói đến trong chương bốn, có thể nói, lúc này, Đinh Bộ Lĩnh đã thu được một sứ quân mà không mất một mũi tên. Ở chương năm, Phạm Phòng Át nhận thấy sự hùng mạnh của Đinh Bộ Lĩnh khi điểm mặt lại toàn bộ các sứ quân trong cõi nước Nam bèn về "hàng Cờ Lau". Ở các chương tiếp theo, Đinh Bộ Lĩnh lần lượt thu phục các sứ quân còn lại, từ việc thu phục Ngô Nhật Khánh bằng việc lấy Ngô bà, tức muốn thông qua quan hệ hôn nhân để ràng buộc Khánh. Sau đó là lần lượt các sứ quân khác bị thu phục, đó là Kiều Công Hãn ở Trường Châu. Sau khi đã diệt được Kiều Công Hãn, Đinh Bộ Lĩnh và các tướng sĩ bàn chuyện đánh Kiều Công Thuận ở thành Hồi Hồ và triệt thành Mè, tiếp nối là trận "Huyết chiến Tây Phù Liệt", rồi công phá Thành Quèn, bình Tam Đái, quét sạch sứ quân Tiệp, Đường, Khuê và trận cuối, Vạn thắng vương đánh dẹp Bình Kiều, chấm dứt việc dẹp loạn các sứ quân, ca khúc khải hoàn, "*cùng ba quân tướng sĩ trở về Trường Châu*". Có thể nói, trong sử sách, các sử gia chỉ ghi lại vắn tắt những kết quả mà Đinh Tiên Hoàng có được để người đời sau ghi nhớ công ơn và ca ngợi, nhưng qua ngòi bút của Vũ Xuân Tửu, quá trình ấy hiện lên chân thực, hiện lên trước mắt bạn đọc như một thước phim quay chậm về những kế hoạch tỉ mỉ, kĩ lưỡng, những lần vẻ vang và cả những lần thất bại, hao tổn cả về sức lực và của cải. Nhà văn đã dựa vào cốt lõi của lịch sử, dùng sự sáng tạo của mình để tái tạo lịch sử mang đến hơi thở cho từng nhân vật, giúp nhân vật như được sống lại trước mắt người đọc trong từng khoảnh khắc, từng sự kiện.

Sau trận cuối, Đinh Bộ Lĩnh được suy tôn là Vạn Thắng Vương và trở về Trường Châu, xưng làm Hoàng đế. Trong sử có ghi: *"Mậu Thìn, năm thứ 1 [968], (Tống Bảo năm thứ 1). Vua lên ngôi, đặt quốc hiệu là Đại Cồ Việt, dời Kinh ấp về động Hoa Lư, bắt đầu dựng đô mới, đắp thành đào hào, xây cung điện, đặt triều nghi. Bầy tôi dâng tôn hiệu là Đại Thắng Minh Hoàng Đế"*. Chỉ bằng những sự kiện được nói đến một cách đơn thuần trong tài liệu lịch sử, Vũ Xuân Tửu đã dựa vào đó để tái hiện quá trình xưng đế của Đinh Tiên Hoàng. Sau khi kết thúc cảnh đất nước loạn lạc, thu phục hàng chục sứ quân nổi lên, việc đầu tiên mà Đinh Tiên Hoàng nghĩ đến không phải là xưng đế, việc đầu tiên mà Tiên Hoàng Đế làm là bước vào điện thờ dưới chân núi Dũng Đường Sơn để khấn vái tạ ơn, sau là ban thưởng công lao, cảm kích những tấm lòng của các tướng sĩ đã không quản hy sinh: "*Từ bấy đến nay, vị chi đã hai chục năm có lẻ, đất nước loạn lạc, hàng chục sứ quân nổi lên như rươi, khiến anh em ta phải khó nhọc cất công đánh dẹp, đến nay mới được yên hàn. Ta cảm kích tấm lòng các tướng sĩ không quản hy sinh để có ngày hôm nay […] – nay ta muốn ban thưởng công lao"* [78; tr.287]. Có thể nói, Đinh Tiên Hoàng là một người trọng tình, trọng nghĩa, đặt quyền lợi bề tôi lên hàng đầu, và đằng sau cái hành động muốn ban thưởng ấy, ta cũng thấy được sự khôn ngoan của Đinh Tiên Hoàng trong cách dùng người tài, đó là dùng sự ban thưởng để khích lệ tinh thần của quan quân, dùng những lời ca ngợi để khiến mọi người cảm động mà quy phục. Và sau cùng mới là việc xưng đế, trong tiểu thuyết Đinh Tiên Hoàng không chủ động xưng đế mà các quan quân lần lượt tiến cử, bàn bạc một cách chán chê, rồi mới ra vẻ miễn cưỡng: *"Xưng gì, ai xưng thì cũng phải tỏ mặt anh hào phương Nam ta"* [78; tr.288]. Chứng tỏ ở đây, Đinh Tiên Hoàng dù có khát vọng quân vương mà đi dẹp loạn, nhưng đến khi chiến thắng vẫn cho các bề tôi trung thành được thể hiện cái quyền dân chủ tự quyết về vị vua tương lai của một đất nước, để rồi Đinh Bộ Lĩnh lên ngôi trong sự đồng lòng của hàng vạn tướng lĩnh, thần dân, có thể nói, đây cũng là dụng ý của nhà văn khi viết về sự kiện xưng đế của Đinh Tiên Hoàng. Việc định đô, đặt tên nước của Vua Đinh và quan quân cũng diễn ra thật rôm rả dưới ngòi bút của nhà văn: "*Người thì bảo lên Đại La, có sẵn kinh thành từ thời Cao Biền dạy non. Kẻ thì bàn lên Cổ Loa là kinh đô cổ, có từ thời Hùng Vương dựng nước"*, rồi người thì bảo về *Đại Hữu quê cha đất tổ*, Cơ lại nói "*chọn Trường Châu làm đất thang mộc định đô Yên Thành là phải*" và đặt một cái tên là gợi nhớ thuở hàn vi của Hoàng đế ấy là "*Hoa Lư*". Hoa Lư, một cái tên vừa dân dã, lại vừa gợi nhớ đến nơi Thung Lau khởi nghiệp, cờ lau tập trận, rồi vua nói: *"cứ có hoa, có cơm là được rồi"* và Hoa Lư phải sánh với Tràng An của Bắc Tống. Rồi tên nước phải đặt là "*Đại Cồ Việt mới thỏa lòng quan, quân, dân chúng"*. Đến đây, ngòi bút của Vũ Xuân Tửu như có hồn thiêng của sông núi, trước âm vang "*Đại Cồ Việt*" được hô to, dõng dạc của tất thảy mọi người, "*Đại Cồ Việt*" cái âm vang thiêng liêng "*như từ trời cao dội xuống, dưới đất vọng lên*", khiến người đọc như một lần nữa sống lại với quá khứ lịch sử hào hùng, sống lại cùng với câu thơ của Nguyễn Trãi trong *Đại Cáo Bình Ngô,* để một lần nữa ta lại tự hào về lịch sử của dân tộc:

Từ Triệu, Đinh, Lý, Trần bao đời xây nền độc lập
Cùng Hán, Đường, Tống, Nguyên mỗi bên xưng đế một phương.

Sự kiện lịch sử có thật tiếp theo mà Vũ Xuân Tửu đã nói đến trong tiểu thuyết *Đinh Tiên Hoàng* của mình đó là sự kiện ban chiếu luật lệ. Nói về sự việc này thì sử sách có ghi như sau: *"Vua muốn dùng uy chế ngự thiên hạ, bèn đặt vạc lớn ở sân triều, nuôi hổ dữ trong cũi, hạ lệnh rằng: "Kẻ nào trái phép phải chịu tội bỏ vạc dầu, cho hổ ăn". Mọi người đều sợ phục, không ai dám phạm"* [38; tr.77]. Còn trong tiểu thuyết của mình, bản thân nhà văn dường như lại bộc lộ một cách suy nghĩ không đồng tình với những hình phạt tàn bạo mà vua Đinh đưa ra để trừng trị kẻ có tội, bởi cách ấy *"khiến ai nấy đều lo sợ, kinh hãi"*. Trước những *"hình ngục man rợ, hòng đe dọa dân chúng"*, nhân vật Lưu Cơ, một người thân tín đi theo Đinh Hoàn từ thuở dấy binh lập nghiệp đã nhiều lần can ngăn nhưng không được, vì chính bản thân ông đã nhìn thấu rõ được những nỗi sợ hãi, bất an của "hai hàng tướng". Ông cho rằng *"họa sinh ra từ đầu óc ngu tối, từ lòng dạ tàn ác, tất có ngày bị trời diệt. Người có tâm sáng, tầm cao can ngăn cũng chẳng nổi, không khéo còn dính vạ lây"*. Chả thế mà, trước những hình phạt của vua Đinh, sứ giả Bắc Tống có lần sang thăm đã từng nói: *"Không ngờ cái trò man rợ của đại quốc, từ thời mông muội, nay là Qúy Dậu (973) rồi, mới được du nhập vào Giao Chỉ"* [78; tr.400]. Thế mới nói, Vua anh minh ở chỗ ban luật cho quan lại thần dân, luật pháp ban ra không quá hà khắc nhưng vẫn đủ để răn đe kẻ có tội mà lại thu phục được nhân tâm.

Sự kiện lịch sử tiếp theo có mặt trong tiểu thuyết *Đinh Tiên Hoàng* đó là sự kiện Vua Đinh phong Vương cho con trai cả Đinh Liên là Nam Việt Vương. Sự kiện này cũng được các sử gia ghi lại: *"Kỷ Tỵ, năm thứ 2 [969], (Tống Khai Bảo năm thứ 2). Tháng 5 nhuận, phong con trưởng là Liễn làm Nam Việt Vương"*. Đối với sự kiện này, Nam Việt Vương có phần mừng nhưng cũng có ý không vui. Vũ Xuân Tửu đã miêu tả rất rõ tâm trạng của Nam Việt Vương lúc bấy giờ: *"Mừng, vì đã thành vua xứ Nam, dưới Hoàng đế, trên trăm quan; nhưng buồn, vì chưa được lập Thái tử, tức là chưa có cơ nối ngôi hoàng đế"*.

Sau khi phong Vương cho Đinh Liễn, vua Đinh cùng các quan thần bàn việc đặt niên hiệu mà theo cách nói của vua Đinh là "cho chính danh". Sử có chép lại sự kiện này như sau: "*Canh Ngọ, Thái Bình năm thứ 1 [970], (Tống Khai Bảo năm thứ 3). Mùa xuân, tháng giêng, đặt niên hiệu. (Sử cũ nói rằng nước Việt ta có niên hiệu bắt đầu từ đây. Nhưng Lý Nam Đế [trước đó] đã đặt niên hiệu là Thiên Đức [544-548]. Sai sứ sang nhà Tống giao hảo. Bấy giờ nhà Tống sai Đại tướng Phan Mỹ dẹp yên Lĩnh Nam (chỉ Lưu Xưởng), cho nên mới có mệnh ấy*" [38; tr. 77].

Đạt niên hiệu là Thái Bình, Đinh Tiên Hoàng bắt đầu ban chức tước, phẩm trật cho nhưng người có công, *Đại Việt sử kí toàn thư* có ghi lại như sau: "*Tân Mùi, [Thái Bình] năm thứ 2 [971], (Tống Khai Bảo năm thứ 4). Bắt đầu quy định cấp bậc văn võ, tăng đạo. Lấy Nguyễn Bặc làm Định quốc công, Lưu cơ làm Đô hộ phủ sĩ sư, Lê Hoàn làm Thập đạo tướng quân, Tăng thống, Ngô Chân Lưu được ban hiệu là Khuông Việt đại sư, Trương Ma Ni làm Tăng lục, Đạo sĩ Đặng Huyền Quang được trao chức Sùng chân uy nghi*". Trong tiểu thuyết *Đinh Tiên Hoàng,* Vũ Xuân Tửu đã nói về sự kiện này một cách khá chính xác, tuy nhiên, bênh cạnh việc tôn trọng chính sử, bên cạnh những nhân vật được nói đến trong sử sách, tác giả cũng đã sáng tạo thêm khiến câu chuyện ban chiếu sắc phong chức tước, phẩm trật có phần uy nghi hơn, sống động hơn.

Tiếp theo là các sự kiện lịch sử có thật lần lượt được Vũ Xuân Tửu thể hiện trong tác phẩm của mình đó là: Nam Việt Vương đi sứ Bắc Tống, Dương hậu sinh Đinh Toàn, hoàng tử Hạng Lang ra đời, Đinh Tiên Hoàng lập Hạng Lang làm Thái tử, đi ngược lại quy định của ngàn đời, khi bàn về sự kiện này, sử gia Ngô Sĩ Liên nói: "*Nối ngôi dùng con đích là đạo thường ôn đời, bỏ đạo ấy, chưa từng không gây loạn. Cũng có khi nhân thời loạn mà lập Thái tử, thì trước hết chọn người có công, hoặc con đích trưởng quá ác phải bỏ thì sau mới lập con thứ. Thế là xử việc lúc biến mà vẫn được đúng đắn, người xưa vẫn từng làm. Nam Việt Vương Liễn là con trưởng, lại có công, chưa thấy lầm lỗi gì. Tiên hoàng yêu con thứ mà quên con trưởng, cho như thế mới đủ tỏ tình yêu quý, không biết như thế là làm hại con. Liễn lại nhẫn tâm, đến nỗi giết em, thiên đạo nhân luân mất hết, chuốc họa chết thiệt thân, còn liên lụy cả cha nữa, há chẳng rùng rợn lắm thay! Không thế thì tội đại ác của Đỗ Thích do đâu nảy ra để hợp với lời sấm được?*" [38; tr.79]. Đây là sự đánh giá của nhà viết sử, còn ở đây, trong cuốn tiểu thuyết của chính mình, có lẽ Vũ Xuân Tửu cũng thể hiện một quan điểm sâu sắc rằng chính sai lầm ban đầu của Đinh Tiên Hoàng kéo theo những sai lầm về sau, sự hối lỗi muộn màng của Nam Việt Vương cũng không thể rửa sạch tội giết em, đồng thời, nó còn là mầm mống cho sự phản nghịch của Đỗ Thích.

Và sự kiện cuối cùng khép lại một đời đầy phức tạp của Đinh Tiên Hoàng và Đinh Liễn Nam Việt Vương. Một sự kiện mà có lẽ, các sử gia cũng từng tốn biết bao giấy mực để nghiên cứu, đó là sự kiện Đỗ Thích giết vua Đinh và giết luôn cả Nam Việt Vương, sử chép lại như sau: "*Mùa đông, tháng mười, Chi hậu nội nhân Đỗ Thích giết vua ở sân cung. Bọn Đinh quốc công Nguyễn Bặc bắt được đem giết. Trước đó Đỗ Thích làm chức lại ở Đồng Quan, đêm nằm trên cầu, bỗng thấy sao sa rơi vào miệng, Thích cho là điềm tốt, bèn nảy ra ý định giết vua. Đến đây, nhân lúc vua ăn yến ban đêm, say rượu nằm trong sân, Thích bèn giết chết, lại giết luôn cả Nam Việt Vương Liễn. Khi ấy lệnh lùng bắt hung thủ rất gấp, Thích phải lén núp ở máng nước trong cung qua 3 ngày, khát lắm, gặp lúc trời mưa thò tay hứng nước uống, cung nữ trông thấy liền đi báo. Đinh quốc công Nguyễn Bặc sai người bắt đem chém, đập nát xương, băm thịt ra từng mảnh, chia cho người trong nước ăn, chẳng ai không tranh lấy mà nhai nuốt"* [38; tr.79]. Đối với sự kiện này, Vũ Xuân Tửu đã cho nó xảy ra như một tất yếu, nó bắt đầu từ giấc mơ sao rơi vào mồm của Đỗ Thích, để rồi khi Đỗ Thích phải hầu hai cha con Đinh Tiên Hoàng ăn tiết canh, lòng lợn, trước cơn say "nhừa nhựa" của Đinh Liễn và Đinh Tiên Hoàng, trước những lời mắng chửi, những cái nhìn ác độc, Thích "tủi phận, ứa nước mắt". Từ đây, tác giả đã ngầm giải thích rằng, Đỗ Thích và Lê Hoàn, hay Dương Thị hoàn toàn không có bất kì một sợ dây liên kết nào về mưu đồ chính trị, mà ở đây là do sự nhất thời trong phút chốc của Đỗ Thích để thấy được sự phát triển diễn biến tâm lí của nhân vật.

Vua Đinh băng hà, tứ trụ đưa Đinh Toàn lên ngôi, Dương thị trao Hoàng bào của con mình cho Lê Hoàn, bắt đầu kỷ nhà Lê.

Có thể thấy, Vũ Xuân Tửu hoàn toàn tôn trọng lịch sử, ông dùng sự kiện lịch sử để đắp thêm vào đó những khối thịt đậm đà bằng sự "tung tẩy" của ngòi bút văn chương, để rồi những sự kiện lịch sử ấy trở nên sinh động, gần gũi, khiến người đọc không chỉ tiếp nhận những tri thức lịch sử mà còn được cùng sáng tạo với trí tưởng tượng của nhà văn.

2.1.2.2. Tiểu thuyết "Chúa Bầu"

Khi viết cuốn tiểu thuyết *Chúa Bầu*, Vũ Xuân Tửu cũng dựa trên cơ sở chính sử, lấy sự kiện lịch sử thời Lê – Mạc ở Tuyên Quang để sáng tạo. Cuốn tiểu thuyết tập trung vào cơ nghiệp của dòng họ Vũ với quá trình tập hợp lực lượng, rèn vũ khí, xây thành, đắp lũy, đem lại cho người dân một cuộc sống ấm no, hạnh phúc, đồng thời nói đến công lao của họ Vũ đối với triều đình nhà Lê trong công cuộc "Phù Lê, cự Mạc".

Trong các tài liệu lịch sử, các hoạt động của các Chúa Bầu thể hiện rõ nét ở ba vấn đề: Thứ nhất, xây dựng thế lực chống lại nhà Mạc, khôi phục nhà Lê; Thứ hai, xây dựng và bảo vệ vùng Tuyên Quang, Hưng Hoá xưa; Thứ ba, ổn định và giữ vững vùng biên giới phía Tây của đất nước giúp nhà Lê trong công cuộc trung hưng. Những vấn đề nói trên cũng được Vũ Xuân Tửu thể hiện trong tác phẩm của mình. Tuy nhiên, bằng ngòi bút sáng tạo, hiện thực lịch sử ấy hiện ra trên trang giấy một cách chân thực. Ngay từ ban đầu khi gây dựng cơ ngiệp, cả hai anh em Vũ Văn Uyên và Vũ Văn Mật đều cùng chung một chí hướng là *"Phù Lê, cự Mạc"*, nhà văn đã biến cái chí hướng này không chỉ là chí hướng của riêng con người, mà nó còn là sự mách bảo, sự dẫn đường chỉ lối của đấng thần linh bằng việc cho Mật mò được thanh sắt "tỏa ánh hào quang" có khắc bốn chữ *"Phò Lê, cự Mạc"* ở giữa lòng sông. Cũng như trong chính sử, xuyên suốt cuốn tiểu thuyết *Chúa Bầu* là sự trung thành của anh em nhà họ Vũ đối với triều đình nhà Lê.

Có thể thấy, Vũ Xuân Tửu đã dựa vào những sự kiện lịch sử ở các triều đại khác nhau để sáng tạo nên những đứa con tinh thần đầy sống động, mang đến cho bạn đọc không chỉ là tri thức về khoa học lịch sử mà còn là cái nhìn, cách đánh giá đối với các sự kiện lịch sử đã diễn ra nay được sống lại trên trang sách để muốn nói một điều gì đó cho ngày nay.

2.1.2. Về nhân vật lịch sử

Đến nay, nhà văn Vũ Xuân Tửu đã cho ra mắt bạn đọc hai cuốn tiểu thuyết là *Chúa Bầu* (2006) và *Đinh Tiên Hoàng* (2015). Chính vì vậy, trong phần nghiên cứu này, người viết sẽ đi làm rõ những nhân vật lịch sử có thật đã được nhà văn đưa vào trong sáng tác bằng ngòi bút tự nhiên và linh hoạt.

Trong tiểu thuyết *Chúa Bầu,* Vũ Xuân Tửu đã khắc họa hai nhân vật lịch sử có thật là hai anh em Vũ Văn Uyên và Vũ Văn Mật, quê ở xã Ba Đông, huyện Gia Phúc (nay là huyện Gia Lộc, tỉnh Hải Dương) là những người có công trạng được chép khá nhiều và thống nhất trong các bộ sử sách như *Đại Việt sử ký toàn thư* của Lê Văn Hưu, Phan Phu Tiên, Ngô Sĩ Liên... soạn thảo (1272 - 1697), *Đại Việt địa dư tiền biên* của Nguyễn Văn Siêu, *Kiến văn tiểu lục* của Lê Quý Đôn và *Đại Nam nhất thống chí* (nhiều tác giả). Hai anh em đều có tài trí và khỏe mạnh. Dân gian và sử cũ gọi họ là chúa Bầu, không chỉ thể hiện uy thế của họ ở vùng Đại Đồng, trấn Tuyên Quang xưa mà còn liên quan đến địa danh ban đầu là xóm Khau Bầu, xã Đại Đồng nơi mà họ đặt chân tới khi rời quê nhà và dấy nghiệp.

Trước hết, nói về nhân vật lịch sử Vũ Văn Uyên (Chữ Hán: 武文淵) (1479 - 1557), tước Khánh Dương Hầu, là người khai quốc cho sự nghiệp của các Chúa Vũ cát cứ 172 năm, ông đóng góp rất nhiều công sức chống Mạc nên được Nhà Lê cho cai quản đất Tuyên Quang, mở đầu cho cơ nghiệp này. Công lao to lớn của Vũ Văn Uyên đã được các sử gia hết lời khen ngợi, trong đó có Lê Qúy Đôn, ông viết: "*Vũ Văn Uyên là viên tướng nơi biên giới, giữ trọn vẹn được Tuyên Quang... đem nghĩa lớn cương thường thanh minh với thiên hạ, dùng hình thế hiểm trở khống chế miền Thượng du, làm cho ngụy Mạc không thể dốc toàn lực để nhòm ngó miền Nam được, giữ vững phên dậu mặt Tây, truyền cho con cháu đời đời giữ khí tiết bầy tôi, nộp lương cấp lính, giúp vào công nghiệp Trung hưng, so với Trương Thực nhà Tấn, Lý Khắc Dụng nhà Đường, sự nghiệp lại có phần rạng rỡ hơn, cũng có thể gọi là người đại trung vậy*". Trong những ngày đầu lập nghiệp, các tài liệu có ghi lại rằng, Vũ Văn Uyên vốn là một thanh niên khỏe mạnh, cường tráng, dưới thời Vua Lê Chiêu Tông vì phạm tội giết người mà phải trốn lên ngụ ở trấn Đại Đồng (Tuyên Quang). Bấy giờ người tù trưởng Đại Đồng bị nhân dân oán ghét, tình hình Đại Đồng rất lộn xộn. Vũ Văn Uyên thấy vậy bèn tập hợp lực lượng riêng, thừa cơ giết chết người tù trưởng, ổn định tình hình địa phương rồi chiếm luôn đất đó, trở thành người trấn trị Đại Đồng. Trong *Chúa Bầu,* nhân vật lịch sử Vũ Văn Uyên cũng được Vũ Xuân Tửu xây dựng là một người có thể chất lực lưỡng, phong trần, có tài võ nghệ nhưng bản tính nóng nảy. Vì bất bình trước thói gian xảo, hành động "cướp ngày" và sự bất công, thái độ hách dịch của viên xã quan,

Vũ Văn Uyên đã *"phóng một quả đấm thôi sơn vào giữa mặt tên xã quan, khiến hắn ngã bật ngửa xuống sông"* và *"chết bất đắc kì tử"*. Sau đó hai anh em cùng nhau chạy lên mạn ngược, thu mình hầu hạ nhà hào phú. Tại đây, hai anh em Vũ Văn Uyên nổi tiếng khắp vùng *"anh hùng cái thế, đuổi hổ đoạt trâu, võ nghệ cao cường, trai tráng khắp vùng tụ nghĩa"*, em trai Uyên là Mật được con gái phú ông là Nàng Nhị để ý và đã được gá nghĩa trăm năm. Thấy vậy, bon quan lại trong vùng liền tư giấy lên huyện cấp báo về quá khứ của hai anh em và tố cáo mưu đồ phản nghịch nhằm bắt ngay hai anh em họ Vũ để tống giam. Chính điều này dẫn đến sự kiện Vũ Văn Uyên thu tóm mảnh đất Đại Đồng và tuyên bố *"thay trời hành đạo"* giết luôn tên xã quan, *"khiến đám gia nhân không kịp trở tay. Ai nấy sợ hãi tháo chạy toán loạn"*. Có thể thấy rằng, Vũ Xuân Tửu đã bám sát lịch sử mà xây dựng nhân vật, để nhân vật một lần nữa được sống lại dưới trang sách với cuộc đời của chính mình một cách chân thực và sống động. Không những thế, bên cạnh việc bám sát lịch sử, bằng sự sáng tạo của mình, nhà văn đã đi sâu miêu tả chi tiết về cuộc sống đời thường, về những tâm tư tình cảm của nhân vật Vũ Văn Uyên. Trong tiểu thuyết, ngay từ đầu, Cả Uyên đã hiện lên là một người có "máu hỏa", tính tình nóng nẩy, *"Bộc tuệch bộc toạc thẳng ruột ngựa"*. Chính cá tính khi nóng nảy, bộc trực ấy mà có đôi khi Mật chẳng hiểu rõ anh, bởi có lúc *"thâm tâm"* Mật "*cũng coi anh là hạng võ biền, chỉ có sức vóc hơn người mà thôi*". Nhưng đằng sau cái bản tính chân chất đời thường ấy lại là một vị tướng luôn đau đáu về cơ nghiệp nhà họ Vũ, đã có lần, Văn Uyên bàn về chuyện xây thành với Văn tiên sinh và Vũ Công Mật, Cả Uyên từng nói: *"Đánh thành người, phải lo giữ thành mình. Giữ thành phải có thành cao, hào sâu"*, rồi sự mưu trí, *"ranh mãnh"* của Vũ Văn Uyên cũng được Vũ Xuân Tửu khắc họa vô cùng sắc nét qua những dòng tâm sự của Vũ Văn Uyên với em trai mình, Văn Uyên cũng dựa vào những câu chuyện, những huyền thoại đầy ly kỳ xoay quanh những nhân vật nổi tiếng trong lịch sử Trung Hoa như Hạng Vũ, Lưu Bị để tìm ra kế sách cho chính công nghiệp của mình. Cả Uyên cho rằng: *"Cái chuyện Hạng Vũ chém bạch xà có vẻ linh, nhưng ai nhìn thấy, phỏng? Cái anh Lưu Bị cũng bảo, hồi bé, trèo lên cây dâu mà bảo ngai vàng, để rồi nói cái chuyện xưng đế vương là ý trời, cho thuận lòng người, kì thực cũng chỉ để lòe thiên hạ mà thôi. Nay anh em ta lập nghiệp, cũng nên định ra vài ba câu chuyện cho có vẻ ly kỳ để thu phục lòng người. Tỷ như là rèn thanh gươm lạ, rồi thấy mây ngũ sắc như hoa sen trên đầu. Thế, cứ thế… người nọ truyền người kia, dăm ba lần sẽ tin theo cả. Binh thư, phong thủy chẳng bằng mẹo mực"* [77; tr.82]. Bên cạnh cái nỗi lo đau đáu về cơ nghiệp, Vũ Văn Uyên còn có một cái nhìn thấu đáo về việc trị dân trị nước: *"Ta lo cho dân chúng cấy lúa, giã gạo mà ăn, giồng bông dệt vài mà mặc. Chúng no đủ thì ta chớ tham mà thu thêm thuế kẻo chúng ngầm oán mà tính kế chống lại lúc nào không biết. Nhưng khi dân chúng đói khổ, thì lại phải lo mau việc cứu đói, phát chuẩn để thu phục lòng người nuôi dưỡng sức dân. Đói khổ là mầm móng sinh ra trộm cướp. Đấy là cái mưu mẹo, lại vừa là cái đức của kẻ trị dân. Nhưng khi chúng tán tụng thì chớ cứ tưởng mình là tài giỏi mà lại dạy đời, chỉ bảo cho chúng cách cấy hái, dệt khâu thế này, thế kia mà chúng cười thầm trước mặt, chửi vụng sau lưng. Bởi rằng, ta chỉ thạo việc tranh quyền, chiếm đất chứ có phải ông tổ nghề đâu"* [77; tr.84]. Ấy là những cái nhìn vô cùng thấu đáo về lòng người, là cái cách muôn đời để trị quốc nhằm đem đến một cuộc sống ấm no, cường thịnh mà có thể nói bất cứ một vị vua nào, một vị lãnh tụ nào cũng đều phải học tập lấy cái cách ấy để bình thiên hạ. Ngay cả trong xã hội phong kiến xa xưa cho đến xã hội đương thời ngày nay, muốn có một đất nước hòa bình thịnh trị, dân chúng hạnh phúc thì đều cần một bậc anh quân lãnh đạo.

Tiếp đến là Vũ Văn Mật (chữ Hán: 武文密; 1493-1571), em trai Vũ Văn Uyên, vị chúa Bầu thứ hai của họ Vũ ở Tuyên Quang. Trong *Đại Việt sử ký toàn thư* có viết: "*Vũ Văn Mật: là em Vũ Văn Uyên, [...]. Khi họ Mạc cướp ngôi nhà Lê thì Vũ Văn Uyên cát cứ vùng Tuyên Quang chống lại nhà Mạc. Văn Uyên chết, Vũ Văn Mật nối nghiệp anh, được vua Lê phong tước Gia quốc công*". Sau khi nối quyền của anh là Vũ Văn Uyên, Vũ Văn Mật cho dời căn cứ từ thành Nghị Lang xây thành đắp lũy trên gò Bầu. Từ đó, nhân dân thường gọi ông là *"Chúa Bầu"* hoặc *"Vua Bầu"*. Các đời sau hùng cứ một vùng ở thành Bầu đều được gọi chung là *Chúa Bầu.* Các thành mà ông xây dựng gồm thành Nghị Lang ở Lương Sơn - Lục Yên; thành Cát Tường ở Khánh Vân - Lục Yên; thành Bắc Pha ở xã Đà Dương - Lục Yên; thành Bình Ca ở Hàm Yên (Tuyên Quang); thành Việt Tĩnh ở Diên Gia - Châu Thu (Lục Yên - Yên Bình - Yên Bái) về sau đều được gọi chung là thành Bầu.

Trong *Chúa Bầu,* Vũ Văn Mật được xem là nhân vật trung tâm, nhà văn đã dành phần nhiều sự ưu ái trong ngòi bút của mình cho nhân vật này. Nếu Vũ Văn Uyên được miêu tả là người có máu hỏa, thì Mật lại có vẻ ngoài nho nhã và trọng nghĩa tình. Chả thế mà, khi nương nhờ nhà Nàng Nhị, làm nên công nghiệp, Vũ Công Mật cứ day dứt mãi về một đoạn tình duyên với cô Lành – con gái của thầy đồ năm xưa đã cho mình những con chữ ở trong đầu. Không những thế, từ nhỏ Vũ Công Mật đã là người hiếu học và có chí hơn người, trong tiểu thuyết, nhà văn đã có lần miêu tả sự ham học của Mật như sau: *"Từ Ba Đông Thượng Trang lên tới Mộ Trạch, có dễ hơn chục dặm đường. Thế mà Mật cứ ngày hai bận đi về. Cứ tối tối, bu cắm cúi luộc nồi khoai lang, rồi bù vào bếp gio. Gà gáy canh tư, Mật đã vục dậy học bài, rồi tang tảng sáng rón mấy củ khoai, bỏ vào túi áo cánh, vừa đi vừa ăn"*[77; tr.7]. Cái sự học rộng, biết nhiều nó đem đến cho con người ta chí lớn, có lần đang nói chuyện với cô Lành, Vũ Văn Mật cũng tỏ cái chí của mình ra: *"Rồi ra có Lành, tôi thu cả thiên hạ cho mà xem"*. Cái chí lớn ấy xuất hiện từ thời còn niên thiếu cho đến khi dựng nên cơ đồ. Ở hai anh em Vũ Văn Uyên và Vũ Văn Mật còn có một tư tưởng trung quân ái quốc, *"rèn gươm, lập nghiệp"* cũng vì bốn chữ *Phò Lê, cự Mạc* được trên khắc trên *"thanh sắt dài hàng sải tay đang tỏa hào quang"* mà Mật vớt lên từ đáy sông trong *"một đêm tối trời, chỉ có mảnh trăng lưỡi liềm treo đầu núi. Sau một ngày rèn dao, kiếm"*. Trong suốt thời gian gây dựng sự nghiệp, hùng cứ một phương, thể hiện rõ quan điểm Phò Lê, cự Mạc, Vũ Văn Mật còn được nhà văn miêu tả với những mưu kế hơn người trong việc dùng binh, cùng với việc biết tiếp thu và học hỏi các bậc tiền nhân đi trước, Vũ Công Mật cũng học hỏi cách dùng binh của Nguyễn Trãi: *"Yếu chống mạnh dùng mai phục, ít địch nhiều thường đánh bất ngờ"*, không những thế, bằng sự hiểu biết của mình, Vũ Văn Mật đã dự đoán được thời tiết để kết hợp với việc dùng bình, cho quân thả bè mảng có hình nhân vào đúng lúc trời giông khiến quân nhà Mạc *"thần hồn nát thần tính"* và khiến họ nghĩ rằng quân Bầu được trời giúp... Có thể thấy, dưới ngòi bút của nhà văn Vũ Xuân Tửu, Vũ Công Mật như được trao cho sự sống, hiển hiện ra trước mắt bạn đọc như những thước phim quay chậm của một thời vẻ vang, lừng lẫy trong thiên hạ.

Trong cuốn tiểu thuyết *Đinh Tiên Hoàng,* nhân vật trung tâm số một là Đinh Tiên Hoàng, hay còn gọi là Đinh Bộ Lĩnh. Khi viết về nhân vật này, Vũ Xuân Tửu đã thể hiện sự trung thành trong ngòi bút của mình với nguyên mẫu lịch sử của Tiên Hoàng Đế.

Đinh Tiên Hoàng Họ Đinh, tên húy là Bộ Lĩnh, người động Hoa Lư, châu Đại Hoàng, là con của Thứ sử châu Hoan Đinh Công Trứ, có công dẹp yên các sứ quân, tự lập làm đế, ở ngôi 12 năm [968 - 979], bị nội nhân là Đỗ Thích giết, thọ 56 tuổi [924-979], tán ở sơn lăng Trường Yên. Về công lao và phẩm hạnh của Đinh Tiên Hoàng, các sử gia đã hết lòng ca ngợi vị Tiên Hoàng Đế trong *Đại Việt sử ký toàn thư* như sau: *"Vua tài năng sáng suốt hơn người, dũng cảm mưu lược nhất đời, quét sạch các hùng trưởng, tiếp nối quốc thống của Triệu Vũ [Đế]".* Bên cạnh đó, những biến cố trong cuộc đời của nhân vật Đinh Tiên Hoàng nói chung cũng được Vũ Xuân Tửu kể lại trong tác phẩm của mình một cách trung thành với chính sử. Trong tiểu thuyết cùng tên, Đinh Tiên Hoàng cũng trải qua những biến cố thăng trầm của cuộc sống, từ khi sinh ra đến khi lên làm vua. Thời thơ ấu (931), khi mới lên bảy, Đinh Hoàn đã sớm bôn tẩu theo cha vào Châu Hoan, nơi Đinh Công Trứ làm Thứ sử. Tại đây, vua được theo học cùng với *"lũ trẻ quanh phủ".* Sáng thì *"lên đình học chữ với chúng bạn; rồi chiều chiều lại sang nhà thầy đồ học binh pháp".* Cho đến năm Đinh Dậu (937) Đinh Công Trứ mất, Đinh Hoàn theo mẹ là Đàm thị "trở về Đại Hữu, nương nhờ chú Đinh Thúc Dự". Trong giai đoạn này, Đinh Hoàn cùng lũ trẻ chăn trâu tại Thung Lau, Ngoài việc chăn trâu, *"Hoàn cùng bọn Điền, Bặc mò cua, bắt cá thì thũm suốt ngày, hết trong đồng lại ra sông Đại Hoàng".* Lúc này Hoàn được suy tôn làm động chủ do đươc nhặt được Ngọc Khuê cùng với lời phán của sư chùa về mệnh số quân vương. Và trong *Đại Việt sử kí toàn thư* các sử gia đã ghi lại tuổi nhi đồng của Vua Đinh Tiên Hoàng như sau: *"Vua mồ côi cha từ bé, mẹ họ Đàm đưa gia thuộc vào ở cạnh đền sơn thần trong động. Vào tuổi nhi đồng, vua thường cùng bọn trẻ con chăn trâu ngoài đồng. Bọn trẻ tự biết kiến thức không bằng vua, cùng nhau suy tôn làm trưởng. Phàm khi chơi đùa, thường bắt bọn chúng chéo tay làm kiệu khiêng và cầm hoa lau đi hai bên để rước như nghi trượng thiên tử. Ngày rỗi, thường kéo nhau đi đánh trẻ con thôn khác, đến đâu bọn trẻ đều sợ phục, hằng ngày rủ nhau đến phục dịch kiếm củi thổi cơm"* [38; tr.77]. Cuộc đời về sau của Đinh Tiên Hoàng cũng được Vũ Xuân Tửu giữ nguyên mẫu trong chính sử để nói về quá trình "dấy binh", "nương tựa Trần Công" và dẹp loạn 12 sứ quân, và sự kiện lên ngôi Hoàng đế của Đinh Tiên Hoàng qua mười tám chương từ phần thứ hai đến phần thứ tư của cuốn tiểu thuyết. Bên cạnh việc tôn trọng sự thật lịch sử, nhà văn Vũ Xuân Tửu đã có những sáng tạo mới mẻ khi xây dựng nhân vật lịch sử Đinh Tiên Hoàng, Đinh Tiên Hoàng được khắc họa mang những tính cách đời thường, có những diễn biến tâm lí phức tạp, bên cạnh trí tuệ, sự anh minh của một vị vua, Đinh Tiên Hoàng còn có những sai lầm, đôi khi độc đoán dẫn đến kết cục bi thảm, chấm dứt thời đại trị vì đất nước của nhà Đinh.

2.2. Thế giới tinh thần trong tiểu thuyết lịch sử của Vũ Xuân Tửu

2.2.1. Về vận mệnh con người

Các triết gia cổ đại Trung Quốc đặc biệt quan tâm đến vận mệnh con người. Quan niệm "thiên mệnh" quyết định số phận con người, bất kì ai đều phải tuân theo sự xếp đặt, thưởng phạt của trời, là cơ sở của nhiều luận giải xã hội học về con người. Trong hai cuốn tiểu thuyết *Đinh Tiên Hoàng* và *Chúa Bầu,* Vũ Xuân Tửu cũng lồng vào đó một thế giới tâm linh về vận mệnh con người.

Vận mệnh hay số phận có thể được hiểu là thân phận, địa vị, may rủi, họa phúc, khổ vui, sang hèn, vinh nhục... đã được định sẵn cho cuộc đời của mỗi con người. Con người khó thay đổi vận mệnh, nhưng cũng có khi không thể thay đổi ngay cả khi biết chắc nó sẽ diễn ra. Xuyến suốt hai cuốn tiêu thuyết lịch sử của mình, Vũ Xuân Tửu đã đề cập đến vấn đề này.

Trước hết là vận mệnh cuộc đời của Đinh Tiên Hoàng trong cuốn tiểu thuyết cùng tên. Có thể thấy, số mệnh quân vương đã gắn chặt vào cuộc đời của Đinh Tiên Hoàng ngay từ khi mới sinh ra. Vừa cất tiếng khóc chào đời, cha là Đinh Công Trứ đã *"bấm bấm đốt ngón tay, tính tính, toán toán"* cùng *"lá số tử vi, ghi sẵn trên bàn độc: Năm giáp Thân (924), tháng hai, ngày rằm"* rồi *nở nụ cười rạng ngời gương mặt, thốt lên: "Cát tường, nên cơ đồ, Đinh Hoàn"* [78; tr.32]. Không những vậy, ngày Đinh Tiên Hoàng ra đời, cảnh vật xung quanh cũng khác thường, mọi thứ như được khoác lên mình một chiếc áo tươi sáng như một dấu hiệu của sự cường thịnh, *"Ngoài ngõ, bọn trẻ chăn trâu, chăn dê reo hò ầm cả lên và phất cờ bông lau, chạy rông khắp xóm. Núi đồi, đồng ruộng, sông ngòi cũng như sáng lên trong ánh hào quang, đang được chiếu rọi bởi trời và tỏa lên từ đất. Đêm ấy, trăng dường như sáng hơn và trong hơn lệ thường. Núi Kỳ Lân cũng như thể vươn vai đứng dậy, giữa đồng đất Đại Hoàng"* [78; tr.32]. Hình ảnh bông lau hiện lên ngay ở đầu tác phẩm như mở ra một dấu hiệu của thời niên thiếu chăn trâu, hò nhau tập trận và "*cầm bông lau làm cờ hiệu*" của Đinh Tiên Hoàng. Và dân làng Đại Hoàng truyền tai nhau mà nói rằng: *"Lúc nàng Đàm "ngồi chỗ", ngoài núi thấy lá sen hiện chữ Vương*" và cho đây là *"ý giời"*. *"Giời xui khiến muôn loài làm theo ý giời"* [78; tr.60]. Đó là cái vận mệnh đã được giời sắp đặt ngay từ khi mới sinh ra rằng *"ngày mai lớn khôn, đặng gánh vác thiên hạ".*

Khi Đinh Tiên Hoàng lên bảy, bôn tẩu theo cha vào Châu Hoan nhậm chức Thứ sử, lúc này, từ sâu trong tiềm thức của một đứa trẻ đã bộc lộ những dự báo không xa về một đời người thông qua những nét chữ cứng cỏi nằm giữa trang giấy thể hiện ý chí của bậc quân vương: *"Ta phải đứng giữa thiên hạ"* [78; tr.40]. Và khi lớn lên, lại nhặt được Ngọc khuê nhưng "*chẳng may, miếng ngọc va vào mũi thuyền, sứt mất một góc"* và được sãi chùa luận cho vận số: *"Ngày sau, cậu này hưởng vinh hoa phú quý không biết bao nhiêu mà kể, nhưng không bền"*, bởi *"Miếng ngọc này là cái hốt của nhà vua, gọi là ngọc khuê, nhưng hiềm nỗi, lại có vết sứt"* [78; tr.68]. Kì lạ thay! Vết sứt ấy lại do chính tay Đinh Tiên Hoàng "*chểnh mảng mà đánh vỡ*". Không những nhặt được ngọc khuê, Đinh Tiên Hoàng còn được Rồng vàng nổi lên cõng qua sông mà thoát chết trong gang tấc khi bị chú đuổi chém vì mổ trâu khao quân.

Có thể nói, tất cả những dự báo về vận mệnh ấy đều ứng vào cuộc đời của Đinh Tiên Hoàng. Dấy binh khởi nghiệp, dẹp lọan mười hai sứ quân, đem lại thái bình cho đất nước, xưng làm Hoàng đế oai phong lừng lẫy một thời, nhưng vết sứt của miếng ngọc khuê năm nào như muốn nói rằng, có lẽ cơ nghiệp nhà Đinh sụp đổ do chính sự chểnh mảng, chủ quan của Đinh Tiên Hoàng mà ra. Thế mới nói: "*Vận nước suy thịnh, xã tắc an nguy đều do mệnh trời, con người có thể tu đức mà kéo dài thời vận*". Thông qua cuộc đời của Đinh Tiên Hoàng, ta thấy thuyết "*thiên mệnh*" của nho giáo đã ảnh hưởng đến văn bản và một mặt được đề cao, nhưng mặt khác, Vũ Xuân Tửu lại nhấn mạnh vào vai trò của con người để cho thấy quan niệm về vận mệnh con người của mình: "*Mưu sự tại thiên, thành sự tại nhân*".

Bên cạnh vận mệnh con người của nhân vật lịch sử Đinh Tiên Hoàng, thì Lê Hoàn cũng là một nhân vật mang trong mình lá số quân vương từ khi sinh ra. Trong chính sử cũng ghi chép về câu chuyện Lê Hoàn – Lê Đại Hành được sinh ra có nhuốm màu phong vị của truyền thuyết và hư cấu: *"Trước kia cha vua là Mịch, mẹ là Đặng thị, khi mới có thai chiêm bao thấy trong bụng nở hoa sen, chỉ chốc lát đã kết hạt, bèn lấy chia cho mọi người, còn mình thì không ăn, tỉnh dậy không hiểu nguyên do thế nào. Đến khi năm Thiên Phúc thứ 6 thời Tấn là năm Tân Sửu, mùa thu, tháng bảy, ngày 15, sinh ra vua. Đặng thị thấy tướng mạo khác thường, bảo với mọi người rằng: "Thằng bé này lớn lên, ta sợ không kịp hưởng lộc của nó". Được vài năm thì mẹ chết, sau đó cha cũng qua đời, trơ trọi một thân, muôn vàn cô đơn đói rét. Trong thôn có viên quan sát họ Lê trông thấy lấy làm lạ, nói: "Tư cách đứa trẻ này, người thường không sánh được". Lại thấy là cùng họ nên nhận làm con nuôi, sớm chiều chăm sóc dạy dỗ, không khác gì con đẻ. Có đêm mùa đông trời rét, vua úp cối mà ngũ. Đêm ấy ánh sáng đẹp đầy nhà, viên quan sát lén đến xem, thì thấy con rồng vàng che ấp bên trên, vì thế lại càng thêm quý trọng. Lớn lên theo giúp Nam Việt Vương Liễn, phóng khoáng, có chí lớn. Tiên Hoàng khen là người trí dũng, chắc thế nào cũng làm được việc, bèn giao cho cai quản một nghìn quân sĩ, thăng dần đến chức Thập đạo tướng quân điện tiền đô chỉ huy sứ"* [38; tr.86]. Vũ Xuân Tửu cũng dựa vào cái tích ấy mà đưa vào trong tác phẩm của mình khi nhắc đến nhân vật Lê Hoàn qua lời của nhân vật Đinh Điền: *"Nghe nói, mẹ nó lúc sinh, mơ thấy hoa sen nở, rồi kết hạt trong bụng. Lớn lên, nó đi làm con nuôi ở Châu Ái, được rồng ấp đêm đông. Đấy là mệnh thiên tử"* [78; tr.385]. Và thật chẳng thể ngờ rằng, người thay họ Đinh làm vua ấy lại là Thập đạo tướng quân Lê Đại Hành, mở ra kỷ nhà Lê.

Trong tiểu thuyết Đinh Tiên Hoàng, tác giả còn nhắc đến cả vận mệnh của Dương thị. Trong tác phẩm, Lưu Cơ dường như đã nhìn thấy vạn mệnh cuộc đời của Dương thị: *"Nghe Dương thị nói giọng trầm, Lưu Cơ nghĩ bụng, người đàn bà này số cao, ít nhất phải hai lần đò. Dò hỏi mãi mới biết nguyên nhân chuyện đó.*

Chả là khi bé, Dương thị khóc dạ đề những ba tháng liền. Dỗ mấy cũng không yên. Một hôm có vị đạo sĩ qua nhà Dương tướng quân, thấy vậy, bèn vỗ nhẹ vào nôi mà nói du dương như hát, rằng:

Nín đi thôi, nín đi thôi
Ngày mai gánh vác cả đôi sơn hà.

Đạo sĩ dứt lời, lập tức hiệu nghiệm, tựa hồ như ngay lúc nằm nôi, Dương thị đã hiểu được ý trời và chấp thuận" [78; tr.328]. Và tất cả những dự đoán ấy sau này đều vận cả vào cuộc đời của Dương thị - hoàng hậu hai vua. Bước từ triều đại nhà Đinh sang triều đại nhà Lê, ở đời, hiếm có sự lạ như vậy.

Trong tiểu thuyết *Chúa Bầu,* ta cũng bắt gặp những vận số được dự báo trước về vận mệnh: *"Phù Lê, cự Mạc"* của hai vị chúa Bầu là Vũ Văn Uyên và Vũ Văn Mật. Ở đầu cuốn tiểu thuyết, họ Vũ cũng đã được thầy đồ dự đoán cùng với họ Mạc: *"Họ Mạc thì có số quân Vương, Họ Vũ rồi cùng chúa tể một vùng"*. Và sau này, khi chạy lên Đại Đồng lánh nạn, hai anh em Vũ Văn Uyên và Vũ Văn Mật như được trời mách bảo khi nhặt được thanh sắt tỏa ra ánh hào quang ở dưới lòng sông có khắc ghi bốn chữ *"Phù Lê, cự Mạc".* Từ đây, hai anh em nhà họ Vũ gây dựng sự nghiệp, đánh chiếm Đại Đồng và trở thành người trấn trị Đại Đồng (thuộc các tỉnh Tuyên Quang, Lào Cai, Yên Bái của Việt Nam hiện nay). Và sau này là những chuỗi ngay chống nhà Mạc và cát cứ một vùng. Trong chính sử có ghi: *"Khi họ Mạc cướp ngôi nhà Lê thì Vũ Văn Uyên cát cứ vùng Tuyên Quang chống lại nhà Mạc"* [38; tr.934].

Có thể nói, Vũ Xuân Tửu đã dựa vào chính sử cùng với các tích được lưu truyền trong dân gian xung quanh cuộc đời của những nhân vật lịch sử mà nói về vận mệnh của họ bằng giọng điệu tâm linh huyền bí. Điều này đã cho thấy một phong cách đặc trưng của Vũ Xuân Tửu, trong các tác phẩm của mình, ông luôn quan tâm đến vấn đề tâm linh mà không né tránh nó như một số nhà văn khác.

2.2.2. Tín ngưỡng dân gian

Tín ngưỡng là sự ngưỡng mộ, tin tưởng của con người vào các lực lượng siêu nhiên, hư ảo, có tính chất thiêng liêng, huyền bí.

Tín ngưỡng dân gian Việt Nam, còn gọi là tín ngưỡng truyền thống Việt Nam, là tín ngưỡng bản địa của các dân tộc sống trên lãnh thổ Việt Nam trải qua nhiều thời đại. Tín ngưỡng dân gian Việt Nam chủ yếu dựa trên sự biết ơn và lòng ngưỡng mộ của các thế hệ sau đối với tiền thần, tiền nhân. Từ tâm thức sùng bái đó, trong cộng đồng hình thành nên các phong tục tập quán và nghi lễ thờ cúng tổ tiên, thần thánh…

Hai cuốn tiểu thuyết *Đinh Tiên Hoàng* và *Chúa Bầu* cũng không nằm ngoài dòng chảy chung của văn học, dù tín ngưỡng dân dân gian không xuất hiện dày đặc như một số tác phẩm: *Mẫu Thượng ngàn, Đội gạo lên chùa, Cõi người rung chuông tận thế…* nhưng hai cuốn tiểu thuyết này, ít nhiều vẫn mang những yếu tố tín ngưỡng dân gian ấn tượng, linh hoạt.

Trước hết, nó thể hiện ở việc thờ cúng thần linh. Trong *Đinh Tiên Hoàng,* khi Tiên Hoàng đế dẫn quân đi thu phục Bình Kiều, đã đến Động Thiên Tôn để cầu khấn. Và khi chiến thắng trở về, *"Vạn thắng Vương dẫn các tướng vào tạ thần, dưới chân núi Dũng Đương Sơn". "Vạn thắng Vương thân vào điện thờ, khấn vái tạ ơn"* và hứa rằng *"Mai ngày, đất nước yên hàn, sẽ xây sửa sang An Quốc Tôn Thần".* Người đời cho rằng *"đền này thiêng lắm, thờ Dũng Ma Thiên Tôn, là tổng chỉ huy binh tướng nhà giời, xuống trần dẹp loạn"* [78; tr.285]. Trong *Chúa Bầu,* ta cũng bắt gặp tín ngưỡng thờ thần linh ở chi tiết hai anh em Vũ Văn Uyên và Vũ Văn Mật làm lễ tế cáo trời đất khi vớt được thanh sắt tỏa ánh hào quang ở dưới lòng sông sâu, *"Cả Uyên cung kính đặt thanh kiếm "phò Lê, cự Mạc" lên tảng đá. Đoạn xõa tóc, ngoảnh mặt về phương Nam mà khấn: Duy Đại Việt, tuế Thống Nguyên thứ sáu, đời Cung Hoàng. Tín chủ là Vũ Văn Uyên cùng em giai là Vũ Văn Mật [...] Bởi có sự họ Mạc tiếm ngôi nhà Lê, anh em Vũ này gian lao, quyết chí phò Lê, cự Mạc. Giời Phật đã run rủi ban cho thanh kiếm này, thì cũng dám xin phù hộ giúp giập tới cùng. Vậy xin dâng nến, hương, xôi, gà, rượu cùng là đĩa muối, lưng canh. Cẩn cáo. Cùng mời chư vị thổ công, táo quân đồng lai cách cảm. Cả Uyên khấn xong [...]. Thanh kiếm "phò Lê, cự Mạc" cũng tỏa ánh hào quang rực rỡ"* [77; tr.36]. Qua đó, có thể thấy, tâm thức sùng bái, nghi lễ thờ cũng đã xuất hiện từ lâu và đi vào văn học như một điều tất yếu. Đây là sự sáng tạo của ngòi bút Vũ Xuân Tửu khi lồng vào đề tài chiến tranh một cõi tâm linh sâu sắc, chính yếu tố này đã góp một phần công sức vào chiến thắng của Đinh Tiên Hoàng để khẳng định một lần nữa rằng, chiến thắng ấy hợp lòng dân và được lòng trời.

Không chỉ thờ cúng thần linh, trong tiểu thuyết của mình Vũ Xuân Tửu còn lồng vào đó tín ngưỡng thờ cúng những người đã khuất. Việc làm đó nhằm xác lập mối quan hệ giữa người sống và người chết, giữa thế giới hiện tại với thế giới tâm linh. Điều này được Vũ Xuân Tửu thể hiện rất rõ trong tiểu thuyết *Đinh Tiên Hoàng.* Ấy là khi Đinh Tiên Hoàng đại thắng trở về và khi ban chiếu lên ngôi Hoàng đế thì đều cho lập đền thờ các sứ quân. Một mặt thể hiện sự thành kính đối với người đã khuất, đối với những người có công lao với nhân dân, mặt khác thể hiện bản sắc văn hóa của dân tộc.

Không chỉ có tín ngưỡng thờ cúng thần linh và những người đã khuất, Vũ Xuân Tửu còn đưa vào tiểu thuyết *Chúa Bầu* và tiểu thuyết *Đinh Tiên Hoàng* tín ngưỡng sùng bái tự nhiên. Ấy là cái việc cấm săn bắt thú quý của Chúa Bầu và hành động gom và treo bộ xương rái cá lên gác bếp của Đàm thị. Tất cả đều gắn với ý thức về thế giới tâm linh của con người.

Có thể thấy, Vũ Xuân Tửu đã đưa tín ngưỡng dân gian vào tác phẩm của mình một cách tự nhiên, mang đến cho người đọc cảm thức về một thế giới tâm linh huyền bí, và thế giới ấy có sự liện kết chặt chẽ với hiện thực.

2.3. Yếu tố hư cấu trong tiểu thuyết lịch sử của Vũ Xuân Tửu

2.3.1. Hư cấu dựa trên sự kiện và nhân vật lịch sử.

Trong lời nói đầu của cuốn tiểu thuyết *Đinh Tiên Hoàng,* nhà văn Vũ Xuân Tửu đã cho rằng: *"Mỗi người viết về lịch sử với phương pháp tiếp cận và thể hiện khác nhau. Có nhà văn dùng lịch sử như sợi chỉ mành, để treo chiếc chuông sự kiện và tư tưởng của mình lên. Nhà văn khác, lại coi lịch sử như cái đinh, để treo bức tranh văn chương của mình"* [78; tr.10]. Cũng bởi lẽ đó, mà ta có thể thấy trong những cuốn tiểu thuyết của mình, cái thực và cái ảo luôn đan xen lẫn nhau. Đôi khi Vũ Xuân Tửu chỉ dựa vào một chi tiết của sự thật lịch sử, thậm chí là đôi khi chỉ dựa vào một khoảnh khắc của nhân vật để tạo nên một câu chuyện mới đầy hấp dẫn. Đối chiếu với chính sử, ta có thể thấy, xung quanh những nhân vật lịch sử như Đinh Tiên Hoàng, Vũ Văn Uyên, Vũ Văn Mật, Lê Hoàn, Dương thị... đều có các yếu tố tưởng tượng, sáng tạo của tác giả.

Trong *Đinh Tiên Hoàng,* nhà văn đã chú tâm trong việc xây dựng ba nhân vật trung tâm là Đinh Tiên Hoàng, Lê Hoàn và Dương thị, mà đặc biệt là nhân vật Đinh Tiên Hoàng. Đinh Tiên Hoàng (924 – 979). Là vị hoàng đế sáng lập triều đại nhà Đinh, nước Đại Cồ Việt trong lịch sử Việt Nam. Ông là người có công đánh dẹp loạn 12 sứ quân, thống nhất giang sơn và trở thành hoàng đế đầu tiên của Việt Nam sau thời Bắc thuộc. Trong sử sách, Đinh Tiên Hoàng luôn được nhắc đến là một vị vua anh minh, tài năng và sáng suốt hơn người, quét sạch các hùng trưởng, đem lại thái bình thịnh trị cho muôn dân, mở ra một thời đại mơi cho dân tộc. Khi nghiên cứu về Đinh Tiên Hoàng, sử gia Lê Văn Hưu nói: *"Tiên Hoàng nhờ có tài năng sáng suốt hơn người, dũng cảm mưu lược nhất đời, đương lúc nước Việt ta không có chủ, các hùng trưởng cát cứ, một phen cất quân mà mười hai sứ quân phục hết. Vua mở nước dựng đô, đổi xưng hoàng đế, đặt trăm quan, lập sáu quân, chế độ gần đầy đủ, có lẽ ý trời vì nước Việt ta mà lại sinh bậc thánh triết để tiếp nối quốc thống của Triệu Vương chăng?"* [38; tr.77]. Nếu chỉ dừng lại ở việc kể chung chung như vậy thì người đọc cũng thật khó để hình dung tới sự sáng suốt, tài năng và mưu lược của nhà vua, do đó, Vũ Xuân Tửu đã tạo dựng một số chi tiết để thấy được mưu lược và tài cầm quân, dùng người sáng suốt của Đinh Tiên Hoàng, tiêu biểu là chi tiết đến nương nhờ Trần Lãm, chia quân làm hai đường thủy, bộ hành quân tới Bố Hải Khẩu, đủ để thấy Đinh Tiên Hoàng là người nhìn xa trông rộng, bởi lẽ "*Không ai bỏ hết trứng vào một giỏ*" bao giờ, hay chi tiết nói chuyện cùng Đinh Điền về việc ban phẩm tước cho quan quân: *"dùng người tài mà không cất nhắc chức nọ tước kia, thì họ đội nón ra đi không thèm ngoảnh lại ấy chứ. Mà vừa dùng vừa nghi thì người ta hoang mang lo sợ, không toàn tâm, chẳng chí thú với cương vị được giao ấy"* [78; tr.386].

Mặc dù, trong tác phẩm của mình, Vũ Xuân Tửu vẫn miêu tả nhân vật Đinh Tiên Hoàng với một số đặc điểm đã được "đóng đinh" trong lịch sử, nhưng bên cạnh đó, nhà văn cũng bất chấp lịch sử của một vị Hoàng đế mà xây dựng nhân vật này mang những nét bình dị, dân giã trong cách ăn uống với món lòng lợn tiết canh: *"Hoàn nghe Điền gợi về món khoái khẩu của mình, nhưng chỉ lặng lẽ nhuốt nước miếng",* bình dị trong cách yêu khi gặp nàng Dương thị lần đầu bằng tiếng hát "trầm buồn". Rồi còn là cách hỏi vồn vã khi biết Dương thị là con gái của Dương Thế Hiển: *"Dám hỏi, nàng được mấy cái xuân xanh, đã có nơi có chốn nào chưa? Hoàng đế hỏi độp một câu, như kiểu đại bàng vồ mồi"* [78; tr.327]. Có thể thấy, Vũ Xuân Tửu đã hư cấu những chi tiết đó để nhằm mục đích minh họa tính tình bộc trực, thẳng thắn của Đinh Tiên Hoàng.

Bên cạnh đó, nhân vật Dương thị cũng được nhà văn sáng tạo phần nào dựa trên chính sử và các giai thoại trong dân gian. Có khá nhiều tài liệu xoay quanh nhân vật lịch sử này. Từng có nhiều tài liệu giả thiết về tên gọi và xuất thân của bà như sau:

Thứ nhất, Bà tên là Dương Ngọc Vân: cuốn sách "Nhà Đinh dẹp loạn và dựng nước" của Nguyễn Danh Phận cho rằng Dương Ngọc Vân là con gái của Dương Tam Kha. Theo cuốn sách "Võ tướng Thanh Hóa trong lịch sử dân tộc" của Trần Văn Thịnh thì Dương Ngọc Vân là con gái của Dương Nhị Kha. Dương Nhị Kha là anh trai của Dương Tam Kha.

Thứ hai, Bà tên là Dương Vân Nga: Theo giai thoại dân gian và phần lớn các sách viết sau này, Dương Vân Nga là con gái của ông Dương Thế Hiển, quê ở vùng Nho Quan, Ninh Bình. Cái tên Vân Nga là ghép từ Vân Long và Nga My là tên thôn quê cha mẹ bà Phả hệ họ Ngô Việt Nam gọi bà là Dương Vân Nga, nhưng lại cho rằng, bà là mẹ sứ quân Ngô Nhật Khánh. Đinh Tiên Hoàng dẹp xong Nhật Khánh, lấy bà làm vợ, sau đó đưa người con gái riêng của bà - tức em Ngô Nhật Khánh - làm vợ Đinh Liễn. Tuy nhiên, quan điểm này không vững do nhiều tình tiết không hợp lý

Trong tiểu thuyết *Đinh Tiên Hoàng*, Vũ Xuân Tửu đã dựa vào giai thoại thứ hai để nói về cuộc đời của Dương thị. Dương thị là con gái của Dương Thế Hiển. Tuy nhiên, Vũ Xuân Tửu bác bỏ hẳn quan niệm cho rằng Dương thị là mẹ của Ngô Nhật Khánh mà xây dựng nhân vật này hoàn toàn độc lập, không liên quan với dòng họ Ngô vương, hay Ngô Nhật Khánh. Dưới ngòi bút của nhà văn Vũ Xuân Tửu, Dương thị ban đầu hiện lên trước mắt của vua Đinh Tiên Hoàng là một người con gái có giọng hát trầm buồn, có dáng vẻ thướt tha yêu kiều khiến Hoàng đế sững sờ: "*Tiếng thoảng như gió ngàn, mặt tròn khuôn trăng, da trắng hồng như trứng gà bóc, mắt biếc mày ngài, răng đen nhưng nhức, tóc bỏ đuôi gà, dáng hình thanh tú*" trước dáng vẻ ấy, "*Hoàng đế run tay cầm chén trà, nước sánh cả ra ngoài"* [78; tr.327]. Tuy có vẻ đẹp ngoại hình là vậy, nhưng khi vào cung được ít lâu, trở về thăm quê hương thì tâm tình của Dương thị dường như đã thay đổi hẳn, ghen cả với hương thơm của loài hoa quỳnh nở về ban đêm. Ghen với cái "*Mùi hương thơm dìu dịu lan tỏa, thu hút tâm can, khiến mọi người bàn tán xôn xao*". Trước cái hương thơm quyến rũ ấy, Dương thị bèn sai người nhổ hết đi. "*Dân làng lè lưỡi sợ hãi, bấm nhau. Tại sao một cố gái nết na xinh đẹp hôm xưa của núi rừng, thế mà một bước lên ngôi, bỗng dưng lại trái tinh trái nết thế vầy*" [78; tr.334]. chẳng những sai người nhổ hết đi, Dương thị còn lệnh xuống cấm dân làng không được trồng hoa quỳnh nữa. Cái sự ghen của Hoàng hậu cũng thật đáng sợ từ xưa chưa thấy bao giờ, ghen cả với cây cỏ hoa lá, ghen đến cái mức hủy diệt một loài hoa. Có lẽ, đây là một chi tiết hư cấu nhằm miêu tả thói ngông cuồng của vị Hoàng hậu hai triều của nhà văn chăng? - Điều cố gây một ấn tượng trong đọc giả.

Rồi sự xuất thân của nhân vật Đinh Điền cũng được Vũ Xuân Tửu sáng tạo một cách tròn trịa. Trong chính sử, thực chất Đinh Điền là bạn đồng hương với Đinh Bộ Lĩnh. Theo thần phả đền thờ Đinh Điền ở Yên Mô, Ninh Bình và theo cuốn "*Những nhân vật lịch sử thời Đinh Lê*" thì cha ông là Đinh Thân quê Gia Phương, Gia Viễn, mẹ là Dương Thị Liễu quê Khánh An, Yên Khánh đều thuộc tỉnh Ninh Bình. Thuyết khác nói quê mẹ Đinh Điền ở Yên Bạc, nay là xã Yên Phú, huyện Yên Mô, tỉnh Ninh Bình. Khi mới sinh Đinh Điền có tên gọi là Đinh Trào. Điền là tên chữ của ông và quen được gọi bằng tên này. Ông với Đinh Bộ Lĩnh cùng tuổi (sinh năm Giáp Thân, 924) và là người cùng làng Đại Hữu. Khi còn là trẻ nhỏ, đi chăn trâu ở Thung Lau (động Hoa Lư, Gia Viễn), Đinh Điền đã cùng lũ trẻ lấy hoa lau làm cờ, khoanh tay làm kiệu, suy tôn và rước Đinh Bộ Lĩnh làm chúa. Ân tình sâu nặng của ba người Đinh Bộ Lĩnh - Nguyễn Bặc - Đinh Điền có gốc rễ bền chặt từ cái tuổi thơ tóc còn xanh mướt dưới bóng cờ lau tập trận, khác với sự gắn bó khi quốc gia hữu sự; cần dẹp giặc khăn vàng mới "*kết nghĩa vườn đào*" như Lưu Bị, Quan Vân Trường, Trương Phi trong lịch sử Trung Quốc. Tuy nhiên trong tiểu thuyết, nhà văn đã xây dựng Đinh Điền là con của một đôi vợ chồng ở sông Càn, được Đinh Công Trứ, cha của Đinh Tiên Hoàng nhận làm con nuôi trong một lần đi thị sát phương Nam, đôn đốc quan quân Châu Hoan, châu Ái phòng bị cẩn mật, ngừa quân Chiêm Thành theo lệnh triều đình. Có thể thấy, đây là một sự sáng tạo khá hợp lí, nó cũng nhằm giải thích và làm nổi bật lên sự trung thành của Đinh Điền đối với triều Đinh.

Hay trong *Chúa Bầu,* nhân vật lịch sử Vũ Văn Uyên, Vũ Văn Mật cũng được Vũ Xuân Tửu sử dụng ngòi bút hư cấu để làm nổi bật lên cơ nghiệp cả dòng họ Vũ. Trong chính sử, dòng họ Vũ không được nói đến nhiều như nhà Mạc, nhưng trong tác phẩm của mình, Vũ Xuân Tửu đã tái hiện lại quá khứ lịch sử của các Chúa Bầu dưới thời Lê – Mạc một cách chân thực, sống động và hào hùng chẳng kém. Trong tiểu thuyết, cơ nghiệp họ Vũ sánh ngang với cơ nghiệp họ Mạc, tồn tại cùng một giai đoạn lịch sử, thống trị những vùng đất khác nhau, tạo nên một thời đại lịch sử chung: rối ren giữa nhà Lê, nhà Mạc, Chúa Bầu (họ Vũ) ... Trong chính sử, các chúa Bầu chống nhà Mạc nhưng không theo nhà Lê hoàn toàn, còn trong tiểu thuyết của mình, Vũ Xuân Tửu đã xây dựng hai nhân vật này có một tư tưởng nhất quán từ đầu đến cuối đó là "*Phò Lê, cự Mạc*". Để làm nổi bật tính cách của hai nhân vật này, Vũ Xuân Tửu cũng đã thêm vào đó nhiều chi tiết hư cấu, điển hình là với nhân vật Vũ Công Mật, xuyên suốt tác phẩm của mình, Vũ Công Mật hiện lên là một người điềm tĩnh, có vẻ ngoài nho nhã và trọng nghĩa tình, để thấy rõ điều này, nhà văn đã hư cấu nên câu chuyện tình giữa Vũ Công Mật và cô Lành. Vũ Công Mật sau khi đã làm nên công trạng rồi vẫn canh cánh trong lòng về mối tơ duyên không thành với cô Lành, đã nhiều lần, Mật nhớ Lành da diết: *"Lại một đêm trăng thanh gió mát, Chúa Bầu nhớ Lành canh cánh không yên, một mình lững thững dạo quanh hồ sen bên Việt Tĩnh Đài"*. Hay những khi lòng phiền muộn, Chúa Bầu lại nhớ về Lành vì *"không biết tỏ cùng ai"*. Lại mong *"Phải chi Lành còn..."*. *"Chúa Bầu đứt từng khúc ruột"*. Một đoạn tình duyên chẳng thành, ai cũng mang trong mình một nỗi buồn mênh mang, buồn về một thứ gì đó còn vương vấn nhiều nhưng chẳng thể trọn vẹn. Bởi thực tình, *"Mật không có mưu bá đồ vương, chỉ muốn gõ đầu trẻ, một mái tranh với cô Lành hiền thục"*. Từ chi tiết hư cấu này có thể thấy, dù Mật có là chúa công một vùng nhưng sâu thẳm bên trong vẫn luôn có một khao khát đơn sơ về một tình yêu, một hạnh phúc đời thường bên người mình thương. Qua đây có thể cách nhìn nhận về bản chất con người của nhà văn có chiều sâu tư duy.

Ngoài ra, cái chết của hai cha con vua Đinh cũng là một sự hư cấu dựa trên chính sử. Vũ Xuân Tửu vẫn dựa vào cốt lõi của chính sử để sáng tạo ra một câu chuyện khác nhằm giải thích cho cái chết của hai cha con vua Đinh. Trong *Đại Việt sử kí toàn thư* có viết: *"Mùa đông, tháng mười, Chi hậu nội nhân Đỗ Thích giết vua ở sân cung. [...] nhân lúc vua ăn yến ban đêm, say rượu nằm trong sân, Thích bèn giết chết, lại giết luôn cả Nam Việt Vương Liễn"* [38; tr.79]. Trong tác phẩm của mình, Vũ Xuân Tửu đã dành ra khá nhiều công sức để miêu tả diễn biến tâm lí của Đỗ Thích trước khi hạ độc nhà vua. Thay vì sự việc nhân lúc vua ăn yến ban đêm, thì trong tác phẩm, Đinh Tiên Hoàng cùng con trai mình đang ăn lòng lợn, tiết canh, cái món khoái khẩu của vua Đinh từ khi còn lập nghiệp. Kết hợp cả giấc mơ sao rơi vào mồm của Đỗ Thích cùng với sự mắng nhiếc, cái nhìn ác độc của Đinh Liễn khi đã ngà ngà say khiến Đỗ Thích tủi phận, nhất thời hạ độc nhà vua để tránh cái sự phải ăn đòn. Đến đây, có thể thấy, Vũ Xuân Tửu đã thể hiện suy nghĩ của mình rằng: Không có sự cấu kết nào giữa Đỗ Thích, Dương thị và Lê Hoàn như các giả thiết của các sử gia. Hành động của Đỗ Thích là hành động bột phát ngay tại thời điểm đó. Vũ Xuân Tửu đã dựa vào sự kiện lịch sử mà hư cấu để rồi soi chiếu các nhân vật ấy ở nhiều góc độ khác nhau, mang đến cho bạn đọc những cách nhìn mới mẻ về những nhân vật lịch sử vốn.

2.3.2. Hư cấu để bổ sung vào hệ thống nhân vật và sự kiện lịch sử

Trong tiểu thuyết lịch sử của Vũ Xuân Tửu, bên cạnh những nhân vật và sự kiện lịch sử có thật được nhà văn hư cấu ít nhiều thì còn có những nhân vật và sự kiện hoàn toàn do trí tưởng tượng của nhà văn dựng nên.

Nhân vật đầu tiên có thể nói đến là nhân vật cô Lành trong tiểu thuyết *Chúa Bầu*. Đây là con người có tầm ảnh hưởng nhất định đến tâm tư và tình cảm của nhân vật chính là Vũ Văn Mật. Cô Lành được sinh ra trong một gia đình nề nếp, gia giáo, cha của cô chính là thầy của Vũ Văn Mật thời niên thiếu, ngoài ra bản thân cô Lành trong tác phẩm cũng được nhà văn xây dựng là mối tình đầu của Vũ Công Mật. Cô Lành dường như muốn thoát ra khỏi những lễ giáo và điều lệ của xã hội ấy. Việc học chữ của cô Lành là một minh chứng điển hình. Thời bấy giờ, con gái không được đi học như con trai, nhưng Lành lại ham học và sáng dạ, *"Ông bà đồ thương phận mình có mỗi mụn con, nên chả cấm đoán chi cái sự học, nhưng phải học thầm. Mỗi khi vắng người, ông đồ lại bảo ban, giảng giải thêm cho con"*. Bên cạnh đó, việc thể hiện tình cảm với Vũ Văn Mật, chờ đợi Mật trong khắc khoải, việc từ bỏ quê hương, khăn gói một thân một mình đi tìm Vũ Văn Mật sau bao nhiêu tháng ngày xa cách ở nơi xứ người. Đối với Lành, một cô gái "*chỉ mới bước chân ra ngoài, xa nhất là đến chợ Phủ, đi bán xương sườn trâu cho người làng Vạc làm hom lược*" mà dám một thân một mình tìm đường lên chốn "rừng thiêng nước độc" để tìm Vũ Văn Mật thì quả là dũng cảm, chẳng *"kém gì đáng tu mi nam tử"*. Nàng dũng cảm vượt qua định kiến xã hội, đi theo tiếng gọi của trái tim. Không những thế, Lành còn được xây dựng là một nhân vật đầy bao dung với tấm lòng cao thượng. Khi tìm được Vũ Văn Mật, lúc ấy Mật đã gá nghĩa trăm năm cùng Nàng Nhị, lòng nàng đau "*như dao cắt mà không để nước mắt rơi*" những tưởng lòng dạ đàn bà hẹp hòi, nhưng Lành đã quyết định từ bỏ, nhường cơ hội hạnh phúc gia đình lại cho Nàng Nhị, còn bản thân mình thì tìm về nơi cửa Phật. Dưới ngòi bút của Vũ Xuân Tửu, Lành còn hiện lên là một người con gái có nội tâm sâu sắc và có suy nghĩ vô cùng thấu đáo. Trước tình cảnh gặp lại người cũ với lời ước hẹn năm xưa nay đã không còn, nàng cũng không trách móc Vũ Văn Mật lấy một lời, nàng tự cho rằng phận mình bạc, bởi dẫu sao "*trách ai, chứ không nỡ trách Mật; "Kim vàng ai nỡ uốn câu, người ngoan ai nỡ trách nhau nặng lời*". Rồi khi xuống tóc đi tu, nàng vẫn đau đáu về chính sự, vẫn đau đáu về hai con đường của họ Mạc và họ Vũ, và đau đáu về số phận của chính bản thân mình *"Mật với Dung, ai là đường quang, ai là bụi rậm? Ai phò vua, ai thoán nghịch?* [...] *Cô chỉ phải lòng mỗi anh Trưởng tràng họ Vũ, nhưng cái anh đánh cá họ Mạc cũng như ăn phải bùa ngải mà phải lòng cô chăng? Bây giờ, hai người ấy hai đường, mà cô chết chẹt ở giữa. Chọn Vũ thì Mạc dọa làm cỏ cả thành. Mạc mạnh thế, mai ngày thôn tính thiên hạ, thì không nhẽ cắn lưỡi mà chết, mà phải tòng phu thì còn mặt mũi nào nhìn thấy họ Vũ. Rồi không chừng, hai bên đánh nhau, bàn dân thiên hạ lại vấy lỗi do mình gây ra. [...]. Binh đao đến bao giờ mới dứt. Thế của Mật cũng chông chênh, chứ không vững như bàn thạch. Chẳng lẽ chết già ở chốn thâm sơn cùng cốc? Chẳng lẽ cứ làm cái bung xung cho hai bên khẩu chiến rồi nã đạn bắn tên vào nhau*" [77; tr.66,67]. Xây dựng nhân vật Lành, Vũ Xuân Tửu một mặt muốn khắc họa số phận và phẩm chất của người phụ nữ Việt Nam, bên cạnh đó, nhà văn cũng thông qua nhân vật này để gửi gắm quan niệm sống mang ý nghĩa nhân văn.

Ngoài nhân vật hư cấu, trong tiểu thuyết *Chúa Bầu* còn có khá nhiều các sự việc, chi tiết do trí tưởng tưởng và sáng tạo của tác giả tạo nên và được khoác lên mình chiếc áo kì ảo.

Trước hết là sự việc Vũ Văn Mật trừ hổ dữ, chi tiết này có yếu tố kì ảo: "*Một đêm. Chúa Bầu vẫy mấy tên lính tâm phúc, cùng cởi trần truồng, rồi nằm sương đêm cho hết hơi người, kẻo mà nó ngửi thấy thì mạng người cũng chả khác gì con cá lẹp. [...] Chợt nghe tiếng phì phì, lại có tiếng xúc miệng òng ọc, thấp thoáng mặt sông trăng lưng con cọp cái đang ngoi ngóp. Chúa Bầu bỗng đứng vút dây, quát vang như sấm:*

- Bớ hổ cái hung ác! Hôm nay, ta thay trời hành đạo, trị tội ngươi, trả thù rửa hận cho bao sinh linh bị ngươi sát hại.

Tức thì cọp cái gầm lên vang động cả khúc sông. Thoắt cái, nó đã phi thân lao vọt lên mép nước. Thầy tớ Chúa Bầu nhất loạt ném đạn đá, làm cho nó tối tăm mặt mũi, lồng lộn điên khùng mà kiệt sức dần. Nước xoáy ào ào như thác lũ. Gió lốc nổi lên cuồn cuộn. Cây cối đổ rạp. Những viên đạn đá to như quả trứng ngỗng cứ nhằm đầu nó mà ném. Có viên còn chui lọt và miệng, làm nó gãy cả răng, thút nút cả cổ họng, hộc cả máu. Qua một canh giờ, nó kiệt sức đổ vật xuống bãi cát" [77; tr.63,64]. Hay là chi tiết Chúa Bầu mơ thấy hổ thọt quanh long sàng, nguyền làm cỏ cả thành Thúc Thủy, làm hang ổ cho bầy đàn và chi tiết Chùa Bầu lập tràng đàn lễ hổ thọt: "*Nhằm ngày Bạch hổ đầu, Chúa Bầu chay tịnh giữ mình trước ba ngày, rồi lập đàn tràng, bày lễ vật ngoài cửa đông, bên bờ sông Trôi Thủy. Lễ vật gồm cả thảy chín đầu trâu, còn lợn, gà thì không đếm xuể. Đúng giờ Tiểu cát, Chúa Bầu áo thô, xõa tóc, chân đất từ Việt Tĩnh Đài qua cửa đông, thân hành tế lễ. Lát sau giông gió nổi lên, sóng cuồn cuộn đổ, cát bụi mịt mờ, khiến cho ai nấy đều cúi mặt che mắt. Thoảng nghe trong hơi gió như có tiếng gầm gào của hổ thọt. Khi áng chừng sóng yên, gió lặng, ai nấy dụi mắt, rũ áo, nhìn lên đàn tràng thì không thấy lễ vật đâu nữa. Chúa Bầu ngầm biết là hổ thọt đã nhận lễ rồi. Bọn quan, quân và dân tình sợ hãi, vái lậy như tế sao*" [77; tr. 112, 113].

Tiếp đến là sự xuất hiện của ma cà rồng trong tiểu thuyết *Chúa Bầu*. "*Bị ma cà rồng quấy nhiễu, khiến đám phu dân đào sông nháo nhác sợ hãi. Có người đã bị ma cà rồng hút máu đến chết, xác trắng bệch như nặn bằng sáp. Nghe đồn, nó thích nhất là đàn bà đang kỳ chửa đẻ*". Lúc này, Chúa Bầu cải trang làm cô gái Sơn Man "*đầu đội khăn chàm, mình mặc áo thụng, váy lá mường sáu mảnh, lại còn cho lấy nước vỏ lựu hòa vào với máu mào gà bôi vào chỗ kín, nom chả khác gì đàn bà con gái đến ngày bẩn mình*" và chờ sự xuất hiện của ma cà rồng thì "*chợt thấy một cô gái như từ trên trời sa xuống, da trắng như tuyết, môi đỏ như máu, tóc dài đen như tấm lụa phủ quanh tấm thân lõa lồ. Cô gái nhìn đăm đăm vào chậu nước gạo để ở góc lán, rồi hỉnh mũi về phía Chúa Bầu mà đánh hơi. Bỗng cô ta nhón chân xỏ vào lỗ mũi, bay lượn như một con dơi. [..] Nó liền sà xuống, vuốt ve mơn trớn khắp thân thể, khi nó lè lưỡi như quả núc nác, đỏ như máu, toan thò vào chỗ ấy... Chúa Bầu vùng đứng dậy, rút thanh đoản kiếm…*" và "*vung kiếm lên, chém phựt một nhát, cái lưỡi của nó đứt lìa không liền lại được nữa. Nó có biết đâu rằng, Chúa Bầu đã bôi cứt gà sáp vào lưỡi kiếm*" [77; tr.106, 107]. Cái lưỡi của nó "*tuy bị đứt lìa nhưng vẫn ngọ nguậy, một lúc thì biến thành con rắn khô mộc. Quân lính lấy kiếm ra chém, nó đứt rồi lại liền, mãi đến khi lấy được cứt gà sáp về, thì nó đã trườn và kẽ đá*". Có thể thấy, việc sử dụng các yếu tố hư cấu, kì ảo của nhà văn Vũ Xuân Tửu đã mang vào tiểu thuyết lịch sử của mình chất ma thuật và thần thoại của truyện cổ tích kiểu người dũng sĩ, bên cạnh đó, mục đích khi Vũ Xuân Tửu sáng tạo ra những chi tiết này nhằm khẳng định tài năng, sự anh dũng và mưu cao kế sâu hơn người "chỉ có ở đấng trượng phu" của Vũ Văn Mật.

Trong tiểu thuyết *Đinh Tiên Hoàng,* để cổ tích hóa sự ra đời của nhân vật Đinh Tiên Hoàng, nhà văn Vũ Xuân Tửu đã hư cấu chi tiết nàng Đàm thị giao hoan cùng con rái cá khổng lồ để rồi không lâu sau thì có bầu và sinh ra Đinh Hoàn. Và ngay từ khi sinh ra, Đinh Hoàn đã "*bơi nghều ngào trong bồn*", "*y như thể rái cá*".

Rồi việc nhặt được Ngọc khuê, việc rồng vàng cõng qua sông, hay là sự xuất hiện của một ông già cao gầy, ông lão đã nhờ Hoàn đem một cái bình sứ bọc vải đỏ lặn xuống sông Đại Hoàng, đặt vào mõm ngựa đá. Tuy nhiên, thay vì làm theo lời ông lão, Đinh Hoàn đã lẳng lặng vứt bình sứ ra ngoài rồi ngoi lên. Sau khi ông lão đi rồi, Hoàn chạy về nhà đem bộ xương cốt rái cá vốn đã được Đàm thị đi xin từng mảnh da, từng đoạn xương từ trước đó bèn mang ra sông, lặn vôi xuống và đặt vào mõm ngựa đá. "*Khi Hoàn vừa kịp rút tay ra, thì mõm ngựa đá ngậm ngay lại. Tự dưng, thấy nước sôi sùng sục và tỏa hào quang chói lọi, Hoàn ngoi lên bờ, nhìn ánh sáng vẫn lan tỏa. Trên mặt sông, lũ tôm, cá nhảy lên như thoi đưa. Lưng trời, từng đàn chim ríu rít bay về núi Kỳ Lân, nơi sườn núi có hình cái ngai khổng lồ*" [78; tr.71].

Như vậy, những sự việc, chi tiết kể trên là tưởng tượng sáng tạo của nhà văn. Tuy vậy, chúng vẫn được đặt trong những dòng chảy thời gian với những mốc lịch sử nhất định nhằm giải thích những sự kiện lịch sử nhất định, đồng thời nói lên những điều mà nhà văn muốn gửi gắm. Việc tạo ra những nhân vật, chi tiết mới lạ đã chứng tỏ sức sáng tạo của tác giả. Qua cả hai cuốn tiểu thuyết là *Chúa Bầu* và *Đinh Tiên Hoàng,* ta có thể thấy việc sáng tạo của nhà văn dựa trên nhu cầu tình huống cả truyện kể. Hai cuốn tiểu thuyết này đã đem đến cho bạn đọc những giá trị nhất định về cái nhìn lịch sử, hay nhân vật lịch sử và đặc biệt là những điều mà tác giả gửi gắm thông qua nhân vật để nói về hiện trạng nhân sinh.

2.4. Cảm hứng sáng tác trong tiểu thuyết lịch sử của Vũ Xuân Tửu

Trong bất cứ một loại hình nghệ thuật nào, để tạo nên một tác phẩm thành công, mang lại nhiều giá trị cho bạn đọc thì cảm hứng, sáng tạo là những yếu tố cực kì quan trọng. Trong văn học cũng vậy, nhà văn muốn tạo nên một tác phẩm có giá trị cao, chạm vào tận sâu thẳm trong tâm hồn của mỗi người đọc thì cảm hứng, tư tưởng là yếu tố rất quan trọng. Bởi cảm hứng chính là "*trạng thái tình cảm mãnh liệt say đắm, xuyên suốt trong tác phẩm nghệ thuật [...] gây tác động đến cảm xúc của người tiếp nhận*". Quả thật, cảm hứng cả người sáng tác làm nên cái hồn của tác phẩm. Cảm hứng càng mãnh liệt, càng sâu sắc, càng chân thật thì khả năng thành công của tác phẩm càng lớn. Chính vì vậy mà cảm hứng còn có vai trò hình thành nên chủ đề và đề tài của tác phẩm. Với mảng tiểu thuyết lịch sử của Vũ Xuân Tửu, chúng tôi nhận thấy nhà văn đã lồng vào đó những cảm hứng về khát vọng quân vương, cảm hứng yêu nước, tinh thần trung quân ái quốc và sự ca ngợi các nhân vật lịch sử.

2.4.1. Khát vọng quân Vương

Trong tiểu thuyết lịch sử của nhà văn Vũ Xuân Tửu, ông chủ yếu viết về đề tài vua chúa. Từ tiểu thuyết *Chúa Bầu* sang đến tiểu thuyết *Đinh Tiên Hoàng* người đọc đều bắt gặp những nhân vật lịch sử có thật là những vị vua, vị chúa thuộc các triều đại lịch sử khác nhau như Đinh Tiên Hoàng, Lê Hoàn, hai anh em Vũ Văn Uyên, Vũ Văn Mật. Trong mỗi nhân vật này, Vũ Xuân Tửu khi xây dựng lại, ít nhiều đều đặt họ trong cảm hứng khát vọng quân vương.

Trong tác phẩm cùng tên, từ khi Đinh Tiên Hoàng sinh ra đã ẩn chữ Vương, "*núi đồi, đồng ruộng, sông ngòi cũng như sáng lên trong ánh hào quang, đang được chiếu rọi bởi trời và tỏa lên từ đất. Đêm ấy, trăng dường sáng hơn và trong hơn lệ thường. Núi Kỳ Lân cũng như thể vươn vai đứng dậy, giữa đồng đất Đại Hoàng*". Thuở nhi đồng, Đinh Tiên Hoàng theo cha bôn tẩu vào Châu Hoan, tại đây, Đinh Hoàn được học hành chữ nghĩa, binh pháp, luyện võ và tập trận cùng với lũ trẻ quanh phủ, có thể thấy ngay từ bé thứ sử Đinh Công Trứ đã không dạy con trong cung, mà trộn trong dân, hòa cùng lính "*hẳn trông mong lập thân bình thiên hạ*". Có lẽ vì thế mà từ nhỏ, tư tưởng của Đinh Tiên Hoàng đã rất vững trãi, nó thể hiện qua nét chữ, qua khẩu khí và qua cả hành động. Có một lần Đinh Công Trứ đã hỏi hai anh em là Đinh Điền và Đinh Hoàn "*học được mấy nét rồi*", tức thì Đinh Hoàn đã lấy giấy ra và vẽ vào giữa tờ giấy với "*nét vẽ cứng cỏi*" và nói rằng: "*Ta phải đứng giữa thiên hạ*". Và khi được cha hỏi thích gì thì viết ấy, thì "*Điền vẽ con hổ rõ to [...] Hoàn viết chữ "Long" những mười sáu nét. Trứ hỏi, long là gì? Hoàn đáp, là con rồng, tượng trưng cho vua*". Khi nghe thầy đồ giảng giải về binh pháp "*từ người lính cho tới viên tướng, thậm chí cả vua cũng phải am hiểu binh pháp để chỉ huy và thực hành cho thống nhất. [...]. Còn đối với người có chí, thì được mọi việc, kể cả đứng giữ thiên hạ, nhất*" [78; tr.47], thì ngay lập tức *"mắt Hoàn sáng lên, khuôn mặt rạng rỡ"*. Ngay từ nhỏ, Hoàn đã mang trong mình một suy nghĩ vượt ra xa khỏi cái khuôn khổ bình thường, rồi đến thời niên thiếu, sau khi cha mất, cùng mẹ trở về quê hương bản quán. "*Suốt ngày bơi sông Đại Hoàng, trèo núi Kỳ Lân. Lưng chừng núi ấy, có vạt đá hõm xuống như cái ngai đá khổng lồ. Hoàn thích ngồi trong cái ngai đó, nhìn xuống cánh đồng, ao hồ, vẻ đầy ưu tư*" và nói với Bặc "*mai ngày lấy trẻ mục đồng làm lính, lấy trâu thay ngựa, lấy núi làm ngai, chúng mình vùng vẫy từ thôn Kim Lư, ra làng Đại Hữu, nống cả châu Đại Hoàng xem sao*" [78; tr.54]. Có thể thấy, khát vọng đứng giữa thiên hạ đã được nhen nhóm trong tâm trí của Đinh Hoàn từ khi còn tấm bé, đến khi lớn lên, đất nước rơi vào cảnh rối ren, loạn lạc. Đinh Tiên Hoàn đã ra tay dẹp sạch mười hai đạo quân. Sự kiện này đã được chính sử ghi chép lại như sau: *"Bấy giờ Mười hai sứ quân đều tự xưng hùng trưởng, cát cứ đất đai. Ngô Xương Xí chiếm Bình Kiều, Ngô Nhật Khánh chiếm Đường Lâm, Kiều Tam Chế chiếm Phong Châu, Nguyễn Thái Bình chiếm Nguyễn Gia Loan, Đỗ Cảnh Thạc chiếm miền sông Đỗ Động, Nguyễn Lệnh Công chiếm Tây Phù Liệt, Tế Giang thì có Lữ Tá Đường, Tiên Du có Nguyễn Thủ Tiệp, Siêu Loại có Lý Lãng Công, Hồi Hồ có Kiều Lệnh Công, Đằng Châu có Phạm Phòng Át, Bố Hải có Trần Minh Công. Vua một phen cất quân là dẹp yên, bèn tự lập làm đế. Chọn được chỗ đất đẹp ở Đàm thôn, vua muốn dựng đô ở đó, nhưng vì thế đất chật hẹp lại không có lợi về việc đặt hiểm, nên vẫn đóng đô ở Hoa Lư (nay là phủ Trường Yên)"* [38; tr.77]. Trong tiểu thuyết, Vũ Xuân Tửu đã dựa trên sự kiện chính sử này để miêu tả từng trận đánh một để cho thấy tài năng sáng suốt hơn người, dũng cảm mưu lược nhất đời của Đinh Tiên Hoàng, qua mỗi trận đánh, người đọc lại càng cảm nhận được khát vọng ấy ngày một mãnh liệt và song hành cùng với tình yêu quê hương đất nước, yêu cảnh thái bình thịnh trị của nhân vật này.

Bên cạnh nhân vật Đinh Tiên Hoàng, thì nhân vật Lê Hoàn trong tiểu thuyết

Đinh Tiên Hoàng cũng là một người có khát vọng quân vương. Trong chính sử Lê Hoàn – Đại Hành hoàng đế là người lập ra triều đại Tiền Lê, trong chính sử có ghi lại như sau: *"Họ Lê, tên huý là Hoàn, người Ái Châu làm quan nhà Đinh đến chức Thập đạo tướng quân; quân Tống xâm lược đem quân ra chống cự, rồi thay nhà Đinh làm vua; ở ngôi 24 năm, thọ 65 tuổi, băng ở điện Trường Xuân"*. Trong tiểu thuyết, Lê Hoàn được nói đến ở triều Đinh. Lúc này Hoàn đang giữ chức Thập đạo tướng quân, và cũng chính từ lúc ấy, Lê Hoàn cũng đã có khát vọng quân vương trong suy nghĩ khi nói chuyện cùng với Đinh Liễn, con trai cả của Đinh Tiên Hoàng: "*Lê Hoàn khẽ lắc đầu, nhìn theo, nghĩ bụng, thằng này buông tuồng, thế mà Vạn Thắng Vương được ngôi là nó kế vị không chừng. Phải tay ta thì…*". Một ý nghĩ giả định "phải tay ta thì…" đã cho thấy một ước vọng, một tham muốn của Lê Hoàn về ngôi vị thái tử và sự kế vị trong tương lai. Không những thế, khát vọng này ngày một trở nên lớn hơn, mãnh liệt hơn ngay cả khi triều Đinh đang thịnh trị, nó được thể hiện rất rõ thông qua lần nhà vua cử Đinh Liễn đi sứ Bắc Tống, mặc cho Hoàng đế thiết triều, Lê Hoàn cứ theo đuổi những suy nghĩ riêng của mình: "*Chuyến đi sứ đầu tiên của triều Đinh lại do đích thân Nam Việt Vương làm Chánh sứ, kể cũng quan trọng thật, nhưng làm gì mà rộn. Nhưng mình cũng như bá quan văn võ đều phải chầu hầu, tuân chỉ, để vua Đinh thấy uy quyền trùm thiên hạ, việc gì cũng để mắt tới, nhất nhất đều được thi hành. Cái áo mới đẹp làm sao? Lê Hoàn ngắm Long bào và ngẫm, hội tụ cả trời đất, núi sông trong một cái áo thì quả là thiêng liêng. Lê Hoàn lại đảo mắt ngó cung điện, nghĩ thầm, cũng tráng lệ, nhưng chưa nguy nga. Phải tay ta, cột cái phải to gấp đôi, thếp vàng dát ngọc hẳn hoi, khiến ai vào cung cũng phải bạt vía kinh hồn*". Và khát vọng này của Lê Hoàn được đẩy lên đến đỉnh điểm khi hai cha con Đinh Tiên Hoàng và Đinh Liễn bị Đỗ Thích giết hại. Lê Hoàn đã cùng Dương hậu thảo ra một tờ chiếu. "*Tờ chiếu phải được hai việc: thứ nhất, phong cho Thập đạo tướng quân Lê Hoàn làm Nhiếp chính; thứ nhì, điều gấp Định quốc công Nguyễn Bặc cùng bộ tứ vào trấn giữ Châu Hoan, Châu Ái, phòng bọn Chiêm Thành đánh ra*" [78; tr.483]. Rõ ràng, khát vọng quân vương luôn chảy theo những dòng suy nghĩ của Lê Hoàn để thấy rằng vị trí tối cao trên ngai vàng đầy quyền lực, nó khiến con người khao khát, nó đi vào mộng tưởng của nhiều vị anh hùng. Có người đạt được mà biết cách yêu dân trị quốc thì đời đời được ca ngợi, có người trở thành hôn quân bạo chúa thì nhân dân lầm than và muôn đời bị oán thán.

Ngoài ra, khát vọng quân vương còn được nhà văn miêu tả ở nhân vật Đỗ Thích – chi hậu nội nhân. Đỗ Thích giết hại cha con vua Đinh vì giấc mơ sao rơi vào mồm và nghĩ rằng "*ta sẽ làm vua có ngày*", hắn cho rằng làm vua chẳng khó khăn gì "*lúc đánh trận thì quan binh tướng sĩ xông lên chém giết, vua chỉ lệnh chứ có phải đâm, chém gì đâu? Lúc thái bình thì mọi việc đã có quan lớn quan bé lo cả, nào văn, nào võ, nào sư sãi, con hát, ai có việc nấy, vua chỉ thiết triều, bãi triều. Thế thôi, dễ như diễn trò*" và nếu hắn mà làm vua thì "*sẽ lấy hẳn mười hoàng hậu cho sướng*" mà quên mất rằng, để lên ngai vàng, vua nào cũng phải đổ máu, vua nào cũng phải tâm cơ và mưu trí hơn người.

Trong tiểu thuyết *Chúa Bầu* khát vọng quân vương không được để cập đến nhiều ở hai anh em Vũ Văn Uyên và Vũ Văn Mật. Bởi lẽ, từ đầu đến cuối một lòng phò vua Lê, chưa hề có ý định tiếm ngôi như nhà Mạc. Có chăng chỉ là khát vọng làm nên đại nghiệp của các anh hùng. Sự nghiệp của Chúa Bầu lúc bây giờ sánh ngang với cơ nghiệp nhà Mạc, sự hưng vong của các chúa Bầu cũng gần như sự hưng vong của sự nghiệp các vua nhà Mạc. Nhà Mạc nổi lên thì các chúa Bầu cũng bắt đầu hùng cứ Tuyên Quang. Sau này khi họ Mạc tàn lụi, không còn chỗ ở Cao Bằng thì các chúa Bầu cũng suy yếu hẳn và chấm dứt.

2.4.2. Cảm hứng yêu nước và tư tưởng trung quân ái quốc

Trong văn học Việt Nam, cảm hứng yêu nước như một dòng mạch chảy ngầm, xuyên suốt qua bao thời kì, bao chặng đường của lịch sử và đi vào văn học một cách tự nhiên. Từ văn học trung đại đến văn học hiện đại, dòng cảm hứng ấy cứ hừng hực cháy trong tâm hồn của các nghệ sĩ để rồi tuôn trào nơi đầu bút và viết lên những nốt nhạc trầm bổng trong một một bản đàn. Cảm hứng yêu nước được bộc lộ qua thơ bằng muôn hình vạn trạng. Đó là tình yêu quê hương, đất nước, yêu cảnh sắc thiên nhiên, xứ sở. Đó là ý chí chống xâm lăng vì khát vọng ấm no, hạnh phúc, được sống trong tự do, độc lập, hòa bình bền vững. Đó là niềm tự hào về truyền thống lịch sử, truyền thống văn hiến Việt Nam lâu đời, giàu bản sắc. Đó còn là ý thức tự lập, tự cường, xây dựng và bảo vệ đất nước muôn đời giàu đẹp.

ư tưởng trung quân ái quốc theo khái niệm của chế độ phong kiến: trung quân là sự trung thành của bề tôi với vua chúa; ái quốc là yêu nước. Đây cũng là tư tưởng chủ đạo của các bậc nho sĩ cao đạo xưa.

Và cũng có thể nói, khi viết tiểu thuyết lịch sử, đa phần các nhà văn đều lồng vào tác phẩm của mình một cảm hứng chủ đạo đó là cảm hứng yêu nước và trung quân. Nhà văn Vũ Xuân Tửu cũng không ngoại lệ, ông đưa vào tác phẩm của mình cảm hứng yêu nước và tư tưởng trung quân ái quốc khá mạnh mẽ.

Trước hết, chúng tôi xem xét ở tiểu thuyết *Chúa Bầu,* trong cuốn tiểu thuyết này, cảm hứng yêu nước, trung quân ái quốc được đề cập một cách trực tiếp thông qua tư tưởng nhất quán một lòng "Phù Lê, cự Mạc" của hai anh em Vũ Văn Uyên và Vũ Văn Mật. Rồi còn là nỗi niềm đau đáu của Chúa Bầu về cuộc sống của người dân mà mình cai trị. Chúa diệt hổ thọt, diệt ma cà rồng để mang lại cuộc sống yên bình cho người dân, rồi "cho dân chúng cấy lúa, giã gạo mà ăn, trồng bông mà dệt vải", "khi dân chúng đói khổ thì phải lo mau việc cứu đói vì đói khổ là mầm mống sinh ra trộm cướp". Ngoài ra, cảm hứng yêu nước còn được thể hiện ở hai nhân vật này qua việc yêu từng mảnh đất nơi minh sinh sống. Đã có lần Chúa Bầu ban thưởng hai nghìn lạng bạc cho Nguyễn Hàng vì đã làm ra bài phú "Phong cảnh Đại Đồng".

Sang đến tiểu thuyết *Đinh Tiên Hoàng,* cảm hứng tư tưởng này vẫn là một mạch ngầm xuyên suốt, Bên cạnh việc bàn đến trực tiếp, thì Vũ Xuân Tửu còn dùng cái "vô trung" của đa số quân thần xuất hiện trong tác phẩm để nói về cảm hứng này.

Trước hết là nhân vật Đinh Tiên Hoàng trong tiểu thuyết cùng tên. Từ nhỏ đã mang chí lớn hơn người. Đến khi Ngô Vương lên nắm quyền, Đinh Hoàn lại theo gót cha ra làm Nhiếp chính thứ sử, Ngự phiên Đô đốc, điều ấy thể hiện cái việc trung với vua, tận tâm với đất nước. Trong những ngày làm quan, danh tiếng của Hoàn như được "con chim bằng tung cánh". Với xuất thân là con quan thứ sử, nhưng từ nhỏ đã gần gũi với đồng ruộng, đồi núi, chăn trâu, bơi lội tập trận suốt ngày. Vì thế mà Hoàn lại càng lo cho công nghiệp của mình, lo cho cuộc sống của mục đồng, của quân sĩ, nên đã cho khai hoang để làm ruộng, cấy lúa, đả thông tư tưởng "thực túc binh cường" cho quân lính. Sau khi Ngô Vương băng hà, loạn đả mười hai sứ quân, nhìn thấy cảnh đất nước binh đao khói lửa, Đinh Hoàn quyết tâm cầm đao dẹp loạn đem lại cảnh thái bình trả cho muôn dân. Đấy chẳng phải là cảm hứng yêu nước đó sao.

Cảm hứng này không chỉ thể hiện ở riêng nhân vật Đinh Tiên Hoàng, mà còn còn được thể hiện rất rõ qua một số các nhân vật khác như Nguyễn Bặc, Đinh Điền, Lưu Cơ, Trịnh Tú, những vị quan văn, quan võ một lòng vì công nghiệp nhà Đinh. Đây là những vị tướng đi bên cạnh Đinh Hoàn từ thuở dấy binh lập nghiệp, dùng mưu trí của mình để giúp Đinh Hoàn dẹp loạn, giúp Đinh Hoàn trị nước, hòng đem lại một đất nước hưng thịnh, thái bình sánh ngang với Bắc Tống.

Vũ Xuân Tửu còn lên án mạnh mẽ sự "vô trung", mưu đồ phản nghịch của Dương Tam Kha, Ngô Nhật Khánh, Đỗ Thích...

Dương Tam Kha đã nhẫn tâm cướp ngôi của cháu, có lẽ chính điều này đã gây nên mầm mống loạn đả sứ quân. Ngô Nhật Khánh, tuy hàng Đinh Bộ Lĩnh, làm phò mã nhưng luôn mang trong mình mưu đồ phản nghịch, luôn mong muốn dựng lại cơ nghiệp họ Ngô dù đã hết thời, tài mỏng, sức yếu. Rắp tâm xẻo má vợ, chạy sang Chiêm Thành cầu cứu viện binh để xâm lược chính quê hương, Tổ quốc của mình, để thực hiện mưu đồ bá vương một cách tàn nhẫn. Rồi là nhân vật Đỗ Thích chỉ vì một giấc mơ lạ mà tưởng mình có mệnh quân vương, cùng với vài lời mắng nhiếc đã nhẫn tâm hạ độc vua Đinh Tiên Hoàng và Nam Việt Vương Đinh Liễn. Để rồi, trong tiểu thuyết, những kẻ phản nghịch này đều nhận lấy những kết cục đau thương. Dương Tam Kha bị giáng chức làm Chương Dương Công, Ngô Nhật Khánh phải vùi xác dưới đáy biển lạnh lẽo, còn Đỗ Thích thì ngay đến thân xác cũng không còn nguyên vẹn.

Có thể thấy, Vũ Xuân Tửu đã một mặt bàn về cảm hứng yêu nước một cách trực tiếp nhưng lại lên án thái độ bất trung để làm rõ cảm hứng này trong các tác phẩm của mình. Bằng việc lên án sự phản loạn, trừng trị kẻ phản nghịch, nhà văn đã thể hiện thái độ bất mãn của mình khi nhìn về lịch sử hay với xã hội đương thời.

2.4.3. Tôn vinh các nhân vật lịch sử

Lấy cốt truyện là cốt lõi lịch sử trong đó có nhân vật lịch sử và sự kiện lịch sử có thật. Vì vậy, qua những tiểu thuyết của mình, Vũ Xuân Tửu muốn bày tỏ sự ca ngợi đối với các nhân vật lịch sử có công với đất nước.

Trước hết, nhà văn ca ngợi công lao của các Chúa Bầu trong tiểu thuyết cùng tên của mình.

Vũ Văn Uyên thấy tri huyện Đại Đồng tham tàn, nhũng nhiễu, ức hiếp dân lành, bị dân làng Đại Đồng oán ghét, ông thừa cơ hắn trình quan về tội giết tên xã quan ác bá năm xưa mà tập hợp lực lượng giết chết tên tri huyện này sau đó lên thu tóm Đại Đồng. Bắt đầu từ đây xây dựng cơ nghiệp: Thứ nhất, xây dựng thế lực chống lại nhà Mạc, khôi phục nhà Lê; Thứ hai, xây dựng và bảo vệ vùng Tuyên Quang, Hưng Hoá xưa; Thứ ba, ổn định và giữ vững vùng biên giới phía Tây của đất nước giúp nhà Lê trong công cuộc trung hưng. Trong suốt tiểu thuyết của mình, Vũ Xuân Tửu đã xây dựng lại những trận đánh giữa họ Mạc và họ Vũ. Có lúc họ Vũ thua to, nhưng có lúc lại đánh tan quân Mạc. Từ đó, họ Mạc phải chịu cho họ Vũ cát cứ. Nói về công lao của dòng họ Vũ, Lê Qúy Đôn từng viết: "Vũ Văn Uyên là viên tuớng nơi biên giới, giữ trọn vẹn được Tuyên Quang... đem nghĩa lớn cương thường thanh minh với thiên hạ, dùng hình thế hiểm trở khống chế miền Thượng du, làm cho ngụy Mạc không thể dốc toàn lực để nhòm ngó miền Nam được, giữ vững phên dậu mặt Tây, truyền cho con cháu đời đời giữ khí tiết bầy tôi, nộp lương cấp lính, giúp vào công nghiệp Trung hưng, so với Trương Thực nhà Tấn, Lý Khắc Dụng nhà Đường, sự nghiệp lại có phần rạng rỡ hơn, cũng có thể gọi là người đại trung vậy". Sử nhà Nguyễn nhận xét, đánh giá cao vai trò của Vũ Văn Uyên và Vũ Văn Mật: "Uy thế nhà Lê nổi là nhờ sức Văn Uyên. Không được bao lâu thì chết em là Văn Mật lên thay... Mật giúp nhà Lê chống nhà Mạc, nhân dân trong cõi được yên, vì có công được phong tước Gia quốc công, cho con cháu được thế tập giữ chức Trấn thủ Tuyên Quang. Năm Gia Long thứ nhất, Mật được liệt vào hàng công thần trung hưng nhà Lê bực thứ nhì".

Có thể thấy, nhà văn cũng đã dựa vào chính sử để nhằm xây dựng lại câu chuyện dòng họ Vũ thời Lê – Mạc nhằm bày tỏ thái độ ca ngợi công lao trong việc gìn giữ bờ cõi nước nhà của hai đời Chúa Bầu: Vũ Văn Uyên và Vũ Văn Mật.

Trong tiểu thuyết *Đinh Tiên Hoàng,* Vũ Xuân Tửu đã dùng ngòi bút của mình khắc họa lại toàn bộ cuộc đời của vua Đinh từ thuở nhi đồng, tuổi niên thiếu, đến khi trưởng thành và cuối cùng là công cuộc dẹp loạn mười hai sứ quân lên ngôi Hoàng đế, đặt tên nước là Đại Cồ Việt, niên hiệu Thái Bình và cho đúc tiền Hưng Bảo. Có thể thấy, việc xưng đế của Đinh Tiên Hoàng đã khẳng định bờ cõi non sông, khẳng định một nền văn hóa riêng biệt, độc lập, sánh ngang với Bắc Tống lúc bây giờ. Nói về công lao của vua Đinh Tiên Hoàng, sử gia Lê Văn Hưu nói: "Tiên Hoàng nhờ có tài năng sáng suốt hơn người, dũng cảm mưu lược nhất đời, đương lúc nước Việt ta không có chủ, các hào trưởng cát cứ, một phen cất quân mà mười hai sứ quân phục hết. Vua mở nước dựng đô, đổi xưng hoàng đế, đặt trăm quan, lập sáu quân, chế độ gần đầy đủ, có lẽ ý trời vì nước Việt ta mà lại sinh bậc thánh triết để tiếp nối quốc thống của Triệu Vương chăng?" Từ đó có thể thấy cảm hứng tôn vinh các nhân vật lịch sử có công với đất nước của Vũ Xuân Tửu đã được thể hiện rất rõ ràng trong tiểu thuyết của mình.

2.5. Quan niệm của Vũ Xuân Tửu khi tiếp cận lịch sử

2.5.1. Tôn trọng nhân vật và sự kiện lịch sử

Trong tiểu thuyết lịch sử của mình, Vũ Xuân Tửu đã thể hiện rất rõ quan điểm sáng tác khi tiếp cận lịch sử đó chính là tôn trọng sự thật về nhân vật lịch sử và sự kiện lịch sử.

Trước hết ông xây dựng nhân vật có trong chính sử, không thay đổi, cải biên về mặt tính cách hay chiến tích. Đó là Đinh Tiên Hoàng, trong chính sử, tự lập hoàng đế ở ngôi mười hai năm (968-979), bị nội nhân là Đỗ Thích giết, thọ 56 tuổi (924-979). Khi đưa vào trong tác phẩm của mình, Vũ Xuân Tửu vẫn thể hiện một cách trọn vẹn, không vì cá tính chủ quan mà thay đổi sự thật lịch sử.

Nhân vật Vũ Văn Uyên và Vũ Văn Mật cũng vậy, cũng từ chính sử bước vào trong tiểu thuyết, rồi lại từ tiểu thuyết bước ra một cách nguyên vẹn.

Về các sự kiện lịch sử, Vũ Xuân Tửu cũng hết sức tôn trọng. Trước hết là các sự kiện lịch sử chính trong tiểu thuyết Đinh Tiên Hoàng được nêu rõ:

Năm 924 (giáp thân): Đinh Tiên Hoàng ra đời vào ngày rằm tháng hai, tại Kim Lư, lớn lên, theo bố là Đinh Công Trứ và mẹ là Đàm thị cùng anh nuôi Đinh Điền vào Châu Hoan, nơi Đinh Công Trứ làm thứ sử; sau đó lại theo ra Chấu Ái. Tác phẩm cũng đã nói rất rõ về sự kiện này. "Năm 931, khi Đinh Hoàn lên bảy thì Đinh Công Trứ được phong làm thứ sử Châu Hoan. Đinh Thứ sử kéo cả bầu đoàn thê tử cùng đi nhậm chức".

Năm 937, Bố mất, Đinh Hoàn cùng mẹ, anh nuôi và bọn người hầu về quê.

Từ năm 940 – 944, Ngô Quyền xưng vương, Đinh Hoàn được học đòi chức Nhiếp thứ sử, Ngự phiên đô đốc.

Năm 944 (giáp Thìn): "Hoàn làm Hào trưởng sách Đào Áo, lòng người càng quy tụ"

Năm 952 (Tân Hợi): dấy binh Hoa Lư (có thể coi là sứ quân đầu tiên). Lúc thất thế phải nương nhờ Trần Lãm, được phong chức Bộ lĩnh. Từ đó mang tên Đinh Bộ Lĩnh, dẹp loạn mười hai sứ quân khác, lấy thêm hai vợ là Trần Nương – con gái Trần Lãm và Ngô Bà là mẹ Ngô Nhật Khánh.

Năm 968, Đinh Hoàn được chư tướng coi như vua, tôn Vạn Thắng Vương, sau khi dẹp xong 12 sứ quân, xưng làm Hoàng đế, đặt tên nước là Đại Cồ Việt, định đô ở Hoa Lư, Ninh Bình, lấy Dương thị và phong làm Hoàng hậu.

Năm 970, đặt niên hiệu là Thái Binh, đúc đồng tiền Hưng Bảo (đồng tiền đầu tiên của nước ta).

Năm 971, bắt đầu quy định cấp bậc văn võ. Trong chính sử có ghi lại như sau: "*Tân Mùi, [Thái Bình] năm thứ 2 [971], (Tống Khai Bảo năm thứ 4). Bắt đầu quy định cấp bật văn võ, tăng đạo. Lấy Nguyễn Bặc làm Định quốc công, Lưu cơ làm Đô hộ phủ sĩ sư, Lê Hoàn làm Thập đạo tướng quân, Tăng thống, Ngô Chân Lưu được ban hiệu là Khuông Việt đại sư, Trương Ma Ni làm Tăng lục, Đạo sĩ Đặng Huyền Quang được trao chức Sùng chân uy nghi*"

Năm 972, Sai Nam Liệt Vương Liễn sang sứ thăm nhà Tống.

Năm 973, Nam Việt Vương Liễn đi sứ về. Nhà Tống sai sứ sang phong cho vua làm Giao Chỉ Quận Vương, Liễn làm Kiểm hiệu thái sư Tỉnh Hải quân tiết độ sứ An Nam đô hộ.

Năm 978, "Mùa xuân, tháng giêng, động đất. Lập con nhỏ là Hạng Lang làm hoàng thái tử, phong con thứ là Toàn làm Vệ Vương".

Năm 979, "*Mùa xuân, Nam Việt Vương Liệt giết hoàng thái tử Hạng Lang. Liễn là con trưởng của vua, thuở hàn vi cùng chịu gian khổ, đến khi định yên thiên hạ, ý vua muốn truyền ngôi cho, mới phong làm Nam Việt Vương, lại từng xin mệnh và nhận tước phong của nhà Tống. Sau vua sinh con nhỏ là Hạng Lang, rất mực yêu quý, lập làm thái tử. Liễn vì vậy bất bình, sai người ngầm giết đi*" [38; tr.77].

Cũng trong năm ấy, chi hậu nội nhân Đỗ Thích giết vua ở sân cung. Chấm hết mười hai năm trị vị của nhà Đinh.

Tiếp đến là tiểu thuyết *Chúa Bầu.* Trong tiểu thuyết này, Vũ Xuân Tửu không đề cập đến từng sự kiện, hay liệt kê từng sự kiện như trong tiểu thuyết *Đinh Tiên Hoàng.* Nhà văn, đề cập trực tiếp đến thời kì Lê – Mạc, trong đó đề cập trực tiếp đến quá trình lập nghiệp, xây dựng cơ đồ, trấn hưng Đại Đồng, Phù Lê, diệt Mạc của dòng họ Vũ.

Có thể thấy, khi viết tiểu thuyết *Đinh Tiên Hoàng,* Vũ Xuân Tửu đã hoàn toàn tôn trọng lịch sử. Ông muốn đem đến cho bạn đọc một tác phẩm văn học có giá trị lịch sử nhất định. Bởi lẽ, trong thời đại ngày nay vẫn còn nhiều người quan tâm và muốn làm rõ lịch sử, Vũ Xuân Tửu muốn dùng nghệ thuật của văn chương để làm sống lại những câu chuyện lịch sử trong dĩ vãng và mang đến cho bạn đọc những tri thức lịch sử khách quan, chân thật.

2.5.2. Sáng tạo làm cho con người và sự kiên lịch sử có sức sống

Nếu như khoa học lịch sử tôn trọng người thật việc thật. Nhà viết sử tuyệt đối không được hư cấu, thêm bớt bất cứ một chi tiết hay một sự kiện nào. Nhưng nhà văn viết tiểu thuyết lịch sử lại khác. Trong quá trình sáng tạo, họ có quyền phát huy tối đa khả năng sáng tạo của mình. M. Gorki từng nói "*Không có hư cấu thì không thể và cũng không tồn tại được tính nghệ thuật*". Tuy nhiên, nhà văn không được phép hư cấu hoàn toàn mà phải dựa trên những cơ sở nghiên cứu kĩ lưỡng của tài liệu lịch sử. Điển hình như nhân vật Pugatsốp trong "*Người con gái viên đại úy*". Xét về chính sử thì đây là một tên phiến loạn, điên rồ, một kẻ uống máu người không tanh, nhằm xóa bỏ mâu thuẫn giai cấp quý tộc và nhân dân, giữa Nga hoàng và dân tộc khác trong những năm đầu thế kỉ 19. Tuy nhiên, khi đi vào tiểu thuyết thì Pugatsốp lại được A.S.Pushkin xây dựng là một hình tượng đẹp đẽ, là người lãnh tụ của nhân dân có tài năng và trí dũng, có tấm lòng độ lượng khoan dung. Tuy nhiên A.S.Pushkin đã giữ lại những nét chân thực vốn có của nhân vật này đó là sự đói rách, nghèo khó và phải chịu cảnh tù đày.

Vũ Xuân Tửu cũng vậy, nhà văn đã dùng sức sáng tạo của mình để đem lại một sức sống mới cho các nhân vật lịch sử mà ông đã lựa chọn để đưa vào trong tác phẩm của mình.

Trước tiên là nhân vật Đinh Tiên Hoàng, xét về chính sử thì Đinh Tiên Hoàng là một vị vua sáng suốt, anh minh, dũng cảm và mưu trí. Nhân lúc nước Việt không có chủ, các hùng trưởng cát cứ, chia ra thành 12 sứ quân để cai trị, thống lĩnh địa phương, bởi không ai chịu thống thuộc vào ai. Nhận thấy nguy cơ loạn lạc của đất nước, đồng thời thấy được sự yếu kém của ngưỡng người kế nghiệp Ngô Quyền ở Cổ Loa, bằng nhãn quan chính trị sáng suốt Đinh Bộ Lĩnh đã tìm cách liên kết với Trần Lãm để phát triển lực lượng, rồi một phen cất quân mà mười hai sứ quân phục hết và lên ngôi Hoàng đế. Và khi đi vào tiểu thuyết lịch sử, Đinh Tiên Hoàng vẫn được nhà văn giữ lại nguyên những nét chân thực vốn có về một vị vua anh minh, trí dũng, nhưng bên cạnh đó, Vũ Xuân Tửu đã "tung tẩy" ngòi bút của mình trên trang giấy để đem đến cho bạn đọc một Đinh Tiên Hoàng gần gũi, chân thật, một Đinh Tiên Hoàng rất đời thường. Vua cũng biết yêu, biết rung động, vua cũng có những sở thích về món lòng lợn tiết canh bình dị như bao người khác, vua cũng biết chăn trâu, bắt cá, cũng suồng sã và cũng đầy mưu toan. Nếu trong chính sử, các sử gia có thể chưa bao giờ nắm bắt được tâm tư của Đinh Tiên Hoàng mà viết sử liệu, nhưng trong tiểu thuyết lịch sử, nhà văn dường như nắm trong lòng bàn tay về những tâm tư, tình cảm, những trăn trở lo âu cùng những mánh khóe của bậc đế vương. Qua cuộc nói chuyện với con trai là Đinh Liễn sau khi đánh thắng Kiều Công Tiễn, ta có thể thấy, vua cũng như bao người khác, cũng có những chỗ vô lí và tàn nhẫn:

- Hôm qua, bố kể tội thằng Hãn ghê quá!

- Thế thì mới có cớ để đánh, chữ chả nhẽ, tự dưng lại đi cướp đất của nó à? – Bộ Lĩnh chợt thấy bọn lính đang xúm xít ở bến sông gần đó, nên cũng khẽ nói với con, như truyền một cái mẹo dùng binh trị nước".

Bởi thế mới nói: "*Xưa nay, muốn diệt kẻ nào thì phải bôi bẩn làm cho tanh hôi, khiến người ta xa lánh mới được. Muốn thờ phụng ai đó, thì phải thêu dệt muôn hồng nghìn tía cho đẹp mã, để người đời trông vào thấy kính nể mới thiêng*", Chẳng hay, đây dường như là một vấn đề mà nhà văn đang để cập đến xã hội đương đại. Xã hội, con người phát triển, quyền lực, của cải đôi khi khiến con người ta mờ mắt mà bán đi trái tim của mình.

Bên cạnh nhân vật trung tâm là Đinh Tiên Hoàng, thì Ngoại giáp Đinh Điền cũng là một người được Vũ Xuân Tửu thổi vào đó cái hồn của sự sống.

Trong chính sử, Nếu như Đinh Bộ Lĩnh được sử sách đánh giá là tài năng sáng suốt hơn người, dũng cảm mưu lược nhất đời, Nguyễn Bặc là người thẳng thắn, bộc trực, hăng hái thì Đinh Điền là người điềm tĩnh, thận trọng và thông thái. Tính cách của Đinh Điền mô tả qua việc ông từng dạy học, đi tu và được Đinh Bộ Lĩnh giao chức Ngoại giáp và Nhập nội kiểm giáo Đại Tư đồ, Bình chương trọng sự. Tuy nhiên, trong tiểu thuyết *Đinh Tiên Hoàng,* Đinh Điền lại có vẻ như bộc trực, bỗ bã, thẳng thắn và hơi nóng vội. Điều này được thể hiện gián tiếp qua cách miêu tả của tác giả với khá nhiều các tính ngữ như: "*Điền bỗ bã…*"; "*Điền bốc đồng, nói…"; "Điền bật dậy…"; "Điền láu táu…"* rồi lại được thể hiện trong chính lời nói của nhân vật Điền, như khi nghe tin Bộ Lĩnh cất quân đi công phá Thành Quèn, Điền bảo:

"Thằng cụt tai này, không phải vừa đâu nhá. Năm Bính Dần (966), thằng Khoan đánh nó, bị vây khốn, quân lính chết đói trong núi.

[…]

"Tôi mà phải sợ nó à? Điền tức điên lên. - Chú cứ để tôi làm tiên phong, - Điền quay sang cầu khẩn Bộ Lĩnh. - Tôi đánh ào một trận, bắt nó về tế cờ, rửa nhục".

"Hẳn là cái tết cuối cùng của đời nó, - Điền nói như đinh đóng cột, chủ tướng mang cả chục vạn quân, uống thuốc lợi tiểu, đái xuống sông cho ngập thành, là xong".

Hay trong tiểu thuyết *Chúa Bầu,* Vũ Văn Uyên một mặt được nhà văn miêu tả đóng đinh với chính sử. Tuy nhiên câu chuyện về mối tính với cô Lành được sáng tạo ra nhằm làm nổi bật tấm chân tình của Mật, đồng thời khắc họa một vị Chúa mưu trí, tài giỏi, có bản lĩnh diệt trừ hổ ác, yêu ma nhưng lại là một người đàn ông si tình như bao kẻ khác. Sự sáng tạo để nhân vật và sự kiện có thêm sức sống. Giữa binh đao khói lửa, con người ngoài mối bận tâm với đất nước, với cơ nghiệp thì họ cũng có những mối bận tâm riêng của chính mình. Con người là một sự thống nhất giữa các cá nhân với cộng đồng trong đời sống xã hội và lịch sử.

Tiểu kết

Có thể thấy, ngòi bút sáng tạo của Vũ Xuân Tửu mặc dù còn hạn chế, nhưng chúng ta vẫn thấy nhà văn đang dùng ngòi bút của mình làm sống lại những tượng đài, sự kiện lịch sử tưởng như đã trở nên hóa thạch trong quá khứ, nay được sống lại với màu sắc tươi mới. Ngòi bút ấy như muốn vẽ lên một điều gì đó trên bầu trời lịch sử để mang đến cho độc giả những cảm xúc chân thật nhất. Không những vậy, trí tưởng tượng, hư cấu trong ngòi bút của nhà văn đã khắc họa lại những nét mờ trong sử sách, khỏa lấp những dấu hỏi không bao giờ có câu trả lời của quá khứ nhằm tái hiện lại con người, thời đại một cách chân thực.

Chương 3:
TIỂU THUYẾT LỊCH SỬ CỦA VŨ XUÂN TỬU TỪ GÓC NHÌN NGHỆ THUẬT

3.1. Về kết cấu nghệ thuật

Kết cấu là một phương tiện cơ bản của sáng tác nghệ thuật. Trên một mức độ lớn hơn, có thể nói sáng tác tức là kết cấu. Khi người ta nói xây dựng tác phẩm, xây dựng cốt truyện, xây dựng nhân vật, xây dựng cấu tứ, thì đã xem tác phẩm như một công trình kiến trúc.

Từ thời xa xưa, người ta cũng đã nhân thức được vai trò của kết cấu. Ở Trung Quốc, các nhà lí luận cổ xưa chú ý vào tổ chức bài văn, thường gọi kết cấu bằng các thuật ngữ như “bố cục”, “bố trí”, “phân bố”, “chương pháp”. Người xưa cũng chú ý xem bài văn bắt đầu ở đâu, chuyển ý như thế nào, kết thúc ra sao.

Ở phương Tây, bắt đầu từ thời Hi Lạp cổ đại, các tác giả Platon, Aristote cũng đã có những nhận thức sâu sắc về kết cấu. Platon nói: “*Kết cấu của mỗi bài văn phải là một yếu tố có sức sống, có cái thân thể vốn có của nó, có đầu, có đuôi, có phần thân, có tứ chi, có bộ phận này và bộ phận khác, có quan hệ bộ phận và toàn thể, tất cả đều phải có vị trí của nó”* [58; tr.150].

Nhữ Bá Sĩ - một nhà thơ, nhà văn thời Nguyễn cũng từng quan tâm tới kết cấu, ông viết: “*Loại văn chương tột bậc của thiên hạ đúng là không ở trong cái giới hạn đóng mở, kết cấu, nhưng mà không có đóng, mở, kết cấu thì cũng không thành văn chương*” [54; tr.136].

Xét về mặt hình thức, người ta chia kết cấu ra làm một số loại như sau: kết cấu chương hồi, kết cấu tâm lí, kết cấu đơn tuyến, kết cấu song tuyến, kết cấu đa tuyến… Tuy nhiên, trong quá trình nghiên cứu tiểu thuyết lịch sử của Vũ Xuân Tửu, chúng tôi thấy nhà văn sử dụng lối kết cấu chương hồi là cơ bản, nhưng ngôn ngữ văn thể và trần thuật được thể hiện một cách linh hoạt, không nệ cổ.

Đặc điểm dễ nhận thấy ở hình thức kết cấu này là “cốt truyện diễn ra theo trình tự phát triển tự nhiên của thời gian, sự việc xảy ra tuần tự từ đầu đến cuối không bị đứt quãng; đặc biệt cốt truyện được chia làm nhiều chương hồi, mỗi chương hồi gắn với một gia đoạn phát triển trọn vẹn nào đó của cốt truyện”. Trong tiểu thuyết chương hồi, mỗi chương hồi thường có một dấu hiệu: có một hoặc hai câu thơ làm tiêu đề cho mỗi hồi, mỗi khi chuyển từ nhân vật này sang nhân vật khác thường xuất hiện cụm từ “nói về”, “lại nói về”. Kết thúc mỗi chương hồi thường xuất hiện câu: “muốn biết sự việc thế nào xem hồi sau sẽ rõ…”

Có thể thấy, Vũ Xuân Tửu viết tiểu thuyết lịch sử trong thời hiện đại, khi dòng tiểu thuyết này đã xuất hiện rất nhiều và có một vị trí quan trọng trên nền văn học, vì thế nên mỗi nhà văn viết tiểu thuyết lịch sử lại lựa chọn cho mình những cách xây dựng kết cấu riêng. Vũ Xuân Tửu là một trong số ít nhà văn tìm về những giá trị buổi đầu của tiểu thuyết lịch sử. Ông chọn cho mình một cách viết gần với truyền thống, nhưng không tuân thủ các đặc điểm của loại kết cấu cũ, mà mượn một số hình thức biểu đạt xưa để gợi lên không khí lịch sử quá khứ.

Trước hết là kết cấu theo trình tự thời gian. Cả hai tiểu thuyết *Chúa Bầu* và *Đinh Tiên Hoàn* đều được viết theo lối kết cấu này.

Trong *Đinh Tiên Hoàn*, Chương mở đầu của tiểu thuyết chính là việc Đinh Công Trứ nhận Đinh Điền làm con nuôi trên sông Càn, sau đó là sự kiện sinh Đinh Hoàn vào năm 924. Các chương tiếp theo bắt đầu có sự xuất hiện của các mốc thời gian lần lượt theo trình tự trước sau. Vũ Xuân Tửu viết: “Năm Tân Mão (932), khi Đinh Hoàn lên bảy, thì Đinh Công Trứ được phong làm Thứ sử Châu Hoan.” Hay các cụm từ chỉ một dấu mốc sự kiện nào đó, chẳng hạn “từ đó, cứ sáng sáng, anh em nhà Đinh lên đình học chữ với chúng bạn; rồi chiều chiều lại sang nhà thầy đồ học Binh pháp”; “Sau khi Đinh công Trứ qua đời, ba mẹ con Đàm thị cùng năm người hầu dắt díu nhau về quê hương bản quán, nương nhờ chú là Đinh Thúc

Dự".; "Từ khi Hoàn nhặt được Ngọc Khuê, lại thêm lời phán của sãi chùa, thì danh tiếng nổi như cồn, khiến ai nấy đều kính nể". Hay là những dấu mốc sự kiện rõ ràng như "Năm Tân Hợi (951), bọn Hoàn kéo đại quân sang Yên Thành, nhưng vẫn để lại mấy toán ở Thung Lau, Thung Lá, Đại Hữu làm thế ỷ dốc"; ... Có thể thấy, cách viết này khiến cho người đọc tin tưởng và trôi theo mạch kể của câu chuyện.

Trong tiểu thuyết *Chúa Bầu*, ta cũng thấy nhà văn sử dụng kết cấu theo trật tự thời gian. Tuy nhiên, Vũ Xuân Tửu rất ít viết ra những mốc thời gian chính xác như trong chính sử dưới dạng liệt kê, mà ở đây nhà văn kể lại câu chuyện về hai anh em nhà họ Vũ theo kết cấu của truyện cổ tích gồm ba phần: phần đầu là sự giới thiệu nguồn gốc, xuất thân của các nhân vật chính; Phần hai là cuộc phiêu lưu của các nhân vật trong thế giới cổ tích, phần thứ ba là nói về sự đổi đời của các nhân vật. *Chúa Bầu* cũng mang dáng dấp kết cấu gần như vậy. Mở đầu tác phẩm là sự giới thiệu về nguồn gốc, xuất thân của hai anh em họ Vũ:

"Tại làng Ba Đông, có đôi vợ chồng họ Vũ, sinh được hai người con trai, trưởng đặt tên là Vũ Văn Uyên và thứ rốt lòng là Vũ Công Mật. Cả hai anh em đều khôi ngô tuấn tú. Uyên có máu hỏa. Mật lại có vẻ nho nhã.

Ông mất sớm, bà ở vậy nuôi con. Một hôm, trời đã xế chiều, bà đi thăm đồng trở về, đến hồ nước lớn đầu làng, ba bề là sông, không may, sẩy chân ngã xuống hồ, lại gặp mưa to, gió lớn, nên thăng.

Mấy ngày sau, trong hồ nổi lên một gò đất, cây cối dần dà mọc lên tươi tốt. Dân làng truyền rằng, đấy là phần mộ của bà, đã được "thiên táng" [77; tr.7].

Ở phần hai, Vũ Xuân Tửu nói đến việc chạy trốn khỏi vùng đất Ba Đông Thượng Trang vì giết một tên xã quan, rồi đến quá trình lập nghiệp, công cuộc bảo vệ và giữ gìn mảnh đất Đại Đồng, cùng với tư tưởng "Phù Lê, cự Mạc" lúc thua, lúc thắng của hai anh em họ Vũ. Và sang đến phần ba, Vũ Xuân Tửu không đề cập đến việc đổi đời của các nhân vật chính như trong truyện cổ tích, mà nhà văn đã dùng phần này để nói về việc khép lại sự nghiệp của hai đời Chúa Bầu là Vũ Văn Uyên và Vũ Văn Mật và nói về sự tiếp nối ban đầu của vị Chúa Bầu thứ ba là Vũ Công Kỷ.

Ngoài ra, kết cấu trong tiểu thuyết *Chúa Bầu* và *Đinh Tiên Hoàng* còn mang dáng dấp, hơi thở của hình thức kết cấu hiện đại. Tuy viết theo hình thức kết cấu theo trật tự thời gian, nhưng trong quá trình kể, nhà văn vẫn thực hiện việc triển khai một thời gian đã chiều, hiện tại đan xen quá khứ một cách rất tự nhiên. Có khi nhà văn đang nói về những sự việc diễn ra ở ngay hiện tại, nhưng sau đó lại thêm một đoạn hồi tưởng về quá khứ rồi lại từ quá khứ vòng về hiện tại với mẫu dẫn lặp lại nhiều lần "Lại nói...", "Một hôm", "Nhớ có lần", "Một bận", Nghe đồn"... những mẫu dẫn này còn được nhà văn dùng để chuyển đoạn. Ví dụ như, trong tiểu thuyết *Chúa Bầu,* nhà văn đang kể về việc Công tử Kỷ dẫn quân Bầu vượt đầm lầy để đánh thành nhà Mạc, nhưng thất bại làm cho quân Bầu "phần chết cháy, phần chết chìm, phần trúng tên đạn chết vãn, còn tên nào sống sót cố ngoi vào bờ, quân Mạc lại cho thuyền độc mộc và thuyền thoi lao vào bắt sống. Kỷ cùng mấy tên lính tâm phúc, mở đường náu, chạy tắt qua Giếng Tanh, dạt qua suối nước nóng mới về được Đại Đồng" khiến Chúa Bầu giận dữ và quát: "Mày có biết phép dùng binh, khi qua đầm lầy phải thế nào không?" rồi Vũ Xuân Tửu lại chuyển đoạn đưa bạn đọc trở về với quá khứ: "*Lại nói, khi xưa, quân Mạc đánh thành Việt Tĩnh bị đại bại, quân lính chết không đếm xuể. Quân Bầu đã thu gom thành đống trong thung lũng, gọi là gò Mả Ngụy*" [77; tr.].

Có thể thấy, tuy Vũ Xuân Tửu đã lựa chọn cách viết tiểu thuyết với lối kết cấu chương hồi, ông không đặt ra các hồi mà gọi là chương, Vũ Xuân Tửu cũng không lặp lại các câu mở đầu dẫn truyện miêu tả và các mẫu lời dẫn và lời kết mở như tiểu thuyết chương hồi cổ điển, lối kể chuyện của ông theo chân dọc thời gian và đan xen sự kiện.

3.2. Nghệ thuật xây dựng nhân vật

3.2.1. Khắc họa nhân vật thông qua giới thiệu tiểu sử

Viết tiểu thuyết lịch sử theo chương, vì vậy mà cách xây dựng nhân vật của nhà văn cũng mang đậm phong vị của tiểu thuyết phương Đông, thể hiện qua việc xây dựng nhân vật thông qua phần giới thiệu tiểu sử. Ở cả hai cuốn tiểu thuyết của mình, Vũ Xuân Tửu đều bước đầu xây dựng nhân vật bằng cách nói về tiểu sử cá nhân của nhân vật.

Trước hết trong *Chúa Bầu,* Vũ Xuân Tửu đã dựa vào thông tin, các giai thoại xung quanh hai nhân vật Vũ Văn Uyên và Vũ Văn Mật để nói về hoàn cảnh xuất thân và thông qua đó phần nào nói lên được cái "chí" làm trai của họ: "*Tại làng Ba Đông, có đôi vợ chồng họ Vũ, sinh được hai người con trai, trưởng đặt tên là Vũ Văn Uyên và thứ rốt lòng là Vũ Công Mật. Cả hai anh em đều khôi ngô tuấn tú. Uyên có máu hỏa. Mật lại có vẻ nho nhã. Ông mất sớm, bà ở vậy nuôi con. Một hôm, trời đã xế chiều, bà đi thăm đồng trở về, đến hồ nước lớn đầu làng, ba bề là sông, không may, sẩy chân ngã xuống hồ, lại gặp mưa to, gió lớn, nên thăng. Mấy ngày sau, trong hồ nổi lên một gò đất, cây cối dần dà mọc lên tươi tốt. Dân làng truyền rằng, đấy là phần mộ của bà, đã được "thiên táng"*. Hay "*Hai anh em vốn quen nghề sông nước, tính khí ngang tàng, ăn sóng nói gió. Nhưng bước đường cùng, lánh nạn dung thân, đành phải thu mình, hầu hạ nhà hào phú, lấy lạ làm quen. Ngày ngày, hai anh em lăn lưng ra đốn gỗ, đẵn củi, phát nương… thấy việc gì, xắn tay làm xong ngay tắp lự, khiến phú ông rất đỗi hài lòng. Những đêm trăng sáng, hai anh em lẻn ra ngoài bãi cát ven sông, luyện võ, nào hổ quyền, xà quyền, vung kiếm, đánh côn, lặn qua sông, bơi ngược nước… nom cứ như hổ, báo, rồng, giải vậy*" [77; tr.23]. Có thể thấy, ở đây tác giả đã tiếp thu nghệ thuật xây dựng nhân vật của dân gian và huyền thoại nhằm đem đến màu sắc kì bí xung quanh các nhân vật trong tác phẩm của mình.

Trong *Đinh Tiên Hoàng,* Vũ Xuân Tửu cũng sửu dụng việc giới thiệu tiểu sử để khắc họa nhân vật Đinh Tiên Hoàng. Trước hết, nhà văn mượn giai thoại dân gian về xuất thân của vua từ việc mẹ vua bị con rái cá hãm hiếp mà thụ thai. Đến kì mãn nguyệt khai hoa, Đinh Bộ Lĩnh được sinh hạ. Khi giai thoại này đi vào tác phẩm, Vũ Xuân Tửu cũng không thay đổi nhiều, nhưng bằng sự sáng tạo của mình, nhà văn đã làm cho việc giới thiệu tiểu sử về Đinh Tiên Hoàng nhuốm màu sắc thần kì: "Nàng khỏa nước rửa mặt, thấy bóng mình run rẩy trong làn nước xanh. Có tiếng đập nước thì thũm phía vực suối, khiến nàng giật thót, gấu váy tuột xuống nước. Nàng định thần ngoái lại, có thấy gì đâu nhỉ, hay thần hồn nát thần tính? Nàng kéo váy lên bờ, vắt nước, rồi nhìn trước ngó sau không thấy người, bèn len lén cởi xống áo, yếm khăn vắt lên cành trúc, toan bước xuống tắm, giải nồng. Bỗng cảm thấy có cái gì ấm mềm cụ cựa ở bắp chân, nàng vội nhìn xuống, giật nảy mình, vội lấy tay che ngực và phần dưới rốn. Giời ơi, con rái cá! Thì ra, tiếng động dưới vực lúc nãy là nó đây. Con rái cá khác thường, to như một chàng trai lực lưỡng. Nàng định kêu lên, nhưng như có cái gì nghẹn ở cổ. Hình như, con rái cá hiểu được cảnh ngộ ấy, nên rướn lên, dúi mõm vào tận đùi non của nàng. Lớp lông mịn mượt của nó chà lên thân thể, làm cho nàng đê mê trong nỗi sợ hãi tột cùng và từ từ ngã khụy xuống bãi cỏ… Trong cơn mê cuồng, nàng cảm thấy mình đang giao hoan cùng chồng. Bất chợt, có tiếng bọn trẻ chăn dê kêu hoảng loạn lưng núi và tiếng đám trẻ chăn trâu la thất thanh cuối đồng, làm nàng bừng tỉnh. Ngoảnh sang, không phải phu quân đầu ấp tay gối, mà là con rái cá khổng lồ, đang âu yếm liếm nhũ hoa. Nàng sợ hãi, thét lên một tiếng kinh thiên động địa, khiến con rái cá giật mình, vùng căng lao xuống vực, […]. Nàng cuống cuồng mặc lại váy, yếm, áo, khăn và liếc nhìn đám cỏ nhàu nát. […]. Chả nhẽ, rái cá cũng là người, nhưng bị đầu thai xuống thủy cung, đã hóa thành tinh chăng?" [78; tr.24]. Bên cạnh đó, khi Đinh Hoàn được sinh ra, Vũ Xuân Tửu cũng đã khéo léo lồng vào đó yếu tố huyền thoại để nhằm thể hiện vận mệnh của nhà vua: "Lúc nàng Đàm ngồi chỗ, ngoài núi thấy lá sen hiện chữ Vương", "Ngoài ngõ, bọn trẻ chăn trâu, chăn dê reo hò ầm cả lên và phất cờ bông lau, chạy rông khắp xóm. Núi đồi, đồng ruộng, sông ngòi cũng như sáng lên trong ánh hào quang, đang được chiếu rọi bởi trời và tỏa lên từ đất. Đêm ấy, trăng dường như sáng hơn và trong hơn lệ thường. Núi Kỳ Lân cũng như thể vươn vai đứng dậy, giữa đồng đất Đại Hoàng". Cũng như khi nói về quê hương của Đinh Tiên Hoàng, người ta vẫn nhớ như in những lời sấm truyền vọng vào vách núi: "Đại Hữu sinh vương, Điềm Dương sinh thành". Đại Hữu chính là quê hương của Đinh Tiên Hoàng, và ắt hẳn "lời sấm ấy ứng vào Đinh hào trưởng".

Có thể thấy, khi xây dựng nhân vật trong tiểu thuyết lịch sử, Vũ Xuân Tửu trước hết lấy việc giới thiệu tiểu sử, sự xuất thân của nhân vật để làm nổi bật sự khác biệt của thân phận nhân vật theo hướng lí tưởng hóa.

3.2.2. Về hành động nhân vật

Một đặc điểm nữa của tiểu thuyết chương hồi được in dấu trong tiểu thuyết lịch sử của Vũ Xuân Tửu là việc khắc họa nhân vật thông qua miêu tả hành động. Hành động của nhân vật không chỉ là việc làm mà còn là cách làm, tức là hành vi, thể hiện sự cảm nhận về tính cách, trình độ văn hóa, giáo dục, phong tục, tập quán, ý chí, quyền lực, tâm lí, cung cách giao tiếp của mỗi con người. Chính vì vậy mà trong bất cứ một tác phẩm văn học nghệ thuật nào chúng ta cũng đều thấy cách xây dựng nhân vật thông qua việc miêu tả hành động nhân vật của nhà văn. Tức là, khi đọc một tác phẩm văn học nghệ thuật, nhà lí luận muốn đi sâu tìm hiểu, phân tích một nhân vật nào đó, bên cạnh việc dựa vào các yếu tố như miêu tả ngoại hình, tiểu sử thì việc dựa vào việc tác giả miêu tả hành động của nhân vật sẽ giúp chúng ta nói biết được nhân vật ấy là người như thế nào, đại diện cho cái xấu hay cái đẹp, cái thiện lương hay cái ác…

Trước hết, xét trong tiểu thuyết *Chúa Bầu*, dựa vào những hành động của hai nhân vật Vũ Văn Uyên và Vũ Văn Mật, ta có thể hiểu được phần nào cái "chí làm trai" của hai em họ Vũ. Đối với nhân vật Vũ Văn Uyên, ngay từ đầu nhà văn đã nói: "Uyên có máu hỏa", chính vì vậy, xuyên suốt cuốn tiểu thuyết, trong mắt người đọc, Vũ Văn Uyên luôn hiện lên là một người nóng nảy, bộc trực, thẳng tính, những điều này được thể hiện rất rõ qua hành động giết tên xã quan: "Cả Uyên lồm cồm bò lên bờ, gầm lên một tiếng, phóng quả đấm thôi sơn vào giữa mặt tên xã quan, khiến hắn ngã bật ngửa xuống sông" khiến tên xã quan "chết bất đắc kì tử", hay như hành động của Uyên đối với phú ông khi bị dọa báo quan về tội làm loạn: "lông mày chổi xể dựng lên, mắt diều hâu trợn ngược […] Cả Uyên cầm que đóm đang cháy, dứ dứ ra phía bịch thóc quanh nhà, có ý dọa", hay cái việc "Nhiều lần, Mạc Phúc Hải mang quân ngược sông Hồng lên Đại Đồng, đến Văn Bàn, Thùy Vĩ thì anh em Uyên lại tránh, nhưng khi quân Mạc rút, ông lại trở về Đại Đồng […] Bấy giờ, nghe mẹo chúa Bầu cứ lùi mãi, Cả Uyên nộ khí xung thiên, quát ầm lên: Tại làm sao mà cứ phải lánh? Chúng nó lại cho là hèn. Ta chỉ muốn "nhất côn đả tử" cho rồi đời". Có thể thấy, nhân vật lúc này được hiện lên vô cùng sống động, như những con người thực bước ra từ trang giấy.

Nếu Uyên được miêu tả là một người nóng tính, bộc trực thì Vũ Văn Mật lại được xây dựng là một người điềm đạm, nho nhã. Khi đọc tác phẩm, người đọc có thể dễ dàng nhận ra con người của Công Mật. Đằng sau mỗi lần nóng nảy của Cả Uyên thì là sự nhún nhường của Mật, điều này cũng được tác giả miêu tả một cách gián tiếp qua việc sử dụng từ ngữ: "Cả Uyên vằn mắt lên. Mật thấy vậy, vội nói nhũn", hay trong cách dùng binh đánh trận, Vũ Văn Mật vẫn luôn thận trọng, nên đánh thì đánh, nên lui thì lui, hạn chế việc tổn thất về mặt binh lính. Bên cạnh đó, Vũ Văn Mật còn là một vị Chúa hết lòng vì dân, vì sự nghiệp gìn giữ, bảo vệ vùng đất Đại Đồng, phù Lê, cự Mạc thông qua một loạt các hành động như: diệt hổ thọt, diệt ma cà rồng, chiêu hiền đãi sĩ, mở trường học, và trước tình hình quân nhà Mạc sẽ đánh Đại Đồng trong nay mai, Vũ Văn Mật đã chỉ huy chiến trận một cách đầy oai phong: "Chúa Bầu mặc áo báo hồng, lên Việt Tĩnh Đài chỉ huy quân đánh giặc giữ thành. Khói lửa ngút trời, tiếng hò la, chiêng trống náo loạn cả một vùng, thế mà Chúa Bầu không biến sắc mặt, cắt đặt quân lính, bày binh bố trận quyết chí giữ vững Đại Đồng", trận chiến kết thúc, Vũ Văn Mật lại có những hành động vô cùng nhân văn: "Chúa Bầu sai quân lính đi vớt xác chết trôi nổi khắp đoạn dông Trôi Thủy và sông Lô, dài mấy chục dặm, cho lên bờ chôn cất. Lại cho quan, dân trong thành lánh ra ngoài, khi nào xú uế dọn sạch, hết mùi tanh tưởi thì trở về". Không chỉ là một vị Chúa nho nhã, tài đức, anh dũng và mưu trí, Vũ Văn Mật còn là một người đa cảm. Bởi khi lập nên sự nghiệp, có một vị thế vững mạnh và có một tổ ấm riêng, nhưng lòng vẫn không nguôi về mối tình đầu với cô Lành, khi cô Lành chết, Chúa Bầu đã muốn đưa hài cốt cô ấy về Đại Đồng, mặc cho bọn phong thủy có chọn được đất hay không. Bởi trong lòng Chúa Bầu: "Cô ấy tuy chưa thành thân với ta, nhưng ta coi cô ấy như một phần xương thịt. Nay để lại đây cô quạnh, ta không yên lòng" [77; tr.193].

Trong tiểu thuyết *Đinh Tiên Hoàng*, người đọc cũng dựa vào những hành động được nhà văn miêu tả để đánh giá nhân vật. Với Đinh Tiên Hoàng, ngay từ nhỏ đã hiện lên dưới ngòi bút của nhà văn là một người bản lĩnh, tài cao và mưu trí. Hành động viết những nét chữ cứng cỏi vào giữa tờ giấy, viết chữ "Long" những mười sáu nét đã cho thấy chí khí của một người quân vương nhỏ tuổi. Không những vậy, bản thân Đinh Tiên Hoàng ngay từ nhỏ đã thể hiện là người ham học, chịu khó lắng nghe, đặc biệt là về Binh pháp, khi được nghe thầy giảng về binh pháp thì "ngỏng cổ chăm chú nghe" bằng đôi mắt sáng và "khuôn mặt rạng rỡ". Rồi khi cha mất, quay về cố hương chăn trâu cùng đám mục đồng, nhưng cái việc chăn trâu cũng khiến người ta có cảm giác Đinh Tiên Hoàng vốn mang dáng dấp của bậc vương tướng: "Cả làng Đại Hữu cùng đổ ra xem cuộc lùa trâu chưa từng có. Hàng trăm con hỗn loạn một hồi, rồi nghểnh cổ bước theo con đầu đàn, do Hoàn cầm thừng, đứng trên lưng, phất cao cờ bông lau, nom uy nghi như một vị chủ tướng". "Đàn trâu bước đi, dưới sự chỉ huy của Hoàn và hô tống của Bặc, Điền tạo nên một cảnh tượng hùng vĩ chưa từng có, ở chốn thâm sơn cùng cốc này [...] hàng trăm con, mà cơ nào đội ấy, y như thể hành binh". Và khi Đinh Hoàn trưởng thành, dấy binh khởi nghiệp, hành động dẹp loạn mười hai sứ quân đã khắc họa rất sắc nét về Đinh Tiên Hoàng, Vạn Thắng Vương anh dũng, mưu trí hơn người. Không chỉ được xây dựng là một nhân vật có khí chất của anh hùng, của bậc quân vương, Đinh Tiên Hoàng còn được xem là người biết nhìn xa, trông rộng, biết nắm bắt thời cơ, biết dùng người tài để làm nên cơ nghiệp, mở ra triều đại nhà Đinh và xưng làm Hoàng đế, cai trị nước Nam. Trước việc Ngô Tiên Vương băng hà, Dương Tam Kha cướp ngôi báu, khiến trăm họ oán thán, quan dân không phục, nơi nơi đóng binh cát cứ, Đinh Hoàn bèn "quyết định khởi binh, tỏ mặt với thiên hạ". Khi bị thất bại trước quân Hậu Ngô, Đinh Tiên Hoàng nhận ra "chỉ cơ giời là chưa đủ, mà còn thực lực nữa" bèn tìm cách nương tựa Trần Công để tiếp tục luyện tập và nuôi dưỡng khát vọng quân vương, dẹp loạn mười hai sứ quân. Sau khi xưng làm Hoàng đế, đặt tên nước là Đại Cồ Việt, đặt niên hiệu là Thái Bình và đúc tiền Hưng Bảo, có thể thấy những hành động này của Đinh Tiên Hoàng đã một lần nữa (kể từ khi Triệu Đà xưng đế) khẳng đinh nền độc lập, chủ quyền của dân tộc, để dân tộc Việt Nam sánh ngang với các triều đại nhà Tống của Trung Quốc.

Bên cạnh việc xây dựng Đinh Tiên Hoàng là một vị vua anh dũng, mưu trí hơn người. Vũ Xuân Tửu còn đem đến cho người đọc một Đinh Tiên Hoàng gần gũi, đời thường.

3.2.4. Về đối thoại và độc thoại nội tâm

Bên cạnh việc giới thiệu tiểu sử, khắc họa nhân vật thông qua miêu tả hành động thì Vũ Xuân Tửu còn khắc họa tính cách nhân vật thông qua đối thoại, độc thoại nội tâm.

Cả Uyên trong *Chúa Bầu* đã được đóng đinh là một người có tính tình nóng nảy, bộc trực, thẳng thắn, không vừa lòng điều gì thì sẽ nói ngay. Tất cả những điều này được tác giả miêu tả trực tiếp qua những cuộc đối thoại của Cả Uyên với các nhân vật khác. Một lần, Cả Uyên bảo với Mật đưa Nàng Nhị về Đại Đồng để có anh có em, nhưng Vũ Văn Mật lại muốn nán lại ở nhà phú ông, Uyên bèn "gạt phắt": giai ở nhà bố vợ là cái thế chó chui gầm trạn. Dân Thổ có câu ca: Đàn bà làm dâu là đúng lẽ, đàn ông ở rể đời xót thương. Đàn ông mà lúc nào cũng xo xúi, rúm rõ thì không làm nên cơm cháo gì. Cái này tôi quyết, chú phải nghe, bảo thím ấy phải nghe. Cứ thế, cứ thế mà làm". Hay như khi bàn về việc xây thành tại Đại Đồng, "Cả Uyên tông tốc nói": "Xưa nay anh hùng dựng lên nghiệp lớn đều phải tàn bạo. Cái chuyện phong thủy với binh thư cũng chỉ như củ khoai, sắn độn, thứ chính vẫn là cơm. Không có cơm thì gân cốt rệu rã, chí khí suy sụp, làm gì nên người. Khoai, sắn độn bừa để lừa bồ bỉm mà thôi. Cái chuyện Hạng Vũ chém bạch xà có vẻ linh, nhưng ai nhìn thấy phỏng? Cái anh Lưu Bị cũng bảo, hồi bé, trèo lên cây dâu mà bảo ngai vàng, để rồi nói cái chuyện xưng vương là do ý giời, cho thuận lòng người, kì thực cũng chỉ lòe thiên hạ mà thôi. Nay anh em ta lập nghiệp cũng nên định vài ba cái chuyện cho có vẻ ly kỳ để thu phục lòng người. Tỷ như là rèn thanh gươm lạ, rồi thấy mây ngũ sắc như hoa sen trên đầu. Thế, cứ thế… người nọ truyền người kia, dăm ba lần sẽ tin theo cả. Binh thư, phong thủy chẳng bằng mẹo mực". Đây cũng chính là cái cách mà muôn đời nay, ông cha ta vẫn làm, thứ nhất là để thu phục nhân tâm, thứ hai là để thúc đẩy lòng tin, ý chí và sức mạnh của con người. Chả thế mà trong dân gian từ ngàn đời nay, ở mỗi triều đại lại có những bài sấm truyền tương ứng với hoàn cảnh của đất nước. Những bài sấm truyền ấy còn có khả năng dự báo cả về tương lai, về sự hưng, vong của một triều đại, quốc gia dân tộc. Hay xoay quanh mỗi vị vua lại có những giai thoại ly kỳ khác nhau từ trong dân gian về nguồn gốc, xuất thân nhằm hợp lý hóa khát vọng quân vương của mình, nào những đám mây ngũ sắc hiện trên nền trời khi vừa mới sinh ra, hay rồng ấp, hay chuyện nhặt được thanh gươm tỏa ánh hào quang… Rồi là trước những kế hoãn binh của Mật, Cả Uyên cũng tỏ thái độ tức giận, "nộ khí xung thiên", quát ầm lên: Tại làm sao mà cứ phải lánh? Chúng nó lại cho là hèn. Ta chỉ muốn nhất côn đả tử cho rồi đời". Có thể thấy, Uyên qua những đối thoại, Uyên được hiện lên với bản tính nóng nảy, có phần hấp tấp, vội vàng. Nhưng bên cạnh đó, người ta còn thấy trong con người Uyên là một người anh trai vô cùng thương em, việc gì cũng lo nghĩ cho Mật. Trong công cuộc xây dựng cơ nghiệp, trấn giữ Đại Đồng, Cả Uyên từng nói: "Anh em bát máu xẻ đôi, cứ phải tình thực. Khách sao không còn là anh em. Những việc ác, chú cứ để tôi ra tay. Chú đặng lo việc nhân. Có thế, cùng tựa vào nhau", hay như cái lần nghe tin Mật từ Thúc Thủy báo về rằng cô Lành đã đến, thì Cả Uyên bèn gọi Nàng Nhị đến và nói rõ ngọn ngành thay cho Mật, chính điều này đã thể hiện sự quan tâm lo lắng của Uyên dành cho em mình. "Ở lâu Nhị Biết, không ai thương Mật bằng bác Cả, nhưng cái sự thương yêu cũng lạ cách, khiến người ta phải sờ sợ thế nào ấy…"

Không những vậy, Uyên còn hiện lên là một người có suy nghĩ thấu đáo về việc dân, việc nước đằng sau cái vẻ nóng nẩy, bộc toạc thẳng ruột ngựa ấy. Bởi để gây dựng nghiệp lớn, nào ai đã được thành thơi, người ta phải nghĩ muôn ngàn kế, phải lao tâm khổ tứ... hẳn như cái việc Uyên lo lắng cho cuộc sống của người dân: "Ta cho dân chúng cây lúa, giã gạo mà ăn, giồng bông dệt vải mà may mặc. Chúng no đủ thì ta chớ tham mà thu thêm thuế kẻo chúng ngầm oán mà tính kế chống lại lúc nào không biết. Nhưng khi dân chúng đói khổ thì phải lo mau việc cứu đói, phát chẩn để thu phục lòng người, nuôi dưỡng sức dân. Đói khổ là mầm mống sinh ra trộm cướp. Đấy là cái mưu mẹo, lại vừa là cái đức của kẻ trị dân" [77; tr.84]. Chính điều này khiến Mật càng nghe càng thấm thía trong lòng. Bởi chúng tôi cho rằng, cái cách mà bác Cả Uyên dùng để trị nước, trị dân thực hợp với mọi thời đại. Bởi lòng dân có an thì đất nước mới cường thịnh, mỗi một triều đại, mỗi một vị hoàng đế nếu cai trị dân theo cách ấy thì xã hội có lẽ chẳng có loạn lạc. Bởi, khi nhìn vào thực tại của xã hội ngày nay, chúng tôi thấy hiện lên một bức tranh loạn lạc có vẻ như lụi làn, giết người cướp của diễn ra liên miên xuất hiện đầy mặt báo, nhưng ngòi bút cũng chẳng thể mạnh đến nỗi để đâm "mấy thằng gian", chẳng thể mạnh đến nỗi để len lỏi vào từng cuộc sống của mỗi người để khắc họa thêm những nét nguệch ngoạc trên một bức tranh vốn đã có gam màu không mấy tươi sáng. Thiết nghĩ, dù thời đại nào đi chăng nữa thì lời của Cả Uyên vẫn là một bài học sâu sắc và triết lí.

Bên cạnh Vũ Văn Uyên, thì Vũ Văn Mật cũng được nhà văn khắc họa tính cách thông qua đối thoại, độc thoại và tâm lý. Tuy nhiên ở nhân vật này, độc thoại và tâm lý nổi bật hơn so với Vũ Văn Uyên. Trong tiểu thuyết, Vũ Xuân Tửu chủ yếu để tâm khắc họa Mật là một người si tình, lúc nào cũng canh cánh một nỗi niềm về cô Lành. Khi gặp lại Lành, Mật đã có những dòng ưu tư đầy trăn trở và cho rằng bản thân mình thật có lỗi: "Liệu ông bà đồ có oán trách mình không? Có khi lại cho mình là rủ rê cô gái rượu chốn lên rừng thiêng nước độc cũng nên? Rồi lại cho rằng cái anh Trưởng Tràng đang tâm phụ tình là chạy theo con gái phú ông chăng?" để rồi chỉ trong mấy ngày mà "Mật gầy rộc đi, mắt hõm sâu, râu dài ra, tóc bạc trắng. Bọn quan quân cứ ngỡ như Tổng binh bị thổ tả, xúm vào hỏi han, chăm sóc". Rồi khi cô Lành ra đi thì "Chúa Bầu tưởng chừng đứt từng khúc ruột". Chúa Bầu vẫn hay chiêm bao về cô Lành, vẫn thường thắc mắc: "Sao khi xưa, Lành không cho tôi thành thân, nên duyên chồng vợ, sớm tối vui vầy", rồi là "hẳn là Lành thất vọng về tôi, nên mới vào chùa đó chăng? Tôi hận mình tài hèn đức kém..." Những tâm sự ấy cho thấy nỗi lòng canh cánh của Vũ Văn Mật về một mối duyên không nợ.

Trong tiểu thuyết Đinh Tiên Hoàng, vua cũng được khắc họa tính cách qua những đối thoại, độc thoại và những dòng miêu tả tâm lí nhân vật. Ngay từ nhỏ, Đinh Hoàn đã là một người có suy nghĩ sâu sắc và chín chắn hơn những người bạn đồng trang lứa, có lần, Hoàn đang chơi đùa cùng với đám học trò, chúng giao tiếp bằng tiếng Châu Hoan: "chộ", "tề", "nhởi", "choa", "hấn", "nác"... Hoàn bèn nghĩ đến lời dặn của bu "không được nhại, chửi cha không bằng pha tiếng. Mình là con nhà quan, phải ý tứ giữ gìn, không được buông tuồng hỗn láo". Rồi khi bản thân mình được tôn vinh là hào trưởng, nhưng Hoàn đã nghĩ ngay về chú và tâm sự với lão Bộc và bọn tâm phúc: "Nhưng nghĩ đi cũng phải nghĩ lại, nhìn trước cũng phải ngó sau. Năm nay, tôi hai mươi, cả tuổi mụ mới được hăm mốt, làm bố trẻ con mới được ba, bốn năm. Nên nghĩ mình còn non nớt. Chả nhẽ lại dám ngang hàng với chú Thúc Dự". Không những vậy Hoàn còn hiện lên là một người vô cùng cẩn trọng, thể hiện ở việc thu phục Ngô Nhật Khánh: "Ta phải gả Phất Kim, nhưng có vẻ nó vẫn còn ngọng ngạnh, chưa yên. Nó chẳng qua là họ hàng Ngô vương, chứ có phải thái tử như Xí đâu mà cũng đòi. Rõ là voi đú chó cũng đú. Phải bảo thằng Liễn canh chừng mới được, kẻo cu cậu thừa cơ lẻn vào Chiêm Thành thì rầy rà to…" Rồi khi đã lên ngôi Hoàng đế, Đinh Tiên Hoàng vẫn để ba năm thử thách các quan quân rồi mới phong các chức quan trọng trong triều đình", và trước những chất vấn đầy nóng vội của Đinh Điền, Đinh Tiên Hoàng từ tốn giải thích "nó có tài trong quân thì dùng trị nước, chứ cứ lo hão hyền, bỏ người tài, thì tự sinh loạn chứ chẳng chơi […]. Cổ nhân dạy, dụng người như dụng mộc, dùng người mà không cất nhắc chức nọ tước kia, thì họ đội nón ra đi không thèm ngoảnh lại ấy chứ. Mà vừa dùng vừa nghi, thì người ta hoang mang lo sơ, không toàn tâm, chẳng chí thú với cương vị được giao. Đấy, bác thấy lợi hại chưa?"

Trong văn học trung đại, cũng như trong các tiểu thuyết viết theo lối chương hồi, các nhà văn thường ít miêu tả tâm lí nhân vật. Vì vậy, việc Vũ Xuân Tửu miêu tả tâm lí các nhân vật cũng cho thấy sự đổi mới trong cách viết tiểu thuyết lịch sử của nhà văn, mặc dù những dòng độc thoại nội tâm, hay những diễn biến tâm lí không được xuất hiện nhiều trong các tiểu thuyết lịch nhưng có cách thể hiện riêng phù hợp với từng văn cảnh.

3.3. Về sử dụng môtip dân gian

Môtip là một trong những thuật ngữ văn học dân gian được sử dụng nhiều nhất hiện nay trong các công trình nghiên cứu về các thể loại tự sự dân gian. Cho đến thời điểm hiện tại, một số tác phẩm truyện ngắn, tiểu thuyết cũng lồng vào đó những yếu tố hư cấu mang màu sắc thần kì. Đặc biệt là thể loại tiểu thuyết lịch sử, thể loại lấy nhân vật lịch sử và sự kiện lịch sử có thật để làm đề tài phản ánh. Mặt khác, xung quanh các nhân vật lịch sử là các giai thoại dân gian mang đầy yếu tố kì ảo. Chính vì vậy, khi đưa nhân vật vào tiểu thuyết lịch sử, không ít nhà văn đã sử dụng môtip dân gian trong các sáng tác của mình. Và khi nghiên cứu tiểu thuyết lịch sử của Vũ Xuân Tửu, chúng tôi đã nhận thấy nhà văn đã sử dụng môtip của văn học dân gian đó là môtip sinh đẻ thần kì.

Đây là một môtip đặc trưng và rất phổ biến trong truyện kể dân gian thế giới và Việt Nam, môtip này xuất hiện không chỉ trong truyện cổ tích thần kỳ mà cả trong thần thoại, truyền thuyết và thậm chí là trong sử thi về các nhân vật anh hùng, dũng sĩ… Đây được xem là một môtip rất quan trọng trong bất kỳ cốt truyện nào có chứa đựng nó, vì môtip này thường xuất hiện ở đầu câu chuyện, giới thiệu hoàn cảnh xuất thân thần kỳ của nhân vật chính trong truyện. Những hình thức đa dạng của sự thụ thai có tính thần kỳ mà Propp đưa ra trong một bài viết của mình là: thụ thai do ăn trái cây, do cầu nguyện, do uống nước, do người chết đầu thai, do người mẹ ăn phần thân thể còn lại của người chết… Hay thụ thai do tiếp xúc, đụng chạm, do nuốt giọt máu hay cục máu đông, do nuốt ngọc trai hoặc đá, do ánh nắng mặt trời hoặc nước mưa, do thức ăn của cầm thú hoặc trứng, đặc biệt còn có hình thức người vợ thụ thai do ăn hai cọng cỏ mọc trên mộ chồng và sinh ra được hai đứa con trai hay một cô gái mang thai khi thần chết bước vào lều của cô và bé gái mà cô sinh ra chính là con của thần chết.

Môtip sinh đẻ thần kỳ xuất phát từ ý niệm về sự thụ thai trinh khiết của người phụ nữ, từ niềm tin nguyên thủy cho rằng đứa trẻ không phải là kết quả trực tiếp của hành động giao phối nam nữ. Mà trong trường hợp này thì "bất cứ sự cố nào (như có một con thú chạy qua, có một cơn gió nổi lên, người phụ nữ nuốt phải hòn sỏi nhỏ hoặc hột hồ đào…) theo cách nghĩ của người nguyên thủy đều được coi là nguyên nhân sinh ra đứa trẻ. Khi nghiên cứu về Tiểu thuyết lịch sử của Vũ Xuân Tửu, môtip này xuất hiện trong phần đầu của cuốn tiểu thuyết *Đinh Tiên Hoàng* khi nói về quá trình thụ thai, sinh đẻ của nàng Đàm. Khác với nhiều hình thức trong môtip sinh đẻ thần kì trong các truyện cổ tích khác như *Sọ Dừa, Thánh Gióng…* trong *Đinh Tiên Hoàng*, Vũ Xuân Tửu đã có sự sáng tạo và táo bạo hơn rất nhiều khi miêu tả toàn bộ quá trình giao hoan giữa nàng Đàm và con rái cá, để rồi ít lâu sau nàng Đàm có mang Đinh Tiên Hoàng. Khi Đinh Tiên Hoàng được sinh ra, cũng không có hình dạng khác người như Sọ Dừa, cũng không nằm một chỗ như Thánh Gióng, Mà Đinh Tiên Hoàng được nhà văn miêu tả với hình dáng của một đứa trẻ hoàn toàn bình thường và có phần giống Đinh Công Trứ khi nằm trong vòng tay nàng Đàm như sau: "Nàng Đàm tỷ mẩn xem bàn tay, bàn chân của con, tịnh không thấy các ngón kéo màng, da cũng không có lông như rái cá, mà mở cờ trong bụng. […] Đinh Hoàn ngủ say dưới ánh đèn dầu lạc. Nàng Đàm vẫy tay gọi đứa hầu gái, chỉ đĩa đèn, ra hiệu cắt đoạn bấc cháy khô và khêu to cho rạng. Nàng nhìn mặt con như phủ lớp phấn hồng, cái miệng nhỏ xíu xinh xinh rất đáng yêu" [78; tr.33].

Bênh cạnh môtip sinh đẻ thần kì, trong tiểu thuyết của Vũ Xuân Tửu còn xuất hiện kiểu nhân vật tài giỏi, dũng sĩ của thể loại truyện cổ tích. Đây là những nhân vật có tài đặc biệt, phi thường về một lĩnh vực nào đó (bắn cung, lặn, võ nghệ, chữa bệnh ...). Nội dung tác phẩm thường kể lại những cuộc phiêu lưu ly kỳ của nhân vật chính. Cuối cùng nhân vật chính lập chiến công, diệt cái ác, bảo vệ cái thiện, mưu cầu hạnh phúc cho con người như một số truyện cổ tích: *Thạch Sanh, Người thợ săn* và *Mụ chằng*... Và trong tiểu thuyết của Vũ Xuân Tửu, dường như đại diện cho kiểu nhân vật này là hai nhân vật Đinh Tiên Hoàng và Chúa Bầu. Cả hai nhân vật này đều có tài bơi lội trên sông nước hơn người.

Trước hết là nhân vật Vũ Công Mật trong tiểu thuyết *Chúa Bầu*. Nhân vật này được Vũ Xuân Tửu xây dựng không mang nhiều yếu tố hư cấu kì ảo, nhưng chú ý khắc họa nổi bật cái biệt tài bơi lội. Ban đầu Mật không biết bơi, Mật chỉ nghe về một câu chuyện được truyền lại về "một người thanh niên làm nghề mò trai, bắt hến. Một hôm ra bãi sông nhìn thấy hai con trâu húc nhau, chàng liền lấy đòn gánh xông vào đánh. Hai con trâu sợ quá, bỏ chạy xuống biển. Chợt nhìn thấy có hai sợi lông trâu còn dính ở đầu đòn gánh, chàng bèn nuốt đi. Từ đấy chàng khỏe lạ thường, lội xuống nước mà như đi trên cạn. Khi giặc sang xâm chiếm bờ cõi, chàng xin với vua cho được đi đánh trận. Chàng lặn xuống biển, đục thủng thuyền giặc, khiến chúng sợ hãi, rút chạy. Khi chàng mất, được phong làm Đại vương. Dân lập đền thờ, ngày đêm hương khói".

Mật nghe được chuyện ấy, "như muốt từng lời, rồi cũng bắt chước, giật sợ lông trâu, cắm vào mũi, ngang nhiên đi xuống nước, khốn nỗi, lội đến đâu, chìm đến đấy". Nhưng Mật "không nản chí", "Mật xoay cách, tự bám vào cọc cầu ao mà đập chân tập bơi, rồi dần dà buông tay ra mà khỏa rồi lên trong nước, người chìm nghỉm, chỉ có cái mũi là thò lên, y như trâu qua sông. Cứ vậy, mon men bơi dần từ ao ra sông. Biết bơi, Mật quên cả ăn, ngày nắng bơi, mưa cũng bơi, rồi rét cũng bơi. Ai cũng khen Mật là người có chí, rồi ra, tự mình làm nên công trạng. Mật phởn chí, càng bơi lặn như rồng như giải". Rồi dần dà, trở thành thanh niên trai tráng, ngoài việc luyện võ, đánh côn thì còn lặn qua sông, bơi ngược nước như hổ, báo, rồng giải… Khi đã lập nghiệp, gìn giữ và bảo vệ vùng đất Đại Đồng, Mật đã hai lần chiến đấu với quái vật chẳng, một lần là hổ thọt, một lần là ma cà rồng để bảo vệ cuộc sống của nhân dân trong vùng thoát khỏi sự quấy nhiễu của thú rừng, đem lại sự yên ổn cho dân chúng. Ở đây, nhà văn đã khoác lên chi tiết này hương vị của yếu tố thần kì, nhuốm màu cổ tích dân gian: "Ngày ấy có một con hổ thọt đã thành tinh. Đêm ngày nó ẩn ẩn hiện hiện quần đảo suốt từ động Ngọc Hiển cho đến xứ Doi Cò, chỗ nào cũng có ba dấu chân to như cái đấu của nó. Cánh thợ săn, hễ mà lần theo những dấu chân ấy, thì y như rằng bị nó rình phục sẵn, vả chết tươi". Trước tình hình đó "đàn chó săn sợ rúm tứ túc không dám đuổi theo. Cánh thợ săn cũng tra dao vào vỏ, treo súng lên vách, không ai dại gì đi sờ râu cọp. Cũng bởi vậy, mà sự canh phòng, tuần liễu của quân lính nhà Bầu có phần trễ nải. Quân Mạc thì ngày một cận kề ngay bên Đồng Hỷ, dã tâm thôn tính ngày một lỗ rõ. Cho nên, đã đặt ra trước mắt Chúa Bầu việc trừ hổ dữ, cứu vãn nguy cơ…" "Chúa Bầu biết thóp" cùng mấy tên lính tâm phúc "cởi trần truồng, rồi nằm phơi sương đêm cho hết hơi người", "chợt nghe tiếng phì phì, lại có tiếng xúc miệng òng ọc, thấp thoáng mặt sống trăng lưng con cọp cái đang ngoi ngóp. Chúa Bầu bông đứng vụt dậy, quát vang như sấm" sau đó thầy tớ nhà Chúa Bầu cùng nhau nhất loạt ném đạn đá, làm cho nó tối tăm mặt mũi khiến "nước xoáy ào ào như thác lũ. Gió lốc nổi lên cuồn cuộn. Cây cối đổ rạp" rồi cọp cái kiệt sức đổ vật xuống bãi cát. Trừ được hổ dữ, Chúa Bầu trở về Đại Đồng. "Tiếng lành đồn xa, người chưa về mà oai danh đã bay khắp trong thành nội". Không những diệt hổ cái, Chúa Bầu còn diệt trừ cả loài ma cả rồng chuyên hút máu người, nhất là phụ nữ đang kỳ chửa đẻ. Chúa Bầu cùng lính của mình ngày đêm mai phục, nghĩ mưu kế để diệt trừ yêu ma: "đích thân Cháu Bầu cải trang làm cô gái Sơn Man, đầu đội khăn chàm, minh mặc áo thụng, váy lá mười sáu mảnh lại còn lấy nước vỏ lựu hòa với máu mào gà bôi vào chỗ kín, nom chả khác gì đàn bà con gái đến ngày bẩn mình", đến khi ma cà rồng xuất hiện dưới hình dạng cô gái, "Chúa Bầu vùng đứng dậy, rút thanh đoản kiếm, gầm lên: Bớ yêu quáy, mi giết hại dân lành, Ta thừa thiên hành đạo, trừng trị mi", "Chúa Bầu vung kiếm lên, chép phựt một nhát, cái lưỡi của nó đứt lìa không liền lại được nữa. Nó có biết đâu rằng, Chúa Bầu đã bôi cứt gà sáp vào lưỡi kiếm. Nó rú lên một tiếng kinh hoàng, làm chuyển động của núi rừng, rồi lao vọt về chậu nước gạo, toan nhúng chân vào để trở lại làm người. Nhưng Chúa Bầu đã biết thóp, nên đã ngầm ra hiệu cho quân lính hộ vệ, lén đổ nước gạo đi, thay bằng nước lã. Biết là đã vô phương chống đỡ, ma cà rồng bay vút vào rừng đêm". Có thể thấy, Chúa Bầu được Vũ Xuân Tửu khắc họa gần như kiểu nhân vật tài giỏi, dũng sĩ diệt quỷ, trừ tà đem lại cuộc sống yên bình cho dân làng thường thấy trong truyện cổ tích.

Đinh Tiên Hoàng trong cuốn tiểu thuyết cùng tên cũng được Vũ Xuân Tửu xây dựng là có biệt tài bơi lội hơn người. Trong tiểu thuyết, Hoàn đã cùng với đám học trò ở Châu Hoan kéo nhau ra sông Ngàn Cả (sông Lam). Triều lên, dòng sông mênh mang, khiến chúng choáng ngợp, không dám lội xuống nước. Nhưng anh em Điền, Hoàn thì lột phăng áo quần lao tùm xuống lặn ngụp, "vùng vẫy như rồng gặp mây, cá gặp nước". Bằng tài bơi lội của mình mà khi cha mất, Hoàn trở về cố hương lại nhập bọn ngay với đám Bặc, bạn cũ ngày xưa, chăn trâu, đóng bè chuối, bè tre, bè nứa mà tập thủy binh trên đầm Cút. Trong tác phẩm, Đinh Tiên Hoàng không được miêu tả cùng với yếu tố kì ảo như diệt trừ yêu ma, nhưng xuyên suốt toàn bộ tác phẩm là quá trình dẹp loạn mười hai sứ quân, lập nên triều đại nhà Đinh, xưng Đế hùng cứ một phương trời, định đô, đặt tên nước, niên hiệu, đúc tiền, đề ra luật pháp, chiêu dụ người tài... mở ra một kỷ nguyên độc lập, tự chủ cho nước Nam.

Có thể thấy, trong tiểu thuyết lịch sử của Vũ Xuân Tửu có xuất hiện những Môtip dân gian nhất định, khiến tác phẩm nhuốm màu cổ tích.

3.4. Về thời gian và không gian nghệ thuật

3.4.1. Về thời gian nghệ thuật

Thời gian là hình thức tồn tại của thế giới nghệ thuật. Tác phẩm cần một lượng thời gian để mở ra trước mắt người đọc. Tuy nhiên thời gian nghệ thuật không đồng nhất với thời gian vật chất thực tại. Thời gian trong thế giới nghệ thuật có độ dài, nhịp độ, tốc độ, có ba chiều quá khứ, hiện tại, tương lai khác với thời gian thực tại. Thời gian nghệ thuật là thời gian do nhà văn sáng tạo ra, vừa thể hiện trạng thái con người trong thời gian, sự cảm thụ thời gian, vừa mở ra lộ trình để người đọc đi vào thế giới tác phẩm. Trong tiểu thuyết lịch sử của Vũ Xuân Tửu, có những loại thời gian sau: thời gian lịch sử, thời gian tự nhiên, thời gian xã hội, thời gian thần thoại...

Trước hết phải nói đến thời gian lịch sử. Bởi lẽ hai cuốn tiểu thuyết mà chúng tôi đang nghiên cứu là tiểu thuyết lịch sử, nếu bỏ qua thời gian lịch sử trong tác phẩm là một điều thiếu xót. Như trên đã nói, hai cuốn tiểu thuyết *Chúa Bầu* và *Đinh Tiên Hoàng* được lấy đề tài từ lịch sử, cụ thể là hai mốc lịch sử phong kiến của hai triều đại khác nhau. *Chúa Bầu* mặc dù được ra đời trước (2006) nhưng lại được lấy bối cảnh về cuộc nội chiến giữa nhà Mạc và nhà Hậu Lê trong lịch sử Việt Nam, kéo dài từ năm 1533 đến 1677. Nhưng trong tác phẩm, Vũ Xuân Tửu lại lấy họ Vũ làm trung tâm, tái hiện lại quá trình lập nghiệp, tạo nên vị trí hùng mạnh, cơ nghiệp vững trắc của Chúa Bầu sánh ngang với nhà Mạc. Tiểu thuyết *Đinh Tiên Hoàng* (2018) lại lấy bối cảnh loạn mười hai sứ quân kéo dài hơn 20 năm từ năm 944 đến năm 968 để tái hiện lại quá trình dấy binh dẹp loạn sứ quân và lên ngôi hoàng đế của Đinh Tiên Hoàng. Thời gian lịch sử trong tác phẩm đã đưa người đọc ngược dòng lịch sử trở về quá khứ, khiến người đọc được sống lại trong bầu không khí cổ xưa.

Tiếp đến là thời gian tự nhiên, trong tiểu thuyết lịch sử của Vũ Xuân Tửu, người đọc bắt gặp nhiều nhất là thời gian đêm khuya. Đây là khoảng thời gian mà con người luôn cảm thấy tĩnh lặng, là khoảng thời gian nghỉ ngơi của muôn loài, cũng là khoảng thời gian mà nếu ai sống cùng nó sẽ cảm thấy cô đơn tột cùng. Trong *Chúa Bầu,* thời gian đêm khuya được xuất hiện khá nhiều. Đó là "Những đêm trăng sáng..." hai anh họ Vũ bí mật ra bờ sông luyện kiếm, là "Một đêm tối trời, chỉ có mảnh trăng lưỡi liềm treo đầu núi", anh em họ Vũ vớt được từ đáy sông lên được một thanh sắt có chữ "Phù Lê, cự Mạc", hay những "đêm rừng tịch mịch" Chúa Bầu trừ hổ thọt, diệt ma cà rồng, rồi cả những trận chiến của họ Vũ và nhà Mạc cũng thường xuyên được diễn ra vào khoảng thời gian đêm khuya. Và đặc biệt, trong khoảng thời gian ấy, con người luôn mang trong mình những nỗi niềm tâm sự khắc khoải. Là sự nhớ thương da diết của Mật dành cho cô Lành trong "một đêm trăng thanh, gió mát", trong đêm tối ấy, bóng dáng của Chúa Bầu khi một mình "lững thững dạo quanh hồ sen", rồi là hình ảnh "Chúa Bầu giật mình nhỏm dậy, ngồi bó gối thắc trắng đêm" tất cả gợi lên một sự cô đơn, lạnh lẽo từ sâu trong tâm hồn. Còn là sự cô đơn, của Lành trong "đêm rừng vắng lặng" với những giọt "nước mắt vắn dài thấm vào gối gụ"...

Trong tiểu thuyết Đinh Tiên Hoàng, thời gian đêm khuya cũng được xuất hiện với tần xuất lớn. Đó là cái đêm núi Kỳ Lân "vươn vai đứng dậy giữa đồng đất Đại Hoàng" khi Đinh Tiên Hoàng được sinh ra. Là đêm Đinh Hoàn được sãi chùa nói cho nghe về ý nghĩa của miếng Ngọc Khuê để bắt đầu vận mệnh của một đời người. Là đêm Đinh Hoàn thực hiện treo kiếm vào cổ con ngựa đá dưới lòng sông, hay là cái đêm mà lần đầu tiên, Đinh Hoàn bạo gan mổ trâu khao quân bất chấp những lời dặn dò của chú Thúc Dự...Và còn là những "đêm ấy, gió mùa đông bắc tràn về, lạnh thấu xương. Bộ Lĩnh hội các tướng lại, bàn cách đánh" để dẹp loạn mười hai sứ quân. Rồi là một đêm định mệnh "mặt trăng úa vàng, mây đen kéo về ùn ùn. Cơn giông bất ngờ nổi lên" của mùa Thu tháng Tám năm Kỷ Mão (trong Đại Việt sử kí toàn thư chép là "Mùa Đông tháng Mười năm Kỷ Mão) Đỗ Thích giết Đinh Tiên Hoàng và Nam Việt Vương Đinh Liễn, chấm dứt sự trị vì của triều đại nhà Đinh. Thời gian đêm tối đem đến một cảm thức u buồn trong lòng người. Đêm là khoảng thời gian kết thúc của một ngày dài, nhưng trong tiểu thuyết Đinh Tiên Hoàng, thời gian ấy vừa là sự bắt đầu của một số mệnh quân vương, nhưng đồng thời lại là khoảng thời gian khép lại số mệnh quân vương ấy và còn là sự khép lại cả một triều đại.

Bên cạnh thời gian đêm tối, trong hai cuốn tiểu thuyết *Chúa Bầu* và *Đinh Tiên Hoàng* còn xuất hiện thời gian buổi sáng tinh mơ "sương núi vừa tan, nắng ấm tràn về" (Đinh Tiên Hoàng), là buổi sáng khi "Chân trời đằng Đông từ màu trắng chuyển dần sang màu hồng. Ấy là, mặt trời đang mọc lên" (Chúa Bầu)... Khoảng thời gian này tuy không được xuất hiện nhiều trong tác phẩm nhưng cũng đã để lại cho người đọc những dấu ấn đậm nét về nghệ thuật miêu tả của nhà văn.

3.4.2. Về không gian nghệ thuật

Theo nhà lí luận văn học Nga D.X.Likhachev thì đầu tiên mỗi tác phẩm có một không gian sống riêng biệt, giới hạn của nó phụ thuộc vào sức tưởng tượng của nhà văn và nhu cầu cấu tạo của tác phẩm (theo *Lí luận văn học*, tập 2, Trần Đình Sử chủ biên). Khi nghiên cứu tiểu thuyết lịch sử của Vũ Xuân Tửu chúng tôi đã nhận thấy được một số không gian đặc sắc mà nhà văn đã dùng ngòi bút của mình để khắc họa.

Trước hết, đó là không gian mênh mông của sông nước. Ở cả hai cuốn tiểu thuyết, không gian sông nước được tác giả miêu tả khá nhiều, đó là không gian sông Ngàn Cả: "*Triều lên dòng nước mênh mang, khiến chúng choáng ngợp*", không gian trên đầm Cút, nơi Hoàn cùng bạn đồng trang lứa tập thủy binh, không gian sông Đại Hoàng, nơi Hoàn cùng bọn Điền, Bặc mò cua bắt cá thì thũm suốt ngày, cũng chính là nơi Đinh Hoàn nhặt được Ngọc Khuê. Hay trong *Chúa Bầu* ta cũng bắt gặp hình ảnh *"Sông ngòi chẳng chịt như mạng nhện. Hồ nối hồ, ao liền ao. Đầm lau sậy rậm rạp*", rồi là "*bến sông vắng lặng như tờ. Thỉnh thoảng chỉ có tiếng cá quẫy mà thôi. Những đám đom đóm lập lòe bay khắp triền sông*".

Bên cạnh không gian sông nước, còn là không gian của núi rừng hùng vĩ. Trong Chúa Bầu, Vũ Xuân Tửu cũng miêu tả cảnh núi rừng kỳ vĩ: Dãy Tam Đảo giăng màn xa mờ, núi Lịch kỳ vĩ, núi Lịch sừng sững nơi đầu nguồn suối Khổng "khiến lòng Kỷ bâng khuâng" rồi, "núi rậm rạp. Những cây sung cổ thụ rủ bóng xuống khúc sông đào dang dở". "Chúa Bầu trèo lên đồi cao, nhướng mắt nhìn lại hình sông thế núi. Kìa là thành bao quanh đỉnh đồi. Này là sông bao la bốn bề, hay núi rừng tịch mịch trong đêm đi trừ hổ thọt, mà cà rồng của Chúa Bầu... Trong *Đinh Tiên Hoàng* ta cũng bắt gặp cảnh núi rừng bao la, điển hình là hình ảnh Thung Lau "tứ bề những núi là núi", chẳng khác nào cái chuồng bằng đá, bên ngoài lại có đầm Cút, mênh mông những nước là nước, nơi những đứa trẻ chăn trâu thời nhi đồng suốt ngày hò nhau tập trận làm náo loạn cả không gian tứ bề là núi, rồi còn là hình ảnh núi Kỳ Lân "vươn vai đứng dậy, giữa đồng đất Đại Hoàng" của mảnh đất Ninh Bình.

Ngoài ra còn có không gian chiến trận. Trước hết phải nói đến là những trận đánh giả của Đinh Tiên Hoàng thời còn nhi đồng trong tiểu thuyết cùng tên: "Quân mục đồng chia làm mấy toán, luôn phiên nhau, toán thì chăn trâu cắt cỏ, toán thì bắn cung, bắn nỏ, toán thì tập cứu chữa bọn bị thương, chôn cất kẻ tử trận, cứ y như thật vậy. Giao hẹn, cứ nghe hiệu lệnh trống mà giáp trận. Nghe trống phải tiến lên. Nghe chiêng thì phải lùi về. Đại quân cờ Lau trú trong thung Lau. Địch quân ở Thung Lá. Hai bên bí mật hành quân leo núi, vượt đầm Cút mà giao tranh. Trên đầm Cút, bọn chúng đóng bè làm thủy binh, cũng chia làm ha phe mà giao chiến. Ngày ngày, tiếng trẻ hò la, tiếng chiêng, tiếng trống náo loạn cả một vùng". Rồi đến trận thật, Vũ Xuân Tửu đã miêu tả không gian chiến trận khi Đinh Tiên Hoàng đem quân đi đánh Kiều Công Hãn như sau: "Hãn điều quân chặn mặt phía Nam, không cho thủy bộ của quân Cờ Lau ngược sông, vượt đường tiến lên. Nhưng bỗng nhiên, phía thượng nguồn sông Hồng và sông Lô, hai đội thủy quân xông đến ngã Bạch Hạc. Hãn cả kinh, tưởng quân nhà trời. Chốc lát, quan quân Tam Giang náo loạn, Nguyễn Bặc hô quân đánh sấn vào, tiếng trống rầm rĩ, tiếng gươm khua loảng xoảng, tiếng giáo chạm khiên mây, giáp sắt chan chát, tiếng quân reo ầm ầm, tiếng thuyền bè va chạm cồm cộp… Tất cả, gây nên sự hỗn loạn cả ngã ba sông. Cùng lúc đó, Bộ Lĩnh hạ lệnh cho quân bộ của Đinh Liễn, Lê Hoàn vượt sông đánh sang. Thành Tam Giang khói lửa ngút trời. Bọn lính của Hãn dùng tên bắn sang, thì tên cắm phầm phập vào mạn thuyền, lá chắn, áo giáp, khiến quân Tam Giang trận thế hỗn loạn…" hay trong tiểu thuyết *Chúa Bầu,* không gian chiến trận cũng được miêu tả rất sắc nét khi Chúa Bầu ra lệnh xuất quân tiến đánh nhà Mạc: "quân Bầu lại bắn đạn xối xả vào thành. Mái ngói vỡ tan tành như bị mưa đá. Nhiều tên lính bị thương, vội ôm đầu máu, lủi trốn. Một chốc, lại thấy quân Bầu dùng súng phun nước, rưới nước lên khắp tường thành và mặt hào. Quân Mạc lấy làm lạ, ngó ra xem, chẳng lẽ quân Bầu lại chơi thủy chiến, dâng nước ngập thành? Nhưng nước đâu cho thấu, khác nào dùng gáo tắm voi. Quân Mạc ôm nhau mà cười. Nhưng nước gì mà ngầy ngậy, thơm như dầu lạc? Bỏ bu rồi, có khi quân Bầu đốt thành? Quân Mạc chưa kịp hiểu mô tê ra sao, thì bỗng nhiên quân Bầu phóng hỏa tiễn, khắp cả thành trì cháy đùng đùng như biển lửa. Quân Bầu hối hả bắc cầu, dựng thành ào ạt vượt qua hào lửa, tường lửa xông vào, gặp lính thì chém, gặp ngựa thì giết. Khí thế quân Bầu ầm ầm như triều dâng thác đổ. Quân Mạc khiếp sợ [...] phải mở đường máu. Có thể thấy, Vũ Xuân Tửu dã dùng ngòi bút sắc sảo của mình đê miêu tả không gian của những trận đánh một cách tỉ mỉ, từng chi tiết được hiện rất rõ và chân thực đem lại cho người đọc một cảm giác hào hùng.

3.5. Về ngôn từ nghệ thuật

Ngôn từ của văn học là ngôn từ của văn bản văn học, trong tác phẩm văn học, dùng để sáng tạo hình tượng nghệ thuật. Văn học là nghệ thuật ngôn từ. Xét về chất liệu, khi sáng tác, nhà văn bắt buộc phải sử dụng ngôn từ như một chất liệu, biện pháp, như một công cụ đắc lực để tạo nên một giá trị nghệ thuật. Nhà văn thông qua lăng kính nghệ thuật để cảm nhận cảm xúc của chính mình, thể nghiệm sức sống phong phú đa dạng của muôn loài. Bên cạnh đó, ngôn ngữ văn học thể hiện đặc điểm, tư duy nghệ thuật và phong cách sáng tác của nhà văn. Khi bàn về ngôn ngữ trong văn học, M. Gorki cũng nói: "ngôn ngữ là công cụ chủ yếu của văn học". Vì vậy, khi nghiên cứu các tác phẩm văn học nói chung, tiểu thuyết lịch sử nói riêng không thể bỏ qua một công cụ đắc lực là ngôn ngữ.

Vì là thể loại tiểu thuyết lịch sử nên ngôn ngữ mang đặc trưng của lịch sử. Đó là thứ ngôn ngữ trang trọng, cổ kính của cung đình. Mở đầu tác phẩm là một câu kể mang đậm cung cách trung đại: "Tuân lệnh triều đình, Đinh Công Trứ dẫn quân đi thị sát phương Nam, đôn đốc quan quân Châu Hoan, châu Ái…", hay chiếc Long bào, vương miện của vua Đinh Tiên Hoàng được Vũ Xuân Tửu miểu tả:

"Vương miện chế mười hai lưu, mỗi dải gắn mười hai viên ngọc quý. Cả thảy hơn trăm viên ngọc, lóng la lóng lánh như treo rèm, kết hoa vậy. Long cổn thêu mười hai chương hoa văn trên nền vàng hoàng thổ, với đủ các hình nhật là mặt trời, nguyệt là mặt trăng, tinh là vì sao tượng trưng cho trời đất [...] lộng lẫy mà trang trọng, nền nã mà uy nghi", hay như cảnh đăng quang của Hoàng đế cũng được Vũ Xuân Tửu miêu tả hết sức trang trọng, đậm nét cung đình: "Trên đài cao bảy trượng, Đinh Tiên Hoàng đội vương miện, ngồi ngai vàng, dáng uy nghi lẫm liệt. Các tướng Tứ trụ triều đình Nguyễn Bặc, Đinh Điền, Trịnh Tú, Lưu Cơ đều đội mũ trụ mặc giáp phục, áo bào đeo gươm đứng xung quanh. Bọn lính cầm tàn vàng, tán tía, chống giáo đứng hầu". Rồi tên địa danh, tên nhân vật cũng toát lên tính chất lịch sử, cổ kính: Thành Cổ Loa, Kinh đô Cổ Loa, Thành Bầu, Bố Hải Khẩu, Gián khẩu, Đại Đồng, vùng Sơn Đông, Tấn Hồi Hồ, Thành Mè, Ba Đông Thượng Trang, Ba Đông Hạ Trang... hay tên gọi các nhân vật như: Ngoại giáp Đinh Điền, Đinh quốc công Nguyễn Bặc, Đô hộ phủ sĩ thư Lưu Cơ, Thượng thư Trịnh Tú, Thập đạo tướng quân Lê Hoàn, Chúa Bầu, Man Võ Tướng, Nam Việt Vương, Văn tiên sinh, Thứ sử Đinh Công Trứ... Ngoài ra, vì viết về lịch sử cho nên chúng ta thường bắt gặp những từ ngữ xưng hô như: tướng quân, hoàng thượng, thần, ta, trẫm, chàng, nàng, thiếp, bẩm, tâu, tuân chỉ... Tiếp đến là ngôn ngữ ghi lại những dấu mốc lịch sử diễn ra các sự kiện: "Vào năm Kỷ Hợi (939) Ngô Quyền lên ngôi. Năm sau, cho vời con giai bằng hữu Đinh Công Trứ là Đinh Hoàn làm Nhiếp chính Thứ sử, Ngự phiên Đô đốc", "Năm Mậu Tuất Dương Tam Kha cướp ngôi cháu, Thục đã cho bọn Ngô Xương Văn đánh đổ Dương Bình Vương, lấy lại ngai vàng cho hậu Ngô", "Năm Mậu Thìn (968), Phạm Cự Lạng, tức Lượng, được Hoàng đế phong làm tâm phúc Tướng quân." (Đinh Tiên Hoàng), "Năm Thuận Bình thứ năm, Mạc Cảnh Lịch thứ sáu, cũng là năm Gia Tĩnh thứ ba mươi hai, vua Lê Trung Tông dời hành dinh đến Yên Trường", "Năm Tân Hợi, nhà Mạc có biến"... (Chúa Bầu). Như vậy có thể thấy ngôn ngữ trang trọng đã góp phần giúp tác phẩm tái hiện lại khung cảnh lịch sử tại một giai đoạn nào đó mà cụ thể ở đây là lịch sử triều đại nhà Đinh (Đinh Tiên Hoàng) và thời Lê - Mạc (Chúa Bầu)

Ngoài việc sử dụng ngôn ngữ trang trọng, Vũ Xuân Tửu còn sử dung phương ngữ kết hợp ca dao tục ngữ trong tác phẩm của mình, khi mô tả lại cuộc nói chuyện của đám học trò tại Châu Hoan, Vũ Xuân Tửu đã sử dụng từ ngữ địa phương sau:

- Chộ, tề hấn bơi lặn như rái cá.

- Xì, choa nghe nói, thủy cung ở ngoài bể cơ mà.

Hay là những từ ngữ trong tiểu thuyết Chúa Bầu như: *Huầy, huầy, à... Nhẹn háng thôi lố...* Những phương ngữ được sử dụng tuy không nhiều nhưng phần nào cũng đã giúp nhà văn đưa nhân vật của mình tới gần hơn với bạn đọc, khiến nhận vật của mình thêm phần sống động như chính con người thực ngoài cuộc sống. Rồi là nhà văn hay lồng vào các cuộc hội thoại giữa nhân vật với nhau những thành ngữ, ca dao, tục ngữ như: *ăn cơm nhà chúa múa tối ngày, nhà giàu nứt đố đổ vách, bóp mồm bóp miệng, tốt trống hại mái, Anh đi anh nhớ quê nhà/ nhớ canh rau muống nhớ cà dầm tương...* (Chúa Bầu), *ôm rơm rặm bụng, mặt nhăn như bị, kiềng ba chân, điều binh khiển tướng, con nhà tông, chẳng giống lông thì giống cánh, dục tốc bất đạt, rồng đến nhà tôm…* (Đinh Tiên Hoàng). Hay là những câu hát cao dao, đồng ca, hát giao duyên:

- Tháng giêng thuông dọn hoa theo người…
Tháng hai dọn hoa ra cửa bể chung vui
Tháng ba dọn xe loan màn gấm.
- Thân em như nàng tiên Thượng đế
Ngày đêm nhớ bạn nghĩa tình không quên.
- Tuyên Quang một cõi đi về
Biều dâng chính sóc Triều Lê một miền.
- Lầy lững giữa chốn hoang vu
Gồm hai văn Vũ, riêng gò Biều Vương.
- Anh đang xúc tép
Thấy cô mình đẹp
Anh đổ tép đi… (Chúa Bầu).

Anh đi tán tía tán vàng
Để em cắt cỏ bên đàng sao đang
Tay cầm bán nguyệt xênh xang
Trăm ngàn ngọn cỏ lai hàng tay ta… (Đinh Tiên Hoàng)

Bên cạnh đó, Vũ Xuân Tửu còn đưa vào tác phẩm của mình những ngôn bình dị dân dã thông qua các cuộc đối thoại giữa các nhân vật. Như cấu nói của Hoàng đế cũng đem lại sự gần gũi: "Cứ có hoa, có cơm là được rồi, lừa ngựa gì cũng mặc", "Thôi chẳng cần hòa hòe hoa sói", hay như đoạn tác giả miêu tả nhân vật Đinh Điền "xộc thẳng vào hoàng cung, bảo đuổi hết tả hữu ra ngoài": Tôi nói thật. Chú Bặc là tay phải của chú, chinh chiến đã từng, mưu lược cao thâm, mà ăn ở cũng trọn vẹn tình nghĩa, làm cái chức Định quốc công, coi việc nước là phải. Còn như tay Lưu Cơ, tuổi con cháu, hạng thư sinh mặt trắng mà phong chức ngang phó vương, coi việc Hình án phủ đô hộ thế là hơn cả tôi". Hay những từ ngữ như: ồ, ấy chớ, thằng này, ôi dào…Tất cả những từ ngữ ấy khiến tác phẩm gần gũi hơn với bạn đọc, khiến nó như một thế giới tồn tại song song với thế giới thực trong trí tưởng tượng của độc giả, đồng thời, nó gợi lại một không khí cổ xưa. Bên cạnh đó, có thể thấy, Vũ Xuân Tửu có một sự quan tâm đặc biệt đến văn học dân gian cho thấy tình thần dân tộc của nhà văn, luôn hướng về bản sắc văn hóa đất Việt.

Ngoài ra, chúng tôi còn nhận thấy trong hai cuốn tiểu thuyết lịch sử của Vũ Xuân Tửu một ngôn ngữ trần thuật mang những nét rất riêng. Không châm biếm, không đả kích, không khinh bỉ hay giễu nhại… mà là một cách kể đầy khách quan, mộc mạc. Chính từ ngôn từ bình dị nên cách kể rất nhẹ nhàng, khoan thai, giúp người đọc đi từ từ vào câu chuyện, cảm nhận từng chút một về từng nhân vật, len lỏi từng chút vào tâm hồn của họ để thấu được những băn khoăn, trăn trở, nhưng suy tư, muộn phiền trong con người họ, để thấy dù là quân vương, là chúa nhưng họ cũng rất đỗi bình thường, dân dã, cũng vui, cũng buồn và cũng biết cô đơn. Bên cạnh đó, giọng kể còn thể hiện một niềm thành kính đối với nhân vật lịch sử có công với đất nước bằng những từ ngữ như: “vua”, “chúa”... Hay là một giọng kể man mác buồn khi Đinh Tiên Hoàng băng hà... Có thể thấy, ngôn ngữ nghệ thuật mà Vũ Xuân Tửu không phải là những câu văn hào nhoáng mà rất đỗi bình dị, đem đến một sự gần gũi cho người đọc khi tiếp nhận giá trị lịch sử dưới một tác phẩm văn học nghệ thuật.

Tiểu kết

Có thể thấy, đồng hành với các nhà viết tiểu thuyết lịch sử đương thời, Vũ Xuân Tửu đã có nhiều cách tân trong sáng tác. Đó là sự sáng tạo trong kết cấu, trong cách xây dựng nhân vật từ nguồn gốc xuất thân cho tới diễn biến tâm lí, trong cách xây dựng không gian và thời gian nghệ thuật. Và đặc biệt là nhà văn sử dụng các yếu tố dân gian, ngôn ngữ linh hoạt trong tiểu thuyết của mình để mang đến một bức tranh lịch sử đậm nét cổ xưa trong cái nhìn hiện đại.

KẾT LUẬN

Vũ Xuân Tửu, một nhà văn bước ra từ ngành Công An, ông viết văn bằng cả niềm đam mê và khả năng thiên phú. Trong sự nghiệp sáng tác của mình, bên cạnh hàng trăm tác phẩm có giá trị, Vũ Xuân Tửu đã cho ra đời hai cuốn tiểu thuyết lịch sử là *Chúa Bầu* (2006) và *Đinh Tiên Hoàng* (2018), đánh dấu sự cách tân trong tư duy đổi mới trên thuyết lịch sử. Vũ Xuân Tửu đã cho thấy bản lĩnh cầm bút của mình khi viết về đề tài lịch sử, trong tác phẩm của ông vừa có sự đổi mới về nội dung, nghệ thuật, về đề tài, tư tưởng, nhưng vẫn giữ được những giá trị cốt lõi của lịch sử nhằm đem đến cho bạn đọc những tri thức lịch sử qua cái nhìn nghệ thuật.

Tiểu thuyết lịch sử của Vũ Xuân Tửu đã có sự đổi mới cả trong đề tài, tư tưởng và cảm hứng. Về đề tài, Vũ Xuân Tửu đã đưa vào hai tác phẩm của mình hai cuộc nội chiến của hai triều đại phong kiến Việt Nam, qua đề tài đó, chúng tôi lại thấy nổi lên ba nguồn cảm hứng, tư tưởng chính: Khát vọng quân vương; cảm hứng yêu nước, tư tưởng trung quân ái quốc; và cảm hứng tôn vinh các nhân vật lịch sử. Cảm hứng khát vọng quân vương được Vũ Xuân Tửu thể hiện xuất sắc qua những nhân vật như Đinh Tiên Hoàng, Lê Hoàn... để thấy được những hoài bão mãnh liệt của các bậc anh hùng về một ước vọng quyền lực. Song hành với khát vọng này, nhà văn cũng rất khéo léo lồng vào đó cảm hứng yêu nước, tư tưởng trung quân ái quốc. Thông qua tác phẩm của mình, Vũ Xuân Tửu đã bày tỏ thái độ tôn vinh các nhân vật lịch sử trước những công lao của họ. Trong tiểu thuyết lịch sử của Vũ Xuân Tửu, còn đề cập đến thế giới tinh thần qua: vận mệnh con người và tín ngưỡng dân gian. Nhà văn đã quan tâm đến vấn đề tâm linh.

Có thể thấy, cái hay trong ngòi bút của Vũ Xuân Tửu là vẫn giữ được những giá trị cốt lõi của lịch sử dân tộc, nhưng lại có sự sáng tạo làm sống lại lịch sử, khiến nó mang cái hồn của quá khứ hào hùng, và trở nên gần gũi, chân thực hơn trong cái nhìn của bạn đọc, đi vào lòng bạn đọc một cách tự nhiên. Qua đó có thể thấy quan niệm của Vũ Xuân Tửu khi tiếp cận lịch sử là tôn trọng sự thật về nhân vật và sự kiện lịch sử, nhưng sáng tạo để tái hiện lại thế giới nhân vật, sự kiện lịch sử khiến chúng mang sức sống của thời đại, đồng thời nhà văn cũng sử dụng trí tưởng tượng của mình để phác họa lại những chỗ mờ trong sử sách, trả lời những dấu hỏi còn bỏ ngỏ của quá khứ xa xưa.

Bên cạnh việc đổi mới về nội dung, tiểu thuyết lịch sử của Vũ Xuân Tửu còn có sự đổi mới về nghệ thuật thông qua việc xây dựng kết cấu cốt truyện, xây dựng nhân vật, miêu tả không gian và thời gian. Về kết cấu, Vũ Xuân Tửu đã mượn kết cấu theo lối chương hồi của tiểu thuyết truyền thống, nhưng nhà văn không tuân thủ nghiêm ngặt các đặc điểm của loại kết cấu này mà sáng tạo linh hoạt qua ngôn ngữ không nệ cổ và lối kể chuyện không hợp theo thời gian và đan xen sự kiện. Trong nghệ thuật xây dựng nhân vật, ngoài việc khắc họa nhân vật qua giới thiệu tiểu sử, qua hành động thì việc miêu tả đời sống nội tâm đã được nhà văn sử dụng khéo léo cho thấy sự cách tân riêng của nhà văn trong quá trình xây dựng nhân vật. Trong tiểu thuyết của Vũ Xuân Tửu, việc sử dụng những từ ngữ trang trọng, cổ kính đã gợi lên không khí cổ xưa. Những phương ngữ cũng được sử phần nào giúp cho việc xây dựng nhân vật của tác giả hiện lên chân thật và gần gũi. Và đặc biệt, thay vì dùng điển tích, điển cố như các nhà văn khác, Vũ Xuân Tửu đã sử dụng những câu ca dao, dân ca, những câu tục ngữ, thành ngữ càng gợi lên sự cổ xưa trong tác phẩm của mình. Không những thế, nhà văn còn đưa vào tác phẩm của mình chất sử thi, kì ảo thông qua những môtip dân gian: sinh đẻ thần kì, kiểu nhân vật tài giỏi, dũng sĩ... khiến tác phẩm của mình nhuốm màu cổ tích.

Trong khi thể hiện các tình huống mâu thuẫn, nếu tác giả đẩy cao thêm kịch tính cho các nhân vật thì mỗi chương trong tác phẩm sẽ có tình huống mạnh hơn.

Với những cố gắng trong việc đổi mới tiểu thuyết lịch sử của mình, Vũ Xuân Tửu đã thể hiện một cái nhìn mới về bản chất con người, xã hội. Nhưng trên hết vẫn là ý thức dân tộc mạnh mẽ qua cảm hứng yêu nước. Tất cả đã làm nên chân dung của một nhà văn đương đại trong thời đổi mới.

2.2.6. CHẤT LIỆU DÂN GIAN TRONG SÁNG TÁC TỰ SỰ CỦA VŨ XUÂN TỬU

*Luận văn Thạc sĩ của **Phạm Văn Bình***
Chủ đề: Ngôn ngữ, văn học và văn hóa Việt Nam
Chuyên ngành: Văn học Việt Nam
Mã số: 8220121
Người hướng dẫn khoa học: Ts. Bạch Văn Hợp
K26, Đại học Sư phạm Thành phố Hồ Chí Minh, năm 2019
Kết quả: loại giỏi.

Chương 1:
VŨ XUÂN TỬU VÀ TIẾP NHẬN VĂN HÓA, VĂN HỌC DÂN GIAN

1.1. Mối quan hệ giữa chất liệu dân gian với văn học thành văn

1.1.1. Khái niệm văn hóa dân gian

Ngay từ xa xưa, vấn đề văn hóa đã được con người quan tâm, đó là vấn đề chung của cả dân tộc chứ không riêng một địa phương hay cá nhân nào. Bởi lẽ, sau pháp chế thì văn hóa có sức ảnh hưởng lớn đến mọi vấn đề của cuộc sống từ lời ăn, tiếng nói cho tới cách ăn mặc, đi lại, ứng xử... Nó góp phần rất lớn trong ổn định trật tự xã hội thông qua những phong tục, lối sống. Thế nên từ xưa cha ông ta có câu tục ngữ "Đất có lề, quê có thói", nghĩa là trật tự trong những vùng quê nói chung được duy trì bởi những nếp phong tục. Hay câu tục ngữ "Phép vua thua lệ làng" đã phần nào nói đến vai trò của văn hóa trong cuộc sống. Văn hóa là phạm trù rất rộng và đa dạng. Có rất nhiều nhà nghiên cứu đã tìm và cố gắng làm rõ khái niệm này, đến nay cũng đã có những kết quả rất thuyết phục. Chúng tôi xin điểm qua vài khái niệm văn hóa của một số nhà nghiên cứu nhằm giúp chúng ta có cái nhìn bao quát hơn.

Nhà nhân học người Anh E.B. Taylor (1832 - 1917) xem "Văn hóa" bao gồm: "một tổng thể phức hợp bao gồm kiến thức, tín ngưỡng, nghệ thuật, đạo đức, luật lệ, phong tục, và tất cả những khả năng và thói quen mà con người đạt được với tư cách là một thành viên trong xã hội" (Chu Xuân Diên, 1995). Nhưng với Trần Ngọc Thêm văn hóa được hiểu rộng hơn, nó là: "một hệ thống hữu cơ các giá trị vật chất và tinh thần do con người sáng tạo và tích lũy qua quá trình hoạt động thực tiễn, trong sự tương tác giữa con người với môi trường tự nhiên và xã hội của mình" (Trần Ngọc Thêm, 2000). Chủ tịch Hồ Chí Minh lại hiểu cụm từ văn hóa một cách giản dị: "Vì lẽ sinh tồn cũng như mục đích cuộc sống, loài người mới sáng tạo và phát minh ra những ngôn ngữ, chữ viết, đạo đức, pháp luật, khoa học, tôn giáo, văn học nghệ thuật, những công cụ cho sinh hoạt hằng ngày về mặc, ăn, ở và các phương thức sử dụng. Toàn bộ những sáng tạo và phát minh đó tức là văn hóa. Văn hóa là sự tổng hợp của mọi phương thức sinh hoạt cùng với biểu hiện của nó, mà loài người đã sản sinh ra nhằm thích ứng với nhu cầu đời sống và đòi hỏi của sự sinh tồn" (Đặng Đức Siêu, 2004).

Nhưng có thể nói định nghĩa theo Unesco về văn hóa là đầy đủ nhất: “Văn hóa hôm nay có thể coi là tổng thể những nét riêng biệt tinh thần và vật chất, trí tuệ và xúc cảm quyết định tính cách của một xã hội hay của một nhóm người trong xã hội. Văn hóa bao gồm nghệ thuật và văn chương, những lối sống, những quyền cơ bản của con người, những hệ thống các giá trị, những tập tục và những tín ngưỡng. Văn hóa đem lại cho con người khả năng suy xét bản thân. Chính văn hóa làm cho chúng ta trở thành những sinh vật đặc biệt nhân bản, có lí tính, có óc phê phán và dấn thân một cách đạo lí. Chính nhờ có văn hóa mà con người tự thể hiện, tự ý thức được bản thân, tự biết mình là một phương án chưa hoàn thành đặt ra để xem xét những thành tựu của bản thân, tìm tòi không biết mệt những ý nghĩa mới mẻ và sáng tạo nên những công trình vượt trội lên bản thân” (Đặng Đức Siêu, 2004).

Như thế có thể khẳng định rằng văn hóa gắn với con người và con người tạo ra văn hóa. Văn hóa từ khởi nguyên có lẽ không phân chia nhưng trong xã hội tiến bộ thì nó chia thành hai loại: Văn hóa bác học (learned culture) và văn hóa dân gian (folk culture). Tuy cùng xuất phát từ một nguồn là con người, nhưng mỗi loại lại có những đặc điểm riêng. Cụ thể văn hóa bác học bao gồm văn học viết (chữ Nôm, chữ Hán và chữ quốc ngữ); kiến trúc đền đài... còn văn hóa dân gian bao gồm ngữ văn dân gian (tự sự dân gian và trữ tình dân gian); nghệ thuật dân gian (nghệ thuật tạo hình và nghệ thuật biểu diễn dân gian); tri thức dân gian (tri thức về môi trường, về con người, y học, ứng xử và sản xuất dân gian); tín ngưỡng và phong tục lễ hội... Trong luận văn này, chúng tôi chỉ đi sâu nghiên cứu về văn hóa dân gian và ảnh hưởng của nó đến những sáng tác tự sự của nhà văn Vũ Xuân Tửu.

Khái niệm văn hóa dân gian

Văn hóa dân gian (folklore), lần đầu tiên được W.J. Thom dùng trong bức thư năm 1846, nó là thuật ngữ bao gồm: “những di tích của nền văn hóa vật chất và chủ yếu của nền văn hóa tinh thần của nhân dân có liên quan với nền văn hóa vật chất như phong tục, đạo đức, việc cúng tế, dị đoan, ca dao, cách ngôn... của người thời trước” (Chu Xuân Diên, 1995). Và cũng từ đó, các nhà nghiên cứu trên thế giới đều dùng thuật ngữ này. Xét về ý nghĩa của văn hóa dân gian thì nếu hiểu rộng, nó là: “toàn bộ văn hóa vật chất và tinh thần của dân chúng, liên quan tới mọi lĩnh vực đời sống của dân chúng” (Đinh Gia Khánh, 1989). Nhưng nếu hiểu hẹp hơn thì văn hóa dân gian là những nét văn hóa được xét trên giá trị thẩm mỹ của nó. Nghĩa là “văn hóa dân gian với nghĩa hẹp chính là văn hóa dân gian theo nghĩa rộng được tiếp cận từ giác độ thẩm mỹ” (Đinh Gia Khánh, 1989).

Ngô Đức Thịnh cho rằng trong những năm gần đây văn hóa dân gian được các nhà nghiên cứu ở bốn lĩnh vực gồm: Ngữ văn dân gian như ca dao, dân ca, cổ tích, truyền thuyết, sử thi, vè...; nghệ thuật dân gian như kiến trúc, hội họa, âm nhạc, múa, sân khấu dân gian...; tri thức dân gian như khí hậu, thời tiết, y học, sản xuất, ứng xử,... và cuối cùng là tín ngưỡng, phong tục và lễ hội.

Vẫn còn rất nhiều những thuyết, quan niệm và cách hiểu được các nhà nghiên cứu đặt ra. Tuy nhiên, các thuyết đã gặp nhau ở những nét cơ bản nhất, chỉ khác nhau ở cách phân chia, cách tiếp cận mà thôi. Chúng tôi đồng ý với cách hiểu về văn hóa dân gian của nhà nghiên cứu Ngô Đức Thịnh: Văn hóa dân gian bao gồm: ngữ văn dân gian; nghệ thuật dân gian; tri thức dân gian và tín ngưỡng, phong tục lễ hội dân gian. Trong luận văn này, chúng tôi đi sâu phân tích những thành tố của văn hóa dân gian, mà nhà văn Vũ Xuân Tửu đã tiếp nhận, để làm chất liệu cho sáng tác của mình.

1.1.2. Cách hiểu chất liệu dân gian

Như đã trình bày quan điểm ở trên, văn hóa dân gian bao gồm các thành tố: ngữ văn dân gian; nghệ thuật dân gian; tri thức dân gian và tín ngưỡng, phong tục lễ hội dân gian. Chất liệu dân gian mà chúng tôi nhắc đến là những yếu tố cụ thể trong các thành tố của văn hóa dân gian. Tác giả Vũ Xuân Tửu đã tiếp nhận văn hóa dân gian và thể hiện trong sáng tác của mình rất rõ nét. Cụ thể, chúng tôi khảo sát và phân tích những yếu tố trong văn học dân gian như thành ngữ, tục ngữ, ca dao - dân ca, vè, đồng dao, các tip, mô típ nhân vật trong tự sự dân gian và các yếu tố thuộc tín ngưỡng, phong tục, lễ hội được nhà văn sử dụng trong sáng tác. Tất cả những thành tố thuộc văn hóa dân gian được tác giả dùng để xây dựng tác phẩm như những chất liệu gạch, đá, xi măng trong việc xây dựng một ngôi nhà vậy. Những cái đó chúng tôi gọi là “chất liệu dân gian”. Tuy nhiên, ở đây chúng tôi không chỉ dừng lại ở việc phát hiện chất liệu dân gian được tác giả dùng trong những tác phẩm mà chúng tôi còn phải xét nó được tác giả dùng như thế nào (nghĩa là nghệ thuật sử dụng chất liệu dân gian ra sao). Từ đó luận văn đưa ra nhận định, đánh giá khái quát về ý nghĩa, tác dụng của việc sử dụng chất liệu dân gian trong sáng tác của Vũ Xuân Tửu. Như vậy, trong luận văn này, chúng tôi sẽ dùng cụm từ chất liệu dân gian để chỉ những yếu tố mà tác giả đã tiếp nhận trong văn hóa dân gian như đã trình bày ở trên, để thuận lợi trong hành văn và tránh gây khó hiểu cho người đọc.

1.1.3. Mối quan hệ giữa chất liệu dân gian và văn học viết

Như chúng tôi đã nói, văn hóa dân gian (chất liệu dân gian) là một phần trong văn hóa. Thế nên để có một cái nhìn rõ ràng, sâu sắc mối quan hệ giữa văn hóa dân gian và văn học thành văn chúng tôi cho rằng nên nhìn ở mối quan hệ vĩ mô hơn. Nghĩa là, phải nhìn từ mối quan hệ giữa văn hóa và văn học. Không nghi ngờ gì nữa, có thể khẳng định rằng mối quan hệ của văn hóa với văn học là hết sức cơ bản, hữu cơ và mang tính qui luật. Vì văn học là hình thái ý thức xã hội, nó phản ánh cuộc sống qua lăng kính của nhà văn nên những nét văn hóa của loài người sáng tạo ra hẳn sẽ được nhà văn dùng làm chất liệu trong sáng tác. Ngay văn học cũng là một phần của văn hóa, nó là nơi kết tinh và thể hiện văn hóa một cách sâu sắc nhất. Chính vì thế, khi nghiên cứu văn học các nhà nghiên cứu thường đi sâu vào nghiên cứu văn hóa trong văn học. Nó sẽ mở ra những chân trời rộng và phục vụ thiết thực cho quá trình cảm thụ, nghiên cứu và giảng dạy văn học ở các trường phổ thông cũng như ở các trường cao đẳng, đại học. Có lẽ ý thức được vai trò của mối quan hệ văn hóa và văn học mà Chu Lập Thiên đã cho rằng: "Văn học là một phần của văn hóa, biết sử dụng văn hóa thích hợp thì sẽ hiểu văn học sâu hơn, cũng có thể mở rộng phương diện nghiên cứu" (Bùi Mạnh Nhị, 2012b). Cùng quan điểm đó, Lê Nguyên Cẩn trong công trình nghiên cứu của mình cũng đã nhấn mạnh: "Việc nghiên cứu tính văn hóa trong các tác phẩm văn học là hết sức cần thiết. Bởi vì tính văn hóa của các tác phẩm văn học là một yếu tố quan trọng làm nên giá trị muôn thuở của tác phẩm" (Lê Nguyên Cẩn, 2014). Như thế có thể nói văn học trở thành nơi gìn giữ tốt nhất về văn hóa của mọi quốc gia. Và nhà văn hiển nhiên được vinh danh là nhà văn hóa như các nhà nghiên cứu vẫn khẳng định. Những tác phẩm văn chương ra đời từ ngàn xưa nhưng vẫn còn nguyên giá trị, thậm chí là càng ngày càng giá trị là bởi tính văn hóa trong nó quyết định. Những tác phẩm *Nam quốc sơn hà, Bình Ngô đại cáo, Truyện Kiều*... vẫn tồn tại đến ngày nay là vì thế. Để đề cao vai trò của Truyện Kiều, Phạm Quỳnh đã có nhận định: "Truyện Kiều còn, tiếng ta còn, tiếng ta còn, nước ta còn, còn non còn nước còn dài" (Phạm Quỳnh, 2016).

Tuy nhiên, một tác phẩm văn học mang trong mình nét văn hóa gì, độ đậm nhạt ra sao còn tùy thuộc rất nhiều yếu tố. Nó phụ thuộc vào từng giai đoạn lịch sử văn học, phụ thuộc vào cảm hứng và ý đồ nghệ thuật của nhà văn. Trần Quốc Vượng rất đề cao Văn hóa dân gian trong văn hóa. Theo nhà nghiên cứu thì văn hóa dân gian là khởi nguyên, là cội nguồn chi phối văn hóa nói chung, vì "Văn hóa dân gian bao giờ cũng là nền tảng của văn hóa dân tộc... Mất dân gian là mất hồn dân tộc" (Trần Quốc Vượng, 2000). Từ thực tế nghiên cứu, loại trừ những tác phẩm văn học sử ra thì hầu như các tác phẩm văn chương nổi tiếng, từ cổ chí kim đều thấm nhuần trong mình một nét văn hóa rất mộc mạc, giản dị gắn với quần chúng nhân dân, ấy là văn hóa dân gian. Nó thể hiện rất rõ từ ngôn ngữ sáng tác, từ cốt truyện, thế giới nghệ thuật, nhân vật,... tất cả đều hút nhụy, kết tinh từ trong văn hóa dân gian dân tộc mà có. Cái mà chúng tôi gọi là chất liệu dân gian.

Chính cái "kho tàng" quý giá chất liệu dân gian đã làm nên tên tuổi của biết bao nhiêu thế hệ nhà văn từ xưa đến nay. Con đường tìm về văn hóa dân tộc đến nay vẫn còn đó những ý nghĩa thiết thực đối với nhiều lĩnh vực chứ không riêng văn chương. Tác giả Hồ Sĩ Vịnh rất đúng đắn khi cho rằng: "Văn hóa dân gian là ngọn nguồn của tiến trình lịch sử văn học, là bầu sữa nuôi dưỡng nhiều tài năng văn học." (Hồ Sĩ Vịnh, 1998). Điều này được khẳng định bởi chính các nhà văn nổi tiếng. Nhà thơ Xuân Diệu trong quá trình lột xác sang phục vụ cho cách mạng đã có những phát biểu: "... theo tôi nghĩ, một nhà văn trong một thời kì cách mạng mà quần chúng là vai trò chính của lịch sử, có lẽ cần phải trải qua một quá trình ba điểm: điều đầu tiên là bỏ cái vốn nhà giàu cũ, bỏ cái kho đầy những sợi tóc của mình chẻ ra làm tư, đầy những móng tay của mình cắt ra tích lũy, đầy những "phong lưu mỹ tật" rất xa vời quần chúng; điểm thứ hai là học tập cái giản đơn, rắn chắc của quần chúng; điểm thứ ba là trên cơ sở đó, lại xây dựng những cái giàu mới hợp với quần chúng, những cái tinh vi của lao động và đấu tranh; ba điểm này cũng chỉ là một. Phải thấy rằng mình trước kia là dốt, cần phải học lại quyển sách đời viết theo lối của quần chúng" (Xuân Diệu, 1958).

Cũng vậy, nhà thơ Tú Mỡ cũng thừa nhận vai trò của văn hóa dân gian, ông nhận mình đã học rất nhiều và: "học nhiều nhất ở ca dao, tục ngữ, truyện khôi hài, truyện tiếu lâm, một kho tàng văn học vô cùng phong phú của dân tộc" (Tú Mỡ, 1960). Cũng xuất phát từ sự đề cao và khẳng định vai trò của chất liệu dân gian trong sáng tác văn chương của nhà văn, Trần Đức Ngôn khẳng định: "văn học viết hình thành sau và được xây dựng trên nền tảng văn học dân gian. Vì vậy, tiếp thu chất liệu văn học dân gian là hiện tượng phổ biến trong văn học viết. Những tác phẩm văn học viết nổi tiếng, giàu tính dân tộc nhất, thường tiếp thu có sáng tạo nhiều chất liệu từ văn học dân gian" (Lã Nhâm Thìn, Vũ Anh Tuấn, 2016).

Đến đây, chúng ta khẳng định rằng văn hóa dân gian, cụ thể là chất liệu dân gian có một tầm ảnh hưởng lớn, nó góp phần làm nên tên tuổi của các tác giả. Nhà văn của dân tộc dù viết về chủ đề gì, dù viết cho ai thì trở về với cội nguồn dân tộc vẫn là một lựa chọn khôn ngoan và đúng đắn nhất. Nhà văn Vũ xuân Tửu, mặc dù sống ở giai đoạn hiện đại, nằm trong giai đoạn văn chương đang tiến dần sang hậu hiện đại, nhưng những chất liệu mà tác giả sử dụng trong sáng tác vẫn rất dân tộc, rất thuần Việt đó là chất liệu dân gian. Những yếu tố của hậu hiện đại như liên văn bản, diễu nhại, phi thiêng... chắp thêm đôi cánh, tạo thêm cơ sở vững chắc cho ngòi bút tác giả. Nhà văn đã mượn rất nhiều những típ, mô típ, hình tượng nhân vật, ngôn ngữ trong văn học dân gian làm chất liệu cho ra đời những đứa con tinh thần rất hiện đại nhưng lại rất chân quê. Những tác phẩm mang trong mình văn hóa dân tộc, từ cảm hứng tư tưởng yêu nước, từ ngôn ngữ vùng miền, từ lối sống văn hóa... đến với công chúng như một thông điệp để ca ngợi và gìn giữ văn hóa nước nhà, đồng thời nó còn khẳng định giá trị văn hóa truyền thống Việt Nam.

1.2. Khái quát về nhà văn Vũ Xuân Tửu

1.2.1. Tiểu sử

Nhà văn Vũ Xuân Tửu sinh ngày 26 tháng 2 năm 1955, tại xóm Ninh Tân, xã Ninh Giang, huyện Hoa Lư, tỉnh Ninh Bình - một vùng quê thuộc đồng bằng Sông Hồng giàu truyền thống văn hóa. Tác giả sinh ra trong một gia đình nông dân nghèo, nhà đông con, ông là anh cả trong gia đình có tới chín người con. Bố mẹ đều là những người nông dân chân lấm tay bùn, cần cù làm lụng. Cha mẹ ông rất thích đọc sách, họ thuộc rất nhiều ca dao, dân ca, và các làn điệu hò trên sông nước như: hò kéo thuyền, hò Sông Mã...

Năm lên 7 tuổi, Vũ Xuân Tửu theo gia đình lên Tuyên Quang để "khai hoang" (lời dùng của tác giả) vùng kinh tế mới Việt Bắc.

Năm 1974, Vũ Xuân Tửu được tuyển vào trường Công an Trung ương (C500), nay là Học viện An ninh nhân dân. Sau khi tốt nghiệp ông được phân công về công tác tại Công an tỉnh Hà Tuyên. Tại đây ông đã công tác hơn 30 năm, trước khi về hưu ông được phong hàm Trung tá. Trong khoảng thời gian công tác, ông đã trải qua nhiều nhiều chức vụ quan trọng như Quyền Chánh Văn phòng Công an Tỉnh Tuyên Quang, Trưởng phòng Công tác chính trị công an tỉnh Tuyên Quang.

1.2.2. Sự nghiệp sáng tác

Vũ Xuân Tửu là người rất yêu văn thơ, lịch sử, văn hóa. Tuy nhiên, ông lại đến với con đường sáng tác và trở thành nhà văn khá muộn, đây là nghề "tay trái" gắn liền với đam mê vì ông là một chiến sĩ công an nhân dân chuyên chăm lo việc trị an trong xã hội, nơi ông công tác. Vũ Xuân Tửu bắt đầu sáng tác từ năm 1980. Tác giả viết nhiều thể loại như thơ, truyện ngắn và tiểu thuyết. Ở thể loại nào ông cũng đạt được những thành tựu và để lại ấn tượng sâu sắc trong lòng bạn đọc. Đến nay, sau gần bốn thập kỷ sáng tác, Vũ Xuân Tửu đã cho ra đời hàng trăm tác phẩm thuộc nhiều thể loại. Điều đó cho thấy được tầm vóc và nội lực của một nhà văn trong ngành Công an nhân dân.

Từ những ngày đầu cầm bút, tác giả chủ yếu sáng tác thơ ca, với những áng thơ đầy những hình ảnh rất quen thuộc, gần gũi với đời sống nông thôn từ con gà, cánh đồng, dòng sông... Một số tập thơ được xuất bản là: *Miếng trầu xanh*, Nxb Văn hoá dân tộc, Hà Nội, 1998; *Bầu trời của những con gà*, Nxb Hội Nhà văn, Hà Nội, 2013; *Thơ văn Tuyên Quang*, (1999 - 2004), Nxb Hội Nhà văn, Hà Nội, 2004; *Về Tuyên* (Tuyển tập thơ Tuyên Quang), Nxb Văn học, Hà Nội, 2010.

Nhưng có lẽ nhận thấy thơ ca không đủ dung lượng, không có sức bao chứa những vấn đề của cuộc sống mà tác giả muốn chuyển tải nên Vũ Xuân Tửu đã đến với một thể loại mới có sức chuyển tải rộng hơn đó là mảng tự sự với truyện ngắn, kí và đặc biệt là tiểu thuyết.

Truyện ngắn được tác giả bắt đầu viết từ năm 1984 nhưng đến năm 1988 mới gây được tiếng vang trên văn đàn. Năm 1988 nhà văn may mắn được dự trại sáng tác của báo Văn nghệ tổ chức tại Lạng Sơn. Ở đây, Vũ Xuân Tửu có dịp được tiếp xúc, giao lưu học hỏi với nhiều cây bút lớn, nên ông đã xác định được hướng đi cho riêng mình. Từ đó, những truyện ngắn lần lượt được ra đời với nội dung phong phú, đa dạng về chủ đề. Một số tác phẩm tiêu biểu như: *Yếm thắm*, tập truyện, Nxb Văn nghệ, thành phố Hồ Chí Minh, 2003; *Bí mật cuốn gia phả*, tập truyện, Nxb Văn nghệ, thành phố Hồ Chí Minh, 2005; *Con chim lửa*, tập truyện ngắn chọn lọc, Nxb Thanh niên, Hà Nội, 2006; *Hoa cải ngồng*, tập truyện ngắn chọn lọc, Nxb Quân đội nhân dân, Hà Nội, 2013; *Mồ hôi của đá*, tập truyện, Nxb Hội Nhà văn, Hà Nội, 2007; *Chuyện ở bản Piát,* tập truyện, Nxb Văn nghệ, thành phố Hồ Chí Minh, 2007...

Tiểu thuyết của Vũ Xuân Tửu rất đa dạng về chủ đề và thể loại. Ở chủ đề nào cũng đạt được những thành tựu nhất định. Tiểu thuyết kỳ ảo: *Hình bóng đàn bà*, tiểu thuyết cực ngắn, Nxb Văn nghệ, thành phố Hồ Chí Minh, 2006; *Người rừng*, tiểu thuyết, Nxb Hội Nhà văn, Hà Nội, 2013 (Nxb Hội nhà văn, tái bản 2019). *Cõi mê*, tiểu thuyết, Nxb Thanh niên, Hà Nội, 2011 (Nxb Hội Nhà văn, tái bản 2019); tiểu thuyết hiện đại: *Chuyện trong làng ngoài xã*, tiểu thuyết, Nxb Thanh niên, Hà Nội, 2007 (Đổi tên *Chuyện làng*, Nxb Thanh niên, tái bản 2011; Nxb Hội Nhà văn, tái bản 2019); *Nửa tỉnh nửa quê*, tiểu thuyết, Nxb Văn hoá dân tộc, Hà Nội, 2002; *Cua-rơ*, tiểu thuyết, Nxb Hội Nhà văn, Hà Nội, 2013; *Chuyện cõi người*, tiểu thuyết, Nxb Hội Nhà văn, Hà Nội, 2018. Tiểu thuyết lịch sử: *Đinh Tiên Hoàng* tiểu thuyết lịch sử, Nxb Công an nhân dân, Hà Nội, 2018.

Ngoài ra, Vũ Xuân Tửu còn sáng tác các thể loại khác như bút ký, trường ca: *Chuyện anh thuyền chài Trần Văn Sông*, trường ca, Nxb Văn học, Hà Nội, 2008; *Pây Nà Hang*, trường ca, Nxb Hội Nhà văn, Hà Nội, 2013; *Tiếng hát Khau Vai*, trường ca, Nxb Hội Nhà văn, Hà Nội, 2014; *Dòng suối du ca*, trường ca, Nxb Hội Nhà văn, Hà Nội, 2014.

Nhìn chung, Vũ Xuân Tửu là một nghệ sĩ đa tài, ông có thể sáng tác được rất nhiều thể loại nhưng thành công nhất là thể loại tự sự. Cũng chính nhờ thể loại này mà ông đã được đón nhận những giải thưởng rất cao quý như: Giải nhất, Cuộc thi Truyện ngắn Tạp chí Văn nghệ quân đội, (2005-2006); Giải A, Giải thưởng Văn học Nghệ thuật các Dân tộc thiểu số Việt Nam, 2018; Giải thưởng Liên hiệp các Hội Văn học Nghệ thuật Việt Nam, 2018, Từ năm 2006, Vũ Xuân Tửu trở thành Hội viên Hội Nhà văn Việt Nam. Năm 2011 Vũ Xuân Tửu trở thành Hội viên Hội nghệ thuật các dân tộc thiểu số Việt Nam; Chi hội trưởng Chi hội Văn học thuộc Hội Văn học nghệ thuật Tuyên Quang; Ủy viên Ban chấp hành Hội Văn học nghệ thuật Tuyên Quang.

Tính đến nay, Vũ Xuân Tửu đã xuất bản 28 cuốn sách và in chung với các tác giả khác 37 cuốn. Năm 2018 tác giả được trao tặng Kỷ niệm chương Vì sự nghiệp Văn học nghệ thuật các dân tộc thiểu số Việt Nam.

Ngoài ra, Vũ Xuân Tửu còn là Ủy viên Hội đồng Khoa học tỉnh Tuyên Quang, đã nghiên cứu 11 đề tài khoa học, được Bộ Khoa học và Công nghệ trao tặng Huy chương Vì sự nghiệp Khoa học và Công nghệ...

1.3. Những yếu tố chi phối việc tiếp nhận chất liệu dân gian trong sáng tác của Vũ Xuân Tửu

1.3.1. Quê hương, gia đình và môi trường sống

Như đã trình bày ở mục tác giả, Vũ Xuân Tửu sinh ra tại Hoa Lư tỉnh Ninh Bình - vùng đất được coi là cái nôi của văn hóa của người Việt (Kinh). Ông sinh ra trong một gia đình nhà nông nghèo khổ, đông con, vất vả. Cha mẹ ông ngoài việc đồng áng còn làm thêm các nghề như thợ mộc, đóng cối xay, đi thuyền chở hàng trên sông nước. Trong một lần chúng tôi tìm về nhà tác giả ở Tuyên Quang để tìm hiểu, thu thập dữ liệu phục vụ luận văn, chúng tôi được tác giả chia sẻ: Khoảng thời gian sinh sống ở Ninh Bình mặc dù không lâu, lên 7 tuổi theo gia đình lên Tuyên Quang nhưng những kỷ niệm ngày còn ở dưới Ninh Bình cũng ảnh hưởng rất nhiều đến vốn sống, vốn văn hóa của tác giả. Ngày đó, tác giả còn nhỏ thường theo cha mẹ chở đò, đi thuyền dọc trên sông Đáy, sông Hoàng Long, những câu chuyện, những nét sinh hoạt, những phong tục của những người làm nghề sông nước được tác giả thẩm thấu tự nhiên. Khi sáng tác, những kí ức đó lại ùa về, chính vì thế những hoạt cảnh về bến sông, con đò, khúc hát trên sông đi vào những tác phẩm một cách tự nhiên. Những dấu ấn văn hóa sông nước được thể hiện rõ ràng nhất qua truyện ngắn *Người sông nước* (*Cánh chân sào, Yếm thắm, Con chim lửa*)...

Mặc dù là người nông dân thuần túy, mộc mạc chất phác nhưng cha mẹ của ông cũng rất thích văn chương, ông bà có vốn văn hóa dân gian phong phú, am hiểu nhiều phong tục truyền thống. Cha ông biết làm thơ và thường mua sách cho con đọc. Mẹ ông thích đọc *Truyện Kiều* và truyện dân gian. Theo lời kể của tác giả thì người mẹ thân yêu của ông thường là độc giả đầu tiên khi những đứa con tinh thần của ông ra đời: "sau khi in, sau khi xuất bản, bao giờ tôi cũng biếu mẹ một cuốn đầu tiên". Như vậy yếu tố gia đình đã ảnh hưởng rất sâu sắc đến ngòi bút của Vũ Xuân Tửu, đặc biệt là "kho văn hóa dân gian" của người mẹ đã truyền sang ông. Chính vì vậy trong lời nhận xét của Đức Đan trên Báo điện tử tổ quốc, ngày 23/7/2007 có đoạn: "Phải thừa nhận là Vũ Xuân Tửu rất hiểu văn hoá dân gian nói chung và văn học dân gian nói riêng. Chính vì thế mà truyện của ông có một dấu ấn dân gian rõ nét. Ông biết đan xen vào tình tiết câu chuyện những câu ví, câu hò, vè, ca dao làm cho nó có sức lay động mạnh hơn, lung linh hơn (trong *Người sông nước*). Rồi cách diễn tả thời gian của tác giả trong *Bí mật cuốn gia phả* rất đặc biệt. Anh không cần dùng ngày, giờ, tháng, năm... mà chỉ cần mô tả bằng các loại giấy, màu mực. Cách "tả" mà không "chỉ" ấy, có tác dụng dẫn dụ người đọc" (Đức Đan, 2007).

Năm 1963, gia đình nhà văn đã hưởng ứng lời kêu gọi của Đảng và nhà nước lên Việt Bắc để xây dựng vùng kinh tế mới. Chính vì thế, từ nhỏ (7 tuổi) ông đã theo gia đình lên vùng đất giàu truyền thống cách mạng Việt Bắc để sinh sống, cụ thể là tỉnh Tuyên Quang - vùng đất là nơi định cư, cư trú của nhiều cộng đồng dân tộc như Kinh, Tày, Dao,... đây là nơi giao thoa của nhiều loại hình văn hóa. Vì vậy, trong những sáng tác tự sự của Vũ Xuân Tửu luôn mang đậm dấu ấn văn hóa, tập tục, kinh nghiệm... của nhiều cộng đồng dân tộc thiểu số ở Việt Bắc và cả đồng bằng.

Do đặc thù nghề nghiệp của ngành công an, tác giả được đi nhiều nơi, điều tra, tiếp xúc với nhiều cộng đồng dân tộc ở các vùng miền nên ông rất am hiểu về văn hóa, tập tục, bản sắc của từng vùng dân tộc kể cả những vùng dân tộc ít người. Có nhiều câu chuyện, nhiều tình tiết ông được tiếp xúc khi cùng đồng đội điều tra phá án cũng được nhà văn khéo léo lựa chọn đưa vào tác phẩm của mình. Chính vì thế khi đọc những dòng văn của ông nó rất thực, thực đến trần trụi, đọc đến đâu ta cảm thấy những hình ảnh như đang diễn ra ngay trước mắt. Vì đặc trưng công việc, Vũ Xuân Tửu luôn phải đấu tranh với tội phạm, khai thác những thông tin của tội phạm sao cho nhanh nhất, chính xác nhất nên ông rất am hiểu tâm lí con người. Vì thế, khi xây dựng tính cách các nhân vật trong sáng tác của ông, những nhân vật đều được hiện nên rất chân thực với đầy đủ tham, sân, si, hỉ, nộ, ái, ố, dục.

Chia sẻ với chúng tôi, nhà văn Vũ Xuân Tửu cho biết khi lên Tuyên Quang ông sinh sống chung với đồng bào người Dao Quần Trắng và Dao Cao Lan. Khi đi công tác ông lại ở chung với đồng bào dân tộc người Tày, người Mông,... từ đó những nét văn hóa của đồng bào dân tộc ít người thấm vào vốn sống của mình một cách tự nhiên. Lúc đầu, tác giả không ý thức gì nhiều về những điều đó vì đó là những điều bình thường trong cuộc sống nhưng khi cầm bút sáng tác thì ông mới sử dụng những nét văn hóa đã tiếp nhận được vào những trang văn theo ý đồ nghệ thuật của mình.

Ngoài ra, nhà văn còn cho biết ông đã từng cùng ở, cùng sinh hoạt với bộ đội ở biên giới tỉnh Hà Giang trong chiến tranh biên giới phía Bắc. Chính vì vậy, Vũ Xuân Tửu rất am hiểu về đặc điểm, tập tính của những đồng bào dân tộc ít người. Đó là chất liệu dân gian được góp nhặt từ cuộc sống thực tế nên khi đi vào những trang viết của ông cũng rất dung dị, mộc mạc, đời thường khiến người đọc bị lôi cuốn ở từng tác phẩm.

1.3.2. Thời đại, quan điểm sáng tác và cá tính nhà văn

Vũ Xuân Tửu may mắn được sinh ra khi miền , vừa đánh thắng giặc Pháp xâm lược năm 1954. Trong những ngày đầu miền Bắc đi lên xây dựng chủ nghĩa xã hội, cuộc sống của nhân dân còn rất nhiều cực khổ, khó khăn, thiếu thốn. Tuy nhiên, dưới sự lãnh đạo của Đảng, Bác Hồ cuộc sống của người dân nông thôn miền Bắc dần được thay đổi, "lột xác" theo chiều hướng tích cực. Nhân dân đã được làm chủ đất nước, cuộc sống đã dần ổn định và phát triển. Chính vì thế, trong những sáng tác của Vũ Xuân Tửu, bức tranh nông thôn trong quá trình chuyển mình phát triển theo đúng đường lối của Đảng và nhà nước đã được ông phản ánh rất chân thực. Có khi là hình ảnh của những người thanh niên trí thức như những thầy giáo, cô giáo hay anh kỹ sư sẵn sàng lên vùng cao Việt Bắc để mang con chữ đến đồng bào, giúp đồng bào ngăn đập, làm thủy lợi và lấy nước sinh hoạt. Cũng có khi là những thanh niên tự nguyện lên những vùng dân tộc thiểu số sưu tầm, khôi phục và bảo tồn những nét đẹp về văn hóa để tránh bị mai một. Có khi chỉ là những "*Chuyện trong làng ngoài xã*", "*Nửa tỉnh nửa quê*" cũng được nhà văn đưa vào những trang văn rất tự nhiên, dung dị và đầy lôi cuốn.

Sau Đại hội Đảng Cộng sản Việt Nam lần thứ VI năm 1986, chính sách đổi mới toàn diện trên tất cả các mặt trận từ tư tưởng đến văn hóa, kinh tế, chính trị, đối ngoại... Văn học cũng được cởi trói toàn diện. Có lẽ chính về thế, trong một số sáng tác của Vũ Xuân Tửu thấp thoáng thấy ông phản ánh những cán bộ chưa thực sự tận tâm trong công việc. Ông xây dựng những nhân vật luôn ghen ghét, đố kỵ người khác, tìm mọi cách để thăng tiến trong công việc. Vũ Xuân Tửu không đi sâu vào chê bai, bài trừ những hủ tục mê tín, lạc hậu của người dân. Tuy nhiên, trong tác phẩm *Người rừng, Cõi mê*... ông đã chọn giọng điệu giễu nhại - một đặc điểm trong văn học hậu hiện đại để tầm thường hóa, phi thiêng hóa những đối tượng được coi là thần thánh. Chúng tôi sẽ làm rõ vấn đề này ở những chương sau. Dường như Vũ Xuân Tửu đã nhận thấy sự thay đổi mau lẹ về văn hóa trong cuộc sống nên ông muốn khôi phục, gìn giữ, bảo tồn những nét đẹp truyền thống. Vì vậy, những sáng tác của ông mang đậm chất liệu dân gian. Có những nhân vật được ông xây dựng làm công việc đi khôi phục và bảo tồn văn hóa dân gian của đồng bào dân tộc Dao, Tày... Khi chúng tôi phỏng vấn tác giả, tác giả cũng thừa nhận là ông có dụng ý khi sử dụng những chất liệu dân gian vào trong những sáng tác của mình. Đặc biệt là trong tiểu thuyết *Chuyện làng (Chuyện trong làng ngoài xã), Cõi mê, Nửa tỉnh nửa quê, Người sông nước*...

Khi chúng tôi đặt câu hỏi về quan điểm sáng tác, nhà văn cho biết ông "thích những kết thúc có hậu, giống như những kết thúc chúng ta thường thấy trong những truyện kể dân gian". Chắc chắn phải là một người có tấm lòng nhân hậu, luôn muốn những gì tốt đẹp nhất đến với mọi người thì nhà văn mới xây dựng những kết thúc truyện có hậu như vậy. Cũng quan điểm này, theo luận văn thạc sĩ của Cao Thị Hương thì Vũ Xuân Tửu đã từng trả lời trong bài báo *Nét vẽ sinh động về chiến tranh* (2007), đăng trên báo Thông tấn xã Việt Nam: "Vũ Xuân Tửu cho biết cảm hứng văn học của ông là chủ nghĩa nhân văn: Tôi đề cao văn học mang tính nhân văn. Tôi thích những kết thúc có hậu trong các tác phẩm của nhà văn. Chủ nghĩa nhân đạo tạo nên sự phát triển của xã hội loài người và làm cho loài người khác các loài động vật. Người viết có thể sáng tạo đến đỉnh điểm, nhưng vẫn phải đề cao vai trò của chủ nghĩa nhân văn. Đó là một yếu tố của triết học phương Đông trong các tác phẩm của tôi" (Cao Thị Hương, 2017).

Đến thăm tác giả, tôi được ông dẫn đi thăm nơi làm việc, ông chỉ cho tôi xem những bản thảo được viết tay bằng bút mực cả ngàn trang vẫn còn được lưu giữ cẩn thận mặc dù tác phẩm đó đã được xuất bản. Thậm chí ông còn chỉ cho tôi xem những viên sỏi, viên đá ông cho rằng đó là đạn đá mà ông đã lấy về từ thành nhà Bầu (một khu thành cổ đã từ lâu bị bỏ thành hoang phế ở tỉnh Tuyên Quang), nơi ông đi đến để khảo sát, lấy dữ liệu về phục vụ cho sáng tác của mình. Đặc biệt, ông giới thiệu cho tôi di ảnh Đại tướng Võ Nguyên Giáp được đặt ngay ngắn trên bàn sáng tác, ông bật mí là đang thu thập những dữ liệu để viết cuốn tiểu thuyết lịch sử về cuộc đời Đại tướng. Qua sự quan sát và lời tác giả chia sẻ, tôi nhận thấy quá trình sáng tác của ông là một quá trình làm việc rất tâm huyết, nghiêm túc và cẩn thận. Theo bài viết *Chuyện nhà văn "ở cữ"*... đăng trên báo baomoi.com ngày 25/7/2017 có ghi lời chia sẻ của Vũ Xuân Tửu khi viết văn: "Tôi coi văn chương là chuyện sang trọng và thiêng liêng. Dù ít, dù nhiều, ngày nào tôi cũng đọc và viết. Tôi làm việc nghiêm túc, không cầu may, nhưng vận may hay đến. Tôi được hưởng lộc về văn chương, được nhiều người giúp đỡ, nhưng sáng tác thì chưa được bao nhiêu, nghĩ cũng thấy ngường ngượng, vui vui". Cũng theo bài báo, nhà văn Vũ Xuân Tửu còn chia sẻ: "Trước khi viết, tôi thường tắm, gội sạch sẽ, chọn giấy trắng, bút tốt. Sau khi tác phẩm được xuất bản, thường làm lễ tạ, đận túng bấn thì bày hoa quả, lúc có tí tiền thì biện đĩa xôi, thủ lợn, cốt sao thể hiện lòng thành của mình".

Trong tác phẩm *Nợ văn chương*, quan điểm sáng tác của Vũ Xuân Tửu được bộc lộ rõ ràng nhất. Ông cho rằng những người dính vào nghiệp sáng tác văn chương là dính vào cái nợ đời. Ông mượn lời nhân vật một người bạn tên Bưởng để nói: "Giời ơi! Tao xin mày, đang tự yên tự lành lại đầy ải thân mình làm gì, rồi dứt ra không xong đâu. Cái nợ văn chương là cái nợ đời đấy" (*Nợ văn chương*). Nhà văn cho rằng học văn là học làm người còn nhà văn viết văn tuyệt đối không được vụ lợi cho bản thân: "Văn chương thì không thằng nào cơ hội, lắt léo được.

Thằng nào định núp bóng văn chương mà cầu danh, cầu lợi thì sớm muộn cũng lộ tẩy và tiếng để đời" (*Nợ văn chương*). Ông cho rằng làm văn chương là vất vả, nhọc nhằn. Người viết văn phải viết đúng lương tâm, thậm chí vì lẽ phải sẵn sàng chấp nhận rủi ro, thiệt thòi về mình: "Còn làm văn chương nhọc nhằn, văn chương phải có nhân, có chính; mà có nhân, có chính là lắm khi lợi người, hại mình." (*Nợ văn chương*). Không chỉ đề cao cái tâm trong nghề viết văn mà Vũ Xuân Tửu còn đề cao cái tầm, cái năng lực của người cầm bút: "làm văn chương báo chí phải có năng lực và nhân quan chính trị sâu sắc" (*Nợ văn chương*)... Nhà văn còn yêu cầu "văn chương lại cần sự mới lạ", ông cùng quan điểm với nhà văn Nam Cao trong truyện ngắn *Đời thừa* nhà văn "cần khơi những nguồn chưa ai khơi và sáng tạo những cái gì chưa có". Vũ Xuân Tửu cũng không cho phép làm văn chương mà cẩu thả, ngược lại ông muốn mọi người làm văn chương phải cẩn thận, tỉ mỉ đến từng con chữ: "Tôi làm lại từ đầu. Tôi đi mua từ điển các loại về xem: *Từ điển phổ thông, Từ điển chính tả, Từ điển đồng nghĩa, Từ điển ngược nghĩa, Từ điển bách khoa*... Đọc từ điển mới thấy, mình trước đây dùng nhiều từ không tải đúng ý, mà văn chương ắt là phải từ ngữ, câu chữ hẳn hoi." (*Nợ văn chương*). Ông cho rằng ở đời nghề nào nghiệp nấy, nhưng làm nhà văn không chỉ là nghiệp mà là một món nợ khó dứt vì "Nợ văn chương là nợ đời".

Như vậy, qua những chia sẻ của Vũ Xuân Tửu và những dữ liệu chúng tôi thu thập được, có thể khẳng định nhà văn có quan điểm sáng tác rất rõ ràng. Ông coi nghiệp sáng tác văn chương là công việc thiêng liêng, cao cả và vô cùng quan trọng. Vì vậy ông luôn cẩn thận, nghiêm túc, chu đáo để chào đón sự ra đời của những đứa con tinh thần của mình. Ông quan niệm văn chương mình viết ra phải đẹp, phải nhân văn, phải lòng thành, không được lấy văn chương để cầu danh, kiếm lợi. Vũ Xuân Tửu cho chúng ta thấy, ông có những quan điểm trong sáng tác rất tiến bộ, phù hợp với thời đại.

1.4. Tiểu kết chương 1

Như chúng tôi đã trình bày, giữa chất liệu dân gian với văn học viết có mối quan hệ mật thiết, gắn bó không thể tách rời. Chất liệu dân gian rất phong phú và đa dạng, nó là nguồn cảm hứng bất tận, khơi nguồn cho những sáng tác của nhà văn. Vũ Xuân Tửu đã tận dụng rất tốt nguồn tài nguyên sẵn có của dân gian để đưa vào những trang viết của mình một cách sáng tạo và tinh tế. Mỗi trang viết của ông, người đọc đều dễ dàng nhận thấy những vốn sống, kinh nghiệm, tập tục, văn hóa hiện ra rõ nét. Ông đã học hỏi, tích lũy và tiếp biến những chất liệu văn hóa dân gian vào trong những tác phẩm của mình không khô khan, gượng ép mà rất đời, rất thực, rất tự nhiên.

Song song với vốn chất liệu dân gian tồn tại khách quan sẵn có, Vũ Xuân Tửu luôn chủ động, học hỏi, trau dồi, tích lũy để biến những chất liệu tồn tại khách quan đó thành những chất liệu của riêng mình. Từ đó nhà văn có thể chủ động dùng những chất liệu dân gian để sáng tạo những đứa con tinh thần theo phong cách và quan điểm của riêng mình. Để có được điều này, tác giả đã làm việc rất chăm chỉ, nghiêm túc, thậm chí là khắc nghiệt với bản thân. Những yếu tố như truyền thống gia đình, quê hương, nghề nghiệp đã ảnh hưởng trực tiếp, sâu sắc tới những sáng tác của nhà văn. Từ đó làm nên tên tuổi của nhà văn công an nhân dân Vũ Xuân Tửu. Những chất liệu dân gian được tác giả sử dụng trong sáng tác là gì? Sử dụng như thế nào? Và kết quả ra sao chúng tôi sẽ làm rõ ở chương 2 và 3 của luận văn.

Chương 2:
CHẤT LIỆU DÂN GIAN TRONG SÁNG TÁC TỰ SỰ CỦA VŨ XUÂN TỬU, BÌNH DIỆN NỘI DUNG

Theo lí luận văn học thì "nội dung là phạm trù triết học có tính phổ quát chỉ tổng hòa mọi yếu tố và quá trình nội tại làm nên bản thân của sự vật, còn phương thức tồn tại và biểu hiện của nội dung đó được gọi là hình thức" (Trần Đình Sử, 2010). Như vậy, nhóm tác giả cho rằng: "Nội dung của tác phẩm văn học sẽ là tổng hòa mọi yếu tố và quá trình nội tại (bên trong) của nó. Yếu tố nội tại bao giờ cũng đối lập với yếu tố ngoại tại (bên ngoài)" (Trần Đình Sử, 2010). Nhà triết học Hegel cho rằng hình thức là nội dung: "Nội dung chẳng là gì khác, mà chính là sự chuyển hóa của nội dung thành hình thức" (Trần Đình Sử, 2010) và ông cho rằng nội dung là "cái ý nghĩa bao hàm". Cũng bàn về nội dung, nhà lí luận văn học Nga M. Kagan đã xác định: "Nội dung của tác phẩm chính là hàm nghĩa chứa đựng trong hình thức của nó, là ý nghĩa của hệ thống kí hiệu tạo thành hình thức của nó, là cái thấm nhuần trong toàn bộ tổ chức hình tượng, và từ đó phát ra những thông tin tinh thần" (Trần Đình Sử, 2010).

Theo Từ điển thuật ngữ văn học "Nội dung và hình thức là hai phương diện cơ bản, thống nhất không thể tách rời của các tác phẩm văn học" (Lê Bá Hán, Trần Đình Sử, Nguyễn Khắc Phi, 2010) và "Nội dung tác phẩm là hiện thực cuộc sống được phản ánh trong sự cảm nhận, suy ngẫm và đánh giá của nhà văn. Đó là một hệ thống gồm nhiều yếu tố khách quan và chủ quan xuyên thấm vào nhau" (Lê Bá Hán, Trần Đình Sử, Nguyễn Khắc Phi, 2010). Các nhà nghiên cứu lí giải rằng: "Trước hết, tác phẩm văn học cung cấp cho người đọc những biểu hiện phong phú, nhiều vẻ và độc đáo của đời sống mà tính loại hình của chúng tạo thành đề tài của tác phẩm.

Vấn đề quan trọng nhất nổi lên từ đề tài, buộc tác giả phải bày tỏ thái độ, có ý kiến đánh giá là chủ đề. Ý kiến của tác giả trước vấn đề được nêu ra trong tác phẩm là tư tưởng. Thái độ đánh giá, nhiệt tình bảo vệ tư tưởng tạo nên cảm hứng chủ đạo hay cảm hứng tư tưởng... Cuối cùng, tương quan giữa sự biểu hiện của đời sống và sự cảm thụ chủ quan tạo nên nội dung thẩm mĩ của hình tượng. Nội dung của tác phẩm là kết quả khám phá, phát hiện khái quát của nhà văn" (Lê Bá Hán, Trần Đình Sử, Nguyễn Khắc Phi, 2010). Nhóm tác giả biên soạn cũng khẳng định: "Nội dung tác phẩm văn học chỉ tồn tại bằng hình thức và qua hình thức tác phẩm" (Lê Bá Hán, Trần Đình Sử, Nguyễn Khắc Phi, 2010).

Như vậy, từ những lí luận trên của các nhà nghiên cứu trong và ngoài nước chúng tôi cho rằng nội dung là cái được rút ra sau chuỗi những yếu tố được biểu hiện trên mọi mặt của tác phẩm. Nội dung biểu hiện qua hình thức còn hình thức thì chuyển tải nội dung, giữa chúng có mối liên hệ chặt chẽ không thể tách rời. Chính vì thế, để làm rõ những chất liệu dân gian trong sáng tác của Vũ Xuân Tửu nhìn từ nội dung, chúng tôi đi sâu vào xét những chất liệu dân gian có trong đề tài, chủ đề, cảm hứng tư tưởng, phong tục lễ nghi.

2.1. Chất liệu dân gian trong đề tài - chủ đề

2.1.1. Chất liệu dân gian trong đề tài

Trong sáng tác văn học, việc lựa chọn đề tài - chủ đề là yếu tố rất quan trọng của mỗi nhà văn, nó như kim chỉ nam giúp những nhà văn xác định được hướng đi cho riêng mình. Theo *Từ điển thuật ngữ văn học*, đề tài là :"Khái niệm chỉ loại các hiện tượng đời sống được miêu tả, phản ánh trực tiếp trong sáng tác văn học. Đề tài là phương diện khách quan của nội dung tác phẩm" (Lê Bá Hán, Trần Đình Sử, Nguyễn Khắc Phi, 2010). Theo Hoàng Phê trong cuốn *Từ điển tiếng Việt* thì đề tài là: "đối tượng để nghiên cứu hoặc miêu tả". Trong cuốn *Lí luận văn học Tác phẩm và thể loại*, tập 2 do Phương Lựu chủ biên, nhóm tác giả cho rằng: "Đề tài của tác phẩm là một phương diện nội dung của tác phẩm, là đối tượng đã được nhận thức, kết quả lựa chọn và tư duy của nhà văn. Đó là sự khái quát phạm vi xã hội, lịch sử của đời sống được phản ánh trong tác phẩm" cũng theo giáo trình, tác giả khẳng định:"đề tài là cơ sở để nhà văn khái quát thành những chủ đề và xây dựng những hình tượng, những tính cách điển hình". Trên cơ sở những ý kiến của các nhà lý luận, chúng tôi thống nhất với cách hiểu: Khái niệm chỉ loại các hiện tượng đời sống được miêu tả, phản ánh trực tiếp trong sáng tác văn học. Đề tài là phương diện khách quan của nội dung tác phẩm.

Trong bài giảng về *Lí luận văn học*, Phùng Quý Nhâm có nhấn mạnh: "Văn học luôn luôn phản ánh thế giời bên ngoài, dù nhiều hay ít nhưng chắc chắn tác phẩm văn học nào cũng có". Do đặc điểm nước ta là nước được hình thành và đi lên từ nền văn minh lúa nước - một nền nông nghiệp thủ công từ lâu đời. Trải dài suốt quá trình hình thành và phát triển đất nước, nền văn học dân gian cũng ra đời và tồn tại song song cùng quá trình dựng nước và giữ nước. Chính vì thế, bức tranh làng quê nông thôn và cuộc sống của người nông dân luôn là đề tài lớn, xuyên suốt trong những tác phẩm văn học dân gian.

Trong văn học dân gian, ở thể loại nào chúng ta cũng dễ dàng bắt gặp những hình ảnh, những câu chuyện mộc mạc, gần gũi với cuộc sống nông thôn như: sự bất hạnh của Tấm (*Tấm Cám*), của Sọ Dừa (Sọ Dừa), của chàng Cóc (*Chàng Cóc lấy vợ tiên*), hay sự tham lam, ích kỉ, tranh dành gia sản cha mẹ để lại của những người anh em trong gia đình như truyện Cây khế, hoặc ca ngợi những người anh hùng sẵn sàng chiến đấu để bảo vệ hạnh phúc cho nhân dân, đất nước Sơn tinh

Thủy tinh, bảo vệ đất nước Truyền thuyết Thánh Gióng; An Dương Vương và Mị Châu Trọng Thủy...

Hình ảnh những cánh cò, đàn trâu, đồng lúa chín vàng, lũy tre làng... cũng được đi vào những câu hát, lời ru thật êm ả, bình dị. Tất cả những hình ảnh trên đều diễn ra trong cuộc sống thường ngày, cụ thể đó là cuộc sống của nông thôn làng quê Việt Nam. Như vậy, đề tài về nông thôn (làng quê Việt Nam) là đề tài chủ đạo, xuyên suốt mảng văn học dân gian Việt Nam.

Sinh thời, Chủ tịch Hồ Chí Minh đã bày tỏ quan điểm của mình trong sáng tác rất rõ ràng: "làm báo phải hết sức cẩn thận về hình thức, về nội dung, về cách viết... Muốn tiến bộ, muốn viết hay thì phải cố gắng học hỏi, ra công rèn luyện. Kinh nghiệm của tôi là thế này: Mỗi khi viết một bài báo thì tự đặt câu hỏi: Viết cho ai xem? Viết để làm gì? Viết thế nào cho phổ thông dễ hiểu, ngắn gọn dễ đọc" (Vân Anh, 2019). Như vậy, mỗi nhà văn trước khi cầm bút có lẽ việc làm đầu tiên của họ là xác định đề tài mình muốn viết là gì. Từ đó họ mới định hướng được chủ đề và nội dung tác phẩm muốn viết. Nhà văn công an Vũ Xuân Tửu cũng không ngoại lệ. Như đã giới thiệu về tác giả Vũ Xuân Tửu ở chương 1, ông tiếp nhận chất liệu dân gian từ nhiều yếu tố chủ quan và khách quan. Sinh ra và lớn lên ở hai vùng miền khác nhau, công việc của một người chiến sĩ công an nhân dân cũng tạo điều kiện để nhà văn được trực tiếp tiếp cận, giao lưu, học hỏi và tích lũy vốn văn hóa trong đời sống nhân dân. Những vốn hiểu biết đó là cơ sở nền tảng, là điều kiện thuận lợi cho sự nghiệp sáng tác của ông. Chính vì thế, đề tài nhà văn thường hay lựa chọn đưa vào trong những trang viết của mình là đề tài về nông thôn. Đây là một đề tài không mới, không xa lạ trong những tác phẩm văn chương từ cổ chí kim. Tuy nhiên, mỗi nhà văn lại có những góc nhìn, những lối khai thác của riêng mình. Với vốn văn hóa đa dạng Vũ Xuân Tửu đã rất thành công khi chọn đề tài này để chuyển tải ý đồ nghệ thuật vào những trang văn của mình. Ta có thể dễ dàng nhận thấy điều đó, ngay việc đặt nhan đề cho những tác phẩm của mình đã phần nào hé mở đề tài mà nhà văn lựa chọn để khai thác: *Nửa tỉnh nửa quê, Chuyện Làng, Cõi mê, Chuyện ở bản Piát, Hoa cải ngồng, Thành Hoàng làng Vực Vại, Bí mật cuốn gia phả, Hình bóng đàn bà, Người rừng, Người sông nước,Tiếng kèn lá trên đỉnh Mã Pì Lèng*... Nhan đề của những tác phẩm gợi cho ta thấy đề tài nông thôn là nét đặc trưng của ngòi bút tác giả Vũ Xuân Tửu.

2.1.2. Chất liệu dân gian trong chủ đề

Theo các tác giả trong cuốn *Lí luận văn học*, tập 2, Tác phẩm và thể loại văn học thì chủ đề là "một số nét tư tưởng lặp đi lặp lại của nhà văn", nhà văn Gorki đã nhấn mạnh: "Chủ đề là cái tư tưởng manh nha trong kinh nghiệm của tác giả, do cuộc sống gợi lên, làm tổ trong kho ấn tượng của anh ta nhưng chưa định hình và đòi hỏi thể hiện thành hình tượng, thức tỉnh nhà văn, kêu gọi anh ta lao động để tạo dựng hình thức cho nó" (Trần Đình Sử, 2010). Nhóm tác giả cho rằng: "chủ đề hình thành từ ý đồ và biểu hiện trong sáng tác... chủ đề thể hiện bản sắc tư duy, chiều sâu tư tưởng, khả năng thâm nhập vào bản chất đời sống của nhà văn. Nhiều nhà văn cùng viết một đề tài gần gũi nhưng chủ đề khác nhau". Như vậy, theo nhóm tác giả chủ đề đóng vai trò rất lớn trong mỗi tác phẩm.

Theo *Từ điển tiếng Việt* của Hoàng Phê, chủ đề là: "tư tưởng trung tâm biểu hiện trong một tác phẩm văn học nghệ thuật, là chủ thể và là nòng cốt của nội dung tác phẩm, biểu hiện nhận thức, sự đánh giá và tư tưởng của tác giả đối với đời sống hiện thực". Trong *Từ điển thuật ngữ văn học*, chủ đề là: "Vấn đề cơ bản, vấn đề trung tâm được tác giả nêu lên, đặt ra qua nội dung cụ thể của tác phẩm văn học... chủ đề và tư tưởng là hạt nhân cơ bản của nội dung tác phẩm... chủ đề bao giờ cũng được hình thành và được thể hiện trên cơ sở đề tài... chủ đề tác phẩm nói lên chiều sâu tư tưởng, khả năng nắm bắt nhạy bén của nhà văn đối với những vấn đề của cuộc sống" (Hoàng Phê, 2008).

Như vậy, từ những lí luận trên của các nhà nghiên cứu chúng tôi cho rằng chủ đề là yếu tố rất quan trọng trong mỗi tác phẩm văn học. Mỗi nhà văn muốn đứa con tinh thần của mình có diện mạo mới lạ thì họ phải biết cách lựa chọn những chủ đề làm điểm nhấn. Xin được lấy ví dụ, cùng là đề tài bức tranh nông thôn Việt Nam trước Cách mạng tháng 8 năm 1945. Nam Cao thì lựa chọn chủ đề về một bộ phận người nông dân bị xã hội đương thời làm cho tha hóa. Chí Phèo từ một anh canh điền hiền lành, khỏe mạnh, có ước mơ rất giản dị: "Hình như có một thời hắn đã ao ước có một gia đình nho nhỏ. Chồng cuốc mướn cày thuê, vợ dệt vải. Chúng lại bỏ một con lợn nuôi để làm vốn liếng. Khá giả thì mua dăm ba sào ruộng làm" (*Chí Phèo* - Nam Cao). Sau bảy, tám năm đi tù về Chí Phèo đã bị tha hóa cả về nhân hình lẫn nhân tính: "Hắn vừa đi vừa chửi. Bao giờ cũng thế, cứ rượu xong là hắn chửi. Bắt đầu hắn chửi trời. Có hề gì? Trời có của riêng nhà nào? Rồi hắn chửi đời. Thế cũng chẳng sao: đời là tất cả nhưng chẳng là ai. Tức mình, hắn chửi ngay tất cả làng Vũ Đại. Nhưng cả làng Vũ Đại ai cũng nhủ: "Chắc nó trừ mình ra!". Không ai lên tiếng cả . Tức thật! ờ! Thế này thì tức thật! Tức chết đi được mất! Đã thế, hắn phải chửi cha đứa nào không chửi nhau với hắn. Nhưng cũng không ai ra điều. Mẹ kiếp! Thế có phí rượu không? Thế thì có khổ hắn không? Không biết đứa chết mẹ nào lại đẻ ra thân hắn cho hắn khổ đến nông nỗi này? A ha! Phải đấy hắn cứ thế mà chửi, hắn cứ chửi đứa chết mẹ nào đẻ ra thân hắn, đẻ ra cái thằng Chí Phèo! Hắn nghiến răng vào mà chửi cái đứa đã đẻ ra Chí Phèo" (*Chí Phèo* - Nam Cao). Ngô Tất Tố lại chọn chủ đề sưu thuế để phản ánh nỗi khổ tột cùng của người nông dân thấp cổ bé họng phải gánh chịu. Những khoản "thuế máu" vô lí đến mức người chết vẫn phải chịu thuế, những người còn sống trong gia đình phải nộp thay người đã chết. Không có tiền nộp thì họ bị đánh đập, hành hạ chết đi sống lại. Chị Dậu phải bán chó, bán con, bán sữa, bán tất cả những thứ gì có thể bán được để lấy tiền nộp thuế cứu chồng. Chúng ta cùng cảm nhận nỗi đau của gia đình chị Dậu: "Gõ đầu roi xuống đất, cai lệ thét bằng giọng khàn khàn của người hút nhiều xái cũ:

- Thằng kia! Ông tưởng mày chết đêm qua, còn sống đấy à? Nộp tiền sưu! Mau!

Hoảng quá, anh Dậu vội để bát cháo xuống phản và lăn đùng ra đó, không nói được câu gì. Người nhà lí trưởng cười một cách mỉa mai: ... Cai lệ không để cho chị được nói hết câu, trợn ngược hai mắt, hắn quát:

- Mày định nói cho cha mày nghe đấy à? Sưu của nhà nước mà dám mở mồm xin khất?

(...)

- Nếu không có tiền nộp sưu cho ông bây giờ, thì ông sẽ dỡ cả nhà mày đi, chửi mắng thôi à!

Rồi hắn quay ra bảo anh người nhà lí trưởng:

- Không hơi đâu mà nói với nó, trói cổ thằng chồng nó lại, điệu ra đình kia!

(...)

- Tha này! Tha này!

Vừa nói hắn vừa bịch luôn vào ngực chị Dậu mấy bịch rồi lại sấn đến để trói anh Dậu" (Tắt đèn - Ngô Tất Tố).

Lựa chọn đề tài nông thôn làm nguồn cảm hứng cho sáng tác, Vũ Xuân Tửu đã đi sâu vào khai thác từng chủ đề để bức tranh nông thôn hiện lên phong phú, đa dạng qua từng trang viết của mình. Qua khảo sát năm tiểu thuyết của nhà văn: *Chuyện làng, Nửa tỉnh nửa quê, Người rừng, Cõi mê, Hình bóng đàn bà* và mười truyện ngắn: *Người sông nước, Yếm thắm, Chim lửa, Bí mật cuốn gia phả, Tiếng kèn lá trên đỉnh Mã Pì Lèng, Thành Hoàng làng Vực Vại, Mồ hôi của đá, Một người đàn bà mấy đận mất tên, Chuyện ở bản Piát, Nợ văn chương*, chúng tôi thấy rất nhiều những chủ đề xung quanh cuộc sống ở nông thôn được tác giả đề cập đến. Tuy nhiên, trong luận văn chúng tôi chỉ đi vào xét những chủ đề gần gũi với cuộc sống thôn quê, những chủ đề mang đậm màu sắc dân gian. Điển hình nhất có lẽ là chủ đề về phong tục tập quán như ma chay, cưới hỏi, cúng bái, sinh nở, xây nhà, trồng trọt... những phong tục này được đan xen vào hầu hết các tiểu thuyết của nhà văn làm cho những phong tục tập quán của nhân dân cả miền xuôi và miền ngược đều hiện lên chân thực, rõ rệt.

Tiếp theo là chủ đề về người phụ nữ và chủ đề về xây dựng nông thôn mới. Ở mỗi chủ đề tác giả Vũ Xuân Tửu đều có những góc nhìn và những thành công đáng kể.

Ngoài việc phản ánh những tâm tư, tình cảm, mơ ước, kinh nghiệm... trong dân gian, những tác phẩm tự sự dân gian còn lí giải những hiện tượng tự nhiên theo lối tư duy tín ngưỡng bách thần. Ở quá khứ, khi khoa học chưa phát triển, mọi hiện tượng lạ, dữ dội, ngoài tầm kiểm soát của con người đều bị cho là thần linh gây ra. Đó là tư duy thần linh của dân gian. Muốn cuộc sống được bình an, tai qua nạn khỏi thì chỉ còn cách thờ cúng, kêu xin các vị thần linh. Tục thờ cúng có lẽ từ đó mà ra. Sau này khi trình độ dân trí được nâng cao, những hiện tượng tự nhiên được lí giải theo khoa học nhưng những tập tục thờ cúng đã ăn sâu vào tiềm thức của nhân dân. Vì thế, tục thờ cúng vẫn được lưu truyền. Mặt khác, trong thế giới kỳ diệu này vẫn còn tồn tại nhiều những hiện tượng kỳ lạ, siêu nhiên mà khoa học chưa thể lí giải được. Hơn nữa dân gian luôn quan niệm "có thờ có thiêng, có kiêng có lành". Dân gian tin vào những điều có vẻ phi thực, mang màu sắc kỳ ảo. Họ quan niệm "vạn vật hữu linh", với niềm tin đó người dân mong muốn cuộc sống luôn được tốt đẹp. Vì thế, tập tục thờ cúng vẫn được dân gian gìn giữ và lưu truyền.

Với chủ đề về phong tục, tác giả không đi sâu miêu tả từng phong tục như kiểu biên chép mà ông miêu tả phong tục bằng đời sống của chính nó. Đời sống của người dân từ xa xưa, vùng nào cũng đều có những phong tục tập quán riêng, đúng như câu tục ngữ "Đất có lề, quê có thói" hay "Phép vua cũng thua lệ làng". Một số phong tục trong những tiểu thuyết chúng tôi khảo sát thường xuất hiện đó là: phong tục thờ cúng Thành Hoàng, phong tục ma chay, cưới hỏi, động thổ xây nhà, cúng giao thừa, trồng trọt,... Có thể nói với chủ đề này, tác giả đã đi sâu vào đời sống phong tục, tâm lí của người dân ở tầng sâu tâm hồn. Ở nông thôn miền quê dù đồng bằng hay miền núi người dân đều có chung một tấm lòng biết ơn những người anh hùng dân tộc, những người có công xây dựng làng xã và đã được lập miếu thờ. Các vị đã được phong thần Thành hoàng và được đặt bài vị trong đình làng để người dân hằng ngày nhang khói, hàng năm làm lễ thờ cúng. Cụ thể đó là những vị đã được coi là thánh, là Thành hoàng của làng như Thánh Gióng, Yết Kiêu, Tiên Ngư Tự, Hưng Đạo đại vương Trần Quốc Tuấn trong tiểu thuyết *Chuyện Làng*... Các vị Thành hoàng đời Lê như trong tiểu thuyết Cõi mê. Trong tâm thức người dân, họ luôn tin rằng các vị thần Thành hoàng sẽ phù hộ cho xóm làng được bình an, mưa thuận gió hòa, làm ăn phát đạt. Chính vì thế khi nhà có công có việc hay gặp những khó khăn gì trong cuộc sống là những người dân luôn cầu khấn, cúng bái rất thành tâm. Họ còn soạn ra hàng loạt những qui định gọi là "Hương ước" và lưu lại cho con cháu đời sau tiếp tục thực hiện và thành một truyền thống lâu đời. Tất cả điều đó đều được tác giả Vũ Xuân Tửu chuyển hóa vào trang sách rất mộc mạc, tự nhiên. Chúng tôi sẽ làm rõ những phong tục này ở mục 2.3. Phong tục - lễ nghi dân gian của luận văn.

Chủ đề về người phụ nữ, đây là chủ đề rất quen thuộc thậm chí là rất đặc trưng của văn học dân gian. Chúng ta có thể bắt gặp hình ảnh cô Tấm ngoan hiền trong truyện cổ tích *Tấm Cám*, người phụ nữ xinh đẹp, hiếu thảo, yêu chồng như nàng Mị Châu trong truyền thuyết An Dương Vương và Mị Châu Trọng Thủy, hay nàng Mị Nương trong truyền thuyết Sơn Tinh Thủy Tinh... Trong ca dao hàng loạt những người phụ nữ xinh đẹp, thùy mị, nết na nhưng lại phải chịu những thiệt thòi, bất hạnh do những định kiến, quan niệm cổ hủ của xã hội phong kiến đem lại. Có thể nói, những người phụ nữ trong xã hội phong kiến họ là người nhưng không có quyền của một con người. Họ không được bình đẳng, không được học hành, không được tham gia các tổ chức xã hội, chính trị. Họ bị tư tưởng cổ hủ "trọng nam khinh nữ" quy chụp. Họ bị quy định "Tam tòng tứ đức" ràng buộc. Cuộc sống, tương lai, hạnh phúc của họ phụ thuộc chặt chẽ vào người khác. Chính vì vô vàn những bất công đối với người phụ nữ ở xã hội phong kiến nên trong ca dao có hàng chục bài theo mô típ than thân:

Thân em như tấm lụa đào
Phất phơ giữa chợ biết vào tay ai.

Hay:

Nước non lận đận một mình
Thân cò lên thác xuống ghềnh bấy nay
Ai làm cho bể kia đầy
Cho ao kia cạn, cho gầy cò con.

Hoặc:

Đem thân vào chốn cát lầm
Cho thân lấm láp như mầm ngó sen
Đêm đêm ngồi tựa bóng đèn
Than thân với bóng, giải phiền với hoa.

Ở một xã hội đầy rẫy những bất công, những người phụ nữ hồng nhan bạc mệnh kêu trời trời không thấu, kêu đất đất chẳng thưa, nên họ chỉ còn biết gửi lời than thân trách phận vào những bài ca dao. Hình ảnh người phụ nữ xuất hiện trong những tác phẩm tự sự của Vũ Xuân Tửu đại đa số mang những nét đẹp cả về hình thể và tính tình, họ là những người phụ nữ thuần hậu, chất phác yêu chồng, thương con, đảm đang, cam chịu, hy sinh, đức hạnh... Huyền - một cô gái trẻ trung, xinh đẹp, đức hạnh trong tiểu thuyết *Cõi mê*. Huyền và Đồng yêu nhau, mặc dù là con gái nhưng Huyền luôn quan tâm và săn sóc cho Đồng hết mình, thậm chí Huyền luôn nhận ra việc gần gũi và ân ái với người yêu là việc làm không đúng nhưng vì người mình yêu có lúc Huyền đã định sẵn sàng dâng hiến tất cả: “Trên giường, Huyền nằm co ro như một con mèo. Khi y vuốt tay qua rốn, Hiền vội giữ lại”. Huyền luôn giữ ý tứ, kín đáo trong ăn mặc kể cả với người mình yêu: “Có hôm y ghé chơi, Huyền đang mặc bộ đồ lụa mỏng, liền tụt vội vào buồng, thay bộ quần áo bằng vải thô”. Khi tình yêu thăng hoa, Huyền trở lên đẹp lộng lẫy như một tòa thiên nhiên: “Huyền từ buồng tắm đi ra, má ửng hồng, mắt sáng long lanh, nụ cười hé nở trên môi”. Trong lúc gần gũi với người yêu, Huyền vẫn luôn biết giữ mình, không cho người mình yêu đi quá giới hạn: “Y ôm lấy Huyền, cả hai hôn nhau nồng nàn. Y đặt tay vào bầu vú Huyền, cảm thấy ấm nóng và cương cứng. Bỗng Huyền lấy hết sức bình sinh, giật tay ra và hổn hển nói: Đừng anh, hôm nay em khó giữ lắm, thương em nhé”. Huyền đã yêu Đồng bằng cả trái tim, sẵn sàng vượt quá giới hạn cho phép vì người mình yêu, thế rồi cũng chính vì tình yêu đã làm cho Huyền nghĩ ngợi vẩn vơ điên dại đến nỗi ngã xuống sông và chết đuối. Hay nhân vật Lan trong tiểu thuyết *Nửa tỉnh nửa quê* - một cô gái làm công việc thủ thư hết lòng vì công việc, trong tình yêu Lan cũng rất chân tình, cô dành chọn những gì tốt đẹp nhất cho người mình yêu là anh chàng kĩ sư tên Nông. Tình yêu của họ cũng gặp nhiều sóng gió, trắc trở, với sự chân thành trong tình yêu họ đã vượt qua tất cả những trở ngại để đến được với nhau. Tuy nhiên, cũng giống như hiện thực khách quan, không phải ai hiền lành, đạo đức, tốt bụng cũng đều gặp được những điều tốt đẹp trong cuộc sống. Số phận của những nhân vật nữ trong tác phẩm của Vũ Xuân Tửu thường không tốt đẹp như mong đợi, không được hạnh phúc viên mãn, họ luôn gặp những bất hạnh, trở ngại trong cuộc sống. Điển hình như Huyền trong tiểu thuyết *Cõi mê* thì chết đuối; Lan trong *Nửa tỉnh nửa quê* gặp nhiều trắc trở trong cuộc sống, tình yêu; bà chủ thuyền trong Người sông nước không đến được với người mình yêu rồi bị chết; Nụ trong *Bí mật cuốn gia phả* phải cắn răng ngủ với người lạ theo sự sắp đặt của chồng để xin đứa con; Thỏ trong *Một người đàn bà mấy đận mất tên*, chồng bị chết để cô lại một mình bơ vơ, thiếu thốn tình cảm; Mỷ trong *Tiếng kèn lá trên đỉnh Mã Pì Lèng*, Mỷ bị bố ngăn cấm không cho lấy thầy giáo dưới xuôi - người Mỷ yêu nên Mỷ ăn lá ngón tự tử chết;... Ngoài ra, tác giả còn xây dựng được hình ảnh những người phụ nữ với đời sống trụy lạc, biến thái như nhân vật Lụa trong tiểu thuyết *Hình bóng đàn bà*, mặc dù Lụa đã được Mộc dùng xương sườn và máu của mình để Lụa được bước ra từ trong bức tranh, sống cuộc đời thực với tình yêu chân thành Mộc dành cho Lụa. Thế nhưng, chỉ sau một thời gian, Lụa đã bị những cám dỗ ở đời làm cho thay đổi, rồi Lụa phản bội lại chính người mà đã cho mình một phần xương máu để có cuộc sống. Nhưng cuối cùng cái đạo đức vẫn là chuẩn mực được tác giả hướng đến. Sau tất cả, Mộc vẫn vị tha, bỏ qua những lỗi lầm cho Lụa, thậm chí anh còn chấp nhận bán cả mảnh đất hương hỏa mà cha ông để lại để giúp Lụa được trở về là chính mình của ngày trước. Dường như quan niệm dân gian “Hồng nhan bạc mệnh” đã chi phối ngòi bút của Vũ Xuân Tửu khi viết về người phụ nữ. Hầu hết những người phụ nữ trong tác phẩm của ông đều gặp những rắc rối, trắc trở, bất hạnh trong cuộc sống.

Chủ đề xây dựng nông thôn mới là chủ đề khá quen thuộc, đặc biệt là mảng văn học cách mạng xã hội chủ nghĩa của miền Bắc sau năm 1954. Đảng kêu gọi nhânm dân vùng xuôi lên vùng núi Tây Bắc để khai hoang, xây dựng vùng kinh tế mới. Hưởng ứng lời kêu gọi của Đảng, một bộ phận người trí thức trẻ đã xung phong đi về nông thôn, về miền núi cao để tìm hiểu những khó khăn, thiếu thốn của nhân dân. Từ đó họ có hướng giúp đỡ cho người dân ở những vùng khó khăn. Với chủ đề này, hàng loạt những hình ảnh đẹp của những anh kỹ sư đi xây dựng những công trình ngăn đập trên núi cao phục vụ nước cho bà con như anh kỹ sư Nông trong tiểu thuyết Nửa tỉnh *Nửa quê*, hay hình ảnh những thầy cô giáo mang con chữ đến những vùng hẻo lánh xa xăm để xóa mù chữ, mang văn minh đến với đồng bào vùng sâu vùng xa như nhân vật cô giáo dạy học ở bản Tìa Cua Xi trong tiểu thuyết *Nửa tỉnh nửa quê*, thầy giáo Thiện trong tiểu thuyết *Chuyện làng*. Đặc biệt, qua sự sưu tầm của những người tri thức trẻ như Đồng và Huyền trong tiểu thuyết *Cõi mê* thì hàng loạt những nét đẹp dân gian, những tập ca dao dân ca, những câu hát đồng dao, những tập tục miệt núi rừng của đồng bào dân tộc Sán Dìu, Tày, Dao, Mông... được ghi nhận, ca ngợi, truyền tụng và lưu giữ.

Khai thác đề tài nông thôn với những chủ đề quen thuộc của cuộc sống dân quê, những chuyện trong làng ngoài xã, tác giả Vũ Xuân Tửu đã để lại những ấn tượng sâu đậm trong lòng người đọc. Tác giả xây dựng tác phẩm với những hình ảnh vô cùng giản dị, mộc mạc nhưng mang đậm dấu ấn văn hóa làng quê, những câu chuyện đời thường, những công việc hằng ngày của nông dân hiện lên trong trang văn làm cho người đọc có cảm giác cuộc sống thôn quê hiện ra gần gũi, chân thật. Có nhiều đoạn văn đọc lên khiến người đọc thấy thấp thoáng hình ảnh những ngày tháng tuổi thơ của mình hiện về. Có lẽ cũng vì thế mà tác phẩm của nhà văn được đông đảo người yêu văn chương tiếp nhận.

2.2. Chất liệu dân gian trong cảm hứng tư tưởng

Theo lí luận văn học "cảm hứng là một tình cảm mạnh mẽ, mang tư tưởng, là một ham muốn tích cực đưa đến hành động" (Trần Đình Sử, 2010). Nhóm tác giả cho rằng: "Cảm hứng trong tác phẩm trước hết là niềm say mê khẳng định chân lí, lí tưởng, phê phán, phủ định sự giả dối và mọi hiện tượng xấu xa, tiêu cực, là thái độ ngợi ca, đồng tình với những nhân vật chính diện, là sự lên án, tố cáo các thế lực đen tối, các hiện tượng tầm thường... Cảm hứng của tác giả dẫn đến sự đánh giá theo qui luật của tình cảm. "Nghệ thuật vận dụng qui luật riêng của tình cảm" Niềm tin yêu, say mê và khẳng định tư tưởng, chân lí làm cho cảm hứng trong tác phẩm thường mang tính chất "thiên vị", "thiên ái"đối với nhân vật của mình, chân lí của mình " (Trần Đình Sử, 2010). Cũng theo nhóm tác giả: "Cảm hứng trong tác phẩm không phải là cái tình cảm được xướng lên, mà phải là tình cảm được toát ra từ tình huống, từ tính cách và sự miêu tả... cảm hứng trong tác phẩm phải phục tùng quy luật tình cảm là phải khêu gợi, khơi mở chứ không phải biểu hiện thẳng đuột, một chiều... cảm hứng tư tưởng trong tác phẩm bao giờ cũng là một tình cảm xã hội đã được ý thức" (Trần Đình Sử, 2010).

Như vậy, từ nhận định và cách lí giải của nhóm tác giả trong cuốn *Lí luận văn học*, tập 2, chúng tôi thống nhất quan điểm cho rằng cảm hứng tư tưởng là một tình cảm sâu sắc, mạnh mẽ, mãnh liệt, đắm say bao trùm toàn bộ tác phẩm. Cảm hứng trong tác phẩm mang tính chủ quan của tác giả.

Văn học là hình thái ý thức xã hội, mỗi nhà văn đều "hút nhụy" từ cuộc sống, lấy cảm hứng từ cuộc sống của nhân dân để làm nên tác phẩm của mình. Suy cho cùng, văn học sinh ra từ con người, bởi con người và vì con người. "Văn học là nhân học" là vì thế. Cảm hứng nhân đạo là cảm hứng bao trùm mọi tác phẩm văn học từ xưa đến nay. Nhân đạo là "thương yêu, quý trọng và bảo vệ con người" (Hoàng Phê, 2008). Những biểu hiện của nhân đạo bao gồm: chống ngoại xâm, yêu quê hương, bênh vực kẻ yếu, chống lại cái ác, ca ngợi cái đẹp,... tất cả đều hướng con người đến cái thiện cái đẹp, làm cho "người gần người hơn". Nhân đạo là truyền thống tốt đẹp của Việt Nam, nó thể hiện trên mọi mặt của cuộc sống, đặc biệt trong văn học. Từ xa xưa, trong văn học dân gian, giá trị nhân đạo đã thể hiện rất rõ trong ước mong ở hiền gặp lành, trong tinh thần lá lành đùm lá rách, khát vọng hạnh phúc,... như *Tấm Cám, Cây khế, Cây tre trăm đốt, Sọ Dừa, Chàng Cóc lấy vợ tiên, Sơn Tinh Thủy Tinh, Truyền thuyết An Dương Vương và Mị Châu Trọng Thủy...*

Khảo sát những tác phẩm tự sự của Vũ Xuân Tửu, chúng tôi thấy cảm hứng nhân đạo là cảm hứng chủ đạo, bao trùm lên toàn bộ những sáng tác của ông. Cảm hứng nhân đạo thể hiện ở tình yêu thương con người, tình yêu quê hương đất nước, ca ngợi cái đẹp truyền thống, ca ngợi cái thiện, lên án, tố cáo tội ác của chiến tranh, bênh vực con người.

2.2.1. Ca ngợi tình yêu quê hương đất nước, tố cáo tội ác chiến tranh

Vũ Xuân Tửu thấy được đóng góp to lớn của những người nông dân đối với quê hương đất nước. Ông đồng cảm, thương xót cho cuộc sống mong manh đầy gian nan nguy hiểm của họ trong ngày đầu kháng chiến chống Pháp cứu nước. Chuyện yêu nước của những người nông dân qua ngòi bút của Vũ Xuân Tửu rất mộc mạc, chất phác. Họ không nói cao xa, văn vẻ mà cứ lặng lẽ hành động chống giặc. Họ không được tập rèn võ nghệ cũng chẳng được trang bị đầy đủ binh đao hay những thứ vũ khí hiện đại tối tân, nhưng họ hiện lên với những hành động rất phi thường. Đó là hình ảnh ông Phác trong Chuyện làng toan tính đi mượn khẩu đại bác trên chùa Linh Từ Quốc Mẫu để phá bốt Hoàn Đan, một căn cứ của giặc đóng ở đầu làng. Ông Phác cùng với người hàng xóm lặn lội lên rừng sâu, đến chùa để toan hỏi mượn súng. Cuộc nói chuyện đầy vẻ quyết tâm:

"- Tôi hỏi khí không phải, giờ hai bác tính sao?

- Tôi định lánh thân ít bữa rồi tính kế nhổ bốt Hoàn Đan.

Sư cụ biến sắc mặt, nhưng trấn tĩnh và dè dặt nói:

- A Di Đà Phật, hai bác thân cô thế cô, làm sao đấu được với súng đạn, tàu bay, tàu bò?

Ông Phác như bỏ ngoài tai, hỏi bừa:

- Tôi nghe các cụ mấy đời truyền lại chuyện kín... rằng, chùa ta giấu một khẩu thần công của nghĩa quân ngày xưa thất trận bỏ lại?

- A Di Đà Phật, bần tăng chưa tường việc ấy bao giờ.

- Việc đã đến nước này còn giấu làm gì? Sư cụ cứ chỉ chỗ, chúng tôi hè nhau khiêng về, nện mấy quả..."

Mặc dù vị Sư cụ hết lời khuyên can, ông Phác vẫn giữ vững lập trường. Ông nói với sư cụ:

- Anh hay cả nghĩ, lí sự vặt. Tôi cứ thẳng ruột ngựa. Ta mượn khẩu thần công về, khấn cáo trời đất, rồi đánh đòm cho bọn bốt Hoàn Đan mấy phát, rửa được thù thì có chết cũng cam lòng."

Ngay cả người bạn đi cùng ông Phác cũng khuyên ông nên bình tĩnh nghĩ lại.

- Bác cứ làm như tra thuốc vào nõ điếu không bằng. Tôi nghe người ta nói, việc bắn súng thần công là nhiêu khê lắm, nào là: Tế lễ thần linh, ngắm địa đồ, xem thiên văn, chỉnh la bàn... mà tôi với bác thì mờ mịt. May ra thỉnh được sư cụ chỉ giáo cho thì phúc làng ta còn to bằng cái núi Thiện. Chứ mà vác súng về, rồi bốt chả bắn lại xơi vào làng, người ta chửi cho mục mả.

Ông phác đang hung, liền nói phứa lên:

- Tôi lo kiếm súng thần công. Anh lo việc bắn. Thù này phải trả. Tôi mà không bắn nó được một phát, thì tôi ăn cứt cho cả cái làng Đáy." (Chuyện làng).

Hình ảnh ông Phác và những người dân trong làng hiện lên rất mộc mạc nhưng lại cao ngời ngợi, rất đáng kính trọng. Hình ảnh đó rất quen thuộc như hình ảnh anh bộ đội Cụ Hồ giai đoạn đầu thời kỳ chống Pháp mà trong thơ Chính Hữu đã từng nhắc đến:

Áo anh rách vai
quần tôi có vài mảnh vá
miệng cười buốt giá
chân không giày...
(*Đồng chí* - Chính Hữu)

Những người lính xuất phát từ những làng quê nghèo xa lạ, họ cùng chung lí tưởng, cùng chung chí khí chống giặc ngút trời. Luôn trong tư thế chủ động, sẵn sàng, hiên ngang vượt qua mọi khó khăn, thiếu thốn để sát cánh bên nhau đánh đuổi giặc thù.

Cũng ở tiểu thuyết *Chuyện làng*, tác giả đã đề cao lòng yêu nước của những người nông dân chân lấm tay bùn của làng Đáy trong những năm tháng kháng chiến chống phát xít Nhật, chống Pháp và chống Mỹ cứu nước. Đồng thời tác giả tố cáo tội ác của chiến tranh đã gây ra bao đau khổ cho con người. Tiểu thuyết đã vẽ ra khung cảnh nhân dân bị lầm than, đói khổ trước cảnh tượng một cổ hai tròng khi bị phát xít Nhật và thực dân Pháp xâm lược. Nhân dân vô cùng đói khổ, cùng quẫn: "Năm thầy tôi mười ba tuổi thì trời làm đói kém. Khắp trong làng ngoài xã đều bói không ra, rà không thấy một hạt tấm gọi là, khắp vùng Bắc Bộ và Bắc Trung Bộ cũng đều cùng quẫn... Những cái hàm răng ấy ngốn ngấu từ củ chuối, lá sung đến cám bổi và cơm mẻ, nhưng đói thì mẻ cũng chết. Bếp nhà nào cũng nguội lạnh. Lửa bỏ làng Đáy ra đi. Lửa chỉ còn thập thò trong bếp nhà địa chủ Hàn" (*Chuyện làng*). Trong truyện ngắn *Chuyện ở bản Piát*, nhà văn miêu tả cảnh tượng khó khăn, vất vả và hi sinh của anh bộ đội Cụ Hồ, làm cho người đọc cảm thấy thấm thía và càng thêm trân trọng những người mặc áo lính hơn bao giờ hết. Vũ Xuân Tửu đã lên án, tố cáo tội ác khốc liệt của chiến tranh. Ông dụng ý đi vào miêu tả, liệt kê cụ thể những món đồ mà Khấu - một người lính đã anh dũng hy sinh để lại: "Năm sau, có anh bộ đội cùng đơn vị với Khấu về trao quân tư trang của liệt sĩ khấu. Biên bản ghi: "áo may-ô cũ: 2 cái, quần đùi: 3 cái (2 cũ, 1 mới), khăn mặt cũ: 1 cái, giày vải cũ loại II: 1 đôi, ba-lô cũ loại II : 1 cái (tổng cộng 5 thứ)" (Chuyện ở bản Piát). Khi được người nhà Khấu hỏi: "Không có quần áo dài à? Đồng đội của Khấu giải thích: Đơn vị của chúng tôi ở chiến trường C, núi rừng còn hiểm trở hơn Piát nhiều. Tuy chiến đấu gian khổ, ác liệt, nhưng đồng chí nào cũng dũng cảm và nặng nghĩa tình đồng đội. Trước khi ra trận, quân phục mới để lại hậu cứ cho đồng đội. Còn mình chỉ mặc quân phục cũ và cầm súng ra đi" (*Chuyện ở bản Piát*). Như vậy, những anh bộ đội cụ Hồ khi ra chiến trận dường như họ không xác định ngày trở về. Thậm chí họ sẵn sàng đối mặt cái chết và đã để lại những vật dụng còn mới, còn tốt cho đồng đội dùng. Cảm phục hơn bởi tấm lòng của các anh, các anh sẵn sàng dành phần khó, phần vất vả về mình để giúp đỡ đồng đội: "Quả nhiên, chúng tôi vừa kéo nạnh một cái, tức thì quả mìn nổ tung, ngay bên cạnh... lúc khiêng tử sĩ, thì đồng chí Khấu cứ xin khiêng sau... Bởi vì tử sĩ để lâu ngày, đã rữa ra, lúc khiêng lên dốc... Dốc ngược, còn hơn cái núi bên kia ruộng Piát, thì nước vàng chảy theo đòn khiêng xuống vai, cứ phải lấy lá mà quệt đi, cho khỏi thấm vào áo" (*Chuyện ở bản Piát*).

2.2.2. Ca ngợi tình yêu đôi lứa, cảm thông với những thân phận bất hạnh

Văn học luôn hướng con người tới cái đẹp, cái cao cả, ngợi ca tình yêu, lòng nhân hậu, lên án tố cáo cái ác, cái xấu và bênh vực cái thiện. Điều này cũng dễ hiểu, vì "văn học là nhân học", văn học phải hướng con người ta tới chân - thiện - mĩ. Trong dân gian, nét văn hóa ứng xử nhân đạo luôn luôn được đề cao, nó được coi là thước đo, là tiêu chí quan trọng nhất để đánh giá một con người. Trong kho tàng văn học dân gian hầu như ở thể loại nào cũng hướng con người tới nét đẹp vĩnh hằng đó.

Ta có thể dễ dàng thấy ở những nhân vật chính diện (đại diện cho cái thiện) hay những nhân vật chức năng như ông Bụt, ông Tiên, Ngọc Hoàng, thần linh,... Trong truyện kể dân gian, những nhân vật chính diện dù có gặp những khó khăn hoạn nạn như thế nào thì cuối cùng họ vẫn được giúp đỡ và chiến thắng nhân vật phản diện. Dù mẹ con Cám có tìm đủ mọi cách hãm hại Tấm nhưng Tấm không chết (Tấm bị mẹ con Cám hại: lấy hết tép, thịt cá bống, nhặt gạo với thóc, chặt cau giết Tấm cướp ngôi, thịt chim vàng anh, chặt cây xoan đào, đốt khung cửi, cây thị, về làm người). Dù Tấm có gặp khó khăn gì thì ông Bụt - nhân vật chức năng luôn luôn đứng đằng sau để giúp đỡ Tấm. Và rồi, sau tất cả Tấm lại trở về làm người, xinh đẹp hơn và sống cuộc sống hạnh phúc. Tương tự như vậy, những nhân vật nghèo khó, bất hạnh, hiếu thảo, tốt bụng như nhân vật người em trong truyện cổ tích Cây khế; nhân vật Anh Khoai trong truyện Cây tre trăm đốt; nhân vật Chử Đồng Tử trong truyền thuyết Chử Đồng Tử - Tiên Dung hay chàng Cóc trong truyện cổ tích *Chàng cóc lấy vợ tiên*... tất cả nhân vật chính diện trên, dù có trải qua những bất hạnh, khó khăn đến đâu thì cuối cùng họ đều gặp được may mắn, vượt qua những khó khăn và được hưởng hạnh phúc viên mãn. Đây chính là tư tưởng nhân đạo, thể hiện niềm mơ ước và khát khao của nhân dân thiện luôn thắng tà, ở hiền ắt sẽ gặp lành. Ngoài ra trong ca dao - dân ca, qua những lời hát ru của bà của mẹ khi còn ở trong nôi, hoặc trong thành ngữ, tục ngữ thì cảm hứng nhân đạo cũng luôn được thể hiện.

Như chúng tôi đã giới thiệu ở mục Thời đại, quan điểm sáng tác của nhà văn Vũ Xuân Tửu trong chương 1, tác giả là người rất say mê cái đẹp, cái thiện. Ông khẳng định, ông rất muốn kết thúc của những nhân vật trong sáng tác của ông đều có hậu. Ông thích cách kết thúc của tự sự dân gian, chính luôn thắng tà, thiện luôn thắng ác, cái đẹp luôn chiến thắng cái xấu xa. Có lẽ, xuất phát từ cảm hứng tư tưởng này mà những nhân vật trong những sáng tác của ông đa số đều rất đẹp, đẹp cả hình dáng bên ngoài và phẩm chất bên trong. Những tác phẩm thường kết thúc có hậu mặc dù để có được kết thúc đó nhân vật của ông đã phải trải qua bao gian nan thử thách. Có những nhân vật kém may mắn hơn, họ phải âm dương cách trở, người sống, kẻ chết. Vũ Xuân Tửu không muốn nhân vật của mình có kết thúc bất hạnh như vậy nên ông đã đưa yếu tố kỳ ảo - yếu tố đặc trưng trong tự sự dân gian vào, để rồi những nhân vật vẫn được gặp nhau, báo mộng cho nhau và giữ gìn những gì tốt đẹp nhất về nhau. Bà chủ thuyền trong truyện ngắn *Người sông nước* sau khi chết được người yêu là anh chân sào chôn ở ven sông, bên trên trồng hành. Vì tình cảm hai người lúc ở trần gian sâu nặng nên khi bà chết đi linh hồn vẫn quẩn quanh bên anh chân sào: "Mấy luống hành tươi tốt lạ thường. Ngày ngày có con bươm bướm trắng to như lá bàng, đậu trên luống hành mạn bắc. Đêm đêm có con đom đóm to như ngọn phong đăng, đậu trên luống hành bên nam. Người làng ai cũng bảo hành ma. Tôi ngắt một cuộng thổi tò tò te te. Khi lòng tôi vui, tiếng kèn hành tựa như lời hát ca. Khi lòng tôi buồn, tiếng kèn hành tựa như lời khóc than. Hành tốt, nhưng tôi không bán bao giờ. Thỉnh thoảng, tôi thả xuống sông hàng bè. Bè hành luẩn quẩn ở bến nước một lúc mới trôi xuôi. Khi bè hành trôi xa xa, thì có con chim lửa đỏ như yếm thắm bay ngang, kêu lên mấy tiếng thao thiết cả một khúc sông. Bao giờ tôi cũng đứng ngóng cho bè hành và con chim lửa khuất bóng, mới cất bước vào nhà" (*Người sông nước*). Hình như trước tình yêu cao đẹp của anh chân sào và bà chủ thuyền, tác giả không đành lòng nhìn những nhân vật của ông phải chịu cảnh sầu đau, âm dương cách biệt nên ông đã đưa yếu tố kỳ ảo vào để cho nhân vật của ông được biến hóa, và hạnh phúc bên người tình của mình.

Trong tiểu thuyết *Nửa tỉnh nửa quê*, sau bao nhiêu sóng gió, bỏ qua bao lời dèm pha, thị phi thì anh kỹ sư Nông và cô thủ thư Lan cũng đến được với nhau. Với tiểu thuyết *Hình bóng đàn bà* thì Mộc và Lụa cũng có một tình yêu mãnh liệt và đầy cảm động. Mộc đã làm tất cả vì người mình yêu, anh cho đi một phần xương máu của mình để Lụa được làm người thật rồi sau đó không bao lâu Lụa lại phản bội Mộc nhưng Mộc vẫn sẵn sàng bán đi mảnh đất tổ tiên để lại lấy tiền cứu rỗi Lụa. Chỉ có thể là một tình yêu chân thành, Mộc mới có thể hy sinh tất cả vì người mình yêu như vây. Trong truyện ngắn *Người sông nước, Yếm thắm* tình cảm giữa nhân vật anh chân sào và bà chủ thuyền cũng rất cảm động. Khi đọc đoạn đầu của truyện người đọc có lẽ dễ hiểu lầm vì cho rằng bà chủ thuyền không chính chuyên, lả lơi, ong bướm với anh chân sào. Nhưng càng đọc ta càng thấy lôi cuốn vì có lẽ giữa bà chủ thuyền và chồng không cùng quan điểm, không thể sống hạnh phúc được. Ông chủ thuyền thì sống độc đoán, bạc tình bạc nghĩa, ngược lại bà chủ thuyền thì sống nhân đạo, biết quan tâm đến mọi người ngay cả những cánh chân sào làm thuê cho vợ chồng bà. Bà thường xuyên giấu chồng để cho thêm khúc cá, ấm chè, bao thuốc cho những người làm thuê: "Bà chủ thuyền lúc nào cũng phây phây, tính lại xởi lởi, hay giấu ông chủ, cho chúng tôi thêm khúc cá kho, muôi tương, ấm chè xanh, phong thuốc lào Vĩnh Bảo". Mặc dù bà không có được hạnh phúc khi sống bên chồng nhưng khi được người tâm đầu ý hợp với bà nói lời đề nghị bà lên bờ để chung sống hạnh phúc thì bà lại từ chối điều đó. Bà từ chối không phải bà không muốn sống với người mình yêu mà bà sống vì các con - những "khúc ruột" của bà. Bà chấp nhận hy sinh bản thân để các con được sống trong sự vun vén của cả cha và mẹ: "Tôi phải lòng mỗi cô... Này, về với tôi nhá? Bà chủ nước mắt lưng chòng, thổn thức: Nhưng tôi không bỏ con tôi được". Đến đây, những ngờ vực không tốt của người đọc về bà chủ thuyền hoàn toàn được giải tỏa. Một người mẹ sẵn sàng hy sinh hạnh phúc của mình chỉ để các con được hạnh phúc. Điều này chúng ta cũng đã bắt gặp ở hình ảnh người đàn bà hàng chài trong tác phẩm Chiếc thuyền ngoài xa của Nguyễn Minh Châu. Cùng làm nghề sông nước giống như bà chủ thuyền trong tác phẩm *Người sông nước*, người đàn bà khốn khổ không tên này lại đi van xin với quan tòa để không bỏ người chồng vũ phu - người đã đánh bà ba ngày một trận nhẹ, năm ngày một trận nặng. Thế nhưng khi quan tòa hỏi bà có bao giờ cảm thấy hạnh phúc trong cảnh sống như vậy không thì người đàn bà hàng chài đó đáp rất nhanh là vẫn có những lúc cảm thấy hạnh phúc và bà khẳng định :"Hạnh phúc là khi nhìn các con ăn no". Đây chính là nét đẹp chung của những người phụ nữ Việt Nam. Ở thời nào cũng vậy, họ luôn hiện lên với vẻ đẹp hiền hậu, yêu chồng, thương con, giàu đức hy sinh và cam chịu. Xây dựng nhân vật như bà chủ thuyền, Vũ Xuân Tửu đã bày tỏ được tấm lòng thương yêu, trân trọng và bênh vực những người phụ nữ trong xã hội, đặc biệt là những người bị ngược đãi, coi nhẹ trong gia đình. Từ đây ông cũng đề cao tình yêu chân chính của họ.

Sự cảm thông, đồng cảm cho những nhân vật bất hạnh trong đời sống vợ chồng, gia đình còn được Vũ Xuân Tửu thể hiện thông qua truyện ngắn *Bí mật cuốn gia phả*. Nhà văn tạo ra một tình huống dở khóc dở cười, đẩy những nhân vật vào tình huống éo le để ý đồ nghệ thuật được thể hiện một cách thành công nhất. Cả Hộ, Chiến và Nụ đều bị đẩy vào tình huống khó xử. Khi Hộ bộc lộ mong muốn thì Chiến bất ngờ và khó xử, Chiến cho rằng nếu giúp Hộ thì sẽ vi phạm đạo đức, hơn nữa Chiến lại là quân nhân. Dằn vặt nhất là Hộ, khi đứng canh cho người đàn ông lạ ngủ với vợ mình để cho mình đứa con thì cảm giác đó thật là đau đớn và ghê rợn: "Hộ tựa cửa canh chừng hàng phố. Phố lao động ngủ sớm. Trên núi xa xa, ánh lửa đốt nương lập lòe như ma trơi. Bỗng có tiếng khóa thắt lưng lách cách, Hộ tưởng như búa tạ giáng xuống đầu..., khiến Hộ giật mình tê tái... Đêm ấy, Hộ ngồi uống rượu một mình và say bí tỉ, rồi ngủ lăn lóc cả ngày hôm sau." (*Bí mật cuốn gia phả*). Còn Nụ - người đàn bà không có lỗi nhưng phải cắn răng chiều chồng, chấp nhận nằm im cho người đàn ông lạ "hành sự" để mong ước có con của chồng được thực hiện đó là xin đứa con. Trong lúc đấu tranh tư tưởng, Nụ cũng như bao người phụ nữ khác vẫn là suy nghĩ cam chịu, chấp nhận cho dù mình không muốn. Nụ còn sợ nếu không có con sẽ bị người đời nguyền rủa là không biết đẻ: "Nụ run bắn lên, hiểu cơ sự, định vùng dậy la lối, nhưng lại nghĩ, chồng sắp đặt ắt hẳn là để kiếm đứa con. Nhưng sao không bảo mình một câu, lại giở trò ép rượu. Khinh mình quá như vậy, coi như vật đẻ thuê à? Kể ra cũng thật trớ trêu, nhưng đã đâm lao thì theo lao. Kêu lên hàng phố đổ đến thì còn mặt mũi nào... Sự kìm nén, nhẫn nhục là tính trời ban cho đàn bà." (*Bí mật cuốn gia phả*). Phải chăng với câu chuyện éo le này, nhà văn công an Vũ Xuân Tửu đã phản ánh quan niệm của nhân gian là vợ chồng đã lấy nhau rồi thì bằng mọi giá phải có con, thậm chí phải sinh cho được một "cậu quí tử" hay "thằng cu chống gậy" mới bằng lòng. Qua đây, nhà văn lên án tố cáo hủ tục lạc hậu đó và nói ra tiếng nói bệnh vực những người phụ nữ - những người vì chồng con có thể hy sinh tất cả.

2.2.3. Ca ngợi cái thiện, lên án cái ác

Cảm hứng về cái thiện, cái đẹp là cảm hứng xuyên suốt trong văn học dân gian. Bức tranh nông thôn luôn được hiện lên với những con người giàu tình cảm, với những tấm lòng nhân hậu vị tha. Trong kho tàng tự sự dân gian, có những nhân vật chính diện bị chèn ép, bị hãm hại năm lần bảy lượt nhưng tấm lòng của họ vẫn luôn ngời sáng bản chất của cái thiện. Điển hình như nhân vật người em trong truyện cổ tích Cây khế, khi cha mẹ khuất núi vì tham lam nên vợ chồng người anh đã chiếm gần như toàn bộ gia sản cha mẹ để lại. Người anh chỉ chia cho người em một mảnh vườn nhỏ có cây khế thế nhưng người em vẫn vui vẻ chấp nhận. Khi được chim thần đền ơn bằng việc trả vàng, vợ chồng người anh lại tìm cách đổi nhà lấy cây khế, người em vẫn đồng ý đổi mà không hề tính toán thiệt hơn. Tương tự như vậy những nhân vật như Thạch Sanh, nhân vật anh Khoai trong *Cây tre trăm đốt*... họ đều là những người rất thật thà, hiền lành, vị tha, nhân hậu. Tiếp biến cảm hứng này trong kho tàng tự sự dân gian, Vũ Xuân Tửu đã xây dựng những nhân vật của mình cũng rất người, rất thiện. Cái thiện thể hiện trong bản tính nông dân của con người Việt Nam, sống tình cảm, chân thành, nhân hậu, mang đậm tình làng nghĩa xóm. Cái thiện thể hiện trong sự đồng cảm giữa những người lao động với nhau, họ cùng nhau san sẻ, giúp đỡ nhau trong lúc khó khăn. Khi một người trong làng chết đi, những người nông dân chân chất hiền lành sẵn sàng cho nhau vay mượn những món đồ vật chất giá trị, hay cũng có thể nhường miếng cơm manh áo cho nhau. Trong tiểu thuyết *Chuyện làng*, có một cảnh tượng diễn ra rất xúc động. Khi bà Nguyễn Thị Thư chết, mọi người trong làng móc trong túi áo bà ra thấy còn một miếng cơm cháy bé bằng hạt gấc. Những người sống không cam lòng giữ lại miếng cơm cháy đó để ăn mặc dù họ đang sắp chết đói. Họ nhường lại cho người chết vì họ sợ rằng người chết phải làm con ma đói: "Mấy người xúm vào bó bà tôi trong manh chiếu. chợt bà Phác nhìn thấy túi áo bà tôi có gài kim băng cẩn thận, bèn ngăn mọi người lại:

- Để xem trong túi có cái gì mà kĩ càng.

Bà Phác lôi ra một mảnh gương và một miếng cơm cháy. Thầy tôi khóc nấc lên:

- Chỗ cháy ấy là để phần thầy tôi...

Ông ruộng lấy mu bàn tay nhem nhuốc nhựa chuối quệt mắt, nghẹn ngào nói:

- Thôi bà đưa miếng cơm cho thằng cu.

Thầy tôi vẫn nức nở:

- Để cho bu tôi đi đường âm...

Bà Phác nước mắt lã chã, lại bỏ mảnh gương và miếng cơm cháy vào túi cho bà tôi. Miếng cơm cháy đã bẻ dần cho thầy tôi ăn cầm hơi chỉ còn bằng hạt gấc. Bà Phác khóc ầm lên" (*Chuyện làng*).

Cũng như cảm hứng tư tưởng trong cốt truyện dân gian, đối lập với cái thiện, cái đẹp, cái cao cả là cái ác, cái xấu, cái tầm thường. Nếu như nhân vật người em trong truyện cổ tích *Cây khế* là một người hiền lành, lương thiện, không đố kị, ghen ghét người khác thì nhân vật người anh, người chị ngược lại. Họ là những kẻ luôn mưu mô, toan tính thiệt hơn. Luôn tìm mọi cách dành phần hơn về mình. Tương tự như vậy những nhân vật như mẹ con Cám, Lý Thông... cũng là những nhân vật phản diện đại diện cho cái ác. Trong những sáng tác của Vũ Xuân Tửu, mặc dù ông yêu thích cái đẹp, cái thiện nhưng để tô điểm cho cái thiện, cái đẹp thì phải có những nhân vật ác. Những nhân vật phản diện là cơ sơ để bản chất thiện của nhân vật chính diện được bộc lộ. Giữa hai tuyến nhân vật này luôn được xây dựng trên sự đối lập. Đây là mô típ nghệ thuật xây dựng nhân vật thường thấy trong tự sự dân gian. Điều khác biệt, điểm mới trong việc tiếp biến nghệ thuật xây dựng hai tuyến nhân vật này của Vũ Xuân Tửu là không phải người xấu, người ác bao giờ cũng bị trừng trị thích đáng, còn người hiền, tốt bụng không phải lúc nào cũng được hạnh phúc như mong muốn. Đây là thực tế khách quan trong xã hội và nó làm cho truyện của Vũ Xuân Tửu không bị nhàm chán, người đọc không dễ dàng đoán được kết thúc như trong truyện cổ dân gian. Trong tiểu thuyết *Nửa tỉnh nửa quê*, nhân vật Vạng luôn có tính soi mói, hơn thua với nhân vật Nông - một kỹ sư trẻ tuổi tận tâm với công việc. Vạng cũng là một thanh niên có học thức nhưng luôn đố kị, ghen ghét với người khác, Vạng tìm đủ mọi cách để châm chọc, hơn thua với Nông: "Vạng vẫn vênh vang... Vạng đang cầm lọ mực, vẩy vẩy quết quết, liền quay ngoắt lại vẻ sừng sộ: Thủ trưởng xem đồng chí Nông lập trường, nhận thức chính trị có vấn đề không?" (*Nửa tỉnh nửa quê*). Vạng suy nghĩ cách triệt hạ Nông: "Cái thằng chết tiệt còn mồi chài được con ông Thường vụ Tỉnh ủy nữa chứ. Thế thì đợt qui hoạch trưởng phòng sắp tới cơ may khó về mình... Sao mà bọn bên kia không đòm cho nó một phát có phải đỡ cho mình không? Mình cũng đường đường là cán bộ vùng xuôi lên đây, công tác đã tích lũy kinh nghiệm đầy người, chả lẽ thua nó à? Không đâu con ơi, ta sẽ có cách" (Nửa tỉnh nửa quê). Hay nhân vật bà Lý - một người đàn bà lẳng lơ, cơ hội trong tác phẩm *Chuyện làng*. Tuy là người có địa vị và giàu có trong làng nhưng khi ra chợ bà chỉ chăm chăm xỉa xói người khác, mua hàng thì không muốn trả tiền: "Trong đám chợ quê toàn người chân đất mắt toét, tự dưng hiện ra một bà mặc quần lĩnh áo lụa mỡ gà, thắt khăn lưng hoa lý, cũng sán đến hàng của thầy tôi. Bà ta đưa hai ngón tay quệt cốt trầu bên mép, dặng hắng một tiếng hỏi vọng xuống: Có con cu li không nhẩy?... Bà Lý ra cái điều phú quý đỏng đảnh... Bà lý nghe thấy lên giọng chao chát... Bà lý đong đưa đôi mắt lá dăm ươn ướt, đôi môi đỏ mọng buông một câu ngả ngớn... Bà Lý cười bằng đôi mắt đa tình, cợt nhả: Làm thế thì tiền để đâu cho hết... Hay là để đây giữ cho?" (*Chuyện làng*). Vũ Xuân Tửu đã tiếp nhận mạch cảm hứng tư tưởng nhân đạo xuyên suốt những tác phẩm tự sự dân gian để đưa vào những sáng tác của mình một cách tự nhiên, hài hòa. Trên cái nền tảng cảm hứng đó, nhà văn đã phản ánh chân thực bức tranh của cuộc sống nông thôn Việt Nam vào trong mỗi tác phẩm vô cùng sinh động. Qua mạch cảm hứng tư tưởng trên Vũ Xuân Tửu đã bày tỏ thái độ biết ơn, kính trọng đối với những người có công với cách mạng. Cùng với đó nhà văn thể hiện sự đồng cảm, trân trọng, thương yêu những người có tấm lòng nhân hậu, có tình yêu, lí tưởng và mục đích sống cao đẹp. Đồng thời, ông cũng lên án, tố cáo tội ác của thực dân Pháp gây ra cho dân tộc ta trong chiến tranh. Ông còn phê phán những con người có bản tính xấu xa, hám lợi, thiếu nhân cách trong xã hội.

2.3. Phong tục - lễ nghi dân gian

Theo cuốn *Cơ sở văn hóa Việt Nam,* tác giả Trần Ngọc Thêm cho rằng:

“Phong tục là những thói quen ăn sâu vào đời sống xã hội từ lâu đời, được đa số mọi người thừa nhận và làm theo (phong: gió, tục: thói quen; phong tục: thói quen lan rộng). Phong tục có trong mọi mặt đời sống” (Trần Ngọc Thêm, 1999). Tác giả Hoàng Phê trong cuốn *Từ điển tiếng Việt* cũng khá đồng nhất với định nghĩa của Trần Ngọc Thêm: “phong tục là thói quen đã có từ lâu đời, đã ăn sâu vào đời sống xã hội, được mọi người công nhận và làm theo” (Hoàng Phê, 2008). Như vậy, có thể khẳng định phong tục là những thói quen đã có từ lâu đời và được nhiều người làm theo.

Phong tục và lễ nghi là một nét văn hóa rất thịnh hành trong dân gian. Nó là những tập tục về thờ cúng tổ tiên, thờ thần Thành hoàng, thờ vật tổ,... Và trong đời sống nông thôn, những phong tục đó lại càng rõ nét. Nó không chỉ là những phong tục đơn thuần mà nơi đây còn có cả những lễ nghi đi kèm từ trái lễ, giờ khắc, cách bài trí hương án, lời khấn nguyện,... Dưới ngòi bút của nhà văn Vũ Xuân Tửu, những nét văn hóa truyền thống đó được tái hiện một cách vô cùng sinh động. Nó như một cuốn sách ghi chép cẩn thận về văn hóa làng, về phong hóa mà tác giả dày công biên chép, lưu giữ.

2.3.1. Phong tục thờ thần Thành hoàng

Tục thờ thần Thành hoàng là tập tục rất phổ biến trong mọi làng quê Việt Nam. Nó là nét văn hóa cổ truyền mang đậm bản sắc dân tộc. Nó thể hiện truyền thống uống nước nhớ nguồn, sự tôn kính tiền nhân của người Việt. Chính vì thế Trần Ngọc Thêm đã khẳng định: “không làng nào không có Thành hoàng”, đến năm 1572 triều đình đã giao cho Nguyễn Bính sưu tầm và soạn ra thần tích Thành hoàng của các làng để vua ban sắc phong thần... được phong thần là những vị có tên tuổi, tước vị rõ ràng, đó là những người có công lập ra làng xã, những anh hùng dân tộc từng sinh ra, sống hoặc mất đi ở làng” (Trần Ngọc Thêm, 1996). Nét văn hóa truyền thống đó đã được Vũ Xuân Tửu đưa vào trang viết một cách tự nhiên như hơi thở của đời sống hiện thực.

Hàng loạt những vị thần Thành hoàng trong sáng tác của Vũ Xuân Tửu là những vị anh hùng dân tộc, có công với nước như Yết Kiêu, Thánh Gióng, Hưng Đạo Vương Trần Quốc Tuấn,... Những vị anh hùng đó được dân làng lập đền thờ và hàng năm cúng bái, với những lễ nghi trang trọng. Chính vì vậy mà trong những sáng tác của nhà văn tục thờ thần Thành hoàng được nhắc đến rất nhiều lần: “Hồng đông, mặt trời le lói trong sương mờ. Làn sương đang tan chảy qua các khe núi, sườn đồi như dòng sông bạc. Bỗng Trạch dụi mắt nhìn: Kìa, có phải ông Yết Kiêu đang bơi trong dòng sông sương không nhỉ? Đúng ông Yết Kiêu rồi.” (*Chuyện làng*). Hay trong lời dặn của người ông dành cho cháu khi hai người khơi lại huyền thoại trận đại hồng thủy và ngợi ca công lao của các vị anh hùng dân tộc đã được dân gian phong thần, phong thánh như Yết Kiêu, Đức Thánh Trần: “Chim có tổ, cây có gốc, người có quê. Tuy rằng, đại hải vi tang điền thì vẫn còn khúc sông quê, đoạn đê làng. Tuy rằng làng nào thờ Thành hoàng làng ấy, nhưng ta cứ vào La thắp hương Đức Thánh Trần cũng được, vì làng Đáy cũng từ La mà tách ra, ông

Yết Kiêu lại là trung thần của triều Trần, dưới trướng của Đại nguyên soái, Tổng quốc chính, Thái sư thượng phụ, Thượng quốc công, Hưng Đạo vương Trần Quốc Tuấn." (*Chuyện làng*). Tiếp tục lí giải về các vị Thành hoàng, trong tiểu thuyết *Cõi mê* tác giả viết: "Thế ông cụ được lập làm Thành hoàng làng không phải đời đầu à? Nghe các cụ kể, ông tổ khi rời Quảng Đông sang đến Quảng Yên thì mất." (*Cõi mê*). Đến đây, dường như người đọc có cảm giác tác giả đang đi truy nguyên về các vị Thành hoàng ở khắp mọi miền. Họ là ai, đến từ đâu không quan trọng, mà quan trọng là họ đã có công cứu dân giúp nước thì họ xứng đáng được các thế hệ sau ghi nhớ, tôn thờ. Đây là đạo lí uống nước nhớ nguồn đã thấm sâu vào tâm thức người Việt ta từ bao đời. Trong truyện ngắn *Thành hoàng làng Vực Vại* Vũ Xuân Tửu tập trung giải thích, miêu tả về nguồn gốc của một ngôi làng tên là Vực Vại, ở đó có miếu thờ một vị Thành hoàng được cho là rất linh thiêng. Khác với những truyền thuyết về các vị Thành hoàng như Yết Kiêu, Thánh Gióng hay Hưng Đạo Vương Trần Quốc Tuấn... nếu như truyền thuyết về những vị này là những người anh hùng dân tộc, họ lập được những chiến công hiển hách trong lịch sử đánh giặc bảo vệ đất nước thì vị *Thành hoàng làng Vực Vại* lại là một người hết sức bình thường. Vị Thành hoàng này cũng tham, sân, si, hỉ, nộ, ái, ố, dục như bao người khác, nhưng ông là người có công khai hoang, có công chọn Vực Vại là vùng đất sinh sống đầu tiên để rồi các thế hệ sau này kéo nhau về đây sinh sống theo quan niệm đất lành chim đậu. Vị *Thành hoàng làng Vực Vại* là người trần mắt thịt, cũng biết buồn biết vui, biết đau: "Ngồi buồn, lão bất giác chép miệng một cái. Chợt cảm thấy răng cửa hàm dưới lung lay, lão bèn há miệng, thò hai ngón tay vào lay thử. Ôi dà, thì ra nó đã bị rệu rã từ đời nảo đời nào rồi mà không hay". Vị Thành hoàng cũng bị đau răng, rụng răng như bao người đến cái tuổi thất thập. Thậm chí ở cái tuổi thất tuần rồi mà vị Thành hoàng này còn nhút nhát như đứa trẻ lên bốn lên năm khi mới thay răng sữa đầu tiên: "Lão lại thò tay vặn mạnh một cái, đau ứa nước mắt mà cái răng vẫn nguyên vị. Lão rút ngay sợi dây nhợ thòng nút cổ chó vào kẽ răng, rồi gọi Ngư - con dâu lão đến giật. Cô Ngư, vốn là con gái tay hàng muối, bị đẻ rơi vào tổ cá, có tiếng là to gan nhất làng, thế mà còn ngệt mặt ra, luống cuống cầm đầu dây khẽ kéo. Lão rướn cổ bước theo, y như con nghé mới bị sấn sẹo. Cô Ngư tự dưng che miệng cười, lão xấu hổ" (*Thành hoàng làng Vực Vại*). Như vậy, rõ ràng vị Thành hoàng lúc đầu chỉ là một người bình thường, thậm chí còn nhút nhát. Tuy nhiên đối với làng Vực Vại thì vị Thành hoàng này lại có công lớn khi tìm ra vùng đất Vực Vại và lập ra ngôi làng này: "Lão là người lập nên làng Vực Vại, hiển nhiên sẽ là Thành hoàng làng, nhưng lão vẫn phải ra oai để cho dân làng nể phục. Trên đường tha phương, khi đến chốn này, lão thấy mấy quả đồi lúp xúp có chim về đậu. Dòng suối uốn khúc dưới chân đồi, thấy có hươu, nai ra uống nước. Biết là đất lành, thế là lão khấp khởi hạ trại và đặt tên thằng cu con là Dừng... Đúng là lão có tư chất Thành hoàng ngay từ lúc mới manh nha, nên lời nói cứ như thần bảo. Một ngày kia, có bọn buôn muối đi qua thấy thế đắc địa cũng liền dựng trạm. Nghe phong thanh có muối, dân trong vùng mò đến như trâu thấy lúa, như bò thấy mạ. Lâu dần thành ấp, thành làng lúc nào không hay." (*Thành hoàng làng Vực Vại*). Không những có công tìm ra vùng đất lành để dân làng cùng nhau về ở lập nên làng Vực Vại mà vị Thành hoàng này còn có công bảo vệ dân làng. Khi tên bán muối định tòm tem vợ của lão, lão ghen và tìm cách tống khứ tên bán muối ra khỏi làng: "Một buổi nọ, nghe tin cấp báo tay bán muối định giở trò tòm tem vợ mình, lão ức lắm. Thằng cha ấy, đến giọng nói cũng mặn mà, làm gì đàn bà chẳng muốn nếm náp. Lão nghĩ kế triệt tận đường làm muối cho biết tay" (*Thành hoàng làng Vực Vại*). Lão còn sợ bị tên quan chánh tổng trong làng lấn át làm mất mặt danh tiếng Thành hoàng của lão: "Lão sợ chánh tổng lấn át, thâu tóm cả làng thì làm sao còn đáng mặt Thành hoàng. Nhưng khi khinh suất, trái ý chánh tổng còn bắt dỡ cả miếu thờ ấy chứ... Thực tình, lão căm chánh tổng tám lạng thì cũng phải sợ chánh tổng đến nửa cân" (*Thành hoàng làng Vực Vại*). Ngay khi còn ở nơi trần gian lão đã mơ đến ngày lão được chính thức trở thành Thành hoàng ngồi trong miếu, được dân làng tôn trọng cúng bái: "Có lần, lão đang ngồi tập làm Thành hoàng ở trên giường". Như vậy, hóa ra vị Thành hoàng được dân làng bao thế hệ sau tôn thờ khi còn sống lại là một người, rất người như vậy. Những đặc điểm thường có trong một con người bình thường như tham, sân, si, hỉ, nộ, ái, ố đều hội tụ trong vị *Thành Hoàng làng Vực Vại*. Tuy nhiên xét cho cùng, ngài vẫn là người có công đầu lập ra làng Vực Vại vậy nên thờ cúng ngài cũng là việc nên làm để thể hiện đạo lí uống nước nhớ nguồn của dân làng.

Như đã giới thiệu ở chương 1 về con người Vũ Xuân Tửu, chúng tôi thấy chính bản thân ông là người rất tin vào yếu tố tâm linh. Trước khi viết ông thường tắm rửa sạch sẽ, chọn giấy tốt, mực thơm và khấn vái trước khi đặt bút. Sau khi tác phẩm đã hoàn thành ông lại soạn tấm lễ mọn để cúng tạ ơn bề trên đã phù hộ: "Trước khi viết, tôi thường tắm, gội sạch sẽ, chọn giấy trắng, bút tốt. Sau khi tác phẩm được xuất bản, thường làm lễ tạ, đận túng bấn thì bày hoa quả, lúc có tí tiền thì biện đĩa xôi, thủ lợn, cốt sao thể hiện lòng thành của mình". Việc làm của ông trước và sau khi viết không chỉ cho ta thấy ông là người rất cẩn thận, rất tôn trọng nghề viết văn mà nó còn cho ta thấy nhà văn cũng rất tin vào yếu tố tâm linh. Chính vì có niềm tin vào tâm linh nên những yếu tố kì ảo, siêu thực không chỉ được tác giả dùng mà còn dùng một cách rất tâm đắc, nó mang cả niềm tin tác giả vào trang viết.

Nói như vậy, không có nghĩa là tác giả tán thành việc mê tín mù quáng mà cần lưu giữ và phát huy những niềm tin tốt đẹp, đạo lí uống nước nhớ nguồn chứ không làm biến chất những phong tục thành hủ tục.

2.3.2. Phong tục ma chay

Dưới ngòi bút của tác giả, đời sống tâm linh của người dân quê hiện lên chân chất. Họ tin rằng con người có số, sống chết đã được định sẵn. Thế nên khi ai đó qua đời, người thân của họ và bà con làng xóm tổ chức ma chay, chôn cất rất cẩn thận. Họ có hàng loạt những qui định từ việc xem ngày giờ, việc khâm liệm, qui tắc đào huyệt, thời gian cúng cơm, thời gian cải táng, đốt vàng mã,... Đó không chỉ là việc làm đơn thuần của phong tục mà còn thể hiện một tình cảm tốt đẹp của tình thân, tình làng nghĩa xóm, sự biết ơn và cả nỗi đau buồn khi phải mất người thân của người trong cuộc. Trong tiểu thuyết *Chuyện làng*, khi bà Phác và ông Cượng chết: "Dân làng đào một cái huyệt hình vuông để chôn bà Phác và đào một cái huyệt hình chữ nhật để chôn ông Cượng" (*Chuyện làng*). Tỉ mỉ hơn, nhà văn còn miêu tả chi tiết cảnh đưa đám ma với những qui định về người đi đưa, cách ăn mặc và cả trống kèn nữa. Đây là cảnh dân làng đưa đám anh giáo Thiện - một người thanh niên tốt, ai cũng quý mến: "Cả làng Đáy và làng La đưa đám anh giáo Thiện. Dẫn đầu là đoàn các cụ bà đội cầu vải trắng. Tiếp theo là tốp bốn cô trinh nữ khiêng linh sa bài vị. Các cô đều mặc áo trắng quần thâm, chân đất, tóc cặp trễ ngang lưng, đầu cài bông hồng trắng. Phường bát âm mười tám vị nhất loạn tấu nhạc. Trống cái điểm: Thùng, thùng, thùng... Nhị cò cử í oe. Kèn thổi tò te tí te. Não bạt đánh xủng xẻng. Theo sau là linh cữu. Đám thanh niên chen vai thích cánh cùng khiêng, chân rê trên mặt đường đê. Ông già bà cả, đàn bà con gái, trẻ con người lớn... lũ lượt theo sau quan tài. Tiếng khóc than thảm thiết." (*Chuyện làng*). Qua khung cảnh đưa đám anh giáo Thiện, ta thấy được tình làng nghĩa xóm, tình người với người ở vùng thôn quê thật dạt dào tình nghĩa. Trong giây phút sinh li tử biệt, họ đã thể hiện tình cảm chân thành, đằm thắm, trước vong hồn người đã chết. Mỗi người một việc, cùng chung tay góp sức với gia đình có người quá cố để lo hậu sự mà không đòi hỏi gia đình người quá cố phải trả lễ, họ đã thấm nhuần được quan niệm nay người mai ta của dân gian - đây chính là nét đẹp của văn hóa làng xã đã được giữ gìn và lưu truyền qua bao thế hệ.

Với quan niệm dân gian, khi người mới chết họ chưa biết là mình đã chết, chính vì thế vong hồn của họ vẫn còn quanh quẩn bên gia đình cho đến bốn mươi chín ngày sau họ mới chính thức biết mình đã chết, chính thức về nơi vĩnh hằng. Chính vì thế, trong dân gian có tục cúng cơm cho người đã chết hết bốn mươi chín ngày sau khi chết. Quan niệm này, cũng được Vũ Xuân Tửu phản ánh trong tiểu thuyết *Chuyện làng*: "Hằng ngày, cu Tín thắp hương, bu tôi bày cơm cúng cho cô ấy, "thất thất lai tuần", đủ bốn mươi chín ngày mới thôi. Người ta bảo, qua năm mươi ngày sau khi nhắm mắt xuôi tay thì hồn mới dứt hẳn khỏi xác" (*Chuyện làng*). Thậm chí tục khóc trong đám tang cũng được nhà văn phản ánh trong tác phẩm. Theo phong tục dân gian, khóc than là để thể hiện sự xót thương của người còn sống với người đã khuất. Khi ông Phác sắp mất, Mừng tỏ ra lo lắng khi không biết khóc như thế nào để thể hiện được sự đau buồn tiếc thương: "Ông cụ sống nguyên tắc mà chết cũng nguyên tắc, hơn một ngày chẳng ở, kém một ngày chẳng đi. Khổ cho Mừng, lúc nào cũng lo ngay ngáy, sợ ông Phác qua đời thì không biết khóc thế nào, không có công săn sóc, không phải máu mủ ruột già thì khóc nhạt lắm. Đàn bà mà không khóc được thì người ta chê cười dè bỉu cho đến chết." (*Chuyện làng*). Trong tiểu thuyết *Nửa tỉnh nửa quê*, nhà văn còn viết về sự chuẩn bị cho đám tang của bà cụ Khẩn: "nông thôn là phải nuôi con lợn con gà, nhưng đám bà cụ khẩn mới vay hôm qua... Bà cụ nằm xuống là phải đi vay tất. May có gạo là theo lệ làng góp mỗi nhà một cân, chè thang thì có sẵn trong vườn rồi... Chắc phúng viếng cũng được vài trăm,... áo quan thì ván canh bà cụ đã chuẩn bị sẵn, các ông thợ mộc trong làng đến đóng giúp, chả mất tiền công. Chỉ phải mua vải niệm, khăn tang với lại làm vài chục mâm cơm gọi là, rồi thi chi máy chục ngàn đồng cho thợ kèn thôi". Đến đây, ta thấy nét đẹp trong những con người nông dân mộc mạc hiền lành hiên lên rất rõ nét, họ có thể nghèo về vật chất chứ họ không bao giờ nghèo về tình cảm. Khi nhà có công có việc, họ sẵn sàng cho nhau vay mượn từ bát gạo, con gà thậm chí cả con lợn để làm đám. Họ chung tay giúp đỡ nhau, ai biết việc gì thì làm việc đó. Họ sống và giúp đỡ nhau với truyền thống tình làng nghĩa xóm, tối lửa tắt đèn có nhau.

Tục sang cát cũng là việc làm rất phổ biến, quan trọng đối với những những gia đình có người khuất núi. Dân gian thường có quan niệm, khi chết đi mới chôn cất thôi thì người chết còn bụi bặm nơi trần thế khó có thể siêu thoát. Chính vì thế, sau ba năm trở đi gia đình của những người đã khuất phải đào mả lên, lấy xương cốt rửa sạch bằng rượu rồi cho vào tiểu sành đưa về lăng của dòng họ chôn vĩnh viễn. Như thế thì người dưới âm mới hết bụi trần mà mồ mả không thể thất lạc được. Trong truyện ngắn *Một người đàn bà mấy đận mất tên*, nhà văn cũng đã nhắc đến việc này: “Đận sau, ông Lý được minh oan cũng là lúc sang cát, người ta còn lấy được đầu đạn trong sọ ông”. Trong tiểu thuyết *Người rừng*, khi bà ngoại của nhân vật Gái Con chết, gái con còn dựng cả lều bên cạnh mộ bà để chờ ngày sang cát cho bà: “Trong mấy năm chờ sang cát cho bà ngoại, Gái Con dựng lều cạnh mộ để trông nom”.

Trong dân gian thường có phong tục người nhà cữ ba năm sau khi gia đình có người thân mất (hết tang), nếu cha hoặc mẹ mất thì con cái ba năm sau hết tang mới được làm những công to việc lớn như dựng vợ gả chồng. Chồng hoặc vợ mất thì người còn lại cũng phải ở vậy sau ba năm mới được tính đến chuyện đi bước nữa. Trong truyện ngắn *Người sông nước*, khi bà chủ thuyền chết, anh chân sào vì thương yêu bà nên đã cúng cơm và “thủ tiết” suốt ba năm: “Ngày ngày, tôi giữ lệ cúng cơm. Tôi có gì cúng nấy, miễn sao bộc bạch được lòng thành của mình. Hôm thì đĩa khoai, hôm thì bát cá... Dù nghèo hèn, nhưng tôi lúc nào cũng trọng việc thờ. Cái yếm thắm tôi cũng lấy giấy trang kim gói lại để thờ, tịnh trong ba năm không dám ôm ấp, mà coi như hồn người”. Như vậy, dường như mọi phong tục trong đám tang dù tốt đẹp hay còn hạn chế đều đã được Vũ Xuân Tửu tiếp nhận và “lưu giữ vào những trang văn” rất cụ thể, chúng được tái hiện rõ nét trong những tác phẩm của ông. Từ đây, truyền thống đoàn kết, nhân đạo và những nét văn hóa, quan niệm của dân gian tiếp tục được lưu giữ, bảo tồn và phát triển.

2.3.3. Phong tục cưới vợ gả chồng

Cưới vợ, gả chồng cho con cái là một nét văn hóa truyền thống tốt đẹp của dân tộc ta. Mỗi vùng miền đều có những qui định khác nhau, nhưng phải khẳng định rằng đây là nghi lễ rất quan trọng của đời người. Nó đánh dấu sự khởi đầu cho một gia đình mới, không chỉ là niềm vui của cá nhân mà còn là niềm vui của cả gia đình, họ mạc. Trong sáng tác của mình, Vũ Xuân Tửu đã miêu tả nét văn hóa đó khá sâu sắc. Từ những nghi lễ ban đầu như xem tuổi, dạm ngõ, vấn danh, đặt trầu... cho đến những nghi lễ của ngày vu quy, ngày tân hôn. Chúng ta cùng đến với hôn nhân của đôi vợ chồng trẻ Nông và Lan trong tiểu thuyết *Nửa tỉnh nửa quê*, để thấy sự chuẩn bị của gia đình họ. Khi biết Nông và Lan yêu thương nhau thì bố mẹ của Nông đã chủ động xem tuổi cho các con theo phong tục lấy vợ xem tuổi đàn bà, làm nhà xem tuổi đàn ông. Hay quan niệm, dựng vợ gả chồng phải môn đăng hộ đối: "Dưng mà năm nay cái Lan mới được tuổi, lấy vợ xem tuổi đàn bà, xem ra hai đứa cũng quyến luyến nhau. Bên mình với bên ông bà Chài tuy không môn đăng hậu đối". Hay quan niệm:

Một, ba, bảy, chín kim lâu
Làm nhà, cưới vợ, tậu trâu thì đừng.

"Lấy vợ thì cứ phải là cưới liền tay"... Sau khi gia đình đã thống nhất tác hợp cho đôi trẻ thì theo lệ làng lại phải báo cáo và xin phép sự tham mưu của trưởng thôn, trưởng bản, trưởng dân phố: "Gia đình tôi tá túc ở tổ đã mấy năm. Thôi thì bán anh em xa mua láng giềng gần... vì vậy, vợ chồng tôi định nhờ ông bàn liệu cho cái đám cưới thằng cháu". Thế rồi họ cùng nhau bàn luận làm đám cưới tiệc ngọt hay tiệc mặn? bày bao nhiêu mâm cỗ? mỗi mâm cỗ gồm bao nhiêu món ăn? Làm sao phải cho hợp với lệ làng: "Mỗi mâm thì cũng theo lệ làng, lệ phố khoảng dăm sau món: Gà luộc này, ba mươi mâm thì ba mươi con, tôi đã thăm hỏi rồi, đặt gà ta cho thơm ngon, gà công nghiệp bã bà bà. Rồi thì chả nướng, măng ninh xương lợn, chim cút quay, rồi thì...". Người nhà lên kế hoạch khách mời, sắp xếp xe cộ đưa rước dâu,... tất cả phải thật chu toàn để làm sao hạn chế tối đa những lời chê tiếng trách sau khi tổ chức đám cưới.

Trong tiểu thuyết *Cõi mê*, Vũ Xuân Tửu cũng phản ánh nét văn hóa cưới hỏi của dân tộc Sán Dìu - cộng đồng dân tộc Sán Dìu sống phần lớn ở Tam Đảo, Thái Nguyên và Quảng Ninh. Người dân Sán Dìu có những lời ca tiếng hát từ thuở mới biết, làm quen và hò hẹn bạn đời:

Trông vời núi thẳm với rừng xanh
Khuất bóng người đi trong sắc xanh
Xanh núi, xanh rừng xanh tuyệt đẹp
Có bạn tình chăng, hỡi cô mình?
(Cõi mê)

Hay trong câu hò, câu hát kéo thuyền:

Sáng nay anh tiễn em xuất giá
Nhà gái tiễn đưa sang nhà trai
(Cõi mê)

Dân tộc Sán Dìu có phong tục đón dâu rất kì lạ, điều kì lạ đó càng làm cho tâm trạng của mọi người trong nhà thêm buồn bã khi phải xa một thành viên trong gia đình:

Sáng nay cơm sớm là em ăn,
Cái lối đi sớm là em đi
Cái nón đẹp nhất là em đội
Cái ô giấy vàng là em mang
(Cõi mê)

“Hát đón dâu, hát ở nhà gái đấy. Anh trai phải cõng em gái ra khỏi giọt gianh ba bước, để tiễn về nhà chồng, đưa người thì đưa cả ma. Mất người mà chẳng buồn à?” (*Cõi mê).* Việc cưới hỏi lẽ ra là niềm vui, nhưng trên thực tế nhà gái không thể không cảm thấy buồn và trống trải khi con em họ phải xa họ. Hơn nữa, những người ở lại còn lo cho những cô gái khi về làm dâu nhà chồng, liệu họ có được gia đình nhà chồng đối xử tốt không, liệu họ có được chồng yêu thương và chiều chuộng không. Với quan niệm dân gian trong ca dao đã từng có bài ca dao:

Ai ơi đừng gả con xa
Trước là mất giỗ, sau là mất con

Cũng gần giống như tâm trạng của cha mẹ trong ca dao, người Sán Dìu cũng có câu hát thể hiện tâm trạng buồn bã, lo lắng của người mẹ:

Mẹ sinh con mang nặng để đau
Nay con đi làm dâu nhà người
Ốm đau không còn nghe bước chân,...
(Cõi mê)

Những câu hát được cất lên nghe rất ngọt ngào, trữ tình mang đậm âm hưởng của ca dao - dân ca. Để viết được những trang văn này, chắc chắn nhà văn Vũ Xuân Tửu đã tìm hiểu và nghiên cứu rất sâu sắc về văn hóa dân gian của các vùng miền dân tộc. Từ đó ông đã kế thừa và tiếp biến chất liệu dân gian đó vào trong những tác phẩm của mình khiến cho người đọc thêm am hiểu về những quan niệm, phong tục trong cưới hỏi của các cộng đồng dân tộc.

Không chỉ viết về phong tục cưới hỏi, nhà văn còn lưu giữ lại những kinh nghiệm trong sinh để với tập tục để ngồi của đồng bào dân tộc Sán Dìu. Giống như những quan niệm trong dân gian, người Sán Dìu cũng quan niệm những người phụ nữ khi mang bầu cần vận động, luyện tập nhiều để xương chậu mở rộng cho dễ đẻ: “Tiếp đến là cảnh người đàn bà mặc váy lá te tua, bụng chửa vượt mặt, đi xúc cá, giã gạo, xới cỏ trên nương... - Sao họ vất vả thế?- Họ quan niệm, người chửa làm nhiều việc nặng thì dễ đẻ”. Họ còn quan niệm, muốn đẻ dễ thì nên ăn những loại rau có nhớt, trơn như rau đay và rau mồng tơi. Những loại rau này rất phổ biến ở thôn quê: “Rồi hình ảnh bà mẹ chồng ra vườn hái rau đay, mồng tơi nấu canh cho con dâu.

- Ăn cái rau này thì dễ đẻ đấy...

- Đẻ ngồi thật à? Buồn cười nhỉ?

Có tiếng trẻ con khóc oe oe. Huyền vỗ tay sung sướng và kêu lên: “Ra rồi”. Hàng loạt những quan niệm, triết lí về nhân tướng học khi nhìn đứa trẻ con mới chào đời của dân tộc Sán Dìu cũng được nhà văn thể hiện: “Đứa này tràng hoa quấn cổ rồi”. “Số nó được làm thầy cúng đấy”. “ra sấp hay ra nghiêng?”. “Nghiêng đấy”. “Tính nó xung khắc với bố”. Tục lấy lẹm nứa cắt rốn để tránh bị nhiễm trùng cho đứa trẻ của người xưa cũng được Vũ Xuân Tửu lưu giữ lại: “Bà đỡ lấy cái lẹm nứa cắt rốn cho đứa bé”. Người Sán Dìu quan niệm, những đứa trẻ mới sinh ra muốn lớn lên khỏe mạnh, dễ nuôi thì sau khi sinh cần phải làm một số thao tác: “Bà đỡ lấy cái lẹm nứa cắt rốn cho đứa bé rồi quấn vào cái váy lá mà bế xung quanh nhà, vừa đi vừa rao: "Tôi bắt được đứa bé ngoài đường, ông bà nào cần tôi bán". Bà mẹ trẻ từ trong nhà nói vọng ra: "Nhà tôi hiếm hoi, nghèo túng lắm, cho tôi xin nuôi nó nên người". Thế là bà đỡ bế vào, giao lại cho mẹ nó cho bú sữa... Cái nhau được một người bỏ vào sọt, rồi đem vào rừng, treo lên cành cây. Sản phụ được ăn một bát canh gà, nấu với gừng và rượu". Đây là một quan niệm rất lạ và độc đáo của người dân Sán Dìu. Chưa xét việc làm vậy của người dân Sán Dìu có đúng hay không nhưng rõ ràng đây là một phong tục rất khác lạ. Xét về văn hóa chúng ta không thể nói văn hóa vùng A hơn hay kém vùng B mà chúng ta chỉ có thể so sánh và nhận xét để chỉ ra sự khác nhau của mỗi vùng văn hóa đó mà thôi. Rõ ràng việc tìm hiểu, ghi chép và miêu tả tỉ mỉ về tục đẻ ngồi của dân tộc Sán Dìu, Vũ Xuân Tửu đã điểm thêm những nét vẽ vào bức tranh văn hóa của cộng đồng dân tộc Việt Nam làm cho nó thêm phong phú, giàu hương sắc.

Đến đây, ngươi đọc đã có một cái nhìn bao quát về những nét phong tục nơi thôn quê miền núi. Vũ Xuân Tửu không phải là tác giả duy nhất viết về phong tục nơi đây nhưng góc nhìn của ông lại có nhiều mới mẻ. Tác giả xứng đáng được gọi là "nhà văn phong tục" bởi lẽ sáng tác của ông đã góp phần lưu giữ những nét đẹp bản sắc về văn hóa vùng miền, góp vào kho tài liệu về văn hóa phong tục nơi miền núi trung du Việt Bắc. Trong một bài giảng về văn hóa dân gian ở lớp Cao học Văn học Việt Nam, K26, Tại trường Đại học Sư phạm Thành Phố Hồ Chí Minh, Bùi Mạnh Nhị có nhấn mạnh: "mỗi nhà văn đều là một nhà văn hóa". Như vậy, Vũ Xuân Tửu hoàn toàn xứng đáng được coi là một nhà văn hóa trong nền văn học nghệ thuật đương đại.

2.4. Tiểu kết chương 2

Như vậy, xét trên bình diện nội dung chúng tôi thấy những sáng tác tự sự của Vũ Xuân Tửu mang đậm dấu ấn dân gian. Từ đề tài, chủ đề, cho đến cảm hứng, tư tưởng đều rất gần với những sáng tác dân gian. Tác giả Vũ Xuân Tửu đã kế thừa và tiếp biến những chất liệu trong kho tàng văn học truyền miệng vào trong những sáng tác của mình theo cách riêng, khiến những đề tài, chủ đề, cảm hứng tư tưởng tuy đã cũ, đã quen thuộc nhưng khi đi vào văn ông nó mang màu sắc rất mới, rất đặc biệt. Không chỉ tiếp biến những chất liệu của văn học dân gian, Vũ Xuân Tửu còn đưa cả những phong tục, tập quán dân dã, đời thường vào trong tác phẩm. Đặc biệt, ông đã sưu tầm, tìm hiểu những tập tục, kinh nghiệm dân gian của người xưa, của những cộng đồng dân tộc thiểu số để đưa vào những trang viết làm cho tác phẩm thêm phần thi vị, mộc mạc vừa xa lạ lại rất quen thuộc như những cuốn "Bách khoa" về phong tục dân tộc. Những sáng tác tự sự của ông không chỉ hướng người đọc tới cái chân - thiện - mỹ mà nó còn truyền cho người đọc những kinh nghiệm dân gian, phong tục tập quán xung quanh cuộc sống như sự tương thân tương ái, khơi dậy lòng yêu nước, yêu dân tộc mình. Ngoài ra, những tác phẩm của ông còn góp phần làm phong phú thêm bản sắc văn hóa dân tộc Việt.

Chương 3:
CHẤT LIỆU DÂN GIAN TRONG SÁNG TÁC TỰ SỰ CỦA VŨ XUÂN TỬU, TỪ GÓC NHÌN NGHỆ THUẬT

3.1. Ngôn ngữ đậm màu sắc dân gian

Tác phẩm văn học là đứa con tinh thần của nhà văn, là một sáng tạo độc đáo, riêng biệt mang phong cách của tác giả. Mỗi nhà văn, trong sự nghiệp cầm bút của mình luôn ý thức học tập, làm giàu vốn ngôn ngữ của mình bằng nhiều cách. Ngoài việc đi nhiều, đọc nhiều thì việc tiếp xúc với người dân cũng được xem là con đường hữu hiệu trong tích lũy vốn ngôn ngữ. Vũ Xuân Tửu là nhà văn có đầy đủ những phương diện đó, đặc biệt, tác giả công tác tại ngành công an nên việc tiếp cận người dân rất thường xuyên. Không chỉ vậy, tác giả còn phải thường xuyên tìm hiểu, trau dồi vốn ngôn ngữ của các dân tộc ít người, nghiên cứu về đặc điểm ngôn ngữ, phong tục và cả lối sống của họ để phục vụ một cách tốt nhất nhiệm vụ mà Đảng đã giao cho. Trong dịp tôi đến thăm và trò chuyện, tác giả chia sẻ: "Ban đầu tiếp xúc ngôn ngữ bà con miền núi, cảm thấy lạ, phức tạp nhưng về sau nó rất thú vị, tôi lại thấy rất yêu cái ngôn ngữ ấy".

Vì thế, khi đến với con đường sáng tác văn chương, Vũ Xuân Tửu đã lựa chọn "chìa khóa ngôn ngữ bình dân" đó để mở cửa cho bạn đọc đến với những trang văn mới mẻ, dung dị mà hiện đại. Mỗi trang văn đều thấp thoáng những nét văn hóa của tiếng nói làng quê, từ miền ngược đến miền xuôi. In đậm trong từng trang viết là những dấu vết của ngôn ngữ địa phương, ngôn ngữ trong văn học dân gian và cả những thủ thuật dùng ngôn ngữ dân gian đều được tác giả khéo léo, chắt lọc đưa vào tác phẩm. Có thể khẳng định nhà văn là "cuốn từ điển sống" về tiếng nói của bà con nông dân nơi vùng quê miền núi và đồng bằng Bắc bộ.

3.1.1. Sử dụng ngôn ngữ đời thường dân dã

Mỗi con người khi sinh ra và lớn lên, điều đầu tiên được biết về xã hội chắc hẳn là tiếng nói. Tiếng nói của cha mẹ, tiếng nói của địa phương đã đến với con người sớm nhất, sâu sắc nhất. Nhà văn cũng vậy, nhưng hơn thế nữa, bởi vì ngôn ngữ là công cụ của ngòi bút, là kênh thông tin quan trọng nhất của nghề viết văn. Nhưng có lẽ, ngôn ngữ vùng miền là yếu tố mà mọi nhà văn đều chú tâm học tập và khao khát có được. Thế nên, Phan Cự Đệ đã khẳng định vai trò của tiếng địa phương khi viết tiểu thuyết: "Ngôn ngữ văn học thường tự làm phong phú cho mình bằng cách hút nhụy ở các tiếng địa phương trong cả nước" (Phan Cự Đệ, 1978). Nó không chỉ là yếu tố cần mà còn quyết định sự thành bại của một nhà văn thực thụ. Vũ Xuân Tửu là nhà văn có biệt tài trong việc sử dụng phương ngữ.

Đến với sáng tác của Vũ Xuân Tửu, điều đầu tiên và ấn tượng nhất có lẽ là lớp từ ngữ bình dân, phương ngữ vùng miền đậm nét. Có lẽ Vũ Xuân Tửu sống và làm việc lâu ngày với bà con miền núi nên những cái tên người, tên địa danh mang đậm màu sắc văn hóa nơi đây đã đi vào tác phẩm của ông thật tự nhiên, đẹp đẽ. Nó như một hiện thực xã hội, hiện thực nhìn dưới góc độ văn hóa. "Đấy, đang ở miền xuôi chống bè đẩy thuyền, đùng một cái lên rừng mà ở. Rồi thì đang ở chỗ nhìn ra thấy rừng nhìn vào thấy núi, thì đùng một cái ra tỉnh bán bánh đa, khâu chỗi chít. Đang ở nhà gianh vách đất, thì đùng một cái có nhà xây mái bằng. Đang đi xe đạp sừng trâu, thì đùng một cái sắm được xe máy. Hỏi không có lam làm, không biết tính toán, không biết ăn dè hà tiện, được miếng mô chén miếng rứa, thì thử hỏi... Không phải như con chuồn chuồn kia, ta lao vào mà ăn nhưng phải tính toán, phải kiên gan chết cũng không bỏ, mà phải biết đường tỉnh táo. Ông thì cứ đùng đùng đoàng đoàng mãi, người ta cười cho. Mà ai đời ví người với chuồn chuồn bao giờ. Chẳng qua là nó bị quáng đèn. Mà cứ cái nọ vận sang cái kia. Nói vậy chứ mình chỉ ăn chắt để giành, chứ giỏi giang nỗi gì. Thử hỏi, nếu ông trên mà không đổi đổi mở mở thì khéo lại ăn cám như năm ất Dậu - Bốn nhăm". (*Nửa tỉnh nửa quê*)

Chỉ một đoạn văn với khoảng 200 chữ, những từ ngữ đời thường như: chống bè đẩy thuyền, nhìn ra thấy rừng nhìn vào thấy núi, nhà gianh vách đất, ăn dè hà tiện, được miếng mô chén miếng rứa, ăn chắt để giành, khéo lại ăn cám như năm Ất Dậu - Bốn nhăm,... được nhà văn sử dụng thật tự nhiên, dung dị. Đó là thứ ngôn ngữ người dân nông thôn vẫn dùng hằng ngày với bản chất mộc mạc, không chải chuốt, hoa mỹ. Dùng tiếng nói đó, hẳn không phải là của một con người cao sang, quyền quí mà phải là những con người bình dị, chân chất. Thế nên, những con người trong sáng tác của Vũ Xuân Tửu xuất phát từ ruộng nương, thật thà như đếm với những cái tên vô cùng dân giã như: Gái con, anh Chuột, chị Chuột, chị Thỏ, anh Nông, anh Vạng, anh Chân Sào, bà chủ thuyền, cu Mậm, thằng Cu, cái Hĩm, ông Ruộng, bà Ruộng, Ba Khơ, Mỷ,... đúng như văn hóa đặt tên của dân gian mà nhà thơ Nguyễn Khoa Điềm từng nhắc trong bài thơ Đất nước: "Cái kèo cái cột thành tên".

Ngôn ngữ đời thường còn thể hiện trên nhiều bình diện, từ những câu chuyện phiếm, từ những kiểu nói lóng, hay câu nói đùa cũng được nhà văn dụng công đưa vào sáng tác như một ám ảnh nghệ thuật. Trong văn hóa gia đình hay ứng xử lối xóm, tác giả cũng sử dụng một lớp những danh từ, đại từ rất dân gian để gọi, để xưng trong giao tiếp. Những từ ngữ như bầm, bu, mệ, thày, me, bác, cháu... xuất hiện hàng loạt trong nhiều tác phẩm của tác giả. Cả những suy nghĩ còn rất ngây thơ, hồn nhiên của đứa trẻ cũng trở thành một hơi thở của trang văn, có thể lấy một đoạn trích trong truyện *Người sông nước* để thấy rõ hơn: "Con sông quê tôi mênh mang mênh mang. Bọn trẻ chúng tôi hay ra bờ sông, ngắt những cọng hành trong vườn, để thổi kèn te te và chờ xem tàu guồng chở khách, ngược qua nhà. Tàu chạy qua, sóng đánh dập dềnh bến nước, những bàn chân lấm chẫm, sóng táp ướt cả đũng quần, không dám về nhà, phải rủ nhau chạy dọc bờ sông cho gió thổi, quần se se khô mới dám về, sợ bị thày bu đánh cho. Thày bu đánh không phải vì nhễ áo khô quần ướt, mà là không ăn nhời, tự lội bến sông, thế nào cũng có ngày thuồng luồng nó bắt đưa về thủy cung. Thủy cung thì toàn nước là nước, người không thở được đâu" (*Người sông nước*). Sức cuốn hút của ngòi bút Vũ Xuân Tửu còn thể hiện ở những cái tên xa lạ, đầy bí ẩn, khơi gợi sự tò mò nơi bạn đọc.

Những cái tên địa danh như: làng Vực Vại, làng Cây Đa, núi Thiện, Pu Huổi Chò, Mã Pì Lèng, bản Piát,... thực sự đã làm mê hoặc lòng người. Bạn đọc như bị thôi miên với những cánh rừng hoang dại nơi Việt Bắc, trầm trồ khi bắt gặp những loài hoa rừng bung nở khi xuân về nơi nẻo đường các bản làng. Cả những dấu chân bết đất, những con đường ngoằn ngoèo trong các con suối cũng đủ làm người yêu văn chương mê li. Ngay chi tiết con đom đóm, hình ảnh rất quen thuộc, rất đặc trưng của thôn quê, là niềm vui và là kí ức của biết bao thế hệ trẻ thơ đã từng lớn lên nơi đồng ruộng, nơi núi rừng bạt ngàn kia. Đom đóm gắn với những trò đuổi bắt, gắn với những huyền thoại mà bà vẫn kể hằng đêm, những đốm sáng lung linh ấy đã nuôi dưỡng và đi theo tuổi thơ hồn nhiên, trở thành hồn quê trong kí ức mọi người dân đất Việt. Nó vừa thực vừa ảo trong tâm thức: "Thỏ nhìn cái gì cũng có hồn như người vậy. Con đom đóm to như ngọn đèn vào đậu bàn thờ đêm vào nhà mới, Thỏ cảm thấy sự linh ứng lúc cô khấn bố ban chiều. Vụ gặt, con muỗm xanh bay ngang gợi nhớ hình bóng mơ hồ của mẹ, áo mớ ba duyên dáng. Thỏ hết sợ muỗm ma màu nâu xám. Hình như muỗm xanh thấu hiểu nên luôn gắng sức đánh đuổi muỗm ma trên đồng. Mẹ ơi, Thỏ đứng chôn chân trên ruộng, mắt đỏ hoe khấn vọng về phía chân trời". (*Một người đàn bà mấy đận mất tên*). Chất dân giã, hồn quê Việt như chúng ta đã thấy trong những phân tích trên là cơ sở nền tảng, là minh chứng hùng hồn của một ngòi bút hoàn toàn dân quê. Đó là một lựa chọn, một kĩ thuật viết mà nhà văn Vũ Xuân Tửu đã đi, đã để lại bao dư âm nơi bạn đọc yêu văn chương.

3.1.2. Sử dụng hiệu quả và sáng tạo thành ngữ, tục ngữ dân gian

Một điều hiển nhiên, một qui luật chung là mọi nền văn học trên thế giới đều có mối quan hệ chặt chẽ với văn học dân gian. Mỗi nhà văn, bằng vốn hiểu biết, bằng cảm hứng nghệ thuật của mình sẽ có hướng tiếp nhận những yếu tố dân gian một cách khác nhau. Nhưng có thể khẳng định, yếu tố đầu tiên, dễ nhận diện mối quan hệ giữa chất liệu dân gian với văn học viết nhất đó là ngôn ngữ thể hiện. Vì thế mà nhà nghiên cứu Võ Quang Trọng trong cuốn *Vai trò của văn học dân gian* trong văn xuôi hiện đại Việt Nam, đã phát biểu rằng: "Có thể nói rằng, trong việc tiếp thu và sử dụng sáng tác dân gian, điều dễ nhận thấy nhất, dấu vết nổi rõ ràng nhất trong tác phẩm của các nhà văn đó là ngôn ngữ dân gian" (Võ Quang Trọng, 1997). Bên cạnh lớp từ ngữ đời thường dân dã đậm màu rừng núi, dung dị xóm làng thôn quê, Vũ Xuân Tửu còn tiếp thu và đưa vào sáng tác một lớp ngôn ngữ vô cùng quen thuộc nữa, ấy là những thành ngữ, tục ngữ, ca dao, vè... và có cả những câu hát đồng dao (chúng tôi gọi là ngôn ngữ dân gian). Đi vào thế giới nghệ thuật của nhà văn, người đọc thật sung sướng được khám phá lớp ngôn ngữ - phương tiện mở cửa văn chương đầy thú vị đó.

Nhà văn vận dụng ngôn ngữ dân gian không chỉ đậm đặc mà cái quan trọng là biệt tài làm lạ hóa cái vốn "ngôn ngữ dân tộc" đó. Từ chỗ dùng những câu tục ngữ, thành ngữ nguyên dạng, tác giả còn sáng tạo dùng theo một kiểu mới, đó là dùng một phần, đảo trật tự, dùng theo ý và đặc biệt nhất là Vũ Xuân Tửu đã vận dụng một lượng lớn những thành ngữ, tục ngữ mang màu sắc của địa phương, những "kiểu mẫu dân gian" mà ngay trong những từ điển về thành ngữ, tục ngữ vẫn chưa có. Điều đó đã cho thấy công lao to lớn của tác giả trong việc sưu tầm, lưu giữ và phát huy vốn ngôn ngữ dân tộc rất trong sáng đó. Mặt khác còn cho thấy chất liệu dân gian có một sức hút và là đường đi rất có ý nghĩa, rất có triển vọng với những nhà văn tìm về văn hóa, về với cội nguồn của quê hương, dân tộc.

Trước hết chúng tôi sẽ xét đến mức độ đậm đặc của ngôn ngữ văn học dân gian mà tác giả đã vận dụng. Khảo sát tiểu thuyết *Nửa tỉnh nửa quê*, chúng tôi thu được một con số vô cùng thú vị, đó là tác giả đã dùng hơn 200 lần trong tổng số 273 trang văn những ngôn ngữ dân gian. Như vậy, gần như không có trang văn nào tác giả không dùng đến kiểu ngôn ngữ đó. Thậm chí có những trang văn, nhà văn đã dùng đến hơn mười lần những từ ngữ của dân gian. Có thể xét đoạn trích sau, để thấy rõ: "Tay thì bện chổi, nhưng đầu óc ông để tận đẩu tận đâu, thế mà không sai lỗi, không tụt tọt một rãnh nào. So với làm sả trên đồi cao, cấy lúa dưới ruộng thụt, có lúc tưởng say nắng trên đồi, đứt hơi dưới ruộng, thì cái anh làm chổi là cái việc phụ, ông già bà cả cũng làm được. Đời người chả biết thế nào, lúc bói không ra đồng tiền, rà không được bát gạo, có lúc lại rủng rỉnh đồng ra đồng vào, tuy chưa phải tiền bồ thóc lẫm, nhưng chồng vợ cái con biết bảo ban nhau lam làm, ăn chắt để giành, có khi cũng mở mày mở mặt với thiên hạ. Hôm nào vào nhà mới, ta sẽ mời mấy ông bạn đồng tuế trên làng Mới xuống cho vui. Ta sẽ đọc một bài thơ tức cảnh, ngắn thôi, tả cảnh nhà, nhưng không phô phang, có gì đâu mà đã phô phang, nhưng cũng đáng tổng kết cuộc đời quá chứ. Bây giờ chỉ còn lo tổ chức cưới xin cho anh Cò là yên bề gia thất. Từ hôm nó báo cáo tìm hiểu cái cô ở tỉnh tính ra cũng được, nhưng bu nó còn phân vân. Ông nhớ bà Cần chả phàn nàn những mấy bận: Người ta nhà cao cửa rộng, bố làm quan to hàng tỉnh, nhà mình thì chân chỉ hạt bột. Mà nghĩ chúng nó lấy nhau, chứ hai bên thông gia cũng phiên phiến thôi. À, mà hình như cái cô này độc vía, cái hôm mở hàng bánh đa làm ế thiu cả ra... Các bà lạ thật, cái gì cũng xét nét, cũng vận vào thân cho khổ, cứ nghĩ nông choèn choẹt mà ra cái điều. Đúng là: "Đàn bà sâu sắc như cơi đựng trầu".

Chỉ một trang văn ngắn mà hàng loạt những từ ngữ quen thuộc trong kho tàng văn học dân gian được tác giả sử dụng và dùng rất trơn tru. Quả tác giả là người có một cái vốn dân gian hơn người. Rất ít nhà văn có thể huy động được một lượng thành ngữ, tục ngữ vào trang văn mà độ mượt mà, tự nhiên đạt được đến như vậy.

Bên cạnh tần suất sử dụng thành ngữ, tục ngữ... trong sáng tác, chúng tôi còn phát hiện một nét độc đáo nơi ngòi bút Vũ Xuân Tửu nữa đó là khả năng sáng tạo làm lạ hóa những câu nói dân gian vốn là một "tổ chức ổn định" nhưng ông vẫn làm biến đổi nó theo cách của mình. Trước tiên, nhà văn sử dụng các thành ngữ, tục ngữ ở dạng nguyên mẫu vào trong trang viết, một dạng tiếp biến đơn giản nhất, gần gũi nhất. Trong tiểu thuyết *Nửa tỉnh nửa quê*, có đoạn bà Cần nói với ông Cần: "Ông thì hay nghĩ trời nói bể, chứ cảnh nhà mình vặt mũi chả đủ đút miệng, ăn bữa nay lo bữa mai, làm được cái nhà chăng chắc là mát lòng mát ruột lắm rồi, có buôn tàu bán bè gì đâu mà sắm xe sắm cộ được". Cái hay, cái tài tình được tác giả thể hiện ở một tầng cao hơn khi lạ hóa các yếu tố dân gian đó. Từ tục ngữ "nước nổi lo chi bèo chẳng nổi", nhà văn đã biến tấu thành một cách dùng khác mà không làm mất nét nghĩa nguyên thủy của nó: "Thuận theo lẽ trời, vừa lòng cấp trên ấy là lẽ ở đời. Quan chức thì sống thúc thủ, dân lành giữ mình, nước nổi bèo nổi, chẳng mấy ai vật vã làm giàu để trở thành tỷ phú..."

Hay từ câu tục ngữ: "Gà què ăn quẩn cối xay", nhà văn lại thay từ "què" thành từ "cồ", làm cho đối tượng phản ánh đã đổi khác. Ban đầu câu mang ý nghĩa phê phán những kẻ như phế nhân, chỉ ăn hại, không làm nên trò trống gì, suốt ngày quanh quẩn nơi thôn làng; với cách dùng mới, nhà văn đã tạo cho câu tục ngữ một nét nghĩa khác, nó chỉ người khỏe mạnh mà không có cái đầu, không thể nghĩ thông việc, chỉ toàn nghĩ quẩn quanh những điều vặt vãnh, không dám thay đổi, bứt phá. Hãy xem câu văn sau sẽ rõ: "Đang tự yên tự lành, đùng đùng ra đi, bây giờ lại đùng đùng về, lúc thế này, lúc thế khác, chả hiểu ông thế nào, cứ như gà cồ ăn quẩn cối xay."

Cũng vậy, từ thành ngữ "đẹp người đẹp nết", tác giả lại thay đổi từ ngữ và đảo vị trí nó tạo một câu hoàn toàn mới mẻ. Điều này khiến chúng tôi không thể không phục cái tài của tác giả. "Cháu nó đã là kỹ sư, được Chính phủ cho ăn học, bây giờ là cán bộ Nhà nước, còn lo nỗi gì. Mà thằng cháu nó cũng khỏe mạnh, ngoan nết tốt tính, ai cũng quý."

Đặc biệt, có chỗ, nhà văn vừa thay đổi từ ngữ, vừa đảo vị trí ngôn ngữ dân gian, từ câu nói: "Tậu trâu, lấy vợ, làm nhà", tác giả đã dùng: "xây nhà, mua xe, cưới vợ?". Câu văn được làm mới, hiện đại hơn và mang một màu sắc thời đại, bởi ngày nay không ai tậu trâu để cày ruộng nữa mà phải thay bằng xe cộ, một phương tiện làm ăn mới. Ngay cả việc cưới vợ, điều cần chuẩn bị là phải có điều kiện ban đầu như có nhà, có xe... Qua đây, chúng tôi thấy nhà văn rất tài tình và vô cùng tinh tế. Ông đúng là một kĩ sư trong ngành xây dựng ngôn từ.

Những nét độc đáo tài tình trong vận dụng ngôn ngữ văn học dân gian chưa dừng lại ở đó. Vũ Xuân Tửu còn đưa vào trang văn những câu tục ngữ, những thành ngữ "rất lạ", người viết cảm nhận nó mang màu sắc địa phương, gắn với văn hóa địa phương và sử dụng trong khuôn khổ địa phương đó. Nên khi tra từ điển thành ngữ, tục ngữ thì chưa thấy ghi chép về những trường hợp này. Đó là một nét đặc sắc và sáng tạo khi sử dụng, lưu giữ và phát huy văn hóa các dân tộc ít người của nhà văn.

Chúng tôi sẽ giới thiệu một số những ngôn ngữ dân gian còn lạ lẫm đó: "Bên mình với ông bà Chài tuy không môn đăng hậu đối, nhưng người ta cũng từ dân quê mà ra tỉnh như mình cả, người ta cũng không bắc bậc làm cao."

Hoặc:

"Cô thủ quỹ phì cười bảo:

- Thì nó bảo ung thư do thuốc sâu, chứ ai bảo ung thư do chè... Cứ hay ngay bắt quày ra vẹo."

Hay:

"Cái ông này thế mà hóm lắm nhé, tẩm ngẩm tầm ngầm mà đấm chết voi."

Đặc biệt trường hợp: "Chả nghiên cứu nghiên kiếc gì hết thì dân Mèo ở vùng cao trăm đời nghìn đời cũng tự tìm được nước dùng. Vẽ vời quá... Chẳng qua, voi đú chó cũng chạy lồng quanh ấy mà."

Và: "Lúc lên dốc nó cứ đập thùm thụp vào bụng, lúc xuống dốc nó lại lủng lẳng trước mũi chân. Nông cứ phải lấy tay ôm khư khư như ông từ giữ ấn."

Nhưng thú vị nhất có lẽ là việc dùng nhiều lần một thành ngữ, tục ngữ trong nhiều tác phẩm, với những bối cảnh khác nhau. Điển hình hai thành ngữ "bói không ra, rà không thấy" nói về sự khan hiếm, tác giả đã dùng rất khác nhau trong các trường hợp cụ thể sau: "Năm thày tôi mười bảy thì trời làm đói kém. Khắp trong làng ngoài xã đều bói không ra, rà không thấy một hột tấm gọi là, khắp vùng Bắc Bộ và Bắc Trung Bộ cũng đều cùng quẫn." (*Chuyện làng*)

Trong một trường hợp khác, cũng nói về sự thiếu thốn, nhưng tác giả lại không dừng ở nguyên bản thành ngữ mà thêm cái thành phần bị thiếu (đồng tiền, bát gạo) trong xã hội lúc bấy giờ.

"Đời người chả biết thế nào, lúc bói không ra đồng tiền, rà không ra được bát gạo, có lúc lại rủng rỉnh đồng ra đồng vào..." (*Nửa tỉnh nửa quê*) Có những trường hợp Vũ Xuân Tửu còn mạnh dạn biến chất liệu dân gian từ một bài ca dao thành một câu văn thuần túy đầy ý vị. Câu văn vì thế cũng tạo được một ấn tượng độc đáo, thể hiện sự sáng tạo của tác giả trong vận dụng chất liệu dân gian. Từ bài ca dao:

Đến đây mận mới hỏi đào
Vườn hồng đã có ai vào hay chưa?
Mận hỏi thì đào xin thưa
Vườn hồng mở cửa nhưng chưa ai vào.

Nhà văn đã diễn ra thành "Anh em cũng biết bụng tôi rồi, trong vườn đã có chủ, không đón ai vào được nữa. Tôi sống chết với hồn người ấy thôi."

Với những sáng tạo rất mới mẻ, đa dạng về cách thức, phong phú về ý nghĩa, Vũ Xuân Tửu đã cho ta những trang văn vô cùng giản dị, gần gũi nhưng lại bắt kịp nhu cầu và xu thế của văn học giai đoạn mới. Có thể nói nhà văn Vũ Xuân Tửu là người có biệt tài sử dụng ngôn ngữ dân gian.

3.1.3. Nghệ thuật chơi chữ dân gian

Một kiểu dùng ngôn ngữ dân gian rất độc đáo mà ngòi bút Vũ Xuân Tửu có được nữa là kiểu nói lái, nói ngược. Đây là cách nói trong dân gian thường xuất hiện trong câu đố và lời nói hằng ngày nhằm tạo ra một không khí thoải mái, vui tươi sau những mệt nhọc. Ta cùng xem lời của cô gái và chàng trai đối đáp:

Con cá đối nằm trên cối đá
Mèo đuôi cụt nằm mút đuôi kèo

Anh mà đối được, dẫu nghèo cũng ưng
Con mỏ kiến đậu trong miếng cỏ
Chim vàng lông đáp dựa vồng lang
Anh đà đối đặng, e nàng vong ngôn.

Có những trường hợp dân gian chọn cách nói lái để tránh tục:

Anh đi về cẳng thấp cẳng cao
Em cũng mời anh vô hút thuốc ăn trầu
Kẻo thế gian lắm lời, nói ở "dồn lâu" mới về
Anh cũng muốn vô nhà, ghé hút thuốc ăn trầu
Nhưng sợ mai tê quan biết được, nói "dặt cầu" em leo.

Nói ngược cũng được tác giả dân gian thường dùng:

Ve vẻ vè ve
Cái vè nói ngược
Non cao đầy nước
Đáy biển đầy cây
Dưới đất lắm mây
Trên trời lắm cỏ
Người thì có mỏ
Chim thì có mồm
Thẳng như lưng tôm
Cong như cán cuốc...
(*Vè nói ngược*)

Trong văn học trung đại, bà chúa thơ Nôm Hồ Xuân Hương cũng rất hay sử dụng nghệ thuật nói lái trong thơ của mình để tạo ra phong cách rất độc đáo, phong cách Hồ Xuân Hương:

Thuyền từ cũng muốn về Tây Trúc
Trái gió cho nên phải lộn lèo".
(Kiếp tu hành - Hồ Xuân Hương)
Đang cơn nắng cực chửa mưa hè
Rủ chị em ra tát nước khe
(*Tát nước* - Hồ Xuân Hương).

Ngoài ra, những giai thoại về Trạng Quỳnh nói lái hay trong thời kì Pháp thuộc, kháng chiến đều có cả. Tiếp biến nghệ thuật chơi chữ trong dân gian, Vũ Xuân Tửu đã đưa vào những trang viết của mình kiểu nói lái rất sáng tạo, sinh động. Chẳng hạn: "Sa ăn xong cốc thứ ba, lấy giấy lau tay lau miệng, thấy chị vẫn chưa ăn xong, lại giục:

- Nhanh lên, về thôi, kẻo ông bà chờ.
- Ăn uống phải từ từ, khéo lại "quấn ra đài".
- Còn lâu nhé"

(*Nửa tỉnh nửa quê*).

Hay một trường hợp khác:

"Nông vê vê mấy đầu ngón tay, ra hiệu bảo:

- Tiên có khồng là không có tiền, anh có cho chịu thì quyết".

(*Nửa tỉnh nửa quê*).

Hoặc câu nói của Vạng khi kháo chuyện với Vân:

"- Nghiên cứu nước trời cho thì khác nào trò chơi...

- Anh Vạng chơi chữ cũng bợm ra phết."

(*Nửa tỉnh nửa quê*).

Thú vị nhất là ngay một thành ngữ tác giả cũng dùng lối chơi chữ dân gian tạo một thế câu rất đặc biệt. Nó không chỉ đảo ngược câu chữ mà còn làm cho nét nghĩa cũng ngược lại một cách rất hóm hỉnh, đáo để. Đó là trường hợp thành ngữ "khôn ba năm dại một giờ": "Thôi, cứ để cô ấy sinh con đẻ cái lấy người phục vụ kháng chiến trường kỳ. Người đời cứ dạy khôn đàn bà là khôn ba năm dại một giờ. Kỳ thực đối với cô Bản thì lại khác, cô dại ba năm khôn một giờ nên mới "Có tý chống gậy" lúc trăm tuổi già..."

Đưa kiểu nói lái, nói ngược vào sáng tác, Vũ Xuân Tửu đã đưa bạn đọc đến với những hiện thực rất đời thường, rất chân thật. Những điều rất giản dị, đơn sơ hằng ngày mà khi vào trang văn nó lại có một sức sống, sức cuốn hút mạnh mẽ. Đến đây, có thể khẳng định rằng, nhà văn Vũ Xuân Tửu là kho tàng của ngôn ngữ nông thôn. Những sáng tác của ông như một cuốn bách khoa về ngôn ngữ thôn quê, vừa gần gũi đằm thắm, vừa giản dị nghĩa tình, nhưng cũng vô cùng hiện đại. Nó đến với bạn đọc thật nhẹ nhàng, hồn nhiên như hơi thở cuộc đời.

3.2. Nghệ thuật xây dựng nhân vật

Văn học dân gian được nhân dân từ xa xưa sáng tác với nhiều mục đích. Có thể để giải thích một số hiện tượng huyền bí của tự nhiên mà lúc đó khoa học kĩ thuật chưa lí giải được. Có thể là những kinh nghiệm trong cuộc sống được nhiều thế hệ đúc kết lại lưu truyền cho đời sau. Có thể là những lời ca, bài hát, câu đố, điệu hò... để diễn xướng trong những lễ hội hoặc trong lao động sản xuất. Ngoài ra, tác giả dân gian còn thể hiện niềm mơ ước tới cuộc sống hạnh phúc, tốt đẹp, hướng tới quan niệm ở hiền gặp lành, ác giả ác báo. Chính vì quan niệm đó mà nhân vật trong văn

học dân gian thường được xây dựng theo hai tuyến chính diện và phản diện. Tuyến chính diện là những nhân vật đại diện cho cái thiện, cái tốt, cái cao cả còn tuyến phản diện đại diện cho cái ác, cái xấu, cái thấp hèn. Nội dung diễn biến cốt truyện sẽ là sự đấu tranh giữa hai tuyến nhân vật này. Để rồi qua bao gian nan thử thách, những nhân vật chính diện: thiện, tốt, cao cả sẽ dành phần thắng còn những nhân vật phản diện: ác, xấu, thấp hèn sẽ bị trừng trị thích đáng. Bàn về vấn đề này, nhà nghiên cứu Lê Trường Phát đã khẳn định: "Đặc điểm thi pháp xây dựng nhân vật của truyện cổ tích là: Các nhân vật chia làm hai tuyến thiện - ác, tốt- xấu rành mạch. Nhân vật tốt thì tốt đến lí tưởng, bất chấp mọi biến đổi của hoàn cảnh...

ngược lại, nhân vật xấu cũng xấu đến lí tưởng. Có thể nói đó là những nhân vật nguyên phiến, bất biến, đảm nhiệm chức năng làm biểu tượng cho hai hạng người nghèo - giàu, bị trị - thống trị, thiện - ác,...trong xã hội" (Lê Thường Phát, 2000). Điều này chúng ta có thể dễ dàng nhận thấy trong những tác phẩm tự sự dân gian. Những nhân vật chính diện như nhân vật người em trong *Ăn khế trả vàng*, nhân vật Tấm trong *Tấm Cám*, nhân vật anh Khoai trong *Cây tre trăm đốt*... Họ đều là những người nông dân chân lấm tay bùn, hiền lành chất phác, sống tình nghĩa, nhân hậu, chịu thương chịu khó, có tài, nhưng thường xuyên bị chèn ép, hãm hại. Còn những nhân vật phản diện như nhân vật người anh, nhân vật mẹ con Cám, nhân vật phú hộ... là những người ác độc, giàu có, gian xảo, luôn ghen ghét đố kỵ với người khác, tìm mọi cách hãm hại người để trục lợi về mình, thế nhưng kết cục cuối cùng những nhân vật này đều bị trừng trị thích đáng. Tiếp nhận kiểu nhân vật nhị tuyến thường gặp ở văn học dân gian, Vũ Xuân Tửu đã xây dựng nhân vật trong những sáng tác tự sự của mình một cách linh hoạt, đầy sáng tạo theo kiểu "bình cũ nhưng rượu mới".

3.2.1. Nhân vật bình dân

Nhân vật chính diện trong văn học dân gian thường là những người nông dân gần gũi đời thường, chịu thương chịu khó, nhân hậu thủy chung. Nhân vật trong sáng tác tự sự của Vũ Xuân Tửu cũng là những con người mang đặc điểm như vậy. Trong tiểu thuyết *Chuyện làng* tác giả xây dựng hàng loạt nhân vật như ông tôi, thầy tôi, ông bà Phác, anh chị Chuột, ông Ruộng, bác Nhân... Họ là những người nông dân hiền lành, mộc mạc, chất phác. Mộc mạc từ lời ăn tiếng nói, cách suy nghĩ cho tới hành động. Đặc biệt, bản chất của những người nông dân xưa là đức tính thương người, sống luôn theo đạo lí lá lành đùm lá rách, lá rách ít đùm lá rách nhiều. Mặc dù trong thời buổi kinh tế khó khăn, con trai ông bà Phác phải buôn ngược bán xuôi nay Nam Định mai Hà Nội mới chắt bóp được ít tiền gửi về cho ông bà đong gạo ăn qua ngày. Thế nhưng khi thấy đứa trẻ con hàng xóm đói rách ông cũng động lòng thương xót, ông sẵn sàng bớt phần ăn của mình để giúp đỡ chia sẻ cho nó: "Chiều sang, tao cho miếng cơm sốt" (*Chuyện làng*). Nghe ông Phác nói vậy, đứa trẻ đói rách tội nghiệp nhấp nhổm mong thời gian trôi nhanh để đến giờ ăn cơm chiều và sang nhà hàng xóm "ăn chực": "Phần bà bà ăn, phần tôi tôi nhường cho nó lưng vực, vị chi tôi cũng được lưng bát rồi" (*Chuyện làng*). Đạo lí thương người như thể thương thân của những người nông dân hiền lành chất phác tiếp tục được thể hiện qua hành động của đứa trẻ (nhân vật ông tôi - ông người kể chuyện). Ngay lúc đói khát như vậy, một đứa trẻ xin được bát cơm cám cũng không ngấu nghiến ăn ngay mà nó nghĩ đến bu nó (người mẹ tội nghiệp nếu không có miếng ăn có thể chết ngay nay mai thôi: "cô ấy chỉ đứt bữa hết hơi nay mai thôi. Nhà cô ấy chỉ mỗi mụn con. Thương người, người để phúc cho"), nó tính mang về cho bu nó một nắm: "Thày tôi rân rấn nước mắt vét bát cơm cám, định mang về cho bà nội tôi một nắm" (*Chuyện làng*). Người nông dân xưa thường sống tập trung theo làng, theo ấp. Chính vì thế những người trong cùng làng cùng xã họ rất yêu thương và đùm bọc nhau. Trong hoàn cảnh đói khổ, mặc dù chỉ trồng được một ít ngô còn non những họ vẫn sẵn sàng gọi nhau lại, mỗi người một việc: người thì đi ra ruộng bẻ ngô, người thì đi chuẩn bị nồi, người thì chuẩn bị rơm rạ để đun nấu: "Tôi thì cứ sờ đầu gối nói chân thật. Tiện có bố con anh cu đây, ông bà Phác đây, đói thì cũng đói rồi, no thì chưa tới. Nay có dịp đoàn viên thế này, sang tôi làm bữa ngô non nấu cháo... tôi đi kiếm cái đun. Bố con anh cu ra đồng bẻ mấy bắp, À mà mấy chục bắp vào. Xong rồi ta mời ông bà Phác" (*Chuyện làng*). Cái cảnh tượng bao nhiêu con người trong xóm nhấp nhổm quanh nồi cháo ngô non được tác giả tái hiện rất mộc mạc giản dị, họ hiện lên chân chất từ lời ăn, tiếng nói cho tới những điệu bộ, hành động, cử chỉ của những người nông dân thuần hậu:

"Ông khệ nệ bắc nồi lên bếp. Thày tôi đã hối hả chất rơm vào đun. Khói bốc lên cay xè. Ông ruộng vừa nheo nheo mắt tránh khói, vừa dòm nồi ngô xem bắc đã cân chưa. Mũi ông nháy ngược cả lên, thế mà ông không bận tâm, ông lắc lắc cái nồi xem có chắc ăn không và nhoẻn cười mãn nguyện. Thày tôi nuốt nước bọt gạ:

- Tôi đi lấy bát nhá?

- Gượm đã nào, chưa nóng nước đã đỏ gọng.

(...)

Nồi cháo ngô đã lịch xịch sôi. Ông Ruộng giục thày tôi:

- Thằng cu lấy cái đũa cả mà nguấy, kẻo bén đít nồi. Mà thôi, để tao làm. Mày như cái thằng hậu đậu, lật nồi thì rõ là miếng ăn đến mồm còn...

- Chả thấy đũa cả đâu sất.

- Thì bỏ lâu ngày cũng chẳng biết quẳng đâu. Thôi, lấy cái que cời cũng được.

- Ông Ruộng liều lấy cái que cời bếp, quệt quệt vào vạt áo làm phép, rồi khuấy nhẹ vào nồi cháo. Mùi ngô non bốc lên thơm phức, béo ngậy. Chả ai bảo ai mà cả ba người cùng nuốt nước bọt đánh ực một cái.

- Lấy bát đũa đi là vừa.

- Còn bà Phác với thày tôi nữa.

Thì để phần... Người làm không bực bằng người trực nồi cơm.

Người vừa thổi, vừa húp. Thày tôi làm một miếng to, bỏng cả lưỡi, rát cả họng. Ông Phác vừa cắm cúi húp cháo vừa dạy:

- Công nợ giả dần, cháo nóng húp quanh" (*Chuyện làng*).

Rõ ràng những người nông dân họ có thể nghèo tiền nghèo bạc chứ không bao giờ nghèo tình nghèo nghĩa. Đối với những nhà có ruộng ngô non như nhân vật ông Ruộng giữa lúc đói kém như vậy nếu như ông hà tiện, keo kẹt, bủn xỉn, ích kỉ, chỉ biết sống cho riêng mình thì với nồi cháo ngô đó gia đình ông có thể sống được cả tuần, thậm chí cả tháng. Tuy nhiên, ông không nghĩ ích kỉ như vậy, ông đã chia sẻ để mọi người trong xóm cùng có được miếng ăn qua ngày. Đây chính là đạo lí, châm ngôn sống của những người nông dân thuần hậu chất phác bao đời của dân tộc ta, họ luôn sẵn sàng tương thân, tương ái, nhường cơm sẻ áo vì một miếng khi đói bằng một gói khi no.

Ngoài những nhân vật chúng tôi vừa nêu và phân tích bên trên, còn rất nhiều những nhân vật đời thường, mộc mạc dung dị như nhân vật anh chân sào, bà chủ thuyền trong truyện ngắn *Người sông nước*; nhân vật Thỏ trong truyện ngắn *Một người đàn bà mấy đận mất tên*; nhân vật Nụ và Hộ trong truyện ngắn *Bí mật cuốn gia phả*; nhân vật bố mẹ Nông trong tiểu thuyết *Nửa tỉnh nửa quê*, hay nhân vật Khấu, Phái trong truyện ngắn *Chuyện ở bản Piát*... Tất cả những nhân vật này đều hiện lên mang đậm nét thôn quê, mộc mạc, chất phác, nhân hậu, thủy chung, tình nghĩa... những nhân vật này rất giống với tuyến nhân vật chính diện trong truyện cổ dân gian. Tuy nhiên những nhân vật gần gũi đời thường trong tác phẩm của Vũ Xuân Tửu có khác với những nhân vật chính diện trong văn học dân gian. Những nhân vật đời thường (chính diện) trong văn học dân gian luôn được xây dựng theo cùng một mô típ, một công thức để đáp ứng mong ước của nhân dân là ở hiền thì ắt sẽ gặp lành. Dù họ có trải qua những khó khăn thử thách thì cuối cùng vẫn được giúp đỡ, báo đáp và họ đều được hưởng cuộc sống hạnh phúc. Vũ Xuân Tửu đã tiếp nhận nhưng không rập khuôn những công thức xây dựng nhân vật trong văn học dân gian. Những nhân vật nông dân, gần gũi đời thường trong sáng tác của Vũ Xuân Tửu tuy họ là những người sống tình nghĩa, hiền lành, đạo đức nhưng không phải nhân vật nào cũng đến được bến bờ của hạnh phúc giống như trong văn học dân gian. Điển hình, người tốt như ông Ruộng trong tiểu thuyết *Chuyện làng* mặc dù ông rộng lòng với hàng xóm, sẵn sàng mời hàng xóm đến nhà bẻ ngô non nấu cháo rồi cùng ăn thế nhưng nghiệt ngã thay khi miếng cháo ngô non chưa xuôi khỏi cuống họng ông đã bị vỡ bụng mà chết. Đây là hiện trạng có thực trong xã hội những năm đói. Điều này đã được nhà văn Nam Cao phản ánh trong tác phẩm *Một bữa no*. Hình ảnh người bà hiện ra thật tội nghiệp khi lên thăm đứa cháu đang đi ở cho nhà bà phó Thụ. Trong cái sự hằn học xỉa xói của bà phó, bà cụ khốn khổ đã được cho ăn nhưng bà đã ăn quá no vì cả đời bà chắc chưa bao giờ được ăn một bữa no như vậy. Để rồi chỉ mấy ngày sau bà phải chết vì bữa ăn no đó: "Xế chiều hôm ấy, bà lão mới ra về được. Bà bảo: về muộn cho đỡ nắng. Thật ra thì bà tức bụng, không đi nổi... Bụng bà kêu ong óc như một cái lọ nước. Nó thẳng căng. Bà thở ì ạch... Luôn nửa tháng như vậy. Rồi bà chết. Bà phó Thụ nghe tin ấy, bảo: bà chết no" (*Một bữa no* - Nam Cao). Những người nông dân họ quá đói, quá thèm miếng ăn nên khi có miếng cơm, bát cháo để ăn, họ ăn nghiến ăn ngấu không biết no, ăn đến nỗi bị bội thực, nổ bụng mà chết.

Đây chính là hiện tượng no con bụng nhưng vẫn đói con mắt của một số người nông dân xưa:

"Ông Ruộng đứng dậy, nhưng không hiểu sao lại loạng choạng ngã bệt xuống. Nồi cháo ngô lật ụp, gio than bay lên mù mịt. Bỗng có tiếng súng nổ đánh đoàng một cái ở ngoài bờ đê. Ông Ruộng nằm vật ra, dãy đành đạch. Thày tôi hốt hoảng kêu lên:

- Ông Ruộng bị trúng đạn Tây rồi.

Ông Phác chạy bổ sang, thấy ông Ruộng bọt mép sùi ra, mắt trợn ngược, hơi trong ruột, nước trong bụng xì ra đũng quần ướt nhẹt và thối hoắc. Ông Phác hoảng sợ kêu to:

- Chết rồi! Bác Ruộng bị vỡ bồ bỉm rồi!

Ông Ruộng ợ lên một tiếng cuối cùng rồi chết thẳng cẳng. Ông Phác miệng méo xệch. Thầy tôi thẫn thờ như người mất hồn, rồi hoảng hốt thắt lại dải rút, sợ bụng mình cũng bị vỡ một cái thì... thôi xong." (*Chuyện làng*).

Ngoài nhân vật ông Ruộng còn nhân vật chị Thư (bà nhân vật tôi - người dẫn chuyện), bà Phác trong tiểu thuyết *Chuyện làng*; nhân vật anh chân sào, bà chủ thuyền trong truyện ngắn Người sông nước; nhân vật Huyền trong tiểu thuyết *Cõi mê*; nhân vật Mỷ trong truyện ngắn *Tiếng kèn lá trên đỉnh Mã Pì Lèng*... Tất cả họ đều là những người hiền lành, chịu thương chịu khó, tình cảm, thủy chung, giàu tình nghĩa nhưng kết cục của họ đều gặp những bất hạnh, trái ngang trong cuộc sống. Chị Thư, bà Phác, bà chủ thuyền, Huyền, Mỷ đều phải chết còn anh chân sào thì sống không bằng chết, ngày đêm ra ngẩn vào ngơ thương nhớ bà chủ thuyền. Rõ ràng, tuy những nhân vật bình dân ở đây họ đều hiện lên với những đặc điểm tính cách giống như những nhân vật nông dân hiền lành chất phác trong kho tàng văn học dân gian nhưng cuộc đời và số phận của họ thì không có được kết thúc có hậu tốt đẹp như trong những nhân vật dân gian. Mặc dù, nhà văn Vũ Xuân Tửu đã từng thổ lộ ông thương những nhân vật trong tác phẩm của mình, khi viết ông muốn họ có được kết thúc có hậu, nhưng dù muốn hay không hiện thực khách quan không phải lúc nào cũng chiều lòng người. Nhiều năm công tác trong ngành công an, có lẽ Vũ Xuân Tửu đã nghiệm ra một điều hơi phũ phàng của thực tế là không phải ai tốt, ai lương thiện, ai hiền lành cũng sẽ gặp được may mắn trong cuộc sống. Vì trong xã hội có rất nhiều người sống rất lương thiện, đạo đức, tử tế nhưng lại bị kẻ khác hãm hại, hoặc họ có thể bị tai nạn, bệnh tật, rủi ro... Đây chính là cái độc đáo khi xây dựng nhân vật trong những tác phẩm của Vũ Xuân Tửu. Nhà văn tiếp nhận thi pháp cũ nhưng làm mới nó trong sáng tác của mình khiến cho người đọc thấy rõ tính hiện đại trong tác phẩm của ông. Như chúng tôi đã nói, Vũ Xuân Tửu dùng "bình cũ" nhưng lại đựng "rượu mới".

Nói như vậy, không phải là nhà văn mất niềm tin hoàn toàn vào cái thiện, cái tốt đẹp, cái đạo đức trong cuộc sống. Thực tế những nhân vật hiền lành, chịu thương chịu khó trong những sáng tác tự sự của ông cũng có nhiều người được hưởng hạnh phúc. Điển hình như gia đình nhân vật Nông trong tiểu thuyết *Nửa tỉnh nửa quê*, sau rất nhiều cố gắng, bươn chải của cả gia đình từ nông thôn ra thành thị thì cuối cùng Nông cũng cưới được Lan - một cô gái thủ thư ngoan hiền, giàu tình cảm. Nông nghiên cứu và bảo vệ đề tài khoa học thành công, cũng mua được đất, xây được nhà ngoài thị trấn, ông bà Cần - bố mẹ của Nông cũng được sống an nhàn bên con cháu. Với yếu tố kỳ ảo của truyện dân gian, anh chân sào và bà chủ thuyền vẫn được gặp nhau trong tình yêu, trong cõi mộng ảo. Tương tự như vậy, Huyền và Đồng là hai người yêu nhau rất say đắm. Huyền chết đi nhưng hồn ma của Huyền luôn hiện về bên Đồng, cả hai cũng được hạnh phúc bên nhau ở *Cõi mê*. Trong truyện ngắn *Mồ hôi của đá*, Nậm dành cho Liềm tình yêu chân thành, chính vì thế khi Liềm bị bệnh, Nậm đã tìm đủ mọi cách để chữa bệnh cho Liềm. Tình cảm và sự chân thành của Nậm đã làm cảm động đến thần linh, chính vì thế thần Thành hoàng đã báo mộng và bày cách để Nậm chữa bệnh cho Liềm. Với niềm tin vào sự báo mộng của Thành hoàng và sự kiên trì, cuối cùng Nậm đã chữa khỏi bệnh cho Liềm và hai người được ở bên nhau hạnh phúc suốt đời trong giàu sang phú quý, con cái đề huề lớn khôn.

3.2.2. Nhân vật kỳ ảo

Như chúng tôi đã trình bày ở trên, những truyện kể dân gian thường được người xưa hư cấu ra để lí giải về những hiện tượng khó hiểu trong tự nhiên, hoặc họ gửi gắm những mơ ước, khát khao, niềm tin vào những nhân vật của mình. Chính vì những nhân vật của niềm tin, niềm mơ ước nên những nhân vật đó trong tâm thức của họ luôn có sức mạnh phi thường (Thạch Sanh, Thánh Gióng), luôn đại diện cho công lí, cho chính nghĩa (Ngọc Hoàng, Diêm Vương), luôn bảo vệ, giúp đỡ người nghèo, người lương thiện (ông Bụt, ông Tiên), luôn diệt trừ cái ác, cái xấu (thần Sấm, thần Sét,...). Muốn có được sức mạnh, bảo vệ được dân làng thì họ phải có những năng lực siêu nhiên, khác người. Chính vì thế tác giả dân gian mới hư cấu, gán cho họ những năng lực siêu nhiên kỳ ảo có thể biến đổi được mọi thứ. Đó là loại nhân vật kỳ ảo.

Thứ nhất, mô típ nhân vật ra đời kỳ lạ: Tiếp thu những đặc điểm của nhân vật trong thế giới truyện kể dân gian, Vũ Xuân Tửu đã xây dựng nhân vật trong những tác phẩm của mình rất đa dạng, sinh động. Ngoài những nhân vật gần gũi đời thường thì ông còn "phù phép" cho nhân vật của mình những yếu tố kỳ ảo để phục vụ ý đồ nghệ thuật của mình. Trong kho tàng truyện kể dân gian có những nhân vật ra đời kỳ lạ, khác thường, dị biệt như: Sọ Dừa trong truyện cổ tích *Sọ Dừa* (Mẹ Sọ Dừa đã ngoài năm mươi tuổi mà chưa có con, một hôm vào rừng bà khát nước, uống nước trong cái sọ người rồi về mang thai đẻ ra cục thịt tròn long lóc như cái sọ, bà đặt tên là Sọ Dừa); Thánh Gióng trong Truyền thuyết *Thánh Gióng* cũng có sự ra đời rất kỳ lạ, khác thường (Mẹ Gióng đi làm đồng thấy một nốt chân to bèn đưa chân vào ướm thử rồi về nhà mang thai, điều kỳ lạ hơn là bà mang thai Gióng mười hai tháng mới sinh ra Gióng, lên ba tuổi Gióng vẫn chưa biết nói, biết đi...). Mô típ ra đời kỳ lạ này cũng được nhà văn Vũ Xuân Tửu tiếp biến vào trong tác phẩm *Mồ hôi của đá*. Khi nhà vua và hoàng hậu không sinh được con trai thì Thành hoàng đã báo mộng cho hoàng hậu:

Muốn sinh hoàng tử nối ngôi
Ăn trầu vôi trắng đã tôi thơm lừng
(*Mồ hôi của đá*).

Cũng trong tác phẩm này, con gái của Nậm với Liềm tên Lan đã được mẹ mang thai mười hai tháng, giống với thời gian mẹ Thánh Gióng mang thai: "Mười hai tháng sau, Liềm sinh con gái. Ai cũng bảo chửa trâu. Đứa bé tuy kháu khỉnh, nhưng lại có tràng hoa cuốn cổ, đặt tên là Lan. Cả làng lo điềm gở. Nhưng có ông thầy phong thủy từ mạn ngược về qua, lại bảo điềm lành, mai này ắt hẳn mệnh phụ phu nhân" (*Mồ hôi của đá*). Với sự ra đời kỳ lạ của Sọ Dừa và Thánh Gióng tác giả dân gian như báo trước đây là những con người kỳ lạ và sau này sẽ trở thành những người tài giỏi giúp dân giúp nước. Tương tự như vậy, trong tác phẩm *Mồ hôi của đá*, hoàng hậu sinh ra hoàng tử khôi ngô tuấn tú còn Liềm sinh ra người con gái xinh đẹp để rồi mười sáu năm sau hoàng tử cưới Lan - con của Liềm với Nậm vào cung làm thái tử phi: "Bỗng một hôm có chàng hoàng tử về làng, nói là để tạ ơn người đã tiến vôi hoa lan, nên hoàng hậu đã sinh được chàng... Cô Lan đã thành thiếu nữ, thấy hoàng tử cỡi ngựa hồng về làng thì xốn xang trong lòng, tưởng như người trong mộng hiện về. Hoàng tử thấy Lan, tuy là con gái quê mùa, nhưng có dáng cao sang thì mừng lắm, cho rằng duyên trời đã định vậy. Sau ít bữa, cô Lan đã trở thành thái tử phi" (*Mồ hôi của đá*).

Thứ hai, mô típ nhân vật thần linh: Trong kho tàng truyện kể dân gian thường có một mô típ nhân vật đặc biệt, luôn luôn đứng về công lí, chính nghĩa giúp đỡ những người dân lương thiện, hiền lành và trừng trị kẻ ác đó là nhân vật ông Bụt, ông Tiên như trong truyện cổ tích *Cây tre trăm đốt* hay *Tấm Cám*... Tiếp biến mô típ này của tự sự dân gian, Vũ Xuân Tửu đã xây dựng những nhân vật như Thành hoàng, ông Yết Kiêu, Thánh Gióng, Đức Thánh Trần trong những tác phẩm của mình. Họ là những người được nhân dân tôn thờ, mỗi khi gặp khó khăn những người dân luôn tin tưởng những vị thần linh sẽ giúp đỡ họ, phù hộ cho họ. Như chúng tôi đã trình bày ở phần Tác giả, chương 1, Vũ Xuân Tửu từng chia sẻ: "Trước khi viết, tôi thường tắm, gội sạch sẽ, chọn giấy trắng, bút tốt. Sau khi tác phẩm được xuất bản, thường làm lễ tạ, đận túng bấn thì bày hoa quả, lúc có tí tiền thì biện đĩa xôi, thủ lợn, cốt sao thể hiện lòng thành của mình". Rõ ràng nhà văn rất có niềm tin vào thế giới tâm linh, chính vì thế trong những tác phẩm của mình nhà văn thường xuyên xây dựng những nhân vật kỳ ảo như các vị Thành hoàng. Có nhiều vị Thành hoàng chúng tôi đã trình bày và đưa dẫn chứng ở mục (2.3.1. Phong tục thờ thần Thành hoàng). Ở đây chúng tôi chỉ đi vào làm rõ thêm nhân vật Thành Hoàng trong truyện ngắn Mồ hôi của đá. Cũng gần giống như những nhân vật chức năng ông Bụt, ông Tiên trong tự sự dân gian, nhân vật Thành hoàng trong truyện ngắn *Mồ hôi của đá* cũng có một tấm lòng nhân từ như Tiên, như Bụt. Vị Thành hoàng của làng Cây Rơm chứng kiến tình cảm chân thành của Nậm dành cho Liềm, khi Nậm quyết tâm đi tìm mồ hôi của đá để về chữa bệnh cho Liềm: "Nậm chạy vạy thuốc thang cũng rạc cả người, mà Liềm không thuyên chuyển. Một bận, gặp thầy lang bảo, phải lấy mồ hôi của đá mà sắc thuốc, may ra mới kiến hiệu... Từ làng Cây Rơm đến núi mờ xanh, đi về cũng hết cả ngày đường. Cứ độ gà gáy canh tư, Nậm trở dậy thổi cơm để lại cho Liềm, rồi hớt cơm trên, nậy cơm cháy gói vào mo cau mang đi ăn trưa. Một thân một mình, trèo khắp núi cao, thung sâu, hết ngày này qua ngày khác mà vẫn không tìm thấy một giọt mồ hôi nào của đá" (*Mồ hôi của đá*). Thấy được Nậm là người tốt, hiền lành và yêu thương Liềm thật lòng nên Thành hoàng đã báo mộng cho Nậm lúc đêm khuya: "Đêm nọ, Nậm thấy thành hoàng từ đình hiện về báo mộng rằng:

Muốn tạc nên bát đá xanh
Đuôi xà trâu trắng dắt quanh chân đèo
Tìm nơi đỉnh núi cheo leo
Thấy đôi loan phượng đang gièo với nhau

Mỏm đá phải lấy cho mau
Kẻo con rắn trắng có mào bò ra

Nậm mừng rỡ, nhưng lại lo lắng hỏi:

- Con nghèo hèn thế vầy, vặt mũi chẳng đủ đút miệng, lấy đâu ra tiền mà tậu trâu lộc?

Thành hoàng lại mách nước:

Bát đá vỡ nung thành vôi
Chờ bà hoàng hậu, kíp thời hiến dâng
Thiên cơ, không kể lung tung
Kẻo kẻ xấu bụng nó bùng tay trên...
(*Mồ hôi của đá*)

Không chỉ báo mộng cho Nậm, Thành hoàng làng Cây Rơm còn báo mộng cho cả vị Hoàng hậu tốt bụng, nhân từ khi chưa có Hoàng tử nối ngôi: "Đêm ấy, thành hoàng lại hiện về báo mộng cho hoàng hậu:

Muốn sinh hoàng tử nối ngôi
Ăn trầu vôi trắng đã tôi thơm lừng...
(*Mồ hôi của đá*)

Ngoài Thành hoàng, Vũ Xuân Tửu còn nhắc đến những vị thần khác trong tín ngưỡng bách thần của dân gian như Thổ Công, Ngọc Hoàng, Thiên Lôi, phật Quan Âm,... Theo Trần Ngọc Thêm thì: "không làng nào không có Thành hoàng", đến năm 1572 triều đình đã giao cho Nguyễn Bính sưu tầm và soạn ra thần tích Thành hoàng của các làng để vua ban sắc phong thần... được phong thần là những vị có tên tuổi, tước vị rõ ràng, đó là những người có công lập ra làng xã, những anh hùng dân tộc từng sinh ra, sống hoặc mất đi ở làng" (Trần Ngọc Thêm, 1996). Có lẽ cũng đồng tình với nhận định của tác giả Trần Ngọc Thêm, nên Vũ Xuân Tửu đã không chọn nhân vật ông Bụt, với ông Tiên để làm nhân vật chức năng giúp đỡ Nậm với Liềm vì dường như trong tâm thức dân gian khi nói đến Bụt, đến Tiên nghe có vẻ huyền ảo hơn. Thay vào đó, Vũ Xuân Tửu thường xuyên nhắc đến nhân vật thần Thành hoàng và xây dựng thần Thành hoàng dựa trên những nhân vật lịch sử đã có công lớn với dân tộc như Yết Kiêu, Thánh Gióng, Đức Thánh Trần,... Từ đó, tạo cảm giác các vị thần ở thế giới tâm linh, đặc biệt là thần Thành hoàng gần gũi với con người hơn. Mà gần gũi hơn sẽ linh ứng hơn khi con cháu họ cầu xin ban phước ban lộc.

Thứ ba, kiểu nhân vật hóa thân: Nói đến ma quỷ, chắc hẳn ai cũng thấy khiếp sợ mặc dù khái niệm về ma quỷ cũng chưa thực sự rõ ràng. Ngày nay, khoa học cũng còn đang đi tìm hiểu, lí giải một số hiện tượng kỳ lạ ở dân gian. Trong tâm thức người Việt chúng ta thường quan niệm, những vị thần thánh linh thiêng, luôn phù hộ, giúp đỡ nhân dân thì gọi là thần linh, ngược lại là ma quỷ. Ngoài ra, dân gian còn quan niệm người chết đi còn có linh hồn (hồn ma „linh thiêng" - dùng khác với cách gọi ma quỷ). Trong kho tàng truyện kể dân gian những nhân vật hóa thân có rất nhiều, những nhân vật trong truyện dân gian sau khi chết thường biến hóa thành con vật, cỏ cây, đồ vật,... Điển hình như Tấm, khi bị mẹ con Cám hãm hại,

Tấm không chết mà biến hóa lần lượt thành chim Vàng Anh, rồi thành cây xoan đào, thành khung cửi rồi thành cây thị, thành quả thị rồi lại trở lại làm người, hay trong *Sự tích trầu cau*, sau khi hai anh em và người vợ của anh chết họ lần lượt biến thành tảng đá, cây cau và cây trầu quấn quanh cây cau. Hay trong *Lương Sơn Bá Trúc Anh Đài*, sau khi chết hai người biến thành hai con bướm hồ điệp... Tiếp nhận mô típ nhân vật này trong dân gian, Vũ Xuân Tửu đã cho yếu tố kỳ ảo vào trong những tác phẩm tự sự của mình, điển hình như nhân vật bà chủ thuyền trong truyện ngắn *Người sông nước*. Khi bà chết, sau khi được anh chân sào chôn dưới mảnh vườn, bên trên trồng hành thì linh hồn của bà vẫn hiện về báo mộng cho anh chân sào. Vườn hành bên trên mộ bà rất tươi tốt, khi anh chân sào cắt hành thả xuống sông thì bè hành không trôi đi, cứ quanh quẩn ở bến sông, ban ngày thì có con bươm bướm trắng, ban đêm thì có con đom đóm bay đậu trên luống hành: "Mấy luống hành tươi tốt lạ thường. Ngày ngày, có con bươm bướm trắng to như lá bàng, đậu trên luống hành mạn bắc. Đêm đêm có con đom đóm to như ngọn phong đăng, đậu trên luống hành bên nam. Người làng ai cũng bảo hành ma" (*Người sông nước*). Nhân vật Huyền trong tiểu thuyết *Cõi mê*, sau khi chết, Huyền vẫn luôn trở về bên Đồng - người yêu của mình. Hai người vẫn yêu, vẫn nô đùa, vẫn tắm, vẫn ân ái bên nhau rất hạnh phúc: "Y nắm lấy hai bàn tay lạnh giá của cô. Một bầy đom đóm từ đền Ba Khuôn bay xuống, lại có một con đom đóm rất to từ phía cây đa thành nhà Bầu bay sang. Cả đàn đom đóm quấn quýt vây quanh cô. Nom cô lộng lẫy giữa hào quang, như hoa hậu đang trong màn trình diễn trang phục áo tắm. Em đi đây, sếp cho đón em rồi. Bóng Huyền xa dần, nhạt nhòa trên sông nước" (*Cõi mê*). Với quan niệm trần sao âm vậy, các nhân vật trong những sáng tác tự sự của Vũ Xuân Tửu khi chết họ không mất đi mà họ hoặc là biến hóa thành các con vật như bươm bướm, đom đóm, muồm muỗm hay con chim lửa như bà chủ thuyền trong truyện ngắn *Người sông nước*... cũng có thể hình hài, dáng dấp, hơi thở, suy nghĩ của họ còn nguyên giống lúc còn sống như nhân vật Huyền trong tiểu thuyết *Cõi mê*. Hay biến thành gà như nhân vật người bà của Gái Con trong tiểu thuyết *Người Rừng*.

Như chúng tôi đã trình bày ở phần 2.2. Chất liệu dân gian trong cảm hứng tư tưởng. Cảm hứng chủ đạo trong những tác phẩm tự sự của tác giả là cảm hứng nhân đạo. Chính vì thế Vũ Xuân Tửu đã chọn cách xây dựng nhân vật kỳ ảo để thể hiện tư tưởng của mình. Với yếu tố kỳ ảo, những nhân vật bất hạnh trong tác phẩm của ông được thần linh giúp đỡ vượt qua khó khăn. Những nhân vật hiền lành, chất phác có tình cảm sâu sắc thì yếu tố kỳ ảo cho phép họ được tiếp tục sống với người họ yêu ở một cõi mê, cõi ảo. Điều này, ở những tác giả nhân đạo không chọn nghệ thuật xây dựng nhân vật kỳ ảo thì khó có thể bênh vực và cứu giúp nhân vật của mình trước nghịch cảnh được. Giống như Nam Cao, nhà văn hiện thực phê phán lớn của nền văn học Việt Nam, đồng thời là nhà nhân đạo sâu sắc. Ông viết Chí Phèo để tố cáo tội ác của xã hội thực dân nửa phong kiến, đồng thời bênh vực những người nông dân bị tầng lớp thống trị đẩy vào con đường tù tội, sau bảy tám năm đi tù về, anh thanh niên canh điền lực lưỡng giàu mơ ước ngày nào đã bị biến thành kẻ lưu manh. Với thủ đoạn mềm nắn rắn buông, lấy thằng đầu bò để trị những thằng đầu bò của Bá Kiến, hắn lại biến Chí trở thành con quỷ dữ của làng Vũ Đại. Để rồi sau bao năm triền miên trong cơn say, Chí tỉnh dậy, Chí được sự chăm sóc ân cần của Thi Nở, Chí muốn hoàn lương, Chí muốn trở lại làm người lương thiện nhưng không ai cho hắn lương thiện được nữa. Chắc hẳn viết đến đây, chứng kiến cảnh tượng Chí nằm giẫy đành đạch trên vũng máu Nam Cao cũng thương xót cho Chí lắm nhưng thực trạng của xã hội lúc bấy giờ những người như Chí không thể sống được vì Bá Kiến chết rồi nhưng còn Lý Cường - con trai của Bá Kiến, hắn còn hống hách và tàn ác hơn cụ Bá nữa kia. Nếu như chọn nghệ thuật xây dựng nhân vật kỳ ảo thì có lẽ nhà văn giàu lòng thương người như Nam Cao sẽ để Chí được hoàn lương và được sống hạnh phúc ở cõi mộng, cõi mê nào đó. Đây chính là ý nghĩa, tác dụng to lớn trong nghệ thuật xây dựng nhân vật kỳ ảo của Vũ Xuân Tửu.

3.2.3. Nhân vật có xuất xứ từ văn học dân gian

Khi nói đến truyện kể dân gian, chắc hẳn mỗi người chúng ta đều đã hơn một lần được nghe đến những nhân vật như: Ngọc hoàng, chú Cuội, chị Hằng, Kim Đồng, Ngọc Nữ, Thiên Lôi, thần Cây Đa, ma Cây Gạo, Thổ Công... Trong tâm thức của người Việt từ xa xưa, những vị thần linh được kể trên thường là những người đại diện cho đấng siêu nhiên. Họ được nhân dân cho là người của nhà trời, là những vị thần thánh linh thiêng luôn chăm lo, giúp đỡ nhân dân dưới hạ giới. Tuy nhiên, trong sáng tác tự sự của Vũ Xuân Tửu đã có những nét sáng tạo và khác biệt với tâm thức dân gian. Nếu như hệ thống nhân vật thần thánh kể trên trong những tác phẩm tự sự dân gian xuất hiện gần như riêng lẻ, mỗi nhân vật gắn với một câu truyện của dân gian thì Vũ Xuân Tửu đã khéo léo kết hợp, lồng ghép, xâu chuỗi những nhân vật riêng lẻ đó thành một hệ thống nhân vật lớp lang trong cùng một tác phẩm. Mỗi nhân vật đều có một vị trí nhất định. Trong tiểu thuyết *Người rừng*, hệ thống nhân vật siêu nhiên, kì ảo đồng loạt xuất hiện như Ngọc Hoàng, thần cây Da, Cuội, Hằng Nga, Tiên Đồng, Ngọc Nữ, Thổ Công... Những nhân vật này thường được tôn thờ trong dân gian vì họ đại diện cho công lí, cho chính nghĩa, cho thần linh. Họ luôn giúp đỡ nhân dân trong mọi lúc khó khăn. Tuy nhiên, ở đây họ lại được xây dựng đối lập hoàn toàn với tâm thức dân gian. Họ không còn là những đấng tối cao luôn bảo vệ giúp đỡ nhân dân nữa, ngược lại họ trở thành những người làm hại nhân dân, quấy nhiễu nhân dân.

Có thể nói với tiểu thuyết *Người rừng*, Vũ Xuân Tửu đã sử dụng giọng điệu giễu nhại, giải thiêng - yếu tố trong văn học hậu hiện đại để cho người đọc nhận thức lại, đối thoại lại với tâm thức xa xưa về thế giới thần linh, thế giới mà con người hằng mơ ước đạt đến và tâm niệm sau khi giã từ trần gian sẽ được về ở thế giới này. Theo niềm tin tôn giáo, thế giới trên trời là nơi bình yên nhất, không còn sự tranh đua, mưu toan, ích kỉ, làm hại lẫn nhau... chính vì thế mà nảy sinh hàng loạt quan niệm của Đông - Tây về chốn "bồng lai tiên cảnh" này. Theo đạo Phật, đây là cõi Niết bàn, là nơi dành cho Đức Phật và tất cả phật tử sống đạo đức, lương thiện nơi cõi trần. Với Thiên Chúa Giáo, nơi này được gọi là Thiên đàng, là nơi ngự trị của Chúa và các Thánh, các Thiên thần và con chiên ngoan đạo sống theo thánh ý của Thiên Chúa. Với tâm thức dân gian Việt Nam, thế giới Thần tiên là thế giới mà con người hằng mơ ước đến, hằng trông cậy sự ban ơn cứu giúp. Tâm thức "Ông Trời có mắt" hay "Ông trời có đức hiếu sinh" là xuất phát từ quan niệm này. Ở cõi thiên đường này, dân gian luôn tin tưởng vào tấm lòng "Bồ Tát", luôn ban ơn phúc, nâng đỡ con người... nên gần nhất trong văn học dân gian, những cô Tiên, ông Bụt... luôn đại diện thần linh để giúp đỡ con người. Những nhân vật thần tiên như Ngọc Hoàng, Thiên Lôi, Hằng Nga, Cuội, Thổ Công, Thần cây đa (có vùng gọi là Thần cây da),... đều là những Đấng linh thiêng luôn vì con người, thưởng phạt công bằng. Luật nhân quả trong tâm thức dân gian cũng bắt nguồn từ niềm tin này. Thế nhưng, với tiểu thuyết *Người Rừng*, Vũ Xuân Tửu đã miêu tả một thế giới thần linh hoàn toàn xa lạ, trái ngược hẳn với tâm thức của người dân Việt Nam. Một thế giới mà đầy rẫy những mưu mô, ích kỉ, làm hại nhau của các vị thần trên trời.

Trong dân gian vẫn có câu: "Thần cây đa, ma cây gạo, cú cáo cây đề", nên những cây này được thờ phụng và đem trồng ở các ngôi đình, miếu, chùa,... vì được xem là nơi ở của các Ngài. Hằng tháng, người dân vẫn hay đem lễ ra cúng để cầu xin phù hộ, giúp đỡ cho họ. Nhưng vợ chồng Mạc và Gái sống ở làng Cây Đa lại không được Thần độ trì, ngược lại thần còn là nguyên nhân, là thủ phạm đẩy gia đình của anh Mạc đến cảnh tan đàn xẻ nghé, tan nát cửa nhà và hàng loạt bất hạnh của cuộc đời. Thần cây Da luôn rình rập xem trộm chị Gái tắm, xem trộm cuộc ái ân của vợ chồng Mạc với tất cả sự thèm khát, ước ao thấp hèn. Một buổi chiều hai vợ chồng Mạc đang tắm cho nhau và có cuộc ái ân ngay gốc sân, Thần cây Da xem một cách say sưa. "Nói đoạn, thị dạn dĩ cởi áo cánh, lột váy vắt trên bờ dậu và giội nước ào ào, ra cái vẻ thỏa thê lắm. Chú Cuội vội kéo đám mây che mặt, lủng bủng: gớm thật!....kìa, thần Cây Da cũng đang cưỡi trên cành da như phi ngựa". Khi vợ chồng Mạc được ban cho hũ vàng, Thần cây Da đã suy nghĩ là "bọn này bạc" không biết điều và không cúng để cảm tạ Thần, mặc dù ơn này không do Thần cây Da ban cho. Chính vì vậy mà Thần đã đi tâu với Thần mưa gió và thông đồng làm hại Mạc bằng cách đổ mưa xuống cho nước cuốn trôi. "Thần Cây Da bị bẽ mặt trên thiên đình, lại thấy nhà Mạc vớ được hũ vàng mà không lễ tạ công thần trông nom bấy lâu thì tức lắm, bèn báo cho Thiên Lôi trả thù thay. Nhưng Thiên Lôi từ chối,....Thần Cây Da lại cầu thần Mây Mưa. Thần Mây Mưa lí sự:

- Tôi chả làm cái điều thất đức. Can cớ gì mà dìm chết người ta?

- Cùng là hàng thần mà chả giữ thể diện cho nhau, lại còn lên mặt bênh thứ dân thì được ăn vàng ăn bạc chắc, loạn đến nơi rồi. Từ rày, ông đừng vác mặt đến trú ở chốn tôi nữa nhá.

Thần Mây Mưa nghe vậy thì đâm hoảng, sợ sau này xuống hạ giới không có chỗ nương náu, bèn tặc lưỡi:

- Nhưng chỉ bận này nữa thôi nhé...

... Phút chốc, nước đã ngập bờ. Cu Mậm hoảng sợ, chạy ra bờ suối kêu gào thảm thiết... Mạc sợ hãi vội bơi sang đón con, thì một luồng nước tràn về như thác đổ, cuốn phăng đi". Mạc chết đi trở thành oan hồn không chốn dung thân. Một lần khác, khi Gái bị khỉ hiếp và uống phải nước miếng của thằng Cuội, Gái mang thai lạ, làng xóm gọi là chửa trâu vì mãi không chịu đẻ. Đến khi đẻ thì phải vật vã và bất ngờ cho cả làng là đứa bé sinh ra nửa người nửa khỉ. Thần cây Da đu ở thân cây quan sát rất say sưa những cảnh chị trần truồng, quằn quại,... đến khi đứa trẻ chào đời, Thần cũng giật mình rớt bịch xuống đất, may có Thổ công giúp kịp thời, nếu không là "mất mặt". "Váy áo cô rách tả tơi, thân thể lồ lộ như thể cởi truồng. Cái chỗ để cho con bú thì thây lẩy như hai quả bưởi. Cái chỗ để đẻ con cũng mưng mửng như đít trâu cái.... Bỗng cô kêu thét lên một tiếng, rung chuyển cả cây da....một đứa bé nom như con khỉ lao vọt ra giữa nhà. Tất cả chết lặng... Gái nhìn con, hốt hoảng mà ngất lịm đi... Chợt có tiếng gì rơi đánh bộp một cái ngoài gốc da. Nhưng mọi người ngoái ra, lại tịnh không thấy gì. Kể ra, người trần mắt thịt không thấy gì cũng phải. Đó chính là thần Cây Da, khi đang ngồi chồm hổm trên cành da, rình xem cảnh đẻ đái của người trần...lại thấy hài nhi là dòng giống thần Núi, thì thất kinh, ngã lộn cổ xuống đất. May mà Thổ Công kịp cứu, chứ không may để người trần nhìn thấy thì có mà đeo mo vào mặt".

Đến đây, có thể nhìn rõ trọn vẹn bộ mặt của vị "thần phụ mẫu" của người dân mà lâu nay con người vẫn tâm niệm một niềm tin tưởng tuyệt đối. Dưới ngòi bút Vũ Xuân Tửu, thế giới thần đã không còn linh thiêng, không còn đáng để người dân tin cậy. Một sự đổ vỡ thần tượng, sự đối thoại lại về Thần trong tâm thức dân gian. Hàng loạt câu nói, cách nói của các vị Thần thể hiện bản chất thấp hèn, xấu xa và là "kẻ thù" chứ không phải là đấng cứu độ loài người. Có thể lấy Hằng Nga với những lời nói và hành động của nàng, ta sẽ thấy mức độ "xuất thần" của một nét đẹp thần thánh trong tâm thức nhân loại. Khi bắt gặp Cuội đang nhìn vợ chồng Mạc với Gái lột đồ tắm chung dưới hạ giới thì: "Chị Hằng khúc khích cười: "Rồi vợ chú cũng chẳng kém đâu". Hay khi Cuội nhìn thấy cảnh Thiên lôi đánh tanh bành nhà Mạc và Gái dưới hạ giới, Cuội hốt hoảng gọi:

"- Chị Hằng à, chị Hằng ơi!

Chị Hằng tất tả chạy ra, thấy Cuội lật đật chỉ xuống làng Cây Da.

- À, tưởng gì...

- Chị biết à? Thế ông Nam Tào đã gạch sổ đâu, mà bắt cả nhà người ta tội chết?

- Chú bằng tâm hẵng. Vợ, con chú tiều phu vẫn sống đấy chứ. Chỉ có chú ta là xấu số thôi.

- Tầm sét nhầm à?

- Đâu có, thần Mây Mưa làm đấy chứ. Nhưng mà, đâu vào đấy cả rồi, trần gian còn có câu "lấm rửa, lệch kê". Chẳng nhẽ, nhà giời lại cứ nẻ nhau ra mà xử à? Chuyện thiên đình, chú còn lạ gì?"

Cuội vò đầu, bứt tai kêu trời. Chị Hằng tủm tỉm: "Sao bảo, chú phải lòng con mẹ tiều phu!". "Tôi sẽ tâu Ngọc Hoàng". "Chớ dại, vua ở xa, quan nha ở gần, chú sốt sắng quá, có khi mẹ con mụ tiều phu chết chẳng toàn thây. Mà phận chú, thương người rồi khó đến thân. Các thần không ưa là dưa có dòi đấy".

Trần thuật lộn trái có thể xem là lối trần thuật rất điển hình của dấu ấn hậu hiện đại, với cách trần thuật này, các nhân vật lột rõ cả nhân hình và nhân tính, không còn được che đậy hay giữ lại một hình hài thẩm mỹ mà hoàn toàn trần tục hóa. Chính vì vậy các nhân vật trong *Người rừng* dù là Ngọc Hoàng hay Thiên Lôi đi nữa thì lối sống, cách nghĩ, cuộc đời cũng bị tác giả phơi trần ra. Những thủ đoạn, hành động xấu xa, bao che đều được tác giả chỉ rõ tận nơi, không câu nệ. Ví như nhân vật Thổ Công: Khi quan tòa hỏi thì các vị thần bao che, đổ lỗi cho nhau và cùng nhau chối tội:

"- Thần Cây Da có biết không?

- Bẩm, thần chỉ biết việc quanh quẩn gốc da mà thôi. Đúng là khỉ đột có vào nhà thị Gái. Nhưng chuyện trong nhà xảy ra thế nào, thì lại thuộc lãnh địa của Thổ Công.

- Thổ Công?

- Bẩm, đúng là có chuyện như thế, nhưng do khỉ đột mò tới nhà thị Gái, chứ không phải chuyện ngược đời như cọc đi tìm trâu đâu.

- Thị Gái vào rừng với khỉ đột, ngài cũng không hay chăng?

- Bẩm, đấy là khu vực cai quản của thần Núi rồi.

- Thần Núi?

- Bẩm, việc này mãi sau bọn tiểu sơn thần mới báo lên. Ngày trước, thấy thị Gái gặp phận bạc, thần đã cho hổ càm lợn về nuôi dưỡng, không ngờ lại có cái con khỉ đột kia gây hoạ.

- Ngài không cai quản được nó sao?

- Bẩm, khỉ đột là giống bỏ bầy đàn, đi lang thang một mình. Luật nhà trời chỉ cho phép thần cai quản loài vật theo bầy đàn mà thôi.

Quan toà thở dài. Bọn ma nữ lại ồn ào cả lên: "Đồng đổ cho tướng, tướng đổ cho đồng". "Chuyện giường chiếu nhà người ta, thế mà cũng mang ra luận tội được"..."

Hay đoạn: "Việc dân làng Cây Da lập miếu thờ người rừng, đã được các bậc trưởng lão bẩm báo Thổ Công y cho, nhưng lại sơ xuất không bẩm thần Núi một câu. Thần Núi cho rằng, từ Ngọc Hoàng tới dân đen đều tỏ ý coi thường mình, lấy làm tức lắm, liền sai các tiểu sơn thần đóng hết các mạch nước lại. Thế là đất đai lại cằn khô, cỏ cây héo úa. Dân làng cầu miếu người rừng mấy buổi mà không linh nghiệm.

Lại nói, chuyện dân làng Cây Da cầu người rừng được trận mưa lớn, chẳng qua là Thần Mây Mưa ái ngại, vì trước kia nông nổi, nghe lời xúi bẩy mà gây tai hoạ cho tay tiều phu, nên mới rón tay làm phúc vậy thôi. Chứ một trận mưa, bất quá cũng chỉ làm mát lòng người, ướt cây cỏ mà thôi.

Từ trên thiên đình, Ngọc Hoàng thấy hạ giới đỏ ối cả một vùng, bèn cho triệu các thần lại hỏi. Chị Hằng tọc mạch mọi chuyện, mới tâu nguyên do như thế, như thế. Ngọc Hoàng bèn ban bổng lộc cho thần Núi, lại sai Thổ Công báo cho bô lão làng Cây Da tôn thờ thần Núi, kẻo về âm phủ cả lũ. Từ đấy, các mạch ngầm đều mở toang hoác, nước tuôn trào, cây cối xanh tươi, mùa màng bội thu, dân chúng no đủ" (*Người rừng*).

Thủ pháp "đánh bài ngửa" được vận dụng trong tác phẩm thể hiện một sự dũng cảm, một thể nghiệm đầy mạo hiểm. Sự đối lập giữa thế giới thần linh và thế giới loài vật qua tâm điểm là con người vô cùng hậu hiện đại. Trong tiểu thuyết Người rừng, nếu Thần linh là thủ phạm gây ra bao tang thương, chia lìa cho con người thì loài vật lại rất nhân hậu, rất "thần linh", con hổ vì thương hoàn cảnh vợ của Mạc bị góa bụa nên hàng đêm vẫn âm thầm bảo vệ căn nhà chị, không cho khỉ đột làm hại... Con khỉ cái trong rừng thì yêu thương, nuôi nấng cu Mậm - con của vợ chồng Mạc khi bị lạc vào rừng (lạc do thần Mưa làm hại)... ngược lại, Thần cây Da thừa biết hoàn cảnh của gia đình Mạc, trong đó có phần lỗi của ông nhưng ông hoàn toàn vô tâm, thậm chí là chối bỏ trách nhiệm đó. Rõ ràng ở đây, Vũ Xuân Tửu đã hạ bệ một thần tượng của dân gian đó là thế giới thần linh. Những nhân vật như Ngọc Hoàng, Thiên Lôi, Thần cây Da, Thổ Công,... là những vị thần được dân gian tôn thờ nay lại là những đối tượng gây ra những trắc trở cho nhân dân. Đây chính là nét mới, nét hiện đại thậm chí rất hậu hiện đại trong ngòi bút của Vũ Xuân Tửu. Với nghệ thuật phi thiêng trong xây dựng nhân vật, nhà văn đã lên án, phê phán những việc làm sai trái, trốn tránh trách nhiệm của một số người thuộc tầng lớp trên trong xã hội. Những người cậy chức, cậy quyền làm ảnh hưởng đến cuộc sống của nhân dân.

3.3. Không gian, thời gian nghệ thuật

3.3.1. Không gian làng quê đồng bằng và miền núi

Không gian và thời gian nghệ thuật là những mặt hiện thực khách quan, được phản ánh trong tác phẩm thông qua cái nhìn chủ quan của tác giả tạo thành thế giới nghệ thuật của tác phẩm đó. Trong các sáng tác dân gian, không gian nghệ thuật thường có hai loại là không gian trần thế và không gian kì ảo phi trần thế. Điều đáng chú ý "Không gian trần thế trong truyện cổ tích Việt Nam chủ yếu là không gian làng quê" (Lê Thường Phát, 2000). Ta có thể thấy không gian nghệ thuật trong những truyện cổ tích *Tấm Cám, Sọ Dừa, Cây tre trăm đốt*... hay trong ca dao không gian của nó cũng "là không gian bình dị của làng quê" (lời dùng của Nguyễn Xuân Kính) với cây đa, bến nước, sân đình, ngõ chùa, ao sen, cánh đồng, lũy tre... Vũ Xuân Tửu sinh ra và lớn lên ở làng quê nên ông là người am hiểu nông thôn đến từng chi tiết, ông có thể gọi được tên, công dụng... của mọi sự vật ở thôn quê. Tất cả những hình ảnh làng quê tạo thành một không gian sống bình dị, mộc mạc của các nhân vật vốn hiền lành chân chất trong tác phẩm của Vũ Xuân Tửu.

Văn học dân gian được hình thành trong cuộc sống thường ngày, trong lao động sản xuất, trong sinh hoạt của người dân xưa. Trong Văn học dân gian thường xuất hiện hai thế giới, đó là thế giới huyền ảo và thế giới đời thực. Nhưng tiếp điểm của văn học dân gian và văn học thành văn trong không gian nghệ thuật thường là thế giới đời thực, mà đời thực trong văn học dân gian là không gian của nông thôn, làng quê gần gũi, mộc mạc, gắn liền với cuộc sống của những người nông dân chân lấm tay bùn.

Qua những sáng tác tự sự của Vũ Xuân Tửu, chúng tôi thấy tác giả đã xây dựng không gian nghệ thuật mang đậm dấu ấn của không gian trong, văn học dân gian. Cụ thể đó là không gian nông thôn vùng đồng bằng, không gian nông thôn miền núi, không gian của miền quê sông nước. Đó là những không gian nghệ thuật quen thuộc của nền văn học truyền miệng.

- ***Không gian làng quê vùng đồng bằng***

Nhắc đến không gian làng quê vùng đồng bằng, chắc hẳn ai cũng nghĩ đến hình ảnh cây đa, giếng nước, sân đình, cánh cò, con đò, đàn trâu, cánh đồng lúa chín hay lũy tre làng,... những hình ảnh quen thuộc đó là chất liệu cho những điệu lý, câu hò câu hát từ ngàn xưa như:

Cái cò bay lả bay la,
Bay từ cửa phủ bay ra cánh đồng.

Hay:

Đứng bên ni đồng, ngó bên tê đồng, mênh mông bát ngát
Đứng bên tê đồng, ngó bên ni đồng, bát ngát mênh mông
Thân em như chẽn lúa đòng đòng,
Phất phơ dưới ngọn nắng hồng ban mai

Ngày nay, với tốc độ đô thị hóa nhanh chóng, những nhà máy, khu công nghiệp, khu chế xuất mọc lên khắp mọi nơi trong cả nước, tưởng chừng như những không gian thanh bình của làng quê đã đi vào quên lãng trong tâm hồn của chúng ta thì ở trang văn của Vũ Xuân Tửu những hình ảnh thanh bình, quen thuộc đó lại hiện lên sinh động, chân thực. Đó là không gian của làng quê nghèo với những mái nhà lợp rạ, vách đất xen lẫn những âm thanh đồng nội như tiếng cóc, tiếng ếch nhái hay tiếng muỗi vo ve, và hình ảnh những con đom đóm... trong tiểu thuyết *Chuyện làng*: "Trời đổ cơn mưa.... Mái rạ ngắn cũn cỡn, thánh thót nhỏ xuống sân những giọt vàng khè. Mùi ẩm mốc từ vách đất bốc lên nồng nồng. Con cóc nhảy qua lỗ ngạch cửa xuống sân, nghển cổ trừng trừng nhìn trời, cái cằm của nó mấp máy đầy vẻ oán hận... căn nhà trống huếch. La lá tối, muỗi vo ve từ ngoài vườn đổ vào nhà... đom đóm bay đầy sân". Trong tiểu thuyết *Hình bóng đàn bà* không gian đêm tối của làng quê: "Những con đom đóm đậu chi chít ngoài bờ ao, như dải ngân hà". Cũng trong tiểu thuyết này, không gian mặt ao làng vùng đồng bằng Bắc Bộ cũng được tái hiện với những hình ảnh rất gần gũi, quen thuộc: "In bóng rung rinh trên mặt ao, Mộc đang dùng bơi chèo nhỏ, chỉ nhỉnh hơn đũa cả, thong thả bơi thúng. Bè rau muống như đám mây xanh. Những chú cào cào non bay rào rào, trên đám mây xanh ấy, rồi lại bay sang đậu kín cả cạp thuyền,... Mấy chú bướm vàng bay chấp chới xung quanh. Những con cua thấy động, vội thụt vào mà". Không phải hình ảnh cánh đồng lúa chín như dân gian thường nghĩ về đồng quê, Vũ Xuân Tửu đi vào miêu tả hình ảnh ruộng ngô non đang vào mẩy để vẽ ra một không gian đồng quê thật đẹp và đầy tinh tế: "Cánh đồng ngô đang phơi màu.

Có đám lá ngô đã ngả màu vàng, cờ còn lúc lắc bao phấn, râu vẫn còn ong óng, bắp đã thây lẩy, nhưng bẹ vẫn còn xanh. Đó đây những cây ngô muộn đang thì phun râu. Những đám lá chua me đất xanh xanh giữa các rãnh luống và bờ ruộng." (*Chuyện làng*). Cảnh tượng cánh đồng quê thanh bình sau những vụ gặt lúa, đám trẻ con theo cha mẹ ra đồng đi mót những bông lúa còn sót về rang cốm phổng, đuổi bắt cào cào, muồm muỗm, bắt chim non làm tổ trên thân lúa, đốt lò hun bắt chuột đồng, lấy gốc rạ thổi kèn tò tí te... cũng được tác giả ghi chép lại rất thực: "Tôi ra ruộng, nhặt những bông lúa lép và bắt những chú muồm muỗm đầu nhọn, mỏ đỏ, cánh xanh để nướng vào những đống rơm rạ đang nghi ngút bốc khói ở góc ruộng. Ăn nhiều đến mức mồm miệng đen nhẻm, bụng anh ách mới buồn bã ra về. Đồng chiều, cuống rạ cao đến ngang bụng, chọc vào người nhặm ngứa mẩn đỏ cả da thịt. Tôi ngắt một cuống rạ to, lấy cọng cỏ may thông những cuộn giấy cô tiên nhét lòng cuống rạ, rồi ngậm vào mồm mà thổi. Tiếng kèn rạ của tôi thay lời tôi kể: Tò, tò, tò te..." (*Chuyện làng*). Đọc những trang văn này, chắc hẳn kí ức tuổi thơ của những người đã lớn lên sau lũy tre làng đều ùa về, sống mũi sẽ cay cay và ao ước những năm tháng tuổi thơ trở về để được nhẩm lại những bài hát đồng giao, được chơi những trò chơi dân gian của những ngày ấu thơ chưa biết ngắn biết dài, chưa biết lo toan tính toán. Trong tâm thức dân gian, đình làng là nơi rất gần gũi với đời sống sinh hoạt của nhân dân. Không biết từ bao giờ, trong khẩu ngữ dân gian hay khi ví von, so sánh, dân gian thường so sánh cái to lớn với cột đình: "to như cái cột đình"; "sừng sững như cái cột đình"... Ca dao than thân khi nói về thân phận của người phụ nữ phải chịu cảnh bất hạnh, bị vùi dập, phải sống kiếp vợ lẽ lấy chồng chung:

Thân em như cột đình trung,
Tay dơ cũng quẹt, tay phung cũng chùi.

Không gian đình làng cũng được nhà văn công an Vũ Xuân Tửu khéo léo đưa vào những trang viết của mình gắn liền với những trò chơi, tiếng cười của những đứa trẻ khi học chữ: "Cột đình bằng gỗ lim, chở bè từ xứ Thanh ra, cột to mấy đứa ôm mới xuể. Mực dính ra tay, chúng tôi quệt vào cột đình, rồi ôm vào cột mà xoay vòng quanh, nhờ vậy mà cái nào cũng bóng lòng lọng." (*Chuyện làng*). Được sinh ra và lớn lên ở vùng quê nghèo Ninh Bình, dường như nhà văn Vũ Xuân Tửu đã có rất nhiều kỉ niệm từ những trò chơi dân gian tưởng chừng như dơ bẩn, kỳ quái của tuổi thơ bên không gian đồng ruộng. Ở vùng đồng bằng Bắc Bộ mỗi khi đông về, cái rét đậm rét hại làm cho cá dưới nước lười bơi, chim trên trời cứng cánh thì cũng là lúc con người phải tìm và khoác lên mình đủ mọi lớp áo, thậm chí cả áo khoác bằng rơm bện lại, miễn sao mặc ấm. Trời rét là vậy nhưng những đứa trẻ con nhà nghèo vẫn phải lùa trâu ra đồng chăn trâu, cắt cỏ. Những lúc như vậy, những đứa trẻ vẫn tìm thấy niềm vui trên đồng ruộng. Chúng tụm năm, tụm bảy lại phân chia công việc, đứa thì đào lò, đứa thì kiếm rơm, kiếm củi, đứa thì đi móc cua, tìm lỗ chuột đồng để hun bắt ăn thịt. Trời rét quá thì mỗi đứa sẽ bện một cái bùi nhùi (rơm con cúi) để đốt thổi lửa giữ ấm, khi rơm không có những đứa trẻ tinh nghịch còn lấy cả cứt trâu khô để đốt. Hình ảnh đó, không gian đó được nhà văn Vũ Xuân Tửu đưa vào trong những trang văn đầy tự nhiên, sinh động: "Mùa đông. Gió sông thổi từng hơi dài. Gió đồng hun hút chân mây. Chúng tôi đi học, thủ tay vào bọc men theo chân đê, trông cứ như là bộ đội "đi khom cao". Vớ được bãi cứt trâu khô là cả lũ xúm vào giành giật mỗi đứa một miếng, rồi túm tụm xé vở làm nòm, đốt lên. Khi cứt trâu khô bén lửa, đứa nào đứa nấy khum khum hai bàn tay che gió, vừa đi vừa sưởi. Mùi cứt trâu khô gây gây, thơm thơm, khen khét" (*Chuyện làng*). Thậm chí tác giả còn làm thơ, làm đồng giao về ngọn lửa cứt trâu thuở hàn vi:

Tôi yêu làng tôi
Có cứt trâu khô
Cho tôi sưởi ấm
Mỗi khi đông về
(*Chuyện làng*)

Trong tiểu thuyết *Cõi mê*, nhà văn Vũ Xuân Tửu cũng gợi lại trò chơi chăn trâu, hun chuột đồng của lũ trẻ thôn quê: "Cả hai ngửa cổ lên trời, cười vang cả cánh đồng. Bọn trẻ chăn trâu đang vơ cỏ khô, hun hang chuột, khói bốc nghi ngút" (*Cõi mê*). Không gian làng quê vùng đồng bằng còn tiếp tục được nhà văn tái hiện qua những trò chơi dân gian gắn liền với tuổi thơ của những người lớn lên ở nơi nước mặn đồng chua: "Chúng tôi móc đất thó ở bờ sông, rồi kéo nhau túm tụm ở Tảng đá ông voi để nặn pháo. Những cái pháo đất hình vại, bé như cái nắp ấm, nhổ bọt vào, vét cho ngay thành mỏng đít thì càng nổ to. Tôi đặt ngửa cái pháo trên lòng bàn tay, miệng hô to: "Pháo lô, pháo lang cả làng chịu chưa?". Bọn trẻ con đồng thanh đáp: "Chịu". Tôi liền vung tay quật mạnh cái miệng pháo xuống lưng Tảng đá ông voi, nổ đánh bốp một cái, bùn đất bắn tung tóe. Thích, cứ có tiếng nổ là thích, đứa nào đứa nấy nhe răng, tít mắt mà cười, rồi lại vơ vào những mảnh đất vụn và lui cui nhào nặn lại." (*Chuyện làng*). Ngày nay, với sự phát triển của công nghệ thông tin cũng như sự phát triển của xã hội, những đứa trẻ lớn lên ngoài giờ học dường như chúng chỉ biết vùi đầu vào ti vi, máy tính, điện thoại cùng những thước phim kinh dị, khoa học viễn tưởng hoặc những trò chơi game đầy bạo lực mà dần quên đi những trò chơi dân gian mộc mạc, giản dị nhưng đầy sự khéo léo của trẻ thơ. Nhà văn Vũ Xuân Tửu đã chọn và đưa những trò chơi dân gian vào những tác phẩm của ông để người đọc có dịp được sống lại với kí ức tuổi thơ đầy vụng về, ngây dại, hồn nhiên nhưng cũng đậm đà bản sắc văn hóa của thôn quê một thời.

Không gian bến nước con đò bảng lảng trong buổi chiều hoàng hôn của vùng quê cũng được tác giả vẽ ra với những đường nét và màu sắc thật tinh tế, gần gũi: "Đàn chim bay về núi bao quanh thị xã. Dòng sông xanh êm đềm trôi và ánh lên lấp lóa dưới nắng chiều đang nhạt dần. Chuyến phà dào dạt chở khách qua sông. Những dãy nhà mái ngói lô xô quanh các tuyến đường" (*Nửa tỉnh nửa quê*).

- ***Không gian nông thôn miền núi***

Vũ Xuân Tửu thật may mắn khi được sống, tiếp xúc, tìm hiểu văn hóa của cả hai vùng nông thôn đồng bằng và miền núi. Chính vì thế, không gian nông thôn miền núi cũng đi vào những trang viết của tác giả rất tự nhiên. Không gian núi rừng hùng vĩ với những thác nước mát lạnh, những tán cây cao cành lá xum xuê, kết hợp với những màu sắc sặc sỡ của hoa, của lá hòa vào những âm thanh của chim chóc, muông thú ca hót thật sinh động: "Trời nắng chang chang, chúng tôi và bọn Trạch chạy vào khe núi. Khe núi mát lạnh, vẻ u u tịch tịch của núi rừng khiến chúng tôi vừa thích thú vừa sợ hãi" hay "Tôi ngước nhìn lên những thân cây cổ thụ cao vòi vọi, cành lá xum xuê, nắng chiếu qua kẽ lá như những rẻ quạt lấp loáng đầy hơi nước và bụi rừng. Tiếng chim hót lảnh lót trên đồi cao... Từng đàn bướm lượn rập rờn ngoài cửa rừng... Một bông hoa chuối rừng hiện ra đột ngột khoe sắc đỏ tươi. Những thân chuối rừng to hàng ôm không xuể. Những buồng chuối dài lúc lỉu những quả là quả" (*Chuyện làng*). Không gian núi rừng vào buổi bình minh đẹp như được dát bạc: "Hồng đông, mặt trời le lói trong sương mờ, làn sương đang tan chảy qua các khe núi, sườn đồi như dòng sông bạc" (*Chuyện làng*). Không gian núi rừng Việt Bắc khi chiều về hoặc đêm xuống được Vũ Xuân Tửu ghi chép tỉ mỉ qua những làn sương dày đặc: "Sương xuống dâng đầy đồi núi. Sương đổ ngập thung lũng, tràn cả vào nhà... Sương bay mù mịt trên suối, thoạt nhìn cứ tưởng nước suối đang réo sôi bốc khói." (*Chuyện làng*). Âm thanh quen thuộc của không gian núi rừng trên các bản làng như âm thanh của tiếng cối dã gạo bằng guồng quay sức nước được tái hiện nghe thật thú vị và tinh tế, đọc lên như có nhạc tính ở trong đó:

Bính Boong cụp cùm cụp cụp
Cụp cùm cụp bính boong boong...

Cái chày đứng, khi giã vào cum lúa nương có tiếng cụp, tiếng cùm, tiếng cum; khi nhấc lên đánh vào thành luống có tiếng bính, tiếng boong..." (*Chuyện làng*)

Trong tiểu thuyết *Nửa tỉnh nửa quê*, không gian nông thôn núi rừng được nhà văn miêu tả qua những đồi nương đầy sắc hoa: "Những vạt nương ngô, nương lanh lẫn trong đá xám. Những đám ruộng trồng cây thuốc phiện nở hoa xanh, hoa đỏ rực rỡ như cánh đồng hoa tuy-lip". Thiên nhiên núi rừng hùng vĩ nhưng cũng đầy nguy hiểm: "Hai bờ sông, rừng nứa bạt ngàn soi bóng xuống dòng sông, càng làm cho nước sông xanh hơn. Những đoạn sông hẹp, nước chảy xiết, thuyền phải đóng hai máy cùng đẩy, tiếng máy nổ reo vang, vọng vào vách núi nghe âm âm. Những chú khỉ nghe tiếng động chóe chóe gọi đàn, nhảy rối loạn trên cửa hang đá." (*Nửa tỉnh nửa quê*).

3.3.2. Thời gian tuyến tính

Theo *Từ điển thuật ngữ văn học*, thời gian nghệ thuật: "gắn liền với tổ chức bên trong của hình tượng nghệ thuật... thể hiện sự tự cảm thấy của con người trong thế giới" (Lê Bá Hán, 2010). Như vậy thời gian và không gian nghệ thuật là phương thức thể hiện sáng tạo của nhà văn. Thời gian trần thuật mặc dù rất dài, có thể là một tháng, một năm, vài năm hay cả cuộc đời nhưng tác giả thường lướt qua rất nhanh và chỉ lựa chọn những sự việc, biến cố mang tính điển hình để tạo nên tính cách nhân vật. Ngược lại, thời gian trần thuật dù rất ngắn, có khi vài ngày, có khi chỉ một ngày, và thậm chí một vài giờ nhưng lại được tác giả dày công xây dựng, miêu tả. Điều đó cho thấy rằng thời gian của đời sống hiện tại trong tác phẩm là cái mà nhà văn quan tâm nhất. Vì hiện tại có tốt tương lai mới sáng lạn. Trong các sáng tác của mình Vũ Xuân Tửu đã hướng đến một tương lai rất tươi sáng, nó là kết quả của cái hiện tại hôm nay.

Trong tác phẩm văn học thì thời gian một thế kỉ có thể trôi vèo nhưng cũng có khi "khắc giờ đằng đẵng như niên", nó hoàn toàn phụng sự cho ngòi bút của tác giả trong việc thể hiện tâm lý nhân vật và ý đồ nghệ thuật. Thời gian trong truyện dân gian thường được sắp xếp theo một trật tự tuyến tính, tự nhiên, cái gì diễn ra trước kể trước, cái gì diễn ra sau kể sau. Diễn biến truyện đi theo một trình tự lớp lang của mạch truyện: Khi kể về nhân vật Gióng trong Truyền thuyết Thánh Gióng dân gian kể: Đời Hùng Vương Thứ sáu, có một người đàn bà đã sáu mươi tuổi. Một hôm đi làm đồng bà ướm nốt chân vào vết chân rất to lớn, sau đó về nhà bà có thai. Bà sinh ra một đứa con trai đặt tên là Gióng, Gióng lên ba tuổi vẫn không biết nói, biết cười. Nhưng khi nghe sứ giả tìm người đánh giặc thì tự nhiên nói với mẹ mời sứ giả đến. Lúc đấy Gióng ăn bao nhiêu cũng không no, lớn nhanh như thổi trở thành người to lớn. Sau đó Gióng ra trận đánh giặc, khi đánh thắng giặc Ân, Gióng đã từ biệt mẹ già và quê hương rồi cả ngựa và người từ từ bay lên trời. Tiếp biến nghệ thuật thời gian trong tự sự dân gian, Vũ Xuân Tửu cũng xây dựng mạch truyện rất giống với văn học dân gian. Trong Tiểu thuyết *Chuyện làng*, diễn biến truyện diễn ra cũng theo trình tự thời gian tuyến tính tự nhiên như vậy. Sự việc nào diễn ra trước kể trước, sự việc nào diễn ra sau kể sau, tình tiết truyện không nhảy cóc, đảo lộn về trật tự thời gian như trong tác phẩm *Chí Phèo* của nhà văn Nam Cao. Trong tác phẩm *Chí Phèo*, thời gian, không gian luôn được đan xen, đảo lộn, khi thì hiện tại, khi thì tương lai, khi lại về quá khứ... Trong *Chuyện làng*, thời gian được bắt đầu:

"Thày tôi kể:

Năm thầy tôi mười ba tuổi thì trời làm đói kém. Khắp trong làng ngoài xã đều bói không ra, rà không thấy một hột tấm gọi là, khắp vùng Bắc Bộ và Bắc Trung Bộ cũng đều cùng quẫn..."

Thế rồi nhân vật kể chuyện kể lần lượt những sự việc diễn ra trong làng ngoài xã theo trình tự thời gian, diễn biến cốt truyện lần lượt được bóc tách theo thời gian tuyến tính từ quá khứ trở về hiện tại. Tương tự, trong tiểu thuyết *Nửa tỉnh nửa quê*, diễn biến truyện lần lượt diễn ra từ lúc Nông là một kỹ sư trẻ, vừa tốt nghiệp đại học, từ Hà Nội mới chuyển lên công tác tại vùng núi vắng vẻ yên tĩnh. Trên vùng đất mới Nông đã cố gắng nghiên cứu, làm việc rồi Nông lấy vợ, mua đất, xây nhà, sinh con, thăng chức... những sự việc cứ lần lượt được diễn ra theo đúng trật tự thời gian. Với cách xây dựng thời gian theo trật tự tuyến tính thường thấy trong tự sự dân gian, Vũ Xuân Tửu đã lần lượt từng bước dẫn dắt bạn đọc đi từ sự kiện này đến sự kiện khác một cách tự nhiên.

Trong tiểu thuyết *Người rừng*, Vũ Xuân Tửu cũng xây dựng diễn biến truyện theo trật tự thời gian tuyến tính. Tác giả đã trần thuật những sự kiện diễn ra trong cuộc sống của bốn thế hệ. Đầu tiên là hai vợ chồng Mạc và Gái sống hạnh phúc bằng nghề đốn củi ở làng Cây Da. Do Gái có nhan sắc nên đã bị các thần nhòm ngó, đến cả chú Cuội cũng mê, vì thế mới sinh ra họa. Một hôm vợ chồng Mạc mang theo người con trai là cu Mậm vào rừng đốn củi. Không may, người chồng bị thần Mây Mưa làm lũ cuốn trôi, cu Mậm bị lạc vào rừng còn Gái thì bị khỉ độc hành hạ. Thế rồi Gái sinh ra một đứa con gái nửa người nửa khỉ tên là Gái Con. Gái Con được bà ngoại nuôi dưỡng dần dần lớn lên. Cu Mậm - anh trai của Gái Con sau khi lạc vào rừng thì được khỉ cái nuôi dưỡng. Mậm lớn lên trở thành người rừng. Một ngày kia, Mậm đi kiếm ăn tình cờ gặp Gái Con. Cả hai không biết là anh em nên đã yêu nhau. Rồi Gái Con sinh đôi đặt tên là Kim Đồng và Ngọc Nữ. Thế rồi Ngọc Nữ lớn lên xinh đẹp nên Thiên Lôi phải lòng. Ngọc Nữ lại sinh ra năm đứa con... Cốt truyện cứ lần lượt diễn ra theo từng thế hệ. Cách kể này khá giống với diễn biến truyện trong dân gian. Tuy nhiên, tác giả đã trần thuật với giọng điệu giễu nhại, phi thiêng, hạ bệ thần linh nên người đọc vẫn bị lôi cuốn vào từng trang sách. Đây là điểm khác với truyện kể dân gian.

3.3.3. Thời gian phiếm chỉ

Văn học dân gian ra đời từ xa xưa, khi loài người chưa làm ra đồng hồ để đo đếm thời gian như ngày nay. Người Việt lại gắn liền với nghề nông, lệ thuộc hoàn toàn vào thiên nhiên nên việc đoán biết thời gian, tính toán để kịp thời vụ vô cùng quan trọng. Đặc biệt, họ nhìn dấu hiệu thiên nhiên để biết trước mưa bão để tránh thiệt hại. Chính vì thế, người xưa dùng kinh nghiệm quan sát thiên nhiên như nhìn trăng, nhìn sao, nghe gà gáy, nhìn nước lên, ve kêu, hoa nở, kiến bò, tia chớp... để nhận biết thời gian, ngay cả tính tuổi người ta cũng lấy mùa, con trăng để xác định... Vì vậy, thời gian mà người xưa dùng không thể xác định chính xác được, nó mang tính ước định, phiếm chỉ. Bởi thế, những cách nói thể hiện thời gian của dân gian thường là chung chung như: trời hừng đông, gà mới gáy, trời chập choạng, trăng đã xế, mặt trời ngang ngọn tre, đã hai con trăng... Những cách nói đó in đậm trong những tác phẩm văn học dân gian. Trong những câu truyện cổ tích thường bắt đầu bằng cụm từ "ngày xửa ngày xưa", hay "ngày xưa": "Ngày xửa ngày xưa, có hai chị em cùng cha khác mẹ, chị tên là Tấm, em tên là Cám..." (*Tấm Cám*); "Ngày xưa, có một anh nông phu nhà rất nghèo, phải đi ở cho một phú ông..." (*Cây tre trăm đốt*).

Thời gian dân gian trong truyện cổ tích chỉ ướm chừng, khoảng, khó xác định cụ thể như: một hôm, sáng hôm sau, đêm hôm ấy, gà gáy trở giấc, trăng đã lên trên ngọn tre... trong văn học dân gian, còn có rất nhiều câu tục ngữ chỉ kinh nghiệm về thời tiết mà cha ông ta để lại như: "tháng bảy kiến bò lại lo trời lụt"; "chớp đông nhay nháy, gà gáy thì mưa"; "trăng quầng thì hạn, trăng tán thì mưa"; "chuồn chuồn bay thấp thì mưa, bay cao thì nắng, bay vừa thì râm"... Nó là một phần trong đời sống của người dân Việt xưa.

Trong các sáng tác tự sự của Vũ Xuân Tửu, ta dễ dàng bắt gặp những từ ngữ chỉ thời gian giống như trong truyện kể dân gian, đời sống dân gian: "Bữa nay, mới nhá nhem tối, mà thằng cu Mậm đã ngủ lăn ngủ lóc ở góc giường... Một bận, hai vợ chồng đi bán củi về,... đêm hôm ấy, vợ chồng cái con đang ngủ, chợt nghe có tiếng chân người rậm rịch sau bức vách... Trời hừng đông, lũ người vây quanh nhà bắt đầu húng hắng ho" (*Người rừng*). Trong tiểu thuyết *Chuyện làng*, mở đầu tiểu thuyết, nhà văn sử dụng những từ chỉ thời gian khiến người đọc có cảm giác rất gần gũi, dân dã: "Thày tôi kể: Năm thày tôi mười ba tuổi thì trời làm đói kém" hay: "Đào từ xâm xẩm tối hôm trước, đến hồng đông hôm sau thì xong" (*Chuyện Làng*). Những cụm từ: "Xâm xẩm tối" và "hồng đông" là những cụm từ chỉ thời gian được tác giả dùng rất nhiều trong các trang viết. Trong truyện ngắn *Chuyện ở bản Piát*, tác giả dùng những từ, cụm từ chỉ thời gian: Sáng sáng; mỗi khi; hồi ở làng; hồi ấy; chiều chiều; một hôm; hồi lâu; một chiều; năm sau; lần ấy; bây giờ; ban đêm. Truyện chỉ khoảng mười trang sách, mà tác giả đã dùng tới hơn mười lần những cụm từ chỉ thời gian như vậy.

Đến đây, có thể nhận định rằng, Vũ Xuân Tửu đã thẩm thấu chất dân gian trong đời sống nông thôn vô cùng tinh tế. Tác giả không phải là người đầu tiên dùng thời gian phiếm chỉ vào sáng tác, nhưng cái biệt tài của tác giả là thời gian trong tác phẩm luôn gắn với những không gian rất làng quê. Những con người cũng từ đó mà thêm giản dị, đậm đà bản sắc. Thời gian trong các sáng tác tự sự nó lặng lẽ êm đềm trôi đi, không vội vã, không xô bồ mà thật nhẹ nhàng. Nó làm cho người đọc cảm giác cuộc sống nơi đây thật bình yên, êm ả. Đó không chỉ là hiện thực trong tác phẩm mà nó còn là cái hiện thực cuộc sống, nơi những thôn làng, đồng quê đậm nghĩa tình.

3.4. Tiểu kết chương 3

Đến đây, chúng tôi có thể khẳng định Vũ Xuân Tửu đã tiếp nhận sâu sắc thi pháp trong văn học dân gian, từ đó ông vận dụng và cải biến linh hoạt, sáng tạo trong những tác phẩm của mình. Từ kho ngôn ngữ đến cách xây dựng nhân vật cho tới không gian thời gian trong những tác phẩm của ông đều nhuốm màu sắc dân gian.

Mỗi khi đọc những sáng tác tự sự của ông, người đọc như được trở về với kí ức tuổi thơ, với những ai đã từng sống và lớn lên ở nông thôn. Còn đối với những bạn đọc lớn lên ở thành thị thì những tác phẩm sẽ giúp họ có cái nhìn về bức tranh nông thôn miền quê Việt Nam ở cả đồng bằng Sông Hồng và vùng núi rừng Việt Bắc. Từ đó giúp họ phần nào hiểu được đặc điểm của những con người thôn quê, mộc mạc chất phác từ lời ăn tiếng nói đến những không gian làng quê yên ả, thanh bình.

Vũ Xuân Tửu không sử dụng rập khuôn những thi pháp quen thuộc của văn học dân gian vào trong những tác phẩm của mình. Những câu tục ngữ, khẩu ngữ, thành ngữ, quán ngữ, ca dao, hò, vè... trong dân gian được tác giả tiếp thu và vận dụng linh hoạt, sáng tạo vào trong tác phẩm. Nó khiến người đọc có cảm giác quen với ngôn ngữ dân dã đời thường nhưng không thấy chán. Thậm chí với cách sử dụng độc đáo của ông, mỗi trang văn như có sức lôi cuốn người đọc. Từng bối cảnh cụ thể ý nghĩa của những thành ngữ, tục ngữ lại có những ý nghĩa sắc thái khác nhau. Đây có thể tạm hiểu là nghệ thuật diễn xướng của văn học dân gian. Không chỉ vận dụng sáng tạo ngôn ngữ của văn học dân gian, Vũ Xuân Tửu còn vận dụng linh hoạt nghệ thuật xây dựng nhân vật trong văn học dân gian.

Tuy nhiên, tác giả đã không đi theo mô típ xây dựng nhân vật của dân gian thiện luôn thắng ác, ở hiền luôn gặp lành, thần tiên luôn thiện, luôn giúp đỡ con người. Ở đây, Vũ Xuân Tửu đã kết hợp với yếu tố phi thiêng hóa nhân vật trong văn học Hậu hiện đại để giễu nhại, chê bai, tố cáo những nhân vật "đội lốt thần" trong tác phẩm. Từ đó ông tố cáo cái xấu, cái ác bảo vệ cái thiện, cái đạo đức. Với việc tiếp biến thi pháp của những sáng tác dân gian vào trong các tác phẩm của mình, Vũ Xuân Tửu đã làm đa dạng nền văn học hiện đại. Từ đó, ông còn góp phần bảo tồn những nét đẹp về văn hóa dân gian đang dần bị mai một ở xã hội hiện đại đương thời.

KẾT LUẬN

Có thể nói, hầu như nhà văn nào cũng đều tiếp biến những chất liệu dân gian vào trong sáng tác của mình. Phụ thuộc vào nhiều yếu tố chủ quan, khách quan mà sự tiếp biến của họ trong những tác phẩm có độ đậm nhạt khác nhau. Chúng tôi nhận thấy chất liệu dân gian trong tác phẩm tự sự của Vũ Xuân Tửu khá đậm, làm nên giá trị tác phẩm và tầm vóc của nhà văn trên văn đàn. Vì thế, chúng tôi đi vào tìm hiểu, nghiên cứu đề tài này. Sau khi nghiên cứu, phân tích cụ thể những tiếp biến của chất liệu dân gian trong sáng tác của Vũ Xuân Tửu cả về mặt nội dung và nghệ thuật, chúng tôi rút ra một số nhận định sau:

1. Văn hóa dân gian và văn học viết có mối quan hệ chặt chẽ, hữu cơ, là quy luật phát triển của mọi nền văn học trên thế giới. Nó diễn ra hai chiều và ảnh hưởng qua lại, làm phong phú cho cả hai nền văn học. Ở công trình này, chúng tôi chỉ xét việc ảnh hưởng của văn hóa dân gian đến văn học viết qua những sáng tác tự sự của nhà văn Vũ Xuân Tửu. Những thành tố của văn hóa dân gian từ cảm hứng tư tưởng, đề tài chủ đề, và cả những nét thi pháp dân gian được tác giả tiếp thu, làm thành chất liệu trong những sáng tác của mình. Đây là con đường không còn mới mẻ nhưng ý nghĩa của nó lại vô cùng lớn lao. Nó không chỉ giúp cho tác phẩm có bề dày văn hóa mà nó còn làm cho những nét văn hóa ngày càng thêm tốt đẹp.

2. Từ thực tế lịch sử nền văn học nước nhà và cả văn học thế giới đã chứng minh con đường trở về văn hóa dân gian có rất nhiều triển vọng. Các tác phẩm như *Truyện Kiều* - Nguyễn Du; *Chinh phụ ngâm* - Đặng Trần Côn, Đoàn Thị Điểm; *Bình Ngô đại cáo* - Nguyễn Trãi; sự nghiệp văn thơ của Hồ Chí Minh; *Đất nước* - Nguyễn Khoa Điềm; sự nghiệp thơ ca của nhà thơ Tố Hữu... đã trường tồn cùng năm tháng trong lịch sử văn học. Đó là vì nó mang trong mình những nét văn hóa truyền thống dân tộc. Hiện thực đó là bài học quý giá cho các nhà văn hôm nay tiếp bước. Cũng vậy, các sáng tác tự sự của Vũ Xuân Tửu mang nhiều màu sắc của văn hóa, đặc biệt là văn hóa dân gian. Đây không chỉ là tiếp biến có tính quy luật mà là một sự tiếp thu chủ động, có dụng ý nghệ thuật của tác giả (theo lời chia sẻ của tác giả).

3. Có những ý kiến lầm tưởng khi cho rằng trở về với văn hóa dân gian, dùng chất liệu dân gian vào trong sáng tác là lối mòn xưa cũ, thiếu tính sáng tạo. Nhưng đó là những suy nghĩ sai lầm, thiển cận. Thực tế lịch sử văn học đã chứng minh, những tác gia văn học lớn đều là những nhà văn hóa lớn, họ luôn tìm tòi những

giá trị thẩm mĩ từ trong các yếu tố dân gian để làm nên những sáng tác của mình. Đó là những tác phẩm nổi tiếng, mang đậm dấu ấn văn hóa, văn học dân gian. Trong sáng tác tự sự của Vũ Xuân Tửu, nhà văn đã vận dụng cảm hứng nhân đạo trong nền văn học truyền miệng tạo thành kim chỉ nam cho ngòi bút của mình. Cảm hứng đó lần lượt đưa tác giả đến với những đề tài, chủ đề gần gũi với nông thôn. Từ chuyện sinh hoạt hằng ngày như cái ăn, cái mặc cho đến những phong tục tập quán, lễ nghi trong tín ngưỡng của người dân quê Việt Nam đi vào trang văn của ông vô cùng sinh động, như hiện thực cuộc sống.

4. Song song với những thành tựu về mặt nội dụng, những sáng tác của Vũ Xuân Tửu còn có những nét độc đáo về mặt nghệ thuật. Viết văn trong giai đoạn đất nước đang trên con đường hiện đại hóa, nhà văn Vũ Xuân Tửu đã tiếp biến những nét thi pháp trong văn học dân gian, đưa người đọc đến với một không gian nghệ thuật rất dân dã, gần gũi. Những nét thi pháp của dân gian từ việc sử dụng ngôn ngữ bình dân với hàng loạt khẩu ngữ, thành ngữ, tục ngữ đến phương pháp xây dựng nhân vật, cả những cách chơi chữ cũng được tác giả vận dụng vào sáng tác. Đọc tác phẩm của Vũ Xuân Tửu, những nhân vật hiện ra mang dáng dấp của những người nông dân chân lấm tay bùn, cũng có những nhân vật bước ra từ huyền thoại. Họ nói tiếng nói của làng quê, sống trong một không gian nông thôn đậm nghĩa trọn tình. Họ trăn trở những nỗi lo, những toan tính hết sức đời thường. Tất cả đều được Vũ Xuân Tửu dụng công xây dựng và thổi vào đó cái hơi ấm của văn hóa dân tộc.

5. Tiếp nhận những chất liệu dân gian để xây dựng nên những tác phẩm của mình, Vũ Xuân Tửu đã góp phần bảo tồn và phát huy những nét văn hóa dân gian. Đặc biệt là văn hóa của người dân vùng cao, của đồng bào dân tộc ít người ở Trung du miền núi phía Bắc. Những trang văn của ông vì thế đã trở thành nơi lưu giữ những nét đẹp truyền thống, đưa người đọc đến những miền đất xa của tổ quốc mà họ chưa từng biết đến. Xích con người đến gần nhau hơn.

6. Đến với những tác phẩm tự sự của Vũ Xuân Tửu, chúng tôi không chỉ thấy những chất liệu dân gian in đậm trên những trang văn mà chúng tôi còn phát hiện những kỹ thuật viết mang màu sắc hậu hiện đại. Cụ thể là những yếu tố như liên văn bản, yếu tố phi thiêng, giọng điệu giễu nhại, thiên tính nữ... rất đậm nét. Điều đó chứng tỏ nhà văn có khả năng kết nối cái cũ và cái mới, chuyện xưa và chuyện nay, truyền thống và hiện đại. Nhà văn đã góp phần làm mới diện mạo nền văn học miền núi phía Bắc nói riêng và nền văn học nước nhà nói chung. Những nét mới về hậu hiện đại rất thú vị còn bỏ ngỏ, là nguồn tài nguyên giàu có hứa hẹn nhiều công trình nghiên cứu có giá trị về tác giả mà trong luận văn này chúng tôi chưa có dịp nói đến.

7. Hy vọng qua luận văn này, chúng tôi sẽ giúp cho bạn đọc một cái nhìn mới về nhà văn Vũ Xuân Tửu, tiếp nhận tác phẩm dưới giác độ văn hóa. Đây là một phương pháp nghiên cứu có ý nghĩa lớn trong học thuật, phê bình, nghiên cứu và đặc biệt là giảng dạy văn học trong nhà trường.

Phần thứ ba
Tham luận văn chương của Vũ Xuân Tửu

MỘT SỐ SUY NGHĨ VỀ VẤN ĐỀ: "NÂNG CAO TÍNH CHUYÊN NGHIỆP CỦA VĂN HỌC"

(Hội thảo "Nâng cao tính chuyên nghiệp của văn học", Khu vực nhà văn các tỉnh phía Bắc, tại thành phố Ninh Bình, ngày 13/10/2008).

1. Tính chuyên nghiệp của văn học là gì?

Theo tôi hiểu, ở đây, không đề cập đến sự chuyên nghiệp của nhà văn theo kiểu hành chính, mà là muốn nói đến lao động kết tinh của nhà văn trong tác phẩm.

Bởi, nếu hiểu theo nghĩa của từ chuyên nghiệp trong từ điển Tiếng Việt, thì Nguyên Hồng khi viết *Bỉ vỏ* còn phải kiếm cơm ăn và Trần Đăng Khoa khi viết *Từ góc sân nhà em* còn đang học trường làng. Nhưng những tác phẩm viết ra, qua trải nghiệm của thời gian, thì thấy tính chuyên nghiệp rất cao.

Như vậy, tính chuyên nghiệp của văn học chính là sự sáng tạo ra tác phẩm có giá trị, có độ bền cao và được nhiều người sử dụng.

2. Thế nào là tác phẩm văn học thể hiện tính chuyên nghiệp?

- Tác phẩm phản ánh được vấn đề xã hội và con người đáng được quan tâm, lập tức, nó thu hút được sự quan tâm của xã hội. (Ví dụ, như hai tác phẩm nêu trên, trong thời chiến tranh và ngày nay là tác phẩm *Cánh đồng bất tận* của Nguyễn Ngọc Tư.

- Tác phẩm phải có tính tư tưởng và triết học sâu sắc. Đọc nó, người ta đồng cảm và được khơi dậy một tư duy, một hành động, cảm thấy bị xốc, cháy lên và âm ỉ mãi. (Ví dụ, như truyện ngắn của Nguyễn Huy Thiệp và tiểu thuyết *Nỗi buồn chiến tranh* của Bảo Ninh).

- Về kỹ thuật, ngôn ngữ phải đạt chuẩn, để người đọc thưởng thức, chiêm nghiệm, soi vào đó có thể học được cách biểu hiện, tư duy.

Tuy nhiên, không phải tất cả các tác phẩm lớn đều đạt chuẩn, nhưng vẫn có thể coi là tính chuyên nghiệp cao. Chẳng hạn, tiểu thuyết *Chiến tranh và hòa bình* của Lép Tôn-xtôi (Lev Tolstoy), có hơn năm trăm nhân vật, nhưng nhiều nhân vật bị lẫn lộn, hoặc như trong *Bỉ vỏ*, việc hôn nhân giữa những tên cẩm và gái điếm có điều bất hợp lí, nhưng vẫn được chấp nhận, vì nó phản ánh vấn đề xã hội. Tôi thiển nghĩ, những viên ngọc văn chương thường vẫn có tì vết, nhưng không lấy đó mà hạ thấp giá trị tác phẩm.

3. Làm thế nào để nâng cao tính chuyên nghiệp của văn học?

- Sự đam mê sáng tạo của mỗi nhà văn. Nhà văn phải có sự đắm đuối với nghề thì tác phẩm mới có hồn. Nếu không, tác phẩm viết ra sẽ khô cứng, thiếu sự mặn mà.

- Bên cạnh sự đam mê là phải có bản lĩnh. Nhà văn có bản lĩnh thì mới độc lập suy nghĩ, sáng tạo và dám chịu trách nhiệm về tác phẩm. Không có bản lĩnh, thì sáng tác của nhà văn dễ bị theo kiểu xu thời. Nhưng, một khi có bản lĩnh sáng tạo ra các tác phẩm có tiếng vang lớn, lại thường phải trả giá bằng chính cuộc đời. Và, nếu xã hội không minh bạch, thì còn lụy đến cả người thân. (Nhà văn Kim Lân gọi là bị "om").

- Cùng với sự đam mê, bản lĩnh thì phải có tài năng. Nhà văn không có tài năng về văn chương, thì tác phẩm khó có thể đạt tính chuyên nghiệp, mà chỉ là những trang viết thông thường, ai có chút năng khiếu, hoặc chịu khó là cũng có thể viết ra được như vậy.

Tuy nhiên, có chút năng khiếu, nếu đam mê và có bản lĩnh dấn thân thì cũng có thể sáng tác nên tấm nên miếng. Đó là sự chuyên cần và ham học hỏi. Trong cuốn *Thế giới phẳng*, Tô-mát Frét-man (Thomas Friedman) đưa ra một công thức: CQ + PQ > IQ

trong đó: CQ (curiosity quotien) là chỉ số đam mê;

PQ (passtion quotien) là chỉ số ham học hỏi:

IQ (intellence quotien) là chỉ số thông minh.

- Ba điều trên là của riêng nhà văn, nhưng để ra đời một tác phẩm cần phải có sự hỗ trợ của xã hội. Đây, thuộc về lĩnh vực quản lí. Vấn đề này, tôi xin đề nghị Hội Nhà văn, hai điều:

Một là, hỗ trợ nhà văn trong việc xuất bản và phát hành tác phẩm, tránh sự phải tự gọt dũa cho xuôi chiều, để dễ được xuất bản. (Biết đâu, đã có những tác phẩm lớn, mà vì một lí do nào đó, còn bị ách tắc trong quá trình xuất bản, phát hành).

Hai là, bảo vệ nhà văn khi có tác phẩm đụng chạm vấn đề nhạy cảm. Bản thân các nhà văn cũng phải tự bảo vệ mình và bảo vệ lẫn nhau để cùng tồn tại và phát triển. Khi tác phẩm *Cánh đồng bất tận* của Nguyễn Ngọc Tư gây xôn xao dư luận, tôi đã viết thư đề nghị Hội Nhà văn hãy bảo vệ Nguyễn Ngọc Tư và viết thư cho tác giả, động viên, hãy tin vào tương lai. (Thư gửi đảm bảo qua Bưu điện Tuyên Quang, nhưng Tư không nhận được).

Để sáng tạo ra tác phẩm hay, tác phẩm đỉnh cao thì nhà văn phải tự nâng mình lên, vượt lên thời đại, vươn ra thế giới với nhân loại. Trên Tuần báo Văn nghệ của Hội Nhà văn Việt Nam, số ra ngày 11/10/2003, nêu tiêu chí rất đáng quan tâm của giải Nô-ben (Nobel) văn học:

- Đó là người đem lại lợi ích lớn nhất cho nhân loại.

- Tạo ra, trong lĩnh vực văn chương, tác phẩm nổi bật nhất theo hướng lí tưởng.

VXT

Báo Tân Trào, 2008

KHAI THÁC HIỆN THỰC CUỘC SỐNG MIỀN NÚI DÂN TỘC ĐỂ LÀM NÊN TÁC PHẨM VĂN HỌC

(Hội thảo Chi hội Nhà văn Sông Chảy, tại thị trấn Sa Pa, 5/2009).

1. Sáng tác văn chương có cần thực tế không?

Tôi nghe thấy một số người viết văn, trong đó có những người viết trẻ, cho rằng, sáng tác văn chương thì không cần bám vào kiến thức thực tế cho lắm. Nhưng nhiều người viết văn, nhất là những người có tuổi, có tác phẩm lớn, lại thường đề cao vấn đề thực tế. Tại sao vậy?

Triết học đã khẳng định, tư duy con người phản ánh hiện thực khách quan. Viết văn cũng không ngoài chân lí đó, nhưng có điều đặc biệt, tư duy nhà văn, sức tưởng tượng của nhà văn là từ hiện thực đó mà thăng hoa thành tác phẩm văn chương, thậm chí, tưởng như phi lô-gic.

Từ khi Liên Xô và Mỹ chưa phóng tàu vũ trụ, dân ta chưa hề biết khái niệm biển cạn trên mặt trăng, nhưng thấy vết đen lòng biển cạn giống như cây đa làng quê mình, liền tưởng tượng ra câu chuyện về chú cuội chăn trâu, ngồi gốc cây đa. Cái chuyện bịa đó rất ấn tượng, truyền từ đời này qua đời khác. Vậy, các cụ ta sáng tác có phi thực tế không? Tôi nghĩ là không. Bởi óc tưởng tượng ấy gắn với nền văn minh lúa nước của ta, nên có con trâu, có người chăn trâu, có đồng lúa, có cây đa như ở làng quê mình vậy. Rồi các cụ phóng chuyện đó lên mặt trăng bằng con tàu văn chương truyền khẩu, siêu bền, sử dụng đến bây giờ vẫn tốt.

Tôi nghĩ, người ta còn có thể bàn nhiều về chuyện này, nhưng dễ thuyết phục hơn vẫn là thông qua chính tác phẩm văn học của bản thân mình sáng tác.

2. Thực tế miền núi dân tộc như thế nào?

So với thời các nhà văn Tô Hoài, Nguyễn Tuân đi thực tế miền núi khi xưa, thì bây giờ đã khác nhiều lắm. Thời các nhà văn Ma Văn Kháng, Nguyên Ngọc sống ở miền núi, thì bây giờ cũng đổi thay nhiều. Nếu thị thành đang đổi thay từng ngày từng giờ, thì miền núi đổi thay từng tháng từng tuần. Trong Hội nghị Quốc tế nông dân họp ở Mát-xcơ-va, năm 1923, lãnh tụ Nguyễn Ái Quốc đã nêu vấn đề, đại ý là, đối với các vùng nghèo khổ, chậm phát triển, thì vấn đề mở đường giao thông và các khu kinh tế tập trung là rất quan trọng. Qua gần một thế kỉ, thực tế miền núi đang chứng minh điều đó. Đường nhựa đã đến từng huyện và nhiều xã, đường bê-tông (beton) đã đến với nhiều thôn bản, và các khu kinh tế, khu công nghiệp đang dần dần hình thành trên chặng đường công nghiệp hóa, hiện đại hóa.

Bây giờ, đã có đường cho các nhà văn đi thực tế bằng xe máy, vào các thôn bản thuận tiện, thích đâu ghé đấy.

Có một nhà nghiên cứu nước ngoài nói rằng, điều căn bản làm thay đổi số phận một dân tộc là ngôn ngữ và tôn giáo. Đối chiếu vào dân tộc Mông chẳng hạn, ta thấy, sau hòa bình lập lại 1954 trên miền Bắc, từng bước, tiếng Kinh đã trở thành ngôn ngữ thứ hai, tương đối phổ thông trong các dân tộc, trong đó có người Mông, đã giúp đồng bào giao tiếp với các dân tộc khác và với cả nước một cách dễ dàng. Và từ năm 1990, đạo Tin lành truyền vào người Mông, qua Đài phát thanh FEBC (Far East Broadcasting Corporation), tức là Đài phát thanh Viễn Đông, đặt tại Ma-ni-la (Phi-lip-pin), thì lập tức Chúa Trời được gắn với Vàng Chứ và người Mông đã tin theo, bỏ được rất nhiều phong tục, tập quán nặng nề, lạc hậu mà trước đây, công tác tuyên truyền nếp sống văn hóa mới, ta chưa làm được. Người Mông đã hội nhập với thế giới. Đó là một thực tế sinh động và nhãn tiền mà người cầm bút không thể làm ngơ.

Nhưng theo tôi, ngoài ngôn ngữ, tôn giáo ra, thì để làm thay đổi số phận một dân tộc, còn phải kể đến vai trò của khoa học-công nghệ và văn học-nghệ thuật nữa. Đó là những công cụ quan trọng thúc đẩy sự tiến bộ đời sống vật chất và tinh thần của đồng bào. Và một điều nữa, như tôi đã nêu ở phần trên, đó là vai trò của cách mạng xã hội. Chính điều này, các nhà văn thường phản ánh trong tác phẩm.

Trở lại vấn đề trên, văn học "phản ánh" một cách sinh động thực tế, khi thực tế thay đổi thì "sự phản ánh" đó cũng thay đổi theo, đó là một tất yếu. Bây giờ, nếu cứ miêu tả phong cảnh núi rừng nguyên sinh, con người thuần phác đến mức ngô nghê thì rất vô lí và phi thực tế. Đài ra-đi-ô (radio), ti-vi (television) và in-te-nét (internet) đã nối mạng toàn cầu rồi, đồng bào đã và đang sử dụng như một công cụ để phát triển, nếu nhà văn không sớm hội nhập, có khi còn bị lạc hậu là đằng khác. Tôi đọc nhà văn Cao Duy Sơn, với tiểu thuyết *Đàn trời*, "phản ánh" về lớp trí thức trẻ là người dân tộc thiểu số ở Việt Bắc, rất đáng nể phục.

(Lưu ý, ở đây, từ PHẢN ÁNH, tôi đều dùng trong ngoặc kép).

Từ những năm sáu mươi của thế kỷ trước, với chính sách khai hoang, nhà nước đã đưa hàng vạn người từ vùng xuôi lên miền núi, sống xen kẽ với đồng bào dân tộc. Nên bây giờ, rất nhiều thôn bản đa dân tộc. Đó cũng là một nguyên nhân làm cho cuộc sống cộng đồng pha tạp, không còn thuần chất nữa. Thậm chí, con em các dân tộc còn lấy nhau, sinh con đẻ cái, tạo ra một thế hệ mới, mà theo như tôi thấy, những đứa trẻ đó, thường rất khỏe mạnh và thông minh.

3. Khai thác hiện thực miền núi dân tộc bằng cách nào?

Tôi theo bố mẹ đi khai hoang ở từ thuở nhỏ, lại sống trong vùng miền núi dân tộc, cùng ở một xã, cùng học một trường, lớn lên lại đi công tác trong vùng miền núi dân tộc, nên tất cả thấm vào mình, hình thành vốn sống và dụng công ghi chép lại, cách đây chục năm thì viết ra được tác phẩm truyện ngắn, tiểu thuyết.

Để bổ sung một số vấn đề tác phẩm đặt ra, tôi có đi thực tế, nhưng thường chỉ đi mội vài người, có khi đi một mình. Khi chuẩn bị viết tiểu thuyết *Chúa Bầu*, tôi cùng nhà văn Phù Ninh đi xe máy đến vùng Phố Ràng (Lao Cai), lên núi Cao Biền (Yên Bái), rồi lại cùng nhà văn Đinh Công Diệp đi xe máy lên Sa Pa, xuôi Hòa Bình, về Ninh Bình theo con đường "thượng đạo" ngày xưa. Vừa qua, để bổ sung bản thảo trường ca *Pây Nà Hang*, một mình tôi đi xe máy vượt đèo Ái Au lên Thượng Lâm (Nà Hang)...

Đi một mình hoặc vài người thì mục đích chuyến đi đã được chuẩn bị trước, không bị động và phân tán tư tưởng như đi theo đoàn đông người, nhưng phải tự túc ăn, nghỉ và phương tiện đi lại. Trước khi đi, tôi thường chuẩn bị chu đáo từ quần áo, giấy bút, la bàn, thước dây để phục vụ việc thu thập tư liệu và thuốc men, bông băng cá nhân, đề phòng tai nạn, hoặc ốm đau. Đi một mình phải bảo trọng, đề phòng các thế lực thù địch văn chương..

4. Viết tác phẩm về miền núi dân tộc ra sao?

Tôi viết các tác phẩm có nhiều chất liệu miền núi dân tộc, như mấy cuốn tiểu thuyết *Nửa tỉnh nửa quê, Chúa Bầu, Chuyện trong làng ngoài xã, Cõi mê* và một số truyện ngắn, như: *Tiếng kèn lá trên đỉnh Mã Pì Lèng, Suối Miền Xía, Chuyện ở bản Piát, Cỏng Hò...* Tôi xây dựng các nhân vật của mình trong vùng dân tộc miền núi có sự giao thoa về không gian văn hóa và ảnh hưởng tác động về nếp sống, sinh hoạt, tư duy...

Thực lòng mà nói, tôi được hưởng lộc rất nhiều từ miền núi và đồng bào dân tộc, trong việc sáng tác văn chương.

VXT

ĐÔI ĐIỀU CẢM NHẬN VÀ TÂM SỰ, NHÂN ĐỌC TIỂU THUYẾT KHÉP LẠI OAN KHIÊN

(Ngày 25/3/2010, tại Hà Nội, Nhà xuất bản Hội Nhà văn và Trung tâm Văn hóa ngôn ngữ Đông Tây, đã tổ chức hội thảo tiểu thuyết "Khép lại oan khiên" của tác giả Võ Minh Cư. Tham dự có đại biểu Hội Nhà văn Việt Nam, Trung tâm Văn hóa Ngôn ngữ Đông Tây, Nhà xuất bản Hội Nhà văn, Báo Người Hà Nội, Câu lạc bộ thơ Thi đàn Thứ Bảy và đông đảo bạn bè của tác giả, cùng bạn đọc).

Một cuốn tiểu thuyết đầy ắp tư liệu về đồng bằng Bắc Bộ, trong cuộc kháng chiến trường kì chín năm chống Pháp, hoàn thành cuộc cách mạng dân tộc, dân chủ và tiến lên chủ nghĩa xã hội. Qua ngòi bút chân thực của tác giả, chúng ta thấy, cuộc kháng chiến chính nghĩa oai hùng bao nhiêu, thì cuộc cải cách ruộng đất diễn ra bi tráng bấy nhiêu.

Trong phần cách mạng dân tộc, tác giả phản ánh quá trình diễn ra cuộc kháng chiến chống Pháp ở vùng nông thôn Việt Nam. Phát huy sức mạnh của cả dân tộc, toàn dân hăng hái tham gia kháng chiến, địch-ta phân tuyến rõ ràng, tốt-xấu cụ thể, kẻ theo địch là phản diện, người theo ta là chính diện. Một bức tranh hoành tráng, nông dân rào làng kháng chiến, chiến đấu bằng vũ khí thô sơ, tự tạo (giáo búp đa, bàn chông, đạp lôi...), đối chọi với đội quân viễn chinh và bảo hoàng nhà nghề, vũ khí, phương tiện chiến tranh hiện đại (súng pháo bắn tăng xình, tàu thủy, máy bay bà già...). Trải qua bao hi sinh, gian khổ, nhưng rồi chính nghĩa đã thắng, cũng như bao cuộc kháng chiến chống xâm lược của dân tộc. Ngòi bút tác giả tung tẩy, giọng văn hào sảng, các sự kiện tiếp diễn cuốn hút người đọc.

Nhưng đến giai đoạn mô tả về cải cách ruộng đất, thì phương pháp sáng tác hiện thực xã hội chủ nghĩa gặp bài toán khó. Trong làng ấy, bỗng dưng được chỉ đạo phân chia giai cấp, để đấu tố lẫn nhau, phải tìm ra Quốc dân Đảng để tiêu diệt. Vấn đề giai cấp được đặt lên trên dân tộc. Đấu tranh giai cấp và chuyên chính vô sản thực thi; theo lí luận, đấu tranh giai cấp được coi là động lực phát triển xã hội. Thế là, cả làng, cả xã bỗng dưng bị xới tung cả lên, những người có chút ruộng đất, những người có tí trí thức và những người cách mạng trung kiên bị qui vào thành phần địa chủ, hoặc Quốc dân Đảng để tiêu diệt (tử hình, tù đày). Hoàn thành cải cách ruộng đất, trong nông thôn chỉ còn lại thành phần bần, cố, nông, tiến lên xây dựng xã hội kiểu mới. Bây giờ, sau hơn nửa thế kỉ khổ công tìm kiếm, chúng ta mới ngộ dần ra từng bước con đường xây dựng một xã hội giàu mạnh, công bằng, dân chủ, văn minh

Tác giả lí giải giai đoạn bi thương này, là do những người bị đấu tố không báo cáo kịp thời lên cấp trên, để chỉnh sửa. Nhưng trong tiểu thuyết *Thời của thành thần*, nhà văn Hoàng Minh Tường đã phản ánh rằng, người ta cũng có báo cáo đấy chứ, nhưng việc đã rồi mới điều chỉnh, sửa sai. Những cảnh đấu tố như thời trung cổ, hành tội những người có tâm, có tài và có công với dân, với nước. Tại sao phải đào tận gốc, trốc tận rễ những anh nhà giàu và trí thức nông thôn?

Hãy nhìn ra thế giới, cải cách ruộng đất ở Trung Quốc diễn ra bi thương là hình mẫu để áp dụng, nên không tránh khỏi hậu họa. Pôn pốt đày trí thức ra khỏi thành thị cải tạo lao động, để xây dựng xã hội mới bằng những con người nghèo kiệt. Hay nhìn xa hơn sang Liên Xô, qua tiểu thuyết *Quần đảo GULag* của Xôn-giê-nít-xưn (solzhenitsyn), thì những người có trí tuệ, có chính kiến ngoài xã hội và trong quân đội, đều bị đưa vào hệ thống nhà tù khổng lồ, gọi là Nha tổng quản trị các trại lao động cải tạo (*GULag*). Hiện nay, tác phẩm này đã được đưa vào trường đại học và phổ thông Liên bang Nga.

Vậy, nhà văn lí giải thế nào đây cho đầy đủ, chính xác về những vụ việc tương tự, diễn ra ở hầu khắp các nước khi bước vào con đường xây dựng xã hội mới. Bởi vậy, một tác phẩm, vài tác phẩm chưa thể lí giải trọn vẹn, mà cần nhiều tác phẩm, cần độ lùi thời gian, cần nhiều nhà văn tâm huyết với dân tộc để cùng giải tỏa; ngõ hầu, gióng lên một hồi chuông cảnh tỉnh, để xã hội mai sau không lặp lại vết xe đổ của xã hội đi trước. Và bên Trung Quốc đã có "văn học vết thương".

Ngày nay, dưới ánh sáng của công cuộc đổi mới, người cầm bút soi chiếu vào quá khứ, thấy sự vật rõ ràng hơn, nhưng chưa phải là tất cả, còn cần một quá trình lâu dài. Nhà văn Trần Bạch Đằng đã viết rằng: "Văn học không mang chức năng phục thù, khi nhắc điều đau thương hôm qua là cốt cảnh giác hôm nay và ngày mai, giúp người thưởng thức cảm nhận điều nên tránh với bao xót xa và với niềm tin của cả dân tộc, hết thế hệ này đến thế hệ khác đổi mác để xác lập là cao cả, là chính đáng, là thiêng liêng".

Xin trở lại tiểu thuyết *Khép lại oan khiên* của Võ Minh Cư. Sự vững vàng về bút pháp, cộng với cái tâm trong sáng, nên tác giả, tuy với vị trí như của người trong cuộc, nhưng không gợn một nét thù hận gì. Đây là một điểm mạnh của tác giả so với nhiều tác phẩm khác viết về vấn đề này. Người nông dân tin và theo Đảng Lao động Việt Nam, đấu tranh giành độc lập và bắt đầu xây dựng chủ nghĩa xã hội. Tất cả diễn ra như một trào lưu, không mảy may ngờ vực, dù có điêu linh, nhưng vẫn chan chứa tin yêu. Một giai đoạn lạ kì trong lịch sử dân tộc. Nhân vật chính, Võ Ngọc Trung có một thoáng nghi ngờ về bản chất và mục tiêu của cải cách ruộng đất, nhưng không đến nỗi khủng hoảng lòng tin. Tôi nghĩ, đây là một mẫu có thực, tâm lí diễn ra thực như thế, nếu cường điệu lên, lấy cái suy nghĩ của người trí thức hôm nay mà lắp vào thời ấy, thì có lẽ khiên cưỡng. Xã hội phát triển theo tiến trình của nó, tâm lí con người cũng phản ánh bức tranh xã hội ấy.

Thời điểm diễn ra trong tiểu thuyết chỉ khoảng chục năm, từ cuộc kháng chiến chống Pháp cho đến cải cách ruộng đất. Với góc độ là người dẫn chuyện, câu chuyện kể xoay quanh từ lúc xây lăng mộ cho đến khi khánh thành, bằng cách thông qua các giấc mơ về bố, về mẹ và những người trong cuộc, nên thuyết phục người đọc. Giọng kể rủ rỉ, tuần tự lớp lang, giản dị, kiểu người thật việc thật, tạo nên sự tin cậy giữa người đọc và tác giả.

Trong tác phẩm, có nhiều chi tiết ấn tượng, như: chị em du kích đòi bỏ váy mặc quần để tiện cho việc luyện tập và tác chiến, cảnh chiến đấu bên những luống cày và bên những ngôi mộ ngoài cánh đồng, cảnh đào hầm hào trong các lũy tre, cảnh chế tạo đạp lôi khiến cho quân Pháp tưởng như đạn từ lòng đất bắn lên, mẹo dùng súng trường bắn ba phát một trên hộp sắt làm cho địch tưởng súng liên thanh, cảnh hàng trăm cái thuyền nan chở bộ đội qua sông, cảnh hộ đê chống lụt, cảnh bốc mộ cô Bìa mớ tóc nổi lên phủ kín quan tài, hoặc cảnh khoác lồng gà đi bán, để lấy tiền tàu xe đi tìm mộ cha, vv... Tất cả, thật dung dị mà cũng thật hoành tráng, đậm nét nông thôn vùng vựa lúa Thái Bình. Tôi rất ấn tượng với hình ảnh về cây gạo đầu làng, nó như một hàn thử biểu báo hiệu điềm lành và điều dữ cho dân làng. Và câu chuyện trong *Khép lại oan khiên*, cũng được bắt đầu từ đó.

Ngôn ngữ giản dị, chân phương, không cầu kì, như sự chân chất của những người nông dân vậy. Nhiều chỗ tác giả dụng ý cho lắng lại, sau các trận đánh ác liệt, bằng những câu hình ảnh, mô tả mảnh trăng tinh nghịch như một cô thiếu nữ "nháy mắt lặn xuống sông Trà Lý", hoặc "mảnh trăng như cái liềm vàng gặt mây"... tạo nên sự sinh động trong tình cảnh, sự lung linh trong câu văn. Nhưng không chỉ thế, tác giả còn mạnh dạn miêu tả sự lưu manh hóa của lớp cùng đinh, khi tham gia đấu tố, để mong được chia phần quả thực, như chuyện mụ Hướng, dựng chuyện chửi nhà sư, bằng ngôn ngữ trần trụi.

Nguyên cái trường đoạn tả về cô Bìa bị bắt, có thể tách thành cái truyện ngắn hay. Nhân vật có thân phận, bố chết đói, mẹ góa con côi, được cách mạng quan tâm tham gia du kích một cách vô tư và nhiệt tình. Rồi không may bị địch bắt, trúng kế li gián, diễn biến tâm lí có lô-gíc, tác giả mô tả kĩ càng. Cô ta cam tâm làm tay sai, chỉ điểm cho địch, dẫn đến bị du kích thủ tiêu. Cái chết bi thương của cô và sự đối sử có nhân có hậu của ông Trung, lại khiến ông Trung càng bị qui nặng hơn trong cải cách ruộng đất... Một nhân vật có đất sống, sinh động.

Trong tác phẩm, bề bộn về những tư liệu chiến tranh, nhưng đã được tác giả dụng công, xử lí khéo, nên đọc hấp dẫn. Đoạn giữa, có hơi nặng về tư liệu lịch sử, mô tả các trận chống càn, còn ít mô tả diễn biến tâm lí nhân vật, trừ đoạn nói về sự tỉnh ngộ của ông Trung trong cải cách ruộng đất và cô Bìa bị địch bắt. Nếu thoát ra được sự giàng buộc thực tế, từ tư liệu đó, hư cấu lên các tuyến nhân vật, thì tiểu thuyết càng vững vàng hơn.

Đoạn kết (chương XX) thể hiện sự cao tay ấn của tác giả, khi xử lí tác phẩm, khiến độc giả cảm tưởng như tác giả đứng ngoài cuộc, khách quan trong quá trình dẫn dắt, xử lý các tình huống, không lồng cái riêng của mình vào, nên đọc thấy thoáng đãng, đau mà vẫn cười được. (Chẳng hạn, chuyện kín của nhà sư, không có bộ phận sinh dục đàn ông mà vẫn bị khép tội cưỡng dâm mụ Hướng, đến lúc này, tác giả mới mở nút).

Tự nhiên, tôi chú ý đến câu kết: “Những oan khiên trong chúng sinh còn mê muội tham, sân, si đem đến cho ngài thì lòng từ bi nhà Phật chính là cứu cánh giải thoát tất cả”. Liệu có phải vậy chăng? Bây giờ, người ta đang đưa đạo Phật lên ngôi. Đạo nào cũng hướng thiện cả thôi, nhưng liệu lòng từ bi có làm xã hội phát triển và hội nhập thế giới, hay có ý khuyên người ta nhẫn nhịn chăng?

Tranh chữ “Nhẫn” thấy nhan nhản khắp nơi, từ công sở đến tư gia và bày bán ở các đền chùa cho khách thập phương. Ngày trước, tôi cũng thích chữ “Nhẫn”, dù dao đâm vào tim vẫn nhẫn nhịn để cầu an. Nhưng bây giờ, tôi nhờ “ông đồ nho”, Nguyên Trưởng ban Tuyên giáo Tỉnh ủy, viết cho chữ “Tấn”, treo trong phòng văn.

Nếu xét trên trục thời gian, giai đoạn kháng chiến dài hơn (chín năm), tác giả viết dung lượng lớn hơn (mười bảy chương = ba trăm tám mươi trang), còn giai đoạn sau ngắn hơn (một năm), dung lượng viết về cải cách ruộng đất ít hơn (hai chương = một trăm trang). Đó là xét tương quan về thời gian diễn biến sự việc (gấp chín lần) và khối lượng trang viết (gấp bốn lần); còn thực tế, như trên đã nói, tác giả gặp khó khăn trong cách lí giải sự kiện. Dài vắn không phải câu chuyện đong đếm, mà cơ bản, chính là vấn đề tác giả đặt ra cho xã hội cần giải quyết và cho người đọc suy ngẫm. Bởi lẽ đó, tôi trao đổi sâu hơn về phần này. Và có lẽ, cũng chính vì vấn đề nổi cộm đó, mà tác giả đặt tên tiểu thuyết là *Khép lại oan khiên*.

Quá trình tham gia cách mạng, chúng ta có một lớp nhà văn-chiến sĩ. Với tư cách người chiến sĩ, họ sẵn sàng xả thân trước trận tiền, nhưng trước vấn đề gọi là “nhạy cảm chính trị”, với tư cách nhà văn, có khi lại đắn đo, mặc dù đã có độ lùi nửa thế kỉ, nhưng sao khó viết vậy. Đó chính là cái nhọc nhoài của người cầm bút (từ dùng của nhà văn Mã A Lềnh - Lao Cai). Nhưng với tiểu thuyết *Khép lại oan khiên*, tác giả viết được ngần ấy, cũng là quí hóa lắm rồi. Tác giả gửi đến chúng ta một thông điệp, khép lại oan khiên với một tấm lòng bao dung, đặt lợi ích dân tộc lên trên hết.

Đất nước đang trên đà đổi mới, đến một lúc nào đó, nhà văn nước ta sẽ được phóng bút, như các nhà văn Trung Quốc, viết "văn học vết thương"? Và lúc đó, cũng như các tác phẩm viết về thời kì ấy: *Ác mộng* của Ngô Ngọc Bội, *Thời của thánh thần* của Hoàng Minh Tường, *Dưới chín tầng trời* của Dương Hướng... sẽ được đưa vào trường học. Có lẽ, đến lúc đó, chúng ta mới có cái nhìn toàn diện và khách quan về văn học Việt Nam và mới có điều kiện công tâm đánh giá, thế nào là tác phẩm văn học ngang tầm thời đại!

Tác giả Võ Minh Cư làm thơ, đã có bốn tập thơ: *Tình trung du, Chiều Bình Ca, Dòng sông nhân ái, Lãng đãng thu vàng* và nhiều bài đã được đăng trên Tạp chí Nhà văn, Báo Văn nghệ (Hội Nhà văn Việt Nam) và phát trên Đài tiếng nói Việt Nam... nên ngôn ngữ anh sử dụng đằm thắm, cô đúc. Đây là cuốn tiểu thuyết đầu tay, anh viết trong thời kì đi học tại Trung tâm bồi dưỡng Viết văn Nguyễn Du, khóa I. Nhiều vấn đề về chiến tranh và xã hội đã thấm cái nhìn mới hơn...

*

Có câu chuyện vui vui thế này, một ông Trưởng ban Pháp chế, trong hội nghị chuyên đề, phát biểu rằng: "Tôi nói vậy, có phải luật thì phải, không phải luật thì thôi". Lúc ấy, tôi cảm thấy buồn cười, nhưng trong hoàn cảnh của mình lúc này, ngẫm cũng không khác ông ta là mấy, chim chích vào rừng văn chương mênh mông, đâm hoảng, cũng mượn lời ông ấy, nói mấy lời nôm na, có phải chuyện văn chương thì phải, không phải thì thôi.

Tôi không phải là người làm công tác lí luận phê bình văn học, mà chỉ là người cầm bút nghiệp dư, nên mạn phép nói lên đôi điều cảm nhận và tâm sự, khi đọc tiểu thuyết *Khép lại oan khiên* của tác giả Võ Minh Cư mà thôi.

VXT

Website trannhuong.com, 2010.

NHÀ VĂN VIỆT NAM SÁNG TÁC TRONG HOÀN CẢNH NÀO?

(Tham luận gửi Đoàn Chủ tịch Đại hội Nhà văn Việt Nam lần thứ VIII, năm 2010).

Trước hết, về khái niệm nhà văn Việt Nam, tôi chỉ xin giới hạn là các nhà văn hội viên Hội Nhà văn Việt Nam, không kể các nhà văn trong nước chưa phải hội viên và các nhà văn Việt Nam ở hải ngoại.

Bởi lẽ, gia nhập Hội Nhà văn Việt Nam là đã thừa nhận tôn chỉ, mục đích của Hội, trong đó có Điều 2, khoản 3: "*Hội Nhà văn Việt Nam đặt dưới sự lãnh đạo của đảng cộng sản Việt Nam; hoạt động theo đường lối văn hóa văn nghệ của Đảng; chịu sự quản lí của Nhà nước và tuân thủ theo qui định của pháp luật Nhà nước Cộng hòa xã hội chủ nghĩa Việt Nam*".

Tại sao phải nhấn mạnh vai trò lãnh đạo của đảng cộng sản, đối với các nhà văn đến nhường ấy? Chúng ta đều biết rằng, công việc sáng tạo về văn học, nghệ thuật và khoa học nói chung rất cần đến tự do, dân chủ. Tự do về tư tưởng, ngôn luận và dân chủ về quản lí, xuất bản. Đó là lẽ tự nhiên của các nhà văn trên toàn thế giới, từ xưa đến nay, chứ không phải đòi hỏi phi lí, hoặc có tư tưởng chống đối gì. Tại sao, xã hội Xã hội chủ nghĩa, được coi là tiên tiến nhất thế giới lại không có tự do, dân chủ? Có đấy chứ, nhưng là tự do, dân chủ kiểu Xã hội chủ nghĩa; theo Lê-nin, dân chủ gấp triệu lần tư sản!

Tự do, dân chủ một khi được thực thi, ắt dẫn đến đa nguyên, đa đảng. Đa nguyên, đa đảng đối lập với nhất nguyên, độc đảng và như vậy, đảng cộng sản sẽ mất vai trò độc quyền lãnh đạo. Ý nguyện của các nhà văn sáng tác văn chương cần tự do, dân chủ. Điều đó, tai hại thay, tự nhiên lại đối lập với cơ chế độc đảng, nhất nguyên.

*

Một khi các nhà văn được tự do sáng tác, thì sẽ thách thức nhà quản lí. Vậy, các nhà văn phải làm gì, để sáng tạo văn chương nói chung và đặc biệt là sáng tạo tác phẩm đỉnh cao?

Một là, khi đã chấp nhận sự lãnh đạo của đảng cộng sản, thì phải chịu sự hạn chế tự do, dân chủ là đương nhiên. Tuy biết rằng, văn nghệ sĩ chỉ cần tự do sáng tác, chứ không phải chống Đảng, không phải phản động, nhưng bài học thực tế đầy bi thương về vụ Nhân văn giai phẩm, năm 1959, vẫn còn đó. Mặc dù, gần đây, Chủ tịch nước Nguyễn Minh Triết đã trao tặng Giải thưởng nhà nước về văn học, nghệ thuật cho bốn nhà văn (Hoàng Cầm, Lê Đạt, Trần Dần, Phùng Quán), nhưng vẫn còn đầy vơi nỗi niềm trăn trở khôn nguôi.

Năm 1987, tại Hà Nội, Tổng Bí thư Nguyễn Văn Linh đã gặp mặt một trăm văn nghệ sĩ và nhà hoạt động văn hóa, đã tuyên bố "cởi trói" cho văn nghệ sĩ, phá bỏ rào cản cho văn chương, nghệ thuật phát triển. Nhưng chẳng bao lâu, lại bị thắt lại. Tục ngữ người Tày có câu: "Đời người biết mấy lần phồng, thắt". Trong tình hình bức xúc hiện nay, có thể tự do, dân chủ được phồng ra tí chút, rồi sẽ phải thắt lại, chống nguy cơ "Diễn biến hòa bình", nhưng thực ra là để đảm bảo sự lãnh đạo toàn diện và tuyệt đối của Đảng mà thôi.

Hãy xem *Đề cương về văn hoá Việt Nam* của Đảng Cộng sản Đông Dương, năm 1943, xác định Các công việc phải làm:

"a. Tranh đấu về học thuật, tư tưởng (đánh tan những quan niệm sai lầm của triết học Âu, Á có ít nhiều ảnh hưởng tai hại ở ta: Triết học Khổng, Mạnh, Đêcacte (Dercartes), Becson (Bergson), Căng (Kant), Nitsơ (Nietzsche) v.v... làm cho thuyết duy vật biện chứng và duy vật lịch sử thắng.

b. Tranh đấu về tông phái văn nghệ (chống chủ nghĩa cổ điển, chủ nghĩa lãng mạn, chủ nghĩa tự nhiên, chủ nghĩa tượng trưng... làm cho xu hướng tả thực xã hội chủ nghĩa thắng".

Và đọc kĩ Nghị quyết số 23-NQ/T.Ư, ngày 16/6/2008, của Bộ Chính trị ban hành, về *Tiếp tục xây dựng và phát triển văn học, nghệ thuật trong thời kì mới*, thì thấy có nhiều đổi mới cho phù hợp tình hình thực tiễn, nhưng tinh thần cơ bản không đổi.

Bản *Điều lệ đầu tiên* mang đầy tính nhân văn, bác ái của Hội Nhà văn, từ năm 1957 đã đổi thay rồi; Điều III ghi rằng: "*Trên cơ sở Cương lĩnh Mặt trận Tổ quốc Việt Nam, Hội Nhà văn Việt Nam đoàn kết mọi nhà văn yêu nước và tiến bộ, không phân biệt dân tộc, tôn giáo, xu hướng chính trị, xu hướng nghệ thuật*" (dẫn theo tư liệu của nhà văn Lại Nguyên Ân). Điều này, rất đáng tham khảo để sửa đổi Điều lệ Hội Nhà văn trong tình hình hội nhập thế giới.

Đất nước Việt Nam đã thống nhất từ năm 1976, mang niên hiệu Cộng hòa xã hội chủ nghĩa Việt Nam (năm thứ nhất), nhưng dân tộc Việt Nam lại chưa được hòa hợp. Chúng ta đang kêu gọi hòa hợp dân tộc, để tập trung mọi nguồn lực chấn hưng đất nước, nếu điều này vẫn giữ nguyên như khóa VII (2005), thì một khi "Luật Qui định quyền lập hội" được thực thi, rất có thể xuất hiện thêm những hội nhóm nhà văn khác, sẽ đăng kí thành lập, có tư cách pháp nhân đàng hoàng. Do vậy, để Hội Nhà văn Việt Nam là một mái ấm bề thế của những người làm văn chương trong nước và hải ngoại, thì cần phải mở rộng cửa hơn nữa, vượt lên rào cản của ý thức hệ, đón nhận những nhà văn yêu nước và tâm huyết, cùng xây dựng một nền văn chương Việt Nam.

Trải qua mấy chục năm đổi mới, nước ta đã tự do về kinh tế. Kinh tế hai miền cùng phát triển, như hoa đào, hoa mai nở rộ, nhưng văn chương vẫn vuông thành sắc cạnh như cái bánh chưng để thờ, nếu không cởi lạt bóc lá sớm, e sẽ bị "lại gạo". Chính điều đó xảy ra mâu thuẫn xã hội, gây nên sự khập khiễng, thậm chí đối lập ngay trong một đất nước, về kinh tế thì phát triển đa dạng, nhiều thành phần, kiểu tư bản (tuy có định hướng xã hội chủ nghĩa), còn văn chương (văn hóa) lại vẫn theo kiểu bao cấp.

Hai là, nếu cho rằng, bây giờ mạng in-tơ-nét (internet) phát triển, cứ việc sáng tác mà tung lên mạng. Nhưng không giản đơn như vậy, thực tế những năm qua cho thấy, có rất nhiều khó khăn, trở ngại, phiền toái. Tuy đánh giá cao vai trò của in-tơ-nét và giá trị văn chương mạng, nhưng câu chuyện muốn nói ở đây là, tác phẩm chủ yếu của nhà văn là sách văn học.

Xem chương trình truyền hình của VTV1, đưa tin về việc Hội Nhà văn Việt Nam được tặng thưởng Huân chương Sao Vàng, tại Nhà hát lớn thành phố Hà Nội, đại diện Ban Tuyên giáo Trung ương phát biểu (đại ý): Các nhà văn viết không cần phải tự biên tập nữa! (Thế có nghĩa là được viết thoải mái rồi ư?). Nghe nói, các bản thảo chưa thể xuất bản trong tình hình hiện nay, nhà nước có thể mua lại cho tác giả. Không rõ thật hư thế nào, đã có bao nhiêu bản thảo tác phẩm đã được mua? Nhưng chỉ nghe nói, có nhiều tác phẩm đã bị nghiền nát.

Ba là, thuận theo hoàn cảnh, cứ sáng tác vậy và ngóng chờ điều kì diệu sẽ xảy ra. Âu cũng là cái thú vui cần giải tỏa của người cầm bút. Những nhà văn lấy văn chương minh họa chủ trương chính trị, đều được vinh thân phì gia, nhưng sẽ không thể sinh ra "nhà văn-trí thức". "Nhà văn-trí thức" là phải có tư duy phản biện liên quan vấn đề chính trị, xã hội và nghề nghiệp trong tác phẩm của mình. (Cụm từ nhà văn-trí thức, tôi sử dụng trong ngoặc kép).

*

Thưa đại hội, nếu đặt vấn đề rằng, liệu có cần phải trao đổi thảo luận này nọ mà lại thêm phần phức tạp, không khéo, kẻ địch lại lợi dụng công kích sự lãnh đạo của Đảng, dụ dỗ văn nghệ sĩ "Diễn biến hòa bình"? Thì xin trả lời, thực ra, chúng ta không sợ địch, bởi kẻ thù nào cũng đánh thắng; nhưng chỉ sợ lạc đường, đất nước đi vào ngõ cụt, văn chương bế tắc, do đó, mới có câu chuyện phải bàn luận.

Người cầm bút cũng như người cầm súng, trong chiến đấu có thể bị thương vong, nhưng máu, nước mắt và mồ hôi của họ sẽ tô thắm lá cờ Tổ quốc. Và như vậy, nên qui định tôn chỉ, mục đích của Hội Nhà văn Việt Nam là tổ chức xã hội, nghề nghiệp, thì mới phù hợp với sự phát triển tương lai.

VXT

SÁNG TÁC VĂN HỌC VỚI BẢN SẮC NGƯỜI NÚI

(Ngày 18/11/2011, tại thành phố Lạng Sơn, Hội Văn học - Nghệ thuật các dân tộc thiểu số Việt Nam đã tổ chức hội thảo: "Văn học dân tộc thiểu số với sự nghiệp xây dựng, phát triển đất nước trong thời kỳ mới". Một trăm năm mươi đại biểu tham dự, mười tám tham luận được trình bày tại hội thảo).

Trong báo cáo đề dẫn của đoàn chủ tịch, đánh giá cao những thành tựu sáng tác văn học của các nhà văn, nhưng cũng chỉ ra, hình như còn thiêu thiếu một cái gì đó. Phải chăng, đó là vấn đề về tầm tư tưởng và triết học, trong các tác phẩm văn học dân tộc thiểu số?

Dân tộc thiểu số Việt Nam cư trú hầu hết ở vùng núi. Họ có ngôn ngữ của gió núi, tập tục đá núi. Bây giờ, người dân tộc thiểu số không chỉ bó hẹp trong lũng núi nữa. Nhiều người đã xuống núi, về trung du, đồng bằng, thành thị và ra nước ngoài công tác, sinh sống, tái định cư theo chương trình các dự án, chương trình kinh tế, xã hội. Họ mang theo văn hóa núi, tới nơi định cư; đồng thời, chính họ cũng chịu sự chi phối của cộng đồng để hội nhập, thậm chí, có bộ phận bị hòa tan. Ngay tại miền núi cũng đang có sự giao lưu và tác động văn hóa, diễn ra rộng khắp. Thời đại bùng nổ thông tin, giao lưu hội nhập, văn học núi không có sự khu biệt thuần túy nữa, mà là sự pha trộn. Qua đó, tạo ra một nền văn hóa cộng đồng đa dân tộc, đa bản sắc và cũng thách thức sự giữ gìn nguyên bản.

Bản sắc văn hóa dân tộc và văn hóa núi có quá trình du nhập và thuần hóa.

- Ngôn ngữ là công cụ của nhà văn. Đó là những hòn đá, giúp cho nhà văn dựng nên ngọn núi của riêng mình. Già nửa tiếng Việt là sự vay mượn, thuần hóa ngôn ngữ của phương Bắc, phương Tây. Riêng bản thân điều này, phần nào đã nói lên sự giao lưu, hội nhập rồi. Chữ Quốc ngữ ghi lại tiếng Việt với sáu thanh điệu (dấu giọng), giúp cho sự giữ gìn tiếng mẹ đẻ và phát huy bản sắc văn hóa, sáng tác văn học. Hơn nữa, nhiều dân tộc lại có chữ viết riêng, càng làm cho văn học núi đa dạng, phong phú. Tiếc rằng, chữ viết của nhiều dân tộc thiểu số đã bị mai một.

- Chúng ta đã du nhập và thuần hóa rất nhiều thứ, từ chuyện lớn là các tôn giáo, chủ thuyết, tư tưởng; rồi các thứ đồ dùng hằng ngày, công cụ sản xuất, phương tiện đi lại, thậm chí, cho đến cách giao tiếp... Những làn sóng văn minh tràn vào và được tiếp nhận. Hiện nay, hoàn cảnh kinh tế, công nghệ sản xuất và hàng hóa thị trường tác động mạnh mẽ vào lối sống, sinh hoạt, tư tưởng và văn hóa của mỗi con người, cũng như đối với các dân tộc. Điều đó cũng tác động rất lớn đến ngòi bút của các nhà văn sáng tác về núi. Bằng vốn sống trong quá trình bươn trải và khả năng của mình, nhà văn phải Việt hóa, dân tộc hóa, miền núi hóa, tạo nên nhân vật, đời sống xã hội trong tác phẩm của mình.

Nhiều bài hát dân ca, câu tục ngữ của dân tộc thiểu số rất sinh động, nhà văn hấp thụ và bồi bổ nhân vật trong tác phẩm của mình, làm giàu có thêm ngôn ngữ văn học núi. Mặt khác, phải hướng ra thế giới tiếp thu nền văn minh công nghiệp, hậu hiện đại, hội nhập thế giới tự do để phát triển. Cả hai vấn đề đó đều rất quan trọng và quyết liệt. Có như vậy, văn học núi mới bảo tồn bản sắc và vươn lên cùng nhân loại.

Văn chương tôi chỉ là hòn đá lát đường, hòn đá bờ rào, văn chương bạn là hòn đá tảng, là trái núi. Chúng ta cùng chung sức bồi đắp đội ngũ và tác phẩm văn chương núi, tạo nên những đỉnh non cao trùng trùng điệp điệp. Nhà văn núi là "người đục đá kê cao quên hương".

Dân ta do nhiều nguồn gốc tụ hợp mà thành cộng đồng Việt Nam, lại trải qua bao cuộc xâm lược của phong kiến, thực dân, chưa được sống trong không khí tự do, dân chủ, nên tâm lí sống thu mình, mở ra chỉ sợ mất, cũng là điều khó tránh khỏi. Vả lại, vốn là một nước nhược tiểu, kém phát triển, chưa có phát minh lớn, không có những nhà hiền triết và tư tưởng lớn, thì không nên tham vọng dẫn dắt nhân loại, như có thời ảo tưởng, mà phải tăng tốc chạy theo con đường nhân loại đang đi. Nhà văn núi cũng có con đường văn chương của mình. Sự nghiệp văn chương núi là một quá trình khó nhọc, không ai có thể đi tắt đón đầu được đâu.

Sáng tác văn học núi, góp phần giữ gìn bản sắc văn hóa và đưa dân tộc phát triển. Muốn vậy phải trọng trí thức, văn nghệ sĩ là người dân tộc thiểu số và trí thức và văn nghệ sĩ từ đồng bằng, thành thị đến với núi. Trong các tác phẩm đậm đà chất văn chương của nhà văn Cao Duy Sơn, lấp lánh trí tuệ của nhà thơ Inrasara và cách viết hiện đại của nhà văn Mã A Lềnh, cũng như nhiều tác giả khác, thể hiện những nhân vật trí thức, văn nghệ sĩ, nhà báo là người dân tộc thiểu số đã trăn trở với quê hương, quyết liệt đấu tranh, vượt qua bao rào cản, thách thức, xây dựng sự nghiệp.

Trong xã hội hiện đại, sống và làm việc theo hiến pháp, pháp luật, nhưng trong các tác phẩm viết về dân tộc, miền núi còn thiếu bóng dáng các nhân vật luật gia, luật sư dân tộc thiểu số. Xã hội văn minh, luật pháp thượng tôn, nó đòi hỏi phải đặt ra hành lang pháp lí rộng rãi, đặc thù, tạo điều kiện cho con người hoạt động tự do.

Cái gì quan trọng nhất trong sáng tạo tác phẩm văn học núi? Tất nhiên vẫn là bản sắc, nhưng cái quan trọng hơn, đó là vấn đề triết học và tư tưởng, nâng cao tầm tác phẩm văn học. Dù sáng tác về núi, nhưng đòi hỏi nhà văn phải mở rộng tấm lòng và biên độ tác phẩm ra với nhân loại, thế giới. Ra-xun Gam-ra-tốp (Raxun Gamzatop), người dân tộc A-vác (Avar), sống ở Đa-ghét-xtan (Dagestan), viết: "Chúc cho những người tốt sẽ gặp những điều tốt đẹp, mong cho kẻ xấu sẽ gặp những điều xấu xa. Dù rằng điều đó thường xẩy ra ngược lại". Điều này, vẫn mang bản sắc và lại tải được ý nghĩa triết lí, tư tưởng sâu xa.

Bây giờ, vùng nông thôn miền núi còn ít sách văn học quá. Nghe nói, ở nhiều nước, người ta mua sách phát không, hoặc bán giá rẻ cho dân đọc. Có lẽ, ngoài phần nhà nước đầu tư sáng tác, cần đề nghị cũng nên làm như thế, thì sách văn học mới đến với dân được. Nhưng một điều khác, quan trọng hơn, là sách văn học đã nói được cái mà người dân tộc thiểu số, người dân miền núi đang cần, để vươn tới về tầm triết học và tư tưởng chưa?

Văn học đã nói được nhiều về phong tục, tập quán trong sinh hoạt và lao động sản xuất, chiến đấu bảo vệ đất nước, phản ánh tình cảm quê hương và tình yêu trai gái, nhưng về vấn đề tự do, dân chủ thì chưa ngang tầm thời đại. Điều căn bản nhất của con người, cần phải có tri thức, để tìm ra chân trời mới cho bản thân mình và dân tộc mình. Một khi dân tộc trở nên suy tàn, thì dễ lụy vào vòng nô lệ và nguy cơ bị thôn tính, bị đồng hóa rất cao. Nếu dân tộc đánh mất bản sắc, người dân bị bần cùng hóa, thì một phần lỗi cũng là do các nhà văn, chưa có tác phẩm văn học, những áng văn chương lay động lòng người, đốt lên ngọn lửa thức tỉnh đồng bào. Điều đó, cần phải có sự đột phá nhận thức, bùng nổ tác phẩm của nhà văn núi về vùng núi, người núi.

Phải chăng, sáng tác văn học góp phần giữ gìn và phát huy bản sắc, là xây dựng hình tượng nhân vật, phản ánh thân phận người núi, gợi cái nhìn về bản thân mình, dân tộc mình, đất nước mình, mà vươn tới tự do, khát vọng quyền làm người, chủ nhân ông?

VXT

Website trannhuong.com

TRUYỆN NGẮN TRÊN BÁO TÂN TRÀO

(*Tham luận tại cuộc hội thảo Nâng cao chất lượng báo Tân Trào (Hội VHNT Tuyên Quang), 8/12/2012).*

Trong thời gian qua, Báo Tân Trào đã xuất bản mỗi tháng hai kì và số nào cũng đăng truyện ngắn, ít là một truyện, nhiều thì ba đến bốn truyện, trung bình mỗi số hai truyện. Như vậy, mỗi tháng cần ít nhất bốn truyện. Nguồn nào cung cấp đầu vào? Qua đọc báo, tôi nhận thấy, đó chính là các tác giả truyện ngắn xứ Tuyên.

1. Nguồn truyện cung cấp cho Tân Trào:

Phân hội văn học có hơn năm chục hội viên, chiếm một nửa số hội viên của Hội Văn học-Nghệ thuật Tuyên Quang; trong đó, khoảng hơn hai chục người viết văn xuôi. Có thể kể tên những cây bút viết truyện ngắn có nghề, như: Phù Ninh, Đinh công Diệp, Trịnh Thanh Phong, Nguyễn Đình Lãm, Hồng Giang (Doãn Quang Sửu), Trần Huy Vân (Trần Cừ), Hồng Hà (Nguyễn Thị Hồng), Quang Khánh (Bùi Quang Khánh), Hoàng Kim Yến và gần đây xuất hiện thêm các tác giả: Đỗ Anh Mỹ, Xuân Đặng... Truyện ngắn và tên tuổi của các tác giả này, thường xuyên xuất hiện trên Tân Trào. Phần lớn, truyện đứng được, nhiều truyện hay đã được chọn đăng trên Tuần báo Văn nghệ của Hội Nhà văn Việt Nam, Tạp chí Văn nghệ quân đội và các tác giả cũng đưa vào làm bản thảo trong các tập truyện ngắn của mình. Ngược lại, nhiều truyện đã được in trên sách, báo trung ương lại được chọn đăng trên Tân Trào. Nói như vậy để thấy, truyện ngắn trên Tân Trào không phải là khoảng trời riêng, mà có sự giao thoa trong giới văn chương cả nước.

Theo thống kê chưa đầy đủ, trong thời gian qua, mười hai tác giả đã xuất bản hai mươi bốn tập truyện ngắn. Cụ thể: Phù Ninh- hai tập, Đinh Công Diệp- một tập, Trịnh Thanh Phong- ba tập, Phạm Đức Hùng- một tập, Trần Huy Vân- một tập, Lương Ky- hai tập, Nguyễn Đình Lãm- một tập, Hoàng Kim Yến- hai tập, Đỗ Anh Mỹ- hai tập, Huy Hảo- hai tập, Thúy Mơ- một tập, Vũ Xuân Tửu- sáu tập; (phụ lục 1, kèm theo). Mỗi tập thường có từ chín đến mười hai truyện, ước chừng có hai trăm năm mươi truyện ngắn từ nguồn này đã đăng báo Tân Trào.

Cố nhà văn Đinh Công Diệp từng nói, ai mà được đăng truyện ngắn trên Văn nghệ, thì coi như đỗ tú tài. Trong bốn mươi năm qua, chúng ta có mười hai tác giả đã đăng bốn mươi mốt truyện ngắn trên Tuần báo Văn nghệ và Tạp chí Văn nghệ quân đội: Đinh Công Diệp- ba truyện, Phù Ninh- năm truyện, Trọng Hùng- sáu truyện, Trịnh Thanh Phong- bảy truyện, Quang Khánh- ba truyện, Hồng Giang- hai truyện, Nguyễn Đình Lãm- ba truyện, Hoàng Kim Yến- một truyện, Hồng Hà- một truyện, Vũ Xuân Tửu- mười một truyện, Đỗ Anh Mỹ- hai truyện, Dương Đình Lộc- một truyện; (phụ lục 2, kèm theo).

Nhiều tác giả chưa ra tập truyện, nhưng đã có nhiều truyện đăng Tân Trào, như: Trọng Hùng (Nguyễn Trọng Hùng), Nguyễn Hữu Bình, Ma Thị Hồng Tươi, Đinh Công Huỳnh…

Nội dung các truyện ngắn thường phản ánh về thân phận con người miền núi, nơi tác giả sinh sống, hoặc đã từng tiếp xúc trên đường đời, nên nó mang hơi thở quê hương Tuyên Quang. Nhân vật thường là bộ đội thời kháng chiến và giáo viên dạy văn hóa, nông dân miền núi, công nhân lâm nghiệp… Thể loại thường là phản ánh hiện thực xã hội và những truyện về lịch sử, hoặc huyền thoại hư ảo…

Lứa tuổi tác giả thường từ trung niên trở lên, phần lớn đã nghỉ hưu, từng trải và đam mê sáng tác văn chương. Nhiều người lo về lớp kế tục, nhưng gần đây, xuất hiện những cây bút trẻ, lứa trên dưới ba mươi, như: Đinh Công Huỳnh, Dương Đình Lộc… Dương Đình Lộc là một hiện tượng đáng mừng, xuất hiện một cái là có truyện ngắn đầu tay *Người Đại Lý và bông hoa hướng dương* in trên Tuần báo Văn nghệ và tiểu thuyết đầu tay *Trong vòng tay chúa*, được Nhà xuất bản Văn hóa Thông tin phát hành.

Tuy việc thống kê phân tích chưa thật đầy đủ, nhưng đã có thể khẳng định rằng, lực lượng viết tiểu thuyết và truyện ngắn của Tuyên Quang hiện nay là khá hùng hậu, vạm vỡ, không những làm nòng cốt ở địa phương, là đội quân chủ lực trên báo Tân Trào, mà còn vươn ra được với văn đàn trong nước và khu vực. Nhà văn Tùng Điển- Phó Chủ tịch Ủy ban toàn quốc Liên hiệp các Hội Văn học Nghệ thuật Việt Nam, năm 2011, tại Nhà Sáng tác Đại Lải đã nhận xét, văn xuôi Tuyên Quang nổi trội trong khu vực các tỉnh miền núi phía Bắc.

Trong mấy năm qua, phân hội Văn học đã chủ động tổ chức nhiều cuộc tọa đàm về các chủ đề: Nghệ thuật viết truyện ngắn, Công việc bếp núc của người viết tiểu thuyết, Sáng tác kí văn học và Viết truyện thiếu nhi. Vừa qua, lãnh đạo Hội Văn học Nghệ thuật Tuyên Quang đã tổ chức trại sáng tác truyện ngắn và thu được thành quả rất đáng khích lệ.

Ngoài ra, Tân Trào còn đăng truyện ngắn của các tác giả tỉnh ngoài, góp phần tăng cường giao lưu giữa các địa phương. Nhưng đề nghị Tân Trào chỉ chọn đăng những truyện xuất sắc của các tác giả tỉnh ngoài, để tác giả địa phương học tập, rút kinh nghiệm, nâng cao tay bút của mình.

2. Một vài ý kiến trao đổi, nâng cao chất lương truyện ngắn Báo Tân Trào:

- Trước hết, xin nói về thể loại Truyện kí:

Theo *Từ điển Tiếng Việt,* của Viện Ngôn ngữ, Nxb Đà Nẵng và Trung tâm Từ điển học, năm 2000, thì: "Truyện kí là thể loại ghi lại đời sống và sự nghiệp của một người có tiếng tăm trong lịch sử và xã hội".

Từ điển mở Wikipedia: Truyện kí thường tập trung cốt truyện vào việc trần thuật một nhân vật: những danh nhân về khoa học và nghệ thuật, những anh hùng trên mặt trận chiến đấu và sản xuất, chính khách, nhà hoạt động cách mạng.

Soi vào ta thấy, nhiều tác phẩm ghi là thể loại Truyện kí, nhưng thực ra chỉ là ghi chép. Có thể lấy ví dụ, truyện ký *Phẩm chất người lính*, số ra kỳ 2 tháng 9/2012, viết về gương người tốt việc tốt, nhân vật này không có tiếng tăm tầm cỡ lịch sử, xã hội. Trong chiến tranh và xây dựng đất nước, đã có nhiều truyện kí hay, viết về các cá nhân và tập thể anh hùng lực lượng vũ trang và anh hùng lao động.

Khi độc giả nhìn thấy tác phẩm ghi là truyện kí, trong lòng chuẩn bị đón nhận tác phẩm phản ánh về một nhân vật hay tập thể xuất chúng, nhưng cuối cùng vỡ lẽ không phải thế. Có thể, trong suy nghĩ của chúng ta vẫn còn lấn bấn, khi viết kiểu nửa truyện, nửa kí thì ghi ngay thành truyện kí cho tiện chăng?

- Chuyển chi tiết thừa, thành nghệ thuật phục bút:

Chi tiết rất quan trọng, góp phần làm nên sự thành công của truyện ngắn, nên các tác giả rất chú trọng chăm chút chi tiết, săn lùng chi tiết. Chi tiết thể hiện vốn sống phong phú, chịu khó quan sát và ghi chép của tác giả. Để nói lên tầm quan trọng của chi tiết, có người đã khảng định: Truyện ngắn nghĩa là chi tiết, chi tiết và chi tiết.

Trong truyện ngắn *Một chuyến đi*, số ra kỳ 2 tháng 7 năm 2012, tác giả viết về một cô công chức, bỏ thành thị vào làng bản miền rừng để xả xì-trét (stress). Truyện phản ánh về một xã hội hiện đại, con người phải tìm về cội nguồn thiên nhiên. Trong truyện có một chi tiết, khi cô gái vào nhà một người dân tộc thiếu số, cậu bé đi cùng xe dặn rằng, khi ăn cơm không được để đũa lên miệng bát. Đó là chuyện kiêng kị, chỉ cúng ma mới đặt đũa lên miệng bát thôi. Nhưng tìm cả truyện không thấy chi tiết này được sử dụng vào việc gì. Tôi phân vân và điện hỏi tác giả. Tác giả nhận ngay ra là chi tiết thừa. Chi tiết thừa này, lẽ ra biên tập viên phải trao đổi với tác giả để chuyển thành nghệ thuật phục bút. Nghĩa là, phải bổ sung việc lí giải ở phần sau của truyện. Có thể thêm vào, khi ăn cơm, cô gái này nhớ chồng con và bữa cơm gia đình ở thành phố, nên lơ đễnh đặt đũa lên miệng bát và sực nhớ ra phong tục, vội vàng đặt đũa xuống mâm, chẳng hạn. Làm được như thế, sẽ không bỏ phí mất chi tiết độc đáo về phong tục miền núi, mà lại gắn được với tâm nhân vật ấy.

- Chuyển tên thể loại phù hợp nội dung và hình thức, cứu tác phẩm:

Như trên đã nói, chúng ta có thể chuyển cách định danh Truyện kí thành ghi chép, hoặc truyện ngắn chuyển thành truyện vui cho phù hợp.

Trong số ra kỳ 1 tháng 7/2012, có đăng truyện ngắn *Vi mô và vĩ mô*, đọc xong có cảm tưởng xem một vở kịch vui. Có lẽ tác giả ảnh hưởng thói quen nghề nghiệp. Tác phẩm này, nếu ghi là truyện ngắn thì không nên đăng, nhưng đổi thành truyện vui thì lại được. Sự ước lệ và ngôn ngữ sân khấu, khác với không gian và ngôn ngữ truyện ngắn.

- Về không gian, ngôn ngữ truyện ngắn:

Phần lớn truyện ngắn của chúng ta còn thiếu không gian. Miêu tả không gian truyện ngắn là cả một nghệ thuật, thiếu nó thì truyện tẻ nhạt, khô khan, mà thừa quá thì lại sa đà, lạc đề. Người ta nói về cái chiếu nghỉ cầu thang, như một khám phá của kiến trúc nhà ở, nhưng thực tế nó chỉ là cái chỗ chuyển nhịp lên tầng, giảm độ dốc mà thôi. Nhưng cái không gian trong truyện nên có và cũng phải nhuần nhị đến độ mà người đọc không nhận ra như vậy, thì quả là một thành công.

Có truyện, đọc thấy dày đặc đối thoại, như thể đối thoại sân khấu. Có lẽ khi sáng tác, chúng ta tưởng tượng ra hai nhân vật giao lưu tay đôi, nên dùng lời nói thay cho hành động. Đối thoại trong truyện tiếu lâm lại và vấn đề khác. Ở đó, chủ yếu người ta dùng đối thoại, nhưng nó hay lại do người kể. Chỉ mấy cái gạch đầu dòng ấy thôi, mà người này kể thì sinh động, kẻ khác kể thì nhạt thếch. Bởi vì, nó được kể kèm theo hành động của tay, chân, mắt, mũi và giọng điệu ngôn ngữ, đánh trúng tâm lí đám đông, nên hiệu quả. Truyện ngắn thì chỉ có chữ là chữ thôi. Chữ nói thay tác giả. Liên Xô quan niệm: "Nhà văn là nghệ sỹ của ngôn từ". Ngôn ngữ truyện ngắn càng phải cô đọng. Đọc truyện của tác giả Nguyễn Đình Lãm, thấy ông kiệm lời, hóm hỉnh và rất tinh quái.

Trong truyện *Lập di chúc*, số ra kỳ 1 tháng 3/2012, nếu tác giả bớt đối thoại đi, miêu tả nhân vật đi vào chiều sâu nội tâm, trong việc tranh giành đất đai nội tộc, thì sẽ thành một truyện ngắn chững chạc, chứ không phải chỉ ghi mỗi từ là truyện nữa. Bởi vì, truyện là tác phẩm văn học tổng quát, chỉ chung về các thể loại truyện dài, truyện cổ tích, hoặc sách kinh nghĩa cổ Trung Quốc mà thôi. Về đối thoại, người ta bảo, phải học nhà văn Hê-minh-uê (Hemingway).

- Sử dụng từ điển, nhặt sạn chính tả và câu từ:

Khi sáng tác, thấy chỗ nào phân vân về chính tả, nên đánh dấu lại, lúc thư thái thì tra từ điển để kiểm tra cho chính xác. Kinh nghiệm bản thân, khi sửa chữa tác phẩm, tôi thường dùng mười ba loại từ điển, ít khi dùng từ điển trong máy tính.

Sách từ điển sử dụng tiện lợi và câu từ trong đó, gợi ý cho ta rất nhiều và hạn chế sai lỗi.

Có những truyện ngắn hay, nhưng khi đọc những từ sai chính tả, cảm tưởng ăn cơm tám giò chả mà nhá phải hạt sạn, mất cả ngon. Truyện ngắn *Chuyện ở rừng*, số kỳ 1 tháng 10/2012, có mấy chỗ tác giả dùng từ "ma trài". Thực tế, từ "chài", chỉ có viết "ch", không phải "tr", kể cả từ ghép cũng vậy. Ở đây bộc lộ, tác giả và biên tập viên ít dùng từ điển.

- Nâng tầm những mẩu chuyện thành truyện ngắn:

Nếu như nhiều tác phẩm ghi là truyện ngắn, nhưng nội dung hình thức thuộc thể loại khác, thì ngược lại, nhiều bài viết có thể nâng thành truyện ngắn được. Ví dụ, số ra kỳ 2 tháng 7/2012, đăng *Lọn tóc kỷ niệm*, của tác giả Vũ Huyền Long, viết về hồi ức chiến tranh rất xúc động. Chuỗi sự việc và hành động, vài tính cách nhân vật diễn ra trong bài viết, như thể một cái truyện ngắn vậy.

*

Truyện ngắn có văn, có chi tiết sinh động, có hồn cốt, tư tưởng của các tác giả, đăng trên Tân Trào đã góp phần làm nên tờ Tân Trào và ngày càng được bạn đọc đón nhận rộng rãi.

VXT

Phụ lục 1:

24 tập truyện ngắn của 12 tác giả:

- Phù Ninh (Nguyễn văn Mạch): 2 tập

Chiều biên giới, Hội văn nghệ Tuyên Quang, xb năm 1988;

Trước làng có soi Rù Rì, Nxb Văn hóa dân tộc, 1999.

- Đinh Công Diệp: 1 tập

Truyện ngắn Đinh Công Diệp, Nxb Hội Nhà văn, 2009.

- Trịnh Thanh Phong: 3 tập

Gặp lại, Nxb Văn hóa dân tộc, 1998;

Lời ru ban mai, Nxb Văn hóa dân tộc, 2000;
Vết thương thời bình, Nxb Văn hóa dân tộc, 2006.
- Phạm Đức Hùng: 1 tập
Chiếc nhẫn dòng họ, 2007
- Trần Huy Vân (Trần Cừ): 1 tập
Tiếng vỹ cầm trong đêm, 2009.
- Lương Ky (Lương Việt Hùng): 2 tập
Bông sen bằng sắt, Nxb Văn hóa dân tộc, 2002;
Lột xác, Nxb Hội Nhà văn, 2007.
(Tác giả đã chuyển Hà Nội).
- Nguyễn Đình Lãm: 1 tập
Vịt ống, Nxb Hội Nhà văn, 2006.
- Hoàng Kim Yến: 2 tập
Nắng không vàng nhạt, 2007;
Khi không còn mùa thu, Nxb Lao động, 2008.
- Đỗ Anh Mỹ: 2 tập
Cây đa ngoài cõi thế, (truyện ký), Nxb Quân đội, 2007;
Chuyện ở Khe Hu, Nxb Hội Nhà văn, 2009.
- Huy Hảo (Nguyễn Huy Hảo): 2 tập
Chuyện làng tôi, T1, Nxb Hội Nhà văn, 2004;
Chuyện làng tôi, T2, Nxb Hội Nhà văn, 2010.
- Thúy Mơ (Nguyễn Thúy Mơ): 1 tập
Mối tình đầu trên con đường huyền thoại, truyện ký, Nxb Hội Nhà văn, 2009.
- Vũ Xuân Tửu: 6 tập
Tầm phào, Nxb Văn hóa dân tộc, 1998;
Yếm thắm, Nxb Văn nghệ, 2003;
Bí mật cuốn gia phả, Nxb Văn nghệ, 2005;
Con chim lửa, Nxb Thanh niên, 2006;
Mồ hôi của đá, Nxb Hội Nhà văn, 2007;
Chuyện ở bản Piát, Nxb Văn nghệ, 2007.

Tuyên Quang, 29/10/2012
Vũ Xuân Tửu

Phụ lục 2:

Truyện ngắn đã được in trên Tuần báo Văn nghệ (Hội Nhà văn Việt Nam) và Tạp chí Văn nghệ quân đội, từ 1972 đến nay có 12 tác giả=41 truyện:

- Đinh Công Diệp = 3 truyện: *Hương bạch đàn* (Vn, 1972), *Gió vào cửa bầu* (Vn*),* *Lùng tù* (Vn).

- Phù Ninh (Nguyễn Văn Mạch) = 5 truyện: *Tết cữ gió* (Vn), *Ở mốc không số* (Vn), *Dưới chân Tây Côn Lĩnh* (Vn), *Người đo đỉnh lũ* (Vnqđ), *Sau ba mùa lê* (Vn).

- Trọng Hùng (Nguyễn Trọng Hùng) = 6 truyện: *Bức ảnh không chú thích* (Vn), *Đâu mùa nấm hương* (Vn), *Bãi cuối sông* (Vnqđ), *Không quên nổi những điều chưa kịp nhớ* (Vnqđ), *Gió núi lao xao* (Vnqđ), *Mai vàng thuở ấy* (Vnqđ).

- Trịnh Thanh Phong = 7 truyện: *Kẽo kẹt tre làng* (Vn), *Chuyện tình ở xóm mâm rùa* (Vn), *Quê hương là chùm khế ngọt* (Vn), *Vết thương thời bình* (Vn), *Nấm ông trăng* (Vnqđ), *Miền sáng* (Vn), *Nhà vẫn dựa lưng vào núi* (Vn).

- Quang Khánh (Bùi Quang Khánh) = 3 truyện: *Yêu muộn* (Vn), *Chuyện tình không kể* (Vn), *Hốc lõm* (Vn).

- Hồng Giang (Doãn Quang Sửu) = 2 truyện: *Nốt ruồi định mệnh mệnh* (Vn), *Miên Miên* (Vn).

- Nguyễn Đình Lãm = 3 truyện: *Ăn riêng* (Vn), *Cực bắc Sủng Máng* (Vn), *Biệt thự Siêu Na Viên* (Vn).

- Hoàng Kim Yến = 1 truyện: *Mưa đầu lũ* (Vn).

- Hồng Hà (Nguyễn Thị Hồng)= 1 truyện: *Phía trăng lên* (Vn).

- Vũ Xuân Tửu = 11 truyện: *Cánh chân sào* (Vn), *Tiếng kèn lá trên đỉnh Mã Pì Lèng* (Vn), *Trăng sáng đồi chè* (Vn), *Thợ khâu giày* (Vn), *Thợ cắt tóc truyền đời* (Vnqđ), *Người sông nước* (Vnqđ), *Chuyện ở bản Piát* (Vnqđ), *Bí mật cuốn gia phả* (Vnqđ), *Cổng Hò* (Vnqđ), *Cuối đồng xa* (Vn), *Hoa cải ngồng* (Vn).

- Đỗ Anh Mỹ = 2 truyện: *Mời cưới* (Vn), *Xóm ba nhà* (Vn).

- Dương Đình Lộc = 1 truyện: *Người Đại Lý và bông hoa hướng dương* (Vn, 2012).

Tuyên Quang,
29/10/2012

Vũ Xuân Tửu

TIỂU THUYẾT CỦA CÁC TÁC GIẢ TỈNH TUYÊN QUANG

(Tham luận Hội nghị Chi hội nhà văn Sông Chảy, tại Hà Giang, 2016).

Phạm vi tham luận này, tôi chỉ giới hạn trong số tiểu thuyết xuất bản thời kỳ đổi mới, ở tỉnh Tuyên Quang, đầu tiên là cuốn *Ngày trinh trắng* của Phù Ninh, xuất bản 1994 và cuối cùng là *Người rừng* của Vũ Xuân Tửu, xuất bản 2013.

(Có thể số liệu chưa đầy đủ, nhưng khi thực hiện sự phân công của Chi hội nhà văn Sông Chảy, để viết tham luận này, tôi đã hỏi lại phân hội văn học, thuộc hội VHNT Tuyên Quang).

1. Tác giả viết tiểu thuyết và tác phẩm đã xuất bản:

1/ Phù Ninh (Nguyễn Văn Mạch): 3 cuốn= 609 trang

- *Ngày trinh trắng*, Sở VHTT Tuyên Quang xb năm 1994, 195 trang, thể loại tự sự;
- *Tân Trào rạng ngày độc lập*, Nxb Hội Nhà văn, năm 2005, 219 trang, lịch sử;
- *Người con gái Thăng Long*, Nxb Văn hóa dân tộc, năm 2010, 195 trang, lịch sử.

2/ Đinh Công Diệp: 1 cuốn=238 trang

- *Chỉ mình em mặc áo đen*, Nxb Văn hóa dân tộc, năm 1995, 238 trang, tự sự.

3/ Trịnh Thanh Phong: 4 cuốn=1054 trang

- *Ma làng*, Nxb Hội Nhà văn, năm 2002, tái bản năm 2007, 190 trang, tự sự;
- *Đất cánh đồng Chum*, Nxb Hội Nhà văn, năm 2007, 183 trang, tự sự;
- *Đồng làng đom đóm*, Nxb Hội Nhà văn, năm 2009, 327 trang, tự sự;
- *Ông mãnh về làng*, Nxb văn học, năm 2011, 354 trang, tự sự.

4/ Lương Ky (Lương Việt Hùng): 1 cuốn= 327 trang.

- *Đất dưới chân mình*, Nxb Hội Nhà văn, 2005, tái bản 2007, 327 trang, tự sự.

(Tác giả đã chuyển Hà Nội).

5/ Trần Huy Vân (Trần Quốc Cừ): 3 cuốn=712 trang

- *Tuổi trăng đầy*, Nxb Văn hóa dân tộc, năm 2007, 247 trang, tự sự;
- *Trăng khuyết*, Nxb Lao động, năm 2009, 307 trang, tự sự;
- *Trăng hạ tuần*, Nxb Hội Nhà văn, năm 2012, 158 trang, tự sự.

6/ Nguyễn Đình Lãm: 2 cuốn=291 trang

- *Những bông hoa rừng*, Nxb Hội Nhà văn, năm 2008, 134 trang, tự sự.
- *Nẻo tình*, Nxb Văn học, năm 2012, 157 trang, tự sự.

7/ Hồng Giang (Doãn Quang Sửu): 1 cuốn=682 trang

- *Thăm thẳm đường về*, Nxb Hội Nhà văn, năm 2009, 682 trang, tự sự.

8/ Hoàng Kim Yến: 1 cuốn=182 trang

- *Đoản khúc giao mùa*, Nxb Hội Nhà văn, năm 2012, 182 trang, tự sự.

9/ Dương Đình Lộc: 1 cuốn=458 trang

- *Trong vòng tay Chúa*, Nxb Văn hóa Thông tin, năm 2012, 458 trang, tự sự.

10/ Vũ Xuân Tửu: 8 cuốn=1659 trang

- *Nửa tỉnh nửa quê*, Nxb Văn hóa dân tộc, năm 2002, 280 trang, tự sự;
- *Hình bóng đàn bà*, Nxb Văn nghệ, năm 2006, 82 trang (khổ 11x18 cm), hư ảo;
- *Chúa Bầu*, Nxb Quân đội nhân dân, năm 2006, 478 trang, lịch sử;
- *Chuyện trong làng ngoài xã*, Nxb Thanh niên, 2007, tái bản 2011, đổi trên *Chuyện làng*, 462 trang, tự sự;
- *Cõi mê*, Nxb Thanh niên, năm 2011, 175 trang, hư ảo;
- *Cửa Đá*, Nxb Hội Nhà văn, năm 2011, 182 trang, hư ảo;
- *Cua-rơ*, Nxb Hội Nhà văn, năm 2013, 93 trang (khổ 11x18 cm), hư ảo;
- *Người rừng*, Nxb Hội Nhà văn, năm 2013, 96 trang (khổ 11x18 cm), hư ảo.

Như vậy, người xuất bản nhiều tiểu thuyết nhất là Vũ Xuân Tửu (8 cuốn), Trịnh Thanh Phong (4 cuốn), Phù Ninh, Trần Huy Vân (mỗi người 3 cuốn), còn lại phổ biến là từ 1 đến 2 cuốn).

2. Thời gian xuất bản tiểu thuyết:

1994=1 cuốn, 1995=1 cuốn, 2002=2 cuốn, 2005= 2 cuốn, 2006=2 cuốn, 2007=3 cuốn, 2009=3 cuốn, 2010= 1 cuốn, 2011=4 cuốn, 2012=4 cuốn, 2013= 2 cuốn. Như vậy, số lượng xuất bản nở rộ trong khoảng 10 năm, từ 2002 đến 2013.

3. Dung lượng tiểu thuyết:

Trong khoảng hai chục năm qua, Tuyên Quang đã có 10 tác giả viết 25 cuốn tiểu thuyết, với 6401 trang in, từ khổ nhỏ nhất 11x18 cm (3 cuốn tiểu thuyết cực ngắn), cho tới khổ 14,5x20,5cm, phổ biến là khổ 13x19cm.

Thống kê số lượng tác phẩm và trang in như vậy, để thấy:

- Về số lượng tác phẩm thì cả chục tác giả sáng tác 19 năm qua, chưa vượt được nhà văn Lan Khai (ông đã viết 183 tác phẩm; trong đó có mấy chục cuốn tiểu thuyết và cũng sáng tác trong 18 năm);

- Về số trang viết, toàn bộ tiểu thuyết của các tác giả Tuyên Quang, trong 19 năm qua, chỉ gấp đôi một bộ tiểu thuyết *Bão táp cung đình* của nhà văn Hoàng Quốc Hải, với 6 tập = 2922 trang, khổ 14,5x20,5 cm.

- Về thể loại: lịch sử 2 cuốn của Phù Ninh và Vũ Xuân Tửu, hư ảo 5 cuốn của Vũ Xuân Tửu và tự sự 18 cuốn của 10 tác giả .

Tiêu chí "ngắn" của tiểu thuyết chừng 350 trang trở xuống, dài khoảng 400 trang đổ lên. (Bùi Việt Thắng, Tiểu thuyết đương đại, Nxb Văn hóa Thông tin, Hà Nội, năm 2009, trang 177); ta có:

4 tiểu thuyết dài (*Thăm thẳm đường về* của Hồng Giang, *Chuyện trong làng ngoài xã, Chúa Bầu* của Vũ Xuân Tửu, *Trong vòng tay Chúa* của Dương Đình Lộc),

3 tiểu thuyết cực ngắn của Vũ Xuân Tửu (*Hình bóng đàn bà* 82 trang, *Cua-rơ*

93 trang, *Người rừng* 96 trang (khổ 11x18 cm), còn lại là 18 cuốn tiểu thuyết ngắn.

Tuyên Quang chưa có tác giả nào viết bộ tiểu thuyết nhiều tập.

4. Thể loại nghệ thuật tiểu thuyết:

- Tự sự: Thể loại văn học phản ánh hiện thực bằng cách kể lại sự việc. Đây là thể loại truyền thống. Tiểu thuyết Tuyên Quang chiếm đa số về thể loại này, 18 cuốn.

- Lịch sử: 3 cuốn (*Tân Trào rạng ngày độc lập* và *Người Con gái Thăng Long* của Phù Ninh, *Chúa Bầu* của Vũ Xuân Tửu)

Khái niệm cơ bản về tiểu thuyết lịch sử: Theo nhà văn Đuy-ma (Pháp): Lịch sử như những cái đinh móc, để nhà văn treo những bức tranh của mình. Nhà văn Hoàng Quốc Hải, viết: "muốn viết hay về lịch sử, nhà văn phải vừa là nhà tiểu thuyết, vừa phải có kiến thức của một nhà sử học, nhà xã hội học, thiếu một trong những yếu tố đó, anh không thể lý giải được lịch sử. Chính sử chỉ ghi chép cô đọng, nhưng nhà văn phải vận dụng toàn bộ kiến thức hiểu biết của mình, cũng như sự sáng tạo để phục dựng lại bức tranh lịch sử như nó vốn có, làm sao để bạn đọc tin rằng, họ đang được sống trong thời đại mà nhà văn đang đề cập tới". (Cand.com, 5/10/2010).

Nhưng theo tôi, cái điều quan trọng nhất của tiểu thuyết lịch sử là, phải nói được điều gì cho hôm nay và mai sau, thậm chí rất đau đớn. Chứ nếu chỉ phản ánh lịch sử thuần túy, thì đó lại là công việc của các nhà sử học.

- Hư ảo: 5 cuốn của Vũ Xuân Tửu (*Hình bóng đàn bà, Cõi mê, Cửa đá, Cua-rơ, Người rừng*).

Khái niệm: "Cái kì ảo là sản phẩm của trí tưởng tượng, được tạo ra nhờ khả năng suy tưởng; ở đó, cái siêu nhiên chiếm ưu thế. Đó là những khuynh hướng không mang tính chân thực, chỉ tuân theo quy luật của tưởng tượng. Đó là cái kỳ quặc, dị thường, hư ảo, quái dị, siêu nhiên, kinh khủng, huyễn hoặc". (Từ điển giải nghĩa Pháp, dẫn theo Nguyễn Thị Châu).

Qua phân tích cho thấy, có:

8 tác giả chỉ viết một thể loại tự sự: Đinh Công Diệp, Trịnh Thanh Phong, Lương Ky, Trần Huy Vân, Nguyễn Đình Lãm, Hồng Giang, Hoàng Kim Yến, Dương Đình Lộc.

1 tác giả viết tự sự và lịch sử: Phù Ninh

1 tác giả viết cả 3 thể loại tự sự, lịch sử, hư ảo: Vũ Xuân Tửu.

Phân loại về nội dung, hình thức cũng chỉ là tương đối. Bởi vì, có cuốn tiểu thuyết kiểu tự sự chứa tình tiết ma quái, thánh thần, hoặc tiểu thuyết hư ảo lại phảng phất bóng dáng lịch sử, vv…

5. Một nhận xét về đội ngũ sáng tác và tiểu thuyết Tuyên Quang:

- Đội ngũ tác giả tiểu thuyết ở Tuyên Quang đã phát triển mạnh, ngày xưa có 1 (nhà văn Lan Khai), nay có 10. Đội ngũ hiện có 8 (mất 1, Đinh Công Diệp và chuyển Hà Nội 1, Lương Ky); trong đó, còn 7 nam, 1 nữ (Hoàng Kim Yến). Tuổi đời, phần lớn trên 60, 70. Trong 10 năm gần đây, xuất hiện thêm 5 tác giả mới: Trần Huy Vân (Trần Quốc Cừ), Nguyễn Đình Lãm, Hồng Giang (Doãn Quang Sửu), Hoàng Kim Yến, Dương Đình Lộc. Nhiều người đã chững lại, không viết tiểu thuyết nữa.

- Thể loại tiểu thuyết khá đa dạng, phong phú, nhưng chưa có tiểu thuyết nhiều tập (bộ tiểu thuyết). Duy nhất có tác giả Trần Huy Vân, với ba tập *Trăng Khuyết, Trăng đầy, Trăng hạ tuần*. Nhưng chỉ có tên ba tập liên kết, còn nội dung lại độc lập, nhân vật khác, bối cảnh khác... nên không phải là bộ tiểu thuyết.

- Nội dung và chất lượng tiểu thuyết chưa giàu tính tư tưởng, triết học và văn chương, còn thiên về sao chép, minh họa cuộc sống, xã hội và con người. Tác giả chưa đầu tư thời gian, công sức, để trưng cất lên giá trị văn chương. Tác phẩm có chỗ còn thô kệch về nghệ thuật, lỗi cấu trúc, lỗi câu cú và lỗi chính tả không phải là ít.

- Trong 25 cuốn tiểu thuyết nêu trên, có 2 cuốn của nhà văn Trịnh Thanh Phong đã được dựng thành 2 phim. Tiểu thuyết *Ma làng* khi phỏng dựng thành phim truyền hình cùng tên, đã gây được sự chú ý rộng rãi trong dân chúng. Trong khi văn hóa đọc bị chìm xuống, thì văn hóa nghe, nhìn đang ở thế thượng phong. *Ma làng*, rất đáng khen về mặt điện ảnh.

*

Việc thống kê, phân tích trên, tuy chưa đề cập thỏa đáng đến chất lượng, giá trị nghệ thuật của tiểu thuyết, nhưng cũng đã cho thấy sự nỗ lực cố gắng của các tác giả. Bởi vậy, cần động viên chia sẻ, để củng cố đội ngũ sáng tác, xuất bản và phát hành tác phẩm.

VXT

TÂM SỰ VỀ SÁNG TÁC VĂN CHƯƠNG

(Tham luận Hội nghị Chi hội nhà văn Sông Chảy, chủ đề "Tác giả-Tác phẩm", tại tp. Tuyên Quang, 12/12/2017).

1. Kết quả sáng tác:

Tôi bắt đầu được in sách từ năm 1998, tại Nxb Văn hóa dân tộc, đến nay ngót hai mươi năm.

- Trong thời gian qua, tôi đã viết được gần năm mươi tập bản thảo; trong đó, đã xuất bản hai mươi sáu cuốn sách, còn hơn hai chục tập bản thảo chưa in. Ngoài ra, còn có bốn mươi cuốn in chung với các tác giả khác. Các tập sách được bảy Nhà xuất bản cho ra đời; chủ yếu là Nxb Thanh niên, Nxb Hội Nhà văn, Nxb Văn hóa dân tộc, Nxb Quân đội nhân dân, Nxb Công an nhân dân, Nxb Văn nghệ thành phố Hồ Chí Minh và Nxb Thanh Hóa... Tôi cũng được hai mươi lăm tạp chí và báo giấy, ở trung ương, địa phương đã đăng tác phẩm văn chương.

Bên cạnh việc in sách, tôi còn được các trang mạng in-tơ-nét về văn chương bằng tiếng Việt, đăng tải tại năm nước, gồm: Việt Nam, Ốt-xtray-lia, Ca-na-đa, Mỹ và Pháp. Số lượt người xem khoảng 10 vạn.

- Tính đến nay, có mười sinh viên đã và đang nghiên cứu về tác phẩm văn học của tôi, thuộc bốn trường Đại học Sư phạm: Thái Nguyên, Hà Nội, Đà Nẵng, Thành phố Hồ Chí Minh; gồm 5 luận văn thạc sĩ (*Yếu tố kỳ ảo trong tiểu thuyết "Hình bóng đàn bà" của Vũ Xuân Tửu, Truyện Vũ Xuân Tửu dưới góc nhìn văn hóa, Truyện kỳ ảo của Vũ Xuân Tửu, Đặc điểm truyện ngắn của Vũ Xuân Tửu, Thể tài truyện ngắn Vũ Xuân Tửu, Chất liệu dân gian trong sáng tác tự sự của Vũ Xuân Tửu...*); còn lại là Khóa luận, tức Luận văn tốt nghiệp đại học và Báo cáo khoa học (*Yếu tố phi thiêng trong tiểu thuyết "Người rừng" của Vũ Xuân Tửu, Nhân vật trong truyện ngắn của Vũ Xuân Tửu...*).

Tôi đang sưu tầm tư liệu, để viết cuốn tiểu thuyết lịch sử về Đại tướng Võ Nguyên Giáp. Hiện nay, đã xây dựng được một nhân vật trung tâm, hai mươi nhân vật chính, sáu mươi lăm nhân vật phụ và bốn trăm nhân vật liên quan; đồng thời, sưu tầm ba trăm câu thành ngữ, tục ngữ, dân ca, lời hát về các vùng miền, các dân tộc, nhằm minh họa cho bối cảnh và biểu hiện tâm lí nhân vật.

2. Những điều trăn trở:

- Đối với người cầm bút, việc viết tác phẩm có văn đã là một điều khó, nhưng việc nâng cao tính tư tưởng và triết học trong tác phẩm lại còn khó hơn nhiều. Tôi cảm thấy, tác phẩm văn chương của mình, so với các nhà văn trong nước vẫn còn thua anh kém chị, nếu so với nước ngoài như Pháp- Nga thì càng thiếu chất văn, so với Anh- Mỹ thì lại kém tính triết lí và tư tưởng. Do đó, cứ quanh quẩn trong lũng núi và ao làng, không vươn ra được với biển rộng sông dài của thế giới bao la. Vậy, Hội Nhà văn Việt Nam và Chi hội nhà văn Sông Chảy cần tạo điều kiện giúp đỡ hội viên như thế nào, để hội nhập quốc tế?

- Người ta nói, nếu muốn làm văn chương thì phải có kiến thức văn hóa mang tầm nhân loại. Nhưng thực tế, nếu đụng đến chuyện Hiện đại và Hậu hiện đại thì bị coi là có vấn đề tư tưởng, lập trường. Thế là nhà quản lí lập tức dựng lên rào cản và bị phân biệt đối xử. Tôi đề nghị, chuyện này hãy cho vào quá khứ, để người cầm bút có thể chọn lọc tinh hoa đa trường phái, mở rộng chân trời sáng tạo văn chương.

- Một điều quan trọng không kém là trau dồi vốn từ ngữ. Từ ngữ cùng với hình tượng văn học được coi là những chất liệu để xây dựng lâu đài văn chương, bằng bàn tay tài hoa của người cầm bút. Từ ngữ thu lượm trong đời sống hằng ngày, giúp cho người cầm bút cập nhật với diễn biến xã hội. Nhưng từ ngữ chứa trong các cuốn từ điển cũng rất đa dựng, phong phú và chuẩn mực, giúp cho tác phẩm hạn chế được những sai phạm khi dùng từ. Tủ sách gia đình của tôi hơn một ngàn cuốn; trong đó, có hai mươi cuốn từ điển các loại. Ngoài chức năng tra cứu, thì đọc từ điển, một việc tưởng chừng khô khan, nhưng có khi gợi cho ta rất nhiều trong sáng tác. Các loại *Từ điển tiếng Việt, Từ điển chính tả, Từ điển thành ngữ và tục ngữ, Từ điển đồng nghĩa, Từ điển ngược nghĩa, Từ điển triết học*... là những công cụ hữu hiệu, giúp cho tôi cày xới trên cánh đồng chữ nghĩa.

Ngoài việc đọc sách văn chương, cần phải đọc lí luận phê bình. Trong tủ sách của tôi có năm mươi cuốn lí luận phê bình, giúp tôi suy ngẫm những điều đã viết và sẽ viết. Ngoài ra, tôi còn làm thẻ đọc và tra cứu tại Thư viện Quân đội (83, Lý Nam Đế, Hà Nội) và Thư viện Quốc gia (31, Tràng Thi, Hà Nội). Bình quân mỗi năm, tôi đọc một vạn trang sách, không kể báo và tạp chí. Một lần, tôi đến thăm Nhà thơ Bế Thành Long, tại Cao Bằng. Ông nói rất chí lí, rằng: "Khi còn đọc được là còn viết được". Như vậy, việc đọc sách và viết sách có liên quan mật thiết với nhau. Tôi đề nghị Hội Nhà văn Việt Nam và Chi hội nhà văn Sông Chảy, thường xuyên thông báo tình hình sáng tác, xuất bản những tác phẩm văn học đáng chú ý trong nước và nước ngoài, để hội viên tìm chọn nghiên cứu, tham khảo.

VXT

VỚI TIỂU THUYẾT LỊCH SỬ, KHÔNG PHẢI MỌI SỰ THẬT ĐỀU ĐƯỢC VIẾT RA, VÀ CŨNG KHÔNG PHẢI, MỌI ĐIỀU VIẾT RA ĐỀU LÀ SỰ THẬT...

(Tham luận tại Hội thảo Đổi mới tư duy tiểu thuyết, do Hội Nhà văn Việt Nam tổ chức, tại Hà Nội, 28/2/2018).

Cách đây 16 năm, vào năm 2002, Hội Nhà văn Việt Nam đã Hội thảo Đổi mới tư duy tiểu thuyết lần 1, ngày 28/2/2018, tại Hà Nội, Hội Nhà văn Việt Nam lại tổ chức Hội thảo lần 2. Các nhà Lí luận phê bình Lê Thành Nghị và Bùi Việt Thắng điều hành hội thảo. Tham dự hội thảo có đại biểu Ban Tuyên giáo Trung ương và đông đảo các nhà văn, nhà lí luận phê bình. Nhà thơ Hữu Thỉnh- Chủ tịch Liên hiệp các Hội Văn học Nghệ thuật Việt Nam, Chủ tịch Hội Nhà văn Việt Nam chỉ đạo hội thảo.

1. Đổi mới tư duy sáng tác là công việc thường ngày:

Nhìn chung, đổi mới tư duy trong sáng tác văn chương, cũng như đổi mới tư duy trong quá trình viết tiểu thuyết, đã được các nhà văn trăn trở từ lâu và thường xuyên. Bởi vì, quá trình sáng tác chính là quá trình tự đổi mới, nếu không, sẽ sa vào lối mòn. Nhà văn không tự cách tân là báo hiệu sự già cỗi.

Đổi mới tư duy tiểu thuyết là vấn đề rất rộng lớn và cấp thiết, trong phạm vi bản tham luận này, tôi xin đề cập một vài suy nghĩ trong quá trình viết tiểu thuyết lịch sử, mà bản thân cũng chỉ hiểu biết trong phạm vi hạn hẹp.

Nước ta, tiểu thuyết lịch sử thì nhiều nhà văn lớn đã viết, chẳng hạn, về nhà Trần có *Bão táp triều Trần* của Nhà văn Hoàng Quốc Hải, về nhà Hồ có *Hồ Quý Ly* của Nhà văn Nguyễn Xuân Khánh, vv... Một điều dễ nhận ra, qua các bộ tiểu thuyết ấy, người đọc thấy hiện lên trong tâm trí mình, cả một triều đại, có khi kéo dài hàng thế kỉ. Những nhân vật chính có thực, hiện ra một cách sinh động, với hình thể, tâm lí, tính cách và bối cảnh sinh hoạt xã hội đa dạng, phong phú, giúp người đọc hiểu thêm về nhiều góc cạnh của lịch sử. Tất nhiên, cũng có những cuốn tiểu thuyết lịch sử chỉ viết về một vài khía cạnh xã hội, hoặc nhân vật nào đó, mà khái quát lên.

Tiểu thuyết lịch sử dù bối cảnh, sự kiện đã lùi xa, nhưng nhà văn lại muốn nói điều gì đó với xã hội đương thời. Bởi thế, nếu bản lĩnh không vững vàng, và kiến văn nông cạn thì dễ sa vào lối mượn xưa nói nay, một cách sống sượng. Nhưng nếu chỉ viết về chuyện xưa cũ, để minh họa lịch sử thôi, thì bạn đọc không cần, thà đi đọc sách lịch sử còn hơn. Bởi thế, dù là câu chuyện xa xưa, thậm chí vừa mới diễn ra, nhưng tiểu thuyết lịch sử bao giờ cũng có hơi thở của cuộc sống, giúp bạn đọc soi chiếu vào xã hội đương thời, rút ra điều tâm đắc về nhân tình thế thái. Và chính đó, mới là điều gửi gắm của nhà văn.

Tiểu thuyết lịch sử được hư cấu trên cơ sở các sự kiện và nhân vật chính có thực. Từ đó, nhà văn sáng tạo nên tác phẩm văn chương. Có chỗ trùng khít với lịch sử, có chỗ bay bổng, thăng hoa. Thậm chí, có những tình tiết khác lạ so với lịch sử, do ý đồ của tác giả trong quá trình xây dựng tác phẩm muốn như thế, nhằm đề cao vai trò nhân vật, hoặc thể chế nào đó. Ví dụ, trong *Tam Quốc diễn nghĩa*, La Quán Trung đã cho Khổng Minh dùng mưu kế, bày binh bố trận hỏa thiêu gò Bác Vọng, làm món quà ra mắt ba anh em Lưu, Quan, Trương. Nhưng thực tế, Lưu Bị đã đánh thắng trận này, trước khi vời được Gia Cát Khổng Minh. Hoặc như, Tào Tháo là người văn võ song toàn, nhưng lại hóa thành kẻ đa nghi, phản Hán...

Trong tiểu thuyết lịch sử, thường thấy các nhân vật va chạm bộc lộ tính cách là chủ yếu. Nhưng bên cạnh đó, bối cảnh, phong tục, tập quán, văn hóa vùng miền, dân tộc như là cái nôi nuôi dưỡng nhân vật, khiến nó sống động bước từ tiểu thuyết ra đời thực, chứ không bị khô cứng đóng khuôn như trong lịch sử. Muốn có được điều đó, đòi hỏi nhà văn phải công phu sưu tầm tư liệu và phải có đầu óc tưởng tượng phong phú, để các nhân vật ăn khớp vào nhau, vận động nhuần nhuyễn trong cả một hệ thống, thì quả là không đơn giản. Có vấn đề cần tôn vinh, nhưng cũng có chuyện phải viết lại, chứ không phải viết về nhân vật lịch sử theo kiểu sùng bái cá nhân, và cũng không thể tư duy như tác phẩm trong Tủ sách "Người tốt, việc tốt"...

Tiểu thuyết lịch sử là tác phẩm văn chương. Như vậy, Tiểu thuyết lịch sử là phải có văn, chứ không phải thống kê sự kiện. Sau khi sưu tầm tư liệu, tôi thường làm Biên niên sự kiện, nhưng đó không phải công trình khoa học xã hội, mà nó lại là cái khung sườn tiểu thuyết.

Viết tiểu thuyết lịch sử về cả một triều đại thì nên dài hay vắn? Có người nói, viết ngắn mới khó. Lại có người bảo, dài hay ngắn không quan trọng bằng hay. Viết dài, viết nhiều mà hay thì càng tốt chứ sao? Chúng ta không thể cứ đặt vấn đề một chiều, mà cần xem xét trên nhiều khía cạnh, như bản thân cuộc sống vốn có. Thực tế, tác phẩm tiểu thuyết lịch sử thường dài, có khi gồm nhiều tập tạo thành.

Tôi xin lấy ví dụ về bộ tiểu thuyết dài, nhiều tập. Đó là, *Chiến tranh và Hòa bình*, bốn tập, khoảng hai nghìn trang của Lép Tôn-xtôi; trong đó, nhà văn miêu tả chi tiết, như sau: Buổi tiếp tân: năm mươi trang; Cuộc rượu: chín trang; Mừng lễ thánh: ba mươi mốt trang; Xin việc: tám trang; An-đrây từ biệt ra trận: năm mươi tư trang; Ku-tu-dốp điểm binh: hai mươi trang; An-đrây trong doanh trại: mười hai trang; Rô-xtốp bị thương: ba trang; Cuộc đấu súng: sáu trang; Na-ta-sa bỏ An-đrây, toan trốn theo A-na-tôn: một trăm năm mươi trang. (Riêng đoạn này, có thể tách ra thành truyện, hoặc tiểu thuyết riêng cũng được); vv...

Tác phẩm này có tới năm trăm nhân vật, cốt truyện xoay quanh hai gia đình quý tộc Nga: Công tước An-đrây và Bá tước Rốt-tốp, thuộc nước Nga, thế kỷ XIX, với những nhân vật có thực, như Hoàng đế Na-pô-lê-ông (Pháp), A-lếch-xan (Nga) và vị tướng lừng danh Ku-tu-dốp...

Nhiều nhà văn viết tiểu thuyết ngắn, chừng vài ba trăm trang, ít có tiểu thuyết dài từ dăm trăm trang trở lên, hoặc các bộ tiểu thuyết. Đối với tiểu thuyết lịch sử và trường ca thì không thể quá ngắn được. Vấn đề đặt ra, nhiều người viết dài thường đuối về sau, bộc lộ bút lực chưa dồi dào, kiến văn thiếu phong phú. Phần đông tác giả có thể viết rất nhiều bài thơ, thậm chí xuất bản nhiều tập thơ, nhưng viết trường ca thì chưa. Nếu trong văn xuôi, tiểu thuyết được ví như cỗ đại bác, thì trong thơ, có thể coi trường ca là binh chủng hợp thành. Dung lượng lớn của tiểu thuyết và trường ca giúp cho nhà văn có đất rộng rãi, để tổ chức tác phẩm với chiều kích lớn. Tôi thiển nghĩ, đã là nhà văn thì nên có tiểu thuyết và đã làm thơ thì cần viết trường ca. Chỉ có tiểu thuyết và trường ca mới vắt kiệt cùng bút lực tác giả, và như vậy, nền văn chương đất nước mới vạm vỡ, sinh sôi.

Nhà văn Hoàng Quốc Hải viết bộ tiểu thuyết *Bão táp Triều Trần*, thực đồ sộ; gồm sáu quyển, ngót ba nghìn trang. Để thấy sức làm việc của một nhà văn già, tôi xin mạn phép lấy số liệu so sánh: một hội văn nghệ địa phương, với chừng dăm chục hội viên chuyên ngành văn học, viết ba mươi năm, xuất bản một trăm năm mươi cuốn sách, tổng cộng số trang in cũng chỉ gấp đôi bộ tiểu thuyết *Bão táp Triều Trần*).

Nhà văn Nguyễn Xuân Khánh viết tiểu thuyết lịch sử *Hồ Quý Ly*, hơn tám trăm trang. Tác giả viết về các nhân vật như kiểu những "Bức tranh tứ bình", hết nhân vật này mới chuyển sang nhân vật khác. Đó cũng là cách viết lạ, nhưng dễ lặp lại sự kiện. Ví dụ, vua Trần Nghệ Tôn đã chết ở phần IV, nhưng rồi lại xuất hiện ở các phần sau, vì các nhân vật tiếp nối đều có liên quan. Theo tôi, viết tiểu thuyết lịch sử theo lát cắt ngang thời gian (đồng hiện), thì tiện lợi hơn viết theo lối bổ dọc.

Đây là một cuốn tiểu thuyết rất đáng chú ý, nhưng tôi còn phân vân về tên tác phẩm. Tuy mang tên *Hồ Quý Ly*, nhưng thực ra mới đề cập được một phần ba cuộc đời nhân vật mà thôi. Hồ Quý Ly gồm ba vấn đề chính: một- tiếm ngôi nhà Trần; hai- chính sách chấn hưng cải cách; và ba- chuyện mất nước rồi bị đi đày hải ngoại. Nhưng tác phẩm lại kết thúc ở Hội thề Đốn Sơn. Như thế, chưa thấy chính sách cải cách và chuyện mất nước bị lưu đày. Người đời đề cao vai trò của Hồ Quý Ly chính là cải cách kia mà? Có thể, phải thêm hai tập nữa, mới thỏa mãn tên tác phẩm chăng? Hơn nữa, phần đầu tác phẩm lại viết nặng về nhà Trần, phần sau hụt hẫng về nhà Hồ. Nếu chỉ viết về một phần cuộc đời nhân vật, thì có thể lấy tên tác phẩm là Hội thề núi Đún, chẳng hạn. (Núi Đún tức Đốn Sơn). Tất nhiên, tôi rất khâm phục lão nhà văn với nhiều tác phẩm nổi tiếng; trong đó, tôi được nhà văn gửi tặng cuốn *Đội gạo lên chùa...*

2. Đổi mới tư duy phải đồng bộ:

Nhà văn thì trăn trở đổi mới tư duy tiểu thuyết, nhưng nhà quản lí, nhà xuất bản có ủng hộ không, hay đang xiết chặt lại? Nếu không có sự đồng bộ, tác phẩm sẽ bị đắp chiếu, thậm chí nhà văn còn dính hệ lụy khôn lường. Thực tế, xã hội mới dừng ở mức đổi mới tư duy kinh tế, mà chưa đụng đến đổi mới tư duy chính trị, nên nhà văn dù có bứt phá thì cũng bị câu thúc. Tôi nói "nhà quản lí" là ở phạm vi rộng, kể cả các cơ quan chức năng liên quan. Có câu chuyện cũ, nhưng còn mang tính thời sự, cần phải nhắc lại. Đó là, nhà văn sợ nhất những "chú gà" cứ ngỡ mình là "hạt thóc". (Chữ của Nhà văn Phù Thăng).

Như vậy, đổi mới phải là sự chuyển mình của cả một hệ thống. Sự chuyển biến đó thường nặng nề và chậm chạp. Vậy, nhà văn phải đi tiên phong, chí ít là trong lĩnh vực văn chương? Tiểu thuyết viết ra như một hồi chuông cảnh báo, hay là một đốm sáng soi chiếu trên con đường phát triển của đất nước?

Một hôm, thấy VTV1, tường thuật Lễ trao Huân chương Sao vàng cho Hội Nhà văn Việt Nam, đại diện ban Tuyên giáo Trung ương phát biểu, từ nay, các nhà văn sáng tác không cần phải tự biên tập nữa. Nếu được như vậy, tác phẩm của chúng ta sẽ sớm hội nhập thế giới, thỏa lòng mong ước bấy lâu nay.

3. Tôi mới viết được hai cuốn tiểu thuyết lịch sử và đang viết cuốn thứ ba:

- *Chúa Bầu*, Nxb Quân đội nhân dân, năm 2006, ngót năm trăm trang; viết về hai anh em ruột Khánh Dương Hầu Vũ Văn Uyên và Gia quốc Công Vũ Công Mật, "phò Lê cự Mạc", vùng Tây Bắc, thế kỷ XVI.

- *Đinh Tiên Hoàng*, Nxb Công an nhân dân, năm 2018, hơn năm trăm trang; viết về Đinh Hoàn thôn tính mười hai sứ quân, lập nước Đại Cồ Việt, xưng đế, thế kỷ X.

- Từ năm 2014 tôi bắt tay sưu tầm, phân tích tư liệu, để viết viết cuốn tiểu thuyết lịch sử thứ ba, *Võ Nguyên Giáp*; viết về vị tướng được mệnh danh là "Người anh cả của Quân đội nhân dân", nhưng lại có óc canh tân đất nước, thuộc thế kỷ XX-XXI. Tất thảy chừng năm trăm nhân vật và tên người liên quan. Hầu hết các nhân vật đều mang tên thật, chỉ có vài nhân vật phải đổi tên và hơn chục nhân vật gọi tên theo nghề nghiệp cho đỡ phức tạp; Sau khi làm Biên niên sự kiện hơn một trăm năm cuộc đời nhân vật trung tâm, đến khi viết lại xé lẻ ra, bằng thủ pháp: hồi ức, phục bút, bỏ ngỏ... Tác phẩm đa chiều, để ngỏ cho người đọc cùng tham gia sáng tạo. Qua đó, họ có thể đặt thêm giả thuyết, hoặc có cách xử lí tình huống khác với tác giả. Cuốn này, dự định đến 2020 hoàn thành.

Đã có nhiều tác phẩm viết về Đại tướng Võ Nguyên Giáp, thuộc nhiều thể loại, nhưng chưa có cuốn tiểu thuyết lịch sử nào. Duy cuốn *Không phải huyền thoại* của Nhà văn Hữu Mai, được ghi trên bìa 1: "Tiểu thuyết lịch sử đầu tiên về Đại tướng Võ Nguyên Giáp trong chiến dịch Điện Biên Phủ". Nhưng theo tôi hiểu, đó là cuốn tiểu thuyết tư liệu, viết theo phương pháp Hiện thực Xã hội chủ nghĩa, phản ánh về cuộc kháng chiến chống Pháp, hay còn gọi là cuộc Chiến tranh Đông Dương lần thứ Nhất; trong đó, Đại tướng đóng vai trò quan trọng.

Tuy mỗi thể loại có đặc điểm, cấu trúc khác nhau, nhưng thực ra, sự phân chia thể loại cũng chỉ là tương đối mà thôi. *Chiến tranh và Hòa bình* là một thiên anh hùng ca, viết về cuộc chiến tranh vệ quốc, nhưng Nhà văn Lép Tôn-xtôi, tự viết: "Đó không phải tiểu thuyết, cũng không phải trường ca hay sử biên niên. Đó là cái tác giả muốn và có thể diễn tả trong hình thức mà cái đó đã được diễn tả". Về thể loại tác phẩm này, ông ghi dưới tên tác phẩm: "Sáng tác của Bá tước L.N.Tônxtôi".

Tôi nhận thấy, viết tiểu thuyết lịch sử có hai điều khó:

Một là, Sưu tầm tư liệu văn bản, phim ảnh và đi thực địa điền dã thực là gian khổ và tốn kém, nhưng đó lại là điều không thể thiếu đối với người cầm bút. Khi viết *Chúa Bầu*, tôi đã phải sang vùng Tây Bắc và về quê hương bản quán của nhân vật chính, ở làng Ba Đông (Hạ Trang và Thượng Trang) thuộc huyện Gia Lộc, tỉnh Hải Dương. Viết Đinh Tiên Hoàng, phải đi nghiên cứu bốn mươi địa điểm, liên quan cả mười ba sứ quân, từ Phú Thọ tới Thanh Hóa. Viết *Võ Nguyên Giáp*, phải khảo sát bảy mươi địa điểm từ Cao Bằng đến Sài Gòn, thăm hai chục nhà bảo tàng, khu di tích, nghiên cứu hơn một nghìn đầu tài liệu, sách báo, năm mươi giờ xem phim ảnh, gặp gỡ ba chục nhân chứng. Đồng thời, lập sơ đồ quan hệ các nhân vật, bản đồ trận đánh, vv... Qua đó, có cái nhìn bao quát tổng thể và cũng rộng đường đi sâu các chi tiết liên quan.

Hai là, Sưu tầm tư liệu xong, coi như thành công một nửa, viết cảm thấy tự tin và chắc tay. Dù sống trong bất cứ hoàn cảnh nào, song khi viết, tôi luôn tạo ra không khí sáng tác hoàn toàn tự do. Bởi vậy, có nhiều chuyện phức tạp, dù nhọc công viết ra, nhưng biết chắc là chưa thể in, hoặc không được in. Vậy, phải xử lí sao đây? Với tiểu thuyết lịch sử, không phải mọi sự thật đều được viết ra, và cũng không phải, mọi điều viết ra đều là sự thật. Tuy nhiên, dù ngòi bút có thăng hoa đến mức nào đi nữa, thì cũng không được viết sai lệch bản chất lịch sử. Sự thật lịch sử không chỉ nằm trong sách giáo khoa, mà tồn tại khách quan trong xã hội, có khi ẩn hiện đâu đó, khiến người cầm bút phải tìm tòi, suy ngẫm.

Đại tướng Võ Nguyên Giáp từng nói: Lịch sử chỉ xảy ra một lần, nhưng có thể phải viết đi viết lại nhiều lần. Do đó, cùng một vấn đề, mỗi tác giả có cách xử lí khác nhau, dẫn đến những nội dung tiểu thuyết khác nhau.

Tôi nghĩ, một cuốn tiểu thuyết lịch sử thành công, là do nhà văn sáng tạo một nửa, phần còn lại thuộc về các nhà phê bình và độc giả. Những không gian mở, tư tưởng khai phóng, với thế giới đa chiều, đó là tư duy của tiểu thuyết hội nhập văn chương nhân loại...

Website tranhuong.net, 2018

VXT

THẾ NÀO LÀ TÁC PHẨM HAY? TÁC PHẨM HAY ĐƯỢC VIẾT NHƯ THẾ NÀO?

Liên Chi hội Nhà văn Việt Nam các tỉnh phía Bắc.
Tọa đàm tại Hồ Núi Cốc (Thái Nguyên), ngày 7/9/2018.
Chủ đề: Tác phẩm hay, đích đến và giải pháp.
Mười năm trước, tại Ninh Bình đã tổ chức hội thảo với chủ đề: "Nâng cao tính chuyên nghiệp của văn học".

1. Thế nào là tác phẩm hay?

Theo *Từ điển tiếng Việt* của Vietlex (Trung tâm Từ điển học), Nhà xuất bản Đà Nẵng, năm 2015, thì "Tác phẩm hay là tác phẩm được đánh giá có tác dụng gây hứng thú, cảm xúc tốt đẹp, dễ chịu" (trang 772).

- Qua vài chục năm cầm bút, tôi tự xác định hai điều:

một là, Ngòi bút luôn hướng về dân;

hai là, Viết văn phải có văn.

Có người bảo, nếu suy ra là có đủ cả tính tư tưởng và nghệ thuật rồi. Nhưng tôi không tuyên ngôn, mà chỉ tự răn mình trong quá trình sáng tác văn chương. Nói vậy, chứ viết ra được một tác phẩm có tính tư tưởng và nghệ thuật là chuyện khó khăn vô cùng, có khi cả một đời văn khổ ải chưa chắc đạt được cái đích đến ấy.

Trở lại nghĩa Từ điển, tác phẩm hay gây hứng thứ, dễ chịu, nhưng cái đó cũng tùy "tạng" của từng người. Có tác phẩm được đánh giá hay, nhưng đọc khó, mà người ta hay gọi là tác phẩm kén độc giả. Tiểu thuyết *Bác sĩ Zhi-va-gô* (Zhivago) của Nhà văn Pa-xtec-nhắc (Pasternak), với hàng nghìn trang in, bố cục hơn 230 chương... Vậy, nó có gây hứng thú và dễ chịu không? Một tác phẩm đoạt giải Nô-ben (Nobel) văn học mà không hay à? Nhưng đọc không dễ đâu? Nếu bạn tìm thấy trong đó tính tư tưởng, triết học và nghệ thuật văn chương, ắt sẽ hứng thú vì thấy đẹp. Cái đẹp ở đây thuộc phạm trù mĩ học. Văn hay còn có nghĩa là văn đẹp.

Một người cầm bút muốn văn mình có tính tư tưởng thì đương nhiên phải tìm hiểu triết học, các trường phái văn chương và vốn sống phong phú, sâu rộng. Nhà văn phải có tầm văn hóa nhân loại. Tác phẩm văn chương, có khi chỉ đề cập đến chuyện một bản làng mà có tầm vóc quốc gia, thế giới; viết về một con người mà có sức khái quát cả cộng đồng và nhân loại. Nên nói chuyện tính tư tưởng và triết học trong tác phẩm không phải chuyện đao to búa lớn, nhưng dù là gì cũng nhất thiết phải chuyển tải tinh thần văn hóa, nhân văn sâu sắc.

2. Vậy đích đến của tác phẩm hay là gì?

Đích đến là mục tiêu nhằm đạt tới. Tôi nghĩ, đích đến của tác phẩm hay là giá trị tư tưởng cao cả và nghệ thuật văn chương hoàn mĩ. Đó là, tác phẩm định hướng phục vụ bạn đọc nói riêng và phục vụ nhân dân nói chung. Khi cầm bút, nhà văn đã xác định và quá trình sáng tác cũng là quá trình tâm sự với bạn đọc của mình. Nếu nhà văn không xác định được bạn đọc, thì tác phẩm sẽ rất bâng quơ, như thể ném hòn đá vào nơi vô định, chẳng biết đi đâu và để làm gì? Tôi viết chưa nhiều, nhưng đó là chút ít kinh nghiệm bản thân. Khi viết truyện ngắn liên hoàn *Người sông nước (Cánh chân sào, Yếm thắm, Chim lửa)*, với tâm trạng như là để dãi bày tấm lòng với người yêu, về mối tình tay ba đã mất. Viết tiểu thuyết *Cửa Đá* là hóa thân nhân vật, tâm sự với những người trí thức cấp tiến, trong bối cảnh sau khi Liên Xô và Đông Âu sụp đổ... Đó là hai vấn đề, hai lĩnh vực, hai cấp độ khác hẳn nhau. Do vậy, phải dùng bút pháp và thủ pháp nghệ thuật phù hợp từng loại, để chuyển tải tình cảm, tư tưởng và gửi gắm thông điệp vào tác phẩm. Tất nhiên, nhà văn phải có bản lĩnh và tầm văn hóa nhất định, để không chạy theo thị hiếu tầm thường, hoặc dùng thủ thuật rẻ tiền câu khách.

3. Giải pháp chính là phương pháp, cách làm để có tác phẩm hay:

- Đối với mỗi cá nhân nhà văn, điều này phong phú vô cùng, nó tùy thuộc vào hoàn cảnh, vốn sống, cách thức sáng tác và quan trọng hơn cả là tài năng.

Tôi đã được đọc mấy cuốn truyện ngắn viết về ngành y, tuy hấp dẫn, dù chỉ thấy đề cập đến công việc "bếp núc" thường ngày của cái nghề trị bệnh cứu người cao quí ấy. Nhưng khi đọc về viên bác sĩ của Pa-xtec-nhắc, thì thấy nhân vật của người ta vượt lên hoàn cảnh xã hội và có tầm thời đại. Vậy thì, trước khi đi thực tế để hiểu về ngành nghề, lĩnh vực nào đó, phải chăng cần tìm hiểu cả bối cảnh xã hội trong nước và thế giới? Điều đó lại phụ thuộc vào sở học, và tầm tư duy của nhà văn. Trong văn chương cũng như khoa học, tấm lòng là rất quan trọng, nhưng tài năng mới là cái quyết định sự thành công. Nếu có tác phẩm hay, thành công vang dội thế giới, thì nhà văn đó ắt hẳn là thiên tài.

- Vậy thì, giải pháp của Hội Nhà văn phải chăng là nơi vun đắp năng khiếu, bồi dưỡng nhân tài và tạo điều kiện cho thiên tài phát triển, để cho nền văn học Việt Nam hội nhập thế giới?

Website vannghecongnhan.com, 2018

VXT

SUY NGẪM VỀ MỐI LIÊN HỆ GIỮA NHÀ VĂN VÀ CUỘC SỐNG

(Tham luận trong buổi tọa đàm của Chi hội nhà văn Sông Chảy, về chủ đề Nhà văn và Cuộc sống hôm nay, tại thành phố Yên Bái, 30/11/2018)

Cách đây hơn một tháng, Nhà văn Đoàn Hữu Nam- Chi hội trưởng Nhà văn Sông Chảy thông báo, chủ đề tọa đàm năm nay là "Nhà văn và Cuộc sống", biên độ rộng mở, khiến tôi rất đỗi hào hứng. Bởi rằng, vốn dĩ nhà văn gắn liền với cuộc sống. Cuộc sống xã hội đối với nhà văn, khác nào nước đối với cá và cũng như bầu trời đối với chim vậy. Nhìn ra văn học thế giới, không phải vô tình mà nhà văn Pa-téc-nhắc đặt tên nhân vật chính trong tiểu thuyết nổi tiếng của mình là Zhivago. Người ta giải thích, từ "Zhivago", tiếng Nga có nghĩa là "Cuộc sống".

Cuộc sống là tổng thể những hoạt động của con người, hay xã hội. Xã hội là đối tượng miêu tả, vừa là môi trường nuôi dưỡng nhà văn.

Con người kia chính là nhân vật của nhà văn. Xã hội này là bối cảnh để nhà văn miêu tả. Việc nhìn nhận, đánh giá về nhân vật và bối cảnh thế nào, tùy thuộc vào sự quan sát và khả năng lao động nghệ thuật của mỗi nhà văn.

Có nhà văn tâm sự, viết về cái đương thời khó lắm thay.

Đúng vậy đấy, cho nên các nhà văn khắc phục bằng nhiều cách, có thể nhà văn thoát ra ngoài thực tại, mượn xã hội xưa cũ để nói cái bây giờ. Lấy chuyện viễn tưởng trên Mặt Trăng, hay dưới Âm phủ để dãi bày nỗi lòng đau đáu với cõi nhân gian. Ta có thể đọc chuyện cổ tích về *Chú Cuội* trên cung trăng của Việt Nam, hay trường ca *Thần khúc* của Đan-tê bên xứ I-ta-li-a, đều thấy rõ như vậy. Nếu nhà văn có tâm và có tầm thì chẳng có rào cản nào ngăn nổi ngòi bút phản ánh cuộc sống xã hội đương thời. Có lúc, người ta đề cao công việc sáng tác văn chương, nên đã gọi nhà văn là thư kí của cuộc sống-xã hội. Vậy, nhà văn viết về cái đương thời, hay quá khứ lịch sử cũng là lẽ thường tình. Quá khứ hồi sinh trong bóng hình cái đương thời và cũng đồng thời thấp thoáng phía tương lai.

Trong thời gian vừa qua, có những nhà văn đầy tài năng và dũng khí đã đối mặt với cuộc sống, viết ra tác phẩm gây bão dư luận xã hội. Nhưng tôi đọc, cảm thấy có những chi tiết và sự kiện miêu tả còn thiếu chất văn chương, nặng về các sự kiện chính trị, kinh tế, đạo đức, xã hội... Những điều đó, báo chí đã giải quyết cả rồi. Nếu nhà văn dừng lại một nhịp để sửa chữa, tu chỉnh kĩ càng trước khi xuất bản thì hay biết bao. Nhà văn dùng nghệ thuật ngôn từ để sáng tạo ra thế giới mới; trong đó, thân phận con người là trung tâm. Nói đến đây, sực nhớ chuyện Nhà văn Lép Tôn-xtôi, chỉ đọc cái tin trên báo, thấy có một phụ nữ bị chết tai nạn giao thông. Thế mà nhà văn xây dựng thành hai tập tiểu thuyết An-na Ka-rê-ni-na sáng giá. Bởi thế, chất liệu rất quan trọng đối với sự hình thành tác phẩm văn học, nhưng không phải quyết định tất cả. Đắm mình trong cuộc sống và suy tưởng, bằng lao động nghệ thuật phi thường, nhà văn khiến tác phẩm thăng hoa, như một ngôi sao tỏa sáng trên bầu trời văn học.

Một lần, tôi được nghe Nhà thơ Nguyễn Đình Thi nói chuyện. Ông kể, thời tham gia chiến dịch Điện Biên Phủ, ban đêm nhìn xuống thung lũng Mường Thanh thấy chỗ nào cũng phát sáng lập lòe. Hỏi chiến sĩ xung kích mới hay đó là đom đóm, hằng hà sa số đom đóm. Và, ông liên hệ, các nhà văn trẻ của chúng ta bây giờ cũng vậy. Lúc đó, ngẫm mà thấy ngượng ngùng, bởi trong ấy có mình. Nhà văn cần bứt phá bằng chính tác phẩm của mình. Nhưng muốn bứt phá, trước hết, cần đổi mới tư duy. Cách đây hai chục năm, góp ý vào bản Văn kiện Đại hội IX (năm 2001) của Đảng Cộng sản Việt Nam, Đại tướng Võ Nguyên Giáp từng viết, đại ý rằng, bây giờ đã đến lúc cần phải tự do tư tưởng... Vấn đề tự do tư tưởng, đối với những người cầm bút quan trọng biết nhường nào. Không có tự do tư tưởng trong sáng tác thì không có tác phẩm hay và cũng không có tác phẩm đỉnh cao. Nhà văn có bản lĩnh phải tự tìm lấy khoảng trời tự do cho chính mình, để mà tung tẩy nghĩ, tung tẩy viết và như Pa-téc-nhắc, sẵn sàng tung tẩy đi Xi-bê-ri...

*

Để kết thúc bản tham luận này, tôi xin trích đọc bài thơ *Về một nhà văn* của Nhà thơ Vũ Từ Trang, đăng trên Tuần báo Văn nghệ, số 28, ngày 9/7/2016:

rũ bỏ bon chen thường nhật
bỏ hạnh phúc nhỏ nhoi như manh áo chật
bỏ hết khen chê
để sống đúng mình
muốn viết về cái đẹp không bao giờ khuất phục
(...)
và chịu hệ lụy bởi con tim đa cảm của mình.

có lúc tôi tự hỏi
mình dám sống như ông
hoặc cuộc đời xô đẩy như ông
liệu có biết bỏ qua nỗi đau điềm nhiên đứng dậy
tôi tự thấy mình là người hèn kém.
(...).

Bài thơ này, tôi chép tay, treo trong giá sách để tự răn mình. Tôi lấy làm lo sợ, nếu một ngày nào đó mình trở thành kẻ hèn kém, không dám dấn thân thì văn chương sẽ ra sao?

Web Trannhuong.net & Web Vannghecongnhan.com, 12/2018.

VXT

BẢO VỆ VÀ PHÁT TRIỂN VĂN HÓA PHẢI ĐI ĐÔI VỚI VIỆC CHỐNG XÂM LĂNG VĂN HÓA

(*Tham luận Hội thảo Văn hóa, tại Đài Loan, 22-25/11/2019*)

Hồi Chiến tranh biên giới Việt-Trung, từ năm 1979 đến 1988, có thời gian, tôi công tác ở địa bàn giáp ranh bốn tỉnh, gồm: Hà Giang, Cao Bằng (Việt Nam) và Vân Nam, Quảng Tây (Trung Quốc). Thỉnh thoảng, chúng tôi lại thu được những cái khinh khí cầu mang truyền đơn của Đài Loan thả vào Trung Quốc, nhưng bay lạc sang địa phận huyện Mèo vạc tỉnh Hà Giang của Việt Nam. Chúng tôi mở ra, thấy nhiều bức ảnh chụp cảnh nông thôn và thành thị của Đài Loan, nom rất thanh bình và đầm ấm. Đó là những thông điệp đầu tiên về đảo quốc này. Về sau, nghe anh em bạn bè đi Đài Loan về kể lại, nhất là khi nối mạng internet, thì chúng tôi càng thêm hiểu về Đài Loan.

Vừa rồi, dự Trại sáng tác tiểu thuyết của Hội Nhà văn Việt Nam, mở tại Bảo tàng Văn học Việt Nam, chúng tôi được gặp Giáo sư, Tiến sĩ Ngôn ngữ học Tưởng Vi Văn-Giám đốc trung tâm Nghiên cứu Việt Nam, sang thăm và làm việc. Sau đó, trở về tỉnh Tuyên Quang, chúng tôi lại được tiếp một doanh nhân Đài Loan sang làm việc với doanh nghiệp cổ phần của thành phố. Gặp bữa cỗ, anh bạn cùng ngồi xuống chiếu, ăn uống hòa đồng theo tập quán Á Đông. Ẩm thực là một nét văn hóa. Bây giờ, người ta vừa ăn uống, vừa trao đổi công việc và nói chuyện tâm tình. Ẩm thực còn là minh triết, gọi là "minh triết ăn uống". Đó là hai người Đài Loan đầu tiên mà chúng tôi được gặp tại Việt Nam. Họ mang thông điệp văn hóa của Xứ Đài. Mỗi con người, bất kể ở quốc gia nào, bất kể tầng lớp nào, khi ra nước ngoài cũng đều mang thông điệp văn hóa của nước mình theo và tiếp nhận văn hóa của nước ngoài mang về xứ sở của mình, làm giàu thêm nét văn hóa vốn có. Đại thi hào Nguyễn Du, sau những lần đi sứ đã viết nên tác phẩm *Bắc hành tạp lục* và đặc biệt là *Truyện Kiều*. Nguyễn Du đã được vinh danh là Danh nhân văn hóa thế giới.

Trong kho tàng văn học dân gian Việt Nam, có truyện thơ *Mùi Sểnh-Phàn Sênh*, nói về cuộc tình bi thảm giữa nàng Chúc Mùi Sểnh và chàng Phàn Sênh, của dân tộc Dao, vùng Việt Bắc (Việt Nam), có câu:

Trên đời quý nhất là hạt gạo
Thứ nhì là đến việc văn chương.

Như vậy, từ ngàn đời trước, người dân tộc Dao nói riêng và người Việt Nam nói chung đã quan tâm đến văn hóa-văn chương. Văn chương là một thành tố quan trọng của Văn hóa. "Văn chương" chỉ xếp sau "hạt gạo". Cả hai thứ đó, nuôi sống con người, về thể chất và tâm hồn. Văn chương thời xa xưa chưa có chữ viết là những áng thơ, dễ truyền khẩu, mang đậm tính nhân văn, nên lưu truyền từ đời này qua đời khác.

Thần đồng thơ Trần Đăng Khoa của Việt Nam đã gọi hạt gạo là hạt vàng: "Hạt gạo làng ta-Hạt vàng làng ta". Người Việt xưa có câu: "Có thực mới vực được đạo" cũng là thế. Theo truyền thuyết, bánh chưng được làm từ hạt gạo, Lang Liêu đã dâng lên Vua Hùng. Từ đó, bánh chưng trở thành sản vật thiêng liêng được thờ cúng và là một biểu tượng của nền văn minh lúa nước. Thời đó, quan niệm mặt đất hình vuông.

Trở về câu chuyện ẩm thực và minh triết ăn uống đã nêu ở phần trên, chúng ta mới thấy mối quan hệ mật thiết giữa vật chất và văn hóa. Sự phát triển văn hóa gắn liền với sự phát triển của khoa học và công nghệ. Bây giờ, ta đã biết Trái Đất tròn hình cầu. Gần đây, bằng phương pháp Địa từ trường, các nhà khoa học đã mô phỏng được hình dạng Trái Đất giống củ khoai tây móm méo. Nhưng không ai nặn lại bánh chưng từ hình khối hộp vuông, thành hình quả địa cầu tròn, hay giống củ khoai tây. Bánh chưng vẫn vuông, một dấu ấn lịch sử ban đầu của nền văn hóa sơ khai.

Văn hóa Việt Nam được hình thành từ lâu đời và từ nhiều nguồn khác nhau, cùng hội tụ. Nhưng có lẽ, nét văn hóa nổi bật của đất nước chúng tôi được hình thành và phát triển qua quá trình chinh phục thiên nhiên và chiến tranh vệ quốc. Những vị danh tướng được ghi trong sử vàng của dân tộc, như: Lý Thường Kiệt, Trần Hưng Đạo, Đinh Tiên Hoàng, Võ Nguyên Giáp... Họ vừa là người cùng toàn quân, toàn dân bảo vệ văn hóa, vừa góp phần làm nên văn hóa dân tộc. Văn học dân gian truyền khẩu cũng như sách vở còn ghi đậm nét những chiến công oanh liệt chống ngoại xâm, qua hàng nghìn năm giữ nước và dựng nước.

Chinh phục thiên nhiên cũng là chinh phục chính mình; bảo vệ Tổ quốc cũng là bảo vệ làng xóm, gia đình và bản thân mình. Nhưng nếu không có sức mạnh văn hóa làm nền tảng, thì khó có thể bất cứ việc gì, dù là nhỏ nhất.

Bảo vệ đất nước không chỉ đơn thuần là ngăn chặn và đánh đuổi giặc ngoại xâm, mà còn thể hiện trong cuộc chống xâm lăng văn hóa, chống nô dịch văn hóa từ các thế lực bành trướng, bá quyền. “Biên giới mềm” vừa là khái niệm mơ hồ, nhưng lại rất hiện hữu, rất tinh vi và cũng rất thâm độc, khiến chúng ta, nếu không cảnh giác sẽ mất nước lúc nào mà không hay biết. Mất bản sắc văn hóa sẽ dẫn tới mất độc lập dân tộc. Từ thế kỉ trước, Julius Fucis đã từng gióng lên hồi chuông cảnh báo: “Hỡi nhân loại, ta yêu người. Hãy cảnh giác”.

VXT

Phần thứ tư
TRẢ LỜI PHỎNG VẤN VỀ VĂN CHƯƠNG

BÁO THỂ THAO VÀ VĂN HÓA: NHÀ VĂN VŨ XUÂN TỬU, MỘT GIỌNG ĐIỆU RIÊNG RẤT LẠ

Đoạt giải nhất cuộc thi truyện ngắn năm 2005-2006 của Tạp chí Văn nghệ quân đội là một cái tên khá mới: Vũ Xuân Tửu. Thế nhưng, gương mặt đó đã được Ban Giám khảo nhận xét: "Một người viết không giống ai, một giọng điệu riêng rất lạ". Trước lễ trao giải (ngày 18/1/2007) tại Hà Nội, Vũ Xuân Tửu đã nói về bản thân, sự nghiệp và con đường dẫn anh đến với văn chương.

- *Hỏi*: Ngoài giải nhất cuộc thi truyện ngắn của Văn nghệ quân đội, anh còn cho ra đời liên tiếp ba đầu sách trong năm 2006: *Con chim lửa* (Nhà xuất bản Thanh niên), *Chúa Bầu* (Nhà xuất bản Quân đội nhân dân), *Hình bóng đàn bà* (Nhà xuất bản Văn nghệ thành phố Hồ Chí Minh) - và sắp ra mắt tiểu thuyết *Chuyện trong làng ngoài xã* (Nhà xuất bản Thanh niên) vào đầu năm nay. Nhưng giờ đây, khi nhắc đến tên anh, nhiều người vẫn còn không giấu nổi vẻ bỡ ngỡ. Anh có thể tự giới thiệu về mình?

- *Đáp*: Tôi sinh năm 1955, quê Ninh Bình, hiện sống và làm việc tại Tuyên Quang. Tốt nghiệp Đại học an ninh (Hà Nội) năm 1979, tôi được tham gia phối hợp với bộ đội biên phòng bảo vệ biên giới Hà Tuyên (cũ). Sau đó trở về Tuyên Quang công tác. Hiện nay, tôi làm việc tại Văn phòng Công an tỉnh.

- *Hỏi*: Làm công an, anh đến với văn chương như thế nào?

- *Đáp*: Thời trẻ, hồi còn tham gia phối hợp bộ đội biên phòng, trong những ngày tháng đi công tác qua hai trăm bảy mươi cây số đường biên giới của tỉnh Hà Tuyên, tôi bắt đầu cầm bút để viết một số bài kí, bày tỏ cảm xúc của mình trước vẻ đẹp của Tổ quốc. Từ năm 1984, tôi mới tập tành viết truyện, nhưng những truyện ngắn đầu tay ấy, tôi giữ lại cho riêng mình. Năm 1998, đi dự trại sáng tác trên Lạng Sơn, tôi được gặp nhà văn Nguyễn Khắc Trường. Ông bảo: "Tao chưa khen thằng nào... Nhưng với mày, mày nhất định sẽ trở thành nhà văn". Cái câu: "Mày nhất định sẽ trở thành nhà văn" luôn ám ảnh tôi và cũng là nguồn động viên giúp tôi tự tin hơn để thực sự bước vào con đường văn chương.

- *Hỏi*: Lúc ấy, anh đã ngoài 40 tuổi, vì thế đối với anh có lẽ đó là một con đường gian nan, vất vả? Giờ đây, đã ngoài "ngũ thập tri thiên mệnh", anh vẫn "bị" không ít người xếp vào số những "nhà văn trẻ"...

- *Đáp*: Vâng, đối với tôi, nó còn vất vả ở chỗ tôi là anh cả trong gia đình có chín anh em, lãnh trách nhiệm của một ông trưởng họ, lại cảnh gà trống nuôi dạy hai con nhỏ, vì thế, không dễ thu xếp thời gian cho việc sáng tác. Thôi thì, cái nghiệp nó vướng vào mình, tôi chỉ biết cố làm thế nào cho trọn vẹn. Sau giờ làm việc ở cơ quan, sau khi lo toan cho tiểu gia đình và đại gia đình, tôi dành hết thời gian rảnh rỗi, hì hục mầy mò, dò dẫm với chữ nghĩa, văn chương. Để tự trang bị kiến thức cho việc viết văn, tôi lôi về nhà rất nhiều sách nghiền ngẫm, từ sách văn học cho đến từ điển triết học, từ điển đồng nghĩa, trái nghĩa... Tôi nghĩ mình là người chịu khó tìm đọc các tác phẩm văn học cả trong nước lẫn nước ngoài và thường xuyên theo dõi tình hình thời sự văn học. Dịp nào đi công tác tại Hà Nội, tôi cũng tìm mua sách văn học cho bằng được.

- *Hỏi*: Con đường văn chương có ảnh hưởng tới sự nghiệp của một sĩ quan công an không?

- *Đáp*: Vì tôi vẫn sống bằng tiền lương của một chiến sĩ công an, nên tôi quan niệm rõ ràng, sòng phẳng rằng: theo văn chương, nhưng không bao giờ để ảnh hưởng tới công việc của mình. Việc nào ra việc ấy. Với tôi, văn chương nghệ thuật là tình cảm, là tâm huyết, là sở thích... Vì thế, để tham dự các trại sáng tác, tôi xin nghỉ phép năm, kinh phí tự túc, hoặc là được Hội Văn học-Nghệ thuật các tỉnh mời. Đi sáng tác hoàn toàn với tư cách cá nhân. Trong khoảng hai mươi năm (1980-2000), tôi đã hoàn thành mười hai đề tài nghiên cứu khoa học liên quan đến công tác an ninh, như về tâm lí xã hội, về tội phạm, tôn giáo, dân tộc... Năm 2003, tôi được nhận Huy chương "Vì sự nghiệp Khoa học và Công nghệ", do Bộ trưởng Khoa học và Công nghệ tặng. Năm 2000, đang giữ cương vị Trưởng phòng Công tác chính trị Công an tỉnh Tuyên Quang, tôi đã xin từ chức, với lí do "tài hèn, đức kém" và lặng lẽ viết văn ngoài giờ hành chính. Có người bảo tôi, lão này hâm nặng rồi. Còn tôi, vượt lên mọi lời gièm pha, cứ kiên trì viết. (Cười).

- *Hỏi*: Ban Giám khảo cuộc thi truyện ngắn 2005-2006 của Tạp chí Văn nghệ quân đội nhận xét riêng về *Chuyện ở bản Piát* của anh, như sau: không gian nghệ thuật tràn ngập không khí hoang sơ, tinh khiết. Con người thuần phác, yêu thương nhân hậu. Chiến tranh hiện diện khốc liệt, dữ dội mà thấp thoáng xa gần, lắng sâu và day dứt buồn... Anh thấy sao?

- *Đáp*: Tôi đoạt giải với chùm truyện ngắn: *Chuyện ở bản Piát* thì lấy bối cảnh ở Bắc Cạn; *Bí mật cuốn gia phả* là sự tưởng tượng của tôi về một thị xã thượng du và *Cỏng Hò* viết về người Quần Trắng ở Tuyên Quang. Nhân vật chính trong truyện ngắn hay tiểu thuyết của tôi thường là những hình mẫu có thật ở ngoài đời. Mỗi khi nảy ra ý tưởng cho một tác phẩm mới, tôi đi thực tế ở nhiều nơi để kiếm tài liệu hoặc tìm gặp những nhà chuyên môn để trao đổi. Sáng tác văn học đối với tôi là một quá trình lao động nghệ thuật nghiêm túc và rất đỗi nhọc nhằn.

- *Hỏi*: Và giờ đây, sự nhọc nhằn đó đã được "trả công". Khi gửi truyện tham dự cuộc thi, anh có nghĩ mình sẽ đoạt giải nhất?

- *Đáp*: Lúc nhận điện thoại báo tin và chúc mừng, tôi xúc động lắm. Sau đó tôi nghĩ, mình so với thiên hạ đã là gì đâu, còn biết bao nhiêu cây cao bóng cả. Tôi nhận được giải thưởng này, có lẽ cũng do được người ta ưu ái. Chắc họ thương mình là người viết văn ở vùng sâu, vùng xa đấy thôi.

Báo Thể thao và Văn hoá, ngày 16/01/2007;
phóng viên ***Nguyễn Quỳnh Trang*** *(thực hiện)*

BÁO TUỔI TRẺ:
VŨ XUÂN TỬU - NGƯỜI TIÊU TỐN NGUYÊN LIỆU

Vũ Xuân Tửu đến với nghiệp viết từ bút kí "Đường xuyên cao nguyên" đăng trên Văn nghệ Hà Tuyên, năm 1980. Đợt công tác tăng cường biên giới Đồng Văn, Mèo Vạc đã để lại quá nhiều ấn tượng nơi người chiến sĩ công an như anh, nên thử cầm bút... Bài bút kí được đăng, mọi người đọc khen sống động, súc tích; thế là bên cạnh công việc đấu tranh phòng, chống tội phạm, chàng sĩ quan công an quyết tâm đầu tư nghề tay trái: viết văn.

Nghề tay trái, nhưng Vũ Xuân Tửu rất nghiêm túc với nghề, giống như anh đã nghiêm túc trong việc nghiên cứu mười hai đề tài khoa học về tâm lí xã hội và đấu tranh phòng, chống tội phạm trong "nghề" công an. Anh bảo: "Kỉ luật như công an, nên giờ nào làm công an thì làm công an". Anh chỉ trải lòng trên trang viết vào buổi tối, khi lo xong việc gia đình và thăm thú chuyện học hành của con. Anh viết không mệt mỏi cũng như vừa làm cha, vừa làm mẹ với hai con từ mười lăm năm qua (sau lần li hôn năm 1992). Với mười một đầu sách vừa thơ, vừa truyện ngắn, truyện vừa, tiểu thuyết đã được ra mắt trong mười năm: Miếng trầu xanh, Rừng sáo, Nửa tỉnh nửa quê, Yếm thắm, Con chim lửa, Hình bóng đàn bà... Cũng vì "kỉ luật như công an", nên cạnh gia tài sáng tác khá đầy đặn, ngay từ những ngày đầu năm 2007 này, Vũ Xuân Tửu đã lên kế hoạch viết đến năm 2010: phải hoàn thành ba tiểu thuyết và một tập truyện ngắn.

Nói như nhà văn Ma Văn Kháng, truyện của Vũ Xuân Tửu viết hồn nhiên và tốn nguyên liệu (đầy ắp chi tiết), cũng còn lâu lắm mới làm bạn đọc chán, nên anh được quyền hăng hái viết, viết đến khi nào cạn kiệt cảm xúc với đời thì thôi! Mà anh lạc quan bảo, chẳng bao giờ có chuyện cạn kiệt cảm xúc với cuộc đời đáng yêu này này cả!

Có cấy có trông, có trồng có ăn, miệt mài viết bao nhiêu năm qua, mới đây, Vũ Xuân Tửu đã gặt được quả ngọt: đứng đầu bảng trong cuộc thi truyện ngắn của Tạp chí Văn nghệ quân đội, năm 2005-2006, với chùm ba truyện ngắn: Chuyện ở bản Piát, Bí mật cuốn gia phả, Cỏng Hò. Đứng đầu cuộc thi văn chương uy tín nhất nước, với hơn hai nghìn tác phẩm dự thi của hơn một nghìn tác giả, quả thật với Trung tá Vũ Xuân Tửu, đó là một phần thưởng xứng đáng.

- *Hỏi*: Nhà văn Khuất Quang Thuỵ dự báo, anh sẽ là một trong những cây bút vạm vỡ trong tương lai gần, anh thấy dự báo này thế nào?

- *Đáp*: Dự báo là quyền của các "cụ", thật sự bây giờ mới được mọi người biết đến một chút, cầm bút trong tay là lòng tôi lo ngay ngáy! Hiện có một sự trỗi dậy sung sức ở hai đầu (mà tôi thì thuộc tốp giữa). Đang hụt hơi, có cảm giác không theo kịp các cây bút trẻ đang viết hăng hái, mới lạ, thì những cây đại thụ im lìm một thời gian bỗng tiếp tục sáng bừng như Tô Hoài với *Ba người khác*, Nguyễn Xuân Khánh với *Mẫu thượng ngàn*... Để được "vạm vỡ" bên cạnh các cây bút trẻ và các "cụ", tôi nghĩ mình phải luôn luôn mới trong cách viết lẫn chọn đề tài; viết làm sao, chọn làm sao để người đọc thấy có phần của họ trong tác phẩm của mình. (...)

- *Hỏi*: Trong anh, công việc của một trung tá công an và công việc một nhà văn, cái nào lấn át cái nào?

- *Đáp*: Tôi luôn tự điều chỉnh một cách có trách nhiệm giữa hai công việc, không xem việc nào nhẹ hơn việc nào. Một đằng là vì cuộc sống bình yên của nhân dân, một đằng là trải lòng với cuộc sống, tôi thấy đằng nào cũng hay và yêu hết cả hai! Hơn nữa, công việc của một sĩ quan công an cũng giúp tôi có nhiều tư liệu và cảm xúc để ngồi trước trang văn.

- *Hỏi*: Một mình làm... công an và cày xới văn chương, với hai con trong nhiều năm qua, anh có buồn không?

- *Đáp*: Khi xong công việc cơ quan, xong chuyện nhà, tôi ngồi vào bàn viết là quên hết mọi nỗi buồn. Những hồi hộp khi truyện mình được đăng báo, sách mình sắp được in... cũng giống như nỗi hồi hộp trong những lần được hẹn hò với người tình đầu tiên. Tôi thấy cuộc đời thật đáng yêu và luôn luôn mở rộng phía trước với ngòi bút của tôi. Thật đấy! Bạn nào chưa viết văn hãy thử viết văn đi! Văn chương, chữ nghĩa sẽ giúp ta xoá đi bao nhiêu muộn phiền...

Báo Tuổi trẻ, ngày 16/01/2007);
phóng viên ***Thu Trân*** *(thực hiện)*

BÁO TÂN TRÀO:
GẶP NHÀ VĂN ĐƯỢC GIẢI CAO

Trong cuộc thi truyện ngắn viết về đề tài "Lực lượng vũ trang và Chiến tranh cách mạng", do Tạp chí Văn nghệ quân đội tổ chức năm 2005-2006, nhà văn Vũ Xuân Tửu đã đoạt giải nhất với chùm ba truyện ngắn: Chuyện ở bản Piát, Bí mật cuốn gia phả, Cỏng Hò. Nhân dịp này, phóng viên Báo Tân Trào đã có cuộc trò chuyện với tác giả.

- *Hỏi*: Chào nhà văn Vũ Xuân Tửu. Nhà văn đã nhận được tin đoạt giải như thế nào?

- *Đáp*: Tôi nhận được tin ngay hôm Ban Giám khảo bỏ phiếu xong, qua cuộc đàm thoại với phóng viên của Tạp chí Người đương thời, ở tận thành phố Hồ Chí Minh. Quả thật lúc đó, tôi rất bất ngờ.

- *Hỏi*: Cảm xúc của anh khi đó thế nào?

- *Đáp*: Trong cuộc thi, tôi gửi năm truyện, được in cả. Sơ kết đợt 1, năm 2006, có hai truyện của tôi được tặng thưởng, còn ba truyện được dư luận khen nhiều. Nhưng để được giải cao như thế này, quả thực, tôi không nghĩ tới. Tôi rất phấn khởi, vì đây là giải thưởng có uy tín.

- *Hỏi*: Nhà văn có thể nói quá trình sáng tác các truyện được giải trên không?

- *Đáp*: Có hai truyện tôi viết ở Trại sáng tác văn học Đại Lải, do Chi hội Nhà văn quân đội và Tạp chí Văn nghệ quân đội tổ chức. Đó là *Chuyện ở bản Piát* và *Bí mật cuốn gia phả*. Sau đó, các anh ở Tạp chí Văn nghệ quân đội gợi ý viết về vùng dân tộc thiểu số, tôi đã viết truyện *Cỏng Hò*. Để viết được truyện này, tôi đã phải đi lang thang xuống các bản Đèo Tế, Cây Sấu, Văn Nham của xã Hùng Đức, huyện Hàm Yên (Tuyên Quang) mất mấy ngày để sưu tầm tư liệu. Đây là vùng đồng bào dân tộc Dao Quần Trắng, có nhiều điều lí thú cho mình sáng tác.

- *Hỏi*: Lý do gì khiến anh chọn Hùng Đức để đến và viết được cái truyện ngắn *Cỏng Hò* hay thế?

- *Đáp*: Quê tôi ở tận huyện Gia Khánh (nay là Hoa Lư), tỉnh Ninh Bình. Năm bảy tuổi, tôi theo bố mẹ lên Tuyên Quang khai hoang và định cư ở Hùng Đức. Tôi lớn lên ở vùng đất này. Bà con nơi đây sông rất có nghĩa, có tình. Truyện ngắn *Cỏng Hò* như là sự trả ơn của tôi đối với vùng đất thâm yêu này.

- *Hỏi*: Anh là một sĩ quan công an, nhưng lại đam mê văn chương. Con đường đến với văn chương của anh như thế nào?

- *Đáp*: Còn nhỏ, tôi rất yêu văn và học giỏi môn văn. Nhưng học xong phổ thông, tôi lại đi học Trường Công an Trung ương (nay là Học viện An ninh nhân dân). Ra trường một thời gian, tôi được điều lên Mèo Vạc công tác (lúc đó thuộc tỉnh Hà Tuyên). Hình như cái máu văn chương nó chảy trong người. Tôi luôn quan sát và ghi chép. Vùng biên giới gian khổ và anh dũng đã để lại cho tôi nhiều ấn tượng. Bút kí đầu tiên tôi gửi cho Tạp chí Văn nghệ Hà Tuyên, mang tên *Đường xuyên cao nguyên* và được in. Đó là vào những năm 1980. Từ đó, cái duyên nghệ thuật cứ bén dần. Năm 1998, tôi được kết nạp vào Hội Văn học-Nghệ thuật Tuyên Quang. Có thể nói, Tạp chí Văn nghệ Hà Tuyên, nay là Báo Tân Trào, Hội Văn học-Nghệ thuật Tuyên Quang đã nâng đỡ tôi rất nhiều, để hôm nay, tôi trở thành nhà văn Việt Nam và có nhiều niềm vui như thế.

- *Hỏi*: Thế, tác động của gia đình như thế nào?

- *Đáp*: Gia đình tôi là nông dân "đặc sệt". Bố tôi biết nhiều nghề: làm ruộng, đóng cối, thợ mộc. Nhưng tâm hồn văn học của tôi được lớn lên từ lời ru của mẹ và từ những câu chuyện cổ tích: *Tống Trân Cúc Hoa, Tấm Cám, Thạch Sanh*… mà mẹ kể cho chúng tôi nghe. Ngay cả bây giờ, mỗi tác phẩm tôi viết ra, mẹ tôi đều đọc và động viên tôi rất nhiều.

- *Hỏi*: Nghĩa là, cũng như bao nhà văn khác, người mẹ là ngọn nguồn của cảm hứng sáng tạo, nơi nuôi dưỡng tâm hồn cho nhà văn?

- *Đáp*: Tất nhiên rồi. Tôi mang ơn người mẹ, mang ơn tổ tiên. Chính bởi thế, mỗi khi hoàn thành một tác phẩm, bao giờ tôi cũng đưa lên bàn thờ thắp hương tổ tiên và sau đó, biếu mẹ đọc.

- *Hỏi:* Quả anh là đệ tử của văn chương. Nghe nói, để viết được một cuốn sách, anh thận trọng về tư liệu lắm? Chẳng hạn, đi đo từng viên gạch khi viết về cái thành cổ, hoặc đi đo khẩu súng cũ khi anh tả người lính xưa?

- *Đáp*: Cũng đúng thôi, vì khi mô tả thằng Nhật lùn, tôi phải biết thanh kiếm của nó dài bao nhiêu, để khi đeo thì chạm đất. Hoặc khi viết tiểu thuyết *Chúa Bầu*, tôi đã phải đến tận nơi thành Nghị Lang ở Phố Ràng (Bảo Yên, Yên Bái) để tận mắt xem, lên núi Cao Biền (Yên Bình, Yên Bái) để tả cảnh vật nơi đây cho sát. Rồi về tận làng Ba Đông Thượng (xã Đồng Quang, huyện Gia Lộc, tỉnh Hải Dương) là quê hương của Chúa Bầu để tìm hiểu về ông và đến tận thôn Tường Lai (xã Phú Thành, huyện Yên Thành, tỉnh Nghệ An), nơi an táng Chúa Bầu. Tóm lại, văn chương hư cấu, nhưng không bịa đặt. Văn chương rất cần sự thận trọng và chính xác.

- *Hỏi*: Anh là người đi vào con đường văn chương như là một hiện tượng văn học đặc biệt của tỉnh ta, bởi sức sáng tạo nghệ thuật của anh. Vậy từ khi trở thành hội viên Hội Nhà văn Việt Nam đến giờ, đã có bao nhiêu tác phẩm trong tay?

- Đáp: Năm 1998, tôi cho ra đời một lúc hai cuốn sách đầu tay. Đó là *Miếng trầu xanh* (tập thơ) và *Tầm phào* (tập truyện ngắn). Đến nay, tôi đã có mười hai đầu sách được xuất bản; trong đó, có ba tiểu thuyết, năm tập truyện ngắn, hai tập truyện thiếu nhi, một tập thơ… Bình quân, mỗi năm, tôi cho ra đời hơn một đầu sách. Có cuốn như tiểu thuyết *Nửa tỉnh nửa quê* chỉ viết trong một tháng là xong. Riêng năm 2006, tôi cho ra đời ba tập sách và năm 2007 này, có hai tiểu thuyết đang chờ in.

- *Hỏi*: Chắc cường độ lao động của anh lớn lắm?

- *Đáp*: Cũng bình thường thôi. Tôi chia quĩ thời gian trong một ngày làm ba phần: tám tiếng dành cho công tác cơ quan, tám tiếng cho sáng tác và vui với bạn bè còn tám tiếng nghỉ ngơi. Tôi không bao giờ làm việc ban đêm quá mười một giờ.

- *Hỏi*: Là người đi dự rất nhiều trại sáng tác của Hội Văn học-Nghệ thuật các tỉnh và các hội Trung ương tổ chức, anh đánh giá thế nào về các trại sáng tác?

- *Đáp*: Rất sai lầm khi ai đó cho rằng, đến trại sáng tác là đi chơi. Với tôi, trại sáng tác có tác dụng đặc biệt trong sự nghiệp sáng tác của mình. Liên tục trong những năm qua, năm nào tôi cũng được đi dự trại sáng tác và trại nào cũng đem lại bổ ích cho tôi. Đến đấy, được gặp các bạn viết khắp đất nước, được trao đổi, học hỏi với các nhà văn, các nhà phê bình lớn, mình được đọc và được học rất nhiều ở họ. Chính ở trại sáng tác Lạng Sơn, tôi đã được gặp nhà văn Nguyễn Khắc Trường. Ông đọc tác phẩm của tôi và khuyến khích, động viên tôi rất nhiều, khiến tôi tự tin hơn, hăng say hơn khi bước vào con đường văn chương. Với tôi, mỗi trại sáng tác là một lần tôi lao động thật sự, đầy hào hứng và trách nhiệm.

- *Hỏi*: Xin tò mò một chút: hiện tại, nghe nói, ở cơ quan, anh là một sĩ quan luôn hoàn thành xuất sắc nhiệm vụ, còn ở gia đình, anh là một người nội trợ giỏi, có đúng không?

- *Đáp*: Trong cuộc đời, không ai được tất cả. Tôi thành đạt con đường văn chương, nhưng lại thiếu hụt trong cuộc sống gia đình. Vợ chồng tôi đã chia tay nhau, cách đây hơn chục năm. Hơn chục năm ấy, tôi vừa phải hoàn thành công việc cơ quan, vừa phải nuôi mẹ già và hai con nhỏ. Nhưng ở cơ quan, tôi đều hoàn thành tốt nhất công việc của mình. Còn ở gia đình, tôi làm tròn trách nhiệm của người con đối với mẹ già, của người bố đối với các con. Các con tôi giờ đã khôn lớn, mẹ tôi mạnh khoẻ. Đó chính là nguồn sống của tôi, nguồn động viên lao động sáng tạo của tôi...

- *Hỏi*: Vậy thì đến bao giờ, anh mới tính đến chuyện tìm người về "nâng khăn sửa túi"?

- *Đáp*: (Cười). Cứ để khoan khoan cái đã!

*

"Khoan khoan cái đã", đấy là câu nói cửa miệng của Vũ Xuân Tửu mỗi lần bạn bè, anh em nhắc nhở về tổ ấm gia đình. Nhưng có một điều khiến Vũ Xuân Tửu luôn cảm thấy gấp gáp, thiếu thời gian, đó là công việc viết lách. Không biết các thiên tài có bị lệch giữa tình yêu và sự nghiệp hay không? Còn tôi cảm thấy Vũ Xuân Tửu yêu văn chương hơn tất cả mọi thứ trên đời, ngoại trừ gia đình, cha mẹ và các con.

Năm mới đã đến, chúng ta chúc nhà văn Vũ Xuân Tửu tiếp tục đi xa hơn nữa trên con đường lao động nghệ thuật và đem lại nhiều vinh quang cho anh, cho mảnh đất Tuyên Quang của chúng ta.

*Báo Tân Trào (Hội Văn học-Nghệ thuật tỉnh Tuyên Quang), Tết Đinh Hợi; phóng viên **Triệu Đăng Khoa** (thực hiện)*

BÁO SUNDAY VIỆT NAM NEWS: NÉT VẼ SINH ĐỘNG VỀ CHIẾN TRANH

Vũ Xuân Tửu đã vượt qua hơn một nghìn tác giả, để giành được Giải nhất trong Cuộc thi truyện ngắn của Tạp chí Văn nghệ quân đội, tổ chức năm 2005-2006.

Từ vùng núi Đông Bắc, viên trung tá công an đã kể về nguồn gốc cũng như con đường sự nghiệp của mình. Ông đã nói chuyện với phóng viên Thu Hương, về cuộc hành trình của một công chức trở thành nhà văn.

- *Hỏi*: Ông hãy vui lòng giới thiệu với độc giả về bản thân?

- *Đáp*: Năm nay, tôi năm mươi tuổi, có hai con và hiện sống độc thân. Tôi đã giành bốn mươi năm để lớn lên, học tập; học cách viết văn và giành mười năm sau để viết. Tôi quyết định dành cuộc đời còn lại để viết văn cho đến hơi thở cuối cùng. Hiện nay, tôi là Trung tá công tác tại Công an tỉnh Tuyên Quang.

- *Hỏi*: Chiến tranh đã trải qua hơn ba mươi năm, nhưng mà những chủ đề câu chuyện của ông vẫn tập trung về người lính. Một vài người cho rằng, ông nên chọn chủ đề hiện đại hơn. Ông nghĩ sao về điều này?

- *Đáp*: Cá nhân tôi nghĩ rằng, những chủ đề liên quan về chiến tranh thì không bao giờ lỗi thời. Bởi vì, những người bộ đội đóng vai trò rất quan trọng. Đã có thời, trong lịch sử đất nước chúng ta, thậm chí không có cả tên hành chính trên bản đồ thế giới. Xã hội chúng ta có lẽ không bao giờ phát triển được như ngày nay, nếu không có sự đóng góp to lớn của bộ đội. Hơn nữa, vai trò của họ trong xây dựng xã hội hiện đại vẫn rất lớn lao. Bởi vậy, tôi nghĩ rằng, những chủ đề về bộ đội và những câu chuyện về họ vẫn tiềm tàng cho người viết khai thác.

- *Hỏi*: Vai trò của người viết văn là gì?

- *Đáp*: Tôi không được đào tạo chính qui để trở thành nhà văn ở bất kì trường nào. Các trại sáng tác là nơi duy nhất tôi học cách viết văn. Tôi rất hạnh phúc khi nhận được những lời ca tụng từ độc giả. Tuy nhiên, tôi không bao giờ quá đề cao tác phẩm của mình. Nếu khi tôi bị độc giả phê phán thì cũng không bao giờ mất đi lòng nhiệt tình. Thay vào đó, tôi học được nhiều điều từ sự sai sót đó. Tôi làm việc vất vả, không bao giờ chờ đợi sự may mắn, nhưng tôi lại luôn gặp may mắn. Và những tác phẩm của tôi luôn cống hiến hết mình cho mọi người.

- *Hỏi*: Những tác giả hiện đại thường thích sử dụng lối viết phức tạp, nhưng ông lại chọn lối viết giản dị, thường bao gồm cả phương ngữ. Ông coi rằng, đó là điểm mạnh hay yếu?

- *Đáp*: Tôi nghĩ rằng, đó là điểm mạnh của tôi. Tôi phải đọc rất nhiều sách, báo để hiểu rộng về những phương ngữ ấy. Tôi cũng dành nhiều năm sống và làm việc cùng đồng bào dân tộc bản xứ ở vùng biên giới xa xôi, thuộc huyện Đồng Văn, Mèo Vạc, tỉnh Hà Giang. Nơi đó đã cung cấp nhiều tư liệu cho tác phẩm của tôi.

- *Hỏi*: Người ta nói rằng, văn học cần dựa vào thực tế. Ông có nghĩ rằng, sẽ là không thực tế khi những câu chuyện tưởng tượng của ông lại kết thúc có hậu?

- *Đáp*: Tôi đề cao văn học mang tính nhân văn. Tôi thích những kết thúc có hậu trong các tác phẩm của nhà văn. Chủ nghĩa nhân đạo tạo nên sự phát triển của xã hội loài người và làm cho loài người khác các loài động vật. Người viết có thể sáng tạo đến đỉnh điểm, nhưng vẫn phải đề cao vai trò của chủ nghĩa nhân văn. Đó là một yếu tố của triết học phương Đông trong các tác phẩm của tôi.

- *Hỏi*: Ông có một vài truyện ngắn dựa vào chuyện dân gian. Tại sao ông lại sử dụng chất liệu này cho tác phẩm?

- *Đáp*: Những câu chuyện này đến từ kí ức tuổi thơ. Tôi vẫn nhớ, khi theo bố mẹ chèo thuyền trên sông Hoàng Long, dưới chân núi Con Lợn. Bố mẹ tôi đã kể câu chuyện về người phụ nữ tan nát trái tim và hoá đá chờ chồng, mà không biết rằng, người chồng lại chính là anh trai của cô ta. Tôi rất nhớ ấn tượng ấy và sử dụng làm một cốt truyện. Những câu chuyện dân gian được giữ gìn bao đời, là niềm tự hào của đất nước chúng tôi và là một động lực cho tôi sáng tác.

- *Hỏi*: Tác phẩm yêu thích nhất của ông là gì? Có phải là *Bí mật cuốn gia phả* không?

- *Đáp*: Không hoàn toàn như vậy. Tác phẩm mà tôi hài lòng nhất là *Người sông nước*. Một câu chuyện bi kịch tình yêu giữa vợ chủ thuyền với người làm công.

- *Hỏi*: Những nhân vật của ông đến từ ngoài đời hay trong tưởng tượng?

- *Đáp*: Cả hai. Nhưng những nhân vật thường đến từ thực tế cuộc sống. Tôi có thói quen ghi chép những thứ mà tôi làm suốt ba mươi năm nay. Tôi nghĩ rằng, ý tưởng giá trị nhất thường đến trên đường đi.

- *Hỏi*: Điều gì ấn tượng nhất trong nghề viết của ông?

- *Đáp*: Đó là khi tôi đi Lạng Sơn, dự trại sáng tác đầu tiên. Nhà thơ Hữu Thỉnh đã đề cao bài thơ (*Gặp nàng Tô Thị ngõ người làng ta*) của tôi và gọi tôi là người viết Việt Nam đương đại. Kỉ niệm đáng nhớ thứ hai là nhà văn Nguyễn Khắc Trường đã nói rằng, tôi sẽ trở thành nhà văn.

- *Hỏi*: Nghề viết chỉ là công việc thứ hai của ông. Vậy ông đã làm thế nào để có thời gian viết?

- *Đáp*: Tôi thường viết vào thời gian sau ngày làm việc và ngày nghỉ cuối tuần. Cho nên, đôi khi những ý tưởng đến phải kìm nén, khi ngồi viết mới gọi cảm xúc trở lại. Điều đó giải thích về cách viết của tôi. Tôi yêu thích câu nói của một nhà văn Pháp: "Khi người nông dân dắt ngựa ra đồng (người ta cày bằng ngựa), thì tôi ngồi vào bàn viết. Đến khi người nông dân thu hoạch mùa màng thì tôi đem bản thảo đến nhà xuất bản". Mỗi buổi tối, tôi thường viết ba giờ và thường mất ít nhất ba ngày để hoàn thành một truyện ngắn.

- *Hỏi*: Ông có dự định gì cho tương lai?

- *Đáp*: Từ năm 2007, tôi sẽ xuất bản ba cuốn tiểu thuyết: *Chuyện trong làng ngoài xã, Cõi mê, Người rừng* và sáng tác nhiều truyện ngắn khác nữa...

Báo Sunday Việt Nam News, ngày 01/04/2007.
Phóng viên ***Vũ Thu Hương*** *(thực hiện).*

Dịch ra tiếng Việt: ***Nguyễn Thị Thu Hường,***
Bùi Thúy Nga,
Nguyễn Thị Thu Hà.

GẶP VŨ XUÂN TỬU TRONG CHUYỆN Ở BẢN PIAT

Lời dẫn: Ngẫu nhiên, tôi có trong tay tập truyện *Chuyện ở bản Piat* của Nhà văn Vũ Xuân Tửu. Cái tên tác giả vừa quen lại vừa lạ, những dòng chữ xinh xinh, giọng văn gần gũi đời thường đã cuốn tôi vào chuyện.

Câu chuyện diễn ra trên một bản người dân tộc Tày. Nhân vật tôi và nhân vật Khấu tình cờ gặp nhau và kết nghĩa anh em. Khấu cùng với nhân vật tôi yêu một người con gái tên Phái. Câu chuyện tình không mấy êm xuôi, Khấu bị từ chối, lặng lẽ ra trận. Nhân vật tôi lấy được tình cảm của cô gái; có một tình yêu đẹp và hạnh phúc, nhưng trong lòng không nguôi nghĩ đến Khấu.

(Trích đoạn, Khấu hi sinh, đồng đội mang di vật liệt sĩ về trao cho gia đình).

Đến đây, người đọc dường như nghẹn lại, mất mát một cái gì đó mà cảm xúc không phân biệt nổi.

Hỏi: Tôi thực sự xúc động về chi tiết bộ đội đi chiến đấu chỉ mặc đồ cũ. Câu chuyện có thể hiện tư liệu thực tế hay không?

Đáp: Chi tiết về người lính ra trận để lại quần áo mới ở hậu cứ, còn mình mặc quần áo cũ ra đi là thực. Một hôm, ngồi ở Dốc số Hai uống bia với Nhà báo Trọng Hùng (Báo Tuyên Quang). Anh cũng từng là bộ đội và kể chi tiết có thực ở đơn vị như thế. Mình rất thú vị, ghi lại, thời điểm vào đầu tháng 12 năm 2003. Đến khi dự trại sáng tác của quân đội thì tự nhiên nhớ lại chi tiết ấy và sử dụng vào chuyện.

Hỏi: Tại sao anh lại lấy tên một truyện đặt cho cả tập?

Đáp: Tham gia cuộc thi truyện ngắn của Tạp chí Văn nghệ quân đội, năm 2005-2006, mình gửi năm truyện, đều được đặng trên tạp chí. Cái hay ở chỗ là, nó đứng đầu một cuộc thi, nhưng đồng thời lại mang được không khí miền núi. *Chuyện ở bản Piat*, có từ Piat, theo tiếng Tày nghĩa là dốc thoải, phản ánh bối cảnh miền núi phía Bắc nước ta và chiến trường Lào, khi nói về anh bộ đội tham gia chiến đấu ở chiến trường C, tức Lào. Truyện này tiêu biểu, nên mình dùng đặt tên cho cả tập.

Hỏi: Ông sáng tác trong hoàn cảnh như thế nào?

Đáp: Đầu năm 2005, mình được đi trại sáng tác của Chi hội Nhà văn Quân đội và tạp chí Văn nghệ quân đội tổ chức, tại Nhà sáng tác Đại Lải, chủ đề “Lực lượng vũ trang và Chiến tranh cách mạng”. Năm 2003-2004, mình cùng quân đội tham gia tập trận “Khu vực phòng thủ” tại xã Thổ Bình (Chiêm Hóa). Nơi đó có bản Piat. Tên bản rất gợi, mình hỏi dân nghĩa là gì? Họ giải nghĩa như thế. Thế là mình nhớ được hình ảnh ấy. Sau đó, mình vào một bản người Dao Quần Trắng, thấy có cái bằng Tổ quốc ghi công được dán trên cánh tủ. Khi sáng tác, mình chuyển thành chi tiết, cô Phái dán bằng Tổ quốc ghi công của Khấu lên cột nhà.

Hỏi: Khi đọc truyện ngắn này, tôi thấy tác giả nắm rất vững diễn biến tâm lí của nhân vật tôi. Phải chăng có hình ảnh tác giả trong đó?

Đáp: Tôi, là một kiểu đặt tên nhân vật và cũng là một thủ thuật trong sáng tác.

Nhiều khi, ban đầu đặt tạm như vậy, định bụng viết xong sẽ đổi bằng một cái tên khác, nhưng không được, tôi vẫn là tôi. Bao giờ hình bóng tác giả cũng có phần nào đó trong nhân vật của truyện, nhưng thực tế không hoàn toàn như thế. Trong *Chuyện ở bản Piat,* nhân vật tôi là một anh cán bộ phòng nông nghiệp xuống nông thôn. Thời trước, người ta thường huy động cán bộ các phòng, ban của huyện xuống xã làm cán bộ tăng cường một thời gian.

Hỏi: Bối cảnh chiến tranh chỉ là cái cớ. Giả sử không có chiến tranh, thì ông xử lí cá nhân vật thế nào?

Đáp: Những truyện ngắn hay nhất trên thế giới thường viết về hai lĩnh vực, một là về chủ đề chiến tranh. Ví dụ, những truyện của Liên Xô thì chủ đề chiến tranh rất rõ nét và rất hay. Cái thứ hai là những cuộc tình tay ba cũng rất hay. Trên thế giới có nhiều truyện đã viết như thế. Mình sử dụng cả hai cái này. *Chuyện ở bản Piat* gồm nhân vật tôi là cán bộ phòng nông nghiệp huyện xuống bản và anh Khấu, cô Phái là mối tình tay ba, xảy ra trong bối cảnh chiến tranh từ phía Lào vọng về. Nếu không có chiến tranh thì vẫn còn mối tình tay ba thì vẫn hay. Ở nước mình, từ xưa đến nay, những truyện hay thường viết về chiến tranh, những bài hát hay cũng phản ánh về chiến tranh, cả hội họa, sân khấu cũng thường như thế. Trong chiến tranh bộc lộ rõ bản chất, tinh thần, tâm lí, tình cảm của con người, thể hiện giữa cái sống và cái chết, giữa sự hi sinh và hèn nhát. Mình không đi sâu vào tả cái sự khốc liệt của chiến tranh, trừ tiểu thuyết *Chuyện trong làng ngoài xã*, thì mình có tả đến điều đó. Trong truyện ngắn, mình chỉ lấy bối cảnh tác động của chiến tranh làm cái phông, để thể hiện bản chất con người nhân vật.

Lời dẫn: Không gian truyện ngập tràn không khí hoang sơ, tính cách con người thuần phác, bình dị, nhân hậu. Có người không nỡ cầm súng bắn vào đàn khỉ phá nương, nhưng lại sẵn sàng cầm súng chiến đấu và hi sinh.

Có người nói rằng, *Chuyện ở bản Piat* giống như một bản xô-nát về tình yêu và số phận con người trong chiến tranh. Trong câu chuyện, chiến tranh không trực tiếp hiện diện, mà được khúc xạ qua cuộc sống của một bản làng vùng cao. Người đọc cứ ngấm dần về sự đau thương mất mát và khốc liệt của cuộc chiến. Cốt truyện trong *Chuyện ở bản Piat* không mới, nhưng lối dẫn chuyện của Vũ Xuân Tửu thì hoàn toàn mới lạ, cách sử dụng ngôn ngữ hiện đại đã làm nên Vũ Xuân Tửu với phong cách sâu lắng. Cùng nằm trong tập là các truyện: *Thợ cắt tóc truyền đời, Người sông nước, Cỏng Hò, Bí mật cuốn gia phả*, bằng ngôn ngữ hết sức tự nhiên, Vũ Xuân Tửu đã mang vào trong truyện một thế giới đời thực, nhưng đầy sắc màu lung linh và cả những phàm trần của cuộc sống. Truyện của ông thường kết thúc có hậu và mang tính nhân văn cao cả, các hình tượng được ông xây dựng trong truyện thường căn tràn sức sống và có một tình yêu mãnh liệt. Phải chăng, đó cũng là tư tưởng trong con người ông?

Sinh năm 1955, tại Ninh Bình, tốt nghiệp Đại học An ninh, hiện nay, ông đang công tác tại Công an tỉnh Tuyên Quang. Ông đã từng sống và gắn bó với bà con các dân tộc, nên rất thông thuộc địa bàn vùng cao, cũng như các phong, tập quán. Nó trở thành vốn sống cho ông đưa vào trang viết sau này.

Hỏi: Thật thú vị khi được gặp ông trong buổi chiều hôm nay. Xin ông cho biết công tác công an liên quan với chuyện văn chương?

Đáp: Mình tham gia ngành công an đã được ba mươi ba năm, nhưng mới viết văn được chục năm thôi. Mình xác định rất rõ ràng giữa công tác công an và sáng tác văn học. Mình phải đầu tư cho công tác rất nhiều, ngoài giờ hành chính mới làm văn chương. Muốn làm văn chương phải đam mê, nếu không đam mê thì không làm được văn chương. Trước đây, mình còn viết cả báo, nhưng chục năm nay, viết văn thì thôi viết báo. Bởi vì giọng báo chí khác giọng văn chương, nên phải hi sinh một thứ để giữ lấy văn. Trước kia, mình cũng làm thơ nữa đã in một tập (*Miếng trầu xanh*) và một số bài thơ in trên báo chí Trung ương và địa phương. Muốn làm thơ hay phải có tài năng, nên mình rút lui dần, mươi năm nay không làm thơ nữa. Mình tự nhận thấy, thơ không thể lên đỉnh cao được, nên lui vào truyện ngắn và tiểu thuyết. Từ đó, đầu tư vào tiểu thuyết nhiều hơn.

Hỏi: Công việc cơ quan bận rộn thì ông viết văn vào lúc nào?

Đáp: Ở cơ quan, mình được giao sáu phần việc. Trong Văn phòng Công an tỉnh, mình theo dõi công tác Tham mưu an ninh. Ngoài giờ hành chính, mình viết văn từ tám giờ tối đến mười một giờ đêm, không bao giờ quá mười một rưỡi đêm, không thức khuya được. Mình tận dụng ngày nghỉ cuối tuần, nay có thêm thứ bảy, thì làm tác phẩm dài hơi, đi thực tế và bổ sung tư liệu cần thiết. Hằng năm, mình xin cơ quan cho nghỉ phép năm, đi các trại sáng tác của Hội Nhà văn Việt Nam, Hội Văn học Nghệ thuật các dân tộc thiểu số Việt Nam, tại Tam Đảo, Đà Lạt, Đại Lải...

Hỏi: Viết lách có ảnh hưởng đến công việc cơ quan không?

Đáp: Không! Có khi còn giúp thêm cho công việc cơ quan. Bởi đó là hai góc độ tư duy khác nhau. Công tác công an cần nghiên cứu, tập hợp, phân tích tài liệu, suy nghĩ chín chắn để tham mưu đề xuất lãnh đạo xử lí tình hình. Còn văn chương là sáng tạo độc lập, không ai làm thay mình được.

Hỏi: Được biết, ông vừa tham dự lớp Bồi dưỡng viết văn Nguyễn Du, tình hình học tập thế nào?

Đáp: Làm văn chương phải học tập cả đời, đến khi nào sức tàn lực kiệt mới thôi. Ví dụ, xe chạy đường xa phải thường xuyên nạp nhiên liệu. Chuyện viết văn cũng thế, muốn đi xa phải học tập bồi dưỡng thì mới có thêm vốn sống và tư liệu. Trong lớp, có nhiều cụ già cũng đến học, cao tuổi nhất là Thiếu tướng, Nhà văn Nguyễn Chí Trung, trợ lí Tổng Bí thư Lê Khả Phiêu. Ông vừa ra tiểu thuyết *Tiếng khóc Nàng Út*, được đọc trên Đài tiếng nói Việt Nam. Nay ông đi học thêm để viết cuốn tiểu thuyết mới. Có nhiều chuyện đổi mới văn chương trước đây chỉ mới nghe nói, nay có nhiều vấn đề mới về nhận thức, lí luận, nên học là rất cần thiết để đi bước đường mới.

Hỏi: Đoạt Giải Nhất cuộc thi truyện ngắn Tạp chí Văn nghệ quân đội, năm 2005-2006, với *Chuyện ở bản Piat* là rất xứng đáng. Ông có thể nói dư âm của giải?

Đáp: Có nhiều ý kiến đánh giá khác nhau về giải thưởng văn học. Có người bảo, chỉ cần phấn đấu có tác phẩm, còn giải thưởng thì không cần thiết. Đối với mình, tham gia cuộc thi cũng là ngẫu nhiên, được Giải Nhất cũng mừng, nhưng không lấy làm tự cao tự đắc gì sất cả.

Lời dẫn: Giải thưởng văn học là một điều thực sự có ý nghĩa đối với mỗi nhà văn, như Vũ Xuân Tửu, nó khẳng định cái tên Vũ Xuân Tửu trong làng văn Việt Nam và chắp cánh cho những sáng tác tiếp theo của ông.

Chuyện ở bản Piat đối với tôi và các bạn đã từng đọc, có lẽ, sẽ không còn chỉ là của riêng bản Piat nữa, mà đã trở thành chuyện chung của mỗi con người nhân hậu, có tâm hồn thanh khiết và có tình yêu mãnh liệt.

Đài Phát thanh - Truyền hình tỉnh Tuyên Quang
Phóng viên ***Việt Hòa*** *thực hiện năm 2007*

BÁO VĂN NGHỆ CÔNG AN: KHÔNG CÓ CHUYỆN LÀM CHƠI ĂN THẬT ĐƯỢC ĐÂU

Năm 2006, Vũ Xuân Tửu là một trong những tâm điểm chú ý của dư luận: đoạt giải nhất cuộc thi truyện ngắn của tạp chí Văn nghệ quân đội (2005-2006); đồng thời, tiểu thuyết Hình bóng đàn bà (Nxb Văn nghệ thành phố Hồ Chí Minh, 2006) của anh cũng gây sự chú ý trong văn giới.

Văn nghệ công an đã có cuộc trao đổi với nhà văn Vũ Xuân Tửu, xung quanh cuốn tiểu thuyết này.

- *Hỏi*: Thưa anh, *Hình bóng đàn bà* sử dụng nghệ thuật ngôn từ, để chuyển tải một câu chuyện hiện đại. Người đọc có thể thấy những báo động về sự tha hoá con người, nỗi đau đớn trước văn hoá truyền thống bị xâm lấn, chà đạp bởi sự thị dân hoá lệch lạc... Anh có thể cho biết ý tưởng tiểu thuyết đã được hình thành hhư thế nào?

- *Đáp*: Năm 2004, đọc báo An ninh thế giới, số ra tháng 7/2004, tôi chép làm tư liệu về mẫu Giấy giá thú, từ thời chống Pháp. Đến năm 2005, tôi lập đề cương viết tiểu thuyết cực ngắn *Hình bóng đàn bà* và có sử dụng tư liệu này ở chương cuối. Xã hội hiện đại cũng không bao giờ tách khỏi quá khứ. Con người có khả năng và phải phân thân để chịu đựng áp lực của hoàn cảnh xung quanh mà tự dấn thân. Thời buổi kinh tế thị trường, nhưng có khi nghệ thuật và phẩm giá con người lại là một sự cứu cánh, chứ không phải là đồng tiền.

- *Hỏi*: Cuốn tiểu thuyết dồn nén nhiều vấn đề, xong, điều làm văn giới chú ý là ở hình thức của cuốn sách. Tác phẩm được ghi là tiểu thuyết cực ngắn. Quả là ngắn: tám mươi trang in, "khổ 11 x 18 cm", với ba mươi tư chương. Và lạ, về các tên chương, được đặt theo thứ tự chữ bảng chữ cái La-tinh. Chương dài bốn trang, chương ngắn chỉ ba dòng. Chữ đầu tiên trong chương cũng bắt đầu bằng chữ cái ấy. Ý đồ của anh ở đây là gì? Chỉ là thủ pháp hình thức hay có liên quan nào đến nội dung?

- *Đáp*: Năm 1991, chúng tôi được đi học máy tính, tại Trung tâm Máy tính điện tử của Bộ Công an. Hồi ấy, chúng tôi học loại 286, vì 486 vẫn bị Mỹ cấm vận. Máy to bằng cái hòm của anh thợ cắt tóc. Lại nhìn thấy cái máy tính của Liên Xô viện trợ, từ những năm bảy mươi của thế kỷ XX, to như hòm gian đựng lúa ở thôn quê, nom sự đồ sộ mà kinh hãi. Bây giờ, cái máy tính xách tay chỉ nhỏ bằng quyển sách, gọn nhẹ. Nhưng máy tính dù to, hay nhỏ cũng đều phải có cấu hình giống nhau, tính năng tác dụng ngày càng hiện đại. Sự so sánh có thể khập khiễng, nhưng tiểu thuyết dài tập đồ sộ, với tiểu thuyết cực ngắn cũng chỉ khác nhau về sự dồn nén, chứ không thể viết tắt, bỏ cách quãng được đâu. Mi-lan Kun-đê-ra (Milan Kundera) đã từng bàn về nghệ thuật viết và về cấu trúc tiểu thuyết: "Cuốn tiểu thuyết đúng như thực chất của nó... nhưng ở dạng cô đặc. Bản chất tiểu thuyết là chiêm nghiệm cuộc đời, thông qua nhân vật tưởng tượng. Nhà văn phải có ý tưởng độc đáo và giọng điệu không ai bắt chước được. Nhà tiểu thuyết không phải là nhà sử học, không phải nhà tiên tri: anh ta là người thám hiểm cuộc sống". Tôi đang viết một cuốn tiểu thuyết (*Cửa Đá*), dùng thủ pháp viết đề từ ngắn gọn, để tạo các lớp không gian cho tác phẩm, như kiểu cánh gà sân khấu và để đỡ phải giải thích dài dòng về một vấn đề nào đó không phải là chính yếu.

Tôi coi các chữ đều có hồn cốt, nên xếp các chương theo thứ tự chữ cái trong *Từ điển chính tả tiếng Việt*. Đứng trước mỗi hàng quân là một viên chỉ huy. Tướng tá nào thì binh lính ấy. Vào trận mà tóm được tướng thì coi như cầm chắc chiến thắng trong tay. Binh pháp có câu: "Ra trận bắt tướng tài". Bởi vậy, tôi cứ lần lượt chiêu mộ từ A đến Z...

Thời trước, bên châu Âu, người ta làm thơ màu (coi các chữ cái có màu). Bên ta, thơ Dương Tường cũng lạ về cách chơi chữ. Tôi cũng trích mấy câu thơ của Dương Tường trong cuốn này. Tất cả những thứ đó, một thời, ta cho là chủ nghĩa hình thức. Nhưng thực tế, đó là sự chuyển tải ngôn ngữ bằng loại xe đặc chủng. Thời buổi hội nhập, không nên định kiến, đố kị làm gì, khi ta mở lòng mình thì sẽ thấy thế giới. Định kiến và đố kị là kẻ thù của sự sáng tạo.

- *Hỏi*: Nhà văn Ma Văn Kháng từng nhận xét: "Vũ Xuân Tửu viết hồn nhiên và tốn nguyên liệu". Nhưng với *Hình bóng đàn bà*, anh không "hồn nhiên" chút nào. Điều này có ý nghĩa gì?

- *Đáp*: Thực ra, tôi coi đó là một lời khen tặng quí giá. Bởi, viết hồn nhiên không phải là dễ. Không phải cái sự mèo khen mèo dài đuôi, nhưng đó là sự điêu luyện, chứ không phải sự ngây ngô. Khi viết, tôi thường sử dụng mười ba cuốn từ điển tiếng Việt. Nhà văn Ma Văn Kháng khẳng định: "Người viết tiểu thuyết phải thông tuệ".

Mỗi tiểu thuyết, tôi đều cố gắng viết theo một cách khác, cố gắng có chút khám phá, sáng tạo, không lặp lại cả về nội dung và hình thức. Đó, thực sự là một việc khó, phải trăn trở rất nhiều khi cầm bút. Truyện ngắn của tôi thường có bốn nghìn chữ, nhưng tiểu thuyết thường viết dài: *Chúa Bầu* (Nxb Quân đội nhân dân, 2006) có 112.500 chữ, *Chuyện trong làng ngoài xã* (Nxb Thanh niên, 2007) có 136.800 chữ, nhưng *Hình bóng đàn bà* chỉ có 11.300 chữ thôi.

- *Hỏi*: Một người bạn đã gửi cho tôi cuốn *Hình bóng đàn bà*. Nói thực, tôi khá ngạc nhiên, khi một cuốn tiểu thuyết được đựng trong cái phong bì thư, với một lượng chữ rất ít, khi gọi là tiểu thuyết. Nhưng theo ghi chú của tác giả, nó được viết tới ba lần. Anh đã viết nó trong những hoàn cảnh như thế nào? Nhà xuất bản có can thiệp gì không?

- *Đáp*: Tôi thường viết tay vài, ba lần, rồi mới đánh vi tính. Bàn viết quay hướng nam và chỗ viết chỉ to bằng cái cặp ba giây, chính là cái khay để bàn phím máy tính. Một lần, tại Trung tâm văn hoá Pháp, ở Hà Nội, nhà văn Eric Nonn, khi giao lưu về chủ đề: *Nhà văn của một châu Âu già cỗi, có thể viết được điều gì?* Tôi đã hỏi thêm, ông thường viết bằng vi tính hay bằng tay? Ông ta rất thích thú, trả lời rằng, thường viết bằng tay, mặc dù các nhà xuất bản không thích điều đó chút nào.

Cuốn này, sau khi viết xong lần thứ nhất, tôi có công chuyện phải đi Hải

Hưng, tranh thủ viết lại lần thứ hai, tại thị trấn Bần Yên Nhân, rồi hoàn thành tại thị xã Tuyên Quang. Năm 2006, Hội Văn học - Nghệ thuật tỉnh Tuyên Quang tài trợ sáng tác loại A. Sách ra, tôi thắp hương tạ tổ vào đầu tháng 1/2007. (Cuốn sách nào được xuất bản, tôi cũng biện lễ tạ, đến nay đã xuất bản mười bốn cuốn).

Tôi cộng tác với năm nhà xuất bản. *Hình bóng đàn bà* được Nhà xuất bản Văn nghệ thành phố Hồ Chí Minh làm bà đỡ. ("Bà đỡ" này rất mát tay, đã giúp tôi cho ra đời hai tập truyện ngắn và một tiểu thuyết). Tranh bìa do nhà xuất bản chọn của Auguste Rodin và được tham dự Ngày sách Việt Nam. Cuốn này cũng đã được giới thiệu tại buổi Cà-phê văn học, tháng 7 năm 2007 của Hội đồng Anh, tại Hà Nội, với chủ đề: *Sức mạnh ngôn từ - Độc giả và văn học trong thế kỷ 21*.

- *Hỏi*: Là một trung tá công an, có thâm niên ba mươi tư năm công tác. Công tác công an hiện đã ảnh hưởng thế nào, đối với công việc viết văn?

- *Đáp*: Từ năm 1974, tôi đã mầy mò đọc sách và ghi chép tư liệu trong thư viện Học viện An ninh nhân dân và trên những chặng đường công tác nơi biên cương, nhưng chủ yếu là viết báo và câu chuyện cảnh giác. Năm 1998 là bước ngoặt quan trong trong cuộc đời tôi. Năm ấy, lần đầu tiên tôi được dự trại sáng tác văn học của tuần báo Văn nghệ, tổ chức tại Lạng Sơn. Tôi ngầm xác định, văn chương là mảnh đất có thể cày, bừa, gieo hạt và hy vọng. Tôi âm thầm viết lách cật lực và bảy, tám năm sau, thì được mở mặt mở mặt với thiên hạ. Âu cũng là cơ may vậy. Muộn mằn, nửa đời người rồi còn gì, nhưng dù sao cũng mừng, bởi đã chọn đúng con đường của mình và được thời gian kiểm nghiệm qua mười năm.

Tám năm nay, tôi làm công tác tổng hợp chuyên đề an ninh, thuộc Văn phòng Công an tỉnh, nên chỉ viết văn ngoài giờ hành chính và ngày nghỉ cuối tuần, xin nghỉ phép năm để đi dự các trại sáng tác văn học. Tôi không dùng văn chương làm phương tiện tiến thân, tôi không ham mê chức tước. Nhưng công tác công an cũng giúp tôi rất nhiều khi nghiên cứu, đánh giá sự vật, hiện tượng, nhất là tìm hiểu về tâm lí, tính cách nhân vật, sử dụng liều lượng chi tiết trong tác phẩm, vv...

- *Hỏi*: Ở Công an Tuyên Quang, anh còn nổi tiếng về những nghiên cứu về hình sự học. Hẳn anh có vốn sống rất giàu có về lĩnh vực chống tội phạm. Liệu anh có định viết một cuốn sách về công việc của công an, một cuốn tiểu thuyết trinh thám chẳng hạn?

- *Đáp*: Có một thời gian, tôi tham gia uỷ viên Hội đồng khoa học của tỉnh Tuyên Quang và làm Thư kí Hội đồng khoa học của Công an tỉnh. Tôi đã nghiên cứu mười hai đề tài khoa học và được Bộ trưởng Bộ Khoa học - Công nghệ tặng Huy chương "Vì sự nghiệp Khoa học - Công nghệ". Công việc này đòi hỏi phải tỉ mỉ, chính xác và đam mê. Nhưng rồi, tôi thấy văn chương hợp với tạng mình hơn.

Hiện nay, tôi đang viết một cuốn tiểu thuyết, dự định đến năm 2015 thì xin xuất bản. Còn thực ra, cũng không biết, rồi sau mình sẽ viết được gì ra tấm ra món nữa không? Bởi văn chương sang trọng và nghiệt ngã, không có chuyện làm chơi mà ăn thật được đâu. Phàm những ai không bươu đầu mẻ trán thì khó mà thành danh. Tôi còn ba cặp tư liệu nữa, nhưng chưa biết sẽ dùng như thế nào.

Là hội viên Chi hội nhà văn Công an, đã ba lần được chi hội quan tâm mời đi trại sáng tác ở Quảng Ninh, Nha Trang và Đồ Sơn, nhưng đều vào dịp tôi phải tham gia diễn tập khu vực phòng thủ, nên không dự trại được, phải viết giấy xin phép ban tổ chức trại. (Bởi mỗi kì diễn tập, thường phải chuẩn bị hằng tháng). Năm nào tôi cũng có báo cáo bằng văn bản với chi hội, về kết quả hoạt động, sáng tác của mình.

Bây giờ, chi hội có hơn ba mươi nhà văn. Tôi mong có nhiều nhà văn hơn nữa, trong lực lượng công an nhân dân. Viết văn thú vị lắm.

Báo Văn nghệ Công an, số 83 (183), ngày 7/7/2008;
Nhà văn ***Trần Thanh Hà*** *(thực hiện)*

VOV GIỚI THIỆU TIỂU THUYẾT NGƯỜI RỪNG

Thưa các bạn, có truyện ngắn đăng trên báo Văn nghệ (trang nhất, số 45), từ năm 2001 (*Tiếng kèn lá trên đỉnh Mã Pì Lèng*), và trở thành hội viên hội Nhà văn Việt Nam sau đó năm năm, Nhà văn Vũ Xuân Tửu luôn cho thấy một bút lực dồi dào, khi cho ra rất đều đặn các tác phẩm. Ông thử sức ở nhiều thể loại, từ truyện ngắn, thơ, đến tiểu thuyết và viết cho nhiều đối tượng, từ thiếu nhi đến người lớn. Đọc tác phẩm của ông, người đọc dễ có cảm giác như lạc vào một câu chuyện cổ bảng lảng khói sương, dẫu những vấn đề được đề cập chưa bao giờ bớt đi chất đời, thậm chí có những đề tài còn mang đậm tính thời sự nóng bỏng.

Chuyên mục Giới thiệu sách, hôm nay, dành thời lượng giới thiệu tiểu thuyết *Người rừng* của Nhà văn Vũ Xuân Tửu, do Nhà xuất bản Hội Nhà văn Việt Nam cho ấn hành. Tác phẩm này cũng đang góp mặt trong danh sách Cuộc thi tiểu thuyết của Hội Nhà văn Việt Nam.

Người rừng là tiểu thuyết cực ngắn của Nhà văn Vũ Xuân Tửu, chỉ có hơn một trăm trang khổ nhỏ (11 cm x 18 cm) và là loại tiểu thuyết giả huyền thoại cổ tích. Tác phẩm gồm có bảy chương, kể về làng Cây Da, nơi có đôi vợ chồng tiều phu, vợ tên Gái, chồng tên Mạc. Một hôm, hai vợ chồng mang con vào rừng đốn củi, tai họa đổ đến bất ngờ, khi người chồng bị lũ cuốn trôi, người vợ bị khỉ đột hành hạ. Mậm, đứa con duy nhất của họ được khỉ cái nuôi dưỡng, rồi trở thành người rừng.

Từ câu chuyện về một gia đình, tác giả đã mở rộng mạch truyện đến nhiều sự kiện, cả giặc giã và chiến tranh, tạo thành một vương quốc người rừng, sự can thiệp của thiên đình và hạ giới... Lựa chọn hình thức tiểu thuyết ngắn, với chuyện thần chuyện người, chuyện ta chuyện tây xen kẽ, khiến tác phẩm thêm phần hấp dẫn. Tiểu thuyết đề cập nhiều góc khuất trong đời sống tâm lí con người cũng như những mâu thuẫn xã hội phức tạp chồng chéo. Tiểu thuyết *Người rừng* kết thúc có hậu, với ước mơ về một thế giới công bằng và tốt đẹp hơn.

Để hiểu thêm về cuốn sách này, phóng viên Chương trình Văn nghệ đã có cuộc trò chuyện cùng Nhà văn Vũ Xuân Tửu, xin mời các bạn cùng theo dõi:

Hỏi: Xin chào Nhà văn Vũ Xuân Tửu, Nhà xuất bản Hội Nhà văn đã xuất bản cuốn tiểu thuyết *Người rừng* của ông. Vậy ông có thể chia xẻ với đông đảo thính giả của Đài Tiếng nói Việt Nam, về điều ông mong muốn gửi gắm trong cuốn sách?

Đáp: Tiểu thuyết *Người rừng* tuy viết ngắn nhưng tôi rất cẩn thận. Trước khi viết, phải vẽ sơ đồ các nhân vật. Tại vì trong đó, có cả những người rừng hoang dã, người trong xã hội mới, đan xen các tuyến nhân vật khác. Ở đây, Mậm trong hoàn cảnh lạc vào rừng và sống với bầy khỉ, dần dần trở thành người rừng, được mẹ khỉ chăm sóc giúp đỡ, rồi trở về với cuộc sống loài người. Người và vật có sự giao hòa rất tự nhiên, từ ngàn xưa để lại. Bây giờ, người ta tiếp tục tiếp thu điều đó.

Hỏi: Quá trình ông thai nghén tiểu thuyết bao lâu?

Đáp: Tôi viết lâu, nhưng thời gian chờ xuất bản còn lâu hơn, qua năm nhà xuất bản, cuối cùng đến Nhà xuất bản Hội Nhà văn mới được in ra. Tôi thấy, mình viết cũng nhẹ nhàng, hợp lí, không có gì éo le, nhạy cảm cho lắm, nhưng bao giờ cũng có một cái gì đó nói về xã hội đương thời, dù là chuyện ngày xưa, hay viễn tưởng, nhưng tất cả đều trên góc độ xây dựng. Tác phẩm nói về quan hệ giữa con người với thiên nhiên, về mối quan hệ giữa con người với nhau, về các cuộc đấu tranh giữa các phe phái, giữa loài người và loài vật. Xã hội có những cuộc chiến mất cân bằng, những cuộc chiến không đáng có.

Hỏi: Ông nói, ông đã vẽ sơ đồ các nhân vật. Vậy ông tìm kiếm tư liệu, thể hiện tính cách nhân vật như thế nào?

Đáp: Năm 2006, Hội Nhà văn Việt Nam tổ chức cho cac nhà văn miền núi phía Bắc đi thăm các tỉnh miền Tây Nam Bộ. Đến thăm trại khỉ (Nhà hàng Trung Lương- Tiền Giang và Vườn cây Mỹ Khánh- Cần Thơ), tôi tìm hiểu đời sống của nó, quan sát tính cách, hành động và dần dần hiện lên hình ảnh người rừng trong bầy khỉ. Đấy là manh mối đầu tiên, rồi phát triển lên, xây dựng thành tiểu thuyết *Người rừng*. Nhiều khi tình huống xảy ra sau, nhưng phải "phục bút" trước. Ví dụ như, để có chuyện cậu bé lạc trong rừng, thì trước đó, gia đình vớ được hũ vàng, nhưng giả vờ nói dối là khoai nghệ. Cậu đi khoe hàng xóm, rồi theo bố mẹ đi đốn củi và bị lạc. Từ đó, dẫn đến các tình tiết khác.

Hỏi: Khi ông gửi gắm tâm sự tình cảm, những băn khoăn của mình về xã hội đương thời, ông đã triển khai diễn biến những tình tiết, cốt truyện như thế nào, để miêu tả con người trong xã hội?

Đáp: Có những tuyến nhân vật khác nhau: một tuyến là những con người, làng bản miền núi, một tuyến là bọn Thực dân đi xâm chiếm và tuyến giữa con người và bầy khỉ, tuyến nữa là trong gia đình người rừng. Người ông đại diện cho tầng lớp quí tộc phong kiến miền núi. Ông ta rất căm thù người rừng, nhưng người bà lại rất nhân hậu, thương cháu. Ngày xưa, cháu sinh ra bị lông mọc trên thân thể, thì bà ăn trầu, rồi liếm nước cốt trầu cho cháu sạch sẽ. Lâu dần, lưỡi bà mòn vẹt như lưỡi gà. Cuối cùng, bà không nói được nữa, chỉ kêu "cục, cục", như gà mẹ gọi con. Ý muốn nói sự hi sinh lớn lao của bà cho cháu. Khi bà mất, người cháu dựng lều cạnh mộ để trông coi. Ở đây, dùng một số thủ thuật huyễn tưởng. Đêm đêm bà hiện lên, trò chuyện cùng cháu. Điều đó, giúp cho ta khâu lại giữa quá khứ với hiện tại, giữa cõi âm với cõi dương. Câu chuyện phát triển theo bối cảnh các cuộc chiến. Những cuộc chiến phi lí. Nếu hòa giải được với nhau thì sẽ đem lại sự bình yên cho xã hội.

Hỏi: Trong quá trình viết văn, ông nghĩ điều gì là quan trọng nhất?

Đáp: Quan trọng nhất là trí tưởng tượng, nhưng nó phải gắn với bối cảnh xã hội, có cơ sở từ thực tiễn, nếu tưởng tượng lung tung lại hỏng. Nếu một xã hội giữa người rừng, người thật và loài khỉ với sự hỗn mang thì hậu quả sẽ ra sao?

Chương trình Văn nghệ, Đài Tiếng nói Việt Nam,
phát ngày 22/7/2015. Phóng viên ***Nguyễn Hà*** *thực hiện.*

BÁN NGUYỆT SAN TINH HOA VIỆT (Báo Đại Đoàn Kết): THÀNH CÔNG VÌ TẬN HIẾN (bản full)

- *Hỏi*: Tại sao ông viết văn?

- *Đáp*: Tôi còn nhớ, năm 1966-1967, khi học lớp 4, Trường phổ thông Cấp I xã Hùng Đức, thuộc huyện Hàm Yên, tỉnh Tuyên Quang; hằng tuần, đều có bài Tập làm văn. Hầu hết các bài Tập làm văn của tôi đều được thầy giáo Hà Hồng Tường đọc trước lớp. Một hôm, bố tôi đi chợ tỉnh (chợ Tam Cờ, cách làng hai mươi cây số, đi bộ) đã mua cho tôi cuốn *Con người trở thành khổng lồ*. Hình như là sách của Nhà xuất bản Kim Đồng? Đó là cánh cửa sổ đầu tiên giúp tôi nhìn ra thế giới. Tôi chăm đọc sách, đọc tất cả các loại sách, báo có trong tay. Năm 1970, học hết lớp 8, gia đình khó khăn, phải nghỉ học một năm và tôi đã đọc cuốn *Triết học cổ điển Đức*, tuy chỉ hiểu lơ mơ, nhưng rất ám ảnh. Điều đó, thể hiện phần nào trong tiểu thuyết *Cửa Đá*, tôi viết năm 2007, xuất bản năm 2011.

Tôi cầm bút viết văn, rồi thành văn lúc nào chẳng biết, chứ ban đầu không có chủ định gì. Nhưng từ tuổi bốn mươi lăm, nhất là sau lúc dám đứng lên bảo vệ người dân và công lí không thành, thì tôi cầm bút viết văn là mang tâm sự gửi gắm, kí thác. Điều đó, thể hiện trong các tiểu thuyết, truyện ngắn, thơ, trường ca viết sau 1996. Đặc biệt là trong các bản thảo chưa xuất bản: *Con đường brao* (tập thơ), *Trên xe mô-tô Su-zu-ki ta đi* (trường ca), *Ngọn đuốc hình trái tim* (trường ca), *Phù sa xanh* (trường ca), *Dưới đôi cánh rồng* (tiểu thuyết), *Tôi cần gặp Tổng Bí thư* (tiểu thuyết), *Võ Nguyên Giáp* (tiểu thuyết lịch sử).

- *Hỏi*: Dù thời 4.0 làm văn chương nghệ thuật mà ở xa trung tâm văn hóa thì không tránh khỏi thất lợi về trường giao tiếp. Nếu như ở Hà Nội, thì sự nỗ lực của Vũ Xuân Tửu chỉ là một thì Vũ Xuân Tửu ở Tuyên phải nỗ lực gấp năm thì mới có cơ thành công. Nhận xét ấy, ông thấy có thỏa đáng với mình?

- *Đáp*: Đúng như thế đấy.

Nhưng tôi khắc phục bằng cách thường xuyên tham gia các cuộc hội thảo, tọa đàm văn chương, giới thiệu sách tại Hà Nội. Tôi thường đi xe ô-tô khách chạy đêm từ ba, bốn giờ sáng, đến Hà Nội xong việc lại về luôn trong ngày. Đoạn đường Tuyên Quang-Hà Nội 165 km cũng không cách trở cho lắm. Bây giờ, "Thế giới phẳng", nên khai thác trên mạng internet cũng thu về kho kiến thức khổng lồ. Tôi thường lê la qua các hiệu sách cũ trên Đường Láng, phố Nguyễn Xí, hay 180 Bà Triệu... Bình quân, mỗi năm tôi đọc một vạn trang sách (không kể báo, tạp chí). Khi cần tư liệu, tôi làm thẻ đọc tại Thư viện Quốc gia phố Tràng Thi và Thư viện Quân đội phố Lý Nam Đế. Một lần, tôi trao đổi về việc đọc sách với Nhà thơ Bế Thành Long ở Cao Bằng. Ông bảo, còn đọc được là còn viết được. Tôi cảm thấy sự tâm huyết. Phàm là người làm văn chương phải đọc sách, chữ nghĩa viết ra mới có hồn sâu lắng, chứ nếu chỉ đọc báo và xem tivi, thì văn chương nhạt và khô lắm.

Quả thực, sau khi được giải nhất Cuộc thi truyện ngắn Tạp chí Văn nghệ quân đội, Nhà thơ Hữu Thỉnh, Chủ tịch Hội Nhà văn Việt Nam có gọi điện lên bảo, Tạp chí Văn nghệ quân đội muốn xin Tửu về đó, nhưng vì là nhà văn, nên các anh bên ấy hỏi xin ý kiến Hội bên này. Hội thì nhất trí, còn Tửu thế nào? Tôi trả lời, xin cám ơn Tạp chí bên ấy và các anh, nhưng em xác định là chỉ ở Tuyên Quang thôi, dù biết là rất khó khăn, gian khổ. (Cuộc điện thoại lúc 8 giờ sáng, ngày 2/2/2007). Sau đó (năm 2008 và 2017), cũng có một vài nơi nữa ở Hà Nội gọi về làm việc, nhưng tôi cũng cám ơn và khước từ.

Nhà văn phải thường xuyên làm mấy việc là đọc, đi, viết và giao lưu. Giao lưu văn chương vừa để bày tỏ, vừa là tiếp thu và khích lệ. Nhà văn mà "bế quan, tỏa cảng" chỉ cuộn tròn trong tổ kén của mình thì tự đánh mất đi một nguồn năng lượng của đời sống văn chương, làm sao cất cánh cho tác phẩm tương lai? Nhưng ngược lại, giao đãi nhiều, quá đà lại thành ra kẻ bông phèng, không viết được chuyện gì nên tấm nên miếng nữa.

- *Hỏi*: Ma Văn Kháng viết về ông: "Truyện của anh hồn nhiên, bản năng và tốn nguyên liệu". Ông hiểu bộc lộ ấy của bậc trưởng thượng văn xuôi như thế nào? Và ông có điều chỉnh cách viết sau khi nhận được thông điệp ấy không? Ngoài Ma Văn Kháng, thì những đóng góp của các nhà văn, nhà phê bình, biên tập nào có sự ảnh hưởng tới ông nữa?

- *Đáp*: Ý kiến của Nhà văn Ma Văn Kháng, về tác phẩm đoạt giải nhất Cuộc thi truyện ngắn Tạp chí Văn nghệ quân đội, năm 2005-2006, như sau: "Truyện ngắn của Vũ Xuân Tửu, điều đắc ý trước hết là thuộc về giọng kể, hơi văn- một trong những bí kíp trời cho tác giả văn xuôi". Hoặc là, "Làm cái anh viết truyện ngắn mà kiếm được một chi tiết đắt kể cũng là thành công, là có khả năng nhặt những hạt vàng trong cuộc sống. Ấy vậy mà cái anh Vũ Xuân Tửu - nhà văn mang sắc phục công an ở xứ Tuyên lại nhặt được khá nhiều vàng…". Vấn đề này thì phóng viên Đức Đan (Báo Tổ Quốc điện tử) hiểu tôi hơn.

Mỗi khi tác phẩm ra đời, nhiều người đón nhận và góp ý chân tình; trong đó, Nhà văn Sương Nguyệt Minh có kiểu góp ý rất hay, là chỉ gợi ý chứ không cầm tay chỉ việc. Khi dự trại sáng tác Đại Lải, về chủ đề Lực lượng vũ trang và Chiến tranh cách mạng, tôi viết *Chuyện ở bản Piát*. Nhà văn bảo, có thể thêm không khí miền núi vào. Thế là tôi bổ sung cảnh hoang sơ, gà rừng vào gầm sàn ăn với gà nhà. Những con lợn rừng sọc dưa cũng chạy vào ăn cám với lợn nhà...

Nhà lí luận phê bình Nguyễn Hòa trực trại ấy, xem qua bản thảo truyện này và nhẹ nhàng bảo, hình như câu nào đó có hai từ "có" đấy. Điều đó khiến tôi giật mình, xem lại tất cả các bản thảo, chỉnh lại câu chữ cho chỉn chu, tránh trùng lặp. Tôi nghĩ, trong chuyện văn chương, không có gì là nhỏ, đừng coi tiểu tiết mà bỏ qua, dễ nảy sinh tính chủ quan, lơ là việc rèn luyện kĩ năng. Người ta nói, tài năng là ở chi tiết. Có biên tập viên dễ dãi bảo cây bút mới vào nghề rằng, cứ viết đi, lỗi chính tả, câu cú lủng củng cũng không sao, miễn là viết cái đã. Nhưng cũng có nhà văn lớn phàn nàn rằng, nhiệt tình góp ý với bạn viết từng chi tiết, nhưng người ta không sửa được, vì tầm văn hóa thấp, chỉ đến thế thôi, không vươn lên được nữa. Nhà văn Ma Văn Kháng nói, có ba loại người viết. Một loại, cầm bút viết là thành nhà văn được ngay (thần đồng), có loại cố gắng mà thành, có loại cố mãi cũng không thể... Nghiệm ra mới thấy, không phải cứ cầm bút là viết được văn. Thậm chí, không phải cứ biết chữ là đọc được văn. Có người đọc văn mà cứ như quan tòa, mật thám đọc hồ sơ, bươi móc ra đủ thứ, suy diễn chủ quan theo thói quen, "đọc không vỡ chữ". Đám này giết chết văn chương.

Nhà văn Hoàng Quốc Hải đã viết nhiều cuốn tiểu thuyết lịch sử đồ sộ, thỉnh thoảng ông gọi điện hỏi thăm tôi, về chuyện viết lách, trao đổi về cách bảo vệ chính kiến trước biên tập viên. Vừa rồi, ông đọc tiểu thuyết *Đinh Tiên Hoàng* của tôi và khen, trội hơn cả so với hàng chục cuốn tiểu thuyết lịch sử xuất bản thời gian qua.

Tôi cộng tác với các Nhà xuất bản Văn hóa dân tộc, Kim Đồng, Văn học, Hội Nhà văn, Thanh niên, Quân đội nhân dân, Dân trí, Công an nhân dân, Văn nghệ, Thanh Hóa. Các biên tập viên đều nhiệt tình; trong đó, biên tập viên rất ăn ý, như: Đào Bá Đoàn (Nxb Hội Nhà văn), Khánh Vân (Nxb Thanh niên), Hoài Thanh (Nxb CAND) và gần đây là Nguyễn Mai Huê biên tập sách thuộc Đề án Bảo tồn, phát huy giá trị văn học nghệ thuật các dân tộc thiểu số Việt Nam... Các biên tập viên làm việc kĩ càng, khiến mình nhìn lại bản thảo cẩn trọng hơn, thậm chí thấy cả chỗ chưa kín kẽ, bị hở sườn...

- *Hỏi*: Thưa ông, người ta bảo rằng viết tác phẩm mới, Vũ Xuân Tửu cũng lựa ngày đẹp, giờ lành, tắm gội thơm nức mới mở chữ, mỗi bản thảo xuất bản lại đặt lên bàn thơ lễ tổ tiên. Chẳng hay điều đó xác thực? Ông thường viết khi nào trong ngày? Mùa nào trong năm ông thích ngồi vào bàn viết nhất. Trước mỗi con chữ, ông có cảm giác phiêu lưu hay sợ hãi bao giờ không?

- *Đáp*: Thông thường, mỗi ngày tôi thường tắm rửa ba lần vào buổi sáng, trưa và tối nhưng ít dùng xà phòng. Tôi cảm thấy mình là người ưa sạch sẽ, nhưng mỗi năm chỉ là ủi quần áo một lần vào dịp trước Tết Nguyên đán.

Trước khi sắp ra đời một tác phẩm nào đó, tôi thường cảm thấy trong người bứt rứt, lắm lúc bồn chồn, lo lắng một cái gì đó không đâu. Thậm chí còn dễ cáu gắt, nổi nóng vô cớ... Thế là, tôi lại tắm gội kĩ lưỡng, chọn giấy trắng (A4, Bãi Bằng), bút bi xanh (Bến Nghé, Thiên Long), ngồi quay hướng nam và viết. Viết xong, sửa lại rồi mới tự đánh vi tính. Những bản thảo tiểu thuyết dài, viết hàng gam giấy A4 (500 tờ), ngồi đánh vi tính coi như sáng tác lại. Có bản trường ca còn phải chép lại từ máy vi tính để sửa lần nữa cho vừa ý mới thôi. Tôi thấy viết tay chữ nghĩa có hồn cốt và sửa chữa cũng dễ dàng hơn. Có những bản thảo khó, phải sửa chữa từ ba lăm, hoặc bốn mươi lăm lần. Tôi viết hết mình, nhưng không chạy theo số lượng. Bây giờ, tôi đã xuất bản hai mươi bảy tập sách, in chung với các tác giả khác ba mươi sáu tập sách và còn chừng hơn chục tập bản thảo chưa in sách.

Tôi dự định sáu mươi lăm tuổi, tức vào năm 2020, sẽ inTuyển tập văn chương.

Bây giờ đang hăng, mỗi ngày làm việc từ sáu đến tám giờ, trước kia là từ tám đến mười hai giờ mỗi ngày.

Tôi thường xem ngày giờ xuất hành và thấy cũng đi tươi về tốt. Nhưng vừa rồi, đi dự lễ khánh thành Nhà văn hóa thôn Khánh Hùng, tôi chủ quan không xem lại sách, nên bị tai nạn, may mà không chảy máu, lại được mấy bà người Dao Quần Trắng khiêng vào nhà sàn đánh cảm bằng lá trầu không, tai qua nạn khỏi. Mấy hôm hồi phục mới mở sách ra, giật mình...

Và, tôi coi mỗi khi viết tác phẩm mới cũng như một chuyến du hành khám phá vậy.

- *Hỏi*: Sống ở Tuyên thời gian đã đủ để coi ông là người Tuyên. "Trà Thái, Gái Tuyên" đã bao giờ ông tìm cách lí giải, các cô gái Tuyên lại xinh đẹp, giỏi giang nức nước như thế? Do gen hay yếu tố lịch sử hoặc thổ ngơi?

- *Đáp*: So với mặt bằng cả nước thì con Tuyên Quang cũng thuộc loại ưa nhìn. Có người cho rằng, bởi ngày xưa Vua Mạc, Chúa Bầu mang thê thiếp, cung nữ đến Xứ Tuyên, nên con gái đời nay thừa hưởng cái đẹp cung đình. Nhưng tôi nghĩ, chuyện này gán vào đất "Cao Bằng tuy thiểu" thì đúng hơn.

Còn qua mấy cuộc thi Hoa hậu, Người đẹp trong nước và quốc tế, có mấy cô ăn giải. Tôi tò mò tìm hiểu trong số này, thấy đều là con lai hai dòng máu Việt-Hoa, hoặc bố Việt mẹ Hoa và ngược lại. Điều này thì tôi không lí giải được và cũng chưa đưa cô nào như vậy vào tác phẩm của mình, kể cả *Chuyện tình người đẹp Thành Tuyên*. Truyện này, tôi không lí giải về cái đẹp, mà chỉ nói về thân phận người đẹp ba chìm bảy nổi mà thôi.

- *Hỏi*: Ông đọc lại Lan Khai chứ? Di duệ nhà văn Lan Khai bây giờ ai còn ở Tuyên không? Với một du khách, thì không gian văn hóa xứ Tuyên cần chú ý điểm nhấn nào? Thành nhà Mạc, Văn Miếu Ỷ La? Ông có tư liệu gì về Trường Nông nghiệp thực hành Tuyên Quang (Ecole pratique dagriculture) trực thuộc Sở Canh nông Bắc Kì thành lập năm 1918 không?

- *Đáp*: Tôi đặc biệt kính trọng Nhà văn Lan Khai (Nguyễn Đình Khải). Ông là nhà văn hàng đầu của Xứ Tuyên. Năm 2006, Hội Nhà văn Việt Nam kỉ niệm Một trăm năm ngày sinh Lan Khai, tại trụ sở Hội, số 9, Nguyễn Đình Chiểu, Hà Nội, tôi cùng gia đình nhà văn đáp xe khách về dự. Lan Khai là một trong sáu nhà văn Việt Nam hiện đại, tại Tuyên Quang, gồm: Lan Khai, Cao Xuân Thái, Phù Ninh, Trịnh Thanh Phong, Đinh Công Diệp, Vũ Xuân Tửu. (Lan Khai được kết nạp năm 2010, với Quyết định số 241 của Chủ tịch Hữu Thỉnh). Khi viết tiểu thuyết lịch sử *Chúa Bầu*, tôi đã lên thị xã Hà Giang đến nhà ông Lan Phương là con trai cả của cụ để mượn đọc tại chỗ cuốn *Ai lên Phố Cát*; đọc và trả sách ngay trong đêm. Bởi chuyện này có liên quan địa điểm Phố Cát, Đại Đồng của Chúa Bầu, thế kỉ XVI, nay bị chìm dưới lòng hồ Thác Bà.

Nhìn vào sự nghiệp văn chương cự phách của "Nhà văn đường rừng", tôi đã làm đơn đề nghị với cấp trên xét tặng Giải thưởng Hồ Chí Minh, về văn học nghệ thuật cho Nhà văn Lan Khai, nhưng chưa có kết quả.

Nói về hậu duệ Nhà văn Lan Khai ở Thành Tuyên, theo chỗ tôi biết, còn một cháu nội tên là Nguyễn Quốc Hùng (thường gọi Hùng Chíp), diễn viên Đoàn Nghệ thuật Tuyên Quang, cũng gần nhà tôi. Một lần, tôi đã đưa Nhà điêu khắc Vũ Công Ứng (Bắc Giang) đến đó xem ảnh chân dung và mượn tài liệu để tạc tượng. Ông Ứng bảo tôi, đất Tuyên Quang, tao sẽ làm tượng cho cụ Lan Khai và mày. Nhưng không may ông Ứng mất đột ngột.

Các điểm du lịch văn hóa tâm linh ở thành phố Tuyên Quang hiện nay, đáng chú ý là Đền Hạ, Thành Tuyên Quang (thường gọi Thành nhà Mạc), đền Xã Tắc. Theo Kiến trúc sư Thái Thành Vân thì trước kia còn có Văn miếu, nay đã mất.

Thị xã Tuyên Quang nâng cấp lên thành phố, khi được tham khảo ý kiến đặt tên đường phố, tôi đề nghị đặt tên phố Văn Cao gần bờ sông Lô, cạnh chợ Tam Cờ và phố Vũ Mùi gần trụ sở Ủy ban nhân dân tỉnh. Tôi đã chụp ảnh biển đề tên và con phố gửi cho anh Nghiêm Văn Thành là con trai nhạc sĩ. Thế nhưng một lần được mời tham gia góp ý về các điểm du lịch tâm linh, tôi đề nghị đưa vào danh sách Nhà thờ xứ Tuyên Quang hàng trăm năm tuổi, nhưng không được chấp nhận, bảo là "nhạy cảm"...

Tôi có đến khu vực Trường Canh nông cũ, nơi Cố Nhà thơ Huy Cận từng làm việc. Khi Luật sư Cù Huy Hà Vũ, con trai ông bị xử tại Hà Nội, tôi cũng mò về, nhưng không được vào dự phiên tòa. Gia đình Nhà thơ Đoàn Thị Ký ở làng Tằm, khu vực này còn dấu tích các lò ươm tơ xây bằng gạch. Tôi nghe cụ Đoàn Công Trình là thân phụ Nhà thơ Đoàn Thị Ký kể rằng, trong khoảng thời gian từ năm 1925-1945, đoạn đường chỗ Gò Sở, gần Trường Canh Nông, (nay là Trường Dân tộc Nội trú) có cắm tấm biển bê-tông (beton) ghi dòng chữ Pháp: "Con đường hổ đi" (Chemin du Tigre), để cảnh báo cho dân chúng đề phòng.

- *Hỏi*: Dấu vết văn hóa dân gian Ninh Bình và Tuyên Quang đã phổ vào các tác phẩm của ông một cách tự nhiên. Ông có vốn văn hóa dân gian trao truyền tự nhiên từ truyền thống gia đình hay do nghiên cứu chú tâm? Thân mẫu ông là người đầu tiên đọc bản thảo của ông phải không ạ?

- *Đáp*: Ở Ninh Bình, nhà tôi nằm ven sông Hoàng Long, gần ngã ba sông Đáy, chỗ Cầu Gián, phía bên kia có bốt Hoàng Đàn. Thử ấu thơ, tôi thường cõng các em chạy dọc bờ sông, xem tàu thuyền xuôi ngược và nghe cánh chân sào hò hát trên sông. Những chi tiết này, tôi đưa vào truyện ngắn *Người sông nước (Cánh chân sào, Yếm thắm, Chim lửa)* và tiểu thuyết *Chuyện trong làng ngoài xã (Chuyện làng*) và *Cái sự bến Gián Khẩu.*

Vốn văn hóa dân gian qua hấp thụ lời ru của bà ngoại và mẹ tôi lúc nằm nôi. Lớn lên, tôi học lỏm qua các làn điệu dân ca, ca dao. Làng khai hoang Khánh Hùng của tôi được mang tên ghép bởi tên huyện Gia Khánh (Ninh Bình) và xã Hùng Đức (Tuyên Quang). Làng khai hoang lập hẳn một đội chèo cho thanh thiếu niên sinh hoạt cũng là gìn giữ tuyền thống văn hóa quê hương dưới xuôi. Làng lại nằm giữa các bản Quần Trắng, Cao Lan, nên giao lưu văn hóa gần gũi lắm. Sau này đi công tác, tôi có dịp sống với người Tày (Nà Hang-Tuyên Quang), Mông (Mèo Vạc-Hà Giang). Đầu tiên, bao giờ cũng được dạy những câu lếu láo, bậy bạ, sau mới đến các bài hát dân ca. Tôi có sử dụng việc này trong truyện ngắn *Chuyện ở bản Piát, Tiếng kèn lá trên đỉnh Mã Pì Lèng* và trường ca *Tiếng hát Khau Vai, Pây Nà Hang,* nhất là trong tiểu thuyết *Chuyện trong làng ngoài xã* thì giao lưu văn hóa giữ các dân tộc được sử dụng đậm đặc hơn.

Sau khi tác phẩm được xuất bản, tôi thường lễ tạ tổ tiên, đận túng bấn thì bày hoa quả, lúc có đồng ra đồng vào thì biện đĩa xôi, thủ lợn. Trân trọng đề tặng mẹ một cuốn đầu tiên, sau đó tặng anh em trong gia đình, bạn bè. Đó là tiếp nối tục lệ làng quê, thu hoạch hoa trái đầu mùa, thường dâng tổ tiên, ông bà, cha mẹ, anh em và hàng xóm.

- *Hỏi*: Với truyện ngắn, ông chú ý đến khâu nào nhất? Tìm kiếm một câu chuyện lạ trong đời sống. Tổ chức câu chuyện từ những yếu tố hợp thành qua ghi chép, tạo tình thế, khoảnh khắc giao thoa sự kiện, ngôn ngữ, tính cách nhân vật hay cấu trúc?

- *Đáp*: Tôi đọc truyện ngắn của Sê-khốp, Lỗ Tấn, Nam Cao, Nguyễn Thành Long, Nguyễn Huy Thiệp và mấy *Tuyển tập truyện ngắn các tác giả đoạt giải Nobel...* rồi nó ngấm vào người, lúc cầm bút viết nó tạo ra truyện ngắn của mình. Thực ra, việc tổng hợp thành lí thuyết truyện ngắn thì các bậc cao thủ đã làm cả rồi. Nhưng trong rừng lí thuyết ấy thì chỉ cần nhớ mỗi câu: "Truyện ngắn là lát cắt cuộc sống".

Với tôi, xác định tình huống từng truyện dễ hơn. Ví dụ: *Chuyện ở bản Piát* xuất phát từ sổ tay ghi chép, về di vật quân tư trang đơn sơ của liệt sĩ Đinh Công Tiệp (em trai nhà văn Đinh Công Diệp). Truyện ngắn *Bí mật cuốn gia phả* thì tổ chức phức tạp hơn, tôi dùng thủ thuật sử dụng các loại giấy viết gia phả khác nhau, thời gian loa phát thanh công cộng, thay cho thời gian cụ thể (Thời ấy, Đài Phát thanh Tiếng nói Việt Nam không phát trong giờ hành chính, không kéo dài cả ngày như bây giờ). Mỗi một đoạn gia phả là một tình huống phải xử lí, tạo nên thân phận và tâm lí nhân vật. Nhà văn Ma Văn Kháng gọi đó là bí kíp viết truyện ngắn.

- *Hỏi*: Còn tiểu thuyết lich sử thì sao? Với tiểu thuyết lịch sử thì thách thức để viết luôn rơi vào trường đoạn phủ bóng tối tỏ mờ, tìm kiếm tư liệu hoặc sáng tạo câu chuyện không đơn giản. Nhưng quan trọng hơn là "sử" dung lượng chính sử, dã sử đưa vào tiểu thuyết như thế nào để tương thích với tính tiểu thuyết. Ông giải quyết vấn đề này thế nào?

- *Đáp*: Tiểu thuyết lịch sử thì tôi xây dựng kì công hơn. Trước khi viết *Chúa Bầu* (về hai anh em Vũ Văn Uyên và Vũ Công Mật), tôi đã đi khắp các địa bàn đóng quân xưa ở Tuyên Quang, Yên Bái, Lao Cai, về quê hương bản quán của các ông ở Ba Đông Thượng Trang (Hải Dương), nơi đặt lăng mộ ông Mật ở Nghệ An và đọc các sách báo từng viết về chuyện này. Khi viết *Đinh Tiên Hoàng* cũng vậy, tôi phải đi xe máy khoảng một nghìn cây số, khắp vùng mười ba sứ quân cát cứ, các địa danh mà Đinh Bộ Lĩnh đánh dẹp, thu phục mười hai sứ quân kia, đọc chừng một vạn trang tài liệu liên quan. Nhưng đến viết *Võ Nguyên Giáp* càng công phu hơn nữa, phải đi khảo sát bảy mươi tư địa điểm, thuộc mười ba tỉnh thành liên quan, xem gần năm mươi nhà bảo tàng và khu di tích, gặp gỡ hơn ba mươi nhân chứng từ tướng lĩnh, quan chức chính phủ tới lái xe, bác sĩ và người thân của Đại tướng. Đọc hơn ba vạn trang tư liệu, hơn năm mươi giờ xem phim và nghe ghi âm. Sau đó, lập biên niên sự kiện một trăm mười lăm năm năm từ trước khi Đại tướng ra đời đến sau khi mất. Nhưng khi viết thì xé lẻ ra, dùng thủ thuật hồi ức, giấc mộng để diễn tả những chi tiết phức tạp. Tất cả ngót năm trăm nhân vật và người liên quan, hầu hết dùng tên thật, chỉ có hai trường hợp buộc phải đổi tên và mười hai trường hợp gọi theo nghề nghiệp. Cuộc đời binh nghiệp Đại tướng trải qua năm cuộc chiến tranh, liên quan hai mươi nước trên thế giới. Người ca ngợi cũng nhiều, mà kẻ đả phá cũng không phải ít... Do vậy, xử lí tài liệu phức tạp vô cùng. Tôi cố gắng giữ ngòi bút công tâm, không thiên vị, không hạ bệ thần tượng và cũng không thần thánh hóa nhân vật. Tóm lại, mình phải giữ cốt cách nhà văn, chứ không phải làm một tên bồi bút. Điều này, tưởng dễ mà hóa khó, cực khó luôn. Đầu tiên, dự định làm trong năm năm, sau phải kéo dài thành bảy năm, cố gắng đến năm 2020 thì xuất bản được.

Viết tiểu thuyết lịch sử nói được nhiều điều hơn truyện ngắn, không phải vì dung lượng mà là đặc điểm của thể loại cho phép ngòi bút tung tẩy.

- *Hỏi*: Ông làm nhiều thơ. Xuất bản cả trường ca? Với thơ thì ông gặt hái được những gì? “*Pây Nà Hang*” (Nxb Hội Nhà văn, 2013) là trường ca chuyển tải thông điệp gì?

- *Đáp*: Tôi đã xuất bản hai tập thơ (*Miếng trầu xanh, Bầu trời của những con gà)*, còn tập bản thảo *Con đường brao* thì chưa in. Tôi cũng thường được các câu lạc bộ thơ ở thành phố Tuyên Quang mời dự sinh hoạt. Nhiều người gọi tôi là “Nhà thơ” chứ không gọi “Nhà văn”.

Trường ca tôi đã xuất bản bốn tập (*Chuyện anh thuyền chài Trần Văn Sông*, viết về lịch sử mở đất dựng nước của người dân đồng bằng Bắc Bộ. Trường ca *Tiếng hát Khau Vai* thì dựa theo tích truyện tình và phong tục tập quán người Mông vùng biên giới phía Bắc Việt Nam. Trường ca *Pây Nà Hang* (tiếng Tày “Pây” là đi), nghĩa là Đi Nà Hang để xem vùng đất và con người đẫm chất huyền thoại, cổ tích khu vực Thượng Lâm. Từ khi có hồ thủy điện Tuyên Quang thì cuộc sống đầy biến động. *Dòng suối du ca* viết về đời sống văn hóa, phong tục tập quán người Quần Trắng, Cao Lan xã Hùng Đức.

Những trường ca viết về nông dân châu thổ, hay người dân tộc thiểu số miền núi, tôi muốn thông qua văn hóa, phong tục, tập quán để phản ánh sức sống mãnh liệt và trường tồn của người dân, dù sống trong bất kì hoàn cảnh nào. Vấn đề cơ bản là phải thông qua hình tượng nhân vật trung tâm, tạo điểm nhấn và cũng để giữ lửa cho trường ca. Điều này cũng gây tranh cãi về quan điểm, thế nào là trường ca? Theo tôi hiểu nôm na, trường ca lấy thể thơ tự do làm chính, còn thể loại song thất lục bát thường dùng trong truyện thơ. Độ dài trường ca thường từ một ngàn câu trở lên đến hàng chục ngàn câu. Ngắn hơn là tiểu trường ca, hoặc còn gọi là bài thơ dài. Viết trường ca đòi hỏi nhà thơ phải có phông văn hóa rộng lớn, trường sức, dài hơi, vốn sống phong phú, am hiểu phong tục, tập quán và ngôn ngữ dồi dào... Có người bảo, trường ca thì làm gì phải có nhân vật chính? Đúng vậy, nhiều "trường ca" chỉ tả cảnh và nhân vật ẩn dụ nào đó. Nhưng nhìn ra thế giới, những trường ca nổi tiếng, như: I-Li-át và Ô-đi-xê (Iliad, Odyssey), Thần khúc... đều có đủ các loại nhân vật đấy chứ. Trường ca không có nhân vật cốt lõi, trung tâm thì dễ sa đà, loạn nhịp. Theo chỗ tôi biết, nước ta có chừng bốn trăm tác giả đã viết được hơn một nghìn bản trường ca. Nhiều trường ca viết về thời kì 1945-1975 thiên về tính anh hùng ca, nhưng phần lớn phản ánh phía bên này bức tường, còn phía bên kia và đồng hiện cả hai phía thì còn khan hiếm. Tức là, diện mạo cả dân tộc Việt Nam trong trường ca vẫn còn thiếu vắng...

Đã có nhiều người ưu ái viết về sự thành công bước đầu trong truyện ngắn của tôi. Nhưng tôi tự cảm thấy, sự bứt phá của mình là ở trường ca và tiểu thuyết. Tôi đã được xuất bản tám cuốn tiểu thuyết, thì đã có sáu cuốn được sinh viên làm luận văn rồi; cũng còn chừng ấy tập bản thảo tiểu thuyết chưa xuất bản.

- Hỏi: Ông có thể kể một vài kỉ niệm thời kì công tác trong ngành công an mà sau này, đã giúp ông xây dựng nên những tác phẩm văn học không? Văn chương có giúp ông thay đổi cách lí giải đời sống và con người không?

- Đáp: Tôi công tác trong ngành công an là một sự tình cờ và cống hiến cả một thời trai trẻ, sung sức nhất. Thời ấy, đang chiến tranh, tuyển bí mật, đủ điểm đại học thì gọi vào Trường C500, hoặc còn gọi là Công trường E200 (nay là Học viện An ninh nhân dân), chứ không có nguyện vọng thi trực tiếp như hiện nay. Từ khi bước chân vào giảng đường đại học đến lúc nghỉ hưu là ba mươi tư năm. Những nơi tôi ở thời gian dài và học hỏi được nhiều là vùng đất Hà Nội, Vinh, Thủ Dầu Một, Tuyên Quang, Hà Giang... Trong công tác tôi được tặng một Huân chương chiến công hạng Nhì. Ngoài công việc chuyên môn, tôi tranh thủ nghiên cứu mười hai đề tài khoa học, làm Thư kí Hội đồng Khoa học Công an tỉnh Tuyên Quang và tham gia Ủy viên Hội đồng Khoa học tỉnh Tuyên Quang. Tôi được Bộ trưởng Bộ Khoa học Công nghệ tặng Huy chương Vì sự nghiệp Khoa học và Công nghệ. Các tấm huân, huy chương tôi không trưng diện bao giờ. Đối với tôi, văn chương mới là lĩnh vực tôi tận tâm, tận lực cống hiến. Cách đây mười hai năm, Nhà thơ Đinh Công Thủy đã viết: "Tôi cứ hình dung Vũ Xuân Tửu như thể một họa sĩ và con người ấy đang dựng lên một bức tranh có ý nghĩa nhất trong cuộc đời một nhà văn. Đó là "chân dung văn chương của chính mình".

Về lực lượng công an, tôi viết chủ yếu là lĩnh vực "Câu chuyện cảnh giác" và "Câu chuyện pháp luật". Có lần, Đài Phát thanh tỉnh Hà Tuyên nhận bản thảo, rồi hỏi lại cơ quan xem có phát được không, sợ lộ bí mật vụ án. Tôi bảo, bịa ra cả ấy mà, không có thật đâu mà lo... Còn về sáng tác văn chương, với đề tài An ninh, trật tự của tôi hẻo lắm, hình như chỉ có một truyện ngắn *Bản kế hoạch an ninh*, viết về chuyện đền bù đất đai giải phóng mặt bằng nông thôn, in trong tập truyện ngắn đầu tay mang tên *Tầm phào*. Một lần, đọc sử truyền thống của Công an Nam Bộ, thấy có chi tiết sản xuất vũ khí thời chống Pháp, làm súng mà không có đường khương tuyến, nên khi bắn đạn bay ngang, kêu ngoao ngoao. Tôi sử dụng chi tiết này trong *Chuyện ở bản Piát*.

Tôi viết văn như là để chiêm nghiệm và thám hiểm cuộc sống. Có người bảo, viết văn là để bày tỏ lòng mình. Chứ văn chương lí giải, hoặc cải tạo cuộc sống là khó lắm thay. Văn chương sáng tạo thế giới mới, vượt lên thực tại. Ngày xưa, con người bất lực trước thiên nhiên khắc nghiệt và xã hội bất công, nên chuyện thường có ông Bụt xuất hiện ban cho bổng lộc, để thoát nghèo trong mơ. Bây giờ, nhiều người sống bằng mưu mẹo thì giàu có, vênh vang, sống bằng thủ đoạn thì nhàn hạ và sang trọng, còn sống bằng bàn tay khối óc thì vẫn như xưa, nhưng Bụt không còn nữa...

- *Hỏi*: Trong các tác phẩm của ông, hình như các nhân vật phụ nữ luôn luôn được ông chăm chắm đưa vào khuôn phép với một sự cảnh giác nào đó. Bây giờ, nếu có một nhà văn nữ trẻ đẹp, hết lòng yêu thương ông, mà ông cũng yêu thương họ, thì ông sẽ hành sử thế nào? Ông có định đưa người ta vào khuôn phép không?

- *Đáp*: Phụ nữ vốn sinh ra đã được ông Trời đưa vào khuôn phép rồi. Nếu có cô nào "phá cách" thì cũng nằm trong "khuôn phép mở rộng" mà thôi. Tôi biết mình chỉ là một nhà văn quèn tỉnh lẻ, nên không dám và cũng không thể bày đặt ra khuôn phép cho "một nửa thế giới". Tôi là người bình thường, chẳng có gì để bắc bậc cành cao, nhưng nhớ nằm lòng câu nói nổi tiếng của Phu-xích, trong tác phẩm *Viết dưới giá treo cổ*: "Hỡi loài người, tôi yêu mọi người. Hãy cảnh giác".

Cũng xin mở ngoặc tâm sự thêm đôi chút chuyện tình cho vui. Sau khi li hôn chừng mươi năm, tôi có ý định tục huyền, nhưng tỏ tình không thành, rồi người ta lấy chồng và li hôn, tôi lại tỏ tình lần hai cũng hỏng. Lúc đó buồn lắm. Chuyện ấy đã qua hai chục năm rồi, bây giờ bình tâm lại, thấy may cho người ta, chứ theo mình phải chịu vạ lây thì khổ một đời. Văn chương là một nghề nguy hiểm đối với nhà văn và người thân. Tôi tuy chỉ quen biết, chứ không thân thiết với các nhà văn Nguyễn Quang Lập, Trương Duy Nhất, Phạm Viết Đào... nhưng khi anh em lâm nạn, tôi đều chia sẻ trên mạng và bị "soi đèn'. Về chuyện này, tôi phục Phạm Xuân Nguyên. Khi thấy bạn thân lâm cảnh hiểm như thế, nhưng Nguyên vẫn lao bổ vào thăm nom, động viên. Người xưa có câu, trong hoạn nạn mới hiểu lòng nhau. Nếu cuộc sống không dám xả thân, thì văn chương có dám nêu chính kiến không? Văn chương không có chính kiến thì nhạt nhẽo và bạc bẽo.

- *Hỏi*: Ông có thể nhắc lại các giải thưởng đã giành được trong sáng tác văn chương và cống hiến trong lực lượng công an chứ ? Giải thưởng nào quan trọng nhất đối với ông?

- *Đáp*: Trong sáng tác văn chương, tôi chỉ được mỗi một giải nhất truyện ngắn của Tạp chí Văn nghệ quân đội, với chùm ba truyện ngắn: *Chuyện ở bản Piát, Bí mật cuốn gia phả và Cỏng Hò* . (Tiếng dân tộc Quần Trắng, cỏng Hò dịch ra tiếng Kinh là ông Hò). Đây là một giải uy tín và sang trọng, khiến tôi tự tin hơn trong sáng tác.

Thời gian công tác trong lực lượng công an, ngoài Huân chương Chiến công hạng Nhì và Huy chương Vì sự nghiệp Khoa học và công nghệ, tôi còn được Bằng khen của Hội Luật gia Việt Nam. Nhưng tôi không ăn mày dĩ vãng, nên huân, huy chương không treo tường, không bày tủ kính. A, nói đến đây mới sực nhớ ra, tôi cũng từng mang chức danh tương đương "Bật mã ôn" của Tôn Ngộ Không. Đó là, giữ chân Chi hội trưởng Luật gia Công an tỉnh, Ủy viên Ban Thường vụ Hội Luật gia tỉnh Tuyên Quang. Nhưng mà, cái áo chẳng làm nên thầy tu.

Tôi nhớ, hôm trao giải cuả Tạp chí Văn nghệ quân đội, Nguyên Tổng Bí thư Lê Khả Phiêu cũng tới dự, và hỏi tôi, anh ở Bộ Công an à? Tôi bảo là ở Công an tỉnh Tuyên Quang. Ồ, thế là vua biết mặt, chúa biết tên rồi. Nhiều báo chí Trung ương và địa phương phỏng vấn, đưa tin. Nhà văn Trung Trung Đỉnh hồ hởi bảo, báo chí cộng sản đồng loạt loan tin về chú mày đấy.

- *Hỏi*: Nhìn lại phía sau ông thấy tự hào điều gì nhất. Có phải là mười bản nghiên cứu thạc sĩ hoặc khóa luận về các tác phẩm của mình? Đọc các văn bản tốt nghiệp cấp thạc sĩ, cử nhân đó ông thấy sao? Họ nghiên cứu, phân tích hết những "ẩn điệp" qua hình tượng và ngôn ngữ mà ông tâm đắc dụng công kí thác hay không?

- *Đáp*: Tôi rất vui khi được các bạn sinh viên quan tâm nghiên cứu. Họ có lí luận khoa học soi tỏ nhiều vấn đề, tôi đọc cũng thấy tự hào. Thế là, tác phẩm viết ra cũng không đến nỗi xếp xó. Nhưng cũng có những chuyện về xã hội được né đi. Có lẽ giáo viên hướng dẫn khoa học làm thế cho nó lành. Trong quá trình nghiên cứu, có bạn sinh viên và giáo viên hướng dẫn lặn lội tìm đến tận nhà, có bạn liên hệ qua đường bưu điện, hoặc email. Ngoài mười bản luận văn thạc sĩ và khóa luận tôi đã có trong tay, cũng còn mấy bạn nữa bảo đã và đang nghiên cứu, do chưa gửi văn bản thì tôi chưa dám thống kê vào đây, sợ mang tiếng là huếnh...

Chuyện vui vui thế này, có ý kiến cho rằng, tôi viết tiểu thuyết *Hình bóng đàn bà* là dựa theo tích truyện *Bích Câu kì ngộ*. Thực ra, tôi hay đi xem Bảo tàng Mỹ thuật ở phố Nguyễn Thái Học (Hà Nội), khoảng trên dưới hai chục lần gì đó. Bức tranh lụa vẽ người đàn bà vén quần thâm, rửa chân bên chum nước, lộ cả đôi bắp đùi trắng như ngó cần đã ám ảnh tôi. Lúc viết tiểu thuyết này, tôi chưa đọc cái kia. Mãi về sau, sử dụng mạng internet, thì mới biết tích Bích Câu...

- *Hỏi*: Thưa nhà văn! Ông bình luận sao, khi tôi phát biểu thành công văn chương của Vũ Xuân Tửu ngoài tài năng còn là sự tận hiến thể xác và kiệt cùng tâm hồn cho sự nghiệp?

- *Đáp*: Đúng! Cám ơn những câu hỏi thú vị! Bạn quả là tinh đời và đồng cảm chuyện sáng tác văn chương.

Quá trình viết văn, tôi rút ra hai điều: một là, *ngòi bút luôn hướng về dân* và sau một thời gian dài, bổ sung điều thứ hai là, *viết văn phải có văn.*

Năm 2007, theo học lớp Bồi dưỡng viết văn Nguyễn du, khóa I, tại Hà Nội, tôi trao đổi điều thứ nhất với một số anh em. Có người bảo, ngòi bút chẳng hướng về dân thì hướng đi đâu? Tưởng đơn giản vậy, nói thì dễ, viết mới khó...

Còn điều thứ hai, tôi coi như một thuộc tính văn chương. Nếu viết văn mà không có văn thì là cái gì? Cũng như làm thơ mà không có chất thơ thì ra làm sao? Tuy nhiên, có người viết và bạn đọc thường khai thác sự kiện phản ánh cuộc đời éo le của nhân vật, hoặc các pha "sex" câu khách mà thôi. Thực ra, nói chuyện sex cũng có dăm ba cấp độ khác nhau, từ làm dáng (quén tóc, liếc mắt, khóe môi...), sau là hở hang (ngực, rốn, đùi, mông...), rồi đến thoát y, sàm sỡ cơ thể và giao cấu. Nên việc đưa vào văn chương cũng có nhiều cấp độ và nhiều cách khác nhau, tùy thuộc kĩ năng viết lách và tầm văn hóa của nhà văn.

Quay lại bàn tiếp về hai điều tự bạch: "*Ngòi bút luôn hướng về dân. Viết văn phải có văn*". Người thì bảo là tính tư tưởng, tính nghệ thuật. Thực tình tôi không dám nói chuyện đao to búa lớn, mà chỉ lấy làm điều răn cho bản thân mình, trong quá trình cầm bút mà thôi. Nhà văn nào mà chẳng mong muốn tác phẩm của mình đạt tới tính tư tưởng, triết học và tầm nghệ thuật.

(Bán nguyệt san chỉ lấy 3500 chữ/ 6.764 chữ,
nên bản full phải lược bỏ hơn 3000 chữ.
Cụ thể, xem Tinh hoa Việt, số 84, ngày 25/9/2018
Nhà văn ***Nguyễn Tham Thiện Kế*** *(thực hiện).*

ĐÀI PHÁT THANH TIẾNG NÓI VIỆT NAM PHỎNG VẤN NHÂN DỊP ĐƯA TIỂU

THUYẾT ĐINH TIÊN HOÀNG CỦA NHÀ VĂN VŨ XUÂN TỬU LÊN SÓNG PHÁT THANH (11/2019)

- *Hỏi*: Nhà văn Vũ Xuân Tửu đã rất quen thuộc với độc giả với các truyện ngắn, mà theo như lời nhận xét của nhà văn Ma Văn Kháng là "hồn nhiên, bản năng và tốn nguyên liệu". Bản thân ông cũng đã được nhiều thành tựu ở địa hạt này. Vậy điều gì đã thôi thúc ông viết tiểu thuyết lịch sử nói chung, và "Đinh Tiên Hoàng" nói riêng?

- *Đáp:* Cách đây hơn chục năm, sau khi đoạt giải nhất Cuộc thi truyện ngắn của Tạp chí Văn nghệ quân đội, tôi đã âm thầm chuyển hướng từ viết truyện ngắn và làm thơ, sang tiểu thuyết và trường ca. Tôi nhận thấy, tiểu thuyết và trường ca hợp với tạng mình hơn. Tính đến nay, tôi viết được hơn chục tập bản thảo tiểu thuyết và 7 bản trường ca; trong đó, đã xuất bản 9 tiểu thuyết và 4 trường ca. Tiểu thuyết và trường ca có dung lượng lớn, đề cập được nhiều vấn đề có phạm vi rộng và quãng thời gian dài hơn truyện ngắn và thơ. Tôi rất ham tìm hiểu lịch sử và lịch sử thôi thúc tôi cầm bút viết về các nhân vật và triều đại mà bản thân có chút kiến thức liên quan về văn hóa, phong tục.

- *Hỏi:* Trước đó ông đã có cuốn tiểu thuyết "Chúa Bầu" viết về Gia Quốc Công Vũ Văn Mật. Và giờ là tiểu thuyết "Đinh Tiên Hoàng". Vậy nhà văn có thể tiết lộ nhân vật lịch sử như thế nào thì lọt vào "mắt xanh" của ông?

- *Đáp:* Tôi thường đi thăm các nhà bảo tàng và khu di tích, ước chừng năm chục điểm. Năm 2000, tôi liên hệ với Bảo tàng tỉnh Tuyên Quang, nghiên cứu về Thành nhà Bầu trên bến Bình Ca, ven sông Lô, thấy có liên quan Gia Quốc công Vũ Văn Mật. Từ đó, gợi lên sự tò mò, tôi đi tìm hiểu về ông tướng họ Vũ này đã dựng thành ở Bắc Hà, Phố Ràng, Đại Đồng, Bình Ca thuộc các tỉnh miền núi Tây Bắc, Việt Bắc, rồi về tận quê hương bản quán ở Ba Đông Thượng, thuộc tỉnh Hải Dương và lăng mộ ở Nghệ An. Tôi bắt tay vào viết tiểu thuyết Chúa Bầu, trong 3 năm, đến 2005 thì xong. Sau đó 10 năm, tôi bắt tay vào viết Đinh Tiên Hoàng. Chúa Bầu và Đinh Tiên Hoàng là những nhân vật lịch sử mà tôi rất cảm phục, tay không dựng cơ đồ. Qua đó, tôi có thể gửi gắm tâm sự của mình, về quê hương đất nước, con người và nhân tình thế thái, đến với bạn đọc.

- *Hỏi:* Quá trình thu thập tư liệu để viết cuốn sách này như thế nào? Nhất là khi tài liệu thành văn cũng như huyền thoại, giai thoại về Đinh Tiên Hoàng và triều vua Đinh, có rất nhiều; thật giả lẫn lộn, khó phân biệt rành ròi. Và cuốn tiểu thuyết này cũng đi xuyên suốt từ khi Đinh Hoàn ra đời, cho tới khi tạ thế.

- *Đáp:* Trường Yên, Hoa Lư là quê ngoại của tôi. Một nghìn năm trước, đó cũng chính là kinh đô Đại Cồ Việt của Đinh Tiên Hoàng. Tôi nghiên cứu khoảng 1 vạn trang tài liệu, rồi đi xe máy khảo sát khoảng 40 địa điểm liên quan 13 sứ quân thời đó, từ Phú Thọ cho tới Thanh Hóa, rồi viết. Có lẽ, cái khó nhất trong quá trình viết tiểu thuyết lịch sử là xử lý tài liệu. Nhưng quan trọng hơn là giữ cho ngòi bút bay bổng, thăng hoa, viết cho có văn để bạn đọc không cảm thấy khô cứng như sách giáo khoa lịch sử, đó là nghệ thuật ngôn từ, dựng lên bức tranh thời đại. Đó cũng là điều phân biệt giữa nhà viết sử và nhà văn viết tiểu thuyết lịch sử.

- *Hỏi:* Kỉ niệm đáng nhớ nhất trong quá trình tìm kiếm tư liệu là gì?

- Đáp: Một hôm tôi đến nơi phát tích nhà Đinh, trên lưng chừng núi Kỳ Lân, thuộc thôn Hoài Lai, xã Gia Phương, huyện Gia Viễn, tỉnh Ninh Bình, bỗng thấy một đàn lợn con chạy theo. Tôi lấy làm lạ, bèn vào ngôi chùa dưới chân núi hỏi han sự tình. Nhà sư trụ trì cười bảo, nếu là đàn lợn vàng thì tốt biết bao! Khi viết, tôi hư cấu thành con dê năm màu (ngũ sắc) chạy vào núi, lúc Vua Đinh tế cáo trời đất, sau khi dựng lăng.

- Hỏi: Có rất nhiều quan điểm về tiểu thuyết lịch sử. Chẳng hạn, tiểu thuyết lịch sử là lịch sử được viết bằng văn chương. Hoặc tiểu thuyết lịch sử chỉ là cái cớ để nhà văn kể câu chuyện tưởng tượng của mình. Vậy quan điểm của nhà văn Vũ Xuân Tửu thì sao?

- Đáp: Tôi nghĩ, tiểu thuyết lịch sử thì trước hết phải có yêu tố lịch sử; nghĩa là, nhân vật chính và sự kiện gốc phải có thật. Từ đó, bằng vốn văn hóa của mình, nhà văn hư cấu, sáng tạo nên tác phẩm. Nói nôm na, có bột mới gột nên hồ. Viết tiểu thuyết lịch sử là quá trình sáng tạo văn chương, làm cho nhân vật và sự kiện sinh động hơn, chứ không phải chép lại lịch sử. Đó là một thể loại tiểu thuyết, nên phải lấy sự miêu tả sự kiện, phân tích tâm lý tính cách và số phận nhân vật, làm nổi bật con người trong thời đại. Tôi nhận thấy, số phận nhân vật là nơi tác giả gửi gắm được nhiều điều.

- Hỏi: Vậy ông đã lựa chọn cách xây dựng nhân vật ra sao, nhất là với nhân vật chính Đinh Hoàn và hai nhân vật có tính bản lề khác là Dương Hoàng hậu và Thập đạo tướng quân Lê Hoàn?

- Đáp: Trong tiểu thuyết có hơn sáu mươi nhân vật. Ba nhân vật trung tâm trong tiểu thuyết này gồm Đinh Hoàn, tức Đinh Bộ Lĩnh, sau này là Đinh Tiên Hoàng và Thập đạo tướng quân Lê Hoàn, cùng Hoàng hậu Dương Vân Nga (tôi đặt là Dương Hoàng Hậu, để phân biệt với Dương Hậu là phu nhân của Dương Đình Nghệ). Ở đây, có nhiều tài liệu trái chiều giữa sử ta với sử Tàu, giữa chính sử với những giai thoại, câu chuyện dân gian lưu truyền hậu thế. Tôi chọn theo mạch chuyện của tiểu thuyết, xâu chuỗi các sự kiện theo ý đồ nhất quán. Có thể, người khác sẽ lý giải không giống như thế. Nhưng tôi viết với tinh thần tôn trọng lịch sử và giữ thái độ khách quan. Người cầm bút cần công bằng với lịch sử và chia sẻ với hoàn cảnh, thời cuộc của nhân vật. Tác giả nên tránh lối suy diễn chủ quan, áp đặt theo tiêu chí hiện đại cho câu chuyện lịch sử xa xưa.

Hỏi: Qua tiểu thuyết này, ông muốn gửi gắm điều gì đối với độc giả?

Trả lời: Tiểu thuyết Đinh Tiên Hoàng phản ánh sự nghiệp dựng nước và giữ nước cách đây một nghìn năm, với biết bao gian khổ hy sinh của cha ông. Vậy thì ngày nay, chúng ta phải cùng nhau đoàn kết xây dựng và bảo vệ đất nước. Triều đại nhà Đinh tuy ngắn ngủi, chỉ hơn chục năm, nhưng quốc hiệu Đại Cồ Việt kéo dài hàng trăm năm, rồi kế tiếp là Đại Việt. Bây giờ, thỉnh thoảng về Hà Nội, đi trên đường phố mang tên Đinh Tiên Hoàng và Đại Cồ Việt mà lòng cảm thấy lâng lâng niềm tự hào.

*Phóng viên **Nguyễn Hà** thực hiện ngày 5/11/2019*

Phần thứ năm
SUY NGẪM VÀ TRAO ĐỔI VĂN CHƯƠNG

CHUYỆN VẶT VĂN CHƯƠNG

Có khi nào bạn cảm thấy sợ hãi, khi ngồi trước trang giấy trắng chưa?

Cái bút bi tần ngần trên tay, hòn bi sẵn sàng lăn để viết mực lên trang giấy. Thử viết vào góc tờ giấy, nét mực đậm và đều, lại thử lên tờ nháp những vòng số tám nối nhau liên tiếp như một dãy hoa văn trang trí, mực vẫn đậm và đều.

Ngọn đèn bàn, ngón trỏ và ngón cái khẽ vặn chiết áp, ánh sáng bừng chiếu lên trang giấy trắng, bâng khuâng. Chỉnh lại chiết áp cho đủ độ sáng, không lóa giấy, không chói mắt, tốt.

Ngơ ngáo, nhấp cốc nước lạnh. Hơi lạnh đọng quanh, tựa hồ như cốc nước đổ mồ hôi. Tay mát, ướt, lau vào khăn mui-xoa. Nước mát, hạ nhiệt, khoan khoái.

Quạt chia gió lừ lừ quay, nhẫn nại. Trang giấy lật phật. Ôi giời, lại trang giấy. Lại có thơ rằng:

Ta lặng lẽ ngồi trước trang bản thảo
Không viết được gì, đành cắt móng tay
Tô lại tiêu đề, gấp lề trang giấy
Chắp tay sau gáy nhìn cây ngoài thềm.

Viết gì lên trang giấy đây?

Có lần, nhà văn Cao Duy Sơn (Giải thưởng văn học ASEAN, 2009), tâm sự, lắm lúc, ngồi trước bàn mà không biết viết cái gì, chỉ mong có khách đến chơi, hoặc chuông điện thoại gọi để chuyện vãn. Văn chương là một thứ trời đầy.

Báo chí độ rày than phiền, văn chương Việt Nam ta chưa có đỉnh cao, chưa có tác phẩm lớn, xứng tầm thời đại. Lạ nhỉ, những truyện ngắn của Nguyễn Huy Thiệp (*Tướng về hưu, Kiếm sắc, Vàng lửa, Muối của rừng*), mà chưa phải đỉnh cao sao? Tiểu thuyết của Bảo Ninh (*Nỗi buồn chiến tranh*), Hoàng Minh Tường (*Thời của thánh thần*)... chưa phải là tác phẩm lớn sao?

Vậy, căn cứ vào tiêu chí nào để đánh giá đây?

Từ năm 1943 đến giờ, ở những vùng lãnh thổ Việt Nam do đảng cộng sản lãnh đạo, chỉ có một tiêu chí chủ đạo là ca ngợi Đảng và lãnh tụ. Đó là nền văn chương được định hướng sáng tác theo phương pháp Hiện thực xã hội chủ nghĩa.

Phương pháp sáng tác Hiện thực xã hội chủ nghĩa xuất phát từ Liên Xô, dưới thời Xta-lin, vào những năm ba mươi của thế kỷ XX, để ca ngợi đảng cộng sản và lãnh tụ tối cao, nhân vật chia thành hai tuyến tích cực và tiêu cực (hoặc chính diện và phản diện), kết thúc có hậu, ta thắng địch thua, vv... Đó là sợi chỉ đỏ xuyên suốt nên văn chương hệ thống các nước Xã hội chủ nghĩa. Sợi chỉ đỏ ấy xuyên sang

Việt Nam, hiện diện trong *Đề cương về văn hóa Việt Nam*, năm 1943, cho đến Nghị quyết số 23 của Bộ Chính trị Ban Chấp hành Trung ương Đảng Cộng sản Việt Nam, về văn học nghệ thuật, năm 2009. Sau sáu mươi sáu năm, tuy cách thể hiện có mềm dẻo, phong phú hơn cho hợp xu thế thời đại, nhưng sáng tác cơ bản vẫn định hướng Xã hội chủ nghĩa. Chỉ có một phương pháp chủ đạo, Xã hội chủ nghĩa. Tóm lại, trong Xã hội chủ nghĩa thì không có tự do sáng tác.

Thử hỏi, có tác giả nào sáng tác mà không có tự do, lại sinh ra đứa con tinh thần mang tầm thời đại chưa? Nhiều nhà văn lớn, khi đảng cộng sản cầm quyền ở Liên Xô và Đông Âu đã chạy ra nước ngoài và giành nhiều giải Nô-ben văn học (Xôn-giê-nhít-xưn, Pát-xtéc-nhắc…).

Tôi rất ngạc nhiên khi đọc báo An ninh thế giới, thấy nhà văn Goóc-ki (Gorky) tuyên bố không theo Chủ nghĩa xã hội và cuối đời, ông còn bị KGB theo dõi. Thế mà trước đây, tôi cứ nghĩ, Goóc-ki là bậc tiền bối của nền văn học Xã hội chủ nghĩa, được vinh danh, có thành phố mang tên Goóc-ki, có trường đại học dạy viết văn mang tên Goóc-ki… Goóc-ki với tiểu thuyết *Người mẹ* và những truyện ngắn: *Chim báo bão, Làm muối, E-mê-liên-pi-lai*… Ôi giời!

Sáng tạo văn học là vô bờ bến, như những ý nghĩ thầm kín, những suy tưởng tận cùng cung trăng của mỗi con người, sao lại khuôn đúc như nhào đất đóng gạch, nặn bột nắm bánh? Tâm hồn người ta, tư tưởng người ta luôn ngọ nguậy, bay bổng. Loài người lớn lên và bay cao, chính là nhờ có sự ngọ nguậy và bay bổng ấy! Những đường ray đặt sẵn, chỉ có thể cho những đoàn tàu và xe goòng, chạy từ ga này đến ga kia và trở lại, quanh quẩn đi đi lại lại trên mỗi con đường mòn cũ ấy. Những đoàn tàu hỏa không thể chạy vào rừng, lội qua suối như thể ô-tô và càng không thể bay bổng như chim, chạy dưới đất, chui vào hốc cây, đậu trên cành, bay lên trời. Cánh chim mang cả thế giới. Nhà văn cũng vậy, nhà văn mang cả cõi người. Văn chương tự tìm con đường đi của mình, không phải ai đặt sẵn đường ray, biến nhà văn thành xe goòng, chở những cục đá vô tri, những thanh ray lạnh giá và tà-vẹt định sẵn khẩu độ để mà đi lắp đường mới.

Nhà văn như cánh chim, tự cất cánh bay đến miền đất lạ, phương trời mới và có thể trúng tên, gãy cánh chết dọc đường. Nhưng đàn chim ấy vẫn bay như một định mệnh, sáng tạo những giá trị văn chương cho nhân loại.

Đo cái sự vô cùng của văn chương, phải dùng cái cữ vô tận, chứ không thể dùng cái thưng năm tính mà ao, mà lào được đâu (tính đảng, tính giai cấp, tính chiến đấu, tính dân tộc, tính quần chúng). Ai là người cầm thưng ấy? Không thể dùng nhà chính trị đi định chuẩn kích cỡ văn chương được. Nhà chính trị muốn làm việc này phải nhờ đội ngũ chuyên gia, chính là các nhà văn tài ba và độc giả bậc cao. Cũng như việc nếm món ăn phải nhờ đầu bếp giỏi, nếm cà-phê và rượu phải có người sành sỏi. Nếu đánh giá theo cảm tính, phục vụ yêu cầu nhất thời, thì chỉ làm méo mó văn chương. Đó là một trò chơi nguy hại. Có lẽ, từ khi có nền văn minh tới giờ, thì loài người đã phải trả giá đắt cho những định chuẩn sai lầm, làm chết hàng trăm triệu người, chứ không phải chuyện đùa.

Tại sao, những tác phẩm được dư luận đánh giá cao, thì thường bị coi là "có vấn đề"? Bởi, chưa có chuẩn mực chung. Người thì đong gạo bằng thưng, người thì đong bằng ống bơ bò; người đo ruộng bằng pung, người thì đo bằng mét vuông, vv… Những chuẩn khác nhau thì quan niệm giá trị khác nhau. Một cái chuẩn đánh giá văn chương của các nhà chính trị vô sản là lấy văn chương phục vụ nhiệm vụ chính trị, nhà văn là chiến sĩ trên mặt trận văn hóa tư tưởng. Một cái chuẩn của nhân dân, coi văn chương là văn chương, mấy ông nhà văn là mấy ông đa tình. Có lẽ, cái sự giản dị như chính bản thân sự vật là cái thước đo chuẩn nhất. Có khi chỉ là sự cảm nhận hay, hoặc không hay, thậm chí mơ hồ, rất khó chỉ ra cụ thể, như khi nếm món ăn vậy, không thể tính rạch ròi, đâu là chất can-xi (calcium), đâu là li-pít (lipid), prô-tít (protein), xác-ca-rô (saccarozơ)… Nhưng các chất ấy, tồn tại khách quan trong món ăn, chỉ có các nhà khoa học mới nhìn nhận được. Nói như vậy, là không muốn quan trọng hóa vấn đề, hoặc tầm thường hóa nó đi, mà muốn nó tồn tại như chính nó vậy mà thôi.

Bạn đọc đòi hỏi nhà văn phải có tác phẩm hay, mang tầm thời đại vươn ra thế giới. Thâm tâm nhà văn cũng muốn thế, nhưng phân vân, không biết nên làm chính trị bằng văn chương, hay làm văn chương bằng lộc trời? Viết văn thì phải có năng khiếu, khổ luyện thành tài thì có tác phẩm hay. Nhưng chỉ có tài không thôi thì cũng chỉ minh họa xã hội, mà phải có bản lĩnh nữa thì mới có tác phẩm đỉnh cao. Trên con đường tiến lên của các nhà văn thật gian lao và không thiếu những tấm gương hi sinh bi hùng, không khuất phục trước cái ác, nên bị đầy đọa về thể xác và tinh thần.

Khi nào bạn lấn cấn trước ngưỡng cửa tự do thì sẽ cảm thấy sợ hãi, khi ngồi trước trang giấy trắng, phía xa xăm là tác phẩm đỉnh cao chờ đợi. Cái đó, không phải tại giấy, bút, đèn, khăn, cốc, hay báo chí, mà là tài năng, trình độ nhận thức và bản lĩnh.

*

Nhà nước hô hào đổi mới, chủ yếu là về kinh tế, cởi ách qui chế, thành phần kinh tế, cho dân tự do làm ăn, dân mạnh nước giàu. Còn về văn chương thì vẫn le một đường Hiện thực xã hội chủ nghĩa. Nhà văn phải mầy mò, len lén tự đổi mới, tính kế hội nhập thế giới. Làm văn chương thời nay, ngoài việc có tài, có bản lĩnh, còn phải có mẹo. Lập mẹo để được xuất bản tác phẩm đỉnh cao, mà người đời gọi nôm na là loại "tác phẩm có vấn đề". Nếu không có mẹo, thôi thì cứ đắp chiếu để bản thảo ôi thiu ra.

Tôi có bản thảo tiểu thuyết *Người rừng* đưa đi bao nhiêu nhà xuất bản trong Nam, ngoài bắc, biên tập viên đều khen, nhưng lắc đầu. Tôi định nhờ ông Mạnh Chương, chuyên viên báo Nhân Dân, dịch ra tiếng Anh, để xuất bản song ngữ. Ông Chương thích: "Cái này đa nghĩa, phải tôi dịch mới được. Nhưng cứ xuất bản tiếng Việt đi đã".

Nhà xuất bản Hội Nhà văn giao cho biên tập viên Ngân. Thời gian sau, tôi đến phòng biên tập của cô ở tầng hai, nhà số 65, phố Nguyễn Du, Hà Nội. Cô bảo: "Bản thảo tốt, nhưng khó in…".

Cuối tháng 10/2008, gặp biên tập viên Nhà xuất bản Hội Nhà văn bên hồ Hoàn Kiếm, nhân tiện, tôi hỏi về bản thảo này, ông vừa đi vừa trả lời: "Tập thể ban biên tập đã nhất trí rút lại giấy phép". Tôi hỏi: "Tại sao?". Ông lắc đầu quầy quậy, đi nhanh ra cổng, phía vườn hoa Chí Linh, qua tượng đài Lý Thái Tổ.

Không phải chuyện mèo khen mèo dài đuôi, nhưng bản thảo mình viết ra, cũng như đứa con rứt ruột đẻ ra, nên biết nó ở tầm nào. Tôi nghi có bàn tay vô hình nào đó thò vào chuyện này rồi. Mấy cô biên tập thân quen của Nhà xuất bản Văn hóa dân tộc bảo, giám đốc yêu cầu để lại! Nhà xuất bản Văn hóa Thông tin đã cho in can rồi, lại hủy, tội nghiệp! May sao, năm 2013, Giám đốc Trung Trung Đỉnh và biên tập viên Đào Bá Đoàn của Nhà xuất bản Hội Nhà văn đã khai sinh cho nó. Mừng thay!

Rồi tập thơ *Bầu trời của những con gà* cũng chung số phận như thế. Cuối cùng, Nhà xuất bản Hội Nhà văn lại ra tay "giải cứu binh nhì"

*

Tôi viết bản thảo trường ca *Trên xe mô-tô Su-zu-ki, ta đi*, từ năm đầu năm 2009, chừng đến giữa năm, tôi mang bản thảo đến Nhà xuất bản Văn học, ở số 18, Nguyễn Trường Tộ, Hà Nội. Biên tập viên Ngô Thanh Tâm nhận bản thảo. Sau khi chị Tâm đi nghỉ phép ở miền Nam ra, gọi điện thoại di động báo tin, đã trình Giám đốc Nhà xuất bản, nhưng ông yêu cầu phải sửa một số đoạn nhạy cảm, như: "Đại tướng cũng làm quan sinh đẻ", hoặc đoạn đối thoại giữa nhà văn và chính phủ. Sau đó, chị gửi email, có đánh dấu những câu cần sửa. Tôi đếm được khoảng hai trăm câu, ước chừng một phần bảy trường ca. Cảm thấy choáng, nhưng vẫn phải sửa cho ngọt. Thực lòng, tôi chỉ nêu hiện thực xã hội, với tinh thần xây dựng, chứ không có ý định bóng gió, xỏ xiên gì sất cả. Thế rồi, gửi email tiếp và phấp phỏng chờ đợi. Nhưng rồi, Nhà xuất bản Văn học từ chối bản thảo. Chị Tâm điện thoại, trình bày lí do: "Tuy vấn đề không sai, thực tế còn phức tạp hơn, nhưng đụng chạm nhiều vấn đề nhạy cảm quá. Cả Giám đốc và Phó giám đốc nội dung cùng đọc lại, còn phát hiện nhiều vấn đề nữa và yêu cầu biên tập viên thông báo cho tác giả". Cuối cùng, chị Tâm hỏi: "Còn bản thảo nào nữa không, truyện thì càng tốt". Tôi trả lời: "Còn nhiều, nhưng toàn cỡ như vậy thôi". Một giọng cười buồn vọng qua điện thoại.

Cái khó nhất của người viết văn, khi cầm bút là trăn trở viết về cái gì. Cái gì đó liên quan đến nhận thức xã hội. Tôi viết về dân, thế là xong, vô thưởng vô phạt. Nhưng dân sống trong xã hội nào? Xã hội ấy qui định tính cách, tâm lí nhân vật. Quanh đi quẩn lại, vấn đề tự nhận thức của nhà văn với hiện trạng xã hội là cực kì quan trọng. Nếu không, anh sẽ phản ánh một chiều, hời hợt, hoặc giả, có đa chiều đi chăng nữa thì cũng không tới tầm. Phàm cái gì do trời, đất và người sinh ra, thì dù ít, hoặc nhiều, đều có cơ sở khoa học và nhân văn cả. Nhưng khi đưa nó vận dụng vào thực tế, mới là cả một vấn đề, một công nghiệp. Nếu vận dụng chủ quan duy ý chí, thì chủ thuyết sẽ biến thành tôn giáo và nhân dân biến thành tín đồ. Người cai trị khôn ngoan đã khiến cho người dân tự cai trị, bằng cách sản xuất ra tư tưởng để mọi người vâng phục một cách tự nguyện, tự giác, coi như là trách nhiệm đương nhiên của mình vậy. Khi nắm được vấn đề cốt yếu mới thấy bi kịch xã hội và giật mình, khi thấy con người cứ phải cương lên mà mà sống, phải dối lừa mà tồn tại. Nhu nhược và cơ hội là một phương pháp để tồn tại và phát triển. Xét về bản chất, đó là một xã hội nô lệ, nhưng không ai dám nhận mình nô lệ, thậm chí, có người không tự biết mình đang là nô lệ, mà vẫn cứ tưởng đang thụ hưởng sự "tự do gấp vạn lần tư bản" là "Chủ nhân ông"... Lãnh tụ vô sản thế giới nói thế, nhưng mà thực tế xã hội không phải thế.

Thật là đau khổ và trớ trêu, đến một ngày nào đó, chúng ta, hàng ngàn nhà văn, hàng vạn người cầm bút, giật mình ngộ ra, phần lớn những tác phẩm đã viết ra trong hơn nửa thế kỉ qua, chỉ là minh họa cho chủ thuyết. Cái chủ thuyết đó, thì đã sụp đổ cả về lí thuyết và thực tiễn rồi. Người cầm bút đã sai lầm về nhận thức xã hội, thấy đỏ tưởng chín.

Đông Chu liệt quốc có tích rằng, khi Ngô Khởi hút mủ trong cái nhọt của tên lính, thì chỉ bà mẹ mới biết tên lính kia sẽ chết, khi lao vào trận, trả ơn chủ tướng. Bà mẹ thấu hiểu, Ngô Khởi làm việc đó không phải vì tình thương đồng loại, binh sĩ, mà chỉ vì chiến thắng vinh quang của mình, vì bản thân mình. Nhưng bà mẹ không thể ngăn cản được, bởi nó đang có sức mạnh của xu thế. Giả sử, nếu cùng có tài viết văn, thì tác phẩm của bà mẹ sẽ là đỉnh cao, để đời. Còn tác phẩm của tên lính sẽ được tung hô phục vụ nhiệm vụ chính trị, nhưng rồi, khi chiến tranh qua đi, nó tự nhiên trở thành rơm rác.

Vậy, xin rút ra một công thức:

Tác phẩm lớn, đỉnh cao:	TP
Tài năng (trời phú):	TN
Bản lĩnh (khổ luyện):	BL
Trình độ nhận thức:	TĐ

Ta có: TP = TN + BL + TĐ

Kể ra thì còn lắm thứ liên quan dông dài nữa, chẳng hạn, lao động nhà văn, lập mẹo xuất bản, kiếm ăn để viết... Nhưng chung qui lại, vấn đề cốt tử để nhà văn sáng tác tác phẩm lớn, đỉnh cao, chỉ có ba thứ: tài năng, bản lĩnh và trình độ. Còn những thứ khác, nghề nào cũng cần, cuộc đời nào cũng phải có vậy.

Tài năng là một thứ trời phú.

Trong một buổi trao đổi về nghề, Nhà văn Ma Văn Kháng tâm sự rằng, có ba loại người cầm bút: một là, vào nghề là thành danh ngay (thần đồng); hai là, phải cố gắng rèn luyện mà thành (ông tự nhận mình thuộc loại này); ba là, có gắng sức cũng không thành.

Bản lĩnh do được rèn luyện mà nên. Gớt (Goethe) nói: Tính cách hình thành trong bão tố, tư duy hình thành trong tĩnh lặng. Người có bản lĩnh, mới dám bảo vệ cái đúng, đấu tranh với cái sai, nhất là, khi cái đúng ấy thuộc về dân và cái sai lại thuộc về quan. Không có bản lĩnh, mũ ni che tai, trang viết vừa vừa phai phải để thuận ý cấp trên. Đó là một thứ cơ hội. Khi xã hội lâm vào thời kì suy vong, thì xuất hiện nhan nhản những kẻ cơ hội, chúng ở khắp mọi nơi, mọi lúc.

Trình độ nhận thức là cả một quá trình giác ngộ, nhưng trong đặc thù hoạt động văn chương, thì phải do tự học là chính. Nếu bị nhồi sọ quá nhiều một kiểu thông tin, một phương pháp tiếp cận, một kiểu lí luận làm cho nhận thức phiến diện, sẽ dẫn đến tình trạng lẫn lộn giữa đúng và sai, bài xích cá nhân, tụng ca chủ nghĩa tập thể hình thức. Nhưng rồi, cá nhân vĩnh cửu, còn tập thể hình thức tan đàn xẻ nghé, thậm chí, cấu xé lẫn nhau. Phe Xã hội chủ nghĩa bắt buộc nhà văn sáng tác một phương pháp duy nhất là Hiện thực xã hội chủ nghĩa, coi đó là khoa học, chân lí. Bây giờ ngộ ra, mới biết phương pháp đó là ngụy tạo. Văn học phải có tính giai cấp, tính đảng ư? Ngoảnh ra, thấy thế giới bao nhiêu là trường phái, có cái sinh ra rồi chết, có cái bất tử; có sinh, có diệt, cứ tự nhiên như thế, tồn tại phát triển hơn nửa thế kỉ rồi, mà nhà văn phe ta chỉ nghe bập bõm, phê phán đó là văn hóa nô dịch, ngoại lai. Ai mà làm theo, liền bị lên án là theo voi ăn bã mía, lai căng, mất gốc, mất bản sắc…

Lòng yêu nước thì dân tộc nào chả có, nhưng chỉ mỗi khi đất nước lâm nguy, ta mới nhìn rõ những ai có lòng yêu nước thực thụ. Còn bình thường, chưa chắc mèo nào cắn mỉu nào. Ai bảo nhà chính trị yêu nước hơn nhà văn và phải lãnh đạo, uốn nắn, định hướng cho nhà văn? Chưa chắc ai đã yêu nước hơn ai, và ai phải định hướng cho ai…

*

Ngày trước, tôi cứ tưởng làn điệu Chèo là của cư dân đồng bằng Bắc Bộ và Tuồng là nghệ thuật độc đáo của miền Trung. Nhưng đọc lại *Đại Việt sử ký toàn thư*, mới bổ chửng: tù binh phương Bắc dạy hát Chèo cho dân ta từ thế kỷ XII, (thời nhà Đinh, thế kỷ X, chỉ có múa và nói chèo) và dạy Tuồng vào thế kỷ XIII và theo tư liệu Trung Quốc, thì Hát cung đình của ta, cũng do bên đó truyền sang từ thế kỷ XIV. Ối giời, thế thì còn gì là bản sắc dân tộc nữa nhỉ? Phải chăng, sự Việt hóa mới là tiêu chuẩn đánh giá bản sắc. Đến như âm nhạc hiện đại cũng đều xuất phát từ Âu, Mỹ mà truyền sang cả. Các tôn giáo đại đởn, được nhà nước công nhận, như: Công giáo cũng từ Pháp và Bồ Đào Nha, Phật từ Ấn Độ và Trung Quốc… Ấy thế mà những đồ ngoại nhập ấy, lại được dân Việt ta nội địa hóa, trở thành của riêng, trong cái chung nhân loại, y như thể: "Tiệt nhiên định phận tại thiên thư". (Rành rành đã định tại sách trời).

Những thứ văn hóa như thế, nếu không ăn nhập thành cội rễ thì chông chênh lắm. Nhà văn không thấm vào máu thịt là dễ mất bản sắc như bỡn, dẫn đến vọng ngoại bài nội. Nhưng lại đặt câu hỏi, nếu không vọng ngoại, không cho văn hóa ngoại lai nhập vào mà Việt hóa thì con cháu chỉ được hưởng thứ di sản nghèo nàn, cũ kĩ mà thôi. Còn đời ta hiện tại, không có gì để lại cho con cháu mai sau sao? Chúng ta đang cùn mòn dần đi. Cách tân Chèo, vô tình lại phá Chèo, đành hồi cổ. Cải cách chữ viết, làm hỏng mấy thế hệ học sinh. Mô hình kinh tế hợp tác xã, làm kiệt quệ nền kinh tế. Xây dựng Con người mới xã hội chủ nghĩa theo tiêu chuẩn trên thiên đường cộng sản ở bên kia bờ ảo vọng. Chúng ta sính chơi trò thí điểm phong trào, nhân rộng điển hình, đuổi kịp và vượt tiên tiến, nông thôn tiến kịp thành thị, miền núi tiến kịp miền xuôi… Thoạt nghe, cứ tưởng khí thế, ngẫm ra mới thấy ngớ ngẩn. Kết quả chẳng đâu vào đâu, đưa đất nước đến bên bờ vực thẳm và dân tộc suy vong, mà không một ai chịu trách nhiệm, không một ai dám đứng ra nhận trách nhiệm. Nếu nhà văn nào vạch ra sự trớ trêu đó (*Thời của thánh thần*, chẳng hạn), thì bị soi chiếu, như thể kẻ vạch áo cho người xem lưng, ta đang làm theo phương châm: đẹp phô ra, xấu xa đậy lại cơ mà.

Dân ta quen vâng phục, chịu đựng mãi thành quen, đến độ nghiện nặng, làm cái gì, nói câu gì cũng phải có người dẫn đường chỉ lối, nếu không sẽ ngơ ngác, không biết sẽ đi đâu, về đâu. Con chim bị nhốt trong lồng, sống dựa mãi, đến lúc mở cửa lồng, bay ra, rồi lại bay vào, bởi sẵn có thức ăn, nước uống vậy. Dân miền núi, trước khi thả trâu vào rừng, phải tập cho ăn muối, mãi thành nghiện, chạy vào rừng sâu cũng phải về nhà chủ thôi. Trâu không biết cách phơi nước biển làm muối, hoặc mang tiền ra chợ mua muối mà ăn, nên bị ràng buộc.

Nhà văn thời bao cấp, viết xong bản thảo, chuyển cho nhà xuất bản và chờ. Nhưng đến khi mở cửa, nhà văn tự liên hệ xuất bản, in ấn, phát hành. Cuối cùng, sách ra, như một sản phẩm thiêng liêng, một thú chơi thanh cao và tốn tiền. Mỗi tập thơ ra, giá khoảng dăm, bảy triệu, còn tập truyện, tiểu thuyết thì giá gấp vài ba lần. Thế mà nhiều người túng thiếu, vẫn bỏ tiền ra chơi. Tốn tiền mà vẫn phải in, cổ động nhau in. Thì ra, nhu cầu công bố tác phẩm của nhà văn là rất hệ trọng. Có nhà văn, tung tác phẩm lên mạng in-tơ-nét (internet) và tự an ủi rằng, có người đọc cho là hạnh phúc rồi! Nghĩ mà thấy con đường văn chương quả là khổ ải và cay đắng. Khổ ải và đắng cay nhưng vẫn phải xuất bản. Nhà văn phải thể hiện mình bằng tác phẩm, cũng như hạnh phúc tột đỉnh của phụ nữ là sinh con đẻ cái vậy.

*

Năm 2005, tôi viết tiểu thuyết cực ngắn *Hình bóng đàn bà*, gửi Nhà xuất bản Trẻ, thành phố Hồ Chí Minh và được trả lời, không hợp tiêu chí, không in. Tôi bèn nhờ họ chuyển giùm qua Bích Ngân- Phó Giám đốc Nhà xuất bản Văn nghệ thành phố Hồ Chí Minh. Sách ra, gây tiếng vang, nhất là qua giới thiệu, trong buổi sinh hoạt "Cà-phê văn học", tại Hội đồng Anh- Hà Nội, chủ đề "Sức mạnh ngôn từ..." và tham dự "Ngày sách Việt Nam", cũng tại Thủ đô Hà Nội. Âu cũng là cái duyên...

Có tác phẩm ra đời không thể ngờ hiệu quả của nó. Thực ra, cuốn này, tôi không đầu tư sưu tầm tư liệu vất vả như cuốn tiểu thuyết *Chúa Bầu*, Nhà xuất bản Quân đội nhân dân, năm 2006 và tiểu thuyết *Chuyện trong làng ngoài xã*, Nhà xuất bản Thanh niên, năm 2007.

Có cuốn long đong mãi, như tiểu thuyết *Cõi mê*, làm mệt cô Khánh Vân, biên tập viên Nhà xuất bản Thanh niên, lần mò hết nhà xuất bản nọ đến nhà xuất bản kia, mấy năm rồi mà không ra được. "Nhà xuất bản Thanh niên thì không dám, vì bây giờ, họ xiết chặt lắm". Tôi bảo, có lẽ, bản thảo ấy hợp với Nhà xuất bản Đà Nẵng hơn, nhưng nghe nói, mới thay giám đốc rồi. Loay hoay mãi, đến năm 2011, Nhà xuất bản Thanh niên lại cho ra lò. Chúng ta không có nhà xuất bản tư nhân, rất khó công bố tác phẩm tâm huyết.

Tại sao một nước tuyên ngôn về quyền độc lập, tự do, dân chủ, văn minh, mà không có tự do báo chí, xuất bản? Điều 69, Hiến pháp nước Cộng hào xã hội chủ nghĩa Việt Nam, năm 1992: "Công dân có quyền tự do ngôn luận, tự do báo chí; có quyền được thông tin; có quyền hội họp, lập hội, biểu tình theo quy định của pháp luật". Hiến pháp thì qui định để khoe mẽ với thế giới vậy, nhưng phải lèo thêm cái đuôi để o ép tự do, dân chủ là "theo qui định của pháp luật".

Thực tế, pháp luật không qui định, nếu ai cứ tưởng bở, xớ rớ vào tự do, dân chủ là bị ăn đòn. Hiến pháp có từ năm 1946, qua mấy lần sửa đổi và cho tới hơn nửa thế kỉ sau cũng không ban hành được luật về hội họp, lập hội và mặc dù đã có luật báo chí, luật xuất bản, nhưng không cho phép tự do báo chí và xuất bản tư nhân. Nhà văn, nhà báo chỉ được cầm bút theo định hướng, dắt tay mà thôi. Vô hình chung, nhà văn, nhà báo bị triệt tiêu tính phản biện lúc nào không hay. Nếu có cây bút nào muốn trở thành búa (dù là búa đinh thôi), thì cũng sẽ bị búa máy từ trên chín tầng trời giáng bẹp...

*

Tháng 8/2009, tôi mở blog "Cua ba càng", thấy có một ý kiến của người mang tên "Eo biển đêm", đăng từ năm 2007, có ý gièm pha chùm truyện ngắn của tôi (*Chuyện ở bản Piát, Bí mật cuốn gia phả, Cỏng Hò*) rằng, "cố gò ép, viết theo đề tài"!

Tôi lấy làm ngạc nhiên và phản bác. Vấn đề viết theo đề tài (nghĩa tương đối), cả thế giới đã bàn và còn bàn nữa. Người ta rút ra hai đề tài muôn thuở là chiến tranh và tình yêu. Mấy cái truyện của tôi viết đều kết hợp cả hai loại đó. Chiến tranh, với tình huống bộc lộ tính nhân bản. Tình yêu tay ba phản ánh tâm lí, tính cách nhân vật. Tôi dùng văn chương biểu hiện vấn đề đó, không cảm thấy gò ép gì. Cốt truyện, dù ít dù nhiều, đều có trong thực tế cuộc sống. Nhiều truyện ngắn được giải Nô-ben (Nobel) văn học trên thế giới, cũng viết về những đề tài ấy.

Những ý kiến trái chiều nhau, dễ gây sốc, nhưng suy cho cùng, có như thế mới tạo nên sự phát triển văn chương, làm cho xã hội phong phú, tránh định hướng một chiều. Chỉ có điều, nếu người ta tranh luận, góp ý với nhau về học thuật, hay kĩ năng nghề nghiệp thì hay hơn là kiểu "bỏ bóng đá người".

*

Năm 1991, tôi đi học máy tính ở Hà Nội, chiều nào cũng ghé qua hồ Thiền Quang, góc đường Nguyễn Du- Nguyễn Đình Chiểu, mua báo *Tin tức buổi chiều*, để theo dõi tình hình Liên Xô và Đông Âu đang sụp đổ. (Bây giờ, không thấy tờ báo này nữa). Có điều lạ, không thấy có phát súng nào bắn lại, trong khi có một triệu quân thường trực, với đầy đủ vũ khí từ súng bộ binh AK cho đến tên lửa mang đầu đạn hạt nhân vượt đại châu và hai mươi triệu đảng viên cộng sản. Về sau, đọc tài liệu của viên Chánh Văn phòng Ban chấp hành Trung ương Đảng Cộng sản Liên Xô, mới biết, khi quân phản loạn kéo vào cổng, chỉ có một nhân viên bảo vệ ngăn lại, được một lúc, thế thôi. Rồi mấy chục năm sau, đọc nhiều tài liệu về nguyên nhân sụp đổ, cũng không thấy có sự chống lại của quân đội, công an và đảng viên. (Trừ âm mưu cuộc đảo chính tháng tám, bất thành, nhưng cũng chưa nổ súng). Tại sao không dùng bạo lực, hay tất thảy đã thuận theo, hoặc sợ hãi không dám chống lại? (Trong khi đó, chúng ta cứ gào lên đầy vẻ cay đắng, uất ức và tiếc nuối. Một sự thương vay khóc mướn ư?)

Sau đó, các trường phái văn học, cũng như các đảng phái ở Nga và Đông Âu mọc lên như nấm sau mưa. Nhưng chưa định hình, khiến người ta vẫn nhớ về các tác phẩm viết về chiến tranh, tình yêu và những tác phẩm do các nhà văn Liên Xô, Đông Âu sáng tác thời Xô-Viết, bị đàn áp, phải chạy ra nước ngoài.

Văn chương nghiệt ngã thay, cùng có nhiều tác phẩm xuất bản, trong những năm 2007, 2008, viết về thời kì Cải cách ruộng đất, đầy máu và nước mắt, nhưng chỉ có *Thời của thánh thần* là nổi trội. Cái sự nổi trội văn chương khẳng định tầm vóc, sức sống tác phẩm. Còn nhớ, lúc tác phẩm mới ra, liền bị cấm, tôi cùng nhà thơ Đinh Công Thủy về Hà Nội, ghé qua phố Nguyễn Xí, mỗi người mua một cuốn, ôm đi nghênh ngang trên đường phố thủ đô, nom rất chi là oai hùng. Về Tuyên, chuyền tay nhau đọc, nát như dưa. Tôi với nhà văn Đinh Công Diệp, gọi điện thoại di động, trêu nhà văn Hoàng Minh Tường, (chả là ông có duyên nợ với xứ Tuyên): "Dân nướng ngô quanh đài truyền hình thị xã, bị ế hàng rồi, đang đòi đánh ông đấy". "Chuyện gì vậy?". "Ông tả cô Bướm bẻ ngô vào chùa thủ dâm, thì ai còn dám?". Sau nghe quyển này không cấm nữa, rồi lại cấm, rồi lại thả, cứ rối tinh cả lên, không biết đâu mà lần. May mà dân mình bây giờ khôn ngoan, mưu trí, không ngù ngờ thật quá hóa ngu như hồi đánh "Nhân văn-Giai phẩm" nữa, nên càng cấm đoán, thì sách càng được tuồn ra, nhiều tác phẩm lớn không bị thất truyền. Cánh đầu nậu sách vớ bẫm, còn độc giả thì có cái mà ngấu nghiến.

*

Từ cuối 2008 đến khoảng giữa năm 2009, rộ lên cái chuyện Google trả tiền bản quyền tác phẩm văn học, trên mạng in-tơ-nét. Trung tâm bản quyền tác giả Việt Nam (VLCC: Vietnam Literary Copyright Centrer), có thư và phiếu yêu cầu đăng ký bảo hộ quyền tác giả. Ừ thì đăng ký. Thế rồi lại có thư của Google (GBSSA: Google Book Seach Settlement Adminnistrastor), gửi qua bưu điện, yêu cầu. Thế là thế nào? Hồi sau, báo chí rộ cả lên. Có bài cạnh khóe rằng, Google chỉ gửi thư cho các tác giả "có vấn đề" mà thôi! Chả lẽ, loại vô danh tiểu tốt như mình, mà Google cũng để mắt tới ư? Chả lẽ, tác phẩm của mình cũng "có vấn đề" sao? Nghe cái cụm từ "có vấn đề" mà chột dạ, mà chua xót, nghĩ lại thời kì "Nhân văn-Giai phẩm" trong lịch sử văn chương dân tộc. Cái thời hay truy chụp ấy, có thể quay lại bất kì lúc nào, nếu những kẻ bảo thủ vẫn chĩa mũi nhọn vào các cây bút cấp tiến. Ngày trước, họ tung ra luận điệu, các nhà văn bị ảnh hưởng âm mưu "Diễn biến hòa bình" của Mỹ, bây giờ lại tung thêm lậu điệu mới là "Tự diễn biến". Nhưng theo tôi, cần phải cải chính, gọi chuyện đó là "Giác ngộ" và "Tự giác ngộ" mới đúng bản chất vấn đề.

Hơn nửa thế kỉ, văn chương chỉ một kiểu tô hồng, khác đi là bị qui kết chống đối, viết sự thật thì cho là phản động, nên bạn đọc cũng bị ô nhiễm tư tưởng, đọc cái gì khác lạ cũng cho là "có vấn đề". Do vậy, để có tác phẩm lớn, đỉnh cao, ngoài sự nỗ lực của nhà văn, thì cũng cần đổi mới tư duy bạn đọc nữa.

*

Không nhớ là cuối 2008 hay đầu 2009 gì đó, ông anh họ Trịnh lên Tuyên Quang chơi. Khi tôi học Trường C500, anh là chính trị viên Đại đội 2. Anh đưa tôi bài thơ viết năm 1977, từ thành phố Vinh. Tôi bồi hồi nhận ra chữ mình, trên tờ giấy vàng khè và cái phong bì mua ở hiệu sách thành phố, bé bằng bàn tay, giấy vàng xỉn, có in hình cành hoa cúc móng rồng.

Giọng nửa đùa nửa thật, anh bảo:

"- Tửu, bây giờ khác xưa rồi".

Tôi cười trừ và tặng anh cuốn tiểu thuyết *Chuyện trong làng ngoài xã*.

Anh bảo:

"- Cái ông Tô Hoài viết *Ba người khác*, chả nói gì đến thành tựu".

"- Anh đọc chưa?"

"- Chưa, nhưng nghe dư luận nói thế."

"- Cuốn này, lẽ ra phải có giải thưởng mới đúng."

Anh đờ người ra, rồi bảo:

"- Ngày trước, tớ làm quản giáo ở trại giam trên Yên Bái. Con mụ Thụy An chọc một mắt, bảo: "Để khỏi phải nhìn chế độ". Trại sử dụng đặc tình quản lí bọn "Nhân văn-Giai phẩm". Chả hiểu sao, bây giờ…"

"- Ông nhà nước thấy sai rồi, nên tặng "Giải thưởng Nhà nước về Văn học Nghệ thuật" cho mấy người bị coi là cầm đầu vụ "Nhân văn-Gia phẩm", như: Trần Dần, Lê Đạt, Phùng Quán, Hoàng Cầm".

Anh có vẻ buồn, vớt vát:

"- Vì một lí do nào đó thôi."

Cái vụ án văn chương này, sẽ còn hậu họa khôn lường, chưa biết bao giờ mới giải quyết xong. Bây giờ, đọc lại tác phẩm "có vấn đề" thời ấy, chẳng thấy có gì phản động cả. Người ta giải thích rằng: "Cái thời ấy nó thế". Liệu có còn hệ quả: "Cái thời nay nó thế" không? Cuộc cách mạng duy ý chí, như một đoàn tàu hăm hở lao vào ngõ cụt, tàn sát bao nhiêu sinh mạng con người và tinh hoa dân tộc. Những con tàu Liên Xô, Đông Âu lật bánh đổ nhào, chỉ còn mấy con tàu Trung Quốc, Việt Nam, Triều Tiên, Cu Ba và Lào đang ngơ ngáo tìm đường và ngoắc vào tư bản bằng sợi cáp WTO, phải chỉnh sửa mọi thứ theo tiêu chuẩn tư bản để được hội nhập, mà hành tiến. Đường quang chẳng đi lại quàng vào bụi rậm, loay hoay chui mãi mới ra được, lại mưu đi tắt đón đầu! Những tác phẩm "có vấn đề" là trực tiếp hoặc gián tiếp bóc trần cái sự thật cay đắng ấy.

Cho đến bây giờ, nhiều bạn đọc vẫn hỏi, thiếu gì thành tựu mà không viết, lại toàn viết cái khổ, cái xấu? Quả là cái phương pháp sáng tác Hiện thực xã hội chủ nghĩa đã ăn sâu vào tâm thức con người mất rồi, mấy thế hệ còn gì. Vích-to Huy-gô (Victor Hugo) viết *Những người khốn khổ*, ở bên Pháp, ấy vậy mà ở xứ ta đọc thấy hay, cả thế giới cũng thấy hay. Bởi, nhà văn đồng hành cùng cái khổ của dân, *Cánh đồng bất tận* của Nguyễn Ngọc Tư cũng vậy.

Lại nói câu chuyện *Cánh đồng bất tận*, khi Cà Mau đòi kỉ luật tác giả, tôi đã viết đơn đề nghị Hội Nhà văn Việt Nam, hãy bảo vệ Nguyễn Ngọc Tư và viết thư động viên Tư, hãy tin tưởng ở tương lai. Nhưng về sau hỏi lại, Tư bảo, không nhận được thư. Tôi còn giữ biên lai bưu phẩm ghi số: T/0434, ngày 29/4/2006, khối lượng 16 gam, cước cơ bản 800 đồng, cước dịch vụ đặc biệt: 2000 đồng, cộng cước: 2800 đồng, gửi tại bưu điện Tuyên Quang. Tại sao thất lạc? Ô lạ, mà không lạ, hà!

Tại hội nghị "Bàn về nâng cao tính chuyên nghiệp của văn học", tổ chức tại Ninh Bình, năm 2008, tôi đọc tham luận, cũng đề cập bảo vệ *Cánh đồng bất tận* của Nguyễn Ngọc Tư, tiểu thuyết *Nỗi buồn chiến tranh* của Bảo Ninh và những truyện ngắn của Nguyễn Huy Thiệp.

Lắm lúc tự hỏi, tại sao mình cũng thích đọc những tác phẩm "có vấn đề" nhỉ? Sự đồng cảm ư? Sự tò mò ư? Không, hơn thế, đó là sự khâm phục những tác giả văn chương đích thực, tài năng, quả cảm, tư duy mới. Họ, thông qua tác phẩm, đưa ra một sự cải cách xã hội nào đó.

Có khi nào bạn cảm thấy sợ hãi trước những điều mình đã viết ra chưa? Thậm chí, cảm thấy sợ hãi cả những điều "có vấn đề" do người khác viết ra nữa? Rồi khi cầm cuốn sách "có vấn đề", cũng cảm thấy lo sợ, không may có kẻ tà tâm nhìn thấy, lại đi tố là tàng trữ văn hóa phẩm đồi trụy, phản động?

Tất cả người viết lẫn người đọc đều có tâm lí hoang mang, sợ hãi như vậy, thế thì xã hội phải rung lên hồi chuông báo động về sự suy thoái về mặt sáng tác và thưởng thức tác phẩm văn học đỉnh cao. Ai sẽ là người rung chuông? Hẳn phải là người tâm huyết, "có vấn đề". Cái vòng luẩn quẩn ấy, chỉ có thể thoát ra bằng một cuộc cách mạng xã hội, trả văn chương về cho văn chương, thì mới có tác phẩm đích thực, đỉnh cao.

Giáo sư Chu Hảo nêu khái niệm, trí thức là phải chống lại chính quyền đương thời! Tôi hiểu cái sự "chống lại" đó, chính là sự phản biện xã hội mà thôi, chứ không hẳn theo nghĩa đối kháng, đối đầu? Bởi, nếu coi tất cả những người có trình độ đại học, hoặc tương đương trở lên, đều là trí thức, thì một thực tế báo động đang diễn ra, rất ít người trong số đó, có khả năng, hoặc có bản lĩnh phản biện xã hội. Phần lớn chỉ nhờ bằng cấp mà kiếm cuộc sống an nhàn, sung túc và tiến thân, không mấy ai dám xả thân phản biện những chủ trương, chính sách sai trái, có khả năng gây họa hại cho dân tộc, quốc gia. Khi Tiến sĩ luật Cù Huy Hà Vũ kiện Thủ tướng Nguyễn Tấn Dũng về Quyết định 167 khai thác bô-xít Tây Nguyên, có người phàn nàn, vẻ tiếc thay: "Gia đình truyền thống như thế mà...". Tôi liền thể hiện chính kiến, viết bài *Qua nhà 24*, gửi website *trannhuong.com*, ca ngợi lòng quả cảm của Tiến sĩ, có đoạn thơ:

Hỡi Tổ quốc, xin dâng người bằng trái tim, khối óc
Dù cuộc đời kia có bị điêu tàn
Người trí thức biết nói điều phản biện
Mang công bằng cho đất nước nhân dân.

Báo đưa tin, năm 2009, Chủ tịch Nguyễn Minh Triết đến thăm trụ sở Ủy ban toàn quốc Liên hiệp các hội Văn học-nghệ thuật Việt Nam, tại nhà 51, Trần Hưng Đạo, Hà Nội, có nêu vấn đề về sự im hơi lặng tiếng của văn nghệ sĩ. Nghệ sĩ nhân dân Đặng Nhật Minh có ý kiến trả lời phỏng vấn của Bích Hạnh, về vấn đề này, trên mạng *Hoàng Quang's blog*, với tít: *Cái sự im hơi lặng tiếng, có lỗi ở cả môi trường.* Tôi cũng ké vào phần phản hồi, rằng: "Tôi rất tâm huyết khi đọc bài *Cái sự im hơi lặng tiếng*... Ngẫm ra, có lẽ đúng thế thật. Sáng tác văn học nghệ thuật thì phải có tài năng rồi, nhưng người tài mà sống trong sợ hãi thì sáng tác dễ bị xu thời. Bởi vậy, tài năng cộng với bản lĩnh thì mới có thể sinh ra tác phẩm lớn. Lịch sử nước ta và nhiều nước trên thế giới đã cho thấy, nhiều người bị dập vùi, nhưng tác phẩm vẫn lồ lộ tỏa sáng. Môi trường sáng tạo cũng quan trọng, nhưng cũng chỉ là thứ yếu mà thôi. Tôi thiển nghĩ, cái tiêu chí lớn nhất, cần thiết nhất của môi trường sáng tạo văn học nghệ thuật là sự tự do".

Trở lại vấn đề dân chủ, tự do.

Đất nước đã độc lập, thống nhất, nhưng trải qua nửa thế kỉ rồi mà nhu cầu tự do, dân chủ của giới trí thức là có thực và thì vẫn còn nguyên, chưa được giải quyết. Dân chủ, tự do là một thành tố xã hội hiện đại. Bởi thế, không nên đặt vấn đề, hoặc suy diễn, cứ đòi dân chủ là đồng nghĩa với chống đối, rồi ngăn chặn, hạn chế, bắt bớ, tù đày, quản chế, gây áp lực bằng mọi thủ đoạn và hình thức.

Dân chủ, tự do, độc lập, hạnh phúc là điều cốt yếu, tập hợp các tầng lớp xã hội để đấu tranh cách mạng. Lời một bài hát thời kháng chiến chống Pháp của Phạm Duy:

Đường ta ta cứ đi, nhà ta ta cứ xây, ruộng ta ta cứ cày, đợi ngày
Ngày mai bao ấm no, diệt xong quân Pháp kia, cười vang ta hát câu tự do.

Cách mạng thành công, cả nước tiến lên Chủ nghĩa xã hội, lập tức nguyện vọng dân chủ, tự do bị từ bỏ. Vậy thử hỏi, người cầm bút chân chính có phản ánh điều đó trong tác phẩm hay không?

*

Trong hội nghị bàn về công tác bảo vệ biên giới, tại Hà Giang, thời kì chiến tranh biên giới Việt-Trung. Có một tham luận của đại biểu xã Sủng Là, huyện Đồng Văn, khiến mọi người chú ý. Bài tham luận nêu những khó khăn, thiếu thốn của đồng bào và bộ đội, về lương thực, thuốc men, quần áo, giấy bút... Ông Nguyễn Văn Đức- Bí thư Tỉnh ủy chủ trì hội nghị, tỏ vẻ khó chịu, bèn cho dừng bản tham luận kia lại, vẫy phóng viên đến, đưa đại biểu nọ đi phỏng vấn. Đó là cái mẹo lãnh đạo, tỏ vẻ tế nhị, khi thấy lời trái tai, tại nơi công cộng. (Cái ông Bí thư này, thời kì nhiệm chức ở Lạng Sơn, được gọi là "Hùm xám", khi chống lại Chu Văn Tấn. Trong tiểu thuyết *Cửa Đá*, tôi cũng nói về chuyện con rơi con vãi của ông ở vùng đồng bào dân tộc thiểu số xứ Tuyên).

Khi được tham dự hội nghị những người viết văn trẻ, tại Hà Nội, tôi mang bài tham luận, mon men nhờ nhà văn Đỗ Chu, trong ban tổ chức duyệt trước. Ai dè, ông xua tay, bảo: "Mày là cái thằng công an chứ gì? Kệ mày, hay thì mày hưởng, sai thì mày chịu". Tôi đờ người, vừa có phần tẽn tò, lại vừa ngạc nhiên, nghĩ thầm trong bụng, giới văn chương tự do quá nhỉ?

Cái sự hưởng và chịu đó là một biểu hiện tinh thần tự do, dân chủ. Xem ti-vi, thấy các ông nghị Đài Loan, xông vào choảng nhau, để bảo vệ quyền lợi cử tri của mình, một cách dũng mãnh mà đầy vẻ bi hài. Chứ không có cái kiểu gật đầu "đồng thuận", đầy vẻ nghiêm nghị và bất lực, như mấy ông đại biểu quốc hội ta.

Có một mâu thuẫn không thể giải quyết là, sáng tạo văn chương thì cần phải có tự do, dân chủ, nhưng trong chế độ cộng sản thì tự do, dân chủ lại đồng nghĩa với việc làm tiền đề cho chuyện đa nguyên, đa đảng. Mà đa nguyên, đa đảng là "Gót chân A-sin (Achilles) " của đảng cộng sản, mất sự độc quyền lãnh đạo. Bởi vậy, không ai dại gì thả gà ra mà đuổi. Do đó, cứ đòi hỏi tác phẩm văn chương đỉnh cao thì ngang bằng đánh đố nhà văn Việt Nam.

Bạn hãy lựa chọn đi, viết tác phẩm "phải đạo" (chữ của ông Hoàng Ngọc Hiến), đủ để tồn tại danh xưng nhà văn, hay đánh đổi tất cả, để viết tác phẩm đỉnh cao?

*

Nhuận bút rất thấp.

Một lần, xem ti-vi, thấy có cuộc tọa đàm các nhà văn phương Nam. Một nhà văn kêu lên: "Nhuận bút chẳng ra cái chó gì". (Lần sau phát lại, thấy cắt từ "chó").

Nhuận bút mỗi cuốn văn xuôi (tập truyện, kí, tiểu thuyết...), chỉ là dăm, ba triệu; thơ thì phải bỏ tiền túi ra mà in. Trong khi đó, cũng với những truyện ấy, tiểu thuyết ấy, bài thơ ấy, chia ra, đăng lên nhiều số báo, thì mỗi số cũng kiếm được vài, ba trăm ngàn, có khi đến hàng triệu. Tính chi li ra, in báo lãi hơn.

Hình như, nhà nước dùng chính sách nhuận bút thấp, để hạn chế sự phát triển của văn chương thì phải, cũng như chơi trò đất đai để gây khó cho Công giáo, hay dùng qui định cấm công bố công trình nghiên cứu phản biện để bóp nghẹt khoa học xã hội?

Có ba thứ nhạy cảm đối với nhà nước, luôn bị nhòm nhỏ, o ép; đó là, văn học nghệ thuật (cấp tiến), tôn giáo (Thiên Chúa) và khoa học xã hội (phản biện). Năm 2009, tôi tham dự Trại sáng tác của Hội Nhà văn Việt Nam, tại Tam Đảo, nhân khi Nhà văn Muyn-lơ (Muler), đoạt giải Nô-ben văn học, có người mỉa mai: "Muốn giành giải Nô-ben văn học, phải viết tác phẩm chống đối". Vậy, thử hỏi, nhà văn thuộc hạng gì mà sợ hãi sự thật đến độ?

Khi tôi viết bài *Dự cảm*, trên trang web *trannhuong.com*, thì ông Trường Giang hưởng ứng bằng bài *Sẽ đến lúc*, làm cứ như là chế độ sụp đổ đến nơi. Không hiểu tại sao mà số lượt bạn đọc lại đông hơn bài của tôi rất nhiều.

*

Tác phẩm thời đại phải được viết ra trong sợ hãi. Tại sao? Bởi, tư tưởng nhà văn phải nhoài sang thế giới tự do để khám phá, sáng tạo, nhưng phần xác vẫn phải ở thực tại. Vô tình, môi trường xã hội tạo nên sự giả dối. Pút-skin (Pushkin), viết:

Sự lừa dối nâng chúng ta lên
Vẫn quí hơn bóng tối của sự thật đê hèn.

Sợ hãi bị đàn áp, nên thỉnh thoảng nhà văn phải dùng mẹo, trích dẫn mấy câu của lãnh tụ Hồ Chí Minh, hay Hiến pháp nói về tự do, dân chủ làm lá chắn. Nên ai viết cái gì "có vấn đề" phải bỏ túi mấy câu thần chú, làm bùa hộ thân, phòng khi bị sờ gáy, thì kêu toáng lên rằng, luật cơ bản và lãnh tụ anh minh đã nói thế mà! Sống trong sự khốn cùng, con người tự khắc nghĩ ra nhiều mưu kế. Thật là một sự bi hài.

Người ta thừa hiểu, đâu là gương mặt mộc, đâu là phấn son, vẽ nhọ bôi hề để diễn trò. Bất đắc dĩ, nhà văn cũng học theo, sáng tác những tác phẩm "phải đạo", để tồn tại và lén lút viết tác phẩm tâm huyết để đời. Ai cũng tự sắm vai diễn cho hợp hoàn cảnh của mình.

Một sự lãng phí chất xám và tinh hoa ghê gớm nhất, tồi tệ nhất trong lịch sử văn chương Việt Nam.

Tóm lại, có ba điều cơ bản đối với nhà văn: tự do tư tưởng, tự do sáng tác và tự do xuất bản. Nhưng hỡi ôi, những điều này, trong chế độ Xã hội chủ nghĩa, nằm mơ cũng không thấy.

Tuyên Quang, 2009
VXT

TÂM SỰ VỚI BỐ Ở CÕI THIÊNG

Xuân này, bỗng dưng trời làm lạnh giá, khiến hoa đào nở muộn, mà áo áo quần quần diện Tết thì dày thêm mấy lớp. Giá rét là chuyện của trời, người ta vẫn tấp nập đi chúc Tết. Mặc kệ đời, mình du xuân theo kiểu văn nhân. Trong phòng văn, giữa lòng thành phố, một mình lặng lẽ ngồi bên máy vi tính, viết thư cho bố. Nhưng bố đã qui tiên từ thập niên cuối thế kỷ XX cơ mà. Sao mình vẫn say sưa và thành kính, viết bức thư gửi về nơi vô tăm tích ư?

*

Thành phố Tuyên Quang, ngày 8 tháng 2 năm 2011

Bố kính mến!

Trước hết, con xin báo tin để bố hay, thị xã Tuyên Quang ngày nào, nay đã lên thành phố rồi, bố ạ; thành phố loại ba, thuộc tỉnh. Nước mình, bây giờ, chỗ nào cũng thấy thành phố mọc lên như nấm sau mưa. Lên thành phố, quyền lợi chưa thấy đâu, nhưng thuế nhà đất tăng gấp đôi, ngay tắp lự.

Hôm nay, ngày mùng sáu Tết Tân Mão, theo bảng Ngày tốt xuất hành của Khổng Minh Gia Cát Lượng, nhằm ngày Bảo thương. (Ngày Bảo thương xuất hành thuận lợi, gặp người lớn vừa lòng, làm việc theo ý muốn, áo phẩm vinh qui). Con coi mỗi khi viết tác phẩm văn chương là cuộc xuất hành, tìm một con đường đến với độc giả, nên mới chọn ngày này. Chuyện khai bút, theo sách xưa, văn nhân khai bút từ mùng một đến mùng ba Tết. Việc đó, con đã làm rồi. Con nhớ, ngày trước, bố cũng hay khai bút mỗi độ xuân về, nhưng không phải để viết văn, làm thơ, mà để làm Thư kí đội sản xuất và cuối cùng là Ủy viên Văn phòng Ủy ban Hành chính xã. A, thì ra khai bút cũng có lộc, bố nhỉ?

Mấy chục năm trước, con gửi thư cho bố, phong bì gấp bằng giấy thếp học sinh, tem giá mười hai xu. Bây giờ, giá tem ba ngàn đồng, lại qua một đợt đổi tiền như ăn cướp, mười đồng ăn một, kiểu Triều Tiên năm vừa rồi, nên giá tem coi như trượt giá hơn vạn lần. Chuyện tưởng nhỏ như con tem, mà phản ánh cả một tiến trình xã hội. Rồi mai ngày, không biết biểu đồ giá cả còn biến thiên đến đâu.

*

Vừa rồi, con viết đơn đề nghị Hội Nhà văn Việt Nam, xét tặng Giải thưởng Hồ Chí Minh cho nhà văn Lan Khai. Lan Khai tên thật là Nguyễn Đình Khải, chỉ mười tám năm cầm bút, với thời gian nửa quãng đời, mà ông đã viết hàng trăm tác phẩm; trong đó, có hơn năm chục cuốn tiểu thuyết. Con vừa sưu tầm tư liệu, thống kê, nửa thế kỉ qua, ở Tuyên Quang, sau Lan Khai, có hai mươi bảy tác giả in sách, với số lượng một trăm linh một cuốn; trong đó, mười bảy cuốn tiểu thuyết. So sánh như vậy, để thấy sức viết của Lan Khai thật phi thường.

Những nhà văn cùng thời Lan Khai, như: Tô Hoài, Nguyễn Tuân... đều đã được trao tặng Giải thưởng Hồ Chí Minh, về văn học nghệ thuật cả rồi. Nhưng ngặt nỗi, Lan Khai có thời theo Quốc dân Đảng. Cuối năm 1945, "Thượng cấp" viết thư mời ông vào An toàn khu nhận nhiệm vụ mới, nhưng rồi đi mãi không về. Người có trách nhiệm cho biết, ông bị bọn côn đồ bắn chết! Thương thay cái chết tức tưởi của văn nhân. Về sau, người dân đi làm nương, còn thấy đầu lâu ông lăn lóc bên đồi, mà cám cảnh vùi vào hốc đất...

Trong chiến đấu chống xâm lược, giải phóng đất nước, những người Cộng sản luôn đi tiên phong, dũng cảm xả thân vì nghĩa lớn. Điều đó, chính sử phải ghi bằng những nét son chói ngời. Nhưng có điều rất lạ, hầu như tất cả các vụ sai phạm, mấy ông trên không bao giờ dám nhận lỗi, toàn lập mẹo đùn đẩy trách nhiệm. Trong xã hội này, con người muốn tồn tại, thì buộc người ta phải dối trá. Người ta tự học được cách thức dối trá trong trường đời. Sự dối trá đã trở thành nghệ thuật. Lĩnh vực dối trá điêu luyện nhất là chính trị. Cựu Tổng Bí thư đảng Cộng sản Liên Xô Mi-kha-in Goóc-ba-chốp, người đã góp công làm sụp đổ hệ thống Xã hội chủ nghĩa, khẳng định: "Chế độ Cộng sản là một chế độ dối trá, lừa bịp". Truy nguyên nguồn gốc dối trá từ đâu để sửa, làm cho xã hội minh bạch và lành mạnh. Lần mò tìm ra tổ chấy, ấy là học thuyết của ông Các Mác và Lê-nin. Theo học thuyết của các ông ấy, trước hết là đấu tranh giai cấp, tức là đánh nhau để giành chính quyền. Lê-nin nói: "Mục đích của mọi cuộc cách mạng là chính quyền". Mao Trạch Đông nói: "Chính quyền sinh ra trên đầu mũi súng". Sau đấy, là dùng chuyên chính vô sản để trị dân. Còn chuyện xây dựng một xã hội mới như thế nào, thì chỉ bàn đại khái. Yêu cầu tối thượng của Xã hội chủ nghĩa là do Đảng Cộng sản lãnh đạo tuyệt đối và toàn diện. Đảng có tòa án và nhà tù, có quân đội và cảnh sát, có sở thuế và tài chính... Đảng đứng đằng sau nhà nước và thực tế đã biến thành nhà nước, và phải gọi đó là sự toàn trị. Thế là bao lớp người chiến đấu hi sinh cho đất nước độc lập, thống nhất, không thể toại nguyện, khi thấy một xã hội mơ ước lại bế tắc thế này.

Dạo này, cả nước dấy lên phong trào "Học tập và làm theo tấm gương đạo đức Hồ Chí Minh". Hồ Chí Minh tuy có vợ, con mà không dám nhận, vì là chuyện riêng của bậc vua chúa, không lạm bàn. Nhưng việc thực hành luận thuyết Mác, Lê-nin vào Việt Nam, tiến theo con đường Xã hội chủ nghĩa là một sai lầm lịch sử, dẫn đất nước vào ngõ cụt, bi kịch không dễ thoát ra.Trách nhiệm này thuộc về Đảng Cộng sản và người đứng đầu, bất kể là Nguyễn Ái Quốc hay Hồ Chí Minh.

Khi hệ thống Xã hội chủ nghĩa sụp đổ, Đông Âu và Liên Xô tan rã. Các nước Trung Quốc, Việt Nam, Triều Tiên, Cu Ba và Lào buộc phải cải cách theo kiểu Tư bản. Thế là cả thảy hai mươi sáu nước, gồm phe xã hội chủ nghĩa và các nước Thế giới thứ ba bị ảnh hưởng học thuyết ấy, cũng phải ngả cờ, im trống. Năm kia, trong Đại hội các Đảng Cộng sản trên thế giới, họp ở Ấn Độ, vẫn xác định, sứ mệnh của giai cấp công nhân là lật đổ Tư bản! Bây giờ, phát triển kinh tế nhiều thành phần, thử hỏi, liệu có cho công nhân vùng lên lật đổ các chủ doanh nghiệp không? Khẩu hiệu "Chủ nghĩa Mác - Lê-nin vô địch muôn năm", đã thay bằng khẩu hiệu "Kiên trì chủ nghĩa Mác - Lê-nin". Nếu vẫn theo luận thuyết lỗi thời ấy, thì nhà nước cuối cùng sẽ quốc hữu hóa các doanh nghiệp; nghĩa là, mấy ông trên lập mẹo, nuôi cho béo để chờ ngày thịt.

Mấy ông "Trên" không ngăn sông cấm chợ nữa, buôn bán cùng trời cuối đất. Thời trước, cả tỉnh chỉ có mỗi cái chợ Tam Cờ èo uột ở thị xã. Đi chợ, mấy bố con và anh em hàng xóm phải đốt đuốc đi từ nửa đêm gà gáy, thì mới kịp quay về trong ngày. Bây giờ, xã mình cũng có chợ rồi. Hàng hóa chợ xã bây giờ, còn nhiều hơn chợ tỉnh hồi trước. Ôi, cơ man nào là quần áo, vải vóc, không phải mua bằng phiếu vải loại dân thường ô ba mét hai nữa. Giày, dép nhiều ê hề, ai cũng được đi giày, dép cả. Hàng thịt lợn bán cả dãy, không phải chờ đến đại hội xã viên, hoặc đến Tết mới mổ lợn chia nhau. Có năm, nhà mình được chia Tết hơn cân thịt lợn, nhân bánh chưng phải nhồi bằng xương, ninh mãi cũng nhừ, ăn vẫn thơm. Mấy nhà hàng xóm, gói bánh chưng nhân đường phên, ăn tuy ngọt, nhưng không có vị tết…

Hàng hóa không phải từ trời rơi xuống, mà dân được tự do lam làm và buôn bán mà có. Mấy ông "Trên" không coi chuyện sản xuất hàng hóa là của Tư bản nữa, mà xác định đó là tiến bộ của nhân loại. Nước mình lại còn chơi với bọn tư bản, gia nhập Tổ chức thương mại thế giới (tiếng Anh là World Trade Organization, viết tắt WTO, đọc kiểu Việt là Vê kép-tê-ô). Nói là của thế giới cho oai, chứ kỳ thực là của Tư bản, nên mình phải sửa luật theo. Nhưng mấy ông trên láu cá, lèo thêm cái đuôi "định hướng xã hội chủ nghĩa", giữ thế. Nói đổi mới, thực ra là cải cách, một cuộc cách mạng không đổ máu, từ bỏ dần từng bước học thuyết kỳ quặc Mác, Lê-nin. Thế là tự dân biết làm giàu, mà bao nhiêu năm bị kìm hãm, chứ có phải phép tiên nào đâu.

Hồi còn mồ ma hợp tác xã nông nghiệp, nhà mình, ngày nào cũng phải nấu mấy nồi nước, để bà con xã viên đi làm đồng, giải lao, uống chè xanh và bù khú chuyện trên trời dưới biển, ngồi hàng tiếng đồng hồ. Ai cũng tiếc rẻ, bao nhiêu đất đồi, ruộng giộc mà không được làm. Nhà nước độc quyền về quản lí, phân phối lương thực mà lị. Cả làng đói. Cả nước đói. Bây giờ, gạo dịch vụ tận nhà. À, người ta không gọi đi buôn nữa, mà gọi là dịch vụ. Con buôn ngày trước bị đuổi lên bờ xuống ruộng, để trừ cái mầm tư bản ngóc dậy, nay lại gọi là doanh nhân, được vinh danh truyền hình trực tiếp, tặng vòng hoa khoác cổ và cúp lưu niệm cầm tay. Các ông trên cũng nghĩ ra cái trò dịch vụ ấy, trọn gói, từ đăng kí, cho tới gắn lô-gô trên sân khấu và một đoạn clíp phim ngắn phóng sự khoe doanh nghiệp, mà nộp vào hàng trăm triệu. Thời xưa, các cụ nói ý, mua danh ba vạn, nay trượt giá cũng cỡ vạn lần như tiền tem thư!

Vừa rồi, xem năm mươi tập phim truyền hình *Bí thư Tỉnh ủy*, nói về ông Kim Ngọc và cái thời hợp tác xã. Các ông đạo diễn, biên kịch, họa sĩ, diễn viên… dựng cảnh, đóng người, y như thật, ai xem cũng cảm động, thương ông ấy, người có tâm huyết, mà cứ phải lập cách với Trung ương, để cho bà con nông dân được tự do cày cấy, có thóc mà ăn, vậy thôi. Ai đời, làng nông dân mà như trại lính. Bên Trung Quốc, còn lập cả tiểu đội nông dân ở xóm, đại đội ở công xã. Liên Xô thì tuyên bố đã hoàn thành giai đoạn xây dựng Chủ nghĩa xã hội và tiến lên Chủ nghĩa cộng sản; đến khi sụp đổ, phanh phui ra, mới biết mấy ông "Trên" dối trời lừa dân đủ muôn nghìn kế. Nhưng thật ra, họ không phải ác tâm, mà chỉ bị lầm đường thôi, đang yên đang lành, lại bắt người ta lên Chủ nghĩa xã hội, rồi sẽ nâng cấp lên Chủ nghĩa cộng sản. Hỏi, xã hội ấy nó như thế nào? Bảo, cứ cố thắt lưng buộc bụng mà làm, đến lúc đó sẽ được làm theo năng lực, hưởng theo nhu cầu, của cải nhiều như nước suối ban mai! Chết cười! Thế mà hàng triệu, hàng triệu người trên thế giới tin theo thì cũng lạ kỳ. Mà kể cũng khó, không tin theo là bị trừng trị, gây khó dễ ngay. Ấy vậy mà bây giờ, có ai bảo lầm đường rồi, quay lại, tìm học thuyết khác, mô hình xã hội khác đi, thì cho là phản động và trừng trị. Còn những kẻ dẫn dắt dân đi lầm đường lạc lối, thì được thưởng Huân chương Sao vàng và khi chết, chôn cất ở Nghĩa trang Mai Dịch.

Thật ra, cái xã hội, bảo là Cộng sản ấy, được cho là tiên tiến nhất của nhân loại, nhưng chưa ai nhìn thấy, chỉ do mấy ông Tây ở bên Đức, bên Nga tưởng tượng ra. Chứ theo con hiểu, xã hội loài người chỉ có bốn phương thức thôi. Đó là, xã hội Nguyên thủy, Nô lệ (xứ ta không có), Phong kiến và Tư bản. Còn Xã hội chủ nghĩa chẳng vào dạng gì, cao hơn Phong kiến một tí, nhưng lại thấp hơn Tư bản, tựa hồ như cái cành cụt mọc ra trên cành cây mà thôi. Bây giờ, ngả theo Tư bản nhiều rồi. Có lẽ, mấy ông "Trên" sợ mất vai trò lãnh đạo, nên cố kéo dài mà thôi. Thực ra, đảng viên là những người tinh hoa trong xã hội, nhưng bị dẫn sai đường lạc lối, nên cứ loanh quanh đổi mới, nay một tí, mai một tí, như kiểu chữa háy, lắp mãi cũng không vào mộng. Nếu có một minh quân xuất hiện, làm lại từ đầu, không gây đổ máu, thì thật là phúc lớn cho dân tộc. Rồi chẳng mấy chốc, nước ta sẽ không thua kém Nhật Bản, Hàn Quốc… Bố ạ, cái Đảng Cộng sản Na Uy thế mà hay, từ lâu, họ đã từ bỏ con đường Cộng sản, quay về với Dân tộc, vẫn được dân tín nhiệm, bầu chọn vào đội ngũ lãnh đạo và đất nước phát triển.

Chúng con đi học, bị nhồi sọ các môn chính trị: Triết học Mác, Lê-nin, Kinh tế chính trị Mác, Lê-nin, Chủ nghĩa xã hội khoa học… Các trường phái triết học, kinh tế khác trên thế giới không được học, chỉ giới thiệu sơ sài và có ý phê phán là chính. Sinh viên phải thấm nhuần lời giáo huấn, chỉ biết Đảng mình là ưu tú nhất, xã hội mình là tốt đẹp nhất, lãnh tụ mình là anh minh nhất. Tất cả phải tin theo như những kẻ ngu trung. Kẻ nào ngu trung được coi là trung thành, lập trường tư tưởng vững vàng. Ai mà có tri thức cấp tiến, thì bị coi là phản động, phải xử lí dưới nhiều hình thức, thủ đoạn. Mọi thông tin về thế giới bị bưng bít hết. Thôi thì cho là thời chiến tranh phải thế, nhưng hòa bình rồi, lại sợ kẻ địch "Diễn biến hòa bình", nên riết róng đóng khung đủ thứ. Cái anh Triều Tiên, đến giờ, vẫn tưởng Miền Nam Việt Nam đang đánh nhau với Mỹ. Cười chết đi được, người ta đã đánh nhau xong từ đời tám hoánh, lại đang ôm vai bá cổ nhau rồi.

Thời bố, chỉ biết có ra-đi-ô (radio), ti-vi (television) và điện thoại (telephon) là sung sướng lắm rồi. Ngồi một chỗ mà biết cả tình hình trong nước và thế giới, a-lô đi ông nọ bà kia. Bố ơi, bây giờ, in-tơ-nét (internet) là thứ công nghệ kì diệu lắm, đi theo đường nhà trời. Người ta tự tìm lấy bất kể điều gì, hiện qua chữ nghĩa, âm thanh, hình ảnh; không ai giam hãm được trí óc con người nữa. Mấy ông "Trên" thấy thế, sợ dân không nghe mình nói dối tưởng thật nữa, bèn dựng tường lửa và phá blog, quấy hộp thư điện tử… Cả con cũng bị chơi mấy vố, bố ạ. Nhưng con không buồn, mà lại vui, không phải lập dị đâu, vì như vậy, nghĩa là con đã được gián tiếp thừa nhận người cấp tiến rồi. Trong xã hội, được coi là người cấp tiến thì còn gì vinh dự bằng; khiến cho khối kẻ ghét ghen, hoặc nể sợ.

Bố ạ, dạo này, trong lòng con bất an, không phải vì cái chuyện ăn cơm sắn nói chuyện thế giới, hay gái góa lo chuyện triều đình đâu. Con xin ra khỏi đảng cộng sản rồi và sẽ không tham gia bất kỳ một đảng phái nào nữa. Con từ chối mọi chức vụ, làm một người thường dân, cầm bút viết văn, không vướng bận thói quan. Con sẽ nhập cuộc để viết. Con chỉ lo cho gia đình bị phiền lây, thêm nỗi lo lớn hơn nữa, là khi cách mạng dân chủ nổ ra, không chừng cũng dễ bị đầu rơi máu chảy. Dân chúng đời nào cũng tốt, cũng lành, nay bị u mê mà nhiều người không hay; nếu có người đến giải cứu, chưa chắc đã theo, vì nghe tuyên truyền một chiều tô hồng mãi, nên đã thấm vào máu thịt rồi. Người ta đã đánh tráo khái niệm, Cách mạng dân tộc dân chủ gắn liền với Chủ nghĩa xã hội. Kỳ thực, dân chỉ biết đất nước độc lập là toại nguyện, nào ai có hay bị dẫn vào con đường cùng như bây giờ đâu. Lẽ ra, vấn đề phải là, độc lập dân tộc gắn liền với tự do, hạnh phúc, thì hay biết mấy. Như vậy, khẩu hiệu Tổ quốc trên hết, Dân tộc trên hết, sẽ được thực hiện và giấc mơ ấm no, hạnh phúc của muôn dân mới thành hiện thực. Khẩu hiệu nhà nước của dân, do dân, vì dân, thực chất đã biến thành nhà nước của Đảng, do Đảng và vì Đảng mất rồi.

*

Năm nay, nhà ta ăn Tết vui vẻ, có mổ lợn nữa, nhưng bánh chưng đặt tận Bờ Đậu, bên Thái Nguyên, có dịch vụ mang đến tận nhà, rền lắm. Hôm kia, mẹ con và các em con cùng các cháu về thăm quê ngoại Trường Yên và quê nội Bãi Trữ. Cái làng Đáy dưới chân cầu Gián đã chuyển vào trong đê Bãi Trữ rồi. Đây cũng là bối cảnh con viết truyện ngắn *Người sông nước* và tiểu thuyết *Chuyện trong làng ngoài xã*. Kỉ niệm quê hương và tuổi thơ như chất men, như mồi lửa đầu tiên của văn chương vậy. Nhưng lạ một điều, ngày thơ bé, thấy sông Đáy, Hoàng Long sao mà mênh mang. Chúng con thường ngắt cuộng hành, chạy dọc bờ sông, vừa thổi, vừa đón ca-nô chở khách ngược Nho Quan. Bây giờ, sao thấy nó như bé lại mà chạnh lòng, thực tình như vậy bố ạ, con không lí giải được, chứ không phải coi thường quê hương. Nhưng bố không thể ngờ, trời xui đất khiến thế nào mà cuối đời con lại đi viết văn. Viết văn là nói điều gan ruột bằng nghệ thuật ngôn từ. Viết tay, chữ con xấu, không bằng chữ bố ngày trước. Người làng bảo, bố văn hay chữ tốt, lại còn dạy bình dân học vụ nữa. Bây giờ, con viết bản thảo bằng tay, rồi mới đánh lại trên máy tính. Thư này, con đánh thẳng lên máy tính luôn cho bố dễ đọc. Con nhớ, thời làm Phó Chủ nhiệm tài vụ cho Hợp tác xã Khánh Hùng, bố cuốc bộ ngót ba chục cây số lên huyện Hàm Yên, lấy phiếu gạo cho xã viên trồng sả. Tranh thủ, bố đánh thử máy chữ, được mấy dòng mang về khoe cả nhà, rất chi là hãnh diện. Bây giờ, chữ trên máy vi tính đẹp hơn nhiều, đánh sai thì sửa lại mới in, chữ không đánh một nhát ăn ngay như trên máy chữ mổ cò nữa đâu.

Đấy, chỉ có mấy chục năm mà tiến bộ kĩ thuật đã vượt bậc, xa vời. Có điều buồn lòng, những phát minh lớn đều thuộc về các nước Âu, Mỹ, dân mình học mót thì đến là tài. Con không dám nói sai. Đấy, các mốt quần phăng, áo sơ-mi đều là của nước ngoài; xe đạp, mô-tô, ô-tô, cho đến tàu hỏa, máy bay cũng là từ nước ngoài; đồ dùng nhà ở, phòng vệ sinh cũng công nghệ nước ngoài; đến các đạo giáo, như: Phật giáo từ Ấn Độ và Trung Quốc du nhập vào, Thiên Chúa giáo với dòng Đa Minh từ Bồ Đào Nha và dòng Thừa sai từ Pháp truyền sang; học thuyết chính trị Mác, Lê-nin cũng đến từ nước ngoài nốt. Tên nước Cộng hòa xã hội chủ nghĩa, thể hiện theo học thuyết Mác-xít; khẩu hiệu Độc lập- Tự do- Hạnh phúc là nội dung thuyết Tam dân của Tôn Trung Sơn (dân tộc độc lập, dân quyền tự do và dân sinh hạnh phúc). Ngày xưa, cứ ngỡ các loại hình nghệ thuật chèo, tuồng là của Việt Nam, nay mới ngã bổ chửng, khi biết chúng là từ Trung Quốc truyền qua. Rồi thì nhạc hiện đại từ Pháp, Mỹ. Chữ Quốc ngữ thì do giáo sĩ nước ngoài dùng tiếng La tinh phân âm chữ Nôm mà thành. Vốn từ ngữ có tới hơn nửa là của Tàu, Tây, Nga, Mỹ... Ấy vậy mà có ai nghĩ ra cái gì mới lạ, lập tức cho là lập dị, nhất là những gì sáng tạo liên quan đến các trường phái hiện đại và hậu hiện đại. Mãi sau tìm hiểu con mới vỡ nhẽ. Té ra, mấy ông "Trên" sợ chuyện các trường phái ấy phát triển đa nguyên, sẽ dẫn tới tự do, dân chủ, không quản lí được, nên cấm đoán.

Hình như, nước ta không có nhà tư tưởng, không có triết gia (xin lỗi, con quên, có ông Trần Đức Thảo) và thiếu lãnh tụ anh minh, nên đường quang chẳng đi lại đâm quàng bụi rậm. Những ai, vô tình hay cố ý trì hãm sự tiến bộ của dân tộc, thì cũng là một tội ác lớn. Ngặt nỗi, không có tòa án hiến pháp để xử lí, đến như Bộ Tư pháp, Trường Đại học Luật cũng bị bỏ mấy chục năm trời mới khôi phục lại. Nước mình, chỉ thị của Đảng cao hơn pháp luật nhà nước, biểu hiện của chế độ quân chủ phong kiến. Nói chính xác hơn, nước mình có nhiều anh hùng giải phóng dân tộc, nhưng lại thiếu minh quân canh tân đất nước.

Mác bảo, nhu cầu tối thiểu của con người là ăn, mặc, ở, đi lại. Nhưng theo con, còn thiếu hai nhu cầu tối thiểu nữa, là tự do tư tưởng và ngôn luận. Chỉ khi nào, con người có thêm hai nhu cầu này được thực hiện, mới trở thành chủ nhân ông của đất nước, thực sự thoát khỏi vòng nô lệ. Nếu con người mà không được nghĩ (tư tưởng), không được nói (ngôn luận), thì không phải con người của thế giới tự do, văn minh. Trong xã hội không có tự do, dân chủ thì bí bách lắm, cũng như thức ăn nhạt muối, khiến con người mỏi mệt, lúc nào cũng cảm giác thiêu thiếu một cái gì. Mùa xuân mà không có mưa bụi thì thật vô vị, cũng như ngày đẹp mà không có mấy hạt mưa thì không hẳn là ngày tốt. Nếu ai cũng ăn theo nói leo, té nước theo mưa, phỏng làm sao phát huy nội lực, chấn hưng đất nước?

*

Có ông Giáo sư được giải thưởng Phiu (Fields), về toán học, ngang bằng với giải Nô-ben (Nobel), khi được hỏi, đi lề trái hay phải? Giáo sư bèn nói: "Bám theo lề là việc của con cừu, không phải việc của con người tự do". Giáo sư có tài siêu việt, lại dám tham gia lên tiếng cảnh báo dự án khai thác bô-xít (bauxit) ở Tây Nguyên, do Đảng chủ trương và chính phủ chủ trì. Dự án này, khai thác nhôm cho Trung Quốc, quá trình tinh luyện quặng bô-xít thành nhôm, sẽ thải ra bùn đỏ, là chất có nguy cơ gây thảm họa môi trường; lại diễn ra trên địa bàn chiến lược về quốc phòng. Biết bao nhiêu kiến nghị dừng lại khi chưa quá muộn, thế mà mấy ông

"Trên" vẫn bỏ ngoài tai. Hai chuyện về Phiu và bô-xít đó của Giáo sư, khiến ai nấy đều cảm phục. Giáo sư nhận tòa nhà trị giá mười hai tỷ đồng, do Chính phủ tặng. Số tiền ấy, ngang bằng mua cả làng mình. Ngày xưa, sánh ai chuyện giàu có, cũng nói vống, nó mua được cả làng đấy!

À, bố ạ, năm ngoái, con cũng tham gia cùng các nhà trí thức và văn nghệ sĩ, kí tên kiến nghị dừng dự án khai thác bô-xít Tây Nguyên, trong bảng danh sách ghi bốn cột, gồm: "thứ tự: 863, họ và tên: Vũ Xuân Tửu, ghi chú cần thiết: Nhà văn, địa chỉ: Tuyên Quang", chính là con đấy. Nếu ở cõi thiêng cũng nối mạng in-tơ-nét, bố có thể tham khảo và mừng cho con. Bởi vì, con đã chập chững những bước đi đầu tiên, mom men theo con đường đồng hành cùng dân tộc.

*

Lại nói, cái đêm, sau khi gửi kiến nghị xét tặng Giải thưởng Hồ Chí Minh cho cố nhà văn lan Khai, con nằm mơ thấy ông ấy hiện về, xác bị chặt cụt đầu. Tấm ảnh chân dung của ông bay lượn, nhập vào con và con cũng bị chặt cụt đầu. Hai tay ôm vai, con nằm co ro, lạnh lẽo bên đồi. Chợt có một cái gì đó bất thường tác động, khiến con giật mình tỉnh giấc, trời lạnh mười độ, mà toát mồ hôi, sờ lên đầu, vẫn thấy còn, mừng húm. Con vội mở quyển sách *Khám phá bí ẩn giấc mơ*, thấy có câu: "Chiêm bao thấy mình bị chặt mất đầu là cát mộng, hạnh phúc sắp tới nơi". Hú hồn hú vía, hồi lâu con cũng hoàn hồn, nhưng thắc mắc, đầu ông Lan Khai đâu nhỉ? Rồi con lặng lẽ viết bài thơ Ngôi sao đầu văn nhân. Bài này, đăng trên trang mạng *nguyentrongtao.org*. Đây là đoạn cuối, bố xem này:

Chờ một giấc mơ khác
tôi đi tìm đầu ông
trên đồi
đống mối
cây non
nơi ấy, ngôi sao đầu văn nhân cất cánh bay cao
và đêm đêm lang thang phương nao?

Nhiều người, thấy con đề nghị chuyện động trời như vậy thì ái ngại, thậm chí, còn lo thay. Con cũng nghĩ, biết đâu, đó là giấc mơ định mệnh, một ngày kia, con làm ma không đầu đến gặp bố. Và con sẽ chỉ cho bố thấy, cái đầu của con đang bay trên bầu trời tự do.

Thư đã dài, con xin phép dừng tại đây.

Chúc bố an giấc ngàn thu.

Cầu mong bố phù hộ cho mẹ con, cùng chúng con và các cháu.

Kính thư

Con

(Chữ kí này, chính là do bố dạy con từ hồi học lớp bốn, khoảng mười một tuổi, tức là năm 1966 thì phải. Nhiều người khen là chữ kí đẹp, bố ạ. Nhưng bây giờ, con bỏ gạch chân rồi).

Tái bút: À, bố ạ, trước Tết Tân Mão, con lên quét lại mộ cho bố bằng sơn trắng; mấy cô đi xây mộ thuê, qua đấy, đều khen đẹp. Đêm về, con nằm mơ, thấy mộ bố sáng lên như làm bằng ngọc. Bố có vui không?

*

Lại nói chuyện thời tiết đầu năm. Tết này trời đẹp, nhưng cảm thấy thiêu thiếu một cái gì, để làm nên mùa xuân. Phải chăng, đó chính là những giọt mưa bui bay trong giá rét, cho cây cối đâm chồi nảy lộc?

Tuyên Quang, 2011

VXT

NHỮNG KỶ NIỆM ĐÁNG NHỚ VỀ TẠP CHÍ VĂN NGHỆ QUÂN ĐỘI

Lần đầu tiên, tôi được đăng truyện ngắn trên Tạp chí Văn nghệ quân đội, số tháng 3-2004, với truyện *Thợ cắt tóc truyền đời.* Có lẽ, bởi duyên nợ thế, nên đầu tháng 3 năm 2005, tôi được tham dự Trại sáng tác văn học về đề tài Lực lượng vũ trang và Chiến tranh cách mạng, tại nhà sáng tác Đại Lải, do Chi hội Nhà văn Quân đội và Tạp chí Văn nghệ Quân đội tổ chức.

Ngày đầu tiên đến trại, gặp Nhà phê bình văn học Nguyễn Hòa, được biết anh đã từng qua Tuyên Quang, lại là người thích sưu tầm bật lửa, đã có tới bốn trăm chiếc. Nhiều cái kỳ lạ, giá ngất ngưởng, tôi nghe tò mò vô cùng. (Bây giờ, anh chuyển công tác sang báo Nhân Dân, thỉnh thoảng vẫn thấy bài phê bình trên báo và tọa đàm văn học trên ti-vi).

Trại do Nhà văn Sương Nguyệt Minh phụ trách. Tôi hỏi anh Nguyễn Hòa: "Sương Minh Nguyệt là ai vậy?". Anh liền xối xả cung cấp thông tin: "Tên anh ấy là Sơn, vợ là Nguyệt, hai con cùng tên Minh, nên lấy bút danh là Sơn Nguyệt Minh. Không biết biên tập nhầm lẫn thế nào mà nhà in nào đó lại in là Sương Nguyệt Minh, rồi thành danh. Năm qua được tám giải văn chương, năm mươi triệu đồng". Tôi lè lưỡi kinh hãi...!

Tôi ở phòng số 10, bắt tay vào viết Chuyện ở bản Piat, một lúc sau, Nhà văn Tô Đức Chiêu ở Ban sáng tác Hội Nhà văn lên trại, gặp tôi, bảo: "Tớ lên đây nhiều, chuyên ở phòng này, đổi nhé". Thế là tôi lại chuyển sang phòng 8 và ở cho đến hết trại. Nhớ lại, khi đi sưu tầm tư liệu theo thói quen của người cầm bút, thấy một bản thống kê di vật liệt sĩ từ chiến trường Lào gửi về, tôi xúc động ứa nước mắt. Hành trang của bộ đội thật đơn giản, chỉ có đôi giày, quần đùi, áo lót và ba-lô mà toàn là cũ và loại 2. Chiến trường gian khổ, ác liệt mà vẫn thấm đượm tình đồng đội. Tài liệu thì có sức đằm như vậy, nhưng chưa biết để làm gì. Nhưng khi đến trại sáng tác quân đội thì tự nhiên bật ra một cái truyện. Tôi viết một ngày, xong bản thảo thứ nhất, đưa anh Sương Nguyệt Minh góp ý, bởi anh đã từng ở chiến trường Campuchia, nên gợi ý được nhiều điểm cho tôi bổ sung về kiến thức quân sự. Tôi viết lại hai lần nữa, vị chi mất ba ngày thì xong truyện này, rồi chuyển sang làm đề cương truyện Bí mật cuốn gia phả. Truyện này, tôi phải cầu viện Nhà văn Nguyễn Đình Tú đang ở Hà Nội, qua điện thoại, hỏi về quân hiệu của bộ đội đặc công. Tú cũng phải đi dò hỏi, rồi trả lời: "Mũi tên vòng cung, con dao găm đâm vào gói bộc phá có hình bánh chưng". Phải rồi, luồn sâu đánh hiểm mà. Nhà văn Sương Nguyệt Minh góp ý rất cụ thể vào truyện này, nhưng không cầm tay chỉ việc, mà gợi ý chỗ này có thể thêm không, chỗ kia có thể bớt không... Tôi thấy đây là một cách làm hay, để người viết luôn chủ động và nhất là tự tin. Viết ba ngày xong, lại thuê xe ôm ra hiệu Hồng Phương ở Xuân Hòa để đánh vi tính.

Viết xong hai truyện, tôi chuyển sang nhờ nhà văn Sương Nguyệt Minh làm cho một tập truyện ngắn chọn lọc. Tôi mang ra một đống hơn bốn chục cái, thế mà chỉ được chọn có 14 cái, đặt tên là Con chim lửa. Tôi vã mồ hôi, nhưng không dám nói gì. Hôm bế mạc, chị Khánh Vân là Trưởng ban biên tập Nhà xuất bản Thanh niên và anh Lê Hùng là biên tập viên cùng lên dự. Tôi gửi bản thảo Con chim lửa, tháng 4-2006 thì được Nhà xuất bản cho ra lò, với lời giới thiệu rất ấn tượng của anh Lê Hùng.

Trong thời gian ở trại sáng tác, điều hạnh phúc lớn đối với tôi và chắc hẳn với nhiều người cầm bút khác cũng vậy, là đã được gặp gỡ, trò chuyện, trao đổi với bao nhà văn tên tuổi. Có đêm, tôi và anh Hồng Diệu đi dạo quanh hồ, qua tâm sự, mới biết anh từng học tiếng Nga, định sang Liên Xô học tập, nhưng xảy ra cái chuyện "Xét lại, xét lủng", nên bèn qua Trung Quốc học thông tin, về nước sau mười năm lại chuyển sang nghề văn. Số là, năm 1977, anh viết bài phê bình về thơ Nguyễn Đức Mậu, nên có tiếng vang. Nom anh như thể ông đồ, nói năng nhỏ nhẹ, ăn uống đúng giờ, chừng mực, cứ mười rưỡi đêm thì ngủ, năm giờ sáng hôm sau đã dậy. Anh lên trại để làm tập chuyên khảo Thơ viết về chiến tranh cách mạng thời kì kháng chiến chống Pháp. Nhà thơ Vương Trọng thì viết trường ca. Hồi chiến tranh bảo vệ Tổ quốc, anh lên biên giới, về sau thấy bài thơ của anh viết về chảo thắng cố ở cao nguyên Đồng Văn rất gợi, tôi nhớ hình ảnh anh tả, như có mặt trời lặn vào trong nồi thắng cố. Nhà văn Lã Thanh An thì như một nhân vật. Cứ lúc nào viết mệt, tôi lại sang phòng anh, gạ hát chầu văn. Anh hát rất hay, sôi nổi, vô tư. Trung Phương là cảnh sát biển, viết Mùa hoa bạch đàn, về chuyện huấn luyện quân sự mà rất sinh động, rất hay. Tôi gặp Nhà văn Dương Duy Ngữ, anh viết truyện Nhất tướng và tự giới thiệu: "Tớ là Dê Dê Ngu" và cười sảng khoái. Hôm bế mạc, Nhà văn Hòa Vang thay mặt anh em phát biểu cảm tưởng về trại. Về sau, tôi đọc báo Văn nghệ, mới biết anh bị bệnh trọng mà qua đời. Trong trại, còn được gặp các nhà văn trẻ tuổi như Nguyễn Thế Hùng, Đỗ Tiến Thụy, Phùng Văn Khai...

Ở trại được chừng mười ngày, thì em trai học trường Trung cấp Xây dựng số 4 (Xuân Hòa), bị bọn côn đồ vô cớ đánh trọng thương, phải đưa về bệnh viện Việt Đức cấp cứu và đề nghị cơ quan pháp luật giải quyết. (Vụ này, đến tháng 7 vừa rồi, Tòa án nhân dân tỉnh Vĩnh Phúc, mới đưa ra xét xử bọn tội phạm kia). Đến ngày bế mạc, tôi mới quay trở lại trại, được gặp các anh Nguyễn Trí Huân- Tổng biên tập tạp chí (nay chuyển sang làm Tổng biên tập Báo Văn nghệ), các anh Khuất Quang Thụy, Lê Thành Nghị là Phó tổng biên tập và nhà văn Đỗ Bích Thúy...

Qua mỗi lần dự trại sáng tác, tôi lại thêm vững tay cầm bút. Tôi thấy tạng mình hợp với văn chương viết về chiến tranh và phụ nữ. Tiểu thuyết Chuyện trong làng ngoài xã được Nhà xuất bản Thanh niên đang sửa bông, là nhờ có thời gian dài tôi tiếp xúc với bộ đội và hàng chục lần tham quan Bảo tàng Quân đội (nay là Bảo tàng Lịch sử Quân sự Việt Nam). Tại đây, tôi ghi chép được nhiều tư liệu về các chiến dịch cho đến quân, tư trang của bộ đội và đo vẽ được rất nhiều loại vũ khí, từ khẩu súng trường Nhật bé tí tẹo như đuôi khỉ, cho đến máy bay Mỹ khổng lồ như một tòa nhà...

Tạp chí Văn nghệ quân đội,
thứ hai - 18/06/2012
VXT

NGUYÊN MẪU LÀ NGƯỜI TÔI CHƯA TỪNG GẶP TRONG ĐỜI

Tôi bắt đầu viết tiểu thuyết Chuyện trong làng ngoài xã từ tháng 10/2001 đến tháng 9/2005 thì xong, với chín trăm trang A4 viết tay. Nhà xuất bản Thanh niên đã xuất bản, in năm 2007, số lượng tám trăm cuốn, mỗi cuốn dày bốn trăm sáu mươi trang. Năm 2011, Nxb Thanh niên tái bản, đổi tên là Chuyện làng.

Bảo tàng Hội Nhà văn VN đã đến nhà tôi ở Tuyên Quang, sưu tầm bản thảo viết tay và số bút bi tôi đã dùng để viết tiểu thuyết này. Trong tiểu thuyết này có sáu mươi tư nhân vật, trong đó có tám nhân vật chính.

Bác Nhân là nhân vật chính. Nguyên mẫu của nhân vật bác Nhân là Trung tướng, Giáo sư, Tiến sĩ Hoàng Phương (tức Hoàng Đình Tý). Ông Hoàng Phương sinh năm 1924 tại Cổ Am, Vĩnh Bảo, Hải Phòng; Trú tại Lý Nam Đế, Hà Nội. Ông tham gia cách mạng từ năm hai mươi ba tuổi, năm bốn mươi sáu tuổi làm Phó chính ủy Quân chủng Phòng không – Không quân, bốn mươi bảy tuổi làm Chính ủy Quân chủng, đến bảy mươi ba tuổi thì nghỉ hưu.

Thực tế, tôi chưa gặp Trung tướng Hoàng Phương, chỉ biết lí lịch qua một bản "Tin buồn" đăng trên báo Nhân Dân, số 16886, ngày 10/10/2001. Năm ấy tôi cũng về thăm làng Cổ Am, quê ông, viếng đền thờ Trạng trình Nguyễn Bỉnh Khiêm và đến Bảo tàng Lịch sử Quân sự Việt Nam, sưu tầm tư liệu và đo vẽ các loại vũ khí, phục vụ cho việc viết cuốn sách.

Về nhân vật bác Nhân:

Bác Nhân là người làng La Đáy (làng kháng chiến của tỉnh Ninh Bình), sinh năm 1912, từng là học trò trường tỉnh, đỗ Xéc-phi-ti-ca, đang xin chân kí ga. Năm 1945, ông tham gia cướp chính quyền ở Thanh Hóa, rồi hoạt động trong chiến khu Quỳnh Lưu (đổi tên thành Quỳnh Lâm) ở huyện Nho Quan và làng kháng chiến La Đáy (Cầu Gián) tỉnh Ninh Bình. Kháng chiến chống Pháp, ông làm Chính ủy, Phó chỉ huy Mặt trận Đồng bằng (Khu Ba). Hòa bình lập lại, ông công tác ở Trung ương, phụ trách nông nghiệp. Trong kháng chiến chống Mỹ, ông làm Chính ủy binh chủng Phòng không – Không quân, được phong quân hàm Thiếu tướng. Ông mất năm 1986, vì bệnh huyết áp cao.

Bác Nhân có một người vợ, tôi lấy nguyên mẫu là bà Huyền - Nguyên Bí thư Thị ủy Tuyên Quang. Vợ chồng bác Nhân có hai người con: Nghĩa và Hậu.

Bối cảnh tiểu thuyết diễn ra ở miền Bắc, trong ba cuộc kháng chiến. Tiểu thuyết viết theo kiểu tự sự, nhưng các nhân vật đồng hiện trong thực tại, cõi chết và ngay trong bào thai. Quá trình viết vận dụng nhiều câu dân ca, ca dao, tục ngữ vùng đồng bằng Bắc bộ và miền núi phía Bắc. Trong tiểu thuyết, tôi sử dụng nhiều nguyên mẫu khác trong gia đình, làng xóm, anh em bạn bè... Quê tôi ở xóm Đáy, làng La Mai, xã Ninh Giang, huyện Hoa Lư, tỉnh Ninh Bình và gia đình tôi thì khai hoang ở vùng đồng bào dân tộc Cao Lan, Quần Trắng xã Hùng Đức, huyện Hàm Yên, tỉnh Tuyên Quang.

Trích tiểu thuyết *Chuyện làng ngoài xã*

Một hôm, ông tôi bảo thày tôi coi thuyền, rồi lên chợ Nho Quan cất hàng. Khi ông tôi đang lững thững đi tìm hàng, thì gặp một anh người Mường cũng gánh măng vào chợ. Anh ta bước tới gần và hỏi:

- Ông có lấy măng khô? Tôi đổ cho...

Nghe tiếng quen quen, ông tôi dừng lại, anh bán măng giở nón ra làm như vẻ quệt mồ hôi. Ông tôi chợt nhận ra, mừng húm:

- Anh Nhân!

Bác Nhân "suỵt" một tiếng, giơ ngón tay lên, ra hiệu im lặng, rồi nói khẽ:

- Ta xuống thuyền nói chuyện.

Ông tôi đưa bác Nhân xuống thuyền. Thày tôi thấy ông tôi đi với người Mường thì trố mắt nhìn. Ông tôi ý tứ đẩy thuyền ra xa bờ, mới bảo:

- Đây là bác Nhân. Người mà thầy đã kể cho cu nghe đấy, ân nhân của nhà ta đấy. Cu lậy bác một lậy.

Bác Nhân vội ngăn lại:

- Không nên câu nệ quá như thế.

Ông tôi vẫn khăng khăng:

- Đây là lễ nghĩa phải trọng.

Thày tôi lậy một lậy. Bác Nhân rơm rớm nước mắt, đỡ thày tôi dậy và xoa đầu khen ngoan. Ông hài lòng, hỏi bác Nhân:

- Lâu lắm mới gặp anh. Chẳng hay sau cái đận ấy, anh đi đâu? Chỉ vì cái tấm thân vô dụng của tôi mà suýt nữa thì anh mang họa. Tôi cứ lo nghĩ, áy náy mãi, nhỡ anh không may sa vào tay bọn Nhật, thì tôi có chết cũng không nhắm mắt được.

- Có làm sao đâu nào. Chẳng qua cũng vì căm thù cái sự bất công mà phải ra tay thôi. Xong việc, nghĩ cũng ghê ghê, may mà có ông thầy cãi tốt bụng.

- Chắc hẳn, đã lâu anh không về làng La?

Đắn đo một lúc, bác Nhân mới nói:

- Tôi đang bị chúng nó lùng, về làng e không tiện.

- Anh theo Việt Minh à?

- Phải, sau cái đận ấy, tôi chạy vào Thanh theo cách mạng, được tham gia cướp chính quyền ở tỉnh Thanh.

Thày tôi bật dậy, hỏi:

- Bắn súng thích lắm bác nhẩy?

Ông tôi đe:

- Chuyện người lớn, không được nói leo.

Bác Nhân tươi cười, quay sang kể chuyện với thày tôi:

- Bắn súng không thích bằng cưỡi hồ-lô, cắm cờ đỏ sao vàng vào cướp tỉnh, chả kém gì tàu bò.

- Xe tăng chứ.

Bác Nhân cười ha hả, rung cả thuyền, khen thày tôi:

- Giỏi, giỏi... Tàu bay tức là máy bay, tàu bò tức là xe tăng.

Ông tôi vẫn giữ mạch suy nghĩ của mình, liền cắt ngang câu chuyện, hỏi:

- Anh hoạt động trong Quỳnh Lâm à?

Bác Nhân không trả lời vào câu hỏi, lưỡng lự một chốc, mới rủ ông tôi:

- Ta lên bờ, tôi muốn nhờ anh tí việc.

Bác Nhân để lại gánh măng khô, rồi cùng ông tôi lên bờ. Thày tôi thọc tay vào những bó măng, thấy có khẩu súng lục với một bó giấy có viết chữ bằng mực tím. Thày tôi không biết chữ, nên không biết cái giấy bảo gì. Vừa hoảng sợ, vừa thích thú, thày tôi vội vã tấp lại gánh măng khô như cũ. Một lúc sau, ông tôi vội vã xuống thuyền. Thày tôi hỏi:

- Bác Nhân đâu hả thày?

- Bác ấy đổ hàng cho mình rồi đi luôn. Này, chớ có nói với ai là gặp bác Nhân với gánh hàng của bác ấy nhá. Ai có hỏi thì cứ bảo là mua của ông người Mường.

- Dạ, phải...

Thày tôi thiu thiu ngủ, chợt nghe tiếng ông tôi lệch kệch dừng chèo, tiếng sột soạt, lục khục, có cái gì đó rơi tõm bên mạn thuyền. Thày tôi giật mình, choàng tỉnh dậy, hốt hoảng hỏi:

- Thày vứt của bác Nhân đi rồi à?

- Cái thằng... Thế đã...

Thày tôi im như hến. Ông tôi đe:

- Từ rày chớ có nghịch ngợm. Cấm hé răng nói với ai nửa lời đấy. Nhớ chưa?

Thuyền về gần bốt Hoàn Đan, gặp bọn lính bơi thuyền ra chặn hỏi, lục soát làm tung cả đống chăn chiếu với gánh măng. Chúng lật cả sạp thuyền, móc cả bẹ mo nang lợp mui thuyền ra mà săm soi, cũng không thấy gì. Bỗng một thằng chỉ cái dây nhợ buộc bên mạn thuyền, nghi ngờ hỏi:

- Giòng cái gì đây?

Thày tôi vã mồ hôi, cứ nghĩ ông tôi đã lẳng đi rồi, ai dè lại chằng vào mạn thuyền thế này. Thằng lính nhìn bộ dạng thầy tôi, sợ hãi, co ro như mo phải nắng ở mạn thuyền, liền lên đạn khẩu súng trường Nga lách cách và gí cái nòng súng vào sát mặt thày tôi. Thày tôi hé mắt, nhìn cái đầu ruồi to thồ lộ, tưởng như nó đang động đậy trong vòng khuyên ở đầu súng, sợ hãi đờ cả người. Thằng lính đưa ngón tay trỏ vào cò súng, dứ dứ như định gẩy cho viên đạn ra chơi với cái đầu ruồi để dọa thày tôi. Ông thấy vậy, vội nói:

- Chớ có làm thế cậu ơi, chả có gì đâu, giộng con cá thôi mà, định làm bữa gỏi. Nhân tiện có các cậu xuống thuyền chơi, xin biếu các cậu, gọi là...

Ông tôi kéo dây nhợ lên, con cá chép to vật, quẫy tung cả sóng nước, bắn lên khoang thuyền. Thằng lính khoác khẩu súng trường Nga lên vai, tóm gọn con cá, nhảy sang thuyền, cùng tụi lính chèo về bốt. Ông tôi thở phào, nhìn cái dây nhợ vẫn còn căng căng, nhẩn nha chèo về làng Đáy.

Thày tôi ra bụi tre cạnh ao canh chừng, hễ có người đến thì lấy sống dao dộng vào gốc tre ba cái.

Ông tôi và bác Nhân lui cui đào một cái hầm bí mật dưới bụi tre. Cửa hàm ếch mở ra dưới mặt ao, đất đào cũng tuồn xuống ao. Lỗ thông hơi chọc qua gốc tre mục. Đào từ xâm xẩm tối hôm trước, đến hồng đông hôm sau thì xong. Bác Nhân vào hầm bí mật ngủ khai trương ngay một giấc đến trưa. Ông tôi thì lội xuống ao, khùa đục ngầu cả bùn đất lên.

Sáng sớm, ông Phác sang xin lửa, thấy thày tôi ngủ lăn ở gốc tre, bên cạnh con dao tông, giật mình tưởng thày tôi bị làm sao, liền hô hóan lên. Ông tôi nhảy bổ lên bờ, bế thốc thày tôi vào nhà, vội nói lấp đi:

- Cu cậu định lấy cái măng đây mà.

Ông Phác lúi húi thổi cái nùi rơm con cúi, lẩm bẩm:

- Bợm nhẩy, ngủ từ ruột ngủ ra. Phù, phù... bố con nhà anh làm gì mà thì thũm sớm thế không biết. Phù, phù... khói toét cả mắt.

- Định kiếm con cá nấu măng ăn, còn ngược cho sớm chợ. Nước này thì đành nhịn suông. Chuyến sau, thông đồng bén giọt, tôi sẽ mua một cái bật lửa, mấy nhà dùng chung cho đỡ khổ. Cái cảnh rấm bếp lúc đậu lúc tắt.

- Vẽ, phù, phù... Ngày nào cũng bật mấy bận thì chả mấy nả mà mất viên đá. Phù, phù... Nhà Hàn có cái bật lửa bằng đồng cơ nhá.

- Người ta dùng, tính ra còn đỡ tốn hơn cái anh diêm. À, mà hôm nay là ngày con nước, nghỉ ở nhà một buổi đã.

- Phải, có thờ có thiêng, có kiêng có lành. Phù, phù...

Thày tôi đã tỉnh ngủ, đang ngồi ở ngưỡng cửa dụi mắt, bỗng nghe tiếng "bủm" một cái ở trong bếp, bèn ngửa cổ lên cười ha ha. Ông Phác ở trong bếp than vãn vọng ra:

- Thổi vãi cả ra mà chả được tí lửa. Ngày con nước độc gớm.

Ông tôi quát thày tôi, có ý đe nẹt:

- Còn ngồi đấy mà cười à? Không vào thổi cho bác. Hư...

Thày tôi cầm cái nùn rơm to như bắp tay, vẩy loạn lên. Ông Phác hoảng hốt giữ tay thày tôi lại:

- Mày làm thế có ngày cháy nhà.

Ngọn lửa âm ỉ đã lâu, vừa lúc đó bùng lên. Thày tôi đắc chí:

- Đấy, đỡ phải thổi.

- Thằng cu thế mà nhọn. Xem dái đã bằng hột lạc chưa mà dám cười người...

Thày tôi đưa cái nùi rơm cho ông Phác và vội rụt người lại, thu hai tay vào háng, chạy biến ra ngoài.

Đêm đêm, bác Nhân nhét khẩu súng lục vào cạp quần đi ra, canh tư mới về. Có bận đi mấy ngày liền. Trong vùng nghe đồn có nhiều truyền đơn ở các chợ, ngoài đê gần bốt Hoàn Đan cũng có, ngay ở cổng chợ cũng có, cả cổng nhà địa chủ Hàn cũng có.

Địa chủ Hàn được làm lí trưởng làng Đáy. Âu cũng là cái sự áo có tràng, làng có lí trưởng cho đủ lệ bộ. Lí Hàn lọc lõi, nhưng phải cái gan sứa. Việc rải truyền đơn chống lập tề ở ngay cổng nhà Lí Hàn, thì khác gì chửi vào mặt nó. Bị vỗ mặt như thế, nhưng Lí Hàn không tức. Tức với Việt Minh chỉ có dại. Lí Hàn khôn đến độ mọc lông trong bụng, bèn cung kính dâng ngay cái truyền đơn ấy lên cho sếp bốt Hoàn Đan. Sếp bốt là một tay mới ráo máu đầu, tiếng nói rổn rảng bén như dao, mắt lồi ra như hổ vồ mồi, gân cổ căng cứng, hung hăng quát vào mặt Lí Hàn:

- Cả vùng này lập tề, riêng làng Đáy nhà ông là chống lại. Truyền đơn lại dán ngay vào mõm... À hà, thông cảm, truyền đơn lại dán ngay vào cổng, thì khác gì...

Sếp bốt thở phì phò như hổ mang, bàn tay khô khẳng đặt lên nắp bao súng, đeo trễ bên hông. Hắn trễ mép xuống mà tính toán:

- Phải thiêu rụi cái làng này. Phải nhổ cái gai lúc nào cũng lêu lêu trước mắt, có ngày đám dân làng Đáy nhổ bốt như bỡn.

Lí Hàn sợ hãi:

- Nhưng nhà tôi cũng ở trong làng, hà cớ gì mà chèo cùng tát cạn?

- Thì chừa nhà ông ra.

- Thế thì giết nhà tôi không bằng. Dân làng biết ngay là tôi ăn cánh với đồn còn gì. Thân tôi đã vậy, còn vợ con tôi sống với ai?

- Ông lên huyện mà lánh mặt mấy hôm. Chúng tôi đi đánh làng. Quân lệnh như sơn, chớ có bàn dùn. Chúng tôi sẽ đốt cái bếp nhà ông, rồi cho tiền làm sau. Thế là xí xóa, không thằng dân ngu cu đen nào biết được cơ mưu, nhẻ?

Lí Hàn vớt vát:

- Chỉ vì không lập tề mà phá làng là đánh vào lòng người.

Sếp bốt chễm chệ như rể bà góa, cười mũi và lên giọng:

- Ông chỉ được cái chữ nghĩa nho nhe dở dom. Làng ấy có Việt Minh. Một thằng ở làng La về trú, gây dựng du kích rồi mà ông không hay biết gì sao? Mũi ni che tai, kính dâm đeo mắt à?

Lí Hàn tái mặt, nghĩ bụng, nếu thật thế thì chỉ có thằng Nhân làm được việc này. Nhưng chả lẽ nó có chữ nghĩa giỏi giang nhất làng mà lại theo Việt Minh?

- Quả thực, tôi không hay biết gì? Chả lẽ lại là thằng Nhân? Nghe đâu, nó làm nghề hỏa xa hỏa xủng gì ở dưới tỉnh cơ mà.

- Bọn công nhân mới hay làm trò cộng sản. Vậy theo ông, thằng Nhân về làng Đáy nó trú ngụ ở đâu? Dưới gầm Tảng đá ông voi, trong miếu thờ, hay ở nhà thằng nào? Thằng nào là anh em họ hàng gần xa, ân nhân bạn bè của thằng Nhân ở làng Đáy?

Lí Hàn chột dạ, nghe nói cái năm đói, thằng Nhân có cậy thầy cãi, biện lí cho cái thằng cha ấy thắng kiện bọn Nhật. Thằng cha ấy còn đến dọa mình, đánh mình trước mặt vợ con. Nó còn lấy súng Tây bắn chết trương tuần, ngỡ nó là người của Tây. Sếp bốt gặng:

- Sao nào? Chả gì ông cũng là hạng người ăn của biếu, ngồi chiếu cạp điều rồi, lo chức việc ra sao nào?

- Không nhẽ...

- Lúc nào cũng không nhẽ với có nhẽ. Chức dịch mà như ông thì có mà ăn...

- Tôi tưởng nó là người của quan Tây.

Sếp bốt cười hô hố.

Tinh mơ mờ đất, moóc-chi-ê từ bốt Hòan Đan đã câu dọc chân đê và bờ sông. Cả làng sực tỉnh, tá hỏa chạy ra sông thì đạn đã nổ dưới thuyền, quầy quả ngược vào đồng thì khói đạn đã trùm chân đê. Làng Đáy bị kẹp giữa hai làn đạn.

Bác Nhân vừa lọ mọ đi hoạt động ban đêm trở về, đang đói cồn cào, phải gặm củ khoai lang luộc, định bụng lót dạ xong thì chui xuống hầm. Bỗng nhiên, nghe đạn nổ tứ tung cả, vội chạy ra, hô to:

- Chiến đấu!

Tiếng đạn vừa ngừng nổ, thì đã thấy bọn lính Bảo hoàng và Lê dương lốc nhốc kéo đến đầu làng. bác Nhân giương súng lục, nhằm thẳng xếp bốt cao lêu đêu, bác đưa cái đầu ruồi vào đậu ở cái mụn cứt ruồi ở giữa tinh mũi nó mà bóp cò. Thôi chết, quên chưa lắp đạn. Mà thôi, không bắn nữa, mình thân cô thế cô, bắn nó một phát, nó đốt cả làng. Rút!

Cứ tưởng một mình bác Nhân tự khua chiêng thu quân, bảo toàn lực lượng, nhưng kì thực bác Nhân không đơn độc, trong bụi duối, thày tôi cũng nghển cổ lên nhìn bác Nhân nhắm bắn. Sợ rách màng nhĩ, thày tôi vội đưa hai tay lên bịt tai, nên không nghe thấy tiếng kim hỏa kêu khan, ngoảnh ra cũng không thấy thằng lính nào giãy chết, trông ra thấy bác Nhân nhảy xuống ao.

Thày tôi ba chân bốn cẳng chạy thẳng vào đống rơm. Đống rơm tự động đậy, thày tôi kinh hãi lùi lại. Chợt nghe tiếng bà Phác, từ trong đống rơm hỏi vọng ra:

- Tiếng ai hồi nãy hô hoán rộn cả lên thế, không phải tiếng dân Đáy?

- Bác Nhân...

- Nhân nào?

Thày tôi biết là lỡ mồm, bèn nói thác đi:

- Nhân nhẩn nhần nhân...

- Cha tiên sư...

Bọn lính đã kéo đến sân nhà tôi. Chúng dáo dác ngó vào nhà, tay lăm lăm những khẩu súng trường, súng Mút-cơ-tông: “Chả thấy gì sất”. “Có phải thằng Nhân trú ngụ ở đây không”. “Da, phải...”. Tiếng ai nghe quen quen thế nhỉ? Thầy tôi vén rơm nhìn ra xem ai: “A, thằng Thiêm con nhà Lí Hàn”. Bác Phác giật tay thầy tôi lại. Thế là cả mảng rơm tụt xuống, rõ là cái sự giấu voi đụn rạ.

Hai bác cháu bỗng dưng tơ hơ giữa thanh thiên bạch nhật. Bất chợt bọn lính ngoái nhìn sau, thấy bóng hai người chết lặng bên đống rơm. Chúng nhất loạt chĩa súng hô to: "Việt Minh, giơ tay lên!". Bà Phác đờ cả người. Thày tôi cũng sợ cứng hàm, không nghe tiếng bà Phác thở bên tai, ngỡ là bà đã chết giấc. Thày tôi vội gọi: "Bác ơi". "Hẩu...". Bỗng nghe tiếng súng tằng tằng. Bà Phác kêu ối một tiếng rồi đổ gục xuống. Thày tôi co cẳng chạy thẳng ra cánh đồng, còn vẳng nghe tiếng bọn lính lại kêu thất thanh: "Bờ tre có khói bay lên". "Có hầm bí mật". Bọn lính nằm sóng soài ra sân. Có đứa bò như con thằn lằn vào chái nhà, bụi duối. "A-lê, Việt Minh ra mau!". Không có một tiếng động. Khói vẫn bốc lên từ dưới gốc tre. Sếp bốt khoát tay ra lệnh cho mấy thằng lính trườn sang bờ ao bên kia. Bỗng có tiếng súng nổ đánh đoàng. Một thằng lính lăn xuống ao, bùn ngầu lên, máu đỏ loang ra mặt nước. Lập tức, bọn lính định thần lại và xả súng về phía bờ ao.

Thì ra, bác Nhân nghe thấy bọn lính hỏi nhau, biết mình đã bị lộ, liền chui vào hầm đốt tài liệu, rồi lại chui ra nằm phục ở bờ ao. Khi thấy bọn lính bắn chết bà Phác ở đống rơm và thày tôi từ đống rơm nhảy ra, bác liền nổ súng để kéo địch về phía mình. Thày tôi nấp ngoài bờ ruộng, nghển cổ nhìn thấy đống rơm bốc lửa ngùn ngụt. Nhà ông tôi lửa cũng trùm kín. Tiếng đòn tay luồng nhà ông Phác nổ lốp đốp trong khói lửa. Tro than bay lên cuồn cuộc. Gió từ sống thổi vào, khói lan toả mờ mịt cánh đồng, mang theo mùi khét lẹt và tanh lợm.

Bác Nhân vòng về phía sau bọn lính, đánh mũi vu hồi. Một mình một súng, thỉnh thoảng lại nổ đòm một phát. Bọn lính đâm hoảng, không biết đâu mà lần, vội vã hò nhau tháo lui.

Tiếng súng nổ thưa dần, hướng qua bên kia sống. Thằng sếp bốt tinh ranh cho đại quân rút đi, nhưng để lại một toán phục kích. Bỗng từ phía miếu thờ có tiếng quát dậy lên:

- Nó thiêu bà Phác rồi.

- Giết, giết hết chúng nó đi!

Thày tôi ngẩng lên nhìn, thấy ông Phác cầm mã tấu, ông Cượng cầm đòn càn xông về phía đống rơm. Bỗng có tiếng súng nổ đoàng. Ông Cượng ngã gục xuống, cái đòn càn cắm phập xuống sân đất. Ông Phác vung mã tấu xả xuống đầu thằng lính vừa bắn ông Cượng. Nó thét lên một tiếng kinh hoàng, buông súng, ôm một miếng tai và má bị lể ra, rơi xuống vai. Máu phun ra đỏ lòm. Bọn lính mật phục hớt hải bỏ chạy.

Cánh dân làng không kịp chạy ra cánh đồng, bị kẹt lại trong bụi chuối, bờ tre xó vườn... bấy giờ mới kịp hoàn hồn. Tiếng trẻ con khóc thét lèn lẹt. Tiếng đàn bà lu loa khóc và oai oái gọi con, gọi chồng.

Ông Phác gạt đống tro ra. Bà Phác nằm chỏng gọng như con bê thui, miệng loe ống nhổ.

Sáng sớm hôm ấy, lúc ông tôi đang xếp hàng xuống thuyền chuẩn bị xuôi chợ tỉnh, thì chợt nghe đạn nổ loạn lên ở mé chân đê, rồi đùng một cái, quả đạn cối rơi trúng thuyền. Ông tôi bị hất nhào xuống nước. Hàng hóa nổi lềnh bềnh trên sống.

Ông tôi lóp ngóp cố bơi lội, vớt vát được tí nào hay tí ấy. Những giữa bốn bề đạn nổ, cố mãi mới vớt được hai củ nâu. Đạn vẫn vãi dọc bờ sống, ông tôi không dám bơi vào. Mãi khi nó chuyển làn lại bắn vào chân đê, ông tôi mới lướt thướt bò lên bờ, thì đã thấy bọn lính tràn vào sân nhà. Tiếng súng nổ ở đống rơm. Tiếng súng nổ ở bờ ao. Khói lửa bốc lên từ đống rơm, từ những mái nhà. tiếng ông Cượng hò hét từ phía miếu thờ. Tiếng bước chân hoảng loạng của bọn lính tháo chạy về bốt.

Khi có tiếng trẻ con khóc và tiếng đàn bà ca thán, chứng tỏ cuộc càn đã kết thúc. Ông tôi xách hai củ nâu lững thững vào sân. Khói lửa đã tàn. Xác ông Cượng gục xuống bên cạnh cái đòn càn vẫn cắm giữa sân. Ông Phác đang cời đống rơm đã hoá tro. Bà Phác chết cháy còng queo.

Bác Nhân cũng đã trở về, lượm khẩu Mút-cơ-tông của thằng lính bị ông Phác chém đã bỏ lại bên gốc duối. Nhưng khi nhìn thấy tình cảnh trên sân nhà ông Phác như một vườn tượng, bác Nhân vội vứt khẩu súng xuống và khẽ kéo tay ông tôi. Ông tôi sực tỉnh, buông hai củ nâu rơi bịch dưới chân. Bác Nhân chỉ chỉ vào bà Phác. Ông tôi chợt hiểu, vội chạy ra vườn, cắn mấy tàu lá chuối, về phủ lên xác bà Phác. Ông Phác bật khóc hu hu. Bác Nhân lại vẫy tay cho thày tôi cùng đỡ xác ông Cượng xuống, cái đòn càn vẫn cắm giữa sân, một đầu nhọn vẫn chĩa lên trời.

Cánh dân làng chạy thoát được ra cánh đồng đang lục tục trở về. Nhà cháy tan hoang. Thuyền bè tơi bời, trôi phập phều trên sông. Tre pheo, chuối chăn xơ xác. Chum vại, nồi niêu, bát đĩa, chiếu áo... cái bị vỡ, cái bị cháy, cái bị bắn thủng ngổn ngang khắp chốn cùng nơi. Những ngôi nhà thượng rơm hạ bùn đã hoá thành tro bụi. Những cây cột nhà cháy đen nhẻm, khói vẫn bốc lên âm ỉ. Hai đám dân trong làng và ngoài đồng gặp lại nhau cứ rối tinh cả lên, làm như là đã xa mặt cách lòng cả nẳm, cả đời không bằng. Anh Chuột xương mũi lộ ra, rõ là hạng người nhát gan, sợ chết, nhưng lại huênh hoang như kẻ to gan lớn mật, khoe tài thiện nghệ:

- Mấy bu con nhà nó đang nấp sau cái nong. Tôi đứng canh chừng bên ngoài. Chợt thấy thằng lính giương khẩu súng trường lên bắn vào phía nhà tôi. Tôi vội cầm cái thuổng lia một phát, viên đạn chạm vào cán thuổng văng ra đánh choang một cái, tóe lửa... Nếu không lanh trí thì chết cả nút.

- Đạn nó có mắt đâu mà nhằm được cái thuổng hả anh? Chẳng qua, nhà anh rộng bằng cái dạng đái, nó chả bõ bắn thì có.

- Đạn đây, vết còn hằn trên cán thuổng đây.

- Thiếu cha gì đầu đạn với các-tút trong làng.

Thày tôi vừa là cánh trong làng lại vừa là cánh ngoài đồng, chứng kiến tất tần tật, nghe mấy người đôi co cãi lí với anh Chuột, bèn bảo:

- Cứ nghe cái nhà anh Chuột thì đổ thóc giống ra mà ăn.

Khi biết tin bà Phác bị chết cháy, ông Cượng bị chết đứng, cả làng liền bu túm lại. Cánh đàn ông nhìn trân trân. Cánh đàn bà khóc hờ bà Phác: "Ối bà ơi, sống nhân đức sao chết thảm chết thương thế này?". "Ông giời có mắt, rồi cũng có ngày...". "Ối ông Cượng ơi là ông Cượng ơi". "Tại cái bọn chó săn đây mà". "Lí Hàn cũng bị bọn lính đồn đốt cháy cái bếp". "Thế Lí Hàn đâu?". "Nó chuồn rồi". "Đừng nói thế mà phải tội. Hôm qua, ông ấy đánh tiếng lên huyện".

Cánh đàn ông lấy rượu ở trong miếu, để nắn bóp cho ông Cượng thẳng cẳng ra. Hai cái u vai to nần nẫn, chắc như hai nắm cơm. Hai bắt chân có gân xanh, ngoằn ngoèo như đám rễ si. Mồ hôi muối loang lổ từng đám trên áo nâu. Còn bà Phác thì thịt đã cháy sém, không thể nắn duỗi ra được nữa. Những giọt nước mắt đùng đục, đo đỏ của ông Phác lăn dài trên gò má hốc hác, như đang đặc quánh lại.

- Tôi thấy thằng Thiêm con nhà Lí Hàn, dẫn bọn lính.

Ông tôi gạt hắt đi:

- Mày không khéo lại nhìn gà hoá cuốc. Thằng Thiêm tuy thế, nhưng là người có học, mấy anh em nhà nó cũng có học.

Bác Nhân gặng hỏi:

- Cháu có nhìn rõ không?

Thày tôi đâm cuống. Bác Nhân phải gặng đi gặng lại mấy lần. Ông tôi đấu dịu. Thày tôi mới bình tâm, nói:

- Lúc ở trong đống rơm với bà Phác, tôi nhìn thấy mười mươi là thằng Thiêm. Nó có mắt tròn mắt dẹt, cả làng ai còn lạ.

- Có lẽ cháu nó nói phải đấy. Tôi cũng nghe tiếng chúng nó nhắc đến tên tôi. Bây giờ thì cái hầm của tôi lộ rồi. Tôi cũng nghĩ là có chỉ điểm, có tay trong, nhưng không nghĩ là thằng Thiêm. Ta phải liệu phương cách...

Ông tôi bảo:

- Được, cái đấy ta bàn sau. Bây giờ dựng tạm cái lều lá chuối trú ngụ qua đêm. Ban ngày khói lửa binh đao, ban đêm sương gió độc lắm.

- Ấy, không được, tôi phải đi báo cáo thượng cấp xin chủ trương ngay. Hai bố con cũng lánh đi ít ngày, nghe ngóng tình hình đã. Nó quay trở lại thì nguy đến tính mạng, không phải chuyện bỡn.

Ông tôi nói liều:

- Việc của anh là việc quân cơ, anh cứ đi. Ta cứ tương kế tựu kế. Bọn tôi cứ làm hư hư thực thực theo kế "Hoa Dung tiểu lộ" của Khổng Minh là chúng không dám mò vào làng Đáy nữa đâu?

- Không liều thế được. Lính nó không mò vào, nhưng đạn Moóc-chi-ê nó vẫn mò vào thì sao?

- Một liều ba bảy cũng liều, làng nước đây bỏ đi đâu được, còn ông Phác nữa chứ, phải có người chăm nom hẳn hoi, mà việc ấy là của tôi với thằng cu.

- Đã vậy thì anh ở lại, tôi đi, nhưng cho thằng cu cháu cùng đi với tôi.

Đến lượt ông tôi đắn đo. Bác Nhân nói như đinh đóng cột:

- Việc này, chắc anh cũng hiểu tại sao phải làm như vậy? Đưa cháu đi cũng nguy hiểm, nhưng ở lại còn nguy hiểm hơn. Vậy nên... Thế ý cháu thế nào?

Sương đêm ướt lạnh cả Tảng đá ông voi. Thày tôi sợ hãi nhìn ông tôi, rồi lại nhìn bác Nhân, trong lòng rối bời chả biết thế nào cho phải. Dưới ánh trăng hạ tuần lờ mờ, ông tôi run run nắm tay thầy tôi, bảo: “Cu theo bác Nhân nhá!”. Đoạn, ông tôi quay sang bác Nhân, giọng thổn thức: “Anh đã cứu tôi một lần, lần này lại cứu núm ruốt của tôi, ơn này không biết lấy gì báo đáp”. Ông tôi sụp lạy trên Tảng đá ông voi. Thày tôi rưng rưng nước mắt. Bác Nhân nghẹn ngào không nói nên lời, vội cúi xuống đỡ ông tôi dậy và nắm tay thày tôi.

Tiếng gà eo óc gáy trong màn đêm. Bác Nhân đưa cho ông tôi khẩu súng Mút-cơ-tông có cái đầu ruối to thêu lếu. Thày tôi giật mình khi vô tình chạm tay vào nòng súng bé như cây le, thấm lạnh sương đêm. Ông tôi ôm lấy thầy tôi dặn dò: “Đừng quấy bác, cu nhá”.

Chờ cho bác Nhân đưa thày tôi đi khuất nẻo, ông tôi mới xách súng lững thững về nhà. Đến sân, chợt nhớ ra là chả còn nhà nữa, mà chỉ còn lại đống tro đen đủi. Ngó sang sân nhà ông Phác, ông tôi giật bắn mình, khi thấy ông Phác vẫn đứng như trời trồng giữa sân. Ông Phác như pho tượng câm lặng, lừng lững trong đêm mờ.

Ông tôi vội để khẩu súng xuống cạnh gốc duối, rồi lặng lẽ đến bên. Bỗng “pho tượng” khẽ cất tiếng hỏi:

- Anh đấy à?

- Phải…

Lúc này mới thấy mấy người hàng xóm lò dò từ góc vườn bước ra. Anh Chuột lựa lời thanh minh:

- Chúng tôi ngồi đây từ chập tối mà không dám làm kinh động… Bây giờ ta về bên nhà, gọi là có chỗ che sương, chắn gió.

- Phải đấy bác ạ. Thôi thì cũng chả biết nói thế nào… Làng xóm láng giềng, tắt lửa tối đèn có nhau.

Ông tôi lặng lẽ đỡ tay ông Phác. Tất cả lặng lẽ theo anh Chuột đi về phía cuối xóm. Nơi đó, phía sau bờ chuối, có một căn nhà một gian bé như cái lều vịt. Thấy đoàn người đến gần, chị Chuột từ ngoài hè chạy vội vào nhà, khêu to ngọn đèn chai. Ông tôi đánh tiếng:

- Chị Chuột còn thức à?

- Phải, mời các bác vào nhà.

Anh Chuột săm sắn vào nhà trước, kéo cái chõng tre ra giữa nhà. Chị Chuột treo cái đèn chai lên duỗn hóp, rồi đần mặt ra mà nhìn ông Phác. Dưới ánh đèn vàng đục, ông Phác già sọm hẳn đi, đầy vẻ khắc khổ và chịu đựng. Anh Chuột giục vợ:

- Bu mày xem có cái gì ăn cho chắc dạ.

Ông tôi gạt đi:

- Ăn làm gì, có siêu nước thì cho mỗi người một bát.

Chị Chuột nhanh nhảu hẳn lên:

- Có sẵn cả đấy.

Bỗng nhiên chị Chuột sụt sịt, rồi vội lấy cánh tay áo dụi mắt và xỉ mũi vào góc nhà, quệt nhanh vào vạt áo, quén lại mớ tóc vào trong khăn vuông thâm, hai tay bê rổ khoai đặt vào giữa chõng: "Mời các bác xơi". Chị Chuột lại lệch kệch lục rổ bát treo trong cái quang bện mây ở góc nhà, lấy ra mấy cái bát đàn rạn nứt, sứt mẻ như cóc gặm. Chị với tay lấy cái siêu đất, rót nước tồ tồ vào các bát. Anh Chuột khẽ gắt: "Thâm thấp cái tay xuống tí". Chị Chuột sực tỉnh, cắn môi ngượng ngùng.

Tạp chí Văn nghệ quân đội,
Thứ hai - 07/01/2013
V.X.T

BÍ KÍP VIẾT NỖI BUỒN VĂN CHƯƠNG

Năm 1972, kinh tế gia đình tôi khó khăn lắm, học hết lớp tám, phải nghỉ một năm đi làm ruộng. Một hôm, trời nắng như đổ lửa, vừa cày xong thửa ruộng, tôi liền cao hứng viết thơ *Bài ca con trâu và cái cày*, có đoạn:

Nhạc sĩ nhìn đường cày như dòng nhạc
Họa sĩ nom đường cày như nét bút lông
Ôi những đường cày vồng vồng
Giống lưỡi gươm cong của người chiến sĩ
Nhưng chỉ có người nông dân
Tay phải cầm cày và tay trái đuổi trâu
Miệng giục hoài: vắt vào, đi, diệt
Mới may chăng hiểu hết đường cày...

Vậy là tôi đến với văn chương đầu tiên bằng một bài thơ tơ lơ mơ như thế. Lúc đó, mười bảy tuổi, chẳng có bí kíp gì. Tôi có máu buồn từ nhỏ. Hai mươi sáu năm sau, tôi viết truyện ngắn đầu tay *Nợ văn chương*. Đời tôi là một chuỗi ngày buồn, văn chương cũng chảy theo mạch buồn ấy. Khi viết gia phả, tôi lần tìm về nguồn cội, thấy các cụ tổ nhà mình ở cái làng của ông Yết Kiêu, tận Hải Dương. Là dân chài lưới, các cụ từ bến sông Quát lần mò đánh cá sang sông Đáy (Ninh Bình), rồi cắm sào nơi ngã ba sông Hoàng Long, lập nên làng Đáy. Đến đời bố tôi, cả nhà dắt díu nhau lên Tuyên Quang khai hoang. Trong truyện ngắn *Cánh chân sào*, tôi có kể điều này. Về sau, tham dự trại sáng tác Đại Lải của Tạp chí Văn nghệ quân đội, theo hướng dẫn của quản trại, tôi ghép thêm truyện *Yếm thắm, Con chim lửa*, thành bộ ba có tên chung *Người sông nước*.

Nhà văn Ma Văn Kháng từng nhận xét rằng, Vũ Xuân Tửu có bí kíp viết truyện ngắn. Bí kíp gì nhỉ, tôi cảm thấy phân vân?

Lại nói thêm về nỗi buồn của tôi. Nỗi buồn này chảy vào tiểu thuyết, tạo ra không gian mênh mông buồn. *Chuyện trong làng ngoài xã*, thì nỗi buồn thấm đẫm cả ba đời. Nguyên mẫu đều là người thân thích, hoặc quen biết cả. Chỉ có mỗi nhân vật Thiêm-Pôn Thiêm mắt tròn mắt dẹt thì tôi bịa hoàn toàn. Thế mà hồi còn mồ ma Nhà văn Đinh Công Diệp, có lần ông tâm sự: "Làng tớ, tổng An Vệ, có một người như nhân vật này, nhưng không biết bây giờ ở đâu?". Tôi lấy làm ngạc nhiên vô cùng, thế là buồn quá lại hóa hay. Tiểu thuyết này được tái bản mang tên *Chuyện làng*. Một hôm xem mạng in-tơ-nét, thấy thông báo Đài phát thanh Quảng Ninh đang đọc. Đất Quảng Ninh đối với tôi có một chuyện buồn. Hồi ấy, chuyến xe đêm qua phà Bãi Cháy, tôi mua một bộ xổ số, đâu như trúng giải đặc biệt mà không biết. Có tiền mà để tuột mất, khiến cuộc sống long đong lận đận mãi đến giờ. Thầy tướng bảo, tôi sẽ có ba lần trúng số độc đắc, một lần qua rồi, chắc còn hai lần nữa và tôi chờ vận may.

Nhưng vận may không đến bằng tiền bạc, mà lại bằng văn chương. Mười năm trước, tôi gặp vận may, trúng giải nhất Cuộc thi truyện ngắn của Tạp chí Văn nghệ quân đội, bằng ba truyện: *Chuyện ở bản Piát, Cỏng Hỏ* và *Bí mật cuốn gia phả*. Cả ba truyện đều là truyện buồn, truyện này người đi bộ đội chết bên Lào, chuyện nọ thì mất vợ, chuyện kia thì phải xin con. Hai trong số này, tôi viết tại Nhà sáng tác Đại Lải. Ngồi buồn chả biết làm gì, đành mở bản thảo ra sửa, mỗi truyện viết đi chép lại ba lần. Giải thưởng có uy tín của tạp chí, khiến tôi tự tin hơn trong bước đường sáng tác tiếp theo. Cũng có một vài người khuyên tôi nên về Hà Nội, sẽ thuận lợi hơn trong việc viết lách. Nhưng tôi chỉ bám trụ ở Tuyên Quang, mặc dù khổ ải vô cùng... "Nhà văn đi xe lửa, hãy ngồi toa hạng ba". Có một người nổi tiếng thế giới đã khuyên như thế; về già, càng nghiệm thấy đúng là chân lý.

Có người bảo, mở trại sáng tác là không cần thiết, nhà văn đến trại chỉ giao đãi, tốn tiền bạc nhà nước. Nhưng tôi thấy không phải như vậy. Đi trại nào tôi cũng tận dụng thời gian để viết, mỗi ngày thường là mười hai tiếng, chia đều ra sáng bốn tiếng, chiều bốn tiếng, đêm cũng bốn tiếng. Bởi tôi túng, chẳng có tiền chơi bời, lại không thuộc loại quảng giao, vụng đường nói dại đường viết, chẳng biết đi đâu chơi đâu, lơ ngơ buồn một mình, nên ngồi viết thế mà tự nhiên thành. Truyện ngắn *Tiếng kèn lá trên đỉnh Mã Pì Lèng*, tôi viết tại Nhà sáng tác Tam Đảo, một câu chuyện buồn về cô gái Mông Trắng thất tình ăn lá ngón tự tử.

Nhà lí luận phê bình Bùi Việt Thắng nhận xét: "Văn Vũ Xuân Tửu là một lối văn có nhịp điệu khẩn trương nhưng không vội vàng, mạnh mẽ nhưng không bạo liệt, trầm lắng nhưng không cô tịch nên phù hợp với kiểu độc giả thích sống nhanh, nhưng đồng thời cũng hợp với những ai thích sống chậm. Vũ Xuân Tửu có ý thức chăm chút câu văn. Đọc truyện ngắn và tiểu thuyết, độc giả thường chú ý đến "chuyện", đã đành. Nhưng độc giả vẫn quan tâm đặc biệt đến "văn", vẫn rất thích sự ngời sáng lên, lấp lánh hơn của câu chữ. Đó mới chính là cái nhã thú văn chương đích thực, lâu bền". Hay bí kíp chính là đây chăng? Nhưng nếu tôi có bí kíp thì đấy là viết về nỗi buồn nhưng lấp lánh niềm vui. Chứ thề có trời, đất và bạn đọc, văn chương của tôi tuy cũng thường thôi, nhưng không bi lụy bao giờ. Tôi cầm bút viết văn chỉ xác định hai điều: một là, ngòi bút phải luôn hướng về dân; hai là, viết văn phải có văn. Tất nhiên, trang viết có văn, chứ không phải tập làm văn. Hay đây cũng chính là bí kíp?

Người có máu rượu, buồn thì lôi rượu ra uống giải sầu. Tôi giải sầu bằng sách, bình quân mỗi năm tôi đọc một vạn trang sách, không kể báo và tạp chí. Khi viết tiểu thuyết lịch sử càng phải đọc nhiều hơn. Viết tiểu thuyết lịch sử *Đinh Tiên Hoàng*, tôi đọc hai vạn trang tư liệu và hiện đang viết tiểu thuyết lịch sử *Võ Nguyên Giáp* cũng phải đọc ba vạn trang tài liệu tham khảo.

Cũng bởi có tính buồn, nên tôi thường viết tay bằng bút bi mực tím, rồi mới tự đánh máy vi tính, sau đó kỳ công sửa chữa bản thảo, có tiểu thuyết đã viết đi viết lại tính ra đã ba mươi lăm lần, nhưng chưa in. Tôi rất ngạc nhiên khi nghe có người viết tiểu thuyết khoe rằng, viết thẳng lên vi tính, xong rồi cắm máy in, bản thảo rơi ra đến đâu, vợ nhặt lấy mang đến nhà xuất bản và thành sách liền. Nghe mà bái phục, tưởng như một dây chuyền sản xuất văn chương thời công nghiệp hóa...

Viết tay là một thú vui, nhấn nhá câu chữ, sàng lọc chi tiết. Những chi tiết tôi nhặt nhạnh trong đời sống xã hội và sách vở, chép vào sổ tay, đến khi viết thì sâu chuỗi lại và thổi nỗi buồn nhân thế vào, tức thì thành văn chương. Có bạn đọc khen tôi giàu chi tiết. Ồ, có khi đó là bí kíp đấy. Hằng ngày, cặm cụi ngồi viết tay, thấy tập bản thảo dày dần lên, thì trong lòng khấp khởi mừng thầm. Nhưng khi đã hết một gam giấy A4, chừng năm trăm tờ, mà ngồi đánh lại vi tính cũng phải rùng mình. Đánh vi tính coi như viết lại bản thảo, thường mất hai đến ba tháng ròng. Tôi thường làm việc tám đến mười hai tiếng mỗi ngày. Bây giờ, bước vào tuổi sáu mươi hai, sức khỏe giảm sút, chỉ còn duy trì được từ sáu đến mười tiếng mỗi ngày mà thôi. Trong căn phòng vắng, tôi cảm thấy cô đơn vô cùng, nối ra với bên ngoài chỉ bằng điện thoại và in-tơ-nét. Buồn, lọ mọ viết và buồn ngủ... Trong cõi mê tôi thấy hiện lên những dự cảm. Bởi vậy, trong tác phẩm của tôi, ngoài nỗi buồn thì thường có những giấc mơ. Giấc mơ nói hộ người ta nhiều điều về phía góc khuất của cuộc sống, về phía bên kia của cõi người. Phải chăng, đó cũng là một bí kíp?

Đọc tư liệu để viết tiểu thuyết lịch sử có khác với cách đọc thông thường, hay đọc giải trí, hoặc đọc cho dễ ngủ... Khi tìm được tài liệu rồi, đọc sơ qua xem có liên quan không, sau đó đọc kĩ lại để ghi chép vào sổ lưu trữ, khi lập biên niên sự kiện nhân vật lại xới lần nữa và khi viết bản thảo, đôi chỗ cũng phải giở tư liệu. Nếu là hiện vật thì phải đo vẽ cụ thể kích thước, mô tả xuất xứ. Nếu là nhà cửa thì phải đặt la bàn đo hướng và chiếu kích cỡ theo thước Lỗ Ban... Tư liệu càng cụ thể, tỉ mỷ thì khi viết càng chắc tay; nhưng ngón viết phải bay bổng, thì đó là bí kíp độc chiêu nhất của người cầm bút. Lúc viết mà câu nệ tư liệu thì bí lắm, ngòi bút không chạy được đâu. Bởi, viết tiểu thuyết là câu chuyện văn chương, chứ không phải chép lại nhân vật và sự kiện lịch sử đã xảy ra. Đây cũng chính là điểm phân biệt nhà văn với sử gia.

Đọc sách giúp ta thoát khỏi hiện thực xã hội để bay vào thế giới văn chương. Từ đó, có thể thu lượm được biết bao nhiêu hoa thơm quả ngọt nuôi dưỡng tác phẩm của mình. Và đã là người cầm bút thì phải viết không ngừng nghỉ. Nếu dừng lại thì đồng nghĩa với kết thúc. Có nhà văn tâm sự, bỏ bút thời gian dài, khi bắt đầu viết lại sẽ khó khăn vô cùng. Tôi nghe được một câu chuyện thú vị. Quả trứng đại bàng ngẫu nhiên lăn vào ổ trứng gà. Đại bàng con nở ra và sống cùng đàn gà. Gà có cánh mà không bay, đại bàng con cũng làm theo như vậy. Bỗng đến một ngày kia, con đại bàng nhìn thấy trên bầu trời đồng loại của mình đang sải cánh tưng bừng, nhưng nó đành bất lực. Bởi cứ ngỡ mình là gà, nên nó bỏ phí đôi cánh gió, không tập bay và không dám đối chọi bão tố thường ngày; đến lúc ngộ ra, muốn bay lên cũng không thể cất cánh được nữa. Và đó cũng là một bí kíp của nhà văn.

Vừa rồi, tôi in tập thơ *Bầu trời của những con gà*, Nhà thơ Đoàn Thị Ký ngó qua, nói câu khôi hài: 'Có khi đại bàng, chứ không phải gà!". Trời đất, chỉ là tên một tập thơ lẻ:

Những con gà bay lên bầu trời
Đỉnh của chúng cao bằng ngọn ớt
Bầu trời chỉ như cái lồng thôi mà...

Nói vậy, chứ không phải suốt ngày khuôn mình trong bốn bức tường. Tôi nghiệm lại, mình thuộc loại đi nhiều. Khi viết *Đinh Tiên Hoàng*, tôi phải chạy xe máy khoảng một nghìn cây số, tới bốn mươi địa điểm liên quan, xa nhất là huyện Triệu Sơn (Thanh Hóa). Thu thập tài liệu về Đại tướng Võ Nguyên Giáp phải tới bảy mươi địa điểm, xa nhất là Cao Bằng, Điện Biên, Vũng Tàu... Khác với cách đi tham quan du lịch, chủ yếu là thưởng ngoạn danh thắng; người cầm bút đi thực tế theo dự tính tác phẩm sẽ sáng tác, phải quan sát địa hình địa vật, đối chiếu với binh pháp, phán đoán cách hành binh, bố trận của nhân vật phải như thế nào cho phù hợp, rồi thổi hồn vào trang viết.

Viết tiểu thuyết lịch sử về những nhân vật xa xưa, như Đinh Bộ Lĩnh cách đây một nghìn năm, hay Chúa Bầu (Vũ Văn Uyên, Vũ Công Mật) cách đây năm trăm năm, có cái khó là tư liệu thành văn không nhiều, hiện vật cũng đã phôi pha theo thời gian, nhưng khi viết lại dễ phóng tay. Về Đại tướng Võ Nguyên Giáp thì ngược lại, tư liệu nhiều, nhân chứng lắm, hiện thực xã hội vẫn đang diễn ra, nên rất dễ đụng chạm, gây phiền toái. Bởi vậy, tôi dụng công sưu tầm và phân tích tư liệu trong khoảng hai năm, rồi viết hai năm nữa, sửa một năm và cố gắng hoàn thành trước năm 2020, với chừng năm trăm trang in. Đại tướng là một vị Khai quốc công thần, thân phận bi hùng, nhân vật có chiều kích lớn, hoạt động trên nhiều lĩnh vực, và cũng đã có nhiều người sáng tác, nhưng chưa có ai viết tiểu thuyết lịch sử, ngoài một số tác phẩm thuộc thể loại sưu tầm lịch sử (*Võ Nguyên Giáp một cuộc đời* của Alian Ruscio, *Đại tướng Võ Nguyên Giáp thời trẻ* của Phạm Hồng Cư với sự cộng ác của Đặng Bích Hà, hoặc tiểu thuyết tư liệu *Không phải huyền thoại* của Hữu Mai)...

Bây giờ, tình hình rất phục tạp, nên trước mỗi chuyến đi thực tế, tôi đều sửa lễ mọn lòng thành thắp hương cầu khấn thần linh, thổ địa các nơi sẽ đi qua phù hộ. Ngoài ra, phải chuẩn bị thuốc men thông dụng, để có thể tự xử lí vết thương trên đường. Tuy vậy, việc chấp hành luật lệ giao thông đường bộ phải đặt lên hàng đầu. Lúc cần nghỉ lại dọc đường, phải kiểm tra tỉ mỉ buồng phòng, giường chiếu, xoay lại hướng cho phù hợp. Tới quê hương bản quán các nhân vật trung tâm, nhân vật chính, nhân vật phụ tôi đều dâng hương bày tỏ tấm lòng; xong bản thảo, thắp hương lễ tạ... Mỗi người có một cách đi thực tế riêng, tôi thích tự túc tự cấp, ít khi đi theo đoàn bao cấp. Có lẽ, kiểu đi thực tế liên quan đến cách viết, liệu có nên gọi là một bí kíp không?

Tp. Tuyên Quang, 18/11/2016

VXT

ĐI TÌM TRUYỆN NGẮN HAY

Nhà văn Vũ Xuân Tửu: Trại Phê bình - Sáng tác của Tạp chí Văn nghệ quân đội lần này, hướng đến phục vụ cho Cuộc thi truyện ngắn Lửa Mới. Cuộc tọa đàm văn học hôm nay, hướng vào một trọng tâm nghề nghiệp là "Đi tìm truyện ngắn hay". Điều này cho thấy tính chuyên nghiệp của trại viết và tinh thần thực tiễn trong hoạt động chuyên môn của trại viết (chúng ta giàu thực tế hơn là thực tiễn).

Tôi nghiệm thấy, để viết được một truyện ngắn hay, trước hết cần thực hành phương châm "sống đã rồi hãy viết". Không sống hết cung bậc, không sống thật hết mình, không lắng nghe từng hơi thở và biến thái tinh vi của đời sống vốn rất phong phú, đa dạng và phức tạp, liệu nhà văn viết ra được cái gì, nếu không nói là "xác chữ". Tôi thấy các nhà văn ta nhìn chung còn thiếu hụt vốn triết học và văn hóa. Sự thiếu hụt này không còn cách bù đắp nào khác ngoài con đường tự lực, tự cường, tự học. Thời gian qua, để hỗ trợ sáng tác, tôi tìm đọc rất nhiều sách về triết học để đọc. Rồi mua dần từ điển các loại, nay đã được hai mươi cuốn, để nắm vững tiếng mẹ đẻ - tiếng Việt. Tôi thấy các bạn trẻ hay ỷ vào "ông Google", cũng được thôi, nhưng đó là cần, còn chưa đủ. Nhiều người viết truyện thường chăm chú kể "chuyện" mà lơ là, ít chăm bẵm "văn". Văn chương là nghệ thuật ngôn từ, nhà văn là nghệ sĩ ngôn từ, nếu không chăm bẵm "văn", sao "lớn" được.

Tôi hay tẩn mẩn theo dõi, ghi chép, thấy có năm tác giả Tuyên Quang (Phù Ninh, Trịnh Thanh Phong, Vũ Xuân Tửu, Trọng Hùng, Tạ Ngọc Dũng) đã đăng mười ba truyện ngắn trên Tạp chí Văn nghệ quân đội. Chúng tôi coi đấy là vinh dự và hạnh phúc của người cầm bút xứ Tuyên khi tên tuổi mình xuất hiện trên một diễn đàn văn chương uy tín. (Riêng trên báo Văn nghệ, Tuyên Quang có mười hai tác giả đăng được ba mươi mốt truyện ngắn). Đó là những "con số biết nói". Tôi tự hào về đồng nghiệp văn chương xứ Tuyên.

Tọa đàm "Đi tìm truyện ngắn hay",
tại Suối Khoáng Mỹ Lâm (Tuyên Quang).
Tạp chí Văn nghệ quân đội, số 905, 11/2018

THƯ NGỎ GỬI NHÀ VĂN TRẦN THỊ HẰNG

Trưa qua, bác Vũ Xuân Tửu gọi điện cho mình, hỏi về Trần Thu Hằng với giọng rất ngạc nhiên, mình bảo em cũng ngạc nhiên không kém bác ạ. Bác bảo tớ sẽ viết một cái thư ngỏ gửi Trần Thu Hằng. Mình bảo cũng nên bác ạ, cho nó rạch ròi ra. Dù Hằng là hội viên Hội Nhà văn Việt Nam, nhưng hành xử với văn chương và với bạn văn như thế là điều không được, và vì thế mà anh em nhà văn phải lên tiếng. Mình còn hẹn bác viết xong thì mail cho em nhé, nhưng chắc bác không biết địa chỉ email của mình nên không thấy mail, mà bên bác Trần Nhương lại lên rồi. Mình lấy lại bên bác Trần vậy...

Văn Công Hùng.

Tuyên Quang, 17 tháng 8 năm 2012

Bạn Hằng thân mến!

Tôi thật ngỡ ngàng, khi biết tin bạn gửi ý kiến góp ý lên cơ quan chỉ đạo địa phương, về bài thơ *Lời những cây dầu cổ thụ ở trụ sở ủy ban nhân dân*, của nhà thơ Đàm Chu Văn. Một việc làm ngoài văn chương, phản văn chương. Bởi vì, theo cảm nhận của tôi, đó là một bài thơ hay, năm ngoái đã được đăng trên Tuần báo Văn nghệ của Hội Nhà văn Việt Nam. Một tác phẩm văn chương hay, cần đa nghĩa, làm cho người này cảm thấy thú vị, kẻ khác thì giật mình, thức tỉnh.

Nếu bạn có thiện chí góp ý về văn chương, tại sao không trao đổi trực tiếp với tác giả đang cùng công tác, hoặc gửi bản báo, hoặc hội nhà, chẳng hạn? Tôi chưa được đọc tác phẩm của bạn. Đó là lỗi tại tôi, nhưng qua việc làm này, có thể lờ mờ hiểu được, tác phẩm của bạn minh họa cho cái gì rồi.

Bạn Hằng, Tổ quốc lâm nguy! Các nhà văn chân chính đang trăn trở đồng hành cùng dân tộc. Nói theo cách của Nhà văn Nguyễn Xuân Hưng, thì "nhà văn tham gia vào tiến trình xã hội bằng chính tác phẩm". Tuy nhiên, chúng ta cũng cần tỏ thái độ của mình khi cần thiết. Với việc làm của bạn, tôi không thể hoan nghênh. Bạn vừa tố cáo bạn văn, bằng một ý kiến rất chủ quan, lại vừa ngồi xem người ta đấu bạn văn, với tư cách phóng viên! Có thể, bạn đã suy nghĩ, tính toán một cách sâu sắc khi hành động, nhưng người đời vẫn cảm thấy có sự nông nổi...

Năm vừa rồi, bạn mới được kết nạp vào Hội Nhà văn Việt Nam, chúc mừng bạn. Nhưng xin hỏi, bạn xin vào hội nhà văn để làm văn chương, hay định làm gì?

Tôi cũng đã trao đổi và chia sẻ với Nhà phê bình Phạm Xuân Nguyên và Nhà thơ Văn Công Hùng, về câu chuyện buồn của giới văn chương Việt Nam, đầu thế kỷ hai mươi mốt như thế này, như thế này...

Trân trọng.

Vũ Xuân Tửu

Blog Văn Công Hùng, 18/8/2012

THƯ NGỎ CỦA GỬI NHÀ VĂN MẠC NGÔN (Trung Quốc)

Thành phố Tuyên Quang (Việt Nam), ngày 19 tháng 10 năm 2012

Thưa nhà văn Mạc Ngôn!

Trước hết, tôi mong nhà văn thông cảm cho sự đường đột này và xin chúc mừng nhà văn về giải Nô-ben Văn học, năm 2012.

Tôi tên là Vũ Xuân Tửu, sinh sau nhà văn hai ngày, viết văn sau nhà văn mười năm. Tôi đã được đọc các tác phẩm của nhà văn, dịch ra tiếng Việt, in sách, như: Cao lương đỏ, Báu vật của đời (Phong nhũ phì đồn), Tửu quốc, Rừng xanh lá đỏ, Đàn hương hình; dịch giả Lê Huy Tiêu, Trần Đình Hiến... Gần đây, đọc Ma chiến hữu, trên mạng in-tơ-nét (kinhdotruyen.com/tac-gia-mac-ngon/truyen-ma-chien-huu.html), nhưng không thấy ghi tên dịch giả, gồm 18 chương, trang cuối ghi: "Cao Mật- Bắc Kinh- Thạch Gia Trang. Tháng 5-1992". Do vậy, không biết có đúng như bản in sách không? Phần sau đây, khi nói về Ma chiến hữu, tôi sử dụng tài liệu này.

Thưa nhà văn Mạc Ngôn!

Cuộc chiến tranh Việt- Trung, năm 1979, diễn ra trên đất Việt Nam và kéo dài khoảng chục năm. Mặc dù, về mặt danh nghĩa, cuộc chiến chỉ kéo dài từ tháng 2 đến tháng 3/1979, nhưng thực tế, nó dai dẳng, gây đau thương cho nhân dân Việt Nam và có lẽ, khốc liệt nhất là năm 1984. Nhưng trong tiểu thuyết Ma chiến hữu, nhà văn lại kéo không gian chiến tranh về phía đất Vân Nam (Điền) của Trung Quốc. Như vậy, cũng đồng nghĩa với luận điệu vu cho Việt Nam tiểu bá, xâm lược, "phải dạy cho một bài học"... "Quân xâm lược" đánh sang bằng pháo, mìn, thậm chí đóng cả lô-cốt nữa. Binh lính Trung Quốc đã chống trả quyết liệt, nhiều người được tặng thưởng huân chương, có người còn được đề nghị phong tặng danh hiệu anh hùng, nhưng không nhận, thể hiện sự cao thượng và quả cảm.

Ấy vậy mà có người khen, đây là tác phẩm chống chiến tranh, nhưng quên một điều, cuộc chiến này do ai gây ra. Thực tế là do phía nhà cầm quyền Trung Quốc gây ra, nhưng trong tác phẩm, nhà văn lại ngụ ý do Việt Nam gây ra rằng, cái đất nước ở phía nam tỉnh Vân Nam, từng có truyền thống hữu nghị lâu đời, vũ khí đều do Trung Quốc viện trợ... Như vậy, nhà văn viết ngược lại thực tế lịch sử. Chuyện xảy ra chưa lâu và không xa, có thể dễ dàng kiểm chứng.

Theo ý hiểu của tôi, nhà văn cũng biết thực tế đó, nên trong các trang viết, không trực tiếp nói đến Việt Nam, mà chỉ dùng cách gián tiếp thôi. Đây là một cách viết khéo, né tránh sự thật lịch sử, nhưng đã xúc phạm đến dân tộc Việt Nam, một dân tộc yêu hòa bình, trọng tình nghĩa, chỉ cầm súng khi không còn cách nào khác để bảo vệ Tổ quốc, trước cuộc xâm lăng của Trung Quốc.

Nhân dân toàn thế giới đều yêu hòa bình và chống chiến tranh. Tác phẩm văn học viết về điều đó là thể hiện nhân văn, nên độc giả yêu thích. Nhưng không phải vì vậy mà đổ lỗi cho nước láng giềng gây chiến, xâm lược. Tất nhiên, cuộc chiến ấy đã kết thúc và nhà văn đã có đủ độ lùi để nhìn lại tính chính nghĩa, hoặc phi nghĩa của nó. Cuộc chiến tranh ấy đã hiện rõ như lòng bàn tay và một người bình thường cũng có thể khẳng định, tính chính nghĩa thuộc về Việt Nam, huống hồ là nhà văn...

Bây giờ, tiểu thuyết Ma chiến hữu đã in ra rồi, bút sa gà chết, nhà văn tính sao đây?

Thưa nhà văn Mạc Ngôn!

Còn một câu chuyện nữa, tôi muốn cảnh báo cho tương lai. Mai ngày, khi Việt Nam "Thoát Trung", tôi tin chắc rằng, việc Trung Quốc đã dùng vũ lực chiếm đóng trái phép quần đảo Hoàng Sa, năm 1974 và một số đảo trong quần đảo Trường Sa, năm 1988, sẽ được đưa ra công luận, Tòa án quốc tế phân sử nghiêm minh, để biển đảo Việt Nam lại trả về Việt Nam. "Cái gì của Xê-da thì trả về cho Xê-da". Hiện nay, Trung Quốc đang ỷ thế lấy thịt đè người, cả vú lấp miệng em, vừa chiếm đóng trái phép, vừa lu loa đổi trắng thay đen về vấn đề biển đảo, khiến dư luận quốc tế bất bình, nếu ai có cầm bút viết, thì hãy dũng cảm và công tâm. Bởi vì, hơn ai hết, chúng ta hiểu rằng, giấy trắng mực đen lưu truyền ngàn đời, nên nhà văn phải viết điều gì để không hổ thẹn với thời gian.

Thưa nhà văn Mạc Ngôn!

Tôi có nghe nói, khi được công bố giải Nô-ben Văn học (Nobelpriset i Litteratur), nhà văn đã lên tiếng đòi nhà cầm quyền Trung Quốc, trả tự do cho ông Lưu Hiểu Ba- giải Nô-ben Hòa bình (Nobels Fredspris), năm 2010, đang bị giam cầm. Cử chỉ đó, thật đáng ngưỡng mộ xiết bao!

Trân trọng.

Vũ Xuân Tửu

Nguyentrongtao.info (20/10/2012)

Phụ lục
BẢN TIẾNG ANH

Short Story

THE SECRETS OF THE FAMILY ARCHIVE
(BÍ MẬT CUỐN GIA PHẢ)

by Vu Xuan Tuu

Mr Ho's family in Thuong Du provincial capital has a family archive stored in a bamboo cylinder. All the records in the archive were written on whatever kind of paper available each time something important occurred. Each record inside the cylinder was marked with the word "Archive". One record written in violet ink reads:

Archive: *The floods were so terrible that half of the house was submerged. When the flood waters receded, all the pillars in the house had deviated from the bases, but the roof remained intact so no repair was needed.*

One afternoon, Ho did not go to his job as an assistant to a mortar mixer, as he usually did. Instead, he went to the provincial capital's bus station to look for a man.

People from everywhere came to make a living in boat landings or bus stations, so it would be easy for him to find one man, he thought. He sat outside at one of the pavement tea shops and bought a cup of tea and a cigarette. His face appeared to be completely relaxed, but his eyes were riveted on the crowd waiting in a long queue in front of the box office. Suddenly the crowd started to move and the owner of the tea shop explained that it was time for the ticket sale. But before you could say boo, all the tickets were sold out. Those at the end of the line looked tired and fanned out to the tea shops. One man, a soldier, looked satisfied as he approached the tea shop, putting the ticket in his chest pocket. Ho tried to strike up a conversation with the soldier:

"What time is it?"

The soldier, with one hand still in his pants' pocket looked up slightly and said sharply: "It's three thirty" and was about to walk away when Ho quickly stopped him by waving his palm hat.

"Please, I want to speak to you."

The soldier looked at Ho, trying to figure out if Ho was an old acquaintance. He said politely:

"What can I do for you? I'm looking for a lodging house."

"You can sleep in a relative's house, but I want to speak to you..."

Ho pointed to a stone bench near the river bank. The soldier looked at Ho pointedly:

"I don't have relatives here. I've finished my R&R and I'm returning to my army unit."

That's it, I got him, Ho thought. So he started his heart-to-heart talk with the soldier. He talked a lot about his family and his ailment. At first the soldier seemed surprised, but after hearing Ho's sincere voice, he was sympathetic. Finally Ho made a bold move and implored the soldier:

"My wife and I beg you to give us a child tonight."

Having heard that, the soldier looked so startled, unable to believe what he had just heard. A few moments later, the soldier was able to understand the seriousness of the problem:

"What are you driving at? Are you provoking me? Are you trying to trap me?"

The soldier removed his wrist watch and showed Ho the picture of an arrow, a dagger and a satchel on the back of it. Ho looked ashamed. The soldier said with a threatening voice:

"I'm from a special force, you know!"

Ho scratched his head, tears in his eyes. He said with grief:

"It's unfortunate for us that we're infertile. You see, it's quite strange for a man like me to want my wife to sleep with another man, isn't it?"

"But you can't find anyone else in the capital?"

"Of course I could but in such a small town there could be trouble over who should raise the child..."

"But why did you choose me, a stranger? Please understand, I have a wife and I cannot betray her."

"Even so, I do strongly believe that I found the right man."

The soldier smiled and Ho kept talking:

"You've been on the battlefield, so nothing should seem strange to you."

The soldier sighed deeply and looked vacantly toward the river. He said in a halting voice:

"What does your wife think about it?"

Ho inwardly rejoiced:

"I've hidden my disease from her. I'll give her some alcohol to make her drunk and you can..."

"This is outrageous!"

Ho quickly explained:

"Just to make her think that it will be my child so there won't be any trouble. This is a secret. Only you and I will know it."

The soldier saw that Ho was very careful about it, but he was still hesitant:

"If the cat is out of the bag, my senior officers will punish me and will not send me to the front, which would be very shameful."

Ho was ecstatic, feeling like the soldier had almost agreed to his proposal.

"I've planned everything carefully."

The soldier sighed, saying nothing more. He reluctantly accepted the proposal and Ho said:

"Is 9.30 or 10 in the evening all right for you? I'll come to take you to my place."

The soldier's hand was still in the pants pocket. He looked at the watch.

*

Again another record in the family archive, but the paper is smudged, most likely because of the floods.

Ho shook his wife gently and whispered:

"My dear, my dear...."

Nu still lay motionless. Ho called for the soldier:

"She's ready."

"Is everything done according to plan?"

"Yes. Would you like something to drink?"

The two men raised their cups. The soldier seemed shy, and Ho wouldn't dare to look the soldier straight in the eye. The soldier looked around the room. In one corner of the house there were some building tools and on the altar there was a bamboo cylinder inscribed with the words "Family Archive". After the two men had a drink, Ho went into the room, switched on the light and took off his wife's clothes with trembling hands, and then he covered her body with a flowery blanket. After that, he said to the soldier in a quiet, sad voice:

"Come in."

Ho stood against the door, guarding it. Far off in the mountains, people were practising the slash-and-burn method of farming, and he could see the flames in the distance. Suddenly he heard the soldier taking off his trousers. He felt like someone had bludgeoned him with a sledgehammer. He slowly went to the gate and tried to prick up his ears. He felt like time was running so slowly. Meanwhile, the soldier walked into the room and looked around cautiously. Then he saw a young woman, about twenty three or twenty four. She was lying on her side with her hair flowing over the white pillow. She had rosy cheeks and perfect, bow-shaped eyebrows. He slowly took off his canvas shoes and then his pants.

For the first time in his life, he could see a naked woman in the light of a bedside lamp. He felt so excited. He threw himself on her. The woman was trembling like she had a high fever. After that, he pushed the woman to the middle of the bed...

He sat up and looked at her charming face. He went to the door of the room, but on second thought he returned, removed his watch and put it on the pillow. He whispered: "A keepsake". Then he walked out with his knapsack on his back and was startled to hear a man's voice:

"Shall I take you to the ferry landing?"

"It's OK. I remember the way. Don't forget that I'm a reconnaissance soldier."

*

Another record in the family archive written in beautiful handwriting.

Archive: ***Following his family's good fortune, Ho moved into a separate home right after his marriage so he would not have to rely on his parents.***

In this mountain provincial city, Ho's family was not rich, but it had a good reputation among the local community. His father was a bus driver and his mother was a small trader in the city's market. Ho was their only son. His mother had carefully chosen Nu as his wife because she was not only gentle, but also had a good shape to give him many children. When Ho was still a secondary school student, his father bought him a brand new bicycle, but he did not use it. He walked to school, saying that he would save the bicycle for his future life. When he got married he would sell it to buy land and build a house of his own. Later after his marriage, he started to work as a construction worker for the simple reason that his job would allow him to build a house for his family.

After three or four years of marriage, the young couple had built a brick house and bought a lot of good furniture. But what worried them most was that they still had no children. His wife had visited the doctor and was told that she was healthy enough to give birth. Ho was as strong as a fiddle, but he also went to the hospital for an examination just to make sure. The doctor asked him if he had mumps when he was a child and Ho said he had them when he was fifteen years old. Then the doctor told him that he was infertile because of complications from the mumps.

Ho was completely shocked and asked if there was any treatment. He was told that there was no hope for him as far as restoring his fertility. Ho was devastated. The doctor encouraged him to consider adoption.

No children. So there was no use in trying to make money now, he thought. He was like a bag of bones. His wife Nu continually asked him what was wrong but he never said anything about his conditions to her.

He hatched a plan, but he kept it a secret from everybody.

So he went to the bus station to find a man.

*

Another record of the family archive typed on a piece of blue paper.

Archive: ***The young couple lived in harmony. Finally they had given***

birth to a son named Thuan.

Months and ten days after that fateful night, Nu gave birth to a son.

All of their relatives and friends congratulated them. Ho could neither laugh nor cry. He became more taciturn. Everyone was surprised. He would sometimes get angry for no reason, and this made his wife extremely unhappy.

However, he worked hard and bought good food for his wife so she would have more milk for their son. Anytime he carried the baby in his arms, he felt like he was carrying a heap of bricks. He always wondered if the soldier would keep his word. If he suddenly came and asked for his son back, Ho could not do anything about it and he constantly worried. But finally he found out that the soldier would never do that to him.

*

Another record from the family archive written in ball-point pen.

Archive: ***Thuan grew up to be a healthy, intelligent boy. He was loved by everyone. Once when he was beaten up by some hooligans, a wounded soldier named Chien fought the hooligans away.***

Chien, a soldier wounded in the war, returned from the battle front and moved to a house in the provincial capital, on the same street as Ho. Chien had a broken jaw, so his voice was not very clear. He had a daughter who was a classmate of Thuan's. They had the same birthday and they had become close friends. Chien's family also loved Thuan.

Chien learned how to repair watches and soon opened a shop of his own. He once had a watch, a keepsake from his wife, and when he returned home after being demobilised, his wife did not see the watch on his wrist. When she asked him about it he told her everything that had happened. At first his wife was devastated and very angry with him, but later on she came to understand the situation and even suggested moving to a house on the same street that Ho lived on so that they could help Ho's family if need be.

One day Ho got into big trouble because the balcony of a house he built suddenly collapsed, killing one man. The other workers had run away and a street mob rushed to Ho's house and beat up his son Thuan for revenge. On that day, Chien was busy repairing watches and he rushed to the scene and stopped them. After the fight, Chien and Thuan were hospitalised and the two families took turns caring for the victims. As Chien's wife was a small trader in the city's market, she could not be with her husband in the hospital all the time, and Nu had to tend to both of them. She radually and vaguely remembered the smell of a man she had slept with and wondered if her son belonged to this man, this ex-soldier...

*

Another record from the family's archive read:

Archive: ***Ho and Nu were a nice couple. They were head over heels for***

each other. One night they drank some alcohol together and Nu had been dead drunk...

Nu would never forget that night.

A few days before, Ho came home from a hospital examination. He tried to lie to his wife, saying that nothing happening to him. But his wife doubted what he said and went to the hospital to ask. The doctor would not say a word, telling her to go home and ask her husband.

One afternoon, Ho came home and quickly killed a chicken for a celebratory meal. Nu also found it strange when her husband suddenly asked her to drink alcohol with him. She pretended to drink and her husband thought she was already drunk.

When nighttime came, Ho took a man home and Nu could tell that it was a soldier. She could read her husband's mind. He wanted to have a child, she thought. But she wondered why he did not say that to her in advance. Ho thought his wife was sound asleep and when he took off her clothes she let him. Afterwards, Ho covered her naked body with a thin blanket and went out. At first Nu was so angry with her husband, but she tried to contain herself. If she had cried out, the whole neighbourhood would hear and it would be worse for all of them.

The soldier made love to Nu and then before leaving, he left her with a gold watch. What she could still remember was the way his body smelled. It was a special scent and she knew she would never forget it. But later she hid the watch from her husband. That night, Ho drank alone and got himself blind drunk. And from that night on, Ho slept on the couch and they never made love again.

When her son Thuan got older, his sweat smelled so similar to the soldier's. Even though they had a son they were not happy together anymore.

*

A record of the family's archive printed from a computer.

Archive: ***Thuan fell in love with Chien's daughter. However, Chien's family had moved to the south to earn a living.***

In addition to his injury from the fight, Chien became completely deaf. He could not even hear the sound of a jackhammer or the sound of a bulldozer nearby. Whenever anyone wanted to talk to him, they had to use sign language to make him understand.

One day, Nu came to see Chien when nobody was at home. She took out the gold watch and gave it to Chien to oil. Chien immediately turned pale when he recognised it was his old watch.

They were both silent for quite some time. And then he took out a sheet of white paper and asked her if they could start a conversation. He wrote:

"Is it still running smoothly?"

And he pushed the pen and the piece of paper to her. Nu found it a little strange at first and then she burst out laughing, and said:

"It has been dead for a long time"

"Will you sell it to me?"

"It has sentimental value so I will never sell it. But I think rather than talk about the watch, we should discuss the relationship between your daughter and my son Thuan. What do you think?"

When he read the sentence, Chien opened his eyes wide at Nu. He clumsily dropped the watch on the floor and they both stooped down to pick it up and touched each other's hands by mistake. Chien's familiar smell came rushing back to her and her cheeks became rosy when she thought of what had happened between them.

A few days later, the neighbourhood said good-bye to Chien and his family as they prepared to move south. He told everyone that his former comrades-in-arms had invited him there to do business with them. But deep down, he knew that leaving would be the best thing for everyone.

Translatet by ***Manh Chuong***
(Sunday Việt Nam News, 16/10/2005)

Short Story

A WORLD AWAY (CHUYỆN Ở BẢN PIÁT)

by Vu Xuan Tuu

I was sent to the hamlet of Piat to give guidance to local farmers. As a white-collared man from the district's agricultural division, being sent to the grass-roots level was really quite strange. I intended to refuse but eventually decided to try.

Actually, I came from peasant stock, so it was not quite right to say that I was only a white-collared man. I also resolved to do actual farm work; I knew well that if I shouted orders from afar, I would be hated.

From the district centre, it took me half a day to ride a bicycle there. After that I had to climb three hills and wade across seven streams before I arrived at Piat. I asked communal officials about the meaning of the word Piat and discovered it meant "gradually sloping rice fields". I was placed in the home of a man named Khau. His name, in the Tay language, means "rice plant". He worked as strongly as a horse and was a big eater as well. His parents had died when he was born. I lived with Khau from the time when the moon was a crescent to the day when it was full before he and I became ceremonial brothers. According to the custom of the Tay ethnic minority people, once a brotherhood is sworn, the two people must regard themselves as blood relatives. Customarily, as I saw the sun first, I was Khau's older brother. Even though I was the elder, I was so new to this place that I had to ask him everything.

Every morning, when it was seven by my Poljot wrist watch, I went to a grapefruit tree beside a stilted house and struck the bell to call the whole co-operative to work. Khau, the head of the production team, often overslept. When the bells were loud enough, he would get up, go outside and cup his hand around his mouth to call: "It's time to work!" Yet, he did this only for the sake of formality because all the houses were hills away from each other and shrouded in a thick mist. How could they hear his call? However, what he did was lauded by the leaders of the commune.

The Piat Agricultural Co-operative was located near the communal office of the People's Committee, so it was considered the centre of the area. I had often taken notice that Miss Phai was always present at the earliest time even though her house was on the other side of the hill. She was still single and not so pretty. But with a fair complexion, she was good looking. Phai means cotton in Tay. Whenever Khau decided to appoint her work, he was often strict.

"When you rake grass, you should take two steps ahead and one step back. Why did you make only one step ahead and one step back?"

"But the instructor from the district told me to do so," Phai answered.

Khau looked at me and I tried to explain the confusion: "When I was still in my village, I used to do as you said by raking the field to and fro many times and as a result we uprooted the rice plants. So I think we'd better forget this way of farming."

Khau heaved a deep sigh in disappointment. He closed his notebook, clipped his Truong Son-labelled fountain pen onto his shirt pocket, but he forgot to cap the pen, so his shirt become soaked with ink. Having seen it, Phai exclaimed: "Oh, God!"

Khau calmly capped the pen and clipped it again to this shirt pocket. Then he cast a fiery look at her that made her so scared as to turn away.

At that time, the forest was still very close to the houses. Striped wild pigs often came and ate with domesticated pigs. Wood grouses often came in search of food under the stilt houses with domesticated chicken.

One day, a colony of monkeys came and destroyed the maize field. So my brother Khau showed me how to make a gun by using a metre-long section of a narrow steel bar. I was taken aback at the idea, because I thought a gun normally had a hollow barrel. It seemed that Khau could read my mind, so he smiled. Soon, I came to understand what he was doing and helped out. We both moved a big piece of wood and planted it under the stilted house as a prop and then we tied the steel so tightly, the piece of wood would perforate the barrel.

It was most important to bore it straight. So Khau held the drill while I did the boring work. The metal shavings shot out as hot as fire.

Afternoon in and afternoon out, after work from the field, we got down to boring the steel bar. Young people in the hamlet rushed to see us and even helped us with the work sometimes. But Khau held the bar obstinately and nobody else.

Finally the gun was made. Having chosen a good day, we both went up to the hill for a trial. We laid in ambush on the edge of the field and looked for the rock where the leading monkey often sat to give commands to his colony. Some time later, we saw several monkeys appear, look uriously around and then rush down to the maize field and pluck the corncobs. The gun fired the first shot that made the monkeys so scared that they fell down in a swoon. I intended to take some home for meat, but Khau stopped me, saying that the monkeys were like humans. Some time later, these monkeys came to their senses and dragged their feet back to the forest. The monkeys did not have the guts to return to the maize field again.

One day, I came home from a meeting at the People's Committee office, but Khau was not there, only Miss Phai sitting outside the house with a notebook in her hand, which recorded her work days in the co-operative. Strangely, I saw a big carp hung at the head of the staircase. Miss Phai said in a low voice: "I'm coming to compare notes of my work days last month." Then after glancing at the fish, she continued. "My father asked me to bring this fish to both of you. He just netted it at the Con havine where Mr Khau usually has a bath.

"What a big fish!"

I said it only to praise it, but Miss Phai looked down at her breast, her face scarlet.

I took her home through a trail running over the saddle hill. It was sunset and flocks of birds were flying back to their nests in a hurry. Miss Phai turned her head to talk.

"Have you picked up a lot of our Tay language?"

"Your people are teaching me. While walking on the road, I can say 'Kin hy' meaning to take the jungle path and 'Kin vay' meaning to return. Is that O.K.?"

Miss Phai was holding her sides with laughter to such a degree that she fell down on the roadside. Her black skirt turned up, revealing her white thighs. The notebook she was carrying was thrown away. Her head scarf loosened, making the hair beneath fall down onto the grass. I was confused. All I could do was laugh with her. From the hillside, I saw smoke belching from the rooftops in Piat, which made me long for my home.

It took Miss Phai quite a while to get up. When she did, she tilted her head and straightened her hair. Her breasts were as full as grapefruits and her nipples were clearly visible under the thin cloth of her blouse. I turned away, feeling shy. Suddenly I heard her order: "Please pass me that scarf!"

I hesitated before I stooped and picked it up for her. Her soft hands took mine. Her eyes became so brilliant.

"...and my notebook too, please!"

I kneeled down and got the notebook. Her two hands took mine again and she gradually pulled me down on her soft, hot body.

All of a sudden, she pushed me away and got up quickly. I was dumbfounded. Something was dropping on my back. There were bullets littered on the grass I recognised Khau's bag. I looked up, beholding Khau sitting on the branch of a tree. He said he was watching for the monkeys. Yet the monkeys had disappeared a long time ago. I sat there in disgrace. Miss Phai took to flight as if she was being hunted by a ghost, throwing away her scarf and notebook.

*

Khau had been recruited into the army, leaving the stilted house and that devilish gun to me. I lived in the house but I never used the gun. On the main pillar near the kitchen, the owner of the house mounted the tail of the carp given by Miss Phai the other day. The tail was spread out like a paper fan, embracing half the pillar.

At first, I thought I would be in Piat for a couple of months. But the district's agricultural division decided to make it a lifetime posting.

Piat was really a sloppy rice field. The hamlet lay right at the foot of a hill. The Tay people live high on the hill and did the farming in lower areas. On the hill they plant palm trees, whose leaves are used to roof their houses. During my early days in the hamlet, I spotted what I thought was a large animal that looked to be covered in feathers. One day, I came closer and it turned out to be a water mill covered with dried palm leaves to block the sun and rain.

Whenever there was rain, the palm forest rustled restlessly, making people anxious. I never found another place where heaven and earth mingled so harmoniously as Piat. So, in the Piat hamlet, there were many children in each family and the girls were amorous.

Miss Phai tried to avoid me since our forest encounter. One day, I took a bold step and looked for her. While I was still in the middle of the hill, I heard some music from the tinh instrument and Miss Phai was singing a Tay folk song in a soft voice.

Now I live separately from you, feeling so anguished

A swallow separated from a swallow, leaving so much love

A bee separated from a bee, missing flowers so much

I wonder if I could meet the bee next year....

I came back home, feeling so silly. So I looked for the khao quang wood and a gourd to make a tinh musical instrument. Having finished the instrument, I crossed the saddle hill to bring the tinh to Miss Phai. The instrument expressed my love for her. We had a picnic that day, and she has slept on my mat ever since.

One afternoon, while we were crossing an irrigation channel, Phai said, "Do you know why Mr Khau...?"

I raised the eye brows, but kept silent.

"He loved me and he said it to me while the Agricultural Co-operative was building this channel. But my parents refused it. Many of his family members had died young..."

"But why did Mr Khau get angry with you?"

"It's only his temper, you know"

I stared at the Con Ravine. It was no wonder that whenever I had asked Khau if I could take a bath in the ravine, he refused it.

*

The next year, the hamlet received the news that Khau had sacrificed himself. Someone from his unit had come to Piat and handed over his belongings. Recorded on the list were two old undershirts, three underpants (two old and one new), one old face towel, one pair of canvas shoes and one old knapsack.

I signed for the items, but something slipped off of my tongue.

"Doesn't he have any other trousers and shirts?"

The soldier was silent for a moment and said anxiously: "Our unit was then positioned in battlefield C, deep inside jungles much more rough and dangerous than the Piat hamlet here. We had gone through thick and thin together and we were near and dear to each other. Before going to the front, we had left the new uniforms to our comrades in the same unit at the rear and we wore only old clothes."

My eyes welled with tears but Phai cried her eyes out.

"Comrade Khau was a courageous man. Whenever we had an out-of-order gun, he repaired it well. One night, our unit launched an attack on the enemy's outpost, causing heavy losses to them, but many of our team mates also laid down their lives there. A few days later, we had come to the battlefield to salvage our comrades' dead bodies. Mr Khau asked us to tie the dead bodies and pulled just in case the enemy buried mines under these bodies. And indeed, while we were pulling a dead body, a mine exploded nearby. Mr Khau tried to carry half the body..."

"He was always in the vanguard for everything, I know!" I said.

"The martyrs' dead bodies had become rotten after many days, you know," the soldier continued. "When were were carrying these bodies uphill, much sloppier than that mountain on the other side of the Piat hamlet rice field, yellow water oozed from the bodies onto our shoulders, but we cleaned it with tree leaves and carried on..."

"What a pity!" Phai sobbed.

I asked in a low voice: "But how did Mr Khau die?"

"At that time, we had been ordered to wipe out a commando unit of the Sai Gon puppet army which was concentrated in the jungle. We had to advance on a small trail. When we were about to cross a stream, the head of our unit threw a piece of wood onto a stone by the streamside..."

"What for?"

"The Sai Gon puppet commandos were very cunning. They had often buried mines in the places thought to be well travelled. There was no movement after the stick was thrown. When Mr Khau jumped down, the stone rolled over and a mine exploded. He fell down into the stream. His blood spread all over the stream..."

"Oh, mother!" Phai cried again in pain.

The unit buried Khau and drew a map for his grave so that later we could bury him in his home hamlet.

After that, the soldier offered the people a That Luong cigarette from Laos, but the Piat people were used to smoking tobacco. The water pipe was passed from one man to another to smoke while villagers remembered Khau.

*

The once-sloppy hamlet soon changed for the better. There were no more water mills. I had bought a husking machine to grind maize and rice for the whole hamlet. Palm trees had been cut down and we planted eucalyptus trees in the hopes of building a paper mill. In my house, the tinh musical instrument was now hung beside the hand-made gun on the wall near the altar. In the middle of the main pillar of the house, right below the fish tail, a paper recording Mr Khau's merits was posted. I asked Phai why she had not framed it. She said that it was more authentic that way. The owner of the house should stand against the main pillar, she thought.

At night, while rolling cotton yarn by the fire, she saw a lot of fireflies in the garden and said in a low voice: “It’s nearly the time for cotton growing!”

“Yes, “thin Khau, dau Phai’, you know.”

She looked at me in great surprise, “How do you know that Piat phrase?”

“I am Piat, so why shouldn’t I know it? On the day of the dragon, we grow rice plants, on the day of the rooster, we grow cotton trees.”

Against the backdrop of the quiet night, I heard water flowing from the nearby stream. The sound reminded me of drilling gun barrels in the old days.

Translatet by ***Manh Chuong***
(Sunday Việt Nam News, 01/04/2007)

AUTHOR DRAWS ON THE FERVOUR OF WAR (NÉT VẼ SINH ĐỘNG VỀ CHIẾN TRANH)

(Sunday Việt Nam News, Update: April, 01/2007 - 00:00)

Vu Xuan Tuu beat out over 1,000 authors to win Military Literature and Arts Magazine's 2005-2006 short story competition. Hailing from mountainous Đong Bac Province in northwestern Viet Nam, the police lieutenant colonel stays true to his roots, depicting local ways of life in his works. He talks with Thu Huong about his journey from officer to writer.

Inner Sanctum: Please introduce yourself to our readers.

I am now 50 years old, a widower with two children. I spent 40 years growing up, studying and learning how to write, and I've spent the past 10 years writing. I've decided to dedicate the rest of my life to literature, writing until my last breath. Currently, I'm a lieutenant colonel at the Tuyen Quang Police Department.

Inner Sanctum: The wars have been over for more than 40 years now, but your stories' themes still focus on soldiers. Some people may think it would be better for you to choose more modern topics. What would you say to this?

Personally, I think war-related themes will never become outdated because soldiers always play key roles. There was a time in our history that our country didn't even have an official name on the world map. Our society might never have become so developed without the great contributions of soldiers. Moreover, their role in modern society is still diverse and considerable, so I think soldiers and their stories are still a rich topic for writers to explore.

Inner Sanctum: What are your rules of thumb as a writer?

I haven't been officially trained as a writer at any school; creative writing camps were the only places I learned to write. I'm happy whenever I receive compliments from readers, but I'm never too proud of my work. If I'm criticised by readers, I never lose heart; instead I learn from my mistakes. I've worked hard and never wait for luck, but I have been lucky. Also, my writing is always dedicated to everyday people.

Inner Sanctum: Modern authors often prefer using complicated writing styles, but you have chosen a simple style, often including a lot of local jargon. Do you consider that a strength or a weakness of your writing?

I think it might work to my advantage. I have to read many books and newspapers to gain an extensive vocabulary of "local jargon". I also spent many years working and living with ethnic minority people in remote border areas like Dong Van, Meo Vac and Ha Giang, which provides material for my writing.

Inner Sanctum: People say that literature should be based on reality. Do you think it's unrealistic that even your most tragic stories have happy endings?

I support humanist literature and I love happy endings in other writers' work. It's altruism that enables the development of human society and sets our society apart from those of animals. Writers can create tragic climaxes, but they still have to highlight humanism. It's an element of eastern philosophy contained in my writings.

Inner Sanctum: You have several stories based on folk tales; why did you decide to use these tales as material?

They came from my childhood memories. I still remember boating in Hoang Long River with my parents and running across *Con Lon* Mountain (Pig Mountain). My parents pointed to it and told me the heartbreaking story of the woman who turned to stone waiting for her husband that she didn't know was also her brother. I was so impressed I used this tale as a frame for a story. Long-preserved folk tales are our nation's pride; that's another motivation for me to use them in my writing.

Inner Sanctum: What's your favourite work? Is it Bi Mat Cuon Gia Pha, the award winner?

Absolutely not! The work I'm most satisfied with is Nguoi Song Nuoc (People Living on Water), a tragic love story between a boat owner's wife and his employee.

Inner Sanctum: Are your characters taken from real life or just from your imagination?

Both, but my major characters come from real life. I have a habit of taking notes, which I've been doing for over 30 years now. I think the most valuable ideas often come to me when I'm on the road.

Inner Sanctum: What has been the most memorable moment of your writing career?

It was when I was in Lang Son, attending my first creative writing camp. Acclaimed poet Nguyen Huu Thinh praised my poems and called me a modern Vietnamese writer. My second-fondest career memory is writer Nguyen Khac Truong telling me that I was certainly going to become a writer.

Inner Sanctum: Writing is just your second job. How do you make time for writing?

I often write in my free time after work and on weekends. Consequently, sometimes when ideas or inspiration comes to me, I must hold it back. That's why I must learn to find inspiration when I start writing, or, in the words of my favourite French saying, "After farmers lead their horses to the fields, it's time to start writing. And when the harvest comes, it's time to go to the publishers." I write for at least three hours every night. It takes me at least 3 days to complete a short story.

Inner Sanctum: What are your plans for the future?

I am going to publish three novels in 2007: *Chuyen Trong Lang Ngoai Xa* (Tales from Villages and Communes), *Coi Me* (The Dreaming Land) and *Nguoi Rung* (Wild Men), as well as a collection of short stories and other

CULTURAL PROTECTION AND DEVELOPMENT SHOULD GO ALONG WITH COMBATING CULTURAL AGGRESSION

(Speech in the Cultural Workshop in Taiwan, November 22nd-25th, 2019)

During the Vietnam - China Border War, from 1979 to 1988, I had time to work in the areas bordering four provinces, including Ha Giang,· Cao Bang (Vietnam) and Yunnan and Guangxi (China). Sometimes, we caught some hot air balloons carrying Taiwanese leaflets into China, but flew off into Meo Vac district in Ha Giang province of Vietnam. Opened it and we saw lots of pictures of Taiwan's countryside and cities, it looked very peaceful and warm. Those were the first messages about this island territory. Later, I heard more about Taiwan from my friends who had been in Taiwan, especially when I searched the internet, I became more and more aware of Taiwan.

Recently, at the Novelists'Camp held by Vietnam Writers' Association, located in Vietnam Literature Museum, we had chance to meet Professor, Doctor of Linguistics Tuong Vi Van - Director of the Vietnam Research Center. Then, back to Tuyen Quang province, we were welcomed by a Taiwanese businessman who came to work with the city's joint-stock enterprise. During the meal time, he sat down on the mat, eating and drinking in accordance with Asian customs. The cuisine is a cultural feature. Nowadays, people have the habit of talking and sharings close ideas during meals and drinks. Cuisine is also wisdom, called "food wisdom". Those were the first two Taiwanese people we met in Vietnam. They carry Taiwan's cultural message. Every human, in any country, any class or level, when going abroad will bring their own cultural message and take foreign culture back to their country, enrich its inherent culture. Great poet Nguyen Du, after his travels, has written a work *"Wandering notes on the way to the Northwards*" and especially Kieu's Story. Nguyen Du has been honored as a World Cultural Celebrity.

In the treasure of Vietnamese folk literature, there is a poem of Mui Senh-Phan Senh, telling about the tragic love story between Chuc Mui Senh and Phan Senh of the Dao ethnic in the North of Vietnam (Vietnam):

"The most precious in life is the grain of rice

The second is literary work."

So, from thousands of generations ago, the Dao people in particular and the Vietnamese in general were interested in culture and literature. Literature is an important component of Culture. "Literature" stays second only behind the "rice grain". Both of these things, nourish people, physically and spiritually. Literature from ancient times when there was no writing, just poems, easy for oral transmission, imbued with humanity, should be handed down from generation to generation.

Vietnamese poet prodigy Tran Dang Khoa called the rice as the gold: "The rice of our village - The gold of our village". The ancient Vietnamese people has a saying: “Only with food one can achieve enlightenment.” According to legend, banh chung was made from sticky rice, and Lang Lieu had honour to offer it to Hung King. Since then, banh chung has become a sacred thing to be worshiped and a symbol of water rice civilization. At that time, people perceived the earth as square shape.

Returning to the culinary and wisdom mentioned above, we see the intimate relationship between material and culture. Cultural development is associated with the development of science and technology. We now know that the Earth is spherical. Recently, using the geomagnetic method, scientists have simulated the shape of Earth similar to a distorted potato. But no one has molded the banh chung from a square box, into a spherical, or like a potato. Banh chung remains square, the first historical mark of the early culture.

Vietnamese culture was formed long ago and from many different sources. But perhaps, the outstanding culture of our country was formed and developed through the process of conquering nature and the national war. The famous generals recorded in the golden history of the nation, such as Ly Thuong Kiet, Tran Hung Dao, Dinh Tien Hoang, Vo Nguyen Giap... With the entire army, the entire people protect the culture and contribute part of making up national culture. Traditional literature, as well as books, still record the glorious feats of fighting against foreign invaders, after thousands of years of defending and building the country.

Conquering nature is also conquering yourself; defending the country is also about protecting the village, family and yourself. But without the cultural power that underpins, it is difficult to do anything, even the smallest.

Defending the country was not merely averting and chasing foreign invaders, but also showed in the fight against cultural aggression and anti-cultural slavery from the expanding and hegemony powers.

“Soft border” is both a vague concept, but very existent, very sophisticated and also very poisonous for us, if we are not watchful, we will lose our country at any time. Losing cultural identity will lead to loss of national independence. Since the last century, Julius Fucik shook a warning bell: “Mankind, I love you. Be alert.”

(Translated by **JiKhanh**)

LỜI BẠT

Mạn phép các nhà giáo, nhà báo, nhà văn, nhà thơ, nhà sử học, nhà nghiên cứu lí luận phê bình, biên tập viên, dịch giả... để tập hợp những bài viết, ý kiến nhận xét, cùng những khóa luận tốt nghiệp đại học, luận văn thạc sĩ và các công trình đã nghiên cứu về tác phẩm của tôi trong mấy chục năm qua. Đó cũng là một cách để tri ân và lưu trữ. Khi bản thảo hoàn thành, tôi không ngờ, đối với một kẻ hèn mọn ở chốn rừng xanh núi đỏ, mà lại được chiếu cố đến vậy; thật xúc động, không biết nói gì hơn, chỉ xin bày tỏ lòng thành...

Trong quá trình sáng tác, tôi xác định hai điều giản dị, về tư tưởng và nghệ thuật là, ngòi bút luôn hướng về dân và viết văn phải có văn.

Nhân đây, tôi nói thêm vài ba điều:

Một là, về cảm hứng, khi viết cuốn tiểu thuyết cực ngắn *Hình bóng đàn bà*, không phải từ truyện *Bích Câu kì ngộ*, như một số bạn lầm tưởng, mà từ bức tranh lụa, treo trong Bảo tàng Mỹ thuật Việt Nam. Bức tranh ấy, vẽ một cô thôn nữ đang rửa chân bên chum nước. (Tôi đã thăm khoảng năm chục nhà bảo tàng và khu di tích, riêng Bảo tàng Mỹ thuật Việt Nam, tại Hà Nội, thăm chừng hai mươi lần).

Hai là, còn một số nhận xét và các cuộc phỏng vấn khác nữa, mà tôi chưa khai thác, nên còn thiếu trong tập sách này; mong có sự chia sẻ, cảm thông.

Ba là, trong quá trình sáng tác văn chương, tôi được rất nhiều người động viên, tạo nên sự phấn chấn và tự tin. Bây giờ là dịp tôi nêu thêm mấy ý kiến, mà bấy lâu nay ấp ủ trong lòng. Năm 1998, tại Lạng Sơn, khi tôi chập chững bước vào con đường văn chương, Nhà văn Khắc Trường khích lệ: “Tao chưa khen thằng nào, nhưng mày nhất định sẽ trở thành nhà văn”. Năm 2011, tại Hà Nội, tôi xin xuất bản tiểu thuyết *Cửa Đá*, Nhà văn Trung Trung Đỉnh cười bảo: “Chú mày càng viết càng hay”. Bạn Hoàng Tương Lai kể lại rằng, cách đây chừng hai mươi năm, tại Yên Bái, Nhà thơ Hữu Thỉnh nói chuyện với anh em văn nghệ sĩ: “Hội Nhà văn Việt Nam như người đi câu, đến Tuyên Quang đã bắt được con cá to là Vũ Xuân Tửu”. Năm 2019, tại Hà Nội, nhà thơ hữu Thỉnh lại nhận xét: “Vũ Xuân Tửu, tuy không được cuộc đời ưu ái, nhưng có nội lực rất lớn”. Cũng trong năm 2019, tại sân bay Nội Bài, Nhà thơ Trần Đăng Khoa tâm sự: “Hội Nhà văn Việt Nam có bốn trăm nhà thơ, Vũ Xuân Tửu tuy viết văn xuôi là chính, nhưng cũng làm thơ. Về thơ, nếu xếp hạng, có thể đứng thứ hai trăm trong số đó”...

Một lần nữa, tôi xin trân trọng cám ơn các bạn đã quan tâm giúp đỡ, trong quá trình sáng tác và xuất bản. Cuốn sách này ra đời, khiến lòng tôi lâng lâng vui như người nông dân sau vụ gặt mùa...

Thành phố Tuyên Quang, năm 2020
***Nhà văn* Vũ Xuân Tửu**

TÁC GIẢ, TÁC PHẨM

Sách đã xuất bản (35):

- Tầm phào, tập truyện, Nxb Văn hoá dân tộc, Hà Nội, 1998.
- Miếng trầu xanh, tập thơ, Nxb Văn hoá dân tộc, Hà Nội, 1998.
- Cảnh giác với tệ nạn xã hội, chuyện pháp luật, Nxb Văn hoá dân tộc, Hà Nội, 1999.
- Đám cháy trên cánh rừng đầu nguồn, tập truyện thiếu nhi, Nxb Kim Đồng, Hà Nội, 2000.

(Tái bản, đổi tên Chim họa mi bay đi, Nxb Văn hóa dân tộc, Hà Nội, 2001).

- Rừng sáo, tập truyện thiếu nhi, Nxb Kim Đồng, Hà Nội, 2002.
- Nửa tỉnh nửa quê, tiểu thuyết, Nxb Văn hoá dân tộc, Hà Nội, 2002;

(Nxb Thanh niên, Hà Nội, tái bản 2016).

- Yếm thắm, tập truyện, Nxb Văn nghệ, thành phố Hồ Chí Minh, 2003.
- Bí mật cuốn gia phả, tập truyện, Nxb Văn nghệ, thành phố Hồ Chí Minh, 2005.
- Con chim lửa, tập truyện ngắn chọn lọc, Nxb Thanh niên, Hà Nội, 2006.
- Chúa Bầu, tiểu thuyết lịch sử, Nxb Quân đội nhân dân, Hà Nội, 2006.

(Nxb Hội Nhà văn, Hà Nội, tái bản 2018, 2020).

- Hình bóng đàn bà, tiểu thuyết cực ngắn, Nxb Văn nghệ, thành phố Hồ Chí Minh, 2006.
- Mồ hôi của đá, tập truyện, Nxb Hội Nhà văn, Hà Nội, 2007.
- Chuyện ở bản Piát, tập truyện, Nxb Văn nghệ, thành phố Hồ Chí Minh, 2007.
- Chuyện trong làng ngoài xã, tiểu thuyết, Nxb Thanh niên, Hà Nội, 2007.

(Đổi tên Chuyện làng, Nxb Thanh niên, Hà Nội, tái bản 2011; Nxb Hội Nhà văn, Hà Nội, tái bản 2019).

- Chuyện anh thuyền chài Trần Văn Sông, trường ca, Nxb Văn học, Hà Nội, 2008.
- Cõi mê, tiểu thuyết, Nxb Thanh niên, Hà Nội, 2011.

(Nxb Hội Nhà văn, Hà Nội, tái bản 2019)

- Cửa Đá, tiểu thuyết, Nxb Hội Nhà văn, Hà Nội, 2011.
- Lên cổng trời, tập truyện, Nxb Thanh niên, Hà Nội, 2013.
- Hoa cải ngồng, tập truyện ngắn chọn lọc, Nxb Quân đội nhân dân, Hà Nội, 2013.
- Pây Nà Hang, trường ca, Nxb Hội Nhà văn, Hà Nội, 2013.
- Bầu trời của những con gà, tập thơ, Nxb Hội Nhà văn, Hà Nội, 2013.
- Cua-rơ, tiểu thuyết, Nxb Hội Nhà văn, Hà Nội, 2013.
- Người rừng, tiểu thuyết, Nxb Hội Nhà văn, Hà Nội, 2013.

(Nxb Hội Nhà văn, Hà Nội, tái bản 2019).
- Tiếng hát Khau Vai, trường ca, Nxb Hội Nhà văn, Hà Nội, 2014.
- Dòng suối du ca, trường ca, Nxb Hội Nhà văn, Hà Nội, 2014.
- Chuyện tình Người đẹp Thành Tuyên, tập truyện, Nxb Dân trí, Hà Nội, 2015.
- Đinh Tiên Hoàng, tiểu thuyết lịch sử, Nxb Công an nhân dân, Hà Nội, 2018.
(Nxb Hội Nhà văn, Hà Nội, tái bản 2020).
- Chuyện cõi người, tiểu thuyết, Nxb Hội Nhà văn, Hà Nội, 2018.
- Tiếng kèn lá trên đỉnh Mã Pì Lèng, tập truyện, Nxb Hội Nhà văn, 2020.
- Võ Nguyên Giáp, tiểu thuyết lịch sử, Nxb Bằng Hữu, 2020.
- Ngọn đuốc hình trái tim, trường ca, Nxb Nhân Ảnh, 2020.
- Dưới đôi cánh rồng, tiểu thuyết, Nxb Nhân Ảnh, 2020.
- Tôi cần gặp Tổng Bí thư, tiểu thuyết, Nxb Nhân Ảnh, 2020.
- Tuyển tập văn chương Vũ Xuân Tửu, Nxb Nhân Ảnh, 2020.
- Chuyện văn của Tửu, Nxb Nhân Ảnh, 2020.

Sách in chung với các tác giả khác (37):
- Bài ca người thợ, tập thơ, Liên đoàn lao động tỉnh Tuyên Quang, 1998.
- Hội viên và Tác phẩm (1993-1998), Hội Văn học Nghệ thuật Tuyên Quang, 1999.
- Văn- Sáng tác trẻ, Nxb Hội Nhà văn, Hà Nội, 2001.
- Văn xuôi dân tộc và miền núi, Nxb Văn hóa dân tộc, Hà Nội, 2002.
- Cần học luật để làm cho đúng, Nxb Văn hóa dân tộc, Hà Nội, 2003.
- Thơ văn Tuyên Quang, (1999-2004), Nxb Hội Nhà văn, Hà Nội, 2004.
- Núi hình cung, Nxb Văn hóa dân tộc, Hà Nội, 2005.
- Nhà văn Công an - Tác giả và Tác phẩm, Nxb Công an nhân dân, Hà Nội, 2005.
- Tuyển chọn truyện ngắn dự thi Tạp chí Văn nghệ quân đội, Nxb Thanh niên, Hà Nội, 2005.
- Những truyện tình lãng mạn, Nxb Hội Nhà văn, Hà Nội, 2005.
- Những truyện ngắn hay gần đây, Nxb Thanh Hóa, 2005.
- Truyện ngắn hay dành cho bạn trẻ, Nxb Thanh Hóa, 2005.
- 20 năm Văn học Tuyên Quang, Nxb Hội Nhà văn, Hà Nội, 2006.
- Truyện ngắn hay Tạp chí Văn nghệ quân đội, Nxb Thanh niên, Hà Nội, 2006.
- Truyện ngắn hay, 2005-2006, Nxb Thanh niên, Hà Nội, 2006.
- Truyện ngắn chọn lọc năm 2006, Nxb Thanh Hóa, 2007.
- 50 năm Nhà xuất bản Kim Đồng, Tác giả - Tác phẩm (1957-2007), Nxb Kim Đồng, Hà Nội, 2007.
- Truyện ngắn hay về tình yêu, Nxb Thanh Hóa, 2007.

- Truyện ngắn Văn nghệ quân đội, 1957-2007, Nxb Thanh niên, Hà Nội, 2007.
- Truyện ngắn hay và đoạt giải Văn nghệ quân đội, 2005-2006), Nxb Phụ nữ, Hà Nội, 2007.
- Truyện ngắn hay, 2007-2008, Nxb Thanh niên, Hà Nội, 2008.
- 20 truyện ngắn đặc sắc vùng cao, Nxb Thanh niên, Hà Nội, 2009.
- Văn học Tuyên Quang, (2005-2010), Nxb Hội Nhà văn, Hà Nội, 2009.
- 55 truyện ngắn chọn lọc về tình yêu, Nxb Thanh niên, Hà Nội, 2009.
- Nhà văn Công an, Nxb Công an nhân dân, Hà Nội, 2010.
- Tuyển tập Văn học Ninh Bình ngàn năm, Nxb Văn học, Hà Nội, 2010.
- Về Tuyên (Tuyển tập thơ Tuyên Quang), Nxb Văn học, Hà Nội, 2010.
- Văn xuôi Dân tộc và Miền núi đầu thế kỷ XXI, Nxb Văn hóa dân tộc, Hà Nội, 2011.
- Văn nghệ Tuyên Quang - Một chặng đường, Nxb Văn học, Hà Nội, 2012.
- Bến đàn bà, Nxb Thanh niên, Hà Nội, 2012.
- Truyện ngắn đầu tay của các nhà văn Việt Nam, Nxb Thanh niên, Hà Nội, 2013.
- Địa chí Tuyên Quang, Nxb Chính trị Quốc gia, Hà Nội, 2014.
- Nửa đêm ở ngõ Tạm Thương, Nxb Văn học, Hà Nội, 2014.
- Anh của ngày hôm qua (Truyện ngắn về người lính), Nxb Văn học, Hà Nội, 2016.
- Văn học Công an - Tác phẩm chọn lọc (Tuyển tập 1945-2015), Nxb Công an nhân dân, Hà Nội, 2016.
- Tuyển tập truyện ngắn đoạt giải cao (30 năm đổi mới, 1986-2016), Nxb Trẻ, tp Hồ Chí Minh, 2017.
- Vườn thơ, Nxb Công an nhân dân, Hà Nội, 2019.

(Ngoài ra, có khoảng 10 vạn lượt người đọc trên mạng internet và một số tập bản thảo chưa xuất bản).

Giải thưởng (3):

Giải nhất, Cuộc thi Truyện ngắn Tạp chí Văn nghệ quân đội, (2005-2006).

Giải A, Giải thưởng Văn học Nghệ thuật các Dân tộc thiểu số Việt Nam, 2018.

Giải thưởng Liên hiệp các Hội Văn học Nghệ thuật Việt Nam, 2018.

Nghiên cứu tác giả, tác phẩm (11):

- Nguyễn Thị Châu, Truyện hư ảo của Vũ Xuân Tửu, Luận văn Thạc sĩ, 2010.
- Lê Thị Trang, Yếu tố kì ảo trong tiểu thuyết *Hình bóng đàn bà* của Vũ Xuân Tửu, Khóa luận, 2010.
- Lê Thị Trang, Truyện Vũ Xuân Tửu từ góc nhìn văn hóa, Luận văn Thạc sĩ, 2012.
- Lê Hoài Thương, Đặc điểm truyện ngắn Vũ Xuân Tửu, Luận văn Thạc sĩ, 2017.

- Cao Thị Hương, Nhân vật trong truyện ngắn của Vũ Xuân Tửu, Khóa luận, 2017
- Cao Thị Hương, Thể tài truyện ngắn Vũ Xuân Tửu, Luận văn Thạc sĩ, 2017.
- Phạm Văn Bình, Yếu tố phi thiêng trong tiểu thuyết *Người rừng* của Vũ Xuân Tửu, Khóa luận, 2017.
- Phạm Thị Lê Hương, Đặc điểm tiểu thuyết *Chuyện trong làng ngoài xã* (*Chuyện làng*) của Vũ Xuân Tửu, Khóa luận, 2018.
- Thạc sĩ Bùi Thị Mai Anh, Một số yếu tố thi pháp đặc sắc trong truyện ngắn Vũ Xuân Tửu, 2019.
- Dư Thị Tuyết Nhung, Tiểu thuyết lịch sử của Vũ Xuân Tửu. Luận văn Thạc sĩ, 2019.
- Phạm Văn Bình, Chất liệu dân gian trong sáng tác tự sự của Vũ Xuân Tửu, 2019.

Mục lục

Vũ Xuân Tửu - một cây bút tiên phong trong thời kì đổi mới. 5
(Pgs, Ts Trần Mạnh Tiến)

Nhận xét về văn chương của Vũ Xuân Tửu. 14
- Nhận xét chung. **14**
- Nhận xét về truyện ngắn. **29**
- Nhận xét về tiểu thuyết. **53**
- Nhận xét về thơ. **69**
- Nhận xét về trường ca. **78**

Nghiên cứu tác phẩm về Vũ Xuân Tửu. 86
- Yếu tố kì ảo trong tiểu thuyết *Hình bóng đàn bà.* **86**
- Yếu tố phi thiêng trong tiểu thuyết *Người rừng.* **118**
- Nhân vật trong truyện ngắn. **126**
- Đặc điểm tiểu thuyết *Chuyện trong làng ngoài xã.* **134**
- Thi pháp đặc sắc truyện ngắn. **198**
- Truyện hư ảo. **297**
- Truyện ngắn dưới góc nhìn văn hóa. **366**
- Đặc điểm truyện ngắn. **422**
- Thể tài truyện ngắn. **475**
- Tiểu thuyết lịch sử. **530**
- Chất liệu dân gian trong sáng tác tự sự. **600**

Tham luận văn chương của Vũ Xuân Tửu. 665
- Một số suy nghĩ về nâng cao tính chuyên nghiệp trong văn học, (Ninh Bình, 2008). **665**
- Khai thác cuộc sống hiện thực miền núi để làm nên tác phẩm văn học, (Sa Pa, 2009). **667**
- Đôi điều cảm nhận và tâm sự nhân đọc tiểu thuyết *Khép lại oan khiên*, (Hà Nội, 2010). **669**
- Nhà văn Việt Nam sáng tác trong hoàn cảnh nào? (Hà Nội, 2010). **674**
- Sáng tác văn học với bản sắc người núi, (Lạng Sơn, 2011). **677**
- Truyện ngắn trên báo Tân Trào, (Tuyên Quang, 2012). **679**
- Tiểu thuyết của các tác giả Tuyên Quang (Hà Giang, 2016). **686**
- Tâm sự về sáng tác văn chương (Tuyên Quang, 2017). **690**
- Với tiểu thuyết lịch sử, không phải mọi sự thật đều được viết ra, và... (Hà Nội, 2018). **692**
- Thế nào là tác phẩm hay? Tác phẩm hay được viết như thế nào? (Thái Nguyên, 2018). **697**

- Suy ngẫm về mối liên hệ giữa nhà văn và cuộc sống. (Yên Bái, 2018). **699**
- Bảo vệ và phát triển văn hóa phải đi đôi với việc chống xâm lăng văn hóa. (Đài Loan, 2019). **701**

Trả lời phỏng vấn. 703
- Báo Thể thao và Văn hóa: Nhà văn Vũ Xuân Tửu, một giọng điệu riêng rất lạ. **703**
- Báo Tuổi trẻ: Vũ Xuân Tửu - người tiêu tốn nguyên liệu. **705**
- Báo Tân Trào: Gặp nhà văn được giải cao. **707**
- Báo Sunday Việt Nam News: Nét vẽ sinh động về chiến tranh. **710**
- Gặp Vũ Xuân Tửu trong Chuyện ở bản Piat. **712**
- Báo Văn nghệ Công an: Không có chuyện làm chơi mà ăn thật được đâu. **716**
- VOV giới thiệu tiểu thuyết *Người rừng*. **720**
- Bán nguyệt san Tinh hoa Việt (Báo Đại đoàn kết): Thành công vì tận hiến. **722**
- Đài Phát thanh Tiếng nói Việt Nam, về tiểu thuyết Đinh Tiên Hoàng. **733**

Suy ngẫm và trao đổi văn chương. 735
- Chuyện vặt văn chương. **735**
- Tâm sự với bố ở cõi thiêng. **749**
- Những kỉ niệm đáng nhớ về Tạp chí Văn nghệ quân đội. **757**
- Nguyên mẫu là người tôi chưa từng gặp ngoài đời. **759**
- Bí kíp viết nỗi buồn văn chương. **770**
- Đi tìm truyện ngắn hay. **774**
- Thư ngỏ gửi Nhà văn Trần Thị Hằng. **775**
- Thư ngỏ gửi Nhà văn Mạc Ngôn. **776**

Phụ lục (tiếng Anh). **778**
- The secrets of the family archive (Bí mật cuốn gia phả). **778**
- A world away (Chuyện ở bản Piát). **785**
- Author draws on the fervour of war (Nét vẽ sinh động về chiến tranh). **791**
- Cultural protection and development should go along with combating cultural aggression.
(Bảo vệ và phát triển văn hóa phải đi đôi với việc chống xâm lăng văn hóa). **793**

Lời bạt. **795**
Tác giả, tác phẩm. **796**
Mục lục. 800

Liên lạc Vũ Xuân Tửu
xuantuuvu@gmail.com

www.ingramcontent.com/pod-product-compliance
Lightning Source LLC
LaVergne TN
LVHW062004041026
849558LV00006B/186

9781989924303